D1763731

ஆ. மாதவன் கதைகள்

ஆ. மாதவன் (1934)

தமிழ் இலக்கியத்தின் முன்னோடி எழுத்தாளரான ஆ. மாதவன் திருவனந்தபுரத்தில் பிறந்தவர். பெற்றோர் குமரி மாவட்டத்தைச் சேர்ந்த ஆவுடைநாயகம் – செல்லம்மாள். இவர் பள்ளி இறுதி வகுப்புவரையில் மலையாளக் கல்வி கற்றவர். தமிழ்க் கல்வி குறைவு என்றாலும், இவரின் தமிழ் இலக்கிய வாசிப்பு அபாரமானது.

இதுவரை நூற்றுக்கும் மேற்பட்ட சிறுகதைகள், மூன்று நாவல்கள், 'இனி நான் உறங்கட்டும்', 'சன்மானம்' போன்ற மொழிபெயர்ப்புகள் இவரது இலக்கியப் பணியில் அடங்கும்.

தான் வாழ்ந்த கடைத்தெருவையே கதைகளாக மாற்றியவர். கடைத்தெருவின் கலைஞன் என்ற செல்லப்பெயரும் இவருக்கு உண்டு.

'கிருஷ்ணப் பருந்து' இவரின் மகத்தான ஆக்கம். தமிழ் நாவல் உலகில் என்றும் நிலைத்திருக்கும் சிறப்பு வாய்ந்தது.

இவர், இலக்கியச் சுவடுகள் என்னும் நூலிற்காக 2015ஆம் ஆண்டு சாகித்ய அகாதெமி விருது வழங்கப்பெற்றார்.

எண்பத்தொரு வயதாகும் ஆ. மாதவன் தற்பொழுது திருவனந்தபுரத்தில் தன் குடும்பத்துடன் வசித்துவருகிறார்.

ஆ. மாதவன் கதைகள்

முழுத் தொகுப்பு

நற்றிணை பதிப்பகம்

ஆ. மாதவன் கதைகள் * ஆ. மாதவன் * © ஆ. மாதவன் * நற்றிணை முதல் பதிப்பு: ஜூன் 2016 * வெளியீடு: நற்றிணை பதிப்பகம், எண்: 6/84, மல்லன் பொன்னப்பன் தெரு, திருவல்லிக்கேணி, சென்னை – 600005.

A. Madavan Kathaigal * A. Madavan * © A. Madavan * Natrinai First Edition: June 2016 * Size: Demy 1/8 * Paper: 18.6 kg maplitho * Pages: 640 * Copies: 500+50 * Published by Natrinai Pathippagam, No. 6/84, Mallan Ponnappan Street, Triplicane, Chennai-600005 * Phone : 044-2848 2818 * Mobile: 90956 91222

* E-mail: natrinaipathippagam.gmail.com
* Website: natrinaipathippagam.com
* Printed at: Sai Thendral Printers, Chennai - 600005 * Mobile: 90954 91222, 90956 91222
* E-mail: saithendralprinters.gmail.com
* இணையம் மூலம் புத்தகம் வாங்க : www.natrinaibooks.com

மொழியின் சம்பத்து

நான்காண்டுகளுக்கு முன்பு, தமிழ்ச் சிறுகதைக்கு நூற்றாண்டு விழாக் கொண்டாடினார்கள், சென்னையில், சாகித்ய அகாதமி சார்பில், இரண்டு நாட்கள். தொடக்க விழா அமர்வுத் தலைமை எனக்கு அளிக்கப்பட்டிருந்தது. அரங்குக்குப் புதுமைப்பித்தன் திருநாமம் சூட்டப்பட்டிருந்தது. பேசும்போது இரண்டு முரண்பட்ட கருத்துகளைச் சொன்னேன். ஒன்று தமிழ்ச் சிறுகதையின் தோற்றம் பற்றியது. சங்கப் பாடல்களிலேயே சிறுகதைக் கூறு உண்டென்பது யாவர்க்கும் தெரியும். ஆனால் அவரது செய்யுள் அல்லது பாடல் வடிவத்தில் இருந்தன. ஆனால் உரைநடை வந்த காலம் தொடங்கி தான் கருத்தில் கொள்ளப்படுகிறது.

வ.வே.சு. ஐயரின் 'குளத்தங்கரை அரசமரம்' சிறுகதையில் இருந்தே தமிழ்ச் சிறுகதை வரலாறு தொடங்குகிறது என்றொரு பிடிவாதம் உண்டு இங்கு. சி.சு. செல்லப்பா, தனது தமிழ்ச் சிறுகதை பிறக்கிறது பற்றிய நூலில், மகாகவி சுப்ரமணிய பாரதியாரின் 'ஆறில் ஒரு பங்கு' கதையே தமிழின் முதல் சிறுகதை என்று நிறுவுகிறார். பிறகு எங்கோ வாசித்தேன், 1888இல் சிங்கப்பூரில் இருந்து மக்தூம் சாகிபு என்பவர் எழுதிய 'வினோத சம்பாஷணை' என்ற சிறுகதை தான் தமிழில் எழுதப்பட்ட முதல் சிறுகதை என்று. சில ஆண்டு களுக்கு முன்பு, 'பனையண்ணன்', 'வாத்தியார்' போன்ற நாவல்கள் எழுதிய பெரியவர் R.S. ஜேக்கப்பின் கட்டுரையொன்றில், தமிழின் முதல் சிறுகதை, 'சரிகைத் தலைப்பாகை' என்ற தலைப்பில் அருள்திரு. சாமுவேல் பவுல் அய்யர் என்பவரால் 1877ஆம் ஆண்டு ஜூலை மாதம் 'நற்போதகம்' எனும் மாத இதழில் வெளியானது என்று குறிப்பிட்டிருந்தார்.

ஆதாரங்கள் திரட்டி, அறுதியான முடிவு சொல்லவேண்டியது ஆராய்ச்சியாளர்கள் பணி. இன்றைய பல்கலைக்கழகங்களின் ஆய்வாளர்களோ, இரண்டு பக்கங்களுக்கு மிகாமல், எடுப்பு தொடுப்பு முடிப்பு என்ற வாய்பாட்டின்படி அளப்பரிய ஆய்வுகள் செய்து கட்டுரைகள் எழுதுகிறார்கள். நம்மால் தண்ணீர் இருக்கும்

வாய்ப்புள்ள இடம் மட்டுமே காட்டித்தர இயலும். கிணறு தோண்டுவது நம் வேலையல்ல.

எனவே தமிழ்ச் சிறுகதைக்கு கிட்டத்தட்ட தமிழ் நாவலின் வயதே! இன்றைக்கு, சற்றொப்ப 138 ஆண்டுகள். ஆகவே மிகத் தாமதமாக இந்த நூற்றாண்டு விழாக் கொண்டாட்டம் என்றேன்.

இரண்டாவது எனது மறுப்பு, அதிருப்தி, எதற்கு மறுபடி மறுபடி புதுமைப்பித்தனுக்கும் மௌனிக்கும் வானவர் ஊர்தி இழுக் கிறீர்கள் என்பது. புதுமைப்பித்தனின் மகத்துவத்தில் நமக்கு மாற்றுக் கருத்து இல்லை. சிறுகதை இலக்கியத்தில் அவர் பணி உயரப் பறக்கும் உத்தமக் கொடி. எப்படி இந்திய சுதந்திரத்துக்கு மகாத்மா காந்தி மட்டுமே முழுப்பெருமை கொண்டாட இயலும் என்பது உண்மையல்லவோ, அதே விதமாக புதுமைப்பித்தன் மட்டுமே எல்லாம் அல்ல. தமிழில் உலகத் தரத்துச் சிறுகதைகளைத் தந்த தி. ஜானகிராமன், எம்.வி. வெங்கட்ராம், கு.ப.ரா, கு. அழகிரிசாமி, கி. ராஜநாராயணன் முதலாய மூத்த படைப்பாளிகளையும் பொருட் படுத்தலாம். மேலும், அற்புதமான சிறுகதைகள் எழுதிய ஆ. மாதவன், சார்வாகன் போன்றோர் பெயரைக்கூட நாம் குறிப்பிடுவதில்லை என்றேன்.

சாகித்ய அகாதமிக்காக எனக்குப் பதில் சொல்ல வந்தவர், தமிழ்ச் சிறுகதையில் காலம் பற்றிய கேள்வி கருத்தில் கொள்ளப்பட வேண்டியது என்றார். அது எனக்குப் போதுமானது. பாரதி சொன்னதைப்போல, அப்பன் வெட்டிய கிணறு என்பதனால் திரும்பத் திரும்ப உப்புத் தண்ணீரைக் குடிப்பது எப்படி? அடுத்த வாக்கியம் சொன்னார், சாகித்ய அகாதமியின் பிரதிநிதி. "சார்வாகன் சரி! ஆ. மாதவன் பற்றி எனக்குத் தெரியவில்லை!" இதுதான் தமிழ் இலக்கிய உலகின் அவலம். சார்வாகனைத் தெரிந்து கொண்டிருப்பவருக்கே ஆ. மாதவன் பற்றிய வாசிப்பு இல்லை.

பத்தாண்டுகளுக்கு முன்பே அவருக்கு, சிறுகதைத் தொகுப்புக் கான, சாகித்ய அகாதமி விருது வந்திருக்க வேண்டும். இறுதிச்சுற்றில் முட்டாள்தனமான டெக்னிகல் காரணம் ஒன்றைக்காட்டி, விருது அவரிடம் இருந்து பிக்பாக்கட் செய்யப்பட்டு, திரையுலகப் பிரபலம் ஒருவருக்குப் போனது. அந்த அரசியலுக்குள் நான் போகப் பிரியப் படவில்லை. ஆனால் இந்த விதத்தில்தான் இங்கு டாக்டர் பட்டங் கள், பத்ம விருதுகள், சாகித்ய அகாதமி விருதுகள் பெரும்பாலும் வழங்கப்படுகின்றன.

ஆ. மாதவனுக்கு அன்று சாகித்ய அகாதமி விருது மறுக்கப் பட்ட காரணம் அறிய உங்களில் சிலர் ஆர்வமாக இருக்கக்கூடும்.

ஒரு படைப்பாளியின் முழுத்தொகுப்பு – கவிதைகளோ, சிறு கதைகளோ – சாகித்ய அகாதமி விருதுக்கான பரிசீலனைக்கு வருகிறதென்றால், அந்தத் தொகுப்பின் மூன்றில் இரண்டு பங்குக் கவிதைகள் அல்லது சிறுகதைகள், பரிசீலனைக் காலமான மூன்றாண்டுகளுக்குள் எழுதப்பட்டதாக இருக்க வேண்டும். அதாவது ஒரு எழுத்தாளன் 40 ஆண்டுக்காலத்தில் 100 சிறுகதைகள் எழுதி, அது முழுத்தொகுப்பாக ஆகி, விருதுக்கான பரிசீலனைக்கு வருகிறது என்றால், அந்தத் தொகுப்பின் 66 கதைகள், விருதுக்கான கால அடைப்பான மூன்றாண்டுகளில் எழுதப்பட்டிருக்க வேண்டும். விரல் நீட்டினால் சூரியனே நின்றுபோகும் என்றும், கை காட்டினால் கடல் பிளந்து நடந்து போக வழிவிடும் என்றும் புராணங்கள் உண்டு. அதையொத்த ஆற்றல் உடையவருக்கே மூன்றாண்டுகளில் 66 கதைகள் சாத்தியம். சாதாரண மனிதருக்கு அல்ல. பிறகு நாம் அறிந்துகொண்டோம். தாங்கள் விரும்பிய வண்ணம் பரிசு கொடுக்கத் தீர்மானிக்கும்போதெல்லாம், மற்றவர்களைக் கழித்துக் கட்ட, நடுவர்கள் சட்டப் புத்தகத்தைக் கையில் எடுப்பார்கள் என்று. இறையருளாலோ, இலக்கியத்துக்கான தேவதையின் அறத்தாலோ, ஏற்கனவே ஆ. மாதவனுக்கு நேர்ந்த அநீதிக்குப் பிராயச்சித்தம் போல, 2015ஆம் ஆண்டுக்கான சாகித்ய அகாதமி விருது அவருக்கு வழங்கப்பட்டது. ஆனால் அது அவரது நாவலுக்கோ சிறுகதைக்கோ அல்ல.

நாம் பேச வந்த பொருள், சாகித்ய அகாதமி ஆட்சிக்குழுவின் உறுப்பினராக இருக்கும் ஒருவருக்கு, தமிழின் தலைசிறந்த சிறுகதைக் கலைஞர் ஒருவரின் கதைகள் பற்றி எந்த அறிவும் இல்லை. இப்படித் தான் தன்னை வெளிப்படுத்திக்கொள்கிறது தமிழ்மொழியின் அறிவுப்புலம்.

1955இல் எழுதத் துவங்கிய ஒருவர், அறுநூறுக்கும் மேற்பட்ட சிறுகதைகள் எழுதிய ஒருவர், 'புனலும் மணலும்' நாவலின் ஆசிரியர், 'கிருஷ்ணப் பருந்து' தந்தவர், 'தூவானம்' என்றொரு நாவல் தந்தவர் பற்றிய போதம் நமக்கு இல்லை என்பதோர் அவம். ஆனால் தமிழினம் அவத்தையே சிவம் என நம்பிக்கொண்டிருக்கிறது.

1977 என்பதென் நினைவு. 'சிட்டி' பெ.கோ. சுந்தரராஜனும், யாழ்ப்பாணத்துப் பேராசிரியர் சிவபாத சுந்தரமும் இணைந்து, நூறாண்டுத் தமிழ் நாவலின் தோற்றமும் வளர்ச்சியும் பற்றிய ஆய்வுநூல் எழுதி வெளியிட்டார்கள். அதன் வெளியீடு, Christian Literature Society நடத்திய இருநாள் கருத்தரங்கில், சென்னையில் நடந்தது. நானும் இருந்தேன், எனது முதல் நாவல் 'தலைகீழ்

விகிதங்கள்' பற்றி 12ஆவது அமர்வில் அறிமுகம் நடந்ததால். தொடர்ந்து சிட்டி சிவபாத சுந்தரம் இரட்டையர்கள், தமிழ்ச் சிறுகதையின் தோற்றமும் வளர்ச்சியும் பற்றி நூல் ஒன்றும் தமிழ்ச் சிறுகதை வரலாறு என்ற பெயரில் வெளியிட்டார்கள். அந்தத் தலையணை சைஸ் புத்தகத்தில் ஒரு வரிகூட ஆ. மாதவன் பற்றி இல்லை. இதை நாம் சதி என்பதா, அறியாமை என்பதா? பிறகெப் படி சாகித்ய அகாதமிக்கு ஆ. மாதவன் போன்ற படைப்பாளிகள் கருதுப்பட வேண்டியவர்களாகத் தெரிவார்கள்?

சென்னை மியூசிக் அகாடெமி வழங்கும் 'சங்கீதக் கலாநிதி' விருது பெற்றவர் பட்டியலில் மதுரை சோமசுந்தரம் பெயர் ஏன் இல்லை என்ற கேள்வி, இந்தச் சந்தர்ப்பத்தில் எனக்கு நினைவுக்கு வருகிறது! என்ன கவி பாடினாலும் சிலர் உள்ளம் இரங்காது போலும்!

ஆனால், அன்றும் இன்றும் ஆ. மாதவனை வாசித்த தீவிரத் தமிழ் வாசகர்கள் அவரைக் கொண்டாடினார்கள். கிழக்கே கோட்டையினுள் பள்ளிகொண்ட பத்மநாப சாமியை தரிசிக்கச் சென்ற எந்தத் தீவிரத் தமிழ் வாசகனும் சாலைக் கம்போளத்தில் இருந்த 'செல்வி ஸ்டோர்ஸ்' என்ற பாத்திரக்கடைக்குச் சென்று அவருடன் உரையாடாமல் திரும்பியிருக்க மாட்டார்கள்.

எனது நினைவு சரியாக இருக்குமானால், 2008ஆம் ஆண்டுக் கான இயல் பிரிவுக்கான 'கலைமாமணி' விருதுபெற்றார் அவர். 2007இல் வண்ணதாசனும் கலாப்ரியாவும் பெற்றனர். 2009இல் சா. கந்தசாமியும் நானும் பெற்றோம். 2010ஆம் ஆண்டு, ஜெயமோகனின் வாசக நண்பர்களின் அமைப்பான 'விஷ்ணுபுரம் இலக்கிய வட்டம்' தனது முதல் விருதினை ஆ. மாதவனுக்கு வழங்கிச் சிறப்பித்தது. விருது வழங்கும் விழாவில் ஆ. மாதவனின் இலக்கியப் பங்களிப்பு பற்றி ஜெயமோகன் எழுதிய நூல் ஒன்றும் வெளியிடப்பட்டது. விழாவில் கலந்துகொண்டவர்கள் திரைப்பட இயக்குநர் மணிரத்னம், மலையாள நாவலாசிரியர் புனத்தில் குஞ்ஞுதுல்லா, விமர்சகர் பேராசிரியர் வேதசகாயகுமார், ஜெயமோகன் மற்றும் நான்.

ஆனால், தமிழ்ப் படைப்புலகில் தீவிரமாக இயங்குகிறவர்களே, 'சார்வாகன் சரி! ஆ. மாதவன் எப்படி?' என்றால் சூழலின் நுண் ணரசியல் குறித்து எனக்கு ஆவலாதி உண்டு. சார்வாகன் மற்று மொரு கண்டுகொள்ளப்படாத இலக்கிய ஆளுமை என்பதில் எனக்கு இரண்டாம் கருத்து இல்லை. எனக்குத் தெரிந்து இதுவரை ஆ. மாதவனுக்கு எங்கும் புத்தக வெளியீட்டு விழா நடந்ததில்லை. அறிமுகக் கூட்டங்கள் நடந்ததில்லை, முழு நாள் கருத்தரங்குகள் நடந்ததில்லை.

தமிழ் இலக்கியத்தை வளர்த்து எடுக்கவும் கொண்டாடவும் அயராப் பணிபுரியும் கலை இலக்கியப் பெருமன்றமோ, தமிழ்நாடு முற்போக்கு எழுத்தாளர் கலைஞர்கள் சங்கமோ ஆ. மாதவனைக் கூப்பிட்டு எந்தக் கூட்டமும் போட்டதில்லை. அவர்களும்தான் தன்னாள், வேற்றாள் பார்ப்பார்கள் போலும்! இலக்கிய அங்கீகாரம் என்று வரும்போது, அபூர்வமான சிறுகதைக் கலைஞனை ஏன் மறக்க வேண்டும் அல்லது புறக்கணிக்க வேண்டும் என்றெனக்குத் தெரியவில்லை. அரசியல், அதிகாரம், செல்வம், இனம், பிரதேசம் என்பன பேராட்சி செய்கின்றன என்று எடுத்துக்கொள்ளலாமா?

ஒருவேளை எழுத்தாளன் வாழும் இடம் ஒரு காரணமாக இருக்கக்கூடும். சென்னையைச் சுற்றி வாழ்பவர்களுக்குக் கிடைக்கும் ஊடக வெளிச்சம், காட்சி ஊடக வெளிச்சம் மற்ற பிரதேசத்தின ருக்குக் கிடைப்பதில்லை. ஒரு காலத்தில் சொன்னார்கள், காவிரித் தண்ணீர் குடித்திருந்தால்தான் கலை, இலக்கிய வாசனை வரும் என்று. பிறிதோர் காலத்தில், ‘தாமிரவருணித் தண்ணி குடிச்சிருக் கணும் வே!’ என்றார்கள். கவிஞர் ஒருவர் என்னிடமே சொன்னார். “ஒரு பாட்டில்ல கொண்டுக்கிட்டு வரலாம்ல” என்று நான் திருப்பிக் கேட்டேன். இன்று கன்னியாகுமரிக்காரர்களுக்குத்தான் விருதுகள் போகின்றன என்கிறார்கள். இதெல்லாம் ஒரு ரசிகர் மன்ற மனோபாவத்தில் பட்டது.

இந்தக் கதியில், தமிழ்நாட்டுக்கு வெளியே வாழ்ந்து தமிழுக்கும் இசைக்கும் பணிபுரிகிறவர்கள் இடம் எதுவாக இருக்கும்?

ஒரு காலத்தில் மகாராஜா கல்லூரியாக இருந்த திருவனந்த புரத்துப் பல்கலைக்கழகக் கல்லூரியின் தமிழ்த்துறை 130 ஆண்டுகள் மூத்தது. அங்குதான் ஆலப்புழை பெ. சுந்தரம்பிள்ளை தத்துவத் துறைப் பேராசிரியராக இருந்தார். ‘மனோன்மணியம்’ எனும் நாடக நூல் எழுதினார். ஒரு காலத்தில் வைணவராக இருந்து, பின்னர் கிறிஸ்துவத்துக்குத் திரும்பிய பரம்பரையில் வந்த ஹென்றி ஆல்ஃப்பிரட் கிருஷ்ணபிள்ளை அப்போது தமிழ்த்துறைத் தலைவராக இருந்தார். அவர்தான் ‘இரட்சணிய யாத்ரிகம்’ எழுதினார். பேராசிரியர் வையாபுரிப்பிள்ளை அங்கு பணியாற்றியவர். Dravidian Institute of Tamil Stuides இன் இயக்குநராக இருந்த பேராசிரியர் வ. அய். சுப்பிரமணியன் திருவனந்தபுரத்தில்தான் பணியாற்றினார். தொல்காப்பியம், நன்னூல், சிலப்பதிகாரம் இவற்றை மலையாளத் துக்குக்கொண்டு சென்ற பேராசிரியர் மா. இளையபெருமாள் கேரளப் பல்கலைக் கழகத்தில் பணிபுரிந்தவர். ஐந்தாம் வகுப்புவரை அவருடன் என் அப்பா வகுப்புத்தோழர், அதற்கு மேல் அவர் படிக்கவில்லை.

புத்தம் வீடு, அனாதை, டாக்டர் செல்லப்பா, மானீ முதலாய அரிய நாவல்கள் எழுதிய ஆங்கிலப் பேராசிரியை ஹெப்சிபா ஜேசுதாசன், திருவனந்தபுரத்தில் பெண்கள் கல்லூரியில் பயிற்று வித்தவர். என் மனைவி, இவரது மாணவி. ஹெப்சிபா ஜேசுதாசன் கணவர் பேராசிரியர் ஜேசுதாசன், கேரளப் பல்கலைக்கழகத்தில் நவீனத் தமிழ் இலக்கியத்தை அறிமுகம் செய்தவர். ஏசு கிறிஸ்து என்று சொன்னாலும் கம்பன் என்று சொன்னாலும் கண்ணீர் விடுகிறவர் அவர். கவிஞர் ராஜமார்த்தாண்டன், திறனாய்வாளர் வேதசகாயகுமார், நாட்டுப்புற இயல் ஆய்வாளர் அ.கா. பெருமாள் ஆகியோர் அவரது மாணாக்கர்கள். ஆண்டி ஐயர் என்றொருவர். நாகர்கோயில் வடிவீசுவரத்தில் பிறந்து திருவனந்தபுரத்தில் வாழ்ந்தார். அந்தக் காலத்தில் தீவிர நாடக இயக்கம் நடத்தியவர். வெங்கட் சாமிநாதன் நடத்திய 'யாத்ரா' இதழ், ஆண்டி ஐயருக்கு என்று சிறப்பிதழ் கொணர்ந்தது. நாடகக் கலைச் சொற்கள் அகராதி ஒன்று தொகுத்தார். தமிழக அரசின் அச்சுக்குக் கொடுத்து, புத்தக மும் வரவில்லை, மூலப் பிரதியையும் காணோம்.

கர்நாடக இசைத்துறையில், வலியமேலெழுத்துகள் வம்சத்தைச் சார்ந்த லட்சுமணன் பிள்ளையை இன்று நாம் அறிய மாட்டோம். சுவாதித் திருநாள் இசைக் கல்லூரி முதல்வராக இருந்த செம் மங்குடி சீனிவாச ஐயரை அறிவோம். ஆனால் ஓமனக்குட்டி அம்மையை அறியமாட்டோம். எம்.எஸ். சுப்புலட்சுமி, எம்.எல். வசந்தகுமாரி, டி.கே. பட்டம்மாள் வரிசையில் வைத்து எண்ணத் தக்க பாடகியான பாறசாலை பொன்னம்மாளைக் கேள்விப்பட்டி ருக்கக்கூட மாட்டோம். மோகன்லால் நடித்த புகழ்பெற்ற திரைப் படம் His Highness Abdulla, சுவாதித் திருநாள் போன்ற படங்களில் பாடிய நெய்யாற்றின் கரை வாசுதேவனை நாம் அறிவோமா? ஒரு முறை சென்னை மியூசிக் அகாடெமியில் அவர் பாட டிசம்பர் சீசனில் நான் கேட்டிருக்கிறேன்.

மார் இவானியல் கல்லூரியில் ஆங்கிலப் பேராசிரியராகப் பணியாற்றி ஓய்வு பெற்ற எழுத்தாளர்களின் எழுத்தாளரான நகுலன் திருவனந்தபுரத்துக்காரர். குளத்து ஐயர் எனும் பெயருடைய காசியபன் (காஸ்யபன் எனும் எழுத்தாள் வேறு) எழுதிய 'அசடு', 'முகம்மது கதைகள்' 'கிரகங்கள்' அன்று மிகவும் புகழ்பெற்றவை. இவர்களுக்குத் தமிழ்ச் சமூகம் வழங்கியது என்ன? தலைமுறைகள், பள்ளிகொண்டபுரம், உறவுகள் எனும் நாவல்கள் எழுதிய நீல. பத்மநாபன் திருவனந்தபுரத்துக்காரர். ஏன், புதுமைப்பித்தன் இறுதிநாட்களைக் கழித்ததும் அங்குதான்.

மேற்சொன்ன பெருமைமிக்க ஆளுமைகளுக்கு எவ்விதத்திலும் இளைத்தவர் அல்ல ஆ. மாதவன். 1934இல் பிறந்து, கொடுமலையாளக் குடியிருப்பில் வாழ்ந்து, பத்தாம் வகுப்புவரை மலையாளத்தில் கற்ற தமிழ் எழுத்தாளர் அவர். 1955 முதல் அறுபது ஆண்டுகளாக எழுதுபவர். தமிழில் பட்ட மேற்படிப்பு கற்றவருக்கு வாய்க்காத சொல் வளம் பள்ளியில் தமிழே கல்லாத ஒருவருக்கு வாய்த்து, படைப்பாற்றலுக்கு உரம் சேர்த்துக் கலை வெற்றியைத் தேடித் தருவது என்பது சாமான்யமான காரியம் அல்ல.

ஆரம்பத்தில் திராவிட இயக்கச் சார்பு கொண்டதாக இருந்துள்ளது அவரது எழுத்துப்பயணம். எவர் இலக்கிய வரலாற்றுக் கட்டுரை எழுதினாலும் திராவிட இயக்க எழுத்தாக T.K. சீனிவாசன் எழுதிய நாவல் 'ஆடும் மாடும்' என்பார்கள். ஆ. மாதவன் எழுதத் துவங்கிய இதழ்கள் மன்றம், தென்றல், திராவிட நாடு போன்ற கட்சி இதழ்கள். நாவலர் நெடுஞ்செழியன், பேராசிரியர் அன்பழகன், சொல்லின் செல்வர் ஈ.வி.கே. சம்பத், சிந்தனைச் சிற்பி சி.பி. சிற்றரசு, என்.வி. நடராசன் ஆகியோருடன் சரிநிகர் சமானமாக எழுதியவர். அவர்கள் சூடிக்கொண்ட பட்டங்களை ஒரு அடையாளத்துக்காகவே நானும் குறிப்பிடுகிறேன். எனினும் ஆ. மாதவனால் இயக்கத் தலைவர்களுடன் தொடர்ந்து தோளுரசி நடக்க இயலவில்லை.

காரணம் என்னவாக இருக்கும் என்று நான் யோசித்துப் பார்க்கிறேன். அரசியல் என்பது ஆதாயம், மக்கள் விரோதப் போக்கு. அரசியல் என்பது அநீதியைக் கண்டும் காணாமல் இருப்பது. அரசியல் என்பது அறம் பிறழ்ந்த செயல்பாடு. அரசியல் என்பது அடிமட்டத் தொண்டனின் கும்பித்தீயில் பொங்கல் செய்து உண்பது. அரசியல் என்பது மதமும் சாதியும் செல்வமும் கையூட்டும் கண்டு உய்வது.

கலை இவை யாவற்றுக்கும் எதிரானது. கலை மனிதம் போற்றுவது. கலை நேர்மையின், நீதியின், அறத்தின் manifestation.

விரும்பியிருந்தால் ஆ. மாதவன் பதவியின் சில இடங்களை முன்பதிவு செய்திருக்க இயலும், அதற்கான விலை கொடுத்து. ஆனால் கலைஞனுக்கு சுதந்திரம் என்பது சுவாசக் காற்று. நாம் கணக்கில் கொள்ள வேண்டியது, தாய் மொழியில் கல்வி பெறாத ஒருவரின் 600 சிறுகதைகள், மூன்று நாவல்கள், பல கட்டுரைகள். ஆனால் எளிதாக நாம் கேட்டுவிடுவோம், 'சார்வாகன் சரி! ஆ. மாதவன் எப்படி?' என்று. என்னென்று சொல்ல, தமிழ் இலக்கிய வாசிப்புச் சூழலை!

ஆதியில் நான் வாசிக்க நேர்ந்த ஆ. மாதவனின் சிறுகதைத் தொகுப்பு, 'கடைத்தெருக் கதைகள்!' மொழியில், நடையில், உத்தியில், களனில், உரையாடலில், பார்வையில் புதிய வாசிப்பு அனுபவம். வேறொரு உலகைத் திறந்து காட்டின அவை. அப்போது எனக்கு இருபத்தைந்து வயது. 'எட்டாவது நாள்' கதையின் 'சாளைப் பட்டாணி'யை வாசித்தால் எவரால் மறக்கவியலும்? பிறகு தொடர்ந்த பிற தொகுப்புகள், 'மோக பல்லவி,' 'ஆனைச் சத்தம்', 'காமினி மூலம்', 'அரேபியக் குதிரை', 'மாதவன் கதைகள்' எனும் தொகுப்புகள். 'கடைத்தெருக் கதைகள்' P.K. Books வெளியீடு என்றால், மற்றவை தமிழின் தேர்ந்த ரசனையுடைய படைப்புகளை வெளியிட்ட காலம் சென்ற மாசிலாமணி ஐயா அவர்களின் 'கலைஞன் பதிப்பகம்.'

தமிழ்ச் சிறுகதைகளின் உலகில் ஆ. மாதவனின் இடம், மற்று எவராலும் அப்புறப்படுத்த இயலாதது. அகமனதின் நுட்பங்களை, சிறுகதை வடிவில், அவரைவிட நுட்பமாகக் கையாண்டவர் அதிகம் பேர் இல்லை. காமம் செப்புவதில் தமிழில் தி. ஜானகிராமனுக்கு ஓரிடம் உண்டு. காமம் என்பது வேட்டிக்குள் கைவிட்டு, பேருந்து நிலைய நெரிசலில் நின்று தனக்குத்தானே சொறிந்து கொள்வதல்ல. அந்த வகையில் தி. ஜானகிராமனைப் போல, ஆ. மாதவனுக்கும் ஓரிடம் உண்டு. நாவலில் தி. ஜானகிராமனுக்கு மோகமுள் என்றால், ஆ. மாதவனுக்கு கிருஷ்ணப்பருந்து, இரண்டும் வெவ்வேறு தளங்கள் என்றாலும், ஓர் ஒப்பீட்டு நோக்கில் வாசிப்புக்கு உட்படுத்திப் பார்க்கலாம்.

முன்பொருமுறை, ஒரு கட்டுரையின் தலைப்பாக, 'தன் படை வெட்டிச் சாதல்' என்றொரு சொல்லாட்சியைக் கையாண்டேன். நவீனத் தமிழ் இலக்கியச் சூழலுக்கு மிகவும் பொருத்தமான சொல் அது. திருவனந்தபுரம் இலக்கியச் சூழலை அறிந்தவர்களுக்கு 'நீல. பத்மநாபன் – ஆ. மாதவன், இருவருக்கும் இடையில் பாய்ந்த கெட்ட ரத்தம் அர்த்தமாகும். ஒருவர் மின் பொறியியலில் மேற்படிப்பு. மற்றவர் பத்தாம் வகுப்பு. ஒருவருக்கு அரசு உயர் பதவி, மற்றவர் சாலைக் கடைத்தெருவில் சிறு பாத்திர வியாபாரக்கடை. இருவரும் தமிழைத் தாய்மொழியாகக் கொண்ட மலையாள வளர்ப்பு. இனம் என்று பார்த்தாலும் அதிக பேதமற்ற சாதி மரபு, என்றாலும் அந்த 'அன்பு' இன்னும் எனக்குப் பிடிபடவில்லை. எனது ஆரம்பகால எழுத்துகளில் நீல. பத்மநாபனின் எழுத்தின் பாதிப்பு உண்டு. சுந்தர ராமசாமியின் தனித்துவமிக்க வரிகள் சாட்சி. ஆ. மாதவன் என்னை எங்கும் பாதித்தவராக நான் என்னை ஒப்புக்கொடுத்ததில்லை. நீல. பத்மநாபனின் மனைவியும் என்

மாமியாரும் வகுப்புத் தோழிகள். சிறுவயதில் அடுத்தடுத்த வீடு. இருவருக்கும் சேர்த்தே எனது ஒரு புத்தகத்தை நான் காணிக்கை ஆக்கினேன்.

அவர்களிடையே நடந்த தேவ அசுர யுத்தத்திற்கு ஓர் எடுத்துக் காட்டு.

ஆ. மாதவனின் 'கிருஷ்ணப் பருந்து' வெளியான நேரம். வெங்கட் சாமிநாதன் கொண்டு வந்த யாத்ரா இதழ் 34 – 36இல் நீல. பத்மநாபன் 'கிருஷ்ணப் பருந்து'க்கு ஒரு விமர்சனம் எழுதினார். கட்டுரைத் தலைப்பு, 'சாலைக் கடைக்கு மேலே பறக்கும் சாகசப் பருந்து', கவித்துவமானது. ஒரு படைப்பாளி மற்றோர் படைப்பாளி மீது கொண்டிருந்த வன்மம் சுட்டும் கட்டுரை அது. கோரிப் பெறப் பட்டதில்லை என்றும் தாமாக முன்வந்து எழுதி அனுப்பப்பட்டது என்றும் பின்னர் அறிந்தேன். இந்தத் தகவல் ஏதுமே தெரிய வராத சூழலில், 'கிருஷ்ணப் பருந்து' நாவலுக்கு ஒரு விமர்சனம் என்னிடம் கோரிப் பெறப்பட்டது. பின்னர் எனக்குச் சொல்லப்பட்டது. முன்னவர் கட்டுரையை நிராகரித்துப் பகை தேடிக்கொள்ளாமல் இருக்க, ஆ. மாதவனைக் கைவிடவும் மனதின் அறவுணர்வு சம்மதிக் காமல், என் விமர்சனமும் பெற்று, ஒரே இதழில் வெளியிடப்பட்டது என. 2005ஆம் ஆண்டு, புதுமைப்பித்தன் பதிப்பகம் வெளியிட்ட 'யாத்ரா இதழ் தொகுப்பு – இரண்டாம் பாகத்'தில் அடுத்தடுத்து இரண்டு கட்டுரைகளையும் காணலாம். ஆனால் நகுலன் எழுதி னார், 'ஆ. மாதவனின் படைப்புப் பயணத்தில் கிருஷ்ணப் பருந்து ஒரு புதிய திருப்பம்' என்று.

இப்படித் தன் படை வெட்டிச் சாதலிலும் தப்பித்து வந்தவர் ஆ. மாதவன். சுஜாதா அடிக்கடி சிலாகித்துப் பேசும் இரண்டு சிறுகதைகள், ஆ. மாதவனின் 'நயனம்' மற்றும் கிருஷ்ணன் நம்பியின் 'மருமகள் வாக்கு.' இப்போது நான் எழுதிக்கொண்டிருப்பது திறனாய்வுக் கட்டுரை அல்ல என்பதனால், கதைகள் பற்றிய ஓரிரு சொற்கள் மட்டுமே குறித்துச் செல்கிறேன். அவரது 'மீசைப் பூனை'யும் 'பூனை'யும் அற்புதமான பாலியல் குறியீட்டுக் கதைகள். கணவன் மனைவி உறவின் நுட்பம் உணர்த்தும் கதைகள். 'கோமதி' என்றே கதை. தமிழில் இதைப் போன்றதொரு கதை இதுவரை எழுதப்பட்டதில்லை. கி.ரா.வின் சிறுகதைகளிலும் 'கோமதி' எனும் தலைப்பில் கதையொன்று உண்டு. ஆ. மாதவனின் 'கோமதி' வேறு, கி.ரா.வின் 'கோமதி' வேறு. 'காளை' என்பது மற்றோர் சிக்கலான பாலியல் நுட்பம் பகரும் கதை. இரும்படிக்கும் வண்டிப் பேட்டையின் சின்னக் கொல்லன், கொங்கணிப் பட்டரின் மகள், கனவில் முட்டவரும் காளை எனத் தமிழ்ச் சிறுகதை உலாவும்

உச்சங்களில் ஒன்று அது. 'புறா முட்டை', 'பாம்பு உறங்கும் பாற் கடல்' என்று தொடர்ந்து நான் எதைச் சொல்ல, எதைத் தவிர்க்க?

ஆ. மாதவனை எப்போது முதலில் சந்தித்தேன் என்று யோசித்துப் பார்க்கிறேன். 1978ஆக இருக்கக்கூடும். எனது தலைகீழ் விகிதங்கள் நாவல் மட்டுமே வெளியாகியிருந்தது. அப்போது எனக்குத் திருமணம் நடந்திருக்கவில்லை. அன்று பரீட்சார்த்தமாக வாரத்தில் ஒரு தினம் பம்பாய் சென்ட்ரல் திருவனந்தபுரம் ஜங்சன் என்று ஜெயந்தி ஜனதா எக்ஸ்பிரஸ் அறிமுகமாகியிருந்தது. இரயில் எண் 1081 என்று நினைவு. அதற்கு முன்பு, பம்பாய் சென்ட்ரல் – சென்னை சென்ட்ரல், சென்னை எழும்பூர் – திருநெல்வேலி ஜங்சன், திருநெல்வேலி ஜங்சன் – நாகர்கோயில் (பேருந்து) எனவாக இருந்தது எம் வழித்தடம். நேரடியாக பம்பாயில் புறப்பட்டு திருவனந்தபுரத் தில் இறங்கி, ரயில் நிலையத்துக்கு எதிரே நம்பானூர் பேருந்து நிலையத்தில் வண்டிபிடித்து நாகர்கோயில் போவது எளிதாக இருந்தது. 42 மணிநேரம் ரயில் பயணமும் இரண்டு மணி நேர பஸ் பயணமும் அன்றும் இன்றும் சபிக்கப்பட்ட மாவட்டம் எங்கள் கன்னியாகுமரி மாவட்டம்.

அப்போது ஆ. மாதவனுடன் எனக்குக் கடிதத் தொடர்பு மட்டுமே. நான் வேலை பார்த்த நிறுவனத்தில் STD வசதியுடன் இருந்த இரண்டு தொலைபேசிகளும் என் கட்டுப்பாட்டில் இருந் தன. எனவே அவ்வப்போது அவருடன் ஃபோனிலும் பேசுவேன். அவரை நான் அண்ணாச்சி என்று அழைக்கத் தொடங்கியிருந் தேன். அவரது மனைவி சாந்தா மதனிக்கு, சொந்த ஊர் கொட் டாரம். நாகர்கோயில் – கன்னியாகுமரி சாலையில், கன்னியா குமரிக்கு முந்திய ஊர்.

நான் ஊருக்கு வருவதை முன்னிட்டு, நாம் முன்பு பேசிய மகாராஜா கல்லூரி எனப்பட்ட பல்கலைக்கழக கல்லூரித் தமிழ்த் துறையில் எனக்கொரு அறிமுகக் கூட்டம் ஏற்பாடு செய்திருந்தனர். ரயிலை விட்டிறங்கி, அறையெடுத்துத் தங்கி, இரண்டு நாள் பயண அழுக்குப் போகக் குளித்து, மதிய உணவுக்குப் பின் கல்லூரிக்குப் போனேன். ஏற்கனவே திருவனந்தபுரத்தில் மார் இவானியல் கல்லூரிக்கு ஒரு கிலோமீட்டர் முன்பாக, குன்றின் மேலிருந்த மகாத்மா காந்தி நினைவுக் கல்லூரியில் ஈராண்டுகள் எம்.எஸ்.சி. படித்த எனக்கு (1968 – 1970), திருவனந்தபுரம் பழகிய ஊர்தான். தமிழ்த்துறைக் கட்டடத்தின் முகப்பில் எனக்காகக் காத்து நின்ற வர்கள் – பேராசிரியர் ஜேசுதாசன், பேராசிரியர் ஐயப்ப பணிக்கர், பேராசிரியர் விநாயகப் பெருமாள் (இவர் பேராசிரியர் வையாபுரிப் பிள்ளையின் மகளைத் திருமணம் செய்தவர்), என் கல்லூரித்

தோழர் எம். வேத சகாயகுமார், கவிஞர் ராஜமார்த்தாண்டன், கையில் வளைந்த காம்புக் குடையுடன் நகுலன், ஆ. மாதவன், குளத்து ஐயர் என்ற காசியபன். முப்பதே வயதான, ஒரேயொரு நாவல் எழுதிய இளைய எழுத்தாளனுக்கு இதைவிட என்ன பெருமை வேண்டும்?

இது கேரளத்தில்தான் சாத்தியமாகும். தமிழ்நாட்டில், கல்லூரி களுக்குப் போன என் அனுபவங்களைப் பிறிதொரு சந்தர்ப்பத்தில் தனியாக எழுதுவேன். பிற்பாடு எனக்குத் திருவனந்தபுரத்தில் திருமணம் ஆனது. அங்கெல்லாம் அன்று காலையில் கல்யாணம் முடிந்தால் அவ்வளவுதான். வரவேற்பு எல்லாம் கிடையாது. மாலையில் சாலைக் கடைத் தெருவில் மாதவ அண்ணாச்சி கடை யில் இருந்தேன். அடுத்தநாள் முற்பகலில், கிள்ளியாற்றின் கரையில் குன்றின் மேலிருந்த பேராசிரியர் வ.அய். சுப்பிரமணியன் வீட்டில் இருந்தேன். அப்போது அவர் தஞ்சைத் தமிழ்ப் பல்கலைக்கழகத் துணைவேந்தராக நியமனம் பெற்றுவிட்டிருந்தார்.

பிறகு, எப்போது பம்பாயில் இருந்து விடுப்பில் ஊருக்கு வந்தாலும் ஐந்தாறு நாட்கள் திருவனந்தபுரத்தில் இருப்பேன். மாம னார் வீட்டில் காலைப் பலகாரம் ஆனதும் சாலைக் கடைத் தெருவில் இருந்த செல்வி ஸ்டோர்சில் ஆ. மாதவனுடன் இருப்பு. இடையில் பருப்பு வடை, சாயா. மதியம் அவர் வீட்டுக்கு சாப்பிடப் புறப்படுவார். மரக்கடை ரோட்டில் இருக்கும் ஒரு முடுக்கில் திரும்பு வார். எனக்கு மேற்கொண்டு 300 மீட்டர் நடக்கவேண்டும், மாமனார் வீட்டுக்கு. கடையில் உட்கார்ந்து பேசிய இலக்கியம் போதாமல், முக்குத் திருப்பில் நின்றபடி பேசியும் ஓயாமல், சொல்வார், "நம்ம வீட்ல சாப்பிடலாமே தம்பி!" என்று. மாமியார் சாப்பாடு காத்திருக்கும் என்றாலும் அண்ணாச்சியுடன் சேர்ந்து நடப்பேன். வீட்டுக்குள் நுழையும்போதே குரல் கொடுப்பார், "சாந்தா ! என்ன வச்சிருக்கே? ஊராளி வந்திருக்கார்" என்று.

ஊராளி என்றால் ஊர்க்காரன் என்று பொருள். போராளி, நெசவாளி, தொழிலாளி, கூட்டாளி, பாட்டாளி, படைப்பாளி என்பன போல. பொதுமேடையில் புகழ்பெற்ற பட்டிமன்றப் பேச் சாளரான பேராசிரியப் பெருந்தகை கேட்டார், அதென்ன படைப் பாளி? பெண்பாலா அது?" என்று. "இவங்க தமிழ் வளர்த்தா, தமிழ் என்னத்துக்கு ஆகும்ங்கேன்?" என்று நம்மால் கேட்க இயல வில்லை.

சாப்பிட்ட பின், பிற்பகல் நகுலன் வீடு. இப்படிப் போகும் என் காலம். திருவனந்தபுரம் சின்னஞ்சிறு நகரம் என்பதால்,

மனைவிக்கு உறவினர்கள் அதிகம். மாமனாருக்கு நண்பர்கள் நிறைய பேர். திருவனந்தபுரத்தில் மது அருந்துவதில்லை என்று மனைவிக்கு வாக்குக் கொடுத்திருந்தேன். ஒரு வரலாற்றுப் பதிவிற்காக, ஒரே யொரு முறை நகுலனுடன் விதிவிலக்கு. ஆனால் ஆ. மாதவனுக்கு மூக்குப்பொடி, வெற்றிலை – பாக்கு – புகையிலை, பீடி – சிகரெட், மது, சீட்டாட்டம் பழக்கம் இல்லை. நகுலனைப் பார்க்கப் போகா விட்டால், இரவு கடையடைப்பது வரைக்கும் அண்ணாச்சியுடன் தான்.

வாசிக்கப் புத்தகங்கள் தருவார். பிற நண்பர்களும் அவரைத் தேடிக் கடைக்கு வருவார்கள். இலக்கியப் பயிற்சி வகுப்புக்குப் போவது போலிருக்கும் அவரைக் காணப்போவது. என் கதை ஏதேனும் வாசிக்க நேர்ந்தால், 'சரியா வரல்ல தம்பி... கேட்டேளா?' என்பார். எனது வாழ்க்கை நெருக்கடி, ஆண்டுக்கு ஒருமுறைதான் இந்தச் சந்திப்புகள் வாய்க்கும்.

வாழ்க்கையில் அவரது மாபெரும் சோகம், படித்து வெளி நாட்டில் போய் சம்பாதித்த 35 வயது மகனைக் குறுகிய கால நோயில் இழந்ததும் தொடர்ந்து துணைவியாரை இழந்ததும். தற்போது பெண்மக்கள் இருவரும் பாதுகாக்கிறார்கள்.

விருந்தோம்பல் என்பது ஒரு ஏக்கர் தோட்டத்துக்கு நடுவில் அமைந்த பங்களாவில் பால்மாடு, சமையல்காரர், வேலைக்காரர் சகிதம் வாழ்பவர்க்கு மட்டுமே உரிமைப்பட்டதல்ல. பவர் ஹவுஸ் ரோட்டையும் சாலைக் காம்போளத்தையும் இணைக்கும் மரக்கடை ரோட்டின் சிறுமுடுக்கு. முடுக்கில் இருந்த காம்பவுண்டினுள் நாலைந்து வீடுகளில் ஒன்று. பொதுக்கிணறு, பொதுக் கழிப்பிடம். அந்த ஓட்டு வீட்டிலும் விருந்தோம்பல் சாத்தியம்தான். எனக்குத் தெரிந்து அவர் வீட்டில் வந்து தோசையும் நாஞ்சில் நாட்டு ரசவடையும் சாப்பிட்டவர்கள் – க.நா.சு, நகுலன், நா.பா, அகிலன், காசியபன், பேராசிரியர் ஜேசுதாசன், கிருஷ்ணன் நம்பி, தி. ஜானகி ராமன். எண்ணற்ற இளம் வாசகர்களை, படைப்பாளிகளை இங்கு நான் குறிப்பிடவில்லை. அப்படியொரு நேசம் அண்ணாச்சிக்கு, தமிழ் மீதும் தமிழ் இலக்கியத்தின் மீதும், தமிழ்ப் படைப்பாளிகள் மீதும்.

ஒரு புத்தகத்தின் முன்னுரையில் ஆ. மாதவன் எழுதினார், எழுத்து என்பது 'பூக்களின் சுகந்தம் போல' என்று. அது தாமரையாக, பிச்சியாக, பவிழமல்லியாக, முல்லையாக, தாழையாக, எதுவாகவும் இருக்கலாம். ஒவ்வொரு பூவும் ஒவ்வொரு வாசனை. அதற்கான அழகு, நிறம், வடிவம், வாசனை, தனித்துவம்.. இந்த

வேறுபாடுகளை எந்தத் தீவிர வாசகனும் உணர்ந்தே போற்று கிறான். ஆ. மாதவன் ஒரு நூதனமான மலரினம்.

மூவகைப் பசியையும் எழுதியிருக்கிறார். மூவாசையையும் எழுதியிருக்கிறார். எங்கும் பிரச்சாரம் இல்லாமல், கோஷம் இல்லாமல், ஆபாசம் இல்லாமல், பகட்டு இல்லாமல், மேதாவிலாசம் புலப்படுத்தாமல், வாசகனை வெருட்டாமல்... அவரது மொழி மணிப்பிரவாளம் இல்லை, மணிமிடைப் பவளம். திருவிதாங்கூர் சமஸ்தானத்தின் அற்புதமான மொழி அவரது சம்பத்து. அவர் கையாண்ட மலையாளச் சொற்கள் பெரும்பாலும் ஆதித் தமிழ்ச் சொற்கள். இடத்துக்குத் தகுந்தாற் போல, தற்சமம் தற்பவம் இலக்கணத்துக்கு உட்பட்டு வடமொழிச் சொற்களை ஆள்பவர். அவருக்கு என்று ஒரு மொழி நேர்த்தியுண்டு. அது மலையாளத்து காளன், ஓலன், எரிசேரி, அவியல், புளிசேரி, புளியிஞ்சி, சக்கைப் பிரதமன், பாலடைப் பிரதமன், உப்பேரி போல. தமிழுக்குப் புதிய மணம், புதிய சுவை எதையும் வாசித்துப் பாராமலேயே, சுவைத்துப் பாராமலேயே நிராகரிக்கும் தமிழிலக்கிய விமர்சனம் பற்றி படைப் பிலக்கியவாதி கவல வேண்டியதில்லை.

ஆ. மாதவனின் கணிப்பு, நவீனத் தமிழ்ச் சிறுகதைகள் பற்றி, கவனத்தில் கொள்ளத்தக்கது! 'இன்று தமிழ்ச் சிறுகதைகளின் மணம், புலாலில் பொரித்த மணம் போல் நாகரிகப்பட்டு, மாறுவேட சாடைகளில் உலா வருவதாக எனக்குப் படுகிறது' என்கிறார். இச் சொற்றொடர் ஆழமான அர்த்தங்கள் கொண்டது.

ஆ. மாதவனின் சிறுகதைகளை வாசித்தவர் உணர்வார்கள், அவற்றின் தனித்துவம் பற்றியும் செய்நேர்த்தி பற்றியும் கலை வெற்றி பற்றியும் அறிவார் அறிவார், அறியார் அறியார்.

ஆ. மாதவன் கதைகள் நேர்த்தியான செம்பதிப்பாக, தம்பி யுகன் விருப்பத்தின்படி, புதிதாகப் பிரசுரம் பெறுவது பெரு மகிழ்வைத் தருகிறது. நற்றிணை பதிப்பகத்தின் செய்தொழில் நேர்த்திக்குப் பாராட்டுகள். வாங்கி வாசிப்பவர் இந்தக் கதைகளின் நயம் உணர்வார்கள் என்பது உறுதி.

கோவை – 641 042.

மிக்க அன்புடன்
நாஞ்சில் நாடன்
19.1.2016

பொருளடக்கம்

1. மோகபல்லவி — 23
2. மூட சொர்க்கம் — 30
3. தேவ தரிசனம் — 42
4. தியானம் — 49
5. பாம்பு உறங்கும் பாற்கடல் — 57
6. பல்லவி — 64
7. பறக்க வேண்டும் என்ற ஆசை — 72
8. சினிமா — 79
9. ராஜா தெரு — 87
10. அன்னக்கிளி — 96
11. பொய்யாய் கனவாய்... — 105
12. மாதவி — 113
13. நான் — 119
14. உண்மைக் கதை — 124
15. பூவக்கா — 133
16. நாலுபேர் — 141
17. சுசீலாவின் கதை — 146
18. பாவத்தின் சம்பளம் — 156
19. கிறுக்குகள் — 175
20. வெறுப்பு — 182
21. அந்தரங்கம் — 188
22. குழந்தை — 194
23. திருட்டு — 200
24. நாயனம் — 207
25. தண்ணீர் — 215
26. எட்டாவது நாள் — 224
27. காமினி மூலம் — 263

28.	காளை	274
29.	ஆனைச்சந்தம்	302
30.	ஈடு	325
31.	பதினாலு முறி	333
32.	உம்மிணி	342
33.	பாச்சி	354
34.	தூக்கம் வரவில்லை	365
35.	கோமதி	375
36.	விசுவரூபம்	384
37.	பறிமுதல்	391
38.	மானசீகம்	398
39.	வேஷம்	405
40.	நாலு மணி	415
41.	தாசில்தார் மரணம்	421
42.	பூனை	428
43.	நாற்றம்	437
44.	அழுகை	444
45.	கணக்கு	453
46.	இறச்சி	461
47.	பண்பாடு	473
48.	புனித யாத்திரை	481
49.	மலையாளத்து மழை	489
50.	மூடு விழா	501
51.	காவல்	507
52.	மீசைப்பூனை	516
53.	பூ மழை	525
54.	பிள்ளை சார்	533
55.	விருந்து	543
56.	இந்திய குணம்	553
57.	இலக்கியம் பேசி...	562
58.	அரேபியக் குதிரை	571

59.	மீன்முட்டி வளாகம்	*580*
60.	சாத்தான் திருவசனம்	*589*
61.	அனந்தபாஸ்கர் எனது நண்பர்	*597*
62.	வெட்டிவேர் வேதாந்தம்	*604*
63.	மிருத சஞ்சீவனி	*612*
64.	கொச்சு சுந்தரி	*619*
65.	புறாமுட்டை	*625*
66.	நொண்டிச் சாக்கு	*633*

1

மோகபல்லவி

மலைக்கு மேகம் நிழல் காட்டுகிறது. மலை நிர்வாணத்தில் தவம் நிற்கிறது. மேகத்திற்கென்ன? காற்றின் கதியில் மேகம் நழுவியே போகிறது. மலை வெயிலில் தகிக்கிறது...

'கார்த்திக்கு இந்த வெயிலின் தகிப்பு தெரியுமோ? கார்த்தி வெயிலைப் பொழியும் கதிர். கதிருக்கு வெயிலின் தகிப்பு எட்டுவ தெப்படி? அவன் கார்த்தியைப் பற்றி எண்ணினான். மனைவி நோயின் வாதனையால் இருமிக்கொண்டும், செருமிக்கொண்டும் பக்கத்திலேயே புரளும்போது அவனுக்கு அந்த லயிப்பில் திளைப் பதற்கு மனம் வந்ததே! காலைக் கட்டிக்கொண்டு நீந்த குளத்தில் குதித்தது போலிருந்தது, அவனுக்கு.

அவள் – தாலி கட்டிய மனைவி, பிரபஞ்சத்தின் மூலைக்குப் போயே போய்விடுவாள் என்பது நிச்சயமாகத் தெரிந்துவிட்டது. பகலிலெல்லாம் அந்தக் கார்த்தி வந்திருந்து ரொம்ப ஒத்தாசையாக இருந்தாள். நேரம் பார்த்து ஊற்றிக்கொடுத்து, கஞ்சி எடுத்துக் கொடுத்து ஆடை மாற்றி – தலையணைகளைச் சீர்செய்து – எல்லாமே செய்தாள். இரவில் அவள் வருவாளோ?

உதவி நடிகைப் பிழைப்பென்றால் இரவில்தான் வேலை இருக்குமோ? மாலையில் போய்விட்டு விடிய விடியத்தான் கார்த்தி திரும்ப வருவாள். வரும்போது ஒரு உற்சாக மினுமினுப்பு, வேஷக் குலைவு. தூக்கச்சடைவு, உடன் எவனாவது தொத்திக்கொண்டு ஒரு துணை. இதுதான் கார்த்தி! இவள்தான் கார்த்தி!'

பட்டுச்சேலையின் தளர்ச்சி, அலங்காரத்தின் அலட்சியம், அழகாக இருக்கிறோம் என்ற நிமிர்வு. வஞ்சகமில்லாத வளர்ச்சி. பரந்த முகம். தேவையே ஆன சிரிப்பு... கார்த்தி பின்னும் மனத் திரையில் வளர்ந்தாள். எண்ணும்தோறும் உள்ளே ஊறிக்கொண்டு வருகிறது விலக்க முடியாத மனச் சபலம். மனைவி நோய்ப் படுக்கை யில் இருக்கிறாளே என்று தலை குனிகிறதா என்ன? விவஸ்தை கெட்ட மனசு...!

இரவு ரொம்ப நேரம் ஆகிவிடவில்லை. அவன் ஒருமுறை வாசலுக்குப் போய்ப் பார்த்தான். எதிர்த்த வீட்டில் கார்த்தி இன்னும் வெளியே கிளம்பியாகவில்லை. விளக்கு எரிந்துகொண்டிருந்தது. மண்ணெண்ணெய் விளக்குதான். பழைய காலத்து சப்ரமஞ்ச விளக்கு. சிவப்பும் ஊதாவும் கறுப்பும் மஞ்சளும் நீலமுமான கண்ணாடிக் குஞ்சங்கள் தொங்கும் விளக்கு. வாசலில் விழுந்த விளக்கொளி, தேர்க்கோலத்திற்கு மெருகிட்டிருந்தது. மாக்கோலம் இன்னும் தெளிவாகத் தெரிகிறது. அந்தியில் இட்ட கோலம், மினக்கெட்டு, தெரு வாசலில் கோல டப்பாவுடன் வந்து அமர்ந்து, நாலு, பதினாறு, இருபது என்று நிறைய புள்ளிகள் இட்டு, கோணல் வரிசையை, அழித்து, அழித்த வரிசையைக் குறுக்கி, குறுக்கிய வரிசையை இழுத்துத் தேரெழுதி விட்டிருக்கிறாள், கார்த்தி. இந்தக் காலத்துச் சாதாரண ஒரு உபநடிகைப் பெண், 'எப்படியோ' வாழும் ஒரு ஜன்மம், இப்படியெல்லாம் செய்வதென்றால்...

அவன் உள்ளே திரும்பி வரும்போது, மனைவி படுக்கையில் திரும்பிப் படுத்துக்கொண்டு, சுவரில் வெறும் விரலால் எதையோ எழுதிக்கொண்டிருப்பதைப் பார்த்தான். ஜுர வேகத்தில் – இப்படித் தொங்கும் கூண்டில் அடைபட்ட கிளிபோல வளைத்து வளைத்து எதையெல்லாமோ செய்துகொண்டிருப்பது வாடிக்கையாகப் போய்விட்டது அவளுக்கு.

"மனோரமா, சுவரில் என்ன எழுதுகிறாய்? பேசாமல் படுத்துக் கொஞ்ச நேரம் தூங்கேன்?"

அவள் கேட்டதாகத் தெரியவில்லை. பாறையினுள் உடைத்துக் கொண்டு ஊற்று வழிவது போல, தொடர்ந்து ஓடும் ரயில் வண்டி போல – எல்லாமே குருட்டாம்போக்காக அவனுக்குத் தோன்றியது.

திடீரென்று வெயிலை அடைத்துக்கொண்டு மழை சடசடத்தது போல கார்த்தியின் வீட்டிலிருந்து அவள் கணவரின் பாட்டுக் குரல் கேட்டது.

"வருகிறாள் உனைத் தேடி – உன்
வாசலில் உருகி உருகி நின்று
மணவாளன் நீயே என்று
வருகிறாள் உனைத் தேடி..."

கார்த்தியின் கணவன் டபராவிற்குள் வாய்வைத்துப் பாடுவது போல 'கம்பீர'மாகப் பாடுகிறான். ராகத்துடன் இணையாத அபஸ்வரத்தின் கம்பீரம். சன்னமாக இழைந்துவந்து அந்தக் குரல் அவன் மனத்தில் கல்லால் அடிப்பது போலிருந்தது.

ரதக்கிளி போல அப்படி அழகான ஒரு பெண்ணிற்கு பேகடா ராகத்தின் கடுமைபோல ஒரு கணவன். கதம்ப ராகம்போல கார்த்தி எல்லோரிடமும் சிரித்து விழுவதற்கு அவன்தான் காரணமோ?

மனோரமா உறங்கிப்போய்விட்டிருந்தாள். கார்த்திக்கு அவனிடம் மோகம் என்று சொல்லிவிடமுடியாது. ஆனால், சப்பாத்திக் கள்ளியின் மேல் ஆடை உலர்த்த முடியுமே? ஏதோ பரோபகாரச் சிந்தையால் அவள் வீடேறி வந்து உதவி செய்கிறாள். ஊருக்கெல்லாம் சொந்தக்காரியான அந்தப் பெண்ணின் உதவியை பிரக்ஞையோடிருந்தபோது, மனோரமா முகத்தைச் சுளித்துக் கொண்டுதான் ஏற்றுக்கொண்டாள்.

"இதையெல்லாம் நீ எதற்கு வந்து செய்யணும் கார்த்தி. நாங்கள் எப்படியோ பார்த்துக்கொள்கிறோம். உனக்கெதற்குக் கஷ்டம்" என்பாள் மனோ.

"உங்களுக்கு இஷ்டமில்லையென்றால் வரவில்லை அக்கா" கார்த்தி கத்தரி போல்தான் பேசுவாள்.

"அதுக்கில்லை கார்த்தி, உனக்கோ படிப்பிடிப்பு அது இது என்று பகலும் இரவும் வேலை. அதையெல்லாம் விட்டுவிட்டு வருகிறாயே என்றுதான் சொல்கிறேன்–"

"எனக்கு அந்தக் கஷ்டம் இல்லை."

"சரி. உன் இஷ்டம்."

"அப்படியென்றால் விடுங்கள். நான் வந்து செய்வதைப் பற்றி இனிச் சொல்ல வேண்டாம்."

இதென்ன தொட்டால் சுருங்கி உரிமைக்கொண்டாட்டம், என்று ஆரம்பத்தில் வியக்கத்தான் முடிந்தது அவனால். அப்பொழுது ஆசைக்கோ அங்கலாய்ப்புக்கோ இடமிருக்கவில்லை.

சிதல் சிறுகச் சிறுகக் கட்டிய புதர், பாம்பிற்குப் புற்றானது போல மணக்க மணக்க அவள் வந்தவிதம், அவனுள் பரிதவிப்பை விதைத்தது! மனைவியல்லவா கிடக்கிறாள் என்ற வரம்பு முறை வழுவிக்கொண்டே போயிற்று.

வெளியே, கார்த்தியின் வாசலில் கார் வந்து நிற்கும் ஓசை கேட்டது.

"சரி சரி, போய்விட்டு வா–" கணவனின் வழியனுப்பு வார்த்தை கேட்டது. கார்க் கதவு அடைபடும் ஓசை. சரேலென்று புறப்பட்டுப்போய் ஓசை தூரத்தில் மறைகிறது...

சற்றைக்கெல்லாம் தம்புராவில் மெல்ல சுருதி கூட்டும் லயம் எதிர்த்த வீட்டிலிருந்து வருகிறது. சுருதி ஷட்ஜத்திலிருந்து

பஞ்சமத்திற்கு மாறுகிறது. ராகத்தின் பின்னல், வலையாக விரிந்து – அலை உயரத்தின் – தணிந்த நீர்ப்பரப்பில் அமிழ்கிறது. கைகளைக் கோர்த்தாடும் தேவதாசியரின் கால் சிலம்புபோல – தடுமாற்ற சாரீரத்தில் ராகம் மிதிபடுகிறது. மெல்ல, தொண்டையின் ஓரநரம்பின் புடைப்பிலிருந்து குரல் ராக இழையாக உருமாறி வருகிறது.

"எனக்கும் உனக்கும்
இசைந்த பொருத்தம்
என்ன பொருத்தமோ
என்ன பொருத்தமோ–
இந்தப் பொருத்தம்
உலகில் பிறருக்
கெய்தும் பொருத்தமோ–"

பெரிய எழுத்துகளால் எழுதி எழுதி அழிப்பது போன்ற அந்த முரட்டுப் பாடல், இரவின் அசந்தர்ப்பத்தில், தலைவிரித்தாடும் கூத்தாக அவனுக்குத் தோன்றியது. ஜன்னலை மூடிவிட்டு உறங்க முயன்றான் அவன்.

கார்த்தி படியிறங்கி வந்துகொண்டிருந்தாள்.

இவளா கார்த்தி?

பாதத்தைத் தொடுகிறது பின்னல். கேவலம் இந்த உப நடிகைக்கு நெற்றியில் அந்தக் குங்குமப் பொட்டு எவ்வளவு அழகாக ஜ்வலிக்கிறது. எத்தனை பேர் அழிய இட்ட பொட்டோ? கண்ணும் பேசுகிறது. உதடும் பேசுகிறது. இதற்கெல்லாம்தானே அள்ளி அள்ளிக் கொடுக்கிறார்கள். மணக்க மணக்க அத்தர் பூசிக்கொண்டு வரும் செருக்குக்கும், வழிய வழிய வெற்றிலை குழப்பிக்கொண்டு வரும் அமுமூஞ்சிக்கும், சிரிக்கச் சிரிக்கப் புகை ஊதிக்கொண்டு வரும் அலட்சியத்திற்கும் இந்த அழகு அர்ச்சித்து எறியப்படுகிறதே... தூ!

"கார்த்தி, நான் ரொம்ப நாளாக உன்னை ஒன்று கேட்க வேண்டுமென்றிருக்கிறேன்–"

மனோரமா உறங்கிக்கொண்டிருந்தாள். அந்த அத்தியாயம் கட்டாயம் முடியத்தான் போகிறது; அவனுக்குத் தெரியும். முடிவில் தலைப்பிலிருந்து அழிவும் ஆரம்பமாகிறது.

அவனுக்கருகில் வந்து நின்றாள் கார்த்தி.

"நீங்கள் என்ன கேட்கப்போகிறீர்கள் என்பது எனக்குத் தெரியும். என்னிடம் எல்லோரும் கேட்கும் கேள்விதான். ஆனால், இன்று உங்களுக்குப் பதில் சொல்வதற்கில்லை."

கார்த்தி கத்தரிபோல்தான் பேசுவாள். சொல்லிவிட்டு, குருவி பறந்ததுபோல இறங்கிப் போய்விட்டாள்.

அவன் நெஞ்சு அடித்துக்கொண்டது. கொஞ்ச நேரத்துக்குப் பின்பு வாசலுக்குப் போய்ப் பார்த்தபோது, அவள் வெளிக்கிளம்ப ஆயத்தமாகிக்கொண்டிருப்பது தெரிந்தது. தொந்தியும் பரட்டையுமாக அவள் கணவன் ஒருமுறை வாசலுக்கு வந்து, தெருவின் இரு மருங்கையும் பார்த்துவிட்டு, எதிர்வாசலில் அவன் நிற்பதைக்கூடக் கவனிக்காதது போல உள்ளே போய்விட்டான்.

சிறிது நேரத்தில் பாட்டு ஆரம்பமாயிற்று. பைரவியின் தளிர் இழையைத் தொட்டுக்காட்ட, அந்த முரட்டுக் குரல் சாகஸம் பண்ணிற்று... அவன் எதற்காகப் பாடுகிறான் என்பது அவனுக்கே தெரியுமோ, என்னவோ? ஒருவேளை கார்த்தியின் புருஷன் என்பதை மறப்பதற்காகப் பாடுகிறானோ?

வெளியே கார் வந்து நின்றது. இந்தமுறை காரை ஓட்டி வந்தது ஒரு பெண். வழக்கம் போல விடைபெறுதல், வழியனுப்புதல், கார் போயிற்று. இரவின் இருட்டு வாசலில் குமைந்து கிடந்தது. கார்த்தியில்லாத வீட்டினுள்ளிருந்து அந்த சப்ரமஞ்ச விளக்கொளியும் அபஸ்வர நாதத்தின் அவலக் குரலும் வெளியே இறைந்தன.

மனைவியை நோய்ப் படுக்கையில் விட்டுவிட்டு கார்த்தியின் மோகத்தில் உறங்காத எத்தனையோ இரவுகளில் அதுவும் கலந்தது!

"கார்த்தி, இன்று நான் விடுவதாக இல்லை. இனி என்னால் பொறுக்க முடியாது. இன்று என் கேள்விக்குப் பதில் தேவை... நீ யாருக்கெல்லாமோ 'கிச்சுக்கிச்சு' மூட்டுகிறவள், நான் வெருகுப் பூனை போல இந்த அறையில் – மனைவியின் மரணத்தையும் கண் காணித்துக்கொண்டு – உனக்காகக் காத்துக்கிடக்கிறேன். எட்டும் போதெல்லாம் நீ நழுவிவிடுகிறாய்... இன்று நான் தீர்மானித்து விட்டேன்...."

முள்கம்பால் முகத்தில் அறைந்தாற்போல், வாசலில் மறித்த அவன் கைகளுக்கப்பால், அறையின் நெருக்கத்திலே கார்த்தி நின்று கொண்டிருந்தாள். நெற்றிக் குங்குமம் பொங்கிய வியர்வையில் வழிந்து ஒழுகுகிறது. முன்நெற்றியில் படியாக் கூந்தல் சிலிர்த்துக் கொண்டு ஊசலாடுகிறது. உதடுகளும், கண் இமைகளும் படபடக் கின்றன.

"என்னை விட்டுவிடுங்கள். உங்கள் கேள்விக்கு என்னிடம் பதில் இல்லை... என்னை விட்டுவிடுங்கள். உங்கள் மனைவி... உங்கள் மனைவி... என்னை விடுங்கள்..."

கார்த்தியை இந்த நிலைக்கோலத்தில் அவன் கண்டதேயில்லை. வெட்டி விடும், அல்லது அறுத்தெரியும் அவள் சுபாவத்திற்கு இந்த இரங்கல் பொருந்தவேயில்லை.

"கார்த்தி! என்னை ஏமாற்றிவிட்டு இன்று நீ நழுவிவிட முடியாது. என் உள்ளே நீ மூட்டிவிட்ட அவசத்திற்கு இன்று – இன்றே பதில் வேண்டும்!"

அவன் நெருக்கம் அவள் முகத்தருகே நெருப்பாகக் கனன்றது. கார்த்தி திமிறினாள்... கட்டுகள் இறுகிற்றே தவிர தளர்வதாக இல்லை. வளைய வளையப் பிணித்துக்கொண்டு – கட்டுகள் இறுகியதும் தலையைத் தூக்கி ஆய்ந்து கொத்தப்போகும் பாம்பின் உக்கிரம் அவன் விழிகளிலே மின்னிற்று.

"என்னை விடுங்கள், என்னை விட்டுவிடுங்கள்..." அவள் குரல் இரங்கிற்றே தவிர – அவனது வன்மை தளர்வதாக இல்லை. அவள் முகமும் கைகளும், நெஞ்சுத் துடிப்பும் அவன் இறுக்கத்தில் வசமாகச் சிக்கிக்கொண்டன. எண்ணிச் சில கணப்பொழுது மூச்சுகளும் பெருமூச்சுகளும்தான் பேசின...

இனி அவளால் முடியாது என்று அவன் எண்ணி, சற்றே நயந்த ஒரு வினாடியில் திமிறிக்கொண்டு அவள் வெளியே பாய்ந்து விட்டாள்.

இரையை நழுவ விட்ட வேங்கை போல அவன் சமைந்து நின்றான்.

எதிர்ச்சாரியில் வீட்டினுள் நுழைந்து கதவிற்கப்பால் அவள் மறைவதை அவன் பார்த்துக்கொண்டுதான் நின்றான்.

வழக்கம்போல் அன்று கார் வரவில்லை. அவள் கணவன் அந்த அபஸ்வர சங்கீதத்தைப் பாடவுமில்லை. சப்ரமஞ்ச விளக்கு உள்ளேதான் எரிந்தது. வெளிவாசல் சாத்தியுமாயிற்று. இரவு மட்டும் வழிகாட்டியில்லாத கபோதி போல நாதியற்றுக் கிடந்தது.

பாடாமல் பாட்டு வருமா?

மீட்டாமல் இசை பிறக்குமா?

– ஆனால், அவனது அந்தரங்கத்தில் அடிப்படையற்ற அவலங்கள் ஒன்றன் பின் ஒன்றாக நிகழ்ந்து முடிந்துவிட்டன. தண்டனை நிறைவேற்றப்பட்ட கழுமேடை போல நெஞ்சம் வெறிச்சிட்டிருந்தது.

உள்ளே பிரக்ஞையற்ற மனைவி சுவரில் வெறும் விரல் சித்திரம் தீட்டிக்கொண்டுதான் படுத்திருந்தாள். அவள் செய்வது என்னவென்பது அவளுக்கே தெரியாது. கைகளைத் தூக்கிச் சுவரில்

எழுதுகையில் விளக்கொளியில் கைகளின் நிழல் பக்கவாட்டின் விசித்திர உருவங்களாகத் தோன்றியது.

மனைவிக்கு அதுவே கடைசி இரவாக இருந்தது. அவள் பிரபஞ்சத்தின் மூலைக்குப் போயே போய்விடுவாள் என்பது நிச்சயத்திலும் நிச்சயமாகிவிட்டது. இரவின் கடைசி யாமப்பொழுதில் வாய் ஓயாமல் எதையெல்லாமோ பேசிக்கொண்டிருந்தாள். விடிய விடியப் பிதற்றல் இருந்தது. விடிந்துபோய்ப் பார்த்தபோது அமைதியாக உறங்கிக்கொண்டிருந்தாள். கடைசி உறக்கம்!

இங்கே பிலாக்கணம் எழவேண்டிய நேரத்தில், எதிர் வீட்டில் கார்த்தியின் கணவன் சங்கீத சாதகம் செய்துகொண்டிருந்தான்.

"எந்த வேடு கொந்து...

ஓ... ராகவா.

பந்தமோதிரா –

ஓராகவா... ஆ... ஆ..."

வெளியே வாசலில் வண்டி ஒன்று வந்து நின்றது. இது வழக்கத்திற்கு விபரீதமாக இருந்தது. காருக்குப் பதிலாகப் பெட்டி வண்டி. கார்த்தி தனது தட்டுமுட்டுச் சாமான்கள் ஒவ்வொன்றாக அதில் கொண்டுவந்து வைப்பதும், திரும்பப்போய் மற்றொன்றைக் கொண்டுவந்து வைப்பதுமாக இருந்தது. பொழுது இன்னும் நன்றாக விடியவில்லை.

உள்ளே திடீரென்று அவள் கணவனின் பாட்டு நின்றது. மறுகணம், கார்த்தி தம்புராவை வண்டியினுள் கொண்டு வைத்து விட்டுப் போனாள்.

எல்லாம் கணப்பொழுதின் அதிசயங்களாக நிகழ்ந்தன. கார்த்தி கணவனுடன் வெளியே வந்தவள் வீட்டைப் பூட்டினாள். இருவருமாக வண்டியினுள் ஏறிக்கொண்டனர். வண்டிக்காரன் சாட்டையை ஓங்கி உதறினான். மாடுகள் மிரண்டுகொண்டு புறப்பட்டன.

அவன் – உள்ளே மனைவியின் பிணத்தையும் மறந்து – கார்த்தி போவதைப் பார்த்துக்கொண்டே நின்றான். அவள் வண்டியின் திரையை இழுத்துவிட்டுத் தன்னை மறைத்துக்கொண்டாள்.

வண்டி உருண்டு உருண்டு தெருக்கோடியில் மறைந்தது. எதிரே பூட்டிய வீட்டின் வெறுமை சிரித்தது. வெளியே வாசலில் கடந்த நாள் மாலையில் அவளிட்ட தேர்க்கோலம் வண்டிச் சக்கரத்தில் அழிந்து கிடந்தது.

வாசலில் அவன் – கார்த்தியின் மயக்கத்தில் – சிலையாக நின்றான். உள்ளே மனைவியின் பிணம் தனித்துத் தூங்கிற்று!

❖

2

மூட சொர்க்கம்

இந்த மவுனமும் இந்த மவுட்யமும் எனக்கே சொந்தம்! நான் எப்பொழுதும் நினைப்பதுண்டு, 'நான் ஒரு உதவாக்கரை ஜன்மம்' என்று. நான் நல்ல ஆஜானுபாகு. என்னை ஒருமுறை பார்த்துக்கொள்கிறேன். நான் நிமிர்ந்து வளர்ந்தவன். நீண்ட கைகள், திரண்ட தோள்கள், தெளிந்த மூடமுகம், சூன்யமான கண்கள், வெறியாக அடர்ந்த புருவம், குறுகிய நெற்றி, சிரிக்கவே வளையாத உதடுகள், பரபரவென்று கேசம்... இப்படியே என்னை எனக்கு நன்கு தெரியும் – அறிந்திருந்தும் நான் மூடன்.

சகதியிலிருந்து வழவழவென்று காலை இழுத்து – தவழ்ந்து வரும் தவளை போல நாலா பக்கமும் பார்க்கிறேன். ஊஹூம்! தெரிந்த முகம் ஒன்றுகூட இல்லை. அவசம் நெஞ்சை வதைக்க 'யாருமே இல்லையா?' என்று மவுனத்தை உடைத்து வீறிடுகிறேன்... இது தினமுமுள்ள அன்றாடக் காய்ச்சல்.

இப்படியே கிறங்கும்போது ஒருநாள், நாற்றப் புதர் ஒன்றிலிருந்து குட்டையைக் கலக்குவது போல அவுசாரி சிரிப்பொன்று வருகிறது. காதும் மனமும் விழித்துக்கொள்கின்றன. பார்த்தபோது முண்டு உடுத்திக்கொண்டு நிமிர்ந்த மார்புக்கு இறுகிய ஜாக்கெட்டு அணிந்துகொண்டு நெடுநெடுவென்று பெண் ஒருத்தி...

"உங்களைப் பார்த்தால் ரொம்ப அனுதாபமாக இருக்கிறது. நீங்கள் பாவம். உங்கள் அத்தை பெண்ணும், உங்கள் அண்ணனும் உங்களை வகையாகவே கருதவில்லை. உங்களை அவர்கள் ஒதுக்கி வைத்திருக்கிறார்கள். நீங்கள் பாவம்! உங்களை நான் காதலிக் கிறேன்..."

குபுக்கென்று சிரிப்பு முட்டுகிறது. எனக்குச் சிரிக்கத் தெரி யாது. அதனால் தவளையின் தொண்டை போலப் பக்கென்று ஊதி நிற்கிறேன். எதிர்த்த வீட்டுப் பெண் பிள்ளை – 'பொம்புளை' இவளா என்னை விரும்புகிறாள்? என்னை விரும்பும் ஒருத்தி. என் மவுட்யமும் என் மவுனமும், என் அறியாமையும் என் அவசரமும், என் இருட்டை என் தலையிலேயே கொட்டிவிட்டன. ஆனாலும்

என்னை விரும்பும் ஒருத்தி... அப்படி ஓர் ஏற்பாடு வேண்டியது தான். வேண்டும் அந்த வீம்பான ஆசையுடன்.

"நானும் உன்னைக் காதலிக்கிறேன்" என்று திருப்பிப் படித்தேன்.

எல்லாம் சினிமா போல் இருந்தது. பார்த்துக்கொண்டேயிருக்க சுகமாகத் தோன்றும் சினிமா. அவள், உடலோடு தொட்டு வந்து சட்டையின் பொத்தான்களை நெருடினாள். புருவ அழுத்தத்தை விரல்களால் பரவினாள். உதட்டை உள்ளங்கையால் தேய்த்தாள். அவள் கையில் எண்ணெய்க் கமறல் குமட்டியது. கையை எடுத்து தூர வீசாமல் விலக்கிவிட்டு, "நீ போ. யாராவது பார்த்து விடுவார்கள்" என்று சொல்லிவிட்டுப் பரபரவென்று சருகுக்குள் மறையும் அரவம் போல ஓடி மறைகிறேன். அவள் திரும்பிப் பார்த்து ஏங்கி நடித்துக்கொண்டே போய்விட்டாள்."

உண்ண அமர்ந்தபோது, அத்தை பெண் வழக்கம் போல் பரிமாறுகிறாள். அண்ணன் எதிரில் இலை முன் இருக்கிறான். எனது குனிந்த திருட்டுப் பார்வையால் அவனை அளக்கிறேன். 'பெரிய இவன்' என்னைவிட வெளுப்பாக இருக்கிறானோ? அவன் நெற்றி பரந்திருக்கிறது. எப்பொழுதும் சலசலத்துக்கொண்டு பேசுகிறான். நிறைய படிக்கிறான். அலமாரி நிறைய புத்தகம் வைத்திருக்கிறான். அத்தனை புத்தகங்களையும் படித்ததினால், மணையில் இப்படி நிமிர்ந்து இருக்கிறானோ? அத்தனை படித்து நிமிர்ந்தவன் யாருமற்ற அத்தை பெண்ணைப் பறிக்காத பூப்போல இன்னும் வீட்டிலேயே வைத்துக்கொண்டு தினமும் கொஞ்சலாமோ? மடையன் என் அண்ணன்!

"நீங்கள் கொஞ்சம் இருங்கள். அவருக்குச் சோறு போட்டு விட்டு உங்களுக்குப் போடுகிறேன்." அத்தை பெண் என்னைத்தான் முதலில் கவனிக்கிறாள். அவளுக்கு அண்ணனிடம் இளப்பமும் என்னிடம் மதிப்புமோ? அல்லது அவனிடம் உரிமையும் என்னிடம் ஒதுக்கமுமோ?

"எனக்கும்தான் பசி வயிற்றைக் கிள்ளுகிறது. ரெண்டு பேருக்கும்தான் போடேன்" என்கிறான் அண்ணன்.

"ரெண்டு பேருக்கும் ஒரே சமயத்தில் பரிமாற முடியுமோ? எனக்கு ரெண்டு கைகள்தான்... கொஞ்சம் பொறுமையாக இருங்கள். இதோ ஆகிவிட்டது..."

உண்ணும்போது அவன் விக்கலும் வேடிக்கையுமான களேபரக்காரன். நான் மிருகத்தின் தீனிவேளை போல இருட்டானவன்.

"கூட்டு இன்னும் கொஞ்சம் வைக்கவா...?"

"வேண்டாம்" கைக்குறிதான் பதில்.

"குடிக்கத் தண்ணீரா, வெந்நியா?"

"தண்ணீ..."

"அம்மாடி, அவன் வாய்திறந்து பேச வச்சுட்டியே... நீ பலே கெட்டிக்காரி..."

அண்ணனும் அவளும் சிரித்து முடியுமுன்னரே என் பந்தி முடிகிறது. எழுந்துவிடுகிறேன்.

அறையில் வந்தமர்ந்தபோது, சமையலுள்ளில், அவர்கள் சம்பாஷணைக்காக என் காது கன்னம் வைக்கிறது.

"இதுக்குத்தான் அவனை அவசர அவசரமாகச் சோற்றைப் போட்டு விரட்டினியோ?"

சிரிப்பு, சிரிப்புகள்...

இரண்டு சிரிப்புகளும் கலக்கின்றன!

"போதும் உங்கள் விளையாட்டு. அங்கே அவர் காதுக்குக் கேட்கப்போகிறது." அதற்கும் ஒரு சிரிப்பு.

எல்லாம் என் மவுட்யத்தின் முன் சவுக்கடிகள்! நான் மூடன்!

"நீங்கள் பாவம். உங்கள் அத்தை பெண்ணும் அண்ணனும் உங்களை வகையாகவே கருதவில்லை. உங்களை வெறுக்கிறார்கள்."

அந்தப் பெண்ணின் குரல் என்னை வளைக்கிறது. ஜன்னலைத் திறந்து வைத்துக்கொண்டு, அந்தப் பொம்பளைக்காகக் காவல் கிடக்கிறேன்.

காவல் நாய் வெறி என்னுள் எரிகிறது –

இருட்டிக்கொண்டே இருக்கும்போது அவள் வருகிறாள். இரண்டும்கெட்டான் வருகை. ஓலைச் சுவர் மறைவில் அவளைத் தனியாகக் காணும்போது, அவள் குளித்திருக்கிறாள். தலைக்குப் பூ வைத்திருக்கிறாள். ஆடை புதிது கட்டியிருக்கிறாள். முண்டும் ஜம்பரும், வயதின் இறுக்கம், நெஞ்சில் சுமையாகப் பூத்திருக்கிறது. சுளிவு வளைந்த வயிறு... ஒளிவு மறைவற்ற இளமை...

அவள் அருகில் நின்றபோது நெஞ்சு பரபரத்தது. என் மவுனம் என்னை விலங்கிட்டிருந்தது...

"சொல்லுங்களேன். என்னை உங்களுக்குப் பிடித்திருக்கிறதா? நீங்கள் பாவம். நானும் பாவம். என் ஜீவியத்தில் உங்களைத்தான் முதன் முதலில் நான் தொடுகிறேன். என் நெஞ்சைத் தொட்டுப் பாருங்கள்..."

என் கைகளை எடுத்து நெஞ்சின் மீது கவிழ்த்துக்கொள்கிறாள். எரிகிறேன். மறக்கிறேன். நினைவு இழக்கிறேன். உறங்குகிறேன்... அவள் பசையாக என் உதடுகளில் மலர்ந்தாள். அல்லது புதைந் தாள். கண்களில் நீர் வழிந்தது. ஓலைச்சுவர் வெகுநேரம் என்னையும் அவளையும் வளைத்திருந்தது. இருட்டு எப்பொழுதோ கவிழ்ந் திருந்தது. விளக்கு இன்னும் ஏற்றப்படவில்லை. வியர்த்துக்கொண்டு அவள் எழுந்து பரபரவென்று போனாள். "யாரிடமும் சொல்ல வேண்டாம். நாளையும் சந்திக்கிறேன்."

ரொம்ப நேரமாயிற்று –

என் மவுனம், என் மவுட்யம், என் உயரம், என் அடர்த்தி, என் கர்வம் எல்லாம் மணல் வீடாகக் கலைகின்றன. அழவேண்டும் போல் இருந்தது; இப்படியொரு அவஸ்தையில் குமுறி அழுதேன். முதலையின் கண்ணீர் – மூடனின் கண்ணீர்!

2

நான் மூடன்தான். நான் மவுனிதான். நான் தனியன்தான். என் மூடத்தனத்தின் நிழல், அந்த 'பொம்புளை', என் மவுனத்தின் சம்மதம் அவள் உரிமை. என் தனிமையின் வசதி அவள் அதிகாரம். நான் துணிப்பொம்மையாக, எண்ணெய் சுமந்த அவள் கைகளில் துவண்டேன்.

உண்ணும்போது மட்டுமான அண்ணனின் சந்திப்பைத் தவிர்த்தேன். வயல்வெளியில், அவன் எதிர்ப்படும்போது மாடுகளின் பின் மறைந்தேன். சமையலறையில் அவன் உண்டு போன பின்பு வந்தமர்ந்து கொறிக்கிறேன்.

"நீங்கள் இப்பொழுதெல்லாம் சாப்பிடுவதேயில்லை. என்ன மனக் கஷ்டம்? ஏதாவது இருந்தால் அண்ணனிடம் சொல்லுங்கள்... என்னிடம் சொல்ல முடிந்தாலும் சொல்லுங்கள்... ஏனிப்படி? நான் கொஞ்ச நாளாகவே கவனிக்கிறேன்."

'நல்ல நீலி நாடகம். எனக்கொன்றுமில்லை, உங்கள் வேலையை நீங்கள் பாருங்கள்' என்று வார்த்தைகளை உதிர்த்து விடாமல், என் மௌனம் என்னைக் காத்தது. வட்டிலில் கையை உதறிவிட்டு எழுந்துவிடுகிறேன். பின்னால் வியப்பான பார்வை முதுகைக் குத்துகிறது.

குடிக்கிறேன்.

என் மவுட்யமும் என் அறியாமையும் என் தனிமையும், எனக்குக் குவளை நிறைய நிரப்பித் தந்துவிட்டன. குடி, கசப்பான அந்த எரிப்பை, எனது மூட சொர்க்கத்தில் வடிக்கிறேன். கண்களி லிருந்து நட்சத்திரம் பறக்கிறது. உறுப்புகளில் பொம்மலாட்டம் நடக்கிறது. நாக்கில் ஆபாசம் வழுக்குகிறது. கால்மாட்டில் பூமி என்னைத் தொட்டிலாட்டுகிறது. தொட்டிலில் நடப்பது எப்படி? தள்ளாடுகிறேன். இவ்வளவிற்கும் நான் ஊமை உப்பிக்கொண்டு வெடித்துப்போக இருப்பதுபோல் விழிக்கிறேன். கிணற்றிலிருந்து எடுத்திட்ட பிணம் போல மலர்ந்து படுத்து உறங்குகிறேன். விடிவில் என் மடத்தனமும், மற்றவர்கள் முன் வெளிச்சமாகிறது.

அண்ணன், அத்தை பெண் இன்னும் யாரோ இரண்டு பேர் கூடியிருக்கிறார்கள். அவன் வயலுக்குப் போகவில்லை. சாணி மெழுகிய முற்றத்தின் ஓரத்தொழுவில், காளை மாடுகள் வாலை உதறிக்கொண்டு தவம் நிற்கின்றன... வீட்டு உள்கூடத்துச் சுவரில் மாட்டியிருக்கும் தெய்வங்களின் சித்திரங்களை ஒவ்வொன்றாக என் பார்வை ஆராய்கிறது. ஆணியடித்த ஓட்டையில் குளவிப் பூச்சி வீடு கட்டுகிறது. புற்றுப்போலச் சிறிய மண் வீடு. மூக்குத் துவாரம் போல வாசல்... குளவி பச்சிலைத் துணுக்குடன் உள்ளே போய்விட்டு, வெளியே அவசரமாகத் திரும்புகிறது.

“டேய், நாங்கள் கேட்கிறோம். என்ன குறை வந்துவிட்டதென்று இப்போ இந்தப் பழக்கம் பழகிக்கொண்டிருக்கிறாய்...? நாங்கள் கேட்கிறோமே காதில் விழுகிறதா? அத்தனையும் செய்துவிட்டு இப்படி மெளன நாடகமாடினால் அதற்கு என்ன அர்த்தம்? எனக்கு வெளியே தலை நீட்டி நடக்கவேண்டும். என் தம்பி இப்படியா என்று இன்னும் எனக்கு மலைப்பு நீங்கவில்லை. சொல்லு, இனி மேலாவது இல்லை என்று சத்தியம் செய்து கொடு...”

உக்கும். என் மவுனமும் என் மவுட்யமும் என்னை ஆணி யடித்து வைத்திருக்கின்றன. ஏற்றம் இறைக்கும் கள்ள மாடு போல மடமடவென்று அழுகிறேன்...

பஞ்சாயத்துக்காரர்கள் போய்விட்டார்கள். அத்தை பெண் சொன்னாள்: “இதென்ன பிறத்தியார் முன் வைத்து வேண்டாத கேள்வி. இனி அவர் அப்படி நடக்கமாட்டார். நான் உத்தரவாதம்... போங்கள் தம்பி, ஆண் பிள்ளை இப்படியா அழுது மனத்தைப் புண்ணாக்கிக்கொள்வார்கள்?”

“நீ சும்மா இரு. கழுதை போல் கண்ணீர்விடத் தெரிகிறதே... குடிக்கும்போது புத்தி தோணியிருக்க வேண்டாமா? வயசு

ஆகிவிட்டால் ஆச்சா? இன்னும் பாரேன், வாயைத் திறந்து ஒன்று சொல்கிறானா?"

"அவர் பாவம் அப்படி. போகட்டும். நான் சொல்கிறேன். நீங்கள் பேசாமல் வயலுக்குப் போய்விட்டு வாருங்கள். தம்பி நீங்கள் குளித்துவிட்டு சாப்பிட வாருங்கள்..."

திரை மாறுகிறது. குளிக்கும்போது நிர்விசாரமாயிருந்தது. 'அப்படி என்ன வேண்டாதது செய்துவிட்டோம்... பெரிய அண்ணன் வந்துவிட்டான். அவன் மட்டும் கல்யாணமாகாத பெண்ணை வீட்டில் வைத்துக்கொண்டு கொஞ்சுகிறான்..."

நாட்கள் என் முன் பழியாக விழுந்தன. எந்நேரமும் மௌனத்தை வளர்க்கிறேன். வயல் கரையில், வீட்டில் தனிமையில் நானும் மௌனமும் பிணை.

எதிர்த்த வீட்டுப் பெண், அதன்பின் பலமுறை என்னை எட்டி எட்டிப் பார்த்துவிட்டு நான் இணங்காத கோபத்தில் ராங்கியாக நடந்து போனாள். அவள் முண்டும், ஜம்பரும்... தூ! என் வாசல் அடைந்தே கிடந்தது. ஆயினும், அந்த அந்தி வேளையும், ஓலைச் சுவர் மறைவும், எண்ணெய்க் கமறல் மணமும், உதட்டின் பசையும் உடலின் நெருக்கமும் என் மௌனத்திற்கு எருவாக நின்றன! குடித்த உணர்வில், விழுங்கிய மிடர், வயிற்றில் இறங்கி அமிழும் இதமான எரிச்சல் போல நினைவு மனத்தைப் பிழிந்தது. இனியும் குப்பி நிறையக் குடித்தால், இன்றையப் பொழுதை நீர் விட்டு அழிக்கலாம். 'நான் பொறுப்பு' என்ற அத்தை பெண்ணின் உத்தரவாதம் காலைக் கட்டுகிறது. அறையில் அடைந்து மாள்கிறேன்.

அந்த மாதிரி ஒரு பொழுதில் மறுவாசலில் சரசரப்பு கேட்டது. எட்டிப் பார்த்தபோது எதிர்ப் பகுதியில் தொழுவத்தில் வரிசையில் நிற்கும் பசுக்கள், வாலை ஆட்டி கொசுவை விரட்டிக்கொண்டு, கொட்டிலில் புல்லை மேய்கின்றன. கோடியில் வேலியின் பக்கத்தில், பால் மொந்தை தேய்ந்த பளபளப்பில் தனித்திருக்கிறது. இந்த ஓரமாக நிழலைவிட்டுப் பார்த்தபோது, அவள் அந்தப் பெண், முண்டு ஜம்பர் 'அலங்காரத்துடன்' பால் கறப்பவனுடன் நிற்கிறாள். 'என் ஜீவியத்தில் உங்களைத்தான் தொடுகிறேன். என் நெஞ்சைத் தொட்டுப் பாருங்கள்' அவனது பால் கறக்கும் நீண்ட விரல்களின் கைகள் அவளைச் சுருட்டுகின்றன. தொழுவம் மறைகிறது. மாடு ஒன்று அசைப்பில் திரும்பி நிற்கிறது. ஒன்றும் காண முடியவில்லை.

நின்ற இடத்திலேயே அமிழ்ந்து போகிறேன். கள்ளி, அவுசாரிக் கழுதை!

ஆ. மாதவன் கதைகள் ❖ 35

3

நிறைய குடித்தேன்.

பூமியும் ஆடுகிறது. வானமும் ஆடுகிறது. வெறும் ஆட்டம் மட்டும், கண்ணாடி நிழல் போல மனத்தில் படாமல் துணுக்கிடு கிறது. தெருவில் யாரோ இரண்டு பேர் இனம் தெரிந்து வீட்டில் கொண்டுவந்து சேர்த்துவிட்டார்கள். வெட்டிச் சாய்த்தது போல வீழ்ந்து கிடந்தேன்.

அத்தை பெண்ணின் குரல் கேட்டுத்தான் உணர்வை அறிந்தேன்.

"அண்ணன் அறிந்தால் என்ன விபரீதம் நடக்குமோ? உங்க ளுக்கு என்ன குறையென்று குடிக்கிறீர்கள்? நான் இருக்கிறேன். உங்கள் அண்ணன் இருக்கிறார். மனம் திறந்து சொல்லுங்கள். உங்களுக்கென்ன? உங்களுக்கென்ன வேண்டும்? சொல்லுங் களேன்... சொல்லுங்களேன்."

கண்ணீர்ப் படிவத்தின் உள்ளே அத்தை பெண் கோணலாகத் தெரிகிறாள். நீரில் உருவம். அழகானவள். அமைதியானவள். அன்பானவள். எண்ணெய் தேய்த்து வெந்நீர் ஒத்தடமிடுவது போல எவ்வளவு ஆறுதலாகப் பேசுகிறாள்? என் மவுட்யமும், என் மௌனமும் சாதித்தால், "என்ன குறை உங்களுக்கு? என்ன வேணும் உங்களுக்கு?"

ரொம்ப நேரம் நான் என்னுள் நீச்சலடிக்கிறேன். 'என்ன வேணும்' மன அழுக்கில் முட்டை பொரித்த வாலில்லாத தவளை கள் பிறக்கின்றன... கண் முளைக்காமலே குருட்டுவாக்கில் வார்த்தை பிறக்கிறது, என்ன வேணுமுக்கு பதில்!

"எனக்கு நீ வேணும்!"

ஒருகணம் முகத்தில் ஸ்தம்பிதம் சிவக்கிறது.

"தம்பி, என்ன சொல்றே. சுய ஞாபகத்தோடதான் பேசுறியா? உன் அண்ணனுக்கும் எனக்குமான பந்தம் தாலி கட்டாத குறையில் தான் நிற்கிறது... இன்றோ நாளையோ அதுவும் நடந்துவிடும். யோசித்துச் சொல்லு. நான் உன் அண்ணி..."

"எனக்கு நீ வேணும். அதற்கு மேல் என்னிடம் பதில் இல்லே."

என் மவுனம் என்னைக் கட்டவிழ்த்துக்கொண்டு தலை விரித்தாடியது. என் மவுட்யமே அப்போது என்னுள் ராஜா!

பளாரென்று அவள் கையின் வேகம் என் முகத்தில் பொறி பறக்கிறது.

கன்னத்தை அழுத்திக்கொண்டு, அதிர்ச்சியின் பொறி தீர்ந்து பார்த்தபோது, அவள் அறையை விட்டு வேகமாகப் போய்க் கொண்டிருக்கிறாள்.

வழக்கம்போலச் சாப்பாட்டுப் பந்தி.

"கொஞ்சம் இருங்களேன். அவருக்குப் பரிமாறிவிட்டு வருகிறேன்..."

அண்ணன் மனையில் நிமிர்ந்து இருக்கிறான். அத்தை பெண் ணிடம் எந்தவித மாறுதலும் இல்லை. பொறியில் அகப்பட்டது போல பயந்தது வீணாயிற்று. மிருக மௌனமான எனது தீனி வேளை முடிந்து விறுவிறுவென்று எழுந்துவிடுகிறேன். 'அப்பாடா, அண்ணன் மட்டுக்கும் அந்த விபரீதம் போகவில்லை' தப்பிக் கிறேன். அறைக்கு வந்த பின்பு வழக்கம்போல் அவர்கள் குரலுக் காகக் காதுகள் கன்னம் வைக்கின்றன.

"மள மளவென்று அவனுக்குச் சோற்றைப் போட்டு விரட்டினே... இப்போ என்ன ஊமை நாடகம்? ஏதாவது பேசேன்?"

"உங்களை ஒன்று கேட்கலாமா?"

"என்ன புதிர் போடுறே?"

"இல்லை. எத்தனை நாளைக்குத்தான் இந்தக் காடாந்தர வாழ்க்கை வாழறது? சீக்கிரமா நம்ம கல்யாணத்துக்கு ஏற்பாடு செய்யுங்கள்."

"இன்னைக்கு என்ன உன் ஸ்வரமே மாறிக் கேட்குது. நம் கடன்கள் எல்லாம் இந்த அறுவடையோட தீருது. ஆனி மாதந்தான் நம்ம கல்யாணம்னு நிச்சயம் போட்டிருக்கேன். அதுக்குள்ளேயும் இப்போ என்ன? அவன் ஏதாவது சொன்னானா?"

"ஆமாம்?"

"என்ன ஆமாம்? இன்னமா குடிக்கிறான்?"

"இப்போ அவருக்கு இன்னொரு ஆசை... என்னேயே வேணுங் கிறாரு. வேலி கட்டாத தோட்டமென்றால் வீட்டுப் பசுகூடத்தான் மேய வருகிறது. சீக்கிரமாக ஆகவேண்டியதைப் பாருங்கள். அவருக்கும் ஒரு நல்ல இடமாகப் பாருங்கள்... அவ்வளவுதான் சொல்வேன்..."

அண்ணனிடமிருந்து பதில் குரல் இல்லை. சூழல் ஸ்தம்பித்து நிற்கிறது.

"என்ன சோற்றை அளைந்துகொண்டே உட்கார்ந்து வீட்டீர்கள்...? அவரிடம் எதுவும் கேட்கவேண்டாம். ஒரு கல்யாணத்தைச் செய்து வைத்தால் எல்லாம் சரியாகிவிடும். என்ன பேசமாட்டேன் என்கிறீர்கள்... உங்ககிட்டே சொல்ல வேண்டாமென்றுதான் இருந்தேன்... பஞ்சை மனசு கேட்கவில்லை. இன்னும் சொல்றேன். அவர் பாவம். சீக்கிரம் பெண் பாருங்கள். எல்லாம் சரியாகிவிடும். என்ன பேசுங்களேன்... இதுக்குத்தான்..."

"அவன் உன்கிட்டேயே கேட்டானா?"

"ஏன் இப்பிடி கேட்கிறீங்க?"

"அவன் உன்கிட்டேயே கேட்டானா?" அண்ணனின் குரல் உக்ரமாக அதிர்ந்தது.

"ஆமாம்"

"நீ என்ன சொன்னே?"

"நான் அங்கே என்ன சொல்றது? எனக்குச் சொல்ல வேண்டியது உங்களிடம்தான்... அதனால்தான் இப்போ சொன்னேன்..."

"அப்படியா?"

"என்ன எழுந்துவிட்டீர்கள்? சாப்பிடலியா?"

மௌனம்!

எனது மௌனம், அங்கே விழித்திருந்தது. கெக்கலித்துச் சிரிக்கத் தோன்றியது.

4

இரவு பகலாக எரிந்தது. பகல் இருட்டாக வருத்தியது. பொழுதுகள் என் நாடக அரங்கில் விலங்கிடப்பட்ட வேழம் போல் நகர வழியற்றுத் திமிறின. என் மவுனம் விளக்கை அணைத்துவிட்ட இருட்டாக வீடெங்கும் பரவியிருந்தது. ஒரே வீட்டிலும் ஒரே வயலிலும் அண்ணனுக்கும் எனக்குமான சந்திப்பு அன்றே போய்விட்டது. உணவுப் பந்தி சூன்யமாக வெளிச்சிட்டது. எனக்கான ஆகாரம் என் வருகைக்கு முன் தயாராகி இருந்தது. வேணும், வேண்டாததற்குக் கேள்வி இல்லை. தட்டில் குறையும்போது, தேவையானால் எதிரில் நிறைந்திருக்கும் பாத்திரத்திலிருந்து எடுத்துக்கொள்ள வேண்டியது. கேள்வி இல்லை. பதில் இல்லை.

சிரிப்பில்லை. கலகலப்பில்லை. கதவிற்கப்பாலுள்ள அத்தை பெண்ணின் நிழலை நிமிர்ந்து பார்க்க அஞ்சினேன். எனக்குப் பின் அண்ணன் சாப்பிட வந்து அமரும்போது, நான் மிச்சமிட்டு வந்த சூன்யம் அங்கே திரை கட்டியிருக்கும்... அண்ணன் வயல் கரை வேஷம் கலைந்து தெளிவாக இருக்கவேயில்லை.

எதையோ வஞ்சம் தீர்த்துக்கொண்டது போல, புண்ணைச் சொறிந்து சுகம் கண்டது போல, நான் எனக்குள்ளேயே மகிழ்ந்தேன். கண்ணாடியைப் பார்த்து இளித்த வங்கி போலக் கணக்கற்றுக் குடித்தேன். யாரும் கேட்பாரில்லை. என் தடுமாற்றமே என் வழி!

ஒரு குரலிலே என் சுய உணர்வு என்னுடன் இருந்த ஒரு அபூர்வப் பொழுதிலே, சுவருக்கப்பால் அறையிலிருந்து அவர்களது சம்பாஷணை எனக்கெட்டியது!

"இந்த ஒருவாரமாக நீங்கள் ஆளே மாறிவிட்டீர்கள். உங்கள் மனத்தில் இருப்பதைச் சொல்லாமல் இப்படியே ஊணும் உறக்கமுமில்லாமல் இருந்தால் நான் என்னதான் செய்வேன். என்னையேன் இப்படி வதைத்துக்கொள்ளவேண்டும்? உங்கள் தம்பி காரியத்தை உங்களிடம் சொன்னதுதான் என் குற்றமா? ஆமாம் சொல்லியிருக்கக் கூடாது. நான்தான் முட்டள்தனமாக நடந்துகொண்டேன்..."

"இல்லை. நான்தான் முட்டாள்தனம் செய்துவிட்டேன். அவன் போக்குத் தெரிந்திருந்தும் உன்னையும் அவனையும் பந்தியில் வைத்தேன்..."

"அதற்கு நானா பொறுப்பு?"

"ஆமாம். நீ அவனுக்குக் காட்டிய பரிவு உன்னையே வளைத்துவிட்டது... இன்னும் உன்னிடம் அவனுக்காக எஞ்சியிருக்கும் பரிவு, உனக்கும் எனக்குமான முறுக்குச் சுவர்..."

"என்ன சொல்கிறீர்கள்? உங்களைத் தவிர எனக்கு வேறு நாதியில்லை. என்ன இருந்தாலும் அவர் உங்கள் தம்பி, அதனாலேயே வேற்று மனிதனாக எண்ணி உறவை வெட்டிக்கொள்ள முடியவில்லை..."

"அதைத்தான் யோசிக்கிறேன்..."

"என்ன யோசனை, என் அந்தரங்கத்தில் உங்கள் சித்திரத்தைத் தவிர வேறு பிணையில்லை. உங்கள் தம்பி என்பதற்காக அவரிடம் பரிவு. உங்கள் நிழல் கறுப்பாக இருப்பதினால் நான் அதை நீர்

விட்டழிக்கும் வீண் வேலை செய்ய விரும்பவில்லை... இதோ பாருங்கள், எல்லாவற்றையும் மறந்துவிட்டு ஆக வேண்டியதைப் பாருங்கள், நான் உங்களுக்காகவே வாழ்பவள்..."

"உம்..."

"இந்தப் பதில்தானா? நில்லுங்களேன்... எழுந்துவிட்டீர்களே..."

"கையை விடு" அண்ணனின் குரல் அதிர்ந்தது.

அவ்வளவுதான்.

அண்ணனின் அறையில் பெரிய புத்தகங்களின் இடையே அவன் நடு இரவிற்கு மேலும் தனிமையில் வெகு நேரம் அமர்ந்திருப்பதைக் கண்டேன்.

விடியும்போது இருள் போய்விடுகிறது. இருளுக்குப் பின் ஒளி பட்டமேறுகிறது, ஒளியில் எல்லாமே துல்லியமாகிறது. தெளிந்த ஒளியிலும் உண்மையைக் காணமுடியாதவன், நான். நான் மூடன்.

விடிந்தது.

அறையைவிட்டு இறங்கி வந்தபோது, அண்ணனின் வாசல் திறந்து கிடந்தது. அதே ஒரு பிரமிப்பாகத் தோன்றுகிறது. நிமிராத என் பார்வையால் அளந்த போது அவன் இல்லை. நிச்சயம். முற்றத்தில் மாடுகள் காலை உதறிக்கொண்டு தவம் நிற்கின்றன. அவன் வயலுக்கும் போகவில்லை என்பதை அறிகிறேன். முற்றம், நேற்று அந்தியிட்ட கோலத்தில் கோணல் வகிட்டுடன் வெறிச்சிட்டுக் கிடக்கிறது.

அவனது அறையை எட்டிப் பார்த்தபோது – பெரிய புத்தகங்களிடையே கடிதம்தான் இருக்கிறது!

'உங்கள் இருவருக்குமாக இதை எழுதுகிறேன்.

என் பாதை எனக்குத் தெரிந்துவிட்டது. எல்லாவற்றையும் மறந்துவிட்டு நான் போகிறேன். இத்தனையும் நான் கற்ற புத்தகங்களின் அழைப்பு என்னை யாருமற்ற தனிமைக்குத்தான் சுவீகாரம் கொள்கிறது. நீங்கள் சுகமாக வாழ முடியும். நான் சஞ்சல மனம் கொண்டவன். அதனால் நான் மூடன். மூடனுக்கு என்றுமே ஆறுதல் இல்லே. அதனால் நான் போகிறேன்..."

படித்து நிமிர்ந்தபோது அத்தை பெண் நிற்கிறாள்.

"கடிதத்தை முதலிலேயே படித்துவிட்டேன். அவர் இல்லாத இடத்தில் எனக்கென்ன ஆறுதல்...? என் பாதையும் எனக்குத்

தெரிந்துவிட்டது... அவர் போன பாதையில் அவரைத் தேடியே நான் போகிறேன்..."

விடிந்துகொண்டிருந்தது. காலையின் புதுவெயில் தழுவிய பாதையில் அத்தை பெண் போகிறாள்.

வெகுநேரம் அப்படியே இருக்கிறேன்... நான் அடங்குகிறேன்... நான் மவுனியாகிறேன்... இந்த மவுனமும் மவுட்யமும் எனக்கே சொந்தம்...

எதிர்ப்பாதையிலிருந்து ஒரு பெண் வருகிறாள்.

அழகியா? யாராக இருந்தால் என்ன?

அவள் பாதையில் நான் பார்வையால் விழுகிறேன். எனது சொர்க்க ராஜ்யம் விடிகிறது.

3

தேவ தரிசனம்

இன்று அம்பாள் தரிசனம் அமோகமாக இருந்தது. அம்பாள், மணிமூக்கில் முத்துப்புல்லாக்கு அணிந்திருந்தாள். கண்ணிற்கு அஞ்சனமெழுதியிருந்தாள். நெற்றிக்குச் சிந்தூரத் திலக மிட்டிருந்தாள். சங்கு மார்புக்குக் கிளிப் பச்சைக் கச்சணிந்திருந் தாள். இடுப்புக்கு வயிர ஒட்டியாணம், காலுக்கு முத்துக் கொலுசு. உடலுக்கு ரத்த வர்ணப் பட்டாடை... இன்று அம்பாள் தரிசனம் அமோகமாக இருந்தது.

பிரகாரத்தின் இருள் வளைவில் சுற்றி வரும்போது வசுமதி பின்னாலேயே வருகிறாளா என்று திரும்பிப்பார்த்தேன். அவள், 'கச்சிறுகை பிச்செறிந்த முலை தெரியும்' பாவை விளக்கருகில் நமஸ்கரித்துக்கொண்டிருந்தாள். பாவை விளக்கு அல்ல. விளக்கின் பாவை! என்ன கம்பீரம்! ஆறடி உயரத்தில் தலையும் மார்பும்; பின்புறச் சரிவும் நல்ல செதுக்கு வேலை!

இன்று அம்பாள் தரிசனம் அமோகமாக இருந்தது. நடையைத் தளர்த்தினேன். வழக்கம்போல் வசுமதியும் பின்னால் வந்துகொள் ளட்டுமே! இந்தப் பிரகாரத்தின் யானை தூக்கியாழிகளும், ஆள் தூக்கி வேங்கைகளும் அவளுக்கு பயமாக இருக்குமோ... வசுமதி யும் வந்துகொள்ளட்டுமே... அடிவிட்டு எரியும் ஒற்றை எண்ணெய் விளக்குகள், மௌனத் தியானம் செய்யும் யோகிகள் போல அமைதி யில் நின்று சுடர் விடுகின்றன. இருளான பிரகாரத்திற்கு அந்தத் துளி விளக்குகளின் ஒளி சத்தியத்தின் பலவீனம் போல எட்ட மாட்டேன் என்கிறது.

நடையைத் தொடர்ந்த வசுமதி பின்னால் வந்தாள், "வசு, இன்று அம்பாள் தரிசனம் திவ்யமாக இருக்கிறது. பார்த்தாயா? பட்டர் கைவண்ணம் இன்று ஜ்வலிக்கத்தான் செய்கிறது..."

"அம்பாளுக்கு இன்று திருக்கல்யாணம். அதனால் திருக்காப்பு திவ்யமாகச் செய்திருக்கிறார்கள். ஆனால், எனக்கு அம்பாள் என்றும் போலத்தான் தெரிகிறாள்..."

மூலஸ்தானத்தின் பின்புறம் பிரகாசமான விளக்கொளியில் வசுமதியை வியப்பால் அளக்கிறேன்.

விடியக் காலையிலேயே மஞ்சள் தடவிக் குளித்த முகம் டால டிக்கும் அன்ன மூக்கத்தி, நேற்றிரவின் வெற்றிலைக் காவி துடைத்த உதடுகள். காதின் சரிவில் பூனை மயிரின் ஒழுங்கு திலங்கும் கழுத்து. அம்பாளின் பெரிய குங்குமமணிந்த நெற்றி. எழுதிவிட்ட புருவம். வசுமதியே அம்பாள் தரிசனமாக சொலிக்கிறாள்.

ஆமாம். அம்பாள் என்றும் போலத்தான் இருக்கிறாள். ஆனால், அவள் நேற்று போல இல்லை. நேற்று, முன்நாள் போலவும் இல்லை. பத்து, பதினைந்து, இருபது நாட்களுக்கு முன்பு முதன் முதலில் காலை முதல்தொழுகைக்கு வந்தபோது கண்டது போலவும் இல்லை. அத்தனை சிறிய கெடுவில் எத்தனை மாறுதல். கீழ்வான நட்சத்திரம் போல, அந்தியில் புள்ளியாகத் தோன்றி இரவின் சந்திப் பில் வைரமாக சொலிக்கும் திறமோ! வசுமதி. அழிவற்ற இளமை யின் ரிஷி பத்தினி போலத் திகழ்கிறாள்.

"என்ன மௌனம் சாதித்துவிட்டீர்கள்? மூன்று சுற்று வலம் வந்துவிட்டோம். நான் தெற்கு வாயில் வழியாகப் போகிறேன். தினமும் வடக்கு வாசலில் தங்களையும் என்னையும் சேர்த்துப் பார்க்கிறவர்களுக்கு என் பக்தியும் தங்கள் நேர்மையுமா தெரிகிறது? என்னை இனியும் பழைய கதாநாயகியாகவே பார்க்கிறது. குளித்து வந்த பின்னர் சேற்றைத்தான் என் அபிஷேகத்திற்காக வைத்துத் தருகிறார்கள். நான் இது வழியே போகிறேன்..."

வசுமதி போகிறாள். அந்தத் தெற்கு வாசலே திடீரென்று அடைத்துக்கொண்டு இருள் கவிழ்ந்தது போலிருக்கிறது. ஆனால், பிரகாரத்தின் அத்தனை பாவை விளக்குகளும் நின்று எரிகின்றன. ஒளியில் இருட்டு வருமோ?

என் பக்தியும் உங்கள் நேர்மையும், என்றாளே, நல்ல நேர்மை. கோழி அடைகாத்துப் பொரித்த வாத்துக்குஞ்சு தண்ணீரைக் கண்ட தும் நழுவிவிட்டதுபோல மனத்தின் ஆண்மை, அவள் கவர்ச்சியில் லயித்துவிடுகிறது. அதிலும் அம்பாள் தரிசனத்தின் அமோகப் பொலிவு, நிறைகுடத்தில் கல் விழுந்தது போல மனவெளியில் வழிகிறது. வசுமதி மஞ்சள் குளித்த முகத்துடன் சிரிக்கிறாளே?

வெளியே வீதியில் வந்தபோது விடிந்துகொண்டு வருகிறது? உதயதாரகை அரசமரக் கிளைகளுக்குக் கீழ் வந்த வழி பார்த்துத் திரும்புகிறது. அடிவானம் சூல்கொண்ட பெண்ணின் முகமாக விளறிச் சிவக்கிறது. பக்கவாட்டு குளக்கரையில் துணி துவைக்கும் 'டப்டப்' கேட்கிறது. பூக்கடைக்காரன் தூங்கிவழிகிறான். அத்தர்

சந்தனக் கடையில் பையன்கள் கடை பரப்புகிறார்கள். கோயில் பசு, தேர் வீதியில் படுத்துக்கிடக்கிறது. குளிர்ந்த காற்றில் நீந்துவது போல நடந்து வருகையில் தரிசனத்தின் அப்பால் முகமாக மலர்ந்த இடத்தில் வசுமதி அமர்ந்து சிரிக்கிறாள்...

சீ! இதென்ன அபசாரக் கூத்து? போயும் போயும் அந்தப் பெண்ணையா மனத்தில் ஏற்றுவது? கோயில் என்ற நற்கூடத்தின் நெருக்கத்தினுள்ளே அவளுடன் நடந்து பேசுகையில் வசுமதி ரிஷி கன்னி போலப் புனிதமாகத் தெரிகிறாள். ஆனால், வெளியே தெருவில் வசுமதி அந்தப் பழைய கழிசடைதான். என்னதான் எண்ணெய் குளித்துச் சாப்பிட்டாலும், அம்பாள்கூடக் கோயிலுக்கு வெளியே வெறும் சிலைதானோ?

வசுமதி ஆரம்பத்தில் எப்படியோ வாழ்ந்தவள். அழகி ஒருத்தி ஆரம்பத்தில் எப்படி வாழ்ந்திருந்தால் என்ன? இந்த உலகம் ரொம்ப வும் முன்னேறிவிட்டது. அவளின் வாடிக்கைக்காரரில் ஒருவனே அவளை நிரந்தரமாக்கிக்கொண்டு கழுத்தில் சரடேற்றி வீட்டிற்கு அழைத்துக்கொண்டு வந்துவிட்டான். முரடன், ஊர் முதலை கொள்ளையடித்தால் கேட்பார் வேண்டுமே? அதிலிருந்து இவள் தன் பத்தினித் தன்மையை நிலைநாட்டிக்கொள்ள தினமும் விடியாக் காலையின் முதல் தொழுகைக்குக் கோயிலுக்கு வருகிறாள். கோயி லின் சங்கூதும் ஆள்; எனக்கென்ன என் சங்கைவிட்டு பிரகார வளைவில் அவளுடன் சுற்றிவிட்டு, மனத்தோடு அலமலங்கல் படு கிறேன். கிராமத்தில் அவளை அறியாதவர் யாரிருக்கிறார்கள்? அந்த அறிமுகத்துடனேயே முதன்முதலில் கோயிலில் அவளைச் சந்தித்ததும்:

“நீயா?” என்றேன் வியப்பில்.

“ஆமாம் நான் வரக்கூடாதா? பாப பரிகாரத்திற்கென்று வைத்துக்கொள்ளுங்களேன். இப்பொழுது நான் முறைப்படி என்னை மணந்துகொண்ட ஒருவரின் மனைவி. வாழ்ந்து வந்த சுவடின் குழியில் மனசு விழுந்து விடாமலிருக்க இந்த விடியாக் காலை தேவதரிசனத்தை விரதமாகக் கொண்டிருக்கிறேன்.”

குச்சியில் நிமிண்டி எடுத்த அருவருப்பான பிராணியை எட்ட இருந்து பார்ப்பது போல அவளைப் பார்க்கிறேன்... ஆனால், நாட்களின் சுழலிலே – வசுமதி மனத்தின் பீடத்தில் கொலுவேறி வந்தாளோ?

– பிறகுள்ள நாட்களில் கோயிலுக்கு வெளியே அவளுடன் நடந்துவருகையில், தெருவின் தூங்குமூஞ்சிக் கண்களில் கரிப்புக் கொட்டுவதைப் பார்க்கத்தான் செய்கிறேன்.

"வசுமதி, நீ என்னதான் புது வாழ்வு துவங்கிவிட்டாலும் உலகம் உன்னைப் பழைய கதாநாயகியாகத்தான் கணிக்கிறது. நீ உன் சோதரனுடன் நடந்துபோனால்கூட விஷமப் பார்வையே உன்னைத் தொடரும். தவளை நீராடி நோம்பு நோற்பது போலத்தான் இருக்கிறது உன் செய்கை... என்னதான் நீ தேவி தரிசனம் செய்தாலும் உன்னைப் பழைய வசுமதியாகவே ஊர் பார்க்கிறது..."

"உலகம் ஒரு கண்ணாடி. கண்ணாடியில் பார்ப்பவர்களுக்கு அவரவர் முகம்தான் தெரியும். மனத்தைப் பார்க்கக் கண்ணாடி உதவுமோ?"

பிறகு ஒவ்வொரு நாளும் கோயிலில் அவள் தரிசனத்திற்காகச் சங்கை மூலையிட்டு காத்துக்கிடக்கிறேன்.

உறக்கத்திலிருந்து விழித்துணரும்போது, அவளை நினைக்கிறேன். "தேவி! மகாமாயே" என்று கொட்டாவியுடன், என் சங்கை முழக்குகிறேன். குளிர்ந்த நீரில் குளித்து சுத்தமான ஆடை உடுத்தி தெருவில் நடக்கும்போது, தூங்குமூஞ்சி உலகம் இன்னும் தெருக் கோடியின் மாடி வீட்டின் வாசலில் – விடியற் காலையில் – என் வருகைக்கு முன்பு அவள் காத்து நிற்கிறாள். சந்தடியற்ற காலைப் பொழுதில் கோயில் பணியாள் என் வருகை அவளுக்குத் துணை, வாசலில் வந்ததும், 'போவோமே...' என்கிறேன். அவள் தொடர்கிறாள்.

வயலுக்குப் போகும் மாட்டுக்காரனும், கீற்றுச் சாய்ப்பின் இட்லிக் கடைக்காரனும் காலை இருளில் விகற்பத்தால் பார்க்கிறார்கள், இரு வாழ்க்கை. ஆனால், புதிய வாழ்விற்கு அவளை இட்டுவந்த அந்தப் புதிய கணவன், இவளை இப்படித் தனியாக தெய்வ தரிசனத்திற்கு விட்டுவிட்டு நிம்மதியாக அங்கே தூங்குகிறானே! என்ன இருந்தாலும் அதி தைரியசாலி அவன்!

கோயிலில் கொடியேறி, திருவிழாத் துவங்கியிருக்கிறது. இனிப் பத்து நாளும் கூத்தும் குரவையும் அலமலங்கல்படும். எங்கும் தொங்கலும் தோரணங்களும். தேவி; புதிய ஆடை ஆபரண பூஷிதையாகக் கல்யாணக் கோலத்தில் திகழ்கிறாள். விழாத் துவங்கிவிட்ட பின்பு அவளுக்கு நித்யமும் வாணவேடிக்கைதான். இப்பொழுது விடியாக் காலையிலும் நிறைய கும்பல் வருகிறது. புதிய ஆடைகளின் மணமும், சந்தனமும் ஊதுவத்தியும் பன்னீருமாகப் பிரகாரமே மணத்தில் நிறைகிறது. இத்தனைக்கும் எந்தக் கும்பலிலும் பிரகாரத்தில் என் நிழல் போலப் பின்னாலேயே வருகிறாள், வசுமதி.

"கும்பல் அதிகமாகிவிட்டால் மணத்தின் ஏகாந்தம் கலைந்து விடுகிறது. இல்லையா வசுமதி?"

"என்னமோ கும்பலைப் பற்றி எனக்குத் தெரியாது."

"நீ இன்னமும் பக்குவமடையவில்லை. நான் இந்த வெள்ளைச் சங்குடன் ஆண்டவன் சேவைக்கு வந்து வெகு காலமாயிற்று... எந்த 'சித்தி'க்கும் ஏகாந்தமே மூலதனம். தீபாராதனைக்கு முன்பு – கதவை அடைத்துக்கொண்டு அர்ச்சகன் என்ன செய்கிறான் தெரியுமா?"

"எனக்குத் தெரியாது."

"அதனாலேயே கேட்டுக்கொள். அர்ச்சகன் வெளியே தொழுகைக்கு வந்த கும்பலிலிருந்து தேவியை அடைந்து கதவிற்குள் தனிமையில் சந்திக்கிறான். சந்தித்து பக்தர் பால் கண் திறந்து பார் என்று அவளைத் தட்டி எழுப்புகிறான். அவள் கண் திறக்கும் அபூர்வ பொழுதைக் கதவைத் திறந்து நமக்குக் காட்டுகிறான். இப் பொழுது புரிந்ததா? எந்த முக்திக்கும் ஏகாந்தமே உறைவிடம். உனது இந்த விடியாக் காலையின் நிர்மால்ய தொழுகை இருக்கிறதே இதுவும் ஒரு வகை ஏகாந்தம்தான். ஆனால், இந்தப் பத்து நாள் திருவிழாவின் சலசலப்பு – ஆலயத்தை சதிர்மேடையாக வெறுக்கத் தான் செய்வாள்... வசுமதி – உன் தொழுகைக்குகூட ஏகாந்தமே சிறப்பானது. வா அதோ ஈசானிய மூலைக்குப் போவோம். அங்கு கும்பல் இல்லை..."

வசுமதிக்கு பக்தி முக்கியம். அவள் என்னைத் தொடர்கிறாள்.

ஈசானிய மூலையில் ரதி மன்மத சிலையை அழகாக வடித்திருக் கிறான், சிற்பி. பொங்கும் இளமையின் பொற் கலசங்களை மார்பி லேந்திக்கொண்டு மோகக் கிறுக்கில் மன்மதனின் இடையைச் சுற்றி அவன் கைக்கரும்பை வளைக்க முயலும் ரதிப்பெண், அவள் கைக் கிளி. மன்மதனின் இதழருகில் முத்தமிட முந்தும் வேகம், மன் மதனின் பொறி பறக்கும் கோலத்தை வசுமதியின் கண்கொண்டே பார்த்தபோது வெளியே உற்சவமண்டபத்தில் முரசு அறையும் ஒலி நெருப்பிற்கு நெய்யூற்றியது போல மனத்தின் எரிவிற்கு எண்ணெயா கிறது.

"வசுமதி! மன்மதனும் ரதியும் நிற்கும் பரவசத்தில் சிற்பியின் கைவண்ணத்தைவிடக் காதலியின் திமிர்ப்பே கல்லில் பளிச்சிடும் கலையின் வெற்றியைப் பார்த்தாயா?"

"எனக்குக் கலை தெரியாது."

"வசு! உனக்கா கலை தெரியாது? நீ கலைக்கூடம் வைத்திருந்த கதையை மறந்துவிட்டுப் பேசுகிறாய்..."

"என்ன இது? உங்கள் சுவரமே மாறுகிறது... பாம்பா பழுதையா என்றே பயமாக இருக்கிறது... பாபத்தைக் கழுவிக் கழுவாய்கொள்ளத் தேடி வந்த இடத்தில் நாற்றக் குப்பையைக்

கிளறுகிறீர்கள். தேவியின் சன்னிதானத்தில் சங்கொலிக்கும் நல்லவ ரென்று – உங்களைப் பின்தொடர்ந்தேன். பொறி நெருப்பாகுமுன் நான் போகிறேன்..."

ஈசானிய மூலையின் ரதி மன்மதக் கோலத்தில் எதிர்ச் சுவரில் சனிதேவன் காக்கை உருவில் தியானம் செய்கிறான்.

பிரபஞ்சம் என் உள் எரிகிறது. காலகாலமாக எட்டிய கைகளி லெல்லாம் துவண்டவள், இன்று தியான வேஷத்தில் என் மனத்தை எரிக்கிறாள். தாகம் கொண்ட மிருகம் கானல் நீரை ஓடி ஓடித் துரத்தியது போல மனம் தரிசன நாயகியை வசுமதியாகவே கண்டது.

"வசுமதி! எங்கே போகிறாய்...? என் குரலுக்கு பதில் சொல். என்னைப் பின்தொடர்ந்த நாளிலெல்லாம் என்னை நீ புரிந்து கொண்டிருப்பாய் என்றே எண்ணினேன். உன் விரதத்திற்கு என் துணை அவசியமாயினும் என் வேண்டுகோள் ஒன்றே ஒன்று. ஒரே ஒருமுறை... பிறகு உன் விரதத்திற்கு நான் குறுக்கே வர வில்லை..."

"எனக்கு வழிவிடுங்கள். இது பாபம்..."

"நீ பாபகாரியம் செய்துகொண்டிருந்த காலத்தில் உன்மேல் சுமத்தப்பட்டிருந்த மலிவு காரணமாக என்னால் உன்னை அணுக முடியவில்லை... இப்பொழுது நீ புடம் போட்ட தங்கம். தீக்குளித்து வந்த புராணநாயகி போல புனிதமான உன்னை, நான் வேண்டுவ தெல்லாம் ஒரே ஒருமுறை..."

"நான் தீக்குளித்துவிட்டு என்னை நம்பும் ஒருவருக்கு மனைவி யாகிவிட்டேன். இன்னும் என்னைப் பழைய சேற்றுக்கு இழுக்கா தீர்கள். இது தேவாலயம்... எனக்கு வழி விடுங்கள்... விடுங்கள்... விட்டுவிடுங்கள். உங்களது புனிதமான தொழிலுக்கும் உங்கள் ஆண்மைக்கும் இந்தப் பாபம் பொருந்தவே இல்லை... ஆலயத்தில் உங்களை என் பக்திக்கு வழிகாட்டியாக எண்ணித் தொடர்ந்தே னேயன்றி, களங்கமாக எண்ணினேனில்லை... பிரகார வளைவு களில் உங்களுடன் தனிமையில் வருகையில் அந்தத் தனிமையே என் பக்தியின் பலம் என்று எண்ணினேன்... விட்டுவிடுங்கள்..."

"வசு, இன்று நீ என்னிடமிருந்து தப்பமுடியாது..."

"என் பேச்சுக்குக் கொஞ்சம் செவி கொடுங்கள்..."

"முதலில் என் செயலுக்கு வழிவிடு..."

“அவ்வளவுதானா! இது தேவி சன்னிதானம். மோகம் உங்கள் கண்ணை மறைக்கிறது...”

“இனிப் பேசிப் பயனில்லை...”

பிரகார வளைவில் யானை தூக்கி யாழிகளும், ஆள் தூக்கி வேங்கைகளும் வடித்து வைத்த சிலைகளாகக் கம்பீரம் குறையாமல் எழுந்து நிற்கின்றன. ஈசானிய மூலையின் முகட்டில் ரதி மன்மத இணைகள் தங்கள் மோகக் கிறக்கிலும் இருளில் எங்களைத் தேடியிருக்குமோ?

பொழுது நிம்மதியாக விடிந்திருக்கிறது. வழக்கம் போலச் சங்கையும் எடுத்துக்கொண்டு கிளம்புகிறேன். வயலுக்குப் போகும் மாட்டுக்காரனும், கீற்றுச்சாய்ப்பின் இட்லிக் கடைக்காரனும் அதே விகல்ப பார்வையினால் அளக்கிறார்கள். தெருக்கோடியில் அந்த அவளது மாடி வீட்டு வாசலுக்கு வருகிறேன். என்றுமில்லாத புதுமையாக வசுமதி, தெளித்த வாசலில் கோலமிட்டுக்கொண்டிருக் கிறாள்.

“வசுமதி, இன்று கோயிலுக்கு வரவில்லையா? நேரமாகி விட்டது...”

அப்பொழுதுதான் அவளைக் கூர்ந்து பார்க்கிறேன். கந்தர்வ சாபம் கொண்ட ரிஷிபத்தினிபோல கலைந்த கேசமும் குலைந்த ஆடைகளுமாக – என்ன இது? என் வியப்பு அடங்கும்முன் அவளே பேசினாள்.

“கோயிலுக்கு நான் வரவில்லை. என் விரதத்தின் ஈடேற்றம் அம்பாள் சன்னதியில் இல்லை. என் தேவன் விடிவின் பொய் மையை அறியாமல் வீட்டினுள் தூங்குகிறார். எனக்குக் கோயில் வேண்டாம்...!”

திரும்பி நடக்கிறேன். பொழுது விடிந்துகொண்டிருந்தது!

4

தியானம்

என்னைப் பற்றி நான் ரொம்ப நாளாகச் சிந்திக்கிறேன். ஒருநாளும் நான் என்னை எட்டித் தொட்டுவிட்டதாக நினைவில்லை. எத்தனையோ பிள்ளைகளுக்கு நான் பாடம் போதித்திருக்கிறேன். இளம் உள்ளங்கள் கனவு உள்ளங்கள், வெகுளி உள்ளங்கள், வீறாப்பு உள்ளங்கள், நான் எத்தனையோ கண்டிருக்கிறேன். ஆனால், நான் எதையுமே காணவில்லையா? 'டீச்சர், நீங்கள் இன்னும் சின்னக் குழந்தையாகவே நடந்துகொள்கிறீர்கள் டீச்சர்.' உடன் வேலை பார்க்கும் மற்றவர்களுக்கு என்ன தெரியும், அவர்கள் கண்களுக்கு நான் குழந்தை.

என்னைப் பற்றியே சிந்திக்க அதிகம் இல்லை. முப்பத்து ஐந்து வயதுவரையில் அம்மா துணையுடன் மட்டும் வாழும் ஒரு பெண். நான் எட்டிப் படர்ந்துகொள்ள எனக்கு எதுவும் தேவையில்லை. ஆனால், நான் என் தேவைகளையும் வளர்ச்சிகளையும் உணர்கிறேன். இரவின் தனிமை எனக்குக் குளிராக இருக்கிறது. உறக்கத்தின் கனவு எனக்குத் தீயாக இருக்கிறது. விழிப்பின் அர்த்தம் எனக்குப் புதிராக இருக்கிறது. நடையின் அழுத்தம் எனக்கு மலையாகத் தெரிகிறது. பார்வையின் காட்சி எனக்குப் பசியாகக் கனிகிறது. ஆனால், எல்லாம் எனது அறிவின்முன் புல்லாக, முளைத்த இதழ் முளைத்தபடி, விரித்த கைகள் விரித்தபடி, மணத்த மணம் மணத்தபடி, வழிக்க முடியாத நிழல்போலச் சாரமற்றதாகி விடுகின்றன!

முப்பத்துஐந்து வயது வரையில் அப்படி. இப்பொழுது புதிதாகச் சிந்திக்கிறேன். என்னை நான் பார்த்துக்கொள்கிறேன். உடலை கவனிக்கிறேன். அணிய வேண்டிய ஆடைகளின் நிறத்தை நிர்ணயிக்கிறேன். சுகந்த எண்ணெயைக் கூந்தலில் நீவுகிறேன். நரை இழையை உள்ளே மறைத்து பின்னர் பாடுபடுகிறேன். முகத்தின் சுளிவுகளைத் தேய்த்துக்கொள்கிறேன். கண்களின் படபடப்பைக் குறைத்துக்கொண்டு, நாணம் நடித்து குனிந்து நடக்கிறேன்!

"புவனா, என்ன அலங்காரம்? மணி ஒம்பது இன்னுமா ஆகும். வேடிக்கையாகத்தான் இருக்கடியம்மா. இத்தனை நாள் இல்லாமல்... புறப்படு புறப்படு நேரமாகிறது." அம்மா அறையை வந்து எட்டி

விட்டுப் போகிறாள். அவளுக்குத் தெரிந்திருக்குமோ? அவளுக்குத் தெரிந்திருக்க நியாயமில்லை. ஏனென்றால் என்னவென்று எனக்கே தெரியாது. தெரியும். ஆனால் தெரியாது! தெரியவில்லை என்பதனால் தெரியவில்லை! தெரியும் என்று கற்பித்துக்கொண்டு இன்னும் சற்று நேரம் கண்ணாடி எதிரிலேயே... எல்லாம் தெரிந்துவிடுமே, என்று சடக்கென்று எழுந்துவிடுகிறேன்... ஊஹூம்... எதுவுமில்லை. ஒன்றுமேயில்லை. கண்ணாடி மட்டும் என் எதிரி. என் திருட்டுத்தனத்திற்கு எதிரான தாணாக்காரன்.

வகுப்பு நடக்கிறது, சுற்றிலுமுள்ள மாணவர்களுக்கு முத்திரையாக அவனிருக்கிறான். அவனிருக்கிறான்; அவனிருக்கிறான். இருக்கட்டுமே என்று திரும்பினாலும் அவனிருக்கிறான். அவனே இருக்கிறான்!

“உன்னை நான் ரொம்ப நாட்களாகத் தேடுகிறேன். இந்த முப்பத்தி ஐந்து வயது வரையில் உன்னை எங்குமே காணாமல், இப்பொழுது நீ எங்கிருந்து முளைத்தாய்? நீ எங்கிருந்து வந்தாய் என்று எனக்குத் தெரியாது. உனக்கு இருபது வயதிருக்குமா அல்லது அதற்குக் கொஞ்சம் கூடுதலாகவும் இருக்குமோ? ஆனால், நீ பிறக்கு முன்பே உன்னைத் தேடுகிறேன். அந்தத் தேடல் உன்னையேதான் என்று நிச்சயமாகத் தெரியும். எனக்கு முப்பத்தி ஐந்து வயது. நீ தாமதித்து வந்ததினால் உன்மேல் எனக்குக் கோபமில்லை. என்மேல் தான் கோபம், வீணாக நான் முந்திக்கொண்டதினால், கடைசியில் நீ வந்துவிட்ட பெருமையே என்னை நிறைவிக்கிறது. ‘ராமா! உன்னை நான் விரும்புகிறேன்!”

அவன் சிரித்துக்கொண்டு எதிரேதான் இருந்தான். மற்றவர்களுடன் சிரிக்கிறான். அவன் கண்ணாடி அணிந்திருக்கிறான், லேசாக இளமீசை வைத்திருக்கிறான். குவிந்த கன்னங்களில் இன்னும் பூனைமயிர் பளீரடிக்கிறது. இடது காதிற்குக் கொஞ்சம் மேலே வகிடு எடுத்துப் பின்னால் தலை சீவிக்கொண்டிருக்கிறான். வாழைப்பூப் பாளைபோலச் செவீரென்று காதுப்பட்டைகள்... எப்பொழுதும் வெள்ளை உடைகள், வயதை மீறிய உயரம், ‘ராமா! உன்னை எனக்குப் பிடிக்கிறது’ இதுதான் எனது இத்தனை கால சிந்தனைகளின் ரகசியம். இத்தனை கால தவத்தின் – வரம்!

நேரம் ஆனதால் வகுப்பு முடிகிறது. அடுத்த பிரிவிற்கு மாணவர்கள் போகிறார்கள். பலகையில் நான் எழுதியிட்ட விளக்கங்களும், காலியான இருக்கைகளும், வெறிச்சிட்ட தனிமையும் மிச்சம். எழுந்துவிடுகிறேன்.

இப்படியே காலையும் மதியமும் இடைவேளையும் மாலையும் இரவும் வந்து போகின்றன. இப்பொழுதெல்லாம் என்

தனிமையோடு என் விசாரங்களான ஒரு நிழலும் துணைவருகிறது. அந்த நிழலுடன் உரையாடுகிறேன். மோட்டு வளையில், தலையில் தலைவைத்துப் புலரியில் திளைக்கும் புறாக்களைப் போல சத்த மற்ற உரையாடல்களில் என் மனப்பாதையில் வகிடுபோல தடங்கல் கிழிபடுகின்றன.

...நிலவைத் தொட்டுவர ஒரு பைத்தியக்காரப் பறவை பறக்கிறது. நிலவொளியில் மணல்வெளி பன்னீராக மணத்துக் கிடக் கிறது. கடல் வெளியில் இருட்டாக எழுந்த ஒரு பெரிய படகடியிலே நானும் என் நிழலும் அமர்ந்திருக்கிறோம்...

“எதையாவது பேசேன். எத்தனை காலமாக நான் இதற்குக் காத்துக்கிடக்கிறேன். கொஞ்சம் பேசேன். அருகில் வந்து பேசேன்... இன்னும் நெருங்கி வாயேன், இவ்வளவுதானா உன் நெருக்கம்? இன்னும் நெருங்கிவர மாட்டேன் என்கிறாயே யார் இருக்கிறார்கள் இங்கே? உன் இறுகிய தழுவலுக்காக நான் அலை உயரமாகத் திமிறுகிறேன். எனது மனவெளி நீர்த்தேக்கம் பொடிமணலாகச் சிதறிவிட நான் மறுகுகிறேன். அதை நிகழ்த்து... உன் கை இறுக்கம் என்னை உடைத்தெறிவது வரையில் என்னை அழுத்தமாக நெருக்கேன்... அட குழைவே இவ்வளவுதானா உன் வல்லமை...? இப்படியானால் நான் வரவில்லை. எனக்கு உன்மேல் பிணக்கு. போயேன்... போ...”

“புவனா?”

படகு தலையில் இடித்துக்கொண்டது. அம்மா, பக்கத்து வீட்டு ஆள் துணையுடன் என்னைத் தேடிக்கொண்டு வந்தவள், எதிரே நிற்கிறாள்.

“பார்த்தீர்களா, நான் சொன்னேனில்லையா. கொஞ்ச நாளாக என் பெண்ணிற்கு இப்படித்தான். புதிதாக ஏதோ புஸ்தகம் எழுதப் போகிறாளாம். அதற்காக நிறைய யோசனையாம். என்னவெல் லாமோ சொல்கிறாள். என்ன ஆனாலும் பெண் பிள்ளை, நேரம் காலத்தில் வீட்டிற்கு வராவிட்டால் பெற்றவள் மனசு கேட்கிறதா. புவனா, முடிஞ்சுதா? பாத்தியா, நீ செய்யிற வேலையினாலே பாவம் இந்தத் தம்பியையும் அழைச்சுக்கிட்டு உன்னைத் தேடி வரும்படியா ஆயிடுச்சு.”

ராமன். அவனே வீட்டைத் தேடிக்கொண்டு வந்து நிற்கிறான். விடிந்ததும் விடியாததுமாக அவன் தரிசனம் கிட்டியிருக்கிறது. நேற்று படகடியில் கற்பனை உரையாடலின் நாயகன் எதிரே

நிற்கிறான். "டீச்சர், இந்த மனோதத்துவப் பாடம் எனக்கு ரொம்ப வீக். நீங்கள் கவனித்தால்தான் இந்த முறை எனக்கு விமோசனம் ஏற்படும் போலிருக்கிறது. இந்த ரெண்டு மாசமும் உங்களிடம் தனியாகப் பாடம் கேட்க வேண்டுமென்று வந்திருக்கிறேன். முடியாதென்று சொல்லிவிடாதீர்கள், நீங்கள் டியூஷன் வேலையே ஏற்றுக்கொள்வதில்லையென்று எனக்குத் தெரியும். நான் மனோதத்துவம் தனிப்பாடமாக எடுத்திருக்கிறேன். உங்கள் மேதையை அறிந்து உங்களிடம் பாடம் கேட்க ஆசைப்படுகிறேன். அட்வான்சுகூடக் கொண்டு வந்திருக்கிறேன்..."

என்ன சொன்னானோ? அவன் எதிரே நிற்பது உண்மை. நேற்று இரவிலே கடற்கரையில் படகடியில் நடந்தது கனவு. கிழிஞ்சல் அங்கே மணலடியில் புதைந்து கிடக்கிறது. இந்த முப்பத்தி ஐந்து வருட அழுத்தத்தின் தோல்வி. வெண்சங்கு போல எதிரே நின்று சிரிக்கிறது. கிழிஞ்சல் வேறு, வெண்சங்கு வேறு!

பாடம் நடத்த ஒப்புக்கொள்ளவில்லை. எனக்கு நேரமில்லை. நான் எழுதிக்கொண்டிருக்கும் புத்தகத்திற்கான வேலை அதனால் தடைபட்டு நின்றுவிடும். ரொம்ப மன்னிக்க வேண்டும்! உண்மைக் காரணம்; அவனை மாணவனாக அருகில் வைத்துக்கொள்ளும் பயம்தான். ராமா! நீ என்னிடம் பாடம் கேட்க வேண்டியதில்லை. நான் உன்னிடம் பாடத்திற்காக யாசிக்கிறேன். நீ அறிகிறாயோ இல்லையோ?

இப்படியே நாட்கள் போகின்றன. முப்பத்தி ஆறு வயது. ஒரு நாள் அம்மா, கோயில் பிரசாதமும் வழிபாட்டு பாயசுவுமாக எதிரே வந்து நிற்கிறாள். "புவனா! இன்னும் எத்தனை காலமடி இப்படியே இருக்கப் போறே? இன்றைக்கு உனக்கு முப்பத்தி ஆறு வயசாகிற நாளடி. ஞாபகமாவது வச்சுக்கோ. நான் சொல்லி நீ தெரிய வேண்டியவளில்லே. நீ சொல்லி எத்தனையோ பேர் அறிய காத்துக்கிடக்கிறா..."

ஒன்றுமே காதில் ஏறுவதில்லை. பிரபஞ்சம் இப்படிச் சுழல் கிறது. அவன், மேல் வகுப்பிற்குப் போய்விட்டான். ஆனால், போகிற வழியில் தெருச்சாமியைக் கும்பிட்டுப் போகும் அவசரக்காரனைப் போல் தினமும் அவன் தரிசனம் நடக்கிறது. ராமன் வளர்கிறான். அவன்மேல் எனக்குக் காதல், அவன் எதிரே நிற்கும்போது அவன்பால் எனக்கு பயம். அவன் மறைவில் இருக்கும்போது அவனிடம் எனக்கு உறவு. காலகரணப்பட்டுப் போன எனது கன்னித்தன்மை, அவனோடு கொண்ட மானசீகப் புலவியால் குலைந்து போயிற்று... மெல்லிய உடைகள் என் அங்கங்களைக் காட்டுகின்றன. வீசிய பார்வை என் அந்தரங் கத்தைத் தெருவில் இறைக்கிறது. நான் தெரிந்தே சிறுபிள்ளை

4

தியானம்

என்னைப் பற்றி நான் ரொம்ப நாளாகச் சிந்திக்கிறேன். ஒருநாளும் நான் என்னை எட்டித் தொட்டுவிட்டதாக நினை வில்லை. எத்தனையோ பிள்ளைகளுக்கு நான் பாடம் போதித்திருக் கிறேன். இளம் உள்ளங்கள் கனவு உள்ளங்கள், வெகுளி உள்ளங்கள், வீறாப்பு உள்ளங்கள், நான் எத்தனையோ கண்டிருக்கிறேன். ஆனால், நான் எதையுமே காணவில்லையா? 'டீச்சர், நீங்கள் இன்னும் சின்னக் குழந்தையாகவே நடந்துகொள்கிறீர்கள் டீச்சர்.' உடன் வேலை பார்க்கும் மற்றவர்களுக்கு என்ன தெரியும், அவர்கள் கண்களுக்கு நான் குழந்தை.

என்னைப் பற்றியே சிந்திக்க அதிகம் இல்லை. முப்பத்து ஐந்து வயதுவரையில் அம்மா துணையுடன் மட்டும் வாழும் ஒரு பெண். நான் எட்டிப் படர்ந்துகொள்ள எனக்கு எதுவும் தேவையில்லை. ஆனால், நான் என் தேவைகளையும் வளர்ச்சிகளையும் உணர் கிறேன். இரவின் தனிமை எனக்குக் குளிராக இருக்கிறது. உறக்கத் தின் கனவு எனக்குத் தீயாக இருக்கிறது. விழிப்பின் அர்த்தம் எனக்குப் புதிராக இருக்கிறது. நடையின் அழுத்தம் எனக்கு மலை யாகத் தெரிகிறது. பார்வையின் காட்சி எனக்குப் பசியாகக் கனிகிறது. ஆனால், எல்லாம் எனது அறிவின்முன் புல்லாக, முளைத்த இதழ் முளைத்தபடி, விரித்த கைகள் விரித்தபடி, மணத்த மணம் மணத்தபடி, வழிக்க முடியாத நிழல்போலச் சாரமற்றதாகி விடுகின்றன!

முப்பத்துஐந்து வயது வரையில் அப்படி. இப்பொழுது புதிதாகச் சிந்திக்கிறேன். என்னை நான் பார்த்துக்கொள்கிறேன். உடலை கவனிக்கிறேன். அணிய வேண்டிய ஆடைகளின் நிறத்தை நிர்ணயிக்கிறேன். சுகந்த எண்ணெயைக் கூந்தலில் நீவுகிறேன். நரை இழையை உள்ளே மறைத்து பின்னர் பாடுபடுகிறேன். முகத்தின் சுளிவுகளைத் தேய்த்துக்கொள்கிறேன். கண்களின் படபடப்பைக் குறைத்துக்கொண்டு, நாணம் நடித்து குனிந்து நடக்கிறேன்!

"புவனா, என்ன அலங்காரம்? மணி ஒம்பது இன்னுமா ஆகும். வேடிக்கையாகத்தான் இருக்கடியம்மா. இத்தனை நாள் இல்லாமல்... புறப்படு புறப்படு நேரமாகிறது." அம்மா அறையை வந்து எட்டி

விட்டுப் போகிறாள். அவளுக்குத் தெரிந்திருக்குமோ? அவளுக்குத் தெரிந்திருக்க நியாயமில்லை. ஏனென்றால் என்னவென்று எனக்கே தெரியாது. தெரியும். ஆனால் தெரியாது! தெரியவில்லை என்பதனால் தெரியவில்லை! தெரியும் என்று கற்பித்துக்கொண்டு இன்னும் சற்று நேரம் கண்ணாடி எதிரிலேயே... எல்லாம் தெரிந்துவிடுமே, என்று சடக்கென்று எழுந்துவிடுகிறேன்... ஊஹூம்... எதுவுமில்லை. ஒன்றுமேயில்லை. கண்ணாடி மட்டும் என் எதிரி. என் திருட்டுத்தனத்திற்கு எதிரான தாணாக்காரன்.

வகுப்பு நடக்கிறது, சுற்றிலுமுள்ள மாணவர்களுக்கு முத்திரையாக அவனிருக்கிறான். அவனிருக்கிறான்; அவனிருக்கிறான். இருக்கட்டுமே என்று திரும்பினாலும் அவனிருக்கிறான். அவனே இருக்கிறான்!

"உன்னை நான் ரொம்ப நாட்களாகத் தேடுகிறேன். இந்த முப்பத்தி ஐந்து வயது வரையில் உன்னை எங்குமே காணாமல், இப்பொழுது நீ எங்கிருந்து முளைத்தாய்? நீ எங்கிருந்து வந்தாய் என்று எனக்குத் தெரியாது. உனக்கு இருபது வயதிருக்குமா அல்லது அதற்குக் கொஞ்சம் கூடுதலாகவும் இருக்குமோ? ஆனால், நீ பிறக்கு முன்பே உன்னைத் தேடுகிறேன். அந்தத் தேடல் உன்னையேதான் என்று நிச்சயமாகத் தெரியும். எனக்கு முப்பத்தி ஐந்து வயது. நீ தாமதித்து வந்ததினால் உன்மேல் எனக்குக் கோபமில்லை. என்மேல் தான் கோபம், வீணாக நான் முந்திக்கொண்டதினால், கடைசியில் நீ வந்துவிட்ட பெருமையே என்னை நிறைவிக்கிறது. 'ராமா! உன்னை நான் விரும்புகிறேன்!"

அவன் சிரித்துக்கொண்டு எதிரேதான் இருந்தான். மற்றவர்களுடன் சிரிக்கிறான். அவன் கண்ணாடி அணிந்திருக்கிறான், லேசாக இளமீசை வைத்திருக்கிறான். குவிந்த கன்னங்களில் இன்னும் பூனைமயிர் பளீரடிக்கிறது. இடது காதிற்குக் கொஞ்சம் மேலே வகிடு எடுத்துப் பின்னால் தலை சீவிக்கொண்டிருக்கிறான். வாழைப்பூப் பாளைபோலச் செவீரென்று காதுப்பட்டைகள்... எப்பொழுதும் வெள்ளை உடைகள், வயதை மீறிய உயரம், 'ராமா! உன்னை எனக்குப் பிடிக்கிறது' இதுதான் எனது இத்தனை கால சிந்தனைகளின் ரகசியம். இத்தனை கால தவத்தின் – வரம்!

நேரம் ஆனதால் வகுப்பு முடிகிறது. அடுத்த பிரிவிற்கு மாணவர்கள் போகிறார்கள். பலகையில் நான் எழுதியிட்ட விளக்கங்களும், காலியான இருக்கைகளும், வெறிச்சிட்ட தனிமையும் மிச்சம். எழுந்துவிடுகிறேன்.

இப்படியே காலையும் மதியமும் இடைவேளையும் மாலையும் இரவும் வந்து போகின்றன. இப்பொழுதெல்லாம் என்

தனிமையோடு என் விசாரங்களான ஒரு நிழலும் துணைவருகிறது. அந்த நிழலுடன் உரையாடுகிறேன். மோட்டு வளையில், தலையில் தலைவைத்துப் புலரியில் திளைக்கும் புறாக்களைப் போல சத்த மற்ற உரையாடல்களில் என் மனப்பாதையில் வகிடுபோல தடங்கல் கிழிபடுகின்றன.

...நிலவைத் தொட்டுவர ஒரு பைத்தியக்காரப் பறவை பறக்கிறது. நிலவொளியில் மணல்வெளி பன்னீராக மணத்துக் கிடக்கிறது. கடல் வெளியில் இருட்டாக எழுந்த ஒரு பெரிய படகடியிலே நானும் என் நிழலும் அமர்ந்திருக்கிறோம்...

"எதையாவது பேசேன். எத்தனை காலமாக நான் இதற்குக் காத்துக்கிடக்கிறேன். கொஞ்சம் பேசேன். அருகில் வந்து பேசேன்... இன்னும் நெருங்கி வாயேன், இவ்வளவுதானா உன் நெருக்கம்? இன்னும் நெருங்கிவர மாட்டேன் என்கிறாயே யார் இருக்கிறார்கள் இங்கே? உன் இறுகிய தழுவலுக்காக நான் அலை உயரமாகத் திமிறுகிறேன். எனது மனவெளி நீர்த்தேக்கம் பொடிமணலாகச் சிதறிவிட நான் மறுகுகிறேன். அதை நிகழ்த்து... உன் கை இறுக்கம் என்னை உடைத்தெறிவது வரையில் என்னை அழுத்தமாக நெருக்கேன்... அட குழைவே இவ்வளவுதானா உன் வல்லமை...? இப்படியானால் நான் வரவில்லை. எனக்கு உன்மேல் பிணக்கு. போயேன்... போ..."

"புவனா?"

படகு தலையில் இடித்துக்கொண்டது. அம்மா, பக்கத்து வீட்டு ஆள் துணையுடன் என்னைத் தேடிக்கொண்டு வந்தவள், எதிரே நிற்கிறாள்.

"பார்த்தீர்களா, நான் சொன்னேனில்லையா. கொஞ்ச நாளாக என் பெண்ணிற்கு இப்படித்தான். புதிதாக ஏதோ புஸ்தகம் எழுதப் போகிறாளாம். அதற்காக நிறைய யோசனையாம். என்னவெல்லாமோ சொல்கிறாள். என்ன ஆனாலும் பெண் பிள்ளை, நேரம் காலத்தில் வீட்டிற்கு வராவிட்டால் பெற்றவள் மனசு கேட்கிறதா. புவனா, முடிஞ்சுதா? பாத்தியா, நீ செய்யிற வேலையினாலே பாவம் இந்தத் தம்பியையும் அழைச்சுக்கிட்டு உன்னைத் தேடி வரும்படியா ஆயிடுச்சு."

ராமன். அவனே வீட்டைத் தேடிக்கொண்டு வந்து நிற்கிறான். விடிந்ததும் விடியாததுமாக அவன் தரிசனம் கிட்டியிருக்கிறது. நேற்று படகடியில் கற்பனை உரையாடலின் நாயகன் எதிரே

நிற்கிறான். "டீச்சர், இந்த மனோதத்துவப் பாடம் எனக்கு ரொம்ப வீக். நீங்கள் கவனித்தால்தான் இந்த முறை எனக்கு விமோசனம் ஏற்படும் போலிருக்கிறது. இந்த ரெண்டு மாசமும் உங்களிடம் தனியாகப் பாடம் கேட்க வேண்டுமென்று வந்திருக்கிறேன். முடியாதென்று சொல்லிவிடாதீர்கள், நீங்கள் டியூஷன் வேலையே ஏற்றுக்கொள்வதில்லையென்று எனக்குத் தெரியும். நான் மனோதத்துவம் தனிப்பாடமாக எடுத்திருக்கிறேன். உங்கள் மேதையை அறிந்து உங்களிடம் பாடம் கேட்க ஆசைப்படுகிறேன். அட்வான்சுகூடக் கொண்டு வந்திருக்கிறேன்..."

என்ன சொன்னானோ? அவன் எதிரே நிற்பது உண்மை. நேற்று இரவிலே கடற்கரையில் படகடியில் நடந்தது கனவு. கிழிஞ்சல் அங்கே மணலடியில் புதைந்து கிடக்கிறது. இந்த முப்பத்தி ஐந்து வருட அழுத்தத்தின் தோல்வி. வெண்சங்கு போல எதிரே நின்று சிரிக்கிறது. கிழிஞ்சல் வேறு, வெண்சங்கு வேறு!

பாடம் நடத்த ஒப்புக்கொள்ளவில்லை. எனக்கு நேரமில்லை. நான் எழுதிக்கொண்டிருக்கும் புத்தகத்திற்கான வேலை அதனால் தடைபட்டு நின்றுவிடும். ரொம்ப மன்னிக்க வேண்டும்! உண்மைக் காரணம்; அவனை மாணவனாக அருகில் வைத்துக்கொள்ளும் பயம்தான். ராமா! நீ என்னிடம் பாடம் கேட்க வேண்டியதில்லை. நான் உன்னிடம் பாடத்திற்காக யாசிக்கிறேன். நீ அறிகிறாயோ இல்லையோ?

இப்படியே நாட்கள் போகின்றன. முப்பத்தி ஆறு வயது. ஒரு நாள் அம்மா, கோயில் பிரசாதமும் வழிபாட்டு பாயசுவுமாக எதிரே வந்து நிற்கிறாள். "புவனா! இன்னும் எத்தனை காலமடி இப்படியே இருக்கப் போறே? இன்றைக்கு உனக்கு முப்பத்தி ஆறு வயசாகிற நாளடி. ஞாபகமாவது வச்சுக்கோ. நான் சொல்லி நீ தெரிய வேண்டியவளில்லே. நீ சொல்லி எத்தனையோ பேர் அறிய காத்துக்கிடக்கிறா..."

ஒன்றுமே காதில் ஏறுவதில்லை. பிரபஞ்சம் இப்படிச் சுழல் கிறது. அவன், மேல் வகுப்பிற்குப் போய்விட்டான். ஆனால், போகிற வழியில் தெருச்சாமியைக் கும்பிட்டுப் போகும் அவசரக்காரனைப் போல் தினமும் அவன் தரிசனம் நடக்கிறது. ராமன் வளர்கிறான். அவன்மேல் எனக்குக் காதல், அவன் எதிரே நிற்கும்போது அவன்பால் எனக்கு பயம். அவன் மறைவில் இருக்கும்போது அவனிடம் எனக்கு உறவு. காலகரணப்பட்டுப் போன எனது கன்னித்தன்மை, அவனோடு கொண்ட மானசீகப் புலவியால் குலைந்து போயிற்று... மெல்லிய உடைகள் என் அங்கங்களைக் காட்டுகின்றன. வீசிய பார்வை என் அந்தரங் கத்தைத் தெருவில் இறைக்கிறது. நான் தெரிந்தே சிறுபிள்ளை

கொண்டு எழுதிய கோலங்கள். அதன் நடுவில் கூந்தலை கலைய ஆராசனியல் ஆடும் கன்னிப் பெண்களிடையே – கார்த்தியாயினி யும் இருக்கிறாள்!

செண்டையின் உக்ரதாள லயத்தில், குளிரில் நடுங்குவது போல் ஆடிக்கொண்டிருக்கும் பெண்களுக்கு, பணியாட்கள், இளநீர் வெள்ளத்தால் அடிக்கடி அபிஷேகம் செய்கிறார்கள். சில பெண்கள் – சூடிய பூ குலைய, கலைந்த கூந்தல் முகத்தில் அலங் கோலச் சிதறலிட – உதறி உதறி ஆடுகின்றனர். நாகர் தோத்திரம் பாடும் புள்ளுவத்திகள் எதைப் பற்றியும் கவலைப்படாமல் ஒப்பாரி இழைவில், கர்மமே கருத்தாகப் பாடுகிறார்கள். கார்த்தியாயினி, நோம்பு கொண்ட பெண்களின் புனித மஞ்சளாடையில் – கண்மூடி அசையாது அமர்ந்திருந்து – அம்மானையாடுவது போலச் சாய்ந்தாடிக்கொண்டிருக்கிறாள்.

ஒற்றை முண்டு அணிந்து, மெல்லிய பால்நுரை நேரியல் போர்த்தி, மார்பில் கைகளைக் கட்டிக்கொண்டு, நோம்பு நோற்று ஆடும் பெண்களையே பார்த்துக்கொண்டு – கும்பலிடையே அசையாது நிற்கிறார் – வாசுப்போற்றி.

வெயிலின் உக்ரம் ஏற ஏற செண்டை வாத்யத்தின் பிரளய ஓசை திமிலோகப்படுகிறது. பத்மாசனத்தில் நட்டு வைத்த பதுமை களைப் போன்ற பெண்கள், பிணைந்தாடும் உக்ர நாகங்களாக ஆடி மறிகின்றனர். கூந்தலும் மார்க்கச்சைகளும் கலைகின்றன. கண்களில் சீறும் விஷநாகத்தின் ஆக்ரோஷம். முகத்தில், அநீதியை அறுத்தெறியச் சிவக்கும் உக்ரம். நாகர் மகிமையின் ஆக்ரோஷத்தை நேரில் காணும் பயபக்தியுடன் கிராம ஜனங்களின் கூட்டம் அசையாது நிற்கிறது. ஏகாந்த தபஸின் யோகிபோல வாசுப்போற்றி– கார்த்தியாயினியையே வைத்த கண் வாங்காது பார்த்துக்கொண்டி ருக்கிறார். காலம் வெயிலின் நெருப்பாக எரிந்து ஏறிக்கொண்டிருக் கிறது.... எத்தனை நேரமோ...?

திடீரென்று, செண்டை வாத்தியங்களின் திமிலோகத்தையும் மீறி – கார்த்தியாயினி உக்ரதேவியாக அலறிக்கொண்டு வெடிக் கிறாள். அவளது, மென்மையே உருவான பெண்மை, குப்புறக் கவிழ்ந்துவிட்ட மலை முகடுமாதிரி சிதறிக்கொண்டு வெறியாக மாறுகிறது. முகத்தில் சீறிவரும் விஷ நாகத்தின் ஆக்ரோஷம் முந்தி நிற்கிறது. பாலைத்தரையில் பிரம்பு வைத்த பூசாரி – கார்த்தி யாயினியின் உச்சிமேல் திருநீறு எறிந்து மந்திரிக்கிறார். பயத்தில் நடுங்கிய பெண்கள், சீவிய இளநீரை அவள்முன் காணிக்கையாக நீட்டுகிறார்கள்...

செண்டையின் அதிரடி இன்னும் அதிக வலிவுடன் திமிலோகப்படுகிறது. அனைத்தும் துச்சமென, கார்த்தியாயினி – பீறிட்டு சிலிர்த்து ஆடுகிறாள். ஊழிக் காலத்தின் உக்ராவேசம் போல அந்த வேகம்; திடீரென்று, வாசுப்போற்றி மேல் திரும்புகிறது. ‘உம்... இந்த மிலேச்சனை – தெய்வத் துரோகியை; அம்பல வட்டத்தி லிருந்து கரைக்கு வெளியே துரத்து... கார்த்தியாயினியின் மேல் படர்ந்த தெய்வ அருள், ஆக்ரோஷக் கட்டளையாக அலறுகிறது... உம்... துரத்துங்கள் அவனை...’

ஒருகணம் அலைபொங்கிய கடலே அடங்கி அமிழ்ந்தது போலச் செண்டைகளின் ஆரவாரம் சட்டென்று தணிகிறது. நாகர்பறம்பு நிச்சலனமாகிறது. கார்த்தியாயினியைத் தவிர அத்தனை பெண்களும் அருள் விலகி, காடேகுகின்றனர்.

‘...தேவி – நாகரம்மா மஹாமாயே, வாசுப்போற்றி என்ன குற்றம் செய்தாரம்மா...?’ பிரம்பு வைத்த வயோதிகப் பூசாரி பவ்ய சிரத்தை யுடன் கேட்கிறார்.

‘...அவன் கோயில் தீண்டக்கூடாத பாபி. அவன் புழு அரித்த கூடு... விரட்டிவிடு அவனை – நாட்டு எல்லையை விட்டே விரட்டி விடு... உம்...’ அறுத்தெறியும் அலறல். மறுகணம், குழைந்து குலையும் துணிச்சுருள் போல, துவண்டு மண் தரையில் சாய்கிறாள், கார்த்தியாயினி.

வாசுப்போற்றி மெல்ல, கும்பலிலிருந்து குனிந்த தலையும் குமைந்த முகவுமாக வெளியேறுகிறார். காவிற்கு வெளியே மேடமாசத்தின் வெயில் உக்ரமாகத் தகிக்கிறது!

4

இந்த உலகம், மாயை எனும் இருட்டால் ஆனது. ஆலய வட்டமும் தென்னந்தோப்பும், பறங்கிமாவின் மரங்களும் தருக்களும் பூக்களும், ஒற்றை நாழிக்கிணறும், கோயில் உள்ளும் மணிகளும் விளக்குகளும் ஒளி தீபங்களும் ஸ்ரீமத் நாராயணனும் வெறும் இருட்டு, ஆயினும் அந்த லீலாவிநோதன் மட்டும் – பாலாழி நடுவில் – பாம்பணைக் குளிரில், மாதேவியுடன் ஒய்யார பொய் உறக்கம் கொள்கிறான்...

வாசுப்போற்றி – ஊர் எல்லையில் உள்ள தோணித்துறை நோக்கி நடக்கும்போது, அம்பல பரிஜனங்களும், ஊர் மக்களும், அவர் பின்னால் மௌனத்தையே போர்த்திக்கொண்டு நடந்து வந்தனர்...

'கிருஷ்ணா நான் போகிறேன்... குருக்கத்தீ நான் போகிறேன். அத்தனை நல்லவருக்கும் நமோவாகம். போகிறேன் – நான்!'

வாசுப்போற்றி படகில் அடியெடுத்து வைக்கிறான்... துடுப் புடன் வள்ளக்காரன் தயாராக நிற்கிறான். போற்றி கடைசியாக ஒருமுறை கரையைத் திரும்பிப் பார்க்கிறார்... தொலைவில் தென்னைமரக் கூட்டங்களுக்கப்பால் – ஆலயத்தின் தாமிரக் கூரைக்கு மேல் தனியாக ஒரு பருந்து வானத்தை முட்டிப் பறக்கிறது. மீண்டும், கரையைத் தழுவும் போற்றியின் பார்வையில், பாவியை வழியனுப்ப நிற்கும் ஊர்ப் பெண்களிடையே, கார்த்தியாயினி!

கார்த்தியாயினி!

'அமுத கலசத்துடன் வந்து நிற்கும் மோகினியைப் போல சீ!...' வாசுப்போற்றி சட்டென்று முகத்தைத் திருப்பிக்கொள்கிறார்.

அலைகளின் மேல் படகு வேகமாகப் போகிறது. தொலை வெளியின் அடிவான நீலத்தில் சக்ரம், சங்கம், கதா, பத்மத்துடன் ஸ்ரீமத்நாராயணன், ஸ்ரீதேவியை அணைத்துக்கொண்டிருக்கும் காட்சி இங்கே வாசுப்போற்றிக்குப் பாழ்வெளிக் கனவாகத் தோன்றிக் கொண்டிருக்கிறது.

❖

6

பல்லவி

வானப் பெருவெளியின் வெறுமையில் மழை கொட்டிற்று. வீட்டின் ஓட்டுக் கூரையினிடையே மாடப்புறா ஒன்று நனைந்த இறகுகளை குளிரால் உதறிக்கொண்டு ஒதுங்கியிருந்தது.

பிருங்கா என் எதிரில் கனவுகளை அளக்கும் மௌனத்தில் கண் நட்டு அமர்ந்திருந்தாள்! ஓட்டுக் கூரையில் ஒதுங்கிய புறாவின் குளிர்ந்த மௌனம்!

"பிருங்கா! நான் தீர்மானமான எந்த முடிவிற்கும் வரவில்லை. இந்தச் செயலுக்கு இன்ன முடிவு என்ற தீர்க்க தரிசனமும் எனக்குக் கிடையாது. நான் கனவு காணவில்லை. நிகழ்ந்தவைகளை உண்மை யென்றே நான் அறிகிறேன். அந்த உண்மைகளை உண்மையாகவே இன்னும் மதிக்கிறேன். எனக்கு நான்தான் முக்கியம். என்னில் நீ அடங்கிவிட்டாய் என்றுதான் இன்னும் நான் கருதுகிறேன்."

அமைதியாக தேங்கிய நீரில் சிறுகற்களை எண்ணி விதைப்பது போல நான் பேசிக்கொண்டேயிருந்தேன். பிருங்கா முடியாக் கனவின் ஆழத்தில் அமிழ்ந்துதான் போனாளோ என்னவோ – அதே மௌனம்.

"நான் வரம்பு மீறிய ஒரு ஆசைக்கு உன்னையும் ஆளாக்கி னேன் என்று சொல்வதற்கில்லை. சில சமயங்களில் ஆசை மனித வரம்பையும் மீறிவிடத்தான் செய்கிறது. மிருகத்தன்மையும் கலந்த மனிதன்தான் உண்மையான மனிதன்."

சட்டென்று நிமிர்ந்து பார்த்த அவள் கண்களிலும் உதடு களிடையேயும் சிரிப்பு நிறைந்தது. அந்த ஏளனத்தில் எனது நியாய வாதங்கள் என்னில் அடங்கிச் சுருண்டன. என் அறிவின் பலவீன மாக பிருங்கா வாய்விட்டுச் சிரித்தாள்.

"உங்களுக்கு இன்று ஏன்தான் இன்னும் தூக்கம் வரவில் லையோ? இது ஒரு வேடிக்கையான வேதனையாகப் போய்விட்டது. எழுந்து வாருங்கள். நான் படுக்கையை எடுத்துப் போடுகிறேன்..."

கொண்டு எழுதிய கோலங்கள். அதன் நடுவில் கூந்தலை கலைய ஆராசனியல் ஆடும் கன்னிப் பெண்களிடையே – கார்த்தியாயினி யும் இருக்கிறாள்!

செண்டையின் உக்ரதாள லயத்தில், குளிரில் நடுங்குவது போல் ஆடிக்கொண்டிருக்கும் பெண்களுக்கு, பணியாட்கள், இளநீர் வெள்ளத்தால் அடிக்கடி அபிஷேகம் செய்கிறார்கள். சில பெண்கள் – சூடிய பூ குலைய, கலைந்த கூந்தல் முகத்தில் அலங் கோலச் சிதறலிட – உதறி உதறி ஆடுகின்றனர். நாகர் தோத்திரம் பாடும் புள்ளுவத்திகள் எதைப் பற்றியும் கவலைப்படாமல் ஒப்பாரி இழைவில், கர்மமே கருத்தாகப் பாடுகிறார்கள். கார்த்தியாயினி, நோம்பு கொண்ட பெண்களின் புனித மஞ்சளாடையில் – கண்மூடி அசையாது அமர்ந்திருந்து – அம்மானையாடுவது போலச் சாய்ந்தாடிக்கொண்டிருக்கிறாள்.

ஒற்றை முண்டு அணிந்து, மெல்லிய பால்நுரை நேரியல் போர்த்தி, மார்பில் கைகளைக் கட்டிக்கொண்டு, நோம்பு நோற்று ஆடும் பெண்களையே பார்த்துக்கொண்டு – கும்பலிடையே அசையாது நிற்கிறார் – வாசுப்போற்றி.

வெயிலின் உக்ரம் ஏற ஏற செண்டை வாத்யத்தின் பிரளய ஓசை திமிலோகப்படுகிறது. பத்மாசனத்தில் நட்டு வைத்த பதுமை களைப் போன்ற பெண்கள், பிணைந்தாடும் உக்ர நாகங்களாக ஆடி மறிகின்றனர். கூந்தலும் மார்க்கச்சைகளும் கலைகின்றன. கண்களில் சீறும் விஷநாகத்தின் ஆக்ரோஷம். முகத்தில், அநீதியை அறுத்தெறியச் சிவக்கும் உக்ரம். நாகர் மகிமையின் ஆக்ரோஷத்தை நேரில் காணும் பயபக்தியுடன் கிராம ஜனங்களின் கூட்டம் அசையாது நிற்கிறது. ஏகாந்த தபஸின் யோகிபோல வாசுப்போற்றி– கார்த்தியாயினியையே வைத்த கண் வாங்காது பார்த்துக்கொண்டி ருக்கிறார். காலம் வெயிலின் நெருப்பாக எரிந்து ஏறிக்கொண்டிருக் கிறது.... எத்தனை நேரமோ...?

திடீரென்று, செண்டை வாத்தியங்களின் திமிலோகத்தையும் மீறி – கார்த்தியாயினி உக்ரதேவியாக அலறிக்கொண்டு வெடிக் கிறாள். அவளது, மென்மையே உருவான பெண்மை, குப்புறக் கவிழ்ந்துவிட்ட மலை முகடுமாதிரி சிதறிக்கொண்டு வெறியாக மாறுகிறது. முகத்தில் சீறிவரும் விஷ நாகத்தின் ஆக்ரோஷம் முந்தி நிற்கிறது. பாலைத்தரையில் பிரம்பு வைத்த பூசாரி – கார்த்தி யாயினியின் உச்சிமேல் திருநீறு எறிந்து மந்திரிக்கிறார். பயத்தில் நடுங்கிய பெண்கள், சீவிய இளநீரை அவள்முன் காணிக்கையாக நீட்டுகிறார்கள்...

செண்டையின் அதிரடி இன்னும் அதிக வலிவுடன் திமிலோகப்படுகிறது. அனைத்தும் துச்சமென, கார்த்தியாயினி – பீறிட்டு சிலிர்த்து ஆடுகிறாள். ஊழிக் காலத்தின் உக்ராவேசம் போல அந்த வேகம்; திடீரென்று, வாசுப்போற்றி மேல் திரும்புகிறது. ‘உம்... இந்த மிலேச்சனை – தெய்வத் துரோகியை; அம்பல வட்டத்தி லிருந்து கரைக்கு வெளியே துரத்து... கார்த்தியாயினியின் மேல் படர்ந்த தெய்வ அருள், ஆக்ரோஷக் கட்டளையாக அலறுகிறது... உம்... துரத்துங்கள் அவனை...’

ஒருகணம் அலைபொங்கிய கடலே அடங்கி அமிழ்ந்தது போலச் செண்டைகளின் ஆரவாரம் சட்டென்று தணிகிறது. நாகர்பறம்பு நிச்சலனமாகிறது. கார்த்தியாயினியைத் தவிர அத்தனை பெண்களும் அருள் விலகி, காடேகுகின்றனர்.

‘...தேவி – நாகரம்மா மஹாமாயே, வாசுப்போற்றி என்ன குற்றம் செய்தாரம்மா...?’ பிரம்பு வைத்த வயோதிகப் பூசாரி பவ்ய சிரத்தை யுடன் கேட்கிறார்.

‘...அவன் கோயில் தீண்டக்கூடாத பாபி. அவன் புழு அரித்த கூடு... விரட்டிவிடு அவனை – நாட்டு எல்லையை விட்டே விரட்டி விடு... உம்...’ அறுத்தெறியும் அலறல். மறுகணம், குழைந்து குலையும் துணிச்சுருள் போல, துவண்டு மண் தரையில் சாய்கிறாள், கார்த்தியாயினி.

வாசுப்போற்றி மெல்ல, கும்பலிலிருந்து குனிந்த தலையும் குமைந்த முகவுமாக வெளியேறுகிறார். காவிற்கு வெளியே மேடமாசத்தின் வெயில் உக்ரமாகத் தகிக்கிறது!

4

இந்த உலகம், மாயை எனும் இருட்டால் ஆனது. ஆலய வட்டமும் தென்னந்தோப்பும், பறங்கிமாவின் மரங்களும் தருக்களும் பூக்களும், ஒற்றை நாழிக்கிணறும், கோயில் உள்ளும் மணிகளும் விளக்குகளும் ஒளி தீபங்களும் ஸ்ரீமத் நாராயணனும் வெறும் இருட்டு, ஆயினும் அந்த லீலாவிநோதன் மட்டும் – பாலாழி நடுவில் – பாம்பணைக் குளிரில், மாதேவியுடன் ஒய்யார பொய் உறக்கம் கொள்கிறான்...

வாசுப்போற்றி – ஊர் எல்லையில் உள்ள தோணித்துறை நோக்கி நடக்கும்போது, அம்பல பரிஜனங்களும், ஊர் மக்களும், அவர் பின்னால் மௌனத்தையே போர்த்திக்கொண்டு நடந்து வந்தனர்...

‘கிருஷ்ணா நான் போகிறேன்... குருக்கத்தீ நான் போகிறேன். அத்தனை நல்லவருக்கும் நமோவாகம். போகிறேன் – நான்!’

வாசுப்போற்றி படகில் அடியெடுத்து வைக்கிறான்... துடுப்புடன் வள்ளக்காரன் தயாராக நிற்கிறான். போற்றி கடைசியாக ஒருமுறை கரையைத் திரும்பிப் பார்க்கிறார்... தொலைவில் தென்னைமரக் கூட்டங்களுக்கப்பால் – ஆலயத்தின் தாமிரக் கூரைக்கு மேல் தனியாக ஒரு பருந்து வானத்தை முட்டிப் பறக்கிறது. மீண்டும், கரையைத் தழுவும் போற்றியின் பார்வையில், பாவியை வழியனுப்ப நிற்கும் ஊர்ப் பெண்களிடையே, கார்த்தியாயினி!

கார்த்தியாயினி!

‘அமுத கலசத்துடன் வந்து நிற்கும் மோகினியைப் போல சீ!...’ வாசுப்போற்றி சட்டென்று முகத்தைத் திருப்பிக்கொள்கிறார்.

அலைகளின் மேல் படகு வேகமாகப் போகிறது. தொலை வெளியின் அடிவான நீலத்தில் சக்ரம், சங்கம், கதா, பத்மத்துடன் ஸ்ரீமத்நாராயணன், ஸ்ரீதேவியை அணைத்துக்கொண்டிருக்கும் காட்சி இங்கே வாசுப்போற்றிக்குப் பாழ்வெளிக் கனவாகத் தோன்றிக் கொண்டிருக்கிறது.

❖

6

பல்லவி

வானப் பெருவெளியின் வெறுமையில் மழை கொட்டிற்று. வீட்டின் ஓட்டுக் கூரையினிடையே மாடப்புறா ஒன்று நனைந்த இறகுகளை குளிரால் உதறிக்கொண்டு ஒதுங்கியிருந்தது.

பிருங்கா என் எதிரில் கனவுகளை அளக்கும் மௌனத்தில் கண் நட்டு அமர்ந்திருந்தாள்! ஓட்டுக் கூரையில் ஒதுங்கிய புறாவின் குளிர்ந்த மௌனம்!

"பிருங்கா! நான் தீர்மானமான எந்த முடிவிற்கும் வரவில்லை. இந்தச் செயலுக்கு இன்ன முடிவு என்ற தீர்க்க தரிசனமும் எனக்குக் கிடையாது. நான் கனவு காணவில்லை. நிகழ்ந்தவைகளை உண்மை யென்றே நான் அறிகிறேன். அந்த உண்மைகளை உண்மையாகவே இன்னும் மதிக்கிறேன். எனக்கு நான்தான் முக்கியம். என்னில் நீ அடங்கிவிட்டாய் என்றுதான் இன்னும் நான் கருதுகிறேன்."

அமைதியாக தேங்கிய நீரில் சிறுகற்களை எண்ணி விதைப்பது போல நான் பேசிக்கொண்டேயிருந்தேன். பிருங்கா முடியாக் கனவின் ஆழத்தில் அமிழ்ந்துதான் போனாளோ என்னவோ – அதே மௌனம்.

"நான் வரம்பு மீறிய ஒரு ஆசைக்கு உன்னையும் ஆளாக்கி னேன் என்று சொல்வதற்கில்லை. சில சமயங்களில் ஆசை மனித வரம்பையும் மீறிவிடத்தான் செய்கிறது. மிருகத்தன்மையும் கலந்த மனிதன்தான் உண்மையான மனிதன்."

சட்டென்று நிமிர்ந்து பார்த்த அவள் கண்களிலும் உதடு களிடையேயும் சிரிப்பு நிறைந்தது. அந்த ஏளனத்தில் எனது நியாய வாதங்கள் என்னில் அடங்கிச் சுருண்டன. என் அறிவின் பலவீன மாக பிருங்கா வாய்விட்டுச் சிரித்தாள்.

"உங்களுக்கு இன்று ஏன்தான் இன்னும் தூக்கம் வரவில் லையோ? இது ஒரு வேடிக்கையான வேதனையாகப் போய்விட்டது. எழுந்து வாருங்கள். நான் படுக்கையை எடுத்துப் போடுகிறேன்..."

அவள் எழுந்து போனபோது புறா இறகுகளால் படபடத்தது. விளக்கொளியில் தெரிந்த கண்ணாடி ஜன்னலின் நீர்த்துளிகள், நிலவில் நட்சத்திரங்கள் போல் மங்கி உருண்டன.

படுக்கையில் இருளில் என் நெஞ்சோடு மார்பை ஒட்டிக் கொண்டு வீணையின் தந்திகளை அழுத்தி, அழுத்தி நெருடுவது போல, பிருங்கா என் மூச்சில் கலந்து கிடந்தாள்.

அவளுடன் நான் கொண்ட தொடர்பு நெருப்பாகக் கொளுத் திற்றா என்றால் அதுதான் இல்லை. நெருப்பு வேறு விளக்கு வேறு!

பிருங்கா என்னுள் உறங்கினாள். விழித்துக்கொண்டு கலகலத்தாள். சிரித்து சிலிர்க்க வைத்தாள். 'இதென்ன வெறுமை' என்று விரக்தியும் தந்தாள்.

சற்று முன்பு நான் பேசிய பேச்சுக்கள், படுக்கையின் அமைதி யில் என்னையே வளைத்தன. என்ன நியாயவாதங்கள்? தனக்காக வளைத்து எழும் நியாயங்கள் உண்மையானவை ஆவதில்லை. அது ஒரு வகையில் தற்குறி நிலை; திருடனும் வக்கீலும் நீதிபதியும் ஒருவனே ஆகும் விசித்திர நிலை!

பிருங்கா என் நெஞ்சச் சருவில் அழகாக உறங்கினாள். என் அருகில் கரையான் ஊர்வது போலப் பழைய நினைவுகள்; செதில் களாக அடர்ந்தன.

"இந்த உலகை நினைக்கும்போது எனக்கு பயமாக இருக்கிறது. வேதா, நான் உங்களைக் கைப்பிடித்த கணவனாக அடையவில்லை. இன்னும் நான் உங்களைப் பெயர் சொல்லியே அழைக்கிறேன். நான் வயதால் பெரியவள். அதனாலேயே எனக்கு பயமாக இருக் கிறது வேதா, எனக்கு பயமாக..."

அவள் வார்த்தைகளை முடிக்கும் முன் விரல்கள் அவள் உதடுகளை மூடின.

"எனக்கு நான்தான் முக்கியம். என்னில் நீ அடங்கிவிட்ட பின்பு பயமெதற்கு?"

இதை நான் ஆயிரம்முறை அவளிடம் சொல்லியிருக்கிறேன். அவள் என்னைவிட வயதில் பெரியவள் என்பது காலமும் கணக் கும் காட்டிய வழி. சூழ்ந்த சுற்றம் அந்த வேற்றுமையில் சிரித்தபோது அவளுக்கு பயமாகப் போய்விட்டது.

இரண்டு ஆண்டுகளுக்கு முன்பு, அவள் வசித்த கிராமத்திற்கு நான் போயிருந்தேன். அன்று நான், காயில் அடங்கிய முதிரா

விதையாக இருந்தேன். உயரமாக வளர்ந்த திடகாத்திரமான அவள் கணவன், வயலில் பாம்பு தீண்டிச் செத்துப்போனான். அது ஒரு விடம் முற்றிய அந்தி வேளை. காலம் கெட்டுப் பொழிந்த சாரல் மழை செம்மண்ணை வறுத்து ஆவியாகப் பொங்க வைத்திருந்தது. வயலில் கரை கட்டிக்கொண்டிருந்த அவள் கணவன், அவசர அவசரமாக வேலையை முடிக்க திணறிக்கொண்டு கரையை ஓங்கி ஓங்கி வெட்டியிருக்கிறான். பாம்புப் புற்று வளர்ந்த மண்ணும் வரப்பும் கருக்கலில் கலந்துவிட்டிருந்தன. அந்த அவசரம்தான் வினையை வகுத்தது. மண்வெட்டி நாவில் புற்று உடைந்து மேல் தோலை இழந்த பாம்பு சீறித் தாக்கிவிட்டது.

வாயில் நுரை வழிய வழிய அவனை வீட்டிற்குத் தூக்கிக் கொண்டு வந்தார்கள். கொஞ்சநேரத்தில் எண்ணெய் விளக்கின் ஒளியில் நீலம் பாய்ந்த வெற்று உடல்தான் மிஞ்சியது.

பிணத்தைச் சுற்றி அக்கம்பக்கத்தினரும், உறவுக்காரர்களும் அழுது அடித்துக்கொண்டார்கள். ஆனால், பிணத்தின் தலை மாட்டில் திறவா மௌனத்தில் அமர்ந்திருந்தாள் அவன் மனைவி, பிருங்கா. அவளை நான் அப்பொழுதுதான் பார்க்கிறேன். வாழ்வே அறுந்து முடிந்துபோன துயரத்தின் இந்த வாய் திறவா மௌன துக்கம் என்னை வியப்பில் ஆழ்த்தியது...

அன்றைய தினத்திலிருந்து – சாவின் வாடை அகலாத அந்த இருண்ட நாளிலிருந்து, அவள் எனக்குப் புதிரானாள். பிருங்கா இந்தக் கரகரத்த பெயரின் புதிர்?

அவள் அழகாக இருந்தாளா என்றால் அது எனக்குத் தெரியாது. ஆனால், மறுநாள் வெள்ளை உடையில் அவளைக் கண்டபோது சட்டை கழற்றிய பாம்பின் மினுமினுப்பை அவள் கண்களில் கண்டேன். அந்தக் காட்சி எனது நிறையாத வயதின் பிரமையோ என்னமோ? சொந்த வயலின் அறுவடை அளக்க வந்த நான், நெஞ்சில் ஒரு புற்றை வளர விட்டேன். கரையான்கள் சிறுக சிறுகச் சுவைத்துக் கட்டிய புற்று! நெஞ்சிற்குக் கரையான்கள்– என் முதிராத எண்ணங்களோ?

பதினாறு நாளும், அந்தக் கிராமத்தின் ஊளையிடும் குமைந்த காற்றின் சூன்யப் பொழுதுகளாக அவள் வீட்டின் அறையிலேயே கடத்தினேன். உள்ளும்புறமும் மௌனம் நிறைந்த அந்தச் சிறிய வீட்டில் அவள் எதற்காகவோ தவம் செய்து கடத்துவதாக எனக்குத் தோன்றியது. வாய்திறந்து அரற்றாத அந்த தவம், என்னில் பயத்தை வளர்த்தியது. அந்த பயத்துடனேயே நான் தினமும் அவள் கண் களை உற்றுற்றுப் பார்த்தேன். அணையாத விளக்குப் போல நாளுக்கு நாள் பார்வை மின்னிற்று...

நாட்களின் கெடு முடிந்ததும் நான் அவசரமாக ஊர் திரும்பத் தயாரானேன்.

புறப்பட்டபோது அவள் எதிர்வந்து நின்றாள். பெயராத கண் களின் பார்வையும் அசையாத உதடுகளும் என் நெஞ்சில் முட் களால் எழுத்துப் பொறித்தன.

"நான் அனாதை!" அவள் சொன்னாள் என்றுதான் நினைக் கிறேன். அல்லது என் பிரமையோ என்னமோ?

ஆனால் –

"நான் இருக்கிறேன். என்னுடன் வா" என்று அழைத்தபோதும், ஊரார் கூடி விசித்திரமாகப் பார்த்தபோதும், அவள் என் பின்னால் மூடிய மௌனத்தில் நடந்து வந்துகொண்டிருந்தாள்.

அதிலிருந்து விந்தைகளையே சுற்றிலும் காண ஆரம்பித்தேன். நெஞ்சு நிறைந்த சோகத்தின்போது கண்நிறைய அழுதால் ஏற்படும் சுகம் போல பிருங்கா. எனது சுற்றத்திலிருந்த நிறைய வசவுகளை ஏற்க வேண்டியவனானேன்.

வெளியே அந்த அலட்சியம் வளர வளர அவள் என் லட்சியமாக வளர்ந்துகொண்டே போனாள்.

விடியற்காலையில் அவள் குளித்து, துலங்கிய எழிலுடன் என்முன் வந்தபோது அவள் கண்களில் ஒருவிதச் சிரிப்பு மலர்ந் திருப்பதைக் கண்டேன்.

"நேற்றிரவு நீங்கள் தூங்கவேயில்லை போலிருக்கிறது." கேட்ட வாறு அலைஅலையான கூந்தலைத் துண்டால் துவட்டிக்கொண்டு அவள் என் அருகில் வந்து தொட்டபோது குளித்தமணம் என் இதயத்தில் சிலிர்த்தது.

"நேற்றிரவு நான் நன்றாகத் தூங்கினேன்" என்று உரக்கச் சொல்லிவிட்டு என் காதருகில் மெல்ல "வேதா! நான் தாயாகப் போகிறேன்" என்று மெல்லிய இதழ்களாக வார்த்தைகளை உதிர்த் தாள்.

அதை அவள் வெளியிடும்போது அவள் முகத்தின் பாவனையை நான் அறிய முயன்றேன். தனது புதிய சூழலில் மகிழ்கிறாளா – மயங்குகிறாளா? என்று தீர்மானிக்க முடியவில்லை. நேற்றைய இரவின் அந்தக் குமைந்த மௌனம், அவள் பாவனை யாகத் தெரிந்தது.

அவள், தன் வேலைகளில் முனைந்தாள். அந்தச் செய்தியை அறிந்த கணத்திலிருந்து – நிலவின் பூரண எழிலை நடுநிசியில் கண்டு கழிப்பது போல, அவள் என் வித்தைச் சுமக்கிறாள் என்று அறிந்ததும், அவளின் இன்னும் இல்லாத புதுமைகள் அத்தனையையும் காண ஆரம்பித்தேன்.

இரவிலே அவள் என் அருகில் வந்து அமர்ந்தபோது செத்துப் போன அவள் கணவனைப் பற்றி எண்ணினேன். மொட மொட வென்று மூங்கில் கழிபோல் வளர்ந்த ஒரு பெரிய மனிதன். சவரம் காணாத முகத்துடன், மண்வெட்டி பிடித்து, தேங்காய் மட்டை போல மரத்துப்போன கைகளையுடைய அவனுக்கு அவள் எப்படி மனைவியானாள்? கோர்த்துக் கோர்த்துப் பார்த்தும் அந்தக் கரகரப் பும் இந்தப் புதுமையும் இணைய மாட்டேன் என்கிறது. தகுதியற்ற அந்தப் பிணைப்பை வயற்கரையில் அந்தப் பாம்பு மட்டும் எப்படி அறிந்தது?

"வேதா!"

என் சிந்தனைகள் கலைந்தன.

"வேதா! என்ன சிந்தனை? நேற்றுப் போலவா? இல்லை முந்தா நாள் மாதிரியா? அர்த்தத்துடனா அர்த்தமில்லாமலா? கனவா, பிரமையா?"

இப்படி அனர்த்தங்களையே தூண்டில் இரையாக வைத்து எப்படி அவள் பேசக் கற்றாளோ? இந்தத் துடிதுடிப்பும் தேர்ந்த அறிவும்தான் என்னை அவள் பால் மகுடி நாதம் போல மயக்கி ஈர்த்தது.

"பிருங்கா! இப்பொழுது உன்னை மறந்து நான் சிந்திக்கத் துவங்கியிருக்கிறேன். உன் பாட்டின் – ராகத்தையும் – தாளவரிசை யையும் இழந்து – முடிவில் பல்லவியை நான் கனவு காண்கிறேன். உன்னை மறந்து தொலைவில் பாதையற்றுப்போன சூன்யத்தில், விடிவெள்ளி போல உன் கருவில் பிறக்கப் போகும் என்னைப் பற்றிச் சிந்திக்கத் துவங்கியிருக்கிறேன் என்னை மறந்து..."

அருகில் அவள் விசும்பல் என் வார்த்தைகளை அறுத்தது. பிருங்கா அழுதுகொண்டிருந்தாள்.

"என்ன பிருங்கா இது? திடீரென்று என்ன வந்துவிட்டது? என்ன சொல்லிவிட்டேன்?"

வெகு நேரத்திற்குப் பின்புதான் அவளிடமிருந்து பதில் வந்தது. "என்னை நீங்கள் மறந்துவிடுவீர்கள்... வேதா! நான் சுமக்கும் கருவே

என் எதிரியாக முளைத்துவிடும் என்று தெரிந்திருந்தால்...” அவள் விக்கினாள்.

“இதென்ன பைத்தியம். என்னைப் பற்றிச் சிந்திக்கிறேன் என்றால் என்னில் அடங்கிவிட்ட உன்னைப் பற்றியும்தான். என்னில் நீ அடங்கிவிட்ட பின்பு பயமெதற்கு?” என் பழைய வார்த்தைகளையே சமாதானமாக்கினேன்.

வழிந்த கண்ணீரில் ஆறுதல் கண்டவளைப் போல பிறக்கப் போகும் குழந்தைகளின் முன் அறிவிப்பு போல அவள் என் மடியில் உறங்க ஆரம்பித்தாள்.

பொழியப் போகும் கருமுகில் போல பிருங்கா வெளிறிக் கொண்டே போனாள். நாட்செல்ல நாட்செல்ல கடல் போல அவள் முகத்தில் அலையின் சிந்தனைகளைக் காண ஆரம்பித்தேன். கடலின் ஆழம் போல அந்த எண்ணங்களை என்னால் அறியவும் முடியவில்லை. அவளுக்கும் எனக்குமான ‘பந்தம்’ அகன்று அவள் எங்கோ தனியாக நின்றுகொண்டு புதிய சாதனைகள் எதற்காகவோ பிரயாசை கொள்வதாகத் தோன்றிற்று. அபூர்வமான பேச்சில், செயல்களில், கலைந்த சிரிப்பில், ரகசியமான அழுகையில் இன்னும் நான் அறியாத ரகசியங்களில் எல்லாமே அவளிடம் ஒருவித வெறுப்பு குடிபுகுந்துவிட்டதை அறிந்தேன். கேட்ட கேள்விகளுக்கு வெட்டிய பதில்களே வெளிவந்தன. அவள் வயிற்றின் சுமை, அவளை அழுத்துவதாக, அவளை அவளிடமிருந்தே திரையிட்டு விலக்குவதாக அவள் பாவனை பேசிற்று.

“பிருங்கா!”

“உம்”

“என்ன இப்படி மாய்ந்துபோகிறாய்? உன் மௌனமும் விசாரங் களும் காணக்காண எனக்கு வேதனையாக இருக்கிறது”

“நான் விசாரப்படவில்லை. நான் எப்பொழுதும் போலவே இருக்கிறேன்.”

“இல்லை நீ மாறி வருகிறாய். பிருங்கா. பிறக்கப்போவது நமது பிணைப்பின் சாட்சி. அதை எண்ணி மகிழ்வதை விட்டு...”

“பிறக்கப்போவது எனது எதிரி. நமது தனி வாழ்வின் இருட்டு வேதா. நான் உங்களைக் கைப்பிடித்த கணவனாக அடையவில்லை. அந்த நிலையில் நான் இந்தச் சுமையை வெறுக்கிறேன். அறுத்துக் கொண்டு விடுதலை பெறத் தவிக்கிறேன்...”

"பிருங்கா !" என் ஆத்திரம்தான் பேசிற்று. விழுந்த அடியில் அவள் அப்படியே அமர்ந்துவிட்டாள். என்னிடமிருந்து அவள் அதை எதிர்பார்த்திருக்க முடியாது...

இரவு; முடியாத கதை போல இருவருக்கு முன்னும் மங்கல் விளக்கின் துணையோடு வழிந்து கிடந்தது.

களத்தில் சந்திக்க நாட்குறித்த பின்பு சந்திக்க நேரும் எதிரி களைப் போல அதற்குப் பின்னர் நாங்கள்... நடந்துகொண்டோம்.

ஆழ்ந்த இரவொன்றிலே, உறக்கத்தால் குரல் கம்மிப்போய் யாரோ இருவர் என் சுவருக்கப்பால் எதைப் பற்றியோ பேசிக் கொண்டிருந்தனர். தெருவின் வண்டிக்காரர்களாக இருக்கலாம். அதை நான் ஏன் அறிந்தேன் என்றால் பிருங்கா வலி தாளாமல் அரற்ற ஆரம்பித்திருந்தாள்.

மருத்துவமனையில் அவளைக் கொண்டுபோய்ச் சேர்ப்பது வரையில் அவளுக்கும் எனக்குமிடையில் அந்தப் பழைய மௌனம் சாட்சி நின்றது. பளிங்குச் சுவர்களின் அப்பால் அறையினுள் அவள் இருந்தாள். மருத்துவமனைப் பணிப்பெண்களும், மருந்து வாடையும், கொல்லன் பட்டறையில் இருப்பது போலப் புழுக்கமான அனுபவத்தைத் தந்தது எனக்கு. புஸ், புஸ் என்ற துருத்தியின் காற்றில் நெஞ்சின் நெருப்பு சிவந்துகொண்டு எரிகிறது. கருமான் ஊதி ஊதி விசுறுகிறான்.

இரவு இருட்டை சூல் கொண்டிருந்தது. அதன் பேறுகாலத் தையும் எதிர்பார்த்துக்கொண்டு கொட்டக் கொட்ட விழித் திருந்தேன்...

தொடர்பற்ற கெட்ட கனவுகளின் முடிவில் விடிவு காலம் ஆகியிருந்தது. மருத்துவப் பணிமகள் ஒருத்தி அமைதியுடன் என்னிடம் வந்து:

"உங்கள் மனைவி பெண் குழந்தை பெற்றாள். ஆனால், துர் பாக்கியம். எங்கள் கவனம் தப்பியபோது சுரவேகத்தில் உங்கள் மனைவி குழந்தைமேல் புரண்டுவிட்டாள். குழந்தை செத்துப் போயிற்று. குழந்தையும் சுகமில்லாமல்தான் பிறந்தது..."

பணிப்பெண் போய் வெகுநேரமாயிருந்தது. பாட்டின் பல்லவி முடிந்துவிட்டது. விடிவின் கரு என் தலை மேல் பாறையாக விழுந்து விட்டது. பிருங்காவே இந்த அபஸ்வர முடிவிற்கு காரணக்காரி யென்று அறிந்தபோது என் நெஞ்சில் வஞ்சம் எரிந்தது.

மருத்துவ விடுதியிலிருந்து பிருங்கா வந்தாள். விடுதியின் வண்டி அவளை வாசலில் இறக்கி விட்டுவிட்டுப் போய்விட்டது. உள்ளே அவளது காலடியை எதிர்பார்த்து முகம் திருப்பி அமர்ந்திருந்தேன்.

வாசலில் நிழல் தட்டிற்று. வெள்ளை ஆடையில் தோலிழந்த பாம்பின் உடல் பளபளப்புடன் கண்களில் அர்த்தமற்ற தெளிவுடன், பிருங்கா என்முன் நின்றாள். சிரித்துக்கொண்டுதான் நின்றாளோ?

என் கண்முன் நெருப்பு பறந்தது.

"என் குழந்தையைக் கொன்றவள் நீ. உன்னை நான் வெறுக்கிறேன்" வெறியில் நான் அலறிவிட்டேன்.

அவள் நல்ல பாம்பின் பெருமூச்சு போல சிரித்துக்கொண்டே நின்றாள்.

"வேதா! உங்களை மட்டும் நான் விரும்புகிறேன்!"

7

பறக்க வேண்டும் என்ற ஆசை

நேற்று – இரவின் உறக்கத்திலே, நான் ஒரு பயங்கர கனவு கண்டு விழித்துக்கொண்டேன். குளித்துக்கொண்டிருந்தபோது, நதித் துறையில் வெள்ளம் வந்துவிட்டது. நுரைத்துப் பொங்கிச் சீறிவரும் வெள்ள வேகத்தில் நீச்சலடித்துக் கைகளும் கால்களும் சோர்ந்து போய் இரைக்க இரைக்க கரை சேர்ந்தபோது, படத்தைச் சிலிர்த்துக்கொண்டு நிற்கிறது, கருநாகமொன்று!

தூக்கத்தில் அலறியடித்துக்கொண்டு நான் விழித்துக்கொண் டேன். அருகில் நிம்மதியாக அரையுறக்கம் கொண்டிருந்த கணவர் என் படபடப்பை உணர்ந்து, “என்ன நீரஜா, கனவு கண்டு பயந்து விட்டாயா?” என்று, கனவை அவரே காட்டியது போல் சர்வ சாதாரணமாகக் கேட்டார். நானும் அந்த அலட்சியத்தின் மறு மதிப்பு போல, “ஆமாம். கனவுதான் கண்டேன்” என்றவாறு திரும்பிப் படுத்துக்கொண்டேன்.

விடியலில் என்முன் மலர்ந்திருக்கும் உலகம், புத்தம் புதியதாக எனக்குத் தோன்றுகிறது. விடிவின் ஒளி எத்தனை பெரிய ‘மாய் மாலங்களை’ தன்னுள் வைத்திருக்கிறது. இரவின் அந்த பயம் எங்கோ போய்விட்டதே. மனது எத்துணை வலுவுள்ளதாகத் தோன்றுகிறது. உலகே தூசுக்குச் சமானம்...

கணவர் எனக்கு முன்பாகத் துயிலெழுந்து, காலை அலுவல் களைக் கவனிக்கப் போய்விட்டார். பரிசாரகர்களும் வசதி வாய்ப்பு களுமாக அவர் எனக்கு நிறையவே வைத்திருக்கிறார். ஆனாலும்–

ஒரு பெண், தான் வரித்துக்கொண்ட புருஷனுக்கு எப்படி யெல்லாம் – எந்த வகையெல்லாம், இணங்கியவளாக, அடங்கிய வளாக – இருக்க வேண்டுமென்பதை நான் அடிக்கடி சிந்தித்துப் பார்ப்பதுண்டு. ‘கணவன்–மனைவி’ என்ற ஏற்பாட்டால், மனைவி என்ற பெண், கணவனுக்கு அடிபணிந்து, அவனுக்குக் குழந்தை பெற்றுக் கொடுக்கும் சுகக்கருவியாக இருக்க வேண்டுமென்பது என்ன நியதி?

நியதியும் – ஏற்பாடுகளும், வாழ்க்கையின் கட்டுத்திட்டங்களும் மனிதப் பிறவியின் அடிப்படைக் கோடுகளாக இருந்தாலும், அனேக சமயங்களில் இந்தக் கோட்டை மீறித் துள்ளுவதிலேயே சுகம் காணு கிறான், மனிதன். ஒரு வகையில் – வரம்புக்கோடுகளை மீறிச் சுகம் காணுவதிலும், அந்த எல்லை மீறலை ஆதியற்ற சுகமாகக் கருதி ரகசியமாக, கனவு காணுவதிலும்தான் வாழ்க்கையின் ரசாவஸ்தை நிர்ணயிக்கப்படுகிறது. தர்க்கங்களும் குதர்க்கங்களும் எதிர்வாதங் களும், விளக்கங்களுமான சிந்தனைகளினால், நான் என்னுள் 'புதுமைப் பெண்ணாக' வளர்ந்திருந்தேன். என்னதான் நான் எனக் குள் மகா சாம்ராஜ்யம் நிறுவிக்கொண்டிருந்தாலும் – சுற்றிலும் மண் குச்சில்களும் துர்நாற்றமும்தான் விரவிக் கிடந்தன. சட்டம், ஒழுங்கு, நியாயம், தர்மம், நேர்மை, தூய்மை, பவித்ரம் – புனிதம் என்றெல்லாம் மாற்றி மாற்றி கோஷிப்பவர்களிடையே என் புதுமை– தீவாந்திரமாக நீரில் எண்ணெய்போல் தனித்து நின்றது. ஆகையால் நிழலை நீர் விட்டழிக்கும் வீண் வேலையிலேயேதான் அமிழ்ந்தேன்.

"நீரஜா, இன்னுமா தூங்குகிறாய்? பாவம், ராத்ரியில் நன்றாக பயந்துவிட்டாய் என்று தோன்றுகிறது... இதோ பார், சரியாக ஒம்பது மணிக்கெல்லாம் நான் செக்ரட்டரியின் பங்களாவில் இருக்க வேண்டும். ஈவனிங், நாம் ரெண்டு பேரும் டிரைவ் இன் டான்ஸ் ஹாலுக்குப் போகப்போகிறோம்..."

குளித்து வந்து – புதிய உடைகளும் தெளிவுமான அவரது வார்த்தைகளில் குதூகலமும் பரபரப்பும் நிறைந்திருந்தன. அவர், படபடவென்று மாடியிறங்கிப் போனபின்பு – எழுந்து போய் கண்ணாடி ஜன்னல் வழியாக வெளியே பார்த்தபோது அவர் காரை ஷெட்டிலிருந்து பின்னுக்கு ஓட்டியே வெளியே வந்து வாசல் கேட்டைத் தாண்டிப் போய்க்கொண்டிருந்தார்.

அனைத்தும் கணநேரத்தில் நடந்து முடிந்துவிட்ட பின்பு – இரவில் கண்ட கனவின் தாக்கங்கள், சுற்றிலும் நிழலாடுவதாகத் தோன்ற, சோர்வு நீங்காதவளாகப் பின்னும் படுக்கையில் வந்து சாய்ந்தேன்.

பஞ்சணையில் அமிழ்ந்த சுகத்தின், அரைச் சோம்பலிலேயே காலகாலமாக அமிழ்ந்து துய்த்திட மனது வாலடிக்கிறது. கண்ணாடி ஜன்னல்களுக்கப்பால் – காலை முதிர்ந்த வெயிலின் வெள்ளி நிற வானச் சரிவில், கறுப்புப் புறா ஒன்று பறந்து ஏறுகிறது. வானம் – பறவைகளின் நீச்சல் வெளியாக விரிந்து கிடக்கிறது. பறந்து பறந்து மனவெளி வானத்தில் சிறகடிகளைத் தாளமிட்டு – திசையெங்கும் மிதந்து போவதில் பறவைக்கான சுதந்திரம் மனித ஜீவிக்கு இல்லை.

மனிதன் – உடல் கனமிக்க, சிறகற்ற பிராணி!

இல்லையென்றும், கூடாதென்றும், செய்யாதே, தொடாதே என்றும், பாபம் என்றும், வேலியிட்டு வைத்திருப்பதால் மட்டுமே– வேலியை எட்டிப்பார்க்க – வேலியை உதறி எறிந்து வரம்பு மீறி, ஆவல் கொளுத்துகிறது. மனோகரமான மத்தாப்புக் கொளுத் தல்கள்!

எட்டிப் பார்த்தால், வேலி வெறும் நிழலென்பதும் பொய் யென்பதும் ஒரு சார்பாரின் சுயநலமென்றும் தெரிகிறது. அதனால், அனைத்து சுகங்களும் ஐயம் திரிபுற உண்மையானதென்றும், எல்லா நல்லதும் ஏற்புடையதென்றும், எல்லாச் செயலும் செய்து பார்ப் பதற்கேயென்றும் – அனைத்தும் பாபமல்ல – தாபம் என்பதும் புலனாகிறது.

இத்தனையும் பொய் மயக்கத்தின் போதை சுகம் போல நிறைந்த கிண்ணத்தின் நுரை தள்ளல் போல மனதில் ஆலவட்டம் வீசின.

காலைப் பொழுதின் களேபரம் – கீழேயிருந்து, பணியாட்களின் கலகலப்பு வழியாக எட்டுகிறது. மாடி ஜன்னலின் தடுப்புச் சுவரில் ஏறுவெயிலின் சுளீர் டாலடிக்கிறது. மெல்ல படுக்கையை உதறி எழுந்து போய் உடையலங்காரக் கண்ணாடியில் என்னையே முழுதும் பார்க்கிறேன்.

உறக்கம் மீண்ட, காலையின் கலைந்த கோலத்திலும் – அப் பட்டமான அம்மணத்திலும் – அழகாக இருக்கிறேன். வசீகரமான முகத்தில், குமிழாகக் குவிந்த அதரங்களில் தீட்டிய கண்களில், புருவங்களில், நெற்றியில், எடுப்பான மார்பு முத்திரைகளில், நாபிப் பொட்டில் இன்னும் கீழே கீழே எல்லா அதலபாதாளத்திலும் – நான் தங்கரேக்கிட்ட அழகானவள்! இந்தத் திரண்ட வசீகரத்தின் அலை உதிர்வில் நான் தரையில் படர்ந்த கொடியாகத் துவளு கையில் – கணவர் என்ற உரிமைக்காரர் காலைப் பொழுதை உதைத்தெறிந்துகொண்டு யாரோ செக்ரட்டரியாம் அவனுக்காக, வண்டியோட்டிக்கொண்டு போயிருக்கிறார்.

கண்ணாடியில் என்னைப் பார்த்து வக்ரமாக நான் புன்னகை காட்டுகிறேன். எனது 'வெவ்வெ'கூட அழகான லாகிரியுள்ள மணம் போல் இருக்கிறது. அதனால்தான் ஒவ்வொருவரும் என்னை...

– கனவில் வந்து படம் சிலிர்த்துக் காட்டிய கருநாகம், கண் ணாடியில் என் பின்னால் தெரியும் வாசலின் திரைச் சீலையாகத் தோன்றிய பிரமையில், ஒரு கணம் திடுக்கிட்டு; பிறகு – திரைச்

சீலையே என்ற உண்மையை மனதில் வாங்கி சுதாரித்து – தயாராகி, பிறகு படியிறங்கி வருகிறேன்.

கீழே – கூடத்தில் பணியாள் மீசைக்காரன் பணிப்பெண்ணின் ஆடையைத் தொட்டு இழுக்கிறான். கறுப்பியே ஆனாலும் இளமைக்காரியான அவள், அவனது காலம் புரியாத அவசரத்தால் திமிறுகிறாள். திமிறிப் பிணக்கால் நிமர்ந்தவள், மாடியிறங்கி வரும் என்னை அறிந்து பயந்து குனிகிறாள்.

காலைப் பொழுது எவ்வளவு மனோகரமான வக்ரம் கொண்டிருக்கிறது. எதையும் அறியாத கணவன், கடமையே கண்ணாக காரோட்டிப் போயிருக்கிறான்.

"அஞ்சலை, இங்கே வா" என்றேன்.

பயந்தவள், என் பின்னாலேயே பணிந்து வந்தாள்.

"குளிப்பறையில் எல்லாம் ரெடியாக வைத்திருக்கிறாயா?"

"ஆமாம் அம்மா. அய்யா குளிச்சு முடிஞ்சு போன உடனேயே உங்களுக்காக எல்லாம் ரெடியாக்கீட்டேன். வந்து... அம்மா..."

"சரி, வேறெதும் கேட்க வேண்டாம். நீ போகலாம்..."

"இல்லையம்மா, வந்து..."

குளியலறைக் கதவை, அவள் முகவாக்கில் அழுத்தி மூடிவிட்டு உள்ளே புகுந்தேன். பாவம், அப்பாவிப் பெண். நான், தனது ரகசியத்தைக் கண்டுவிட்டதாக எண்ணி பயப்படுகிறாள். ஏதோ சால்ஜாப்பிற்காக வார்த்தைகளைப் பொறுக்கத் திணறுகிறாள்.

குளியலறைக் கண்ணாடியில் எனது அந்தரங்கம் வெகு துல்லியமாக இருக்கிறது. இந்தப் படிதுல்லியத்தில் நான் அகந்தை கொண்டிருக்கிறேன். அந்த அகந்தையில் நான் பெருமை கொண்டிருக்கிறேன். இந்தப் பெருமையில் இறுமாப்பு கொண்டிருக்கிறேன். இந்த இறுமாப்பில் நான் என்னையே மூலதனமாக வைத்திருக்கிறேன். இந்த மூலதனத்தைப் பொது முதலாகக் கட்டவிழ்த்து விட்டிருக்கிறேன்.

கட்டவிழ்த்த எனது பிரதிபிம்பம் கண்ணாடியில் வெகுநேரம் சலனம் கொட்டியது. பிறகு, குழாயடியின் வழவழப்புத் தொட்டியின் நுரைக்குவியலிடையே அமிழ்ந்திருந்தபோது; எண்ணலானேன். இரவிலே விளக்கமற்ற கனவுகளால் பதறும் நான், பகலொளியில் கூடு திறந்த பறவையாக எட்டிய மட்டும் பறக்கிறேன். பறக்கும் வானமே பிரபஞ்சம். சிறகுகளும் துணிவும் உள்ளவரையில் அந்த உலகில் நான் சக்ரவர்த்தினி!

நான் சக்ரவர்த்தினியே ஆகையினால் எனது ஆக்கனை வலுவுடையது. எனது சிறகு விரிந்த எண்ணங்களே, சட்டம். எனது சட்டங்களே நிரந்தரமானது. அழிவற்றதும்... மனம் நிறைந்த களிப் பின் – இல்லை. எக்களிப்பின் எதிரொலியாகப் பாடலொன்றை முனகியவாறு – வெளியே வந்தபோது பணியாள் மீசைக்காரன் நிற்கிறான். அவன், எனது நனைந்த கோலத்தின் வெதுமையில் ஒதுங்கிக்கொள்கிறான்.

“வேலா, இங்கே உனக்கென்ன வேலை? நான் குளிக்கும்போது கதவின் ஓட்டை வழியாக நீ பார்ப்பது எனக்குத் தெரியும்... பாவம்...”

“இல்லையம்மா... இல்லையம்மா, போனில் யாரோ கூப் பிட்டாங்க... அம்மா இருக்கிறாங்களான்னு கேட்டாங்க. இதோ கூப்பிடுறேன்னு வந்தேன்.”

“போனா? யாரென்று கேட்பதுதானே?”

“யாரோ ஒரு அம்மாதான், பேசினாங்க... உங்களைக் கூப்பிடச் சொன்னாங்க... அதான்.”

“சரி, நீ போகலாம் – என்றவாறு மாடியேறி, ‘யாராக இருக்க லாம்’ என்ற ஆவல் தீருமுன்பே ரிசீவரை எடுத்து செவிக்கொண் டேன்.

“ஹல்லோ, நீரஜாவா? இப்பொழுதே வரமுடியுமா? என்ன ஆச்சரியமாக இருக்கிறதா? யாரோ பெரிய கம்பெனியின் மிகப் பெரும் தலையாம். ஃபிளைட்டில் போவதற்கு முன்புள்ள அவசரத் தேவையாகும். நல்ல உயர்ந்த சன்மானம் தருவதாகச் சொன்ன பின்பு கொஞ்சம் பிகுவுடன்தான் ஒப்புக்கொண்டேன். உடனே வா. ஓகே. குட்மார்னிங்...”

ரிசீவரைக் கீழே வைத்தபோது குளித்த நுரைபோல வியப்புப் பொங்கிக்கொண்டே இருந்தது. மனிதமனங்களின், உல்லாசம். ஆதாம் ஏவாள் காலத்திலிருந்தது போலவே இதுநாள் வரை சலிப் பின்றி சடையின்றி, தொய்வின்றி தேய்வின்றி – நடந்து வருகிறது. அன்று அடர்ந்த காட்டுவெளியில். இன்று – நிறைந்த சமூக களேபர மத்தியில். யாருக்கென்ன?

கண்ணாடி எதிரில் அலங்காரம் செய்துகொள்ளும்போது கழிந்துபோன இரவின் கனவில் ஏற்பட்ட பயம், எனது உள்ளத் திமிர்ப்பில் பனிபோல் காணாமலாகிவிட்டதையும் உணர்ந்தேன்.

இரவிலும் இருட்டிலும்தான் பலமும் அபாயமும் நிறைந்திருக்கின்றன. விரிந்த துணிவால் சிறகு விரித்துப் பறக்கும் பகலின் பொழுதில், பயமும் சங்கோஜமும் ஒளிந்துபோய்விடுகின்றன.

கணவன் காரை எடுத்துச் சென்றிருந்ததினால் – வாடகை வாகனத்தில் – அழைத்தவளின் சங்கேதம் நோக்கி விரைந்தேன்.

"நீரஜா, வந்துவிட்டாயா, எங்கே பகற்பொழுதென்று நீ வராமல் இருந்துவிடுவாயோ என்று நினைத்தேன்." சங்கேதத்தின் தலைவி செல்வச் சீமாட்டியாக மாளிகை வாசலிலேயே நின்று மாமிசக் குவியலாக முகம்மலர நின்று எனக்கு வரவேற்புப் படித்தாள்.

"மாலையில் கணவருடன் டிரைவ் இன் டான்ஸ் ஹால் புரோக்கிராம் இருக்கிறது. நல்லவேளை, நீ பகல் என்கேஜ்மெண்ட் என்றதும் நல்லதாகத்தான் போய்விட்டது... யார் ஆசாமி, எங்கே?" என்று உள் நுழைந்தேன்.

"ஏதோ பெரிய ஃபாரின் கம்பெனி செக்ரட்டரியாம். இந்த ஊர்க்கிளை ஆட்கள் அவருக்காக அரேன்ஜ் பண்ணின விருந்தில் இதுவும் ஒரு அயிட்டம். உம். கேரி ஆன்..."

பிரபஞ்ச வளையம், நிலா முத்துகளால் பின்னப்பட்டது. பகட்டும் படாடோபமும், செருக்கும் செல்வாக்கும் அந்த முத்துகளை டாலடிக்கச் செய்கின்றன.

என்னை விருந்தாக அணிய வந்த அந்தச் செல்வந்தருக்கு வேகம் இருந்த அளவு விறுவிறுப்பு இல்லை. மோகம் இருந்த அளவு வேகம் இல்லை. பகலின் – நடுப்பொழுதின் உக்ரம் தணியும் முன்னரே அவர் பரிபூரண திருப்தியுடன் எனக்கு விடையளித்தார். இனியும் வருகை நிகழும்போதெல்லாம் என்னையன்றி மற்றொன்றை நாடேனென்று கைமேல் அடித்தார். இந்த மாதிரி அனுபவம் தன் மாளிகையில் இருந்தால் வெளியே வேட்கை நினைவே இல்லாமலிருந்திருக்குமென்றார். 'வந்துவிடேன் என்னோடு. வான ஊர்தியில் பறந்து வரலாம் இந்தப் பாரெல்லாம்' என்று கூந்தலில் விரல்கோதி விரும்பி அழைத்தார். வருந்தி வேண்டிக்கொண்டார். எனக்கு உரிமை கொண்டவர் உண்டென்று சொன்னபோது வியப்பால் முகம் பருத்தார். 'அவரால் உன் மனம் குளிரவில்லையா' என்று மூக்கின்மேல் விரல் வைத்தார். காட்டு நெருப்பில் குளிர்காயப் பிடிக்கவில்லை என்றேன். விதவிதமான கணப்புகளின் இதமான சூடு எனக்குப் பிடிக்கும் என்றேன். நிறைய மனம்விட்டு, வாய்விட்டுச் சிரித்தார். சிரித்தேன்...! விடைபெறும் முன்பே காரின் குழல் ஒலி கேட்டது. ஈவினிங் ஃபிளைட்டில்

போக வேண்டும். நேரமாகிவிட்டது. அதுதான் கூப்பிடுகிறார்கள் என்று கதவைப் பதமாக அழுத்தி அடைத்து விடை பெற்று வெளியே சென்றார்.

– அனைத்தும் அப்படி அப்படியே இருக்கின்றன. மறுபடியும் எனது மாளிகையின் மன அறை. இப்பொழுது நான் கணவருக்காக புதிய அலங்காரத்துடன் காத்திருக்கிறேன்.

விடிந்து, பொழுதாகி – மாலை வரும் முன்பு, எத்தனை சலனங்கள் நிகழ்ந்தேறிக் கலைந்துவிட்டன. வீடு, வாசல், மனைவி, சுகம், வாழ்க்கை என்ற கவலையில்லாமல், துயில் கலையுமுன்பே எழுந்தோடிவிட்ட நாயகன் எதை அறிந்தான்?

வெளியே தோட்ட மலர்கள், வீசும் காற்றில் சிலிர்த்து ஆடு கின்றன. காற்றோடு பறந்து வரும் – வர்ண வேறுபாடு கொண்ட வண்டுகள் எல்லா மலர்களிலும், கால்கோர்த்து, உள்வாங்கி – தேன் இழுத்துப் பறந்து போகின்றன... இதையே ஏன் மனதின் பார்வை தொடுகிறது? பறக்க வேண்டும். நிர்வாண வானத்தில் தளர்வற்று நெடுந்தொலைவைப் பறக்க வேண்டுமென்ற தாகமா? மோகக் கிறுக்கா?

“நீரஜா, விளக்குகூட ஏற்றாமல் என்ன அப்படி ஜன்னலருகில்? சிந்தனையா? நான் வர நேரமாகிவிட்டதே என்ற கோபமா?”

“நீரு... இன்று என்னை மன்னித்துவிடு. டிரைவின் டான்ஸ் ஹாலுக்கு நிச்சயமாக நாளையே போய் வருவோம். காலையிலிருந்தே ஒரே பிஸி. அந்தக் கம்பெனி செக்ரட்டரியைத் திருப்திப்படுத்த அவனுக்கு உபசரணைகள் செய்து அவனை உரிய காலத்தில் ஃபிளைட்டில் அனுப்பி வைத்துவிட்டு வருவதுவரையில் போதும் போதும் என்றாகிவிட்டது... நீரஜா, கோபமா?” என்றவாறு அருகில் நெருங்கி முகத்தோடு குனிந்தபோது மத்தியானத் தொடர்பின் அந்த எவனோ அதிகாரியின் பரவசம் இவர் கண்களில் நிறைந்திருந்ததோ?

யாரோ பணியாள் வந்து விளக்குகளை ஏற்றிவிட்டுப் போனான். வெளிச்சம் வந்துவிட்டது.

❖

8

சினிமா

தேவாசுர யுத்தத்தின்போது தமுசி எனும் அசுரன் தேவேந்திரனைச் சிறை கொண்டான். அந்த அரக்கன் இந்திரனிடம் சொல்வான்: இரவிலோ பகலிலோ, ஈரம் கொண்டதோ வறண்டதோ ஆன ஆயுதத்தினால் நீ என்னைக் கொல்வதில்லையானால் நான் உன்னை விடுதலை செய்வேன்? என்றான். இந்த ஒப்பந்தத்தை தேவர்க்கரசன் ஏற்றுக்கொண்டான். ஆனால், ஒரு அந்திப்பொழுதில் இந்திரன், கடல்நுரையினால் தமுசியின் கழுத்தை நெறித்துக் கொன்றான் –

யுத்மம் ஸந்தமநர் வாணம் சோமபானச்யுதம்
நரம வார்ய க்ருதும்

சூக்தம் 92, ஸ்லோகம் 8

தேவேந்திரனின் செயல்களில் எவ்விதமான விக்கினங்களையும் செய்ய முடியாது. ஏனெனில் அவன் சோமரசபானம் செய்பவனும், அனைவருக்கும் தலைவனும், ராக்ஷஸர்க்கு எதிரியுமானவன் –

அன்று அவனுக்கு விடுமுறை நாள். விடிந்ததிலிருந்தே, மனசு, காரணம் சொல்ல முடியாத ஒருவித மூட்டமான கலவரத்தில் ஆழ்ந்திருந்தது.

“என்ன இது இன்னைக்கு இப்படியே உட்கார்ந்து இருக்கிறியோ? எழுந்துபோய் குளித்து காரியம் பார்த்துவிட்டு வந்தால் காலை காபி காரியம் ஆகிவிடும். லீவு நாளென்றால் உங்களுக்கு இப்படித்தான். காபிப் பாடுமுடிய பதினொருமணி. அப்பறம் சாப்பாட்டுக்கு மூணுமணி நாலுமணி. ஒரு வேலையும் ஓடாது” என்று அரற்றினாள் அவன் மனைவி.

குழாயைத் திருப்பிவிட்டு அதனடியில் அமர்ந்திருந்தபோதும் அவன் மனவட்டம் மங்கல் இருட்டில்தான் ஊசலாடியது. என்ன காரணம்? எதற்காக இப்படி? என்ன வரப்போகிறது? சாவு காரியமா? சங்கடமா? விபத்தா? குழந்தைகளுக்கு ஜுரமா? மனைவிக்கு பிரசவ காலம் போலவா? அலுவல் துறையில் ஸ்டிரைக்கு ஸத்தியாக்ரக

சமாட்சாரமா? சிநேகிதனிடம் மனக்கசப்பா? என்ன? என்ன? ஒன்றுமே இல்லை. பிறகு, என்ன வந்துவிட்டது? இல்லாததற்கு ஒரு கவலையா?

"என்ன செய்துகொண்டிருக்கியோ குழாயடிலே போய். மணி பத்தடிக்கப் போவுது. நான் வந்து முதுகு தேய்ச்சு விடணுமா?" என்று – திறந்த பாதிக் கதவருகில் வந்து நின்றாள் மனைவி.

"எல்லாம் ஆச்சு இதோ வந்திட்டேன். இன்னைக்கு உனக் கென்ன இவ்வளவு அவசரம்? எங்கேயாவது போகணுமா?"

"ஆமாம். எல்லா இடத்திலெயும் கூட்டிக்கொண்டு போய் அலுத்துப் போனியோ. நானும் எல்லாம் பார்த்துப் பார்த்துச் சலிச் சாச்சு. இனி ஒண்ணுமில்லே. கல்யாணமாகி ஒரு பிள்ளை பெற்ற உடனேயே எல்லாம் முடிஞ்சுபோச்சே..."

"ஆரம்பிச்சாச்சா? இப்பிடி ஏதாவது ஒண்ணு கிடக்க ஒண்ணு சொல்ல வந்திருவேன்னுதான், பேசாமலே இருந்தேன். இன் னைக்குப் பாரு, என்ன காரணம்னு தெரியாது. மனசே சரி யில்லை–"

"ஆமா உங்களுக்கு என்னைக்குத்தான் சரியான மனசா இருந்தது. இன்னைக்கு ஞாயிற்றுக்கிழமை எங்கியாவது போகணும். கொள்ளணும்னு சொல்லீரப் போறேன்னிட்டு மனசு சரியில் லைன்னு ஒரு சாக்கு... சரி, சரி சீக்கிரமா குளிச்சிட்டு வாங்கோ..."

குளித்து வந்து, காலை உணவிற்காக அமர்ந்திருந்தபோதும், அவன் கலகலப்பில்லாமல் ஒரு மாதிரியாக இருந்ததைக் கண்ட போது மனைவியே பேச்சைத் துவக்கினாள்.

"தோசையைச் சாப்பிடுங்கோ. எதையாவது நினைச்சு சும்மா ஏன் மனசைப் போட்டுப் புண்ணாக்கிக்கணும்? ஒண்ணுமே இல்லைன்னு நினைக்கிறது. என்னவெல்லாமோ இருக்கிறதுன்னு நினைச்சு கஷ்டப்படறதும் எல்லாம் மனசுதான். வேண்டாததை எல்லாம் ஏன் நெனைக்கணும்?... இந்தா பாருங்கோ. இன்னைக்கு அந்தப் புது தியேட்டரிலே நல்ல சினிமா ஒண்ணு வந்திருக்குதாம். எதுத்த வீட்டு அக்கா, அவங்க வீட்டுக்காரங்களோட போய்ப் பார்த்திட்டு வந்திட்டாங்க. ரொம்ப நல்ல கதையாம். பாத்தா புருஷன் பெண்டாட்டி ரெண்டு பேரும் சேந்து பாக்கணுமாம். நம்ம சின்னவன்கூட பாட்டி வீட்டுக்குத்தானே போயிருக்கான். இன்னைக்கே போயிட்டு வந்திரலாம். உங்க மனசுக்கும் கொஞ்சம் நிம்மதி கிடச்ச மாதிரி இருக்கும்."

அவள் பேசிக்கொண்டிருந்தபோதே வாசற்படியருகில் மெல்லிசாகக் கத்திக்கொண்டே வந்த பூனை – இங்கே இவன் சாப்பிடும் பக்கமாக வந்து, உட்கார்ந்திருந்து அவன் அருகில் வாலைத் தூக்கி உராய்ந்தவாறு, குனிந்து அமர்ந்து சாப்பிடும் அவனைப் பார்த்து மியாவ் கொட்டியது. சட்டென்று நிமிர்ந்து பார்த்த அவன், என்ன நினைத்தானோ கையிலெடுத்த தோசைத் துணுக்கைத் தட்டிலேயே எறிந்துவிட்டு, சட்டென்று பூனையின் வாலை எட்டி இறுக்கமாக இழுத்து வாசற் கதவில், நச்சென்று மோத வீசியெறிந்தான். 'சனியன் பிடித்த ராஸ்கல்' என்று ரௌத்ரா காரமாக விருட்டென்று எழுந்தவனை – ஒன்றுமே புரியாதவளாக– கணவனின் இந்தத் திடீர் செய்கையால் கொஞ்சம் பயப்பாடு கலந்த பார்வையால் அவனை அளந்தாள்.

அவளது முகத்தில் அப்போதிருந்த பாவத்தில் எதையும் கேட்கத் தோன்றாதவளாக – கை அலம்பத் தண்ணீரை எடுத்துக் கொடுத்தாள். 'உங்களுக்கு இன்னைக்கு என்ன வந்துவிட்டது' என்று மட்டும் மெதுவாகக் கேட்டாள். அவனது கண்கள் குடிகாரனது போலச் சிவந்து இருந்தன. அவளிடம் எதுவுமே பேசாமல், துண்டால் முகத்தை அழுந்தத் துடைத்துக்கொண்டு அவன் உள்ளே போனான்.

பயமிரட்சி தணிந்த பூனை, உடம்பை நாக்கால் நக்கியவாறு – திண்ணையோரத்தில் மலங்க விழித்துக்கொண்டிருந்ததைப் பார்த்தபோது அவளுக்கு வருத்தம் வருத்தமாக வந்தது.

சினிமாவில் பக்கத்தில் அமர்ந்திருந்த அவனை, கலகலப்பு அடையச் செய்ய அவள் என்னவெல்லாமோ பேச்சு கொடுத்துப் பார்த்தாள். புது தியேட்டர். மாடி அமைப்பு விசித்திரமாகவும் உயரமாகவும் அழகாகவும் இருப்பதையும், தம்பதியினர் – இளம் காதலர்களுக்கு வசதியான பாக்ஸ் அமைப்புகள் பற்றிச் சொல்லிவிட்டு, லேசாக அவன் தொடைமேல் கிள்ளினாள். சிரித்தாள். ஸ்டக்கோ பதித்த சுவரில் – முத்தமிடக் குனியும் காதலர்களின் புகை ஓவியங்களைச் சுட்டிக்காட்டி – 'அந்தப் படத்தில் இருப்பவனும் உங்களை மாதிரி உம்மணாமூஞ்சி முகத்தை வைத்துக்கொண்டு நிற்கிறான். அவள்தான் வெட்கத்தையும் மறந்து முத்தமிட உன்னுகிறாள்' என்று சொல்லி அவனைத் தூண்டி விட்டாள்.

பின்புற சீட்டில் யாரோ செருமுவதுபோல் இருக்கவே அவள் திரும்பிப் பார்த்தாள். கொடுக்கு மீசையும், கழுத்துவரை வளர்த்திய

சுருள் கிராப்பும் சைட் பர்னுமாக ஒரு இளைஞன். திரும்பிய இவளைப் பார்த்து லேசாகச் சிரித்தானோ? இத்தனை நேரம் பேசியதெல்லாம் இவன் நிச்சயம் கேட்டுக்கொண்டுதான் இருந்திருக்க வேண்டும். பொது இடம் – பக்கம் பார்த்துப் பேச வேண்டுமென்ற முன்யோசனை இல்லாமல்போனது பற்றித் தனக்குத் தானாகவே நொந்துகொண்டாள். இல்லாவிட்டாலும் இப்படி வரம்பு மீறி அளவளாவும் சுபாவம் அவளுக்கு இல்லைதான். காலையிலிருந்தே சுரத்து இல்லாமலிருக்கும் கணவனைக் கொஞ்சம் குளிர்ச்சியடையச் செய்யலாம் என்றுதான் ஏதேதோ பேசினாள். இப்போது அவளருகில் பொம்மையாக அமர்ந்திருக்கும் கணவன்மேல்தான் கோபம் கோபமாக வந்தது. அவனால்தானே – பின்னால் இருக்கிறவன் அப்படி இளக்காரமாகப் புன்சிரிப்புக் காட்டும் நிலை வந்தது?

அதன்பிறகு அவளும் மௌனமாக அமர்ந்திருந்தாள். அவனும் தியேட்டரின் அமைப்பையும், கீழே இருந்து வரும் கூச்சலையும் அரங்கில் சன்னமாக முழங்கும் வாத்திய இசையையும் கூர்ந்து கொண்டிருந்தான். மனதில் மூட்டம் போன்ற அந்த 'அல்லாட்டம்' இருந்துகொண்டே இருந்தது.

அவர்களது இருக்கையினருகில் சுவரில், குழல் விளக்கொன்று முழுக்க முழுக்க எரியப் பிரயாசைப்பட்டு வெட்டி வெட்டி எரிவதும் முணுக்கென்று அணைவதுமாக இருந்தது. புது தியேட்டரில் அதுவும் முதல் வகுப்பு இருக்கை அருகில் கவனித்து நல்ல விளக்கை மாட்டியிருக்கலாம் – என்று மட்டும் அவனால் நினைக்க முடிந்தது. அந்த நினைவின் முடிவிலேயே அத்தனை விளக்குகளும் அணைந்து – திரையில் காட்சி ஆரம்பமாயிற்று.

இளம் உள்ளங்களை – பரவசமடையச் செய்வதற்கென்றே திட்டமிட்டு – ஒவ்வொரு காட்சியாக அமைந்த திரைப்படம். இரட்டை அர்த்தம் தொனிக்கும் பாட்டுகள். நீச்சல் குள ஜலக்கிரீடைக் காட்சிகள். நீரில் மிதக்கவிட்ட தக்கைபோல் மனதை அல்லாடவிட்டிருந்த அவனுக்குக் காட்சிகள் ஒவ்வொன்றும் அர்த்தமற்ற அதிகப்படிகளாகத் தோன்றின. உடல் உறவு – அது பற்றிய அந்தரங்கம் பற்றியெல்லாம் கனவாக மட்டும் கண்டு கொண்டிருக்கும் வாலிப உள்ளங்களைக் கிள்ளிவிட்டு வேடிக்கை காட்டும் இந்த மாதிரி அதீதமான திரைச் சாகஸங்களால் சமூகத்தில் கலந்துவிடும் விஷ ஓட்டம் பற்றி அவன் எண்ணினான். எண்ண, எண்ண, வெறுப்புதான் நுரைத்துக்கொண்டு அதிகமாகி வந்தது.

குளிக்கும் அரையாடைக் கதாநாயகிகளை நனைந்த கோலத்திலேயே கதாநாயகன், கட்டிலறைக்கு அள்ளியெடுத்து ஓடி வருகிறான். அரங்கத்தில் – இளவட்ட புளகாங்கிதத்தின் ஒரே

கூச்சல், விசில் முழக்கங்கள், ஆபாச சமிக்ஞை ஓசைகள். 'ஜமாய் வாத்தியாரே' என்ற உற்சாகக் குரல்கள். இங்கே மாடியின் உயர் வகுப்புகளில்கூட அங்கிங்காக, கார உணவை ருசிப்பது போல – 'உஸ்' கொட்டல்கள் கேட்கத்தான் செய்தன. கதாநாயகனையும் நாயகியையும் தனியறையில் விட்டுவிட்டு தந்திரமாக இடைவேளை அமைந்தது.

விளக்கொளியில் அனைவரது முகத்திலும், தகாத காரியத்திற்குத் துணைநின்ற பாவமும்; நமட்டுச் சிரிப்புகளுமாக இருந்தன. யார் யாரோ வெளியே போனார்கள். ஸ்வீட், சிகரெட் விற்கும் பொடியன்களின் நடமாட்டம் கூச்சல் பரபரப்பு...

பின்பக்கத்து இருக்கையில் அமர்ந்திருந்தவன், எழுந்து இங்கே இவள் சீட்டின்மேல் கையை ஊன்றி, இயல்பாக ஊன்றுவது போல லேசாக அவள் கழுத்து மயிரில் விரல் பட்டுவிட்டு போனான். அவள் சட்டென்று திரும்பிக்கொண்டவள், கணவனின் அசையாத மௌனக் கோலத்தைக் கண்டபோது, 'என்ன இது இவ்வளவு நேரம் தூங்கினீர்களா இல்லை சினிமா பார்த்தீர்களா?' என்று கேட்டாள்.

"ஆமாம். நல்ல சினிமா எடுத்திருக்கானுக. இதையெல்லாம் தான், நாம வீட்டிலேயே கண்டுக்கிடலாமே. இப்படிப் படம் எடுக்கிறதைவிட, இவனுகளெல்லாம் ஏதாவது தேவடியாத் தொழில் பண்ணி சம்பாதிக்கலாம்."

"உங்களுக்கு எதுதான் பிடிக்குமோ, கூட்டத்தைப் பார்த் தீர்களா? எவ்வளவு பெரிய மனுஷங்க குடும்பம் பெண்டாட்டி பிள்ளை எல்லாம் பார்க்கிறாங்க. உங்களுக்குப் பிடிக்கல்லே. சாமியார் மாதிரிதான் பேச்சு..."

"நமக்குப் பிடிக்கிற காரியத்தையெல்லாம் நடுத்தெருவிலே செய்ய முடியுமா? ஒவ்வொண்ணுக்கும், ஒவ்வொரு ரீதி வரம்பு முறை இருக்கு. அதை மீறினா அசிங்கம்தான்."

கலர் குடித்துக்கொண்டிருக்கும்போதே – பின்சீட்டுக்காரன் சிகரெட்டும் புகையுமாகத் தாண்டித் தாண்டி வந்தவன் இருக்கையில் வந்து அமரும்போது வாய்ப்புகையை வேண்டுமென்றே இவள் கழுத்துச் சரிவுப் பக்கமாக ஊதினான்.

"சீ... விவஸ்தை கெட்டதுகள். 'புகை பிடிக்காதீர்' என்று போர்டு வேறு" என்று கணவன் பக்கமாக மெதுவாக முணு முணுத்தாள் அவள்.

“என்ன?” என்று கேட்டான் புருஷன்.

“பின்னாலெ இருக்கிற ஜன்மம் பார்த்தா படிச்சவன் மாதிரி தெரியுது. சிகரெட்டுப் புகையை முதுகுமேல் ஊதுறான். அப்போதே புடிச்சுப் பார்க்கிறேன், நாம பேசிக்கிறதை உத்துக் கேட்கிற மாதிரி கவனிக்கிறான். அசப்பிலே பார்த்தால் நமட்டுச் சிரிப்பு வேறு காட்றான்” என்று மெல்ல அவன் காதருகில் சொன்னாள் அவள்.

இவன், அப்பொழுதுதான் சட்டென்று திரும்பி அந்த ஆசாமியைப் பார்த்தான். வழக்கமான, ஒரு ‘ரோமியோ’ மூஞ்சிக்காரன். யாரோ பார்வையால் கொஞ்சம் எச்சரிப்பது போல் காட்டிவிட்டு அதுவரையான மௌட்யத்தை விட்டு மனைவியிடம் கலகலப்பாக இருக்க முயன்றான். “நல்ல படம் எடுத்திருக்கான் போ. இவனையெல்லாம் உதைக்கணும். விவஸ்தை கெட்ட காலமாப் போச்சு. இந்தக் கண்றாவியைப் பார்க்க நாமளும் பணம் கொடுத்து வந்திட்டோம். வந்ததே வந்தோம், மிச்சத்தையும் பார்த்துத் தொலைப்போம். கலர்க்காரன் கையிலே பாட்டிலைக் கொடுத் திட்டியா... சாக்லெட் ஏதேனும் வேணுமா..?” இனியும் என்ன வெல்லாமோ கேட்டான். அவளுக்கும் கணவனின் புதிய சுறுசுறுப்பு சந்தோஷமாக இருந்தது. சுவரில் குழல்விளக்கு மட்டும் அணைந்து நிமிஷம் மினுக்கிட்டு அணைந்து பிரகாசித்துக்கொண்டிருந்தது.

மறுபடியும் காட்சி ஆரம்பித்தபோது, கட்டிலறையில் நாயகனும் நாயகியும் போதை தெளிந்த அயர்வில் ஒருவரையொருவர் அணைத்தவாறு உறங்கிக்கொண்டிருந்தனர். அறைக்கு வெளியே வேலைக்காரக் கிழவன், ஆவி பறக்கும் பெட் காபியுடன் கதவைத் தட்டுகிறான்.

அரங்கத்தில் ஒரே கும்மாள சலசலப்பு. காரியமறியாத கோமாளி வேலைக்காரன் கதவின் சாவித்துவாரம் வழியாக உள்ளே பார்த்து வெட்கமாக நடிக்கிறான். அரங்கில் கெக்கெச் சிரிப்பு, கூச்சல், சீட்டியடிப்பு...

தன்னையறியாமல் அவனுக்கும் கொஞ்சம் வாய்விட்டுச் சிரிக்கத் தோன்றுகிறது. சிரித்துவிட்டு மனைவியைத் திரும்பிப் பார்த்தபோது அவள் முகம் உர் என்று இருப்பதை அந்த மங்கலிலும் அவனால் உணர முடிந்தது.

“ஏன் உனக்கு ரசிக்கலையா? எனக்கே சிரிப்பு வருகிறது. நீ என்னடாவென்றால்...”

“பின்புற ஆசாமி, சீட்டுக்கு அடி வழியாக என் காலை நெருடுகிறான். முதுகுக்குப் பின்னால் புடவைத் தலைப்பு

அலைக்கிறான்” என்று அவன் பக்கமாகக் குனிந்து மெதுவாகச் சொன்னாள்.

“யாரு அவனா?”

“அதே ராஸ்கல்தான்.”

“உம்–”

காலை உணவின்போது, வாயை உயர்த்தி – உடம்பை வளைத்து மியாவ் கத்தி எரிச்சல் வளர்த்திய பூனையின் வட்டக் கண்கள் அவன் மனதில் பெரிது பெரிதாக வட்டமிட்டன. குரோதம், ஆக்ரோஷம், வஞ்சம், வெறி, அத்தனையுமே நெஞ்சுள் சிறிது சிறிதாகப் பற்றிப் படர்ந்து பெருநெருப்பாக மூண்டே விட்டது.

“திரை அரங்கில் இம்சிக்கிறான். பட வேண்டாத இடத்தில் விரல் நீளுகிறது. எழுந்து வாருங்கள். சினிமாவும் வேண்டாம். கண்றாவியும் வேண்டாம்–”

“பொறு” – என்று அவள் கைகளை அமர்த்தி, “நீ இந்தப் பக்கம் வந்துவிடு” என்று எழுந்து தன் இடத்தில் அவளை அமர்த்திவிட்டு அவள் இருந்த இடத்தில் அவன் அமர்ந்தான். அவள் இடம் மாறிக்கொள்ள எழுந்தபோதும் பின்னவனின் நீட்டிய காலில் தடுமாறிக் கீழே விழப் போனவளைச் சட்டென்று பின்னால் இருந்தவன், ‘ஆபத்பாந்தவன்’ போலப் பிடிக்கக் கை நீட்டினான். இவன் என்ன நினைத்தானோ; சட்டென்று ஓங்கி ஒரு அறை – அந்த நீட்டிய கையில் விழுந்தது. கைகளை இழுத்துக்கொண்டவனின் முகக் கோணலும் வக்ரமும் அவன் கவனிக்கவில்லை.

எதையும் அறியாத மன்றம் – திரைக் காட்சி ரசத்தில் அமிழ்ந்தே கிடந்தது. டூயட் பாட்டொன்று – பின்னணி இசை களேபரத்துடன் அதிர்ந்துகொண்டிருந்தது. படபடவென்று டிரம்பட் ஓசை அது இதுவென்று பாட்டும் கூத்துமாகத் திரையில் என்னவெல்லாமோ நடந்தவண்ணமிருந்தன. முடிவே இல்லாத வாதனையாக படம் நீண்டு போவதாக அவனுக்குத் தோன்றியது.

படம் முடிந்து வெளிச்சம் வரும்போது – பின்னால், அடிபட்ட அந்த ஆசாமியின் முகத்தைப் பார்த்து; ‘பிடித்துக் கொள்’ என்று மூஞ்சியில் ஒரு குத்து விட்டு; ‘ராஸ்கல் இனிமேல் சினிமாவில் பக்கத்து அன்னியப் பெண்களை நோண்டாதே’ என்று காறி உமிழ வேண்டும்... சே. அதெல்லாம் ரசாபாசமான அவக்கேடாக முடிந்தால்... அவளும் உடனிருக்கிறாள்... முகம் தெரியாத

எத்தனையோ பேர்கள்! இப்போது மூவருக்கு மட்டுமே தெரிந்த சங்கதி – கும்பல் அத்தனைக்கும் அம்பலமாகும்போது... 'சே, என்ன செய்வது..' மனத்தினுள் வஞ்சம் – காலையில் அந்தப் பூனை போல வாலை உயர்த்தி முதுகை வளைத்து – வளைய வளைய வந்தது.

டக்கென்று விளக்குகள் பிரகாசித்தன. காட்சி முடிந்து அனைவரும் எழுந்து போய்க்கொண்டிருந்தார்கள். இங்கே சுவரில், மினுக்கிட்டெரியும் கணநேரத்துப் பிரகாசத்தில் பின்பக்கம் அவனைப் பார்த்ததும், வக்ரமாகச் சிரிக்கிறான்.

எழுந்த மனைவியை முன்னால் நடக்கவிட்டு, இவன் மெல்ல நகர்ந்தபோது – அவனும் நடந்து இவன் பின்னால் வருகிறான். விளக்கு அணைந்து, பின்னும் மினுக்கிட்டபோது – அவன் முகத்தில் அதே குரூரமான வஞ்சச்சிரிப்பு. இவன் திரும்பிப் பார்த்ததும் அவன் – மாடிச் சுவரருகில் கீழே – கலைந்து போகும் கூட்டத்தைப் பார்ப்பது போல ஒரு கணம் நிற்கிறான்.

– இங்கே மாடியின் கும்பல் அனைத்தும் வெளியே போய்க்கொண்டிருக்கிறது.

ஒரு கணம்.

விளக்கு, மறுபடியும் இருட்டாகிறது. அவனுக்கு என்ன தோன்றியதோ? மாடிச்சுவரருகில் பராக்கு பார்த்துக்கொண்டிருந்த அவனை – பட்டென்று குனிந்து – கால்களை வாரி கீழே தள்ளிவிட்டு பரபரவென்று – முன்னால் போய்க்கொண்டிருக்கும் மனைவியின் தோளைத் தொட்டுக்கொண்டு நடக்கிறான்.

குழல் விளக்கு மீண்டும் ஒளிவிட்ட போது, மாடி அரங்கத்து கும்பல் அனேகமாக வாசலைத் தாண்டியிருந்தது.

மாடிப்படிகளில் இறங்கும்போது அவள் சொன்னாள். "வேகமாக வாருங்கள். பின்னால் அவன் வந்தால் தொந்தரவு. கையை வேறு நீட்டிவிட்டீர்கள்..."

"அவனா? வர மாட்டான்..." அவன் சொல்லும்போதே 'யாரோ பால்கனியிலிருந்து தவறி விழுந்திட்டாங்க' என்று கும்பல் எல்லாம் அவசர அவசரமாக, ஓடிக்கொண்டிருந்தது.

"யாரோ விழுந்திட்டாங்களாமே?" என்ற மனைவியிடம்: "யாராய் இருந்தால் நமக்கென்ன? நட சீக்கிரமா?" என்ற கணவனின் நிர்த்தாட்சண்யம் அவளுக்குப் புரியவே இல்லை.

❖

9

ராஜா தெரு

இக்வாகு வம்சத்தினனாகிய அஸமதி என்னும் ராஜனுக்கு, பந்து, ஸுபந்து, ஸ்ரதபந்து, விப்ரபந்து என நான்கு புரோகிதர்கள் இருந்தனர். ஒரு சமயம், மன்னன் அவர்களைப் பதவிநீக்கம் செய்து விட்டு பதிலுக்கு குள்ளர்களான இரண்டு ரிஷிகளை புரோகிதர் களாக்கினான். இதனால் கோபமுற்ற மகன்கள் நால்வரும் மன்னனைப் பலவாறு தூற்றினர். இதையறிந்த குள்ள ரிஷிகள், ஸுபந்துவைக் கொன்று தீர்த்தனர். ஸுபந்துவின் மற்ற நண்பர்கள் தமது உயிர் பாதுகாப்பிற்காக விச்வதேவதைகளைத் துதித்தனர். இவர்கள் – இவர்க்கென இயற்றிய ரிக்வேத சூக்தம் – மறுநாட் டிற்குச் செல்லும் கிருகஸ்தன் துதிப்பானாயின் முக்தி கிட்டும்.

தவ த்யு மந்தோ அர்சயோ க்ராவே
வோஜ்யுதே பிருஹத்
உதோதே தன்யதுர்யதா ஸ்வாநோ அர்த த்மனோதிவ:

அக்கினியே – உனது கிரணங்கள் சோபை மிக்கதாகும். கல்லினைப் பொடியாக்குவது போல, எதிரிகளை நிர்மூலம் செய்வதில் நீ மேன்மை மிக்கவன், நீ பேரொளி மிக்கவனாகும். உனது ஒலி மேக கர்ஜனத்திற்கு ஒப்பாகும்...

சூக்தம் 25, ஸ்லோகம் 8

இப்படி அனுபவம் முன்பு எனக்கு ஏற்பட்டதில்லை. எனக்குக் கொஞ்ச வயசுதானே? ஒரு வேளை – இன்னும் அறிவும் அனுபவங் களுமெல்லாம் வளர வளர இதைவிட விசித்திர அனுபவங்களையும் விசித்திரமான நபர்களையும் கண்டு கேட்டு, அறிய நேரிடலாம். ஜானகியைப் போல ஒருத்தியை நான் பழகி அறிவது இதுவே முதல் தடவை.

ஏங்கல்ஸின் கருத்துகள், மார்க்ஸின் சித்தாந்தங்கள், கூலி, மூலதனம், உழைப்பு, நம்பிக்கைகள், யுத்தம், ராட்சஸ கருத்துகள் கொண்ட வல்லரசுகள், வியட்னாம் போர், அணுசக்தி, இத்யாதி இத்யாதிகள் பற்றியெல்லாம் ஜானகிக்கு, அக்குச் சுத்தமான

அபிப்ராயங்கள் இருந்தன. அந்த மாதிரி பெரிய காரியங்களிலிருந்து சட்டென்று நழுவி, 'புதுமை' இலக்கியத்திற்கு வருவாள். கிரேக்கப் பழமையிலிருந்து பேசுவாள். பிரெஞ்சு, ரஷ்யமொழியின் தத்துவ விளக்கங்களே ஒசத்தியென்பாள். பாரத இலக்கியத்தின் அடிநாதம் சமஸ்கிருதம் என்பதற்கு, அழுத்தம் திருத்தமாக விளக்கம் சொல்லித் தீருமுன்பே கர்நாடக சங்கீத ருசிக்கு வருவாள். ராகங்களின் துல்லிய சங்கதிகளை இழையாகப் பாடிக்கூடக் காட்டுவாள்.

இப்படி எல்லா விதத்திலும் எனது ரசனைக்கு, கனவிற்கு, சபலத்திற்கு, ருசிக்கு, இங்கிதத்துக்கு அனுசரணையான ஒரு பெண் பிள்ளையை நான் கண்டறிவது, வாழ்வில் எனக்குக் கிடைக்க முடியாத பேறாகப் பெருமிதம் அடைந்தேன்.

ஆரம்பத்தில் – நண்பர் சுப்பையா அவளைப் பற்றி ரொம்ப ஒரு மாதிரியான அபிப்பிராயம் கொண்டது போலத்தான் தகவல்களைச் சொன்னார்.

"பிரஸ்காரர் நாயிடு வீட்டுக்கா போயிட்டு வர்றீங்க? அய்யோ அங்கே அந்த அம்மா இருந்திருக்குமே? படுசங்கடமா போயிருக்குமே உங்க பாடு... உங்களுக்கும் கொஞ்சம் இலக்கியம் அது இதுன்னு ருசிக்கிற விஷயம் அவங்களுக்குத் தெரிஞ்சதுன்னா உங்க பாடு திண்டாட்டம்தான். ஆமா, பார்த்தீங்களா அவங்களெ? இல்லெ நாயிடுகிட்டே மட்டும், பேசிட்டு வந்திட்டீகளா?"

"யாரைச் சொல்றீங்க சுப்பையா? பிரஸ்ஸிலே நாயுடு சம்சாரம் இருந்தாங்களே. அவங்களையா சொல்றீங்க? ஆமா, அவங்களுக்கென்ன? அவங்ககூடத்தான் பிரஸ் வேலையை எல்லாம் கவனிச்சுக் கிடுறாங்க போலிருக்கு. அதான், நான் போயிருந்தப்போ நாயுடுகாரு இல்லே. என்ன ஏதுன்னு அந்த அம்மாதான் விசாரிச்சாங்க. நான் போன காரியத்தெ சொன்னேன். இந்த மாதிரியாக்கும், ஒரு புஸ்தகம் போடணும். அதுக்கு எஸ்டிமேட்டு கேட்டுப் போகலாம்னு வந்தேன், அப்பிடீன்னேன். அவங்களும் என்ன புஸ்தகம், எப்படி, எந்த வகை – என்றெல்லாம் கேட்டாங்க. நானும் பூரா விஷயத்தையும் சொன்னேன். எழுத்தாளங்க, இலக்கியம் அது இதுன்னு நல்லாத்தான் எழுதுறாங்க. புதிசா அப்பிடி ஒரு குரூப் தோன்றி இருப்பது தமிழ் இலக்கியத்திற்கு நல்ல ஒரு விடிவு காலம்னாங்க. கஷ்டம். எழுதறதும் இல்லாமெ, கைப் பணத்தைச் சிலவு பண்ணி புஸ்தகம் போட்டு அவதிப்படுற கதிகேட்டிற்காக ரொம்ப வருத்தப் பட்டாங்க. நல்லா விஷயம் தெரிஞ்சவங்க, பழக்க வழக்கமும் நல்லாதான் இருந்தது. அழகாகக்கூட இருந்தாங்க. நாயுடுவுக்கும் இவங்களுக்கும் காதல் கல்யாணமாமே? அவங்களே பேச்சு வாக்கில் சூசகமாகச் சொன்னாங்க..."

"அப்படி வாங்க... அதையெல்லாம்கூடச் சொன்னாங்களா? அப்போ முதல் புருஷனை விட்டு வந்த பழைய கதையையும் சொல்லியிருக்கணுமே?"

"அதென்னமோ அதையெல்லாம் சொல்லலே. சூசகமாகத் தான் பேசிக்கொண்டோம். இலக்கியம், அது இதுன்னு விஷயம் திரும்பின ஒடனே, எனக்கு மலைப்பா போச்சு. மற்ற விஷயங்கள் எல்லாம் பெரிசாகூடப் படல்லே... அடேங்கப்பா, நல்லா விஷயம் தெரிஞ்சவங்களா இருக்கிறாங்க. சும்மா சொல்லக் கூடாது. இந்தக் காலத்திலே, பெண் பிள்ளை, பண்டிதைன்னா வெறும் பண்டிதையா இருப்பா. சொஸைட்டி லேடின்னா, அதுதான் அந்த டம்பத்தை விட்டா வேற உலகம் தெரியாது. ஏன் அரசியல் காரியம்னாகூட சும்மா, கொஞ்சம் மேடைப் பேச்சு, உள்ளூர் தில்லுமுல்லு அரசியல் இதோட சரி. அதையெல்லாம் பார்க்கும் போது இவங்க ஆல்ரவுண்டு. அவங்ககிட்டெ பேசிக்கிட்டே இருந்ததிலே போன காரியத்தையே மறந்திட்டேன்."

"பாருங்க, இனி ரொம்பவும் நெருங்கிப் பழகினா உங்களையே மறந்திடப் போறீங்க... ஜாக்கிரதை. அந்தப் பழக்கம் புற்றுக்குள்ளார விழுற கை மாதிரி. சரி. நான் அவசரமா கொஞ்சம் ஸ்டேஷன் பக்கமா போகணும். பிறகு பார்த்து எல்லாச் சங்கதிகளையும் சொல்றேன்..."

நண்பர் சுப்பையா மகா குறும்பன். அவர் ஆரம்பத்தில் இப்படி அரைகுறையாகத்தான் விட்டுச் சென்றார். ஆனால், நான் இப்போ, ஜானகியம்மாளிடம் ரொம்ப தூரம் பழகிவிட்டேன். அவளைப் பற்றி நிறைய தெரிந்துகொண்டேன். முப்பத்தி ஐந்து வயது. ஆனால், தோற்றத்தில் அவ்வளவு வயது கண்டுகொள்ள முடியாது. நல்ல உயரமாக வளர்ந்த மஞ்சள் நிறமேனி, தி.ஜானகிராமன் கதாநாயகி போல பவ்வியமான, பவித்ரமான பரிபக்குவமான பெண்மை. இந்த மாதிரி அழகான ஒருத்தி எப்படி இருக்கவேண்டுமென்று நான் கற்பனை செய்திருந்தேனோ அந்தப் பரிபூர்ணத்துடன் ஜானகி இருந்தாள். இந்த மாதிரி பெருமை நிறைவு கொண்டவள். தன் அந்தரங்கத்தில் சற்றே பிழைபட்டவளாக இருந்தால் இருந்துவிட்டுப் போகட்டுமே. விவகாரங்களின் உண்மை அடிப்படையை சிந்திக்கத் தெரியாதவர்களுக்கு, குற்றம் குறைகளெல்லாம் சாமன்யமாகி விடுகிறது. ஒரு காரியம் இன்னமாதிரியாக நேர்ந்தது என்றால், இன்ன அடிப்படையில் அது இவ்வாறுதான் நிகழும் என்று விளக்கத் தெரிந்தவனுக்கு அறிவுக்கண் விசாலமானது என்று நான் கருதுகிறேன்.

ஜானகி, பிரஸ்காரர் நாயுடுவின் இரண்டாவது துணை. அவர், ஆள் பரமயோக்யன். நாற்பத்தி ஐந்து வயதுக்காரர். நிறைய படித்தவர். தமிழில் பண்டிதர். ஆர்வமும் அதிகம். உலா, பிரபந்தம், சிலம்பு, குறள், அகம், புறம் – எல்லாம் அத்துப்படி. பிரஸ்ஸில் பழைய ஏட்டுச் சுவடிகள் அச்சேற்றிக் காட்டும் வேலை சதா நடந்தது. மகாமகோபாத்யாய உ.வே.சா என்றால் நாயுடுவுக்கு தெய்வம் வேறில்லை.

– இந்த நல்லவிதமான நாயுடுவுக்கு, ஜானகி வந்து வாய்த்ததில் அதிசயம் எதுவுமில்லை. (சுப்பையா என்ன மனிதர்!) ஜானகியிடம் அவருக்கு அபாரக் காதல். எல்லா விஷயத்திலும் ஜானகியின், அபிப்பிராயத்தையும் ஆலோசனையையும் கேட்பார். 'அங்கே கேட்டீங்களா? அவளே சொல்லீட்டாளா? அப்போ சரி. அப்பிடியே செய்துப்பிடலாம்... ஜானகியும் வந்துடட்டுமே. அவளையும் ஒரு வார்த்தை கேட்டுக்கலாம்.' எல்லா விஷயத்திலும் இதுதான். திடீரென்று பழைய ஏட்டுப் பிரதியொன்றைக் கையிலே தூக்கிக்கொண்டு, கண்ணாடி மூக்குத் தண்டில் நழுவி விழ குடுமி பறக்க, ஜானகியின் மேஜையருகே ஓடிவருவார். பிரஸ்ஸின் சடக் சடக்கோ, மற்ற இடையூறுகளோ, அவரையொன்றும் செய்துவிடாது. 'இங்கே பாரு ஜானகி. இது பதினாலாம் நூற்றாண்டுக் கவிதை. காதிலே தோடையணிந்து மார்பிலே கச்சிறுக்கிய, தமிழ் நாச்சியார் ஒருத்தி மதுரையை ஆண்டு வந்தாளாம். அவளைப் பற்றி வட்டநாடன் புலவன் என்றொருவன் பாடல் யாத்திருக்கிறான், நாலு வரி படிக்கிறேன் கொஞ்சம் கேட்டுக்கோ:

> வட்டநாடன் கவிச் சிங்கம்
> செட்டி வாழும் மதுரையின்
> சிடிடு ராணி மாரியம்மை
> தோடணிந்த வட்டழகி – செஞ்
> சாந்தணிந்த வட்டமுலை...

இன்னும் நாலு வரியை பூச்சி தின்னு இருக்கு. மேலே படிக்கவா' என்று சுவைக்கச் சுவைக்க – ஜானகியின் முன்வந்து காதல் பொங்க நிற்பார். நாயுடு ரொம்ப விசித்திரமானவராக எனக்குப் பட்டது. நான் பார்த்துப் பழகியிருந்த அளவில் அவர்கள் இலட்சிய தம்பதிகளாக வாழ்ந்து வந்தனர்.

– எங்களுக்குள், பழக்கம் மிகவும் வளர்ந்திருந்தது! ஒருநாள் – நான் அவர்கள் வீட்டிற்குப் போனபோது, ஜானகி பாடிக் கொண்டிருந்தாள். எவ்வளவு அழகான பாடல். புரட்சிக் கவிஞரின் 'பாண்டியன் என் சொல்லைத் தாண்டிப் போனான்டி' – எனும்

பாடலை அனுபவித்துப் பாடினாள். எனக்குப் புல்லரித்தது. தமிழென்றால் – அதுவும் பழந்தமிழ் மயக்கம் எனக்கு ரொம்ப உண்டு. அன்றைய தமிழனின், வீரம், விவேகம், காதல், போர் முறை, அறவழி – இதெல்லாம் கதையாக வீராவேசமாகக் கேட்க, படிக்கப் பிடிக்கும். பாரதிதாசன் கவிதைகள் என்றால், சிற்றிலக்கியமென்றால், குறவஞ்சிப் பாடலென்றால், பள்ளு வகையென்றால் – எல்லாம் மெய்சிலிர்க்கும். அழகான ஒரு செந்தமிழ்ப் பாடலை எனக்குப் பிடித்தமான ஒருத்தி பாடுகிறாள். பாட்டு முடிவது வரையில் வாசலிலேயே அமர்ந்திருந்து அந்த இனிமையைப் பருகினேன்.

“ரொம்ப நேரமாக வந்து காத்துக்கிட்டு இருக்கீங்களா, மாது? என்னமோ இன்னைக்கு மனசு காலையிலிருந்தே சரியில்லை. வாங்க, உள்ள வந்து உட்காருங்களேன். என் மனசு ஒரு பீத்தை மனசு. ஒரு தூசு வந்து பட்டாலும் தாங்கிக்கொள்ள முடிவதில்லை. நாயை, எங்கே வேணாலும் அடிங்க. அது காலைத்தான் நொண்டும். அதுபோலத்தான், எனக்கு, ஒண்ணுன்னா மனசு குழம்புது. என்ன செய்யிறதுன்னு புடிபடாமெ அலைஞ்சேன். பிரஸ்ஸிலே ஒரு வேலையும் ஓடல்லே. நாலு மணிக்கே வந்திட்டேன். மேலே மாடியிலே குடியிருக்கிறானே பையன், அவனுக்கு ரெண்டு நாளா ஜுரம், ஹோட்டலுக்குப் போகல்லே. இந்த ரெண்டு நாளா, கஞ்சியாக்கி எடுத்துக்கொண்டு, கீழுக்கும் மேலுக்கும் போயிட்டு வந்தேனா அவருக்குப் பிடிக்கல்லை. அவரைப் பற்றி – உங்களுக்கும் இன்னும் நல்லாத் தெரியாது. அச்சுக்கூடத்திலெ, எப்பவும் என் மேஜை முன்னாலே, சிரிச்சிக்கிட்டு வந்து நின்னு, ஒவ்வொரு கிண்ணாரமா பேசுவாரே அந்த நாயுடுகாருவைத்தான் நீங்க கண்டிருக்கீங்க. பாவம், அந்தப் பையனுக்கும் எனக்கும், அக்கா தம்பி வயசிருக்குமா? அதுக்கு அவரு ஏதேதோ பேசினாரு. ரெண்டாம் தாரமா வந்தவன்னா எப்படியோ இருப்பான்னு மனசிலே எண்ணம் போலிருக்கு. பையனும் ஹோட்டல் பரிசாரகனா இருந்தாலும் சிவப்பா, லட்சணமா இருக்கிறானா? இவருக்குப் பொறுக்கல்லே. ஆண் புத்தி – வாழையடி வாழை என்னு சொல்லுவாங்களே. ஆண்களின் சந்தேக புத்தியும் இப்படித்தான் வாழையடி வாழை புத்தி. என்னதான் படிச்சு அறிஞ்சு பழைய குப்பையை எல்லாம் கிளறி, புதிசா காட்டுகிற மேதாவிலாசம் இருந்தாலும், தான் தனதுன்னு வரும்போது அசமஞ்சு போவுது. என்னையும்தான் பாருங்களேன். ஏதோ – உலகம் அது இது – நல்லது கெட்டது, இயல்பானது என்றெல்லாம் பிறருக்குச் சொல்லத் தெரியுது. யோசிச்சு அடுக்கத் தெரியுது. தன் காரியம் – மன பாதிப்பு என்று வரும்போது, குழாயடி அஞ்சலையும்

நானும் ஒண்ணும் வித்தியாசமில்லேன்னு சமயத்திலே தோணுது – அவரு, ஏதோ வேண்டாததை எல்லாம் பேசினாங்க. சந்தேகம் என்கிற காக்காய் கண் விழுந்துட்டுது... அப்புறம் குடும்ப சந்தோசம் ஏது? பாவம் அந்தப் பையன். தூரம் தொலைவிலிருந்து இங்கே வந்து, ஹோட்டலில் யார் யார் எச்சிலோ அளக்கணும்னு அமஞ்சிருக்கு. அக்கா, அக்கான்னு வந்தபோது மனசு கேக்கலே. மாடியேறிப் போனேனா? அதற்குக் காலையிலே ஒரு நாடகமே நடந்திட்டுது. எல்லா காரணுவுமா மனசு நிம்மதியே இல்லை. அதுதான் பாடத் தோணிச்சுது. பாடினேன். அமிழ்ந்து பாடும்போது ஏற்படுகிற சுகம். கரைந்து போகிற மன அழுக்கு இருக்கிறதே – அனுபவிச்சுத்தான் அறியணும். நீங்க வந்து ரொம்ப நேரம் இருக்கா துன்னு நினைக்கிறேன். நான் பாட அமர்ந்து அரைமணிதான் ஆகிறது. இப்படி உட்காருங்களேன்."

உட்காரத்தான் தோன்றியது. அவள் பேசியதற்கெல்லாம் மேலாக, அவள் பாடிய பாடலும், அந்த இரங்கல் பாவமும்தான் மனதில் ஆலவட்டமிட்டது.

"உங்களுக்கு இசையில் இத்தனை ஆழ்ந்த பயிற்சி இருப்பது எனக்குத் தெரியவே தெரியாது. எனக்கும், கொஞ்சம் இந்தக் கிறுக்கு உண்டு. உங்களுக்கு மனக் கஷ்டமில்லையானால், இன்னுமொரு பாட்டுப் பாடுங்களேன் என்று கேட்டிருப்பேன். உங்களுக்கு நல்ல சாரீர சுத்தம் இருக்கிறது..."

"மாது, நீங்கள் என்னை ரொம்பவும் புகழுகிறீர்கள். அவ்வளவு பெருமைக்கும் நான் தகுதியுடையவளானால், எனக்குத் திருப்திதான். ஆனால், இப்போது, மறுபடியும் நான் உங்களுக்காகப் பாட முடியாத நிலைமைக்கு வருத்தப்படுகிறேன்... மாது, நீங்கள் வித்தியாசமாக எண்ண வேண்டாம். இனியொரு முறை உங்களுக்காக அவசியம் பாடுவேன்..."

"என் துரதிர்ஷ்டம். நான் வந்த வேளை சரியில்லை. சரி, அது போகட்டும், நாயிடுகாரு சொன்னதை நினைத்துக்கொண்டு மனதைப் போட்டுக் குழப்பிக்கொள்ளாதீர்கள். இதெல்லாம் சகஜம். நாயுடுவும் அப்படியொன்றும், அடாப்பிடியான ஆள் இல்லையே?"

"அதனால்தான் சகித்துக்கொள்கிறேன். எனக்கும் இதை விட்டால் வேறு கதியில்லையே. ஆனாலும் பொறுமைக்கும் சகிப்புத் தன்மைக்கும், வரம்பு கண்டவள் நான்."

"அப்போ நான் வருகிறேன். உங்களிடம் நிறைய பேச வேண்டு மென்று ஆவலோடு வந்தேன். உங்கள் மனநிலை சரியில்லை. இனியொரு சமயம் வருகிறேன்."

விடைபெற்று எழுந்தபோது, மச்சிலிருந்து அந்தப் பையன் இறங்கி வரும் சத்தம் கேட்டது.

"என்னக்கா நான் அப்போதே காப்பி கேட்டேனே? உன் பாட்டு முடிஞ்சாவது, காபி வரும்னு இவ்வளவுநேரம் படுத்திருந்தேன். அதான், காணோமேன்னு எழுந்து வாறேன்..."

"இதோ மாது சார் வந்தாரா, கொஞ்சம் பேசிக்கொண்டிருந்து விட்டேன். நீயேன் எழுந்து வந்தே? நல்ல ஆள்தான் போ... போய்ப் படுத்துக்கொள். நிமிஷத்தில் காபி கொண்டு வாறேன். மாது சார்தான் புறப்பட்டுவிட்டாரே..."

எனக்கு என்னமோ போலிருந்தது. என் பாவ மாற்றத்தைக் கூடக் கவனிக்காமல் உள்ளே போனாள், ஜானகி.

– இந்த நிலையில் நாயுடுவை எண்ணிப் பார்த்தபோது – அவர் பக்கத்தில் திராசு கொஞ்சம் தூக்குகிறதோ? வாசலில் இறங்கியதும், சாக்ஷாத் நாயுடுவே எதிரே வந்துகொண்டிருந்தார்.

"வணக்கம்" என்றேன். நிமிர்ந்து பார்த்த – அவரது பார்வை நன்றாக இல்லாததைக் கண்டுகொண்டேன்.

"தம்பி, நில்லுங்க... எங்கே, நம்ம வீட்டுக்குத்தானே வந்திட்டுப் போறீங்க? போதும். இனிமே, உங்க இலக்கிய விசாரமெல்லாம் வேறு எங்கியாவது வச்சுக்கிடுங்க. இது வீடு. நீங்க நினைக்கிற மாதிரி அவளொன்றும் பெரிய மேதாவி இல்லை. நாம, நல்லவங்க, மேதாவின்னு நினைச்சிருக்கிறவங்க எல்லாம் ஒரே நிமிஷத்திலே – தத்தாரின்னு நிறம் மாறித் தெரியிற வரைக்கும் போக வேண்டாம். உங்களுக்கு நான் அதிகம் சொல்ல வேண்டாம். சரி. அம்புட்டு தான். போயிட்டு வாங்க..."

நாயுடு விடுவிடுவென்று வீட்டிற்குள் புகுந்தார். நான் அங்கேயே அயர்ந்து நின்றுவிட்டேன். எதிரே தெருவோரப் பெட்டிக்கடையில், சைக்கிளை வைத்துக்கொண்டு நின்றவனும் கடைக்காரனும், என்னைப் பார்த்து நமட்டுச் சிரிப்பு சிரித்தார்கள்.

உலகத்தில் என்னவெல்லாம் விசித்திரங்கள் நடக்கின்றன? இன்னதுதான் நடக்கலாம். இவையெல்லாம் நடக்கக் கூடாதென்று வகையா, சட்டமா? கொஞ்சம் பரந்து சிந்திக்க ஆரம்பித்தால் சாமியார்கள் சொல்வது மாதிரி, உலகே மாயம்! 'இன்று குடிப்போம், நாளை செத்து மடியலாமே' என்ற சோம்பேறித் தத்துவத்தினூடே வாழ்ந்துவிட்டுப் போகவும் மனசு சபலம் கொள்கிறது. மனசு குரங்கு

செய்கை கொண்டது. பூமாலை குரங்கிற்குத் தெரியுமா? கண்ணாடியை குரங்கு அறியுமா? மனிதன் மனவெளி அரங்கிற்குள் குரங்குதான். அதாவது குரங்குதான் மனிதன் என்பதை எந்த சபையிலும் அடித்துச் சொல்வேன். பெரிய வாழையின் அடியில் சின்ன வாழை முளைக்கும். வாழையடி வாழை. குரங்கிலிருந்து மனிதன்.

நண்பர் சுப்பையாதான் வந்து சொன்னார். "தம்பி, விஷயம் தெரியுமா? ஜானகி – நாயுடு உறவு முறிந்துவிட்டது. அவங்க இப்போ நாயுடுகூட இல்லெ. இப்போ மணிக்கூண்டு பக்கம் ராஜா தெருவிலே சின்ன வீட்டிலெ குடியிருக்கிறாங்க. நேற்று, நான் அவங்களெ ராஜாத் தெருவிலெ சந்திச்சேன். 'அட என்ன இங்கேன்னு' கேட்டேன். இப்போ இங்கேதான் – தொண்ணூற்றி ரெண்டாம் நம்பரிலே குடியிருக்கேன்னா. உங்களைக் கண்டா அவசியம் இந்தச் சேதியை மறந்திராம சொல்ல வேறு சொன்னா... இவ்வளவுக்கும் நாயுடுக்கும் இவங்களுக்கும் ஒத்துக்காம பிரிஞ்சிக் கிட்ட சங்கதி, கடைசியிலே பிரஸ்ஸிலே நாயுடுதான் சொன்னாரு. நீங்க போயி பாருங்க. உங்க பேரிலே என்ன இருந்தாலும் அவர் களுக்கு ஒரு கரிசனம் இருக்குது, விடாதீங்க..." என்றவாறு இடக்காகச் சிரித்துவிட்டு சைக்கிளில் ஏறிப் போய்விட்டார், சுப்பையா.

நான் ராஜா தெரு தொண்ணூற்றி ரெண்டாம் நம்பர் வீட்டைத் தேடிப் பிடித்துப் போய்ச் சேர்ந்தபோது, விளக்கேற்றிக் கொஞ்ச நேரம் ஆகியிருந்தது. ஜானகி மேஜை விளக்கடியில் அமர்ந்து ஏதோ எழுதிக்கொண்டிருந்தாள்? ஹோட்டலில் வேலை செய்யும் அந்தப் பையன் – நாயுடு ஜானகி வீட்டு மாடியில் குடியிருந்தவன் – இங்கே குளியல் அறையிலிருந்து, குளித்துவிட்டு, துண்டால் தலையைத் துவட்டியவாறு வந்துகொண்டிருந்தவன், 'ஜானகி... நீ என்ன இது, எப்பப் பார்த்தாலும் எழுத்து, படிப்பு? நல்ல நேரம் பார்த்து எழுத உக்காந்திட்டியா? கடைத் தெருவுக்குப் போக வேண்டாமா' என்று கேட்டவாறு வந்தவன், நான் நுழைந்ததைக் கண்டதும், 'இதோ மாது சார் வந்திருக்கிறார்' என்று சட்டென்று வாய் நிறைய என்னை வரவேற்றாலும், அந்தச் சந்தர்ப்பம், அவர்கள் இருவரது முகத்திலும் அசட்டுக் களையை வழிய விட்டிருந்தது.

"நான் சும்மாதான் இந்தப் பக்கமாக வந்தேன். சுப்பையாவும் சொன்னார்; வீட்டைக் கண்டாயிற்று. இப்போது எனக்கு அவசரமாக ஒரு வேலை இருக்கிறது. போய்விட்டு சாவகாசமாக இனியொரு சமயம் வருகிறேன். நீங்களும் எங்கயோ வெளியே கிளம்பத் தயாராகிற போலத் தெரியுது – நான் வருகிறேன்."

அவர்களது பதிலுக்குக்கூடக் காத்திராமல், தெருவில் இறங்கி மளமளவென்று நடந்தேன்.

குளித்துவிட்டு, தலையைத் துவட்டியவாறு வரும் அந்தப் பையனின் தோரணை – பழைய அக்காமுறை போய், 'ஜானகி' என்ற உரிமை நிமிர்ந்த அழைப்பு – நாயுடுவிடமிருந்து பிரிந்து வந்துவிட்டதாக சுப்பையா சொன்ன செய்தி, எல்லாமாக என் மனதில் ஆலவட்டம் சுழன்றன. மனசு, குரங்கு மனசுதானே, எதை வேணுமானாலும் தீர்மானம் செய்யும், ஆனால், இனியொருமுறை அந்தப் புதுமைப்பெண் ஜானகியைப் பார்க்கப் போக வேண்டாம் என்ற எண்ணத்தை மட்டும் உறுதியாக்கிக்கொண்டேன். எனது நடை துரிதமாகியது – ஆமாம் – திரும்பிப் பார்த்தபோது – ராஜா தெருவைத் தாண்டி வந்திருந்தேன்!

10

அன்னக்கிளி

கோஷா எனும் பெண் பிறப்பிலேயே குஷ்ட நோயால் பீடிக்கப்பட்டவள். விவாக பருவத்தில் இந்நோய் காரணமாக அவளை யாருமே மணம் கொள்ள முன்வரவில்லை. அதனால் அவள் முதுமைக் காலம் வரையில் தந்தையுடனேயே வாழ்ந்தாள். கடைசி நாட்களில் கோஷா, அஸ்வினி தேவதைகளை நோக்கித் தவம் செய்தாள். அஸ்வினிகள் அவளது பெரு நோயை நீக்கி, இளமையையும் அருளினர். அதனால் அவள் நல்ல கணவனை அடைந்து நீடூழி வாழலானாள்.

ஸ்தோமம் ஜூகேக்ஷுநாம் யவ சேவ கன்யனாம் விச்சேஹ
தேவவ் ஸ்வதாவ கல்சதம்
ஸஜோ ஷஸா உஷஸா ஸூர்யேன சேஷம் தோ
வோள ஹம ச் விநா.

ஹே! அஸ்வினிகளே கன்னிகையை வாலிபன் ஏற்றுக் கொள்வதுபோல இந்த யக்ஞத்தின் தோத்திரங்களை நீங்கள் ஏற்றுக் கொள்வீர்களாக. நீங்கள் இந்த வேள்வியின் எல்லாப் பகுதிகளிலும் உஷஸுடன் சேர்ந்து குடியிருப்பீர்களாக.

சூக்தம் *21*, ஸ்லோகம் *14*

"என்ன இது சும்மா இருங்களேன்..."

"சும்மா இருக்கிறதா? சும்மா இருக்கிறேன். நீ என்ன தருவே?"

"என்ன வேணும் உங்களுக்கு?"

"அப்பிடியா இதோ இங்கே ஒண்ணு..."

"அய்யோ உங்களுக்கு நேரமுமில்லே காலமுமில்லே. சும்மா கையை வுடுங்க... உம்... கும்... இதுதானே... பொல்லாத சாமர்த்தியம்தான். கை வலியா வலிக்குது. மூணு வளையல் போச்சு..."

"அது போனாப் போவுது. இங்கே வாவேன் சொல்லுறேன்..."

"ஒண்ணும் வரவேணாம். இது பட்டப்பகலு. இப்போ ஒண்ணும் நெலா காயல்லே. போய் வேலையைக் கவனியுங்கோ..."

"இதுதானே வாண்டாங்கறது, வான்னா வந்திரணும் – இல்லே நான் கிட்ட வரவா?"

"அய்யோ, அய்யோ, என்னங்க இது. கதவெ வேறெ தெறந்து வுட்டிட்டு... பார்த்தீங்களா அங்கே? அந்தச் சவம் இங்கேயே பார்த்து முழிக்கிறது. ஆக்கங் கெட்ட மூதி, புருஷன் பொண்டாட்டி என்னடா பேசிக்கிறாங்க, என்ன செய்யிறாங்கிறதெ இப்பிடியுமா பாப்பாங்க? முதல்லே கதவை சாத்துங்க..."

சின்னு, அப்பொழுதான் கவனித்தான், 'அது', அந்த எதிர்த் திண்ணையில் களைந்த உளுந்துக்குக் கல் பொறுக்கும் சாக்கில் இங்கேயே பார்த்துக்கொண்டிருந்தது.

'தூ' என்ன அவலட்சணம், அன்னக்கிளியாம் பேரு. மூதேவிக்குப் பேரு முத்துமாலையாம்! பேரு வச்சவங்களெ சொல்லணும். என்னவோ சொன்னானாம் கதையிலே, எலரவுக்கை கேட்டுதாம் சபையிலேங்கிறமாதிரி – சவத்துக்கு கழுதை நெடுநெடுன்னு வளர்ந்திருக்குது. இருவத்தி அஞ்சோ முப்பதோ கூட வயசிருக்கும். வயது வளத்திக்குத் தக்க ஒரு லட்சணம் மருந்துக்குக்கூட இல்லெ. புடிச்ச வச்ச சாணிக் குண்டுக்கு உருவமா லட்சணமா? மொத மொதன்னு. உருளைக்கிழங்குக்கு மொகரை மூஞ்சி அமஞ்சாக்கிலே... அது வாய் தெறந்து பேசி இதுவரைக்கும் கேட்டதில்லே. சிரிச்சு பாத்ததில்லே. எத்தினையோ காலமா அங்கேதான் இருக்குது. பொழுது விடிஞ்சா, பொழுது போனா அந்தத் திண்ணைதான் புகலிடம். ஆட்டுக்கல் பக்கம், அரிசி கழுவிக்கொண்டு, உளுந்தில் கல் பொறுக்கிறது, குதிர்ந்த உளுந்தை களஞ்சு எடுக்கிறது, அரிசியிலே கழனி கொட்டுகிறது. இட்லிக்கு மாவு அரைக்கிறது... இப்படியே நாளுக்கும் வேலை, வேலைதான். எப்போ சாப்பிடுமோ, எப்போ குளிக்குமோ, காரியம் பாக்குமோ, எப்போ தூங்கக் கொள்ளப் போகுமோ யார் கண்டது? விடியற் காலம் பாத்தா, அங்கேதான் தலைக்குப் பேன் பார்த்துக்கிட்டு இருக்கும். பொழுதோடு – படுக்கப் போகிற நேரத்திலெ பார்த்தா– கிழிசல் சீலையை சிம்னி வெளிச்சத்தில் கூர்ந்து தெச்சுக்கிட்டு இருக்கும். இல்லாட்டிப் போனா வடைக்குப் பருப்பைக் கழுவிக் கிட்டிருக்கும். சதா சர்வகாலமும் அந்தத் திண்ணைக்கும் அதுக்கும் பிரியா சொந்தம் மாதிரி – அங்கேயே இருக்கிறது. டீக்கடை வாசு

நாயருக்கு வைப்புப் பொண்டாட்டியிலே பொறந்த அனாமத்தாம், பந்தம் விட்டுப் போகக் கூடாதுன்னு இப்படியாக்கொண்ட வேலைக்கு ஆகும்னு, ஓட்டுத் திண்ணை வீடா அமத்தி வச்சிருக்காப் போல... அவ அம்மாக்காரி இவளைப் பெத்ததுக்கப்புறம், வேறு எவன்கூடயோ போனதுதான். அப்புறம் துப்பு இல்லே...

"என்னா, கதவெத் தெறந்து போட்டுக்கினு வக்கணை யெல்லாம் பேசினீங்க. இப்போ அடச்சாந்தப்பறம் யோசனை பலமா இருக்கு. ஆமா, இன்னிக்கு பட்டறையிலே வேலை ஒண்ணும் இல்லையா? பேசாமை வந்திட்டீங்களே – புதுப் பொண்டாட்டி கூடெ கொஞ்சிக்கிட்டிருந்தா, வவுத்திலே கோழிதான் மேயப் போவுது."

"மீனா, எதையோ நெனைச்சுக்கிட்டுதான் வந்தேன். அதை நெனைச்சிட்டுதான் ஒன்னெச் சீண்டுனேன். சவம், எதுத்தாப்லே அந்தச் சனியெக் கண்டதும் எல்லாம் மறந்தே போச்சுது. அது மொகரையும் முளிக்கிற முளியும்... சீக்கிரமா வேற வீடொன்னு பார்க்கணும்தான் நினைக்கிறேன். நம்ம நினைக்கிறாப்லே – இந்தக் காலத்திலே எங்கெ வூடு கிடைக்குது? குச்சிக் குடியை மேஞ்சு வச்சிக்கிட்டு, இது பேருதான் வீடு, குடுறா அம்பது ரூபா வாடகைங்கிறான், அதுக்கு மேல அட்வான்ஸ் முந்நூறுங்கிறான்... சரி... சரி... கதவை சாத்திக்கோ, கடைப்பட்டறைப் பக்கமா போயிட்டுவாறேன்..."

"சரியாப் போச்சுதாம். அரணைப் பூச்சி ஆளைக் கடிக்க வாயைத் திறக்குமாம். திறந்த ஒடனே – எதுக்கு வாயைத் தெறந்தோம்னு அது மறந்து போயிடுமாம். அந்தக் கதையாத்தான் போச்சு போங்கோ..."

வாசலைத் திறந்துகொண்டு அவன் வெளியே போவதையும் முகத்தில் அறைந்தாற்போலக் கதவை அடைத்து அவள் உள்ளே போவதையும் அந்த அன்னக்கிளி பார்த்துக்கொண்டுதான் இருந்தது. வெறும் பார்வை. வெறித்த பார்வை.

"தூ... இப்படியா பாப்பாங்க...?"

"மீனு தேகராஜபாகவதர் பாட்டு தெரியுமா? அதுதான் நம்ம பட்டறைக் கல்லாவுக்கு மேலாலெ அவரு படம்கூடப் பெரிசா சட்டம் போட்டு மாட்டியிருக்கேனே, வரும்போது ஓட்டல்லே அவரு பாட்டொன்னு போட்டிருந்தான். பாவி மனுஷன் என்னமாப் பாடுறாரு தெரியுமா? 'மன்மத லீலையை வென்றார் உண்டோ...' அப்புறம், 'உன்னை நயந்து நான் திடுமோ...'

அப்பிடீன்னு ஒரு இழுப்பு... ஆஹா, மீனு அவரைப் போலப் பாட இன்னும் மூணு ஜன்மம் பொறந்தாலும் முடியாது பார்த்துக்கோ. மாற்றுத் தங்கத்தெ உருக்கி, ஓட்டுப்பாளத்திலே விட்டா அப்பிடியே பொன் ரேக்கா வழியுமே, அதெப்போல நறுக்கு சுத்தமா பாடுறதுக்கு அவரெப் போல யாருக்கு முடியும்?"

"அட என் ராசா, அம்புட்டுத்தூரம் பாட்டு சங்கீதத்திலேயே மாஞ்சு போயிராதீங்க. இங்கே கிட்டத்திலே நான் ஒருத்தி இருக்கேன்..."

"ஆமா, அப்பிடியா சங்கதி. அப்போ இன்னும் கொஞ்சம் கிட்டத்திலே வாயேன்... அட, வான்னா வந்திரணும்... உம் வாயேன் அப்பிடி, அய்யோ இதென்ன கையா? எத்தினி இதா மொளு மொளுன்னு, அப்பிடியே கடிச்சுத் திண்ணுக்கலாம் போல ஆசையா இருக்கு... ஆனா ஒனக்கு வலிக்குமே... இதென்ன மைச்சிமிழு மாதிரி கண்ணு... மீனு! உன் கண்ணெப் பாக்கறப்போ எனக்குப் பழைய ஞாவுகம் எல்லாம் வருது. நான் இத்துனூண்டு பயனா இருக்கிறப்போ ஒன்னாங் கிளாஸ் ரெண்டாங் கிளாஸ் படிக்கிறப்போ மயில் பீலி துக்குணி துக்குணியா எடுத்து பாட பொஸ்தகத்திலே ஒவ்வொரு பக்கத்திலெயும் வச்சிருப்பேன். மறுநாள் வெடியக் காலம்பற பொஸ்தகத்தை விரிச்சுப் பார்த்தா ஒரு பீலி வச்ச எடத்திலெ ரெண்டு பீலி இருக்கும். எப்பிடித் தெரியுமா மயில் பீலி குட்டி போட்டிருக்கும்... மீனு. நீ எனக்கு அளகு அளகா ஒரு மயில் குட்டியை பெத்துக் குடேன்..."

"உங்களுக்கு வெக்கமே இல்லை. எனக்குக் கூச்சம் நாச்சமா இருக்கு... விடுங்கோ. கொஞ்ச நேரம்தான் கையை வச்சிக்கினு சும்மா இருங்களேன். இதென்ன துருதுருன்னு. அய்யோ வெக்கம் திங்கிது..."

"வெக்கமா இருக்கா. இப்படிக் காதெக்கொண்டா ஒண்ணு சொல்லுதேன்... எல்லா வெக்கமும் பறந்து போயிடும்..."

சின்னுவுக்கு அவள் கழுத்தின் கீழ்ப்புறத்தில் நாட்டம் சென்றது. "இங்கே பவுன் மலையா குவிஞ்சு கெடக்குது.... நான் அங்கே பட்டறையிலே மஞ்சாடிப் பொன்னுக்கு கஜகர்ணம் போடுகிறேன்" "அய்யோ அய்யோ.. விளக்கு நட்டமா நின்னு எரியுது. ஜன்னக் கதவு வேறெ தெறந்து கெடக்கிது..."

அவன் ஜன்னல் பக்கம் எழுந்து போனான். வெளியே, அந்த ஒட்டுத் திண்ணையில் ஆட்டு உரல் பக்கம், வெறும் தலையில் துணி விரித்துப் படுத்திருந்த அன்னக்கிளியின் வெறித்த பார்வை

இங்கேயே நிலைத்திருப்பதைக் கண்டான். அவனுக்குக் குமுறிக் கொண்டு வந்தது.

“வெவஸ்தை கெட்ட ஜென்மம், பிறத்தியான் சங்கதியைப் பார்க்கிறதுன்னாலும் அளவு முறை உண்டில்லையா? இது ஆந்தைக் கண்ணு பார்வை. தூ....” எட்டித் துப்பிவிட்டு ஜன்னலைச் சாத்திவிட்டு வந்தான் சின்னு.

“மீனா, ராத்திரிக்குத் தனியா வேறெ வடிச்சியா என்ன? சோறு, சூடா ஆவி பொங்குதே?”

“உக்கும்... ஒங்களுக்காகத்தான் ஆக்கினேன். சாயந்தரமா கூடைக்காரி கெளுத்தி மீனு நல்லதா கொண்டாந்தா. வறுத்த மசாலா போட்டு ஆக்கினேன். அதுக்கு வெள்ளிப் பழையது வேண்டாமின்னு கைப்பிடியா அரிசி போட்டு சுடுசோறு ஆக்கினேன். என்ன என்னியே பாக்கிறீங்க? போட்ட சோறு அப்புறம் பழஞ்சோறா ஆறீரப் போவுது...”

குழம்பை ஊற்றிவிட்டுத் திரும்பிய அவளுடைய பின்னழகு அவனை என்ன செய்ததோ? மங்கல் விளக்கொளியும், சாயந்திரம் தலை முழுகி, மினுமினுவென்று கூந்தலை உலர விட்டிருந்த அவள் ஒய்யாரமும், பிரியத்தினால் நெகிழ்ந்து, கொஞ்சி, கொஞ்சிப் பேசுகிற பேச்சும், மாய்ந்து சிரிக்கிற அழகும் காணக்காண, அவன் நெஞ்சு கிடந்து பொரியலாகத் துள்ளியது. கூட்டை இலை வட்டிலில் வைத்து விட்டு எடுத்த வளையல் கையை, இடது கையால் எட்டிப் பிடித்துக்கொண்டான், சின்னு.

“மீனு, நீயும் இரேன். நான் ஊட்டுறேன்...”

“அய்யோ வேண்டாம். நீங்க சாப்பிட்டப்பறம் நான் திங்கிறேன்... அய்யே, என்ன இது? அப்பிடி என்ன அவசரம்? இன்னும் உங்களுக்கு இது தீரல்லே. நான் எங்கே ஓடீரவா போறேன்... சாப்பிடுற நேரத்திலேயுமா?”

“மீனு, ஒண்ணே ஒண்ணு. ஆ, வாங்கிக்கவேன். கண்ணுல்லே. ஒரே கவளம்தான். எனக்கு ஆசையா இருக்கு...”

அவள் வாயை லேசாகத் திறந்து, அவன் எதிரே குனிந்தாள். அவனுக்கு என்ன தோணிற்றோ? அப்படியே அவளை வளைத்து மடியில் போட்டுக்கொண்டான்.

“அய்யய்யோ இதென்ன... போங்கோ – இதானே? சாப்பாட்டுக்கப்புறம் இதெல்லாம் வச்சுக்கிட்டா என்ன?”

“மீனு, நீ கிட்டத்திலெ இருந்தா, எனக்குச் சோறு தண்ணி கூட வாண்டாம். இப்பிடி சந்தோஷமா இருக்கிறப்பவே உயிரு போயிட்டா...”

அவள் சட்டென்று, அவன் வாயைப் பொத்தினாள். கதவுப் பக்கமாக யாரோ போனாற்போலிருந்தது. மீனு, சட்டென்று அவன் பிடியிலிருந்து விலகி, வெளியே எட்டிப்பார்த்தபோது, அதுதான் அந்த அன்னக்கிளி, திருட்டுமுழி முழித்துக்கொண்டு விளக்கில் எண்ணெய் ஊற்றுகிற சாக்கில் இங்கேயே நோட்டம் விட்டுக் கொண்டிருந்தாள்.

மீனு, படாரென்று முகத்தில் அறைந்தாற்போல் கதவைத் சாத்திக்கொண்டு உள்ளே வந்தாள்.

இந்த இரண்டு மூன்று மாதங்களாக மீனுவிற்கு வந்திருக்கிற புதிய பொலிவைப் பார்க்கப் பார்க்க அவனுக்கு இருப்புக் கொள்ள வில்லை. கிளிப் பச்சைநிறச் சேலையும், ரோஜா நிற ரவிக்கையும் அணிந்து பூவும் பொட்டுமாக, எதிரே அவள் வந்து நின்றபோது முத்திரைப் பொன்னை ரோஸ் காகிதத்தில் மாற்றக் காட்ட வைத்ததுபோல பளபளவென்று மனதை வளைத்தது, அவனுக்கு.

“மீனு, பாகவதர் சினிமாப் படம் இப்போ ரொம்ப வருஷத் திற்கப்புறம் வந்திருக்கிறதெ பாக்காட்டி அப்புறம் அஞ்சு ஆறு மாசத்திலே வெளியே போகவே முடியாது. சீக்கிரமா பொறப்படு. எத்தினி நேரம்தான் கண்ணாடியெ திருப்பியும் திருப்பியும் பார்த்துக் கிட்டு நிக்கிறதாம். அடே, இப்படியா கண்ணுக்கு மை இட்டுக்கு வாங்க. கோடு கிளிச்சாப்பிலே இளுத்து விட்டுக்கணும். இப்போ உன் கண்ணைப் பாத்தா மைச் சிமிள் மாதிரி இருக்கு. அதிலேர்ந்து நானே கொஞ்சும் அள்ளி இட்டுக்கிடலாம் போல இருக்கு. சரி, சரி, பொறப்படு. நேரம் ஆச்சுது... அதோ அங்கே பாத்தியா தமாசு. அந்தச் சவத்துமூதி பாக்குற பார்வை... வீட்டுக்குள்ளார இருந்தாலே பொத்துக்கிட்டு நோட்டம் விடுற சனியனுக்கு வெளியே வந்து நீ இப்பிடி அலங்காரம் செய்துக்கிட்டா கேக்கவா வேணும்? என்னெக் கேட்டா, இந்த மாரி பசிச்சவன் முன்னாலெ பஞ்சா மிருதம் சாப்பிடுற கதையை வச்சிக்கிடவே கூடாது. ஒவ்வொருக் கவும் எனக்கிது தோணினாலும் கட்டுப்படுத்திக்க முடியல்லே. இல்லாட்டியும் இந்த இது ஒண்ணு எதுத்தாப்பிலெ குந்தியிருக் கிறதினாலெ நாம சிரிச்சுப் பேசிக்கிடாமெ, ஒரு நல்ல துணிமணி கட்டிக்காமெ இருந்திர முடியுமா? சரி போதும், பொறப்படு...”

அவர்கள் ஜோடியாகப் போவதை அன்னக்கிளி பார்த்துக் கொண்டுதான் இருந்தாள். கைகள், ஆட்டுரலில் குழையும் மாவைத் தள்ளிக்கொண்டிருந்தாலும், பார்வை அவர்கள் போன திசையை அளந்துகொண்டிருந்தது. வளையருகில் காத்துக்கொண்டிருக்கும் பூனையின் பார்வை – பசித்த பார்வை....

அன்னக்கிளியின் கைகள் உளுந்து மாவைக் கடகடவென்று அரைத்து உருட்டிக்கொண்டிருந்தன.

ஒன்பது மாதம் ஆவதற்கு முன்னரே மீனுவிற்குத் தள்ளாட்டமும் தளர்வும் வந்துவிட்டன. ஊரிலிருந்து மீனுவின் அம்மாக்காரி வந்திருந்தாள். 'இந்தக் காலத்துப் பொண்டுகள் இதென்ன மாயமோ, வயித்திலெ தாங்க ஆரம்பிச்சதுமே சந்தைக்குப் போன கீரைக் கட்டு ஆட்டமா துவண்டு போவுதுக. எங்க காலத்திலே, ராத்திரி எட்டு மணிக்குப் பேறு காலம்னா, ஏழே முக்கா வரைக்கும் மாவிடிச்சுக்கிட்டிருப்போம். பிரசவமும் இந்தா அந்தான்னு காதும் காதும் அறியமுன்னாலெ நடந்து முடிஞ்சிடும்..' என்று அங்கலாய்த்தாள் அவள். மீனுவிற்குப் பிரசவகாலம் வந்தபோது பக்கத்து ஊர்க்காரி – சின்னுவின் அக்காள்காரியும் கை உதவிக்கென்று வந்திருந்தாள்.

அன்று, விடியற்காலமே மீனுவிற்குப் பிரசவ வேதனையின் ஆரம்ப அறிகுறிகள் தென்பட்டன. சின்னு இரண்டு நாட்களாகப் பட்டறைப் பக்கமே போகவில்லை. அவனுக்கும் இதுநாள் இல்லாத ஒருவித நமைச்சல் வயிற்றைக் குழப்பிக்கொண்டிருப்பது போலிருந்தது. இருந்தால் இருப்புக் கொள்ளவில்லை. நின்றால் நிலைகொள்ளவில்லை. அக்காள்காரி ஏதோ ஆக்கி வைத்து சாப்பிடக் கூப்பிட்டதற்குக்கூடப் போகாமல், இரண்டு மூன்று தரம் நாயர் கடைக்குப்போய் வெறும் டீ மட்டும் குடித்துவிட்டு வந்து, திண்ணையில் வெருகுப் பூனைபோல நிலைகொள்ளாமல் அங்குமிங்கும் உலாத்தினான். உட்கார்ந்து பார்த்துப் பார்த்து சலிப்பாகக்கூட இருந்தது – இந்த வேடிக்கை எல்லாவற்றையும் அந்த அன்னக்கிளி கண்டுகொண்டுதான் இருந்தது. 'பாவம் அதுவும்தான் என்ன செய்யும்? இந்தத் திண்ணையை விட்டால் அதற்கு வேறு புகலிடம் ஏது?' என்றுகூட சின்னுவிற்குத் தோன்றியது.

உள்ளே, மீனுவின் லேசான முனகலுடன், அம்மாக்காரியின் கை மருந்து வேலைகளும் நடந்துகொண்டிருந்தது. 'இப்போ இதோ ஆயிடும்' என்று முதலில் உற்சாகமாகச் சொன்னவள், 'தலைப் பிரசவமில்லையா இன்ன நேரமுன்னு இல்லே' என்றும் சொன்னாள். பெண் பிள்ளைகளுக்கு வெளியே இருக்கிற ஆண் பிள்ளையின் பரபரப்பு தெரியமாட்டேன் என்கிறது. என்ன

நிதானம்... அக்கம் பக்கத்திலிருந்து இரண்டொரு கிழவிகள் வந்து உள்ளே சேர்ந்துகொண்டார்கள். ஒருத்தி, சின்னுவின் அக்காளுடன் ஊர் வளமைப் பேசிக்கொண்டிருந்தாள். பக்கத்துப் பட்டறையி லிருந்து வந்த ஆறுமுக ஆசாரி, "என்ன சின்னப்பா, இன்னமுமா ஆகல்லே...? பெரிய ஆஸ்பத்திரிக்குக் கூட்டிக்கிட்டுப் போயிருந்தா இந்தச் சங்கடமெல்லாம் இல்லாமெ போயிருக்குமில்லே..." என்று அபிப்பிராயம் சொன்னார்.

'உம்' - என்றான் சின்னு சுரத்தில்லாமல். உள்ளே இருந்து மீனுவின் முனகல் அதிகமாகக் கேட்டது. சற்றைக்கெல்லாம் வெளியே தலை நீட்டிய மீனுவின் அம்மா, 'சின்னுத் தம்பி, கொஞ்சம் கஷ்டமாத்தான் இருக்கும்போலத் தோணுது. எதுக்கும் ஒண்ணு செய்தா தேவலெ. சிரமத்தெப் பார்க்காமெ டாக்டரம்மாவை ஒரு தரம் அழைச்சாந்திறேன்..." என்றாள்.

சின்னுவிற்கு அவ்வளவுதான் கேட்க முடிந்தது. பொறி கிளம்பினது மாதிரி புறப்பட்டு டாக்டரம்மா வீட்டைத் தேடி ஓடினான்.

வாசலில் அந்தப் பெண் அன்னக்கிளி அவன் போகும் வேகத்தைக் காக்காய் மாதிரி தலை திருப்பிப் பார்த்துக்கொண்டி ருந்தாள்.

சின்னு டாக்டரம்மாவுடன் வாசலில் ஏறியபோது, அலறிய ஒப்பாரிதான் அவர்களை வரவேற்றது. வாசற்கல் காலில் இடித்தது. கண்ணை இருட்டியது நெஞ்சு. ஒரு கணம் நெருப்பு பற்றிக் கொண்டது போலக் குப்பென்று பொங்கியது!

டாக்டரம்மா உள்ளே போனவள் உடனேயே திரும்பி வந்து விட்டாள்.

"வயிற்றிலேயே குழந்தை போய்விட்டது. தாய்க்கும் இருதயம் ரொம்ப வீக், தாக்குப் பிடிக்க முடியல்லே. அதான் ரெண்டும் போயிட்டுது. இந்த மாதிரி கேஸெல்லாம், ரொம்ப முன்னாடியே ஆஸ்பத்திரிக்கு போயிருக்கணும்... ப்... ஸா..."!

சின்னு, தலையில் விழுந்த இடியுடன், 'அய்யோ' வென்று திண்ணையிலேயே இருந்துவிட்டான். உள்ளேபோய் அந்தப் பெருநெருப்பை அள்ளிக் கட்டிக்கொள்ள பயமாக இருந்தது.

ஒப்பாரியில் வீடு அதிர்ந்தது. எல்லாம் அஸ்தமித்துவிட்டது.

அந்த அன்னக்கிளி பெண், உளுந்தமாவைக் கடகடவென்று உரலில் வேகவேகமாக கையால் தள்ளித் தள்ளி அரைத்துக் கொண்டிருந்தது...

எவ்வளவு நேரமோ?

"சின்னுத் தம்பீ, போனது போச்சி. பிராப்தம் அவ்வளவுதான்... அட, என்னப்பா இது, கண்ணைத் துடைச்சிக்கோ. வருத்தமாத்தான் இருக்கும். தாங்கிக்கவும் முடியாதுதான். சொல்றவன் சுருக்கா சொல்லீரலாம். பத்து வருஷமாவா வாழ்ந்திட்டீங்க... அட, கொஞ்ச நாளு ரதிக்கிளியாட்டமா உன்கூட வாழ்ந்தா; போயிட்டாளே – என்ன செய்யிறது... இனி ஆகிற காரியத்தையும் துக்கத்தை பல்லைக் கடிச்சிக்கிட்டு செய்யத்தானே வேண்டியிருக்கு–" என்று, சின்னுவின் முதுகைத் தடவினார், ஆறுமுக ஆசாரி!

"அண்ணே, ஏமாத்தீட்டுப் போயிட்டா அண்ணே" என்று அணை உடைத்தது போல வாய்விட்டு அழுதான், சின்னு.

சின்னுவின் அரற்றல் அடங்குமுன்னரே எதிர்த் திசையில் திண்ணையிலிருந்து அந்தப் பெண் அன்னக்கிளியின் வாய்விட்ட கலகல சிரிப்பொலி ஒன்று எழுந்தது. உளுந்து மா உரலில் கையை உதறிவிட்டு, கெக்கே என்று குலுங்கிக் குலுங்கிச் சிரிக்கும் அந்தப் பெண்ணை எல்லோரும் திரும்பிப் பார்த்தனர்.

"யாருப்பா இந்தப் பொண்ணு? நாயருக்கு வைப்பாட்டி மகள் லா இது. என்ன இதுக்கு, கிறுக்கா இப்போப்போய் மாவரைச்சிக்கிட்டு இருக்குதேன்னு பார்த்தேன். சரிதான் கிறுக்கு முண்டே..." என்ற ஆறுமுக ஆசாரியை சின்னு இடை மறித்தான்.

"அண்ணே அதுக்கு கிறுக்கும் இல்லே, ஒண்ணுமில்லே... இந்தா பாரு – நான் இப்போ இதன் சிரிப்பெ அடக்கி காட்டுதேன்... அவகூடச் சுடுகாட்டுக்கு இந்தப் பொறாமெப் பிசாசையும் அனுப்பி வைக்கிறேன்" என்றவாறு, அருகில் கிடந்த உலக்கை ஒன்றை எடுத்துக்கொண்டு ஆத்திரம் மீற அவள்மேல் பாயப்போன சின்னுவை, எல்லோரும் அடங்கப் பிடித்து வந்தனர்.

"அட கிறுக்குகளே, அடிச்சுத் தீக்க முடியாது. விட்டுத் தள்ளு... நமக்கு ஆகிற காரியத்தைப் பார்ப்போம்..." என்றார் ஒருவர்.

"காரியமெல்லாம்தான் ஆயிப் போச்சே..." என்ற சின்னுவின் பதிலுக்கும் – மறுபடியும் எதிர்த் திசையிலிருந்து கெக்கலித்த சிரிப்புதான் வந்தது.

இப்போது எல்லோருக்கும், உண்மையில் ஆத்திரம் வந்தது.

❖

11

பொய்யாய் கனவாய்...

முன்னொரு காலத்தில் ஏகதன், திவிதன், திரிதன் எனும் மூன்று தபஸ்விகள், ஒரு பாலைவனத்தில் சிக்கிக்கொள்ள நேர்ந்தது. தாகத்தால் வாடி அலைந்து திரிந்த அவர்கள் கடைசியில் நீர் நிறைந்த ஒரு கிணற்றடிக்கு வந்து சேர்ந்தனர். திரிதன், கிணற்றி லிருந்து நீரை இறைத்து தாக சாந்தி வருத்திக்கொண்டான். பிறகு நண்பர்களுக்கும் கொடுத்தான். அவர்கள் தண்ணீர் அருந்தி முடிந்ததும் திரிதனைக் கிணற்றில் பிடித்துத் தள்ளி அவனது உடமைகளையும் அபகரித்துக்கொண்டனர். பிறகு கிணற்று வாயை ஒரு வண்டிச் சக்கரத்தால் மூடி அங்கிருந்து பயணமாயினர்.

யோனிஷ்டஇந்தர ஸதனே அகாரி தமாநிருபி புருஹூத ப்ரயாஹி
அஸோ யதா ரனா விதா வ்ருதேச தோ வஸீனி.
மமதஸ்ச ஸோ மை:

உனது வேள்விக்கான இடத்தைத் தயார் செய்திருக்கிறோம். ஹே இந்திரா! மருத்துகளுடன் வந்திடுவாயாக. நீ எங்களது பாது காவலனாக இருப்பதுபோல எங்களுக்குத் தனத்தை அருள்வாயாக. நாங்கள் படைக்கும் சோமபானத்தால் நீ, ஆனந்தத்தை ஏற்றுக் கொள்வாயாக.

(சூக்தம் 24. ஸ்லோகம் 5.)

சுபாஷிணி!

எவ்வளவு அழகான பெயர். நினைக்க மனதில் தேன் வந்து பாய்கிறது. சோலை மலரொளியோ, சுந்தரப் புன்னகையோ, கானக் குயிலோ, வானவில்லோ மோனச் சுடரொளியோ, இனி என்ன வெல்லாம் உண்டோ அத்தனையும் அந்தப் பெயரின் சொந்தக் காரியில் அடங்கும். பெயர் மட்டுமா அழகு? நிறம்கூட, செவ்வே லென்று அடுக்குச் செம்பருத்திப் பூப்போல, மெத்தென்று ரம்மிய மாக, சுகமாக, சுதந்திரமாக, லயிப்பாக, மயக்கமாக அல்லவா இருப்பாள்.

போச்சே, போய்விட்டதே, ஆமாம் அந்த சுபாஷிணிக்கும் வேறொருவனுக்கும் கல்யாணம். பத்திரிகைகூட, நம்ம பிரஸ்ஸில் தான் அச்சடித்துக் கொடுத்தேன். பிரஸ்ஸின் பக்கத்து போர்ஷனில் குடியிருந்துகொண்டு வேறு பிரஸ்ஸிலா திருமண அழைப்பிதழ் அச்சடிப்பார்கள்? சுபாஷிணியின் தகப்பனார் – அந்த ஹெட் கான்ஸ்டபிள் வாசுபிள்ளை மீசையை முறுக்கிக்கொண்டு, பிரஸ்ஸின் இடுக்கு வாசலை ஏறி வந்தபோது. இங்கே வயிற்றின் அடிமடக்கிலிருந்து, 'அம்மோ' என்று நெருப்பு ஆவி ஏறி வந்தது.

வந்தவர், எதிரே ஸ்டூலில் அமர்ந்தார்.

"குட்மார்னிங் மிஸ்டர் மானேஜர். இந்த மேட்டரைப் பாருங்களேன். டாட்டருக்கு மாரியேஜ் பிக்ஸ் செய்திருக்கு. இன்விடேஷன் போடணும். பாருங்கோ..."

மேட்டரைப் படித்துப் பார்த்தது மட்டுமா நடந்தது? புரூப் பார்த்து, அச்சடித்து அத்தனை நம்பர்ஸையும் கட்டுப்போட்டுக் கொடுப்பது வரையில் எப்படியோ போயிற்று. பிறகுதான், தோலை உரித்து மிளகு அரைத்துத் தடவியதுபோல, எங்கெல்லாமோ வலிக்கத் தொடங்கியது. நிகழும் மங்களகரமான கார்த்திகை மாதம் இருபத்தி நாலாம் தேதி கல்யாணமாம்!

சுபாஷிணி!

சுபாஷிணி!

சுபாஷிணி! அச்சுப் பொறிகள் சடக் சடக்கில் ஊனில் உறக்கத்தில் வெள்ளைக் காகிதங்களில் அச்சுக் காகிதங்களில் அரை உறக்கத்தின் கனவின் வாய் உளறல்களில் எல்லாவற்றிலும் இந்த சுபாஷிணிதான். யாரிடம் சொல்லி அழுவது?

பீடி பீடியாகப் புகைத்தெறிவதும், வாசலுக்கும் பின்வாசலுக்கும் நடப்பதும், கால் இடுக்கில் கையைச் செருகிக்கொண்டு பரிதவிப்பதுமாகக் கடந்தது. மத்தியானம் பிரஸ்ஸின் உள்ளறையில் போய்ப் படுத்துக்கிடந்தேன். ஆஸ்பெஸ்டாஸ் தட்டி மறைத்த அந்த உள்ளறை எத்தனையோ 'மனோகர சொப்பனங்களின்' நிறை சாட்சியாக இருந்திருக்கிறது. முடியுமா இனிமேல்? நடக்குமா இனி அதுபோல்? சுபாஷிணி, நீ யாரோ தரும் மாலைக்குத் தலைவணங்கி, எங்கோ சேர்தலை என்ற பச்சை மலையாளப்பட்டிக்குப் போகப் போகிறாய்.

சுபாஷிணி! ஒரு தரமாவது, உன்னை நேருக்குநேர் சந்தித்திருக்கலாம். சந்தித்துப் பேசி, என் மனவெளியை உனக்கு

உணர்த்தியிருக்கலாம். என் அந்தரங்க உணர்ச்சிகளையெல்லாம் உனது பாதாரவிந்தங்களில் அர்ச்சித்திருக்கலாம். உனது கிண்கிணி மொழி கேட்டு ஆறுதல் பெற்றிருக்கலாம். காலம் கடந்துவிட்டதே. வெள்ளம் வந்து அத்தனை சொப்பனங்களையும் துடைத்துக் கொண்டு போய்விட்டதே. இனி என்ன செய்ய – செய்வது என்ன? இப்படி ஒரு அவகேடான பேரிடி வந்து திடுதிப்பென்று விழுந்தே விடுமென்று நினைக்கவில்லை.

நர்ஸ் வேலை பார்க்கும் சுபாஷிணி! உனக்கு இத்தனை சீக்கிரம் முகூர்த்த மாலை பூத்துவிடுமென்று கனவிலும் நினைத்தேனில்லையே?

முதன் முதலில் நான் சுபாஷிணியைப் பார்ப்பது – பிரஸ்ஸிற்கு மானேஜர் பொறுப்பை ஏற்றுக்கொண்டதின் இரண்டாவது நாளன்று. அந்த மத்தியான வேளையில் வேலையாட்கள் அனைவரும் சாப்பாட்டிற்குப் போய்விட்ட ஃபான் சுற்றல் மட்டுமான அமைதியில் – சாப்பாட்டு காரியரை உள்ளறை மேஜை மேல் வைத்துவிட்டு பாத்ரூமிற்குப் போவதற்கு – பின்கதவைத் திறந்து கொண்டு வெளியே வருகிறேன். பின்புறக் கதவைத் தொட்டுக் கொண்டு, பெரிய சாலையிலிருந்தே ஒழுகி வரும் பெரிய சாக்கடை, நாற்றத்தோடு தவழ்ந்து போகிறது. அழுக்குக் குமட்டல் படிந்த அதன் கரைகளில் குப்பி உடைசல் கண்ணாடித்தூள்கள் – வாத்து முட்டைத் தோலின் சிதறல்கள், ஊர்ந்துபோகும் பொன் அட்டைகள், குப்பைச் செடிகள்... பார்க்கச் சகிக்காமல் ஓரமாக உட்கார்ந்து வந்த வேலையை முடிக்கிறேன். எழுந்தபோது, மதில் சுவரை எட்டி ஒரு பெண் பார்த்துக்கொண்டு நிற்கிறாள். ‘அய்யோ’ என்ற கூச்ச நடுங்கலாகக் கண்ணைச் சிமிட்டிக்கொண்டு பார்த்த போது அந்தப் பெண்ணாகப் பட்டவள் சிரிக்கிறாள். அந்தச் சுந்தராங்கி புன்னகைப் பூத்தொடுக்கிறாள்.

“நீங்கள் ஆணோ புதிதா''யிட்டு வன்ன மானேஜர்?” என்று கேட்டாள்.

“ஆமாம் நான். நானேதான் புதிதாக வந்த மானேஜர்...” என்று வாய்க் குளறலாக – கதை களிக்காரன் போல பரபரவென்று நிற்கத்தான் முடிந்ததே தவிர; ‘அம்மணீ நீ – யாரென்று’ திருப்பிக் கேட்க புத்தி வரவில்லை.

“கொள்ளாம். நல்ல ஆளு” என்று கிண்ணாரம் கொட்டுவது போல் சிரித்துவிட்டுப் போய்விட்டாள்.

நானாகப்பட்டவன் குள்ளமாக இருந்தமையால் மதிலுக்கப் பால் ஒன்றும் தெரியவில்லை.

– கம்பாஸிட்டர் சொன்னார்: "அந்த அதுவா, பார்த்தேளா? மத்தியான சமயத்திலா பார்த்தீங்க? நல்லா பேசுமே அந்த அம்மா? என்ன கேட்டாங்க?" என்றார்.

"என்னமோ கேட்டாங்க, பதில் சொல்லு முன்னாடி சிரிச்சுக் கிட்டே போயிட்டாங்க. எனக்குத்தான் உயரம் பத்தாதா? எட்டிப் பார்க்கிறது சரியில்லைன்னு வந்திட்டேன், யாரது?"

"தோ நம்ம அச்சாபிஸ் சுவருக்கப்பாலே அந்த வீட்டிலேதான் குடியிருக்காங்க. மெடிக்கல் காலேஜிலே நர்ஸம்மா வேலை பார்க் கிறாப்போல... ஏட்டு வாசு பிள்ளைன்னா, இந்த ஊர்லே பெத்த பேரு. பக்கா தண்ணி வண்டி. கப்டா மீசை வச்சுக்கிட்டு, அந்த ஆளு மக, இவங்க. கருவேப்பிலைக் கொளுந்து மாதிரி அவருக்கே இது ஒரே வாரிசு... உங்கக்கிட்டெ பேசினாங்கிறீங்க. மேற்கொண்டு நாளைக்கு வந்தா சும்மா எல்லாத்தையும்தான் விசாரிச்சுப் பாருங் களேன். ஆனா ரெம்பப் பத்திரம்" என்றவர், பிரேமில் பல்லுப் போனதுபோல் குறை விழுந்த ஏதோ ஓர் எழுத்தை எடுத்துக் கொண்டு வேலை இடத்திற்குப் போனார்.

அஞ்சாறு நாள் வெறும், வெறுமனே கழிந்தது. பின்பு வாசல் திறந்ததும், சாக்கடை நாற்றம்தான் வந்தது. அந்த வீட்டின் இரண்டு பெட்டைக் கோழிகள், ஓடைப் பக்கம் எதையோ மேய்ந்துகொண்டு, 'கொக்கோ கொக்கக்கோ' என்று மண்ணைக் கிண்டிக்கொண்டி ருந்தன. நாற்றத்தை மட்டும் எத்தனை நேரம் தாங்குவது?

சனிக்கிழமை மத்தியானத்திற்குமேல் வேலை இல்லை. எல்லா ஆட்களும் போய்விட்டார்கள். பிரஸ்ஸின் அந்த உள்ளறையில் கறுப்பு மை துடைத்த கசங்கல் காகிதங்களும், காலியான கலர் டப்பாக்களும், கட்டிங் மிஷின்களும் மோட்டார் ஆயில் வாடையும், காகிதக் கட்டுகளுமாக குமைச்சலின் இடையே ஈஸிச்சேரில் படுத் திருந்தபோது சுவரின் அந்தப் பக்கம் சளசளவென்று, யாரோ குளிப்பதுபோன்ற சத்தம் கேட்டது. மனதின் ஏதோ பொறியை யாரோ சிலுப்பி விடுவது போலிருந்தது.

மெல்ல எழுந்துபோய் சுவர் இடுக்கு வழியாகப் பார்த்தபோது– ஐயோ! அது குளிக்கிறது – ஒண்ணுமில்லாமல், மலையாளத்தது இதுகள் இப்படித்தான் குளிக்குமென்று கேள்விப்பட்டதின் உண்மை, கண்முன் விஸ்வரூபமாக... ஆஹா... இறைச்சு இறைச்சு ஊத்துறா அப்படித் தங்க ரேக்குமாதிரி – சொப்பனசுந்தரி மாதிரி. ஜலகன்னிகை மாதிரி. மார்பு முடிச்சும் வயிறும் இடுப்புச் சரிவும், தோளும், தோணியாகச் சரிந்த முதுகும், காளையரைக் கட்டி வைக்கும் கரிய கூந்தல் நினைவும், அய்யோ நிற்கமுடியவில்லை.

உள்ளங்கையிலிருந்து ஏறி வந்த ஜில்லிப்பு – இடுப்பு முடிச்சைத் திணறச் செய்தது. கைகள், கால் இடுக்கில் பரபரத்தன. அப்படிப் பார்த்துக்கொண்டு நிற்கும்போதே – தலைமயிர் எல்லாம் எரிந்தன. காதுகள் ஜிவ்விட்டு நின்றன. மயங்கினேன் – தளர்ந்தேன். இன்னும் பார்க்கவேண்டும் போல் இருந்தும், தளர்ந்துபோய் உட்கார்ந்து விட்டேன்.

சுவரில் தொங்கவிட்டிருந்த காலண்டரில், கூந்தல் அவிழ்ந்த ஒரு நடிகை முத்துப்பல் காட்டிச் சிரித்துக்கொண்டிருந்தாள். சிரித்துக் கேலி செய்கிறாளோ? முண்டை? தேதிக் காலண்டர், கலர் மை கம்பெனிக்காரன், கட்டம் கட்டமாக நிறங்கள், அச்சிட்ட காலண்டர்கள், வெள்ளை பூசாத சுவர் இடுக்கு வழி... இந்த அலமலங்களில், சுவர்ப் பாச்சாப்போல் அமர்ந்திருந்தேன்.

சாயங்காலம் பின்வாசலுக்குப் போனபோது, அவள் கூந்தலை உலரவிட்டுக்கொண்டு, வாழை மரங்களின் இடையே சிவப்பு நிற நாலுமணிப் பூக்களைப் பறித்து, கைக் கிண்ணத்தில் நிரப்பிக் கொண்டிருக்கிறாள். இருமினேன். திரும்பிப் பார்த்தாள்.

“யாரு மானேஜர் சாரா?”

“ஆமாம், ஹி – ஹி...” என்றேன்.

“எந்தா பேரு?”

பெயரைச் சொல்லிவிட்டு, “உங்க பேரு?” என்றேன்.

“என்ற பேறு சுபாஷிணி. எந்தா பேர கொள்ளாமோ?”

“அழகான பேரு. எங்க தமிழிலே இப்படிப் பெயரே கிடையாது” என்றேன்.

“பெயர் மாத்திரமே அழகாயிட்டு உள்ளோ?”

பெயர் மட்டுதான் அழகா? என்று ஒரு பெண் – அதுவும் சற்று நேரத்திற்கு முன்பு – அப்படி நீராட்டக் காட்சித் தந்தவள், நேருக்கு நேர் கேட்கிறாள்.

சுந்தரமான, சுகந்தமான, சீதளமான, பரிமளமான, பரிபக்குவமான அழகு, அப்ஸரஸ், தேவகன்னி, பொற்கொடி, பூமகள் என்றெல்லாம் சொல்ல நினைத்தேன்... சுந்தரத் தமிழரின் சொற்கோவை, இந்தச் சேர நாட்டிளம் நங்கைக்குப் புரியவில்லையென்றால்...?

சுபாஷிணி, பூ நிறைந்த கிண்ணத்தோடு உள்ளே போய் விட்டாள். அவள் சிந்திவிட்டுப் போன புன்னகை, மாலைச் சூரியனைப் பொன்னாக உருக்கி விட்டிருந்தது. எத்துணைத்

தகத்தகாயம் – ஆனால், அவள் போன பின்புதான் சுற்றுப்புற நாற்றம் மூக்கை அறுப்பதை உணர்ந்தேன். உயரம் பத்தாததினால் ஏறி நின்ற கல்லின் அழுத்தத்தினால் கால் வலிப்பதையும் அறிந்தேன்...

சுபாஷிணி! நல்ல சொல்லுடையவள் என்ற அந்தப் பெயரின் அர்த்தம்? இன்றை தமிழ் மரபுப்படி வடித்தால் சுபாஷிணியை, 'இன்சொல்லாள்' என்று மொழியாக்கம் செய்து விளிக்கலாம்!

சுபாஷிணி – இன்சொல்லாள். இவளுக்காக வேலை நடுவே, தொழில் பரபரப்புகளுக்கிடையே எழுத்தினிடையே, பேச்சுக் களிடையே, அடித்தல் திருத்தல்களிடையே, அடிக்கடி, ஆஸ்பெடாஸ் தட்டி மறைத்த உள்ளறையில் ஓடோடி வந்தேன். அலுவலகத்தின் ஆளோய்ந்த தனிமையில் சுவரின் ஓட்டை வழியே உற்று உற்றுப் பார்த்தேன். சுபாஷிணி! நீ சதா – சர்வகாலமும் குளித்துக் கொண்டே இரேன்.

இப்படியாக – வெளியே அவளை ஆடை நிறைவுடன் எத்தனையோ முறை பார்த்ததுண்டு. பார்த்துப் பேசியதுகூட உண்டு. அப்பொழுதெல்லாம் சுபாஷிணி அபூர்ணை – அதாவது பூரண மற்றவள் – நிறைவற்றவள்.

கன்னம் வைத்துக்கொண்டிருந்தபோது, தாணாக்காரனிடம் மாட்டிக்கொண்டதுபோல – அந்த கப்படா மீசைக்காரன் கல்யாணம் நிச்சயித்துவிட்டானே. சுபாஷிணியை, என் காதல் தெய்வத்தை – நாளெல்லாம் எனக்காக, நீராட்டக் காட்சி தரும் காரிகையை எவனோ சேர்த்தலை எனும் ஊர்க்கார மலையாளி கொத்திக்கொண்டு போய்விடப் போகிறான். இனி இந்த அச்சுக் கூடமும், தனியறையும், பின்புற வாசல் குமைச்சலும் அர்த்த மற்றதாகிவிடும். 'காதல் போயின் சாதல்' என்றானே எங்கள் மகாகவி, எத்துணை அனுபவ ரீதியான தீர்க்க தரிசனம்!

என்னதான், கவிஞன் பாடிச் சென்றிருந்தாலும், சுபாஷிணி மணம் முடிந்து கணவனுடன் கைகோர்த்து, வந்தேறிய காட்சியைக் கண்டபின்னரும் – காதல் போயேவிட்டதினால், சாகத்தான் முடியவில்லை. இல்லாவிட்டாலும், இன்றைய ஹிப்பி யுகத்தில் காதல் கைவிட்டுப் போவதுமில்லை; கைநழுவிவிட்டால் சாவதுமில்லை. சுபாஷிணி போனால், இன்னொரு மஞ்சுபாஷிணி. அதுவும் இல்லையென்றால் அவளைவிட கிரீடம் வைத்த இன்னொருத்தி! இப்படியாகச் சமாதானம் கொண்டேன்.

சமாதானம் கொள்ளாமல் என்னதான் செய்துவிட முடியும்? சேர்த்தலைக்காரக் கணவன், நமது – ஜெமினி கணேசன், இரட்டை முண்டு ஜிப்பா கண்ணாடி அணிந்து வந்ததுபோல ஜம்மென்று இருந்தானே?

எல்லார் பேரிலும் – எல்லாவற்றின் பேரிலும், கோபம் கோப மாக வந்தது. பிரஸ்ஸில் வேலை ஓடவில்லை. "மானேஜர் சாருக்கு கொஞ்சநாளா காரியம் ஒண்ணும் சரியில்லை. எல்லாம் எனக்குத் தெரியும். சரிதான் விட்டுத்தள்ளுங்க சார். மலையாளத்து சம்பந்த மும், சொப்பனத்திலே கட்டின தாலியும் தும்மல் போடுற நேரத்திலே அத்துப்போகும் சார்... பின்ன ஏன் மாஞ்சுபோய் ரூமிலே விளுறியோ? விட்டுத் தள்ளுவேளா?" என்றான், கம்பாஸிட்டர் பெரிய தீர்க்க தரிசியைப் போல.

"எனக்கென்ன இப்போ, ஒண்ணுமில்லியே. நான் எப்பவும் போலதானே இருக்கேன்" என்று பதில் சொன்னாலும், அரை குறையில் வேலைகளை முடித்துக்கொண்டு, அச்சகத்தின் அந்த உள்ளறைப் படுக்கையில்தான் வந்து விழுந்தேன்.

அங்கே ஏதேனும் ஓசை, சலனம், வராதா என்று விளக்கடி பல்லி போல தவம் கிடந்தேன். ஊஹூம் ஒன்றும் இல்லை, புதுமணத் தம்பதிகள் – ஆரம்ப ஜோரில் இருப்பவர்களுக்கு புலவாசலில் என்ன வேலை?

என்னதான் சமாதானம் பண்ணிக்கொண்டாலும் மனசு மட்டும் ஹிப்பியாயிற்றே. அதாவது குரங்கு!

– அதிக நாள் ஆகியிருக்காது. அன்று நல்ல வெயில் இருந்தது. மத்தியான உணவிற்காக உள்ளறையில் காரியரைத் திறந்துகொண்டு சோற்றில் கை வைத்திருக்க மாட்டேன். அங்கே சுவருக்கப்பாலிருந்து குளியல் சத்தம் கேட்டது. சோற்றிலா நாட்டம் விழும்? பசியா – காதலா? என்ற பாகுபாடு நினைவிற்கெல்லாம் இடமில்லை. மனது – கானலை நீராக எண்ணிய மிருகம் போல எழுந்து ஓடிற்று. படபடப்புடன் சுவரின் ஓட்டை வழியாகப் பார்க்கிறேன்.

அங்கே –

சுபாஷிணி இல்லை!

அந்தச் சேர்த்தலைக்காரக் கழுதை குளித்துக்கொண்டிருக் கிறது. ஆமாம். கழுதையாக, அதாவது, அதே அம்மணமாகக் குளித்துக்கொண்டிருந்தது மட்டுமா? 'சுபாஷிணி' என்று உள்ளே பார்த்து அழைக்கிறான். நாணம் கெட்டதனமாக அவளும் வரு கிறாள். வந்தவள், பெரிய சங்கோஜம் நடித்து – விரல் கடித்து – நிற்கிறாள். உதட்டால், கண்களால் அத்தனை அபிநய நாடகத் தையும் காட்டுகிறாள். 'முதுகைத்தான் தேய்த்து விடேன்' என்கிறான், கொஞ்சங்கூடச் சொரணை இல்லாமல்.

'ஆமாம், இந்தத் துண்டைக் கட்டிக்கொண்டாவது நில்லுங்கள். அப்போதான் முதுகைத் தொடமுடியும்' என்கிறாள்.

'அங்கே துண்டைக் கட்டிக்கொண்டா இருந்தோம்?' என்று– அவன் உள்அறைப் பக்கமாக, கண்ணைச் சிமிட்டிக் கேட்டுவிட்டு, அவள் கையைப் பிடித்து இழுக்கிறான்.

'சரிதான்' என்றவாறு, வெட்க ரோஷமில்லாமல் அந்தக் கைகாரியும் – முதுகோடு ஒட்டுகிறாள்.

'த்தூ' என்று வந்துவிட்டேன். மானம் சொரணையற்ற – விவஸ்தை கெட்ட ஜன்மம் என்று வரையறுத்து எண்ணிய பின்பும், வஞ்சம் எரித்ததால் பிரஸ்ஸை விட்டே – வேலையை விட்டே – ஊரை விட்டே வந்துவிட்டேன்.

ஆமாம். இப்போது – தும்மிச்சாம்பட்டியில், எங்கள் சொந்தக் கிராமத்தில் விவசாயம் பார்த்துக்கொண்டிருக்கிறேன். இந்த விசை நல்ல மகசூல் பார்த்துக்கோங்கோ!

12

மாதவி

தேவேந்திரன், கிருல்ஸமதனின் யக்ஞத்திற்குப் போயிருந்த போது, அவன் தனியன் என அறிந்த அசுரர்கள், அவனைச் சூழ்ந்து கொண்டனர். இந்திரன் கிருல்ஸமதனின் வேடம்கொண்டு யாகசாலையை விட்டகன்றான். அசுரர்கள், இந்திரன் வெளியே வரக்காணாததால் யாகசாலையுள் புகுந்தனர். அங்கு, முனிவன் கிருல்ஸமதன் மட்டுமே இருக்கக் கண்டனர். கிருல்ஸமதன் வெளியே போவதைக் கண்டிருந்தமையால், இவன் உருமாறிய இந்திரனே என எண்ணி அவனைத் துன்புறுத்தலாயினர். அதுபோது, கிருல்ஸமதன் தான் இந்திரன் அல்ல என்பதை நிரூபணம் செய்தான். அசுரர்கள் அம்முனிவனை விட்டு அகன்றனர்.

அஸேலதா மனஸா சிருஷ்டிபாவஹ துஹாநாம்
தேனும் பித்யூ க்ஷீம ஸஞ்சதம்.
பத்யாபிராசம் பசஸா சவாஜினத்வா
ஹினோமி புருஹுதா விஸ்வஹா.

"ஹே இந்திரா! மனதில் மிக்க தெளிவுடன் பால் தருவதும் கொழுப்பேறியதுமான பசுவைக்கொண்டு வருவாயாக, அனைவரும் உன்னை விரும்பி அழைக்கின்றனர். நீ, விரைவில் வருபவனும், விரைவில் மொழிபவனும் ஆயிற்றே... நான் இரவிலும் பகலிலும் உன்னைத் துதிக்கின்றேன்."

சூக்தம் 32. ஸ்லோகம் 3.

காலை நேரம், ரயில் நிலையத்தின் முதல் பிளாட்பாரம் ஜன நெரிசலில் குமைந்துகொண்டிருந்தது. தபால் வண்டிகளின் கடபுடா சத்தம், சில்லறை வியாபாரிகளின் கூச்சல், பத்திரிகை பையன்களின் ராகவிஸ்தாரமான குரல் இழைவு. மீன் பண்டல்களின் குமட்டல் நாற்றம். இடையே வாஷிங்லோஷனின் சுகந்தம்! நீண்ட தூரப் பிரயாண ரயிலின் முதல் வகுப்புப் பெட்டி ஒன்றில் அவனும் அவளும் எதிர் எதிரே உட்கார்ந்திருந்தனர். வண்டி புறப்பட இன்னும் நேரமிருந்தது. அவனை வழியனுப்பிவிட்டுப் பிரியப்

போகும் துயரம் அந்த நவநாகரிக யுவதியின் கண்களிலும், கலைந்து நெற்றியில் சிலிர்க்கும் கூந்தலிலும் தெரிந்தது. அவளது தோள் பட்டையின் கீழ்ப்புற நெளிவும், மார்பு அழுத்தத்தின் அரைநிலா ஒளியும் வெளித் தெரிய, வாலிப ஓவியன் ஆசைப்பட்டு வரைந்த ஓவியம் போல் ஜாக்கெட்டு அணிந்திருந்தாள். குஞ்சம் மாதிரி சிறிய கைப்பை – வெல்வெட்டில் – ஆனது மடியில் இருந்தது. ஒரு கையில் பாதி வரையில் பொன் வளையல்கள். இன்னொரு கையில் பாதி தங்க கலர் ரிஸ்டு வாட்சு. ரத்தச் சிவப்பு போன்ற சாரி அணிந்திருந்தாள். நல்ல கடைந்தெடுத்த வடிவமைப்பு. வசீகரம்... பிளாட்பார நெரிசலின் அத்தனை கண்களும், ஜன்னலோரத்து இவளையே பார்த்துக்கொண்டிருந்தன. எதிரே அவளது அவனும், நாகரிக வாளிப்பில் நிமிர்ந்த ஆஜானுபாகுவான உருவம்தான். வெள்ளை நிற கப்கை சட்டை, நீண்ட கறுப்புநிற டெரிலின் சூட், டை, மேல் உதடு நிறைய கருகருவென்று மேனவன் மீசை, சைட் பர்ன்ஸ், கழுத்துவரை வளர்ந்த கிராப்... சிரித்த முகம்...

அவள், ரயில் பெட்டியின் மறுபக்கத்தில் கூட்ஸ் வண்டி ஷெட்டின் ஆளொழிந்த சிமிண்டு வெளியில், பனியில் நனைந்த தானியங்களைக் கொறிக்கும் மாடப்புறாக் கூட்டத்தைக் கவனித்துக் கொண்டே இருந்தாள். ஏதோ ஒரு இன்ஜினின் திடீர் கூவலில் அதிர்ந்துபோன புறாக்கள், படபடவென்று பறந்துபோய் ஓரத்து ஆஸ்பெஸ்டாஸ் கூரையில் அணிஅணியாக அமருகின்றன. பரபரவென்று கழுத்து வளைந்து ஓசையை நிதானித்துவிட்டு, பயம் தெளிந்து மீண்டும் தான்யத் தரையில் வந்து அமருகின்றன.

அவள் சட்டென்று திரும்பி அவனை அர்த்தமாகப் பார்த்து வேதனையில் கண் தாழுகிறாள்.

"லல்லீ என்ன இது? ஹௌ ஸ்டுபிட் யூ ஆர்? ரெண்டே வருஷம். அதற்கிடையிலே நாலு தடவை இங்கே வந்து உன்னைப் பார்த்துவிட்டுக்கூடப் போகலாம். அப்போ ரெண்டு வருஷம் பிரிஞ்சிருக்கிறோம்னுகூடச் சொல்ல முடியாது. நீ என்ன சொஸைட்டி லேடி? உங்கள் உமன்ஸ் கிளப்பில் – இந்த மாதிரி பிரிவுத் துயரைத் தாங்கிக்கொள்வது எப்படி என்று ஒரு சப்ஜக்ட் கிரியேட் பண்ணி, ஆளுக்கொரு பேப்பரா படிச்சு, டிஸ்கஸ் அது இதுன்னு இந்த ரெண்டு வருஷத்தைக் கடத்திவிடலாமே... அதற்குப் போய் அங்கே புறப்படு முன்னரே ஆரம்பிச்சு, காரில் அந்த டிரைவர்கூட ஒரு மாதிரியாகப் பார்த்தான். பேசிப்பேசி இங்கேயே கண்ணை யெல்லாம் சிவப்பாக்கி தண்ணீர் விடுறே. நல்ல மாடன்கேர்ள் நீ..." என்று, பாதி புகைத்த சிகரெட்டை வீசியெறிந்துவிட்டு, நல்ல ஒழுக்கமான பற்கள் வெளித்தெரிய சிரித்தான் அவன்.

"உங்களுக்கென்ன சிரித்துவிட்டீர்கள், என் வேதனை எனக்கல்லவா தெரியும், ரெண்டு வருஷம் என்று நாட்களின் தொலைவை எண்ணும்போது நெஞ்சே வெடித்துவிடும் போலிருக்கிறது. இதோ பாருங்கள். என்ன இல்லை நம்மிடம்? ஒரே வாரிசான என் சொத்து மட்டும் நமது மூன்று ஜனரேஷனுக்குக் காணுமே... என்ன டிகிரிப் படிப்பு வேண்டிக் கிடக்கிறது? இப்போகூட ஒன்றும் ஆகிவிடவில்லை. லாஸ்ட் சான்ஸ்... அதே நம்ம டிரைவரைக் கூப்பிட்டு டிக்கட்டை கான்சல் பண்ணச் சொல்ல வேண்டியது. ஆப்டர் ஆல் ஒன்லி ஒன் டெலிகிராம்... ஆல் பினிஷ்..."

"வனிதாதேவி அவர்களே என்ன இது! பைத்தியக்காரத்தனம்? ரெண்டே ரெண்டு வருஷத்தில் என் பெயருக்குப் பின்னால் இனியும் மூன்று எழுத்துகள் கூட வந்தால் யாருக்குப் பெருமை? உனது லேடீஸ் சொஸைட்டியில் ஆறு எழுத்து டிகிரியுள்ளவனின், மனைவி நீ ஒருத்தியாகத்தான் இருக்க முடியும். ஓரி பண்ணிக்காதே. இதைத்தான் ஆர்டர் வந்தப்பவே உன்னிடம் படிச்சுப் படிச்சுச் சொல்லிக்கிட்டிருந்தேன். ஆனால், நீ இங்கே வந்ததும் மறுபடியும், போகாதே போகாதே என் கணவான்னு கண்ணைக் கசக்கிறே. தமிழ் சினிமா வசன வடிவத்திலே சொன்னால், இரண்டு ஆண்டுகளை இரண்டு நிமிஷங்களாகக் கழித்துவிட்டு ஓடோடியும் வந்துவிடுகிறேன் கண்ணே."

அவன், சிரித்தவாறு அவளது குனிந்த தலையைக் கைகளால் நிமிர்த்தி அர்த்த புஷ்டியுடன் பார்த்தான்.

"ஆப்பிள் வேணுமா சார்... காஷ்மீரத்து ஆப்பிள்..." என்று ஜன்னலோரமாக ஒரு கூடைக்காரன் வந்து நின்றான்.

அவள், சட்டென்று நிமிர்ந்து வந்தவனை வெறித்துப் பார்த்தாள்.

"வேண்டாமப்பா போ... வேணும்னாத்தான் கூப்பிடுவமே; பெரிய தொல்லை இந்த ஹாக்கர்ஸ். முதலில் ரெயில்வே ஸ்டேஷனிலிருந்து இந்த மாதிரி ராஸ்கல்ஸையெல்லாம் ஒழிச்சுக் கட்டணும்..." என்று இரைந்தான் அவன்.

கறுப்புக் கம்பி வேலிகளுக்கப்பால் தார் ரோட்டுக் கார்னரில் ஒதுங்கிய வரிசையாக நிறுத்தப்பட்டிருந்த கார்களின் இடையே அந்தச் சிவப்பு நிற ஹெரால்டு காரின், டிரைவர் – இருக்கையில் உட்கார்ந்து அலட்சியமாகப் புகைபிடித்துக்கொண்டிருந்த இவர்களது காரோட்டி – இன்னும் தூக்கம் கலையாத கலங்கிய கண்களுடன் அடிக்கடி இங்கேயே பார்த்துக்கொண்டிருந்தான்.

தார் ரோட்டின் பிளாட்பாரத்தில் ஒதுக்குப்புறமாகக் குடை விரித்து நின்றிருந்த தூங்குமூஞ்சி மரநிழலில் அம்மன் சட்டை யணிந்த நோஞ்சல் குரங்கு ஒன்றை வைத்துக்கொண்டு, தாடி வளர்த்த கறுப்புக்கிழவன் வேடிக்கை காட்டிக்கொண்டிருக்கிறான். அந்தக் காலை வேளையிலும், வேலையற்ற தெருப்பிள்ளைகள் சிறிய கும்பலாக அவன் முன் கூடியிருந்தனர்.

அவளது பார்வை வெகுநேரம் ரயில் நிலையத்துச் சந்தடிகளை யெல்லாம் ஊடுருவி வெளியே ரோட்டின் அந்த வக்ரத்தில் மூழ்கி யிருந்தது. பிளாட்பாரத்தில் யாரோ ஒரு பிரயாணியின் டிரான் ஸிஸ்டர் ரேடியோ இலங்கை வானொலி விளம்பரத்தை மணி யடித்துக்கொண்டிருந்தது. ஒருவன் கொய்யாப் பழம் கூவி விற்றுக் கொண்டு பெட்டி பெட்டியாகத் துழாவிப் போகிறான்.

“லல்லீ, என்ன ஆழ்ந்த சோகக் கற்பனையா? பேசமாட்டேன் என்கிறாயே? இனி, ரயில் புறப்பட பத்தே நிமிஷம்தான். எதையாவது பேசேன். வந்ததிலிருந்து ஒரே அரட்டல்தான். ஏன், நேற்றிரவுகூட, சண்டி மாதிரி திரும்பிக்கொண்டுவிட்டாய். உடனே சோக ஆலாபனை. அடேயடே, இவ்வளவு கோபமா வரும் உனக்கு?”

“ஆமாம். நீங்கள் செய்கிற காரியத்துக்குக் கொஞ்சல்வேற குறைந்துவிட்டதாக்கும்? வேண்டாம். ஒரேயடியாக என்னை இந்த எஞ்சின்முன் தள்ளிவிட்டுப் போங்கள். நிம்மதியாகப் போய்விடும். நமக்குக் கல்யாணமாகி இந்த ஒரு வருஷத்தில் நீங்கள் எத்தனை நாள் என்னோடு வந்தீர்கள்? ஒரு நாளாவது ஒரு பீச், சினிமா, டிராமா, என்று வந்ததுண்டா? எனக்கு வேண்டுமானால் துணைக்கு டிரைவரையும் இட்டுக்கொண்டு போகவேண்டும். சொஸைட்டி யிலே, லல்லீ, உன் ஹஸ்ஸை நாங்கள் பார்த்தால் விழுங்கிவிடுவோ மென்று வீட்டில் பூட்டி வைத்திருக்கிறாயாக்கும் என்று கேட்கும் போது, நாக்கைப் பிடுங்கிக்கொள்ளலாம் போலத் தோன்றும். நீங்கள் என்னவென்றால், இப்போ கண்ணைக் கட்டிக் காட்டில் விட்டதுபோல ரெண்டு வருஷம்தானே என்று கிளம்பிவிட்டீர்கள். எல்லாத்திற்கும் என்னைச் சொல்ல வேண்டும்...”

“சரிதான். என்னைக் காதலிக்கறேன் என்று என் பின்னா லேயே லாபரட்டரி, லைப்ரரி, ரிஸர்ச் சென்டர் என்றெல்லாம் நடையாக நடந்து, உன் அப்பாவை அழைத்து வந்து காட்டி என்னையே நீ கல்யாணம் செய்து கொண்டிருக்கக்கூடாது. வேறு யாராவது உன்னோடு கிளப்புக்கும் சினிமா, டிராமாவிற்கும் சுற்றுகிற ஹென் ஹஸ்ஸாக அப்பொழுதே பார்த்திருக்கலாம். அது உன் தப்புதான். இல்லியா லலிதா...?”

அவள், ஓவென்று வாய்விட்டு சிணுங்க ஆரம்பித்தாள். அவன் சட்டென்று அவள் வாயைப் பொத்தினான்.

"இந்தா லல்லீ, இப்போ நான் என்ன சொல்லிவிட்டேன் என்று... அய்யோ, அய்யோ, அந்தத் தடியன்கள் எல்லாம் பார்க்கிறானுகள். அதோ அந்த நெக்ஸ்டு போர்ஷனிலேகூட யாரோ கவனிக்கிறாங்க. நானும் வேடிக்கைக்குத்தானே சொன்னேன். இந்தா கண்ணைத் துடைச்சுக்கோ... லல்லீ டார்லிங், இதோ பாரு, இனி இருக்கிறதோ நாலைஞ்சு நிமிஷம்தான். அதோ பஸ்டு பெல்லைக்கூட அடிச்சாச்சு. இந்த லாஸ்டு மொமண்டிலே... உம்... அப்படித்தான் என் டார்லிங்கில்லே, சிரியேன்... பிளீஸ், ஸ்மைல் பிளீஸ், எஸ், ஆல்ரைட் அப்படித்தான். கண்ணைத் துடைச்சுக்கோ. நீ இப்படி எல்லாம் இருப்பேன்னு தெரிஞ்சுருந்தா, நான் இந்த டபிள் கம்பார்ட்மென்ட் 'வேண்டாமென்று சிங்கிள் கபேயே புக் பண்ணியிருப்பேன். ரொம்ப தூரம் தனியாகப் பிரயாணம் சுவைக்காதே என்றுதான் இந்த டபிள் கம்பார்ட்மென்ட்டா அரேஞ்சு பண்ணினேன். நீ வந்து கண்ட்றி மாதிரி அழுது பிழியறே... நல்ல சொஸைட்டி லேடி நீ. லல்லீ நீ சிரிக்கும்போது, உன் முகம் முழு ரோஜா பிளவர் போல எவ்வளவு அழகாக இருக்கு தெரியுமா...?"

"போதும் இந்த வர்ணனையெல்லாம். ரொம்ப பசப்பு. சரி அதிருக்கட்டும். லீவு கிடைத்த உடனேயே தந்தி கொடுங்கள். இப்போ மாதிரி ரயிலைப் பிடிக்காமல் பிளைட்டிலேயே வந்திருங்க. ஏர்போட்டுக்கு, நான் டிரைவரோடு கார் எடுத்துக்கிட்டு வந்து விடுகிறேன்..."

"ஆமாம் லல்லீ, உனக்குத்தான் நன்றாக டிரைவ் பண்ணத் தெரியுமே? எதுக்கு அந்த டிரைவர் வேறு வெட்டிக்கு, அவன் மீசையும் முழியும்? டிரைவர் போலவா இருக்கிறான். சுத்த ரவுடி தான் போ. உன் தகப்பனார் ஆளாச்சுன்னு பார்க்கிறேன். இல்லையோ போயிட்டுவான்னு சீட்டைக் கிழிச்சு அனுப்பி யிருப்பேன்."

"அய்யய்யோ ஹியீஸ் வெரி நைஸ் பெல்லோ. பார்வைக்குத் தான் அப்படி இருக்கிறானே தவிர வெரி பிளீஸன்ட் செர்வன்ட் ஆல்ஸோ வெரிகுட் செர்வன்ட்..."

"போதும் லல்லீ. இவ்வளவு நேரத்தில் உன் டிரைவரைப் பற்றிப் புகழ்ந்தபோதுதான் உன் முகத்திலே களை பிறந்திருக்கிறது. சரி, போய் இறங்கியதும் கேபிள் பண்றேன். வொரி பண்ணிக்காம தினமும் ஒரு லட்டர் எழுதணும், ஓகே... அதோ கிரீன் ப்ளாக் காட்டுறான். குட் பை. மெதுவாக இறங்கு... சே, சே, என்ன லல்லீ இது, கண்ணைத் துடைச்சுக்கோ..."

ரயில் நகர்ந்து விலகியபோது அவள், அவன் கைகளை மனமில்லா மனதுடன் விட்டுவிட்டு, பெட்டியைவிட்டு வெளியே வந்தாள். ரயில் மெதுவாக நகர நகர, ஓட்டமும் நடையுமாக அவன் பக்கமாகவே கொஞ்ச தூரம் போனாள். ரயில் வேகமாகக் கிளம்பியது. விட்டுவிட்டு – பறிகொடுத்த துயரத்துடன் பிளாட்பாரத்திலேயே நின்று – தளர்வோடு கையை உயர்த்தி அசைத்தாள். அவனும் ரயில் தொலைவில், ஓவர் பிரிட்ஜினுள் மறைவது வரையில் உற்சாகமாகக் கைகளை அசைத்துக்கொண்டே இருந்தான். பிரிட்ஜின் பெரிய சிமிண்ட் தூண்களுக்கப்பால் ரயிலின் நீளத் தொடர் மறைந்துபோவது வரையில் அவள் அங்கேயே நின்றாள்.

பாலத்தைத் தாண்டி ரயிலின் வேகம் அதிகரித்ததும், அந்த முதல் வகுப்புப் பெட்டியின் செப்ரேட் காபினிலிருந்து நவநாகரிக யுவதி ஒருத்தி ஒயிலாக வந்து, அவனருகில் உரிமையுடன் அமர்ந்து கொண்டாள்.

"அப்பாடா, ஒரு வழியாக ரயிலும் புறப்பட்டது. உங்கள் மனைவியின் தொல்லையும் ஒழிந்தது. இனி ரெண்டு வருஷம் நம் காதலுக்கு எந்தவிதத் தடையுமில்லை" என்று சொல்லி அவன் கைகளை எடுத்துத் தன் மடிமீது வைத்துக்கொண்ட அவளுடன், கலந்து அவனும் கலகலவென்று சிரித்தான். ரயில் புகையை உமிழ்ந்துகொண்டு வேகமாக ஓடிக்கொண்டிருந்தது.

அதே நேரத்தில் ரயில் நிலையத்தைவிட்டு வெளிவந்த அவளையும் சுமந்துகொண்டு, புறப்பட்ட அந்தச் சிவப்பு ஹெரால்ட் காரை ஓட்டிக்கொண்டிருந்தவனின் அருகிலேயே அமர்ந்திருந்த அவள் தோளை மெதுவாகத் தொட்டு, "என்ன லல்லீ, ஒருவழியாக உன் பட்டதாரிக் கணவனையும் ஏற்றிக்கொண்டு ரயில் புறப்பட்டதோ இல்லையோ, அப்பா, எங்கே நீ நடித்த நடிப்பிற்கு அவன் டிக்கட்டை கான்சல் பண்ணிவிட்டு இறங்கி வந்துவிடப் போகிறானோ என்று நினைத்தேன். நல்ல நாடகம் ஆடினே போ. எல்லாவற்றையும் நான் கவனித்துக்கொண்டுதான் இருந்தேன். கடைசியில் அப்படியே சோகப் பதுமை போல, பிளாட்பாரத்தில் நின்று, கையை அசைத்து விடை கொடுத்தாயே, அசல் நடிகை கெட்டாள் போ..."

அவன் ஓஹோவென்று உரக்கச் சிரித்தான். அவளும் கைக் கண்ணாடியில் பார்த்து, கண் வளைவுகளை சரிசெய்துகொண்டே புன்முறுவல் பூத்தாள்.

❖

13

நான்

திரஸதஸ்யூ எனும் மன்னனின் புரோகிதனாக இருந்த விருசன் என்ற ரிஷி நடைமுறை வழக்கப்படி அரசனின் ரதத்தை ஓட்டிச் செல்கையில், பாதையில் விளையாடிக்கொண்டிருந்த அந்தண குமாரன் ஒருவன் மேல் தேர்ச் சக்கரம் உருண்டு – அவன் இறந்துபோகிறான். அவ்விபத்து அரசனை துக்கத்திலாழ்த்தியது. அவர், தேரோட்டியான புரோகிதனிடம் சொன்னார்: "ரிஷியே – நீங்கள் புரோகிதனாக இருக்க, கொன்ற பாபம் எனக்கு வந்து சேரலாயிற்று." ஆனால், அம்முனி, ரிக்வேத மந்திரம் உரைத்து அந்தண குமாரனுக்கு உயிர் கொடுத்தான்.

> நானானம் வாஉநோ தியோவி விருதானி ஜனானாம்
> தக்ஷா ரிஷ்டம் ருதம்பிஷக் பிரம்மா சுன்னந்தா
> மிஸ் சதீந்திரா யேந்தோ பிரஸ் ரவ

எங்கள் கர்மா பல்வேறு விதமானவை. தச்சன் மரவேலையை விரும்புகிறான். அந்தணன், சோமபானம் தயாரிக்கும் எஜமானனை விரும்புகிறான். மருத்துவன் நோயை விரும்புகிறான். அதைப்போல நான் சோமத்தை விரும்புகிறேன். ஹே சோமமே! நீ இந்திரனாக ஒழுகவும்.

சூக்தம் 112. ஸ்லோகம் 1.

இந்த உலக உருண்டை என்னைச் சுற்றிச் சுழல்கிறது. நான் அதை அறிகிறேன். உலகத்தின் சலனத்தை நான் அறிவதனால் நானே பேரறிஞன் – ஞானி. என்னை மீறி எதுவுமில்லை. அனைத்திலும் நான் இருக்கிறேன். என் முன் எனது காலடியில் திரண்டு மறியும் இந்த அலைகடலின் ஒவ்வொரு சுருளிலும் நான் என் உயிர் மூச்சை நுரைய விட்டிருக்கிறேன். கடல் விளிம்பில் யானை முதுகுபோலக் குவிந்திருக்கும் பாறையில் திரைமூட்டம் சிதறுகையில் நான் சிலிர்த்துக்கொண்டு விழிக்கிறேன். நிஷ்டையிலிருந்து உணருகிறேன். நான் தவத்தால் சுட்டவன் ஆயினும் என்மேல் குளிர் வெடவெடக்கிறது.

எனது தபஸ், கலைகிறது.

பிரபஞ்ச வலையில் துளியளவு மீனாகிச் சிக்கிக்கொள்கிறேன். நீரின் ஆழத்திலிருந்து - இழுக்கும் இழுப்புடன் கரைக்கு வந்துகொண்டிருக்கும்போது, வெளியே வானவட்டம் முட்டைத் தோடு போல வெள்ளையாகத் தெளிந்து தெரிகிறது. காற்று மெது வாக வந்து வீசுகிறது. மீனாகிய எனது செதிள்கள் வாய் திறக்கும் போது, நான் மூச்சுத் திணறுகிறேன்... கரையின் வறட்சியால் கோரஸ் பாட்டுடன் மரணம் என்னை வந்து மூடுகிறது. நான் மரித்தவ னாகிறேன்!

இப்பொழுது நான், சராசரிகளில் ஒருவன். எனது அறிவின் கூர்மையும், தெளிந்த மனதின் ஞானமும், கூரிய பார்வையும் வேண்டும் வேண்டாமையின் பக்குவமும், சூல்கொண்ட மலரி லிருந்து உதிரும் இதழ்களாகச் சிதறிவிடுகின்றன. ஆசைக்கும் பேராசைக்கும், கோபத்திற்கும் கொடூரத்திற்கும் எனது மனம் தொங்கு மேடையாகிறது. நான் எதையும் அறியாத அஞ்ஞானி!

கழன்று வந்த கால வேகத்திற்கு அப்பால், நான் ஒரு மனிதப் புழுவாக இருந்தேன். பூர்வத்தின் சிந்தைகள் நீரில் முளைக்கும் விதைகள் போல மனமுகட்டில் மிதந்து வருகின்றன. நான் என்ற முக்கியத்துவம் எங்கும் கொடிகட்டி ஆடுகிறது. இதை நான் விரும்பு கிறேன். என்னை எந்த சபையிலும் நடு விளக்காக வைக்கவே ஆசைப்படுகிறேன். அது, கிஞ்சிற்றேனும் வழுவும் நிலை ஆயின் பற்களாலும் நகத்தாலும் - ஏன் ஆயுதங்களாலுமே மல்லிடுகிறேன். நானே இந்தப் பிரபஞ்சத்துள் மனிதருள் மணியானவன்.

உரிக்காத தேங்காய் போன்ற என் முகவட்டமும் பார்ப்பவர் களைக் குத்தும் மீசையும், சிரிக்கவே வளையாத அமுக்கிய கர்வத்தின் தடித்த உதடும், எரிக்கும் பார்வை அடங்கிய பலா விதைக் கண்களும், என்னை எனக்குள் பெரியவனாக்குகின்றன. எனது கனத்த குரல், ஆட்டுக் கும்பலில் இடையனின் அதட்டல் போல உரக்கவே கேட்கிறது. எங்கள் கிராமத்துப் பட்டியில் நான் வைத்ததே சட்டம். என் வழியே ராஜபாட்டை. என் தீர்ப்பே பஞ்சாயத்து முடிவாகக் கொடி கட்டப்படுகிறது.

எனக்குத் தாய் ஒருத்தி இருந்தாள், ரொம்ப பரட்டைப் பஞ்சாக நரைத்துப்போன கிழவி. எனது தர்பாரின் அலைவீச்சு அவள் வரை வந்து மோதும் அபூர்வசந்திகளில், அவள், என்னைத் திருத்தி உபதேசிக்க எழுந்து வருவாள். அப்பொழுதெல்லாம் எனது முரட்டுக் காலில் மிதிபட்டு, அவள் தரையில் உருளும் கோணங்கி யில், கல் உடைப்பது போல எனக்குச் சிரிப்பு பொத்துக்கொண்டு

வரும். எனதே எனதென்ற எனது இந்த இராஜாங்கத்தில் பெற்ற வளே ஆயினும், நான் கீழே இறங்கிவந்து பரிசு வாங்கக் குனி வதில்லை.

கிராமத்தின் நாற்தெருவின் மத்தியில் ஆலாலமுண்டவனின் சந்நிதியிருக்கிறது. பெரிய கோயில். அந்தச் சுற்றுவட்டப் பட்டிகளில் அதற்கு ஈடான வேறு கோயில் இல்லை. நாள் கிழமைகளில் கோயிலின் திருவிழா நாட்களில் கூடும் ஜனசமுத்ர மத்தியில் நான்தான் முடிகட்டி வாழ்த்தப்பட்டேன். என்னிடம், வேல், கம்புப் பயிற்சி பெற்ற எடுபிடிகள் இருந்தார்கள். குத்துவாள் வீசிப் பழக்கப்பட்ட குண்டர்கள் இருந்தார்கள். அவர்கள் என் கண் அசைவில் நாய்களாகக் குழையும் பக்தர்கள்! நான் இடும் எச்சிலில் அவர்களது ஜீவித யாத்திரை அடங்கி இருந்தது.

கோயிலின் அர்ச்சகர் ஒரு சேங்காலிப்பட்டர். அக்கிரஹாரத் தெரு மத்தியில் அவர் மடம் இருந்தது. மடத்தில் அவருக்கு ஒற்றைக்கு ஒற்றையே ஆன ஒரு குமாரத்தி. ஒரே ஒருமுறை பூத்துக் குலைதள்ளும் வாழைபோல ஒன்றே ஒன்று. அந்த ஒன்றில் உலகின் அத்தனை கவர்ச்சியும் அழகும் நளினமும் மேன்மையும் அடங்கி யிருந்தது என்று அவளைக் கண்டவர்கள் சொன்னார்கள். ரொம்ப நாட்களாக எனக்கு அந்த பட்டர் சரித்திரம் தெரியாமலேயே இருந்தது. ஒரு கார்த்திகைத் திருநாளில் வாசலில் கைவிளக்கு ஏந்தி நின்ற அவளை, என் கூட்டத்து 'நாய்' ஒன்று அடையாளம் காட்டித் தந்தது.

எனக்கென்ன? பச்சை வாழை மட்டையில் தீவெட்டி பிடித்துப் பழக்கப்பட்ட எனக்கு பட்டர் பெண்ணை அடைவது பெரிய வழியாக இல்லை. நாட்டம் அவள் மேல் கவிழ்ந்தேவிட்டது.

அந்தக் கமலம் என்ற பெண் இரவில் என் கொட்டகைக்குத் தூக்கி வரப்பட்டாள். என் தாய்க் கிழவி – எங்கோ படுத்து உறங்கி யிருப்பாள் என்று எண்ணியிருந்தேன். வாய் கட்டப்பட்டிருந்த அந்தக் கமலம், பேசத் திணறினாள். மங்கல் வெளிச்சத்திலும் – திமிர்த்த அழுச்சாட்டியத்திலும் அவள் ரொம்ப ரொம்ப அழகாக– இருந்தாள். சிப்பியைக் கிழித்ததும் மாமிச நடுவில் ரத்தக் குளிய லில் முத்து கண் விழிக்குமே, பிரகாசமாக, அவள் என் பலாத் காரத்தில் அப்படித் திகழ்ந்தாள். வாழைப்பூவின் சின்ன இதழில் தேன் துளித்து இருப்பதுபோல அவள் மெல்லிசாக அழுது கொண்டிருந்தாள். அவளது தாழம்பூப் போன்ற கைகளும், கால்களும், கழுத்தும், மார்பும் என்னை என்னிலிருந்து கழன்று வரச் செய்துகொண்டிருந்தன...

என் நாய்கள், ஆட்கள் எல்லோரும் போய்விட்ட பின்பு – இரவு இருட்டோடு பரிபூரணமாக இறங்கிவந்த பின்பு நான் அவளை மறித்துக்கொண்டு என் ஆதிபத்தியத்திற்குத் தயாரானேன். விளக்கு அணைந்தது. இருட்டும் நானும் அர்ச்சகர் மகளும், தனிமையும், வியர்த்த என் விசாரங்களும் இறுகிப் பிணைந்த பாம்புகளாக மாறின... என் கைகள், அவள் தோளை ஆக்ரமித்ததை உணருமுன் என் கைகளில் ஒரு வெட்டு விழுவதையும் அறிகிறேன். என்னில் நெருப்பெனப் பற்றிக்கொண்ட வெறியில் எதிரில் இருட்டோடு வந்த உருவத்தை அதன் ஆயுதத்தாலேயே திருப்பி வெட்டிச் சாய்க்கிறேன். வெட்டு, வெட்டுகள்! ரத்தப் பீறல் இடையே என் இரை கமலம் தப்பிவிடுகிறது.

கதையே முடிகிறது. வெளிச்சம் வந்தபோது, என் கொலையில் எனது தாய்க் கிழவி துண்டாக விழுந்து கிடக்கிறாள். அவளது விழித்த கண்களிலே மரணம் ஸ்தம்பனம் கொண்டிருக்கிறது.

எனது சாம்ராஜ்யம் குலைந்து சரிகிறது. எனது பேரகந்தையின் வெள்ளம் மலைமுகட்டிலிருந்து சிதறி, கீழே அதலபாதாளப் பாறையில் விழுகிறது. என்னைப் பெற்றவளின் ரத்தம் என் கைகளிலே சொட்டுகிறது. கீழே தளம் கட்டிய குருதிக் கண்ணாடியில் என் பிரதிபிம்பம் என்னைக் கெக்கலி காட்டிற்று. முதன் முறையாக என்னுள் அழுகிறேன். நடுங்குகிறேன். காற்று விரட்டிய புகைபோலக் கலைந்து கரைய ஆரம்பிக்கிறேன். பிரபஞ்ச கோணத்தின் ஒரு மூலையில் ஒரு இரவிலோ பகலிலோ என்னைக் கருவுற்று, வியர்க்க வியர்க்க சகடம் சுற்றி, பாண்டம் செய்யும் குயவனைப் போல உடைத்தெறியாது வளர்த்தி – என்னை, நான் என்ற கர்வமுகடு வரையில் எட்ட விட்டவளை ஒரே இரவின் ஆங்காரத்தில் இருட்டிலே, துடிக்கத் துடிக்க வெட்டிச் சாய்த்துவிட்டேன்.

தாயின் நிணம், எரிமலைக் குழம்பாக என்மேல் வழிகிறது.

– பன்னிரண்டு ஆண்டுக்காலம் நான் சிறையிலிருந்தேன். அந்த நாளின் ஓட்டத்திற்கு என் பழைய நாய்களில் ஒருவன், ஒரு மாபெரும் உண்மையை வந்து கம்பிகளின் இடைவழியாகச் சொன்னான். பட்டரின் புத்திரி உண்மையிலேயே என்னை காமித்திருந்தாளாம். எதிர்பாராத என் ஆக்கினையும் படையெடுப்பும் தாய்க்கொலையும் அவளை தற்கொலை செய்துகொள்ளவே வைத்துவிட்டனவாம்... சிறையில் என் ஜடைகள் உதிர்ந்தன. என் நகங்கள் மழுங்கிவிட்டன. என் பற்கள் உதிர்ந்துவிட்டன. செய்த கொடுமையும் பழிகளும், என்மேல் எரியும் வஞ்சத்தைத் தீர்த்துக்கொண்டன. என்னைப் பூட்டி வைத்த சிறைக் கதவுகள்,

என் நெஞ்சில் மலையாக எழுந்து நின்று உலகிற்கான என் பாதையில் வழி மறித்து நின்றன. கிளைமறந்த பருந்தாக வான வட்டத்தில் உயர உயரப் பறந்துகொண்டே இருக்க ஆசைப் பட்டேன். சிறையில் எனக்குக் கசையடிகளும், மரம் அறுக்கும் வேலையும் கிடைத்தன.

வெளியே வந்தபோது – மணல் வெளிக்கு அப்பால் சிதறி மறியும் கடல் என்னை எதிர்கொண்டது. யானைக்கு முதுகுபோல உருண்ட பாறையின்மேல் என் தபஸ் ஆரம்பமாயிற்று. உலகம் என்னைவிட்டு எட்டி நின்றது. அருகில் வராத வரைக்கும் கவலை இல்லாத அந்த உலகம் என்முன் கானல் நீர்போல் மாயையாகத் தெரிய ஆரம்பித்தது.

– சிக்கிக்கொண்ட வலையிலிருந்து அறுத்துக்கொண்டு நான் தப்பிவிடுகிறேன். துள்ளி வந்த திரை ஒன்று என்னை விழுங்கிக் கொள்கிறது. நான் சமுத்திர கர்ப்பத்தில் ஆழ்ந்து குதித்து வாலடித்து விளையாடத் திரும்பிவிட்டேன். மரணம் என் கைநழுவ விட்டுவிட்ட ஏமாற்றத்தில் நீரைக்கண்டு தணியும் நெருப்பு போல தரையில் நின்றுவிடுகிறேன். நான் மீண்டுவிட்டேன்.

என் தவம் ஆரம்பமாயிற்று. இந்த உலக உருண்டை என்னைச் சுற்றிச் சுழல்கிறது. நான் அதை அறிகிறேன். உலகத்தின் சுழற்சியை நான் அறிவதனால் நானே ஞானி.

நான் கண்மூடி இருக்கும்போது என் எதிரில் இருவர் கடற்கரையில், தேவி தர்சனத்திற்குப் பின்பு என்னையும் தர்சிக்க வருகிறார்கள். அவர்கள் சொல்கிறார்கள்: ‘இவர் தெய்வத்தின் அவதாரம், காலங்காலமாக இங்கே நிஷ்டையில் இருக்கிறார். ஊண், உறக்கம் ஒன்றுமில்லாத நித்ய சமாதி தேவன் இவர். அவரை விழுந்து வணங்குவோம்’ அவர்கள் என் காலடியில் விழுகிறார்கள். ஆகையால் நான் தேவன்! நானே – நா...ன்...

❖

14

உண்மைக் கதை

அங்கிரஸ் எனும் முனிவருக்கு பிரகஸ்பதி எனும் தனயன் இருந்தான். அவன் தேவகணத்திற்கெல்லாம் நன்மை போதிக்க தேவேந்திரனுக்கு புரோகிதன் ஆனான். ஒரு சமயம் பிரகஸ்பதியின் பசுக்களை பணி எனும் அசுரன் அபகரணம் செய்து வலன் என்பானின் நாட்டிலுள்ள இருள் சூழ்ந்த மூன்று குகைகளில் அடைத்து வைத்தான். இந்திரன், பசுக்களைத் தேடிக் கண்டுவர – பிரகஸ்பதியுடன் மருத்துகளையும் அனுப்பி வைத்தான். வலனின் நகருள் வந்த பிரகஸ்பதி சூரியனை உதிக்கச்செய்து இருண்ட குகைகளிலுள்ள பசுக்களைக் கண்டடைந்தான். பின்பு – பணியை நிக்ரகம் செய்து பசுக்களை மீட்டுவந்தான்.

த்வம் மாயா பிரப மாயினோ தம: ஸ்வதாபிர்யே அதி
சுப்காவ ஜுஹ்தா.
த்வம் பிப்ரோர் நிறுமண: பிராருஜ: புர: பிரருஜர்வானம்
தஸ்யூ ஹத்யே ஷ் வர வித:

ஹே இந்திரா! ஏதொரு ராக்ஷஸன் யாகத்தின் ஆகுதிப் பொருள் தின்றிருந்தானோ! அந்த வஞ்சர்களை நீ அகற்றிவிட்டாய். நீ 'பிப்ரு' எனும் அரக்கனின் கோட்டையை நிர்மூலம் செய்து போரில் அவர்களைச் சாரம்கொண்டு முனிவர்களைக் காப்பாற்றினாய்.

சூக்தம் *51.* ஸ்லோகம் *5.*

நான், நான் என்று – அகந்தைகொண்டு திரிந்த மன்னாதி மன்னர்கள், அரசியல் ஏகச் சக்ராதிபதிகள், சிங்கார ரசவல்லிகள், ரிஷிபுங்கவர்கள் அனைவருமே ஆறடி மண்ணில் மக்கி மடிந்து போன கதைகளும், வரலாற்று ஓவியங்களும், படித்து அறிந்த நான்– ஆமாம், நான்தான் – பிரபல வார சஞ்சிகை ஒன்றின் தலை மூத்த ஆசிரியன். அகில உலகத்திலுமே அதிக விற்பனையாகும் சஞ்சிகை எங்கள் சஞ்சிகை. ஆசிரியர் என்ற பரமோன்னத ஸ்தானம் வகிக்கும் நான், என் சஞ்சிகைக்கு 'உண்மைக்கதை'களை எழுதி வருகிறேன். 'உண்மை' என்றால் – ஓப்பனாகச் சொல்லப்போனால் sex life - இதுதான் இன்றைய பத்திரிகை உலக 'உண்மையின்' உண்மை

அர்த்தம்! நான் இந்த அதியற்புத உண்மையைக் கண்டறிய மிதித்துத் துவைத்த சகதிக் குழிகள் Red light ஏரியாக்கள். மாடத் தெருக்கள், கோயில் தெருக்கள் – இதெல்லாம் கொஞ்ச நஞ்சமல்ல. இந்தக் கொஞ்ச நஞ்சத்தின் சரியான புள்ளி விபரம் அறிய விரும்புவோர், என்ற ஆராய்ச்சி நூலான? 'True life in sex' காண்க.

– போகட்டும். இனி, இந்தக் குறிப்புகளை நான் எழுதப் போன்றதின் காரணம் – இது எனது சொந்தக் கதை. 'உண்மைக் கதை' எழுதும் – ஆசிரியனின் உண்மையிலும் உண்மைக் கதை.

பிள்ளையார் சுழி போட்டாயிற்று. எங்கிருந்து ஆரம்பிப்பது? நீரின்மேல் பாசியை விலக்கிவிட்டு தலைமுழுக இறங்குவதுபோல்– விடியற் காலையில், என் வீட்டு வாசலிலிருந்து – காரியாலயம் புறப்படுவதிலிருந்து ஆரம்பிக்கிறேன்.

புத்தம் புதிய துத்தநாகத் தகட்டின் கதவுகள் அமைந்த வாசலில் வந்து நிற்கிறேன். இடது பக்கம் சந்துப் பாதை. எதிர்ப் பக்கம், தென்னந்தோப்பு. தோப்பின் மத்தியில் ஓலைக் கூரை அரங்கில் – சின்ன மரஸ்டூல் மேல் யாரோ முஸல்மான் காக்காவை உட்கார்த்தி வைத்து – தலை மழிக்கிறான் ஒஸா மைதீன். நல்ல தர்சன சகுனமென்று எண்ணி நடக்க ஆரம்பிக்கிறேன். இடையே ஒன்று, எனக்கிந்த சகுனம் – ரேகை – நியூமராலஜி – ஜாதகம் இத்யாதிகளில் நம்பிக்கையுண்டு. முக்கியமாக அதிர்ஷ்டத்தில்! நிற்க. வீட்டுச் சந்தைத் தாண்டி தார் போட்ட நாலுபாட்டையை வந்தடைகிறேன். அதோ கண்ணெட்டிய தொலைவில் மூன்றுமாடி மஞ்சள் நிற மாளிகை ஒன்று தெரிகிறதே, அதுதான் எங்கள் சாம்ராஜ்யம். அதாவது பத்திரிகை அலுவலகம். அந்த ராஜபாட்டையும் இதன் சுற்று வட்டமும் பழைய பரம்பரையின் ஆவாஸகேந்திரமாக இருந்தவை. எங்கள் அலுவலகக் கட்டடம்கூட குட்டி அரண்மனை தான்... பாதையின் இருமருங்கும் பார்த்து நடக்கிறேன். உதவிப் பணம் வாங்கும் அரச பரம்பரைக்கு கொடிகட்டிய சுவடுகளை அழித்தெறிய இன்னும் மனமில்லாததால் – பாழ்மண்டபத்து முலை இழந்த சிலைக் கன்னியைப் போல, வௌவால் வாசத்துடன் இந்த ஒவ்வொரு மாளிகையும் மௌனத் தியானத்தினால் நிற்கின்றன. இத்தனைக்கும் புதிய அலையின் வீச்சு காரணமாக சமீபகாலத்தில் அங்கிங்காக வெற்றிலை பாக்குக் கடைகள், டீக்கடைகள், ஏன் பழைய சைக்கிள் கடைகூட வந்திருக்கிறது.

ஒவ்வொரு மாளிகையும் விரவி ஆராய்ந்து நடந்து வருகிறேன். அதாவது உலா நடத்துகிறேன். அதோ கடைசியில் சுவர் இடிந்து சரிந்து கிடக்கிறது. தொல்பொருள் அயிட்டத்தைச் சேர்ந்த

சுவராகையினால் கார்ப்பரேஷன்காரன் கண்டும் காணாமல் அப்படி விட்டு வைத்திருக்கிறான். கறுப்புத் துணிக்குடைக்கு வெள்ளை ஒட்டுப் போட்டதுபோல, இடிந்த பகுதிக்கு ஓலை கட்டி மறைத்திருக்கிறார்கள். அதன்மேல் அப்பளம் போல வட்ட வட்ட இலைகளின் வெறும் கொடியொன்று பசேலென்று படர்ந்து கிடக் கிறது. செடி நிறைய ஊதா வர்ணப் பூக்கள் குமிழ் குமிழாகப் பூத் திருக்கிறது. அந்த ஓலைக் கோட்டை மதிலுக்கு அப்பால் பழைய மாளிகை. மாளிகையின் கைச் சுவரும் தாழ்வாரமும் சிதிலமாகிக் கிடக்கிறது. காரை தூர்ந்துபோய் உள்ளே செங்கற்கள் அஸ்திகூடம் போலத் தெரிகிறது. தாழ்வார முகட்டின் குஞ்சக் கயிற்றில் கறுப்புக் கிளிக்கூண்டு தொங்குகிறது. கிளி இல்லை. நாலு ஜன்னலுக்கு அழுக்குக் கம்பளத் திரை போர்த்தியிருக்கிறது.

குமிழ்ப் பித்தளைக் குண்டும் பிறைவடிவமும் பதித்த தேக்கு மரக்கதவு ஒன்று திறந்திருக்கிறது. மற்றொரு கதவு சாத்தியிருக்கிறது. ஆர்வத்தோடு உள்ளே பார்க்கிறேன். அங்கணமுற்றத்தின் – கறுப்புக் கிளைகளின் கருவேப்பிலை மரமும் ராம துளசிமடமும்தான் தெரி கின்றன. மாடத்து இடுக்கில் தேய்த்துப் பளபளக்கும் வால்கிண்டி இருக்கிறது. ஆனால், –

இல்லை, அவள் இல்லை!

எங்கே போய்விட்டாள்? தினமும் வழிமேல் விழிவைத்து வந்து நிற்பாளே? நல்ல சகுனத்தில்தானே வந்தேன்.

பிரியதர்சினி.

அழகான அவளது இந்தப் பெயர் மனதின் நிராசை வெள்ளத் தில் மிதக்கிறது. ஏமாற்றக்கனத்தால் மனதைத் தாங்கி நடக்கிறேன். பாதையோரமாக நடந்து வந்து – அலுவலக வாசலில் நுழைந்த போது பழைய பட்டாளத்தான் வாசல் காவலாளி, 'குட்மார்னிங் எடிட்டர் சார்' என்று பட்டாள சல்யூட்டு அடித்து வரவேற்பு கூறுகிறான்.

மேசைமேல் படித்துக் கிழிக்க வேண்டிய மாட்டர்கள் எல்லாம் துல்லியமாக அடுக்கி வைக்கப்பட்டிருக்கின்றன. சீப் அசிஸ்டென்டு 'தண்ணி' வேகத்தில் மானேஜரை முறைத்துக்கொண்டு – மரத்தட்டிக்கு அப்பால் ராஜ்யபாரம் நடத்துகிற – கனைப்பு உறுமல், தும்பல் – அதட்டல் எல்லாம் இங்கே கேட்கிறது. ஓவியன் பாபு எதிரே வந்து ஒரு படத்தை நீட்டுகிறான்.

"ஏது?"

"சரம் என்ற கதைக்குப் போடச் சொன்னீர்களே."

"சரி. வைத்துவிட்டுப் போ. கூப்பிடுகிறேன்."

அவன் போனான். ஆமாம் சரம் என்ற கதை. புதுயுக எழுத்தாளன் ரவி என்பவன் எழுதியது. இந்தக் காலத்துச் சிறிசுகளுக்கு ஏற்ற கதை. ஆங்கிலம் கலந்த மாத்ரு பாஷை நடை. ஒரு ஸ்ட்ராமர் டர்ன் பெண். அவளுக்குப் பனிரெண்டு வயது வேலைக்காரி. கதாநாயகியாகப் பட்டவள் குளியலறையில் குளிக்கும்போது – அந்தச் சிறுமியை முதுகு தேய்த்துவிடச் சொல்கிறாள்... எழுதிய ரவி ரொம்பப் பொல்லாதவன், அவனுக்கு எழுத்து கவர்ச்சி தெரியும். வேலைக்காரிச் சிறுமி கொஞ்சம் வெடித்தவள். எஜமானியை 'நன்றாக' குளிப்பாட்டுகிறாள். ஆடைகாட்டாத சொற்களால் அத்தனையும் கதையாகியிருந்தது. அந்தக் கதைக்குத்தான் பாபுவின் ஓவியம். படமும் நல்ல 'பச்சை' வர்ணத்தில் எழுதியிருந்தான், படவா!

நான். நான் என்ற இந்த உண்மைக் கதையில் இந்தச் சிறு சம்பவம் ஏன் வந்தது என்றால் – எனக்கு நாற்பத்தி நாலு வயதின் வாலிபம். நான் – பகலில் அலுவல் துறையில் இப்படியான கதைகளுடனும் ஓவியங்களுடனும் பந்தம் கொளுத்திவிட்டு இரவில் வீட்டில் ரொம்ப அவஸ்தைப் பட்டேன். அதனால் அதை அவசியம் சொல்லியாக வேண்டுமே.

மனைவியாகப்பட்டவள் ரொம்ப நேரம் அடுக்களை கழுவி, அடுப்படியில் கோலமிட்டு வீணாக நேரம் கொல்வது நன்றாகத் தெரிந்தது. அறையின் அரண்ட வெளிச்சத்தில் பெரிய குழந்தைகள் நாலும் பின்னி பெட்ஷீட்டில் வரிசையாக ஏறுக்கு மாறாகத் தூங்குகின்றன. கடைக்குட்டி எனது இடதுபுறம் அமுல் டின் படம் போல உறங்குகிறது. இப்போது, திறந்த புத்தக அலமாராவும் கதேயின் படம் மாட்டிய சுவரும் வெளிச்செனப் பல்லிளிக்கிறது. பெட்ரூம் லைட் ஓரத்தில் படுக்கையறை. தூங்காமல் படுத்திருக்க ஒரு மாதிரியாக இருந்தது. "ஏய் குஞ்சரம், என்ன பதிமூணுமணி வரையில் அடுப்பங்கரை வேலை கழியுதோ? நான் தூங்கிவிட்டால் நீ அங்கேயே படுக்கையை விரிச்சுப் படுத்துடுவே போல இருக்கே?" என்று இரைகிறேன்.

"அய்யோ அய்யோ, இன்னும் உங்களுக்கு, கல்யாணம் கழிஞ்ச மறு ராத்ரின்னுதான் நினைப்பு. போன மாசமே சொன்னேன். அந்த மாத்திரையை வாங்கித் தரணும்னு... வாங்கித்தர நீதமில்லே.

இனி மேற்கொண்டு பிரசவ ஆஸ்பத்திரிப் படி ஏறி இறங்க என்னால ஆகாது. அந்த லேடி டாக்டர், இன்னும் உங்களுக்கு பி.பி.ஸி பண்ணிக்கிட்டா என்னம்மா என்று கேட்கும்போது அங்கேயே நாக்கைப் பிடுங்கிச் சாகத்தான் தோணுது...”

– ஒருவழியாக வந்தாள், “ஏன் – இன்னிக்கு, படிக்க எழுதிக் கிழிக்க ஒண்ணுமில்லையா? எனக்குத் தூங்கணும். கொஞ்சம் விலகிப் படுத்தாத் தேவலாம்.” “அட இது பத்தாது? படேன். ஒரு வாய்த் தண்ணீர் அந்த கிளாஸிலே எடேன். வெத்தலை வாய் கொப்பளிச்சுத் துப்பணும்.”

மேஜைமேல் கண்ணாடி சீசாவின் மேல்மூடி கிளாஸில், புறம் திரும்பி நின்று தண்ணீர் எடுக்கிறாள். குஞ்சரம் சிறிய வெளிச்சத்தில் நன்றாகத்தான் இருக்கிறாள். சாயங்காலம் குளிச்சிருப்பாள். தலை முடிந்து கட்டவில்லை. இன்னும் இவளுக்குக் கட்டு விடவில்லை. பிரசவம்தோறும் பிராண்டியும் சவனபிராச லேகியமும் கொஞ்சமா? பிரியதர்சினி குஞ்சரம் போல இல்லை. அவள் – தாழம்பூ. குஞ்சரம் அடுக்குச் செம்பருத்தி. மலர்ந்தாலும் அடுக்கின் அழுத்தம் குறையணுமே.

தண்ணீரை வாங்கி, வாய் உமிழாமல், குடித்துவிட்டு, அவள் கையைப் பிடிக்கிறேன். விரல்களை – சொடுக்கி விடுகிறமாதிரி நெரிக்கிறேன். இந்தக் கைப்பிடியின் சங்கேதம், குஞ்சரத்திற்குப் பதினாறு வருஷமாகத் தெரியும். குழந்தைகள், உடற்சரிவு, அனுபவம், எல்லாம் ஆகியும் அந்த சங்கேத உணர்வின் நாணம் மட்டும் புத்தம் புதிதாக – நெட்டு விடாமல் தினம் மலர்ந்து புதிய மணம் பரப்புவது போல அப்படியே இருக்கிறது.

“உக்கும்... பிள்ளை முழிச்சிடப் போவுது. விடுங்க. எதுக்கு வீணா...” கொஞ்சம் உரத்த குரல். ஒரு அழுத்தமான சாகசத்துடன், காலைப் பின்னிக்கொண்டு கவிழ்ந்து படுக்க யத்தனம். “தெரியுமே... கடைசியில் இதானே...” என்று அரைச்சிணுங்கலுடன் ஒரு சரணாகதி.

வீல் என்று தொட்டில் குழந்தை கத்துகிறது. அவ்வளவுதான். வாரிச்சுருட்டிக்கொண்டு எழுந்துபோய் பெரிய விளக்கைப் போடுகிறாள். குழாய் விளக்கு, ஒரு நிமிஷம் மாட்டேனென்று கண்ணைச் சிமிட்டிவிட்டு பட்டென்று எரிகிறது.

உள்ளே விளக்கணைந்தது. குழந்தை மறுபடியும் தூங்கியிருக்கும். எழுந்துபோகத் தோன்றவில்லை. கொஞ்ச நாளாகச் சோம்பல். அடிக்கடி. முதுகுவலிவேறு வருகிறது. காலையில் தூங்கி எழச்

சோம்பலாக இருக்கிறது. எழுதியதை நகல் எடுக்கக் கனக்கிறது. படித்து மிச்சமிட்ட புத்தகத்தை மறுபடியும் படிக்க மனசில்லை. அலுவல் வெறுப்பாக இருக்கிறது. தினமும் ஓய்வு நாளா இருக்காதா என்று நப்பாசை தோன்றுகிறது... வர்க்கப் பிரதிநிதிகளான குழந்தை களுக்கு ஒன்று மாறி ஒன்றாக வரும் சின்னச் சின்ன நோய்களால் சம்சாரமே காய்ந்த சோறுபோல் வெறுக்கிறது. இத்தனை அலமலங்களில் புதிய ஒரு 'கிரயவிக்ரயம்' இப்பொழுது கொஞ்ச நாளாக புதிய தெம்பை ஊட்டியிருக்கிறது. அதுதான் –

– பிரியதர்சினி! இந்தப் பிரியமான தர்சினியைப் பற்றியதுதான் கதை. இவள் பழைய ராஜ பரம்பரையின் ஒரு சௌந்தர்யக் கணு! இவளை, ராஜபாட்டையின் அந்தப் பழைய தூசு துப்பறை படிந்த அரண்மனையின் கிளி, வாசலில் நிழல் போல பலமுறை கண்டபின்பு, வெயில் கொளுத்தும் ஒரு மத்தியானப் பொழுதில் – அவள் தானே எழுதிய கதையுடன், என் அலுவலக மேஜையருகே வந்து நின்று, தாமரை மொட்டின் நாட்டிய முத்திரை காட்டி வணக்கம் தெரிவிக்கிறாள். அவளது முகாரவிந்தத்தின் சிருங்காரச் சின்னங்களை ரசித்த எனக்கு ஒரு கணம், ஆதிதேய மரியாதை மறந்துவிடுகிறது. பிறகு அலுவலகப் பணியாளனின், எடுத்துக் கொடுக்கும் இடையீட்டில் சுற்றம் உணருகிறேன்.

"நிற்கிறீர்களே, உட்காருங்கள்" என்கிறேன்.

"வேண்டாம் சார், நிற்கிறேன். நான் ஒரு கதை எழுதியிருக் கிறேன். தினமும் நீங்கள் – எங்கள் இல்லத்து வாசல் வழியாக வரும்போதும், வாரா வாரம் உங்கள் பத்திரிகை பார்க்கும்போதும் என் கதையையும் – எப்படியும் உங்களிடம் காட்டி அதை உங்கள் பத்திரிகையில் அச்சிட்டுப் பார்க்க ஆசை..."

"சரி, உட்காருங்களேன்..."

அமருகிறாள்.

"கதையைக் கொடுங்கள். அவசியம் பிரசுரிக்கிறோம். உங்களைப் போன்றவர்க்கில்லாத பத்திரிகை இடமா?" என்றவாறு கவரை வாங்கி பர்சனல் அறையில் பத்திரப்படுத்துகிறேன்.

"உங்கள் கதைகளையெல்லாம் படித்திருக்கிறேன், சார். நேரில் புகழக்கூடாது. ரொம்ப நன்றாக எழுதுகிறீர்கள் சார். இந்த வயதிலும் எப்படி சார் அந்த லவ் மாட்டர்களையெல்லாம் திங்க் பண்ணுகிறீர்கள்... சும்மா இல்லை சார், ஒருவகையில் என் எழுத்தார்வத்திற்கு, உங்கள் எழுத்துகள்தான் குருவாக அமைந்தன என்றுகூடச் சொல்லலாம்... நாங்கள் சிறுசேரி அம்மைவீட்டு

அரண்மனையைச் சேர்ந்தவர்கள், சார். நான் – பி.எஸ்.ஸி படிச் சேன், உத்தியோகத்திற்குப் போகவில்லை. என் அம்மா, காஷ்மீரில் இருக்கிறாள். ராணி சௌரந்திரி தேவி கேட்டிருக்கிறீர்களா சார்? கேது திருநாள் – மகாராஜாவின் ரிஜண்டாக இருந்த கௌரி சங்கரி பாய், வந்து எனது முப்பாட்டியின் அம்மாவாக்கும். சங்கீதத்திலெ அவங்க எழுதின சிருங்கார கீர்த்தனைகள் இன்றெல்லாம் பாடாத, சதஸ் இல்லையே. உங்களுக்குத் தெரியாமலா? எனக்கு அப்பா, கேரளபுரத்து அரண்மனையில் இருக்கிறார். அவர் அம்மாவை காஷ்மீருக்கு அனுப்பிவிட்டு – ஒரு சினிமா ஸ்டாருடன் புதிய வாழ்க்கை நடத்துகிறார். இங்கே பாட்டியும் நானும்தான். பெரிய– அந்தக் காலத்து அரண்மனை சார், எங்கள் வீடு. நீங்கள் ஒருநாள் வாருங்களேன். உங்களை எனக்கு ரொம்ப ரொம்ப பிடிக்கும் சார்... என் கதையைப் படித்துப் பார்த்துவிடுங்கள் சார்...”

அடடா... பிரியதர்சினி பேசும்போது, கண்கள் படபடத்தன. முகம் குப்பென்று சிவந்தது. குரல் தேனாகக் கொஞ்சியது. பிறகென்ன? தினமும் ஆன போக்குவரவில் அவளைச் சந்திக்கும் போதெல்லாம் எனது, நாற்பத்தி நாலு வயதின் தளர்வையும் மீறி, புதிதாக மிருதசஞ்சீவினி உண்டதுபோல முறுக்கேறினேன்.

‘பொன்முடி’ என்ற அவளது எழுத்தோவியம், பாபுவின் பச்சை ஓவிய அலங்காரங்களுடன் இதழில் வெளிவந்தது.

இவள் நன்றாகத்தான் எழுதியிருந்தாள். அதில், சல்லிசான நாடன் காதலும், ஜன்மி குடியானவன் பிரச்சினையும் அது இது எதுவுமில்லாமல் – புனிதமான அனந்தபத்மநாபர் ஆலயம். விரதம் மாறாத அந்தர்ஜனங்கள், நாலுகட்டு இல்லங்கள். காச்சில், சேனை, தென்னை, கமுகு, தெற்றிப் பூவும் உயரமில்லாத தாம்பரத் தகிடு வேய்ந்த சாஸ்தா கோயில், ஆறுகள் நிறைய ஓடும் பச்சை வெள்ள மும், சப்ரமஞ்சக் கட்டில்களும், பக்ஷி விளக்குகளும் தேங்காய் வெளிச்செண்ணெயில், வெள்ளைத் தீப நாக்குடன் எரியும் சர விளக்குகளும், செண்டை மேளமும் பிச்சிப் பூ மணமும் எல்லாம் தெரிந்தன. சிருங்கார ரசக் குடுக்கையான என் பரவசத்திற்குக் கேட்பானேன்.

– பிறகுதான் நான் அவளைக் காதலிக்க ஆரம்பித்தேன். “சார், உங்கள் கதைகளை நான் பிரேமிக்குன்னு” என்று ஒரு நாள் சொன்னாள். மறுபடியும் இரண்டொரு கதைகள் அவள் எழுதி யதை அச்சிட்டு உயரிய பண சன்மானமும் வழங்கினேன். ஆசிரி யருக்குக் கடிதங்கள் பகுதியில் அவள் கதைகளின் பாராட்டு களையே விவிதசுவரத்தில் வெளியிட்டேன்.

"சார், உங்களையே நான் பிரேமிக்கலாம்போல் தோன்றுகிறது. ஆனால், என் பாட்டியிடம் அனுமதி கேட்க வேண்டும். தினமும் அப்படித்தானே வருகிறீர்கள்? ஒருநாள் எங்கள் மாளிகையின் வாசலுக்கு வருகை தரலாகாதா?" என்று காவியம் கிணுக்கினாள்.

தலைமேல் புஷ்பாபிஷேகம் கிட்டியதுபோல சிலிர்ப்பாக இருந்தது. ரொம்பவும் அகமகிழ்ந்தேன். கொஞ்சம் கொஞ்சம் என்னை மறந்தேன்.

"பிரியதர்சினி! நான் உன் அரண்மனைக்கு வருவேன்" என்று கைமேல் அடிப்பதாக உறுதி கூறினேன்.

"இந்த மகிழ்ச்சியான செய்தியை பாட்டியிடம் உடனேயே போய்ச் சொல்லப்போகிறேன்" என்று படியிறங்கி மடமடவென்று போய்விட்டாள்.

கண்ணின் கடைப் பார்வை காதலியர் காட்டிவிட்டால் மண்ணில் குமரர்க்கு மாமலையும் கடுகாகிவிடுமே. ஒரு சுபயோக சுபதினத்தில் – அதாவது, மனைவி குழந்தைகள் ஊரில் இல்லாத நல்ல நாளில் மனோகரமான மாலைப் பொழுதில் நான் – சர்வாலங் கார பூஷிதனாக பிரியதர்சினியின் சிதலமடைந்த அரண்மனைக்குப் போயேவிட்டேன்.

அங்கண முற்றத்திலும் தாழ்வாரத்திலும் அமைதியும் குளிர்ச்சி யும் விரவிக் கிடக்கிறது. திரைமறைத்த தேக்கு மரக் கதவிற்குப் பின்னாலிருந்து – பட்டு முண்டு அணிந்த கால்கள் நடந்து வருகின்றன – திரை மறைவிலிருந்தே, 'யாரது?' என்ற கிளிநாதம்.

"பிரியதர்சினி!" என்று அனுபவமில்லாத உளறலாகக் குளறுகிறேன். திரை விலகுகிறது.

ராணி, மார்பிற்கு மேல்பகுதி வரை பட்டு ஜரிகை முண்டு. வட்டமுகம். வடிவான மையிட்டெழுதிய கண்கள். இடதுபுறம் கோணலாக முடிந்த கோபிகா ஸ்திரீ கொண்டை. மனோகரம். இரவிக் குட்டிப் பிள்ளையின் கதையில் வரும் நாயகி போல வஞ்சி நாட்டு ராணி ஒருத்தி நிற்கிறாள்.

"பிரியதர்சினி சொன்னாள். நான்தான் அவள் பாட்டி, வாருங்கள், உட்காருங்கள்" என்று காட்டிய இடத்தைப் பார்த்த போது, சிம்மாசனம் போல பட்டு மெத்தை பதித்த சோபா செட்டு, போய் அமர்ந்தேன். சுவரெல்லாம் ரவிவர்மனின் ஓவியங்கள். இடையே – பிரியதர்சினி, பட்டதாரி உடையிலிருக்கும் புகைப்படம். பார்த்துப் பரவசத்தில் இருக்கும்போது பாட்டி ராணி அருகில்

வந்து அமர்ந்தாள். நல்ல அத்தரின் மணம். அவளது நெருக்கம், "அய்யோ" என்றிருந்தது.

"பிரியதர்சினி" என்று தடுமாறினேன்.

"பிரியதர்சினி நேற்று காஷ்மீரத்துக்குப் போய்விட்டாள்" என்று இன்னும் தொட்டு நெருங்கி வந்தாள். கழுத்தை வளைத்தாள். வெற்றிலை போட்டிருந்தாள். முகம் நிறைய மை குழைத்திருந்தாள். கொண்டை நிறையப் பூ வைத்திருந்தாள். காது நிறையத் தோடு அணிந்திருந்தாள். கழுத்து நிறைய சரப்பொளி மாலை அணிந்திருந்தாள். மார்பு நிறையச் சந்தனக் காப்பிட்டிருந்தாள்.

வெகுநேரம் குஞ்சரத்துள், மைனாப் பறவை மேலுக்கும் கீழுக்கும் பறந்துகொண்டிருந்தது.

இதுதான் கதை.

எனக்கென்ன தெரியும். உண்மைக் கதைகளைக் கண்டு கேட்டு அறிந்து – உற்று உணர்ந்த எனக்கு எல்லாம் தெரியும் என்ற மமதையை மூட்டைகட்டி வைத்தேன். இப்பொழுது எங்கள் பத்திரிகைப் பாலிஸி அடியோடு மாற்றியமைக்கப்பட்டிருக்கிறது. உண்மைக் கதைகளும் – சிவப்பு விளக்குக் கதைகளும் அறவே ஒழிக்கப்பட்டுவிட்டன. இப்பொழுது எங்கள் பத்திரிகை பரிசுத்தமான இலக்கியப் பத்திரிகை. இப்பொழுது புதுக் கவிதைகள்கூட எங்கள் பத்திரிகையில் தாயக்கட்டம் மாதிரி கட்டமிட்டுப் பிரசுரிக்கிறோம். சர்க்குலேஷன் குறைந்தால்தான் என்ன?

15

பூவக்கா

முன்னொரு காலத்தில் ரதவீதி மன்னன் என்பான் தனது யக்ஞ காரியங்களுக்காக, ஆத்ரே குலத்து அர்ச்சனானஸ் எனும் ரிஷியை நியமித்திருந்தான். இவன், மன்னவனின் குமாரியை தனது புத்திரன் சியாவாஸ்வனுக்கு மணம் செய்விக்க வேண்டுமென, அரசனிடம் கேட்டான். மன்னவன் தனது ராணியிடம் இதுபற்றிக் கேட்டபோது; ரிஷியல்லாத ஒருவனுக்கு, மகளை மணக்கமுடிக்க இயலாது என, கருத்துச் சொன்னாள். இதனால் அர்ச்சனானஸின் வேண்டுதல் நிராகரிக்கப்பட்டது.

மன்னன் மகளிடம் மோகம்கொண்ட சியாவாஸ்வன் தவம் செய்து ரிஷி பதவியெய்ய ஆயத்தமானான். அவ்வாறு, தவயோக காலத்தில், உஞ்ச விருத்தி செய்து வருகையில், தரந்தன் எனும் மன்னனின் பட்டத்து ராணி சசீயஸியிடம் செல்ல நேர்ந்தது. அவ்வரச பத்னி, கணவனின் அனுமதியுடன் அவனுக்கு ஒரு மந்தை பசுக்களையும், தங்க ஆபரணங்களையும் கொடுத்து, தனது சகோதரன் புருமீள்ஹனிடம் செல்லுமாறு வழிகாட்டவும் செய்தாள். போகும் பாதையில் சியாவாஸ்வன் மருத்துகளைக் கண்டான். அவன் அவர்களை சாஷ்டாங்கமாகப் பணிந்து அவர்களைத் துதிக்கலானான். அவர்கள் மனம் கனிந்து அவனது அபீஷ்டத்தை எல்லாம் நிறைவேற்றினர். இவ்வாறு, ரிஷி பதவியெய்து திரும்பி வந்த சியாவாஸ்வனுக்கு ரதவீதி மன்னன் தன் மகளை மனமார மணமுடித்தளித்தான்.

ஆயம் நர: ஸுதானவோ ததாசுஷே திவ:
கோசம சூச்சியவு:
வி பர்ஜன்யம் ஸ்ருஜந்தி ரோதஸீ அனுதனவதா
யந்தி விருஷ்டம்!

அழகு சுந்தரர்களான இந்த மருத்துகள் யஜமானருக்காக நீரைப் பொழிகிறது. அவர்கள் வானத்திற்கும் பூமிக்குமாக, மேகங்களைக் கட்டவிழ்த்து விடுகிறார்கள். பிறகு மழையைப் பொழிய வைக்கும் மருத்துகள், அனைத்து இடங்களிலும் ஜலத்துடன் நிறைகிறார்கள்.

சூக்தம் 53, ஸ்லோகம் 6.

கிராமம் என் மனதுக்கு மிகவும் பிடித்துப்போயிற்று. கந்தக பூமி என்று சொன்னார்கள். சோளமும் மணிலாப் பயிறும் துவரையும் அமோகமாக விளைந்து வந்தது. பிரதான ரோட்டிலிருந்து, ஊரை வளைத்துக்கொண்டு, கப்பிப் பாதை குறுகலும் நெடுகலுமாக சுற்றிச் சுற்றி வந்தது. கோட்டையூர் போல நெட்டுக்கும் வயல்வெளிகள், எல்லையைச் சுற்றி பாறை பாறையாக இருந்தும் தெற்கே இருந்தும் அனலாகக் காற்று வீசிக்கொண்டிருக்கும். கீழ்ப்புறத்தில் ஒரு மலைமேல், சோழர் காலத்து மண்டபக் கோயில் போல ஒரு லிங்கேஸ்வரர் ஆலயம் இருந்தது. மலை இறக்கத்தில், மூன்று மைல், நான்கு மைல் வட்டாரத்தில் பெரிய ஒரு ஏரி இணங்கிய யானைபோல, மெல்ல மெல்ல அலைகள் சிலுப்பியவாறு பரந்து கிடந்தது.

ஊர் ஜனங்கள் மிகவும் நல்லவர்களாக இருந்தார்கள். நிறைய பேர் தெலுங்கு மொழி பேசினார்கள். ஆனால், எல்லோருக்கும் தமிழ் தெரிந்திருந்தது. அதனால்தான் தமிழ்ப் பள்ளிக்கூடத்திற்கு ஆசிரியனாக என்னை அனுப்பியிருந்தார்கள். கப்பி ரோட்டு புழுதியில், கைப்பையும் புழுதியுமாக பஸ்ஸைவிட்டு இறங்கியபோது, சிறிது நேரம் – ஒன்றுமே புரியாத அலமலங்கலாக இருந்தது. மசமச வென்று அழுக்கு உடைகளும் கூச்சலுமாகக் குடியானவர்கள் கடைத் தெருவில் கூடியிருந்தார்கள். 'அரிசி படி ஒரு ரூவாதான். வாங்கலியா ஆயா... கத்தரிக்கா, வாளைப்பளோம்... ந்தாப்பா உன்னியத்தான். காதா கேக்கலே... அது எவரு புது மனுஷலு. எப்புடு ஒஸ்தாரு....?'

இந்த மாதிரி எத்தனையோ குரல் வகைகளிடையே நடக்கிறேன். அந்தி சாய்ந்து இருள் இறங்கி வர ஆரம்பித்திருந்தது. இடுப்பில் கோவணமும் தலையில் வேஷ்டி முண்டாசுமாக, மாடுகளை ஓட்டிக்கொண்டு, கலப்பை தூக்கிக்கொண்டு, நிறைய விவசாயிகள் என்னைத் தாண்டிப் போனார்கள். முக்குத் திருப்பத்தில் ஈச்வரன் கோவிலிலிருந்து பெரிய மணி நாதம் கேட்டது. ஆக, இந்த முதல் அனுபவமே கிராமத்தை எனக்கு மிகவும் பிடித்தது ஆக்கிவிட்டது.

வீட்டின் முற்றத்தில் சிமிண்டு சுவர்கட்டிய கிணறு. இரண்டு பக்கமும் வேப்ப மரங்கள். சுவருக்கப்பால், இலைகளே இல்லாத தொங்கட்டான், தொங்கட்டானாக காய்கள் நிரம்பிய சிலுவை போன்ற இலவமரம் ஒன்று நின்றிருந்தது. சாயங்காலங்களில், அந்த ஒற்றை மரத்தில், நிறைய வகை வகையான பறவையினம் வந்து சம்மேளித்தன. கீச்சுக் குரல், கூக்குரல், சீட்டிக் குரல், இறகுப்

படபடப்பு – விசுக்கென்று கை முஷ்டியளவு பறவையொன்று எழுந்து பறந்து, ஒரு சுற்றுச் சுற்றிவிட்டு மறுபடியும் வந்து கூட்டுப் பரபரப்பில் கலந்துகொள்ளும். பெரிய பொதுக் கிணற்றிற்கு அப்பால், உயர்ந்த மலைப்பாதை மறைவில் சூரியன் மறைந்து வெகுநேரத்திற்குப் பிறகு இருட்டுவரும். அமர்க்களமாக குழந்தை போல இலவமர முகட்டில் பறவைகள் அரவம் அடங்கிப் போயிருக்கும்.

தெற்கே வயல் வெளியிலிருந்து பச்சை நெல் மணத்தைச் சுமந்துகொண்டு சன்னமாகக் காற்று வரும். அமரன் தியேட்டர் ஒலிபெருக்கியிலிருந்து 'உன்னை வாழ்த்திப் பாடுகிறேன்' என்று தினமும் கேட்கும் பாட்டு. புழுதித் தெருவில் பன்றிகளை ஓட்டிக் கொண்டு சேரிச் சிறுவர்கள் ஓடுவார்கள்... இப்படியே அந்தி மாலையை ரசித்துக்கொண்டிருக்கும்போது, சைக்கிளில் வந்து இறங்குவான் எதிர்த்த வீட்டு மணியக்காரர் மகன் – ரங்கமணி.

"அப்பாலயே வந்துட்டீங்களா சார்?" என்று கேட்டுவிட்டு சைக்கிளைத் தள்ளிக்கொண்டே உள்ளே போவான் – அவ்வளவு தான். ரங்கமணியை நினைக்கும்போது சிரிப்பு வரும். அந்த ஊர் கந்தகக்கரிசல் ராசிக்குப் புறம்பாக, சிவப்பாக, சந்தன நிறமாக இருந்தான். கழுத்தில் மைனர் சங்கிலி அணிந்திருப்பான். பெண் பிள்ளை மாதிரி பாங்கு. சுருட்டை மயிர், இதில் இன்னும் வேடிக்கை என்னவென்றால், ஆள் தாட்பீகாரத்திற்கு நேர் வக்கணையாக குரல் கீச்சுக்குரல், பெண்குரல் மாதிரி இருக்கும்.

கிராமத்திற்கு வந்த புதிதில், அந்த வீட்டில் குடித்தனம் வந்த தினத்தில், பெரியவர் மணியக்காரர்தான் வாசலில் வந்து நின்று வாய்நிறைய வரவேற்றார். "வாங்க வாங்க சார்" என்றவர், தம் வீட்டுக்குள்ளே பார்த்து; 'ரங்கம்' என்று கூப்பிட்டார். 'இதோ ஓச்சுண்டி நாய்னா' என்று பதில் குரல் வந்தபோது வரப்போகும் நபர் ஒரு பெண்ணா இருக்குமென்று எதிர்பார்த்தேன். ஆனால், வந்து நின்றது இந்த ரங்கமணி, "சாரு புத்சா ஒஸ்தாரு ஓ தோண்டி நீளு எஸ்துரா" என்று கட்டளையிட்டார் மணியக்காரர். மறுகணம், ரங்கமணி ஒரு தாமிரத் தோண்டி நிறைய தண்ணீர் எடுத்துக் கொண்டு வந்தான். 'கால் கை சுத்தம் பண்ணிவிட்டு, உள்ளற வாங்க சார், புதுசா வந்திருக்கீங்க.' என்றார் மணியக்காரர். அந்த ஆசாரமும் பவ்யமும், எனக்கு மன நிறைவை அளித்தது.

மணியக்காரர் பெரிய குடும்பி. எதிர்த்த வீட்டுத் துணை. நல்ல பரோபகாரி. பக்குவமான அனுபவக்காரர். கிராமத்தில் நிலம் நீச்சு ஆள் – ஐவேசு, பஞ்சாயத்து, அதிகாரம் என்றெல்லாம் இருந்தன. குழந்தை சமீபத்தில், ஆறில் ஐந்தும் பெண் வாரிசு.

இரண்டாவது ஆண் வாரிசுதான் ரங்கமணி. எதிர்த்த வீடாயிருந்தாலும் அவரது வயது வந்த பெண் குழந்தைகளை முக வெளிச்சமாக நான் பார்த்ததேயில்லை. எல்லாவற்றிற்கும் ரங்கமணிதான். என்ன ஏது என்று விசாரிக்க, உள்ளே, பெண்டுகளுக்கு ஆனந்த விகடன், குமுதம், என்னிடமிருந்து வாங்கிக் கொடுக்க சமயங்களில், 'என்ன சார் இந்த பாகிஸ்தான்காரன் கடோசியிலே பாருங்கோ, நம்பளவங்க காட்ற தண்ணியிலே அம்போன்னு ஓடப் போறான்' என்று அரசியல்கூட உளறுவான். தொண்டைக் குழியில் விசில் வைத்துக்கொண்டவன்போல, அவன் பேசுவது கேட்க சிரிப்பு சிரிப்பாக வரும். 'சாருக்கு நம்ப பேசினா எதுக்கொண்ணும் சிரிப்புதான்' என்று சைக்கிளில் ஏறி வயலுக்கு ஓடுவான்.

மாலைப் பகலவன் பாறைகளின் மறைவில் போய்க்கொண்டிருக்கிறான். முட்டை முட்டையான பாறைகளைத் தழுவி வரும் காற்றில் கொஞ்சமாக வெப்பம் தணிந்துகொண்டிருக்கிறது. ஏரிக் கரையினூடே இறங்கி நடந்து, அலை நுரைத்த ஓர விளிம்பிலே போய் தண்ணீரைக் கையிலெடுத்து முகத்தில் ஒத்திக்கொள்கிறேன். கீழே நண்டுச் சிப்பிகள் உடைந்து கிடக்கும் வயலைப் பிளந்து போகும் பாதையினூடே, தனிமையில் ரொம்ப தூரம் நடந்து போக நிம்மதியாக இருக்கிறது. கதிர் அறுவடையான நெல் தாழ்கள், காலில் குத்துவதுகூட ஒரு கிசுகிசுப்பாகத்தான் இருந்தது. எவ்வளவு இறுக்கமான அமைதி. விஜனமான நெடுந்தொலைவு. நடந்து போகப்போக, அங்கிங்காக உதிர்ந்த நெல் கொறிக்க கூட்டமாக அமர்ந்திருந்த குருவிகள் கால் அரவத்தால் எழுந்து பறந்தன. நான் முன்னால் போனதும் பழையபடியும் வந்து அமர்ந்தன.

ஏரி விளிம்பில், ஒன்றிரண்டு வெண் கொக்குகள் நொண்டியாகப் பனங்கிழங்குக் காலை மடித்துக்கொண்டு, எழுந்து பறந்து ஏரி நடுவில், ஆமைபோல் தலை நீட்டிக்கொண்டிருந்த பாறைமேல் போய்க் குந்தின. ஏரியின் மறுகரையில் தவளைகள் 'குறோம்' போடுகின்றன. ஏரி வட்டத்தில் சதுரமாக வெள்ளைச் சுவர் ஒன்று. சிதிலமான கோட்டை போல தூரத்தில் தெரிகிறது. தேசிங்குராஜன் காலத்து மசூதி இப்போது பாழடைந்து கிடப்பதாகச் சொன்னார்கள். தனிமையில் காற்றோடு நடக்க நடக்க அதுவே பேரின்பமாக இருந்தது. மசூதிக் கோட்டைக்கு அப்பாலுள்ள பெரிய கேணியிலிருந்து குடிதண்ணீர் எடுக்க குடமேந்தி வரும் பெண்களின், பச்சை சிகப்பு கலர் சேலைகள் அசைவது தூரத்திலிருந்து பார்ப்பது, தேர்க்கோலம் போவதுபோல் இருந்தது.

நடை மெதுநடையாகி மசூதித் திடலில் வந்து அமர்ந்துகொள்கிறேன். பாழடைந்து பாசி படர்ந்த வெள்ளைச் சுவருக்குக் கீழே, பள்ளத்து நல்ல தண்ணீர்க் கேணிக் கரையிலிருந்து

பெண்களின் பேச்சுக் குரல், காற்று வாக்கில் தெளிவாகவும், காற்று திசை மாறும்போது அரவமாகவும் கேட்கிறது. தொலைவில் ஏதோ வயலில் இன்னும், யாரோ காளை ஓட்டி உழுதுகொண்டிருக் கிறார்கள். 'ந்தா– ந்தா' அதட்டல் சத்தம் கேட்கிறது.

கீழே கேணிக் கரையிலிருந்து வரும் குரல்களில் ஒன்று ரங்க மணியின் கீச்சுக் குரலாக எட்டுகிறது. 'அவன், இங்கே பெண்கள் தண்ணீர் எடுக்கும் இடத்திற்கு எங்கே வந்தான்' என்ற சந்தேகம் எழுந்து – பிறகு, அந்தச் சந்தேகம் பலப்பட்டபோது, மெல்ல எழுந்து போய், மசூதியின் ஒரு சின்ன உடைந்த சுவர் மேல் ஏறி, கீழே கேணி வட்டத்தைப் பார்க்கிறேன்... அந்தி – இன்னும் எட்டி வராத பொழுதெல்லை நேரமாதலால், குளிக்கும் பெண்கள், தண்ணீர் எடுக்கும் பெண்கள், தோண்டியை பளபளக்கத் துலக்கும் பெண்கள், எல்லோரையும் பார்க்க முடிந்தது. 'ஆயா தோ சொவத்து மேலே யாரோ உற்றுப் பார்க்குறாங்க...?' என்று ஒரு சிறுமியின் புகார்க் குரல் எழுந்தது. 'யார்ப்பாது... செவத்து மேலே?' ஓர் அதிகார அதட்டல் குரல்.

"நான்தான் அம்மா. பள்ளிக்கூடத்து வாத்தியாரு. மணியக் காரர் மகன் ரங்கமணியின் குரல் கேட்டதே என்று பார்த்தேன்..." என்று இரைந்தேன் இங்கு நின்றவாறே.

"மணியக்காரரு பிள்ளே இங்கே யெங்க, வந்தது? அவரு மக பூவக்காதான் தோ தண்ணிமேலெ குளிச்சிக்கிணுகிறா..." என்று, கிணற்றின் கமலை ஓடைப் பக்கமாகக் காட்டினாள், ஒருத்தி.

அங்கே பார்த்தால் – பூத்த புதிய நிலவுபோல, ஏற்றி வைத்த விளக்குபோல, கட்டி வைத்த மலர்க் கொத்துபோல, துலக்கி வைத்த சிலைபோல நாணம்கொண்டு நிற்கிறாள். அந்தப் பூ அக்கா. பூக்களின் அக்காவோ? இவளை நான் பார்த்திருக்கிறேன். ஆனால், இன்றுபோல் பார்த்ததில்லையே?

அவளும் மேலே பார்க்கிறாள். அவ்வளவு கீழே இருந்தும் அந்தப் பார்வை என் கண்ணினுள்ளே மின்னலிட்டது. அடேயப்பா, என்ன வசீகரம்? இந்தப் பொன் வண்ணத்தை எதிர் வீட்டில் குடி வைத்திருந்தும், காணாத குருடனாக அலைந்தேனே, அட ரங்கமணீ! இப்படி உனக்கொரு சோதரியா? உன் குறையெல்லாம் இந்த நிறைவால் வந்த வினையோ...?

"ஏய் பூவக்கா, என்னாடி ஆயா இது. வாத்தியாரு எதுத்த வூட்டாண்டை தானே கீறாரு. சொச்சத்தை அங்கே பாத்துக்கோ. ஆயாடியோ?" என்று நடுத்தர வயசுக்காரி, இவளை இழுக்கவும்,

நாணம் இவள் முகத்தை செம்மலாகப் பூக்க அடிக்கிறது. அவ்வளவுதான்!

அனைத்துமே புத்தம் புதிதாகத் தெரிகிறது. கிராமம் இன்னும் மனதை, கோட்டை கட்டி ஆக்கிரமித்துக்கொள்கிறது. மணியக் காரரின் ஓட்டு வீடும், அவர் சுற்றமும் ரம்மியமாக இருக்கிறது. வெள்ளெழுத்துக் கண்ணாடியை மூக்கு நுனியில் ஒட்டிக்கொண்டு தக்கிளியில் நூல் சுற்றும், மணியக்காரரின் தாயார்க் கிழவியின் நரை சுருக்க முகம்கூட இப்போது அசிங்கமாக இல்லை. அவர்கள் பேசும் தெலுங்கு, தெவிட்டாத தெள்ளமுதமாக இனிக்கிறது. இப்போதெல்லாம், வம்பு பேச ரங்கமணியை வலிய வலிய அழைக் கிறேன். 'வேலையிருக்குது சார்... வட்டிக் கடைக்குப் போகச் சொல்லியிருக்கிறாரு நாயனா... தட்ராம் பட்டு தொலை போகோ ணும். பஸ்ஸு பூடப் போவுது...' என்றெல்லாம் அவசரத்தைச் சொல்லி, ஏனோ ரங்கமணி நழுவுகிறான். அட தந்திரக்காரப் பயலே! ஆனால், இப்பொழுது அடிக்கடி, பூவக்கா முகம் வாசல் வெளியில் தெரிகிறது. வாசலில் நூல் நூற்கும் பாட்டிக் கிழவிக்கு எப்படித்தான் தெரியுமோ? அவள் வாசல் பக்கம் அசைந்தாலே 'இட்டி உள்ளார போ ஆயா...' என்று துரத்தி விடுகிறாள்.

கண்ணின் கடைப் பார்வை காதலியர் காட்டிவிட்டால் மண்ணில் குமரர்க்கு தடையெல்லாம் ஒரு காரணமா என்ன?

அன்று மாலை நல்ல தண்ணீர்க் கேணிக்குப் போகும் சாக்கில் ஏரி மலைமேட்டில், முன் செல்லும் துணைப் பெண்களை விட்டு அவளைக் கண்களால் இழுத்துக்கொள்கிறேன்.

"பூவக்கா..." என்றேன் வாய் நிறைய.

ஓர் உடைமுள் மரத்தில் பருந்து ஒன்று, ஒற்றையாக அமர்ந்து கடூரமாகக் கத்துகின்றது. பறக்க முடியாத அதன், கால் நொண்டித் தனம் முள் இலைகளிடையே இறகுப் படபடப்பிலிருந்து தெரிகிறது. ஒற்றையடிப் பாதையின் வளைவிலிருந்து வெள்ளாடுகளை விரட்டிக் கொண்டு சேலை கட்டிய சிறுமி ஒருத்தி, நீண்ட குச்சியும் பரட்டைத் தலையுமாக வருகிறாள்.

"நேரமாகுதே போகணுமே.." என்கிறாள் பூவக்கா.

"அவசரமா பூவக்கா?"

"ஆமாமுங்க, அப்பாரு தேடுவாங்க. பாட்டி திட்டுவாங்க..."

"உன்னை நான் கல்யாணம் கட்டிக்கிட்டா என்ன செய் வாங்க?"

"அதுதானே முடியாது."

"என்ன பூவக்கா?"

"எனக்கு கல்யாணமாயி புருஷன்காரன்கூட பட்டாளத்திலெ இருக்கிறாரு. அல்லாரும் வந்துட்டாங்க. இவருதான் வர மாட்டேன் கிறாரு?"

"என்ன பூவக்கா இது விளையாட்டு."

"விளையாட எனக்கு நேரமில்லெ. அல்லாம் அப்பாருகிட்டெ கேட்டுக்குங்க... நான் வர்றேன்..."

பூவக்கா கிளி பறந்ததுபோல, குடத்தோடு போய்விட்டாள்.

அந்த நொண்டிப் பருந்து, இன்னும் கர்ண கடூரமாகக் கரைந்து கத்துகிறது. ஆட்டுக்காரச் சிறுமி, ஆட்டுக் கூட்டத்தைப் பரபர வென்று துரத்திக்கொண்டு வழியே தாண்டிப் போனாள்.

எல்லாம் அப்படி அப்படியே இருக்கின்றன. 'உன்னை வாழ்த்திப் பாடுகிறேன்' பாட்டு இப்பொழுதும் காற்று வாக்கில் வருகிறது. பன்றிகள் சகதி அபிஷேகத்தோடு ஓடுகின்றன. சின்னாள் பேட்டைக் கடைக்கு சைக்கிளில் டபிள்ஸ் வைத்து மிதித்துப் போகி றான். குப்பத்து ஆயாக்காரி, சாயம்போன நைலான் சாரியைக் கட்டிக்கொண்டு, அவசர நடை வேகத்தில் வெத்திலை மடித்துப் போட்டுக்கொண்டே சினிமாவிற்குப் போகிறாள். காற்று வீசுகிறது. நெல்மணம் வருகிறது. ஏரியிலிருந்து சகதி காய்ந்த கவிச்சி நாற்றம் வீசுகிறது. உடைமரங்கள் முள்ளாகக் காடு பரப்பியிருக்கின்றன. நொச்சிமரத்தில் ஓர் இலைகூட இல்லை. மாலைப்பொழுது இறங்கி வருகிறது. எல்லாம் அப்படியே இருக்கிறது...

மணியக்காரர் சவிஸ்தாரமாகப் பேசிக்கொண்டிருந்தார். "காலம் ரொம்ப கெட்டுப் பூடிச்சிங்க... இத்தனூண்டு வாண்டு பசங்க எல்லாம் அரசியல் பேசறான். நாட்டமெ கொளிக்கிறான்... தேர்தல் வந்திருச்சுப் பாருங்க. அல்லா மரியாதையும் அத்துப்போயி டுச்சு... பளைய காலம் என்ன... நாட்டாம என்ன... இப்போ பேச முடியுமா?"

எனக்கு அவரைக் கேட்க, கேட்க விசித்திரமாக இருந்தது. இன்னும் பழைய காலத்திலேயே இருக்கும் அவரிடம் நான் எப்படிப் பேசுவது? பெரிய கப்படா மீசையும் கட்டுக்குடுமியும் கடுக்கனும் தோரணையும்...

ஆனாலும் பூவக்கா மனதினுள் சிலிர்த்தடிக்கிறாளே?

"நான் கேட்கிறேனென்று வித்தியாசமாக எண்ணிவிடக் கூடாது. பூவக்கா புருஷன் பட்டாளத்திலயா இருக்கிறாரு?"

அவ்வளவுதான். மணியக்காரர் உருவமும் பாவமும் மாறு கிறதோ? அய்யோ என்ன ரவுத்ராகாரம் காது முடி சில்லிட்டு நிற்கிறது. கண்கள் சிவப்பேறி வெறிக்கின்றன...

"வாத்தியாரே, வீட்டுப் பெண்ணுங்க எப்படி இருந்தா உங்களுக் கென்ன? வாத்தியாராச்சேன்னு இப்ப வுட்டேன். இன்னும் ஒரு தபா வீட்டு வெவகாரம் வேணாம். சொல்லிப்பிட்டேன். போயிட்டு வாங்க..."

வாசலேறி அவர் போகுமுன் – தொங்கும் தலையுடன் திரும்பத் தான் முடிந்தது.

ஆனால், மறுநாள்தான் வக்ரத்தின் விளைவு தெரிந்தது. தலைமை வாத்தியார் அழைத்திருந்தார். போய் நின்றபோது வினை வாசிக்கப்பட்டது.

"சார், நீங்கள் மணியக்காரர் பெண்ணிடம் தகாத முறையில் நடந்துகொண்டீர்களாம். இது தனியார் பள்ளிக்கூடம். தலைமை யிடத்திலிருந்து செய்தி வந்திருக்கிறது. உங்களைக் காரணம் காட் டாமலேயே வேலையிலிருந்து நீக்கிவிடுமாறு... நாங்கள் எதுவும் செய்வதற்கில்லை. மன்னியுங்கள். உங்கள் நல்ல தன்மை எனக்குத் தெரியும்..."

தலைமை ஆசிரியர் பேசிக்கொண்டிருந்தார். வந்துவிட்டேன். இப்பொழுது, கிராமத்தின் அந்த அமைதி அப்படியே இருக்கிறது. கிராமம் எனக்கு மனதிற்குப் பிடித்ததுதான். நான் என்னிடத்திற்கு வெகு தொலை வந்துவிட்ட பின்பும் – கிராமத்தின் அந்த உடை மரத்தில் பருந்து ஒன்று ஒற்றையாக அமர்ந்து கடூரமாகக் கத்தும் குரல் காதில் எட்டுகிறது. பறக்க முடியாது, அதன் கால் நொண்டித் தனம், முள் இலைகளிடையே இறகுப் படபடப்பிலிருந்து தெரிகிறது.

❖

16

நாலுபேர்

சிரிக்கத் தோன்றுகிறது – அழுகையென்ற அவஸ்தை ஓய்ந்துவிட்ட மூடக் கிறுக்கில் பச்சைச் சிரிப்பு மிஞ்சியிருக்கிறது இனி வேதாந்தியைப்போல் உதட்டளவில் சிரித்துக் காட்டிக் கொண்டு – பைத்தியக்காரனைப் போலத் திரிய வேண்டியதுதான்.

'உங்களுக்கென்ன? காண்பதற்கென்று ஓடோடி வந்தால் ஊமைபோல் மௌனம் சாதித்துக் கைகட்டி நிற்கிறீர்கள்... நான் பெண், நானாக என்ன பேசுவது, எனக்குப் பேசத் தெரியவில்லை. சுவர் இருந்தால்தானே சித்திரம். உங்களோடு அமர்ந்திருக்கும் இந்தக் கள்ளத்தனம் தீயின்மேல் தவமாக இருக்கிறது. சந்திக்கும் நேரங்களில் நீங்கள் மௌனத்திலேயே என்னை விழுங்கிவிட்டு பொழுதின் சாய்வில், என்னைப் போய்விட்டு வா என்று வழி யனுப்பி விடுகிறீர்கள்...'

நீரின்மேல் தட்டாஞ்சல்லி விட்டெறிந்து தவளை நாட்டியம் காட்டியது போல துளசியின் வார்த்தைகள் வான வெளியில் பாலைவன நீராகக் குரல் எட்டுகிறது.

சந்திர வட்டத்தில் துளசியின் முகம் தெரிகிறது! சப்பாத்திச் செடியின் ரத்தப்பூப் போல, அவள்முகம் நெஞ்சை வருத்திக் கொண்டு முட்களிடையே தெரிகிறது. முட்களின் நெருக்கத்தில்தான் மலர் விரிய வேண்டுமோ?

இனி முகமுமில்லை முகமனுமில்லை.

குரலும் இல்லை, மௌனமுமில்லை.

திசைக்கெட்டுத் தெறித்த வானப்பூ எத்தனை அழகு? எத்தனை கம்பீரம்? ஆனால், பயனற்ற சத்தம்! பொருளற்ற வெறுமை, கணத்தின் மின்னல், மின்னலின் கரித்துகள் படலம்!

உங்கள் மௌனத்தாலேயே உங்களை நான் வரித்தேன். ஆயினும் என் முன் நீங்கள் அந்த வெறும் திரையைத் தொங்க விடுகையில் தாகம் தீராத தவிப்பில், இன்னும் வேண்டும் என்ற ஆற்றாமையில், நான் வாலறுந்த ஜந்துவாகப் பதறுகிறேன்.

அந்தச் சின்னவளை, தடாக நீரில் முகம்பார்த்த மானைப் போல நான் காண்கிறேன். இன்றுமவள் தாவணியிலிருந்து முழுசாக புடவை கட்டும் பருவ முதிர்ச்சிக்கு வரவில்லை என்றாலும் – பேச்சும் அறிவும் நுட்பமும் என் 'அகத்தையும்' மிஞ்சிவிட்டதாக இருந்தது.

காதோரத்து நரை பூத்த வயதின் எனக்கும் இறகடியில் மென் பீலி போன்ற பருவத்தின் அவளுக்கும் மற்றவர்கள் முன் பொருத்தம் கெட்டுப் போயிருந்தது. இது உண்மை.

'துளசி! நேற்று நான் ஒரு கனவு கண்டேன். நீந்த நீரற்றுப் போன நீர் மடுவில் கண்ணை மூடிக்கொண்டு குதித்துவிட்டேன். கணுக்காலுக்கும் கீழ், நீர் ஓடுகிறது. மனதின், நீந்தும் ஆசைக்கு எல்லையே இல்லை. மேலே கொளுத்தும் வெயிலைப் பார்த்தபோது இன்றைக்கெல்லாம் மழைபெய்து வெள்ளம் வருவதற்கான அறி குறியே இல்லை. ஆசை அமிழ்ந்து அமிழ்ந்து போகிறது... தவிப்பால் மூச்சுத் திணறும்போது விழிப்பு வந்துவிடுகிறது. துளசி, இதற்கென்ன பொருள்?'

"உங்கள் புரியாப் புதிரின் முன்னிலையில், உங்கள் மௌனமே எனக்கு இன்னிசையாக இருக்கிறது. நீங்கள் அவிழ்க்க முடியாத புதிர், நான் அந்தப் புதிரின் உட்பொருளாக இருக்க விரும்பு கிறேனேயன்றி அதன் பதிலாக இல்லை... இதோ இந்தப் பூவின் சிவப்பு – தொட்ட கையில் ஒட்டிக்கொள்ளவா செய்கிறது? அதைப் போல உங்கள் புதிருக்கு பிரதிபலிப்பு இல்லை. எல்லாம் உங்களுக் குள் அடக்கம்..."

"துளசி! நான் வருகிறேன்"

விடைபெற்ற நாட்கள் நெஞ்சில் சம்மட்டியால் மொத்துகின்றன. அந்த நாற்பது கல் தொலைவிலுள்ள பள்ளி வாழ்க்கையும், அவளது ஆசிரியன் என்ற பெருமையும் நினைவில் வலம் வருகின்றன. அவள் பாட வகுப்பின் முத்திரையாக விளங்கினவள். பதக்கத்திற்குப் பின் முத்துகள்போல் அவளைக் கண்ட பின்னர்தான் மற்ற மாணவர் களைக் காண முடியும். இப்படி நாள்தோறும் கண்டு, கண்டு, அவள் கண்களுக்குள் மின்னிய ரகசியங்களை, சிரிப்பிலே மூடி யிருந்த குறும்பை, கிண்டல் வினாக்களிலே பொதிந்திருந்த அர்த் தத்தை, திரிவற அறிந்தே ஆக வேண்டுமென்ற ஆவல் கிளம்பிற்று.

ராக வரம்பை முறித்த இசைபோல பருவம் கடந்த மலர் போல குளிர் நிறைந்த தென்றல்போல – முறையற்ற எனது பேராசையை அவளிடம் நீட்டியபோது – புன்னகையால் அவள்

அதைத் தழுவிக்கொண்டாள். அந்தப் பேராச்சரியத்தின் நாளை நான் புல்லரிப்பால் நினைக்கிறேன்.

வயல்கரைக்கப்பால், தாழைப் புதருக்கடியில் என் அழைப்பை ஏற்று அவள் வந்தபோது – இந்தப் பிரபஞ்சம் முறைகேட்டிற்காக ஒரு கணம் ஸ்தம்பித்துக்கொண்டது.

“துளசி! நீ ஏன் வந்தாய்?”

“நீங்கள் அழைத்தீர்கள். வந்தேன்.”

“துளசி – கிராமத்தின் தலைவரான உன் அப்பா, கிராமத்தின் நாலு சுமை கால்கள் போன்ற கடாத் தடியன்களாக உன் அண்ணன் மார், ஊரின் நாலு பேர்கள் யாராவது இப்பொழுது உன்னையும் என்னையும் கண்டால்?”

“உங்கள் அழைப்பை ஏற்றுக்கொண்டு இங்கே வரும்போதே நான் மற்றவர்களை மறந்துவிட்டேன். இப்பொழுது நீங்கள் மட்டும்! அப்பா, அம்மா, அண்ணன்கள், ஊரின் நாலுபேர்கள் எல்லாம் இனி நானும் நீங்களுமே.”

“துளசி, உன்னைச் சின்னவள் என்று எண்ணினேன். ஆனால், எல்லாவற்றையும் புரிந்துகொண்டு பேசும் உன் பேச்சின் முன்னால் நானே உன்னைவிடச் சிறுவனாகிறேன். ஆசிரியன், மாணவி – என்ற கீழும் மேலுமான முறை போய் தாயின் மடியும்; குழந்தையு மான பந்தத்தின் நெருக்கத்தை நான் உணருகிறேன்... இப்படி உன் அருகில் அமர்ந்திருக்கும் பொழுது – இத்தனை வயதின் அறிவையும் பிரபஞ்சத்தையும் மறந்தவனாகிறேன்....”

“என்ன முடித்துவிட்டீர்கள். இன்னும் பேசுங்கள். நீங்கள் பேசும்போது, நான் இன்னும் புதிய கனவுகளில் மிதக்க ஆரம்பிக் கிறேன். இதுதான் வாழ்வின் துவக்கமும் – முடிவுமாக இருக்க வேண்டுமென்று நான் ஆசைப்படுகிறேன்.”

“துளசி! ஆசைகளுக்கு எல்லையே இல்லை. பொழுது மறைந்து கொண்டு போகிறது. பகலுக்கும் இரவிற்குமான இந்த அணைப்பில் இறுக்கம் நெகிழ நெகிழ அந்தியின் எல்லை முற்றுப் பெறுகிறது. நீயும் நானும் என்ற இடைவெளியின் நெருக்கம் புதிய இருட்டின் வருகையால் சூன்யமாகிறது. துளசி, கணப்பொழுதின் துளியில் நீயும் நானும் சமம்!”

நீயும் நானும் சமம் எனும் பொய் மட்டும் இன்று மிச்சமாகிறது. ஒருவேளை, பொய்தான் நிலையான உண்மையோ?

எனக்குப் பொய்யுமில்லை, உண்மையுமில்லை, அப்படி உண்மையே தீண்டாத நான் உன் முடிவிற்கு கோடரியாக நிற்கிறேன்.

நான் ஊரைவிட்டு வந்தபோது, சுமை கால்கள் போல கடாத் தடியன்களான உன் அண்ணன்மார்களின் சிறை உன்னை முள்ளாய்ப் பிணைத்த கதையை உன் முடிவிற்கப்பால் நான் அறிகிறேன்.

நீ கடைசியாக வந்தபொழுது மௌனச்சுவராக, உன் துக்கத் தின் கதையைக் கேட்டிருந்தேன்.

"அப்பாவிற்கு யாரோ நம்மைப் பற்றிச் சொல்லியிருக்கிறார்கள். அண்ணன்கள் வேலியடித்து முள் கம்பி இழுத்துக் கட்டிச் சிறை வைத்தது போல கேள்வியெல்லாம் கேட்டார்கள் 'யாரவன்?' என்றார்கள். 'தெரியாது' என்றேன்."

அடையாளமாவது சொல் என்றார்கள். 'கண்ணெடுத்தும் பார்த்ததில்லை'யென்று திரும்பி நின்றேன், மளாரென்று அண்ண னின் கைவேகம் முகத்தில் விழுந்தது. சொல்லு. சொல்லிவிடு அல்லது இரண்டிலொன்று நடந்துவிடும் என்றான்.

இரண்டுமே நடந்தாலும் என் பதில் ஒன்றுதான் என்றேன். பயன் இரவிலும் பகலிலும் எனக்குச் சிறை. பள்ளிப் படிப்பிற்கே புள்ளி வைத்தாயிற்று... என் காவல் தளர்ந்த இந்த அபூர்வப் பொழுதைப் பயனாக்கிக்கொண்டு ஓடி வந்திருக்கிறேன். வாருங்கள் நாம் கண்காணாத பாழ்வெளிக்குப் போய்விடுவோம்.

அவள் ரொம்ப நேரம் அழுதாள். நிகழ்ச்சியின் பயங்கரம் என்னை விலங்கிட்டிருந்தது. கூடிய சூழலின் குருட்டு அமைதி போல நான் மௌனமாகவே நின்றேன்.

தொலைவில் விளக்கொளி எங்களைத் தேடிவரும் அரவம் கேட்டது. அவள் மிரண்டாள்.

"இப்பொழுதாவது வாயைத் திறந்து முடிவைச் சொல்லி விடுங்கள். நாம் ஓடிவிடுவோம். அதோ என் அண்ணன்களின் விளக்கொளி நம்மைச் சுட்டி வருகிறது." நான் மௌனமாக நின்றேன்.

என் கையை விட்டெறிந்துவிட்டு, அவள் இருளை மூடிக் கொண்டு ஓடியே போனாள். மௌனம் என்னை மீட்டபோது விடிந்திருந்தது!

ஆனால், விடிந்ததா?

விடிவில், என்வாழ்வு இருட்டிய செய்தியே வந்தது.

தெருவோடு இருவர் பேசிக்கொண்டு போனார்கள்.

“தலையாரி மகளுக்கு பள்ளி வாத்தியார் பறயன்மேல் காதலாம். விடுவார்களோ அவள் அண்ணன்மார்கள். ராத்திரி பூராவும் அடியும் உதையுந்தான் பாவம்.”

மாலையில் பள்ளியிலிருந்து வரும் வழியில் எதிரே பிலாக் கணச் சங்குடன், பிரேத ஊர்வலம் வருகிறது. நாலு சுமை கால் களாக – அந்தக் கடாத் தடியர்களே பிணத்தைச் சுமந்து வருவதால்– பாதையிலிருந்து ஒதுங்கி நிற்கிறேன்.

இரவெல்லாம்கூட அந்தப்பெண் நல்லாத்தான் இருந்தது. அதுக்குள்ளியும் இப்படி ஒரு சாவா? பாவம் நாலு அண்ணன் களுக்கும் ஒரே தங்கச்சி.

யாரோ ஒருவனின் இந்தச் செய்தியைப் பாதிதான் கேட்க முடிந்தது.

துளசி – உன் முடிவிற்கு, குளம்போன்ற குட்டையான என் மௌனமே எமன்.

நான் அமிழ்ந்துபோகிறேன்.

நான் பறயன்; நீ உயர்ந்தவள்! என் ஆண்மையும் – உன் பெண்மையும் காற்றோடு போயிற்று.

கிடாத் தடியர்களான உன் அண்ணன்களின் முடிவு வெற்றி பெற்றது!

– சிரிக்கத் தோன்றுகிறது –

அழுகையென்ற அவஸ்தை ஓய்ந்துவிட்ட மூடக் கிறுக்கில் பஞ்சைச் சிரிப்பு மிஞ்சியிருக்கிறது. இனி வேதாந்தியைப் போல உதட்டளவில் சிரித்துக் காட்டிக்கொண்டு பைத்தியமாகத் திரிய வேண்டியதுதான்!

❖

17

சுசீலாவின் கதை

வேலை ஓடவில்லை.

சுசீலா அப்படி எதிரே உட்கார்ந்திருந்தால் வேலை ஓடுமோ? மனம்தான் எங்கெல்லாமோ ஓடுகிறது. தலைக்குமேல் மின் விசிறி சுழலுகிறது. இந்த வரிசையும் எதிர் வரிசையுமாக நாற்பத்தி மூன்று பேர் உட்கார்ந்து வேலை பார்க்கிற இடம். டைப் பொறிகளின் சடபுடா சத்தமும் காகிதங்களின் சலசலப்பும்... சுசீலாகூட டைப் பொறியை எவ்வளவு நிச்சிந்தையாக அமர்ந்து தட்டிக்கொண்டிருக் கிறாள். என்ன வேகமான விரல்கள், நீளமான அழகான விரல்கள். சுசீலா, நினைக்கும்போது கீத்ஸ் விவரித்த சொர்க்கம் நினைவு வருகிறது. அழகிற்கென்று ஒரு பிரத்தியேக வரையறை என்ன இருக் கிறது? ஆனால், சுசீலாவை எதிரே காணக் காண அழகைப் பற்றி நிறைய கவிதை புனையலாம் என்று தோன்றுகிறது. சிலந்தி வலை, சூரிய படலம், ஒளிக்கதிர், வானவில்லின் வர்ண ஜாலம், மலரின் அண்ட கோசத்திலிருந்து வரும் மணம்.

இப்படியே புதிய மரபுக் கவிதையில் சுசீலாவையே நிரப்பி விடலாம். ‘சிந்தனை’ இதழில் ‘காற்றோடு போயிற்று!’ என்ற கவிதையை இவள் ரசித்திருக்கிறாள், கிறுக்கனின் பேத்தல்கள் என்று எல்லோரும் வேடிக்கையாகப் பார்க்கும் பார்வையிலிருந்து, சுசீலா நீரின் அடிமட்டத்திலிருந்து முக்குளித்து வந்து தலையைக் காட்டி யது போல – கவிதையின் உள் நரம்பு எதுவென்று, எழுதும்போது கற்பனை பண்ணியிருந்தேனோ – அந்த இடத்தைச் சுட்டிவந்து பாராட்டுத் தெரிவித்தாள்.

ஹா! இவள் என் இதயத்தை அறிய முடியும். “மிஸ் சுசீலா ரொம்ப சந்தோஷமாக இருக்கிறது. இந்தச் சந்தர்ப்பத்தை நான் என்றுமே மறக்க முடியாது. சந்தர்ப்பத்தை மட்டுமல்ல... உங்களையும்...”

ஒரு புன்னகை. “போங்கள் சார். என்னையும் உங்கள் கவிதைபோல் ஈஸியாகக் கையாண்டு விடலாமென்று

எண்ணிவிட்டீர்களோ... இன்னும் எழுதுங்கள். நான்றாக எழுதுங்கள். உங்கள்... உங்கள் எழுத்துகளை நான் காதலிக் கிறேன்...”

‘ஆஹா... அது போதுமே. என் கவிதை என்பது, நானே. வில்லியம் பால்கனர் சொன்னது போல; எங்கிருந்து எது வருகிறது, எதிலிருந்து எது வருகிறது என்பதைவிட, வந்துவிட்ட பின்பு தெரியும் உருவம், அல்லது வடிவம் – அல்லது அதன் அர்த்தம் – இதை மட்டும் கவனிக்க வேண்டும். அந்த வகையில் சுசீலா...?’

நீண்டு வளர்ந்த ஒரு மோகன உருவத்தின் முத்தாய்ப்பான முகம், குறுகுறுவென்று விழிகள். கொவ்வைச் செவ்வாய் என்பார் களே அபத்தம். இதுதான் செவ்வாய், நீள நீளமான விரல்கள்... அந்த மனோகரமான விரல்களைக் கண்முன் கண்டு கொண்டே ஆயுளின் நிறைவை அடைந்துவிடலாம். ஜீன்பால் சாத்ரேயைக்கூட அவள் படிக்கிறாள். யாருக்கு வரும்? இந்தக் காலத்தில் ஒரு ஆபீஸ் பெண் பால்கனரையும் சாத்ரேயையும் படிக்கிறாள்.

இந்த நினைவுகளில் வேலையா ஓடும்? கொஞ்ச நாட்கள்தான் ஆகிறது, அவள் இப்படிப்பட்ட உயர்ந்த ரசிகை என்பதை அறிந்து.

“மிஸ்டர் சகாதேவன், நீங்கள் மிகவும் பாக்யசாலி, அந்த லேடீ அசிஸ்டண்டு சுசீலா உங்கள் கவிதையைப் படித்துவிட்டு, கிளப்பில் பிரமாதப்படுத்திப் பேசிக்கொண்டிருந்தாள் பாருங்களேன், இன்று மாலையில் உங்களிடமே நேரில் வந்து பாராட்டைச் சொல்லப் போகிறாள்.”

இது முதலில் அவளைப் பரிச்சயமாகுமுன் உள்ள படலம். கேட்க இதமான செய்தி. அவளைத்தான் தினமும் கற்பனை செய்து ஆகிறது. கைக்கிளைக் காதலா? என்ன இழவோ? அவளைப்பற்றி அறிந்த நாள் முதல் அந்த அதிசய ரசிகையையே எல்லாப் படைப் பிலும் சாயல் வைக்கிறேன்.

சுகந்தமான –

சீதளமான –

லாவகமான என்றெல்லாம் அவளைப் பற்றி எழுத்தில் வடித்தாயிற்று. ஆபீஸிலிருந்து வீட்டிற்குச் செல்லும் ராஜபாதையின் வெறுமையில் – கற்பனையில் எல்லாம் இவள்தான் துணை வருகிறாள்.

“மிஸ்டர் சகாதேவன் உங்கள் எழுத்தோவியங்களில் எல்லாம் ஒரு சுசீலா வருகிறாளே யாரது?”

ஒருநாள் நண்பர் குழாமில் – பல நாளத்தைய இந்தக் கேள்வியின் முன் வசமாகச் சிக்கிக்கொண்டபோதும், ஒரு கற்பனைப் பதிலே வெளிவந்தது.

"சுசீலாவா? சுசீலா என் காதலி!"

நண்பர்கள் ஹோ... ஹோவென்று அரண்டு சிரித்தார்கள். இருந்தாலும் அவர்களுக்குத் திருப்தி ஆயிற்று. அவர்களது ஊகம் சரியாயிற்றென்றால் திருப்திதானே? தலை நரைத்து... உடல் மெலிந்து கண்ணுக்குக் கண்ணாடியும் கோலமுமான நாற்பத்தி மூன்று வயது வாலிபனின் காதலி... சிரிப்புத்தானே வரும்!

"இத்தனை வயது வரையில் பிரம்மச்சாரியாக இருந்த உங்கள் தவத்தைக் கலைக்க வந்த சுசீலா அம்மையார் யாரோ?" அடுத்த கேள்வி.

"எங்கள் ஆபீஸில் – 'சகதர்மினி' சிறந்த இலக்கிய ரசிகை என்று விவாதக் கட்டுரைகளில் சுசீலாவின் கருத்துகளாக நான் விளம்புவது உண்மையில் அவள் கருத்துகளே."

"ஓஹோ... அப்படியென்றால், அவள் தேர்ந்த அறிவாளி. இனம் கண்டுகொள்ளும் சிறந்த நடிகை. குறிப்பாக அழகி. அப்படித் தானே?"

"சந்தேகமில்லாமல்!"

"அந்தமாதிரி அழகி எப்படி உங்களை விரும்பினாள்? ஆபீஸில் வேறு ஆண்களே இல்லையோ?"

கோபம் வரத்தான் செய்தது. ஆயினும், உரிமையுள்ள நண்பர்கள் எனது 'சொந்தம்' கொண்டாடுபவர்கள். அதனால் எழுந்த கோபத்தை மறைத்து, நிதானமாகப் பதிலிறுத்தேன்.

"என் கவிதைகளை அவள் அர்த்தம் கண்டுகொண்டாள். மற்ற மரமண்டைகளுக்கு எட்டாத செய்தி, என் எழுத்துகளில் அவளுக்கு எட்டுகிறது. என்னிடம் பாராட்டுத் தெரிவிக்க அடிக்கடி வருவாள். இந்த வருகையின் நெருக்கமே எங்கள் காதல். இதில் கேலிக்கோ வியப்பிற்கோ அவகாசமில்லை..."

நண்பர்கள் என் எழுத்தில் – அவர்கள் விரும்பும் சாதாரணப் பொழுதுபோக்கு – அசிங்கமான 'ஜனரஞ்சகம்' காண முடிய வில்லை. அதனால் அவர்களுக்கு என் எழுத்துகள் புரியாத புதிர். இந்தப் புதிரை அறிய முடியாத 'மரமண்டைகள்' நீங்கள் என்று பேச்சில் அர்த்தம் பொதிந்து சொன்னேன்.

சுசீலா என்னிடம் பாராட்டுத் தெரிவித்த நாளிலிருந்து அவளிடம் மிகவும் நெருங்கிப் பழகினேன். அந்தக் கெடுவில் தமிழ் விமர்சன ஏடொன்றில் எனது புதிய மரபுக் கவிதையொன்று வெளியாயிற்று.

சதுப்புநிலம்,
புலக்காடு.
தந்தத்தால் தூண்களுள்ள
பந்தலின் கீழ்
செவ்விளநீர்
தேராணமாம்
தோரணத்தின் கீழ்,
வரிவிலங்குக் கூட்டம்
கூட்டத்தில்
இருட்டின்
நடமாட்டம்
இருட்டின்
கண்மூடி நடையில்
மூச்சுக் காற்றின்
நெருப்பு விதறல்
சதுப்பு நிலத்தில்
ஆழ உழுது
நிலத்தைச் செப்பனிட
ஏர் உழவனுக்காசை
ஏர்கொண்டு போனான்
ஏருக்கு முனையில்லை
உழுவதெப்படி...?
நிலம், தரிச்சாச்சு

இதுதான் கவிதை. இந்தப் புதிய மரபுக்கவிதை இலியட்டின் தத்துவ ஓட்டத்தின் அடிப்படையில் புனையப்பட்டது. நண்பர் குழாமில் எல்லோரும் படித்துவிட்டு வாயை... வாயைப் பிளந்தனர்.

"மிஸ்டர் சகாதேவன். இதில் ஒன்றுமே புரியவில்லை. உங்கள் தத்துவமும் உங்கள் கவிதையும் உங்களுக்கே வெளிச்சம்..." என்று தூக்கி எறிந்து பேசிவிட்டு – என்னமோ தாங்கள்தான் புத்திசாலிகள் மாதிரியும், மற்றவன் அப்பாவி மாதிரியும் பாவனை காட்டிச் சிரித்துக்கொண்டே போய்விட்டார்கள்.

மாலையில் – படிப்பகத்தில் ஒரு புத்தகம் தேடிக்கொண்டிருந்த போது சுசீலா வந்தாள்.

"சார்" என்றாள்.

மிகவும் குளிர்ச்சியாக இருந்தது.

"உங்கள் கவிதை மிகவும் பிரமாதம்; ஒண்டர்புல், எக்ஸலண்டு, ஏ ஒன்..."

"இதைக் கேட்கும்போது மிகவும் சந்தோஷமாக இருக்கிறது. நீங்கள் ஒருத்தர்தான் என் கவிதையின் உண்மையையும் ஆழத்தையும் கண்டவர்கள்..."

"நீங்கள் அதில் உடலுறவைப் பற்றி எவ்வளவு அழகாகச் சொல்கிறீர்கள். ஆணின் கையாலாகாத்தனத்திற்கு – ஏருக்கு முனையில்லை என்று முத்தாய்ப்பிட்டிருக்கிறீர்கள். நல்ல சிம்பாலிஸம்..."

தேவதூதர்கள், பொற்றேரில் அழைத்துக்கொண்டு வான வீதியில் வலம் வருவதுபோல் மயக்கமாக இருந்தது. பருவப் பெண்ணின் செழுமையையும், ஆணின் கையாலாகாத்தனத்தையும் பற்றி எழுதியிருந்த அந்தக் கவிதை சுசீலாவிற்கு மட்டும் அர்த்தம் புரிந்தது என்றால் – புதுமை என்று செந்தமிழில் செப்பும் மற்ற இலக்கிய நண்பர்களை, வெறும் நுனிப்புல் மேய்பவர்கள் என்று சொல்லாமல் என்ன சொல்வது? ஓர் எழுத்தோவியம் அவர்களுக்கு ரயிலில் போகும்போது சலசலப்பிற்கிடையில் படித்து ரசிப்பதாக இருக்க வேண்டும். மத்தியான சாப்பாட்டிற்குப் பிறகு பொய் உறக்கம் கொள்ளுமுன் கொஞ்சம் படித்து ரசிக்கும் இலக்கியமாக எனக்கு எழுதத் தெரியாது; செந்தமிழ் செப்பும் நண்பர்கள் கவிதையையா ரசிக்கிறார்கள்? அவர்களுக்கு இந்தக் காலத்திலும் அருணகிரிநாதனாகப் பாட்டெழுத என்னால் முடியாது. என் கவிதையில் அவர்கள் என்ன பார்க்கிறார்கள்? இலக்கணம் சொத்தை. தமிழ் சொத்தை. மரபு சள்ளை என்றுதான் அலட்டுகிறார்கள். என்ன எழுதியிருக்கிறான், எதைக் காட்ட பிரசவ வேதனைப்படுகிறான், அவன் கருத்தென்ன? இதையொன்றும் அறிய முற்படுவதில்லை. சகாதேவன் கவிதையா? அது அவருக்குத்தான் வெளிச்சம்; சுசீலா காதலில் எதையாவது கிறுக்கியிருப்பான் என்ற அலட்சியம் பதிந்துவிட்டது. என்றைக்குத்தான் இந்த ரசனை மனோபாவம் மாறி, தரமான இலக்கியத்திற்கு விடிவுகாலம் வரப்போகிறதோ?

அழகான பெண் சுசீலா. பண்புடையவள்கூட, பெரிய வேலையில் நிறைய சம்பளம் வாங்குகிறோம் என்ற உத்தியோக கர்வம் இல்லாதவள். நான் உடலுறவைப் பற்றி எழுதியிருந்தாலும், ரசித்து அறிந்ததை உண்மையில் பாராட்ட வேண்டும் என்ற வேகத்தில் –

ஆவலில், வெட்கத்தையும் மறந்துவந்து பாராட்டினாளே? என்னிடமுள்ள காதலால் அதைவந்து சொன்னாளா? இல்லை, தேர்ந்த அறிவின்முன் உலகக் கோட்பாடுகள் பொருட் டாகப்படுவதில்லையே? என்ன இருந்தாலும் சுசீலா அன்பானவள். அழகானவள், அறிவின் தீட்சண்யமானவள். இவளை நான் காவியமாக எழுதுவேன்!

நாட்கள் இப்படியே போகிறது. என் பிரம்மச்சரியம் (நல்ல பிரம்மச்சரியம்?) இப்படித் தீயின் மேலுள்ள மௌன தியானமாகக் கடந்துபோகிறது. அம்மாவும் அப்பாவும் உயிரோடிருப்பதால் என் வயதின் தொல்லை அழுந்தி வருகிறதோ என்னமோ? அப்பாவிற்குக் காட்டைப் பற்றிய வானப் பிரஸ்தமில்லை – மரணக் காட்டைப் பற்றிய நினைப்பே தவிர வேறில்லை. சாப்பாட்டிற்குப் பருப்புக் குழம்பும் கெட்டி வெண்ணெயும் இல்லாவிட்டால் இன்னும் அவருக்கு ருசிக்க மாட்டேன் என்கிறது. பின் எப்படிச் சாக்கலை வரும்? 'உதவாக்கரைப் பிள்ளை என்னவெல்லாமோ எழுதுகிறான், ரூம் முழுக்க புஸ்தக அடுக்கும், தூசிப் படலமும், தபாலில் தினமும் புக் போஸ்டாகக் குப்பைகள் எல்லாம் வருகிறது. இவன் எழுத்தை– தமிழன் போகட்டும் – இங்லீஷிலும் அச்சிடுகிறானே அவனைச் சொல்ல வேண்டும்...' என்ற நினைப்பு அவருக்கு. அம்மா பாவம், அவள் மஞ்சள் குங்குமத்தோடு இருக்க முடிவதினால்தான் – அப்பா மேலுள்ள அவ்வளவு வெறுப்பையும் அடக்க முடிகிறது. அம்மா தினமும் காய்கறிக்காரியிடமும் தயிர்க்காரியிடமும் அவர்கள் போகும் எங்கள் இனத்து வீட்டுச் சின்னப் பெண்களைப் பற்றி விசாரிக்கிறார்கள். எதாவதொன்று தன் பிள்ளைக்கு ஈடேறி வராதா என்ற நப்பாசை. தினமும் – டிபன் தரும்போதும், சாப்பாடு பரிமாறும்போதும் எல்லாம் அவள் முணுமுணுக்கிறாள்: 'இனியும் எத்தனை நாளைக்கு இந்த அம்மா கைப்பக்குவம் உனக்கு விதிச்சிருக்குதோ?'

காலையில் எழுந்தபோதே மனதிற்கு நல்ல சுகமில்லே... சே, என்ன இது? தினமும் இப்படிக் காலையில் எழுகிறது. வெளியே போய்வந்த பின்பு வெறும் காப்பி சாப்பிடும் படலம், அம்மா கை காப்பியின் சுவையே தனி, பிறகு ஒன்பதரை மணிக்கு ஆபீஸ் போன்றது வரையில் படிப்பு. ஏதாவது பத்திரிகை எழுத்தோவியத் தையும் தபால் தலையையும் வாங்கி வைத்துக்கொண்டு பேசாமலிருந்தால் அவனுக்கு ரிமைண்டர் கடிதம் எழுதுவது. பிறகு சாப்பாடு, சாப்பிட்டுவிட்டுக் கொஞ்சம் ஹாய்யாக ஒரு அஞ்சு நிமிஷம் உட்கார்ந்திருந்து வெற்றிலை போடணும். வெற்றிலை தடிப்பில்லாமல் கொழுந்தாக இருக்கணும். ராத்திரி வாங்கிக் கொண்டு வைத்ததில் அம்மா எடுத்தது போக மிச்ச வெற்றிலை

தடுப்பும் காரமுமாக இருக்கும். இருந்தாலும் பசுமைச் சுண்ணாம்பைத் தேய்த்து, பச்சைப் பாக்கும் புகையிலையுமாகப் போட்டுக் கொள்ளும்போது ஒரு நிம்மதி. வாயில் நிறையும் முதல் குழம்பை முற்றத்து செம்பருத்திச் செடியின் அடியில் துப்பிவிட்டு – சைக்கிள் சீட்டைத் தட்டி ஏறிக் கொள்ளும்போது, வெளியுலகம் விரிந்து கிடக்கும். நேற்று சாயங்காலம் விட்டு வந்த பின்பு, இன்று புதிதாக வெளியுலகைப் பார்க்கப் போகிறோம்.

என்னவெல்லாம் புதுமை நிகழ்ந்திருக்கிறதோ? தெருக்கோடி திரும்புகிற இடத்தில் புதிதாக ஒருவன் மாடி வீடு கட்டுகிறான். நேற்று ராத்திரியெல்லாம்கூட வேலை நடந்தது. புது மாதம் பிறப் பதற்கு முன்பு குடியேறிவிடும் ஆசையில் அவசர அவசரமாக வேலை நடக்கிறது. நேற்று ராத்திரியிலிருந்து இத்தனை நேரம் எவ் வளவு தூரம் வேலை ஆகியிருக்கிறது என்று பார்த்துக்கொண் டேன். செங்கல் கட்டியின்மேல் சிமிண்டுப் பூச்சு பூர்த்தியாயிருக் கிறது. ராஜபாட்டையின் தூங்குமூஞ்சி மரங்களின் அகம்படியில் சைக்கிள் போகிறது. பள்ளிக்கூடம், காலேஜ், ஆபீஸ்களில் போகும் ஆண் பெண் கூட்டம்.

இந்தத் திருவனந்தபுரத்தில் பெண்கள்தான் எல்லாத் துறை களிலும் முந்தி நிற்கிறார்கள். பாதையில் சிதறிய ஜன ஊர்வலம் போய்க்கொண்டிருந்தது. கலர் கலராகப் பூக்கள் விதறிவிட்டது மாதிரி இருக்கிறது. ஊர்வலம், இடது புறத்திலிருந்து ஒரு பதினாலு வயதுப் பெண் வந்துகொண்டிருக்கிறாள். அழகான கண்கள், பீலி இமைகள், வட்ட முகம், குளித்துச் சடை பின்னாமல் முதுகில் விதறிவிட்ட கூந்தல். அழகானவளோ, இது ஒருவித அதிக மண முள்ள பூப்போன்ற அழகு, சட்டென்று மூக்கில் ஏறும். இப்படி இருக்கக் கூடாது. ஒரு மென்மை வேண்டும். சைக்கிளின் வேகத்தில் பாதை பின்னிடுகிறது. அலைமேல் அலை விழுவதுபோல இன் னொருத்தி மியூசியம் திருப்பத்தில் பஸ்ஸை விட்டிறங்கி சப்பல் சத்தம் கேட்க நடந்து வருகிறாள்.

சைக்கிளின் வேகம், பல்கலைக்கழக மாணவர் விடுதியைத் தாண்டிய பின்புதான் தெரிகிறது. பாளையம் சர்ச்சிலிருந்து பெண்கள் சல்லாத் துணை வெள்ளை அலங்காரத்துடன் வருகிறார்கள். (எத்தனை ஆண்கள் போகிறார்கள். சள்ளை மனது பெண்களையே ஆராய்கிறது.) வெள்ளை ஆடை விதவைக்கு அணி என்றானே.. சே, என்ன அரசிக ஏற்பாடு. வெள்ளை ஆடைகளில் இந்தக் கிறிஸ்தவப் பெண்கள் எவ்வளவு அழகாக இருக்கிறார்கள். நடுவில் வருகிறாளே ஒருத்தி, ஒற்றை ரோஜாவைக் கொண்டையில்

சரியச் செருகிக்கொண்டு, இவர்களுக்கு எப்படித்தான் இந்த வித்தை யெல்லாம் தெரிகிறதோ, இதில் ஒரு கவர்ச்சி, சுசீலாவின் சாயல் இந்தப் பெண்ணிடம் தெரிகிறதோ? சைக்கிள் அருகில் வந்ததும் கூர்ந்து பார்க்க முடியவில்லை. வேகத்தில் ஒருகணப் பார்வை. பிறகு அந்த அலங்காரத்தில் சுசீலாதான் மனதில் நின்றாள். ஓவர் பிரிட்ஜில் ஆபீஸ் வாசலில் இறங்குவது வரையில் மனதில் சுசீலா வின் துணையுடன்தான் வந்தேன்.

ஹம்மா... இந்த மூன்று மைல் தூரமும் சைக்கிளில் வந்தேனா? வியர்வை வழிகிறது.

லிப்டு வாசலைத் திறந்து விடுகிறான் பியூன். மூன்றாவது மாடி இதுதான். மனோரதத யாத்திரை மாதிரி இதமாக இருக்கிறது, வந்து இறங்கியபோது மணி சரியாகப் பத்து முப்பத்தி அஞ்சு, அஞ்சு நிமிஷம் லேட், அட்டன்டன்ஸ் புத்தகம், நல்லவேளை, ஆபிஸர் மேஜைக்குப் போகவில்லை. கையெழுத்துப் போட்டுவிட்டு, சுசீலா வந்திருக்கிறாளா என்று பார்த்தபோது இல்லை. திக்கென்றது. ஏன், சுசீலா இன்னும் வரவில்லை. காரணமில்லாமல் லேட் பண்ண மாட்டாளே சுசீலா? ஆசனத்தில் போய் அமர்ந்தபோது ஒன்றுமே ஓடவில்லை.

அவள் எதிரே இருந்தாலும் வேலை ஓடவில்லை. இல்லாம லிருந்தாலும் அதே கதிதான். என்ன விசித்திரமான மனசு, ஃப்ராய்டு இந்த அலமலங்களுக்கு ஏதாவது காரண காரியம் சொல்லியிருக் கிறாரா? ஒன்றும் ஞாபகம் வரவில்லை –

"சார்!"

சுசீலா எதிரே நிற்கிறாள். அவள் அழகான தனது வானிட்டி பாகிலிருந்து நீண்ட வெள்ளை உறையொன்றை எடுத்து நீட்டு கிறாள்.

அதில் அழகான கையெழுத்தில் என் பெயர். டி.கே. சகாதேவன். உறையின் ஓரத்தில் பஞ்சவர்ண ஒழுங்கில், WEDDING பொறித்திருக்கிறது.

"யாருக்குக் கல்யாணம்?"

"ஆமாம் சார், அவசியம் நீங்கள் வருவீர்கள் அல்லவா? நான் இந்த லட்டர்களையெல்லாம் இன்றைக்குக் கொடுத்தாகணும். கல்யாணத்திற்கு முன் இன்றைக்கு மட்டும் நான் லீவு. நான் வருகிறேன் சார்..."

என் பதிலை எதிர்பார்க்காமலேயே, சுசீலா கார்னரைத் தாண்டிப் போகிறாள்.

ஓர் அத்தியாயம் எழுதப்படாமல் மூடி வைத்தது போல் ஆயிற்று. அதிர்ச்சி மனதின் ஆழத்தில் பதியுந்தோறும் விரக்தி புலனுணர்வில் தெளித்துக்கொண்டு வந்தது.

வேலையா ஓடும்?

பாதியிலேயே எழுந்து வந்து அனுமதி பெற்றுக்கொண்டு சைக்கிளில் ஏறி வெயிலோடு மிதித்துப் போகத்தான் தோன்றிற்று; வீட்டிற்குப்போய் அந்தக் குகையின் அமைதியில் ஒன்றினால் கொஞ்சம் ஆறுதல் கிட்டவேண்டும்.

ஓவர் பிரிட்ஜ் இறக்கத்தில் வந்து கொண்டிருந்தபோது நாற் சந்தியில் ஒரு லாரி விபத்து, எட்டு ஒன்பது வயசு பையனின் மேல் லாரியின் பின் சக்கரம் ஏறி இறங்கிவிட்டதாம். கூட்டத்தைத் தாண்டிக்கொண்டு சைக்கிளில் போக முடியாததால், இறங்குகிறேன். கும்பலை எட்டி நடுவில் பார்த்தபோது: அஹ்ஹா... கோரம்... சிதறிய தலை, சின்ன உடுப்பு அணிந்த உடல் நிர்க்கதியாகக் கிடக் கிறது. சகிக்கவில்லை. தலையை இழுத்துக்கொண்டு கூட்டத்தை மிஞ்சி வெளியே வரத்தான் தோன்றியது.

படிப்பகத்திலிருந்து அம்மாவிற்கு எடுத்து வந்த புத்தகங்களின் கெடு தீர்ந்துவிட்டதினால், மாலையில் படிப்பகத்திற்குப் போனேன். மனம் எதைப் பற்றியும் நீளமாகச் சிந்திக்க முடியவில்லை. கடைசியில் சுசீலா சுசீலா என்ற ஒரு கனவும் பாதியில் விழிப்பு வந்த தூக்கம் போலக் கலைந்து போயிற்று.

"ஹல்லோ சார், என்ன ரொம்ப நேரமா பார்க்கறேன், என்ன தேடிக்கொண்டிருக்கிறீர்கள்? நல்ல புத்தகம் எதுவும் எப்பத் தேடி னாலும் இங்கே இருக்காதே... நீங்கள் என்ன புத்தகம் தேடு கிறீர்கள்."

"நானா? நான் தேடவில்லையே?"

"நல்ல வேடிக்கை, சும்மா புத்தகப் பீரோவை எடை போடுகிறீங்களாக்கும்?"

"இல்லை; புத்தகம் தேடுகிறேன். அப்போது தேடவில்லை யென்றா சொன்னேன்? ஞாபகமறதி. புத்தகம்தான் தேடுகிறேன். நீங்கள் சொன்னாற்போல் நல்ல புத்தகம்தான் அகப்படவில்லை."

"நல்லது என்பதற்கு உங்கள் அளவுகோலே தனியில்லையா? எல்லோருக்கும் பிடிக்கும் ஜனரஞ்சகமானது உங்களுக்குப்

பிடிக்காதே! ஆனால், உங்களுக்குப் பிடிக்கிறது உங்கள் சுசீலா விற்கும் பிடிக்கும்!"

ஒரு கணம் துணுக்கென்றது.

அவ்வளவு தூரம் நண்பர்கள் மத்தியிலும் பதிவாகிப்போன ஒரு சமாச்சாரம் கடைசியில்...

"இல்லை, இனிமேல் சுசீலாவைப் பற்றிப் பேச வேண்டாம்" என் குரலின் அதிர்வு என்னையே உச்சத்தில் உயர்த்தியது.

"என்ன சார்; என்ன வந்து விட்டது, சுசீலாவிற்கு?"

"சுசீலாவிற்கு என்ன வந்ததா? அவள் ரோட்டு நடுவில் லாரி மத்தியில் அகப்பட்டு தலை நசுங்கி... அய்யோ... மூளை சிதறி... ரத்தம்... சுசீலா செத்தே போயிட்டா...?"

நான் கத்திய கத்தலில் படிப்பகத்தின் அத்தனை பேரும் இந்தப் பக்கம் எழுந்து வந்தனர்.

"அய்யோ பாவம், அந்த சாருக்கு பைத்தியம் பிடித்துவிட்டது போலிருக்கே..."

கூட்டத்தில் யாரோ சொல்கிறார்கள். நான் மனதிற்குள் வாய் விட்டு சிரிக்கக் கொதிக்கிறேன். அஹ்ஹா... ஹா. அஹ்ஹா... ஹா.

❖

18

பாவத்தின் சம்பளம்

“எப்பா பொழுது நல்லாக்கூட வெடியக்காணோம். அதுக்குள்ளியும் இன்னாவெயல் கொளுத்துது. இந்தாப்பா செம்ணு, ஜல்த்தியா வேலையெ கட்டு, மேல் புறமா கட்டை கடசல் அல்லாத்தையும் கீழ் வயலுக்கு கடாசி உடு... என்னாது பொளுதுக்கும் இதே களட்ற வேலையா?...” மாமரத்துக் கல்லு மேல் குடை பிடித்துக்கொண்டு நின்றிருந்த தங்கராஜுக்கு, எப்படா இந்த வயல் வேலை முடியும், வீட்டிற்குப்போய் குழந்தையைப் பார்ப்பது என்ற ஆதங்கம் வலுத்துக்கொண்டே இருந்தது. நிற்க நிலைகொள்ளாமல் வேலையாட்களை விரட்டிக்கொண்டிருந்தான்.

“இந்தா கன்னிமா அங்கேதான் கமலைமேலே தண்ணீ கொட்டுதே... இந்தாண்டையா இனியும் கொஞ்சம் சேந்தி உடேன். அட மல்லாட்டைப் பயிருக்குக் கரை கட்டு பதமா தண்ணியெ உட்டுப்புட்டு பாத்தியைப் புடிச்சி அடச்சுக்கோ. எத்தினை வாட்டி உன்னோட ரோதனைப்படறது. அன்னியே புடிச்சு அனந்தோரம் திட்டு வயக்காட்டிலேயே சொன்னேனே இன்னுமா ஒனக்கு சொல்றது? மணி இன்னா தெரியுமா? ஓம்பளது. உக்கும்...”

பனமலைப்பேட்டை மலைஉச்சி வேலாண்டி சாமிக்கு நைவேத்யம் காட்ட, ‘அய்யிரு ஊட்டு’ சின்னப் பையன் அழுக்குத் துணி கட்டிய நைவேத்தியப் பாத்திரமும், சின்னத் தாமிரத் தோண்டியுமாக, குட்டைக் கல்லு மலையேறிப் போய்க்கொண்டிருந்தான். மாமரத்து கல்லுமேட்டில் தங்கராஜுவைப் பார்த்ததும்:

“நமஸ்காரம் பண்ணையாரே...” என்று நின்று சொல்லிவிட்டு, கறுத்த குச்சி நோஞ்சல் உடம்போடு நடந்து போனான். நெற்றிக்கு மேல் கை அகலம் சிரைத்து மிச்சமிட்ட குடுமி அந்தச் சிறுவனுக்கு அசிங்கமாக இருந்தது.

கல் ரோட்டிற்கு அப்பால் வேலாண்டி சாமிமலை வரையில் பரந்துகிடக்கும் பனைமலை ஏரி காலம் காணாது போய்க்கிடந்தது. அதன் நெஞ்சு மேட்டுக்குட்டைச் சகதியில் நடந்து இன்னொரு வெள்ளைக் கொக்குகள் சிப்பு மேய்கின்றன... அய்யிரு ஊட்டு

சின்னப்பையன், வெள்ளாடு தாண்டுவதுபோல, குட்டை குட்டை மலைப்பாறைகளைத் தாண்டி, இப்பொழுது மேலே போய் விட்டிருந்தான். இடைக்குட்டி ஒன்று, செம்மறி ஆட்டின் கூட்டத்தை, தாழைக்காட்டின் பக்கம் மேய்க்கும் – 'டிரியோ – இந்தா' சத்தம் இங்கே கேட்டுக்கொண்டே இருந்தது. அனந்தபுரம் ஊருக்குள்ளே யாரோ செத்துப்போயிருக்க வேண்டும். முரசு தப்பட்டை சத்தம் தெற்குப் பார்த்துக் குறைந்துகொண்டே போகிறது.

"இந்தா வேலைய்யா, உன் வேலையை முடிச்சிப்புட்டியா? யாருப்பா அனந்தபுரத்திலெ செத்துப்பூட்டாங்க, மொரசு சத்தம் வெடியக்கொண்டு காதெ தொளைக்குதே" என்று கேட்டான், தங்கராஜு.

"நம்ம உண்டிய கடைக்காரர் சம்சாரம் தகப்பனார்தான் ராத்திரியே பூட்டாருங்க... அதான் இப்போ இடுகாட்டுக்குப் பொறப்பட்டாங்க போல... நான் வர்றேன் சாமியோ... மூஞ்சு போச்சு நம்ம வேலெ. இன்னும் நீ கூட செத்தநேரம் அந்த ஆளுங் களெ கடாசி உட்டுப் போட்டு போகலாம் சாமி... ஆமாம் கொளந்தை புள்ளைக்கு அம்மை பார்த்து இன்னியோட ஆறு நாளவுதே எப்படி சாமிகீது?"

"அட அல்லாம் ஒண்ணும் புண்யமில்லடா வேலா. பாத்தியே நீ அன்னிக்கு. அப்படியேதான். இப்போ மூஞ்சி கை கால் எல்லாம் வீக்கம் கண்டிருக்கு. இன்னா செய்யிறது? பொறந்தப்பமே, இப்படி வாத நோக்காடு ஏந்திச்சு நடமாடாது கொள்ளாது, கடேசி வரைக்கும் இப்படித்தான்னு தெரிஞ்சிருச்சின்னா கழுத்தைத் திருவி, செத்துப் போச்சுன்னு, ஏரி மண்ணை வெட்டி பொதைச்சு மூள்கீ ருக்கலாம்... இப்போ பாரு. ராவ்வூ பகல் கீளேவுடாமெ ஆறு வயசு வரைக்கும் வாய் பேசாத கொளந்தையா, கால் நடக்காத கொளந்தையா வளத்தியாச்சு. இப்போ, குதிர்மேலெ பெருச்சாளி புகுந்தாப்லெ அம்மை முத்து வாத்திருக்குது... கீழ் மலை வைத்தியர் பதினாறு நாள் கெடு சொல்லியிருக்காரு. பொளச்சுதுன்னாலும் ஒண்ணுதான், மவராசனா போய்ச் சேந்தாலும் ஒண்ணுதான்..."

"அப்படியெல்லாம் ஒண்ணும் பெரிய வார்த்தை சொல்லாதே பண்ணையாரு... உங்க நல்ல கொணத்துக்கும் வூட்ளே அந்த அம்மா கொணத்துக்கும் ஒரு கொறையும் வராதுங்க... எனக்கு உத்தரவு கொடுங்க சாமியோவ்..."

"நீ போ வேலாண்டி. அந்த ஒட்டெதோண்டிய வூட்லே கொண்டாந்து போட்டுடு. கேட்டா தோ வந்துக்கிட்டே இருக்கிறதா சொல்லிப்பிடு..."

வேலாண்டி, தூர்போன பெரிய தோண்டியைத் தோள்மேல் எடுத்துக்கொண்டு தலை வேஷ்டி முண்டாசும், கோமணக் கோலமுமாக மேடேறி நடந்துபோனான்.

சங்கீதமங்கலம் கிராமத்திலேயே, நிலம், நீச்சு, பயம், ஐவேசு, ஆள், அம்பு, எல்லாம் நிறைந்த ஆள் தங்கராஜு. வயதான தகப்பனார் இறந்துபோன கொஞ்ச காலத்திலேயே, பழைய மைனர் விளையாட்டுகளையும், அடாபிடித்தனங்களையும் மறந்து, தன் காரியம், பண்ணை விஷயம், ஊருக்கு உலகிற்கு நல்ல பிள்ளை, இத்யாதி வரம்பு முறைக்கு வந்துவிட்ட பெருமை வேறு இந்த முப்பத்தி ஐந்து வயதில், பிதுரார்ஜித சொத்துகளுடன், தன் பங்காகவும் கொஞ்சம் சம்பாதித்திருந்தான். கல்லு ரோடு என்ற பெரிய பாதைக்கும், பனிமலை ஏரிக்கும் இடையே கண்ணெட்டிய தொலைவுள்ள வயல் தோட்டம் – வெட்டவெளி, அஞ்சு பம்பு செட்டு கேணி நாலு, கமலை கேணி, அன்னியூர் எல்லைக்கல்லுக்கும் சிறுதையூர் ஆரம்பிக்கும் சுடுகாட்டுத் திட்டுக்கும் இடையே காட்டு ரோடு வரை விரிந்துகிடக்கும் பழப்பண்ணை, சோளவயல், மல்லாட்டை என்ற மணிலாக் கொட்டை வயல் எல்லாம் தங்கராஜுவின் சொந்த அனுபோகந்தான். எந்த வெயில் காலமும், எந்த மாரிக்காலமும் – எந்தப் புயல் இடிக்காலமும், தங்கராஜ் பண்ணையில் ஏதாவது வேலை நடந்தது. சங்கீதமங்கலம் சன்னதித் தெருவில் வெள்ளை மாடிவீடும் தோட்டமும் கொட்டகையில் மயிலைக் காளை வில் வண்டியும், மாட்டுக் கொட்டடியும் எல்லாம் தங்கராஜுவுடையது தான். உள்ளூர் வெளியூர் பனமலைப் பேட்டை, அனந்தபுரம், அன்னியூர், கன்னிவாடி, செஞ்சி, மாம்பழப்பட்டு, ஏன் விழுப்புரத்திலேகூட தங்கராஜ் பண்ணை என்றால் தெரியாதவர் குழந்தைப் பிள்ளைகளாகத்தான் இருக்கும். இவ்வளவிற்கும், பண்ணையாரென்றால் அந்தக் காலத்துக் கட்டுக் குடுமியும் குண்டு சரீரமும், தொந்தி தொப்பையும் துப்பட்டி ஜரிகையுமெல்லாம் இல்லை. எல்லாம் தனி. இந்தக் காலத்து பாம்பே எட்டுமொழம், டெரிலின் சட்டை, முண்டா பனியன், கிராப்பு, பேவர்லூபா கடியாரம் எல்லாம்தான். அப்பா காலமாவதற்கு முன் துப்பாக்கி, முயல், புறாவேட்டை என்றெல்லாம் கூட 'ஜமா' இருந்தது. பேரு, பணம், குணம் ஆளுசேர்த்தி, வீடு, மனைவி, எல்லாம் இருந்தென்ன– வாரிசு மட்டும் மொந்த வாழைக் குருத்துக்கு வண்டு அரித்தாற்போல வெறும் மரக்கட்டைப் பிள்ளையாய் வந்து பிறந்துவிட்டது. பிறந்த உடனேயே வெறும் திருப்பதி மரக்கட்டை பொம்மை மாதிரி, சப்பைதலை அடிச்சு நீட்டி வச்சதுபோலக் கைகளும் கால்களும், அசைக்க முடியாது.

புரட்டித்தான் போடணும். புறா முட்டை மாதிரி மொழுமொழு உருண்டைக் கண்களும், கடவா பெட்டி மாதிரி பெரிய வாயும்... இந்த ஆறு வயசு வரைக்கும், எட்டு வீடு அதிர அழவும், போணி கும்பா நிறைய அரிசிச் சோற்றைக் கொடுத்தாலும், வைக்கோல் பொத்தை மாதிரி வயிறு வீங்கத் திங்கவும் மட்டும் தெரிந்திருந்தது. பெரிய பெட்டித் தொட்டில் செய்து, மெத்தையும் தலைகாணியும் இட்டு எப்போ பார்த்தாலும் படுத்த படுக்கைதான். தங்கராஜுவின் மனைவி, புஷ்பத்திற்கு, குழந்தை ஒண்ணுக்குப் போன துணிகளை மாற்ற, மலம் கழிப்பதை எடுத்துப்போட, கும்பாவில் சோற்றை அள்ளியிட்டு? சர்க்கரை கொட்டிப் பிசைந்து ஊட்ட, இதற்கே பொழுது சரியாக இருந்தது. அசதி மறதியாக வேலையாட்கள் பக்கத்தில் வந்தால், அழுகை முகட்டைச் சுற்றும். விபரம் தெரிந்த நாளிலிருந்து இதுதான். கொஞ்சம் தூக்கி வைத்துக்கொள்ளாலா மென்றால், ஆறு வயது பிள்ளைக்கு இப்படியா கனம் கனக்கும். வளத்தி, பத்து வயசு பையன் கணக்குத்தான். பின் எப்படித் தூக்கி வச்சிக்கிட முடியும்? சதாசர்வகாலமும் படுக்கை. பக்கத்தில் எப்பொழுதும் ஆள்வேணும். கை சொடக்கிற நேரம் ஆள் நிழல் தெரியாவிட்டால் அழுகையில் காது அதிர்ந்துபோகும். இத்தனைக்கும் ஒரு பொட்டுக் கண்ணீர் வராது. தூங்கிற போது கூட ஆள் மணம் பக்கத்தில் இல்லாவிட்டால் தெரிந்துவிடும். அழுகையில், அக்கம் பக்கத்தில் தூங்குகிறவர்கள்கூட விழித்துக் கொள்வார்கள். சமையல் கட்டோடு சேர்ந்த உள்ளில் தொட்டில் அமைந்த காரணமே இதுதான். புஷ்பம் அல்லது, சமையல் செய்கிற நாவாயா கிழவியார் நிழலாடுவது பட்டுக்கொண்டே இருக்கும். தங்கராஜு வீட்டில் இருக்கிற நேரத்திலெ மத்யானத் தூக்கம் மரத்தொட்டில் பக்கம்தான். வெள்ளைச் சுவர்மேலே ஆங்கில 'வி' எழுத்து மாதிரி இரண்டு பழைய துப்பாக்கிகள் மாட்டப்பட்டி ருக்கும். கிளையும் முளையுமான இரண்டு மான் தலை கொம்புகள் துப்பாக்கிக் கொலுவிற்கு பாரா மாதிரி... கீழே சாய்வு நாற்காலி பக்கம் பூவரசு மேஜை மேல், சுதேசமித்திரன் பேப்பர், வெங்கட ராஜுவின் பழைய துப்பறியும் புத்தகங்கள், பிரதாபமுதலியார் சரித்திரம், 'ஜங்கிள்' என்ற பழைய பெரிய அட்டை ஆங்கில வேட்டை புஸ்தகம், கண்ணாடி சீப்பு, எல்லாமே அந்தத் தொட்டில் பக்கம்தான். கை எட்டுகிற பக்கம் தேக்குமர பரண் கட்டிய பீரோ குட்டியானை மாதிரி நிமிர்ந்து நிற்கும்... பின்னாலெ நெல்லு, நவதானியம், சோளம், மல்லாட்டை, உலர் கொட்டுகிற சிமிட்டி களம், சாய்வு நாற்காலியில் சாய்ந்தவாறே பார்த்தால் தெற்குத் தோட்டம் வாழை மரத்தோப்பு, முருங்கைமர வேலி, உடைமரக்காடு குடைமலை... கொஞ்சம் நீல ஆகாசம் எல்லாம் தெரியும்...

கொஞ்ச நேரத்திற்கு முன்பு விடை பெற்றுக்கொண்டு வீட்டிற்குத் திரும்பிய வேலாண்டி, ரோட்டு முனையிலிருந்து, அழுக்குத் தலைத் துப்பட்டியைக் கையிலெ பிடித்துக்கொண்டு கோமணமும் இடுப்புமாக வயிறு தெறிக்க ஓடி வந்துகொண்டிருந்தான். அவன் வரும் வேகத்தையும் படபடப்பையும் கண்டதும் தங்கராஜ் குடையை மடக்கிக்கொண்டு சட்டென்று கல்லை விட்டு இறங்கி நின்றான். “வூட்டுலே கொளந்தை புள்ளைக்கு வாய் மூக்கு மேலே எல்லாம் நொரை நொரையா வருதுங்களாம். அவசரமா அய்யாவெ இட்டாரச் சொன்னாங்க... சாமி போயிக்கிட்டே இருங்க. வைத்யர் அய்யாவையும் இட்டாந்திருதேனுங்க...”

வேலாண்டி தெற்கு நொச்சி மரச்சரிவின் ஒற்றையடிப் பாதை வழியாக வந்த வேகத்தோடு ஓடிப்போனான்.

கீழ்த்தெருவின் பெரிய கிணற்றடியையும், குப்புசாமியின் வீட்டு முற்றத்து நெசவுத் தறியையும் தாண்டி பாதைமேல் வேகமாக நடைபோட்ட தங்கராஜுவை, “என்ன பண்ணை அய்யா காத்தாலெ வயல்மேலே போய் வறீங்களா இன்னாது மூஞ்சியெல்லாம் களை செத்துக் கெடக்குது...” என்று விசாரித்தான் கீழவாடித்தெரு கனகாவின் ‘முடக்குவாதம்’ கணவன், முன்னியண்ணன். நார்க்கட்டிலின் கீழே அவனது மகன் ஏழு வயது ‘மண்ணாங்கட்டி’ நூல் தக்கிளியை பம்பரமாக்கி விளையாடிக்கொண்டிருந்தவன், தன் தகப்பனாரின் பேச்சைக் கேட்டதும் திரும்பிப் பார்த்தான். தங்கராஜு போகிற போக்கில் முன்னியண்ணனுக்கு ஏதோ வாய்மொழி சொல்லிவிட்டு, அந்தப் பையனின் முகத்தையும் கண்களையும் ஏக்கத்தோடு பார்த்துவிட்டு நடந்துபோனான்.

வீட்டு வாசலில் எதிர்த்த வீட்டு வாத்யார், பஞ்சாயத்து குடுமிக்கார பெரிய ஆள், கீழ்பங்கலத்துக்காரர், இன்னும் யாரோ ரெண்டு பண்ணைக் கூலியாட்களையும் ஆயாக்கிழவிகளையும் பார்த்தபோது, உள்ளே காரியம் மிஞ்சியிருக்குமோ என்று நெஞ்சு துணுக்குறுகிறது. சட்டென்று உள் நுழைந்ததும் ‘நல்வரவு’ என்று கலர் கம்பிளி நூலில் பின்னிச் சட்டமிட்டு வைத்திருந்ததின் மேல் பெரிய முகக் கண்ணாடியில் தெரிந்த தன் உருவமே அவனை பயமுறுத்துகிறது. காலை வெயிலில் நடந்து வந்தததினால் கண் மசவு நீங்கி நிதானத்திற்கு வரச் சற்று நேரமாகிறது. குழந்தைப் பயல், தொட்டில் படுக்கையில்தான் கிடந்திருந்தான். வேப்பெண்ணெய் வாடை மூக்கைத் துளைத்தது. கடைவாய் வழியாக வெள்ளை எச்சில் நுரை வழிவதை புஷ்பம் பூத்துவாலையால் துடைத்துவிட்டுக்கொண்டிருந்தாள். கண்களின் வெள்ளைச் சோழி விழிகள் திறந்தவாக்கில் மேலே. மூச்சு இருக்கிறது. கழுத்தில் சூடு

இருக்கிறது. அம்மை முத்துகள் இன்னும் பளிச்சிட ஆரம்பிக்க வில்லை. சாகவில்லை! புஷ்பம், எதுவுமே பேசாமல் மௌனமாகக் கண்ணீர் வடித்துக்கொண்டிருந்தாள். "வைத்யரை இட்டார போயிருக்கிறான் வேலாண்டி... வரட்டும். அட ஏன் திடீர்னு இப்போ ஆள்விட்டே? நேத்துங்காட்டியுந்தான் இப்படி வாய்மேலே நொரை நொரையா வந்திச்சு. அப்பாலெதான் சரியாப் போச்சே. அம்மன் சாமி, முத்து எறங்கிற வரைக்கும் இப்பிடி வந்தா பயம் வானாம்னு வைத்யரே சொன்னாரே..." என்று மனைவிக்கு ஆறுத லாகக் குழந்தையைத் தொட்டுப்பார்த்துச் சொல்லிவிட்டு, வந்த வேகத்தில் வெளியே கழற்ற மறந்த செருப்பைக் கூடத்தில் எட்டி விட்டு வாசலுக்குப் போய், நின்றவர்களுக்கு விபரம் சொன்னான் தங்கராஜு.

வைத்தியர் வந்து பார்த்து, தேனில் ஏதோ சூர்ணத்தைக் குழைத்து நாக்கில் தடவி – கண் விழியை உள்ளங்கையால் நெருடி நெருடி கீழ் இறக்கி, கண்ணை மூட வைத்தார். பிறகு, "எல்லாம் சரியாகிவிடும், இன்னைக்கு என்ன கிழமே திங்கள்தானே? செவ்வாய் தாண்டணும். கவலைவேணாம். அல்லாம் நம் கைமேலே என்னா இருக்குது...' என்றவாறு மந்திரம் பொறித்த காவி மேல் துப்பட்டியைத் தோளோடு இழுத்து மூடிக்கொண்டு நரைத் தாடியை வருடியவாறு வாசல் திண்ணைக்குப் போனார். தாங்கள் நினைத்ததுபோல எதுவும் நடக்கவில்லை என்று அறிந்ததும் – வாசலில் வந்தவர்களும் ஒவ்வொரு வேலையின் சாக்குச் சொல்லி விடைபெற்றுச் சென்றார்கள்...

2

ஊரடங்கி, இரவு வந்து, அனந்தபுரம் இடுகாட்டுப் பொட்டலி லிருந்து நரிகள் ஊளையும், நாய்கள் சள்ளையும் எல்லாம் ஒடுங்கி, சிள்வண்டும் சுவர்வண்டும், சுவர் இடுக்கில், களத்து மேட்டில், வைக்கோல் போரின் குமைச்சலில் சங்கீதம் பாடி நிறுத்திய பின்பு, சாமக்காற்றின் சுழற்சி மாறி, குட்டை மலையிலிருந்து தவழ்ந்த குளிராக மாறி வீசிய வேளையில், கட்டிலில் – நீலத் துப்பட்டிக் கடியில் தூங்கும் மனைவியைப் பார்த்துக்கொண்டு துப்பட்டிக்கு வெளியே தெரியும் அவள் கால் கொலுசின் குழைவையும் கால் கரவைத் திமிர்ப்பின் மெதுமையும் பார்த்தபோது ஒருகணம் மனது தடுமாறுகிறது. பெட்டித் தொட்டிலில், குழந்தை இன்னும் – கடைவாயில் நுரை வழிதலும், உருட்டிய விழியுமாக அசைவற்றுக் கிடக்கிறது. வேடிக்கை என்னவென்றால், நேற்று இரவிலிருந்து குடம் உடைக்கும் அந்தக் கத்தல் அழுகை ஓய்ந்து போயிருந்தது. அந்த

மட்டில் சமாதானம்தான். பனைவெல்லத்தில் வரகுமாவைக் கரைத்து ஸ்பூனில் வாயைத்திறந்து கொஞ்சம் கொஞ்சமாக ஊற்றிக் கொண்டும், வாயோரத்தில் வழியும் கலவையைத் துண்டால் துடைத்துக்கொண்டும் சாய்வு நாற்காலியில் அமர்ந்திருந்த தங்கராஜுவிற்கு 'நமக்கேன் இப்படியெல்லாம் வருகிறது' என்று ஒருகணம் தோன்றுகிறது. பிறகு 'நமக்குத்தான் இப்படியெல்லாம் வர வேண்டும்' என்று உடனேயே தோன்றுகிறது. கீழ்வாடித் தெரு கனகாவின், சின்ன மகன், கையில் தக்கிளி பம்பரத்தையும் வைத்துக் கொண்டு தெருவில் தலைகுனிந்து நடந்து போகும் தன்னைப் பார்த்து சிரிப்பது போலிருக்கிறது... தெருப்புழுதியெல்லாம் மேனியில் இறைத்துக்கொண்டு, ஏழு வயதிலும் கோமணங்கூடக் கட்டாத அலங்கோலத்தில் – பரட்டைத் தலையும் பொத்தை வயிறு மாக – எப்பொழுதும் முடக்குவாதத் தந்தையின் தறிப்பக்கம் நிற்கும் அந்தச் சிறுவன் – இங்கே தேக்கு மரப்பெட்டித் தொட்டிலில் – பெரிய உருவத்துத் திருப்பதி பொம்மையாக நீட்டி நிமிர்ந்து கிடக்கும் இந்தக் குழந்தை... தங்கராஜுக்கு அழவேண்டும்போல் தோன்றியது. மங்கிய இருளில், மேற்சுவரில் மாட்டியிருந்த பெரிய துப்பாக்கி அவனைப் பார்த்துச் சிரிப்பது போலிருந்தது.

ரோட்டு எல்லையில், ஏதோ கிழட்டுத் தெரு நாய் குலைக்க முடியாமல் ஊளையாக அரற்றிக்கொண்டிருப்பது கேட்டது. வெளிக்குறட்டில், காவலுக்காகவும் – ஆபத்து காலத்துக்கு, குரல் கேட்கவுமாகப் படுத்துக்கிடக்கும் வேலாண்டியைக் கூப்பிட்டு, அந்த நாயை விரட்டி ஓட்டச் சொல்லலாமென்று ஒரு கணம் நினைக் கிறான். ஏன் ஓட்டணும்? நாயை ஓட்டினால் வருகிறது வழியில் தங்கவா போகிறது? என்ற விரக்தியும் தோன்றியது. ஏனிப்படி என்ற அவனது மேலாட்ட நினைவிற்கு 'தெரியாதா உனக்கு? அதனால்தான் எல்லாம் இப்போ. பட்டுத்தொலை...' என்று ஒரு குரல் எட்டத்தான் செய்தது...

...மயக்கம்போல் சோர்வு அழுத்தியது... மனதினுள் எல்லாம் இருட்டிக்கொண்டு வருகிறது... மேல் மலையிலிருந்து கொட்டுச் சத்தம் கேட்கிறது. "வேல் – வேல் வேலைய்யா... அரோகர... அரோகரா..." சத்தம் கும்பல் கூச்சலாகச் செவியை அடைக்கிறது.... இருண்ட காட்சிகளாக எல்லாம் வருகின்றன. பதினாறு மயிலைக் காளைகளைப் பூட்டிய சோளப்பந்தல் தேர் வருகிறது. அத்தனை காளைகளின் கழுத்தின் தோல்வார் சலங்கை வெண்கல மணிகளும், காட்டேரி ஆட்டத்தின் திமிலோகம் கன்னத்திலிருந்து கன்னத்திற்கு ஆணிவேல் செருகிய ஆதாரக்காரர்கள், நாக்கில், விலாவில், சூலாயுதம் குத்திக்கொண்ட வேண்டுதல்காரர்கள், ஊர் முச்சந்தி

நெருப்புக் குண்டில் தீ மிதிக்கப் போகும் மஞ்சள் ஆடைக்காரர்கள்– எல்லாம் ஊர்வலத்தில் திரண்டு வருகிறார்கள். உடம்பெல்லாம் தாமிரக் கொக்கி புல்லாக்கு மாட்டிக்கொண்ட பக்தர்கள் புழுதித் தெருவில் புரண்டுகொண்டே வருகிறார்கள். ‘வேலைய்யா முருகைய்யா’ என்று உடுக்கடித்துப் பாடிக்கொண்டு பின்னால் வரும் பெண்கள் கூட்டத்தில், துல்லியமாகப் பட்டாணி பட்டு உடுத்திக்கொண்டு, நெற்றிக்குத் துட்டு அளவு குங்குமம் இட்டுக் கொண்டு, கொண்டைக்கு எண்ணெய் தடவிச் சீவி பளபளப்பாக முடிந்துகொண்டு, ஜோராகச் சிவக்க வெற்றிலை சீவல் மென்று கொண்டு, உயரமாக, அழகாக, பாங்காக, அந்தச் கூச்சலிலும் கால் கொலுசுகளின் ‘சதங்’ தனியாகக் கேட்க நடந்து வருகிறாள், கனகா.

கனகா!

அதே அழகான பெயரின் உருவம் மனதில் இறங்க இறங்க, பிரதிக்ஞை காலத்தை விரட்டிக்கொண்டு, முந்துகிறது. நிகழ்காலத் தின், நாய் சள்ளை – கால எல்லையின் குட்டை மலைகளுக்கப் பால், ஊமை வெடிபோல அயர்ந்து போகிறது.

ஒரு புதியகாலம் பிறக்கிறது...

3

தினவெடுத்த ‘சின்ன வயதில், வேட்டைத் துப்பாக்கி வைத்துக் கொண்டு, ஈயக் குண்டு வேட்டுகளைப் புகைத்துக்கொண்டு, பனமலை ஏரியைச் சுற்றி – பேட்டை, அன்னியூர், செஞ்சிக் கோட்டை வரைக்கும், கொக்கு, காடை, விரால்மீன், வௌவால் களை, வேட்டையாடிக்கொண்டு திரிந்த காலம். பண்ணை ராஜ்யத்தில் அய்யாவிற்கு வயோதிகமாகிவிட்டதனால் அதிகார ராஜ்யமும், வீறாப்பும் ஆள் – அம்பு, சொல்லும் ஏகபோகமாக இருந்தது. விரான்மலை இறக்கத்தில் ஒரு ஏக்கர் சவுக்கத் தோப்பும் மலை உச்சி வேலாண்டி சாமி கோயிலும் விளையாட்டிற்குச் சபா மண்டபங்களாக இருந்தன... அந்த நாட்களின் மணத்த கனவு களுக்கு நடைப்பட்டு விரித்ததுபோல முருகாண்டி கோயிலின் பாழடைந்த கம்பீரம் பின்னரங்காக இருந்தது. ஆண்டுக்கொரு முறைமட்டும் வரும் தைப்பூச விழாவை விட்டால் நாதியற்ற அதன் குமைந்த அமைதியில் கொட்டை கொறிக்க வரும் சுறுசுறுத்த அணில்கள், கல்மண்டபத்தூண் சந்துகளில் கூடுகட்டி வாழும் சிட்டுக்குருவிகள், கீழ்மலை தட்டை புதர்களைத் தாண்டி வராத – வெள்ளாடுகளின் வெயில் கட்ட ‘இம்மே’ குரல்கள், எட்டிய தொலைவில் ஐயனாரின் மொட்டைக் குதிரைக்குக் கீழ்புற வண்ணான் குளத்தில் புடவை துவைக்கும் ‘அச்சோ அச்சோ’

குரல்களின் காற்றில் சிதறிய ஓசை இவைகளே அமைதியில் சரசம் கொண்டன.

கடைசியில் – அந்த அமைதியும், அலமலங்கல் சிற்பசிலைகளும் தான் வினைகளின் வித்தாக அமைந்தனவா என்று நினைத்துப் பார்க்கப் பார்க்க இன்றும் விடை தெரியத்தான் இல்லை. என்ன தான் புரியாத விகல்பமாக இருந்தாலும், இன்று, கீழ்வாடித் தெருக் கனகாவும் – அவள் பெற்ற பிள்ளை 'மண்ணாங்கட்டி' என் சின்னஞ்சிறு பையனும் புரியாத புதிரா என்ன? முருகாண்டி அய்யனே! எல்லாவற்றிற்கும் சாட்சி சொல்லியிருக்கலாம். கல்லில் கடவுள் என்பதும் கல்லே கடவுள் என்பதும் மலைஉச்சியின் உண்மைகளோ?

கனகா!

சிரிப்பு வருகிறது. சங்கீதமங்கலம் கீழ்வாடித் தெரு கோணக் கவுண்டரின் ஒற்றை மகள். அவள் அந்தப் பதினெட்டு வயதிலும் மாடுகளைப் பத்திக்கொண்டு மலையேறி ஏன் வரவேண்டும்? கால்களின் வெள்ளிக் கொலுசு குட்டைப் பாறைகளில் எதிரொலி சிலுப்ப, 'இந்தா இந்தா' என்று நீண்ட கைக்கம்புடன் – வறுத்த மல்லாட்டைப் பருப்பை முந்தானையில் கட்டிக் கொறித்துக் கொண்டு செம்பட்டை சிலுப்பிய முன்சுருள் முடியுடன், காதுமாட்டி யும் கொண்டைப் பூவும் ஒய்யாரவுமாக ஒருநாள் மேல் படியேறி வந்து மண்டபச் சுவரை எட்டிப் பார்க்கிறாள். அது ஒரு மார்கழி மாசத்துப் பனி வெயிலின் காலம். மார்கழி, தை மாதங்களில் மட்டும் காலை – மலைகளில் தவறாது சாமி காரியம் பார்க்க, அக்கரகாரத்திலிருந்து வரும் குருக்கள் பையன், மலை இடுக்கி லிருந்து தாமிரத் தோண்டியில் சாமி அபிஷேகத்திற்குத் தண்ணீர் எடுத்துக்கொண்டு தனது நோஞ்சல் உடம்பில் சுமை தாங்காமல் பிரயாசையுடன் படியேறி வந்துகொண்டிருந்தவன்தான் முதலில் கனகாவை தரிசிக்கிறான்.

"இந்தா ஆயா, யாரது? சாமி சன்னிதி வரைக்கும் மாடு மேய்க்க வந்திட்டியா? கீழே அந்தாண்டே போ ஆயா?" என்று தோண்டியைச் சுமக்கமாட்டாமல் சுமந்துகொண்டு படிமேல் தெரியும் தலைக் காரியைப் பார்த்துச் சொன்னபோதுதான், தங்கராஜு புகைத்துக் கொண்டிருந்த சிகரெட் துண்டை விட்டெறிந்துவிட்டுத் திசையைப் பார்க்கிறான்...

"இன்னா சின்ன அய்யிரே! ரொம்பவும்தான் வெர்ட்டாதே. அங்கினியோ யாரோ சிகிரெட் புகைச்சுக்கிட்டு குந்தியிருக் காங்களா... அதான் வாசம் கம்ணு வருதே. உனக்கு மாடு மேய்க்க வரப்படாது... பீடி புகைக்க மட்டும் வரலாம் காட்டி..."

பெண்ணின் முகம் இப்போழுதுதான் குட்டைப் பாறையை மீறி நன்றாகத் தெரிந்தது. நெற்றிக்குப் பச்சை குத்தியிருப்பதுங்கூடத் துல்லியமாகப் பார்க்க முடிந்தது. அப்பொழுதுதான் அவளும் தங்க ராஜுவை அடையாளம் கண்டுகொண்டது போல, “அய்யய்யோ பண்ணை சின்ன அய்யாவுங்களா...” என்று படபடத்தவாறே வெள்ளாடு துள்ளிக் குதிப்பது போல, கட்டை குட்டைக் கல்லுப் படிகளைத் தாண்டிக்கொண்டு, உருட்டி விட்ட பத்த மாதிரி மலை யிறங்க வேகமாக ஓடினாள். விபரம் புரியாத மாடுகளும், அவள் பின்னால் வாலைநெட்டுக்குத் தூக்கிக்கொண்டு தடுமாறி ஓடின. உச்சி மண்டபத்தில் பார்த்துக்கொண்டே நின்ற தங்கராஜுவிற்கு, இந்த வேடிக்கையைக் காணச் சிரிப்பு பொத்துக்கொண்டு வந்தது. மலைப்பாறைகளைவிட்டு உடைமரச்சாலையின் ஒற்றையடிப் பாதையில் போய் நின்று திரும்பிப் பார்த்து – அவன் பார்த்துக் கொண்டே நிற்பதை நிதானித்தவுடன் பின்னும் வேகமாக நடை கட்டினாள். தங்கராஜு வாய்விட்டுச் சிரித்தான்!

புகைத்த துண்டை வீசியெறிந்துவிட்டுத் திரும்பியபோது, சின்னக் குருக்கள் விக்ரகத்திற்கு நீர் அபிஷேகமும், நைவேத்யமும் காட்டிவிட்டு தட்டில் விபூதியுடன் எதிரே நின்றுகொண்டிருந்தான்.

“போயிட்டுதுங்களா? உங்களெ பார்க்கவும், பாவம் கவுண்டன் பொண்ணுக்கு அம்போன்னு ஆயிடுத்து. பாண்டி மைதானத்திலெ பந்தயக்குதிரை ஓடினாப் போலயோன்னா ஓடினா...”

“இந்தா சின்ன அய்யிரு... அதெ யாருமகள்னே... எந்தக் கவுண்டன்?”

“கீழ்வாடித் தெரு கோணக்கவுண்டன் தெரியாதுங்களா? போன மாசங்கூட எருமைமாடு ரெண்டு பாம்பு தீண்டி போயிடுத் துன்னு வரிப்பணத்திற்குப் பெரிய்யா வீடெல்லாம் நடையா நடந் தானே, அந்த நெட்டை கவுண்டன் பொண்ணுதான் இது. கனகா! வளத்தி ஒண்ணுலேயே கவுண்டன் மகள்னு அச்சா கண்டுக் காலாமுங்களே? ஒரே ஒரு மகள். என்னோட அனந்தபுரம் இஸ் கூலிலெ மூணாவதுவரை படிச்சா, இப்போ பார்த்தீங்களா அது பெரிய பொண்ணாப் பிறந்தாளாட்டம் ஆளாயிட்டா. நான் பத்தாவது படிக்கிறேன். இன்னும் சின்னக் குருக்கள்தான்...”

“தா – தா... சின்ன அய்யரே, பொண்ணு யாருன்னுதானே கேட்டேன். கதை உடுறியே. இந்தா நாலணாப் பணம்; ஓடு. எடத்தை காலி பண்ணு...”

“என்ன பண்ணைவாள், மதியம் வெய்யில் கொதிக்குது. ஏரிப் பக்கம்னாலும் வெள்ளைக் கொக்கு வரும், சுட்டுப் போட்டு

சிரிக்கலாம். இங்கேயேன் தனியா குந்தியிருக்கோணும்? நான் போறேன் வறீங்களா கீழே?"

"நீ போ அய்யிரு. நான் இன்னும் செத்தநேரம் ஒக்காந்துதான் வர்றேனே? துப்பாக்கி ஒக்கிட்டு பார்க்கிறதுன்னு இங்கே இந்த ஆள் சனம் இல்லாத எடம்தான் லாயக்கு... நீ போ அய்யிரு. வூட்லே கேட்டா வந்துகிட்டே இருக்கிறதா சொல்லிப்பிடு..."

சின்னக் குருக்கள் படியிறங்கிப் போனான். கனகா, மன வட்டத்து வெயிலில் – நெற்றியில் கை சேர்த்து, கண்ணுக்கு நிழல் செய்துகொண்டு – தன்னையே குறும்புக் கண்களால் பார்ப்பது போல் தெரிந்தது. பனைமலை ஏரியின் அக்கரையிலிருந்து வெயிலைத் தழுவிப் பளிச்சிட்டுப் பறந்துவந்த மூன்று கொக்கு களையும் தொலைவில் மலையடிவாரத்தில் போய் மறைவது வரையில், துப்பாக்கியை வைத்துக்கொண்டு பார்த்துக்கொண்டே இருந்தான். கீழே உடைமரத்தில், கழுத்தில் வெள்ளைப் பட்டை கட்டிய பருந்து ஒன்று பறக்கமாட்டாமல் உட்கார்ந்து கடூரமாகக் கரைந்துகொண்டிருந்தது.

4

அதன்பிறகு, துப்பாக்கி சும்மா கிடந்தது. மலைப் புறாக்களும், ஏரிக் கொக்குகளும், அரசமரத்தில் பகல்துயில் கொள்ளும் வௌ வால்களும், தோப்பு தூரவெல்லாம் பயமில்லாமல் பறந்தன. கோயில் மண்டப அமைதியில், பாறை இடுக்கில், காடை புறாக்கள், குடுகுடு வென்று இவனைப் பார்த்து நையாண்டி செப்பின... கொக்குகள் கிறீச்சென்று நெட்டைக் காலை ஒதுக்கிக்கொண்டு தத்திச் சென்றன. வௌவால்கள் – கொறித்த கொட்டைகளை அலட்சிய மாக உதறிவிட்டு மலை இருட்டோடு போயிற்று...

தை மாதம் வந்தது... பனிக்கொடுமை வந்தது. கோயிலின் வெயில் படாத கரைப் பூச்சும் வழுக்கு சிமிண்ட் தரையும் உச்சிப் போதிலும் ஒத்தடமாகக் குளிர்ந்தது... சுவர்களுக்கெல்லாம் சுண்ணாம்பு பூசினார்கள். மண்டபத் தூண்களுக்கு காவிப்பட்டை தேய்த்தார்கள். ஓராண்டின், புதர்களையும் கட்டை நெட்டை களையும் அகற்றினார்கள். கோயிலுக்குப் பெரிய அய்யரே வந்து காரியம் பார்த்தார். முருகாண்டி சிலைக்கும், பிள்ளையார் சிலைக் கும் பளீரென்று புதுப்பட்டுக் கட்டினார்கள். பித்தளைச் சரவிளக்கு களையும், தாமிரத் தோண்டி தும்புகளையும் கலாய்பூசி விளக்கித் துல்லியப்படுத்தினார்கள். பூசம் திருவிழாவிற்கு இனியும் இருபது நாள் மிச்சமிருந்தது. அன்றும் தங்கராஜு தனிமையில்தான் இருந் தான். இல்லை, வெயில் கூடவே இருந்து மலையையே கொளுத்திக்

கொண்டிருந்தது. கனகா மாடுகளை விரட்டும் 'இந்தா இந்தா' குரல் நெருங்கி நெருங்கிக் கேட்டது வளையருகில் அவளுக்காகவே இருந்த அவன், துப்பாக்கியை பிள்ளையாருக்குத் துணை வைத்து விட்டு, கல்லுமேல் எழுந்து வந்தான்.

"இந்தா கனகா! ஏய் கனகா! வாயேன் இந்தாண்டே... அட ஒண்ணுமில்லே சும்மாதான் வாயேன்!"

"ஹூம், ஆயாடியோ! நான் மாட்டேன்..." என்று சிரிப்பால் பயந்து காட்டிவிட்டு விடுவிடுவென்று மலையிறங்கிப் போகிறாள். மாடுகளும் பின்னால் போகின்றன.

மறுநாளும் இதுவே...

"கனகா வான்னா வாயேன். அட! இத்தினி பயமா? யார் இருக்கிறாங்க இங்கே... அட சித்தெவாயேன்...!"

"அய்யோ பயம்மா இருக்கே..." என்று கல்மலை மண்டபம் வரைக்கும் ஏறிவந்தவள், பிள்ளையார் சிலை, உட்கார்ந்த வாக்கில் புதிய சிவப்புப் பட்டாடையும் உடுத்திக்கொண்டு அவளையே பார்த்து துதிக்கையைக் காட்டி விழிப்பதைப் பார்க்கிறாள்.

"ஆயாடியோ! நான் வல்லே..." என்று சரிவில் இறங்கிய அவசரத்தில் சிறாய்ப்புப்பட்ட முழங்கையையும் தடவிக்கொண்டு ஓடிப்போகிறாள்!

இன்னும் சலிக்கத்தான் இல்லை. மறுநாளும் அழைப்பு, சிணுங்கிக்கொண்டே மெட்டியும், கொலுசும் கிசுகிசுக்க அவன் கைப்பக்கம் வருகிறாள்.

'அய்யிரு தேடுவாங்களே' என்கிறாள். 'யாராவது பார்த்து விடுவார்களே' என்று பதறுகிறாள். 'என்ன இது – இதுக்குதானா' என்று வெட்கத்தில் கண்களை மூடுகிறாள்... அய்யயோ... எங்க முன்னியண்ண மாமனுக்கு என்னைப் பரிசம் போட்டு நாள் பார்க்கப் போறாங்களே, வுட்டுடுங்களே, என்னை' என்று கொஞ்ச மாக அழவும் செய்கிறாள்...' 'நீங்க பொல்லாத ஆளு பெரிய பண்ணை... அய்யோ எனக்கு வெட்கம் திங்குது... உக்கும்... முருகாண்டி சாமிக்குப் பகல்லேதான் கண்ணு... இதெல்லாம் இங்கியா வச்சிக்கணும்... பொல்லாத சாமர்த்தியம்தான்...'

கடைசியில், புதுப்பட்டாடை அணிந்த பிள்ளையாரும், திருவிழா வேல் ஏந்திய முருகாண்டி தெய்வமும், எதுவும் அறிய வில்லை. பொங்கல் மண்டபத்தின் சரிந்த தூண் மறைவில் கனகாவை, வேட்டைக் கைகள் வளைத்து இறுக்கியபோது

தங்கராஜுவின் ஈயக் குண்டுகூட இல்லாத வெறும் துப்பாக்கி தாழ்வாரத் திண்ணையில் வெறுமனே சாய்ந்திருந்து காவல் காத்தது. பெரிய கல்தூணின், ரதி மன்மத சிலைகள் ஒருவருக்கொருவர் பார்த்துச் சிரித்துக்கொண்டன!

5

முரசு, தப்பட்டை, தவுல், நாயனம், பாண்டு வாத்யம் எல்லாம் சேர்ந்து அதிருகின்றன. மேல்மலையிலிருந்து பூச விழாவிற்குச் சாமி ஊர்வலம் புறப்பட்டாயிற்று. அத்தனை காளைகளையும் பூட்டிய தேரில் திவ்யமாக வீற்றிருக்கிறான் மாயக்கள்ளன் வேலாண்டி. குட்டைமலை உச்சியில், அஞ்ஞாத இருட்டில், அய்யரின் தவணை வைத்த வருகையையும் காத்து ஏங்கி வீற்றிருக்கும் அந்த வேலாண்டியா இது? முகத்தின் புன்னகை நிறைவு, கழுத்தில் திவ்யம், கைவேலின் வடிவம் திகழ்வும்... இவன், இந்த மாயனுக்கு எல்லாம் தெரியும்... பெண்கள் வரிசையில் பக்தி லயிப்பில் முன்னால் வந்து கொண்டிருக்கும் கனகாவையும் இவனுக்குத் தெரியும். தங்கராஜு, தன் ஊர்வலத்தில் வரும் அவளையே வெறிக்கிறான்... கும்பல் கலைந்துபோகிறது...

கலைந்த நினைவுகளின் கனவுகளுடன் நாட்கள் போகின்றன.

"இப்படியே யாரும் கேக்கமாட்டாங்க, பார்க்க மாட்டங்கன்னு எத்தினி நா, மாடுக பின்னாலேயே பொய்யுங்காட்டியும் நடந்து வந்து கொஞ்சுறதாம். எங்க வூட்டிலெ அப்பாரு மாடுகளை யெல்லாம் வித்துப்போட்டு பண்ருட்டிலே எங்க மாமனுக்கு என்னெ கொடுக்கிறதா பேசிக்கிறாங்க... பொழுதோட தறியைக் கூடெ ஓட்டாமெ ஆயாகாரிகூடெ இதுதான் பேச்சு. மாம்பள பட்டு மாட்டு தரவன் தினமும் நடையா நடக்கிறான்..."

"என்னை என்ன செய்யச் சொல்றே?"

"இதை மூணு மாசத்துக்கு முன்னாடி அந்தா அந்தக் கல்லு மண்டப பகல் இருட்டிலெ கேட்டிருந்தீங்கன்னா – அணைச்ச கையை வெட்டி யெறிஞ்சாவது ஓடிப்போயிருப்பேன்... இப்போ மிஞ்சிப் போச்சே... முருகாண்டிதான் எல்லாம் கேக்கணும்..."

"ஏய் கனகா! என்ன இது ஒப்பாரி! சாபம் வேறெ கொடுக் கிறியா? என் நிலமெ ஒனக்கென்ன தெரியும். அப்பாரு சாகக் கெடக்கிறாரு. இந்த நேரத்திலே எனக்குக் கல்யாணத்தைப் பண்ணிவை... பொண்ணு இந்தக் கானகாதான்னு போய் நின்னா பூகம்பம்தான் கௌம்பும். பொறுத்துக்கவேன் இன்னும் ஒரு ரெண்டு மாசம்..."

"இல்லெ, இது மூணு மாசம், காரியம் மிஞ்சிக்கிட்டுதே..."

"கனகா..."

"ஆமா... ஓடி ஓடி போனவளே, பின்னாலியே, 'கனகா கனகா'ன்னுதான் கூப்பிட்டீங்க..."

"ஏன் வந்தே?"

கனகாவின் பார்வை தீயாக எரிந்தது. அவள், பகலிலும் இருட்டில் அமர்ந்திருந்த முருகாண்டியைப் பார்வையால் தேடினாள்.

"சாமி கடவுளே, ஏன் வந்தேன்னு கேக்கிறாரே இவரை நீதான்– கேக்கணும் ஆண்டியப்பா..."

"ஏன் கனகா! எனக்குப் பொல்லாத கோபம் வரும். துப்பாக்கி கூடப் பக்கத்திலேதான் இருக்குது, கண்டுக்கோ..."

கனகா ஓவென்று வாய்விட்டு அழுதாள். தொலைவெளியில் வண்ணான் குளத்துப் படித்துறையில் யாரோ இங்கே மலை உச்சியைக் கூர்ந்து பார்ப்பது போலிருந்தது.... கீழே மேய்ச்சல் மாடுகள் 'அம்மா' என்று அலறலாகக் கத்தின... ஏதோ ஒரு தீர்மானத்திற்கு வந்துவிட்டவள்போல் கனகா, கண்களைத் துடைத்துக்கொண்டு பரபரவென்று மலையிறங்கிப் போனாள்.

மூன்றாவது நாள், கோணக் கவுண்டன் தன் மகளை முன்னியண்ணனுக்குக் கல்யாணம் செய்து கொடுப்பதைப் பண்ணை வீட்டிற்கு வெற்றிலை பாக்குடன் வந்து அறிவித்தபோது, தங்கராஜுவிற்கு நெஞ்சை வலிக்கத்தான் செய்தது. அவிழ்க்க முடியாத பிணைப்பில் அகப்பட்டுக்கொண்ட இறுக்கம்போல் இருந்தது. கையைவிட்டு நழுவிப்போகும் ஏமாற்றம் பெரிதாக இருந்தாலும், புண்ணைச் சொறிந்துகொண்டதுபோல ஏதோ ஒரு சுகம் தெரிந்தது... எல்லாவற்றிற்கும் மேலாக 'சாமி கடவுளெ, நீதான் கேக்கணும் ஆண்டியப்பா' என்ற கனகாவின் வார்த்தைகள் நெருப்பில் அழுத்துவது போலிருந்தன...

கடைசியில் எல்லாம் ஓய்ந்தே போயிற்று. புஷ்பம் கைப்பிடித்து வீடேறிவந்த போது – அப்பா காலமாகி – பொறுப்பு வந்த காலம். கீழ்வாடித் தெரு கனகாவிற்கு வேலாண்டி விக்ரகம்போல ஆண் குழந்தை பிறந்த செய்தியைப் பண்ணையில் யாரோ பேசிக்கொண்டார்கள். "இன்னாது, கவுண்டன் பொண்ணுக்குக் கல்யாணமாகி வருசம்கூட ஆகல்லே. அதுக்குள்ளியுமா பிள்ளை"

"கொறை மாசப் பிரசவமாம். பாண்டி மருத்துவச்சி வந்து சொன்னதா சொன்னாங்க..."

"ஆமாம்; மலை உச்சியில் நிகழ்ந்த ஒரு 'குறை'யின் பிரசவம் தான் எனத் தங்கராஜு மனதில் கருவுகிறான்... கூடவே மனதில் ஏதோ இனம் புரியாத பயமும் கவிந்துகொள்கிறது.

6

சங்கீதமங்கலத்தில், பருவ மழை வந்தது. புயல் காற்று வந்தது. குட்டிச் சுவர்களையும், வைக்கோல் குடிசைகளையும் சூறை கொண்டு போயிற்று. ஏரி ஊருக்குள் வெள்ளத்தைக் கவிழ்த்தது, ரெண்டாவது வருஷம், மழை பொட்டுத்துளிகூட இல்லாமல் வயல் காடு எல்லாம் வெடித்துப் பிளந்தன. அந்த வருஷம்தான் புஷ்பம் ஆண் குழந்தை பெற்றாள். கரு கருவென்று திருப்பதிக் கட்டைப் பொம்மை போல நீட்டிய கால்களும், மடக்காத கைகளும், சோழிக் கண்களுமாகப் பிள்ளை...

கடவுள் தோஷம் என்றார்கள். கடவுள்முன் செய்த தோஷத் தின் பலன், கீழ்வாடித் தெருவில் தங்க விக்ரமாகத் தவழ்வதை எண்ணியபோது தங்கராஜுவிற்கு மனது எரிந்தது?

வருஷம் என்ன ஆயிற்று? ஆறு வருஷமா? இன்னும் குழந்தை கட்டைப் பிள்ளைதான். பேச்சில்லை அசைவில்லை வெறும் இளம் பிள்ளை வாத நோயின் குழந்தை, கனகாவின் புருஷன்கூட வாத நோய்க்காரன்தான் என்றாலும் இதுபோல் மரக்கட்டை இல்லை. அவன் நார்க்கட்டிலில் படுத்தவாறு தக்களி நூற்கிறான், நூலுக்குச் சாயம்கூடச் சேர்க்கிறானே...

அலறலில் வீடு அதிர்ந்தது. சத்தம் கேட்டு அவன் படபடத்து விழித்தான். புஷ்பம்தான் குழந்தையைக் கட்டிக்கொண்டு அழு கிறாள். காவலுக்குப் படுத்திருந்த வேலாண்டி அடித்துப் பதறிக் கொண்டு எழுந்து நின்றான். வாசலைக் கடந்துவர, தயங்கி வந்து நின்றான். சரவிளக்குப் பெரிதாகத் திரி நீட்டி எரிகிறது...

"அய்யய்யோ... என் பிள்ளை போயிடுச்சே." புஷ்பத்தின் அழு குரலில் அர்த்தமும் சூழ்நிலையும் தெளிந்தபோது தங்கராஜுவிற்கு விஷயம் எட்டிற்று. குழந்தை செத்துப் போனான்! மரத்தொட்டிலில் மெல்லப் போர்வையை நீக்கிவிட்டு மூச்சைத் தொட்டுப் பார்த்தான். ஆமாம். சோழிக்கண்கள் கடைச் செருகி இருந்ததை புஷ்பம் மூடி வைத்தாள். முடிந்தது ஒரு கதை என்றெண்ணியபோது உள்ளத்தில் எங்கோ ஒரு நிம்மதி தலை நீட்டுவதுபோல இருந்தது.

இருட்டு இன்னும் கெட்டியாக விரிந்து கிடந்தது. ஆயினும், சாவின் பயங்கரம், என் பிள்ளை செத்துப்போயிற்று என்ற

உண்மையும் அழுத்தமானபோது – கனவுபோல, நடந்தவைகளை மென்றுகொண்டிருந்த மயக்க உணர்வினை உதறி, 'அய்யோ' வென்று வீறிட வேண்டுமென்றும் தோன்றியது. புஷ்பம் அரற்றிக் கொண்டிருந்தாள்.

"நடுச்சாமம்தான் ஆவுது சாமி. எதுத்தாப்பிலே சின்னானை யும் எழுப்பி இட்டுக்கிட்டு வைத்யர் அய்யாவை அளைச்சு ஒரு தரம் பாத்துக்கிடலாமுங்க... இன்னிப் பொழுதும் தாண்டணும்னு தானே சாயரச்சம் சொன்னாங்க...."

"வேலாண்டி, வைத்யர் ஒண்ணும் வேணாம். அல்லாம் ஆயிருச்சி. களத்து மேட்லே போய் ரெண்டு, ஆள் ஜனம் சேர்த் துக்கோ. மணியக்காரர் வூட்டிலே போய் விஷயத்தைச் சொல்லு. அப்புறம் நம்ம வேலையாட்கள் யார் வசதியா வறாங்களோ அவங் களையும் இட்டுக்கோ. அம்மா வாத்திருக்கிறதினாலே, முகத்தை சுளிக்கிறவங்க, பயப்படுறவங்க கண்டிப்பா வரவேண்டாம்னு சொல்லு... விடிய இன்னும் நேரமிருக்குது. வெள்ளி முளைக்கிற துக்கு முன்னாடி இடுகாட்டு வேலை முடிஞ்சிரணும். வர்றப்பவே வெட்டியானுக்கு விஷயத்தைச் சொல்லி – மணியக்காரவூட்டு பெரிய கியாஸ் லைட்டை எடுத்துக்கச் சொல்லு...."

இன்னும் நிறைய கட்டளையும் தாங்கிக்கொண்டு, வேலாண்டி சிலம்பக் கழியொன்றை எடுத்துக்கொண்டு டார்ச் லைட்டையும் பிடித்துக்கொண்டு இருளில் இறங்கிப் போனான்.

சிள் பூச்சிகள் சங்கிலி அழுகையாக அரற்றிக்கொண்டிருந்தன. நாய்ச் சத்தம் தொலைவில் கேட்டது. சின்னக் குளிர்க்காற்றும் சரவிளக்கின் ஆண்ட வெளிச்சமும்... புஷ்பத்தின் அரற்றிய அழுகையுடன், சமையல் கட்டில் தூங்கி எழுந்து வந்த ஆயாக் கிழவியின் ஒப்பாரியும் கலந்தபோது, சாவு பூர்ணத்வம் பெற்றது போலாயிற்று.

நேரம் ஆகிக்கொண்டிருந்தது... யாரோ இரண்டு முண்டாசுக் காரர்கள் வாசல் குறடு ஏற வந்து ஒண்டுவது தெரிந்தது. நேரம் ஆக ஆக வாசல் திண்ணை நிறைய இருட்டாக ஆட்கள் வந்து நிறைகிறார்கள். மணியக்காரர் கம்பளிப் போர்வை, பெரிய தலைப் பாகையுடன் உள்ளே ஏறி வந்து, வெற்றிலை சீவல் தட்டை வெளித் திண்ணைக்கு எடுத்துக்கொண்டு போனார். தங்கராஜுவிடம் எதையோ கேட்டார். என்னமோ பதில் வந்தது. எங்கிருந்தோ கியாஸ் லைட் ஒன்றைக் கொண்டு வந்து திண்ணையில் கம்பத்தில் கட்டிவிட்டு, பஞ்சாயத்து பெரிய பிள்ளை, மணியக்காரருடன், வெற்றிலைத் தட்டுக்கருகில் அமர்ந்துகொண்டார். உள்ளேயும் யார்

யாரோ அக்கம் பக்கம் பெரிய மனுஷிகள் மார் சீலையை தோளோடு போர்த்திக்கொண்டு வந்து நிரம்பினார்கள். ஆயாக்கிழவிக்குத் துணை கிடைத்த வேகத்தில் உரக்க வாய்விட்டு, "என் ராஜாக் கண்ணு போயிட்டியேடா..." என்று அழ ஆரம்பித்தாள்.

தங்கராஜு கொஞ்ச நேரம் வாசலில் வந்து வெறிக்க நின்றான்... கால் தரிக்காமல் உள்ளே போய், தொட்டிலையும் முகப் பையும் வெறித்துப் பார்த்துவிட்டு வெளியே வந்தான். இருட்டோடு யாரோ துக்கம் விசாரிக்க வந்துகொண்டிருந்தார்கள். என்ன – எப்போ – அய்யோ... உங்களுக்குப் பார்த்து இப்படியெல்லாம் வருதே உம்... பிராப்தம். மாற்ற முடியுமா..." கேட்டுக் கேட்டு ஆறுதல் சொல்லாமல் இருப்பவர்களே நல்லவர்கள் என்றுகூடத் தோன்றியது. கீழ்வாடித் தெருவிலிருந்து சின்னய்யாவும், பின்னால் கனகாவும் வந்து உள்ளே பெண்களுடன் கலந்து நின்றுகொண் டாள். கனகா சாயம் மக்கிப்போன சித்திரம்போல கண் வளை யத்தில் இருட்டுடன் வந்து நின்றாள்... 'கனகா! உனக்கிழைத்த பாவத்தின் சம்பளம் இதோ ஆறு வருஷ விதைப்பிற்குப் பின்பு அர்த்த ராத்திரியில் என் பிள்ளையின் பிணமாக முடிந்திருக்கிறது...'

– எல்லோரும் மெதுவாகப் பேசிக்கொள்வதினால், அமைதி கிசுகிசுப்பில் முழங்குகிறது.

– வெள்ளி முளைக்கிற நேரத்தில்தான் எல்லா வேலைகளையும் முடித்துக்கொண்டு வேலாண்டி திரும்பி வந்தான். இருள் பிரியும் முன் காரியத்தை முடித்துக்கொள்ள எல்லோருக்கும் ஆவல் இருந் தது. எட்டிய உறவில் யாரோ வயதான பெண்பிள்ளை ஒருத்தி முன்வந்து பிணத்திற்கு நீராட்டிப் புத்தாடையும் பொட்டும் அணி வித்தாள். விட்டுச் சென்ற நோய் எங்கே தொத்திக்கொள்ளுமோ என்று எல்லோரும் ஒதுங்கித்தான் நின்றார்கள்.

7

அனந்தபுரத்து இடுகாட்டில் எல்லாம் தயாராகத்தான் இருந்தது. அந்த விடியா இருட்டிலும் இடுகாட்டின் வயல்வெளி நிறைய ஆள் ஜனம் வந்திருந்தது. வெட்டியான் குழியெல்லாம் பக்குவமாகச் செய்திருந்தான். பிணத்தைத் தொட்டிலைவிட்டு நேராகக் குழிக்கே இறக்குகிறார்கள். வரிசை வரிசையாக நாலு கியாஸ் விளக்குகளைக் குழியருகே தூக்கிக்கொண்டு நின்றதினால், மண் படுக்கையில் பாலகனின் முத்து நோய் துல்லியமும் கண்மூடிய அமைதியும் தெளிவாகத் தெரிந்தது.

“ஆகட்டுமப்பா. ஏன் இன்னும்? இந்தாப்பா வெட்டியான், மண்ணை அள்ளிப் போடேன்... இதென்ன எல்லா கருமாதியும் கருமிக்கிற சாக்காடா. கொளந்தைப் பிள்ளைதானே... ஊம், ஊம்... ஆகட்டும்...” என்றார் ஊர் மணியக்காரர்.

“மொதக்கையா கொளந்தையோட அப்பா ஒரு பிடி அரிசியும் பாலும் அள்ளிப் போட்டுக்கட்டுமே...” என்றார் வைத்தியர்.

தங்கராஜு யந்திரமாகத்தான் இயங்கினான். முதற்கவளத்தை எடுத்து குழியில் பிணத்தின் மேல் விசுறுகிறான்... அவ்வளவுதான், குழந்தை கண்ணை விழிப்பது போலிருந்தது... தூக்கக் கலக்கமோ இல்லை, பிரமையோ... மண்டையினுள் என்னமோ செய்தது. நன்றாகப் பார்த்தான். குழந்தையின் கண்கள் திறந்து நேற்று ராத்திரி போல மலங்க மலங்க விழிக்கிறது. அதே வெள்ளைச் சோழிக் கண்ணில் கறுப்புக் குண்டாக விழிகள்...

“வைத்தியரய்யா, இங்கே வாங்களேன். கொளந்தைப் புள்ளை கண்ணை முழிக்கிறது, சாகல்லே!” என்று அலறிவிட்டான், பார்த்துக்கொண்டேயிருந்த வெட்டியான்.

– குழிக்குப் போன பிணம் புதிய உயிருடன் கரையேறியது.

“இந்த நோக்காடுக்கு செத்துப் போச்சுன்னு நிச்சயம் சொல்லுணும்னா, நாடியை பிரிச்சிப் பிரிச்சு பார்த்துத்தான் தீர்மானிக்கணும்... அதுவும் வாதநோய் கொளந்தை ஆச்சா, நிதானப்பட்டிருக்கணும். எல்லாம் அம்மன் சாமி விளையாட்டு... இனி இதுக்கு ஆயிசு நூறு... தூக்குப்பா தொட்டிலை...” என்றார் வைத்தியர் நிதானத்துடன்.

“வேண்டாம் வைத்யரே... இனி எதுக்கு பாடை தொட்டிலு. நானே தூக்கியாறென்... எல்லோரும் போங்க. யாருப்பா விளக்கு ஆசாமிங்க... விடிஞ்சிட்டது விளக்கை அணைச்சுக்கிட்டுப் போங்க... முதல்லே, யாரன்னாச்சியும் வீட்டுக்குபோய் விஷயத்தைச் சொல்லுங்க...”

தூக்க மாட்டாத சுமையாகக் குழந்தையைக் கையில் ஏந்திக் கொண்டு நடந்த தங்கராஜுவிற்கு, கையில் அழுத்தும் கணத்தை விட மனதில் ஒரு மாபெரும் குட்டை மலையின் சுமை வந்து அழுத்தி மூச்சை இடிப்பதாகத் தோன்றியது...

விடிந்துகொண்டிருந்தது... பெரிய கிணற்றடி, ஒற்றையடிப் பாதை, முற்றங்களில் நெசவுத்தறிகளாக நிறுத்திய கீழத்தெரு, பறச்சேரி... பன்றிக்குட்டைகள்... சன்னதித் தெரு, போலீஸ்

தாணாரோடு, கப்பிரோடு... சுடுகாட்டிலிருந்து உயிரோடு திரும்பும் குழந்தையைக் காண ஊர் முழுதும் தெருமுழுதும் திரண்டு நின்று மௌனமாகப் பார்த்தது... கீழ்வாடித் தெரு வருகிறது... முன்னியண்ணன் இல்லை... அவனது அந்தக் குழந்தை... கோவணங்கூடக் கட்டாமல், வாயில் கட்டை விரலைச் சூப்பிக்கொண்டு, தெருவில் குழந்தையைச் சுமந்து வரும் தங்கராஜுவையே பார்த்துக்கொண்டிருந்தது. தங்கராஜுவின் கண்கள் நிரம்பின...

"அழுவாதீங்க பண்ணை அய்யா... கொண்டாங்க கொளந்தைப் பிள்ளையை நான் எடுத்துக்கிறேனுங்க..." என்று முன்வந்த வேலாண்டியை ஒதுக்கிவிட்டு,

"வேண்டாம் வேலாண்டி... இது என் சுமை... அதான் வீடு வந்திடுச்சே..." என்று வாய்விட்டே அரற்றிவிட்டான் தங்கராஜு...

ஓர் இரவு விடிந்து நன்றாக வெயில் சுட ஆரம்பித்திருந்தது!

19

கிறுக்குகள்

மனதே! உனக்கு ரகசியமாக ஒன்று சொல்லுவேன். என்னால் சொல்லி நிரப்ப முடியாத, சொல்லி அமைதிபெற்றுக் கொள்ள முடியாத ஒன்றை, பழவினையைச் சொல்வேன்; என் பலவீனத்தைச் சொல்வேன்.

நில்; சற்று நில்லேன். என்ன இது சுற்றிலும்? தெரு, சந்தடி நிரம்பி வழிகிறது. சுமை தூக்கிகள் இருவர் சண்டைபோட்டுக் கொள்கிறார்கள். காசைச் சிமிண்டி விட்டெறிந்து 'பூவா தலையா' விளையாடியதில் வந்த வினை. வாய்ப்பேச்சின் அசிங்கம் முற்றிய போது சிறியவன், வலியவனை மொட்டைக்கத்தியால் தாக்கி விடுகிறான். நடுவில் விழுந்து கிடப்பவனின் வயிற்றிலிருந்து கொட்டிய ரத்தம் கும்பலுக்குப் பேச்சாகிறது. தெருவில் போக்கு வரத்துத் தடைப்பட்டு வாகனங்கள் ஒன்றன்பின் ஒன்றாக வரிசை யிட்டு நிற்கின்றன. காவலர் வருகிறார்கள். கும்பல் கலைகிறது.

அது போகட்டும். மனதே, உனக்கு என்ன சொல்ல வந்தேன்... தெருவின் நிகழ்ச்சியால் மறந்துபோகிறேன்.

ஆயினும் நினைக்கிறேன் –

'இது கற்பாந்த காலத்தின் தவம். காலங்காலமாகக் கை வந்த சாதனை. காதலும் சோரமும் மனித வர்க்கத்தின் ஒரு மரபு. மிருகத் திற்குச் சோரம்போன கதை இல்லை. பெற்றவளே காதலி, உடன் பிறந்தவனே கணவன். இதிலென்ன வேடிக்கையிருக்கிறது? ஒழுக்கம், நியதி, ஆசாரம் இதெல்லாம் அழகான கற்பனைகள், கடலுக்கு அலைகள் மூச்சு, காற்றுக்குக் குளிர் உயிர். வானத்திற்கு வெறுமைதான் எல்லை. பகலுக்கு, இரவு மாற்றுக்கல். இரவு குடிபோதையில் பெற்ற பிள்ளை நிலவு. கற்பு பெண்மையின் பலவீனம். எந்தப் பெண்ணிற்கும் இது இருப்பதில்லை. அதனால் பெண் விதவிதமாக ஆடை அணிந்து பொய் நாடகம் ஆடுகிறாள். ஆண் நிர்வாணத்திற்குக் கூச்சப்படாதவன்... இது கற்பாந்த காலத்தின் தவத்தால் வந்த சாதனை.'

புத்தகத்தை மூடி வைத்தேன்–

சுவரில் ரவிவர்மாவின் ருக்மாங் ஓவியம் பெரிதாகத் தீட்டியிருந்ததைப் பார்க்கிறேன். ரவிவர்மா பூனைக்கண் உள்ள ராஜ குலத்து ஓவியன், இவன் கைவண்ணத்தில் பிரெஞ்சுக்காரனின் கலாச்சாரம் விரவியிருப்பதாக ஜீவசரித்திர வல்லுநர் சொல்லு கிறார்கள். எனக்கு ரவிவர்மாவின் 'மேனகை சகுந்தலா' ஓவியம் மிகவும் பிடிக்கும்.

'புலன் உணர்ச்சி அடக்கி வாழ்பவனே உண்மையான மனிதன் ஆகிறான் என்கிறார் ராமகிருஷ்ணபரமஹம்சர். அடங்கி வாழும் வாழ்விற்கு மனைவி தடையாக இருந்தால், அவளைப் புறக்கணித்து விடு. அவள் தற்கொலை செய்துகொண்டாலும் குற்றமில்லை' என்கிறார். இதைப் பற்றி எண்ணினேன். புலன் உணர்வு என்ன? மனித இயல்பான அந்த உணர்வை ஏன் அடக்க வேண்டும்? புலன் உணர்வும் அளவோடு இருக்க வேண்டும். அது இல்லாதவன் எப்படி மனிதனாக முடியும்? புலனை அடக்கிய யோகி என்பவன் மனிதன் அல்ல என்றே சொல்லலாம். அவனால் நன்மையும் இல்லை. கெடுதியும் இல்லை. அதனால் அவன் மனித சமூகத்தில் இருக்க வேண்டியவனுமல்லன். அவன் ஜடப்பொருள். மனிதனாக இருப்பின், அவனுக்குச் செயல் வேண்டும். நன்மையின் செயலோ, தீமையின் செயலோ, ஏதேனும் ஒன்று! யோகியின் ஆத்மஞானமும், ஒருவகை செயல்தானோ?

கலைகிறது... கனவு வருகிறது! கனவில் பூர்வஜன்மத்தின் சுருளான நினைவுகள் பசுமைகொள்கின்றன. அதாவது அஸ்த மனம் நெருங்கிக்கொண்டிருக்கும் வேளை. சரிந்து இறங்கும் இருட்டில் தபோவனம் இருள் ஆடையை இழுத்துக்கொள்ளப்போகிறது. பிருதுவரின் ஆசிரமம் அமைதியில் மூழ்கியிருந்தது. மூங்கில் குறடில் தொங்கிய சின்னப்பஞ்சாரத்தில் பஞ்சவர்ணக் கிளியொன்று இமைக்காமல் தொலைவை வெறித்துப் பார்த்துக்கொண்டிருந்தது. ஆசிரமத்தின் புரியாத அவலம், அந்தக் கிள்ளையின் பீதி கலந்த மௌனத்தில் விரவியிருக்கிறது.

அந்தி சரிந்த வேளையில் கிழக்கே சரயுநதிக் கரையிலிருந்து பத்து முனிவர்கள் வெள்ளை மரவுரி ஆடைகளும் தவத்தாடிகளு மான பிருதுவரின் ஆசிரமத்தை நோக்கி வந்து கொண்டிருக்கிறார் கள். அவர்கள் தவத்தால் மெலிந்தவர்கள் யோகபலத்தால் சிறந்த வர்கள். அவர்கள் வருகையை மர மறைவிலிருந்து காணுகிறாள் பிருதுவரின் வளர்ப்பு மகள் பிரியம்வதா.

பிரியம்வதா, காட்டில் பூவாக மலர்ந்து, மணக்கும் கன்னி. பிரம்மனின் முடிந்த கைவண்ணம். வார்த்தெடுத்த சிலை. ஆயினும் காமனின் கண்படாத பேதை... கிளி அவளை அக்கா என்று அழைக்கிறது. ஆசிரமத்தை நோக்கி முனிவர்கள் வருமுன் இருள் வந்துவிடுகிறது. அஞ்ஞானமே இருள்!

கனவு கலைகிறது –

மார்கழியின் மனோகரமான பனிக் காலை வாயிலில் நீராடி விட்டு குனிந்த தலையுடன் மெது நடையில் படியேறி வரும் பருவ நங்கை போல ஹம்ஸத்வனிராகத்தின் அலைகள் குளிரோடு வருகிறது.

இரவை மணந்த வைகறையே,
விடியா வானின் செஞ்சிமிழே
காற்றின் சிலிர்ப்பே,
முகிழா மலரின் கனவே,
பனியின் சிலிப்பே,
உதயக் கதிரின் மருவே

ராகம், காற்றில் கலைந்து ஊதுபத்தியின் புகைச்சுருள் போல் பிணங்கிக் குலைகிறது. மனதில் எங்கோ வலிக்கிறது. 'அம்மா' என்று ஆவின் இளங்கன்று கதறுகிறது...

இசை கற்ற நாளில், குருவின், வக்கரித்த ஏச்சு முக்குளித்து வருகிறது...

'சீ. அவஸ்வரமே! எழுந்து போ என் முன்னிருந்து. ஆடு மேய்க்கப் போக வேண்டிய மூடங்கள் இங்கே பாடவந்து விட்டதுகள். ஊற்றுக் கிளம்புகிற பக்கம் கை வைத்து அள்ளிப் பருகத் தெரியவில்லை. குருட்டானை குழியில் விழுந்தது போல ராகத்தைச் சிதைப்பதற்கு என் சிக்ஷை எதற்கு?'

'மாது, நீ சமயங்களில் ராகத்தை கட்டில் அடக்குகிறாய். அபூர்வப் பொழுதுகளில் ராகத்தின் துல்லியத்தை, கொன்றே உதறி விடுகிறாய். உண்மையான ஆராதகனுக்கு இந்தத் திரிசங்கு சொர்க்க நிலை தகுதியற்றது. நீ மனதை சமன் செய்துகொள், அலையும் மனதிற்கு என்றுமே ஆறுதல் இல்லை. உனது மனதின் அடக்கம், வீரனின் வைராக்கியம் போல் கலையாததாக இருக்கட்டும். தாசியின் கால் சிலம்பு போல அலை கொண்டதாக வேண்டாம்...'

மழித்த வெளிர்ப்பச்சை உச்சிக்குப் பின்னால் குடுமியும், காதில் குண்டலங்களும், நெற்றியில் திருநீற்றுக் குறியும், நாவில் ராகம்

வணங்கும் முதுமையுமான குருநாதர் மனப்பீடத்தில் கம்பீரமாகப் புன்னகை புரிகிறார்.

உன் மணத்தால் நான் நிறைகையில், ராகம் என் தொண்டை வளையில் பின்னலாக அறுந்து, நாவில் தேனாக வழிகிறது. அந்த நாத இறுக்கத்தில் கை உயர, தம்புராவின் பூனைநாதப் பின்னணியை இழைத்து நான் மேலே உயருகிறேன். எந்த உயரத்தின் விளிம்பிலும், நீ ஆரத்தி கொட்ட என் முன் நெருங்கி வருகிறாய். உனது கலையா மோனமும், கண்களில் கனவும், சிரித்து அழியாத அடக்கமும், குவிந்த பாற்கிண்ணம் போன்ற கன்னங்களும், ரத்தப் பூப் போன்ற உதடுகளும், கழுத்துச் சரிவில் நெஞ்சின் நிமிர்வும், கால்களில் நடையின் மெதுவும் என்னைக் கிறங்க அடிக்கின்றன...

நீ விரித்த இந்த மாயவலை என்னை விலங்கிட்டபோதுதான் இன்னும் சரிந்தே போகிறேன். ஒருநாள், அந்திக்கு முந்திய செம் மாலைப் பொழுது, உன் நாணத்தை நடித்துப் பார்த்துக்கொண்டிருக் கிறது. முருங்கைமரத்தில் ஓணான் பொய்த் தூக்கம் வழிகிறது. செம்பருத்தியின் ரத்தமலர் நிலம் பார்த்து நடக்கும் கன்னிபோல் தலைகீழ் குடை கவிழ்ந்திருக்கிறது. மென்காற்று தளிர்களோடு சரசமாடுகிறது. சாயங்கால ஸாதகத்தின் முதல் வேலையாகக் கிணற்றடிக்குக் கை கால் சுத்தம் செய்ய வருகிறேன்.

அன்றுதான் நான் ராக ஆலாபனையைத் தொட்டு உணரு கிறேன்.

நீ, நீராடிக்கொண்டிருக்கிறாய். ஒரு கணம் பிரமித்து அங்கேயே நிலைக்கிறேன். மாலையின் செம்பிழம்பு உன்மேல் தங்கமாக வழிகிறது. நீ அதைத்தான் இறைத்துக்கொள்கிறாயா என்று மயங்குகையில் வாழைப் பாளையின் இடையில் தேன் துண்டு போல அப்பழுக்கின்றி உன்னைக் கண்டேவிடுகிறேன். ஜில்லென்று, உன்னில் அத்தனை மலர்களும் பூக்கின்றன. பிரபஞ்ச ரகசியத்தின் திரையை, அலையை, நான் காண்கிறேன். அத்தனை அவல அழகுகளும் மனதில் சிறையாகின்றன. அந்த லயிப்பில் நான் காலத்தை இழக்கிறேன்...

பாடுவதற்கு அமர்ந்தபோது, குத்துவிளக்கு எரிகிறது. குருநாதர், என் முகத்தின் சவக்களையால் என்னை அளக்கிறார். தம்புராவின் நரம்புகளை நெருடும் அவரது நீண்ட நகவிரல்கள் என் இமைகளில் முள்ளாகக் குத்துவதை அறிந்தேன். சுருதி, இழைய இழைய வழுக்கியதே தவிர ஆ... என்று திறந்த ராகத்துடன் இணைவதாக இல்லை...

கடைசியில் பாடம்; போதையின் பொய் மயக்கமாகிய பின்பு விரட்டியடிக்கப்படுகிறேன்... ஆயினும் நான் இன்று பரமஞான பாகவதன்! சிரிக்கத் தோன்றுகிறது!

ஓசைகளே இல்லாத அமைதியான ஓர் அவஸ்தையென்பது கிடையவே கிடையாது என்று அவள் எண்ணினாள். இப்பொழுது எங்கும் அமைதி நிறைந்திருப்பதாகத் தோன்றுகிறது. அமைதி, ஒரு சங்கீதம். மேல் பரணிலிருந்து அதில் தூசு உதிருகிறது. அதன் கரகரப்பு. தொலைவில் எங்கோ சருகுகள் அசைகின்றன. தொலை வெளிப் பறவைகளின் சங்கீதம் வேறு.

மாரிக்காலத்துக் குளிர்ந்த இரவில் தூங்கி வழியும் பாக்கு மரத்தோப்புகளிலிருந்துதானே இராப் பறவைகள் பாடுவது வழக்கம்? குமயூண் மலைகளில், பகல் ஒளியிலேயே இரவுப் பறவை களின் சங்கீதம் கேட்கிறது... ஒன்பது ஆண்டுகள். பிராணிகளைப் பற்றி பாடம் பயில்வித்த தனக்கு இராப் பறவைகளின் இங்கிதம் பற்றித் தெரியவில்லை...

அமைதியின் சங்கீதம்!

வெளியே சூழ்ந்துள்ள, மூடுபனி அறையின் அமைதியை நனைக்கிறது.

வாசல் கதவை யாரோ தட்டும் ஓசை கேட்டபோது கண் களைத் திறந்தாள்.

எத்தனை நேரமாக மயங்கிய உணர்வில் படுத்திருந்தேன்? தூக்கச்சடைவில் கண்மூடிவிட்ட பேதமையை என்னவென்பது?

மீண்டும் கதவைத் தட்டும் ஓசை. பளபளப்பான மரப் பலகைகளால் அமைந்த முற்றத்தில் குளிர் நிறைந்திருந்தது.

அமர்சிங்காகத்தான் இருக்க வேண்டுமென்று எண்ணியவாறு வாசலைத் திறந்தாள். ரச்மி வாஜ்பேய் நின்றுகொண்டிருந்தாள்.

நேற்றும் இன்று காலையிலுமாக மற்ற மாணவிகள் அத்தனை பேரும் போய்விட்டார்கள். ரச்மி மட்டும் போகவில்லை என்பது அப்போதுதான் நினைவு வந்தது.

டீச்சர்ஜி நான் போகிறேன்.

நல்லது.

ரச்மி, கடும் பச்சைநிறக் கம்பளிக் கோட்டைத் திறந்தவாறு அணிந்திருந்தாள். நெற்றியில் கறுப்பு நிறப் பொட்டணிந்த ரச்மியின் கண்களின் துடிப்பில் ஆயிரம் கதைகள் அடங்கியிருந்தன. கைப் பத்தி அளவு பெரிய பூக்கள் நிறைந்த கம்மிஸ் அணிந்திருக்கிறாள். வயதை மீறிய வளர்த்திதான். அந்த உணர்வில்தான் பனிப் பெய்யும் குளிரிலும் கோட்டைத் திறந்தவாறு அணிந்திருக்கிறாள்.

நாற்பத்தி மூன்று மாணவியரின் பொறுப்பு தன்னிடமிருக்கிறதே அதனால் இதையாவது கேட்போமே, என்ற நினைவுடன், “இப்போ ஏது பஸ்?” என்றாள்.

“ஹல்தானி வரையில் இப்போ ஒரு பஸ் இருக்கிறது டீச்சர்ஜி.”

“அதற்கப்புறம்.”

ரச்மியின் கண்களில் மறைக்க முயலும் பொய்யின் நிழல் தெரிந்தது.

“அங்கிருந்து மாற்று பஸ் இருக்கிறது டீச்சர்ஜி, துணைக்கு பிதாஜி ஆள் வேறு அனுப்பியிருக்கிறார்.” குழம்பிய நிறமுடைய அவளது கன்னக்கதுப்புகளில் ரத்தவர்ணம் பரவியது.

“உம்... சரி!”

வெளிவாசலைப் பார்த்தபோது தாழ்வாரத்திற்கப்பால் கொடி வளைவின் அருகில், பின்புறம் திருப்பிக்கொண்டு நிற்கும் அந்த வாலிபனைக் காண முடிந்தது. சுவரின் கம்பிவலைக் கூட்டினுள் வரிசையாக வைக்கப்பட்டிருந்த கடிதங்களின் முகவரியைப் படித்துக்கொண்டிருப்பது போலிருந்தது.

“ரச்மி, யார் வந்திருப்பது? அப்பா அனுப்பிய ஆளா?”

ரச்மியிடமிருந்து பதில் தாமதமாக வந்தது. “உம்... ஆமாம் டீச்சர்ஜி.. அண்ணன் வந்திருக்கிறான்.”

வாலிபன் திரும்பியபோது அவன் முகத்தை நன்றாகப் பார்க்க முடிந்தது. வெள்ளொளிக்கண்கள். ‘உனது அண்ணனுக்கு இந்த வெள்ளைநிறக் கண்கள் எங்கிருந்து வந்தது’ கேட்க வேண்டுமென்று தான் தோன்றியது. ஆனால், ரச்மி வாஜ்பேயின் பரிதாபகரமான தோற்றத்தையும் மென்று விழுங்கும் பாவனையையும் கண்டபோது ‘சரி, போய் வா’ என்று சொல்லத்தான் தோன்றியது.

எம்.டி. வாசுதேவன் நாயர், கனவுலகின் அழகான கதைக் காரன், முகமது பஷீர் இப்பொழுது இலக்கிய ரசிகர்களைத் தமது

சொந்தக் குடும்பக் கதை பிதற்றி ஏமாற்றுகிறார். கேசவதேவ் வேத வியாசனுக்கும், காளிதாஸனுக்கும் பின் யானே 'கலைஞன்' என்று சிரட்டை நீரைக் கடலாகக் கண்ட எறும்புபோல மார் தட்டுகிறார். தகழி, கள்ளுக் கடைகளையும் சர்வர் பெண்களையும் பற்றி யதார்த்தவாதக் கதை எழுதுவதாக கம்யூனிசம் பேசித் திரிந்தபோது, வங்காளக்காரர், தாராசங்கர் பானர்ஜி 'கணதேவதா'வைக் காட்டி ஞானபீடாதிபதியானார்... இங்கே, ஜானகிராமனின், அம்மா வந்தாள் ஏன் வந்தாள் என்று கேட்கிறார் சுப்ரமண்யம்!

அய்யய்யோ! அத்தனை உண்மைகளையுமா பிதற்ற வேண்டும்! தப்பு தப்பு! கன்னத்தில் போட்டுக்கொள்ள வேண்டியதுதான்.

மனதே! உனக்குக் கதை சொல்ல வந்த கிறுக்கில், இல்லை சாக்கில், நிறைய உளறியிருக்கிறேன். கடைசியாக ஒன்று சொல் கிறேன். இதுகூட நானாகச் சொல்வதில்லை. மாக்கியவெல்லி சொன்னதைச் சொல்லிவிட்டு உறங்கப்போகிறேன்.

எப்போதும் யோக்கியமாக நடந்துகொள்வது என்பது பிரதி கூலத்தையே உண்டாக்கும். ஆனால், சமயாசாரமும் விசுவாசமும், இரக்கமும் வாய்மையும் பூண்டவனாக நடிப்பது நல்ல பலனை அளிக்கும். நல்லவனைப் போல் வேஷம் போடுவதைக் காட்டிலும் அதிக பலன் தருவது இவ்வுலகில் வேறெதுவுமில்லை.

இதைச் சொல்லிவிட்டு உறங்கப் போக எண்ணினேன். கிறுக்க னுக்கு ஏது உறக்கம்? அதனால் இனியும் சொல்வேன். கதைகளில் தொடரும் என்று முடிப்பார்கள் அல்லவா? அதுபோல இனியும் பிதற்றுவேன்...?

20

வெறுப்பு

இன்று கண் விழித்தபொழுது சரியில்லை. மனது நிறைய காரணமில்லாமல் வெறுப்பும், எந்த முகாந்திரமுமில்லாமல் சந்தோஷமும், எந்த அடிப்படையுமில்லாமல் சங்கடமும் சில வேளைகளில் மனதை ஆட்கொண்டுவிடுகின்றன. சுவரில் வாலடித்து மேயும் பல்லி போல, நூலில் கட்டித் தொங்கவிட்டது போல, நிச்சலனமான இந்த வெறுப்பின் அவலம் இன்றைய பொழுதாக என்னைப் பின்னியிருக்கிறது.

எதிர்த்த வீட்டில் – குண்டு குண்டாக கறுப்பா ஓர் இளைஞன் குடியிருந்தான். அம்மாவின் ஒரே பிள்ளை. யேசுதாஸ் பாடுவது போலவும் சிதம்பரம் ஜெயராமன் பாடுவது போலவும் கனத்த மூக்குக் குரலில் அழகாகப் பாடுவான். சந்தனப் பொதிகையில் தென்றல் எனும் என்ற ஜெயராமன் பாட்டை அவர் பாடுவதைவிட அழகாகப் பாடுவான். அதனால் இவனை எனக்குப் பிடிக்கும். அந்த அவன் வடக்கே கல்லாயி என்ற இடத்தில் முந்தா நாள் ஒரு கல்யாணத்திற்குப் போயிருந்தான். வரும்போது அவன் வந்த பஸ், வழியருகத்து வயலில் குடை சாய்ந்து அபேஸ் ஆன நபர்களில் இவனும் ஒருவன். தந்தி வந்தபோது தாய்க்கிழவி ஓவென்று அலறிக்கொண்டு ஓடி வந்தாள்...

வெறுப்பில் விடிந்த காலைப் பொழுதின் ஆரம்பத்தை நினைத்தபோது – இப்படி அழகான ஒரு சங்கீதத்தின் மரணச் செய்தி வரும் என்று நினைக்கவே இல்லை.

கடையில் வந்து இருந்தபோது – மத்தியானப் பொழுதின் ஆளொழிந்த கடை வீதியும் மங்கல் வெயிலும் தார்ரோட்டின் நரைத்த கறுப்பும் வெற்றிலைக் கூடைக்காரிகளின் அரட்டையும் பின்னும் வெறுப்பை எண்ணெயிட்டு வளர்க்கத்தான் செய்தன.

அந்த வேளையில் வாடிக்கையாக டைப்ரைட்டிங் இன்ஸ்டி யூட்டுக்கு போகும் அழகி தொலை முக்கிலேயே நடந்து வந்தாள். மலர்ந்த கொஞ்ச நாளிலேயே அடுக்குச் செம்பருத்திப் பூப்போல

மெத்தென்று இறுக்கமாகக் கடசல் ஒழுங்கு போல வளர்ந்த சொகுசுக்காரி. பார்க்கவே மாட்டாள். கமாண்டர் நடைபோல நெட்டுக்குப் பார்த்துக்கொண்டே போய்விடுவாள். அவளை எனக்குப் பிடிக்கும். அவளது அந்த அலட்சியப்போக்கும், தவிட்டு நிற உதடுகளும், கன்னங்களும், பீலி இமைக் கண் இமைகளும், புட்டத்திற்குக் கீழ் வாலடிக்கும் கூந்தலும், எப்பொழுதாவது இவளை நாயகியாக்கி எழுத வேண்டும்.

இன்றைய வெறுப்பின் அடிப்படைக் கசப்பை மென்று அமர்ந் திருக்கையில் இவள் கொஞ்சம் நிமிர்ந்து பார்த்துவிட்டு 'ஏன் இன்று என்னைத் தூரப் பார்வையால் எதிரேற்கவில்லை' என்பது போலப் போய்விட்டாள். 'போ பாவி மகளே! இன்று உன்னைப் பார்க்க மனமில்லை' என்று அமர்ந்திருந்தபோது – நீ பார்த்து மருண்டு விட்டு போகிறாய்... தெரியும்.. தூ' பின்னும் மனமிதப்பில் வெறுப்பில் கட்டை மரம் அலையாடி வந்தது....

சாயங்கால வாக்கில், வெயில் அமர்ந்த சூன்யப் பொழுதில், கடந்த பொழுதின் விரக்தியையும் காரணமற்ற அலமலங்கலையும் மென்று அமர்ந்திருக்கையில் தபாலில் வந்த கடிதங்களுள் – பத்திரிகை ஆசிரியரின் கடிதம்; உங்களிடம் கதை கேட்டுப் பல கடிதங்கள் எழுதிவிட்டேன். பதில்கூடப் போடவில்லை. என் மீது வெறுப்பு ஏற்படக் காரணம் என்னவோ என்ற கேள்வி. வியாபாரி பத்திற்கு வாங்கி பதிமூன்றிற்கு விற்கத் தெரிந்திருக்க வேண்டியவன். அந்த சூட்சமத்திற்கப்பால் அவன் யாருமல்ல, கடையன் என்று எண்ணிக் கணக்கிட்டு வைத்திருக்கும் பட்டப்படிப்பு படித்த இரண்டு 'நண்பர்கள்' வந்தார்கள். அவர்களுக்கு, பத்திரிகை ஆசிரியரின் இந்தக் கடித வேண்டுகோள் பார்த்தபோது உள்படிந்த பொறாமையின் சிரிப்பு வக்கிரமாக வெளிப்பட்டது. 'யோவ் உமக்குத்தான் கிராக்கி. நாங்களும் எழுதுகிறோம். யார் சீண்டுறா? என்ற வக்கணையாகப் பரியாசம். காலையில் படிமமான வெறுப்பு மனதைத் தேய்த்திருந்ததினால், இவர்களது சிரிப்பை வழக்கம் போலச் சீரணித்துக்கொள்ள முடியவில்லை. கண்மண் தெரியாது திட்ட நினைத்தும், 'எழுந்து போம்' என்று மட்டும் கர்ஜிக்க முடிந் தது. அவர்களுக்கு அது வியப்பாக இருந்திருக்கும். பசு புலியாகச் சீறுமென்று எதிர்பார்க்கவில்லை. போயே போய்விட்டார்கள்.

நினைத்தபோது ஒன்றுமே இல்லை... நினைவு ஆழத்தைக் கல் விட்டெறிந்து கலைத்தது போலவே வெற்றிலைக்காரிகளின் கூச்சல் கேட்டது. நட்ட நடுவீதி. வெயில் இறங்கிப் போய்க் கொண்டிருந்தது. ஆணும் பெண்ணும் இரண்டு நாய்கள், கொஞ்சிக் கொஞ்சி ஓடிப் பிடித்து வந்து வெற்றிலைக்காரிகள் முன்னிலையில்

இணைக் கொக்கி மாட்டிக்கொண்டன. அய்யோ பாவமே என்றிருந்தது. இதுதான், போ – சவங்களே என்று வட்டியால் விரட்டிய போது அந்த 'வாயில்லாத' ஜீவிகள் அங்கும் இங்குமாக டக் அப்வார் இழுத்தன. ஆபீஸ் விட்டுப் போகும் நாகரிக நங்கைகள் 'யாமொன்றும் அறியோம் பராபரமே' – என்பது போல நேருக்குப் பார்த்துக்கொண்டு போய்க்கொண்டிருந்தார்கள். வெற்றிலைக்காரிகளும் பெண்கள்தான். இந்த டம்பப்பை மினுக்கிகளும் பெண்கள் தான். அவர்களுக்கு, இந்த நாய்களுக்கு சங்கதி, உலகில் இல்லாததும், சந்திக்க முடியாததும் போன்ற பாவனை. வெற்றிலைக்காரிகளுக்கு நடுவீதியிலிருந்து அவைகளை விரட்ட வேண்டுமென்ற கரிசனம். நடுவீதிக்கும் அந்த நாகரிக நினைப்பிற்கும் உள்ள வித்தியாசந்தான் அந்தப் பட்டதாரி எழுத்தாளனுக்கும் வியாபாரிக்கும் உள்ளதோ...? சாராயமிடறை மெல்ல நிதானமாகச் சுவைத்து விழுங்கியது போல வெறுப்பில் கசப்புதான் திகட்டி வந்தது... தூ...

நாய்கள் போய்விட்டன. வெற்றிலைக்காரியின் வெற்றிலை எச்சில் தார்ரோட்டு கறுப்பில் கோலமிட்டுக் கிடக்கிறது. வாகனங்களின் வேகம், மாலைச் சவாரிக்காரர்களின் உற்சாக நடை.... நாய்களின் இணை பெருக்கத்தைப் பார்த்தபோது உடலுறவு ஆதங்க விசாரங்கள் மனதை சிதிலரிக்க ஆரம்பித்தன. அன்றைய அவசமான வெறுப்பு கம்பிளியிட்டு மூடிய மனதில் உள்வாங்கிக்கொண்டது. காலம் கடந்துவிட்ட பின்பும் இதுவரை கல்யாணமென்று ஏற்பாட்டைத் தீர்த்துக்கொள்ளவில்லை. ஆனால், பார்த்த உறவுகள் நிறைவே உள்ளன. முகங்கள் முகங்களாக மனராட்டினத்தில் சுற்றி வந்தன. ஒழுக்கம், பண்பு, வரைமுறை, பாபம், நீதி, அழகு, பணம், பாலீஷ் இதுகளுக்கெல்லாம் மேலாக மனநிலைகளின் வக்ரபோக்கு என்ற ஒன்று மனித ஏற்பாட்டில் நடைமுறையிலிருக்கிறது. மனிதன் ஜீவராசிகளில் எல்லாம் உயர்ந்தவனாக இருப்பதினால் மட்டுமே ஜீவராசிகளில் எல்லாவற்றையும்விட கழிசடையாக வாழ்கிறான். உடலுறவு விஷயத்தில் எந்த ஈனமான மிருகத்தையும்விட மனிதன் அசகாயமர்ன பாணிகளையும் பாங்கையும் கடைப்பிடிக்கிறான். சமூகத்தில் உயர்மட்ட தளத்தில் உல்லாச வாழ்க்கை வாழும் ஆணும் பெண்ணும், மிருகங்களிடம் இல்லாத விபசார வாழ்க்கையில் சர்வசாதாரணமாக ஈடுபடுகிறார்கள். 'விபசாரம்' என்ற வார்த்தை மனிதர்களுக்கு மட்டும் எதற்காகவோ, வலிய இருந்து வருகிறது. ஆசை குடியேறிக் கூடுகட்டிய நாளிலிருந்து எத்தனையோ பெண்களின் உடல்களை அணைத்து சுகமறிந்திருக்கிறேன். அல்லது சூடு உணர்ந்திருக்கிறேன். இன்னும், வலிமை வற்றிவிடாத திமிர்ப் பிருந்தும், நினைத்துப் பார்க்கப் பார்க்க வெறுப்புதான் மிஞ்சி நிற்கிறது.

கடையின் வியாபாரம் முடிந்துவிட்ட தனிமையில் அறையில் தவித்து இருக்கும்போது, பழகிய நண்பன் ஒருவன் காரில் வந்தான். "நீ தூங்கிவிட்டிருப்பாய் என்று நினைத்தேன். நல்லவேளை, சரி புறப்படு. நல்ல கிராக்கி ஒன்று வந்திருக்கிறது. உடனே புறப்படு" என்றான்.

"எனக்கின்று மனநிலையே சரியில்லை. நான் எங்கேயும் வருவதிற்கில்லை" என்றேன்.

"சரியில்லாத மனநிலையை சரி பண்ணத்தானே இப்ப சங்கதி வந்திருக்கு. அட புறப்படப்பா."

"நான் வரவில்லை."

"நீ இப்படிச் சொல்லத்தான் நான் மெனக்கெட்டு கார் எடுத்துக்கொண்டு வந்தேனா. வடக்கே இருந்து கொண்டுவந்த சரக்கு, வந்து பாரு. பார்த்த பிற்பாடும் மனசு சரியாக மாட்டேன்னா வந்திரு... இப்போ புறப்படு..."

புறப்பட்டேன். கோவளத்திற்கான ஏழு மைல் பாதையில் வெறுப்பிலேயே உருண்டு போயிற்று. திருப்பத்தின் தொலை விலேயே விடுதியின் வெளிச்சம் இருட்டிற்கு நடை விரித்திருந்தது. வரவேற்பறையில் வரவேற்பாளன் மலையாளி ஜிப்பா அணிந்த தொந்திக்காரன். கறுப்பு மீசை விரிய சிரித்து 'சீக்கிரம் வந்துட்டீங் களே' என்று எங்களை வரவேற்றான். இரவின் கடற்காற்று அரங்கில் இதமாக வீசிக்கொண்டிருந்தது. தொலைவில் கடல் நடுக்காட்டு சிங்கம்போல அரண்டுகொண்டிருக்கிறது. மின்சார விளக்கின் இளம் வெளிச்சம் தென்னங் கள்ளும், ஊதுவத்தியும் இன்னும் இனம்புரியாத சிகரெட்டுப் புகையும் எல்லாமாகச் சேர்ந்த அரண்ட குமட்டாத மணம்... மேல் மாடிக்குப் போகும் தாழ்வார ஓரத்தில் பிரம்புக் கூடை இருக்கைகளில் வெள்ளைக்கார தம்பதி சுவர்ச் சித்திரம் போல அமர்ந்திருக்கிறார்கள். அவள் நீலமாகப் பொன்னிறக் கூந்தலும், மோனலிஸா நெற்றியும் நைட் கவுனும், இளமையுமாக அவனை உரசி அமர்ந்திருந்து முந்திரிப்பருப்பு கொறிக்கிறாள். அவன் டார்ஜான் பாணியில் ஜட்டியுடன் அவள் தோளை, உரோமக் கைத்திடத்தால் அணைத்து, மெல்ல கன்னச்சரிவில் பூனைகள் மீசையால் உரசிக்கொள்வது போலப் பட்டும் படாமலும் முத்தமிட மோப்பம் கூட்டுகிறான். அவள், எங்கள் வருகையை கண்களால் சமிக்ஞை உணர்த்தியதை அவன் அலட்சியமாக நழுவ விட்டுவிட்டு அவளது வாடிய உதட்டில் தொடுகிறான்...

அந்த வெள்ளைக்கார திமிர்ப்பின் அலட்சியம் மனதை கொஞ்சமாகக் கொத்துகிறது. கயிற்றுப் பாய் கட்டை வழியாக

உள்ளே நடந்தபோது – சாத்தியிருந்த அறையினுள்ளிருந்து – பெண் வாந்தியெடுக்கும் 'உவ்வா' உரக்கவே கேட்கிறது. 'என்ன அது' விடுதி மலையாளியிடம் நண்பன் கேட்கிறான். 'ஒண்ணுமில்லே, நீங்க போங்கள்' என்று அவன் நிசாரமாக்கியபோது, 'இல்லையப்பா, கதவைத் திற என்னன்னு கேட்போம்' என்றவாறு அவன் சட்டென்று நின்று அறைக் கதவைத் திறந்தபோது அப்பா திறந்த மேனியில் கட்டிலில் குப்புறப்படுத்துக்கொண்டு உருண்டு புரண்டு வாந்தியும் இருமலுமாக உருள்கிறாள் ஒருத்தி. புளித்த கள்ளின் வாடை காற்றோடு கலந்து முகத்தில் அரித்தது. சட்டென்று கதவைச் சாத்திக்கொண்டு வெளிவந்த நண்பனிடம் விடுதிக்காரன் சொன்னான்: 'தொழிலுக்குப் புதுசு பாவம், எல்லாம் விடிந்தால் சரியாகிவிடும்.'

சங்கிலியாகப் பிணைந்து வந்த வெறுப்பு இன்னும் இரும்புக் குண்டாக மனதை அழுத்த மாடியேறி வந்தபோது விரிந்த மாடித் தாழ்வார விச்ராந்தியில், நண்பனின் விருந்து காத்திருக்கிறது.

'ஹல்லோ' என்றான் இவன்.

நிலா வண்ண விளக்கொளியில், எட்டிய தூரத்தில் திரும்பி நின்றுகொண்டிருந்த அவளது பின்புறம், தூக்கிக் கட்டிய கட்டுக் கூந்தலின் நெருக்கம், ரிப்பனின் சிகப்பு, அவள் திரும்பிப் பார்த்து நடந்து வந்தபோது தரையில் ஸ்லோமோஷனில் மிதந்துவரும் அரபிக் குதிரை மாதிரி... என்ன திமிர்ச்சி எத்தனை உயர்வான அழகு. லுங்கி கட்டியிருந்தாள். சிவப்பு நிற நெக் கட் ஜாக்கட், கழுத்திற்குக் கீழே அந்த நிமிர்ந்த மனோகரம்... முகம் துல்லியமாக இருந்தது. நெருங்கிய புருவங்கள் பெரிய கண்கள்... சுயிங்கம் மாதிரி எதோ ஒன்றை அலட்சியமாக மென்றவாறு அவள் அருகில் வந்து, என்னை நிமிர்ந்து பார்த்த பார்வை – 'கடையனே, இந்த அர்த்த ராத்திரியில் வேர்க்க விறுவிறுக்க ஓடி வந்திருக்கிறாயே. நீயெல்லாம் என் காலடித் தூசி' என்ற பாவனையில் வாயுள்ளே சிவப்பு நுனி நாக்கை சுவைத்தவாறு அலட்சியமாக ஒரு பார்வை பார்த்தாள்.

'மை ஃபிரண்ட்' தொழில் புதிதொன்றுமில்லை. காரிய ஆண் என்று என்னை அவளுக்குக் கோடிகாட்டித் திரும்ப நினைத்த அவனை 'நில்லு நானும் வருகிறேன்' என்று சட்டென்று திரும்பி நடந்த என் பின்னால் அவள் முகபாவம் அலட்சியமாகச் சுயிங்கம் மென்றுகொண்டு... நெற்றியில் விழுந்த கேசத்தை எட்டிப் பின்னுக்கு எறிந்துகொண்டு சிரிக்கிறாளோ...?

இருட்டில் கார் விரைந்துகொண்டிருந்தபோது மௌனமாக கார் ஓட்டும் நண்பன் பின்னால் சன்னமாகிக்கொண்டு வரும்

கடலின் இரைச்சல், இரவின் இறக்க காலத்தின் குளிர்ந்த காற்று, பாதையோரத்து சங்கிலிப் பூச்சிகளின் இரவு சங்கீதம், வாந்தி யெடுத்த கள்ளின் துர்நாற்றம், மீசை வைத்த மலையாளி வரவேற் பாளனின் புளித்த சிரிப்பு... தூ... என்று காருக்கு வெளியே நீட்டித் துப்பினேன்.

காலையில் இறந்துபோனவனின் மூக்குக் குரல் சங்கீதம் இருட்டின் பூச்சிகள் இசைப்பதாகத் தோன்றியது. இருட்டுப் பாதையில் காரின் முன்பகுதி வீச்சு வெளிச்சம் மெழுகி உருண்டு கொண்டிருந்தது. சந்தேகம் வருமுன்பு தூங்கிப்போனேன்.

21

அந்தரங்கம்

நேற்று பாருக்குப் போனேன்;

குடித்தேன்.

இன்று விடியற்காலம் வெயில் வந்து சுடுவது வரையில் படுத்துத் தூங்கினேன்.

இன்றும் பாருக்குப் போனேன். பத்திரிகையில் உடன் வேலை செய்யும் இணை ஆசிரியன் சேவியர்கூட வந்திருந்தான். டாக்ஸியின் பின் சீட்டெல்லாம் வாந்தி பண்ணினேன். சேவியரும் டிரைவரும் நாய்கள் கடிபிடி போலச் சண்டை போட்டுக்கொண்டனர். சேவியர் இல்லாவிட்டால், டிரைவர் செம்மையாக மொத்தியிருப்பான்.

ரம், ரொம்ப வீர்யமுள்ள லிக்கர்.

இருந்தும் இன்று உறக்கம் வரவில்லை. காரணமிருந்தது. இரவில் எதிர்த்த வீட்டு சுந்தரி வருகிறேனென்று சொல்லியிருந்தாள்.

எனக்கென்ன வயசு? நாற்பத்தி மூன்றுதானே? இந்தச் சின்ன வளிடம் எனக்குப் புதிதாகக் காதல் முளைத்திருக்கிறது. காதல் என்ற சிறுபிள்ளை ஆட்டம் இதுநாள் வரை ஆடிப் பார்த்ததில்லை. பத்திரிகைக்கு வரும் கதைகளில் தொண்ணூற்றி ஒன்பதும் காதல் தம்பட்டம் கொட்டிக்கொண்டு வருகிறதே. அவைகளைப் படித்துப் பிரசுரத்திற்குத் தகுதி நிர்ணயித்து வரும்போது மனசு வழுக்குகிறது. அந்தப் பேத்தல் நினைவை, மூன்று பெற்ற மனைவியிடம் ஒத்திகை பார்க்க வரும்போது, 'மூன்றிற்குப்பின் வேண்டவே வேண்டாம்' என்று அடுப்படியை மெழுகப் போய்விடுகிறாள்.

இன்று, அவள் பரிவாரத்தோடு ஊருக்குப் போய்விட்ட சுதந்திரம்! கூட்டுச் சேர்ந்து குடித்தேன்... கதைகள் எழுதும் எதிர்த்த வீட்டுச் சின்னவள் இரவில் வருகிறேன் என்றாள்.

குடித்திருந்தாலும் நான் பிரக்ஞை இழக்காத நிதானக்காரன். சும்மா இருந்தபோது ஒன்றும் தோன்றவில்லை. அலமாரி நிறையப் புத்தகங்கள்... எனது குழந்தைகளைப் போல சண்டியான இந்தப் புத்தகங்களையெல்லாம் வாரி வெளியே இறைக்க வேண்டும்.

பத்திரிகைகள், மேஜை, பேனா, எழுதுபலகை, சிவப்பு மை புட்டி, இந்த மாதிரி நச்சரிப்பு எதுமில்லாமல், ஸ்காவஞ்சர் காலனி குடிசை போல், ஒற்றை அறை, ஓலைப்பாய், குப்பி நிறைய கசகசவென்று சாராயம், ஈரல் வறுவல், ஆடை அணியாத ஒரு பெண்... அவ்வளவு தான்... வேணும்...!

ஏப்பம் வந்தது. வாந்தி வரும்போல் இருந்தது. பொந்துக்குள் தலையை இழுத்துக்கொள்வது போல், சட்டென்று படுத்துக் கொண்டேன். சுவரில் பல்லிகள் வாலடித்து இணை சேருகின்றன. லைட் ஷேடில் சின்ன ஒட்டடை ஆடுகிறது. சலங்கைப் பூச்சிகள், முற்றத்துப் பாதைக்கு அப்பாலுள்ள கமுகின் தோப்பில் சங்கீதம் பாடுகின்றன. எதிர்வீட்டுத் தேக்கு மரப் படிப்புரையிலிருந்து ரேடியோவில் யேசுதாஸ் லலிதகானம் பாடுகிறான்.

படுத்துக்கொண்டபோது மனசு லேசாக இருக்கிறது. கனவு வரும் போலிருக்கிறது. கனத்த இமைகளின் கண்ணிலுள்ள நட்சத்திரம் பூத்த வள்ளிக்கொடிகள் சதிராடுகின்றன. கமுகின் தோப்பில் பூச்சி பழுக்காய்ப் பாக்கிற்காகத் தோப்பின் இருட்டினுள் வௌவால்கள் சிறகடித்துக்கொள்கின்றன.

எல்லாவற்றையும் தெளிவாக உணரும் நான், இன்னும் கொஞ்சம் குடித்திருக்க வேண்டும். நினைவு குருடாக எங்கே யென்று தடுமாறிக்கொண்டு பள்ளத்தில் விழுந்து, எழுந்து சாமி யாடும் தடுமாற்றத்தில் ஒரு சுகம் இருக்கிறது. நாக்கு வளைந்து எழும் வார்த்தைகளையெல்லாம் பேசலாம். திட்டலாம். சிரிக்கலாம். ஒப்பாரி பாடலாம். கவிதை எழுதலாம். ரோட்டில் நடப்பதானால், பத்மதீர்த்த குளக்கரை அரசமரத்தடியில் போய் இருந்துகொண்டு குளிக்கும் மலையாளச்சிகளையெல்லாம் பார்க்கலாம். இடுப்பு வளைவு, மத்தகம் போன்ற பின்புறத் திமிர்ச்சி, பொற்ஸ்தூபி போல நனைந்த முலைகள், எரியும் கண்கள், அவிழ்த்துக் காட்டி நீரில் குதிக்கும் தந்திரம் எல்லாம் காணலாம்.

குடித்துவிட்டுத் தெருவில் நடப்பது ஆபத்து. வாந்தி வரும். டாக்ஸிக்காரன் போல கண்டவனெல்லாம் கதை கேட்க வந்து விடுவான். சுந்தரி இன்னும் வரவில்லை.

எதிரே இருட்டில் அவள் வீட்டின் முற்றம் தெரிகிறது. இருட் டில் முற்றத்து செம்பருத்தி மரம் தெரியவில்லை. துளசிமாடம் தெரியவில்லை. பித்தளைக் குமிழ் வைத்த பெட்டகம் போன்ற தேக்குமரப் படிப்புரை காணவில்லை. கோபுரக் கலசம் போன்ற சுட்டமண்ணின் திருநீற்றுக் குடுவை தொங்குமே, அதுகூடக் காண வில்லை. கிளியின் பஞ்சரம் தெரியவில்லை. நான் வெற்றிலை துப்பிவிட்டு காரியாலயம் திரும்பும் சந்தர்ப்பங்களிலெல்லாம் 'மாமா' வென்று கிரீச்சிடும் அந்தக் கிள்ளையின் குரல், இருட்டை எட்டிப்

பார்க்கிறது. மூஞ்சியெல்லாம் வேர்க்கிறது. க்ஷவரம் பண்ணிக் கொள்ளவில்லை.

'சார்' என்று கூப்பிட்டது போலிருந்தது. சுந்தரி குரலாகத்தான் எட்டியது. சட்டென்று எழுந்து பார்த்தபோது பூனை ஓடுகிறது! கதவின் கிரீச்... சா...ர்...ர்

சீ, என்ன எச்சக்கலைத்தனம். இன்னுமா இந்தக் கொல்லன் உலை கொதிப்பு? நாற்பத்தி மூணு வயசு, இப்படியா எதிர்பார்த்து எரியும்?

இருந்தாலும் இந்தச் சுந்தரி, மனதேறி நின்று ஆடுகிறாளே? மூன்று மாதத்திற்கு முன்பு, அவளை முதன்முதலில் எதிர்த்த வீட்டில் கண்டபோதே – அவள் மனமேறிக்கொண்டாளே?

இந்தச் சின்ன வயதில் கதையெழுதி பெரிய பத்திரிகையில் ஜெயராஜ் படத்துடன் வெளியாகி எழுபத்திஐந்து ரூபாய் வீதம் சன்மானமும் வாங்கும் அவளை, அறிமுகமானபோது கொஞ்சம் பொறாமை வந்தது. என்னதான் நான் பத்திரிகை ஆசிரியனாகக் கிழித்தாலும் ஒரு ஆர்ட்டிஸ்டுகூட என் கதைப் பெண்ணிற்குப் படம் வரைந்ததில்லை. ஏனென்றால் நான் தரமான இலக்கியப் பத்திரிகையின் கிரியேட்டிவ் ரைட்டர்!

கிரியேஷன்!

'புதிசா நான் ஒரு கதை எழுதியிருக்கிறேன்' என்று வாரந்தோறும் படியேறி வந்தாள் அவள்!

எனக்கு – காப்ஃகா, சாத்ரே, பெக்கட் இவர்களைப் பற்றியும் 'மாடேன்', 'அல்ட்ரா மாடேன்' போன்ற தியரிகளைப் பற்றியும் இவளிடம் சொல்லி மாளவில்லை. பிறகென்னவாயிற்று? அவளது செம்மீன் உதடுகள், விரிந்த மார்பு, நீண்ட தாழை நிறக்கைகள், சுத்தமான குமிழ் நகங்களுள்ள விரல்கள், அணில் முதுகு போலப் புசு புசு அடர்ந்த புருவம், வெள்ளையில் துல்லியமான கறுப்புத் திராட்சைக் கண்கள், அலை அலையாகக் கூந்தல்... காதுகள், வாய், பேச்சு, வழவழப்பு, ஆடைகளின் உள்ளே பாதத்திற்குமேல் முழங்கால் வரை ரகசியம்... கரையான்புற்று மினைந்ததுபோல இவளை நான் சிறுக சிறுகக் காதலித்தேன்.

உடம்பெல்லாம் எறும்பு அரிப்பது போலிருந்தது... சுந்தரியை இன்னும் காணவில்லை. வேர்க்கிறது. தாகமெடுக்கிறது. முகட்டு விளக்கிற்குச் சுற்றும் கட்டை கறுத்துக் கறுத்து நரைக்கிறது... சுந்தரீ... நீ நிச்சயம் வரத்தான் போகிறாய். வாயேன்! வந்து என் மேல் வழிந்து இறங்கி என் நெருப்பை அணைத்து விடு. அணைத்து விட்டுப் புதிதாக ஏற்றி வை. ஏற்றிய ஒளியை மூடி வை. மூடி வைத்த என்னைத் திறந்து வை. திறந்து விட்ட என்னைத் துரத்தி

வா. வந்து, என்னைக் கட்டி வை. கட்டிவிட்டு உடைத்தெறி. சிதறலைக் காற்றோடு கலக்கிவிடு. நெருப்போடு சேர்த்துவிடு... அப்பாடா... அத்தனையும் நிகழ்ந்துவிட்டால்.

'ஏ...மா...ற்...றா...தே... ஏ...மா...ற்...றா...தே...' என்று முகட்டை உடைக்கும் குரலில் ஐயோவென்று கத்திப் பாடவேண்டும் போலி ருந்தது. ஒரு ஏப்பம் புரட்டி வந்தது. அடங்கு, அடங்கு என்று நெற்றியை அழுத்திக்கொண்டு, மேஜையடியில் இன்னும் விறைத்து அமர்ந்தேன். காகிதப் பென்சிலை எடுத்து, பிளாட்டிங் பேப்பரில் படம் வரைந்தேன். வட்டத்தில், தலை, சமம் போடுவது போல வட்டத்தின் நடுவில் இரண்டு கோடுகளை வரைந்து – ஏணிக்குப் படி வைப்பது போல பற்களை வரைந்தேன். மண்டையோட்டுக் கண் குழி போல விருத்தத்தில் கண்களை இட்டேன். கேள்விக் கொக்கி போல காதுகளைப் பொறித்தேன். உச்சிக்குடுமி போல கூந்தல் நாட்டினேன். வாய்க்கு, சின்ன சைபர்கூர் ஒடிந்துவிட்டது, படத்தை விட்டு வைத்தேன்...

எதிர்த்த வீட்டின் விளக்கணைந்தது. இப்பொழுது எதிர்த்த வீடும் இருட்டும் ஒன்று. 'ஹப்பா! வந்துவிடுவாள்' என்று ஏங்கித் தணிவதற்குள் வந்தேவிட்டாள். அவளோடு வெள்ளைப் பூனை வாசற்படி வரை வந்துவிட்டுத் திரும்பி ஓடி, இருட்டோடு போயிற்று. இப்பொழுது இருட்டும் பூனையும் ஒன்று. அவள் வந்து நுழைந்த போது, லைட் இன்னும் வால்டேஜ் ஏறி பிரகாசமாக ஜ்வலிப்பது போலத் தோன்றியது. வந்து அருகில் அமர்ந்தாள். "சார், இன்று ஒரு கதை வெளியாகி வந்திருக்கிறது சார். இதோ" என்று பத்திரி கையை நீட்டினாள். பெரிய சினிமா ஸ்டாரின் பெரிய முகத்தின் பெரிய நீண்ட புருவம். காதுக்கு வளையல் போல ரிங். ரிங்கி னுள்ளே துளியாகக் குருவி. புரட்டினேன். 'வெறி' என்று தலைப் பிட்டு, ஜெயராஜ், அவள் கதைக்கு இறுக்கமாகப் படம் வரைந் திருந்தான்... பார்த்துக்கொண்டே இருந்தேன். பிரகாசமான விளக்கில் ஜெயராஜ் படத்தின் காரிகைகள் அப்சரஸ்களாக நடந்து வருகிறார்கள். ஜல்... ஜல்... ஜல்...

"சார் படிச்சுச் சொல்லுங்கள் சார், கதையை..."

திடுக்கிடுகின்றேன். விளக்குதான் எரிகிறது. எதிரே சுந்தரி... பார்க்கிறேன். விழுங்குகிறேன்... அவள் நெற்றியில் வேர்வை முத்துக் கட்டியிருக்கிறது. நீண்ட மூக்கின் கீழே அழகாகப் பச்சை படரு கிறதோ? பெண்மைக்கு இந்த ஆண் அம்சமும் தேஜஸ்தான்... கண்களின் படபடப்பின் உள்ளே பார்த்து வெறிக்கிறேன்.

"என்னா சார், இது இப்படிப் பார்க்கிறீங்க? கதையைப் படித்துச் சொல்லுங்கள் சார்..."

"சுந்தரீ!"

"என்ன சார் இது? கதையைப் படிக்குமுன், என் கதாநாயகி சுந்தரியைப் பற்றி எப்படித் தெரிந்தது?"

"சுந்தரீ – உன் கையைத் தொடலாமா?"

"சார், என்ன சார், சேவியர் கொண்டுவந்து விட்டுப் போனான் என்று அம்மா சொல்லும்போதே தெரியும்."

"தெரியுமா? உனக்குத் தெரிந்தால் என்ன? இன்றும் நிறைய குடித்தேன். ராஸ்கல், அந்தச் சேவியர், சரியான குடிகாரத் தடியன். நாற்பத்தி அஞ்சு ரூபா காலி... பிறகென்ன ஆச்சு தெரியுமா? டாக்ஸிக்காரன்கூட சண்டை. அவன் திட்டினான். நான் திட்டி னேன். சரியான போல்த்தா..."

"சார், என்ன இது, லைட்டை அணைச்சிட்டீங்க?"

"தூக்கம் வருது. நீயும் இங்கேயே தூங்கேன். சுந்தரீ..."

"சார் கதை?"

"இன்று வேறு கதை வச்சிருக்கேன்... படுத்துக்கவேன்..."

"சார்... சார்..."

சுந்தரி பலே அழுத்தக்காரி. மாய்மாலக்காரி. 'சார் சார்' என்று பிகு பண்ணினாள். மூஞ்சியில் உதைத்தாள். பிறாண்டினாள்.

காலை மிதித்தாள். இடுப்பை வளைத்துப் பிடித்து ஒதுக்கித் தள்ளினாள். எனக்கா தெரியாது தந்திரம். இந்த மாதிரி எத்தனை எழுத்தாளக் கதையை எல்லாம் படித்திருக்கிறேன். எங்கே நிரடல் வரும், எங்கே பிசிறடிக்கும், எங்கே கிளைமாக்ஸ் உடையும் என்றெல்லாம் எனக்கா தெரியாது... சமாளித்தேன். திண்டுத் தலைகாணியை ஒதுக்குவது போல இருட்டில் கால்களால் பிணைத்தேன். இப்போது ரம்முக்கு வாழ்த்துகள்! என்ன செய்கி றேனென்று பிரித்துப் பிரித்து அறிய அவகாசமில்லை... அவள் வாயைப் பொத்தினேன்... ஒவ்வொரு இதழ்களாக அழுத்தமாக விரித்தேன்... எல்லாம் கைக்குப் படாமல் உதிர்ந்து உதிர்ந்து சுருள் கின்றன... ஆயினும், இருட்டில் அண்டகோசத்தைத் தொட்டே குளிர்ந்தேன். ரொம்ப வேர்த்தது. என் வேர்வை எனக்குள்ளேயே நாறியது. குளிர்ந்தேன். குள அட்டை போல நிறைய உறிஞ்சிவிட்டுத் தொப்பென்று விழுந்து சுருண்டேன்.

அவ்வளவேதான். நிம்மதியாக உறங்க முடிந்தது. ஏனென்றால், அவளும் கைகளை மலர்த்திக்கொண்டு தூங்க ஆரம்பித்திருந்தாள்.

முழுக்கதையையும் படித்தேன்!

விடிந்தால் வெயில் வருகிறது!

வெயிலில், அய்யோவென்று எல்லாம் தெளிவாகத் தெரிகிறது. முற்றத்து மண் பாதைக்கப்பால் கமுகின் தோப்பில் மட்டும் கொஞ்சம் இருட்டுத் தயங்கி நிற்கிறது. மண்டையினுள் என்னவோ செய்தது. மயக்கம் கலைவது போலிருந்தது... மெல்ல... மெல்ல ஒவ்வொன்றாகத் தெரிகிறது. சே! அத்தனையும் நடந்து முடிந்து விட்டதே... காலை வெயிலை சிறகுகளில் அணிந்துகொண்டு முற்றத்தில் உதிர்ந்த தென்னம்பூக்களைக் கொறிக்கிறது, மைனாக் கிள்ளைகள். வீட்டின் பின்புறத்து மாமரத்துக் கிளைகளில், வைக்கோல் போர் இடுக்கில் வாழை மரங்களின் குமைச்சலில் எங்கிருந்ததெல்லாமோ, பெயர் தெரியாத பறவைகளின் குரல்கள்... தட்டான் பட்டறை சுற்றியல் சத்தம் போல, ஜலதரங்க இசை போல, வண்ணான் ‘அச்சோ’ போல... பால்காரன் சின்னப் பாதையினூடே பசு மாட்டை ஓட்டிக்கொண்டு போகிறான். எதிர்வீட்டில் அவன் அம்மா கடகடவென்று ராட்டையில் தண்ணீர் இறைக்கிறாள். அடுக்களைப் புகைபோக்கியிலிருந்து சின்னதாகப் புகை வருகிறது.

“என்னடா சுந்தரம். நல்ல பிள்ளைதான் போ. பிறத்தியார் வீட்டில் இப்படித்தான் வெயில் சுடுகிற வரைக்கும் படுத்துக் கொண்டு தூங்குவாங்களோ... அங்கே அந்த மாமி ஊரில் இல்லை, அதனால் சரியாய்ப் போச்சு...”

அவன்தான் என்ன சொன்னானோ, ராட்டையின் கடபுடா வில் ஒன்றும் காதில் விழவில்லை.

இப்பொழுது எல்லாம் தெளிவாகத் தெரிகிறது. அதாவது குடித்தால் இருட்டு வந்துவிடுகிறது விடிந்தால் வெளிச்சம் வந்து விடுகிறது. வெளிச்சத்தில் உண்மை தெளிவாகத் தெரியும்.

சே! வெளிச்சத்தில் உண்மை தெரிந்துவிட்டதே...

சுந்தரம் இன்னும் தூங்கிக்கொண்டிருக்கிறானென்று நினைத்தேன். எழுந்து கலைந்த கிராப்பை ஒதுக்கி விட்டுக்கொண்டு மேசை மேலிருந்த பத்திரிகையை எடுத்துக்கொண்டு திண்ணையில் என்னிடம் சொல்லாமலேயே படியிறங்கிப் போனான்.

❖

22

குழந்தை

எனக்குத் தூக்கம் தூக்கமா வருது. அம்மா படிக்கப் படிக்கச் சொல்லுதா. ஏசுறா, அம்மாவுக்கென்ன. அப்பா ஏசின கோவம். வேணும். நல்லா வேணும். வெளக்கு வெச்சதும் படிக்காட்டா அம்மைக்கென்ன. ஜயந்திகூட இன்னும் கொஞ்ச நேரம் பாண்டி வெளையாடினா அம்மைக்குக் குசும்பு... வெளையாடிக்கிட்டே இருந்தா தூக்கமே வராது. அந்த ஜயந்திக் குட்டி படிக்காமெ வெளயாண்டு திரிஞ்சதினாலேதான் ஒண்ணாம் கிளாசிலே தோத்துப்போனாளாம். அம்மா சொல்லுதா. தோத்தா என்ன செயிச்ச என்ன? செயிச்சாத்தான் கஷ்டம். ரெண்டாம் கிளாசுக்குப் போணும். ரெண்டாம் புஸ்தகத்திலே ஒண்ணுமே தெரியமாட் டேங்கிறது. ஜயந்தி இப்போ ஒண்ணாம் பாடபுஸ்தகம் முழுக்க பாராமை படிச்சிருவாளே... அம்மைக்கு ஒண்ணும் – ஒண்ணுகூடத் தெரியாது. அதனாலேதானே, 'அறிவுகெட்ட மூதி'ன்னு அப்பா நல்லா ஏசினா. அம்மைக்கு நல்லா வேணும். அப்பா கையைக்கூட ஓங்கி அடிக்கப் போனாளே. ஆனாலும், அம்மைக்குச் சொரணையே இல்லை. அப்பா பேசாத பேசாதேன்னக்குகூட வகை வைக்காமெ புறுபுறுத்துக்கிட்டே இருந்தா... அப்பா, குடிச்சு கண்ணு மூஞ்சியெல்லாம், செவக்க வச்சிகிட்டுத் தெனமும் வாறாளாம், அம்மைக்கென்ன, அப்பா தெனமும் ஆபிசுக்குப் போறா வெளியிலே நல்லா தாகமா இருந்திருக்கும், குடிச்சிருப்பா. அன்னைக்கு என்னைக்கூடெ பார்க்குக்குக் கூட்டிட்டுப் போனப்போ, 'அப்பா தாவமா இருக்கி'ன்னேன். அப்பா கூல்டிரிங் வாங்கித் தந்தாளே. கூல்டிரிங்கு நல்லா இனிச்சுக்கெடக்கும். ஆரஞ்சு மிட்டாய் மாதிரி நெறையா இனிப்பு. இவ்வளவு நீளத்திலே குச்சி மாதிரி குழல் போட்டு கிளாசிலேதான் கூல்டிரிங் தருவான். அதெவச்சிட்டு உறிஞ்சி உறிஞ்சிக் குடிச்சா, வயத்துக்குள்ளே எல்லாம் நல்லா குளிரும்... அதுமாதிரிதான் அப்பா குடிச்சா இந்த அம்மைக்கென்ன? இந்த அம்மைக்குக் குசும்பு, உண்டியல் நெறையா பைசா பைசாவா சேக்கணும்னிட்டு ஆசை. பாவம் அப்பா... வரட்டும் அப்பா, வெளியே போயிட்டு வாறப்போ இன்னும் அம்மைக்கு நல்லா கெடைக்கும்.

“எட்டீ விஜியா, நீ என்ன பாடம் படிக்கிறியா, விளக்கு முன்னாலெ தூங்கி விழுறியா? படியேன் ராட்டே. அந்த அப்பா குணம், அடம் அத்தினியும் இந்தச் சிண்ணார மூதிகிட்டே வந்து அப்பிடியே அமிஞ்சிருக்கு...”

“நான் ஒண்ணும் தூங்கல்லே. படிக்கத்தான் செய்யேன்...”

“நல்லா சத்தமா படியேன். அங்கே நீ படிக்கிறது, இங்கெ படிப்பெரைக்குகூடக் கேக்க மாட்டேங்கிறது.”

“பாவம் ரெண்டு அக்காளும் தங்கையும். என் பெயர் பூங் கோதை. நான் இரண்டாவது வகுப்பில் படிக்கிறேன். என் அக்காள் நான்காவது வகுப்பில் படிக்கிறாள்.”

“ஏய் விஜ்ஜி, ஒனக்குத் தெனம் இதே பாடம்தானா? இதை மட்டு பாராமெ உருப்போட்டு வச்சிருக்கே புஸ்கத்தெ தெறந்தா தெனமும் இதுதான் ஒரு பாடம்... இப்போ பள்ளிக்கூடம் தெறந்து மாசம் மூணாவுது. ரெண்டாவது பாடம் வரைக்கும்தான் படிப் பிச்சிருப்பாங்களா...? அடுத்த பாடம் மூணாவது பாடம் – நாலாவது பாடம் எதையாவது எடுத்துப் படி...”

– ஒவ்வொரு பாடமாகத்தான் படிப்பேன்... என் அக்காள் நான்காவது வகுப்பில் படிக்கிறாள்... உம்... படிக்கிறாள்.. நான் தினமும் அதிகாலையில் எழுவேன். கைகால் சுத்தம் செய்து பாடங் களை ஒழுங்காகப் படிப்பேன். அம்மாவிற்கு உதவியாக வேலைகள் செய்வேன்...

“... ஆமாமா பாடங்களெ இவ ஒழுங்கா படிச்சு கிழிச்சா... அம்மாவுக்கு உதவி செய்வாளாம். சவம், விடிஞ்சு எட்டுமணி வரைக்கும் அப்பாவுக்கு நானும் சளைச்சவளான்னு, படுத்துத் தூங்குவா. ஒன்பது மணிக்குப் பள்ளிக்கூடம் போக, எட்டேமுக்கா மணிக்கு வந்து நின்னு, தலையை கட்டு, பொட்டு' போடுன்னு நிப்பா...”

“என்ன தொடங்கீட்டியா, பிள்ளையை போட்டுக் கரிச்சுக் கொட்ட? ஒனக்கு என்மேலே கோவம் இருந்தா அதெ எங்கிட்டெ நேரா காணிக்கணும். அதவிட்டிட்டு, நான் வெளியே போனதும் பாவம் அந்தப் பச்சைப் பிள்ளையே போட்டு ஏன் உயிரெடுக்கே...”

“அப்பா வந்தாச்சு... இப்போ அம்மைக்கு நல்லா வாக்கா கெடைக்கும்... பாடம் மூணு, பச்சைக்கிளி. பச்சைக்கிளியே வாவா... பாலும் பழமும் உண்ணவா... கொச்சி மஞ்சள் பூசவா...”

"நான் உங்களையும் சொல்லல்லே. உங்க அருமந்த மகளையும் ஒண்ணும் சொல்லல்லே... உங்களுக்குத்தான் வெளியே இருந்து வந்ததும் வராததுமா மற்றுள்ளவமேல் எரிஞ்சு விழலாம்னு வாறியோ. அதுக்கு வேறெ ஒண்ணும் தொக்கு அகப்படல்லே. பச்சைப்பிள்ளையே ஏசாதேன்னு தொடங்கீட்டியோ. ஆமா பச்சைப் புள்ளை. புரட்டாசியிலே ஏழு வயசு தொகையுது. ரெண் டாங்கிளாசு படிக்கிறதுதான் மிச்சம். சொன்ன சொல் ஒண்ணும் கேக்காது. இங்கே வான்னு கூப்பிட்டா அங்கேதான் போவேன்னு போவா... பச்சைத் தண்ணியெ குடிக்காதேன்னா அதைத்தான் குடிப்பா. அப்பா எதையெல்லாம் குடிக்கிறாரு – நமக்கு பச்சைத் தண்ணி குடிச்சா என்ன? இந்த அம்மை ஒரு போக்கத்தவ பொலம்பீட்டு கெடப்பான்னு அதும் நினைச்சிருக்கு..."

"ஏய் என்ன இது? ஆட்டைக் கடிச்சு... மாட்டைக் கடிச்சு மனிசன் மேலேயே பாயுதே. என்னைக் குடிகாரன் அறப் போக்கி ரீன்னு நேரே சொல்லேன்... ஏன் பிள்ளை, தண்ணி குடிக்கிற சாக் கிலே வாழைப்பழத்திலே ஊசி ஏத்துறது மாதிரி என்னெ குத்துறே... இந்தா பாரு என் சுபாவம் எனக்கே நல்லதா தெரியல்லே... இனி நான் கை நீட்றப்பிடி மட்டும் வச்சுக்கிடாதெ. அக்கம் பக்கத்திலெ நல்ல ஆட்கள் இருக்காங்களேன்னு பார்க்கேன். இல்லெ அப்போதே ரெண்டு பூசை வச்சிட்டுத்தான் போயிருப்பேன்..."

"நல்லா பூசை போடுங்களேன். இனி அது ஒண்ணுதான் கொறைச்சல், அதையும் ஏன் மிச்சம் விடணும்?"

"சும்மா கெட சவமே... மனிசன் வந்ததும் வராததுமா உன் சர்ச்சையை விரிச்சுக்கோ... எங்கே அது... விஜ்ஜி மக்களே... படிக்கிறியா மக்களே, சரி அப்புறமா படிக்கலாம். அப்பாவுக்குச் சின்னப் பக்கட்டிலே கொஞ்சம் தண்ணி எடுத்து வையேன். கால் முகம் கழுவணும்..."

"வாறேன் அப்போவ். தண்ணியா அப்போவ்? பக்கட்டிலியா அப்போவ்? உம்... உம்... எனக்கு இருட்டிலே பயமா இருக்குமே, நீ கூட வா அப்போவ்..."

"அட இவளே, இவ்வளவுதானா உன் தைரியம்? நான் கூட தொனைக்கு வாறதானா நானே பக்கெட்டிலே தண்ணியை எடுத்து கழுவிக்குவேனே..."

"பாத்தீங்கள்லா உங்க மகலச்சணம்... இந்தாருங்க தண்ணி எடுத்து வச்சாச்சு... மணி எட்டாவுதே... சாப்பிட்டாச்சுன்னா, நாளை வெள்ளிக்கிழமை அடுக்காளை கழுவிவிடணும். சோலி தீரும்..."

“உம்... உம்... உன் சோலி தீரட்டும். சோத்தைப் போடு...”

“உன் சோலி தீரட்டும்னு ஏன் மறைச்சு சொல்லணும் கொஞ்சம், மூட்டைப்பூச்சி மருந்தோ... ஏதாவது கஷ்டப்படாமெ உயிர் போகிற மருந்தா உங்க கைய்யாலியே வாங்கிக் கொடுங்கோ. நிம்மதியா சோலி தீந்தே போறேன்... அப்புறம் அப்பாவும் மகளும் நிம்மதியா இருக்கலாம்...”

“ஏய் அறிவுகெட்ட இதுவே... நீதானே... சோலி தீரட்டும்னு ஒரு மாதிரி அழுத்தமா ஆரம்பிச்சே. நானும் என்னமோ சொல் லிற்றேன். அதுக்கு ஏன் பச்சைப் புள்ளை முன்னாலே அதையும் இதையும் சொல்லுறே... ஏதோ ஒரு சினிமாவிலேகூட தங்கவேல் அருமையா சொல்லிக் காட்டினான். பிள்ளைகள் முன்னாலே, பெண்டாட்டி புருஷன் பெரிய சங்கதியெல்லாம் பேசக்கூடாது. பேசினா அதுகள் தெருவிலே இந்த நாடகத்தையே ஆடிக்காமிக் கும்னு... சரி சரி... சோத்தைப் போடு... காரணமில்லாததுக்கெல் லாம் இப்படி அழுது சிந்தினா கை ஊருது செம்மையா ரெண்டு வைக்காலாம்னு...”

அப்பா, அம்மைக்கு நல்லா ரெண்டு அடிகுடேன்னு சொல்ல லாம்போல இருக்கு... அப்பதே வெளக்கு வெச்சதும் அம்மை என்னெ ஏசினாள்னு அப்பாகிட்டே சொன்னா, கட்டாயமா அப்பா அம்மையை அடிச்சே போடுவா.

“ஏன் விஜ்ஜி மக்களே, என்ன யோசனை, தூக்கம் வருதா... சாப்பிடு. நம்ம ரெண்டாவதாட்டம் சினிமா பார்க்க போகலாம்... தூங்காம சாப்பிட்டாத்தான் சினிமா... ஆமா... அப்பிடித்தான்...”

ரெண்டாவதாட்டம் சினிமாவுக்கும் கூட்டிட்டுப் போகலே. எங்கியும் போகல்லே. அப்பா சும்மா சொல்லி ஏமாத்திட்டா... அம்மை அடுக்காளை கழுவிவிட்டு, அடுப்புமேலே எல்லாம் கோலம் போடுதா... அப்பா, ‘சினிமாவுக்கு நாளைக்கு மொத ஆட்டத்துக்குப் போகலாம் மக்களே’ன்னு ஏமாத்தம் காட்டிட்டு, கசேரியிலெ இருந்து ஆனந்தவிகடன் படிக்குதா, அப்பாவுக்கு எப்பவும் இதுதான். எப்பவும் ஆனந்தவிகடன்தான். நான்கூட இப்போ ரெண்டாம் பாடபுஸ்தகம் வாங்கீட்டேன்... அப்பாவுக்கு என்னைக்கும் ஆனந்தவிகடன்தான். அப்பா ஏன் படிக்கணும்? ஆபீஸிலே சார் இருப்பாரோ? அவரு நேத்து என்ன பாடம் படிச்சேன்னு கேப்பாரோ? அம்மையும் ஆனந்தவிகடன்தான் படிக்கா.. எனக்குப் படம் பார்க்கத்தான் தெரியும்...

“விஜ்ஜி கண்ணு, தூங்கீட்டியா?”

தூங்கீட்டேன்னு சொல்லக் கூடாது... ஒண்ணுமே பேசக் கூடாது... அப்பாதான் சினிமாவுக்குக் கூட்டீட்டுப் போகலயே...

"ஏய்? என்ன அது இன்னும் அடுக்களையிலெ கெடந்து சட்டியைப் பொரட்டுறே. ஆச்சா இல்லியா? தூக்கம் வருது படுக்கையை எடுத்துப்போடு. மற்றுள்ளவா தூங்கணும்..."

"படுக்கையெல்லாம் போட்டுதான் வச்சிருக்கு. தூக்கம் வருதுனா போய் படுத்துத் தூங்கறதுதானே? அதுக்கு மற்றவ என்ன வேணும்? வந்து தாலாட்டுப் பாடணுமா?"

"ஏய் கத்தாதெ. 'அந்தப் பிள்ளை தூங்குது... உன் வேலையை சீக்கிரமா முடிச்சிட்டு வா'ன்னுதான் இப்போ சொல்லுதேன்..."

"ஆமாமா இதுக்கொண்ணும் கொறச்சல் இல்லே... வாறேன். வாறேன்..."

அய்யோ அப்பாவும் அம்மையும் நான் தூங்கீட்டேன்னு நெனைச்சுக்கிட்டு இருக்கா... என்னைக்கும் இப்பிடிதான். நான் தூங்கீட்டேன்னு நினைச்சுக்கிட்டே என்னை மட்டும் தனியா இந்த ரூமிலே படுக்கவிட்டுப்பிட்டு, அம்மாவும் அப்பாவும் உள்ளே கட்டில் ரூமுக்கு படுக்கப் போயிடுவாங்க... அப்பா பெரிய பிள்ளை தானே. தனியா படுத்துக்கிடுவாளே? இந்த அம்மை ஒரு பயந்தாங் குள்ளி அதான் அப்பாகிட்டே போய்ப் படுத்துக்கிடுதா... எனக்கும் பயந்தான். அம்மைக்கு எங்கிட்டெ படுத்தா என்ன? இதான் அம்மையை எனக்குப் பிடிக்கவே மாட்டேங்கு... இன்னைக்கு அப்பா அம்மையை நல்லா திட்டினாளெ. அதனாலெ கட்டில் ரூமுலெ அப்பா அம்மையை நிச்சயமா சேத்துக்கிடமாட்டா... வரட்டுமெ பார்க்கலாமே. தூக்கமே வரமாட்டேங்கிது. அப்பவே தூக்கம் தூக்கமா வந்தது... இப்போ பயம்மா இருக்கு –

"மணி பத்தாகப் போகுது. இப்பவாவது முடிஞ்சுதா உன் வேலை... வா... வா... தூக்கம் வருது..."

"அதுக்கு நான் என்ன வேணும்? தூக்கம் வந்தா போய் படுத்துத் தூங்கறது... ஒரு நல்லது பொல்லாதது பெண்டாட்டியாக்கு மேன்னு சொன்னா. கோடாலி வெட்டுறவன் பேசுறது மாதிரி அறுத்து முறிச்சு பேசிறது... பின்னெ ராத்திரி மட்டு... மற்றுள்ளவா பக்கத்திலே வேணும்."

"அட சவமே. நீயும் சந்தர்ப்பம் அது இது தெரியாமெ எதையும் ஒண்ணெ சொல்லுவே. நானும் வெளியே இருந்து வாரவன் ஒண்ணு சொல்லிடுவேன். அதுக்கெல்லாம் இப்போ என்ன? சட்டியும் பானையும்னா தட்டியும் முட்டியுந்தான் இருக்கும்..."

அம்மையும் அப்பாவும் சிரிச்சுக்கிட்டே கட்டில் ரூமுக்கு போயிட்டாளே... அய்யே இது என்ன அப்பா? அம்மாவுக்குச் சொரணையே இல்லெ... எனக்கு பயமா இருக்கு. எனக்கு பயமா இருக்கு...

நல்லா விடிஞ்சுட்டுதே. கட்டில் ரூம் இன்னும் அடைச்சிருக்கே... அம்மா... அம்மோவ்... கதவத்தெற... நேரம் நல்லா விடிஞ்சாச்சி... கதவைத் தெறந்து வர இவ்வளவு நேரமா? அம்மைக்கு மூஞ்சியெப் பாரு... அப்பாவெப் பார்த்து சிரிக்கா... அய்யே, அப்பாவும் அம்மையைப் பார்த்து சிரிக்காளே... என்ன அப்பா இது... அப்பாவுக்குச் சொரணையே இல்லே... அதுதான் அம்மை அப்பாவெ வகைவிக்கவே மாட்டேங்கா... அம்மை என்னெப்பாத்து சிரிச்சுகிட்டே ஓடுதா. வெவ்வே... என்னை ஒண்ணும் பார்த்து சிரிக்கவேண்டாம்... ஆமாம். இந்த அப்பாவுக்குச் சொரணையே இல்லே... நேத்துதான் ஏசினா... இப்போ ரெண்டு பேரும் சேந்து சிரிக்கா... அப்பாவுக்குச் சொரணையே இல்லே...

23

திருட்டு

மங்கலான இருட்டு.

இடுக்கான சந்தின் ஓரத்தில், தெருவிளக்கு பிரகாசம் பரப்பி, தனித்து நிற்கிறது. ஒளி வட்டத்தில் கும்பலாகப் பூச்சிகள் மேய் கின்றன. திருடன், ரொம்ப அனாயாசமாக பீடியை, கடைசிப் புகை யாக இழுத்து ஓடையில் விட்டெறிந்துவிட்டு, சந்தில் நடந்தான். யாருமில்லை. வீடுகள் எல்லாம் உறங்குகின்றன. அடைத்த ஜன்னல்களுக்கப்பால், மின்சார விசிறி சுற்றும் முழக்கம், அமைதியில் தெளிவாகக் கேட்கிறது. வீட்டுச் சாக்கடைப் பொந்திலிருந்து பெத்தாம் பெரிய பெருச்சாளி ஒன்று, விழுந்தடித்துக்கொண்டு இவன் காலருகில் ஓடிப் போயிற்று. முடுக்கின் அந்தப் பக்கத்துச் சாரி வீடு ஏதோ ஒன்றிலிருந்து சின்னக் குழந்தை அழுகிறது. மாடியில் திறந்திருக்கும் ஜன்னலுக்கப்பால், சாமி படத்திற்கு சிவப்பு கலர் பல்பு போட்டிருப்பதின் மங்கல் வெளிச்சம், பெரிய வெளிச்சமாகத் தெரிந்தது.

திருடன், சந்தின் குழாயடியில் நின்று கொஞ்சம் யோசித்தான். கோடியிலிருந்து மறுகோடி வரைக்கும் சும்மா ஒருமுறை பார்த்தான். அங்கிருந்த நாயொன்று லொங்கு, லொங்கென்று ஓடி வந்து கொண்டிருந்தது. இங்கே இவன் நிழல் கண்டதும், அவசரமில்லாமல் திரும்பி, 'எனக்கென்ன' என்ற பாவனையில் ஓடிப்போயிற்று. குழாயோடு சேர்ந்த சுவருக்கு அப்பால் மாமரம் நிற்கிறது. மங்கல் ஒளிக்குக் குடை பிடித்த மாவின் கிளைகள், இருட்டிற்குக் கறுப்புச் சட்டை இட்டிருந்தது. திருடனுக்கு வசதியாக இருந்தது. எம்பிப் பார்த்தபோது முகட்டில் கை எட்டியது. ஊன்றிச் சுவர் மேல் ஏறிக்கொண்டான். உயரத்தில் அடுத்த தெருவும் விளக்குகளும் படம்போல் தெரிந்தன. கூப்பிடு தொலைவில், எண்ணெய் மில் இன்னும் ஓடிக்கொண்டிருக்கும் ஓசை கேட்டது. சட்டென்று மறுபக்கம் கீழே குதித்தான். சிறிய புதராக அடர்ந்த தோட்டம். இருட்டோடு இருட்டாக, நிழல் நிழலாக என்னென்னவோ சோதாச் செடிகள் காடாக மண்டிக்கிடக்கின்றன. ஏதோ நாயுருவி இலை போல நாற்றம் வந்தது. சுவரோரத்தில் மனித மல வாடையும், மீன்

அழுகல் குமட்டலும் எல்லாம் மூக்கை அரித்தது. சட்டென்று பரபரவென்று நடந்து குட்டைச் சுவரை எட்டிப் பார்த்தான். ஒரு பத்தடி தள்ளி வீட்டினுள்ளே விளக்கு தெரிந்தது. பின்வாசல் அடுக்களையின் அழி ஜன்னல் வாவென்று திறந்து கிடக்கிறது. இரும்பு அழிகள், நெருக்கமாகக் கோர்த்திருக்கிறது. திருடன் கம்பி களைக் கையால் பிடித்து பலம் பார்த்துக்கொண்டான். காலில் ஏதோ குத்தியதின் வலி இப்போது லேசாக எரிந்தது. இருட்டில், மண் சுவரிடையே சங்கிலிப் பூச்சிகள், 'ஜில்'லென்று கோரஸ் பாடுகிறது... அதையும் மீறி காது, வட்டம் பிடித்து சலனங்களை மோப்பமிட்டான்... எங்கும் எதுவுமில்லை. எல்லாம் பத்திரம். எல்லாம் மிகக் கச்சிதம். தொலைவில் ரோட்டில் ஏதோ ஒரு சரக்கு லாரி இரைந்துகொண்டு வேகமாகப் போகும் ஓசை எழுந்து மறைந்தது. வானத்தில் நட்சத்திரங்கள் மட்டும் நிறைய உடைந்து கிடக்கின்றன...

ஜன்னல் கம்பிகள் நினைத்ததைவிட பலமாக இருந்தன. கைகளின் பலம், அதன் அழுத்தத்தில் தோற்றது. உடம்பு வேர்த்துக் கொட்டியது. வேட்டியை இன்னும் இறுக்கமாகக் கட்டிக்கொண் டான். நெஞ்சு முடியைத் துடைத்து வேர்வையை வழித்தான். கால் வலியைத் துடைத்துத் தடவி அழுத்திக்கொண்டபோது புது யுக்தி பளிச்சிட்டது. இருளில், கீழ்த்தரையை சவிஸ்தாரமாகக் காலால் துழாவிப் பார்த்தான். 'கிணிங்'கென்று காலில் நீளமான ஒரு பொருள் தட்டுப்பட்டது. குனிந்து எடுத்துப் பார்த்தபோது, குழி அம்மியும், இரும்பு உலக்கையும். வீட்டின் பின்புற ஒட்டுத் திண்ணை அது. இரும்பு உலக்கையைக் கையில் எடுத்து, ஜன்னலின் கம்பிகளிடையே கொடுத்து பலமாக நிமிண்டினான். சிறிய கரகரப்பு. விஷயம் கச்சிதம். உலக்கையையும் கழன்ற கம்பியையும் ஓசையில்லாமல் கீழே வைத்தான். இடுப்பிற்கு மேல் உயரமிருந்த தினால் ஒரு காலை உள்ளே விட்டு, மறுகாலையும் இழுத்து உள் வட்டத்தில் நிதானமாக இறங்கிக்கொண்டான். அடுப்பு மேட்டில் வசமாக இறங்கியதில் திருப்தி! தலையிலும் முகத்திலும் படிந்த ஒட்டடையைத் துடைத்தெறிந்தான். மெல்ல நடந்து வெஞ்ஞன அறைக்குள் வந்தான்.

ஒன்றிரண்டு எலிகளும் கரப்பான்பூச்சிகளும் சுவர் அலமாரி இடுக்கில் ஓடிப்போயின. பரண் மேலிருந்து, 'ணங்'கென்று அலுமினியப் பாத்திரம் ஒன்று கீழே விழுந்தது...

விளக்கு தெரிந்த அறையினுள்ளே குழந்தை அழுதது. "சனியனே சும்மா கெட" என்ற பெண் குரல் அதை எதனாலோ அமுக்கி அடக்கியது.

திருடன் தைரியமாக முன்னேறினான். அறையினுள், பிரமாதமாக லைட் எரிந்துகொண்டிருந்தது. எல்லாம் துல்லியமாகத் தெரிந்தது. கட்டிலில் ஆணும் பெண்ணும் ஆலிங்கனத்தில் நிறைந்துகொண்டிருந்தார்கள். குழந்தை, கொஞ்சம் விலகிய தூரத்தில் ஸ்டாண்டு தொட்டிலில் எதையோ நுளைத்தவாறு தூங்குகிறது. கொஞ்ச நேரத்திற்கு முன்னால் அழுத குழந்தை! அதன் கழுத்து மாலை, இப்பொழுது பதக்கத் தொங்கலுமாக வெளிச்சத்தில் திவ்யமாகத் தெரிந்தது.

“என்னமோ சத்தம் கேட்டதே?”

“அடச் சும்மா இரு. இந்த மாதிரி நேரத்தில் உனக்கு இதெல்லாம் தோணுதே?”

“லைட்டையாவது அணைச்சால் என்ன?”

“இப்போ எனக்கு உன்னை அணைக்கிறதைத் தவிர வேறே எந்த வேலையும் செய்ய முடியாது.”

“அய்யோ, உங்களுக்கு வெட்கமே இல்லை. அவர்கூட இவ்வளவு உரிமையும் அதிகாரமும் கொண்டாட மாட்டார்... அய்யோ, விடுங்களேன். குழந்தை முழிச்சிட்டா எல்லாம் போச்சு...”

“இதோ பாரு, உன் ‘அவன்’ இல்லாத வேளை அகப்படுகிறதே பெரிசு. அதிலே போய் நீ என்னா பயம் பயப்படுறே. லைட்டை அணைக்கணுங்கிறே – குழந்தைங்கிறே... இவ்வளவு பயமும் தயக்கமும் இருக்கிறவ இந்தச் சமாச்சாரத்திற்குக் கையைக் காணிச்சிருக்கக் கூடாது... சரி – சரி – வா இப்படி, அதானே...”

“அம்மாடியோ... நீங்க பொல்லாத ஆளு...”

திருடனுக்கு சௌகர்யமாகப் போய்விட்டது. தான் வந்த வேலை எளிதில் முடியப்போவதை எண்ணி மகிழ்ந்துகொண்டிருக்கக் கூடாது. அவகாசம் எடுத்துக்கொள்ளாமல், தொட்டில் பக்கம் சட்டென்று விலகி, குழந்தையின் கழுத்து மாலையை நறுவிசாக இழுத்துக் கையில் மடக்கிக்கொண்டபோது குழந்தை வீறிட்டது. அவ்வளவுதான். “அய்யோ திருடன்...” என்றாள் அவள். அவள் திருடனை நன்றாகப் பார்த்தாள். அவனும், அவளது நிர்வாணத்தின் வடிவைச் செம்மையாகக் கணித்துக்கொண்டு, ஓட்டமும் நடையுமாக விரைந்து, இப்பொழுது புறவாசல் பக்கமாக இல்லாமல் சட்டென்று உள்கூடத்தில் வந்து, உள்ளே தாழிட்டிருந்த தெருவாசல் கதவைத் திறந்து, நிதானமாக ரோட்டில் இறங்கி

விரைந்தான். பின்தொடர்ந்து யாரும் வரமாட்டார்கள், கூச்சல் அதற்கு மேலும் உயராது என்று அவனுக்கு நிச்சயமாகத் தெரியும். தெருவிளக்கின் பிரகாசத்தில் நிச்சிந்தையாக, மெயின் ரோட்டில் அவன் நடந்து போனான். கடைத் திண்ணைகளில் யாரோ கூலிகள் தூங்கிக்கொண்டிருந்தார்கள்.

அவன் சம்பந்தப்பட்ட பல திருட்டுகளில் அதுவும் ஒன்றாக இருந்தது. திருட்டுப் போன நகையுடன், அவனையும் இட்டுக் கொண்டு, போலீஸ் அந்த வீட்டில் தடையக் குறிப்புகளுக்காக வந்தபோது வீட்டின் நாயகன் இருந்தான்.

"இந்த மாலை உங்கள் வீட்டு சாமான்தானே?"

"ஆமாம்."

"இது திருட்டுப் போனதாக நீங்கள் ஏன் போலீஸுக்கு கம்பளைண்ட் பண்ணவில்லை...?"

"திருட்டு நடந்தபோது நான் வீட்டில் இல்லை. குழந்தையும் மனைவியும் மட்டுமே இருந்திருக்கிறார்கள். விடிந்து பார்த்தபோது, குழந்தையின் நகை இல்லாததும், வீட்டுப் பின்புற ஜன்னல் உடைந்திருப்பதையும் பார்த்தபோது திருட்டு நடந்திருப்பதை ஊகிக்க முடிந்தது. வீணாக எதற்கு போலீசும் வம்பும் என்று, பெண் புத்தி சொல்லிட்டது. ஐயாம் வெரி சாரி..."

"உங்களை மாதிரி எஜுகெட்டடு பீப்பில்ஸ் எல்லாம் இப்படி அலட்சியமாக இருப்பதினால்தான் பெற்றிகேஸ்கள் அதிகமாப் போச்சு... இருந்தாலும் எங்க டிப்பார்ட்டுமெண்ட் இதையெல்லாம் சும்மா விட்டுவிடுவதில்லை... சரி – இந்த மகஜரிலே ஒரு சையின் மட்டும் பண்ணச் சொல்லுங்க. அப்புறம், கோர்ட் சம்மன் வந்ததும், உங்க வைஃப் அங்கே வந்து, இந்த நகை உங்களுடையதுதான்னு விட்னஸ் சொல்லி நகையைப் பெற்றுக்கொள்ளலாம்.

போலீஸ்காரர்கள், திருட்டு நடந்த இடத்தையும், கம்பி பெயர்ந்த ஜன்னலையும் பார்த்து எப்படித் திருடினான் என்று திருடனின் வாய்மொழியையும் கேட்டுக் குறித்துக்கொண்டிருந்த போது, கட்டிலறையில் திருடன் மறுபடியும் அவளைப் பார்த்தான். அவனது பார்வையின் தாக்குதலில் வீட்டுச் சொந்தக்காரி மடக்கிக் கொண்டது போல் உள்ளே போய்விட்டாள். குழந்தை மட்டும் மறுபடியும் அவனைக் கண்ட அவசத்தில் ஓவென்று அழுதது.

திருடன் தனக்குத் தானாகவே சிரித்துக்கொண்டான்.

“சிரிக்கவா செய்யிறே திருட்டு ராஸ்கல்” என்று போலீஸ் காரன் முஷ்டியை ஓங்கினான்.

“போ சார், தெரியும்” என்கிற பாவனையில் திருடன், உதை விழாமல் ஒதுங்கிக்கொண்டான்.

கோர்ட்டில் நல்ல கூட்டமிருந்தது. அத்தனையும் குத்துவெட்டு கேஸ்கள், சீட்டு, சூதாட்ட வழக்குகள், கள்ளச்சாராயக் குற்றங்கள் இப்படியாக கேஸ் சார்ஜ் பண்ணியிருந்த போலீஸ்காரர்கள், சாட்சிக் காரர்களை ஒரு ஓரமாகக் கூப்பிட்டு, கூண்டில் ஏறியதும் சொல்ல வேண்டிய பாடங்களை விளக்கிக்கொண்டிருந்தனர். ‘அங்கே கூண்டில் நின்னதும் ஔறிக் கொட்டி வைக்காதே. சொல்லித் தந்ததை அப்படியே சொல்லணும். இல்லியோ உள்ளே கம்பி எண்ண வேண்டியதுதான்... இந்தப்பா, சீட்டுக் கம்பெனி, நல்லாக் கேப்பாங்க. திருப்பியும் புரட்டியும் கேப்பாங்க. வுட்டிராதே. சீட்டே தெரியாது. சீட்டைக் கண்ணாலேயே பாத்ததில்லேன்னு சொல்லிடு. ஆமாம் – பத்திரம்...’

அவள் தன் கணவனுடன், காரிலேயே அமர்ந்திருந்தாள். வராந்தாவில், இந்தக் களேபரமும் கூச்சலும் அறிவுரைகளும், டபாலி சேவகன் யார் யார் பெயரையோ உரக்க பெயர் சொல்லிக் கூப்பிடு வதும் சிவப்புத் தொப்பிக்காரர்கள் அங்கங்காகப் போவதும், எல்லா வற்றையும் பார்த்துக்கொண்டே இருந்தாள். துப்பாக்கி ஏந்திய நாலு போலீஸ்காரர்கள், சட்டை போடாத இரண்டு முரட்டு ஆசாமி களைக் கையில் விலங்குடன், அழைத்துக்கொண்டு, பேப்பர் கட்டாக அடுக்கியிருந்த ரூமுக்குள்ளே போனார்கள்.

சார்ச்சு ஷீற்று போலீஸ்காரர் ஒருவர், இங்கே காரருகில் இவளிடம் வந்து, “நகை அடையாளம் கேப்பாங்க. சரியாச் சொல் லுங்க. பதக்கம் நீலக்கல் எத்தனைன்னு கேப்பாங்க. எத்தனை...”

“ஏழு” என்றாள்.

“இல்லை ஒம்பதில்லியா?”

“இல்லை ஏழுதான்.”

“சரி. இப்படித்தான் அழுத்தமா சொல்லீருங்க. உண்மையைச் சொல்றதுக்கென்ன தயக்கம்...? நீங்க படிச்சவங்க...”

அவளுக்கு மனதை என்னமோ செய்தது. புருஷன் அருகில் இருப்பது எப்படியோ இருந்தது.

“என்ன நிர்மலா, ஒரு ராத்திரி நான் இல்லே. அசம்பாவிதம் நடந்துடுச்சு. எல்லாம் அஜாக்ரதை பாத்தியா – சாமான் போகட்டும்னு நம்ம விட்டாலும், போலீஸ்காரங்க வுடமாட்டாங்க.

அவன், ராஸ்கல், சரியான திருட்டு ஆசாமி, திருடறதையே தொழிலா வச்சிருக்கான். என்ன இருந்தாலும் போலீஸ், கோர்ட்டு, நியாயம், நீதி இதன் கண்ணிலெ எல்லாம் மண்ணைத் தூவுறதுன்னா முடியிற காரியமா?"

அவளுக்கு லேசாக அழுகை வரும்போலிருந்தது. "அசடே அசடே... உனக்கு ரொம்ப இளகின மனசு. இப்போ ஏன் கண் கலங்கிறே. ரெண்டு கேள்வி கேட்பாங்க... நமக்கென்ன, நாமளா திருடினோம்... நகையைப் பத்தின விபரத்தைச் சொல்லிப்பிட்டு இறங்கி வந்திர வேண்டியதுதானே?"

அவள் பதவிசாக உடை உடுத்தியிருந்தாள். அஜந்தா அலங் காரம் போலக் கூந்தல் ஒதுக்கி, சிறிய சிவப்பு ஒற்றை ரோஜா சூடி யிருந்தாள். புருவத்திற்கு மையிட்டிருந்தாள். மார்பிற்குக் கச்சணிந் திருந்தாள். காலுக்குக் குதிகால் அணி இருந்தது. கைகளில் டம்பபை தூக்கியிருந்தாள். அழகிற்கு சின்னப் பொட்டிட்டிருந்தாள். அடக்கம் அங்கே அமைதியாக வீற்றிருந்தது. அல்லது அழகே அடக்கமாகக் கொலுவிருந்தது.

அவள் பெயரைச் சொல்லி உரக்கக் கூவினான் டவாலி சேவகன். "தைரியமாகப் போ" என்று விடை கொடுத்தனுப்பினான் கணவன்.

கூண்டிலேறி நின்றபோது – தனது அலங்காரம், பவிஷு, அந்தஸ்து எடுப்பு, நாகரிகம் எல்லாம் உதிர்ந்து போவது போலத் தோன்றியது அவளுக்கு. நியாயாதிபர், கண்ணாடியும், வழுக்கைத் தலையும், டிப்காலர் வெள்ளைச் சட்டையுமாகக் கம்பீரமாக வீற்றிருந்தார். எதிரே போலீஸ்காரர் நடுவே அவன் – திருடன் உயரமாக முடி சீவாமல் எலும்பு அணியிட்ட நெஞ்சு முடி பரபரக்க அழுக்கு வேஷ்டியை முறுக்கி உடுத்திக்கொண்டு உருண்டை சிவப்புக் கண்கள் மட்டும் அவனாக வளர்த்தியாக நிற்கிறான். அவள் ஒருமுறை பார்த்தாள். அவன் லேசாகச் சிரிக்கிறானோ?

... அந்த நடு இரவுப் பரவசம், திடுமெனத் திருடனின் பிரவேசம். அவசரத்தில் தனது கழன்ற நிலை...

நீதிபதி கேட்டார்,

"இவன்தானே நடு ராத்திரியில், உங்கள் வீட்டின் புறவாசல் ஜன்னல் கம்பிகளைப் பெயர்த்துக்கொண்டு வந்து உங்கள் குழந்தையின் பதக்க மாலையைத் திருடினவன்?"

அவனைத்தான் அவள் பார்த்தாள்.

"யசமானே, எனக்குக் கொஞ்சம் சொல்லணும் – இவங்க வீட்டிலே புகுந்த திருடன் நானில்லை" என்று சொல்லி, அந்த நீண்டு, மெலிந்து, வளர்ந்த திருடன் ஓவென்று சிரித்தான்...

போலீஸ்காரர்கள் அவன் கைகளை வளைத்து இறுக்கி – உலுக்கினர்...

"திருட்டு ராஸ்கல், பேசாமல் இரு" என்று மிரட்டினார்கள். அவன் தடையையும் மீறிச் சிரிக்க ஆரம்பித்தான்.

கோர்ட்டு கூட்டம், கிசுகிசுவென்று தேனீக்கூடு கலைந்தது போல் முழங்கியது.

கூண்டில் நின்ற அவளுக்கு மயக்கம் வந்துகொண்டிருந்தது.

24

நாயனம்

இறந்தவருக்கு ஒன்றும் தெரியாது. புதிய மல் ஜிப்பா, வேஷ்டி அணிந்துகொண்டு, நெற்றியில் மூன்று விரல் திருநீற்றுப் பட்டையுடன், நீட்டி நிமிர்ந்து அந்நியத் துயில் கொள்கிறார். கறுப்பு உடம்பு, வயசாளி. மேல் வரிசைப் பல் கொஞ்சம் பெரிசு. உதட்டை மீறி ஏளனச் சிரிப்பாக அது வெளித் தெரிகிறது... தலைமாட்டில் குத்து விளக்கும், நுனி வாழையிலையில், நிலை நாழி பழமும் ஊது வத்தியும், சிவப்பு அரளிப்பூ மாலையுமாக ஜோடித்திருக்கிறார்கள். சாவு மணம் ஊதுவத்தியிலிருந்து கமழ்கிறது.

'யென்னைப் பெத்த யப்போவ்... யெனக்கினி ஆரிருக்கா...' என்று, கால்மாட்டில் பெண்கள் கும்பலிலிருந்து நாற்பது வயசுக்காரி கருப்பி முட்டி முட்டி அழுகிறாள். அவளுக்குப் பச்சைக் கண்டாங்கிதான் பொருந்துகிறது.

சாயங்காலம் நெருங்கிக்கொண்டிருக்கிறது. தென்னந் தோப் பிற்கு அப்பால், வாழைப் பண்ணையைத் தாண்டி, பாறைகள் நிறைந்த ஆற்றின் புது வெள்ளத்தின் குளிரைக் காற்று சுமந்து வருகிறது. காக்கைகள் கூட்டிற்குப் பறந்து போகின்றன. தாழைப் புதர் வேலிகளின் நடுவில் – வாய்க்கால் கரையிலிருந்து, முற்றிய கமுகு மரத்தை வெட்டிச் சுமந்துகொண்டுவந்து, முற்றத்தில் பாடை ஏணி தயாரிக்கிறார்கள். பிளந்த கமுகு மரம், வெளீரென்று பொள்ளையாக முற்றத்தில் துண்டாகக் கிடக்கிறது...

வாசலில், இழவுக் கூட்டத்தினரிடையே, செத்தவரின் தடியன் களான ஆண்பிள்ளைகள் இரண்டு அழுக்குத் துண்டை அணிந்து கொண்டு கறுகறுவென்று, எண்ணெய்ச் சிலைகள் போலத் தலைகுனிந்து அமர்ந்திருக்கிறார்கள். சின்னவன், கொஞ்சம் அழுகிறான். பெரியவன் முழங்கையைக் கன்னத்திற்கு முட்டுக் கொடுத்துக் கூரையின் துலாக்கட்டையைப் பார்த்துக்கொண்டிருக் கிறான்... உள்ளேயிருந்து வரும் ஒப்பாரி, இப்பொழுது பழக்கமாகிச் சாதாரணமாகிவிடுகிறது.

“இப்படியே இருந்தா பொழுதுதான் இருட்டும். இருட்டு வருமுன்னே இதோ அதோன்னு காரியத்தை முடிப்பம், என்ன தங்கப்பா?”

“ஆமாமாம். நாயனக்காரனைத்தான் இன்னம் காணோம். யாரு போயிருக்காங்க அழைச்சாரர?”

“வடிவேலும் சின்னண்ணனும் போயிருக்கிறாங்க. மேலாத் தூரிலே இன்னிக்கு நாயனக்காரங்க ஆம்புடறது கஸ்டம். அல்லாம், முத்துபட்டி திருவிழாவுக்குப் போயிருப்பாங்க.”

“சின்னண்ணன் போயிருக்கிறான்லியா, அப்போ நிச்சயம் யாரையாவது இட்டுக்கிட்டு வருவான். வரட்டும். அதுக்குள்ளியும் மத்த வேலைங்களெப் பாக்கறது.”

மழை வரும்போலிருந்தது. அந்தியிருளில் குளிர ஆரம்பித்தது. கியாஸ் விளக்கொன்றைச் சுமந்துகொண்டு, வயல் வரப்பு வழியாக வாய்க்காலைத் தாண்டி ஒருவன் கரையேறி வந்துகொண்டிருக் கிறான். விளக்கின் ஒளியில், வாழை மரமும், பச்சை ஓலைப்பந்தலும் பெரிய பெரிய நிழல்களாக வளர்ந்து திரைக்காட்சி போல மாறி மாறிப் போயிற்று...

விளக்கு சுமந்து வந்தவன், ‘வேர்க்க விறுவிறுக்க’ முற்றத்தில் ஸ்டாண்டு மேல் விளக்கை இறக்கிவைத்தான். விளக்கின் உஸ்... ஸ்...! உள்ளே அழுகை ஓய்ந்து போயிருந்தது. குசுகுசுத்த குரலில் பெண்கள் வக்கணை பேசுகிறார்கள். ஊதுவத்தி இன்னும் மணமாக மணத்துக்கொண்டு புகை பரத்துகிறது. விளக்கு வந்துவிட்ட வசதி யில் முற்றத்துச் சந்தடி, அங்கிங்காக விலகி நின்றுகொண்டு இருட்டில், தெரியாத வயல் வரப்பைப் பார்த்துக்கொண்டிருக்கிறது. சலிப்பு எல்லோரது முகத்திலும் அசட்டுக் களையை விரட்டி விட்டிருக்கிறது. சும்மாவேனும் எத்தனை தரம் வெற்றிலை போடுகிறது? எத்தனை தரம் பீடி பிடிக்கிறது?

“விடிஞ்ச மொதக்கொண்டு ஒண்ணுமே சாப்பிடலே... எப்போ இந்தக் காரியம் முடியறது, குளிச்சு மாத்திச் சாப்பிடுறதோ? சரியான தொந்தரவு போ...”

யாரோ ஓராள் இருட்டைப் பொத்துக்கொண்டு வெள்ளையாக நடையும் வேகமுமாக ஓடிவந்தான்.

“சின்னண்ணனும், வடிவேலும் தட்றாம்பட்டிக்குச் சைக்கிள்ளே போயிருக்கிறாங்க. மேலாத்தூரிலே யாரும் நாயனக்காரங்க ஆம் புடலியாம்! சேதி சொல்லச் சொன்னாங்க.” வந்தவன் பந்தலையும்

கியாஸ் விளக்கையும் முசுமுசுத்த கும்பலையும் – உள்ளே பெண் களின் அர்த்தமற்ற அலமலங்களையும் – மாறி மாறிப் பார்த்து விட்டு– பீடிக்கு நெருப்புத் தேடி ஒதுங்கினான். எப்பிடியும் தட்றாம் பட்டி போய் ஆளை இட்டுக்கொண்டுவர இன்னும் ஒரு மணியோ, ஒன்றரை மணியோ நேரமாகலாம்... கும்பலின் முகம் ஆக, சுணங்கியது.

"இந்தக் காலத்திலே, யாருப்பா நாயனமும், பல்லாக்கும் வச்சிக் கிறாங்க? ஏதோ அக்கம் அசலுக்கு ஒரு தொந்தரவு இல்லாமெ. காரியத்தை முடிக்கிறதெ விட்டுவிட்டு... இப்போ பாரு, எத்தினிபேரு இதுக்கோசரம் காத்துக் கெடக்கிறாங்க..."

"இல்லே, மூத்த பிள்ளைதான் சொல்லிச்சிது. செத்தவரு முன்னாடியே சொல்லி வச்ச சங்கதியாம். தமக்கு, சுடுகாடு யாத்திரை தவுல் நாயனக் கச்சேரியோட நடத்தணுமினு... அதுதாம் அந்தப் பொண்ணும் அழுகையா அழுதிச்சி. செத்தவங்க ஆத்துமா நிம்மதியாப் போட்டுமேன்னுதான், இப்போ, மேலாத்தூர் போய் அங்கியும் ஆம்புடாமெ தட்றாம்பட்டி போயிருக்கிறாங்களாம்."

"நல்ல ரோதனையாப் போச்சு. செத்தவங்களுக்கென்ன– அவுங்க போயிட்டாங்க. இருக்கிறவங்க களுத்து அறுபடுது."

மழை வந்தேவிட்டது. ஹோவென்று, கூரை மேலும் பச்சைப் பந்தல் மேலும் இரைச்சலிட்டது. சுற்றிலும் கமுகு, தென்னை, தாழைப்புதர் மேல் எல்லாம் கொட்டியதால் இரைச்சல் பலமாகக் கேட்டது. கியாஸ் லைட்டைத் திண்ணைமேல் தூக்கி வைத்தார்கள். திண்ணையில் அமர்ந்திருந்தவர்களின் தலை முண்டாசும், தலையும் பெரிய நிழல்களாகச் சுவரில் உருக்குலைந்து தெரிந்தன.

உள்ளே ஏதோ குழந்தை அடம்பிடித்து அழத் துவங்கியது... தாய்க்காரி பூச்சாண்டியைக் கூப்பிடுகிறாள். பிய்த்து எறிவேன் என்கிறாள். 'சனியனே உயிரை வாங்காதே' என்கிறாள்... குழந்தை நிறுத்தாமல் அழுகிறது.

எல்லோர் முகத்திலும், சலிப்பும் விசாரமும் பொறுமை இழந்த வெறுப்பும் நிறைந்திருக்கின்றன. தலை நரைத்த முக்கியஸ்தர்களுக்கு யாரை, என்ன பேசி, நிலைமையை ஒக்கிட்டு வைப்பது என்று தெரியவில்லை. எல்லோரும், இருட்டாக நிறைந்து கிடக்கும் வயலின் வரப்புப் பாதையையே பார்த்துக்கொண்டிருக்கிறார்கள். மழை சட்டென்று ஓய்கிறது... இரைச்சல் அடங்குகிறது. கூரையிலிருந்து தண்ணீர் சொட்டுகிறது... முற்றத்தில் தண்ணீர் தேங்கி வழிந்து போகிறது...

இதற்குள்ளியும் பாடை தயாராகி , உடம்பு சிவப்புப் பட்டு மூடிக்கொண்டு, நீட்டி நிமிர்ந்து – பந்தலில் தயாராகி இருந்தது. நீர்மாலைக்குப் போன புத்திரர்கள் இரண்டு பேரும், மழையில் குளித்துத் தலைமேல் வெண்கல ஏனத்தைச் சுமந்துகொண்டு, பிணத்தின் தலைமாட்டில் வந்து, முக்காடிட்ட முண்டச்சி போல நின்றார்கள்.

"பொம்மனாட்டிங்க குலவை போடுங்க தாயீ... அதுக்கும் சொல்லியா தரவோணும்?" என்று தலையாரி குரல் கேட்க, தாமதித்து நின்றவர்கள் போல் கிழவிகள், கொலு கொலுவென்று ஒப்பாரி போலவே குலவையிட்டார்கள்... இருட்டில் ஒதுங்கி நின்றவர் ஒன்றிரண்டு பேர்கூடப் பந்தலுக்குள் வந்து திண்ணையில் நுழைந்தார்கள்.

"வாய்க்கரிசி போட இன்னும், உள்ளே பொம்மனாட்டிக இருந்தா வந்து போடலாம். நேரமிருக்குது" என்றார் தலையாரி.

"அட. அதெல்லாம் எப்பவோ முடிஞ்சுபோச்சே. இன்னும் புதுசாத்தான் ஆரம்பிக்கோணும். புறப்படுவதை விட்டுப்பிட்டு, அடியைப்புடிடா ஆப்பையாண்டீன்னு முதல்லே இருந்தே ஆரம்பிக்கோணுமா? தம்பி, சின்னத்தம்பி உன் கைக் கடியாரத்திலே மணியென்ன இப்போ?"

"மணியா? அதெல்லாம் ரொம்ப ஆச்சு. ஒம்போது ஆகப் போவுது. எப்போ நாயனக்காரங்க வந்து எப்போ பொறப்படப் போறமோ?"

எல்லோரது கண்களும், வயல் வரப்பையே பார்த்துக்கொண்டிருந்தன. இப்போது – மரண சம்பவத்தைவிட, நாயனம்தான் முக்கியப் பிரச்சினையாக அத்தனை பேர் மனத்திலும் பெரிய உருக்கொண்டு நின்றது.

"யாரோ வர்றாப்போல இருக்குதுங்களே" என்று ஒரு குரல் தொலைவில் இருட்டுப் பாதையைப் பார்த்துச் சந்தேகப்பட்டது...

"ஆமாண்ணோவ்... வர்றாங்க போல... யாரப்பா அது வெளக்கை சித்தெ தூக்கிக்கொண்டு போங்களேன். மழையிலே சகதியும் அதுவுமா கெடக்குது... சின்னண்ணன்தான், தோ அசைப்பைப் பார்த்தா தெரியுதில்லே..."

எல்லோரது முகமும் தெளிவடைந்தன. இடுப்பு வேஷ்டியை முறுக்கிக்கொண்டு, முண்டாசைச் சரி செய்துகொண்டு எல்லோரும் எழுந்து தயாராகி நின்றனர். சில ஆண் பிள்ளைகள், உள்ளே

பெண்களிடம் போய் விடைபெற்று வந்தனர்.... உள்ளே விட்டிருந்த அழுகை 'யங்கப்போ' என்று பின்னும் ஈனமாக எழுந்தது.

கியாஸ் விளக்கு வட்டத்தில், சின்னண்ணனும் வடிவேலுவும் வென்றுவந்த வீரர்கள் போல நின்றனர்.

"அட, மேலாத்தூரிலே போனா அங்கே ஒரு ஈ, காக்கை இல்லெ. படு ஓட்டமா ஓடினோம். வீரண்ணன் சேரியிலே, ஒரு நல்ல வித்வான். மாரியம்மன் கொடையப்போகூட நம்மூருக்கு வந்து வாசிச்சான். முனிரத்னம்னு பேரு. எப்படியும் அவரெ இட்டாந் திரலாம்னு போனா. மனுசன், சீக்கா படுத்த படுக்கையா கெடக் கிறான். விட்டா முடியாதுன்னு, சைக்கிளைப் புடிச்சோம். தட்றாம் பட்டுலே, தோ... இவங்களெத்தான் புடிச்சிக்கொண்ணாந்தோம். சமயத்திலே ஆள் ஆம்பிட்டதே தம்பிரான் புண்யமாப் போச்சு...."

எல்லோரும் பார்த்தார்கள்.

காய்ந்துபோன மூங்கில் குழாய் போல, சாம்பல் பூத்த நாயனத்தை வைத்துக்கொண்டு, மாறுகண்ணும் குட்டைக் கிராப்பும் காவி மேலாப்புமாக, ஒரு குட்டை ஆசாமி... 'இவனா?' என்று கருவுவதற்குள், 'இவனாவது இந்த நேரத்தில் வந்து தொலைஞ்சானே' என்ற சமாதானம், எல்லோருக்கும் வெறுப்பை மிஞ்சி எட்டிப் பார்த்தது. தவுல்காரன், அடுப்படி, தவசிப்பிள்ளை மாதிரி வேர்க்க விறுவிறுக்க , 'ஐயோ' என்ற பார்வையில், முன்னால் வரமாட்டேன் என்று பின்னால் நின்றான்....

"வெட்டியானெ கூப்பிடுறது... நெருப்பெல்லாம் ரெடி... சங்கை ஊதச் சொல்லு... பொறப்படலாமா? உள்ளே கேட்டுக்கோ..."

தாறுஉடுத்திக்கொண்டு பாடைப் பக்கம் நாலு பேர் தயாரா னார்கள். கருமாதிக்கான பிள்ளைகள் இரண்டும், பெரியவன் தீச்சட்டியை வெட்டியான் கையிலிருந்து வாங்கிக்கொண்டான். சின்னவன், ஈர உடையில், வெட வெடவென்று நடுங்கிக்கொண்டு, பெரியவன் பின்னால் செய்வதறியாமல் நின்றான்....

"பொறப்படுங்கப்பா... தூக்கு..." என்ற கட்டளை பிறந்ததும் தாறுடுத்த நால்வரும் பாடையின் பக்கம் வந்தார்கள். உள்ளேயிருந்து பெண்கள் முட்டிக்கொண்டு தலைவிரி கோலமாக ஓடிவந்தார்கள்... "யெங்களெ உட்டுட்டுப் போறீங்களே?" என்ற ஏகக்காலக் குரல்கள்... சகதியும் அதுவுமாகக் கிடந்ததினால் விழுந்து அழுவதற்கு எல்லாரும் தயங்கினார்கள். பெண்மகள் மட்டும், "ங்கப்போ எனக்கினி யாரு இருக்கா..." என்று பாடையின் கால்மாட்டில் வந்து விழுந்தாள்.

"கோவிந்தா... கோவிந்தா!" என்ற கோஷத்துடன் பாடை தோளில் ஏறிற்று. "யாருப்பா அது நாயனம். உம்... சும்மா உங்களைப் பார்க்கவா கூட்டியாந்தோம். முன்னாடி போங்க... வெளக்குத் தூக்கறவன் கூடவே போங்க. மேளத்தைப் பிடிங்க..."

நாயனக்காரன் முகம் பரிதாபமாக இருந்தது. அழைத்துவந்த வேலண்ணன் அவன் காதருகில் எதோ சொன்னான்... நாயனக் காரன் மெல்ல உதட்டில் வைத்து, பீ... ப்பீ..... என்று சுத்தம் பார்த்தான்... ஊர்வலம், சகதி வழுக்கும் வரப்புப் பாதையில் போய்க் கொண்டிருந்தது. கியாஸ் விளக்கின் ஒளியில் எல்லோர் நிழலும் தாழைப் புதரின் மேலே கமுகுமர உச்சிவரை தெரிந்தது.

"கூ... ஊ...ஊ..." என்று வெட்டியானின் இரட்டைச் சங்கு அழுதது... நாயனக்காரன் வாசிக்க ஆரம்பித்திருந்தான். பீ... பீ... என்ற அவலம் பரிதாபகரமாக இருந்தது. தவுல்காரன் சந்தர்ப்பம் தெரியாமல் வீறிட்ட குழந்தை போல வாத்தியத்தைத் தொப்புத் தொப்பென்று மொத்தினான்...

விவஸ்தை கெட்ட மழை வருத்தி வைத்த அலமலங்கலும், கீழே வழுக்கும் வரப்புப் பாதையும், தாழைப்புதரும் கமுகுத் தோப்பின் உச்சியில் தங்கி நின்ற குளிர்ந்த இருட்டும், மரணமும், பசியும் அசதியும் வெறுப்பும் துக்கமும் எரிச்சலும் கோபமும், எல்லோரது உள்ளங்களிலும் நாயனத்தின் கர்ண கடூரமான அபஸ்வரமாக வந்து விழுந்து வயிறெரியச் செய்தது.

கியாஸ் விளக்கு முன்னால் போய்க்கொண்டிருந்தது. தீச்சட்டியில் குமைந்த வறட்டியின் புகையால் சங்கு ஊதுபவன் செருமினான். அனைவரும் பேச்சற்ற அவல உருவங்களாக நிழல்களை நீளவிட்டு நடந்துகொண்டிருந்தார்கள்.

'பீ...ப்பீ...பீ...பீ'

எல்லோருக்கும் வயிற்றைப் புரட்டியது. நெஞ்சில் ஏதோ அடைத்துக்கொண்டது போல சிரமமாக வந்தது. தலையைப் பிய்த்தது....

பின்னும், 'பீ...ப்பீ...பீ....பீ....!'

ஊர்வலம், 'சனியனே' என்ற பாவனையில் அவனையே பார்த்துக்கொண்டு வழி நடந்தது. யாராருக்கெல்லாமோ பாதை வழுக்கியது. பின்னால் நடந்து வந்துகொண்டிருந்த சிறுவன் ஒருவன், சகதி தேங்கிய பள்ளத்தில் விழுந்தான். உடன் வந்த ஒருவர், அவனைத் தூக்கிவிட்டு, "நீயெல்லாம் அங்கே எதுக்கோசரம்

வரணும், சனியனே?" என்று எந்த எரிச்சலையோ அவன்மேல் கோபமாகக் கொட்டினார்.

ஆற்றங்கரை வரப்பு ஆரம்பமாகியிருந்தது. சிள்வண்டுகளின் இரைச்சல் கேட்டது. அக்கரையின், கடத்து வஞ்சித்துறையிலிருந்து தவளைகள், 'குறோம் குறோம்' என்று எதிர்ப்புக்குரல் எழுப்பிக் கொண்டிருந்தன. குட்டிக் குட்டிக் கறுப்புப் பன்றிகள் போல, பாறைகள் நிறைந்த ஆற்றில், புதுவெள்ளம் இரைச்சலோடு ஒழுகும் அரவம் கேட்டது. குளிர், இன்னும் விறைப்பாக உடல்களைக் குத்திற்று.

சுடுகாட்டுத் தூரம் தீராத் தொலைவெளியாகத் தோன்றியது. இன்னும், பீ...ப்பீ...பீ...பீ...

நாயனக்காரன் பக்கமாகத் தலை முண்டாசோடு வந்து கொண்டிருந்த தலையாரி முத்தன், அவனையும் அந்த நாயனத்தையும் ஒருமுறை வெறித்துப் பார்த்தான். கியாஸ் லைட்டின் மஞ்சள் வெளிச்சத்தில் உப்பென்று மூச்சு நிறைந்த கன்னங்களுடன், நாயனக்காரனின், அந்தப் பொட்டைக்கண் முகம், எரிச்சலை இன்னும் வளர்த்தது.

இன்னும், பீ...ப்பீ...பீ...பீ...

"படவா ராஸ்கல். நாயனமா வாசிக்கிறே...?" தலையாரி முத்தன் ரொம்ப முரடு. அவரது அதட்டலை, பாடை தூக்கிக் கொண்டு முன்னால் போய்க்கொண்டிருந்தவர்கள்கூடத் தயக்கத்தோடு திரும்பி நின்று செவிமடுத்தனர்.

அவ்வளவுதான்...!

தலையாரி, நாயனக்காரன் பிடரியில் இமைக்கும் நேரத்தில் ஒரு மொத்து. ஆற்றில் துணி துவைப்பது மாதிரி ஒரு சத்தம். நாயனத்தை அப்படியே இழுத்துப் பறித்து கால் மூட்டின் மேல் வைத்து, இரண்டு கைகளாலும், 'சடக்' இரண்டு துண்டு. புது வெள்ளமாகச் சலசலத்து ஓடிக்கொண்டிருந்த ஆற்றின் இருட்டில் நாயனத் துண்டுகள் போய் விழுந்தன...

"ஓடிக்கோ பயமவனே, நாயனமா வாசிக்க வந்தே... நின்னா உன்னையும் முறிச்சு ஆத்திலெ வீசியெறிஞ்சுடுவேன்..."

ஊர்வலம் தயங்கி, கொஞ்சம் நின்றது. எல்லோர் முகத்திலும், 'முத்தண்ணே நீ செஞ்ச காரியத்துக்கு உனக்குத் தங்கக் காப்பு அடிச்சுப் போட்டாலும் தகும்' என்ற திருப்தி பளிச்சிட்டது.

"என்ன நின்னுட்டீங்க? அட, போங்கப்பா. தோ மயானம் வந்தாச்சே... நல்ல நாயனக்காரனெ கொண்ணாந்தீங்க..."

இதைக் கேட்க நாயனக்காரனும் தவுல்காரனும், வரப்பு வெளியில் இல்லை. ஆற்றின் இடதுபக்க சந்தின் இருட்டில் இறங்கி– தெற்குப் பார்த்த பாதை வழியாக இரண்டு பேரும் 'செத்தோம் பிழைச்சோம்...' என்று விழுந்து எழுந்து ஓடிக்கொண்டிருந்தனர்...

விடாப்பிடியாகக் கழுத்தை அழுத்திய சனியன் விட்டுத் தொலைந்த நிம்மதியில் ஊர்வலம் சுடுகாட்டை நெருங்கிக் கொண்டிருந்தது...

25

தண்ணீர்

சாதாரணமான தடுமன் என்று ஆரம்பத்தில் அலட்சிய மாக இருந்தேன். ஒருநாள், இரண்டு நாள், ஒருவாரம், மாசக்கணக் காயிற்று. விக்ஸ் போட்டுப் பார்த்தேன். மிளகு, சுக்குக் கஷாயம் போட்டு சாப்பிட்டுப் பார்த்தேன். தும்மல், மூக்கடைப்பு, சளி குறைந்தபாடில்லை. கைக்குட்டை போதவில்லை. சிறிய டவல் கையிருப்பாகக் கொண்டு நடந்தேன். வரவர ருசி, மணம் அறிய முடியாத நிலை வந்துவிட்டது. ஜோராக தாளிஸம் பண்ணின புளிசேரிக் கூட்டு, அவியல் வகைகளைக் குருட்டுக் கோழி தவிட்டை விழுங்கின மாதிரி சும்மா விழுங்கி வைக்க வேண்டிய பரிதாபநிலை. தும்மல், மூக்கு ஒழுகல், நச்சரிப்பு, இரவு வேளையில்தான் ரொம்பப் படுத்திற்று. மனைவி பக்கத்தில் படுத்திருக்கும்போது சபை தெரியாத மூடம் போல நகைத்துக்கொண்டு, அச்சு அச்சென்று தும்மல் வந்துவிடும். வெளியே போய் தும்மல்போட்டு மூக்கைச் சிந்தித் துடைத்து வரும்போது இவள் உறங்க ஆரம்பித்திருப்பாள். பிறகு அவளை உசுப்பி இதம் பண்ணமுயலும்போது 'என்ன இது தூங்கவிடமாட்டீங்க போல!' என்று முணுமுணுப்பாள். இப்படிச் சாதாரணமாக ஆரம்பித்த தடுமன் உடும்புப் பிடியாக மண்டைக் குள் அமர்ந்துகொண்டது. குடும்ப டாக்டர் கிருஷ்ணன்நாயரிடம் போனேன். "என்ன மாதவன் உங்களுக்கா சுகக்கேடு?" என்று ஆச்சரியப்பட்டுவிட்டு "பரவாயில்லையே. ஈசனோஃபிலியாவாகத் தான் இருக்கும். பிளட்டை ஒண்ணு டெஸ்டு பண்ணிக்குங்க" என்று குறிப்பெழுதிக் கொடுத்தார். அந்தக் கிரியாதிகளை முடித்து வந்தபோது, "நான் நினைச்சது மாதிரிதான். ஈஸினோஃபிலியா எயிட்டீன் பர்ஸன்ட் இருக்கிறது. டைகர் பாமின் ஒரு முப்பது பில்ஸ் சாப்பிட்டுப் பாருங்கள், சரியாகிவிடும்" என்றார். இரண்டு கோர்ஸ் அறுபது குளிகை சாப்பிட்டும் தடுமன் பழைய குருடி கதையாக என்னிடமே தங்கிவிட்டது.

ரொம்ப அவஸ்தையாகப் போய்விட்டது. விடிந்தால், பொழு தானால், இருட்டானால், தூங்கப்போனால், தும்மல் சளி பிரச்சினை பெரிய அவஸ்தையாக உருவெடுத்தது.

கடைசியில், ஆயுர்வேத சிகிச்சைக்கு வந்தேன். அப்பொழுது தான் இந்தத் தண்ணீர் பிரச்சினை வெள்ளம் போல விச்வரூபமெடுத்தது.

வாசுதேவ வாரியார் பெரிய பிஷக்வரன். தாகூர் போலத் தாடியும், சிறுகுளத்தூர் சாமா மாதிரி குரலும் பாவமும் கொண்டவர். சூரல் ஈஸிசேரில் அமர்ந்திருந்தார். ஸ்டூலைக் காட்டி உட்காருங்கோ என்று சைகைதான் காட்டினார்.

வலது கையை எடுத்து, தம்புரு மீட்டுவதுபோலக் கொஞ்சநேரம் நெருடி நெருடி நாடி பார்த்தார். அந்த வாக்கிலேயே கண் இமை களை இழுத்துப் பார்த்துவிட்டு மூஞ்சியையும் உருவத்தையும் பார்த்தார். "என்ன சுகக்கேடு?" என்று மலையாளத்தில் கேட்டார்.

சரித்திரத்தை ஆதியோடந்தம் விவரித்தேன். மௌனமாக, பிராணத்தியானம் பண்ணும் ரிஷிபோல சொல்வதை உன்னிப்பாகக் கேட்டார்.

"மருந்து, எண்ணெய் தரச் சொல்கிறேன். பத்தியம் உண்டு. தண்ணீர் எடுக்கவே கூடாது. குளிர்பானம், பழம், தயிர், மோர் கூடாது. எண்ணெய் தலையில் பொத்தி சிறு சூடு வெந்நியில் குளிக்க வேண்டும். லேகியம் – காலை மாலை ஒரு தேக்கரண்டி அளவு சாப்பிட்டு வரவேண்டும். ஒரு மாதம் பார்த்துவிட்டு பிறகு எப்படி இருக்கிறதென்று சொல்லுங்கள்" என்றார்.

தண்ணீர்தானே எடுக்கக்கூடாது. இதிலென்ன பிரமாதம் என்று சாதாரணமாக நினைத்தேன். ஆனால், பிறகல்லவா அதன் பயங்கரம் தெரியலாயிற்று. முதல் நாள் விச்ராந்தியாக வெந்நீர் போட்டு வைத்ததில் எண்ணெய் தேய்த்துக்கொண்டு குளித்தேன். வாளி வாளியாக இறைத்துத் தலையில் விட்டுக்கொண்டு, வேண்டிய மட்டும் தேய்த்துத் தேய்த்துச் சுகத்தில் அமிழும் குளிப்பு, இரண்டு பக்கெட் வெந்நீரில் சுருக்கிக்கொள்வதென்றால் திருப்திக்கு எங்கே போவது? திருப்தியை நினைத்தால் தடுமன் போவதெப்படி? காலை சாப்பாட்டிற்கு மேல் லேகியம் சாப்பிட்டேன்.

என்ன மாயமோ? அணைகட்டி நிறுத்தினாற்போல தும்மல் நின்றுவிட்டது. சளித் தொந்தரவு மட்டும், 'போகத்தான் போகிறேன். அதற்குத் துரத்துவானேன், என்பதுபோல மண்டையினுள் வழுக்கிக்கொண்டு நின்றது. இப்போது, புதிதாக ஒரு அவஸ்தை உள்நாக்கில் உலர ஆரம்பித்தது. தாகம்! நிறைய தண்ணீர் குடித்தால் மட்டுமே தணியக்கூடிய தாகத்தின் சங்கடம் விரட்டி அடித்தது. வெந்நீர், சாயா, சூடான பால், காபி என்றெல்லாம் கொட்டிப்

பார்த்தேன். தண்ணீரில் இருக்கும், இதம் நிறைவு – குளிர்ச்சி, ‘அப்பாடா போதும்’ என்ற நிம்மதி வரவே இல்லை, என்ன குடித்தாலும் தாகம் தணியவே இல்லை.

எத்தனை நாள்தான் சமாளிப்பது? தண்ணீர்ப் பிரச்சினை மனதில் சப்பாணியாக அமர்ந்துகொண்டது. தடுமனால் பட்ட அவதியும் சுளிவும் மூக்கு எரிச்சலும், என்ன வந்தாலும் பத்தியத்தை முறிக்கக்கூடாது என்ற வைராக்கியத்தை வளர்த்தியிருந்தது. டக் ஆப்வார் விளையாட்டுப் போல் இழுவலி போராட்டம்தான். இந்தப் போராட்டக் களத்திலேயே தண்ணீர்ப் பிரச்சினை கார்ட்டூன் சினிமா போல, விதவித வர்ணங்களில் இறங்கி வந்து, தண்ணீருக்கும் எனக்குமான பந்தத்தின் கதைகளாக, கனவுகளாக விரிந்தன.

எவ்வளவு தண்ணீர் குடித்திருக்கிறேன். குடித்த தண்ணீருக்குக் கணக்கா, கையா? சாப்பிடும்போது பத்து டம்ளர் தண்ணீர் வேண்டும். ஒரு கவளம் சோற்றுக்கு ரெண்டு மிடறு தண்ணீர். “இப்பிடி ஏன் வெயில்லே போன காளை மாடு தண்ணி குடிச்ச மாதிரி ஊத்தி அடைக்கிறே. அப்பிடியே கரஞ்சுதான் போயிடப் போற” என்பாள் அம்மா. இப்போ சாந்தாவும் அப்பிடித்தான் சொல்கிறாள். “தண்ணியையே விட்டு அடச்சா சோறு வயித்திலே தங்க வேண்டாமோ? என்ன ஆம்பிள்ளையோ?” என்பாள்.

தண்ணீர் விஷயத்தில், கண்டித்தாலும் காரியார்த்தத்தில் அம்மா என் சேத்தி, “ஆண்பிள்ளை தண்ணீர் அதிகம் குடிச்சால் குத்தமில்லே. நீர் நிறையா போகும்” என்றாள். அம்மாகூடத் தண்ணீர் மாதிரித்தான், எங்கள் அம்மா முகத்தில் கசடே நான் கண்டதில்லை. அப்படியென்றால் அம்மா தண்ணீர் மாதிரிதானே? அம்மாவின் உடம்பு ரொம்ப குளிர்ச்சி, அம்மாவைத் தொட்டுக்கொண்டு, கோயிலுக்கு, கடைத்தெருவுக்கு, சினிமாவிற்குப் போக, சந்தோஷம் கொஞ்ச நஞ்சமில்லை. இப்போ அம்மா இல்லை! சாந்தாவின் உடம்பு ரொம்ப உஷ்ணமானது. குலாவும்போது அவளுக்கு வேர்த்துக் கொட்டும். எனக்கு ஜில்லென்று இருக்கும். படுக்கையில் அவளை விட்டுவிட்டு எழுந்துவந்து தண்ணீர் குடித்துவிட்டு வருவேன். அவள் மார்மேல் வேர்வையைத் துடைத்துவிட்டு மேஜை விசிறியைத் திருகிவிட்டுக்கொண்டிருப்பாள்.

நேற்றிரவு லேகியம் சாப்பிட்ட பின்பு வெந்நீரைக் கொஞ்சம் ஆற வைத்துக் குடித்துப் பார்த்தேன். விடாய் எங்கே அடங்குகிறது? பச்சைத் தண்ணீரிலுள்ள, ஜில்வென்ற ரம்யம், நிறைவு, இளைத்துப் போன ஆறின வெந்நிக்கு எங்கே வரும்? கிழவி, பிரா கட்டிய கதைதான்!

ரொம்ப நேரம் விசிறிக்கொண்டும் புரண்டுகொண்டும் படுத்தேன். வில்லியம் ஷேனர் 'வாட்டர்' என்று ஒரு நாவல் எழுதியிருக்கிறார். 'பெருவெள்ளத்தி' என்ற தகழியின் கதை இன்னும் மனது பூராவும் நிறைந்திருக்கிறது. சுந்தர ராமசாமிகூடத் தண்ணீர் பற்றியே அமிழ்ந்திருந்தது... ஒரு மழைக் காலத்தில் கரமனை ஆற்றில் பெருவெள்ளம் நுரைத்துக்கொண்டு ஓடுகிறது. நான் தாணப்பன், அருணாசல அண்ணன், சங்கரன் எல்லாம் கூட்டு.

அருணாசல அண்ணன் ஆற்றின் படிக்கட்டு, ஆமைக் கல் மேல் ஏறி நின்று, வேஷ்டியைத் தார்ப்பாய்ச்சிக்கொண்டு தும்பி போல் கையை நீட்டி குப்புற வெள்ளத்தில் பாய்ந்தார். அருணாசல அண்ணன் நீச்சலில் சூரப்புலி. எங்கள் ஜமாவுக்கு அவர்தான் ஆசான்! அவருக்குத் தெரியாத சங்கதி உலகத்தில் ஒன்றுகூட இல்லை. எங்களுக்கெல்லாம் அருணாசல அண்ணன் அபிப்பிராயம்தான் நீதிவாக்கு. சினிமா என்றால் நாடியா, ஜான்காவ்ஸ், எஸ்.எஸ், கொக்கோ, செல்லப்பா பாகவதர், மீனலோஜனீ இவர்கள் தான் ஆதர்ச வழிகாட்டிகள். சங்கீதம் என்றால் கிட்டப்பா, பாகவதர், எம்.எஸ்.தான் ஒசத்தி. தியாகராஜபாகவதருக்கு ராகஞானம் இருக்குமளவிற்கு சொல் சுத்தம் கிடையாது என்பார். தண்டபாணி தேசிகரும், ஜி.என்.பியும்தான் லயசுத்தமாகப் பாடுகிறவர்கள். பள்ளிக்கூடக் கணக்கில் அல்ஜிப்ரா அருணாசல அண்ணனுக்குத் தண்ணீர்பட்டபாடு, எங்களுக்கு வீட்டுக்கணக்கெல்லாம் அவர்தான் போட்டுத் தருவார். அழகா முத்து முத்தாக தமிழ், இங்கிலீஷ் எழுதுவார். கல்கிதான் அவரது லட்சிய எழுத்தாளர். அலை ஓசை போல ஒரு நாவலை எந்தக் காலத்திலும் எந்தக் கொம்பனுமே எழுத முடியாது என்பார். இங்கிலீஷில் ஆர்.கே. நாராயணனைப் பற்றிச் சிலாகித்துச் சொல்வார். பரீட்சை பேப்பரில் எனக்கு ஒரு சமயம் பெயர் எழுதித் தந்தார், ஏ. மாதவன், என்பதற்கு ஏமாந்தவன் என்று எழுதினார். வேடிக்கை எல்லாம் செய்வார். பொம்மனாட்டி வேஷம் போட்டு போட்டோப் படம்கூட எடுத்து வைத்திருக்கிறார். வேஷம் என்று, சொன்னால்தான் தெரியும். ரொம்ப உயரமாகச் சிவப்பாக, முன் வரிசையில் ஒரு பல் தங்கம் கட்டி அழகாக இருப்பார். ஆற்றுக்குக் குளிக்கப் போகும் ஜமா, மார்கழி பஜனை ஊர்வலம்போல பந்தாவாக இருக்கும். தண்ணீர் இல்லாத காலத்தில் கரமனை ஆற்றுப்படித்துறை எங்கள் கும்மாளத்தில் கலங்கி மறியும். "சனியன்களா, மனுஷாளைக் குளிக்கவிடுங்கடா எருமை மாடுகளா" என்று மடியாகக் குளிக்கும் சிவன் கோயில் தெரு பிராமணர்களிடமிருந்து திட்டு கிடைக்கும். 'போங்க சாமி. உங்க ஆத்திலே போய்க் குளிக்காமெ இங்கே ஏன் வறீங்க?" என்று பரிகாசம்

பண்ணிவிட்டு, மூழ்கி அக்கறை மண்ணுக்குப் போய் நிஜ எருமை மாட்டுக்குப் பின்னால் ஒளிந்து நிற்போம்.

அந்தக் கரமனை ஆற்றில் வெள்ளம் கரை கவிந்து நுரைத்துக் கொண்டு ஓடுகிறது. நல்ல இழுப்புச் சுழித்து வெள்ளம் புரண்டு ஓடுவதைக் கண்டாலே பயமாக இருந்தது. அருணாசல அண்ணன் பாய்ந்துவிட்டார். வெள்ளத்தின் அடி மட்டத்திலேயே முக்குளித்துப் போய் முக்கால் ஆற்றில் தலை தூக்கி கழுத்தை வெட்டி முடியை சிலிப்பிக்கொண்டு நீண்ட முன்னங்கைகளை வீசிப் போட்டு, மறுகரை வேலி, ஆமணக்கஞ் செடியின் கொப்பைப் பற்றிக் கொண்டு, டபக்கென்று திரும்பி முகத்து நீரை வழித்துக்கொண்டு மறுகரையில் எங்களைப் பார்த்தார். நாக்கை மடித்து வீஷ் என்று சீட்டியடித்தார். அடுத்தாற்போல தாணப்பனும் பாய்ந்துவிட்டான். ஒழுக்கு வேகத்தில் தாக்குப் பிடிக்க நோஞ்சல் தாணப்பன் ரொம்ப பிரயாசைப்பட்டான். கடைசியில், வெள்ள இழுப்பு வாக்கில் கொஞ்சம் தள்ளிப்போய் வண்ணான் கரைப் பக்கமாக மண்ணைத் தொட்டு நின்று இரைக்க இரைக்க இங்கே பார்த்து விழித்தான். கரை தொட்ட வீரத்தில் அம்போ என்று பரிதாபமாகச் சிரித்தான்.

சங்கரன் சின்னவன். எங்கள் துணிமணிகளையெல்லாம் வைத்துக்கொண்டு அவன், நனையாத பக்கமாக ஒதுங்கி நின்றிருந் தான். பார்த்து நிற்க முடியாது குதித்துவிட்டேன். அப்பா, அன்று நான் தண்ணீரில் தவித்த தவிப்பு நாய் பட்டிருக்காது, உயிரே போய்விட்டுத்தான் திரும்பி வந்தது என்று சொல்லலாம். பாதி ஆற்றை வெள்ள இழுப்போடு மல்லிட்டுத் தள்ளுவதற்குள் கை குழைந்தது. வலியாக வலித்தது. சுழற்றிக்கொண்டு வந்த ஒரு சுழிப்பில் லபக்கென்று உள் வாங்கினேன். ஆற்றின் அத்தனை கலங்கல் வெள்ளமும் வாய் வழியாக மூக்கு வழியாக உள்ளே போயிற்று. எப்படியோ எம்பி, இன்னொரு முறை மேலே வந்தேன். 'அண்ணேய் இழுக்குது' என்று உயிர்போகும் கூத்தலாகக் கத்தினேன். மறுக, ஒரு முத்து முத்து அளவே தெரியாமல் வெள்ளத்தை விழுங் கினேன். பிறகு எம்பி மேலே வரச்சக்தியில்லை. அருணாச்சல அண்ணன் பாய்வது மட்டுந்தான் தெரிந்தது. நினைவு வந்தபோது ஆற்றங்கரை சிவன் கோயில் வழுக்குத் திண்ணையில் படுத்திருக் கிறேன். அருணாசல அண்ணனும் சேக்காளிகளும், ஒன்றிரண்டு பிராமணத் தலைகளும் தெரிந்தன.

"எங்க தம்பி மாதவன் கரமனை ஆற்று வெள்ளத்தை அப்படியே குடிச்சவனாக்கும். அவனுக்குக் குடிக்கத் தண்ணி அண்டாவிலேதான் வைக்கணும்" என்று ஏதாவது சாப்பாட்டு

சபையில் அடிக்கடி கேலி செய்வான் அருணாசல அண்ணன். அந்த அண்ணனின் கல்யாணத்தின்போது மாப்பிள்ளைத் தோழன் நான்தான். ரஞ்சிதம் அண்ணி சோறுபோட வந்தபோது, "ரஞ்சி, இது தம்பி மாதவன். இவனுக்குத் தண்ணி மட்டும் நிறைய வேணும். நிறையேன்னா எங்க கரமனை ஆற்று வெள்ளம்கூடப் போறாது பாத்துக்கோ...." முதல் அறிமுகப்படலமே இப்படித் தண்ணீரில் தான் ஆரம்பித்தது.

ரஞ்சி அண்ணிகூட ரொம்ப அழகாகத்தான் இருப்பாள். ஆனால், என்ன செய்ய, டோப்பாவைக் கழற்றினால் மொட்டை! பிறந்த கோழிக் குஞ்சு போல அண்ணிக்கு முடியே இல்லை. அருணா சல அண்ணனின் வீரம், வீறாப்பு, அழகு, அறிவு எல்லாம் இந்த ஒரு விஷயத்தில் சபை ஏறாமல் போய்விட்டது. பெண்டாட்டியை எங்கியும் அழைத்துக்கொண்டு போகமாட்டார். கிளைமாக்ஸில் வந்தபோது கிழிந்துபோன துப்பறியும் நாவல் போல அருணாசல அண்ணன் விஷயம் அம்போ என்று ஆகிவிட்டது.

நாலைந்து நாள் மருந்து சேவனை, பத்தியம், விடாய், சங்கடம் எல்லாம் இருந்தும் தடுமன் தொல்லை சன்னமாகக் குறைந்து கொண்டே வந்தது. ஆனால், உடல் சோர்வு, மனத்தளர்வு, அதிகரித் திருந்தது. அன்றாட அலுவல் தடைபட்டு படுக்கையிலேயே இருந் தேன். இந்தச் சோர்வு, தாகம் பற்றி விபரம் சொல்ல, இடையில் ஒருமுறை மருத்துவரிடம் போய்வந்தேன். "எந்த தாகத்தையும் வெல்லணும். சோர்வு சாதாரணமானதுதான். ஒரு வாரத்தைத் தள்ளிவிட்டீர்களானால் நீங்கள் ஜெயித்துவிடுவீர்கள். நீங்கள் சொல்லும் தாகம், சும்மா சபலத்தின் அடிப்படையில், சும்மா பழகி விட்ட பலவீனத்தின் அடிப்படையில் உள்ளது. தொடர்ந்து மருந்து சாப்பிட்டு வாருங்கள். நினைத்தால் முடியாதது ஒன்றில்லை" சர்வ சாதாரணமாகச் சொன்னார் மருத்துவர். அவரது தாடியினுள் புன்சிரிப்பு இருந்தது.

வைராக்யத்தில் நானும் சளைத்தவனல்ல என்று சங்கல்பித்துக் கொண்டு தாகத்தோடு உழன்றேன். பகல்பொழுதை, அந்தா இந்தா என்று எப்படியும் தள்ளிவிடலாம். இரவுப் படலம் பிரச்சினையாக இருந்தது. கட்டிலறையில் படுத்தால் வேர்த்துக் கொட்டியது. வெளித் திண்ணையில், தூக்கம் சவலைக் குழந்தை மாதிரி அழுது அழுது வந்தது. சற்றுக் கண்ணயரும்போது கனவு வெள்ளம் மண்ணைக் கலக்கிக்கொண்டு வந்தது. வயலும் வாய்க்காலும் தாண்டி பாறைக் காட்டு ஆற்றுக்குக் குளிக்கப் போகிறோம். அணையின் பாறை இடுக்கிலிருந்து பீச்சும் குட்டி அருவியில்

தலையைக் காட்டி மணிக்கணக்கில் அமர்ந்திருந்து குளிக்கும் சுகம் குற்றாலம் அருவியில்கூடக் கிடைக்காது. குளித்துவிட்டு வரும்போது, தலை துவட்டும் துண்டு நிறைய, ராப்பிச்சைக்காரன் பொட்டணம் போல புன்னைக்காய் பொறுக்கிக் கட்டிக்கொண்டு வருவோம். குளித்துவிட்டு அறுவடை முடித்த வயலின் கற்றைக் குச்சிகளை மிதித்துக்கொண்டு வெயிலோடு வீடு வந்து சேரும்போது துவைத்து மேலுக்குப் பிடித்துக்கொண்டு வந்த வேஷ்டி – தலை மேலிட்ட சட்டைத்துண்டு எல்லாம் வத்தலாகக் காய்ந்துபோயிருக்கும். வந்து வாசல் ஏறும்போதே, "அம்மா குடிக்கத் தண்ணீ...." என்ற அபயக் குரல்தான் முன் நிற்கும்.

அந்தப் பாறைக்காட்டு ஆற்றில் ஒரு மத்தியான வேளையில் தனிமையில் குளிக்க வந்தபோது வாழ்க்கையிலேயே முதன் முதலாக ஒரு பெண்ணைப் பார்த்தேன். ஆமாம். அம்மணமாக! ஹப்பா இப்போதும் அப்படியே உள்நாக்கிலிருந்து சிலிர்க்கிறது. மழைக் காலம். அணை நிறைந்த வெள்ளம், மேல் பொங்கலாகச் சீப்பிற்கு மேல் ஓவென்ற இரைச்சலுடன், கீழே பாறைக்கட்டு பள்ளத்தில் வீழ்கிறது. எதிர் வரிசையில் வெள்ளத் திவலைகள். பனிப்படலம் போலத் திரைகட்டி வெளிறிய சூரிய ஒளியால் வானவில் சிலிப்பியிருக்கிறது. போய் இறங்கிய பின்பு, 'இப்படி வெள்ளமென்று தெரிந்திருந்தால் வந்திருக்கவே வேண்டாம்' என்று தோன்றியது. யாருமில்லை. வண்ணான் படித்துறைக்கு மேலே வெள்ளம் போன தால் யாரும் வண்ணார்கள் தொழிலுக்கு வரவில்லை. கொஞ்ச நேரம் ஒரு பாறை மேலேயே அப்படிப் பார்த்துக்கொண்டு நின்றேன். பொங்கி எழுந்து ஓவென்று சிதறும் இந்தக் கம்பீரம் என்ன காரணத்திற்காக நிகழ்கிறது. இத்தனை வலிமையும் பொங்கலும் உறுமலும் யார் காண்பதற்காக? இன்று பொழுதிற்கும் வெயில் இப்படியே நின்றால் நாளை, ஒழுக்கு மெலிந்து இந்த அர்த்தமற்ற கம்பீரம் அறுந்தே போய்விடும். பிறகு இந்த ஆங்காரமும் துள்ளலும் சீற்றமும் சிதறலும் ஏது? இரை விழுங்கி மலைப்பாம்பு போல மெல்லத் தவழ்ந்து ஒழுகி வண்ணான் துறைக் கற்களைத் தழுவிக்கொண்டு, புன்னைத் தோட்ட விளிம்பு வழியே அயணி மரங்களையும், தென்னை, பலா மரங்களின் கறுப்பு முண்டு வேர் களையும் குளிப்பாட்டிக்கொண்டு, புன்னைப் பூக்களையும், கமுகின் பூக்களையும் மிதக்க விட்டுக்கொண்டு ஓடவேண்டியதுதானே... நனைந்த சிந்தனைகளிடையே பக்கத்துப் பாறைப் பள்ளத்தின் கீழே ஈர ஆடை சலசலப்பு கேட்கவே திடுக்கிட்டுத் திரும்பிப் பார்க்கிறேன்... சொட்டச் சொட்டக் குளித்துக்கொண்டிருக்கிறாள் ஒருத்தி. துடைகளுக்கு மேல் மார்பை எட்டிப் பார்க்க ஒரு துண்டு

மட்டும் கட்டியிருக்கிறாள். திரண்ட ரெண்டு கைகளாலும் தலைக்குத் தேய்த்து கூந்தலை முகமெல்லாம் வழியவிட்ட கோலத்தில் நனைந்து நிற்கிறாள். புது நிறத்துக்காரி. குட்டை, திரட்சி, மார்பில் அந்த நனைந்த துண்டின் வெள்ளம் அவள் முழங் காலுக்கும்கீழ் நுரைத்துகொண்டு கிறங்கி ஓடுகிறது... தலை தேய்க்கும் அவசர இயக்கத்தில் சட்டென்று துண்டு நழுவிவிடுகிறது. அவ்வளவுதான்! சிருங்காரத்தில் என் அரும்பிய இளமைக்காலத்தில் அதுமுதல் அனுபவம். ஆடை கட்டி வெயில் படாத இடமெல்லாம் துல்லியமாகத் தெரிந்தது. சட்டென்று அவள் பரபரப்பு. இங்கே கரை பாறைமேல் என்னில்தான் விழுந்தது. மறுகணம் அவள் நீரில் மூழ்கிவிடுகிறாள். அவளது முகத்தில் கண்கள் ரொம்ப அழகாகத் தெரிந்தன. வெயில் படாத நெஞ்சின் கறுப்புக் கண்களும் அப்படியே! ஓட்டமும் நடையுமாக வீட்டிற்கு வந்துவிட்டேன். குளிக்கவில்லை. "ஆற்றுக்குப் போனவன் அம்பட்டன் மாதிரி குளிக் காமல் ஏன் வந்து நிக்கிறே?" என்று கேட்டாள் அம்மா. "ஆற்றிலே மழை வெள்ளம் ஏறிவிட்டது. வந்துவிட்டேன்?" என்றேன். அன்றிரவில் கனவில் அவள் வந்தாள். அவள் வந்து என் உடம்பெல்லாம் ஈரமாக்கினாள்.

அதன்பிறகு நண்பர்கள் புடைசூழ எத்தனையோ முறை பாறைக்காட்டு ஆற்றுக்கு நீராடப் போயிருக்கிறேன். ஒருமுறைகூட அவளைக் கண்டதில்லை.

இரவின் தாகக் கனவுகளிடையே இப்பொழுது வருஷங்கள் தாண்டிவிட்ட தொலை வெளியையும் மறந்து அவள் வந்தாள். வந்தவள் கை நிறையத் தண்ணீர் அள்ளி எனக்காக ஊற்றுகிறாள். நான் தாக ஆவலுடன் அவளை நெருங்க நெருங்க, தண்ணீரும் அவளும் விலகி விலகிப் போய்க்கொண்டிருக்கிறது. மேக மண்ட லத்தில் நாரதர் வருவது போல அகண்ட வெள்ள வெளியில் நான் அவள் கைத்தண்ணீருக்காக ஓடுகிறேன். அவளும் ஓடிக் கொண்டிருக்கிறாள். அவளது இறுகிய மேனியின் கண்ணாடி ஈரம் மனதில், நரம்புகளில், உணர்வில், தாக நெருப்பை எரிய விடுகிறது. ஆடையில் நெருப்புப் பற்றிக்கொண்டவனாகத் தண்ணீர், தண்ணீர், தண்ணீர் என்று காட்டுக் கத்தலாகக் கத்துகிறேன். சட்டென்று விழித்துக்கொள்ளும்போது, அறையின் மங்கல் இருளில், மனைவி, சுருண்டு துவண்டு உறங்குகிறாள். சுவர்க் கடிகாரம் டக் டக்கென்று உறங்காமல் இருக்கிறது. சுவர்ப்படங்கள் – புத்தக அலமாரி – மேஜைமேல் மூடிச்செம்பில் தண்ணீர் இருக்கிறது. வாடிக்கையாக சாந்தா எடுத்து வைத்திருப்பது! கலைத்துக்கொண்டு எழுந்துபோய் மூடிச் செம்பை எடுக்கிறேன். 'கணிங்' என்று மூடி கீழே விழுகிறது!

சாந்தா விழித்துக்கொண்டவள், "அய்யோ, அது பச்சைத்தண்ணீர்" என்று எழுந்து வருகிறாள்.

"பரவாயில்லை அதுதான் வேண்டும்" என்று எடுத்து அவ்வளவையும் குடிக்கிறேன்.

"பத்தியம் மறந்துவிட்டீர்களா?" என்கிறாள்.

"கிடக்கிறது பத்தியம், வா இப்படி" என்று அவள் கையைத் தொடுகிறேன்.

"சரிதான். நேரங்காலம் இல்லையா? இது அர்த்த ராத்திரி..."

"பத்தியமே முறிந்த பின்பு அர்த்த ராத்திரி என்ன?"

அவள் சிரிப்பு மங்கல் ஒளியில் அழகாக இருந்தது.

26

எட்டாவது நாள்

"டேய், பட்டாணீ..."

"டேய், சாளப் பட்டாணீ"

"போங்கடா, உங்கெ அம்மைக்கு பயக்களா..."

"ஹோய்...ஹோய்..." பயல்கள் எல்லாம் பட்டாணியின் முன் நின்று கூச்சல் போடுகிறார்கள். செய்துப் பட்டாணி, யானைக்கால் வியாதியுள்ள துதிக்கை போன்ற தன் வலது கையை ஓங்கி விசிறு கிறான். பயல்கள் காக்கைக் கூட்டத்தில் கல் விழுந்தது போலச் சிதறி ஓடுகிறார்கள்.

"பிடிச்சால், ஒரு பிடிக்குக் காணாத பயல்கள்" என்று பட்டாணி கையால் ஓங்கி அடிக்கிறான். ஓலைச் சுவரில் கை பொத்தென்று விழுகிறது... அய்யோ... வலி பிராணன் போகிறது.

சடக்கென்று விழித்துக்கொள்கிறான், பட்டாணி–

"சே, தூங்கீட்டேன்... சொப்பனத்திலேயுமா இந்தப் பயக்க தொந்தரவு?"

வெளியே வெயில் தீயாக எரிகிறது. பட்டாணிக்குக் கண்ணைத் திறக்கமுடியவில்லை. 'கூனிலே குரு' வந்தது மாதிரி கண்நோய் என்ற கண்ணுத் தீனம் வேறு, வெளியே வெயில் பார்க்கமுடிய வில்லை. இமை ஓரத்தில், பிலாப்பிசின் மாதிரி சீழ் கட்டியிருக்கிறது. பட்டாணிக்கு இந்தக் கண் நோய் ஒன்றும் பெரிதாகப்படவில்லை. சாலையில் கோட்டக்ககம் ஆஸ்பத்திரியில் டாக்டர் சொன்னதுதான் அவன் மனத்தை வாளால் அறுத்தது.

"வச்சுக்கிட்ருக்காதேயும், கேஸ் ரொம்ப முற்றிப் போச்சு, இவ்வளவு நாளும் என்ன செய்தேரு...? பழுப்பு கையிலேயிருந்து தலைக்கேறியச்சிதோ தொலைஞ்சுது... இவ்வளவு நாள் கழிஞ்சாவது இங்கே வரத் தோணிச்சுதே... இன்னையோட எட்டு நாள் டயம் தாரேன். ஒவ்வொரு நாளும் வந்து இஞ்செக்ஷன் போட்டுக் கிடணும். எட்டு நாள் பாத்துப்பிட்டு, சீட்டு தருவேன். மெடிக்கல்

காலேஜ் ஆஸ்பத்திரிக்குப் போகணும். கையை எடுக்கணுமா வேண்டாமாங்கிறது அங்கே சொல்லுவா. எனக்கு நம்பிக்கை யில்லே... கையை முட்டுக்குக் கீழே எடுத்திரத்தான் வேணும்.... ஒழுங்கா நடந்திருந்தா இப்படி வந்திருக்காது, எதுக்கும் காலம் நேரம் உண்டில்லையா... எதுக்கும் எட்டு நாளும் தினம் இங்கே வந்து இஞ்செக்ஷன் போட்டுக்கிடும். பார்ப்போம்..."

டாக்டருமாருக்கு எல்லாம் நிசாரம்; கையை முறிக்கிறது, காலெ முறிக்கிறது... எல்லாம் அவங்களுக்குப் புல்லு போல... சமயத்திலே தலையைக்கூடக் கிள்ளியெடுத்திட்டு முண்டமாக நடந்து போவச் சொல்லுவா... என்னன்னு கேட்டா, மருந்து இஞ்செக்ஷன், ஆப்ரேஷன் என்னு சொல்லுவா... இந்தக் கைகூட இல்லாட்டா, இந்த வயசு காலத்திலெ சாலைக் கடையிலே பயல்கள் முன்னாலே போகவே முடியாது. 'சாளப்பட்டாணி மந்து கையாலே ஒரு போடு போட்டா அவ்வளவுதான்' என்ற பயம் போயிரும். பொறவு நாய்கூட சீண்டாது... இப்போ கொஞ்ச நாளாத்தானே பயக்க எளக்காரம் கண்டுகிட்டு முக்குக்கு முக்கு நின்னு எரட்டை பேரைச் சொல்லிக் கூப்பிடுதான்... ஏதோ ஒரு பட்டாணி சாளை மீனை இஷ்டப்பட்டு வாங்கித் தின்னான் என்னுள்ள பேரை வச்சிட்டு பட்டாணி மாரெல்லாம் சாளைப் பட்டாணியாம்... சரியான நியாயம். வாயிலெ வந்ததெ கூப்பிடணும்... தெண்டிப்பயக்க... இந்த வாற்று சரக்கெ விழுங்கறது கொறைக்கணும்னாலும் முடியல்லே. வயசு ஆயிட்டதினாலெ ஆறு அவுன்ஸ் உள்ளே போனதும் காலு கொழையுது, நாக்கும் சும்மா கெடக்காது. அது, இந்தத் தொட்டிப் பயக்களுக்குத் தொக்கு. விரட்டிற பயக்களெ ஓடிப் பிடிக்க முடியுதா...? முடியமாட்டேன்குது; அவனுக சொல்லுதுக்கு மறுபடி ரெண்டு பொரிச்சல் கொடுக்கும்போ... பாத்துக்கிட்டிருக்கிற ஆளுகளுக்கு தமாஸும் பயக்களுக்குக் கொண்டாட்டமும். ரெண்டு சுண்டைக்கா சொல்லும்போது, நாலு பாவைக்கா திருப்பிச் சொல்லாட்டா மனசு ஆறமாட்டேன்குது. என்ன வந்தாலும் கையை முறிக்கக் கூடாது. வேணுமானா எட்டு நாளும் மரியாதைக்குப் போய் மருந்து குத்தி வைச்சிட்டு வரணும். தண்ணியடியும் மரச்சீனிக் கிழங்கு தின்னுவதையும் கொறைச்சா கொஞ்சம்கூட எதம் கிடைக்கும்...

இந்தக் குடிலுக்குள்ளேயே அடஞ்சு கெடக்க வேவலாதியா இருக்கு. வெயிலு வெக்கையும் தீட்டம் நாற்றமும் மூக்கைத் தொளைக்குது. நாலைஞ்சு வருசத்துக்கு முந்தி இருந்ததெவிட இந்தக் கருமடம் சேரி (இப்போ–காலனி) இப்போ எவ்வளவோ பேத முண்டு. ஓடைத் தண்ணிபோக பெரிய கொழல் போட்டிருக்கு.

சதுப்பு நெலத்திலே கடப்புற வெள்ளை மணல் விரிச்சாச்சு... நெறைய தென்னந்தோப்பு. குழல் பக்கம் எல்லாரும் போய் வெளிக் கிருக்காலெ கக்கூசும்கூட கெட்டியாச்சானா கொஞ்சங்கூட காலனி விருத்தியாகும். கார்ப்பரேஷன்காரனும் கவுன்சிலரும் அதெ கவனிக்கணும், அஞ்சாறு வருசமா இந்தக் குடிசையும் கருமடம் காலனி ஆட்களும்தான், சுற்றுப்பாடு. என்ன செய்ய? கை ஓஞ்சு போச்சு. என்னைக்கும் ஒரு மாதிரியாவா இருக்கு? வயசானா எல்லாம் அப்பிடித்தான்... ஒரு பதினாலு பதினைஞ்சு வயசு இருக் கும்போ சாலைக் கடைக்கு வந்தது... இப்போ அம்பது கழிஞ்சாச்சு. கையை அனக்க முடியல்லே, ஒரே கெடையிலே கெடந்தாலும் முடியல்லே... அனக்கி திரும்பிப் படுக்க முடியல்லே... கண்ணு நோவு கண்ணெல்லாம் ஊசி வச்சுக் குத்தினது போல நோவுது...

"பட்டாணீ... பட்டாணீ... அகத்தெயா இரிக்கேரு? ஒறக்கமா? கண்ணுத்தீனம் எப்பிடி இரிக்கி? அப்பிடி ஒரே கெடையா படுத்துக் கெடக்காதேயும். எந்திச்சு பச்சைத் தண்ணீலெ கூடக்கூட மொகம் கழுவணும். அந்தச் செவலை மருந்தே கண்ணிலெ எழுதணும். காலத்தை மருந்து குத்தி வச்சதுக்குப் பொறவு கைக்கு எப்படி இரிக்கி? அனக்க முடியுதா...?"

ஓடைக்காரன்– கட்டை கோவிந்தன்.

"என்ன உறச்ச தேகம். கறு கறுவென்று குண்டல புழுப்போல இருக்கான். செவந்த கண்ணும் உருண்டை முகமும், புஷ்டிச்ச தேகமும், கைகளும் நெஞ்சும், அவன் காக்கி நிக்கரும் உடுப்பும், கோவிந்தன் கல்லுளி மங்கன்தான்; ஆனாலும் நல்ல மனசொள்ள வன். நண்ணி உள்ளவன்... அவன் வேலையெல்லாம் தீந்து வந்தி ருந்தான். அவன் பாடு ராஜகாரியம், காலையிலெ தூம்பாயும் தூக் கீட்டு ஒரு ஏழு மணியோட போனா எலவாணிய தெருவிலிருந்து சன்னதி முக்கு வரைக்கும் ரெண்டு சைடு ஓடை, அப்பறம் சன்னதி முக்கிலிருந்து சபாபதி கோயில் – வாணியங்குளம் முக்கு வரைக்கும் ஓடையை இழுத்து கோரி வைக்கவேண்டியது. பத்து மணிக்கெல் லாம் ஆபீஸிலே தூம்பாவைக் கொண்டுபோய். 'ஓவர்சர்' கிட்டே ஒப்படைச்சிட்டு வரணும்... இதுக்கெடையிலே கடை வாசலிலே ஓடைச் சகதியெ, இழுத்து வைக்காமெ இருக்க, கடைக்காரங்க பத்துப் பைசா பதினஞ்சு பைசா படி கொடுப்பாங்க... சம்பளம் வேறெ; ராஜ காரியம்தான்..."

"கோவிந்தனா...? டாக்டருட்டேயிருந்து வந்தம் பொறவே மன சொகமில்லே... ஜீவிச்சிருந்து என்ன பிரயோஜனம்னு தோணுது. இனி எட்டு நாளும் போனா. கையெவேறே முறிச்சுக் களைஞ்சா...?

கோவிந்தன் ஆலோசிச்சுப் பாரு... எப்பிடி இருந்தவன் நான்... கையும்கூட இல்லாட்டா... இப்பமே சாலைக் கடையிலே தொட்டிப் பயக்க காணிக்கக் கூடிய கூத்து கோவிந்தனும் காணுவதுண்டே... இனி கை மொண்டியும் ஆயிட்டா...?"

பட்டாணி அழுவது போலிருந்தது கோவிந்தனுக்கு.

"நீரும் அந்தத் தெம்மாடிகளுக்கு ஒற்றைக்கு ஒற்றை சொல்லு தினாலேதானே அவனுகளும் கூத்து காண உம்மெப் போட்டு கொமைக்கான்... அவனுக ஒண்ணெச் சொன்னா செவி கேக்க லேன்னு போயிர வேண்டியதுதானே."

"இத்தரையும் நாளு அப்பிடி பளகலியே கோவிந்தா... எப்படிப் பட்டவன் நான்... எப்பிடி இருந்தவன் நான்... சாலைக் கடையிலெ என்னைக் காட்டியும் வலிய ஊச்சாளி ஆரு இருந்தா... எனக்கு ஆனகாலத்லே இந்த மாதிரி ஒரு சுண்டைக்காய்மோன் நேரிலெ வந்து நிப்பானா... இப்போ வாய் அறைக்காமெ சாளப் பட்டாணின்னு நடு ரோட்டிலே நின்னு கூப்பிடுதான்... பொறுக் கல்லே எனக்கு..."

"நீரு கெடந்து வெப்ராளப் படாமெ கெடையும். எட்டு நாளத்தெ பாடும் போவட்டும். ஒரு பச்சே இந்த எட்டு நாளத்தே மருந்து குத்தி வைப்பினாலே, கை நீரும் வலியும் பழுப்பும் கொறை யும், கொஞ்சம் சமாதானமாக இரியும்..."

"டாக்டரு அப்பிடி சொல்லலியே கோவிந்தா, அவரு சொல்லக் கூடியதெ கேட்டா, ஒடுக்கம் கையெ முறிக்கணும்னுதான் தோணுது... எனக்கு நம்பிக்கெ இல்லெ... கொஞ்சம் அக்ரமமா இந்தக் கை கொண்டு செய்தேன்... என் அறாம்பெறப்புத் தனம் டாக்டருக்குத் தெரியும்... அவரு கையெ முறிக்கத்தான் எளுதுவாரு..."

"நீரு கொஞ்சம் சும்மெ இருப்பேரா? இனிக்கொண்டாவது நீரு புத்தியா இருக்கட்டும்னு டாக்டரு எயமான் சொல்லியிருப் பாரு... அதெல்லாம் ஒரு வித்தை ஆக்கும், நீரு தைரியமாயிட்டு இரியும், கஞ்சி குடிச்சீரா...? குடிக்கல்லே போல இருக்கே...?"

"கோவிந்தா, கஞ்சி நீ கொண்டு வந்து வச்சது அங்கனேயே இருக்கு... எனக்கு இப்போ ஒண்ணும் வேண்டாம். ஒரு ஆறு அவுன்சு சரக்கு, நடராயனிட்டே வாங்கித் தந்தேன்னா... குப்பி கணக்கிலெ அடிச்சவன்தான். ஆனா இப்போ ஒரு ஆறு போரும். அந்தா எறப்புக்கு பொறத்தே நோட்டு இருக்கு..."

"பட்டாணீ – ஒம்மளகொண்ணாலும் இந்த எரப்பாளி கொணம் போவாது... இந்த எட்டு தெவசமாவது நாக்கிலே காந்தாரி

மொளவு அரச்சுத் தேச்சுக்கிட்டு, சும்மா கெடையும்... கை பழுத்து குடுந்து இருக்கு... சாவப் போறீரோ இல்லியோ... இந்தக் கருமடம் காலனியிலே கெடந்து நல்ல சாக்காலையா சாவும், பேசாமெ கஞ்சியே குடியும்... நான் சானிட்டரி ஆபீஸ்வரெ போவேண்டி யிருக்கு... மொகத்தெ களுவிக்கிட்டு அந்த மருந்தெ கண்ணிலே எளூதும்... சும்மா கெடந்து பேடிச்சுத் தூறாமே படுத்துக் கெடையும், கொஞ்சம் ஆகும்னா எந்திச்சு அப்புக் கடைக்கு சாயா குடிக்கவோ, நடராயனிட்டேயோ போயிராதியும், வெறும் சாயையோ கண்டா வேணுமெங்கி என் பய குட்டன் அங்கே நிக்கான். விளிச்சுச் சொல்லியனுப்பினா வாங்கீட்டு வருவான்... மணி ரெண்டு, நான் போறேன்..."

கோவிந்தன் சேரியின் பெரிய ஓடையைத் தாண்டி ரோட்டில் போய் மறைவது வரையில் பார்த்துக்கொண்டே கிடந்தான், செய்துப் பட்டாணி.

செய்துப் பட்டாணியின் குடிசையிலிருந்து பார்த்தால் இல வாணியத் தெரு அம்மன் கோவில் முக்கு வரையில் ஒரே பார்வை யில் தெரியும். ரோட்டுக்கு நடுவில் அம்மன் கோவில். கோயிலைத் தாண்டி தெற்கே போகும் நேர் ரோடு சன்னதி முக்கிற்குப் போய், சாலை பஜாரை அடைகிறது. கிழக்கே திரும்பும் கிளை ரோடு வழியாகப் போனால் 'சம்பக்கடை' எனும் மீன் மார்க்கட்டுக்கும், கருப்பட்டிக்கடைக்கும் 'மலக்கறிக் கடை' எனும் காய்கறிக்கடைக்கும் போகலாம். அம்மன் கோவிலுக்கு வடக்கே போகும் ரோடு, மணக் காட்டிற்குப் போகிறது. மணக்காட்டில் என்ன இருக்கிறது? நாயர் குடித்தனங்கள்– திருவிதாங்கூர் வரலாற்றிலுள்ள களிப்பான் குளத்தை மணல் கொட்டி நிரப்பிய பெரிய சந்தை – பிரசித்தமான ஆற்றுக்கால் காளிகோவில்... அவ்வளவுதான். இந்த மணக்காட் டிற்கும் சாலை பஜாருக்கும் நடுநாயகமாக விளங்குவதுதான் கரு மடம் காலனி. காலனியில் பெரும்பான்மையான குடித்தனக்காரர்கள், கார்ப்பரேசன் தோட்டித் தொழிலாளர் குடும்பங்கள். அதற்கிடையே தான், செய்துப் பட்டாணி, ஒன்றிரண்டு சாலைக்கடை சுமட்டுத் தொழிலாளி குடும்பங்கள் எல்லாம். காலனியின் கிழக்கு மூலையில் மொத்த நகரத்திலிருந்து வரும் கழிவுநீரைக் கடலுக்குக் கொண்டு போய் விடும் பெரிய சிமிண்டுக் குழாய் நீளமாகப் போகிறது. அதன் பக்கவாட்டிலிருந்து சின்னச்சின்ன ஓலைக் கொட்டடிகளாக காணுவதெல்லாம் வீடுகள்தான். குழாயின் அற்றத்து மேட்டில் தனியாக நிற்கும் வேய் பரம்புக் குடிசை, சாராயம் காய்ச்சும் நடராயனுடையது. நடராயன் குடிசைதான் காலனியின் கிரீடமாகத் திகழ்வது. காலனிக்காரங்களுக்கு – ஏன், சாலைக் கடையிலுள்ள அத்தனை பேருக்குமே நடராயன் குடிசை வரப்பிரசாதமான ஒன்று.

கிடையில் கிடந்த செய்துப் பட்டாணிக்கு ஒருமுறை எழுந்து நடராயன் வீடுவரைக்கும் போய் வந்தால் என்னவென்று தோன்றியது. ஆனால், என்ன செய்வது? கோவிந்தனல்ல – காலனி யிலுள்ள வேறு யார் கண்டாலும் – இந்த நிலையிலும் குடிக்கப் போவதை ஆட்சேபிக்கத்தான் செய்வார்கள். கோவிந்தனின் மனைவி பாச்சியோ... செல்லப்பனோ, யார் கண்டாலும் பட்டாணி யைப் போக விட மாட்டார்கள். எல்லோரும் விசுவாசமுள்ள வர்கள்.

பட்டாணிக்கு வெயிலைப் பார்க்கக் கண் கூசியது. கண் உள் ளுக்குள்ளே, பொடி மணல்வாரி நெருடியது போல் நமநமத்தது. பக்கத்தில், கைப்பிள்ளையைப் படுக்க வைத்திருப்பது போல, துதிக்கை அளவு பெரிய வீக்கம் கண்ட கையைப் படுக்க வைத்திருந் ததினாலே, அந்தக் கைக்குச் சொரணையே தெரியவில்லை; உணர்ச்சி இல்லை. மருந்தின் வேகத்திலே வலி தெரியாமல் மரத்துப் போயிருக்குமோ என எண்ணிக்கொண்டான் பட்டாணி. பசியில்லை, உதடும் நாக்கும் காஞ்சு கெடக்கு... காலையில் ஆஸ்பத் திரிக்குப் போகுமுன், சாயா குடித்த பின்பு பட்டாணி எதுவுமே சாப்பிடவில்லை. கோவிந்தனின் மனைவி, கொண்டு வந்து வைத்து விட்டுப் போன கஞ்சி கறிச்சட்டியில் மூடி, கள்ளிப்பெட்டி மேல் அப்படியே இருக்கிறது.

பட்டாணிக்குக் கண்ணை அசத்திக்கொண்டு வந்தது. வடக்குப் புறத்திலுள்ள தென்னந்தோப்பில் பையன்கள், குட்டியும் கம்பும் விளையாடுகிறார்கள். தோப்பிற்கு அந்தப் பக்கம் புத்தரிக் கண்டம் சினிமா தியேட்டரில் ஏதோ புதுப்படம் வந்திருக்க வேண்டும். மாட்டினி ஷோவிற்குப் பாட்டுப் போட்டிருக்கிறார்கள், பாட்டு மெதுவாகக் கேட்கிறது. ராத்திரியானால் காதில் அடிச்சது போலப் பாட்டு பலக்க கேட்டும்... இப்போ குட்டியும் கம்பும் விளையாடும் பையன்களின் கூச்சல்தான் முந்திக் கேட்கிறது. சாக்குட்டா, சாத்தி யம்பறம், முறு முட்டி, நாலுநா ா என்று – கோவிந்தனின் மகன் குரல் போலத்தான் கேட்கிறது – கம்பை வைத்து அளக்கிறான்.

‘சின்னப் பிராயமாகவே இருந்திட்டா எவ்வளவு சொகமா இருந்திருக்கும். எப்பவும் களிச்சு நடக்கலாம்; ஒரு கவலையும் இருக்காது...’ என்று எண்ணினான் பட்டாணி.

செய்துப் பட்டாணிக்குக் கண்ணை முட்டிக்கொண்டு அழுகை வருகிறது. வாயை மூடிக்கொண்டு மடமடவென்று கண்ணீர்விட்டு அழுகிறான்... கொஞ்ச நேரம் பொறுத்து இடது கையால் கண் ணைத் துடைத்துக்கொண்டு – போர்த்தியிருந்த சீலையால் வாயை

அமுக்கி அழுகையை விழுங்கிக்கொண்டு, நிதானத்தில் சேரிப் பாதையைப் பார்த்தான், யாருமில்லை. இன்னும் அழுகைதான் வருகிறது...

'இதொரு கெட்ட பழக்கம். கொஞ்சம் மனசு தளந்தா கரைச்சல் வருது, மனசு திடமில்லாதவன்தான் சட்டுன்னு அளுது காணிப்பான்'னு சொல்வா. கள்ளனும் அழுது காட்டுவான்... ஆனா நமக்கு திடமில்லாத மனசுன்னு எப்பிடி கணக்காக்க முடியும்? இந்தப் பட்டாணி செய்திட்டுள்ளது போலத்த துணிஞ்ச காரியம்– இந்தச் சாலைக் கம்போளத்தில் ஒருத்தன் செய்திருக்க மாட்டான், இவ்வளவுக்கும் ஒரு தடவைகூட அந்நியன் மொதலெ எடுத்தது இல்லே... எப்பிடியெல்லாம் இருந்தேன்... கடைசியிலே இப்பிடி ஆயிப்போனேன்னு நினைக்கும்போதுதான் மனசு தாளல்லே... ஆரு மில்லே. தந்தையில்லே தள்ளயில்லே, கூடிப் பிறந்தது இல்லே... பிள்ளையும் குட்டியுமில்லே... கோவிந்தன் எத்ரையோ தடவை சொல்லியிருக்கான் – 'எவளோ, எந்த சவமோ, சாதியும் கீதியும் பாக்க வேண்டாம். ஒருத்தியே உமக்கின்னு கொண்டு வந்திரும். பனி – தலைவேதனையின்னு ரெண்டு திவசம் பாயிலே படுத்தா, ஒரு நேரம் சுடுதண்ணி உண்டாக்கித் தர ஒருத்தி வேணும். என்னைக்கும் சிநேகிதக்காரனும், அடுத்த வீட்டுக்காரனும் வர மாட்டான்... இந்தா இதைச் சொல்லக்கூடிய நான்கூடத்தான். நீரு சாராயம் வாங்கித் தந்ததுண்டும், சோறும் சாயையும் வாங்கித் தந்திட்டுண்டும், சிநேகம் எல்லாம் சரிதான். ஆனா நீரு கெடையிலே கெடக்கும்பம் கொஞ்ச நாளு பார்ப்பான். பொறவு மொகத்தைச் சுளிக்கத்தான் செய்வான். இப்போ நீரு அஞ்சாறு பணம் என் கிட்டெ தந்து வச்சிருந்ததினாலேதான் நான்கூட உம்மளெ கெவனிக்கேன், சொந்தக் காயி செலவாக்கி, சிநேகமாக்கும்னு இந்தக் காலத்திலெ ஆரு பாக்கா... உமக்கென்ன, காடுகேறக்கூடிய வய சொண்ணும் ஆயிரல்லியே... ஒரு பெண்ணெ வச்சுப் பொறுப்பிக்க நீரு நெனச்சா முடியத்தான் செய்யும். இன்னியும் வேணுமானா உமக்கிந்த கருமடத்திலே ஒரு பொண்ணு கெடக்கத்தான் செய்யும்... அதுக்கொண்ணும் மசிய தோணலே. ஏன் அப்பிடி? ஒரு பெண்ணைக் கொண்டு வந்து பொறுப்பிக்கணும்னு தோணும்போ, எல்லாம் அந்தப் பழைய சங்கதியெ மறக்கமுடிய மாட்டேங்குது, செத்தாலும் அதெ மறக்க முடியாதுன்னுதான் தோணுது. நெஞ்சிலே வெட்டிப் பொளந்து வச்ச மாதிரி, அது அந்தக் காலத்திலே நடந்து போச்சு. கெடச்சா அந்த மாதிரி சுகம் அனுபவிக்கக்கூடிய பெண்ணே கெடைக்கணும். ஆயுசு முழுக்கக்கூட வந்து தாமஸிக்கணுமானாலும் அந்த மாதிரி பெண்ணே கிட்டணும். எளவு இந்தக் காலனியிலே

உள்ளது மாதிரி சரக்குகளு, எப்பவும் எப்பிடியும் கிடைக்குமே… அதுக்கும் பொறவு எவ்வளவு எண்ணத்த கண்டிருக்கு. ஒண்ணுகூட அந்தச் சரக்குக்கு வாலிலெ கெட்டி அடிக்கக் காணாதே… ஆனா அந்தப் பொண்ணு எந்த மாதிரி இருக்கும், ஆரெப்போல இருக்கும்னு கேட்டா தெரியவே தெரியாது. மொகத்தை ஆரு கண்டா, ஒரு ராத்திரி நல்ல இருட்டிலே – மழையிலே நடந்தது. மோறையை ஆரு கண்டா… இப்போ நினைச்சப்பவும், தேகம் குளிருது… உம். மறக்க முடியுமா அதெ…

'ஒரு இருவத்தி அஞ்சு வருசம் இருக்குமா? இல்லே, கூடத்தான் இருக்கும். அப்போ ஒரு பத்தொன்பது இருவது வயசுதான் இருக்கும். நூற்றியெட்டாம் ஆண்டிலே கிள்ளி ஆற்றிலே வெள்ளப் பொக்கம் வந்ததுக்கு அடுத்த ஆண்டு மிதுனம் கர்க்கடக மாசம். அப்போவெல்லாம் இந்தச் சாலைக் கம்போளம் இப்பிடியா? கிழக்கே கோட்டையிலிருந்து ஆரியசாலை வரைக்கும் வரிசையா அரை மைல் தூரமும் ரெண்டு சைடிலையும் எல்லாம் தாழ்ந்த கடைகள் நாழி ஓடு போட்ட கூரையும் பின்னைக்காய் எண்ணெய்ச் சரவிளக்கும் தொங்காத கடையே இல்லை. கரன்ட்டு விளக்குக் கெடையாது. ரோட்டிலே முக்குக்கு முக்கு மண்ணெண்ணெய்க் கூண்டு விளக்கு நிக்கும். கொத்துவால் தெருவிலேயும் சபாபதி கோவில் தெருவிலேயும் உள்ள மொத்தக் கடைகளில் சிலதிலே கியாஸ் விளக்கும் உண்டும். சன்னதி முக்கிலே ஒரு பெரிய பச்சை நிற அஞ்சல் பெட்டி நிக்கும். சங்கு முத்திரெ கிரீடம் வச்ச அஞ்சல் பெட்டி. அப்போ மூலம் திருநாள் மகாராஜா, நாடுநீங்கி அம்மராணி பதிலுக்கு ராஜ்யம் பரிச்சிக்கிட்டிருந்தா – அம்ம ராணியெ ஒருக்கெ, பூஜை எடுப்பு தேரோட்டம் சாலைக்கடை வழியா வந்தப்போ கண்டதுண்டு…

'…அப்போ முக்கிலே இப்போ கச்சவடம் செய்யக்கூடிய சாமி செட்டியாருக்கெ அப்பன், பட்டன் செட்டியாருக்குப் பலசரக்கு கச்சவடம். ஓல்சேலும் – சில்லறை வியாபாரமும் உண்டு. நமக்கு அங்கேதான் சொமட்டு ஜோலி; பஸாரிலிருந்து சரக்குகளைக் கொண்டுவர – மாசம் மொதத் தேதியிலே வாடிக்கை வீட்டுக் காரங்களுக்குப் பல வெஞ்சன சரக்கு, அரிசி எல்லாம் கொண்டு போய்க் கொடுக்க, இதெல்லாம்தான் முக்கிய ஜோலி. அப்போது தான் எனக்கு இந்தத் திருவனந்தபுரம் முழுக்க காணுவதுக்கும் – ஓரோ மூலை முடுக்கு வழிகளையெல்லாம் அறியதுக்கும் சௌகரியம் கிடைச்சிது.

'தம்பானூர் பஸ்ஸ்டாண்டு, ரெயில்வே ஸ்டேஷன்… பொறவு புத்தன் சந்தை – பாளையம், ஜனரல் ஆசுபத்திரி முக்கு, பட்டம்

உள்ளூர், சாஸ்த மங்கலம், மகாராஜா கொட்டாரமெல்லாம் இருக்கிற கவிடியார், பேரூர்க்கடை சந்தை, மேட்டுக் கடை, கரமனை, தைக்காடு எல்லா இடமும் பச்சத்தண்ணி குடிச்சது போலப் பழக்கமாச்சு...

'சொமட்டு வேலையிலே, தினம் – எப்படிப் போனாலும் இருவது சக்கரம் – இருவத்தி அஞ்சு சக்கரம் கிடைக்கும். அப்போ எல்லாம் இப்போ போல அணா பைசா கணக்குக் கிடையாது. மகாராஜா சங்கு முத்திரையும் பூ அடையாளமும் போட்ட சக்கரம், பணம், அரைரூவா இந்த மாதிரி கணக்குதான். பொடி ஒற்றைக்காசு வேறெ உண்டும். ஒரு சக்கரத்துக்குப் பதினாறு காசு... நாலு சக்கரத் துக்கு ஒரு வெள்ளிப்பணம், ஏழுபணம் – இருவத்தியெட்டுச் சக்கரம் ஒரு ரூவான்னு கணக்கு. அப்போ உள்ள ஒரு சக்கரம் இப்போ உள்ள ஒரு ரூபாய்க்கு சமம். மூணு சக்கரம் கொடுத்தா நல்ல சிறுமணி சம்பா ஒரு இடங்களி அரிசி வாங்கலாம். சாது சாமியார் சாயக் கடையிலே ஒரு குற்றிபுட்டு எட்டுக்காசு; அரைச் சக்கரம். ஒரு குற்றிபுட்டு ஒருத்தன் தின்னுக்கிட மாட்டான். சாமியார் கடை சாம்பாரும் தோசையும் இப்போகூட கையை மணப்பிக்கப் பாக்கணும் போல இருக்கு...

'....அன்னைக்கு செவ்வாக்கெழமை, மிதுனமாசம்னுதான் ஞாவகம், அந்தி நேரம் ஆன ஒடனே பிடிச்சுது மழை. சன்னதி முக்கிலே இருந்து எலவானியத் தெரு வரைக்கும் முட்டளவு வெள்ளம். காய்கறிக்கடை சண்டும் சவறும் ஊத்தையும் எல்லாம் வெள்ளத்திலே ஒழுகிவருது. மொதல் தேதி வாக்கு. நல்ல யாவார சமயம், ஹஜுர் கச்சேரியில் உள்ள பாதி உத்தியோகஸ்தரும் பட்டன் செட்டியார் கடையிலேதான் பற்று வரவு. மாசம் பொறந்த ஒடனே ஒவ்வொரு அய்யாமாரும் மொழம் கை அளவு நீளத்தில் வெஞ் சனம் அரிசிக்குள்ள லிஸ்டுமாக செட்டியாரு கடைக்கு வந்து கூடுவா. பணமும் லிஸ்டும் கொடுத்திட்டுப் போனா, ஓரொருத்தர் வீட்டுக்கும் நான்தான் கொண்டுபோய்க் கொடுத்திட்டு வருவேன். எனக்கு ஹஜுர் ஆபீஸிலுள்ள எல்லா பெரிய அய்யாமாரையும் தெரியும். பட்டாணீ – பட்டாணீன்னு எல்லோருக்கும் வலிய காரியம். ஏனுன்னா நான் கூலி தர்க்கம் செய்ய மாட்டேன்... எட்டுக் காசானாலும் தந்ததை வாங்கிக்கொள்ளுவேன். சில வீடு களுக்கு உச்சை நேரம் சாப்பாட்டுக் காலத்திலே சாமான் கொண்டு போனா எனக்கும் சாப்பாடு கிடைக்கும்.

அன்னைக்கு மழை ஆனதினாலே, செட்டியாரு கடையிலே லிஸ்டுகளெ கொடித்திட்டு ஆளுகள், நேரத்தோடெ போயிட்டா.

நான் கடைத்திண்ணையிலே ஒரு ஓரத்திலே முட்டும் கட்டிக் குந்தி இருக்கேன். அப்போதுதான், கோட்டக்ககம் மேட்டு வீட்டுக்கு ஒரு கோளூ கொண்டுபோக செட்டியாரு மொதலாளி கூப்பிட்டது...”

“...டேய் பட்டாணி, ஒரு கோளூ இருக்கு. உச்சைக்கு மேட்டு வீட்டிலிருந்து கொண்டுவந்த சீட்டுக்கு சாமான் எடுத்துக் கட்டி வச்சிருக்கு... சந்தி நேரம் கழிஞ்சாச்சு... இந்த மழையைப் பாத்துக் கிட்டிருந்தா ஒக்காது. சாமான் கெட்டுக்கு மேலே ஒரு பாயை மூடிக்கிட்டுப் போய் சட்டுனு கொண்டு கொடுத்திட்டு வந்திரு...”

“வீடு எங்கே மொதலாளீ...?”

“வீடா? நான் சொன்னது ஒண்ணும் கேக்கலியா? படிஞ்ஞாறே கோட்டைக்குள் மேட்டு வீடு தெரியாதா? கூவக்கரை மடம் கொட்டாரம், நடையிலே கூட்டுக்குள்ளே காவல்காரன் நிப்பான்... கோட்டைக்குள்ளே போய் ஆருட்டே கேட்டாலும் மேட்டு வீடு காணிச்சுத் தருவா...”

“சரி மொதலாளி... கூலி?”

“அதெல்லாம் அங்கே தருவா. என்ன தந்தாலும் வாங்கிக்கோ. தர்க்கிக்காதே. கொறஞ்சா பாக்கி நான் தாறேன். கூடினா எவ்வளவு கூடினாலும் நீ எடுத்துக்கோ... சிலப்போ சில்லறை இல்லாட்டா வெள்ளிப் பணம்கூடத் தருவா... போ, நினைக்காமெ சாமானைக் கொண்டு சேர்ப்பிச்சிரு...”

‘செட்டியார் மொதலாளியின் ஆசை காட்டலும் மழையிலெ ஒரே இடத்திலெ அடைஞ்சு கெடக்கப் பிடிக்காததினாலும் ஒடனே புறப்பட்டாச்சு...

தலைச் சுமட்டுடன் கோட்டைக்குள் நுழைஞ்சதும், பப்பனாஸ் வாமி கோவிலிலெ – மேத்தமணி எட்டு அடிக்குது. சிணுசிணுத்த மழை, உடுப்பில்லாததினாலே மேலெல்லாம் குளுந்தது. அப்போ எல்லாம் உடுப்பு இல்லெ. வெறும் கைலியும் தலைமுண்டும்தான்... நல்ல இருட்டு. இடைவிட்டு இடைவிட்டு உள்ள கண்ணாடிக் கூண்டு எண்ணெய் விளக்கு மழையிலெ ஒண்ணும் தெரியல்லே... பத்மதீர்த்த குளத்திலெ அந்தப் பெருமழையிலேயும் ஆரோ துணி துவைச்சுக் குளிக்கிறா. குளக்கரையிலே முறுக்கான் கடையும் போற்றி ஓட்டலும் இருந்ததினாலே, கொஞ்சம் வெளிச்சம் கண்டுது, முக்கு திரும்பின ஒடனே பின்னையும் இருட்டு. கால் வெள்ளத்தெ அளைஞ்சுங்கொண்டு தலைச் சுமட்டுடன் நடந்துகிட்டிருந்தேன்... மழை தூற்றும்போ எல்லாம் சொமட்டுக்காரப் பயல்கள் பாடக் கூடிய பாட்டு ஒண்ணு. பயங்க நல்லா அறிஞ்சுதான் பாடியிருக் கான்...

சிணு சிணுத்த மழையும்
சீனிக் கிழங்கும்,
மூடிக்கொள்ள சீலையும்,
பாருக்குட்டி நீயும்...

பத்துப் பதினெட்டு வயசு பிராயமில்லையா, மனசிலே என்ன வெல்லாமோ தோணிக்கொண்டிருந்தது. விஜாரிச்சுக்கிட்டே நடந்ததினாலே தூரம் தோணலே. மேட்டு வீட்டுக்கு யாரிட்டேயும் வழி கேக்கல்லே... அதுக்குக் காரணம் ரோட்டிலெ ஒரு ஆளு கெடையாது. ஏதாவது முறுக்கான் கடையிலெ கேட்டிருக்கலாம்... ஒரு கடையிலெ கேக்க திரும்பினதுதான். தலையிலே சுமடு வச்சுக் கிட்டே, கடையிலெ தொங்கிய கயிற்றுத் தீயிலிருந்து ஒரு பீடி பத்த வச்சுக்கிட்டேன். வழி கேக்கல்லே. இந்தத் திருவனந்தபுரத்திலெ வழி கேக்காமெ வீடு கண்டுபிடிக்க முடியுமான்னு பாக்கணுமே. நடந்து நடந்து போனப்போ, காவல்காரன் நிக்கக்கூடிய மேட்டு வீட்டை தன்னாலேயே கண்டுபிடிச்சுக்கிட்டேன். காவல்காரனை யும் மேடை வீட்டையும் சரவிளக்கு வெளிச்சத்தையும் கண்டப்பமே எடம் மனசிலாயிப் போச்சு. வாசல் நடையிலே, கொதும்பு வள்ளம் போல உள்ள கூட்டுக்குள்ளே – அந்த மழையிலையும் கோட்டும் போட்டுக் கிட்டு, இபிலீசு மாதிரி நிக்கான் காவல்காரன். அவனிட்டே, பட்டன் செட்டியார் கடைச் சீட்டும் தலையிலுள்ள சொமட்டையும் காட்டி யப்போ, மறு பேச்சு பேசாமே உள்ளே விட்டான்.

வலிய நாலு கட்டு வீடும், மேலே அம்பாரி கொட்டாரமும், நடை முற்றத்திலெ சப்ரமஞ்ச விளக்கு எரியுது. பளபளான்னு அதுக்குப் பல நிறத்திலெ உள்ள வெளிச்சம் முற்றத்திலெ மழைத் தண்ணிலே திளங்குது– வெளியிலே ஆருமில்லெ. சுமடெ திண்ணை யிலெ எறக்கி வச்சுக்கிட்டு, தலை முண்டெடுத்து தேகமெல்லாம் தொடைச்சுக்கிட்டே உள் அற்றம் வரைக்கும் பார்த்தேன். உள்ளுக்கு ஜன்னலுக்கு அந்தப்புறமிருந்து வெளிச்சம் தெரியுது. ஜன்னலுகளுக் கும் கதவுக்கும் எளம் பச்சை நிற படுதா விரிச்சிருந்ததினாலே வெளிச்சம் வெளியே அதிகம் தெரியல்லே– ஆனா உள்ளேயெல் லாம் இப்போ உள்ள சினிமா கொட்டகை மாதிரி பள பளான்னு அழகு. என்னமோ ஒரு மாதிரி மணம் –'

"தம்புராட்டியே... தம்புராட்டியே... இவிடெ ஆருமில்லே...?" என்னு கூப்பிட்டேன். அந்த மாதிரி பெரிய வீடுகளுக்கெல்லாம் போய், அங்குள்ள தாய்மார்களெ 'தம்புராட்டியேன்னி'தான் கூப்பிட ணும்னு எனக்குத் தெரியும். கொஞ்சநேரம் உள்ளேயிருந்து ஒரு சத்தவுமில்லே. பின்னியும் கூப்பிட்டேன். முற்றத்தைப் பார்க்க பயமா யிருந்தது. நாலுகட்டு மதிலுக்கப்புறம் பெரிய கொட்டாரம்... காடு

மாதிரி நந்தவனம். அங்கேயிருந்து செறுதாயிட்டு பிச்சிப்பூ மணம், சிணுசிணுத்த மழையிலே மணத்தது. கூவளமும் நாகலிங்க மரமும் காஞ்சிரவும் ஓயர்ந்து இருட்டோட, மழையோட நிக்குது... அதுக்கப்புறம் பப்பனாசாமி கோவிலுகோபுரம், பகலானா தெரியும். இருட்டு – மழையிலே ஒண்ணுமே காண முடியல்லே...

"ஆரா அது முற்றத்து நிக்குன்னது–?"

தேன் போல – பூச்சபோல ஒரு பொம்பளை சத்தம். வெளிச்சம் வரல்லே.

"செட்டியார் மொதலாளிடே கடையில் நின்னு வெஞ்ஞனம் கொண்டு வன்ன ஆளானு..." சாமான் கொண்டு வந்திருக்கிறதை மரியாதையோட தெரிவிச்சேன்.

"வெஞ்ஞனமோ? எந்தா இத்ர நேரமாயது? என்னால் முற்றத்துக் கூடெ வடக்கே வசத்து எடுத்துக் கொண்டு வரூ..."

இருட்டில் முற்றத்தில் இறங்கி சாமானுடன், வடக்குப்புற வாசல் பக்கமாகப் போனேன், நரைச்ச இருட்டு. உள்ளே வெளிச்சமுள்ள கதவு ஒண்ணு திறந்தது. ஆனால், வெட்டம் வெளியே தெரியல்லே...

"ஆ ஸ்டோர் ரூமில் கொண்டு போய் வைக்கு... அவிடெ சுவர் விளக்கு கொழுத்தி வச்சிருன்னது ஈமழையுடே காற்றில் அணஞ்சு போயி... சாதனம் ஆ முறிக்க கத்து பதுக்கெ வச்சிட்டு போரூ..."

அந்த சுகமான பெண் குரல்தான் – வடக்குப் புறத்தில் இருட்டுக்கும், உள் வெளிச்சத்திற்கும் அந்தப் பக்கம் நின்னுகொண்டு, சாமானை ஸ்டோர் ரூமில் கொண்டு வந்து வைக்க உத்தரவிட்டது...

ஸ்டோர் ரூமுக்குள்ளே சுமடு இறக்கி வச்சதும் – அவ்வளவு நேரமும் சிணுசிணுத்துக்கிட்டு இருந்த மழை பிடிச்சோன்னு பலமாகப் பெய்யவும் சரியாயிருந்தது. சொமடு இறக்கி வச்சுக்கிட்டு ஸ்டோர் ரூமிலேதான் நின்னேன். மழை ஒவ்வொரு சரமும் சுண்டு விரல் கனத்துக்குக் கொட்டுது. ரூமுக்குள்ளே, எண்ணெயும் உள்ளியும், கொட்டைத் தேங்காயும் சர்க்கரை வெல்லமும், கதளிப் பழ அழுகலும் எல்லாம் மணக்குது. வலிய வீட்டு ஸ்டோர் முறி யல்லவா? தினமும் பாயிஸ பிரதமனும் பப்படமும் – விருந்து சாப்பாடாயிருக்கும்னு நினைச்சுக்கிட்டேன்...

"செட்டியாருடே கடையில் நின்னும் வன்ன ஆள் ஸ்டோர் ரூமில்தன்னெ நிக்கயானோ?... மழை தோரட்டே... ராத்ரி போகான் பேடியுண்டோ...?"

அதே பெண் பிள்ளைதான் – ராத்ரி போக பயமில்லியேன்னு கேட்டா. பக்கத்திலெ உள்ள மடப்புரையிலிருந்துதான் கேட்டா போலிருக்கு. மடப்புரையில் எண்ணெய் விளக்கு இருந்தது. ஆனாலும் பேசும் ஆளின் உருவத்தைக் காண முடியல்லே. பொறவு நடக்கக்கூடிய காரியம் இன்னதுன்னு அப்போ அறிஞ்சிருந்தா – ஒருவேளை ஆளின் ரூபத்தை பிரயாசப்பட்டாவது கண்டிருக்க லாம். அந்தச் சமயத்திலே – எனக்கு நினைப்பெல்லாம், இந்த மளெ தோரணுமே... மொதலாளி கடை பூட்டிருதுக்கு முன்னாலே சாலைக்குப் போய்ச் சேரணுமேன்னுதான்... கொஞ்சம் தூறல் வெறிச்சு கூலிக் காசும் தந்திட்டா அப்பவே எறங்கி ஓடியிருப் பேன்... அந்த ரெண்டும்கெட்டான் எடத்தில் நின்னுக்கிட்டிருக்க வும் ஒருமாதிரிதான் இருந்தது. அந்தப் பொம்பிளையின் கொரலைக் கொண்டு அவங்க யாரோ அந்த மேட்டு வீட்டிலுள்ள ஒரு கொச்சம் மையாக இருக்கும் என்று ஊகிச்சுக் கொண்டேன். ...மரியாதை கேடாயிட்டு நாம் ஏன் அவங்க முகத்தைப் பார்க்கணுமனிட்டு குளுந்து வெறச்சுக்கிட்டு ஸ்டோர் முறியின் மூலையில் கூனிக் குறுகி இருந்தேன்.

இருந்தவன்தான்... சாஞ்சுகொள்ள ஏதோ பத்தாயம் போல இருந்தது. அதுக்குமேலே சாஞ்சவன்தான். நேரம் போயிட்டே இருந்துதா... ஒறங்கீட்டேன்... மழையிலெ குளிரும் நல்ல இருட்டும்.

சிணு சிணுத்த மழையும்
சீனிக் கிழங்கும்.
மூடிக் கொள்ள சீலையும்
பாருக் குட்டி நீயும்...

நல்லா ஒறங்கீட்டேன். இல்லே – மயங்கினதுதான் உண்டும். எவ்வளவு நேரம் ஆச்சுன்னு தெரியாது. ஒரு பூனை, அடுத்து வந்து தேகத்திலெ உரைஞ்சு நடக்கிறது போல இருந்தது... ஆரோ அடுத்து வந்திருந்து நெஞ்சைத் தடவுதா...?

...சட்டுனு முழிச்சுப் பாக்கேன். இருட்டு, ஸ்டோரின் மணம்; அடுத்து ஓராள் குனிஞ்சு இருக்கிறதெ அறிஞ்சுக்கிட்டேன்.

“செட்டியாருடெ கடையிலே ஆள் அல்லே...?”

அந்தப் பெண் பிள்ளையின் குரல்தான். மெள்ள காதுக்குப் பக்கத்திலெ வந்து கேட்கா...

ஒறக்கக் கலக்கத்திலெ – பயத்திலெ, ஒண்ணும் தோணலே, மழை கொறஞ்சிருந்தது. சிணுசிணுத்த மழை... சீதக் காற்று...

“பயப்படண்டா...”

அந்தப் பெண்ணின் கை, என் கையைத் தடவிப் பிடிச்சி எடுத்து தன் நெஞ்சின் மேல் வைச்சிது. பஞ்சு போலத்த கை... அந்த ஒடம்பைத் தொட்டப்போ இன்னும் நாடி வெட்டிக் குளுந் தது. இல்லே வெயர்த்தது. என்னன்னு தெரியாது. என் வலது கையை எடுத்துத் தடவினா... உம்மம் வச்சா...

“ஈ கையிலெந்தா இத்ர வீக்கம்?...” என்னு கேட்டா.

“இது ஒரு செறிய நீராணு...” என்னு சொல்லும்போ என் சத்தம் எனக்கே கேக்கல்லே... இப்போ பேச பயமாயிருந்தது...

“இ யாளுடே பேரெந்தா...?”

“செய்துப் பட்டாணீன்னு பேரு...”

“ஆ... ஜாதியில் பட்டாணியானோ? வெளுப்பனோ கறுப் பனோ...?”

“கறுப்பன்...”

“கறுப்பனோ? பட்டாணிமாரில் கறுப்பனும் உண்டோ? ஞான் வெளுத்த பட்டாணிமாரேயே கண்டிட்டுள்ளு. கொட்டாரத்தில் செல்லக் குதிரயெ வளர்த்துன்ன பட்டாணிமாரெல்லாம் வெளுப் பான் மாரானு...”

“எந்தோ... ஞான் கறுப்பனானு...”

“ஆ... சாரமில்லே, இருட்டத்து ஏதாயால் எந்து?”

பொறவு கெட்டி ஒருபிடி... அவ்வளவுதான் தெரியும்... அய்யோ... இப்ப நெனைக்கும்போ உள்ளங்காலிலிருந்து உச்சந்தலை வரைக்கும் கோரித் தரிக்குது...

நேரம் விடியதுக்கு முன்னாலெ எழுப்பி விட்டா... கல்யாண விருந்து சாப்பிட்டுக்கொண்டிருந்தப்போ, பாதியிலெ எழுப்பி விட்டதுபோல இருந்தது... ஏழு வெள்ளிப்பணம் ஒரு ரூபா – கையிலே தந்தா... வெளியே பாராக்காரன் காணாமெ பதுக்கெ போயிரச் சொன்னா... ராத்ரி நடந்ததே ஆருட்டேயும் சொல்லாதே– சொல்லாதேன்னு அஞ்சாறு தடவெ கெஞ்சிக் கெஞ்சி சொன்னா...

ரோட்டிலெ இறங்கி நடக்கும்போ மழை இல்லை. நனைஞ்ச ரோடு... குளிர்ந்த காற்று, ரெண்டு சைடிலையும் மரங்களெல்லாம் குளுந்து ஆடுவது போல ஆடுது... ஒரு அனக்கமில்லெ. பப்பனா சாமி கோவில் மேத்தமணி எத்தரையோ அடிச்சிது... நேரம்

வெளுப்பான் காலம் ஆயிருக்குமென்னு தோணிச்சிது. ராத்திரி... மழை... குளிரு... ஆ என்ன ஒரு சொகம். அதுவரை அனுபவிக்காத சொகம்... அய்யோ... பொறவு – பொறவு... இதுவரை அதுபோல ஒரு ராத்திரி வரல்லே.... அதுபோல ஒரு ஆளும் கிடைச்சதில்லே.

'அதுக்கும் பொறவு, வள்ளக்கடவுக்கோ, படிஞ்ஞாறே கோட்டைக்கோ போகும்போதெல்லாம், அந்த மேட்டு வீட்டைப் பார்ப்பேன்... பாராக்காரன் நிப்பான். கேற்றுக்குள்ளே சீமைப்பிலா நிக்கும்... அதிலெ பந்து பந்தா எளம்பச்சை நிறக் காய்கள் காணும்... மேட்டு வீட்டின் அம்பாரி மேடை தெரியும். ஆனா ஒரு ஆளையும் பார்க்க முடியாது... அதுக்குப் பொறவு ஒண்ணு ரெண்டு தடவே அதே வீட்டுக்கு வெஞ்ஞனம் கொண்டு போனேன்... காரியக்காரன் வந்து சாமானை ஸ்டோர் முறியிலே வாங்கி வைப்பான். ஆனா நான் தேடின ஆள மாத்திரம் அதுக்குப் பொறவு காணவே முடியல்லே...

வர வர அது ஒரு ஏக்கமாயிட்டு தீந்துது... கடைசியிலே அந்த ஏக்கமே ஒரு வைராக்கியமாயிட்டும் தீர்ந்துது. கெடச்சா அது போலத்த ஆள் கெடைக்கணும்... இல்லாட்ட என்ன பெண்ணும் பண்டமும் வேண்டிக்கிடக்குன்னு தோணிப் போச்சு... வருஷத்திலே ரெண்டு தடவெ வரும் மகாராசாவின் ஆறாட்டுத் திருவிழா அந்தப் பாதை வழியாத்தான் கடக்கரைக்குப் போகும். ஆறாட்டு காணப் போகும்போதெல்லாம் அந்த மேட்டு வீட்டைப் பார்ப்பேன். அம்பாரி முகப்பில் நிறச்சு பெரிய இடத்து தம்புராட்டி மாருகள் நிப்பா. அதில் ஆராக இருக்கும், அன்னைக்கு மழையத்து ராத்திரி?

...நிச்சயமா ஏதோ ஒரு தம்புராட்டிதான்! வேலைக்காரியோ அச்சியோ அல்ல... என்ன மணம் மணத்தது... அந்த மணம், அடிச்சுக் கூட்டுற அச்சிக்கோ, வேலைக்காரிக்கோ மணக்காது – தீர்ச்சைதான்! ஒரு வேளை அவங்களுக்கு என்னைக் கண்டால் தெரியுமாயிருக்கும்... அதுவும் சம்சயம்தான்...'

'அதுக்கும் ரெண்டு வருசம் கழிஞ்சப்போ செட்டியார் கடையிலே இருந்து வந்திட்டேன். அதிலிருந்து பல வெஞ்ஞனமும் கொண்டு எந்த வீட்டுக்கும் போவல்லே. எப்பிடியோ காலம் இம்பிட்டும் கழிஞ்சும் போச்சு...'

பெரிய ஒரு கூட்டச்சத்தம் கேட்டு பட்டாணியின் நினைவு வட்டம் கலைந்தது. நாலைந்து போலீஸ்காரர்கள் யாரையோ விரட்டிக் கொண்டு காலனிக்குள் ஓடுகிறார்கள். பயக்களும் பெண்களும் ஆண்களும் பின்னால் கூட்டமாக ஓடுகிறார்கள். சேரிக்கு வெளியே

இலவாணியத் தெரு ரோட்டில் நிறைய ஆட்கள் நின்று போலீஸ் கேஸ் பிடிக்கும் வேடிக்கையைப் பார்த்துக்கொண்டு நிற்கிறார்கள்.

நேரம் பொழுது சாய்ந்துகொண்டிருந்தது. 'இவ்வளவு நேரமா போதமில்லாமெ கெடந்தோம்...' என்று வியந்தான் பட்டாணி. கையை மட்டும் அசைக்க முடியவில்லை. காலையில் இருந்தது போலதான் இருந்தது. கண்நோவு குறைந்திருந்தது. இடது கையி னால் கண்ணை நெருடிக்கொண்டு வெளியே பார்த்தபோது மஞ்சள் வெயில் தென்னை ஓலைகளைத் தழுவிக்கொண்டிருந்தது. வெயில் வெக்கை தணிஞ்சிருந்தது... காலனியில் புதிசாக வந்து தங்கியிருக் கும் சக்கிலியன், தென்னைமர மூட்டில் அடுப்பு மூட்டி, ரப்பர் துண்டில் நெருப்புப் பற்ற வச்சு கஞ்சி காச்சிக்கொண்டிருக்கிறான். ரப்பர் நாற்றம் எங்கும் பரவியிருக்கிறது. 'இவனுக்கு வெறகு கெடைச் சாலும் இந்த ரப்பர் துண்டைத்தான் எரிப்பான் – எரப்பாளி' என்று வாய்க்குள் அவனைச் சபிக்கிறான், பட்டாணி.

செய்துப் பட்டாணிக்கு வயிற்றைப் பசித்தது. கிடந்த கிடப் பிலேயே இருந்துகொண்டு வெளியே பார்த்தபோது பார்வை எட்டிய பக்கத்திலெல்லாம் ஆருமே இல்லை. எல்லோரும் போலீஸ்காரன்கள் பின்னால் தெற்கே ஓடியிருக்கிறார்கள். சாராயம் நடராயனைத்தான் போலீஸ் வலைபோட்டிருக்கணும்... சக்கிலியனின் கைக்குழந்தையும் சின்னப் பெண்ணும் மட்டும் தென்னை மரத்தடியில் – அடுப்படியில் இருந்தனர். 'கோவிந்தனின் மகன் குட்டனைக்கூட காணலியே ஒரு கிளாஸ் சாய வாங்கணும்...' என்று நினைத்தவாறு மெதுவாக இடது கையை ஊன்றிப் படுக் கையை விட்டெழுந்தான். எறப்பிலிருந்து தீப்பெட்டியும் பீடியும் எடுத்து – ஒரு பீடி பற்றவைத்துக்கொண்டான். எல்லாம் ஒரு கையினால்தான்... பீடியைப் புகைத்தவாறு குடிலிலிருந்து வெளியே வந்தவன் – 'பைய பைய அப்பு கடைக்குத்தான் போணும்...' என்று நினைத்தவாறு – சாய்ப்பை இழுத்துக் கதவை அடைச்சிட்டு ஓடையைத் தாண்டி ரோட்டில் இறங்கினான் செய்துப் பட்டாணி...

"டேய் பட்டாணி வாரான் டேய்... சாளப் பட்டாணி..."

"வரட்டும் தாயோளி. இன்னைக்குப் பாத்துக்கோ ஒருகளி..."

"போட்டுண்டேய்... இப்போ கொஞ்சநாளாயிட்டு புள்ளிக்கு சுகக் கேடு பிடிச்சு கோட்டக்ககம் ஆசுபத்திரிக்குப் போயிட்டு வாறான். மந்து கை கழுத்திலெ தொட்டிலு கெட்டி இட்டிருக்கான், பாத்தியா...?"

“ஆமா... சுண்டைக்கா மோனுக்கு இதுமட்டுமா வரும்? இந்தக் கையினாலெ செய்த அக்ரமம் கொஞ்சமான்னுமில்லயே. இப்போ தொட்டிலு கட்டி ராரி – ராரோ பாடிட்டு நடக்கான். மோன்...? வரட்டும், ரெண்டு பொடிக் கல்லு இங்கனெ எடு.”

செய்துப்பட்டாணி சன்னிதி முக்கைத் தாண்டி வந்துகொண்டிருந்தான். காலை, முதிர்ந்த, பத்துப் பதினோரு மணிப்பொழுதின் வெயில். ரெண்டு பக்கமும் கடைகள். அத்தர், சந்தனம் விற்கும் கடைகள். பச்சைக் கோபுரமாக வெற்றிலைக்கட்டுகளை அடுக்கிய முஸ்லீம் கடைகள், அவற்றுக்கு முன்புறம் – கூடைகளில் அம்பாரமாகப் பழுக்காப்பாக்குக் குவியல்கள். கடைத் தெரு முக்குத் தாண்டியதும் பழைய சாது சாமியின் சாயாக் கடை. இப்போது அப்பு சாயக்கடை. இரண்டு போர்ஷனில் கீழ்ப்பகுதியில் – கூலிக்காரர்களுக்கும் மற்றும் சாயை குடிப்பதற்கான மரப்பெஞ்சுகளும் அடுக்கு மேசைகளுமான அரங்கு. மேல் பகுதியில் – வெள்ளைச் சட்டை முண்டுகாரர்கள் டீசண்டாக அமர்ந்து டிபன் சாப்பிடுவதற்கான முஸ்தீபு... அதற்கப்பால் புகையிலைக்கடைகள், பலசரக்குக் கடைகள், நாட்டுமருந்துக் கடை, கயிற்றுக் கடை, வட்டிக் கடைகள், எல்லாமே சில்லறைக் கடைகள்... நல்ல வியாபாரக் கலகலப்பின் நேரம். தொட்டிப்பயல்களின் கூச்சல்களைப் பொருட்படுத்தாமல் பட்டாணி நடந்து வந்துகொண்டிருக்கிறான். வாட்டசாட்டமான உயரம். அஞ்சேமுக்கால் ஆறடிகூட இருக்கலாம். கரேலென்று உடம்பு. நாற்பத்தி ஐந்தா ஐம்பதா என்று தீர்மானிக்க முடியாத வாகு. கைலி உடுத்தியிருக்கிறான். புளியிலைக் கரை நேரியலால் – கையைக் கட்டிக் கழுத்தோடு தொட்டிலிட்டிருக்கிறான். தூக்கச் சாயல் படிந்த உருண்டைக் கண்கள், பாதி நரை கலந்த குச்சித்தலைமயிர், சப்பிய மூக்கு, ராஜேந்திரபிரசாத் மாடல் பெரிய நரை மீசை, தொட்டிலினுள் அடங்கிய கையை நிமிர்த்தித் தொங்கவிட்டால் – அது யானையின் துதிக்கை மாதிரி பெரிதாகத் தோன்றும். இடது கை சாதாரணமாக இருந்தது. ஆனால், யானைக்கால் வியாதி இருந்தால் என்ன? எல்லாத்துக்கும் பட்டாணிக்கு அந்த வலது கைதான் வாக்கு. ‘பட்டாணிக்கிட்டே விளையாடாதே. அவன் அந்தப் பெரிய கையைத் தூக்கி ஒரு போடு போட்டான்னா நீ பொடியா பொடிஞ்சு போவே...’ என்பது பிரசித்தமான வாக்கு. பட்டாணியின் நல்ல காலத்திலே இந்தத் தெரு பயக்கள் எல்லாம் ஈசல் பூச்சி மாதிரி அவனெக் கண்டாலெ நடுங்குவான்கள். இப்போ பட்டாணி தளர்ந்து போனான். கட்டிப்போட்ட நாயை ‘நொற நாட்டியம்’ காட்டுற மாதிரி ஒவ்வொருத்தனும் பட்டாணியிடம் வாலாட்டுகிறான்கள்.

பட்டாணி அப்பு சாயாக் கடையைத் தாண்டி வந்துகொண்டிருந்தான்... "டேய்! சாளப் பட்டாணீ... ரோட்டு நடுவிலே போகாதெடா, ஒதுங்கிப் போ..." என்று ஒரு பயல் வாழைப்பழ மட்டையைத் தூக்கி எறிந்தான். பட்டாணி சட்டென்று நின்று திரும்பிப் பார்க்கிறான் –

"உங்க அப்பன்மாரெ போயி எறிங்கடா மசிருகளே..."

"அப்பனா? வா மக்களே வா..."

எல்லாப் பயல்களும் சேர்ந்து கூச்சல் போடுகிறார்கள். வெற்றிலைக் கடை சாயிப்புகள் சேர்ந்து சிரிக்கிறார்கள், ரோட்டில் நடந்து போகிறவர்களும் இந்தத் துவந்த யுத்தத்தை வேடிக்கை பார்க்கிறார்கள். புகையிலைக் கடையில் புகையிலை வெட்டும் 'அம்மாவன்', "போங்கடா பயக்களே. பாவம் அவன் சுகமில்லாதவன், போகட்டும்..." என்று சொல்கிறார். அதை ஒருத்தரும் காதில் போட்டுக் கொண்டதாக இல்லை. மற்ற கடைக்காரர்களுக்கு இது வாடிக்கை நாடகம் – பஜாருக்குப் புதியவங்களுக்குத்தான் கொஞ்சம் ஆச்சரியமாகவும், 'கேட்பாரில்லையா' என்ற வியப்பும் தோன்றும். பட்டாணி முக்கைத் தாண்டிய பின்னும் பயக்கள் விடுவதாக இல்லை...

"டேய், சாளப் பட்டாணி... சாள வேணா? சம்பக் கடையில் அணாய்க்கு பத்து சாளமீனு விக்குணு..."

ஒரு பயல் பட்டாணியின் தொட்டில் கையில் எதிர்பாராமல், வந்து மோதிவிட்டு ஓடுகிறான்.

"ஆ... அம்மா..."

பட்டாணிக்கு பிராணனைப் பிடுங்குவதுபோல் வலித்தது. 'அய்யோ' என்று வாய்விட்டு அலறிவிட்டான். நகர முடியவில்லை. கயிற்றுக்கடை ஓரமாக திண்ணையில் போய் இருந்துவிட்டான்.

இப்போ யார் பேரிலும் வைரம் தோன்றவில்லை. வலியின் பிராணாவஸ்தையே முன் நின்றது.

'ஆடிய ஆட்டத்துக்கு இப்போதான் கூலி வருது. படச்சவனை மறந்து நடந்தவனுக்கெல்லாம் கெதி கடைசியிலெ இதுதான்...'

பட்டாணிக்கு அழுகை பொத்துக்கொண்டு வந்தது. இடது கையால் வலது கைச் சுமையின் வலியைத் தாங்கிக்கொண்டு கடைத் திண்ணையில் கவிழ்ந்திருந்து அழுதான்.

பயல்களையெல்லாம் விரட்டிக்கொண்டு கோவிந்தன் தெற்கேயிருந்து வந்துகொண்டிருந்தான்... பயக்களும் பட்டாணியின்

'இக்கட்டை' புரிந்துகொண்டு, 'இனி நாளை பாத்துக்கிடலாம்' என்று முக்கு தாண்டிப் போய்விட்டான்கள். இல்லாவிட்டாலும் ஓடை கோவிந்தனுக்கும் அடங்குகிற பயக்களா, சாலைக்கடை பயல்கள்?

கயிற்றுக் கடைக்காரரும் வேறு ஒன்றிரண்டு கடைக்காரர்களும், பட்டாணியைக் கவனித்தும் காணாததுபோல வியாபார மும்முரத்தில் இருந்தார்கள். கைவண்டிகளும் காளை வண்டிகளும், தலைச் சுமடாக மூட்டைகளைக் கடைகளுக்குக் கொண்டு போகிறவர்களும், வழிப்போக்கர்களும், சாமான் கட்டுகிற ஓலைப்பெட்டி விற்கும் நாடாத்திகளுமாக – தெரு தன் செயலில் நிலைமறந்து இயங்குகிறது. கலகலப்புச் சத்தங்கள்... கூப்பாடுகள் சைக்கிள் மணிச் சத்தம் எல்லாம் மோட்டாரும் லாரியும் அந்தத் தெருவிற்கு வராது. பிச்சைக்காரர்களைப் பிடிக்கும் வெள்ளைநிற வேன் மட்டும் அடிக்கடி வரும்.

"பட்டாணி... இருந்து அழுதுகிட்டா இரிக்கேரு?... எந்திரிச்சு வாரும்... போவோம்... நாறப்பயக்க... சுண்டைக்கா மோன்மாரு... இதெல்லாம் இந்தச் சாலைக்கடைக்கெ குற்றம்... நல்ல ஆளுகளுள்ள இடமானா நாதியிருக்குமே. ஆரெ குற்றம் சொல்ல... எல்லாம் தலெலெ எழுத்து..."

கோவிந்தன், பட்டாணியை கருமடம் குடிசை வரைக்கும் கைத்தாங்கலாகக் கூட்டிக்கொண்டு வந்ததைக் காண பொருத்தமில்லாமலிருந்தது. நல்ல ஒற்றை சரீரக்காரனான பட்டாணியும், நாலு நாலரையடி பொக்கமுள்ள கட்டை கோவிந்தனும்... அந்தக் கோவிந்தன் பட்டாணியைத் தாங்கிப் பிடித்து வீட்டுக்குக் கொண்டு வந்து சேர்த்தான். பட்டாணிக்குப் படுக்கப் பாய் விரிச்சுக் கொடுத்து படுக்கச் சொல்லிவிட்டு, மத்தியானக் கஞ்சி வச்சுக் கொண்டு வருவதாகச் சொல்லிவிட்டு கோவிந்தன் எழுந்து போனான்.

பாயில் படுத்துக்கொண்ட பட்டாணிக்கு வலது கையின் வலி, இனியும் விண் விண்ணென்று உச்சியில் பிடித்தது. இன்று நாலு போய் ஐந்தாவது நாள். இன்று இஞ்செக்ஷன் கை நரம்பை நெருடி அதில் போட்டிருந்தார், டாக்டர். அதிலெ வேறே ஏற்கனவே முளகு அரச்சுக் கண்ணில் தடவினது மாதிரி காந்தல் இருந்தது. அதில் தான் பேதியில்போற பயக்கள் தாக்கிவிட்டான்... அந்த நேரத்திலேயே பிராணன் போயிட்டது போல் இருந்தது பட்டாணிக்கு. பட்டாணி ஆனதினால் அதையெல்லாம் தாங்கிக்கொள்ள முடிந்தது. வேறு எவனாவது சோனியென்றால் கொத்துவால் தெருவிலேயே விழுந்து உயிரை விட்டிருப்பான்...

‘கண்ணுத்தீனம்’ கணிசமாகக் குறைந்திருந்தது. கண்ணில் குத்தலும் உளைச்சலும் இல்லை. காலையில் உறக்கம் விழிக்கும் போது மட்டும் நிறைய பீளை கண் நிறைந்திருக்கும். அது முகம் கழுவினால் போய்விடும்.

குடிசை மூலையில் எறப்பில், வெள்ளை பாட்டில் ஒன்று நூலில் கட்டித் தூக்கியிருக்கிறது. செங்கல் அடுப்புக்கு மேல் சிம்னி விளக்கும், தீப்பெட்டியும் இருக்கின்றன. சாதிக்கா பெட்டியின் மேல் அவிழ்த்திட்ட கைலி கிடக்கிறது. சிவப்பு உள் நிக்கர் உலரப்போட்டது கூரையில் செருகியிருக்கிறது. மாதுரிதேவியும் அஞ்சலிதேவியும் கட்டிப்பிடித்துக்கொண்டிருக்கும் படம் ஓலைச்சுவரில் ஒட்டியிருக்கிறது. பழைய, வனமோகினி சினிமா வந்த காலத்தில் கிடைச்ச படம் அது. சிறிய மண் குடத்தில் தண்ணி இருக்கோ என்னமோ? கறிச்சட்டியால் குடம் மூடியிருக்கிறது. ஆஸ்பத்திரிக்குப் போகும் போது கோவிந்தனின் மகன், குட்டன்கிட்டே ஒரு குடம் தண்ணி எடுத்து வைக்கச்சொன்ன ஞாபகம்... ‘பய தண்ணி கொண்டு வச்சானோ என்னமோ, இப்போ தண்ணி வேண்டாம். காலையில் அப்பு கடையில் ரெண்டு தோசையும் ரவாக்கஞ்சியும் தின்னது வயிற்றில் இன்னியும் புளிச்ச ஏப்பம் எடுக்கிறது... நெஞ்சு கரிக்குது... நேத்தையவிட இன்னைக்குக் கைவலி கூடுதல்...

படுத்துக் கிடக்கக் கிடக்க, பட்டாணிக்கு அசதியாக இருந்தது... சீக்கிரம் செத்துப்போனால் தேவலைபோல் இருந்தது...

சவம் கை வேதனையைக் காணும்பம் இந்த எட்டு நாள் கெடுவும் கழிஞ்சு பெழைக்கேனோ கெடக்கேனோ? இப்பமே மரிச்சிட்டா கொள்ளாம்... ஆனா செத்ததுக்கப்புறமும் இந்தச் சாலைக் கம்போளமும், தொட்டிப் பயக்களும் இந்த மொதலாளிமாரும் எல்லாம் எப்பிடி இருக்குன்னு பாக்கணும். என்ன இருந்தாலும் ஆசையும் விசாரங்களும் சாவாது... பின்னெ எப்பிடி? சாலைக் கடையிலே இப்பமே தலைபொக்கி நடக்க முடியல்லே, எலியைப் பிடிச்சு வாலெக் கட்டி வெளையாட்டு காட்டுது மாதிரி ஆயிப் போச்சு. ஒரு அஞ்சாறு வருசத்துக்கு முன்னேகூட நம்மளெக் கண்டு தொடவழியே ஒண்ணுக்குப் போன பயக்கதான் சாலைக்கடையிலே உள்ளது. இப்போ கொஞ்ச காலமா தள்ளாட்டம் ஆரம்பிச்சிருக்கு. சாயை குடிக்க கிளாஸைக் கையிலெடுத்தா... கையும் விரலும் ஜன்னி கண்டதுபோலே ஆடுது... கொஞ்சம் ஒரு ஆறு அவுன்ஸு உள்ளே போனாலும் நடை குழையுது... நாக்கிலே அறாம் பெறப்பு வர்த்தமானம் தன்னறியாமெ வருது... மனசுக்குள்ளே ஒண்ணும் பேசக் கூடாதுன்னு நெனச்சாலும் ஒக்கமாட்டேன்குது... வெள்ள மடிச்சிருந்தாலும் – இல்லைன்னால்லாம் பயக்க இப்போ வெரட்ட

ஆரம்பிச்சிருக்கான்... முன்னாலே மாதிரி வெட்டுக் கத்தியோ பேனாக் கத்தியோ எடுக்க முடியல்லே... போலீஸ்காரனையும் பேடிக்கணுமே... அவனுக சும்மா போனாலுமே வாயை ஊதிக்காட்டச் சொல்லுதான்... அதுவேறே பேடி.

நல்ல சொரணையோட இருந்த காலத்திலே இந்தத் தொந்தரவு ஒண்ணுமில்லே... என்ன செய்தாலும் ஒருத்தன் வந்து ஏன் அப்பிடி செய்தேன்னு கேக்க பயப்படுவான். பட்டாணியா அதைச் செய் தான். அவன்கிட்டே போகாதே, வேலியிலெ போறதே காலுக் கடிலே பிடிச்சுவிடுவது என்னத்துக்குன்னு ஒதுங்கிப் போயிடு வான்... ரொம்ப நாள் ஒண்ணும் ஆயிரல்லே. நாப்பத்தி அஞ்சோ – நாப்பத்தியாறிலேயோ மொகறம் – பெறைக்கு, மேட்டுக் கடை ஊச்சாளி மைதின் வந்து, 'பட்டாணி! கடுவாப்புலி வேஷம் போடு தீரா'ன்னு கேட்டான்... போடுதீரான்னு கேட்டா, அதிலெ பின்னெ மறுப்பென்ன இருக்கு... பெறை பத்து நாளும் கடுவாப்புலி வேஷமும் தண்ணியடியும், ஒருத்தரும் கேக்க மாட்டா, இஷ்டம் போல ஆடலாம்...

'போட்டாச்சு, கடுவாப்புலி வேஷம் போட்டாச்சு. ஒன்பது கிடாய் ஆட்டைப் பல்லு கொண்டு கடிச்சு எறிஞ்சது அப்போ தான்... ரொம்ப நாள் ஒண்ணும் கழிஞ்சுரல்லே. இந்தக் கச்சக்கடை முக்கிலெ பாத்திரக்கடை நாயர் கடைக்கு முன்னாலெதான் நடந்தது... அன்னைக்கு எட்டாம் பெறை. பாளையத்திலிருந்தும் மேட்டுக் கடையிலிருந்தும் ஒவ்வொருத்தனும் வேஷங்களெ போட்டுக்கொண்டு வந்து கடையிலே, அங்கன இங்கனெ நின்னு கொட்டி முழக்கீட்டு ஆடுதான், செண்டையும் சேங்கலையும் ஒரு பெகளம்தான்...

செண்டையும் மேளமும் தகர்த்து மொழங்க, ஊச்சா... என்னெக்கொண்டு வந்து நாயர் பாத்திரக் கடை முன்னாலே நிறுத்தினான். கரியப்பிலை ஆசான் செண்டைக்கு, கணியான் தாமோதரன் ஜோடி, மேளத்துக்குக் கேக்கணுமா? எனக்கானா வாசி... மேட்டுக்கடை காதர் – கடுவா வேஷம் போட்டுக்கொண்டு சாலைக்கடையிலே வந்து தகர்க்கானாம். அவனெ பீட்டு அடிச்சு களிக்கணும்னு ஊச்சா... ஓதியிருந்தான். ஊச்சாளியானா மூக்கு முட்ட விட்டிருந்தான். தலையிலெ புளியிலைக் கரை நேரியலெ குஞ்சம் வச்சுக் கெட்டிக்கிட்டு, அவன் எனக்கு உஷார் ஏற்றுவதுக்கு திங்கு திங்குன்னு ஆடுதான்... மேளவும் கொழுத்து ஏறிச்சு... எனக்குக் காது குருத்திலெ மேளச்சத்தம் கிக்கிறி மூட்டிச்சுது... ரெண்டு ஆனைக்காலன் குப்பி நிறைய சேவிச்சா எப்பிடி இருக்குமோ, அப்பிடியே பிரி ஏறிக்கிட்டு வந்தது. கிளம்பீட்டேன்...

'...ஆகாசமும் பூமியும் தொடாமெ பாஞ்சு பாஞ்சு ஆடினேன், ஊச்சாளியும் விடல்லே. ஒற்றைக்கு நின்னு தகர்த்து ஆடினான்... பிலுபிலுன்னு கூட்டம் கூடிற்று. மெயின்ரோட்டில் டிரான்ஸ் போர்ட்டு பஸ்ஸும் ஆள்களும் ஒண்ணும் போக முடியாது. பஸ்ஸும் காரும் வந்து ஒண்ணு பின்னாலே ஒண்ணு வரிக்கு நிக்குது... ஆரியசாலை முக்கு, கிள்ளிப்பாலம் – இங்கேயிருந்தெல் லாம் வண்டியும் மோட்டாரும் போகாதது என்னான்னு கேட்டுக் கிட்டு ஆளுகள் வந்தப்போ – இங்கே புலிவேஷ ஆட்டம் தகர்க்குது...

'...பாத்திரக்கடை நாயர் முதலாளி, கிடாய்க்கு ஆள் அனுப்பி சம்பக் கடையிலிருந்து ரெண்டு கிடாயும் வந்தது. எனக்கு இடுப் பளவு வரும் ஒவ்வொரு கிடாயும். கண்டா நேர்ச்சை கிடா மாதிரி ஒவ்வொண்ணும் ஒரோ எருமை மாடு தண்டி உண்டும்... களி முறுக்கேறி நிக்கக் கூடிய வேகம். கிடாயைக் கொண்டு விட்டது தான் தாமதம், ஒரே பாய்ச்சல்... அடக்கி முதுகிலெ ஒரு கவ்வல்... கிடா 'ம்மே'ன்னு ஒரு விளி... ஆடு தலைக்கு மேலே ஒயர்ந்து பின் னாலே ஆறடி தள்ளிப்போய் விழுந்து பிடைக்குது. ஒண்ணு, ரெண் டாமதும் ஒண்ணு...

எண்ணிட்டும் தளராமை நின்னு களிக்கேன்... அமீன் ஹோட் டல்காரன், மேட்டுக்கடை காதருக்குச் சொந்தக்காரன், அவன் ஓட்ட லிலே எறச்சிக்காக நிறுத்தியிருந்த நாலு கிடாயை வாசிக்கு வேண்டி கொண்டுவந்து நிறுத்தினான். அவனுக்கு எப்பிடியும் – ஊச் சாளிக்கெ சாலை கடுவாயை பீட்டடிச்சி மேட்டுக் கடை கடுவாயை ஜயிக்க வைக்கணும்னு ஆசை... எனக்குத் தெரியாதா...? கிடா முன்னெ வந்ததும்தான் தாமசம்... கறண்டு அடிச்சது போல நாலெண்ணத்தையும் கைதொடாமே கடிச்சு எறிஞ்சேன்... கூட்டத் திலே சடபுடான்னு கையடியும் சீட்டியடியும் பெகளம் செண்டை மேளம் வெளுத்து வாங்குது... பெறவென்னடான்னா ஒரு மணிக் கூறிலெ எண்ணிக்கொண்டு ஒம்பது கிடா கடிச்சு எறிஞ்சிருக்கேன்... வாசிக்கு விட முடியுமா? போலீஸ் வேன் வந்துது. இன்ஸ்பெக்டர் கூடெ கொஞ்ச நேரம் பார்த்துக்கிட்டு நின்னாரு. கூட்டம் கலைஞ் சப்பம், ஒரு ஆறாட்டுத் திருவிழா கலைஞ்ச கூட்டம் உண்டும்... பாத்திரக்கடை நாயர் முதலாளி, இந்த மந்து கைவிரலைப் பிடிச்சு ஒரு பவுனிலே ஒரு மோதிரம் போட்டுத் தந்தாரு... ரொம்ப நாளா ஆச்சு? நாப்பத்தி அஞ்சணா... இப்போ ஒரு அஞ்சு கொல்லம். அவ்வளவுதான்.

அப்பிடிப்பட்ட என்னெ இந்தக் கச்சக்கட முக்கிலெதான் பயக்க போட்டு நாற அடிக்கான். அந்தப் பாத்திரக் கடை நாயர்

கூட சில சமயம் பாத்துக்கிட்டு இருக்கான். அந்த இவனுக்கெல்லாம் இருக்கிற பணமும் சரி... என் காலில் மசிரும் சரி...'

"பட்டாணி அண்ணா, பட்டாணி அண்ணா! ஒறங்குதீரா... இல்லே சும்மா படுத்துக் கெடக்கீரா...?"

பட்டாணி நினைவு கலைந்து பார்த்தபோது சாராய – நொண்டி நடராயன் எதிரே நிற்கிறான்.

"கோவிந்தன் சொல்லிச்சுது... இன்னைக்கு நாலஞ்சு நாளாக ஆசுபத்திரிக்குப் போயிட்டு வாறீராமே... சாயந்தரமெல்லாம் அதுதான் உம்மளெக் காணலே... ரெண்டு மூணு நாளைக்கு முந்தி உமக்கு சங்கதி தெரியுமா? எவனோ கோட்டயத்திலிருந்து புதிசா சாலை ஸ்டேஷனுக்கு ரெண்டு இன்சார்ச்சுமாரு வந்திருக்கான். அவனுக வேறெ ரெண்டெண்ணத்தையும் சேர்த்துக்கிட்டு இங்கே காலனிக்கு வந்திருக்கான்... தொப்பியைக் கண்டதும் நான் கெம்பீற்றேன் – பெறக்காலெயே ஓட்டிச்சுக்கிட்டு வந்தானுவ. நானா பிடி கொடுப்பேன். குரியாத்தி குன்னுலே போய், தண்டான் மாது வீட்டில் ஒளிச்சுக் கெடந்தேன். அவனுக பெரிய கொழல்வேலி வரைக்கும்தான் வந்தான். பொறவு குடிலிலே வந்து சட்டியும் பானைகளையும் எடுத்துப் போட்டு ஒடச்சிருக்கான்... இன்னைக்கு வெளுப்பான் காலத்தேதான் வந்தேன். வந்து பாத்தப்பம் சங்கதி சீருதான், உள்ள கலமும் சட்டியும் எல்லாம் ஒடஞ்சு கெடக்கு... மயிரு. அதோட போச்சு. பிடிச்சிருந்தா அஞ்சு பத்து தாலியறுத்திருக்கணும்... ஆமா, ஓமக்குக் கையெ முறிக்கணும்னிட்டு டாக்டரு சொன்னாராமே, கோவிந்தன் சொன்னான், எந்திச்சு இரியுமேன்... கஷ்டம்னா வேண்டாம். ஒண்ணு சொல்லுதேன் கேளும். இனி யாவது இந்த வாற்றுவெள்ளத்தை வாங்கி மோந்தாதையும். நான் வாற்றி விக்கக்கூடியவன்தான். நீரும் கடன் ஒண்ணும் வாங்கல்லே. நோட்டுதான் தாறேரு. ஆனாலும் நான் உமக்கு வேண்டிச் சொல்லுதேன்... உம்ம கையிலே இருந்து நான் எத்தரையோ சக்கரம் வாங்கித் தின்னிருக்கேன். அந்த நன்னியிலே சொல்லுதேன். என்ன பாக்கேரு? ஒண்ணுக்குப் போணுமா? பைய பதுக்கெ எந்திரியும். நான் கூட வரணுமா...?"

நொண்டி நடராயன் – அவன் சூம்பல் காலும் பாகவதர் கிராப்பும், சோனி உடம்பும், அவன் பிடியில் தாங்கிக்கொள்ள பட்டாணிக்கு மனசு இல்லைதான். ஆனாலும் ஏதோ ஒரு தாங்கு வேண்டும் போலிருந்தது.

அவன் கையைப் பிடித்துக்கொண்டு வெளியே போய் விட்டு வந்தபோது, பட்டாணிக்குத் தண்ணித் தாகமெடுத்தது.

குடத்திலிருந்து நடராயன் பச்சைத் தண்ணீரைக் கறிச்சட்டியில் சரித்துக் கொண்டுவந்து கொடுத்தான். சாயக்கடையிலிருந்து ஏதாவது வேணுமான்னு கேட்டான். வேண்டாம். ஒரு பத்துப் பைசாவுக்கு பீடி மட்டும் சாயிப்பு கடையிலிருந்து வாங்கித் தந்தால் போதுமென்று நடராயனை அனுப்பி வைத்தான் பட்டாணி.

'உம்... இப்போ நாய்க்கும் பேய்க்கும் எளக்காரப்பட்டுப் போனேன், நல்ல காலத்திலே – ஏன், ஒரு வாரத்துக்கு முன்னேகூட இந்த நடராயன் கிட்ட வந்து பேசுவானா...? ஆலோசிச்சுப் பாத்தா ஒரு மனுஷனுக்கும் இதுவரைக்கும் உபகாரம் செய்திட்டிலே, எவனுக் கெல்லாமோவேண்டி ஏதாவது செய்திருந்தாக்கூட அதெல்லாம் தன் காரியம் ஆக வேண்டித்தானே யல்லாமெ, வேறொண்ணு மில்லே... எத்தரையோ பரம துரோகமான காரியங்கள் செய்திட் டுண்டும்... சம்பக்கடையிலுள்ள எறச்சிக் கடையிலே வெட்டுக் காரனா இருக்கும்போ எத்தரையோ எச்சி நாய்களெ, எறச்சி வெட் டும் கத்தியினாலே முதுகிலேயும் வாலிலெயும் வெட்டியிட்டுண்டும்... அப்போ அது ஒரு ஜாலி. வெட்டுக்கொண்டதும் நாயி குய்யோன்னு விழிச்சுக்கொண்டு ரத்தம் சொட்டச் சொட்ட ஓடிப்போறதைக் காண தமாஷாயிருக்கும், சம்பக்கடைக்கு மீன் வாங்க வரும் பொம் பிளைங்கள் எல்லாம் 'சாமதுரோகி... கை புழுத்துப் போகும். வாயில்லாத ஜீவனெ இப்பிடியா வெட்டுவது...? வெட்டித் தின்னடா துரோகி...' என்றொரு கிழவி – காணச் சகிக்காமல் கூப்பாடு போட்டாள். 'நீ போ கிழவி... என் கை புழுத்தா நான் உப்புப் போட்டு வச்சுக்கிடுதேன்' என்னு சொன்னது இப்போ சரியாப்போச்சு... டாக்டரு தெனமும் இப்போ உப்புத் தண்ணியெதானே ஊசி குத்தி வைக்காரு... முன்னாலெ எல்லாம் பாவம் செய்தா மறுஜன்மத்திலேதான் பலன் என்னு சொல்லுவா... இப்போ அப்பிடி இல்லே... பாவம் செய்தா கூலி மறுநாளே கிடைக்குது.'

'ஒரு அஞ்சாறு மாசம்கொண்டு இந்தக் கெடையிலே கெடக் குது மாதிரி தோணுது... இவ்வளவுக்கும் இன்னைக்கு ஆறு தெவஸம்தான் ஆயிருக்கு – நாய்க்கு வேலையுமில்லே... குந்தியிருக்க நேரமுமில்லேன்னு சொன்னதுபோல, சும்மா வெய்யிலேயே அலைஞ்சு திரிஞ்சுகிட்டிருந்து இப்போ திடீரென்னு அஞ்சாறு நாளு குடிலிலேயே அடைஞ்சுகெடந்தப்பம், ஜயிலுக்குள்ளே ஆனது போல தோணுது... மனசுக்குள்ளே சீண்டிறம்... ஒறக்கம்... ஒறக்கம் முடிஞ்ச ஒறக்கம்தான் ராவும் பகலும்... ஆ ஒவ்வொண்ணெப் பற்றியும் விஜாரிச்சுக்கிட்டே கெடக்கும்போ எல்லாம் மறந்து போவுது.'

'பின்னெ ஒருக்க நடந்தது...? உம்... அதை நெனைச்சா இப்ப வும் ஈரக்கொலை பெடைக்குது... அந்த மேட்டு வீட்டு சங்கதி எப்படி மறக்க முடியாதோ அதுபோலத்ததுதான் இதும்... அப்போ ஒரு முப்பது வயசுக்கும் மேலே இருக்கும், நல்ல சமயம், கைமுண் டாவிலெ கறுப்பு நூலும் சொர்ணத்தாயித்தும் எல்லாம் கெட்டி ஊச்சாளி பீஸிலே நடக்கக்கூடிய காலம். இத்தரையும் காலத்திலே– அதாவது வீட்டிலேருந்து ஓடிவந்து... பதினாலு பதினஞ்சு வயசிலே... அதுக்குப் பொறவு மொத மொதலிலே வந்து நின்னது மலக்கறிக் கடையிலே... பொறவு பட்டன் செட்டியாரு கடையிலெ... அதுவரைக்கும் ஜீவிதத்திலெ ஒரு விசேஷமும் சொல்லத்தக்க ரீதியிலெ இல்லே. மேட்டு வீட்டிலே அந்த மழை ராத்திரியிலெ ருசி கண்டறிஞ்சு வந்ததுக்குப் பொறவுதான் ஒவ்வொரு சங்கதி யாயிட்டு படிச்சதும் செய்ததும், நானாவிதமாயிட்டு நடந்ததும்...

'அப்போ எனக்கு கச்சக்கட முக்கிலெ பஸ்கள் வந்து நிக்கக் கூடிய இடத்திலெதான் ஜோலி... அப்போ இந்த நாயர் பாத்திரக் கடை ஒண்ணும் இல்லெ. முக்கிலெ திருவிதாங்கோட்டுகாரங்கள் ரெண்டு மூணு முஸ்லீம்கள் பாத்திரக்கடை போட்டிருந்தா. எரணி யல்காரரு சிவதாணு பிள்ளைக்கு ஓல்செயில் கச்சவடம். நெறைய பித்தளைப் பாத்திரக் கூடைக்காரங்களும் – பழைய பாத்திரக் கச்ச வடக்காரங்களும் ஒரே கூட்டமாயிருக்கும், சிவதாணுபிள்ளை கடை யிலெ... முக்கிலெ வந்து நிக்கக்கூடிய பஸ்ஸிலெ சுமடு எறக்க, ஏற்ற உள்ள ஜோலி நமக்கு. சும்மா நின்னுக்கிட்டாலெ போதும். பொடியன்மாரு ஜோலிகளைச் செய்துக்கிடுவான்; எனக்கு ஆசான்படி கிடைக்கும். டெயிலி நாலும் அஞ்சும் கெடைக்கும். அப்போ கிள்ளிப்பாலத்திலெ சிவன் காண்டிராக்டருக்கு சாராயக் கடை. கிடைக்கிறதிலெ பாதியும் அங்கெ கொடுக்கத்தான் காணும். புத்திரிக் கண்டத்திலெ மேஜிக் காட்டக்கூடிய மேனவனும் அப்போ கூட்டு உண்டும். வெள்ளமடிக்க பற்றிய கூட்டு அது...

'ஒருக்கெ ராத்ரி ஒரு பத்தரை மணியிருக்கும். நாகர்கோவில் கடைசி பஸ்ஸிலெ, கச்சக்கடை முக்கிலெ ஒரு பெண்ணு வந்து இறங்கினா. நான் அப்போ வைத்தியன் கடைத் திண்ணையிலெ தோர்த்து விரிச்சு சாஞ்சிருக்கேன். அன்னைக்குக் கோளு கொஞ்சம் மோசம்... ஒரு வழியுமில்லாமெ அப்படி இருக்கும்பதான், அந்தப் பெண்ணின் வரவு. ஆளெக்கண்ட உடனேயே ஒரு மாதிரின்னு சட்டுன்னு தோணிச்சுது... நல்ல பொக்கம். புதுநிறம்தான். மொக ஐஸ்வரியம் ஒண்ணும் குற்றம் சொல்ல முடியாது. எடுத்து வச்சுக் கெட்டினது மாதிரி நெஞ்சும் கொண்டையும் எல்லாம்... முப்பதுக்கு மேல் பிராயம் காணும்... இரட்டைக் கரை முண்டும் தோர்த்தும் உடுத்தியிருந்தா. செவப்பு ஜம்பர். திண்ணையிலிருந்தவன் சட்டுனுசாடி இறங்கி அந்தப் பெண்ணுக்குப் பெறக்கே போனேன்.

“செமடு வல்லதும் கொண்டுவரான் உண்டோ?” என்னு கேட்டேன்.

அவ திரும்பி நின்னு ஒரு நோட்டம். அவளெ இறக்கின பஸ் எங்களத் தாண்டிப் போய் மறைஞ்சிது. ரோட்டிலும் அதிக ஆள் இல்லெ. நேரமும் ஆயிருந்ததுல்லா.

“சொமடோ... சொமடு ஒண்ணும் இல்லா. ஞான்தன்னெ ஒரு சொமடானு. என்னெ கொண்டு போவாமெங்கில் கொண்டு போய்க்கொ...” என்னு மயங்கிக்கிட்டே சொன்னா...

‘பின்னே கேட்கணுமா? கொண்டுபோக ஆள் தேடி நடக்கிறவ, நல்ல ஆளிட்டேதான் வந்து அகப்பட்டா?

‘சரக்கெ வளைச்சு இந்தக் கருமடத்திலெதான் கொண்டு வந்தேன். அப்போ தாமசம் இங்கெயொண்ணுமில்லே... அப்பொ தாமசிக்க இன்ன இடம்னு கெடையாது... கடைத் திண்ணையானா அங்கேதான்... இல்லெ சினிமாப் பெரை நடையிலே. இல்லெ எவ வீட்டிலாவது விடியுதுவரைக்கும். இப்பிடியே உள்ள காலம். கருமடம்கூட இப்போ இருக்கிறது போலயா அப்போ? ஒரே கடுவாப் புல்லுக்காடு. வேயும் வாழையும் தெங்கும், கமுகும் பின்னெ நெறையா காட்டுச் செடிகளுமாயிட்டு சதசதன்னு கெடக்கும். புல் பறிச்சுக் கெட்டி விக்கக்கூடிய புலைக் குடித்தனங்க ஒரு பத்து, பதினைஞ்சு எண்ணம்தான் அப்போ கருமடத்திலே உள்ளது. நான் அந்தப் பெண்ணை நேரே கூட்டிப்போனது – இப்போ இந்த கோவிந்தன் இருக்கானெ இவனுக்கு மாமன் ஒருத்தன் கொச்சப் பின்னு பேரு, அவனுக்கு முனிசிபாலிட்டியிலெ தெருநாய் பிடிக்கக் கூடிய உத்தியோகம். அவனுக்குப் பெண்ணும் பிள்ளையும் ஒண்ணும் கிடையாது. ஒற்றைக்கட்டை. ராத்ரி அவனைப் போய் தட்டி எழுப்பி விஷயத்தைச் சொன்னேன். அனக்க சத்தம் கேட்டு பட்டிகளெல்லாம் கிடந்து குரைக்குது... வயலுக்கப்புறம் தவளை களுக்கெ சத்தமும் ஆகக்கொண்டு ஒரு பெகளம்தான்.

‘அவளெ கொச்சப்பி வீட்டிலெ விட்டுட்டு – புத்தரிக் கண்டத் துக்கு வந்து மேஜிக் மேனவனைக் கூப்பிட்டுக்கிட்டேன்... அவனும் நானுமா சேர்ந்து ரயில்வே ஸ்டேஷனிலே ஒரு ஓட்டலிலே போய் சோறும்... வேறொரிடத்தில் போய் சாராயமும் எறச்சியுமெல்லாம் வாங்கிக்கிட்டு கருமடத்துக்கு வந்தப்போ மணி ஒண்ணு ராத்ரி...

‘நான் – கொச்சப்பி, மேனவன் மூணு பேரும் சேர்ந்தாச்சு. வெளுக்க வெளுக்க ஒரோருத்தராயிட்டு மாறி மாறிப் போனோம்... வெள்ளமும் சோறும் எறச்சியும் பின்னெ நடந்ததெல்லாம் தீபாவளிதான்...

‘நேரம் விடிய ஆரம்பிச்சப்போ நான் பார்த்தப்போ சரக்குக்கு போதமில்லே. போதமில்லாட்டா என்ன, கடைசியா ஒருக்ககூட நான் போனேன்...

சங்கதியெல்லாம் முடிஞ்சு பெண்ணே எளிப்பினப்போ... அவ்வளவுதான்!

ஆள் இல்லே–

குளோஸ்! தீர்ந்தது.

‘இப்போ ஆலோசிக்கும்போ ஒண்ணும் தோணலெ. வருஷ மெத்தரை ஆச்சு... இருவதுக்கு மேலே இருக்குமே... கடைசீலே செய்த காரியம்தான் பயங்கர... ரெண்டுமத்த காரியம். இப்போ அந்த மாதிரியொண்ணும் செய்துக்கிட முடியாது. போலீஸ் நாயும், சி.ஐ.டி.களும் எவ்வளவோ இருக்கு. அனங்கிக்கிட முடியாது... ஆனா அப்போ, செய்தா செய்ததுதான். படைச்சவன்கூட அறியாம சங்கதியெ மறச்சிரலாம்... சரக்கு பிரேதம் ஆயிப்போச்சுன்னு அறிஞ் சதும், கொச்சப்பி பின்னே ஆலோசிக்க நிக்கலே... நாய்களெ அடச்சுக் கொண்டுபோகக்கூடிய வண்டியெ கொண்டு வந்தான். கருமடத்திலெ உள்ள ஒரு ஈச்சைக்குக்கூடெ சங்கதி தெரியாது பிரேதத்தைப் பெட்டிக்குள்ளே வெச்சுத் தள்ளிக்கிட்டு... கறண் டடிச்சுக் கொல்லும் நாய்களெ குழிச்சு மூடியிடக் கூடிய குடப் பனைக்குன்னு மணல் தேரிக்கு வந்தாச்சு...’

‘சூரியன் உதிச்சு நல்ல வெட்டம் வெச்சு வந்தப்போ சங்கதி யெல்லாம் மங்களம்! இதுக்கெல்லாம் அந்தக் கொச்சப்பியே சம்ம திக்கத்தான் வேணும்... ஆனா அந்த மேனவன், புத்தரிக் கண்டம் மைதானத்திலெ நின்னு மேஜிக் காட்டும்போ என்னவெல்லாம் வீறாப்பு அடிக்கான்... சரக்கு தீந்து போச்சுன்னு அறிஞ்சதும் ஆளு பைய ஸ்தலம் விட்டுட்டான். பின்னெ அவனெக் கண்டது, சந்திரா பிரஸ் வளைப்பிலெ அவனுக்கெ அச்சி வீட்டிலேதான்... நடந்த சங்கதிகளெச் சொல்லி ஒண்ணும் வராதுன்னு சொன்னப்பவும் அவனுக்கு சமாதானமில்லெ... ஆனால், உள்ளுக்குள்ளேயே எனக் கும் கொச்சப்பிக்கும் கொஞ்சம் வெறயல்தான்... பிறகு அந்தப் பெண்ணைத் தேடி, ஆளோ சொந்தமோ ஆரும் வரல்லே... சங்கதி யும் தேஞ்சுமாஞ்சு போச்சு... ஆனா இப்போ நெனைச்சாலும் நட்டெலும்பிலே குளிரு சிலிர்க்குது... பின்னே என்னா? சாதாரண மனிஷனாகக்கூடியவன் செய்யக்கூடிய காரியமா இது? அப்பிடி செய்தாலும் ஒண்ணும் குன்னும் அறியாத தேவகன்னிபோல நாலு பேரு மொகத்தைப் பாத்துப் பேசிக்கிட்டு நடக்கக்கூடிய காரியமா? அதெல்லாம் ஒரு காலம்...

‘அதுக்கும் பொறவு கச்சக்கட முக்கு என்னாலே, ஒரு குளிரும் வெறையலும்... அதனாலே முக்குக்குப் போறதே இல்லே...

‘எனக்கெ அப்பன் இருக்கக்கூடிய காலத்திலெ கூடக் கூடெ சொல்லுவாரு – அவரு இந்தியிலெதான் பேசுவாரு. எனக்கிப்பம் ஒட்டும் இந்தி தெரியாதுன்னு சொல்லவேணும். ஆராவது பேசினா மனசிலாவும், ஆனா திரும்பிப் பேசத் தெரியாது. அப்பனுக்குப் பேரு– ஹமீம்பாயி, புலிகடுவா வேஷம் வரையும் பெயின்டர் வட்டத் தொப்பி ஹமீம்பாயின்னா எல்லோருக்கும் தெரியும், அப்பனும் என்னெப் போல நல்ல பொக்கமுள்ள ஆளுதான். ஆனா, என்னெப் போல கறுப்பு இல்லே... எங்க குடீலே நான்தான் கறுப்பு. அப்பனும் சொந்தக்காரங்களும் என்னெ ‘காலா’ என்னு கூப்பிடுவா. காலான்னா இந்தியிலே கறுப்பு... அப்பன் சொல்லுவாரு: ‘டேய் நீ ஒண்ணி புழுத்து சாவே... இல்லாட்டி பழுத்து சாவேன்னு.’ ஏன்னு கேட்டா, அப்பென ஒருக்கெ கண்ணுமுட்ட குடிச்சிட்டு வந்தப்போ காலு மடக்கி சவிட்டினேன். அப்பன் பிலாச்சக்கை அடத்துப் போட்டதுபோலக் களத்திலெ விழுந்தாரு... அன்னைக்கு வீட்டை விட்டு எறங்கித் திரிச்சவன்தான். பொறவு வீடு இல்லை. அப்பனும் இல்லே... கூடப்பிறந்தது இல்லே... ஒண்ணுமே இல்லெ...

‘ஜகதியிலெ, டைரக்டர் ஆபீஸ் முடுக்கிலெ, உள்ளூர் பரமேஸ்வர அய்யர்சாமி மடத்துக்கு படிஞ்ஞாறுள்ள – கல்லுவெட்டான் குழியிலெதான் எங்க குடி. கல்லுவெட்டான் குழி பட்டாணிக்குடி–ன்னு எல்லாரும் சொல்லுவா. எங்கவீட்டுப் பேரும் அதுதான். நான், அப்பன், பிராயம் தெகஞ்சு நிக்கக்கூடிய ரெண்டு சகோதரிமாரு ஆக நாலு பேருதான் வீட்டிலெ. உம்மாக்காரி சின்னப் பிராயத்திலேயே மய்யத்தாயிப் போனா. ரெண்டு காதிலும் நெறைச்சு அலுக்குத்தும், வெள்ளை மூக்குத்தியும் புள்ளிச் சேலையும், நல்ல செறு நாரங்கா நெறமுள்ள உம்மச்சியெ நெழலு போலதான் ஞாபகமிருக்கு... நல்லா ஞாபகமில்லெ. அஞ்சாறு வயசின்னா ரூபம் எப்பிடி ஞாபகம் நிக்கும்...? ஆனாலும் உம்மச்சியை நினைக்கும்போ இப்பவும் அழத்தோணுது...’

‘அப்பனுக்கு பெயிண்டர் ஜோலி, பெயிண்டு அரைக்கக்கூடிய குழி அம்மியும், கூரையிலெ நெறைச்சு சொருவின தேஞ்சு போன பிரஷுகளும் இப்பவும் கண்ணிலெ நிக்குது. சுவரெல்லாம் ஒவ்வொரு கலர் பெயிண்டும் தெறிச்சிருக்கும். வீட்டுக்குள்ளே ஏறும்போ ஆத்தியம் வார்னீஷு மணம்தான் வரும்... உள்முறி சுவரிலே புலிவேஷக்காரனுக்கு வைக்கக்கூடிய தோல் புலித்தொப்பி

ரெண்டு ஆணியில் மாட்டியிருக்கும். அதுக்கெ செவியும் சிவப்பு வாயும் உண்டைக் கண்ணும் காணும்போ எல்லாம் பேடியா யிருக்கும்.

வீட்டிலே தினமும் அரைப்பட்டினிதான். வீட்டுக்குள்ளேயே இருக்கக்கூடிய அக்காமாரு ரெண்டு பேருக்கும் ஆப்பம் சுட்டு விக்கக்கூடிய ஜோலி... அதிலெதான் வீட்டு சங்கதியெல்லாம் ஒரு மாதிரி நடக்கும். தினமும் மீனும் கிழங்கும்தான்... எப்பவாவது ஒருக்கெ கஞ்சியோ சோறோ கெடைக்கும். ஆனா எனக்கு மட்டும் காலத்தெ ரெண்டு வெள்ளை அப்பம் வீதம், அக்காமாரு தந்திருவா... அப்பனுக்கு பெயிண்டு ஜோலி என்னைக்குமிருக்காது. ஜோலி உள்ளப்போ கெடைக்கிறதெல்லாம், அவனுக்கு வெள்ளட மடிக்கத்தான் காணும். எப்பவாது அரரூவா வீட்டிலே கொடுத்திட் டுண்டுமானா அன்னைக்குச் சூரைமீனும் சோறும் நிறைச்சு வேணும். இல்லாட்டா அக்காமாரெ தள்ளிப் போட்டு சவிட்டுதான்.

மொகரம் காலத்திலெ கடுவா வேஷம் போடக் கூடிய ஜோலி நல்ல கோளாயிருக்கும். வேஷம் எழுத்திலெ அப்பனை விட்டா வேறெ ஆள் இல்லே. மேட்டுக் கடையிலே இருந்தும், சாலையிலே இருந்தும், கரமனை பாளையத்திலேருந்தும், ஏன், கழக்கூட்டத்திலே இருந்தும்கூட ஆள் வந்தது. ஜகதி அமீம் பாயின்னா நல்ல பொடி பொடிச்ச பேரு.

அப்போ எல்லாம் எனக்கும் ஜோலி இருக்கும். வேஷக்காரன் உடம்பெல்லாம் ஷேவு செய்துகிட்டு வந்த ஒடனே முதலில் வார்னீஷ் அடிக்க வேண்டியது என் ஜோலி... மொகரம் தீருவது வரைக்கும் சாராயமும் கோழி எறச்சியும் பச்சவெள்ளம் பட்ட பாடாயிருக்கும்.

அப்போ, அப்பனுக்கு ஒரு எழுபது வயசும் எனக்கொரு பதினாலு பதினஞ்சு வயசும் இருக்கும். எங்க வீட்டுக்குக் கீழே பொறத்திலெ ஒரு தண்டாத்தி தாமசிச்சிருந்தா, அவ கொஞ்சம் மோசமாக்கும்னு எல்லாரும் சொல்லுவா... அவ காண கொஞ்சம் நல்லா இருப்பா... எப்பவும் கிட்டே போனா பவுடர் மணக்கும். எனக்கு அவளெ பிடிக்கும்... ‘காலா இங்கே வாடா; தலையிலெ பேன் பாக்கட்டும்’ என்னு என்னெ கூப்பிட்டு... மடியிலெ சேர்த்து நிறுத்திக்கொண்டு – தலையைக் கோதிக் கோதிப் பாப்பா... சுகமா இருக்கும்... ‘உன் மொட்டைத் தலையிலே அவ என்ன பேன் பாக்கப் போறா... நாற முண்டை வீட்டுக்குப் போவாதடா காலா’ என்னு அக்காமாரு கூடக் கூடெ சொல்லுவா. ஆனாலும் எனக்கு அங்கெ அவ வீட்டிலெ போகப் பிடிக்கும். அவ பேரு பங்கி...

பங்கி எனக்கு திங்கதுக்கும் ஏதாவது தருவா... ஒருக்கெ ஒறக்கத்திலே பங்கியெ சொப்பனம் கண்டேன்... பங்கியும் நானும் மோட்டாரிலே போறதாயிட்டு.

'அந்த பங்கிகூட அப்பனுக்கு சிநேகம்னு ரெண்டு மூணு பேரு வந்து சொன்னா... அப்பன் அவளுக்குச் செலவுக்குக் கொடுக் கிறதுண்டாம். செலப்போ ராத்திரி அங்கே போயி தாமசிக்கிறதும் உண்டாம்... கெட்டிச்சுக் கொடுக்க பிராயமான ரெண்டு கொமருக வீட்டிலெ இருக்கு! போராத்ததுக்கு என்ன செறுப்ப காலமா? எழுபது தெகஞ்ச கிளவனுக்கு எதுக்கு பெண்ணும் பூப்படையும்? இதெல்லாம் காரணமானாலும் அப்பன் பங்கி வீட்டுக்குப் போறதெ அறிஞ்சதிலெ இருந்தே எனக்கு என்னமோ போல... வரட்டும், வரட்டும்னு கெருவிக்கிட்டே இருந்தேன். அப்பன், கெடைக்கிற காசெல்லாம் தண்டாத்திக்குக் கொண்டு போய்க் கொடுக்கிறதா யிட்டு அக்காமாரு கரையாத நாளு இல்லே.

ஒரு நாள் நான் பார்த்துக்கிட்டு நிக்க, அப்பன் பங்கி வீட்டிலெ ஏறிப்போறாரு...

கவனிச்சுக்கிட்டேன், வீட்டிலெ வந்து பல்லும் கடிச்சுக்கிட்டு இருக்கேன்... ராத்ரி ஒரு பந்திரெண்டு மணியானப்போ, கண்ணு முட்ட குடிச்சிட்டு ஏறிவாறாரு... அப்போதான் கால் மடக்கி சவிட்டி னது. சவிட்டும் கொண்டு முற்றத்திலெ விழுந்து கிடந்து லெக்கும் லெகானுமில்லாமெ சொன்னாரு... 'லேய், நீ புழுத்து சாவே'ன்னு.

'அன்னைக்கு எறங்கி வந்தவன்; பின்னெ எனக்கு அக்கன் மாரு இருந்ததையும் – அப்பன் இருந்ததையும் எல்லாம் மறந்தேன்.'

விளக்கு வைத்த சமயம், பட்டாணி எழுந்து ரோட்டில் இறங்கு வதை கோவிந்தனின் மனைவி பாச்சி பார்த்துக்கொண்டிருந்தாள்.

"பட்டாணி அண்ணன் வெளக்கு வெச்ச நேரத்திலெ எங்கெ போவுது...?" என்று கேட்டாள்.

"ஒண்ணு வெளிக்கு எறங்கப்போயிட்டு அப்பிடியே அப்பு வுக்கெ சாயக்கடைக்கும் போயிட்டு வரலாம்னு எறங்கினேன். பெரையிலே கோவிந்தன் உச்சைக்குக் கொண்டு வந்து வச்ச கஞ்சி அங்கனேயே இருக்கு... இருந்தா சீத்தை ஆயிப்போவும். எடுத்துக் கொண்டு போயிரு பாச்சி..."

"கஞ்சி குடிக்கல்லியா?"

"இல்லே... கஞ்சி குடிக்கல்லே. வெசப்பே இல்லெ... இப்பொ போயி ஒண்ணு சாய குடிச்சிட்டு வாறேன்..."

“இந்தக் கையும் வச்சுக்கிட்டு ஏன் அலையணும்? குட்டனை அனுப்பி ஏதாவது வாங்கிக்கொண்டு வரச்சொன்னா போராதா?”

“கையின்னு சொல்லீட்டு ரோட்டிலெ எறங்காமெ இருக்க முடியுமா பாச்சி... வெளிக்கும் போணும். அதனாலெ நானே போறேன். பெரைக்குள்ளே அந்த சிம்னி ஒண்ணு கொளுத்தி வச்சிட்டா கொள்ளாம்...”

“சரி, அண்ணன் போயிட்டு வரணும். நான் வெளக்கு கொளுத்தி வச்சிரலாம்.”

பட்டாணி எலவாணியத் தெரு அம்மன் கோயில் தாண்டி, மெல்ல நடந்தான். கோவிலில் அந்திக் கால பூஜைக்கான மணி முழங்கிக்கொண்டிருந்தது.

‘ராத்ரி படுத்தா ஒறக்கமில்லெ. பகல் ஒறக்கமில்லெ... கண்ணும் அடச்சிக்கிட்டு படுத்திருந்தா பழைய சங்கதிகள் நெஞ்சிலே உருண்டு உருண்டு வருது. கஞ்சி திளைச்சு மறியிது மாதிரி ஒவ் வொண்ணும் பொங்கிப் பொங்கி வருது. ஆருக்கோ கதை சொல் லுவது மாதிரி மனசுக்கெ கூட பேசிக்கொண்டு இருந்தா கொஞ்சம் சொகமிருக்கு... இப்போ இருட்டியாச்சு. எத்தரை நேரமாவுமுன்னு தெரியாது. செமப்பு மண்ணெண்ணெய் விட்டதினாலே சிம்னி விளக்கு பொகை பொகையா எரியுது. வெளக்கு வெளிச்சம் மஞ்சளா மங்கித் தெரியுது. சுற்றிலும் பூச்சி பறக்குது... கொசுவா இருக்கும். மூடிபுதைச்சுக் கெடக்கிறதினாலே கொசுக்கடி தெரி யல்லே. அடுத்த குடிலிலெ குடை ரிப்பேர்க்காரன் மம்மதும் பெண் டாட்டியும் என்னமோ பேசிக்கொள்ளுதா? என்ன எளவோ?

அப்புக் கடை சாம்பாரும் தோசையும் தின்னது நெஞ்சைக் கரிக்குது... புளிச்ச ஏப்பம் வருது...

– வீட்டிலே இருந்து – அன்னைக்கு நேராயிட்டு வந்தது சாலையிலெ கச்சக்கடை முக்கிலெதான். அப்போ ஒண்ணும் தெரி யாது... அப்போ இந்தக் கையிலே இவ்வளவு நீரும் வீக்கமும் கெடையாது. கைப் பத்திக்கெ மேலே மட்டும் நெய்யப்பம் போல ஒரு வீக்கம். அதுக்கும் பொறவு வீங்கி, வீங்கி, கை முட்டு வரைக்கும் பெருத்து ஆனைக்கு தும்பிக்கை போல ஆச்சு. இவ்வளவு காலம் ஒரு வேதனையோ நோக்காடோ ஒண்ணும் அதெக் கொண்டு ஒரு தொந்தரவு இல்லை.

இப்போ என்ன நோக்காடோ? ஆற்றிலே குளிக்கப் போனப்போ ஒரு கைதமுள்ளு குத்தின ஞாவகம்; நீரு பழுத்து வேதனை சகிக்க முடியாமெ ஆனப்போதான் டாக்டரிட்டே போனது. அவரு

சொல்லுதாரு எட்டு நாளும் மருந்து குத்தி வச்சதும் பொறவு கையை முறிக்க வேண்டி வரும்னிட்டு... லாரி கிளீனர் உண்ணிக்கு எங்கியோ லாரி மறிஞ்சப்பம், கைபோச்சு. அவனுக்கும் இடது கை, முட்டுக்குக் கீழே இல்லெ. அதுபோல இனி நமக்கும் தோர்த்து வச்சு மூடிக்கொண்டு நடக்கணும்... அப்போ இந்தப் பயக்க என்ன கூத்தெல்லாம் காட்டுவானுவளோ? என்ன ஆனாலும் கைமுறிச்சு ரணம் குணமாயி வரும்போ வலியெல்லாம் போய் இடதுகைக்கு ஒரு சுவாதீனம் வரும். அப்போ இந்த நாறப் பயக்களெ ஓட்டிச் சிட்டாவது ரெண்டு வீக்கு வீக்கலாம்... இப்போ கொஞ்ச நாளத்தைக்குதானே கழியாது? வரட்டும், வரட்டும்...'

'வீட்டிலெருந்து ராய்க்கு ராய்மானம் எறங்கி நடந்து மூணு மைலும் கடந்து வந்து நின்னது, சாலைக் கடையிலெ, காய்கறிக்கடை முக்கிலெ சுற்றி நடந்துகிட்டு இருக்கும்போதுதான்... காய்கறி சுப்பன் செட்டியார் என்னெ கூப்பிட்டது.

'அப்போ இந்தச் சாலை, கச்சக்கடை மரக்கடை ரோடு செந் திட்டை, சூரக்காட்டு பாளையம், கிள்ளிப்பாலம், புத்தன்கோட்டை, கிழக்கே கோட்டை எலவாணியத் தெரு, காந்தி ஓட்டல் முடுக்கு, கமுகு விளாகம், பாட்டுவிளாகம், வள்ளக்கடவு ரோடு, பழவங்காடி, புத்தன்சந்தை, பாளையம் ஒண்ணுமே தெரியாது. செமப்பு டிரான்ஸ்போர்ட்டு பஸ்ஸைக் காணக் காணக் கண்டு தீராது நெய் யாற்றிங்கரை – தக்களை – தொடுவட்டி – நாகர்கோயில் எல்லா பஸ்ஸும் மலக்கறிக்கடை முக்கிலெதான் வந்து நிக்கும். காலத்தை எட்டு மணி முதல் பத்து பந்திரண்டு மணி வரை வரக்கூடிய நாகர்கோயில் தொடுவட்டி பஸ்ஸிலேதான், கடவா கடவமாயிட்டு எல்லா காய்கறிகளும் வந்து இறங்கும். காய்கறிக் கூடைகளெ பஸ்டாப்பிலிருந்து எறக்கிப் போடக்கூடிய மஸ்தான் – கத்திரிக்காயும் சேலையும் திருடி விக்காமெ பாத்துக்கிடத்தான், சுப்பன் செட்டியாரு என்னெ ஆத்தியமா நிறுத்தினாரு. வந்த மறுநாளைக்கே கெடைச்ச ஜோலி, அது சுப்பன் செட்டியாருக்கு என்னெக் கண்டதும் பாவம் தோணியிருக்கு... அவருக்கு வீடு கரமனை சலுப்பத்தெருவிலே இருந்தது. உச்சைக்கு அங்கே போய் அவருக்குச் சோறு வாங்கீட்டு வரணும். ஒரு மைலும் உச்சவெயிலிலெ நடப்பேன். இப்பத்தானே கோவணம் உடுக்கத்தெரியாத பொடிப்பயகூட சைக்கிளு விடுதான். அப்போ இந்த மாதிரி – கண்ட மேனிக்கு சைக்கிளும், சிட்டி சர்வீஸ் பஸ்ஸும் ஒண்ணும் கெடையாது. இதிலெல்லாம் விசேஷம் என்னன்னா இன்னும் எனக்கு சைக்கிள் ஓட்டிக்கத் தெரியாது. எல்லா மோட்டாருகளிலும் ஏறிட்டுண்டும். ரெயிலிலெ போயிட் டுண்டும்... வள்ளத்திலும் சவாரி செய்திட்டுண்டும். ஆனா

சைக்கிளு மட்டும் ஓட்டிக்கத் தெரியாது. சைக்கிளு ஒரு சர்க்கஸு வேலைதான். ரெண்டு வீலிலெ ஓட்டிச்சிட்டு போறதானா விசேஷம்தானே... இப்போ பாலு குடிச்ச வாய் மாறாத பயக்ககூட, புல்லு போல சைக்கிளு விடுதான்...

'செட்டியாரு கடையிலெ இப்படியும் அப்படியுமாயிட்டு ரெண்டு கொல்லம் நின்னேன். இதுக்கிடையிலெ, நான் சாலை யிலெ நிக்கேன்னு ஆரோ போய்ச் சொல்லி அப்பன்காரன் ரெண்டு தடவே வந்து வீட்டுக்குக் கூப்பிட்டாரு. ஒரு தடவை அக்கச்சிக்கு நிக்காஹுன்னு வந்து கூப்பிட்டாரு. போவல்லே... என்னமோ ஒரு வைராக்யம்; வைராக்யம் தோணும்போ எல்லாம், அந்த பங்கிக்கெ ஞாபகம் வரும். அவ தலையிலெ பேன் பாக்கும்பம் உள்ள சுகம்... அந்த பவுடர் மணம்... ஆனாலும் வீட்டுக்குப் போகல்லெ. கொஞ்சம் கண்ணும் மூக்கும் தெரியவும் ஆரம்பிச்சுது... வீட்டிலெ போனா என்ன இருக்கு? அக்கன்மாரெ ரெண்டு பேரையும் கொல் லத்திலெ ஏதோ அண்டி ஆபீஸிலெ ஜோலியுள்ள ஒரு பட்டாணி கெட்டிக்கொண்டு போனதாகவும் அறிஞ்சேன்... பின்னெ வீட்டிலெ எனக்கு என்ன இருக்கு? அம்ம செத்தா... அப்பன் சித்தப்பன்னு ஸ்லோகம் உண்டும், அதுபோல அப்பன் எப்படிப் போனாலும் போகட்டும்னு ஆயிப்போச்சு. எனக்கு வீடும் கூடும் ஆளும் பேரும் ஒண்ணுமில்லெ... சொந்த பாஷைகூட மறந்துபோச்சு, இனிச் செத்தாலும் இந்தச் சாலைக்கடைதான்... அற்றம்.

'சுப்பன் செட்டியாரு மலக்கறிக் கடையிலெ ஒரு திவசம், ஒரு சின்னத் திருட்டு செய்தேன். செட்டியாரு என்னெ கடையைப் பாத்துக்கிட சொல்லீட்டு ஒண்ணுக்கோ எங்கியோ போனாரு. காயிப்பெட்டி வெளியேதான் இருந்துது. பெட்டி நிறைய எப்பவும் செம்புத்துட்டும் வெள்ளிப்பணமும் கனத்துக்கெடக்கும். புதிய ஒரு வெள்ளிப் பணத்துட்டு ஆரோ அப்போ வாழைக்காய் வாங்கீட்டு கொடுத்தது. பெட்டிக்கு மேலேயே கிடந்தது. தெக்கெயும் வடக் கெயும் பார்த்தேன், செட்டியாரெக் காணல்லெ. பக்கத்துக்கடை யிலும் கவனிக்கக்கூடிய ஒருத்தரும் இல்லே... சட்டுனு அந்தப் பணத்துட்டை எடுத்து வாய்க்குள்ளே ஒதுக்கிக்கொண்டேன்... கொஞ்சம் பொறுத்து வந்த செட்டியாரு, எப்பிடிக் கண்டாரோ என்ன மறிமாயமோ – நேரே வந்த வாக்கிலெ ஒரு பழுத்த மொந்தம் பழத்தை எடுத்துத் தந்தாரு. 'டேய் பட்டாணீ, இதெ தின்னு லேன்'னாரு... பழத்தெ வாங்கி, கையிலெ வச்சுக்கிட்டேன், பொறவு திங்கேன் மொதலாளீன்னு சொன்னேன். 'இப்போ தின்னுலே. இப்போ என்ன வயித்திலெ கொள்ளாதா? ஆனை எறச்சியா தின் னுட்டு வந்தே...'ன்னு வெரட்டினாரு. எப்பிடி திம்பேன்? வாயிலெ

துட்டு கெடக்கு, திரும்பி நின்னு காசெ துப்பிக்கிட்டு திங்கலாம்னாலும், செட்டியாரு திரும்ப விடக்கூடிய கோளில்லே, பொற வென்ன? அவரு முன்னுக்கு வச்சே காசைக் கையிலே துப்பி எடுத்துக்கொண்டேன்... அவ்வளவுதான். 'ஏதடா துட்டு'ன்னு கேட்டாரு. மறைக்கல்லே. காயிப் பெட்டீலேயிருந்து எடுத்தேன்னு சொன்னேன், அவ்வளவுதான். வெளியே போவச் சொன்னாரு. செட்டியாருக்கு கள்ளமும் கௌசலமும் பிடிக்காது. அப்போ பெரிய ஆளு அவரு. வெளுவெளுன்னு பூசணிப் பழத்துக்கே நிறமும் கட்டை சையிஸுமான ஆளு. தோர்த்து முண்டுதான் உடுத்தியிருப்பாரு. எப்பவும் வழுக்கை மொட்டை. கழுத்திலெ பழனியிலிருந்து கொண்டுவந்த ஒரு ருத்திராட்சம் கெட்டியிருப்பாரு. நெற்றி நிறைய எப்பவும் பஸ்ம குறி அப்பிடி இருந்தே நல்லா சம்பாதிச்சிட்டாரு... கரமனை சலுப்பத் தெருவிலே ஒருவரி வீடு – எட்டு வீடு சொந்தமாயிட்டு உண்டும். கிழக்கெ – தூத்துக்குடியிலெ எங்கியோ வஸ்துவும் நெலமும் எல்லாம் உண்டு. ஜயிலுக்கு காய்கறி காண்டிராக்டருக்கு இவருதான் காய்கறி கொடுக்கிறது. அதிலும் நல்ல காசு வருமானம் உண்டு. ஆனா நல்ல சத்தியவான். உருட்டும் பெரட்டும் கிடையாது. வடச்சேரிக்காரனுக்கும் தொடுவட்டிக்காரனுக்கும் – பட்டியல் கொண்டு வந்த உடனே பணத்தைக் கணக்குத் தீர்த்துக் குடுத்திருவாரு. மற்ற கடைக்காரங்களெல்லாம் போல, அனுப்பிய கத்திரிக்காய் சூத்தை, மௌகாய் அழுகல் என்னு சொல்லி தர்க்கம் ஒண்ணும் கெடையாது. நல்ல தர்மிஷ்டனும் கூட, ஆரு வந்து கை நீட்டினாலும் கொடுப்பாரு. பசின்னு ஒருத்தன் வந்து கேட்டா இல்லேன்னு சொல்லமாட்டாரு. அங்கே நிக்கும்போ எனக்கு காக்கி நிக்கரும் உடுப்பும் தச்சுத் தந்தாரு. ஒரு சின்ன மோஷணம் காரணமாயிட்டு எல்லாம் போச்சு. ஒரு பச்சை மிளகு ஆகட்டும்; கேட்டுக்கிட்டு எடுத்தா ஒண்ணுமில்லெ. மோட்டிக்கக் கூடாது. கள்ளம் சொல்லக் கூடாது.

'பின்னீடுதான் சன்னதி முக்கிலெ பட்டன் செட்டியாருக்கெ பலசரக்குக் கடையிலே நின்னேன். ரொம்ப மரியாதையா நின்னேன். கண்டா பட்டாணியாக்கும் துலுக்கன் ஆக்கும்னு ஒருத்தனும் சொல்ல மாட்டான். பட்டன் செட்டியாரு கடையிலேயிருந்து மேட்டு வீட்டுக்கு சொமடு கொண்டுபோய் சுகம் அனுபவிச்சுட்டு வந்த காலத்திலெ ஒரு பத்தொம்பது வயசிருக்கும். அதுக்கும் பிறவுதான், இந்த சட்டம்பித்தனம் எல்லாம் வந்தது. பிறகு கச்சக் கடையிலெ பஸ் ஸ்டாண்டே கைக்குள்ளே இருந்தது மாதிரி என்னெல்லாம் கூத்து ஆடியிருக்கேன்... எறச்சிக் கடையிலெ நின்னேன். சாயக்கடையிலெ நின்னேன். ஆரஞ்சி விக்கப் போனேன். அறாம்பிறந்த சங்கதிகளெல்லாம் படிப்பிச்சது. புத்தரிக்கண்டத்திலெ மேஜிக் காணிக்கக் கூடிய மேனவன் ஓராளுதான். இப்போ

அந்த மேனவன் மெட்றாஸிலேயோ – பாம்பேயிலேயோ எங்கியோ ஒரு நாயர் ஸ்திரீகூடெ இருக்கிறதாட்டு கேள்வி.

'மேனவன் ஆளு நல்ல வெளுப்பன். நல்ல சிம்பிளன். ஆனா அசாத்திய கோழி. ஒரு முப்பத்தி அஞ்சு வயசு தோணிக்கும், என் னைக்கும் முப்பத்தி அஞ்சு வயசுதான். தினமும் ஷேவு செய்வாரு. எப்பவும் அலக்கின ஃபுல் கை ஷர்ட்டும், டபிள் வேஷ்டியும், முன் கஷண்டி நெற்றி அதிக பொக்கமில்லெ. எந்தப் பத்தினியாயிருக் கட்டும் அவனெக் கண்டா ஒண்ணு திரும்பிப் பாக்காமெ போக மாட்டா... அவன் புத்தரிக்கண்டம் மைதானத்திலெ அந்த ஒறக்கம் தூங்கி மரத்துக்கெ நெழலிலே நின்னுக்கிட்டு பிரசங்கம் செய்வான். 'வா... வா... ஓடிவா... மந்தரமில்லே... மாயமில்லெ... வெறும் மெஸ் மரிசம் – கண்கெட்டு வித்யா... ஆரையும் ஏமாற்றமில்லே... வந்து நோக்கின் வந்து காணின்...' என்று லச்சர் அடிக்கும்போது நல்ல கூட்டம் அவனெ சுற்றிக் கூடும். கூட்டத்திலெ பல்பொடியும், நீல கிரித் தைலமும் – இவனே உண்டாக்கினது – நல்ல விற்பனை யாகும்... நான் ஒருக்கெ பட்டன் செட்டியார் கடையிலெயிருந்து ரண்டாம்புத்தன் தெருவுக்கு ஒரு சுமடு கொண்டுபோய்க் கொடுத் திட்டு வரும்போதுதான் முதலாவதாக மேனவனைக் காணுதேன். அவன் காணிக்கிற மேஜிக்கைப் பாத்துட்டு அப்பிடியே நின்னுட் டேன். கூட்டமெல்லாம் கலையிது வரைக்கும் நின்னேன்... பிறவுதான் மேனவன் என் தோள் மேலே தட்டி, 'எந்தா சிநேகிதா! என்றே மேஜிக் இஷ்டப்பட்டோ? ஆ...போட்டே. ஒரு பீடி உண் டெங்கில் தரூ...' என்றான். எனக்கு ஆச்சரியமாகப் போய்விட்டது. அவ்வளவு டீஸெண்டான ஆள் எங்கிட்டெ பீடி கேக்காரு... பொறவுதான் அவரெப்பற்றி ஒவ்வொண்ணா தெரிஞ்சது. வெளியே காணக் கூடிய ஆளல்ல உள்ளே இருக்கிறது என்னு அறிஞ்சுக் கிட்டேன். அவன்தான் புத்தரிக்கண்டம் ருக்குமணி வீட்டிலெ ஒரு சரக்குக்க கிட்டே என்னெ கூட்டிக்கொண்டு போனது... பிறகென்ன? அவனும் நானும் ஒருகை. எல்லாம் ராத்திரிதான் எங்க ஜமா ஆரம்பமாகும், பஸ்ஸிலே வந்த பெண்ணே தீர்த்து குளிச்சதுக்கப் புறம் நாங்க அதிகம் காணக்கிட்டுவதில்லெ; அவனுக்கெ அச்சி வீட்டிலே போய்க் கேட்டா, 'இங்கெ வந்திட்டு ஒரு பாடு நாளாச்சு'ன்னு எப்பக் கேட்டாலும் சொல்லுவா. கடைசியிலெ நானும் அந்த சிநேகத்தெ களைஞ்சு குளிச்சேன்...'

எங்கேயோ கோழி கூவியது. தொடர்ந்து அங்கொன்றும் இங்கொன்றுமாகக் கோழிகள் கூவின. 'நேரம் விடிஞ்சிட்டு போலி ருக்கே... சாக்காலையும் அடுத்திட்டுதுன்னு தோணுது. அதுதான் ஒறக்கம் வரமாட்டேங்குது...' என்று எண்ணினான் பட்டாணி. இப்போ கையைக் கொஞ்சம் அசைக்க முடியும் போலிருந்தது. கழுத்தோடு கட்டிய தொட்டிலைக் கழற்றி – பாயில் விலாப்

புறத்தோடு சேர்த்து வைத்திருந்த வலது கை விரல்களை அசைத்துப் பார்த்தான் பட்டாணி. விரல் அசைந்தது...

'வலியும் விட்டிருக்கு, கை அசைக்கவும் முடியுது. இவ்வளவு நாள் இருந்ததைவிட நீரும் கொறஞ்சிருக்குது போலதான் தோணுது. டாக்டரு அவரு பெரிய கெட்டிக்காரன் இல்லியா...? எட்டு நாளு பார்ப்போம் போமின்னாரு. விடிஞ்சா எட்டாமத்தெ நாளு... தெய்வம் சகாயமா இந்தக் கையை முறிக்க வேண்டி வராதுன்னு தான் தோணுது. இவ்வளவு வயசு வரை மந்து கையோட ஜீவிச் சாச்சு. இனியும் கூடிப்போனா கொஞ்ச காலம்... கைமுறிச்சு மொண்டியாக நடக்கக் கூடாதேன்னு நேந்தது பலிச்சா கொள் ளாம். தெய்வமே தெய்வமே... இதுவரைக்கும் ஒரு பள்ளிக்குப் போனது கிடையாது. ஒரு நிஸ்காரம் – நோம்பு ஒண்ணும் செய்திட் டில்லே, அப்பன் இருந்த காலத்திலெ மேட்டுக்கடை பஞ்சாப் பெரைக்குப் போயிட்டுண்டும், அதுவும், மொகரத்தன்னைக்குத் தீக்குளி காணப்போனதுதான்... அதுக்கும் பொறவு ஒண்ணும் இல்லெ... இப்போ தெய்வம் ஏது...?'

நேரம் விடியப்போகுது, பட்டாணிக்கு நல்ல உறக்கம் வந்தது... ஓலைச்சுவரோடு திரும்பிப் படுத்து உடுத்தியிருந்த கைலியைத் தலை வழியே மூடிக்கொண்டு உறங்கப்படுத்தான் பட்டாணி.

கோட்டைக்ககம் ஆஸ்பத்திரியில் எட்டு மணிக்கே நல்ல கூட்டம்; டாக்டர் வந்து இருந்ததும், டிக்கட்டு எடுத்துக்கொண்டு கும்பலாக நின்றிருந்த ஆணும் பெண்ணும் வராந்தாவில் 'க்யூ'வாக நின்றுகொண்டனர். ஆபீஸ்–பாக்டரிகளுக்குப் போக வேண்டிய ஆட்களையெல்லாம் முதலில் நிறுத்தினான் பியூன். ஒவ்வொருத்த ராக டாக்டரின் பாதி அடைத்த கதவுக்குள் போய் சீட்டு எழுதி வாங்கிக்கொண்டு, பின்வாசல் வழியாக மருந்து கொடுக்கும் டிஸ் பென்சரி ஜன்னலுக்குப் போகிறார்கள்.

பட்டாணி கழுத்தில் மாட்டிய தொட்டில் கையுமாக கியூவில் நிற்காமல் தூண் ஓரத்தில் ஒதுங்கி நின்றிருந்தான். பட்டாணிக்கு இப்போ ஏழெட்டு நாளத்தைய நரை குச்சு தாடி வளர்ந்திருக்கிறது. அஞ்சாறு நாளா குளிக்காத கொமைவும் பார்த்தால் தெரியும். ஆனால், முகத்தில் ஒரு வாட்டம் வேண்டுமே...? அந்த உம்மணாம் மூஞ்சி கம்பீரம் இன்னும் குறையவில்லை. நேற்றிலிருந்து கைவலி குறைஞ்சு மனசிற்கு ஒரு சமாதானம். இன்று டாக்டரின் பதிலும் தெரிந்துவிட வேண்டுமென்ற ஆவலில், பியூனிடம் சொல்லிவிட்டு ஒதுங்கி நின்றுகொண்டிருந்தான் பட்டாணி. ஆள் நெரிசல்

குறைஞ்சதும் சௌகரியமாக அவனை உள்ளே விடுவதாகச் சொல்லியிருந்தான் பியூன்.

சௌகரியத்தைப் பார்த்துக்கொண்டிருக்க இருக்க, கூட்டம் தான் அதிகமாகிக்கொண்டிருந்தது. கடைசியில் பியூன், பட்டாணியை உள்ளே விடுகையில் மணி பத்திற்கு மேலாகியிருந்தது.

குனிந்திருந்து எழுதிக்கொண்டிருந்த டாக்டர், நிமிர்ந்து பட்டாணியைப் பார்த்ததும் லேசாகச் சிரித்தார். "என்னவோய், உமக்கு இன்னையோட எட்டு நாள் முடியுதாக்கும்... கொண்டாரும் பாக்கட்டும். தொட்டிலைக் கழற்றும். கைநீட்ட முடியுதில்லையா?"

"இப்போ கைநீட்ட முடியுது."

"அப்பிடி வாரும் வழிக்கு. இந்த ஒரு வாரமா ஒழுங்கா இருந்த தின் பலன் கையிலெ தெரியுது. கையை நீட்டும். ஒரு இஞ்செக்ஷன் கூட போடுதேன்... பின்னெ ஒரு காரியம். பயப்படாதேயும். உம்ம கை ஒண்ணும் முறிக்க வேண்டாம்... நான் ஒரு பில்ஸ் எழுதித் தாரேன். முப்பது நாளைக்கு ஒவ்வொரு பில்ஸ் சாப்பிடணும். எல்லாம் சரியாப் போயிடும்... பில்ஸுக்கு எழுதித் தந்தா, வாங்க பணமிருக்கா?"

"பணம் எவ்வளவு ஆகும்னு தெரிஞ்சா..."

"பதினைஞ்சு ரூவா ஆகும். வாங்குவீரா?"

"வாங்குறேன்..."

"சரி, இனித் தொட்டில் வேண்டாம், கையைத் தாழ்த்திப் போட்டு நடையும். இந்தாரும் சீட்டு. ஒண்ணு சாராயம் குடிக்கக் கூடாது. குடிச்சீரோ கைக்கு நான் உத்திரவாதி இல்லே. உம் போவும்..."

பட்டாணி, டாக்டரிடமிருந்து சீட்டு வாங்கிக்கொண்டு தாழ்ந்து விழுந்து ரெண்டு கையெடுத்தும் கும்பிட்டான்.

"கும்பிடறது எல்லாம் சரி. ஒழுங்கா இருக்கணும். சரி போயிட்டு வாரும்..."

செய்துப் பட்டாணிக்குக் கண் முன் சொர்க்கம் பிறந்தது போலிருந்தது... கையை லேசாகத் தொங்கவிட்டுப் பார்த்தான், ஒரு லேஸ் கனம் போலிருந்தது... வேகமாக வீசி நடக்க முடியாது... "வரட்டுமே, அந்த மட்டிற்குக் கையை முறிக்காமெ குணமானது புண்ணியந் தான்... டாக்டரும் ஆளு பொல்லாதவர்தான்... சின்ன காரியத்தைப் பெரிசாச் சொல்லி, பயமுறுத்திருக்காரு... அதுவும் நல்லதுதான். பயப்படுத்தாமெ இருந்திருந்தா இந்த ஒரு வாரமும் கையை

வச்சுக்கிட்டு என்னெல்லாம் கூத்து நடந்திருக்குமோ... ஒண்ணு ரெண்டு தடவெ சாராயமாவது குடிச்சிருப்பேன்..."

ரோட்டிலிறங்கி நடந்தபோது கைமுட்டுக்கு மேல் இப்பவும் வலிப்பதாகத் தோன்றியது... போர்ட்டு ஹைஸ்கூல் வாசலில் டிரில் கிளாஸ் நடந்துகொண்டிருந்தது. டிரில்மாஸ்டர் பையன்களுக்குப் பயிற்சி சொல்லிக்கொடுக்கிறார்... முக்கு திரும்பியதும், பழைய மகா ராஜாக்களின் தேர்க் கொட்டடியும் மேற்கே தெருவு கிராமமும் வரிசையாய்த் தென்பட்டது. பழைய அரண்மனையைச் சேர்ந்த சில பெரிய பெரிய வீடுகளில் இப்பொழுது குடியிருக்க யாருமில் லாமல் பாழடைந்து அடைத்துக் கிடக்கிறது. தேர்க் கொட்டடிக்கு அருகிலுள்ள அரண்மனையைச் சேர்ந்த மற்ற பகுதிகளில் இப்பொழுது லைப் இன்சூரன்ஸ் காரியாலயங்கள் நடைபெறு கின்றன... அந்தப் பழைய மேட்டு வீட்டைக் கண்டதும் பட்டாணிக்கு ஒன்றுமே தோன்றவில்லை. காலம் எவ்வளவோ கடந்துவிட்டது... வீட்டு நடையில் பெரிய வாசல் கதவு மட்டும் பெயிண்டு மங்கி நிற்கிறது. உள் காம்பவுண்டில் சீமைப் பலாகூட இப்போ இல்லை. அடைத்த கதவிற்கு மேல் தெரிவதெல்லாம் வெறும் சூன்யம்தான்...

பழவங்காடி கணபதி கோவில் பக்கத்தில் வரும்போது கைவலி கொஞ்சம் அதிகரிப்பதுபோல் தோன்றியது... கையைத் தொங்கப் போடாமல் மடித்து வைத்துக்கொண்டால் இதமாக இருக்கும் போலிருந்ததால் கையை மடக்கி மேலே துவர்த்து முண்டால் மூடிக் கொண்டு நடந்தான், பட்டாணி. என்ன ஆனாலும் பூர்ணமாகக் கொணமாகல்லே, அதுதான் குளிசை வாங்கி தினம் ஒண்ணு திங்க டாக்டரு சொல்லியிருக்காரு... எதுக்கும் கவனமாகத்தான் இருக் கணும். இந்த ஏழெட்டு நாளும் பட்ட பிராணவலி போதும்... ஓரோ நாளும் செத்துச் செத்து பெழைச்சதுதானே...?

மணி பனிரெண்டாகப் போகும் நேரமானாலும் வெயில் அவ்வளவாக இல்லை. சாயங்காலம் மழை வருவதற்கான அறிகுறி இருந்தது...

புத்திரிக் கண்டம் தாண்டி சாலை பஜாருக்குள் நுழைந்ததும் பட்டாணிக்கு நெஞ்சை லேசாக வலிப்பது போலிருந்தது, இனிக் கொஞ்சம் போனால் பயல்கள் எவனாவது நிப்பான்... சில வேளை மத்தியான நேரமானதினால் ஒவ்வொருத்தனும் ஒவ்வொரு வேலைக்குப் போயிருந்தாலும் போயிருப்பான்... இந்தப் பயல்கள் காரியத்துக்கு வரம்பு முறை – நேரம் காலமா இருக்கிறது? பட்டாணி ஒரு ஓரமாகத்தான் நடந்து வந்துகொண்டிருந்தான். ஒரு 'சுண் டைக்காமோன் கண்ணிலும் படாமல் கருமடத்திக்குப் போயிட்டா கொள்ளாம்...'

ஆனால் பட்டாணி, என்ன ஒதுங்கி நடந்தாலும் – எந்தக் கூட்டத்தில் ஒளிந்துகொண்டு நடந்தாலும் பட்டாணியின் உயரம்– தூரத்தில் நிற்பவனுக்கும் ஆளைக் காட்டிக்கொடுக்கும்.

சன்னதி முக்கு தாண்டியதும், வெற்றிலைக் கூடைக்காரன் சாகிப்புகளின் பக்கத்தில் நின்றுகொண்டிருந்த இரண்டொரு பயக்கள் பட்டாணியைக் கண்டுகொண்டார்கள்.

"டேய் மக்களே, பட்டாணீ, எங்கே போயிட்டு வாறே?" ஒரு பயல் குரலை மாற்றி இடைத்தொண்டையில் உரக்க கூப்பிட்டுக் கேட்டுவிட்டு, அப்பு சாயக்கடை முடுக்கில் ஓடிவிட்டான்.

திரும்பிப் பார்க்கக் கூடாதென்னுதான் பட்டாணி எண்ணினான். ஆனால், பழக்கதோஷம் விட்டால்தானே? சட்டென்று திரும்பிப் பார்க்கிறான்... போர்த்தியிருந்த துண்டு விலகி, தொட்டில் அவிழ்த்த பெரிய கை வெளியே தெரிகிறது.

"டேய், சாளப் பட்டாணிக்கு கை குணமாயிட்டுது. ஒதுங்கி நில்லுங்க டோய்... இனி அவன் அந்தக் கையைத் தூக்கிப் போடு போடுவான்..."

"ஆமடா, சுண்டக்கா மோன்மாருகளே... வாருங்க இனி இந்தப் பட்டாணி எப்பிடீன்னு காட்டித்தாறேன்..." பட்டாணிக்கு ரோஷம் பொத்துக்கொண்டு வந்துவிட்டது. எட்டு நாளாக அடக்கி வைத்திருந்த ரோஷம்... பயல் நல்ல வெட்டுக்கல்லா ஒன்றை எடுத்து வீசியிருக்கிறான். அது பட்டாணியின் பெரிய கை முட்டில்தான் வந்து குறிப்பாகத் தாக்கிவிட்டது.

"அய்யோ...!"

அவ்வளவுதான். பட்டாணி கீழே இருந்துவிட்டான்... ஒரு பயல் ஓடிவந்து பட்டாணியின் தோள் துணியைப் பறித்துக்கொண்டு போனான்... மற்றொருவன், உட்கார்ந்திருந்த பட்டாணியை மலக்க கீழே பிடித்துத் தள்ளினான்...

வெற்றிலை பாக்குக் கூடைக்காரர்களுடன், அஞ்சாறு பயல்களும் சேர்ந்து ஓஹோ... ஓஹோவென்று சிரித்தார்கள்.

மங்கலாக இருந்த வெயில் சுள்ளென்று தெரிய ஆரம்பித்தது. கீழே மல்லாந்து விழுந்து கிடந்த பட்டாணிக்கு நெஞ்சு வலிப்பது போலிருந்தது... வலியின் வேகம் முழுவதும் தலைக்கேறு முன்...

நடுரோட்டில் பட்டாணியின் பிணம், வெயிலைப் பார்த்த விழிகளுடன் மலர்ந்து கிடந்தது!

❖

27

காமினி மூலம்

கன்னி மாசத்துக் கடுமையான வெயில். கன்னி வெறியில் கடலும் வற்றும் என்ற மலையாளியின் வாய்மொழியை உண்மை யாக்குவது போல வெயில் கொளுத்தத்தான் செய்கிறது. 'மீயன்னா லாட்ஜின்' விஸ்தாரமான அங்கணத்தில், சாணி மெழுகிய மூங்கில் பாயை விரித்து, அப்பளம் காயப் போட்டதை எண்ணி அடுக்கிக் கொண்டிருக்கிறாள், கிழவி ஆச்சியம்மாள். அவள் தலைக்கு முக்காடு இட்டிருந்தாள். இருந்தாலும் வெயிலின் உக்ரத்தால் அவளது 'ஆய் ஊய்' அரற்றல் இங்கே கிட்டங்கிவாசலில் முஸ்தபா விற்கு எட்டத்தான் செய்தது. லாட்ஜின் 'வாச்மேன்' முஸ்தபாவிற்குக் கிட்டங்கி பியூன் வேலைகூடப் பார்ப்பது வசதியாக இருந்தது. கிட்டங்கி நிறைய ஃபுட் கார்ப்பரேஷன்காரர்களின் அரிசி மூட்டைகள் அட்டி அட்டியாக அடுக்கியிருந்தன. துறைமுகத்தி லிருந்து இறக்குமதியாகும் நாளில் பத்து லாரி, பதினைந்து லாரி தான்ய மூட்டைகளைத் தன்னுள் அடக்கிக்கொண்டு முஸ்தபா இழுத்துப் பூட்டும் நவ்தால் பூட்டினுள்ளே, பெயருக்கு அரசாங்க அரக்கு முத்திரையுடன், கம்மென்று ஆழ்ந்து கிடக்கும், அந்தக் கிட்டங்கி.

புதன்கிழமையும், சனிக்கிழமையும் ரேஷன் சப்ளை நாட்கள். அப்பொழுதெல்லாம் மரக்கடை ரோடு முதல் சவுக்கை ஜங்கஷன் வரையிலும் மாட்டு வண்டிகளும், லாரிகளுமாக அல்லோலப்படும். காய்கறிக் கடைத் தெருவிலிருந்தோ, சாலைக் கடைத் தெருவி லிருந்தோ, ஒரு சைக்கிள், வண்டி ஏன், ஒரு ஆள் நடந்து போவது கூடக் கஷ்டமாக இருக்கும். அநேகமாகப் பாதசாரிகள், சைக்கிள் காரர்கள் வாய்ச்சண்டை தாராளமாக நடக்கும். இருசாராருக்கும் வேறு வேலை இருப்பதால், சண்டை கைகலப்பு வரைக்கும் போகாது. "அட போங்கப்பா, பின்னாலெ வண்டி நிக்கிது. உங்க சச்சரவையெல்லாம் புத்தரிக் கண்டம் மைதானத்திலெ போய் ஆர அமர வச்சிக்கிடுங்க..." என்று யாராவது வண்டியாள் பின்னா லிருந்து முடுக்குவான். சண்டைக் களம் கலைந்துவிடும்.

அன்று வெள்ளிக்கிழமை. முஸ்தபா பள்ளி வாசலுக்குப் போய் நிஸ்காரம் எல்லாம் முடித்துக்கொண்டு, ரஹமானியா

ஓட்டலிலிருந்து சாப்பாட்டையும் முடித்துக்கொண்டு பூட்டிய கிட்டங்கி வாசலின் ஒற்றை ஸ்டூல் மேல் வந்து வியர்வையைத் துடைத்தவாறு அமர்ந்தவன், தலைத் துண்டை அவிழ்த்துத் தலையையும் மூஞ்சியையும் ஒத்திக்கொண்டான். முண்டாபனியனைக் கொஞ்சம் தளர்த்தி விட்டுக்கொண்டான்.

"என்ன ஆச்சியம்மா, கன்னி மாசத்து வெய்யில் ஒரு துள்ளி கூடக் களையாமெ பப்படம் ஒணக்கி ஆவுதோ?" என்று முற்றத்தைப் பார்த்துப் பேச்சுக் கொடுத்தான்.

"ஆரு, வாச்சரு மொதலாளியா? மொதலாளி அங்கனெ வந்து இருப்பு பிடிச்சதெக்கூட இந்த வெயிலு வெக்கையிலெ நான் காங்கவே இல்லெ. நாங்க வெயிலும் மஞ்சும் பாத்து வீட்டிலே இருந்தா ஒக்குமா மொதலாளி? எங்க வயித்துப் பாட்டுக்கு இந்த வெய்யிலுதானே வேணும்.... அப்போவ்... என்ன வெய்யிலு... தீதான் கொளுத்துது" என்றவாறு கையில் அடுக்கிய காய்ந்த அப் பளங்களுடன், கிட்டங்கியின் பெரிய வாசலைத் தாண்டி எதிர் சாரி நிரைகடையுள் ஓடிப்போனாள் கிழவி.

'....யா ரஹ்மான்....' என்று கொட்டாவி விட்டு இரண்டு கையாலும் வாயைத் துடைத்து, நிமிர்ந்து இருந்த முஸ்தபா எதையோ எண்ணித் தனக்குள் கொஞ்சம் சிரித்துக்கொண்டான்.

சதுரக் கோணத்தில் அமைந்த மீயன்னா லாட்ஜின் மாடிப்புறம் மெங்குமாக முப்பத்து மூன்று தனியறைகள். அத்தனையிலும் மாத வாடகைக்கு; கவர்மெண்டு வேலையாட்கள் குடியிருந்தனர். இ.எஸ்.பி. ஆபீஸ் கிளார்க்குகள், ரோட் டிரான்ஸ்போர்ட் டிரைவர், கண்டக்டர்கள், தமிழ்ப் பள்ளிக்கூட ஆசிரியர்கள், இப்படியாக வெளியூர்க்காரர்கள்தான் முப்பத்து மூன்று அறைகளிலும் குடியிருந்தார்கள். கீழ் போர்ஷனில் பெரிசாக அரிசிக் கிட்டங்கி, பின் புறம் ஒரு சைவச் சாப்பாட்டு விடுதி, லட்றின், பாத்ரூம்கள், கிணறு இத்யாதிகள் இருந்தன.

லாட்ஜின் பெரிய கதவுகள் உள்ள முன்வாசலைத் தாண்டியதும் முதலில் கிட்டங்கி. இடதுபுறம் மாடிப்படி வழியாக ஏறி மேலே போகவேண்டும் லாட்ஜிற்கு. பெரிய பணக்காரர் திருவிதாங் கோட்டுக்காரர் ஒருவருக்குச் சொந்தமான அந்த விடுதிக்கு ஆரம் பத்திலிருந்தே முஸ்தபாதான் வாச்மேன். ரூம்களுக்கு வாடகை வசூலிப்பது, 'அற்ற குற்றப்பணி'களைக் கவனிப்பது, இரவு வேளைகளில் அனாச்சாரங்கள் நடக்காமல் கண்காணிப்பது, இன்னும் சொந்தக்காரரா இருந்து கவனிக்க முடியாத மற்ற சங்கதியெல்லாம் முஸ்தபாதான் பார்த்து வந்தான்.

ஏனென்றால், முஸ்தபாவிற்கு அதற்கான ஆற்றல் இருந்தது. கட்டுக் கட்டென்று நல்ல ஆரோக்யம். கட்டையான உருவம். பயில்வான் தேகக் கட்டு. கை முண்டாவில் சிகப்பு நூலில் தாயத்துக் கட்டியிருப்பான். மூட்டுப்போட்ட சங்கு மார்க்கு கைலியும், மஸ்லின் முண்டா பாடியும் அணிந்திருப்பான். மோதிர விரலில், நாகூர் ஆண்டவர் பள்ளியிலிருந்து கொண்டு வந்திருந்த பச்சைக் கல்லால் மோதிரம் செய்து அணிந்திருப்பான். சாலைக் கடைத் தெரு 'ஊச் சாளிகள்' ரேஷன் அரிசி மூட்டை ஏற்ற வரும் வள்ளக் கடவு வண்டிக்காரச் சாயிபுகள், இன்னும் விடுதியின் குடியிருப்பு ஆசாமி களில் முடுக்கானவர்கள் எல்லோருக்குமே முஸ்தபா என்றால் கொஞ்சம் கடுப்புதான். விடுதியின் 'மீயன்னா லாட்ஜ்' என்று எழுதியிருக்கும் போர்டின் கீழ் 'இது ஆண்கள் மட்டும் தங்கும் இடம். பெண்களுக்குப் பிரவேசனமில்லை' என்று ஒரு குட்டி அறிக்கையும் இருந்தது. ஆரம்பத்தில் யாரோ ரூம்வாசிகள் இரவிற்குப் பெண்களைத் துணைக்குக் கூட்டிக்கொண்டு வந்ததில், லேசான ரசாபாசம் ஏற்பட்டு, முஸ்தபாவின் ஈடுபாட்டால் அசம்பாவிதம் ஏதும் நடக்காமல், காரியம் அப்படி இப்படியாகப் போயிற்று. அதிலிருந்து கட்டுப்பாடு சட்டமாகவே ஆகியது.

இப்பொழுதெல்லாம் ரூம் காலியாகிப் புதிதாக யாராவது வரும்போது, முதலாளி சார்பில், முஸ்தபா முதலில் பேசும் கண்டி ஷன் 'சார் நீங்கள் தனி ஆள்தானே, தாமசத்திற்கு வாறியோ? தாமசம் ஆன பிற்பாடு சொந்தம் சோதரி அதுஇது என்று செறுப்பக்காரிகளைக்கூடக் கொண்டுவந்து தாமசிக்க இங்கே வசதிப்படாது. முக்கியமாயிட்டு ராத்தங்கலுக்குப் பெண்ணாப் பிறந்தா உண்டுமானா இங்கே ரூம் கெடைக்காது. அதாவது மரியாதைக்கார குடும்பக்காரங்களுக்குத்தான் இங்கே முறி வாட கைக்குக் கிடைக்கும். சாரு மரியாதைக்காரர்தான். ஆனாலும் பொதுச் சட்டத்தைச் சொல்லீரணுமே....' என்று நயம்பட உரைப் பான்.

இப்படியெல்லாம் கண்ணும் கருத்துமாக இருந்தாலும் நகர்ப்புறமல்லவா – பட்டப் பகலிலே, முஸ்தபா கண்ணில் மண்ணைத் தூவிவிட்டுச் சில சமத்து ஆசாமிகள் அடாபிடிகளை நைஸாகக் கைகார்யம் செய்வதுண்டு. அதையெல்லாம் சில சமயங் களில் கண்டும் காணாததுபோல அப்படி இப்படியென்று போய் விடுவதுண்டு. அசப்பிசகாக அகப்பட்டவனை, 'என்ன சார், நீங்களே இப்படியானா என்னப் போலுள்ள சம்ஸ்சாரமில்லாத வனெல்லாம் எப்படி இருக்கணும்? இப்பத்தைக்கு போவிட்டும். இன்னியொருக்க இது போலயானா நான் திருவிதாங்ககோட்டுக்கு எழுதணும். நீங்களும் காலி செய்யிறது மாத்திரமல்லா மற்றுள்ளவர்

முன்னாலெ சார் நீங்க இவ்வளவுதானான்னு ஆயிரும். சலாம்....' என்று நைசாகப் பேசி அனுப்பிவிடுவான்.

மணி மூன்றாகியும் வெயிலின் உக்ரம் தணிவதாக இல்லை. ஸ்டூலில் அமர்ந்திருந்த முஸ்தபாவிற்குக் கண்ணைச் சுற்றுவது போலிருந்தது. அங்கண முற்றத்தில் அப்பளக் கடைக் கோழிகள், உதிர்த்த அரிசி மணிகளைக் கொறித்துக்கொண்டு அங்குமிங்கும் நடந்தன. விடுதியின் உச்சி ஓட்டின் மருங்கில் பத்துப் பதினைந்து மாடப்புறாக்கள், வரிசையாக நிழலுக்கு ஒண்டி, ஒன்றுக்கொன்று கழுத்தைக் கொத்திக்கொண்டு, கொக்கொக்கென்று வெயிலுக்கு பயப்பட்டு, அமர்ந்திருந்தன. வெளியே மரக்கடை ரோடு வண்டி வாகனங்கள் எதுவுமின்றி வெறிச்சிட்டுக் கிடக்கிறது. இரும்புக் கடை வாசலிலும் சிமிண்டுக் கடைத் திண்ணையிலும் சுமட்டுக் கூலிகள் ஆடுபுலி களித்துக்கொண்டும், ஆபாஸ அரட்டை அடித்துக்கொண்டுமிருந்தார்கள்.

'.....காலங்களில் அவள் வசந்தம்' என்று உரத்த சீட்டிக் குரலில் முழங்கியவாறு, கண்டக்டர் யூனிபாரத்தில் பூட்ஸ், பாண்டு, காக்கி ஸ்லாக் சட்டை, மார்பில் நிறைய பவுடர் அணிந்துகொண்டு, நெற்றி முன் வழுக்கை பளபளக்க கிராப்பைப் படியச் சீவி விட்டுக் கொண்டு தெற்குப்புற இருபத்தியெட்டாம் நம்பர் அறையிலிருந்து இடதுபுறம் ஒவ்வொரு ரூமையும் பார்த்துக்கொண்டு ஒய்யாரமாக வந்துகொண்டிருந்தான் கண்டக்டர் ஸெபாஸ்டியன்.

உறக்கமற்ற நிலையை உதறிக்கொண்ட முஸ்தபா ஸெபாஸ்டியன் மாடியிலிருந்து இறங்கி வருவதையே கவனித்துக்கொண்டிருந்தான்.

படிக்கட்டு ஆரம்பிக்கும் இடத்தில் ஆள் உருவம் மறைந்து, பிறகு படியிறங்கும் பூட்ஸ் கால்கள், பிறகு இடுப்பு நெஞ்சு முகம் தெரிகிறது. இறங்கி வந்தாயிற்று.

"வோய், யாரது வாச்மேனா, என்ன பட்டப் பகலிலெ குந்தியிருந்து ஒறங்குதீரா.... செரி செரி தூங்கும். வேய், இந்தா பாரும், உம்மையும் உம்ம தலைக்குமேலெ அந்தப் போர்டையும் பார்க்கும் போது எனக்குச் சிரிக்கட்டா கரையட்டான்னு வருது. வோய், நீரு நெனைக்கீரு 'பச்சைத் தண்ணியை சவச்சுக் குடிச்சா மற்றுள்ளவன் என்னவோன்னு நம்பிருவான்'னு, இந்த லாட்ஜிலே ஓரோ முறிச் சுவருக்கும் வாயிருந்தா ஓரோண்ணும் நூறு கதை சொல்லும். நீரு நெனைக்கேரு, எல்லாத்தையும் எடுத்து நிறுத்தீரலாமினு! கேட்டீரா வாச்சரே' பப்படம் போடக்கூடிய அந்தக் கௌவியெக் கணக்காக் கண்டாம். மற்றதுக எல்லாம் பெண் ஜன்மம் இல்லயா, பின்னெச் சொல்லுதீரே...." ஸெபாஸ்டியன் அசல் தேங்காப் பட்டணத்

தமிழில் ஆண்பிள்ளையின் நடை உடை பாவனைகளையும் மீறிய பேச்சாகப் பேசினான்.

"கண்டிராக்கு சாரே, நானும் ஒரு ஜென்டில்மானாக்கும்னு நெனிச்சு நடக்கிறவங்க, என்ன குண்டாமண்டித் தனம் காணிச்சாலும் எப்பவும் நடக்கும்னு அகங்கரிக்கப்படாது. பின்னெ, இந்த முஸ்தபா கண்ணிலெ ஒரு தடவெயாவது வந்து அகப்பட்டா அப்போ என்ன ஆவுமின்னு கண்டு அறிஞ்சுக்கிடுங்க..."

"சும்மா நடத்தும் வேய்... நாட்டிலெ இல்லாத சட்டமும் வாயும் வச்சா, நடக்க வேண்டியதெல்லாம் அதுபாட்டுக்கு நடக்கத்தான் செய்யும். உம், போட்டும் நான் சும்மா பரியாசத்துக்குச் சொன்னேன்.... கௌரவமாயிட்டு எடுத்திராதேயும். ஒறங்கும். வரட்டா...." ஸெபாஸ்டியன் போனான்.

"பகல் டியூட்டியா சாரே?"

"ஆமா. நாலரை, கொளச்செ வண்டிக்குப் போணும். ராத்ரி பந்திரண்டு மணியாவும் வரக்கொண்டு. சலாம் வேய்...."

"செரி. தனிச்சு வாருங்கோ. வாசிக்கு யாரையாவது கூட்டிக்கொண்டு வந்திராதிங்க."

"வோய், சாயிபே, நீரு நம்மெ வெக்கீரெ வேலெ, உம். நடக்கட்டும் நடக்கட்டும்..." ஸெபாஸ்டியன் வாசலைத் தாண்டிப் போன பின்பும் பவுடர் ஸ்னோ மணம் கொஞ்சம் நேரம் தங்கி நின்றது.

பின்னும் ஸ்டூலில் அமர்ந்து தலையைச் சாய்த்த முஸ்தபா ஸெபாஸ்டியனின் கசவாளித்தனத்தை இன்னுமொரு முறை நினைத்துப் பார்த்தான்... நடையும் சூட்டு பூட்டெல்லாம் பரம யோக்யன் போலதான்... ஒருநாள் நடந்த அந்த நிகழ்ச்சி மனவட்டத்தில் தெளிந்தது.

ராத்திரி ஒரு ரெண்டு மணி இருக்கும். கேற்று சும்மா பூட்டாமல் சாத்திதான் கிடந்தது. ரூம்களிலெல்லாம் எல்லோரும் உறங்கியிருக்க வேண்டும். பள்ளிக்கூட வாத்தியார்கூடப் பன்னிரண்டு மணிவரை லைட்டைப் போட்டுப் படித்துக்கொண்டிருந்தவர், அணைத்து விட்டுப் படுத்து ரொம்ப நேரமாச்சு. வாசல் திண்ணையில் முக்கோணக் கோசடி விரித்துப் படுத்திருந்த முஸ்தபாவிற்கு யாரோ வாசல்கேற்றைத் தள்ளித் திறப்பது போலக் கேட்டதும் படுத்தவாறே மெல்லத் திரும்பிப் பார்த்தான். கதவு மெதுவாகத் திறந்து கொண்டது. முதலில் ஸெபாஸ்டியன் யூனிபாரத்தோடு உள்ளே வருகிறான். பின்னால் குளிருக்குப் போர்த்திக்கொண்டு யாரோ ஒருத்தியும் உள்ளே நுழைகிறாள்.

இரண்டு பேரும் மாடிப் படியேறித் திருப்பத்தைத் தாண்டு முன்பு முஸ்தபா படியேறி வந்து முன்னே நின்றான். 'நிக்கணும். சாரே வரட்டும், கூடே யாரு?' என்றான். ஸெபாஸ்டியன் இதை எதிர்பார்த்ததுதான் ஆயினும், உடம்பெல்லாம் வேர்த்துக் கொட்டியது. "ஆங் முஸ்தபா அண்ணனா? ஒண்ணுமில்லெ அண்ணே, இது நம்ம ஓடப் பிறந்தாதான். தேங்காப் பட்டணத்திலே டூட்டி போட்டிருந்தான். இங்கே வெட்டுக் காட்டுப்பள்ளியிலே தங்கச்சிக்கு ஒரு நேர்ச்சையுண்டும். அதுக்காவ கூட்டிட்டு வந்தேன். வேறெ ஓட்டலுக்கு ரூம் எடுத்துப் போயிருப்பேன். எளவு அர்த்த ராத்திரி, ரெண்டும் கெட்ட நேரம். அதான்.... அண்ணன் வித்தியாசமாயிட்டு நெனைக்க வேண்டாம்." சொல்லி ஒப்படைக்க ஸெபாஸ்டியன் ரொம்ப படபடத்தான். டவுசர் பாக்கெட்டிலிருந்து லேஞ்சியை எடுத்து முகத்தைத் துடைத்தான். முழங்கையைத் துடைத்தான். நெஞ்சைத் துடைத்தான். கைப் புண்ணிற்குக் கண்ணாடி வேண்டாமென்றது போல, முஸ்தபாவிற்குக் காரியம் வெளிச்சமாகி விட்டது. இருந்தாலும் சும்மா அப்படி விட்டால் காரியம் லேசாகி விடும். தன்னையும் இவ்வளவுதான்னு அவன் கணக்கெடுத்து விடுவான். அதற்காகத் திடீரென்று ஒரு தந்திரம் உபயோகித்தான்.

"தங்கச்சீ! ரான் அண்ணனுக்கு நீங்க ஒரே ஒரு ஓடப் பிறந்தாதானே! அம்மைக்கு எல்லாம் சொகம்தானே!" என்று அந்தப் பெண்ணைப் பார்த்துக் கேட்டான்.

அரண்ட வெளிச்சத்தில் ஒன்றும் புரியாமல் அலங்க மலங்க விழித்தாள் அந்தப் பெண். ஆக, காரியம் அம்பலம்!

"ஸெபாஸ்டியன் சாரே. பூச்சையைப் பிடிச்சு மடியிலெ கெட்டிக்கொண்டு இந்த முஸ்தபாகிட்டெ வந்து களிகாட்ட வேண்டாம். இன்று என்ன ஆனாலும் வெளியேபோய் வல்ல ஹோட்டல் முறியும் கெடைக்குமான்னு பாக்க வேணடியதுதான்!" என்று தீர்மானமாகச் சொல்லிவிட்டுக் கோசடியில் வந்து, காலைக் கட்டிக்கொண்டு உட்கார்ந்துவிட்டான்.

ஸெபாஸ்டியனுக்கு ஒன்றும் செய்ய முடியவில்லை. பெண்ணின் முன்னிலையில் தலை இறக்கமாகப் போயிற்று. முஸ்தபாவிடம் வந்து, "அண்ணே! நம்மல்லாம் ஆண்பிள்ளைகள் அல்லவா? இதெல்லாம் ஒள்ளதுதானே. நேரம் விடிஞ்சு ஒரு காக்கைக் குஞ்சுகூடெத் தெரியாமெ, வெளியே போயிருதோம். அண்ணன் மனசு வெச்சா ஒக்கும். ஆருக்கும் ஒரு சேதவுமில்லாமெ போயிரும்" என்று நயந்து பார்த்தான்.

"சாரே, அப்படி வச்சா இந்த மீயன்னா பில்டிங் தேவடியாக் குடி ஆயிரும். அதுக்கு நான் கூட்டு நிக்க முடியாது."

இதைக் கேட்டபோது முக்காடிட்டு நின்ற பெண்ணிற்கு ரோஷம் பொத்துக்கொண்டு வந்துவிட்டது.

“என்னது கண்டக்டர் சாரே, எவனோ வாச்மேனும் மற்றும் என்னெ தேவடியான்னு சொல்லத்தான் என்னெ இங்கே கூட்டிக் கொண்டு வந்ததா? என்னெ விட்டாப் போதும். எந்தப் பாதி ராத்ரியிலும் எனக்கு ஒற்றைக்குப் போவ பேடியொண்ணும் இல்லே” என்றவாறு கேற்றைத் திறந்து வெளியே இறங்கினாள், பெண். சமரஸம் செய்யப் போறவன் போல, ஸெபாஸ்டியன் அவள் பின்னால் வெளியில் இறங்கினான். பிறகு, அன்றிரவு அவன் திரும்பி வரவே இல்லை.

“வேய் சாயிப்பே, சரியான ஆளு வேய் நீரு. நேத்து ராத்திரிக்கு நம்மளெ கொமச்சுப் போட்டீரே. நடக்கட்டும் வேய். எத்தரை நாளைக்கு இங்கெ இந்த மாதிரிச் சட்டமெல்லாம் நடக்குதுன்னு பார்போம்.” இது, மறுநாள் முஸ்தபாவைச் சந்தித்த போதுள்ள ஸெபாஸ்டியனின் ஆதங்கம்.

“சாரே! உங்களுக்குத் தோணின மட்டு போல நடக்கணுமானா அதுக்கு இந்தத் திருவனந்தபுரம் டவுனிலே எத்தரையோ லாட்ஜ், ஹோட்டலு, ஏன் பங்களாகூடக் கெடைக்கும். ஆனால், அதுக் கெல்லாம் இந்த மீயன்னா லாட்ஜிலே முடியாது. இங்கே தாமசிக்க வரக்கூடிய ஆளுகளுக்கு ஒரு பிரத்யேகதையெல்லாம் உண்டும். அதைக் காப்பாற்றத்தான் அந்தத் திருவிதாங்கோட்டு ஆளு நமக்குச் சம்பளம் தாறாரு. வேலி வௌவு தின்னக்கூடிய காரியம் இங்கே நடப்பில்லெ...”

“நிறுத்தும் வேய், ஓம்ம லச்சரை. இங்க என்ன மயிரெல்லாம் நடக்குதுன்னு தெரியுமா? நீரு பொண்ணு வாடை அடிக்கே கூடாதுங்கே... சின்னச் சின்னப் பயலுக இங்கே கேறி எறங்கீட்டுப் போறது ஓமக்குத் தெரியுமா வேய்? பின்னெ என்ன பத்தினித்தனம் வேண்டிக் கெடக்கு?”

“சாரே, நீங்கள் எல்லாம் வலிய படிப்பு படிச்சு சர்க்காரு சோலி பார்க்கிற ஆளுக. நீங்க, அதும் இதும் சொல்லுதுக்கும் ஒரு நேரும் நெறியும் எல்லாம் வேணும்...”

“சரி வேய், விடும். ஆனா நேத்து ராத்ரியுள்ளது நான் செத்தாலும் மறக்கமாட்டேன். கேட்டீரா? விடும்.”

அதன்பின்னர் முஸ்தபாவைப் பார்க்கும் போதெல்லாம், ஒரு ஏளனச் சிரிப்பு – வால் தும்பு இல்லா இடக்குப் பேச்சு – உள்ளே ஒன்றை மறைத்துவைத்துக் கறுவுவது போல வன்ம நடை இப்படியாக இருந்து வந்தது.

இன்றும் அதே ஜோரில்தான் ஸெபாஸ்டியன் நடந்து போனான். டீக்கான உடைகளுக்குள்ளே அடங்கியிருக்கும் அசிங் கத்தை நினைத்து இன்னுமொரு முறை சிரித்துக்கொண்டான் முஸ்தபா.

வெயில் இறங்கிக்கொண்டிருந்தது.

புதன் கிழமை ரேஷன் பட்டுவாடா நாள். லாட்ஜின் கிட்டங்கி முற்றத்திலும் நாற்திண்ணைகளிலும், வண்டியாட்களும் லாரிக்காரர் களும், அதாரிட்டி புஸ்தகங்களும் கையுமாக ரேஷன் கடைக்காரர் களுமாகக் கூட்டம் கலகலத்தது. தலைச் சுமைக்காரர்கள் – பட்டாள வரிசையாகக் கோடவுனுக்குள்ளிருந்து சீட்டுப் பதிவு செய்துகொண்ட கடைக்காரர்களுக்கு அரிசி மூட்டைகளை, மரக்கடை ரோட்டில் வரிசையாக நிற்கும் வண்டிகளில் கொண்டு போய் அட்டி போட்டுக்கொண்டிருந்தார்கள். கிட்டங்கியின் உள்ளே யிருந்து அரிசி மூட்டை தூக்கிக்கொண்டு வருபவன், வாசலில் ஸ்டூல் மேல் அமர்ந்திருக்கும் முஸ்தபாவிடம் காகிதப் பென்ஸில் அளவிற்குள்ள ஒரு குச்சியைக் கொடுத்து விட்டுத்தான் மூட்டையை வெளியே கொண்டு போவான். அரிசி மூட்டைக்குக் குச்சிதான் கணக்கு. ஒரு மணிக்கெல்லாம் பட்டுவாடா முடிந்து, குச்சிகளையும், மிச்சம் இருப்பு மூட்டைகளையும் எண்ணிப் பார்த்து சரி செய்து கொள்வார்கள். ரிஜிஸ்டர் நோட் வைத்திருக்கும் ரேஷனிங் ஆபீஸ் கிளார்க்கும், முஸ்தபாவும் புஸ்தகத்தில் கையொப்பமிட்டு, சப்ளை ஆபிஸரின் பிரதிநிதியாகக் கிட்டங்கிக்கு வரும் ஆபீசரிடம் கொடுத்துவிட வேண்டும்.

கிட்டங்கி வாசலின் இந்தக் கலகலப்பையும், முஸ்தபா அமரிக்கையாக அமர்ந்திருந்து குச்சி எண்ணி வாங்குவதையும், "எனக்கு முதலில் நான்தானே முதலில் அதாரிட்டிகொண்டு வந்தவன். பத்து மைல் கழக்கூட்டம் வரையில் போய் இந்த ஆழ்ச்சை ரேஷன் அளக்கணும்..."

"பாளையம் வரைக்கும் நாப்பது சாக்கு அரிசிக்கு இருவத்தி அஞ்சு ரூபா கூலியா? எங்கேயாவது போய் பகல் கொள்ளை அடிங்கப்பா. வண்டியும் காளையும் எதுக்கு?" என்பது போன்ற கூலித் தர்க்கப் பேச்சுகளும், இதற்கிடையில் மூட்டைகளிலிருந்து உதிரும் அரிசி மணிகளை மண்ணோடு கூட்டிப் பெருக்கி வட்டி களில் ஆக்கிக்கொள்ளப் பரபரத்துத் திரியும் ஏழைச் சிறுமிகளும், அப்பளக் கடைக் கோழிகளும், எல்லாவற்றையும் லாட்ஜின் மாடி கொளாப்ஸிபிள் வெண்டிலேட்டரைப் பிடித்தவண்ணம் பார்த்துக்கொண்டிருந்தான் ஸெபாஸ்டியன். கையில் சிகரெட்டு புகைகிறது. லுங்கியும் பனியனும் அணிந்திருந்தான்.

ஸெபாஸ்டியன் மேலே நிற்பதை, வேலை மும்முரத்தி னிடையேயும் மேல் கண்ணால் இரண்டு மூன்று தரம் பார்த்தான், முஸ்தபா – 'இன்னைக்கு டூட்டி இல்லையாயிருக்கும். அவுங்களுக் கென்ன, கவர்மெண்டு சோலி, சம்பளம், லீவு, போனஸ், டிரஸ் அலவன்ஸு, மகாராஜாக்கள்தான்' என்று எண்ணிக்கொள்ளவும் செய்தான். வேலை நெருக்கடியிடையேயும் கோழிகளை விரட்டி னான். உதிர்ந்த அரிசி பொறுக்க வந்த சிறுமிகளை அதட்டினான். இடையே ஸெபாஸ்டியன் நிற்பதை மறந்தான். பிறகு அசப்பிசகாகப் பார்வை அங்கே போனபோது ஏன் அங்கியே நிக்கான் என்று கொஞ்சம் எண்ணினான். ஆனால், பின்னும் வேலை...

அன்று இரண்டு மணிக்கு மேல் ஆயிற்று. ஒருவாறு கலகலப்பு அடங்க, கூலியாட்கள் சுமந்த மூட்டைகளின் எண்ணிக்கைச் சீட்டைப் பெற்றுக்கொண்டு, வெயர் ஹவுஸ் ஆபீசுக்கு போனார் கள். கோடவுன் கிளார்க்கு கிட்டங்கியின் உள்ளேபோய் மிச்சச் சரக்குகளையும் அட்டிகளையும் எண்ணிக்கணக்கிட்டுவிட்டு, முஸ்தபாவிடம், “வாச்சரே! நீரு ஒருக்கக் கூடெப்போய் எண்ணிப் பார்த்திரும். நான் இந்தா வந்திட்டேன். நீரு எண்ணம் பாத்துவந்த பொறவுதான் நான் சீல் வச்சிட்டுப் போணும். எளவு வயிற்றைக் கொடையிது, ஒரு முறுக்கான் ஆவுது போட்டுக்கிட்டு வாறேன்” என்று சொல்லிவிட்டு கிளார்க்கு வெளியே கிளம்பியபோது, மேலே நின்ற ஸெபாஸ்டியன் கீழே இறங்கி வந்துகொண்டிருந்தான். “மிஸ்டர்! தீப்பெட்டி இருக்கிறதா?” என்று அவரை வழி மறித்துக் கேட்டான். “இல்லையே. அதோ முஸ்தபாகிட்டெ காணும்” என்று சுட்டிக் காண்பித்துவிட்டு, ரோட்டைத் தாண்டி வேகமாகப் போனான்.

சுற்றிப் பார்த்தபோது – கொஞ்சம் முன் சந்தை இரைச்சலாகக் குமைந்த கிட்டங்கி முற்றம், கூத்து முடிந்த 'களரி' போல வெறும் சூன்யம். நாலைந்து கோழிகளும், கொஞ்சம் புறாக்களும் – உதிர்ந்த அரிசி மணிகளைப் படபடவென்று கொரித்துக்கொண்டிருக் கின்றன. வெயில் கொளுத்துகிறது. ஸெபாஸ்டியன் சட்டென்று கிட்டங்கியின் உள்ளே நுழைந்தபோது, எதிரே நாலு ஆள் உயரத் தில் ஒற்றை மூட்டையாக ஒரு வரிசை எழுந்து நின்று உள்ளே இருக்கும் ஆளை மறைத்திருக்கிறது. மற்றொரு அட்டியின் இடை வழியினூடே பார்த்தபோது, உள்ளே முஸ்தபா சுவரோரத்து அட்டி களை எண்ணிக்கொண்டிருப்பது தெரிந்தது. வெளியேயிருந்து ஆள் உள்ளே நுழைந்தது தெரியவில்லை போலும், பின்னாலிருந்து 'அய்யோ'வென்று கத்தி ஆளைக் கொஞ்சம் பயமுறுத்தினால் என்னவென்று ஒரு குறும்பு எண்ணம் தோன்றியது. ஆனால், மறு கணமே அதை மாற்றிக்கொண்டான். எழுந்து நின்று அட்டியின் ஒரு மூட்டையின் தலைப்பு, காது மாதிரிக் கொஞ்சம் நீட்டிக்

கொண்டிருந்ததைப் பலம்கொண்ட மட்டும் இழுத்துவிட்டான். சரிந்து கலையும் அட்டியை முஸ்தபா இன்னொரு முறை மெனக் கெட்டு எண்ணட்டுமே என்ற நினைப்புதான். ஆனால், அந்த ஒற்றை அட்டி அடி மட்டத்திலிருந்து அப்படியே உள்ளே சரிந்து விழுந்தது. அவ்வளவுதான் – உள்ளே இருந்து சத்தமே வரவில்லை. 'நன்றாகச் சிக்கிக்கொண்டானோ!' என்று சிந்தித்து முடிவதற்குள் பரபரக்க வெளியே வந்தான். வெளியே அதே சூன்யம். யாரு மில்லை. கோழிகளின் கொக்கோவும் புறாக்களின் சிறகடியும்... மாடி மேலே எல்லோரும் ரூம்களிலேயே அடைந்து கிடந்து பகல் உறக்கம் கொள்கிறார்களோ? பதினாலாம் நம்பரில் ஆசாமி ஜன்னல் வழியாகக் கால்களை வெளியே நீட்டிக்கொண்டு படுத்திருக்கிறான். சின்ன நூல் கொடியில் யாரது வேஷ்டியோ வெண்மையாகக் காய்கிறது.

"எங்கே சார், அந்த வாச்மேன் முஸ்தபா நின்றானே? நல்ல பசி சார். போய் ஒரு போஞ்சி குடிச்சு ஒருக்க முறுக்கினபோது தான் உயிர் வந்தது. முஸ்தபா எங்கே போயிட்டான்?" என்றவாறு உள்ளே போய் எட்டிப்பார்த்தான், வெளியே இருந்து வந்த கிளார்க்கு... "அட, அட்டியைக் கீழே தள்ளிப்போட்டுல்லா ஆசாமி எண்ணிப் பார்த்திருக்கான். ஒரு அசாத்திய சைஸ்தான் இந்த சாயிபு. கண்டக்டர் சாரு, இங்கேதானே நிற்கிறயோ? சீல் வச்சு தாக்கோல் ஒப்புவிக்கணும். வாச்மேன் வந்தால் நான் சீல் வச்சு பூட்டிட்டுப் போயிட்டதா சொல்லீரணும்?" என்றவாறு ஒரு ஐந்து நிமிஷம் மெனக்கெட்டு கிட்டங்கி வாசலை இழுத்துப்பூட்டி ஸ்டாப்பிளிங் மிஷினால் முத்திரையை அழுத்திவிட்டு, குறிப்புப் புஸ்தகத்தைக் கை இடுக்கில் வைத்துக்கொண்டு, 'சலாம் சாரே' என்றவாறு போய்விட்டான் கிளார்க்கு.

அன்று மாலை ஐந்து மணி டியூட்டிக்கு எப்பொழுதும் போல் டீக்காக டிரஸ் செய்து, பவுடர் ஸ்னோ, தடவி, ஷூவிற்குப் பளபள வென்று பாலீஷ் இட்டு, டிக்கெட் பாடையும் தூக்கிக்கொண்டு மெல்லப் புறப்பட்டான் ஸெபாஸ்டியன்.

மரக்கடை ரோடு முழுதும் ஜனக் கூட்டம். லாட்ஜ் காம் பவுண்டிற்குள் யாரையும் விடாமல் காவல் நின்றது. போலீஸ் படை. ஒன்றரை நாள் டியூட்டியை முடித்துக்கொண்டு, திரும்பி வந்த ஸெபாஸ்டியனுக்கு வாசலில் போலீஸ் காவலைப் பார்த்ததும் திக்கென்றது. மெல்ல நகர்ந்து, எதிரே வெற்றிலை பாக்குக் கடைக் காரனிடம் வந்து நின்றான். 'ங்கா... கண்டக்டர் சார். இப்பத்தான் வாறேளா. உங்களுக்கு விஷயம் தெரியுமா?" என்று கேட்டான் கடைக்காரன்.

“இல்லியே, என்ன விஷயம்? நான் முந்தாநாள் சாயங்காலம் போனவன். இப்பதான் வாறேன், என்ன நடந்தது?”

“பாவம், அந்த வாச்மேன் முஸ்தபா காரியம் அவுட், எப்படியோ கோடவுனுக்குள்ளே அட்டி மறிஞ்சு சாக்குள்ளே மாட்டிக்கிட்டானாம். கிளார்க்கு கதவையும் பூட்டிக்கிட்டு போயிருப்பான் போல இருக்கு. வெயர் ஹவுசுலேர்ந்து அடுத்த நாள் காலையிலே ஸ்டாக் எடுக்க வந்தப்போ ஆதியம் வாச் மேனைத் தேடியிருக்கா. பொறவு கோடவுனுக்குள்ளே போய் அட்டி அட்டியாப் பார்த்திட்டு வந்தப்போ பாதம் மட்டும் வெளியே தெரிஞ்சிதாம். எடுத்துப் பார்த்தப்போ தலைக்கு நாளே விஷயம் நடந்திருக்கலானு ஊகிச்சாச்சு. டாக்டர் வந்து பார்த்து, செத்துப் போய் அனேக மணிக்கூர் ஆச்சுன்னிட்டாரு. தலைநாள் கோடவுன் பூட்டிட்டுப் போன கிளார்க்கு இப்போ தலைமறைவாயிட்டானாம். பாவம், நல்ல மனுசனாயிருந்தான்...” முழுதும் கேட்க நிற்காத ஸெபாஸ்டியன் வாசல் கூட்டத்தினுள் புகுந்து ஆட்களை விலக்கிக் கொண்டு உள்ளேபோனான். சிட்டங்கியின் பெரிய முற்றத்தில் பனை ஓலைப் பாய் விரித்து முஸ்தபாவைப் படுக்க வைத்திருக் கிறது. உடம்பில் ஒரு காயமோ கறுப்போ ஒன்றும் இல்லை. சும்மா தூங்குவதுபோல் படுத்திருக்கும் பிரேதத்தை போலீஸாரின் தலைக்கு மேலாகக் கொஞ்சம் எட்டிப்பார்த்தான். பிறகு படபட வென்று மாடிப்படியேறி மேலே போனான்.

வாச்மேன் முஸ்தபா அரிசி மூட்டை அட்டி மறிந்து இடையே சிக்கிச் செத்துப்போனான்.

லாட்ஜில் யாருக்கும் தெரியவில்லை. போலீஸ் மகஜர் தயார் செய்துகொண்டிருந்தது.

❖

28

காளை

“வேய், சிவம் பிள்ளெ வாரும். எங்கெ அவசரமா மேற்கெ பாத்து ஓடுறீரு... வாரும்... இரியும்.”

“நிற்க நேரமில்லெ. கொத்துவால் தெருவில் ஒருத்தன் முப்பது ரூவா பாக்கி தரணும். இன்னைக்கு ஞாயிற்றுக்கிழமை. புள்ளிக் காரன் வீட்டிலெ இருப்பான். போய்ப் பிடிச்சா பணம் கெடைக் கும். நீரு இங்கேதானே இருப்பேரு. நான் இந்தா வந்திட்டேன்.”

“அட, போலாம் வோய் இரியும்.”

பப்படக் கடையெனும் அப்பளக் கடை கோபால் பட்டர், கல்லாவில் இருந்தவாறே, திண்ணையின் ஆசனப் பலகையை நீக்கிப் போட்டு, போவதா வருவதா என்று நின்றுகொண்டிருந்த சிவம் பிள்ளையை உட்கார வைத்தார்.

“வோய், பட்டரே. பாரும், நீரு உட்காரச் சொல்லக்கூடிய பலவை லெச்சணம், ஒரே பப்பட மாவு அப்பிக் கெடக்கு, உம்ம தோள் தொவர்த்து எடுத்துத் தொடையும். நீரு இருக்கச் சொல்லி இருந்து போகாட்டா, போற காரியம் உருப்பட்டாப்பிலெதான்னு தெரியுமே...”

“செரி, தொடைச்சாச்சு. இரியும். என்ன வேய் பணம் பணம்னு கெடந்து ராவும் பகலுமில்லாமெ சாலைக்கடை முழுக்க ஓடி நடக் கேரு. உமக்கெல்லாம் என்னத்தே கொறவு. புலித் தோப்பிலேருந்து ரெண்டு மாசத்துக்கொருதரம் அய்யாயிரம் ஆறாயிரம் தேங்கா வருது. கீழாறன்னூரிலே வயலிருக்கு. ஒரு பூவுக்கு இரு நூறு பறை நெல் வராதா? பின்னெ வாடகைப் பணம் வருது. பிள்ளை குட்டி கிடையாது. ஆச்சியும் அய்யரும் மட்டும்தான். இன்னும் உமக்குப் பணம் சக்கரம் எதுக்குவோய்... இரியும். கொஞ்சம் சமாதானப் பட்டுதான் இரியுமேன். இந்தா பாரும் ஞானக்கோவையிலெ பட் டணத்தாரு என்ன சொல்லிருக்காரு தெரியுமா? காதறுந்த ஊசியும் கடைவழிக்கு வாராது காண் என்னு சொல்லி வச்சிருக்காரு. அது உம்மளப்போலத்த ஆசாமிகளுக்குத்தான் சொல்லீட்டுப்

போயிருக்காரு. அதாவது சுடுகாட்டுக்குப் போறப்போ ஒரு ஊசித் துண்டுகூட நீ எடுத்துக்கொண்டு போக முடியாதேடா பாவி. பின்னெ எதுக்கு இப்பிடி பணத்தைச் சேத்து வக்கேன்னு கேக்காரு...”

“இதுக்குத்தான் பாடே போன என்னெ கூப்பிட்டு வச்சுக் கிட்டு, உம்ம புளிச்ச வேதாந்தம் பேசத்தானா கூப்பிட்டேரு... இன்னைக்கு ஞாயிற்றுக்கிழமை. கடைகளும் ஒண்ணும் இல்லே. உமக்குத் தனியே கடையிலெ இருக்க நேரம் போவல்லெ. நான் வந்து அகப்பட்டேன்... அன்னா பூக்கடை வாசுவைக் கூப்பிட்டு, என்னத்தையாவது அவன் வாயைக் கிண்டி விட்டிருந்தா இப்போ கூத்து பார்த்திருக்கலாம். உம்ம வேதாந்தத்தையெல்லாம் அவன் பொடி பொடி ஆக்கீடுவான். அவன் ராஷ்டீயம் பேசத்தொடங் கினா, பட்டம் தாணு பிள்ளை மொதல் சைனாக்காரன், அவன் பேரென்ன மாசேதுங்கா? அவன் வரைக்கு கிழிச்சு கிழிச்சுக் காட்டு வானே! நீரு உம்ம பப்படக் கெட்டுகளையும் மயிரையும் கெட்டிக் கிட்டுப் போகவேண்டியதுதான் ஒடுக்கம்...” – பேசிக்கொண்டே வந்த சிவன் பிள்ளை, திடீரென்று பேச்சை நிறுத்திவிட்டு, கடை யினுள் ஆள் உயர, அப்பள அலமாரிக்குப் பின்புறமுள்ள பட்டரின் வீட்டுக் கூடத்தை ஒருமுறை எட்டிப் பார்த்துக்கொண்டார்.

“என்ன அகத்தெ பாக்கேரு?”

“இல்லெ உம்ப பொம்பிளைப் பிள்ளைக அங்ஙனே நிக்கி தோன்னு பாத்தேன். நான் பேசத் தொடங்கீட்டா, எனக்கு மயிரும் தயிரும் எல்லாம் வாயிலெ வந்திரும். தெக்கையும் வடக்கேயும் பாக்கமாட்டேன்...”

“இப்போ நீரு சும்மா பேசும். மூத்தவ பாப்பிதான் உள்ளெ உரல் பெரையிலே எங்கேயோ காணும். எளையவ, இன்னைக்கும் டைப் அடிக்க கிளாஸ் உண்டும்னு போயிருக்கு. ஆனா அது கூட்டுக்காரி கூடெ சினிமா பாக்கப் போயிருக்கிறதாட்டு நான் அறிஞ்சேன்... இப்போ மணி அஞ்சு அஞ்சரை ஆவுதா. இப்பொ வருவா பாரும், படிச்சு தளந்து வாறது மாதிரி... பாரும். வந்தொடனே ஒரு கூத்து நடக்கப் போவுது... கேட்டேரா, எனக்குக் கொஞ்சமும் இஷ்டம் கிடையாது இதைப் படிப்பிக்க. பின்னெ அந்த மூத்த சவம் கொஞ்சம் அடங்கின சுபாவம். அவ அம்மை யெப்போல. அவதான் சொன்னா. வீட்டிலெ இருந்து பப்படம் ஒண்டாக்க படிக்கிறதெ காட்டி ரெண்டு வளஞ்ச எழுத்து படிக் கட்டும்னு... இப்போ பாரும், ஏன் இந்தப் பொட்டைச் சவங்க பேச்சைக் கேட்டோம்னு இருக்கு... மூத்ததுக்கும் பத்து இருவது

இருவத்தி அஞ்சு வயசாவது இருக்கும். இதுக்கு, இந்த மேடத்திலெ இருவது தெகையுது. தங்கச்சிக்காரியை ஆளாக்கிவிட்டிட்டு தனக்குக் கல்யாணம் போதும்னு இதுவும் நிக்கிது... எனக்கானா ஏண்டா அப்போதே ரெண்டையும் கெட்டிக் கொடுக்காமெ போனோம்னு இப்போ தோணுது. இப்போ இந்தச் சின்னதுக்கு வாரம் தவறாமெ சினிமா என்ன? சிநேகிதக்காரி அவள் இவள்னு ஊர் சுற்றுவதென்ன, ஒண்ணும் நான் பிடிச்சா நிக்காமெ போவு மோன்னு தோணுது...”

பேச்சினிடையே பொடியன் ஒருவன், ‘பத்துப் பைசாவுக்குப் பப்படம்’ என்று வந்து நின்றான். பேச்சு சுவாரஸ்யத்தில், பட்டர், “பப்படம் இல்லைடா – போ” என்று சொல்லிவிட்டார்.

“ஓய், பய்யனுக்குப் பப்படம் கொடும். வாயாலெதானே பேசு தேரு... பத்துப் பப்படம் எண்ணிக் கொடுக்க எவ்வளவு நேரம் ஆகும், கொடுத்தனுப்பும்” என்றார் சிவன்பிள்ளை.

மனமில்லா மனத்தோடு இருப்புப் பட்டறையிலிருந்து எழுந்து மாவு படிந்த கண்ணாடி அலமாரியைத் திறந்து, அடுக்கி வைத் திருந்த அப்பளக் கட்டு ஒன்றை எடுத்து, சீட்டுக் கட்டைப் பிரித்து வைக்கும் லாவகம் போல அப்பளம் பிரித்து எடுத்து எண்ணிக் கொடுக்கும்போது, ரோட்டிலிருந்து புத்தகமும் கையுமாக வந்த பட்டரின் இளையமகள் மஞ்சு, திண்ணையிலிருக்கும் சிவன்பிள்ளை யைக் கவனிக்காமல், அப்பா திரும்புவதற்குள் உள்ளே போய்விடக் கருதியவள் போல, சரசரவென்று அலமாரியின் இடதுபுறமாக விரித்திருந்த புதுத் துணிப்படுதாவையும் தள்ளிக்கொண்டு உள்ளே போனாள்.

பையனிடம் அப்பளத்தைக் கொடுத்துக் காசையும் வாங்கிக் கொண்ட பட்டர், இதைக் கவனித்தவர், சிவன் பிள்ளையை ஏறிட்டுப் பார்த்தார்...

“பட்டர்! நீரு சொன்னமாதிரிதான் மாட்டினி ஷோ விட்டு ஆள்கள் போவுது... உம்ம இளையமகளும் சினிமாக்குப் போயிட்டு தான் வந்திருக்காப்போல இருக்கு... சரி சரி இரியும். என்னமோ பேசிக்கிட்டு வந்தேரே...” என்று அவரைப் பேச்சுக்குத் திருப்பப் பார்த்தார் சிவன்பிள்ளை.

“என்னெத்தே பேசிக்கிட்டிருந்தேன். எல்லாம் இந்தப் பொட் டைக் கழுதைகளைப் பற்றித்தான் பேசிக்கிட்டு வந்தேன். சிவன் பிள்ளெ கொஞ்சம் பட்டறையைப் பாத்துக்கிடும்... இந்தா வாறேன்” என்று அவரது பதிலுக்குக்கூடக் காத்திராமல் விருட் டென்று படுதாவை விலக்கிக்கொண்டு உள்ளே போனார் பட்டர்.

வெளியே திண்ணைப் பலகையில் அமர்ந்திருந்த சிவன் பிள்ளைக்கு தர்மசங்கடமாக இருந்தது. இனி, தன் வேலை உருப்பட்டாற்போலத்தான் என எண்ணினார். சினிமா பார்த்து விட்டுப் போகும் ஆண்களும் பெண்களும், விடுமுறை நாளானதி னால் உலாவப் புறப்பட்டவர்களும், வண்டி மோட்டார்களும் எல்லாமாக சாலைத்தெரு களேபரப்பட்டது. ரோட்டில் போய்க் கொண்டிருந்தவர்களில் யாரோ ஒருவர், சிவன்பிள்ளையிடம், "என்ன இங்கே உக்காந்திருக்கியோ?" என்று கேட்டவரிடம், "சும்மா தான். நேரம் போகல்லே. இங்கெ வந்திருக்கிறேன்" என்று சொன் னார். ரோட்டோரத்தில், குங்குமம் விற்பவள், போவோர் வரு வோரிடமெல்லாம், "அம்மா குங்குமம் வாங்கிக்கிட்டுப் போங்கம்மா; சாமி, குங்குமம் வாங்கலீங்களா?" என்று ஓயாமல் கேட்டுக் கொண்டே இருந்தாள். சிவன்பிள்ளை இடுப்பிலிருந்து பொடி மட் டையை எடுத்து, சுவாரஸ்யமாக ஒருமுறை பொடி இழுத்துக் கொண்டார். கண்ணையும் மூக்கையும் நமநமவென்று சீற்றிக்கொண் டார். தோள் துண்டால் மூக்கைத் தட்டித் துடைத்துக்கொண்டார். கடைக்குள் அலமாரிக்குமேல் ஸ்டாண்டில் கோபால் பட்டரின் பெரிய புகைப்படம் சட்டம் போட்டது வைத்திருக்கிறது. பரந்த நெற்றி, உருண்டை முகம், நரைத்த குச்சித்தலை. மேல் துண்டு போர்த்தியிருக்கிறார். கட்டை உருவத்தின் நிறைவு அரைப்படத் திலும் நன்றாகத் தெரிந்தது. 'பாவி மனுசன் பெண்டாட்டி இருந் திருந்தா இன்னும் ரெண்டுகூட பெற்றிருப்பாரு' என்று எண்ணிக் கொண்டார்.

வீட்டினுள்ளிருந்து கொஞ்ச நேரத்திற்கு எந்தவிதமான சந்தடி யும் வெளியே கேட்கவில்லை. உள்ளே வடக்கே திண்ணையில், வண்டிப்பேட்டை சுவருக்கப்பாலுள்ள பட்டரின் வீட்டுத் தோட் டத்துக் குறடு பக்கமாக, அவரது மூத்த மகள் பாப்பி, என்னவோ பேசிக்கொள்ளும் சத்தம் தெளிவில்லாமல் கேட்டது. பட்டரின் சத்தமோ, இளைய பெண்ணின் குரலோ கேட்கவில்லை. ஒரு நிமிஷம்தான். சாட்டை ஓங்கி விசிறுவதுபோல் நாலைந்து அடிச் சத்தம் கேட்டது. அடங்கிய குரலில், இளைய பெண் மஞ்சு விசும்பு வது கேட்டது. "விடுங்கப்பா கம்பை... நீங்க பட்டறைக்குப் போங்க. என்ன இது, இப்பிடியா அடிக்கியது..." என்று மூத்த பெண்ணின் குரல் கேட்டது. அவ்வளவுதான், சிவன்பிள்ளை கடையைவிட்டு விட்டு, உள்ளே எழுந்து போகவா வேண்டாமா என்று தீர்மானித்து முடிவிற்கு வருவதற்குள் பட்டர் வீறும் ஆவேசமுமாக வெளியே வந்தார்.

“சவங்க. பொட்டைக்களுதைகளாயிருந்தா வீட்டிலெ கெடக்கணும். அட்டையைக் குளுப்பாட்டி, மெத்தையிலே கெடத்தினா இப்பிடித்தான். வாகா ரெண்டு கொடுத்தேன்” என்று பட்டறையில் வந்து அமர்ந்துகொண்டார். இடுக்கு வாக்கில் செருகியிருந்த அழுக்குத் துவர்த்தை எடுத்து முகத்தையும் நரைக்குச்சித் தலையையும் துடைத்துக்கொண்டார். “பொடியிருக்கா உம்மகிட்டே எடும்” என்று சிவன்பிள்ளை பக்கம் திரும்பினார்.

பொடிமட்டையை நீட்டிய சிவன்பிள்ளை, “சரி. தீந்துதா உம்ம கோபம். இப்போ சமாதானமாச்சோ வோய்... பிள்ளைகளெ அடிக்கிறதுக்கும், ஒரு கெட்ட வார்த்தை சொல்லி ஏசுவதுக்கும் ஒரு வயசும் காலமும் எல்லாம் உண்டும். இது மாதிரி ரெண்டும் கெட்டான் வயசிலெ கையை நீட்டுற காரியம் வச்சுக்கிடக் கூடாது. ஒரு ஆம்பிளைப் பிள்ளையானா இதிலெ காரியமில்லெ. பொம்பிளைப் பிள்ளைக. அதுவும் பிராயமான பொண்ணுங்கன்னா அதுக மனசும் விசாரங்களும் நம்ம கண்டுக்கிட முடியாது பாத்துக்கிடும். உம்ம ஞானக்கோவையிலெ பட்டணத்தாரும் கிறுக்கன்மாரும் இதுகளெப் பற்றி ஒண்ணும் சொல்லியிருக்க மாட்டானுக... நீரு இனிச் செய்ய வேண்டியது ஒண்ணே ஒண்ணுதான். மூத்ததுக்கும் இப்போ இத்தரையும் வயசாச்சு. இனி அதையும் இதையும் பேசிக்கிட்டு இருக்காமெ, உம்மெ சொந்தத்திலெ, கொட்டாரக்கரையிலேயோ, பந்தளத்திலயோ நல்ல தரங்களா கெடச்சா பாத்து ஒடனே கல்யாணத்தெ நடத்திப்போடும். பாவம், பணக்காரன் எல்லாம் பாக்கண்டாம். வேலை செய்து கொடுக்கக்கூடிய பையன்களானா சரீன்னா பாரும். வல்லதும் பத்தோ அஞ்ஞூறோ கொறவான நானும்கூட தாறேன். குமருகள் கரையேறக்கூடிய வழியைப் பாரும்... இந்த வேதாந்தத்தை எல்லாம் மூட்டை கட்டி வையும். வயசு காலத்திலெ அந்தத் தள்ளையில்லாத பொண்டுகளெ போட்டு அடிக்காதியும்...”

“வோய், நீரும் வெஷயம் தெரியாமெ கெடந்து சிலைக்கிறீரே... நான் நாலைஞ்சு வருஷமாட்டே ஒவ்வொரு தரமா கண்டு வச்சு சொல்லிக்கிட்டே வாறேன். போன மாசம்கூட என் சேஷாறன் ஒருத்தன் மாவேலிக்கரையிலேருந்து எழுத்துப் போட்டு இதைப் பற்றிக் கேட்டிருந்தான். வீட்டுக்குள்ளே இருக்கக்கூடிய இந்த ரெண்டும் அழுதும் பிடிச்சும் சொல்லிச்சுது. வரட்டும் வரட்டும்னு நாளு இவ்வளவும் ஆயாச்சு. அந்த சவத்துக்கு இந்த வருஷம் ஒரு பரீட்சை பாஸாச்சானா நல்லதாம், மூத்தது சொல்லிச்சிது. பொட்டச்சி பேச்சுதான் இப்போ நடக்குது. அந்த மூத்த கழுதை, தள்ளையைப் போல. எனக்கு அது ஒண்ணு சொன்னா தட்டிக் கழிக்கத் தோண மாட்டேங்குது... உம்... அடிச்சிட்டேன். மனசு எப்பிடியோ

இருக்கு... நீரு கொத்துவாலுக்குப் போணும்னேரே போயிட்டு வாரும்... நான் கொஞ்சம் தனிச்சு இருக்கணும்."

"சரி... நீரு தனிச்சு இரியும். நான் கிராமணி கடையிலெ கொஞ்சம் பொடியும் வாங்கணும். அப்பிடியே பாக்கி கோவத்தையும் காட்ட உள்ளே எந்திச்சுப் போயிராதேயும்..." என்றவாறு பல கையை விட்டு இறங்கி, தெருவில் நடந்த சிவன்பிள்ளை முக்கு தாண்டும் வரை அவரையே பார்த்துக்கொண்டிருந்தார், பட்டர். 'நல்ல மனுஷன். பணத்திற்குப் பணம். சொத்துக்கு சொத்து. புள்ளை குட்டி கெடையாது. வயது அம்பது தாண்டியிருக்குமா... நல்ல குணம் இல்லாட்டா, இந்தப் பப்படக் கடை ஆண்டிகிட்டே சிநே கம்னு வந்திருந்து ஏச்சும் பேச்சுங்கூட கேப்பாரா... உம் போயிட்டு வரட்டும்' என்று எண்ணியவாறு அலமாரி கீழ் இழுப்பு அறையில் வைத்திருந்த அட்டையில்லாத ஞானக்கோவை பெரிய புத்தகத்தை எடுத்து விரித்துப் பார்க்கத் தொடங்கினார் கோபால் பட்டர்.

பாப்பிக்கு உறக்கம் வரவில்லை. கோழி முட்டை விளக்கு சின்னதாக எரிகிறது. மூலையில் சாணி மெழுகிய கரும்பொளி வேம்பாய் குழல்போலச் சுருட்டிச் சாத்தி வைத்திருக்கிறது. சின்ன முக்காலி மேல் குடுமி கட்டிய குட்டிச் சாக்கில் உளுந்தம் பருப்பு இருக்கிறது. பெரிய மாவுச் சல்லடை ஆணியில் தூக்கியிருக்கிறது. தட்டி மறைத்த மேல் முகட்டிற்குக் கீழ், ஒரே ஒரு குருவாயூரப்பன் படம் சின்னது சட்டம் போட்டு மாட்டியிருக்கிறது. குருவாயூரப்ப னின் பீதாம்பரம், கில்டு ஜிகினா பதித்தது. இப்பொழுது ரொம்ப வும் கறுத்துப் போய், விளக்கின் மங்கல் ஒளியில் பூரான் ஊர்வது போலத் தெரிகிறது. பாயெல்லாம் ஒரே மூட்டைப் பூச்சி. அரிப்பு. பாப்பிக்கு உறக்கம் வராததற்கு அதுவும் காரணம்தான். லேசாகக் கண் அயர்ந்ததும், நமச்சல் ஆரம்பமாகிவிடுகிறது. ஒருக்களித்துப் படுத்திருந்த பாப்பி எழுந்திருந்து மூலைத் தொடப்பத்திலிருந்து சின்னக் குச்சி ஒன்றை உருவி எடுத்து வந்து, சுவரின் சின்ன ஓட்டை களை ஒவ்வொன்றாக நோண்ட ஆரம்பித்தாள். கோட்டை மணி ஒன்று அடித்தது. வெளியே கடை நிரைக்கப்பால் பெரிய ரோட் டில் யாரோ காறி உமிழும் சத்தம் கேட்டது. வெங்காயக் கடைத் திண்ணையில் சாக்கு மறைக்குள் உறங்கும் மூப்பனாக இருக்கும் என்று எண்ணினாள், பாப்பி. நிரை முறியில் அப்பள அலமாரிப் பக்கம் படுத்துக்கொண்டிருக்கும் அப்பா இருமும் சத்தம் கேட்டது. 'சே, என்னா இருமல் இருமுதா. பச்சைத் தண்ணியெ குடிக்காதீங்க குடிக்காதீங்கன்னா கேக்கமாட்டா. சாப்பிடும்போமட்டும் எடங்கழி தண்ணிவேணும். குடிச்சிட்டு ராத்ரி பூரா கெடந்து இருமுதா.' தெற்குப் புரையில் மஞ்சு நார்க்கட்டிலில் கமிழ்ந்து படுத்துக் கொண்டு உறங்குகிறாள்... 'சவம் சொன்னா கேக்காது. சமஞ்ச

பொண்ணு இப்பிடியா கமுந்து படுத்து ஒறங்கும்... எப்பிடித்தான் இந்த மூட்டைக் கடி தெரியாமெ ஒறங்குதாளோ? விடிஞ்சு கையும் காலும் பாத்தா... கோலத்துக்குப் புள்ளி வச்சது கணக்கா மூட்டைக் கடி தளும்பு காணலாம். ஒரு கவலையுமில்லாமெ இப்பிடிக் கெடந்து ஒறங்குதாளே. நாளைக்கு ஒருத்தன் வீட்டுக்குப் போறப்பவும் இப்பிடி பூதம் கணக்கா ஒறங்கும்போ மாப்பிள்ளைக்காரன் கொடத்து வெள்ளத்தே தலையிலெ ஊத்தாட்டா கொள்ளாம்.'

சுவரிலிருந்து விழுந்த மூட்டைப் பூச்சிகளைக் கால் விரலால் தேய்த்துக் கொன்றதின் நெடி மூக்கைத் துளைத்தது. 'சவம் நாற்றம் கொடலைப் பொறட்டுது.' குச்சியை மூலையில் விட்டெறிந்துவிட்டு மீண்டும் பாயில் வந்து படுத்தாள் பாப்பி. உருண்டும் புரண்டும் படுத்துப் பார்த்தாள். நிமிர்ந்து, திரும்பி, ஒருக்களித்தெல்லாம் படுத்துப் பார்த்தாள். உறக்கம் வரவில்லை. வடக்குப் புறம் சுவருக் கப்பால் வண்டிப்பேட்டையில் கொல்லன் பட்டறையிலிருந்து இரும் பைக் காய வைத்து அடிக்கும் சத்தம், தனித்து வந்து காதில் அதிர்ந் தது. 'என்ன எளவு இந்தக் கொல்லன். இவனுக்குப் பாதி ராத் திரிக்குத்தான் ஜோலி தொவங்குமோ, ஒறக்கமும் வராதோ...?' என எண்ணிய பாப்பியின் மனத்தில், வடக்குப்புற சுவருக்கப்பால் மரக்கடை ரோடு வரை விரிந்து கிடக்கும் வண்டிப் பேட்டையின் படம் விரிந்தது.

நெடுக மூன்று பக்கமும் மாட்டுக் கொட்டில்கள். வடக்கு ஓரம் கொல்லன் பட்டறை. தெற்குப் பக்கம் மாடு சேர்க்கும் காளைப் புரை. பரந்த செம்மண் முற்றம் நிறைய சந்தை நாட்களில் நிறைய தெக்கன் வண்டிகளும் பாண்டி வண்டிகளும் அவிழ்த்துக் குடை கட்டியிருக்கும். சின்ன வயதில், எரு தட்ட சாணி வேணுமானால் வண்டிப் பேட்டையில் போய் நிறைய அள்ளிக்கொண்டு வந்த ஞாபகம் பாப்பிக்கு இருந்தது. காளைப் புரையில் மாடு சேர்த்துக் கொண்டிருந்தால் பெண் குழந்தைகளைப் பேட்டையில் விடுவ தில்லை. 'போங்க அம்மாளுகளே அங்கே கல்யாணம் நடக்கு. தாலிகட்டு கழிஞ்சதும் கூப்பிடுதோம்' என்று காளைப் புரைக்காரன் மேத்தன் குட்டிகளை விரட்டியடிப்பான். அன்று கொல்லன் பட்ட றையில் கிழவன் கொல்லன் இருந்தான். பட்டறைத் திண்ணையில் புல்லு விக்கிற புலச்சிகள் கூட்டம் எப்பவும் சண்டை போட்டுக் கிட்டிருக்கும். இப்போ கிழவன் கொல்லன் இல்லை. சின்னக் கொல்லன் என்ற அவன் மகன் இருக்கிறான். ஒரு தடவை அவன், கடைக்கு வந்து அப்பாவிடம், 'அஞ்சு ரூவா கடனாயிட்டு தரணும் முதலாளி. கையிலெ ஒரு காசு இல்லே. கரி வாங்கணும். தந்தா மாசம் பொறந்த ஒடனே திருப்பித் தந்திரலாம்' என்று கரி படிந்த துவர்த்து முண்டை முட்டிற்கு மேல் உடுத்திக்கொண்டு, கிராப்புத் தலையைச் சீவி வடிக்காமல், முகம் வடிக்காமல், சின்னப் பல்லு

தெரிய கெஞ்சிக் கேட்டுக்கொண்டு வந்து நின்ற உருவம் பாப்பி கண் முன் தெரிந்தது. 'குளிச்சு வெள்ளையுடுத்துத் தலைசீவி, முகம் வடிச்சு வந்தா நல்லா இருப்பான். மஞ்சுப் பொண்ணு கொண்டு வரக் கூடிய சினிமா புஸ்தகத்திலெ உள்ள ஆம்புள மாதிரி இருப் பான்... ஆனா அவன், ஆளு அமுக்கன். அய்யாகிட்டை எவ்வளவு வினயமா வந்து நிக்கான். ஆனா கிணற்றுக் கரைப் பக்கம் மஞ்சுவோ, நானோ நின்னா மதிலுக்கு மேலே ஏதோ தேடுவது போல எவ்வளவு வக்ரமா இங்கே பாக்கான்... வண்டிப் பேட்டை யில் வரும் பீக்கிறி வண்டிக்காரன்கூட என்னா நோட்டம் பாக்கான். ஆம்பிளைச் சவத்துகளே இப்பிடித்தான்... கொறஞ்சவனும் சரி, கூடியவனும் சரி... வெள்ளைச் சட்டை கால்சட்டை போட்ட வனும், அழுக்குத் துண்டு தலையிலெ கட்டி, கைலியும் உடுத்திக் கிட்டு சொமடு தூக்கிறவனும் பொம்பிளைகளெ ஒரே மாதிரி தான் பாக்கான்... புல்லுக்காரிக செலப்போ – புல்லு விலை கொறச் சுக் கேக்கக்கூடிய வண்டிக்காரனுகளே கெட்ட வார்த்தையிலே ஏசுவாளே அதுபோல சொல்லித் துப்பணும்... மாவு இடிக்கக்கூடிய குஞ்ஞிக்கு இதெல்லாம் பேஷா தெரியும், அவளும் இந்த நாப்பது வயசு காலத்திலெ ஆறு மாப்பிளெமார்கூட இருந்திருக்கிறதா அவளே கதை கதையா சொல்லீருக்கா. தூ சவம்! வெவஸ்தை கெட்டது. அம்மை இருந்த காலத்திலேயே வீட்டிலெ ஒண்ணெப் போல இருக்காளேன்னிட்டு இன்னும் வச்சுக்கிட்டு இருக்கோம்... சீ, இதென்ன அர்த்த ராத்திரி ரெண்டும் கெட்ட நேரத்திலெ வேண டாதது எல்லாம் நெனைக்கேன்... சீ, என்ன மூட்டை. மனுசாளக் கடிச்சு உயிரோட திங்கத்தான் பாக்குது... சரிஞ்சு படுத்து கொஞ்சம் ஒறங்கப் பாக்கணும். ஆறுமணிக்கு குஞ்ஞி வந்து பொறக்காளை கதவைத் தட்டிக்கிட்டு நிப்பாளே... நாளைக்கென்ன, பத்துக் கெட்டு பப்படம் ஏதோ அடியவந்திரக்காரனுக்குக் கொடுக்கணும்னு அப்பா சொல்லிச்சு. அலமாரியிலெ, நாலு கூடப் போனா அஞ்சு கெட்டு பப்படம் காணும். காலத்தெ குஞ்ஞி வந்து, வெளிச்செண்ணெய் வாங்கி, மாவு கொழச்சு, இடிச்சு, துண்டு நறுக்கி, பப்படம் பரத்தி வரும்போ வெயில் போயிடும். அதுக்குள்ளெ காயவச்சுக் கொடுக் கிறது எப்பிடி. சவம், இந்த மஞ்சுப் பெண்ணே நாளைக்கு டைப் அடிக்கப் போக வேண்டாம்னு நிறுத்திக்கிடணும். வயிற்றுப்பாட் டையும் பாக்கணுமே...

எங்கேயோ மணி அடித்தது... கொல்லனின் சம்மட்டிச் சத்தம், டணடண என்று கேட்டுக்கொண்டிருந்தது. வண்டிப் பேட்டைக்கு அப்பால் காந்தி ஹோட்டலின் இருட்டு நெடும் சந்தில் நாலைந்து நாய்கள் கடித்துக் குதறிக்கொண்டு சண்டையிடும் பேரரவம் கேட்டது. பெரிய ரோட்டில் லாரி ஒன்று இரைந்துகொண்டு போகும் சத்தம் இரவின் அமைதியில் அலை ஓசை போல் கேட்டது... இதையொன்றும் கேட்காமலேயே பாப்பி எப்பொழுதோ உறங்கிப்போயிருந்தாள்.

"பாப்பி அம்மோள் எங்கே போயிருக்கு உங்க தங்கச்சி, மஞ்சு வம்மா? இன்னைக்கு சனியாளிச்சைதானே, இன்னைக்கும் படிக்கப் போணுமா?"

குஞ்ஞி, குத்து உரலில், உளுந்து மாவு குழைந்ததை, தேங்காய் எண்ணெய் ஊற்றிப் பிசைந்து சப்பாத்தி மாவு போல் உருட்டி மழுங்கு உலக்கையால் இடித்துக்கொண்டிருந்தாள். அந்த 'பொத்து பொத்து' ஓசையில் அடுக்களைப் பாத்திரங்களும் உரல் புரை கைச் சுவரும் எல்லாம் குலுங்கிற்று. முதலில் இடித்துக் கொடுத்த மாவை, பெரிய மரவியில் இட்டு கையால் அடித்துப் பிசைந்து ரப்பராக இழுத்து, புடலங்காய் புடலங்காயாக நீட்டி, உருமாற்றிக் கொண்டிருந்த பாப்பி, குஞ்ஞியையே பார்த்துக்கொண்டிருந்தாள். 'மலையாடிச்சி குஞ்ஞி. பத்து பதினைந்து வருஷமாகவே, இங்கே தான் வேலை. அம்மை இருக்கக்கூடிய காலத்தில் அடிக்கடி பப்படம் வாங்க வருவாள். அப்போ ஏதோ ஓட்டலில் மாவு அரைக்கிற ஜோலி இருந்துதாம். ஒருநாள் அம்மாதான் அவளை இங்கே பப்பட மாவு இடிக்க வரச் சொன்னது. அது இவ்வளவு காலமாச்சு. இப்போ குடும்பத்திலெ ஒருத்தி. பப்படக்காரி குஞ்ஞின்னு சொன் னாத்தான் வெளியிலே அவளைப் பற்றித் தெரியும். உலக்கை பிடிச்சுப் பிடிச்சு கையெல்லாம் தேங்காத் தொண்டு மாதிரி மரத்துப் போச்சு அவளுக்கு. அவ வந்த காலத்திலே தனக்குப் பத்து வயசி ருக்கும். இப்போ இந்த குஞ்ஞி பாக்க லட்சணமா இருப்பா. நெறைய முடி உள்ளதெ கோடாலிக் கொண்டை போட்டு வச்சிருப்பா. பின்னிப் போட்டா முட்டுக்குக் கீழ் வரும். செவசவ என்று உதடு செவக்க எப்பவும் வெற்றிலை முறுக்கியிருப்பா. இடிச்சுக்கிட்டு இருக்கும்போதே கிளவி மாதிரி நூறு தடவை எந்திச்சு எச்சி துப்பப் போவா. இது எனக்குக் கொஞ்சமும் பிடிக்காது. மணக்காட்டிலே, எங்கேயோ தாமஸம், சாலைக் கடையிலையும், மணக்காட்டிலையும், குஞ்ஞிக்குத் தெரியாத சங்கதியே கெடையாது. வீட்டிலெ அடஞ்சு கெடக்கக் கூடிய எங்களுக்கு குஞ்ஞி எல்லாம் வந்து சொல்லுவா. சினிமா பார்த்துட்டு வந்து மஞ்சு கதை சொல்லுவது போல குஞ்ஞி எல்லாம் சொல்லுவா. குஞ்ஞிக்கு இப்போ ஊளைச் சதை விழுந்துபோச்சு. மாவு இடிக்கும்போ – ரவுக்கைக்கும் முண்டுக்கும் இடையிலே சுளிஞ்ச வயிறு மளுங்கு மளுங்குன்னு ஆடுது... கீழ்மூச்சும் மேல் மூச்சும் வாங்கும். ஆனாலும் குஞ்ஞி நிறுத்தாமெ இடிப்பா. மேல் உதட்டிலே புள்ளி புள்ளியா அரும்பு வேர்க்கும். அம்மைக்கு அடிக்கடி வரக்கூடிய தலைவலிக்கு, குஞ்ஞிதான் தும்பைச் செடி கொண்டு வந்து சாறு அரைச்சுத் தேய்ப்பா... கடைசியிலே தீராத அந்தத் தலைவலியாலேயே படுத்த படுக்கையா

கெடந்து படாத பாடெல்லாம் பட்டு, காலடி வைத்தியரும் கைவிரிச்சு அம்மா செத்துப் போனப்போ, 'பாப்பி – மஞ்சு – மக்களெ கவலைப் படாதே நான் இருக்கேன்...' என்று சமாதானம் சொல்ல இந்தக் குஞ்ஞிதான் இருந்தா. சொந்தக்காரங்க சீலை எடுத்துப் போட்ட கடனுக்கு அடியந்திரமும் சாப்பிட்டிட்டு ஓரோருத்தரும் போயிட்டா... சமஞ்சப்போ முதலிலே தலைக்குத் தண்ணிவிட்டு உரல்பெரை முறியிலெ கொண்டு இருத்தினது இந்தக் குஞ்ஞிதான்... இவ்வளவுக்கும் அப்பா, இந்தக் குஞ்ஞிகிட்டை ஒரு வார்த்தைகூடப் பேசினதில்லெ, இவளும் அவர் இருக்கும்போ கமான்னு ஒரு அட்சரம் பேசமாட்டா. தெனம் ஒண்ணே காலோ ஜோலி உள்ளது போல சம்பளம். மத்தியானம் ஒரு நேரம் ஊணு. சாயங்காலம் வீட்டுக்குப் போவும்போ ஏதாவது கஞ்சியோ கூட்டானோ மிச்ச மிருந்தா அலுமினிய போணியிலே வீட்டுக்குக் கொண்டு போவா. இந்த குஞ்ஞி ஆறு மாப்பிள்ளைகள்கூட இருந்திருக்காளாம். ஓரோருத்தனும் கொஞ்ச காலம் இருப்பான். பின்னெ என்ன காரணமோ விட்டுட்டுப் போயிடுவான். அதெப் பற்றி குஞ்ஞி ஒண்ணும் சொல்லமாட்டா. 'நீ அந்த வேலு, கூடதானே இருக்கே?' என்று பரிசயக்காரங்க ஆராவது கேக்கும்போது, 'எந்த வேலு? அந்த முடிஞ்சவன் போயி வருஷமெத்தரை ஆச்சு. இப்போ எண்ணெய்ச் சட்டி, சங்கு நாயரல்லவா எனக்குச் செலவுக்குத் தாறாரு' என்று சொல்லுவா. இனியொரு சமயம், சங்கு நாயரைப் பற்றிக் குசலம் கேட்டா, அவர் போன கதையும் இப்போ வேறொரு நாயரின் பெயரையும் குஞ்ஞி வாயால் கேட்கலாம். அதெல்லாம் சீலை மாற்றிக்கொள்வது போலத்தான். 'எங்க நாயன்மாருகளுக்கு எட்டுக் கல்யாணம் என்னு சட்டமே இருக்கு' என்று சொல்லுவா, குஞ்ஞி.

ஊர்க் கதையும் புரளியும் குஞ்ஞி அழகா சொல்லுவா. சாது சாமியார், மணக்காட்டிலெ ஒரு பெண்ணுகூட இருந்தப்போ அவ மாப்பிள்ளெ வந்து பெண்ணை வெட்டீட்டு சாமியாரை வெரட்டினது... தம்பானூரிலே ஏதோ ஒரு அம்பட்டன் அக்கா, தங்கச்சி மூணு பேரையும் பெண்டாட்டிமாரா வச்சிருந்தும், ஒரு நா காலத்தே மூணு எண்ணத்துக்கும் வெஷம் கொடுத்து, தானும் குடிச்சுக்கிட்டு செத்துக் கெடந்த கதை. கருமடம் பாச்சிக்கு சாலை சாளைப் பட்டாமணி கள்ள மாப்பிள்ளையாக்கும் என்னுள்ள கதை. வண்டிப் பேட்டையிலே காளை சேத்துக் கொடுக்கும் பப்புவுக்கும் பால்காரி செல்லம்மைக்கும் பெற்ற பிள்ளைதான் அம்பாள் கபேயிலிருந்து பப்படம் வாங்க வரக்கூடிய அய்யப்பன் பயலாம். இப்பிடி எல்லாக் கதையும் குஞ்ஞி கண்டது மாதிரி சொல்லுவா. கூடக் கூடெ வெற்றிலை முறுக்கணும். தலைமுடியெல்லாம் பப்பட

மாவு அரிச்சு நரைமுடி போல இருக்கிறதக்கூட வகை தெரியாமெ துவர்த்தை எடுத்து மேலே போட்டுக்கொண்டு, முக்குக்கடைக்காரன் கிட்டே வெற்றிலை பாக்கு வாங்க ஓடுவா... இந்த குஞ்ஞியாலதான், கொட்டாக்கரையிலே இருந்து வந்த ஒரு மாப்பிள்ளை தரம் நின்னு போச்சு, ஆரோ குஞ்ஞியை அப்பாவுக்கு வைப்பாட்டியாக்கும்னு கதை சொல்லீருக்கா. வந்த மாப்பிளெ நடையிலேகூட எறங்காமெ போயிட்டுது. அப்பா இந்த சவம் இருக்கும்போ, நிரை கடையை விட்டு அடுக்களைக்குக்கூட வரமாட்டா. மத்தியானம் சாப்பாடு வடக்குப் பெரையிலே போயிடும். 'பச்சைக் கண்டாங்கியும் பால் போல நெறமும், குங்குமப் பொட்டும் செவப்புத் தோடையுமா, அம்மா தண்ணி கோரிக்கொண்டு வரும்போ கண்டா மகாலக்ஷ்மி யோன்னு தோணும்' என்று அம்மையைப் பற்றி அடிக்கடி சொல் லும் அப்பா எங்கே? இந்த மூதேவிக்குப் பேரு முத்துமாலைன்னது போல குஞ்ஞி எங்கே? "மோளே பாப்பி, மஞ்சு குட்டியெ அடிக் காதேயிட்டி, அப்பாவுக்குக் கஞ்சித் தண்ணிலே ஒரு சொட்டு உப்பு விட்டு லோட்டாயிலே கொண்டு போயி கொடு... கடையிலே போய் நிக்காதே... வண்டிப் பேட்டை சுவரை எட்டிப் பாக்காதே... ரோட்டுக்குப் போகாதே..." அம்மைக்கெ பேச்சு இன்னும் கேக்கிற மாதிரி இருக்கு.

"என்ன பாப்பி அம்மோவ். நான் கேட்டதுக்கு ஒண்ணும் சொல்லாமெ இருக்கேளே? ஓ... தங்கச்சிக்காரிக்கெ காரியத்தைக் கேட்டப்போ உங்களுக்குக் கெறுவு. பாப்பி அம்மோ நான் அஞ் சாறு தீரை கண்டாச்சு. இங்கேயிருந்து டைப் அடிக்கப் போறேன்னு போயி சித்ரா தியேட்டரிலே சினிமாக்குப் போறது. ஓ... பொம்பிளைப் பிள்ளைக்கு இப்படி ஒரு சினிமா கொதி உண்டுமா? பாப்பி அம்மோ, அது காணிக்கக்கூடிய ஓரோ குண்டணிக்கும் நீங்க அப்பா கிட்டெ வக்காலத்து வாங்கிப் பேசுதியோ? அம்மை இருந்தா என் கண்ணாணெ, நீங்க ரெண்டு பேரும் சமஞ்ச கொமரு களா வீட்டிலே இருந்திருக்க மாட்டியோ? பாப்பியம்மை இப்போது நாலு பிள்ளைகளுக்கு தள்ளை ஆயிருப்பியோ. அம்மை போன தோட உங்க மூப்பும் எளக்காரவுமாச்சு... நான் குற்றம் சொல் லல்லே. இந்த டவுனிலே நடக்கக்கூடிய எல்லா கூத்தும் கொர வையும் ஆட்டமும் கண்டு மடுத்தவளாக்கும் இந்த குஞ்ஞி. அப்பா கோவப்பட்டு தங்கச்சிக்கு, அடிகொடுத்தாட்டு சொன்னியோ, இனியிப்போ இந்த வயசிலே அடிச்சும் சொல்லியும் திருத்த ஒக்குமா? இந்த சினிமாயும் தேங்கா கொலையும் கண்டுபிடிக்கப் போற பிள்ளைய காணிக்கக் கூடிய விருத்திக்கேடு ரோட்டிலே எறங்கி நடந்தா காணலாம். பொம்பிளெ மேலே ஆம்பிளை

படுத்திருக்கக்கூடிய பெரிய படம் ரோட்டு சுவரெல்லாம் ஒட்டிச் சிருக்கு... ஒண்ணும் மூணும் தெரியாத பிள்ளைக இதெல்லாம் கண்டு என்ன நெனைக்கும். படத்திலெ இப்பிடியானா அங்கெ என்னவெல்லாம் காட்டுவான். முன்னாலெ ஆம்பிளைக தேவிடியா குடிக்குப் போவா. இப்போ சினிமா கொட்டகைக்குப் போனாலே எல்லாம் அறியலாம்... அதுக்குத்தான் நான் சொல்லுதேன். தங்கச்சி ஒண்ணீ டைப் படிக்க போட்டும். அல்லாட்டா பாடே விதியேன்னு வீட்டிலையாவது இருக்கட்டும்...”

“குஞ்ஞீ நீ என்னத்தைக் கெடந்து சலும்புதே... மஞ்சு இன் னைக்கு அவ சிநேகிதி ஒருத்திக்குக் கல்யாணம் கழிஞ்சு மறுவீடாம். பாக்கப் போயிருக்கா... நீ சொன்னதெல்லாம் அப்பா காதிலே கொஞ்சம் விழுந்தா போதும். பாவம் அந்தப் பொண்ணு இங்கே வந்ததும் பூரா பூசை கெடைக்கும். நீ கொஞ்சம் வாயை வச்சுக்கிட்டு இரி... போதும். மாவு போதும்... இந்தா கொழைச்சு வச்சிருக்கேன். வெயிலு போறதுக்கு முந்தி ஒரு பத்துக் கெட்டுக்குத் தீர்த்துப் போடணும். நாளை ஞாயிறாழ்ச்சை நீயும் யூரோப்பியன் சட்டப்படி வரமாட்டே...”

குஞ்ஞி உலக்கையைச் சுவரில் சாத்தி வைத்துவிட்டு வந்தாள். ஒருதரம் வெற்றிலை போட்டுக்கொண்டாள். பிறகு கிணற்று மூலை யின் அப்பால் ‘மறைவிற்கு’ போய்விட்டு வந்தவள் ஏதோ அகஸ் மாத்தாக, சுவரை எட்டி வண்டிப்பேட்டையைப் பார்த்தாள். பார்த்தவள் சட்டென்று குனிந்துகொண்டு, எதையோ காணக் கூடாததைக் கண்டுவிட்டது போல, பாப்பி இருக்குமிடத்தையும், கடை உள்ளையும் திருதிருவென்று பார்த்தாள். பருந்தைக் கண்ட பெட்டைக் கோழி போல குஞ்ஞி திருதிருவென்று விழித்துக் கொண்டு நிற்பதைக் கண்டதும், பாப்பியும் மடியிலிருந்து மாவுப் பாத்திரத்தை நீக்கிவைத்துவிட்டு எழுந்து நின்று முந்தானையை உதறி மாவைப் போக்கி வெளியே விட்டு, வந்தாள்.

“என்னத்தை அங்கே பார்த்துப்போட்டு வந்து நிக்கிகே...” என்றவாறு கிணற்றடிக்கு வந்த பாப்பியை குஞ்ஞி இழுத்து நிறுத்தி, “ஒண்ணுமில்லெ. வா... மாவை அப்பிடியே வச்சிட்டு வந்திட்டேளே, காக்கா வரப் போவது வாருங்கோ... போகாதீங்க...” என்று தடுத்த அவளை விலக்கிவிட்டு, “அப்பிடி அங்கே என்ன கூத்துன்னு நானும் கொஞ்சம் பாக்கட்டேன்” என்று, கிணற்றடி துவைப்புக் கல்லுக்குமேல் ஏறி வண்டிப்பேட்டையை எட்டிப் பார்த்தாள். ‘அப்போவ்... இதா’ காளைக்கும் பசுவுக்கும் தாலி கட்டு நடக்குது குஞ்ஞி இப்போ, சின்னக் கொல்லன்தான் காளையைப் பிடிச்சிருக்கு.’ பாப்பி – எட்டிப் பார்க்கவும் அவன் மதில்மேல் திரும்பிப் பார்க்கவும் சரியாக இருந்தது. சின்னக்

கொல்லன் கண்ணும், அந்தக் காளையின் சீற்றமும்தான் – பாப்பி காண முடிந்தது. சட்டென்று கீழே இறங்கிவிட்டவளின் முகம் பேயறைந்ததுபோல இருண்டுவிட்டது. "சொன்னா கேட்டாத்தானே, இப்போ பாத்து நெறஞ்சாச்சா… வாங்க போகலாம் அப்பா காணணும்… வெட்டி வெலி கெடுத்திர இது போதும்…" பாப்பி விடுவிடுவென்று நடந்து அடுக்களைக்குள் போய்த் தன்னை மறைத்துக்கொண்டாள்!

அன்று பகல்முழுதும் பாப்பிக்கு ஒன்றுமே ஓடவில்லை. அடுக் களையில் அடுப்படியில் நின்றால், உரல் புரைக்குப் போகணும் போல் தோன்றும். அங்கே குஞ்ஞி முகத்தையும் அவள் நமட்டுச் சிரிப்பையும் அர்த்தமுள்ள பார்வையையும் காணும்போது, வடக்குப் புரைக்குப் போய்விடத் தோன்றும். அங்கே மஞ்சுப் பெண் சினிமாக் காரிகள் படத்தை சட்டம்போட்டு மாட்டியிருக்கும் அலங்கோலத் தைப் பார்க்கும்போது கொஞ்சம், தங்கச்சி பேரில் கோபம் வரும். மேசைமேல் அடுக்கிவைத்திருக்கும் பாடப் புஸ்தகங்களையும், பேனா பென்ஸில் வகைகளையும் பார்க்கும்போது, கொஞ்சம் சந்தோஷமாக இருக்கும். 'இந்த வருஷமும்கூட ஜயிச்சு வந்தப்பறம், அப்பாகிட்டெ சொல்லி, வடக்கே ஏதாவது ஒருதரம் நிச்சியிச்சிட்டு வரச்சொல்லணும். ஜாதியிலெ – படிச்ச பெண்ணின்னா சலாம் வச்சிட்டு வந்து நிப்பான், வடக்கத்திக்காரன்' என்ற நினைவு களிடையே – திடீரென்று வெள்ளத்தில் கால் வைத்துவிட்டது போல வண்டிப் பேட்டைக் காட்சி பொத்துக்கொண்டு வந்து நிற்கும் – சின்னக் கொல்லனின் பார்வையும், காளையின் சீற்றமும்– பாப்பிக்கு மனதை வலித்தது. அப்பா கடைப் பட்டறையில் குருத்து ஓலையிலிருந்து நார் கிழித்து அப்பளம், நூறுவீதம் கட்டுக் கட்டிக் கொண்டிருக்கிறார். பூக்கடை வாசு வந்து அப்பா பக்கத்தில் – இருப்புப் பலகையில் இருந்துகொண்டு பேசுவது கேட்டது. அவனது மெலிந்த உடலும் ஜிப்பா சுருட்டும், சகாவு மீசையும், அவனைப் பார்க்காமலேயே பாப்பிக்குத் தெரிந்தது… "இப்போ என்ன பட்டர் அய்யா ஜனகீயம் வந்தவுடனே மனிஷன் மாறீட்டான். ஓடை கோரக்கூடிய கோவிந்தனும், நீங்களும், காந்தி ஓட்டல் சாமியும் இந்த நானும் இப்போ ஒண்ணு. என்னைக் கேட்டா அப்படித்தான் வேணும். பறச்சி, பிராமணனைக் கெட்டணும். அப்போ பிள்ளை உண்டாகுதான்னு பார்க்கணும்…"

"டேய்டேய் சகாவே! உங்க திருத்தத்தெ கொஞ்சம் பதுக்கை பேசுங்கோ. இங்கே பொம்பிளைப் பிள்ளைக உள்ள எடம்… உனக்கு பிரசங்கிக்கணும்னா பழவங்காடி மைதானத்துக்குப் போ. நாலு ஆளும் சேரும்… இப்போ பலகையைவிட்டு எந்தி…" அப்பா வின் அதட்டல்.

“ஆ... காரியம் சொல்லும்போ பெண்ணையும் பிள்ளைகளையும் மறந்திரணும்... சரி பப்பட கச்சவடம் நடக்கட்டும். நான் போறேன்...” வாசு எழுந்து போனான். இனி இப்போ அப்பா சாப்பிட வந்து நிற்கும்போ முகத்தைப் பார்க்க கஷ்டமா இருக்கும்... சே... இந்த சவம் குஞ்ஞி சொன்னதைக் கேட்டுக்கிட்டு சுவரை எட்டிப் பார்க்காமெ இருந்திருக்கக் கூடாதா...

– நடு இரவிற்கு மேல்தான் பாப்பிக்குக் கொஞ்சம் சமாதானம் போல இருந்தது. கோரம்பாயில் அப்படியே படுத்திருந்தபோது, சின்னக் கொல்லனின் அந்தச் சம்மட்டிச் சத்தம், இருட்டிலிருந்து–விளக்கேற்றிக்கொண்டு வருவதுபோல மெல்லக் கேட்டுக்கொண்டிருந்தது... அந்தக் காளையின் திமிர்ச்சி, சின்னக் கொல்லனின் கயிற்றில் அடங்காத திமிறல்... குறுகிக்கொண்டு மிரண்டு நின்ற பசு... சே, பார்த்திருக்கக் கூடாது. அதுவும், அவனும் அதே நேரத்தில் இங்கே பார்த்து ஒரு மாதிரி சிரித்தானே! ஒருகணம்தானே... உக்கும் பார்த்திருக்கக்கூடாது... சின்ன பிராயத்தில், கூடையுடன் சாணி அள்ளப் போகும்போது – பசுவும் காளை மாடும் அங்கே விரட்டிக் கொண்டு போவதைக் கண்டதுண்டு. ஆனால், அன்று, எதுவும் தெரியாது. இன்று, எல்லாம் தெரிகிறதே... யார் சொல்லித் தந்தது? வீட்டின் பின்புறச் சுவருக்கப்பால் வண்டிப்பேட்டை இருப்பதும், அங்கே வண்டிகள் அவிழ்த்துக் கட்டுவதும், மாட்டுக்கோட்டம் இருப்பதும், கொல்லன் ஆலை இருப்பதும், எல்லாமே இல்லாதது போலதான் இதுவரை நடந்திருக்கிறது. சமைந்து ஆளான பின்பு கூட பூந்தோட்டமானால் அதைப்பற்றி நினைத்திருக்கலாம். ஆனால், இப்போ... கொல்லன், காளை... அலமலங்கலான, சாணி நாற்றத்தின் வண்டிப் பேட்டை.... கொல்லனின் சுட்ட பார்வை... சே...

பாப்பிக்கு இன்று மூட்டை நமைச்சல்கூடத் தெரியவில்லை. விளக்கை அணைத்துவிட்டாள். இருட்டில் ஒன்றும் தெரியவில்லை. கொல்லனின் சம்மட்டிச் சத்தம் கேட்க வேண்டாமென்று காதைப் பொத்திக்கொண்டு படுத்தாலும் நெஞ்சின் படபடப்பில் சம்மட்டி அதிருவது போல் கேட்டது. அம்மாவை நினைத்துப் பார்த்தாள். பெரிய நெற்றிப் பொட்டும் பால்போல் நிறமும் வகிடு கொண்டையும் அம்மா, கிணற்றடியிலிருந்து குடத்து நீருடன் வருகிறாள்... என்ன மாயம், கிணற்றடி சுவருக்கப்பாலிருந்து கொல்லனின் முகம் தெரிகிறது. ‘அந்த சுட்ட, வக்ரமான பார்வை தூ...!’

மிதுனம் கர்க்கடக மாசம். இரண்டு மூன்று நாட்களாக ஓயாத மழை அன்று. விடிந்தபோது சாலைக்கடை பெரிய ரோட்டில் முழங்காலளவு வெள்ளம் வந்திருந்தது. மழை இன்னும் தூறலாகப்

பொழிந்துகொண்டிருந்தது. ஓடையெல்லாம் நிறைந்து வழிகிறது. தெரு வாசலைக் கூட்டிக் கோலம் போட, துடைப்பமும் கோல டப்பாவுமாக வந்து வாசலைத் திறந்த பாப்பி பிரமித்துப்போய் நின்றுவிட்டாள். பொழுது நன்றாக விடியவில்லை. ஆயினும், ரோடு நிறைய வெள்ளம் போவதைக் கண்டபோது, கிள்ளியாறு தெரு வாசல்வழியாக ஒழுகி வந்துவிட்டதோ என்று பிரமித்துப்போனாள் பாப்பி. ரோட்டில் ஒரு 'ஈ, எறும்பு' இல்லை. அடைத்த கடைத் திண்ணைகள் எல்லாம் வெள்ளமயமாக இருந்ததினால் திண்ணை யில், அழுக்கு வேஷ்டியைத் தலைமுதல் கால்வரை போர்த்திக் கொண்டு உறங்கும் வாடிக்கைக்காரர்கள் யாரையும் காணவில்லை. போர் உயர்த்தி வைக்கப்பட்டிருந்த கைவண்டிகள், முக்கால்பகுதி சக்கரங்களும் வெள்ளத்தின் அடியில் அமிழ்ந்துபோய் பட்டமரங் கள் போல உயர்ந்து நிற்கின்றன. பாப்பி வேறு ஒன்றையும் பார்க்க வில்லை. சட்டென்று நிரையைச் சாத்திவிட்டு வடக்குப் புரையில், நெஞ்சின்மேல் கைகட்டி சுகமாகப் படுத்துறங்கும் அப்பாவைப் போய் எழுப்பினாள். "அப்போவ்... அப்போவ் எந்தியுங்கோ... தெருநடையெ வந்து பாருங்கோ. நம்ம நடையிலே இடுப்புவரை வெள்ளம். எந்திங்கப்போவ்..."

கோபால்பட்டர் வாரிச் சுருட்டிக்கொண்டு எழுந்தார். "என்னது மக்களெ வெள்ளமா எங்கே?" என்று எழுந்து நின்றவர், வேஷ்டியை சரியாகக் கட்டிக்கொண்டார். மூலையில் தொங்கும் குடுவையிலிருந்து கொஞ்சம் விபூதியை எடுத்து நெற்றிக்கு இட்டுக் கொண்டு, பொங்கி வந்த கொட்டாவியை வாயருகில் சொடுக்கி அடக்கிக்கொண்டு, சட்டென்று வெளியே வந்து நிரைவாசலைத் திறந்து ரோட்டைப் பார்த்தார். இப்பொழுது இன்னும் கொஞ்சம் விடிந்திருந்தது... "ஓஹோ... ராத்ரி நல்ல மழை பெய்திருக்கு போலி ருக்கே. எங்கேயோ அணை உடஞ்சிருக்கும். அதனாலேதான் இவ் வளவு வெள்ளம்... சரி மக்களெ புறவாசலிலே போய்ப் பாத்தியா வண்டிப்பெரை செளி வெள்ளமும் சாணியுமெல்லாம் நம்ம வடக்கே புறத்திலை வந்திருக்குமே..."

பாப்பியும் அப்பொழுதுதான் வீட்டின் பின்கட்டைப்பற்றி எண்ணினாள். சட்டென்று அப்பாவும் பொண்ணுமாகப் பின் வாசலுக்குப் போய்ப் பார்த்தபோது, நினைத்தது சரிதான். உரல்புரைத் தளம் முழுக்க வெள்ளம். கிணற்றோடு சேர்ந்துள்ள, வண்டிப் பேட்டைச் சுவர், சீட்டுக்கட்டு சரிந்து விழுந்ததுபோல அடியோடு விழுந்துகிடக்கிறது. பேட்டை நிறைய வெள்ளம். கொல் லனின் குடிசைப் பட்டறை பாதியும் வெள்ளத்தினடியில் திண்ணை யிலிருந்து பார்த்தபோது – காந்தி ஓட்டல் மூன்று மாடிக் கட்டடம்,

மரக்கடை ரோடு முழுதும் தெரிந்தது... கிணற்றடி முருங்கைமரத்தின் கொப்புகள் முறிந்து விழுந்திருந்தன. வாழைமரம் இரண்டும் அப்பிடியே நிற்கிறது. கிணறு – முதல் படி வரையில் தண்ணீர் நிரம்பியிருக்கிறது. உரல்புரை சாமான்கள், வேய் – பரம்பும், உறிகளும், குத்து உரலும் அம்மியும், வெறகு பொடிகளும் எல்லாம் நனைந்து போயிருக்கின்றன.

"எப்பிடி இவ்வளவு வெள்ளம் வந்தது, நூற்றி நாலாம் ஆண்டிலெ எனக்கொரு பத்து முப்பது வயசு காலத்திலெ இந்த மாதிரிதான் வெள்ளமும் மழையும்... அதுக்கப்புறம் இப்போதான் சாலைக்கடையிலெ இவ்வளவு வெள்ளம் பாக்கேன்... இனியிப்போ என்ன செய்ய... மழை இனியும் சிணுங்கீட்டுதானே நிக்குது. எளவு இந்த ரெண்டு மூணு மாசத்தையும் கழிச்சுவிட்டாரணுமேன்னு இருக்கு... சுவர் விழுந்து போச்சே. என்ன செய்யறது...? உம்..."

"என்னதுப்பா? அய்யோ இவ்வளவு வெள்ளமா ஒரு ராத்ரி கொண்டு..." என்று தலையையும் சொறிந்துகொண்டு தூக்க சாயல் மாறாமல் பின்னால் வந்து நின்ற மஞ்சுவை இருவரும் சும்மா பார்த்துவிட்டு, வெள்ளத்தைப் பார்த்தவாறே நின்றுகொண்டிருந்தனர்.

"எப்பிடீக்கா, சுவர்மூட்டோட விளுந்திருக்கே... இனியெப்பிடி? வண்டிப் பேட்டையிலெ வரக்கூடிய மாடுகளும் நாடான்மாரும் இங்கே வந்து ஏறீருவானுகளே..."

"உம்... சும்மாகெட. வரட்டும் வரட்டும். மழையெல்லாம் தோரட்டும். இனி ரெண்டு மூணு மாசத்துக்கு ஓலை வச்சு மறச்சுக் கெட்டத்தான் ஒக்கும். இந்த மழையிலெ சுடுகல் வச்சுக் கெட்டி வச்சா இதுபோல ரெண்டு மழைக்குத் தாங்காது... அந்தச் சின்னக் கொல்லனிட்டே ஒண்ணு சொல்லணும். ஓலைவச்சு கெட்டினா மட்டும் போராதே. வண்டிப்பேட்டை பலவட்டறை மேளமாச்சே... சாத்தனும் சடையனும், நல்லவனும் அறப் போக்கிரிகளும் வந்து போற எடம். இனி மழைக்காலம் தீருவது வரை மாடு சேக்கிற யாவாரம் இருக்காது. அதனாலே அந்தத் தொல்லையில்லே... எதுக்கும் அந்தச் சின்னக் கொல்லனிட்டே சொல்லி வைக்கணும். டேய் ஓலை சுவராக்கும் கெட்டீருக்கேன், ஒருத்தனும் வந்து தட்டியிட்டு ஏறக்கூடாதுன்னு சொல்லீற்றா, அவன் பட்டறையிலெ ராவும் பகலும் இருக்கிறதினாலே பாத்துக்கிடுவான்... இல்லாவிட்டாலும் சும்மா சொல்லக்கூடாது. பய மரியாதைக்காரனாக்கும்... என்ன மக்களே பாப்பி, அவனைக் கொண்டு ஒரு தொந்திரவாவது உண்டுமா நமக்கு? அவன் அப்பன் காலத்திலெ அவனும் நல்லவன்தான். இவனும் அப்பனைப்போலதான்... விடியட்டும். சிவன்

பிள்ளையெ போய்ப் பாக்கணும். அவரிட்டே ஓலை இருக்கிதுன்னாரு... கையோட வாங்கீட்டு வந்து கெட்டீரலாம்... எளவு இந்த குஞ்ஞி இன்னைக்கு வரமாட்டாளோ? எதுக்கும் ஓலை வச்சுக் கட்டுவது வரை மக்களெ புறவாசலுக்கு வரண்டாம்... உரல் பெரைக் கதவை அடச்சிடுங்க... உம் போங்க... போங்க... நடக்கக் கூடியதெ பாக்கணுமே... வெள்ளம் இப்போ எறங்கீரும். இது தாழ்ந்த பூமியாக்கும்..."

"அப்போ கெணத்தங்கரைக்கோ கக்கூஸுக்கோ போணுமானா எப்பிடி?"

"சீ, போ சவமே. கதவெ தொறக்கண்டாம்னா அதுக்கொண்ணும் போகாண்டாம்னா சொல்லுதேன். நல்ல புத்தி. படிச்சுக் கிழிக்கிறதொண்ணும் கொறவில்லே... உம். போங்க போங்க... மணியென்ன இருக்குமோ பூராப்பினாலெ எளவு நேரம் தெரிய மாட்டேங்குது..."

மழைக்காலமாகையினால் அப்பள வேலை எதுவும் ஓடவில்லை. கடையின் கண்ணாடி அலமாரியில் வெறும் வாழை நாரும், காகிதங்களும், ஞானக்கோவை புஸ்தகமும்தான் இருந்தன. "சுட்டுத் திங்க ஒரு பப்படம் வேணுமானா இங்கே இல்லெ. ராவும் பகலும் இப்பிடி சிணுசிணு மழை அழுதா பின்னெ எப்பிடி. இன்னைக்கு புதன், நாலு நாளாச்சு வெயில்கண்டு. நாளையும் இப்பிடியே நின்னா பரண் கெட்டி தீப்போட்டு பப்படம் காய வெச்சு எடுக்க வேண்டியதுதான் வரும்..." என்று – கடையில் வந்திருந்த சிவன் பிள்ளையிடம் சொன்னார் கோபால் பட்டர்.

"ஆமா, எனக்கும்தான் பாருமேன். நாலு நாளாச்சு தேங்கா வெட்டப் போகலே. தண்டான் சொல்லுதான், மழையிலெ மரமெல்லாம் வழுக்குது ஏற முடியாதுங்கான்..."

"வோய், நான் கஞ்சிக்கு அரிசி இல்லேங்கேன். நீரு பருப்புக்கு நெய்யில்லாமே சாப்பாடு செல்ல மாட்டேங்குதுங்கேரு... சரி... உமக்கு ஓலைக்குப் பணம் சிங்கமாஸம் தாறேன். அதுக் கெடையிலே கடன்காரனைப் போல்வந்து கேட்டிராதேயும்..."

"வோய் பட்டரே, உம்மட்டே ஓலைக்குப் பணம் நான் கேட்டேனா வேய்... உமக்கு ஓலை தந்தது காரணம் நான் இங்கே வாறதுகூட அதுக்குப் பணம் கேக்கத்தான்னு சொல்லுவீரு போல இருக்கே... நல்ல வேதாந்திவேய் நீரு... ஆ... அன்னா வாறன், நீரு தேடினேரே சின்னக் கொல்லன்..."

"வா டேய், சின்னவனே. மழையும் வந்தது உம் பட்டறையும் காரியமுமெல்லாம் வெள்ளத்திலெ ஆச்சு... ராவும் பகலும்

அங்கேயே தட்டிக்கிட்டுகெடப்பே, இப்போ உன்னெ பாக்கணு மானா வலை போடணும் போல இருக்கு... சரி வா. இரு..." என்று பணிவுடன் வந்து நின்ற சின்னக் கொல்லனை உட்காரச் சொன்னார், பட்டர்.

"இல்லே சாமி நிக்கேன்" என்று ஒதுங்கி மரியாதையோடு கைகட்டி நின்றான், சின்னக் கொல்லன்.

"பின்னே நில்லு. ஒரு காரியம் சொல்லுதுக்காக்கும் உன்னெ கூப்பிட்டேன்... இப்போ, நம்ம வீட்டுப் பின்வாசலும் – உங்க வண்டிப் பேட்டையும் ஒண்ணாயிட்டு கெடக்கு. இந்த மழை செய்த உபகாரம் அது. நீ உன் பட்டறைக்கு மண்ணடிச்சு திட்டை கட்டீட்டே... நானும் வடக்கே புறத்தெ ஓலை வச்சாக்கும் மறச்சிருக் கேன். இந்த ரெண்டுமாசமும் போவட்டும். பின்னெத்தான் கல் இறக்கி மதில் கெட்ட முடியும். அதுவரை நீதான் ஒண்ணு பாத்துக் கிடணும். பிராயமான பிள்ளைக இருக்கிற எடம். நான் இங்கே சாலைக்கடை ரோட்டைப் பார்த்துக்கிட்டு வெளியே கிடப்பேன். அதுகளுக்கு பின்கட்டுதான் ராஜ்ஜியம். உன்னெப்போலத்த மரியா தைக்காரங்க இருக்கிறதினாலெதான் எனக்கு மூச்சு அடக்கி இருக்க ஒக்குது..."

"வோய் பட்டரே, என்னத்தை அவன் கிட்டே போய் வள வளன்னு ராயஸம் பேசுதீரு... டேய் சின்னவனே, பட்டருசாமி சொல்லக்கூடியது சுருக்கமா என்னென்னா – ஒரு காளை மாடோ, வண்டியோ அலவலாதியோ இந்தப் பக்கம் ஓலைமறையைத் தாண்டி வந்திரக்கூடாது. அது உன் பொறுப்புங்காரு... அவ்வளவுதான்" என்று இடைமறித்து சின்னக் கொல்லனுக்கு விளக்கினார், சிவன் பிள்ளை.

"சாமி, எனக்குத் தெரியும் சாமி. இதெல்லாம் எங்கிட்டே சொல்லணுமா? நான் பாத்துக்கிடுதேன். இதுக்கு வேண்டி என்னெ ஏன் கூப்பிட்டனுப்பணும். நம்ம காரியம் – என் கண்ணு போல நான் பாத்துக்கிடுவேன் சாமி. இந்த ஓலைமறை இல்லாட்டாக்கூட ராயும் பகலும் நான் வந்து குறுக்கே கிடக்க மாட்டேனா... நான் போறேன் அய்யா. கொஞ்சம் வேலை கெடக்கு... பட்டறை வச்சு அஞ்சாறு நாளாச்சு இன்னைக்குதான் ஓலை கூட்டியிருக்கேன்... வாறேன்."

குட்டை உருவில், கிராப் கலைய – அழுக்குத் துண்டைக் கட்டிக்கொண்டு, புடைத்த நெஞ்சும் பெரிய கண்ணுமாகப் பேசிவிட்டு – மரியாதையாக இறங்கிப் போகும் கொல்லனை, பாப்பி, அலமாரி இடை வழியாகப் பார்க்கத்தான் செய்தாள்.

“அப்பா பேசிக்கிட்டே இருக்கேளே கஞ்சி ஆறிப் போவுது...” என்று உள்ளேயிருந்து குரல் வந்தது.

“அப்பிடியா இன்னும் மத்தியானப்பாடு ஆகலியா, யாரு அது? சின்னவளா? மூத்தவளா கூப்பிட்டது?” என்று கேட்டார் சிவன் பிள்ளை.

“சின்னவதான், மூத்ததுக்கு இந்த மழைத் துளியோ மற்றோ நனைஞ்சு ரெண்டு நாளா சின்ன ஜலதோஷம். சவம் இந்த குஞ்ஞி யும் மழைண்ணிட்டு அஞ்சாறு நாளா வரலை... அதுவும் நல்லது தான் வந்தாண்ணா அதுக்கும் ஜோலியிருந்தாலும் இல்லாட்டாலும் ஒண்ணு ஒண்ணேகால் அழணும். அப்போ நீரு கொஞ்சம் இரியும். பட்றையைப் பாத்துக்கிடும். அந்தா ‘கேரள கவுமுதி’ கெடக்கு. படிச்சுக்கிட்டிரியும். வந்திருதேன். இல்லெ கொஞ்சம் கஞ்சி குடிக்க வாறீரா?”

“இல்லே, நீரு போயிட்டு வாரும் மனுசா. நான் ஒரு மணிக்கே சாப்பிட்டாச்சு. நமக்கு கோதுமைதானே... இன்னும் சுகர் குறை யல்லே. சரி சரி போயிட்டு வாரும்...” சிவன்பிள்ளை பேப்பரை எடுத்துப் படிப்பதில் மூழ்கினார்.

“குட்டி மஞ்சூ, இங்கே வா... மணி ஆறடிக்கப் போவுதே, இம்பிடு நேரம் நீ எங்கே போயிருந்தே...?”

“எங்கெயும் போகல்லே அக்கா. எங்கூட வருவாளே பவானீன்னு அந்தக் கட்டைப் பொண்ணு. அவ வீடு இங்ஙனெ பழவங்காடி கணபதி கோவிலு பக்கம்தான் இருக்கு. அவ கொஞ்ச நாளா, எங்க வீட்டுக்கு ஒருக்க வாயேன் வாயேன்னு கூப்பிட்டுக் கிட்டே இருக்கா. இன்னைக்கு மூணு மணிக்கே கிளாஸ் விட் டுட்டா. அதுதான் போயிட்டு சட்டுனு வந்திரலாமேன்னு போனேன். அங்கே போனப்போ அவ அம்மை ரொம்ப நல்ல சுபாவம். அவங்க ஒவ்வொரு காரியமா கேட்டுக்கிட்டே இருந்தா. அப்பா இருக்காரா அம்மை உண்டுமா அக்காளுக்கு கல்யாணம் ஆகாத்த காரணம் என்ன ஒரு பாடெல்லாம் கேட்டா... அவங் களுக்கு ஆர்மோனியம் வாசிக்கத் தெரியும்... எனக்கு வாசிக்கத் தெரியுமான்னு கேட்டா. எனக்கு டைப் அடிக்கத்தான் தெரியும்னு சொன்னேன். தாயின் மணிக்கொடி பாரீர்னு பட்டம்மாள் பாடினது போல அதே அச்சா பாடிக் காட்டினா... அவங்களெ கண்டப்போ நம்ம அம்மைக்கு ஞாபகம் வந்தது... நமக்கும் அம்மை இருந்தா எவ்வளவு நல்லா இருக்கும்னு நினைச்சப்போ அழுகையா வந்தது... பொறவு, ஏத்தம் பழம் அவிச்சு, தேயிலையும் போட்டுத் தந்தா. நேரம் போனதே அறியல்லே. ஒடுக்கம் மணி பார்த்தப்போ

அஞ்சேகால் அக்கா, அக்கா... அப்பாட்டெ சொல்லீராதேக்கா. அறிஞ்சா இது போகும்..."

மஞ்சுவின் குழந்தைத்தனத்தைப் பார்த்தபோது பாப்பிக்கு சிரிக்கத்தான் தோன்றியது. 'இந்தப் பங்குனியில் பதினெட்டு கழியுது அவ, தாவணியும், சுருக்குப் பாவாடையும், பேச்சும் கண்டா, இன்னும் சமையல்லேன்னு தோணுது' என்று எண்ணிய பாப்பி, "ஏட்டி எங்கேயாவது போவணுமானா ஒருவாக்கு சொல்லீட்டுப் போணும். நீ இன்னும் பதினொன்னு வயசு பெண்ணின்னு நெனைச்சுக்கிட்டுப் போறதும் – ஓரோருத்தர் வீட்டுக்குப் போறதும் நல்லால்லே... அதுக்குதான் அப்பா அடிக்கவும் கொல்லவும் வாறது. உனக்குப் பதினெட்டு தெகையப் போவுது பார்த்துக்கோ... இங்கே வா, ஏது இது ஜாக்கெட்டு, எப்போ தச்சே, அன்னைக்கு அப்பா எடுத்த பச்சைத் துணியெ தச்சிருக்கிற லெச்சணமா இது? முதுகுக்கு இவ்வளவு எறக்கமா. அந்த தாவணி இல்லாட்டா இந்த ஜாக்கட்டு போட்டிருக்கிறதும் சரி இல்லாததும் சரி. நரிகொறத்தியா குட்டீ நீ... நீ குஞ்ஞி சொன்னது சரிதான். எல்லாம் சினிமா கண்டுபிடிச்ச நாகரிகம். கண்ணுக்கு வால் எழுதுவதும் தலை, குதிரை வால் முடிச்சுவிடுவதும், நடையும்... இப்படி வேஷம் போட்டுக்கிட்டு ரோட்டிலே வேறே நடக்கிறதெப்பிடியோ...?"

"அக்கா, அக்கா. உனக்கு ஒண்ணையும் தெரியாது. நீ இந்த உரல் பெரையிலே கெடந்துகிட்டு, குஞ்ஞிக்கெ பேச்சையும் கேட்டு, அம்மைக்கு பழைய பட்டு சீலையும் வெள்ளை ஜம்பரும் போட்டுக்கிட்டு அடஞ்சு கெடந்தா வெளியே என்னெல்லாம் நடக்குதுன்னு ஒனக்கென்ன தெரியும்... சரீக்கா, மணி ஆறடிக்கப்போவுது. பொற வாசல் கதவைச் சாத்திரு. பாத்தியா அங்கே அந்த சின்னக் கொல்லன், இங்கேயே பாக்கான்... யாருக்கா இந்த ஓலைச் சுவரை கீற்று இளிக்கினது?"

"காற்று இளச்சீட்டுது... சரி நீ உன் சோலியெ பாரு. அவன் இங்கே சும்மா பாக்கான். இங்கெ பாத்துக்கிடணும்னு அப்பாதான் அவனெ சட்டம் கெட்டீருக்காரு... இல்லாட்டாலும் ஓலைச் சுவரானா இப்பிடித்தான்... சரி சரி, நீ போய்ப் படி..."

"நான் இங்கே ஒரு பொஸ்தகம் வச்சிருந்தேனே. எடுத்தியா அக்கா?" என்று மஞ்சு தெற்கு அறையில் நுழைந்தவள் கூப்பிட்டுக் கேட்டாள்.

"நான் ஒண்ணையும் காணல்லே. உன் முறிக்கு நான் ஏன் வாறேன்... அங்கெதான் காணும் பாரு..."

"பாப்பி மோளே" என்று கடையின் அலமாரிச் சந்து வழியாக பட்டர், எதற்காகவோ மகளை அழைத்த குரலைக் கேட்டதும் பாப்பி... நிரைப் பக்கம் போனாள்.

“அந்த அடுப்பு ஒண்ணு பற்றவை மக்களே. நாளைக்கும் வெயில் வரக்கூடிய கோளில்லை... இன்னைக்கு தீர்த்த பப்படத் தையெல்லாம் ஒண்ணு காய வச்சி எடுக்கணுமே. அடுப்பை மூட்டி தகிட்டை எடுத்துப் போட்டு ஒண்ணு சூடாக்கிக் கெட்டி வச்சிர ணும். வெடியக் காலம் பத்துக்கெட்டு பப்படம் கொடுத் தாகணுமே...”

பகலில் குஞ்ஞி வாங்கிப் போட்டிருந்த ஓலைச் சருகை எடுத்து வந்து, உரல்புரை ஓரத்தில் கணப்பை மூட்டி அகலத் தகிட்டை மேலெ இட்டு, உளுந்துமா பசையோடிருந்த அப்பளக் குவியலை ஒவ்வொன்றாகப் பிரித்தெடுத்து, சூடான தகிட்டின் மேல் ஒருகணம் போட்டு எடுத்து மொறமொறப்பானதும் நூறு எண்ணம் வீதமாக அடுக்கிக் கட்டுக்கட்டி வைக்கும் பணியில் மூழ்கினாள், பாப்பி. மஞ்சு தெற்குப் புரையில், சத்தம் போட்டு இங்கிலீஷ் படித்துக் கொண்டிருந்தாள். அலமாரிக்கப்பால், கடையில் எரியும் குழல் விளக்கைச் சுற்றி மழைப் பூச்சிகள் பறந்துகொண்டிருந்தன. பூக்கடை வாசுவும் அப்பாவும் அரிசி ரேஷனைப் பற்றிப் பேசிக்கொண்டி ருந்தனர். கணப்பில் ஓலைச்சருகு நன்றாக எரிந்துகொண்டிருந்தது. கைகள் வேலைசெய்துகொண்டே இருக்கும் சுகத்தில் பாப்பியின் நினைப்பு எங்கோ போயிற்று... அடைத்த புற வாசல் கதவிற்கப் பால், சின்னக் கொல்லன் தகிட்டைத் தட்டிக்கொண்டிருக்கும் ஓசை கேட்கிறது. அந்தச் சத்தத்தைச் செவி கொடுத்துக் கேட்க கேட்க – அந்த ஓசை மனதில் அமிழ்ந்து – வர்ணக் குமிழிகள் சிதறுவது போல... எண்ணங்கள் பிரிந்தன. மழையில் சுவர் விழுந்து அதன் இடத்தில் ஓலைமறைப்பு எழுந்து, அந்த ஓலைக் கீற்றில் சிலது நாசூக்காக விலகி, இப்பொழுது எத்தனையோ நாட்கள் ஆகி யிருந்தன. முதலில் – கிணற்றடியில் சீலைக்கு சோப்பு போட்டுக் கொண்டிருந்தபோது, தலைக்குமேல், துணிபோடுகிற கம்பிக் கொடி யில் காக்கை வந்து உட்கார்ந்தது. அது தலையில் எச்சமிட்டுத் தொலைக்காமல் இருக்க, அதை விரட்ட நிமிர்ந்தபோது, எதிரே ஓலைச்சுவர் பிரிந்ததின் சந்து வழியாக சின்னக் கொல்லன் இங்கேயே பார்த்துக்கொண்டிருப்பது தெரிந்தது... அவன் பார்வை பொறுக்காமல் சட்டென்று தலையைக் குனிந்துகொண்டு, அவசர மாக, துவைத்தது பாதி துவைக்காதது பாதியாக வாரிச் சுருட்டிக் கொண்டு உரல் புரைக்கு வந்த பின்பும் மனதின் படபடப்பு தீர வில்லை. அன்று, குஞ்ஞி கண்ட காட்சியைத் தானும் காண சுவரை எட்டிப் பார்த்தபோது கொல்லன் பார்த்தானே அந்தப் பார்வை, அப்பாவிடம் வந்து நிற்கும்போதுள்ள பவ்யம் எங்கே? இந்த நோட்டம் ஆனாலும், இவன் இப்படியென்று அப்பாவிடம் சொல்ல வேண்டாம் போல் இருக்கிறது. ஆனால், பயமாகவும் இருக்கிறது. சொல்லணும், இல்லை சொல்ல வேண்டாம்... ‘நல்ல காவல்காரன்...

அப்பாவுக்கு எல்லாருமே பட்டினத்தாரைப் போலன்னு நெனைப்பு... பெறகு ஒரு நாள் ஓலைச் சுவரைத் தாண்டி கிணற்ற டிக்கே வந்து, பீடிக்குத் தீக் கேட்டான். குஞ்ஞி அடுப்பிலிருந்து தீயெடுத்துக் கொடுத்தாள். பிறகு இவன் போனதுக்கப்புறம், குஞ்ஞி சொன்னா, "பாப்பி அம்மோவ்... அந்தா எட்டிப் பாருங்கோ கொல்லன் ஓலையிலே தீ கெடந்து தெளைக்குது... அவனுக்கு நம்ம அடுப்புத் தீதான் பீடிக்குப் பொகையும் போல இருக்கு... அப்பாக்கிட்டே சொல்லீர வேண்டியதுதான்..."

"சும்மா கிட குஞ்ஞி. ஏதோ அவன் வந்து கேட்டிட்டான். அதுக்குப் போய் பராதி சொல்லணுமா? போட்டும். இனிமே வந்தா பாத்துக்கிடலாம்–" என்று குஞ்ஞியை அடக்கிவிட்டாலும் சின்னக் கொல்லனின் காரியம் ஒவ்வொன்றும் வளர்ந்துகொண்டேதான் வந்தது. அன்று குஞ்ஞி வராத நாள். மஞ்சு இந்தி கிளாஸுக்குப் போயிருந்தா. அப்பா, மத்தியான சாப்பாட்டுக்கு மேலெ ஒரு மயில் ஒறக்கம் உண்டும். அதெ பட்டறையிலெ சாஞ்சாக்கிலேயே நடத்திக் கொண்டிருந்தா. பப்பட மாவை, சல்லடையிலெ வச்சு அரிச்சுக் கிட்டே இருந்தப்பம், பின்வாசல் ஓலைச்சுவர் அசையுது. சட்டுனு திரும்பிப் பார்த்தப்போ சின்னக் கொல்லன்! குளிச்சிருக்கான், தலை சீவியிருக்கான். ஒற்றைமேல் முண்டு உடுத்தியிருக்கான். நெஞ்சு நெறைய முடியிருக்கு. மீசை நீட்டி வடிச்சி வச்சிருக்கான்... அவன் அங்கெயே நின்னுக்கிட்டு என்னத்தையோ கைக்குறி காட்டிக் கேக்கான்... வரட்டா என்னு கேக்கான். அய்யோ கொஞ்சம் சிரிப்பு வந்தது. ஒண்ணும் தோணலை. எந்திச்சு, சீலையிலெ மாவை துடைச் சுக்கிட்டு அடுக்களைக்கு வந்து, அடுப்புத் தீயை ஊதி விட்டிட்டு பின்னியும் பார்த்தப்போ சின்னவன், அங்கே நிக்கான்... 'வரட்டா' என்று தலையாட்டிக் கேட்கான்... அடுப்பிலெ வெறும் வெந்நி மட்டும்தான் கெடந்தது. ஆனாலும், தீயை ஊதி ஊதிப் பெருக்கிக் கிட்டே இருந்தேன். இப்போ, குஞ்ஞியோ, மஞ்சுவோ ஆராவது வந்தா கொள்ளாம் என்று நெனைச்சேன். அய்யோ வந்திரக் கூடா தேன்னும் தோணிச்சு... வாழை மரத்திலெ ரெண்டு காக்காய்கள் வந்திருந்து கா கா... என்று பிராணனை அறுத்துக்கொண்டிருந்தது. அடிவயிற்றிலேருந்து தீ எரியிறது மாதிரி இருந்தது... பின்னும் பார்த்தப்போ சின்னக் கொல்லன் அங்கேயே நிக்கான், சிரிக்கான்...

மஞ்சு வந்தப்போ மணி நாலு. அப்போ பாத்தப்போ கொல்லன் அங்கே இல்லெ. எப்போ போனானோ?

"ஏக்கா அடுக்களையிலெ கெடந்து ஒறங்கினியா? ஏன் ஒரு மாதிரி இருக்கே? தலை வலிக்கா? ஏன் கண்ணெல்லாம் குளிஞ் சிருக்கு... சாப்பிடலியா அக்கா. இல்லே அப்பா ஏதாவது ஏசி னாரா? சவம் அந்தக் குஞ்ஞி வரல்லே, எல்லா ஜோலியையும்

இழுத்துப் போட்டுச் செய்திருப்பே... குட்டுவத்திலெ தண்ணி நான் எடுத்து வைக்கேன். நீ போயி ஒரு தேயிலை போட்டுக் குடியேன்..." மஞ்சு என்னல்லாமோ சொன்னாள்.

அன்று ராத்திரி வடக்குப் பெரையிலெ படுத்து உறங்கும்போ சொப்பனம், சொப்பனமாயிட்டு வந்திக்கிட்டே இருந்துது. விடிய விடிய சொப்பனம். உரல் பெரையிலெ படுத்திருக்கேன்... பாதி ராத்ரி மணி அடிக்குது. நாய்க கொலைக்குது. லாறி போவுது. வவ்வாலு வாழைக் கூட்டத்திலே நொழஞ்சு கத்தீட்டுப் போவுது... மூட்டை கடிக்குது... அப்பா கொறட்டைச் சத்தம் கேக்குது. நெனவு அடிக்குது. கொல்லன் பட்றையிலெ சத்தமில்லெ... ஓலைமறைப்பைப் பிச்சுக்கிட்டு சின்னக் கொல்லன் நடந்து வாறான். உரல் பெரை சாய்ப்பைத் தொறந்துகிட்டு உள்ளே வாறான். சின்னக் கொல்லன் உடுப்பு போட்டிருக்கான். தலை சீவியிருக்கான். வெத்திலை போட்டிருக்கான். அதைக் கிணற்றடியிலெ சத்தம் கேக்க துப்பிவிட்டு வந்திருக்கான். வந்தவன்... பாயிலெ வந்து தைரியமா இருக்கான்... அய்யோன்னு சத்தம் போடத் தோணிச்சு. மூக்கணையிலெ பிடிச்சு அழுத்தி – மாட்டைப் பிடிச்சா அதுக்கு எப்பிடி இருக்கும் அதுபோல மூச்சு முட்டுது... சின்னக் கொல்லன் காளை மாதிரி முட்ட வாறான்... அந்த நோட்டம் அவன் கையைப் பிடிச்சுத் தடவுதான்... வெறகைப் பிடிச்சது மாதிரி இருக்கிது... விட்டிருவிட்டிருன்னு சொல்ல சொல்ல நாக்கு ஒட்டிக்கிட்டே போவுது... பின்னெ அவன் என்னவெல்லாமோ செய்யான்... அந்தப் பசுமாடும் காளையும்... காளை திமிறுது. பசுமாடு பின் காலெ உதைச்சு உதைச்சுத் துள்ளுது... காளை திமிறிக்கிட்டு, பசுவின் பின்னால் கையை முதுகுக்குப் போட்டு... சின்னக் கொல்லனின் பார்வை சுடுது... உலைத் தீப்போலக் கொதிச்சு சுடுது... மூச்சு முட்டுது. அவ்வளவுதான்... அய்யோன்னு சத்தம் போட்டப்போ நேரம் விடிஞ்சிருக்கு... கோழி முட்டை விளக்கு அணஞ்சு போயிருக்கு. ரோட்டிலே தெரு நடையை ஆரோ கூட்டக் கூடிய சத்தம் கேக்குது... எங்கேயோ பசு – 'அம்மா'ன்னு கத்துது, வாரிப் பிடிச்சுக்கிட்டு எந்திச்சப்போ மேலெல்லாம் வலியா வலிக்குது...

"பாப்பி மக்களெ, அடுப்பு கிட்டே இருந்து ஒறங்கீட்டியா மக்களெ... போதும் இனி நாளெ வெயிலு வந்தா பாத்துக்கிடலாம். காஞ்ச பப்படத்தை மஞ்சு பெண் எடுத்துக்கொண்டு போய் கெட்டி வச்சாச்சு. நீ எந்தி உனக்கு இந்த மழை பிடிச்ச நாளு மொதக் கொண்டே ஒருவல்லாமெ... உம்... போய்ப் படுத்துக்கோ. கஞ்சி குடிச்சியா மோளே?"

"அப்பதே குடிச்சேன் அப்பா. கொஞ்சம் கண்ணைக் கறக்கீட்டே வந்தது. ஒறங்கிட்டேன்."

“வெட்டிப் பொதச்சிருவேன்... தோத்துப் போயி வந்து நிக்கெ. வாரம் நாலு சினிமையும், சிநேகிதி வீடு – அது இதுன்னு நரி குறத்தியாட்டம் ஊர் சுத்தீட்டு இப்போ தோத்துப் போய் வந்து நிக்கே... சீ, எரணம் கெட்ட சவமே. என் கண் முன்னாலெ இருந்து போ... பாப்பி மோளே, நீ சொன்னதினாலெ நான் அடங்கு தேன், இல்லெ இந்த அவலட்சணம் கெட்ட மூதியெ நான் இன் னைக்கு காணிச்சுத் தந்திருப்பேன். அவ முறியெப் போய்ப் பாரு, படிக்கிற பொஸ்தகத்தெகாட்டி – தேவடியா சினிமாகாரன் புஸ் தகமும் படங்களும் தேங்காக் கொலையும்தான் மேசை மேல கெடக்கு. இனிமே நீ படிச்சுக் கிழிச்சது போதும்... இனி இந்த நடை விட்டு வெளியே போய்ப் பாரு, காலெ முறிச்சுப் போட்டி ருதேன்... பாப்பிமோளே, நாளைக்கு நான் கிளிமானூர் வரை ஒண்ணு போணும். இனி உங்க பிள்ளரு விளையாட்டும் பேச்சையும் கேட்டுக்கிட்டிருந்தா, நாலுபேரு என்னைக் காறித் துப்புவான்... இந்தத் துலா மாசத்துக்குள்ளெ ரெண்டு கல்யாணமும் ஒண்ணிச்சு நடக்கணும். எல்லாத்துக்கும் நான் வழிகண்டுதான் வெச்சிருக்கேன். அந்த சிவன் பிள்ளையும் பத்தோ ஆயிரமோ வாய்ப்பைத் தாறேன் னான். இந்த சவம் படிச்சு ஜயிச்சிடும்னு சொன்னதிலே போட் டும்னு இவ்வளவு நாளும் காத்தேன்... இனி ஒண்ணுமில்லே... சலவை செய்த துணி இருந்தா எடுத்து வை மக்களெ, நான் – விடியக்காலம் முத வண்டிக்கே போறேன்.”

கோபால் பட்டரின் மஞ்சள் முகம் கோபத்தால் சிவந்து போயி ருந்தது. வார்த்தைகள் குளறின. மஞ்சுப் பெண் அவள் அறையில் மேசைமுன் குனிந்தவாறு விக்கி விக்கி அழுதுகொண்டிருந்தாள். பாப்பிக்கு ரெண்டு மூன்று நாட்களாகவே தலைச்சுற்றும் காய்ச் சலும் இருந்தது. இன்றுதான் கொஞ்சம் தேவலை ஆகியிருந்தது. மஞ்சுவின் தோல்வியும் – அப்பாவின் ஆவேசத் துள்ளலும் அவளை மௌனியாக்கியிருந்தது. பாப்பிக்கு ஒன்றுமே தோன்றவில்லை. இல்லாவிட்டாலும் இந்த மழைக்காலம் துவங்கியதிலிருந்து பாப் பிக்கு எதுவுமே சரியில்லை. அடிக்கடி ஜலதோஷமும் தலைவலி காய்ச்சலும் வந்தது. நாலைந்து நாள் ஆஸ்பத்திரி மருந்துகூட குஞ்ஞி வாங்கி வந்து கொடுத்தாள். காய்ச்சல் குணமானாலும் பாப்பியின் பழைய உற்சாகமும் சுறுசுறுப்பும் அடங்கிப் போய்க் கிடந்தது. சதா உரல் பெரையில் ஏதாவது நோண்டிக்கொண்டு இருப்பாள். இல்லாவிட்டால் படுத்துப் படுத்துத் தூங்கி எழுந்தாள். மழைக் காலத்தின் வெயில் இல்லாத பகல் பொழுதுகள் ஆகையினால் அப்பளம் தீர்க்கும் வேலையும் ஒன்றுவிட்டு ஒன்றுவிட்டுக் கொஞ்ச மாகத்தான் நடந்தது.

“பாப்பி அம்மைக்கு வரவர ஒண்ணும் கொணமில்லெ. வயசும் பத்து இருவத்தி அஞ்சு அழியுதே... இனி ஒரு கல்யாணம் கழிச் சாச்சுன்னா எல்லாம் நேரையாகும்... நான் சொன்னா ஆரு கேக்கா... தகப்பனுக்கு விடிஞ்சா வேதாந்தம் பேசத்தான் நேரம். பின்னெ ஒரு தங்கச்சியானா எம்மே பீஎல் படிக்கிற மாதிரிதான்... பின்னெ இது ஒரு பாவம்...” என்று அனுதாபப்படத்தான் முடிந்தது குஞ்ஞிக்கு.

கோபால் பட்டர், ஒற்றை முண்டும், அபூர்வமாக அணியும் வெள்ளை அரைக்கைச் சட்டையும், தோள் நேரியலும் குடையுமாக– கடை வாசலில் இறங்கி நின்று, மேற்கெ பத்மநாபசாமி கோயில் இருக்கும் பக்கமாகப் பார்த்து ஒரு கும்பிடு போட்டுக்கொண்டார். பிறகு கிழக்கே திரும்பி, நல்ல சகுனம் வருவதைப் பார்த்துச் சற்றே நின்றார்.

“பட்டர் அய்யா எங்கே யாத்ரை. தூரமா?” என்று – அப்பொழுதுதான் வந்து கடை திறக்கும் – பூக்கடை வாசு சத்தம் போட்டுக் கேட்டான்.

“ஆமடே, வடக்கே ஒரு சின்ன யாத்ரை” என்று ஒற்றை வாக்கில் முடித்துக்கொண்டு, பிச்சிப்பூக்கடை கொண்டுவரும் சுமட்டுக் காரனை சகுனமாகக் கொண்டு, “நான் போயிட்டு வாறேன் மக்களெ” என்று வீட்டினுள் பார்த்துச் சொல்லிவிட்டு நடை இறங்கிப் போனார், கோபால் பட்டர்.

புறப்படுமுன், அவர் குஞ்ஞியிடம், “வடக்கே ஒண்ணு போயிட்டுவரணும் குஞ்ஞி. கடை நிரை திறக்கண்டாம். நான் வாறதுக்கு ராத்ரியோ பகலோ கூடிப் போனாலும் நீ இருந்துக்கோ...” என்று அவள் முகத்தைப் பார்க்காமல் சொன்னவர், பாப்பி பக்கம் திரும்பி, “பாப்பி மக்களெ போயிட்டுவாறேன். எல்லாம் நம்ம நல்ல மனசு போல மங்களமாயிட்டு நடக்கும்... உனக்கு தேகத்துக்கு கழியாட்டா ஜோலி ஒண்ணும் செய்யண்டாம். குஞ்ஞி இருக்கா. பின்னெ அந்தப் படித்தகாரியையும் அடுக்களையிலெ பழகட்டும். நாளைக்கு ஒருத்தன் கூட போகவேண்டியவ... இந்த மஞ்சுக் குட்டி, நான் பேசிட்டேன்னிட்டு கண்ணைப் புளிஞ்சிக் கிட்டு நிக்காதே... உங்க அம்மை இருந்தா இந்தத் தொல்லை யொண்ணும் எனக்கில்லே” பட்டரின் கண்கலங்குவது போல் இருந்ததைக் கவனித்ததும். “ஒண்ணுமல்லே அப்பா. நீங்க போயிட்டு வாருங்க...” என்று தலையைக் குனிந்தவாறே சொன்னாள், பாப்பி– அப்படித்தான், விடியற்காலையிலேயே புறப்பட்டுப் போனார், கோபால் பட்டர்.

காலையில் எல்லாம் நன்றாகத்தான் இருந்தாள் பாப்பி. மத்தியானம், ரஸமும் தொவையலும் குஞ்ஞிதான் தயார் செய்தாள்.

மஞ்சு, பொங்கிய சோற்றை வடித்துப் போடத் தெரியாமல் அதற்கும் குஞ்ஞியையே கூப்பிட்டாள். பாப்பியும் மஞ்சுவும் குஞ்ஞியும் – மூன்று பேருமாக உரல்புரைத் திண்ணையிலிருந்து சாப்பிட்டுக் கொண்டிருந்தபோது – கிணற்றங்கரை ஓலைச்சுவர் பக்கம், சின்னக் கொல்லன் தலை தெரிந்தது...

"ஆரது மறைக்கு அந்தப் பக்கம் நிக்கியது" என்று சோற்றின் முன் இருந்தவாறே சத்தம் போட்டுக் கேட்டாள் குஞ்ஞி.

"நான்தான் குஞ்ஞி அம்மோ... ஆ, ஊணு நடக்குதோ? சின்னக் கொல்லனுக்கும் சோறுகெடைக்குமா வரட்டுமா?" என்று பரிகாச மாக, நமட்டுச் சிரிப்புடன், ஓலை மறையைத் தள்ளிக்கொண்டு தலை நீட்டினான்.

மஞ்சுவின் முகம் ஒரு மாதிரி இருந்தது. என்ன இந்தச் சின்னக் கொல்லன், இவ்வளவு உரிமை கொண்டாடுகிறானே என்ற பாவம். பாப்பியின் முகத்தில் ஏனோ கலவரமும் பயமும் குடி கொண்டி ருந்தது.

"அவனெ போகச்சொல்லு குஞ்ஞி" என்று மெதுவாகச் சொன்ன பாப்பி, பிசைந்த சோற்றை அளைந்துகொண்டிருந்தாள்.

"சின்னவனுக்கு ஊணுவேணுமானா வல்ல கொல்லக் குடியும் தேடிக்கிட்டு போறதுதானே? இங்கே என்ன சத்திரமா..." என்று சுடச்சுட பதில் கொடுத்தபோது, மஞ்சுவுக்கு சிரிப்பே வந்தது. கொல்லன், பின்னும் கொஞ்ச நேரம் நின்று... மறைப்பு ஓலையை மூடிவிட்டுப் போய்விட்டான்... சிறிது நேரத்தில் வண்டிப் பேட்டை யினுள், யாரோ ரெண்டு தடியன்கள் கூலித் தகராறில் சண்டை போடும் அசிங்க பாஷை உரக்கக் கேட்டது!

உண்ட மயக்கத்தில் கொஞ்சம் கண்ணயர்ந்த குஞ்ஞி – கிணற்ற டியில் யாரோ வாந்தியெடுத்துத் துப்புவதைக் கேட்டதும் விழித்துக் கொண்டு எழுந்து ஓடி வந்தாள்... பாப்பிதான் வாந்தியெடுத்துக் கொண்டிருந்தாள். மஞ்சு, முதுகைத் தடவி, தலையைப் பிடித்துக் கொண்டு நிற்கிறாள்.

"என்ன பாப்பி அம்மோவ்... தலை சுற்றுதா? அதுக்குள்ள என்ன வந்திட்டுது. சாப்பிடும்போதே சொன்னேன். சோத்தைத் திங்காமெ கஞ்சியா குடிச்சிருக்கலாம். உங்க தங்கச்சிதான் ரஸம் விட்டு சாப்பிடட்டேன்னு எடுத்துப் போட்டுக்கிட்டே இருந்தா... சொன்னா ஆரு கேக்கா... எல்லாம் பித்தக் கோளாறு... சும்மா வீட்டுக்குள்ளேயே அடஞ்சுகெடந்தா இப்பிடித்தான்... பித்தம், பித்தம்..." என்று, மஞ்சுவை ஒதுக்கிவிட்டு, பாப்பியைத் தாங்கிக் கொண்டாள், குஞ்ஞி.

உவ்வாவென்று பின்னும் குமட்டினாள், பாப்பி. குஞ்ஞி நெற்றியை அழுத்தி பிடித்துக்கொண்டு – நெஞ்சை இதமாகத் தடவிக் கொடுத்தாள்.

"அய்யோ நெற்றிகூடெ சுடுதே... அப்பாக்காரரு ஊருக்குப் போறதினாலெ, குளிக்காமலும் எடுக்காமலும் நிக்கண்டாம்னு பச்சை வெள்ளத்தைக் கோறிவிட்டு குளிச்சிருக்கே. நேத்தே சொன் னேன். ரெண்டு நாளத்தைக்கு குளிக்கண்டாம்னு. இங்கே நான் சொன்னா ஆரு வகை வெக்கா...?"

"குஞ்ஞி நான் குளிக்கலியே..." என்று திணறினாள் பாப்பி...

"குளிக்கலியா, நான் இல்லா தலைதுவட்ட தெவர்த்து எடுத்து வந்தேன்... என்ன புலம்புதியோ? வாருங்க அகத்தெ போவலாம்... இன்னும் வருதா?"

"இல்லெ குஞ்ஞி நான் புலம்பல்லே... நான் மூணு மாசமா குளிக்கல்லே..." பாப்பி ஓவென்று வாய்விட்டு அரற்றியவாறு அவர் களை விடுவித்துக்கொண்டு உரல் பெரைக்குள் போய்விட்டாள்...

குஞ்ஞிக்கும் மஞ்சுவுக்கும் பிரமிப்பு நீங்க கொஞ்ச நேரம் பிடித்தது. இருவரும் உரல் புரையில் வந்து பார்த்தபோது மூலையில் கரும்பொளிபாயின் அருகில் புறம் திரும்பி நின்று தேம்பித் தேம்பி அழுகிறாள் பாப்பி.

"பாப்பி அக்கா, என்னக்கா இது? என்னல்லாமோ சொல் லுதே... உனக்கு சொகமில்லாட்டா ஆஸ்பத்திரிக்குப் போயிட்டு வரலாம் அக்கா..." மஞ்சுவும் பச்சைக் குழந்தைபோல் அழ ஆரம் பித்தாள்...

"மஞ்சு தங்கச்சி, எனக்கு ஒரு ஆஸ்பத்திரியும் வேண்டாம்... நான் அறிஞ்சுதான் சொல்லுதேன். நான் பற்றிப்போனேன்..."

குஞ்ஞிக்கு காரியத்தின் வலிமை புரிய ஆரம்பித்தபோது... பாப்பியின் அழுகை பலக்க ஆரம்பித்தது.

"அழாதே அக்கா, அழாதே. நீ வாயிலெ வந்ததெ சொல்லுதே. உனக்கு ஒண்ணும் வராது..." என்று தானும் அழத் தொடங்கினாள் மஞ்சு.

"பாப்பி அம்மோவ் எனக்கெல்லாம் தெரியும்... இப்போ அழுது என்ன பிரயோசனம். ஆளு ஆருன்னு சொல்லுங்கோ... அப்பா வும் கூட வந்துக்கிடட்டும். எல்லாம் நமக்கு ஒரு தீருமானம் செய்ய லாம்... ஆளு ஆருன்னு சொல்லுங்கோ..." குஞ்ஞி மெல்ல பாப்பி யின் அருகில் வந்து வயிற்றையும் முதுகையும் எல்லாம் தடவிக் கொடுத்தாள். அவள் கண்களையும் – முகத்தையும் கூர்ந்து பார்த்து எதையோ முடிவாகத் தீர்மானித்துக்கொண்டாள்.

பாப்பி – ஓவென்று வாய்விட்டு அழுதாள். கொல்லனின் பட்டறையிலிருந்து சம்மட்டிச் சத்தம் பலமாகக் கேட்க ஆரம்பித் திருந்தது...

"பாப்பி அம்மோ இப்போ அழுது என்ன புண்ணியம்? கெட்டு கெட்டாயிருக்கு. பணியாரம் பூனை கொண்டு போச்சின்னது போல இல்லா கதை கெடக்கு... இரும்புப் பெட்டி போல உள்ள இந்த வீட்டிலெ – எப்பிடி அது நடக்க ஒக்கும்... எதுக்கும் ஆளு யாருன்னு சொல்லீட்டு அழுங்க..."

ஓலைச் சுவருக்கப்பால் கொல்லனின் சம்மட்டிச் சத்தம்தான் கேட்டது.

"குஞ்ஞி – அப்பாவும் நீயும் எல்லாரும் என்னெ குற்றம் சொல்லிச் சொல்லி கடைசீலே இப்பிடியா..." ஒரு மாதிரியாகத் தானும் விஷயத்தின் வலிமையை அறிந்துகொண்டபோது மஞ்சுக்கு அழுகை அடங்கிவருவதுபோல இருந்தது –

"அப்பா நாளைக்கு வந்தா என்ன சொல்லணும். ஆளையாவது சொல்லுங்க..." என்றாள் குஞ்ஞி.

பாப்பி அழத்தான் செய்தாள். ஓலைமறை மேல் காக்கை ஒன்று வந்திருந்தது... மறுபக்கம் வண்டிப்பேட்டையில், யாரோ காளையை விரட்டும் சத்தம் கேட்டது...

பாப்பிக்கு மயக்கம் வருவதுபோல இருந்தது... காற்று அடங்கு கிறது... குரல்கள் கம்மி ஓசை குறைகிறது... காதினுள் சூன்யம் குடிகொள்கிறது... எதிரே மஞ்சுவும் – குஞ்ஞியும் பேசுவதொன்றுமே காதில் விழவில்லை... உறக்கம் வருகிறதோ...? இல்லை கனவு வருகிறது... 'பாதிராத்ரி மணி அடிக்கிறது. நாய் குலைக்குது... லாரி போவுது. வவ்வால் வாழைக் கூட்டத்திலே நொழஞ்சு கத்தீட்டுப் போவுது... ஓலைமறைப்பைப் பிச்சிக்கிட்டு சின்னக் கொல்லன் உள்ளே வாறான். உடுப்பு போட்டிருக்கான்... தலை சீவியிருக்கான். வெற்றிலை போட்டிருக்கான்... வந்தவன், பாயிலெ வந்து தைரியமா இருக்கான், மூக்கணையிலே பிடுச்சு வெட்டி இழுத்து காளையை நிலைக்குக் கொண்டுவாறதுபோல... சின்னக் கொல்லன் காளை மாதிரி முட்டவாறான். சின்னக் கொல்லன் காளை மாதிரி முட்டி உருட்டுறான் உருண்டு உருண்டு...

– குஞ்ஞியும் மஞ்சுவும் அடக்கத்தில் பேசிக்கொண்டி ருக்கிறார்கள்:

"அப்பா வரட்டும்!"

❖

29

ஆனைச்சந்தம்

தமயந்தி, இன்ஸ்டிட்டியூட்டின் மாடி வராந்திராவிலிருந்து சலனமிக்க தெருவைப் பார்த்துக்கொண்டிருந்தாள். காலை பத்து மணிக்குள்ளாக எவ்வளவு பரபரப்பாகிவிடுகிறது, இந்தக் காந்தி ரோடு. தெருவின் பரபரப்பும் நெரிசலும், களேபரப்பட்டாலும் அலுவலகத்தில் தன்னைத் தவிர இன்னும் யாரும் வரவில்லை. ஒவ்வொரு மேஜை மேலும் கறுப்பு உறையிட்டு மூடிய தட்டெழுத்துக் கருவிகள். 'ஆத்தூரான் மூட்டை' போல கம்மென்றிருக்கின்றன.

நினைத்துக்கொண்டிருக்கும்போதே, 'ஸ்வீப்பர்' கிழவி வந்து அறைபூராவும் கூட்டி சுத்தம் செய்து, வேஸ்டுபேப்பர் கூடையை வெளியே கொண்டுபோய்க் கொட்டிவிட்டு, அவள் அருகில்வந்து, 'நான் போறேன் தமயந்தி அம்மா' என்று இவள் பதிலுக்குக்கூடக் காத்திருக்காமல் படியிறங்கிப் போனாள். கடனைக் கழிப்பது எவ்வளவு சீக்கிரம். அவள் ஒவ்வொரு படியாக இறங்கும்போது, பலகைகள் கறுக்முறுக்கென்று கிறீச்சிட்டன. 'ஒரு நாள் ஏதேனும் ஒரு பலகை பெயர்ந்து யாராவது விழுந்து வைக்கத்தான் போகிறார்கள்' என்று எண்ணியபோது தமயந்திக்கு பாஸ்கரனின் நினைவு சட்டென்று வந்தது. பெரியகால் அழுந்தப் படியேறி வரும் அவனது உருவம், மனதில் நிறைந்தது.

'......எவ்வளவு அழகாக இருக்கிறார். நாயர் இனத்திற்கே உரித்தான கம்பீரம். எதையும் துச்சமென்ற பாவனையின் புன் சிரிப்பு. கருகருவென்று, மேல் உதடு நிறைய மீசை. தாழம்பூ நிறம். எப்பொழுதும் வெளேரென்று தூய்மையான உடைகள். ஸ்பஷ்டமான உச்சாரண சுத்தமுடன் பேச்சு. ஆனால், இடது காலின் அந்த வீக்கம்... என்னதான் வேஷ்டி மறைவினால் ஒதுக்க முயன்றாலும் அந்தப் பூதாகார நடை, இழுத்த கால் வைப்புடன் அசிங்கமாகத்தான் இருந்தது.... 'அசிங்கமா? நானே அப்படி நினைக்கிறேனே? அசிங்கமல்ல. எத்தனையோ மானிட பலவீனங்களில் அதுவும் ஒன்று. ஆனால், எல்லோரும் அப்படி நினைப்பதில்லையே...'

பரபரவென்று கலகலப்பாக இயங்கிக்கொண்டிருந்த தெருவின் சந்தடியிலிருந்து, கோஷமொன்று பெருத்த ஆரவாரத்துடன் கேட்டது. லாரிகளில் ஒலிபெருக்கிகளை இணைத்து ஆட்கள் கும்பலாக, ஆவேசமான ஸ்லோகங்களை கோஷித்தவாறு வருகின்றனர். வர்ணக் கொடிகளுடன் பானர்கள் ஆரவாரம்.... சராசரியான அந்த ஊர்வலம் அருகில் வரவர கோஷம் அதிரடியாக ஒலித்தது. விடிந்து இத்தனை சீக்கிரமாகவே, உரிமைப் போராட்ட வேட்கையும் கிளர்ந்திருக்கிறது. இத்தனை பொழுதும் சந்தடிக்குமைவில் சாதாரணமான ரீங்காரத்தில் ஒழுகிய தெருவீதி ஊர்வலத்திற்கு வழிவிட்ட 'மரியாதைராமன்' போல வெறிச்சிட்டு ஒதுங்கியிருக்கிறது. ஊர்வலம் ராஜ கம்பீரத்துடன் பவனி வருகிறது. 'இந்த ஊர்வலத்தில் ஒருவேளை பாஸ்கரனும் வரலாமோ?... அவர் சார்ந்த கட்சியின் ஊர்வலம்தானா இது? பாஸ்கரன் அந்தப் பெத்தம் பெரிய காலுடன் ஊர்வலத்தின் முன்னணித் தலைவர்களின் வரிசையில் நடந்து வருவதைப் பார்க்கவேண்டும் போல் அவளுள் ஆவல் எழுந்தது.

ஊர்வலத்தின் முன்பகுதி இன்ஸ்டிட்டியூட்டின் அருகில் வந்த போது, தலைமையேற்று நடத்திவரும் தலைவர்களைப் பார்த்தாள். இல்லை – பாஸ்கரன் இல்லை. இது அவர் சார்ந்த கட்சி சம்பந்தப் பட்டது இல்லைபோல் இருக்கிறது. உண்மையில் பாஸ்கரன் எந்தக் கட்சியின் கோட்பாட்டை நம்புகிறவன் என்று தமயந்தி அவனிடமிருந்து அறிய முயன்றதில்லை. மனதின் விருப்பம் என்ற மாபெரும் சக்தியின் முன் என்ன கட்சி, என்ன கோட்பாடு வேண்டியிருக்கிறது? பாஸ்கரன் இங்கே, டைப் செய்ய எடுத்து வரும் பிரச்சினைகளில் ஒருவேளை அவனது கட்சி சித்தாந்தங்கள் இருந்திருக்கலாம். எதற்காகத் தானதைக் கண்டுகொள்ள வேண்டும்? தன் மனதிற்கு ஏற்பட்ட ஈடுபாடு என்பது கட்சி காரியமல்ல என்பதை நன்றாக உணர்ந்திருந்தாள் அவள்.

நிமிஷநேரங்களில், ஆரவாரச் சிதறல்களுடன் ஊர்வலம் மெயின் ரோட்டைத் தாண்டி கிழக்காகக் கிளைபிரியும் பாதையில் திரும்பிப் போயிற்று.

முக்கியவீதி, மீண்டும் பழைய நிலைக்கு வந்தது. கார்கள்... வண்டிகள்... ஆட்கள்....

தமயந்தி அம்மா அவர்கள் இன்றும் நேரத்தோடு வந்தாற் போல... 'குட்மார்னிங் தமயந்தி" என்றவாறு தனது அறையின் அரைக்கதவைத் தள்ளிக்கொண்டு உள்ளே போனார், இன்ஸ்டிட்டியூட் மாஸ்டர் ரெங்கநாதன். சற்றைக்கெல்லாம் தானும்

இருப்பிடத்திற்கு வந்தமர்ந்த தமயந்திக்கு வேலை ஓடவில்லை. 'ஜாப்வர்க்கு' என்று யாரும் வரவில்லை. பயிற்சி மாணவர்களில் யாரோ இரண்டு பேர் வடகோடியில் மிஷின் முன்னால் அமர்ந் திருந்து, ஒரே வார்த்தைகளைத் திரும்பத் திரும்பத் தட்டிக் கொண்டிருக்கும் 'டபக், டபக், டப்–டப்' ஓசை கேட்டுக் கொண்டிருந்தது.

பேப்பரை மிஷினிலிருந்து உருவும் சத்தம். தெருவில் ஏதோ சரக்குலாரி எயர்ஹாரனை கர்ணகடூரமாக முழக்கிக்கொண்டு போகிறது. 'Silent Zone' என்று, சந்திப்பில் போர்டு மாட்டியிருப்பது அனேக காரோட்டிகளுக்குத் தெரிவதே இல்லை.

'...நீ நிமிர்ந்துவிட்ட பின்பு நீயே சிந்தித்து முடிவு செய்து கொண்டு பின்பு, எங்களையேன் அபிப்பிராயம் கேட்கவேண்டும்? உன் முடிவு சரியே இல்லையென்று நாங்கள் சொல்கிறோம்... நீ, இதுதான் முடிவு என்று தீர்மானித்து நாங்கள் அதைச் சரியென்று சொல்லவேண்டுமென்கிறாய். நாங்கள் உன்னைப் பெற்றவர்கள். உன்னைவிட உலக அனுபவமிக்கவர்கள். நடப்பு, சம்பிரதாயங்கள் என்பதற்கெல்லாம் கட்டுப்பட்டவர்கள். சினிமாக்களிலும், நீ படிக்கிற குப்பைப் பத்திரிகைகளிலும் எல்லாம் வருவதுபோல எங்களால் புரட்சி செய்ய முடியாது. தமயந்தி, நீ எங்கள் ஒரே பெண் என்பதினாலும், எப்படியும் தத்தாரியாக நடந்துவிடலாம் என்று எண்ணி முடிவு செய்துவிடாதே...'

....A. B.C. D. எனத் தட்டெழுத்துக் கருவியில் பொட்டு வட்டங் களாகக் கிளைத்த எழுத்துகளிடையே, அப்பாவின் வார்த்தைகள் ஊர்ந்து வருவதாக தமயந்திக்குத் தோன்றியது.

'உன் இஷ்டம் என்று அப்படியே எங்களால் விட்டுவிடவும் முடியாது தமயந்தி. அவன் வேறு இனம், வேறு பாஷையைச் சேர்ந்தவன். பரிமாற்றம், பழக்கவழக்கம், ருசிவகைகளில்கூட நமக்கும் அவனுக்கும் நிறைய வித்தியாசங்கள் இருக்கும். நீ வெளி அழகையும், கவர்ச்சிகரமான அவனது சொற்சாதுரியத்தையும் கண்டு மயங்கி விட்டதைக் குற்றமென்று சொல்லமாட்டோம். ஆனால், வெளித் தோற்றம் மட்டுமல்ல வாழ்க்கையின் அந்தரங்க நிலை. காலப் போக்கில் வெளித்தோற்றத்தின் மவுசு மங்கி உள்காரியத்தின் பிரதி பலிப்பு விபரீதமாக இருந்தால் நீ கஷ்டப்படுவாய் என்பதினால் தான் சொல்லுகிறோம். பெற்ற மனசு கேட்கவில்லை. நிதானமாக ஒரு முடிவிற்கு வா. விட்டேற்றியான முடிவு வேண்டாம்...'

சடக்கென்று ஃபைல் ஒன்றை மேசை மேல்கொண்டு வந்து எறிவது போல இட்டான் பியூன் கேசவன்.

"இங்கே எல்லோருக்கும் அவங்க அவங்க இல்லைன்னா இந்த ஸ்தாபனமே நடக்காதுங்கற மமதை. எல்லா மேஜைக்கும் நான் ஒருத்தன்தான் நாயா அலையணும். ஆமா நாய்தான். என்னை யார் இங்கே மனுஷனா மதிக்கறா..." யாரிடமென்றில்லாமல் முணு முணுத்தவாறு, கேசவன், மாஸ்டரின் அறையினுள் நுழையும்போது பவ்ய பாவத்தை வரவழைத்துக்கொண்டு விசிறிக் கதவைத் தள்ளி உள்ளே போனான்.

வெயில் ஏறிக்கொண்டிருந்தபோது அரங்கத்தின் உள்ளே அத்தனை மின்விசிறிகளும் வேகமாகச் சுழன்றுகொண்டிருந்தன. கமர்ஷியல் பகுதியில் யார் யாரோ, கோர்ட்டு விஷயங்களைப் பற்றிப் பேசிக்கொள்வது உரத்த குரலாகக் கேட்டது. சுவரில், தேக்கு மரப் பலகையில் பெரிய வெள்ளை எழுத்துகளில் 'Silent Please' எழுதி யிருந்தது.

....வகுத்துக்கொண்டமுறைப்படி, சிறிய மதில்மேல் பாதை அமைத்துக்கொண்டு நடக்க எத்தனை பேரால் முடிகிறது? பரம் பரையான சட்டம், சம்பிரதாயம் நிஷ்டை எல்லாம்கூட ஒருவனை விலங்கை மாட்டிக்கொண்டது போலதான். இந்த விலங்கு, தளை, என்பதெல்லாம் மனிதனுக்கு மட்டுமானது. உண்மையில் மனிதன் விசித்திர சுபாவங்கள் கொண்ட மிருகமா?

"சிந்தனையா உறக்கமா...?"

நிமிர்ந்து பார்த்தபோது, சாக்ஷாத் பாஸ்கரன்! வெயிலில் வந்திருந்த கசகசப்பிலும், உதித்தேறும் பாஸ்கரன்போலக் கிரணம் வீசும் ஒளியுடன் அந்தச் சிரிப்பு, அந்தத் தெளிந்த முகலாவண்யம்.

"உட்காருங்கள். என்ன?" என்றவாறு, அவன் கையிலிருந்து காகிதச் சுருள்களைப் பார்க்கிறாள். புன்சிரிப்பு.

"எல்லாம் வழக்கமான காரியந்தான். ஒரு பத்துப் பேப்பருக்கும் அதிகமாக டைப் அடிக்க வேண்டும். நிறைய நகலும் வேண்டும். அதற்கிடையில் உன்னிடம் கொஞ்சம் பேசிக்கொள்ள வேண்டு மென்பது முக்கியம்..."

"கேசவன்..." என்று கூப்பிட்டவாறு, மேஜை மேலிருந்த அழைப்பு மணியை அழுத்தினாள்.

"என்னம்மா?"

"நீ ஒன்றும் கோபமாக இல்லையே?"

"எனக்கென்னம்மணீ கோபம்? இட்ட வேலையைச் செய்யிற வனுக்கு?"

"இல்லை, முதலில் ஃபைலை போட்டுவிட்டு ஏதோ பேசிக் கொண்டது போலிருந்தது..."

"அட உன்னையெ என்னம்மா சொல்ல இருக்கிறது? பொதுவா கஷ்டத்தை மொனகிக்கிட்டிருக்கிறது வயசாளி சொபாவம்.... அதையும் நீ கண்டுகிட்டே..." என்றவாறு அசட்டுச் சிரிப்பு சிரித்தான் ஐம்பது வயதில் முழங்காலளவு காக்கி நிக்கர், காக்கி அரைக்கை சட்டையுடன் இருக்கும் கேசவன்.

"ரெண்டு கூல்டிரிங் வாங்கி வரணும். நீயும் ஒன்று சாப்பிட்டுக் கொள்... என்ன சிரிக்கிறே? பரவாயில்லை. போய்விட்டுச் சீக்கிர மாக வா..."

கேசவன் போய்விட்டபின்பு, அவள் தனது எதிரே உட்கார்ந் திருந்த பாஸ்கரனைப் பார்த்துப் புன்முறுவல் செய்தாள்.

"ஒவ்வொருத்தருக்கும் அவரவருக்கான சிரமங்களும் கஷ்டமும் இருக்கிறது. நத்தையின் முதுகிலும், சுருட்டையாக ஒரு சிப்பிக் கூண்டு வைத்து அழுத்த இறைவன் மறக்கவில்லை."

பாஸ்கரன் கலகலவென்று அழகாகச் சிரித்தான்.

"என்ன சிரிக்கிறீர்கள்? நானென்ன அவ்வளவு நகைச்சுவை யுடன் பேசிவிட்டேன்?"

"இல்லை. ஒவ்வொருத்தருமே அவரவராக ஏற்படுத்திக் கொள்ளும் காரியங்களுக்கு இறைவன் என்ற அப்பாவி என்ன செய்வான் என்று நினைத்துப் பார்த்தேன்..."

"ஓ... நீங்கள் அவநவம்பிக்கை வாதியாயிற்றே... ஆமாம் என்னமோ பேசவேண்டும் என்றீர்கள்?"

"பேச வேண்டும்தான். முதலில், நான் வந்த வேலை விஷயம், புதிதாக ஒரு வர்த்தக சொஸைட்டி அமைச்சிருக்காங்க. அவர்களுக் கான சில குறைபாடுகளைப் பெரிய அட்வகேட் ஒருத்தர் மனு தயாரித்துத் தந்திருக்கிறார். அதைத்தான் நகல்களுடன் தயார் பண்ண வேண்டுமென்றேன். நகல்களை மந்திரிகள், எம்.எல்.ஏ.க்களுக் கெல்லாம் தர வேண்டும். முதல் பிரதியை நாளை மறுநாள் என் தலைமையில் ஒரு குழுவாகப் போய் கவர்னரிடம் சமர்ப்பிப்பதாக ஏற்பாடு. எவ்வளவு சீக்கிரமாக டைப் செய்து தரமுடியுமோ அவ்வளவு விரைவில் வேண்டும்."

தமயந்தி பாஸ்கரனின் அழுத்தம் திருத்தமான உரையாடல் சாதுரியத்தை எண்ணி வியந்தவாறிருந்தாள். 'ஒருமுறை அருகில்

அமரச் செய்து பேசச் சொன்னால் போதுமே. எந்தக் கவர்னரும் எந்த அரசியல் விற்பன்னனும் 'எஸ்' உதிர்த்துவிடுவது நிச்சயம். இந்தச் சாதுரியம், புத்திக்கூர்மை, நயம், நாணயம் பிசகாத துல்லியம் எல்லாம் இருந்தும் வெறும் யூனியன் தலைவர் எனும் வரையறையில் மட்டும் நின்றுவிட நேர்ந்த துரதிருஷ்டம். துரதிருஷ்டம்தானா அது? ஆமாம். காலின் அந்த பூதாகரமான வீக்கநோய். எல்லா முன் னேற்றங்களுக்கும் அது ஒரு சுமையான குறுக்கீடு!'

"அம்மா... கூல்டிரிங் கொண்டு வந்திருக்கிறேன்..." கேசவன் வந்த பின்புதான் தமயந்தி மறுபடியும் பாஸ்கரன் பிரச்சினைக்குத் திரும்ப முடிந்தது.

"தமயந்தி, வெயிலில் வந்த தாகம் தீர்ந்தது. நீ வரவழைத்துக் கொடுத்த குளிர்பானத்தால். சரி நான் கொடுத்த இந்த மனுக்களை யெல்லாம் முழுமை செய்து எடுத்துக்கொண்டு இன்றே இன்று மாலையில் நீயென் கட்சி அலுவலகத்திற்கு வருகிறாய். பிறகு நாம், மாலை டிபனுக்கு வசதியான ஏதேனும் ஒரு ஹோட்டலுக்குப் போகிறோம். சில விஷயங்களைப் பேசிக்கொள்ள வேண்டுமென் றேனே. அதை அங்கே வைத்துக்கொள்ளலாம். இது உன் வேலை இடம். நீ இன்ஸ்டிட்டியூட்டின் ஹெட்மிஸ்டிரஸாக இருந்தாலும் இப்பொழுது நான் கஸ்டமர்."

பாஸ்கரன் போனபின்பு தமயந்தி விறுவிறுப்பாக வேலை செய்ய வேண்டியிருந்தது. பயிற்சி மாணவி ஒருத்தியிடமும் சில பகுதிகளைக் கொடுத்து டைப் செய்திடச் சொன்னாள். நிச்சயமாக மாலையில் பாஸ்கரனைச் சந்தித்தாக வேண்டுமே...

தான் அப்படியொன்றும் உலகம் புரியாத சிறுமியல்ல. பாண்டி விளையாடும் குழந்தைக்குச் சொல்வதுபோல, என்ன இந்த அப்பாவும் அம்மாவும்? வயது இருபத்தியெட்டாகப் போகிறது. ஒரே பெண் ஒரே பெண் என்று பெரிய பெரிய இடமாகப் பார்த்துக் கைக்கு எட்டாததினால், சீச்சீ பழம் புளிக்கிறது என்ற கதைபோலக் காலம் கடத்திவிட்டார்கள். உலகம் புரியாத சிறுமி யல்ல என்பது போல, பருவக் கிளர்ச்சியால் அத்துமீறிக் குதித்துவிட எண்ணும் பலவீன மனப்பான்மையும் தனக்கில்லை. தினமும் எத்தனையோ ஆண்களிடம் பழகியாயிற்று. என்னவெல்லாம் விதமான கேலிப் பேச்சுகள். அர்த்தமும், அணர்த்தமுமான பார்வைகள்... ஆயினும் அத்தனையையும் ஒதுக்கிக்கொண்டே இத்தனை தொலை வெளிவந்த பின்பு இந்தப் பாஸ்கரனிடம் மனதை ஒழுகவிட்டேனா? இந்த மயக்கமும், அப்படியொன்றும்

அரைபோதை நினைவல்ல என்றும் அடித்துச் சொல்ல முடியும். பிறகு அப்படியென்றால் என்ன இது? என்னவென்று விவரிக்க முடியாவிட்டாலும் என்னவோ இப்பொழுது இது வேண்டும். ஒரு பற்றுக்கோடு என்றால் அது இந்த பாஸ்கரனிடம்தான். ஏனிப்படி? அப்பா அம்மா சொல்லும் வேறு இனத்தவன் என்ற வேற்றுமை, அவருக்கிருக்கும் கால்நோயின் அந்தக் குறைபாடு... இதையெல்லாம் மீறி ஒட்டிக்கொள்ள, பாஸ்கரன் என்ன?

நினைக்கும்தோறும் பிடிபடாத வியப்பாக இருந்தது. ஒன்றுமே யில்லை. காரணம் சொல்ல ஒன்றுமேயில்லை. ஆனால், அவன் தனக்கு வேணும். இதென்ன குதர்க்கம்?

விடுதியின் அடைந்த தனிமையில் இருவரும் அமர்ந்தபோது பரிசாரகன் வந்து நின்றான்.

“நன்றாகப் பசிக்கிறது. நான் பொங்கலும் பூரியும் சாப்பிடப் போகிறேன். இரண்டு பேருக்குமே அதையே கொண்டுவா அப்பா...” என்றபோது,

“பொறுபொறு. இதோ பாரப்பா. இந்த அம்மாவுக்கு அதையே கொண்டு வா. எனக்கு புரோட்டா சிக்கன் ரோஸ்டு. எனக்குத் தான் நல்ல பசி...” என்றான் பாஸ்கரன்.

பரிசாரகன் போய்விட்ட பின்பு தமயந்தி, பாஸ்கரனையே விசித்திரமாகப் பார்த்தாள்.

“இல்லை. பசிக்கு பூரியும் பொங்கலையும்விட புரோட்டாவும், சிக்கனும் எந்த வகையில் சிறந்ததாக இருக்குமென்று எண்ணிப் பார்த்தேன்... அதிருக்கட்டும், சும்மாதான் கேட்கிறேன் நான். உங்க ளுக்காக, என் பெற்றோர் அவர்கள் சொல்லும் சுற்றம் எல்லா வற்றையும் துறக்கச் சம்மதித்துவிட்டேன். ஆனால், நீங்கள், எனக் காக இந்தப் புலால் ருசிகளைக் கொஞ்சம் மாற்றிக்கொள்ள முடியாதா?”

ஓஹோவென்று மிகுந்த நகைச்சுவை விஷயத்தைக் கேட்டு விட்டதுபோல் சிரித்தான்.

“இதோ பார் தமயந்தி, வாழ்க்கையின் மனங்கவரும் பிணைப்புகள் வேறு, நாக்கின் ருசி வேறு. ஆனால், பந்த பாசங்கள் எப்படி அர்த்தமற்ற சாதாரண காரியமோ அதேபோலதான் இந்த ருசிப் பிரச்சினையும். அதையும் சாதாரணமென்று நினைத்து விட்டால் உன் கேள்விக்கே இடமில்லை... இல்லை உனக்கு அரு வருப்பானால் நான் அதோ அந்த டேபிளுக்குப் போய்விடுகிறேன்.

நீ இங்கிருந்து சாப்பிடு. நாம் பேச வேண்டியதை வெளியே போயும் பேசிக்கொள்ளலாமே...”

“அதற்குள், பிகுவும் அவசரமும், கோபமும்கூட, எல்லாம் இப்போதே நமக்குத் திருமணம் நடந்துவிட்டது மாதிரிதான், சும்மா இங்கேயே இருங்கள். வரட்டும் ஒன்றாகவே சாப்பிடுவோம்...”

“அப்படி வா. இப்படி விட்டுக்கொடுக்கும்போதுதான் பெண் மிக அழகாக இருக்கிறாள்.”

“உங்களுக்குத்தான் கவர்ச்சிகரமாகப் பேசத் தெரியாதே.. சரி அதிருக்கட்டும். ஏதோ இங்கே வந்து பேசவேண்டும் என்றீர்கள். என்ன விஷயம்?”

“அப்படியெல்லாம் பிரமாதமான விஷயம் ஒன்றுமில்லை. நமக்குள் சுற்றி வளைப்பானேன். நீ நன்றாக இனியும் யோசித்துச் சொல்ல அவகாசமிருக்கிறது. நம் கல்யாணம் நடந்தே தீருமென்று சபதமிட்டு வந்ததாக உன் தந்தையார் வந்து அழாத குறையாகச் சொல்லிவிட்டுப் போகிறார்... தமயந்தி, நான் தொழிற்சங்கம், கூலி யாட்கள், யூனியன் அது இதுவென்று அலைபவன். பாரேன், சாதாரண தின்னும் விஷயத்தில்கூட நான் வேறுபட்ட ருசி கொண்டவன். இப்பொழுதும் ஒன்றும் மிஞ்சிவிடவில்லை. யோசித்துக்கொள் என்று சொல்லத்தான் வரச் சொன்னேன்.”

“பாஸ்கர், நான் முடிந்த முடிவாகத் தீர்மானித்தாயிற்று. இனி இதில் உங்கள் பதில் என்ன, உங்கள் நிறமென்ன என்பது மட்டுமே எதிர்பார்த்து நிற்கிறேன்...”

“எனது பதில் தமயந்தி நீ மட்டும்...” என்பதே.

“உறுதியாகத்தானே?”

“இதென்ன, சர்ச்சில் பாதிரியாரின் கேள்வி மாதிரி? இதோ எனது பதிலும் உறுதியாக, நிச்சயமாக...”

பாஸ்கரன், அவள் கைகளை எடுத்து இதமாக வருடினான். சிறிது நேரத்தில் பரிசாரகன் கொண்டுவந்தவற்றைச் சுவைத்துச் சாப்பிடுவதில் ஆயத்தமானான்.

“நீ சாப்பிடவில்லையா தமயந்தி, பசிக்கிறது என்றாயே?”

“இப்பொழுது பசி உங்களுக்கு...”

“அதனால் உன் பங்கையும் நானே சாப்பிட வேண்டுமென்று காத்திருக்கிறாயா?”

“காத்திருந்ததின் பயன் இன்று முடிவாகிவிட்டபின்பு, பசி கரைந்தே போய்விட்டது.”

அவர்களது வேறுபட்ட விசித்திரமான ருசி வகைகளைக் கவனித்து வந்த பரிசாரகன், அவர்கள் வெளியே வந்தபோது மற்ற சகதோழர்களிடம் எதையோ பேசிச் சிரித்துக்கொண்டதை தமயந்தி கவனிக்கத்தான் செய்தாள்.

...இந்த அனுபவம் புதிதாக இருந்தது. நட்டநடுப் பகலிலேயே, கரும்கும்மென்று காதை அடைத்த அமைதி, உண்ட களைப்பில் தன் அருகில் படுத்து, எவ்வளவு நிச்சலனமான அமைதியுடன் உறங்குகிறான். அடமெல்லாம் பிடித்து அழுதடித்த பின்பு சோர்ந்துபோய் உறங்கும் குழந்தை போலவா?

....பாஸ்கரன் உறங்கும் அழகை பகல்பொழுதில் இரவின் அச்சமில்லாமல், அருகில் தொட்டு நெருங்கிய சுகத்தில் பார்த்துக் கொண்டிருக்க மனதில் சுருண்டு சுருண்டு ஏறும் அந்த இன்பலயத் தின் பெயரென்ன? ஒழுங்காகப் படிய, நறுக்கென்று கத்தரித்த கருகருவென்ற மீசை. வெற்றிலைப் பழக்கம்கூட இல்லை. பெண்மை நளினம் போல ரோஸ்நிறக் கீழ்உதடு. மூடிய சிப்பி போலக் கண்கள். க்ஷவரத்தின் இளம் பச்சை மென்மையின் கன்னங்கள். ஒழுங்கான தாடை அமைப்பு. மலையாளத்து ஆண்மைக்கே உரித் தான, எடுப்பான மூக்கு, கிள்ளவேண்டும் போல நிமிண்டி செல்லம் கொஞ்சவேண்டும் போல...

...எங்கோ ஒரு குருவி, கீச்சிடுகிறது. என்ன சொல்லிக் கொட்டமடிக்கிறது அந்தச் சின்னப் பறவை? பார்த்திருக்கிறேனோ அதை? மனதில் கவிந்து, நிறைந்திருக்கும் லாகிரி போல இனம் புரியாததுதான் அந்தப் பட்சியும். இனம்புரியாது ஆயினும் குரலின் இனிப்பால் அது? இத்தனூண்டு பொடிசு. துளித்துளி போல, கிண் கிணி போல, சலங்கைக் கொஞ்சம்போல, மெல்லிய தூரல் மழை போல... இலைகளின் அசைவுபோல... பூ மணம்போல, அய்யோ! என்ன இது? நினைக்க சுகம், தொட்டுக்கொள்ள சுகம், கேட்க சுகம், சுவைக்க சுகம், உறங்க, கனவுகாண தெளிவே விழித்தெழ, எல்லாமே சுகம், சுகம், சுகம்...!

“என்ன இது தூக்கம்? நேரம் நாலுமணி ஆகியிருக்கும் போலிருக்கிறது. எழுந்திருங்கள்...”

“உக்கும்...” என்றவாறு, அவன் திரும்பித் தன்மேல் அவள் கையை இழுத்திப் பதிய வைத்துக்கொண்டு, பின்னும் உறங்க ஆரம்பித்தான்.

“நல்ல தூக்கம் போங்கள். இரவு பூராவும் ராஜ்ஜிய பாரம் நடத்தி விழித்துக்கொண்டிருப்பது. பகலில் இப்படி... அய்யோ வெட்கம்...” அவன் மார்மேல் உரோமங்களை மெதுவாக வருடினாள். கால்மேல் விலகியிருந்த வேஷ்டியை எடுத்து விட்டாள். வீக்கம் கொண்ட கால்!

...இது ஒரு குறைதானே? எத்தனை நிறைவுகளின் முன் இந்தக் குறை. இந்தக்குறை மட்டுமா? இது வெளியே ஆன உந்துதல். ஆனால், கல்யாணமாகி இத்தனை சின்ன இடைவெளியிலும் உணவின்போது தனக்கு ருசிகரமான அந்தச் சுவை, இல்லாததினால் எத்தனை அதிருப்தி. “நீ என்னதான் பச்சைப் பசேலென்று காய்கறிகளில் கூட்டு, குழம்பு, பச்சடி, பருப்பென்று வைத்திருந்தாலும், புலால்... அந்த ஒரு மணத்திற்கு ஈடாகுமா? ஏதோ கொறிக்கிறேன். ஊஹும் இப்படியே போனால் இந்த ருசி ஒரு விஷயத்திற்காக நான் மற்றொரு பெண்ணைக் கல்யாணம் செய்துகொள்வேன் என்று தோன்றுகிறது” கலகலப்பும் கேலியுமாக இதைச் சொன்னாலும், எங்கோ அது கொஞ்சம் வலிக்கிறது; தெறித்து விழுந்ததுபோல வலிக்கிறது.

ஆயினும் அடுத்த கணமே, அத்தனை புகை மூட்டத்தையும் விரட்டி அடிக்கும் அன்பு, அரவணைப்பு, பிகு, செல்லம், எல்லாம்... இத்தனை கம்பீர புருஷன், இப்படி குழந்தையாகத் தவழ்கையில் குறை மறந்துபோகிறது.

பகலின்பொழுது, சரிந்து நழுவும் தளர்வை, ஜன்னலுக்கப் பாலுள்ள விளறிய சூரிய ஒளி உணர்த்தியது. பெரிய மாமரம், பச்சைப் பசேலென்று கிளை பரப்பிக்கொண்டு, வெயிலின் மஞ்சள் பொலிவைச் சுமந்துகொண்டு குடை பிடித்தது போல உயர்ந்து நிற்கிறது. அந்தக் கிளைகளின் நெருக்கிய நிழல்சுகத்தில் எங்கேயோ ஓரிடத்தில் அந்தப் பறவை கூடு அமைத்திருக்கலாம். இன்னும் அது, எத்தனை துல்லியமாகக் கீச்சிடுகிறது. கீ... கீ... என்றுகூட இல்லை. கீ...கீ...கூ...கூக்... எப்படிச் சொல்வது? கண்ணிற்குத் தெரியாத அந்தப் பறவையின் குரல் போல மனதின் அடித்தட்டில் எங்கோ ஒரு சிலிர்த்த அசுகம் நிழலாடுகிறதோ...?

நினைத்து நினைத்து, மறுகி மறுகி, பிடிவாதத்துடன், ஆங்காரத்துடன் அம்மாவை அப்பாவை, சுற்றத்தை எட்டி எறிந்துவிட்டுப் புறமேறி வந்துவிட்ட இந்தச் சின்ன நாட்களில் தனக்கொரு மனவடு அமைந்துவிட்டிருப்பது என்னமோ உண்மை. இல்லையென்று ஏன் மறுத்து தன்னைத்தானே ஏமாற்றிக்கொள்ள வேண்டும்?

"இதோ பார் தமயந்தி, ரொம்பவும் அவன் புற அழகைக் கண்டு மாய்ந்துபோயிருக்கிறாய். அவன் யாரென்று எனக்கெப்படித் தெரியும்? அவன் பூர்வீக வரலாறு முழுவதும் நான் அறிந்து விட்டேன். பெரிய நாயர் தளவாடு ஒன்றில் சமையல்காரியாக இருந்தவள் அவன் அம்மா. அங்கே சின்ன எஜமான் தொடர்பால் திருட்டுத்தனமாகப் பிள்ளை பெற்றுக்கொண்டாள். அவன்தான் இவன். தந்தை பேர் தெரியாமலே கொஞ்ச நாள் பள்ளிக்கூடப் படிப்பு கிடைத்திருக்கிறது. அந்தக் காலத்திலேயே தாய்க்கு வேறு யாருடனோ தொடர்பென்று அறிந்தபோது இவன் வீட்டைவிட்டு வந்து கடைத்தெருவில் மூட்டை தூக்கிப் பிழைத்திருக்கிறான். கடைத் திண்ணைகளும் தெருப்பிள்ளைகளும் சகவாசமான இவன், நமது ராஜா ஆட்சி போய் சுயஆட்சி வந்தபோது வழக்கம் போல, சாக்கடைப் பிறவிகள் எல்லாம் சமத்காரம் பேசி அரசியல்காரர் களாகிவிட்டார்கள். காற்று வீசியதும் எச்சில் இலைகள் இன்று, மேட்டில் போய்த் தொத்திக்கொண்டது. அது குன்று மேட்டில் இருந்துகொண்டு, கீழேயுள்ள சருகுகளைப் பார்த்து, நான்தான் உங்கள் தலைவன் என்றதாம். தமயந்தீ! அந்தக் கதைதான், அந்தத் தீவிரவாதிக்கு. போதாக்குறைக்கு ஆமை தன் ஓட்டிற்குள் ஒளிந்து கொண்டதுபோல, காலில் பெரிதாக வீக்க நோய். தமயந்தீ! நீ படித்த படிப்பு வீணாகக் கூடாதென்று உன்னை வேலைக்கு அனுப்பினேன். அதனால்தான் இந்த நடுவீதி ராஜாவை, நீ லட்சிய வாதி என்று மயக்கம் கொண்டிருக்கிறாய்? இருந்துவிட்டுப் போகட்டும். நீ அவன் இலட்சியத்தைப் பாராட்டிக்கொள்வதில் ஒன்றும் எங்களுக்குக் குறையே இல்லை. அவனையே வாழ்க்கைக்கு, துணையாக்கி வை என்கிறாயே அதற்கு, உன்னைப்போல் ஒரு மகளே பிறக்கவில்லையென்று அறுத்துக்கொள்ளும் மறுப்புதான் எங்கள் பதில். தூ..."

அடைத்த கதவின் வெளியே யாரோ அழைப்பதுபோலி ருக்கவும், தந்தையின் அந்தக் கசப்பு வார்த்தை நினைப்புகளைப் போர்வையை விலக்குவதுபோல் உதறிவிட்டு, எழுந்துபோய்க் கதவைத் திறந்துபார்த்தாள். இறங்கு வெயில். திறந்த வாசலின் உள் ஏறிவந்து ஒளிச்சேலை விரித்தது.

யாருமில்லை. தெருவின் நட்டநடுப் புழுதியில், அந்தக் கோயில் மாடு அசைபோட்டுக்கொண்டு படுத்திருக்கிறது. அப்பா... நந்தி மாதிரி எவ்வளவு தாட்பீகரமான பசுமாடு அது. என்ன தாட்பீ கரமும் தாடியும் இருந்தால் என்ன புண்ணியம்? மலடு ஆயிற்றே அது? அதனால் தெருவே சரணம். தெருவாசியாயினும் திமில் கொழுத்த வளர்ச்சி. பாஸ்கரனைப் பற்றியும் அப்பா அந்தக் கருத்துப்

படத்தான் சொன்னார். 'அவன் கோயில்மாடு மாதிரி, அம்மா. வீட்டுத் தொழுவிற்கு ஆகாது. நீ அவன் புறத்தோற்றத்திலே மயங்கி விட்டாய்.'

சமையல் அறையுள் வந்து 'ஸ்டவ்' அடுப்பைப் பற்றவைத்து, அவன் எழுந்து வரும் போதிற்கான தேநீருக்காக ஏனத்தில் தண்ணீர் ஊற்றி வைக்கும் போதும் அப்பா சொற்கள், ஸ்டவ்வின் காற்று அழுத்தத்தில் எழுந்த நெருப்புப் பிழம்பாக ஸ்...ஸ்...ஸ்...

அப்பாவின் அந்த வெறுப்பும், 'உன்னை நான் பெறவில்லை யெடி ஓடுகாலி' என்ற அம்மாவின் உதறலும், முடிந்த பின்பு எல்லாவற்றையும் மறக்க நினைத்தாள். பெற்று வளர்த்திட்ட பொறுப்பினால் மட்டும், வளர்ந்துவிட்ட மனமாச்சரியத்திற்கு இதம் வளர்க்க முடிவதில்லையே? அல்லது அந்தக் கடமையை அவர்கள் செய்துவிட்டதினால் வாழ்நாள் முழுதும், இதமற்ற ஒரு சுமையை, நேர்த்திக்கடனாகத் தாங்கிக்கொண்டே வாழ்ந்துவிட முடியுமா? இப்படியெல்லாம் எண்ணிக் கட்டிய கோட்டையின் சுவர்களில், காரை உதிர்கிறதோ...?

நிறைய பேர் கூடியிருந்த கூட்டத்தில் பெரிதாகத் தொடுத் திருந்த பூமாலைகளை தலைவர் எடுத்துக்கொடுக்க இருவரும் மாற்றிக்கொண்டார்கள். 'தோழியர் தமயந்தி அவர்கள் உயர்குலப் பிறவி. தமிழ்க் குடிமகள். தோழர் பாஸ்கரன் மலையாளத்துச் செயல் வீரன். ஆற்றல்மிக்க இலட்சியவாதி. ஏழைப்பங்காளன். வறிய வனுக்கு உறுதுணைவன். காளை, செயல்வீரன். களதீரன், புரட்சிப் பாதையின் யாத்ரீகன். இந்த வெற்றிமிக்கோனை வாழ்க்கைத் துணைவனாகக்கொண்ட தமயந்தி பாக்யசாலி. வாழ்க தமயந்தி பாஸ்கரன்.'

மண்டபமே அதிரும்வண்ணம் கரவொலியும், வாழ்த்தொலியும், சிந்தாபாத் முழக்கமும் எழுந்தன. மலர்களை வாரி இறைத்தார்கள்.

அம்மாவென்ற அலறலோடு அந்தத் தெருமாடு கத்திக் கொண்டே ஓடுகிறது. தெருவில், சைக்கிள் விடும் இளவட்டங்கள் அதைத் துரத்தியடித்திருக்கிறது. அந்தக் கும்பல், கூச்சலும் கும்மாளமுமாகத் தெருவில் தூசி பறக்க வருகிறது.

அவள் வாசலைச் சாத்திவிட்டு உள்ளே வந்தபோது, "டீ ரெடியா தமயந்தி? ஆறுமணிக்கு பார்ட்டி எக்ஸிகுடீவ் மீட்டிங் கிற்குப் போக வேண்டுமே..." என்றவாறு துண்டால் உடலைப் போர்த்திக்கொண்டு வாசற்படிமேல் நிற்கிறான். வேஷ்டியை மடித்துக்கொண்டு பெரிய அந்தக் கால் வெளித் தெரிய நிற்குமவன்

சட்டென்று வெறுப்பின் ஒரு மின்னல், மனதின் இடிமுழக்கத்திற்காக ஒளி சிந்திப் போயிற்று.

"நீங்கள் ஒரு விஷயத்தை நன்றாக மனதில் வாங்கிக்கொள்ள வேண்டும். நான் நம்பிக்கை கொண்டிருக்கும் இயக்கம், பொய், புனைசுருட்டு, லஞ்சம், கருங்காலித்தனம் இன்னும் அநீதி, அக்ரமம் அமித ஆசைகள் இத்தியாதிகளில் எனக்குப் பயிற்சி தரவில்லை. நியாயம் நேர்மைக்கு மட்டுமே மதிப்பளிக்கும் அந்த இயக்கத்தில் நானும் ஒரு பங்காளி என்பதில் நான் பெருமைப்படுகிறேன். எங்களது யூனியனைச் சேர்ந்த தொழிலாளர்களுக்கு மட்டும் வேலை இல்லை. அதே நேரத்தில் எதிர்சார்புத் தொழிலாளர்களுக்கு ஷிப்டு முறையில் வேலை தந்துகொண்டிருக்கிறீர்கள். ஒரு குறிப்பிட்ட கட்சியின் ஆள் என்ற ஒரே காரணத்திற்காக அவர்களுக்கு வேலை இல்லையென்பது கட்சிக் கோட்பாடு இருக்கட்டும், மானிட தர்மங்களுக்கே அப்பாற்பட்ட பாப காரியம் என்பதை நீங்கள் மனச்சாட்சி உணர்வுடன் எண்ணிப் பார்த்திட வேண்டும்..."

வீடு தேடி வந்திருந்த எதிர்க்கட்சியின் அந்த இரண்டு பிரதிநிதிகளும், கோட்டை கோவில் வீதியில் திருவிழாவின்போது கட்டி வைத்த பீமசேனன் சிலைபோல், கப்படா மீசையும் உருண்டைக் கண்களுமாக, பாஸ்கரனது பேச்சையே கேட்டுக்கொண்டிருந்தாலும் அவன் என்னதான் பேசட்டுமே, நமக்கென்ன வந்தது என்ற பாவனையில் இடையிடையே பீடி பற்றவைத்துப் புகைத்தவண்ணம் அலட்சியமாக வீற்றிருந்தனர். அவர்கள் கண்கள், இடையிடையே வீட்டினுள் தமயந்தியின் நடமாட்டத்தையும் அலப்பத்தனமாக கண்ணோட்டமிட்டன. 'பெரிய நியாயம் பேசுகிறான். தமிழத்திப் பெண்ணை அடித்துக்கொண்டு வந்து குடிவைத்திருக்கிறவன்தானே உம், சரக்குக்கூட நல்லாத்தான் இருக்கு' என்ற கண்ணோட்டம்.

"இவ்வளவு நேரம் நான் சொன்னதிலிருந்து ஓரளவு என் கருத்துகள் உங்களுக்கும் புரிந்திருக்கும் என்று எண்ணுகிறேன். இனி உங்களுக்குச் சொல்லவேண்டியது ஏதேனுமிருந்தால் சொல்லலாம்" என்று நிறுத்திவிட்டு, உள்ளே பார்த்து, 'தமயந்தீ' என்று அழைத்தான். தனது வெறுப்பையெல்லாம் மறைத்துக் கொண்டு அவள் வந்து நின்றபோது, "எல்லோருக்கும் ஏதேனும் குடிக்கக் கொண்டுவாயேன்?" என்று அவளை அனுப்பினான்.

"மிஸ்டர் பாஸ்கரன், உங்கள் நிர்ப்பந்த சீலமும், பிடிவாதமும் எல்லாம் அறிந்துதான் எங்களை எங்கள் லீடர் அனுப்பி வைத்திருக்கிறார்கள். உங்களுக்குத் தெரியும் இதே மாதிரி பெரியதொரு

தொழிலாளர் கிளர்ச்சியின்போதுதான் ஸானிலா கம்பெனியாட்கள் இழுத்து மூடிவிட்ட ஐநூறு அறுநூறு தொழிலாளர்களையும் தெருவில் இறக்கி விட்டுவிட்டு அவன் பாட்டிற்கு அயல்நாடு போய் விட்டான். பிறகுதான் தெரியுமே பட்டினியும் பரிவட்டமும். இது நம்மவூர் கம்பெனிக்காரன். சமரசமாகப் போகலாமேயென்று விசால மனசைக் காட்டுகிறான். யூனியன் வேண்டாமென்கவில்லை. தொழி லாளர் நலம் காண கட்டுக்கோப்பான ஒரு யூனியன் தேவைதான். எங்கள் யூனியன் ஏற்கெனவே இருப்பது, அதைத்தான் அங்கீகரிக் கிறது நிர்வாகத் தலைமை. இதற்கிடையே, தோழரே நீங்கள் ஓராள் காரணமாக ஒரு யூனியனும் நாலைந்து நபர்களும் தனியாக நிற்க முயல்வது, ஸ்தாபனத்தின் விரோதத்திற்கும், தொழிலாளர் மத்தியில் பிளவிற்கும் ஏதுவாகும். அந்த நிலையைத் தவிர்க்கவே, இந்த எங்களது வருகை. நாங்கள்கூட நியாயமற்ற முறையில் எதையும் செய்திடச் சொல்லவில்லை. நீங்கள் சொன்னால் கேட்கும் இந்த நபர்களை ஸ்தாபன ரீதியில் எங்களுடன் ஒத்துழைக்கச் சொல் லுங்கள். வெளியே வேண்டுமானால் எப்படியும் இருக்கட்டும்...”

பாஸ்கரன், ஓஹோவென்று வாய்விட்டுச் சிரித்தான். அப்பொழுதுதான் தமயந்தி, கிளாஸ்களில் எலுமிச்சப்பழச்சாற்று பானங்களை அவர்கள் முன் கொண்டுவந்து வைத்தாள்.

“சகோதரி, நீங்களாவது சொல்லுங்கள், உங்கள் துணைவரிடம். ஒத்துப்போனால் நன்மையும் அதனால் சுபிட்சமான லாபமும் உண்டு. ஒதுங்கிக்கொண்டால், விரோதமும் கஷ்டமும்தான் மிஞ்சும்...”

தமயந்தி புன்முறுவல் செய்தவாறு காலியான கிளாஸ்களை எடுத்துக்கொண்டு உள்ளே போய்விட்டாள்.

தமயந்திக்கு இப்பொழுதெல்லாம் இவை பழகிவிட்டன. சிரித்துக் கழுவி – நழுவப் பழகிக்கொண்டாயிற்று. இன்று விடுமுறை நாளாக இருந்தாலும் வீட்டிலேயே நிறைய வேலைகள் இருந்தன. அனேக விடுமுறை நாட்களில் இப்படித்தான், ஏதேனும் உப்பு சப்பில்லாத கட்சி விவகாரங்கள். அதுவும் பாஸ்கரனது இந்தத் தனித்தன்மை கொண்ட குணநலன், வரவர வெறுமை மிக்கதாகத் தோன்ற ஆரம்பித்திருந்தது. ஆமாம். பெரும்பான்மையினருக்கு விருப்பமான ஒரு காரியத்தை பலகீனமான நியாயம் என்ற சின்னத்திரைகொண்டு மூடிவிட நினைப்பது பேதமைதானே? விட்டுக்கொடுத்தும், விபரீதம் நிகழாது, காத்திடுதலில் விவேக மிருப்பதைச் சில சமயங்களில் அவள் பாஸ்கரனிடம் சொல்லிப் பார்த்ததுண்டு. உனக்கு இதெல்லாம் தெரியாது தமயந்தி. உயர்ந்த

லட்சிய போதத்தின் அடிப்படைமேல் கட்டப்பட்டது எங்கள் கட்சிக் கொள்கைகள், கேவலம், தற்காலிக சலனங்களினால் அதை அசைத்துவிட்டால், பல்லாண்டுக் காலமாக நிர்ணயம் செய்து வந்த கோட்பாடுகளுக்கே அர்த்தமில்லாமல் ஆகிவிடும் என்பான்.

'பழையன கழிந்து புதியன புகுதல் என்ற கோட்பாடுகூட இருக்கிறதே?' என்று கேட்டால், "தமயந்தீ, அந்தச் சொற்கள்கூடக் கேவல சுக நாட்டத்தால் அமைத்த விரயசூக்தங்கள்தான்" என்பான்.

நினைத்துக்கொண்டே இருந்த தமயந்திக்கு வேலைகள் ஓடவில்லை. மணம் முடிந்த ஒரு சில மாதங்களிலேயே எத்தனை மாறுதல்களும், வேறுபட்ட எண்ணங்களும் மனதில் முகிழ்ந்திருக்கின்றன. நாற்றுப் பருவத்திலேயே அதை அகற்றிவிட அவள் எத்தனையோ முறை முயன்றும், அழிக்க அழிக்க மீண்டும் தோன்றும் ஜல ரேகை போல, சாயங்களை வழியவிட்டுக்கொண்டு அந்தக் கசப்புகள் முளையேறுகின்றன.

'இப்படி வாருங்களேன்.... அப்படியே உங்கள் அருகில் காலங் காலமாகக் கனவு கண்டுகொண்டு அமர்ந்திருக்க வேண்டும் போலிருக்கிறது.' அவன் கைகளை எடுத்து மடிமேல் வைத்து விரல்களின் நகசுத்தங்களை நீவிக்கொண்டு, மார்போடு சேர்த்து அவன் முகப் பொலிவை கண்களின் தீட்சண்யத்தை ரசித்து விரல் நுனியால், அந்தச் செவ்விதழ்களை நிமிட்டி...

"என்ன தமயந்தீ இது? சிறு பிள்ளை மாதிரி. எதற்கும் ஒரு நேரம் காலம் இல்லையா? விடு. கொஞ்சிக்கொண்டிருக்க நேரமில்லை. போகணும்…"

போகவேண்டாமென்று இறுகக் கட்டியணைத்து மறுபடியும் படுக்கையில் நெருக்கி அமரவைத்து...

சகித்துக்கொண்டு, சிரித்துக் காட்டிப் பணிந்ததெல்லாம் கொஞ்சமே கொஞ்ச நாட்கள்தாம். பிறகு, பிறகு, 'விடு தமயந்தி ராத்திரி பார்த்துக்கொள்ளலாம்' என்று விட்டெறியலாயிற்று.

"இன்று விடுமுறை, புஷ்பாவில் நல்ல ஒரு மலையாளப் படமாம். போகலாம்…"

"சினிமாவா? சுத்த அபத்தங்கள். ஒன்றரை இரண்டு மணிக்கூர் உனக்காக அந்தப் போரை சகித்துக்கொள்ள நம்மால் முடியாதம்மா…." என்று மனசில்லா மனசோடு வந்து அருகில் அமர்ந்த நாட்களில், உணர்ச்சிபூர்வமான காட்சிகளின்போது, பாவபூர்வமான பாடல்களின் திளைப்பில்… ஊஹூம் ஒரு பிரதிசலனமுமில்லை. சில சமயங்களில் தன்னைத் தனியே விட்டுவிட்டு வெளியே போய்

விடுவான். சினிமா முடியும் தறுவாயில் வந்து அழைத்துக்கொண்டு கிளுகிளுப்பில் இருக்கும் தன்னிடம் திருப்தி ஆயிற்றா? படம் எடுக்கிறானாம் படம். இனிமேல் சினிமா பார்க்கணுமென்றால், நீ மட்டும் போய்க்கொள். நமக்கெல்லாம் இப்படி ஜெயிலில் அடைத்தது போன்ற அவஸ்தை சரிப்படாது என்று வழியெல்லாம் அரட்டலாக நடந்து வருவான்.

"இந்தமாதச் சம்பளத்தில் ஒரு சின்ன, டிரான்ஸிஸ்டர் ரேடியோ விற்குப் பாதிப்பணம் கட்டி வாங்கிக்கொள்ளப்போகிறேன்."

"கூடவே கூடாது. தலைவலி தமயந்தீ. ஏன் இதெல்லாம் உனக்குத் தெரியமாட்டேன் என்கிறது? டைப்பிரைட்டிங் இன்ஸ்டிட்யூட்டில் பெரிய இன்ஸ்டக்டர். பட்டிக்காடு மாதிரி ரேடியோ சினிமா. அய்யோ... அய்யோ, சின்னச் சின்ன ஆசைகள்."

"காலையில் இருவருமே அவசர அவசரமாகச் சமையல் காரியங்களையெல்லாம் முடித்துவிட்டு ஓட வேண்டியதிருக்கிறது. ஒரு பிரஷர் குக்கர் வாங்கிக்கொள்ள வேண்டுமென்றேன். அது கூட உங்களுக்குப் பிடிக்கவில்லை?" என்று தணிந்துபோய் தமயந்தி அழுதுதான் குனிய வேண்டிய நிலையாயிற்று.

இத்தனைக்கும் மேலே, சாப்பாட்டுக்கடையில்தான் அத்தனை அனர்த்தங்களும் பவனி வருகிறது. 'உன் கத்திரிக்காய் மசியலை நீயே சாப்பிடு' என்று நிறைந்த கிண்ணத்தை உருட்டி விடுவது அன்றாடமாயிற்று. இதென்ன குழம்பென்று வைத்திருக்கிறாய். உப்பு அறவே இல்லை, உறைப்பில்லாத குழம்பென்றால் சாப்பாடே மண்ணு மாதிரி ஆகிவிடும். வேண்டாம் போதும்' என்று எச்சில் கையை உதறிவிட்டு எழுந்துவிடுவான். பிறகு, பிறகு, வெளியிலிருந்து வரும்போது, கையில் பார்சலுடன் வர ஆரம்பித்தான். 'ரகமானியா விலிருந்து மீன் வறுவல் வாங்கி வந்தேன். ஒரு நாளாவது கொஞ்சம் உறைப்பு காரத்தோடு சாப்பிடாவிட்டால் என்ன சம்பாதித்து புண்ணியம்.' பின்பெல்லாம் அன்றாட இந்த மீன்முடை நாற்றம், வறுவல் கறியின் குமட்டல்... அருகில் உட்கார்ந்து கடித்துச் சாப் பிடும் காட்சியே, அருவருப்பாக மனதைக் குடைந்தது. இப்பொழு தெல்லாம், பாஸ்கரனது அந்தப் பெரிய காலின் துருத்தல் சின்னக் காரியமாயிற்று. இரவுகளின் இணைந்த பொழுதில் முகம் முகத் தோடு நெருங்கும்போது, அந்த மீன் கறிக் குமட்டல் எட்ட விரட்டு கிறது. குறைகள் இருட்டில் மறைந்தாலும், பகலின் நிஜ உலகில், வெறும் தொட்டால் சிணுங்கி, வெறுப்பின் முகம். விருப்ப மின்மையைக் காட்டும் வீறாப்பு.... ஆட்களையெல்லாம் கூட்டி வைத்து, அக்ஷரசுத்த கம்பீரத்துடன் லக்சர் அடிக்கும் கட்சித்

தலைமை எனும் போலித்தனம். சேய்... வாழ்க்கை, கடற்கரை மணலில் இருந்துகொண்டு வானச் சரிவில் திரைந்து மறியும் மேக எழிலைக் கனவு கண்டது போல விரயமாயிற்றோ? விரயம்தான். இனியென்ன சந்தேகம். மணல் குவியலில் கை நீரை வழிய விட்டா யிற்று. வெறுங்கை, வெறுங்கைகளும், உதறித் தெறிக்கும் விரல்களும்...

மறுபடியும் இன்ஸ்டிட்டியூட்டின் இந்த மாடி வராந்தா. நுரைத்துக் கலங்கிமறியும் தெருச்சந்தடி. மாலைநேரம் ஐந்து மணிக் காகக் காத்திருந்தது போல, அத்தனை பேரும் படியிறங்கிப் போய் விட்டார்கள். மாடிப்படிகளில் இப்பொழுது கிறுகிறுப்பு இல்லை. நல்லதொரு தச்சு வேலையாள் நாலு நாள் வேலை செய்தான். புதுப் பலகைப் படிகள். இனி பயமில்லை. பலகை பெயர்ந்து யாரும் விழுந்துவிடப்போவதில்லை. யாராவது அப்படி அடிபிசகி, பொறியில் அகப்பட்டது போல காலைச் சிக்க வைத்து விழுந்து பட்டு தாடை எலும்பின் சிராய்ப்புடன் அம்போவென்று முழிப் பதைப் பார்க்க வேண்டும் போலிருக்கிறது. யார் அப்படி அலமலங் களில் நிற்க வேண்டும்? தலைமை இன்ஸ்டக்டர், கேசவனா, பயிற்சி மாணவர்களில் யாரேனுமா? அய்யோ பாவம். ஆனால், பாஸ்கரன் தனது பெரிய காலையும் இழுத்துக்கொண்டு ஏறிவந்து படிகள் அழுந்த அழுந்த ஏறிவந்து 'தொபுகடீர்' பலகை பெயர்ந்து, கடுகடுவென்று, எதற்கும் வெறுப்பு கொட்டும் அந்த முகம் அப்பொழுது எப்படியிருக்கும்? அடிபட்டு தாடை எலும்பு புடைத்துக்கொண்டு... மன வட்டத்திலிருந்து சிரிப்பு கொஞ்சமாக நுரைத்து வர ஆரம்பித்தது. சிரிக்க வேண்டும். ஓஹோவென்று வாய்விட்டுச் சிரிக்க வேண்டும். மாடிப்படிகளில் தடுக்கியடித்து பாஸ்கரன் சாஷ்டாங்க நமஸ்காரம் போல விழுந்து கிடக்கிறான்.

இப்பொழுது ஆறுதலுக்கு யாருமில்லை. அம்மா, அப்பா பந்தம் லேசில் அறுந்துபோன சிலந்தி வலை போல ஆயிற்று. நம்பி வந்த இந்தப் பாந்தவ்யம், நாக்கின் வெறும் ருசிபேதத்தினால் மட்டும் அன்னியப்பட்டதாகியே விட்டது.

சாயங்காலப் பொழுதின் ரோட்டின் நடமாட்டம், எவ்வளவு அவசரப் பரபரப்பு. சப்தகோலாகலம். பாதையோரத்துக் கடை களின் வியாபாரக் கூச்சல்கள். இதற்கிடையிலும் ஏதோ தேவாலயத் திலிருந்து யானைமேல் சுவாமி ஊர்வலமொன்று வருகிறது. யானை மேலிருக்கும், வெள்ளைப் பூணூல் அணிந்த நம்பூதிரிச் சிறுவன் பயமே இல்லாமல் சாமி சப்பரத்தைப் பிடித்துக்கொண்டு யானையின் கழுத்து வட்டத்தில் கால்களை நுழைத்துக்கொண்டு அலட்சியமாக அமர்ந்திருக்கிறான். அவர்களின் வர்ணகாகிதங் களின் அலங்காரம். தேவ விக்ரகத்தை விட அவன்தான் அழகாக

இருக்கிறான். ஊர்வலம் அருகில் வந்தபோது, கையெடுத்துக் கும்பிடத் தோன்றியது. அந்த நம்பூதிரிச் சிறுவனை, நமோவாகம்!

யானை, கால்களைப் பதித்து, அழுந்தி, சங்கிலி குலுங்க நடந்து வருகிறது. யானை எவ்வளவு விசித்திரமான ஜீவன். 'யானைச் சந்தம்' என்று சொல்லுவான் ஆபிஸ் பியூன் கேசவன். யானை ஒட்டுமொத்தமாகப் பார்த்தால் அழகாக இருக்காதாம். முறம்போலக் காதுகள், சின்ன நீர்க்குமிழிகள் போலக் கண்கள், தூண்கள் போலக் கால்கள். குஞ்சமாக வால்... ஒவ்வொன்றாகப் பார்க்க அழகு. ஒட்டு மொத்தத்தில் ஊஹூம். அதைத்தான் மலையாள மொழி சமஸ்காரத்துடன் 'ஆனைச் சந்தம்' என்பான் கேசவன். பாஸ்கரனுக்கும் அந்த 'ஆனைச் சந்தம்' பொருந்தும். இப்பொழுதெல்லாம் எந்த அவலமும், எந்த அலங்கோலமும் எந்த நிர்மூலமும் வெறும் பாஸ்கரன்!

நேற்று முன் தினம், அந்த மத்தியான வேளையில் திடுதிடுப்பென்று தனது பிரவேசத்தை பாஸ்கரனோ அந்த வேலைக் காரப் பெண்ணோ எதிர்பார்க்கவில்லை. எதிர்பார்க்காததினால், என்ன பரபரப்பு அவர்களிடம் இருந்தது? ஒன்றுமே இல்லையே. சாவகாசமாக அதே பெண் எழுந்து, சாதாரணமாக எடுத்துச் சுற்றிக்கொள்ளும் மேல்முண்டுகூட மார்பில் இட்டுக்கொள்ளாமல், அடுக்களைப் பக்கம் போனாள். ஸ்டவ் அடுப்பில், மீன்குழம்பு, ஈரவாடை, அறையில் நிறைந்திருந்தது. சுவையான உணவு தயாராகு முன் இங்கே தொட்டு விளையாடும் நாடகம் நடந்தேறியிருக்கிறது.

"நீங்கள் ஒரு முக்கியமான விஷயத்தை மனதில் வாங்கிக் கொள்ள வேண்டும். பொய், புனைசுருட்டு, அநீதி, அக்ரமம், வரம்பு மீறிய ஆசைகள் இவைகளுக்கு நான் 'நம்பிக்கை கொண்டிருக்கும் இயக்கம்' எனக்குப் பயிற்சி தரவில்லை....' கைகளை ஆட்டி பாளை உதடுகளிலிருந்து அக்ஷரசுத்தமுடன் பேசும் பாஸ்கரன், வீட்டில் இந்த வேற்றுப் பெண்ணுடன், வரம்புமீறிய ஆசைகளால், சுருண்டு விடவில்லை என்று நம்ப மனம் முரண்டுபட்டது. தேவையே ஆன வீட்டுப் பொருள் வாங்க எதிர்க் கருத்து சொன்னவன். இந்தப் பங்கஜாட்சியைக் கொண்டு வந்து நிறுத்தி, 'உனக்கும் ஆபிஸ் அவசரம், நானும் வெளியே சுற்றுபவன். உன் உதவிக்கு இருக்கட்டு மென்றுதான், இவளைக் கொண்டுவந்தேன். ஒத்த சகா ஒருவனின் தங்கை. இதிலெல்லாம் முக்கிய தமாஷ் தெரியுமா தமயந்தி! பங்கஜாட்சி மீன்கறி நன்றாகச் சமைப்பாளாம்...'

குட்டையான மலையாளவேஷம். முண்டு மார்பை உருட்டித் தூக்கிக் கட்டிய சிவப்புநிற ஜாக்கெட். இருபது வயதுகூட இருக்காது. "நமஸ்காரம் சேச்சீ" என்று கும்பிட்டுச் சிரித்தபோது

உள்ளே வழிந்திருந்த எண்ணெய்க்கு நெருப்புக் காட்டியது போலிருந்தது.

"பார்த்துக்கொண்டே நிற்காதே. உள்ளே அடுக்களையில் போய், எங்கள் இரண்டு பேருக்கும் சாயா தயாரித்துக்கொண்டுவா. இது உன் வீடுபோலப் பாவிக்கணும். உன் சேட்டன் எல்லாக் காரியமும் சொல்லியிருக்கிறான். நீ ரொம்பவும் பயந்த சுபாவக் காரியாம்."

"எனக்குச் சாயா வேண்டாம். இன்ஸ்டிட்டியூட்டிற்கு நேரமாகி விட்டது. நீங்களே, உங்கள் சகாவின் தங்கைக்கு, காரியங்கள் சொல்லிக் கொடுத்துவிட்டு, டீ சாப்பிடுங்கள்."

"சரியான பயந்த தமிழ்ப் பிராமணத்தி நீ, இங்குள்ள மலை யாளப் பொண்களைப் பார்த்துப் படிக்க நிறைய இருக்கிறது. நீயும், பெரிய, டைப் ஆபிஸ் அது இதென்று போனாலும் இந்த மாதிரி விசாலமான பொது அறிவு ஊஹும், டிரஸ்ஸைத்தான் பாரேன் தூய வெள்ளையில் நாலு முழ முண்டு. ஜாக்கெட்டு. மார்புக்கு மேல் என்னதான் பதினெட்டு முழத்தையும் அள்ளிச் சுற்றினாலும், மார்பை உருட்டிக்காட்ட ஆசை இல்லாமலா இருக்கிறது, ஒவ்வொரு தமிழத்திக்கும். அந்த ஒளிவு மறைவு எங்கள் மலையாளப் பெண் ணிடம் இல்லை. நறுவசு, நாகரிகம், சுத்தம், ஒளிவு மறைவற்ற நிர்மால்யம்!"

"ஆமாம், நானும், நாளைக்கு முண்டை உடுத்திக்கொண்டு ஜாக்கெட்டுடன், எனக்கும் இருக்கிறதென்று நெஞ்சை நிமிர்த்திக் கொண்டு வேலைக்குப் போகிறேன். உங்கள் சமதர்மம் ஜெயிக்கவும் செய்யும்..."

"இதுதான் குதர்க்கம். நான் ஏன் சொல்லவந்தேன் என்றால்..."

"நீங்கள் சொல்ல வந்தது, எனக்குத் தெரியும். இந்தப் பங்க ஜாட்சி நறுவிசானவள், சுத்தமானவள், ஒளிவு மறைவற்ற பச்சை வெள்ளம் போல நிர்மால்யமானவள்..."

பாஸ்கரன், கலகலவென்று சிரித்து: "அட என்ன தமயந்தியே, இவ்வளவுதானா நீ?" என்றவாறு அவளை அணைத்துக் கீழ்ப் பணிந்து... என்னதான் வன்மை மனம் நிறைய நுரைத்துப் போயிருந் தாலும், அணைத்துத் தழுவி, படியவைத்துப் புல்கும்போது, பிரபஞ்சம் இரைத்து மறியும் அருவியிலிருந்து, தெறிக்கும் நீர் மூட்டமாகி விடுகிறது. பிறகு, திருப்பிப் புல்கி, விரலும் விரலும், முகமும் முகமும், கண்ணும் உடலும் உடலுமாகி ஒட்டி...

"சீ, இந்தக் கேவலத்திற்காக அத்தனை சுரணைகளையும் பணயம் வைத்தே ஆக வேண்டுமா?" நேற்று முன்தினம், அந்த

மத்தியான வெயிலில் தனிமையில், தான் வீட்டினுள் நுழையும் முன்னரும், பங்கஜாட்சியுடன், அவன் அந்த நிர்மால்யத்தை முகர்ந்து பார்த்துக்கொண்டுதான் இருந்தான். நுழைந்ததும் தனக்கேற்பட்ட துர்நாற்றம் மீன் வாடை!

தமயந்தி தேவி அவர்கள் இப்பொழுதெல்லாம் சுவாரஸ்ய மாகவே இல்லை. அலுவலகத்தின் டிபன் வேளையில், தன் காரியரி லிருந்து வெள்ளை நிற சாதத்தைத் தட்டில் எடுத்துப் போட்டுக் கொண்டே சீப் இன்ஸ்டக்டர், யதார்த்தமாகத்தான் சொன்னார்:

“நான் பரிமாறுகிறேன் சார்...” என்றவாறு தனது உணவை சீக்கிரமாக முடித்துக்கொண்டு எழுந்து வந்து, அந்தப் பெரியவ ருக்குப் பரிமாறும்போது, ஏனோ மனவட்டத்தில் ஒரு பொறி மினுக்கிடுகிறது. பாஸ்கரனுக்கு இம்மாதிரி பரிமாறி நாள் மறந்து போயிற்று. ‘நீ உன் காரியத்தைப் பார் தமயந்தி! மீன் பொரியல் இருக்கிறது பங்கஜாட்சி பரிமாறுவாள், எனக்கு...’ கறுக்கு முறுக் கென்று சுவைத்துச் சாப்பிடும் அந்த அசிங்கம், அந்த வெளேரென்ற பற்களும், ரோஸ்நிற உதடுகளும்... தூ... “இனி நெருங்கவே கூடாது...”

சாயங்காலப் பொழுது விளறி குழல் விளக்குகளுடன், பிரகாச மாக தெரு மாற்றுருக்கொண்டிருந்தது. ‘அப்பப்பா... இத்தனை நேரமாகவா இந்த மொட்டை மாடித்தவம் நிகழ்ந்திருக்கிறது?’ நினைத்துக்கொண்டிருக்கும்பொழுதே கேசவன் படியேறிப் பின்னால் வந்து நின்றான். “நீங்கள் அஞ்சுமணி எப்பொழுதென்று மணியையே பார்த்துக்கொண்டிருப்பீர்கள்... இன்றைக்கானால் மணி ஏழாகப் போகுதம்மா” என்று பிடரியைத் தள்ளுகிறானோ? சிரித்துக்கொண்டேதானே சொல்கிறான்?

“ஏழாகிவிட்டதா? யானைமேல் சவாரி சுவாமி ஊர்வலம் வந்ததா? பார்த்துக்கொண்டே இருந்துவிட்டேன். நான் புறப்பட் டாச்சு. கேசவா இன்றைக்கு உனக்கு நைட் டியூட்டியா?”

சரக் சரக்கென்று படியிறங்கும்போது, யானையின் கால் தடங்கள், பலகையில் அழுத்துவதுபோல பாஸ்கரனின் வீக்கம் கொண்ட கால் தடங்கள்!

நட்டு வைத்த இரண்டு மூங்கில் கழிகளில், இழுத்துக் கட்டிய கம்பியில் அந்தப் பெண்ணை நடக்கவிட்டு, கீழே மண்தரைமேல் உட்கார்ந்து கொட்டடித்துக் கூவுகிறான், கழைக்கூத்தாடிக் கிழவன். ‘அம்மா தாயே! மான்ய – மகாஜனங்களே! பெரியவர்களே! இதோ பாருங்கள், நான் பெற்ற செல்ல மகள். பத்தடி உயரத்தில் கம்பிமேல் நடக்கிறாள். மந்திரமில்லெ மாயமில்லெ. கண் கட்டு வித்தையில்லெ.

எல்லாம் ஒரு சாண் வயிற்றுக் கஞ்சிக்காக... புண்யவான்களே, அஞ்சு பைசா பத்து பைசா எது வேணுமானாலும் போடுங்க துரைமாருகளே... படபடவென்று மேளச்சத்தம் போடுங்க. பூப் பூவான சாயம்போன பைஜாமாவும், முழுக்கைச் சட்டையும் கழுத்தில் பாசி மணி மாலைகளும், காதில் குண்டலமும் மூக்குத்தியும், மை தீட்டிய கண்களுமாக, அந்தப் பெண்கூட நிமிர்ந்த மார்புக்கு மேல் பாஸ்கரன் சொல்லிக்காட்டியது போல. நறுவிசாக நிர்மால்யமாக வெறும் சட்டைதான். அவள் நடந்து நடந்து– கூடியிருக்கும் கும்பலுக்கு எதைக் காட்டுகிறாள்? அவள் கம்பி மேல் நின்று பின்னால் வந்து முன்னால் குனியும்போது, கீழே நிற்கும் விடலைகள் அவளது மார்பு அழுந்தத்தில்தான் வித்தை பார்க்கிறது... எல்லாம், வயிற்றுக் கஞ்சிக்கே என்று கிழவன், டமாரமடிக்கிறான்...

தினமும் சாயங்காலப் பொழுதின் தெருவோரக் காட்சி இன்று தமயந்திக்கு சாமான்யமானதாகத் தெரிந்தது. அவள் நடந்து கொண்டிருந்தாள். பழைய கோட்டையின் உள்தெருவில் தலைமை இன்ஸ்டக்டரின் வீடு இருந்தது. முன்பு ஒரு சிலதரம் போயிருந்தாலும் இன்று நெட்ட நெடுந்தெருவில் அந்த வீட்டைக் கண்டு பிடிக்க கொஞ்சம் சிரமப்பட வேண்டியிருந்தது. எட்டிய தொலைவில் இவளைக் கண்டதும், தலைமையாளரின் பெண் தெருவில் இறங்கி ஓடோடி வந்தாள். ‘தமயந்தி அக்கா’ என்று இவள் கைகளைப் பற்றிக்கொண்டாள். “ரமணிதானே நீ? அப்படியே பெரிய பெண்ணாக வளர்ந்துவிட்டாயே. எதிலெ படிக்கிற?”

“ஆமாம் ரமணியேதான். ஸ்கூல்ஃபைனல் படிக்கிறேன். கேந்திரிய வித்யாலயாவில்...”

பேசிக்கொண்டே, தனக்கு முன்னால் துடிப்பும் ஆர்வமுமாக வாசல்படியேறியபோது அவளும் அந்தக் கழைக் கூத்தாடிப் பெண்ணைப் போலதான் உடையணிந்திருக்கிறாள் என்பதை தமயந்தி கவனிக்கிறாள். பைஜாமா, மார்பு நிமிர முழுக்கைச் சட்டை, கொலுசு, கை வளையல்கள்...

“அம்மா நம்ம இன்ஸ்டிட்டியூட் தமயந்தி அக்கா வந்திருக்கறா... அப்பாவிற்கு உடம்புக்கென்ன என்று பார்த்துப்போக வந்திருக்கிறாளாம்.. அதனால்தான் நம் வீட்டிற்கே வழி தெரிந்ததாம். இல்லையா அக்கா...” என்று சூட்டிகையான கல்மிஷமற்ற இளமை...

பழையபடியும், குடும்பம், அம்மா, அப்பா, மகள் என்றெல்லாம் அங்கே பார்த்தபோது தன் அம்மா, அப்பா, நினைவெல்லாம் வந்தது. ‘விட்டேற்றியாகப் போய்விட்ட உன்னைப் பெறவில்லையடி நான். போ ஒழிந்து போ. அந்த மலையாளிதான் உனக்கு எல்லாம் ஆகிவிட்டாயிற்றே.’

தமயந்தி தனது அலுவலக மேலாளரின் படுக்கையைப் பார்த்தபோது அவர் துவண்டுபோய் நோய்த் தளர்வில் தூங்குகிறார். வெள்ளை வெளேரென்ற துல்லிய உடைகளில், சுத்தமாக க்ஷவர முகத்துடன், வெள்ளியாக நரைத்த கேசத்தை அழுந்த சீவிக் கொண்டு கறுப்புநிற பிரேம் கண்ணாடியும் கம்பீரமுமாக அந்த அரைக் கதவு அறையினுள், காலிங்பெல்லை அழுத்தி கேசவனை அழைக்கும் கம்பீரம்... பயிற்சி மாணவரின் ஒவ்வொரு மேசை முன்னும் போய் நின்று, வேலை வாங்கும் ஒழுங்கு.... 'தமயந்தி தேவி அவர்கள்...' என்ற கேலியும் அன்புமாக அழைக்கும் நையாண்டி... அந்த அவரா இப்படி...? பொய்ப் பல் கழற்றப்பட்டு... என்ன முதுமை...

"ஒன்றுமேயில்லை. தமயந்தி, எல்லா சங்கடமும் ஒன்றாக வந்திருக்கிறது. பிளட் பிரஷர். லேசாக ஹார்ட் அட்டாக்கு... ஏற்கனவே ஷுகர் கம்பிளையிண்டு... முந்தா நாள் பார், பயந்தே போனோம். பாத்ரூமிலிருந்து வந்தவர்தான். தடாலென்று கீழே விழுந்துவிட்டார். நினைவில்லை. உடனேயே டாக்டரை அழைத்து வந்து பார்த்தால் இப்படி எல்லாமாக அழுத்திய நோய் என்கிறார். கம்பிளீட்டு பெட்ரெஸ்டு, மருந்து, மாத்திரை, ஊசியென்று ஏகப் பட்டது ஆகிறது. நேற்றுவரை இளநீர் மட்டுந்தான் ஆகாரம். இன்றைக்குத்தான் கஞ்சித் தெளிவு கொடுக்கச் சொன்னார் டாக்டர். சாப்பிட்டார், அந்த அசதியில் தூங்குகிறார். பேசக்கூட கூடாதென்று டாக்டர் கண்டிப்பு. அதனால்தான் இன்ஸ்டிட் யூட்டிற்குக்கூட, சும்மா சுகமில்லை என்று மட்டும் சொல்லியனுப்பி னோம்..."

பேசிக்கொண்டிருக்கும்போதே அந்தப் பணியாள் பெண், இடையே வந்து நின்றாள். 'சரியாக ஆறரை மணிக்கு மாத்திரை தரவேண்டும்... எழுப்புகிறேன் அம்மா...' என்றவள் இங்கே பதிலைக்கூட வாங்கிக்கொள்ளாமல் அந்த அறைக்குள் போனாள். அப்பொழுதுதான் அந்த அழுத்தத்தை நிமிர்ந்து பார்த்தாள் தமயந்தி.

என்ன இது?

மற்றொரு பங்கஜாட்சியா?

வெளேரென்று, முண்டு நாற்பது வயதின் மேலும் பின்புறத்தின் திமிர்ச்சி.... சட்டென்று வந்து நின்றதினால் நெஞ்சின் திரட்சி தெரியவில்லை, ஆனாலும் வெறும் ஜாக்கெட்தான். யாரிவள்?

"அச்சி... வேலைக்காரிதான். ஆனாலும் அவருக்கு மருந்தும் மாத்திரையுமெல்லாம் இந்த அம்மு எடுத்துக்கொடுத்தால்தான் சாப்பிடுகிறார். நானோ ரமணியோ கிட்டக்கப் போனால் எரிந்து விழுகிறார். பிரஷர் இருப்பதினால் டென்ஷன் கூடாதென்கிறார்

டாக்டர். அதனால்தான் எல்லாம். இந்த அம்மு நல்லவள். பத்துப் பதினைந்து வயதில் இங்கே வந்தவள். குடும்பத்தில் ஒருத்தி போல ஆத்தோடுதான் இருக்கிறாள். இல்லாவிட்டாலும் இவருக்கு ஏதாவது வந்துவிட்டால் குழந்தை மாதிரிதான் அடம். எச்சில் எடுக்க, பெட்பான் எடுத்துவைக்க, உடம்பைத் துடைத்துவிட, பாத்ரூமிற்குக் கொண்டுபோய்விட.... நம்மால் மட்டும் முடிகிறதா இதெல்லாம்? தமயந்தி! உனக்குக்கூட ஒரு நாயர் கணவன் என்று அவர் அடிக்கடி சொல்லுவார். அதுதான் ரொம்ப சௌகர்யம் தமயந்தி... வசதிகூட. நமக்குத் தொல்லையே இல்லை...”

விடைபெறக்கூடத் தோன்றவில்லை. தெருவில் இறங்கியபோது ரமணி பின்னால் வந்தாள். ‘ஒரு ஆட்டோ வந்தால் போய்க் கொள்ளுங்கள் அக்கா. அவ்வளவு தூரம் நடக்கவா முடியும்?’ என்றதைக்கூட உதறிவிட்டு நடந்துகொண்டிருந்தாள் தமயந்தி.

கோட்டைத் தெருவின் இரண்டு புறங்களிலும் வரிசையாக வீடுகள். காற்றே புகாத நெடுநெடுவென்று உள்வாங்கிய அறை களுடனான வீடுகள். உள்ளே வெளிச்சம். எல்லா வாசல்களிலும், சாயங்காலத்து மாக்கோலங்கள் அழியாமல் பளிச்சிடுகின்றன. அத்தனை கோல எழில்களையும் அழிக்க, பாதசாரிகளின் கால்கள், நடந்து நடந்து வரும்...

தெருவின் களேபரம் ஓசைகள், தெருவிளக்குகள்... அங்கிங்காக ஊடாக உள்ள கடைகளின் விளம்பர போர்டு வெளிச்சம். ஒரு பட்டுப்புடவைக்கடை வாசலின் கண்ணாடிக் கூட்டினுள் நிமிர்ந்து கொண்டு ஒரு பெண். இன்று, அவளுக்கு முண்டும் ஜாக்கெட்டும், நெற்றிப் பொட்டும், காதுத்தோடும் வெற்றிலைச் சிவப்பு உதடுமாக அலங்காரம், இங்கேயுமா ஒரு பங்கஜாட்சி?

‘எல்லாம் நம்மால் முடிகிறதா? இப்படியும் ஒரு ஏற்பாடு வேண்டியதுதான் தமயந்தி.’ அந்த அம்மாளின் வார்த்தைகளை யார் சொல்லுகிறார்கள்..? பாஸ்கரனா?

‘எவ்வளவு அழகாக இருக்கிறார். நாயர் இனத்திற்கே உரித் தான கம்பீரம். எதுவும் துச்சமென்ற பாவனையின் புன்சிரிப்பு. கருகருவென்று மேல்உதடு நிறைய மீசை, தாழம்பூ நிறம். எப் பொழுதும் வெளேரென்று தூய்மையான உடைகள். ஸ்பஷ்டமான உச்சாரண சுத்தம் கொண்ட பேச்சு...’

தமயந்தி அம்மா அவர்கள் யாரை நினைத்துக்கொண்டு இந்த தபஸ்?

அவள் புதிதாக பாஸ்கரனை நினைத்தாள்!

❖

30

ஈடு

"என்ன மாடசாமி அண்ணே, இன்னைக்கும் நம்ம பட்சி ஒறக்கம்தான் போலிருக்கே, ஒரு கோளையும் காணலியே... பீடி இருந்தா ஒண்ணு எடுமே..."

"ஆமா, பீடி இருக்கு பீடி. சிகரெட்டுதான் இருக்கு... போவியா போய் சோலியைப் பாரு. மனுசன் இங்கே மூணுநாளா சாயெக்குக் கூட வழி இல்லாமெ திண்டாடுதான். இவருக்கு பீடி வாங்கி வச்சிருக் காட்டி..."

"உமக்கு மட்டுமா திண்டாட்டம்? இந்தச் சாலைக் கடையிலெ இனிமெ இந்த நகைக்கடை புரோக்கர் வேலை பார்த்து ஒருத் தனுமே சாப்பிட முடியாது, பாத்துக்கிடும். எட்டணாவோ பத்த ணாவோ கெடச்சா ஒரு கிளாஸ் அரிஷ்டத்துக்குத்தான் ஆச்சு... பின்னெ சோறு திங்கணுமானா ஆளெத்தூக்கித்தான் விளுங் கணும். பேசாமெ இதையெல்லாம் களஞ்சிட்டு பள்ளிக்கொட நடையிலெ கப்பலண்டியாவாரத்துக்குப் போனாலும் டெயிலிசா, வட்டம் கெடைக்கும்..."

"போடேய், போய் அப்பிடி வல்லதும் சோலி உண்டான்னு பாரு. இங்கே வந்து மனிசனே கொல்லாதே..."

"என்ன மாடசாமி அண்ணே, இன்னைக்குக் கொஞ்சம் கலஞ்சு நிக்கறே. வீட்டிலெ மயினி வல்லதும் சொன்னாளா? நீரு பின்னெ தெனம் கெடைக்கதெல்லாம் அரிஷ்டமும் சாராயமும் விழுங்கீட்டு அங்கே ஏறிப் போனா அவ்வுளும்தான் ஏளெட்டு வயசான ஒரு பயலையும் வச்சுக்கிட்டு என்ன செய்வா?"

"நீ கொஞ்சம் போடேய் வயத்தெரிச்சலெ கௌப்பாதே... எனக்கிங்கே தொள்ளாயிரம் பணம் கெடச்சு, நான் எல்லாத்தையும் தண்ணி அடிச்சுக் களையிது மாதிரியில்லா சொல்லுதே. முழுசா வட்டம் கையிலெ கண்டு ஒரு ஆழ்ச்சைக்கு மேலே ஆவுது... நீ சொன்னாக்கிலெ வீட்டிலெ அவளுக்கும் அப்பிடித்தான் நெனைப்பு... நேற்று ராத்திரி தூக்கிப்போட்டு நல்லா ரெண்டு வெளு வெளுத்தேன்.

மனிசன் இங்கே, கண்டவன் பின்னாலெ கெடந்து வாற்றிக்கிட்டு அங்கே போனா, கெடைச்சதெயெல்லாம் தண்ணி அடிச்சுக்கிட்டு அங்கே ஏறி வெறுங்கையோட வாறேன்னு கேக்கா... அதுவும் அந்தப் பய ஏழெட்டு வயசு பிராயம் ஆனவன் இல்லையா, அவன் முன்னாலெ வெச்சு அதும் இதும் கேட்டா அவன் என்ன நினைப் பான், 'அப்பன் வெறும் தண்ணியடிக்காரன்'னுதானே அவனுக்குத் தோணும். அதெ பள்ளிக்கொடத்திலெ கூட்டுக்காரன்கிட்டே போய் வெளையாட்டுக்காவது சொல்லவும் செய்வான்... எனக்குக் கெடச்ச பெண்டாட்டி அப்பிடீன்னா, வாச்சபிள்ளையும் வால் மொளச்ச பிள்ளை... திங்காட்டாலும் குடிக்காட்டாலும் வால் தனத்துக்கொண்ணும் குறைச்சல் இல்லே... சரி, போட்டும். இந்தா அஞ்சு பைசாதான் இருக்கு. பீடி வாங்கு. செணம் வா. பெரிய கடைப் பக்கமாகப் போய்ப் பாக்கணும். மணி பந்திரெண்டு ஆவப் போவுது... இனியும் போணி இல்லே..."

மாடசாமியிடமிருந்து பைசா வாங்கிக்கொண்டு போன தாணுவன் முக்குத் திரும்பும்போது யாரோ ஒரு பள்ளிக்கூடப் பையன், சைக்கிளில் வந்தவன், சரக்கென்று பிரேக்குப் பிடித்து தாணுவன் பக்கத்தில் இறங்கினான்.

"கேட்டேளா, இங்கே பொன்மாணி புரோக்கர் மாடசாமீன் னுள்ள ஆளெத் தெரியுமா?" என்று கேட்டான்.

"தெரியும். எதுக்குடேய் தம்பி... என்ன காரியம்? வல்லதும் பொன்னோ வெள்ளியோ விக்கணுமா, நான் விற்றுத்தாறேன் எடு..."

"அதுக்கொண்ணும் இல்லே... அந்த மாடசாமீன்னுள்ள ஆளுக்கெ மகன் பள்ளிக்கூடத்திலேருந்து வரும்பம், களிப்பான் குளம் ரோட்டிலெ, ரோடு நல்லாக்க தார் காய்ச்சிக்கிட்டிருந்த பெரிய டப்பாக்குள்ளே விளுந்துட்டான். ஒரு பாடு கூட்டம்... அது தான் அந்த ஆளெ கூப்பிட வந்தேன்..."

விஷயத்தைக் கேட்டதும் தாணுவனுக்கு ஒரு க்ஷணம் எதுவுமே தெரியவில்லை. பிறகு சட்டென்று நிதானித்துக்கொண்டு, "தார் டப்பாயிலா, காய்ச்சின தார் டப்பாயிலா விளுந்தான்... எப்பிடி விளுந்தான்... தெளைக்கிற தாருன்னா மேலெல்லாம் பொள்ளி யிருக்கிமே...?"

"தெளைக்கக்கூடிய தார்தான்... நான் வரும்போ பய பெழைக்க மாட்டான்னு சொல்லிக்கிட்டிருக்கா... நீங்கதானா மாடசாமீன்னு சொல்லக்கூடியது..."

"இல்லே... சட்டுனு வா காட்டுதேன்..." என்றவாறு திரும்பிய போது மாடசாமியே ஏதோ 'கிராக்கி' வந்திருக்கிறதென்று ஓடி வந்தார். பையன் மூலம் விஷயத்தைத் தெரிந்தபோது போட்டிருந்த சட்டையில் தீப்பிடித்துக்கொண்டதுபோல, விழுந்தடித்துக்கொண்டு அந்தப் பையன் பின்னாலேயே ஓடினார் மாடசாமி. தாணுவனும் இன்னும் இரண்டொரு கூட்டாளிகளும், "டேய் நம்ம மாடசாமி அண்ணன் மகன் களிப்பான் குளம் ரோட்டிலெ தார் பீப்பாயிலெ விழுந்துட்டானாம் வாங்கடேய்..." என்றவாறு பின்னால் ஓடி னார்கள்.

"டேய் பழனிச்சாமீ, போகாதெடா போகாதெடான்னு சொன் னேன். ஆயிரம் வட்டம் சொன்னேன். பள்ளிக்கூடத்திலெ பந்து களி கண்டாத்தான் ஆவும்னு போனான். போக்கழிஞ்சு போற போக்குன்னு தெரிஞ்சா கையெ காலெ கெட்டியாவது போட்டி ருப்பேன். பாவி மட்டே போயிட்டானே, நான் என்ன செய்வேன்..."

"இந்தா, ஏன் சவமே கெடந்து கீறுதே... போன மூதி போயாச்சு. நா மட்டும் என்ன சாராயம் குடிச்சுக்கிட்டு ஓர்ம இல்லாமலா கெடக்கேன்? எனக்கும் நெஞ்செ கொடையத்தான் செய்யுது... இவ்வளவுக்கும் எல்லா எளவையும் கண்டிருந்தா அங்கியே விழுந்து நீயும் பிராணனே விட்டிருப்பே. தெளைக்கிற தார் பீப்பாயிலெ விளுந்து செத்தானே, சவம் போவுதுன்னு விட்டானா? அங்கே கொண்டு போய் கீறி முறிச்சு பாயிலெ கட்டி, இந்தா பிரேதம்னு கடைசீலெ கையிலே கொடுத்தான். ஓடஞ்ச மண்கலத்தை அள்ளிக் கூட்டிக்கிட்ட மாதிரி எடுத்துக்கொண்டு வந்து சுடுகாட்டிலெ வெக்கிறது வரைக்கும் நான் மனுசனாட்டா இருந்தேன்...?"

"அய்யோ சொல்லாதீங்க... ஒவ்வொண்ணா நீங்க சொல் றப்பமே எனக்கு மேலெல்லாம் தெளைக்கிது... என் புள்ளையெ நான் பாலும் தண்ணியும் கொடுத்து வளக்காட்டியும் வெறும் கஞ்சித்தண்ணியெ ஊத்தியாவது வளத்தேனே... பாவிமட்டே கடைசீலே உனக்கு இந்தக் கெதியா வரணும்..."

"இப்போ நீ ஒன் ஒப்பாரியெ நிறுத்தப் போறியா, இல்லெ நான் எந்திச்சு போட்டா..."

"எங்கெ போவப்போறீங்க, என்னெ தனிச்சு விட்டிட்டு. அங்கே சாலைக்கடையிலெ என்ன வெச்சிருக்கு போயி கிழிக்க துக்கு... கஞ்சிக்கு அரிசி கண்டு நாளெத்தனை ஆவுது. பெத்த பிள்ளையையும் விளிங்கியாச்சு. பாவிமட்டை அந்தப் பாலகனைக் கொண்டு போன காலன் என்னைக் கொண்டு போயிருக்கக் கூடாதா..."

"ஏய் பாஞ்சாலி, வாயெ மூடு. ஒனக்கு வாய்க்கரிசி போட வழி கெடைக்குதான்னு பாக்கத்தான் வெளியே போவப் போறேன்... பய போயி இன்னைக்கு, செவ்வா ரெண்டு புதன் மூணு வேழன் நாலு நாளாவப் போவுது, சாலைக் கடையிலெ போயி எட்டிப் பார்க்கல்லே... அதில்லாட்டியும் அந்த கவர்மெண்டுகாரன் இதுக் கென்னமோ நஷ்ட பரிகாரம் தரப்போறதா சொன்னான். அதும் ஏதாவது கெடைக்க வழி இருக்கான்னு பாத்துக்கிட்டு வாறேன். ஒன்கூட சேந்து நாளும் கரைஞ்சிக்கிட்டிருந்தா இனி என்ன ஆவப்போவுது..."

"ஒண்ணே ஒண்ணு கண்ணே கண்ணுன்னு காக்காக்கும் குருவிக்கும் காட்டாமெ வளத்தி, ஒடுக்கம் காலன் கையிலெ கொடுத் தாச்சு... அதுக்கு கவர்மெண்டுகாரன் ஈடுதந்தான்னா அதுக்குப் பொன்னெ கட்டித் தந்தாலும் ஆறுமா? அதுக்கு மானங்கெட்டுப் போயி நீங்களும் கைநீட்டப் போணுமா?"

"ஏய் படுமூதி; சும்மா கெடந்தா கெட. இல்லாட்டா கெடந்து கத்து. நான் போறேன்..."

மாடசாமி ரோட்டில் இறங்கியபோது அவருக்கும் கொஞ்சம் மனசு தடுமாற்றமாகத்தான் இருந்தது...

'பய பழனிச்சாமி, அப்பான்னு கூப்பிட்டா திருந்தக் கூப்பிட மாட்டான், அவ்வளவு அருமை – எட்டு வயசு இருந்து போன வருஷம் அவனெ ஒண்ணாம் கிளாஸ் சேக்கிறதுக்குப் பட்ட பாடு. ஒண்ணாம் கிளாஸ் படிச்ச வருஷம் பூரா அம்மாக்காரிதானே நெதம் பள்ளிக்கூடத்துக்குக் கொண்டு விடவும் கூட்டியாரவுமா இருந்தா. இப்போ ரெண்டாம் கிளாஸ் வந்தப்போ தனிச்சுப் போகத் தொடங்கினான். காலனும் பின்னாலெ வந்திருக்கான். சும்மா சொல்லக்கூடாது. என்ன செல்லப்பிள்ளையானாலும் இவ் வளவு வால்தனம் இருக்கக்கூடாது. சண்டை பிடிச்சா அம்மாக் காரிக்குக் கோவம் வந்திருக்கும். அதுக்கு பயந்து ஒண்ணும் சொல் றதுகூட இல்லே. சொன்னா கேக்கிற பிள்ளையானா அவ, பள்ளிக் கூடத்திற்குப்போக வேண்டாம்னு சொன்னதைக் கேட்டிருக்கலாம். பயக்க கூடெ வெளையாடிக்கிட்டு எப்பவும் போலதானே வந்திருக் கான். ரோட்டுக்குத் தார் போட்டுக்கிட்டிருக்கிற இன்சினுக்கு மறைவிலெ, ரோட்டோரத்திலெ நெடுகப் பிளந்த தார் பீப்பாயிலெ தார் கொதிக்கிறதெ அவன் கண்டானா? ரோட்டிலேயே தொட்டு வெளையாடிக்கிட்டு வந்திருக்கான்... பின்னாலெ வந்தவன் கவனிக் காமெ பிடிச்சுத் தள்ளியிருக்கான். அவனா தள்ளினான்? காலன் வந்து தள்ளியிருக்கான். குப்புற விழுந்தது தார் பீப்பாய்க்குள்ளே,

பின்னே என்ன, நிக்கரும் சட்டையும் தார் வழிய, அவிச்செடுத்த சாளை மீனைப்போல பயலெ ஆஸ்பத்திரியிலெ பாத்தப்பமே விஷயம் தெரிஞ்சு போச்சு... இனி பய நமக்கில்லை. மனசு மரத்துப் போச்சு, பெத்தவளாம் அவ சொல்லீட்டா... பய போயிட்டான். என்ன செய்யிறது...?"

'நீதானா பையனுக்கெ தகப்பன். இந்த ஸ்டேட்மெண்டிலே ஒரு கையெழுத்து போடும். பையனுக்கு அங்கேயே உயிர் போயிட் டது. என்ன செய்யிறது? PWDக்காரங்களுடைய அஜாக்ரதைன்னு ரிப்போர்ட்டு, உள்ளபடியே எழுதியிருக்கிறேன். நஷ்ட ஈடு கொஞ் சம் பணமாவது தருவாங்க என்று எழுதின பெரிய ஆளு சொன் னாரு... எல்லாம்தான் முடிஞ்சு போச்சு... பொறப்பின்னு ஒண்ணி ருந்தா சாக்காலையும் உண்டு. ஆறிலையும் சாவு நூறிலையும் சாவு. அது அந்தப் பொட்டைக் கழுதைகளுக்கு எங்கெ தெரியப் போவது... பய போயிட்டான். ஏதோ கொஞ்சம் பணம் கெடச்சா அவ்வளவுக்கும் ஆச்சு. சாலைக்கடை புரோக்கர் பொழைப்பு சுண் ணாம்பு அடிச்சு வெளுக்க வச்சுது மாதிரி ஆயிப்போச்சு. பத்தோ நூறோ காசு கெடைச்சா எங்கேயாவது ஒரு முக்கு மூலையிலெ ஒரு முறுக்கான் கடையாவது பயபேரைச் சொல்லிக்கிட்டு போட்டுக்கிட்டு கேறி இருக்கலாம். இதெல்லாம் இந்த வீட்டிலெ இருக்கிற சவங்களுக்குத் தெரியுமா? அய்யோ, நான் பெத்த பிள்ளைன்னு ராமாயணம் படிச்சா செத்த பய தார் பீப்பாயிலிருந்து எந்திச்சுவரப் போறானா? பொதுவா பொம்புளை மனசே சவம், எளசு. சட்டுனு ஓயாது. அதிலியும் ஒண்ணுக்கு ஒண்ணுதானே இருந்தது. சட்டுனு மனசு கேக்க மாட்டேங்குது...'

தாலூகா ஆபீஸ் முன் வந்தபோது, தாசில்தார் எஜமான் வர நேரமாகுமென்று சொன்னார்கள். ஆபீஸின் நெடுந்திண்ணையில் ஏறி உட்கார்ந்துகொண்டபோது மாடசாமிக்கு மனசு வெறிச்சென்றி ருந்தது. நல்ல வெயில் அடிக்கிறது. எதிரே ரோட்டிற்கு அப்பால் சிவப்புச் செங்கல் அரைச்சுவராகக் கட்டி மறைந்த பார்க்கிற்கு நடுவில், சித்திரைத் திருநாள் மகாராஜாவின் சிலை நிற்கிறது... சிட்டி சர்வீஸ் பச்சை நிற பஸ்கள் போவதும் வருவதுமாக இருக்கின்றன. சைக்கிள்கள், டாக்ஸி கார்கள், கஜானாவிற்கு வருகிறவர்கள், முன்சிப் கோர்ட்டிற்கு வருகிறவர்கள், இடையிடையே கறுப்புக் கோட்டும் வெள்ளைப் பாண்டும் அணிந்த வக்கீல்கள், எல்லோருக்கும் ஒவ் வொரு காரியங்கள். எல்லோருக்கும் வேலை இருக்கிறது. காரிய மிருக்கிறது... தனக்கு மட்டும் வேலையென்று ஒரு வேலை இல்லை. புரோக்கர் தொழில், ஏமாந்தவனை நம்புகிற தொழில். எத்தனை நாளைக்கு இதை நம்புகிறது என்று தனக்குள் நொந்துகொண்டான்

மாடசாமி. நேரம் ஆகிக்கொண்டிருந்தது. கையில் கடிகாரம் கட்டிக் கொண்டுபோன ஒருவரிடம், "மணி என்ன ஆச்சு சார்" என்று கேட்டேன். மணி பனிரெண்டரை. இன்னும் தாசில்தார் வந்த பாடில்லை. பின்னும் ஒருமுறை அடைத்த அரை கேட்டருகே நின்ற பியூனிடம் கேட்டபோது, "எஜமான் வந்தால் தெரியாதா?" என்று அவன் சிடுசிடுத்தான். 'சரி நாளைக்குத்தான் பார்க்கலாம்... புறப்படும் போதே அந்த மூதி தடை சொன்னா... உம். சாலைக் கடைக்குப் போனாத்தானே இன்னைக்குப் பாட்டிற்கு ஏதாவது கிடைக்கும்...' என்று நினைத்தவாறு மாடசாமி திண்ணையை விட்டு இறங்கி நடந்தார்.

இரவு எட்டு மணிக்குத்தான் வீட்டுக்கு வர முடிந்தது மாட சாமிக்கு. மனைவி பாஞ்சாலி ஒட்டுத் திண்ணையில் சுருண்டு படுத்திருந்தவள் காலை மடக்கிக்கொண்டு எழுந்து உட்கார்ந்தாள். சின்ன சுவரொட்டி விளக்கு மங்கலாக எரிகிறது. சுவரில் அய்யப்பன் சாமி படம். இழுத்துக் கெட்டிய கொடியில் செத்துப்போன பைய னின் நிக்கர் சட்டை, ஆணியில் சிலேட் புஸ்தகப் பை தொங்கு கிறது. பழைய கறுப்புச் சீலையொன்று மூலையில் கிடக்கிறது.

"எந்த நேரத்திலேயே போன ஆளு. மணி எட்டொம்பது ஆவுது... ஏதாவது கொண்டு வந்திருந்தா சாயைக் கடையிலேருந்து வல்லதும் வாங்கிச் சாப்பிடுங்க... இங்கே அடுப்பு மூட்டல்லே... எனக்கும் ஒண்ணும் வேண்டாம். பசி இல்லே..."

"நான் ஒண்ணும் கொண்டு வரல்லே. கச்சேரீலே போய் ஒரு மணி வரைக்கும் காத்துக்கெடந்தேன். அதுக்கும் பொறவு சாலைக் கடையிலெ வந்தா அங்கெ என்ன இருக்கு? பெரிய கடை மொத லாளி எட்டணாத் தந்ததே சாயை குடிச்சேன். சேப்பிலே பத்தோ பதினைஞ்சோ பைசா மிச்சம் காணும். ஆமா நீ ஒண்ணும் குடிக் கலியோ; வச்சிருப்பேன்னு நெனச்சேன்."

"ஆமா, கையிலெ ஒண்ணோ அரையோ கெடச்சா உங்க சாயை குடிக்கு சரி. நேத்து நாளி அரிசி கடன் வாங்கிக் கஞ்சி வச்சது. உச்சைக்கு கொஞ்சம் பழம் கஞ்சி இருந்ததெ குடிச்சேன். பயலெ நெனைச்சப்போ அதும் தொண்டையெ விட்டு எறங்கல்லே, இதென்ன நாறுது? இன்னைக்கும் குடிச்சிக்கிட்டு வந்திருக்கேளா?"

"சீ, ஒன்னாணெ பாஞ்சாலி, நான் குடிக்கல்லே... இப்போ சட்டையெ களத்தினேனா? இது வேர்வை நாத்தம்..."

"ஆமா உங்களெ எனக்குத் தெரியும். பெற்ற புள்ளெ செத்துக் கெடந்தா மூக்குமுட்டக் குடிச்சிக்கிட்டு வந்து கூடிய உங்களெ எனக்குத் தெரியாதா...?"

"நீ சும்மா கெடந்து அதும் இதும் சொன்னா என் கொணம் மாறும்."

பாஞ்சாலியிடமிருந்து பிறகு பேச்சில்லை. விளக்கு அணைந் தது. இருட்டோடு அவள் அழுதாளோ என்னமோ?

எட்டு நாள் பத்து நாள், தாலுகா ஆபீசும் சிபாரிசு ஆட்களும் சாட்சியும் அபேட்சை பத்திரங்களுமாக நடையாக நடந்து, கால் கடுக்க, இடுப்பு நோக, கச்சேரியின் நெடுந்திண்ணையில் பழி கிடந்து கடைசியில் தாசில்தார் ஒப்பமிட்டு, வார்டு கவுன்சிலர், வேறு இரண்டு சகாக்கள் எல்லாம் சாட்சிக் கையெழுத்திட்டு, நூற்றி இருபது ரூபாய் மாடசாமியின் கைக்கு வந்து எட்டியது.

"ஒருக்க ரெண்டுதரம் எண்ணிப் பாத்துக்கிடும் வோய் மாட சாமி... நூற்றி இருவது இருக்கா? சரி எனக்கு நீரு ஒண்ணும் தரண் டாம். ஒமக்காக ரெண்டு மூணு தரம் டாக்ஸியிலெ வந்தேன். அதுக்கொரு பதினைஞ்சு ரூபா மட்டும் அந்த டிரைவர்கிட்டே கொடுத்திரும்..." என்று பணத்தைக் கையால் தொடாதவர் போல் ஒதுங்கிப் போய் டிரைவரைக் காட்டிவிட்டு, காரில் ஏறிக் கதவடைத் துக்கொண்டார், வார்டு கவுன்சிலர். டிரைவருக்குப் பணத்தைக் கொடுத்துவிட்டு, மிச்சத்தை மடியில் வைத்துக் கட்டிக்கொண்டு படியிறங்கியபோது, சகாக்களும் சாட்சிக்கு வந்த கூட்டுக்காரர்களும் சிரித்துக்கொண்டு நிற்கிறார்கள்.

"மாடசாமி அண்ணே, பணம் கிடைச்சப்போ பேசாமெ மடி யிலெ வச்சுக் கட்டிக்கிட்டேளே... நாங்களும் இந்த ரண்டு மூணு நாளா வேலையையும் களஞ்சிக்கிட்டு ஒமக்கு வேண்டி அலை யுதோம்..."

"ஆமாம் அதுக்குப் போயி எனக்குத் தொள்ளாயிரம் பணமா கெடச்சிருக்கு. நூற்றி இருவது ரூவா. என் பயலுக்கு இத்தனை வருஷம் நான் வாங்கிக் கொடுத்த மிட்டாய் வெலைக்குக் காணாதே இந்த நொள்ளைப் பணம். இந்த ஒண்ணே முக்கா ரூபாய்க்கு, எத்தனை நாளுவந்து காத்துக்கெடந்து நரகவேதனைப்பட்டு... ஹ்ம். எடுத்துக்கிடுங்க ஆளுக்குப் பத்து வீதம் போதுமா? எத்தரை அஞ்சு பேரா... இந்தாருங்க போருமா? திருப்தி ஆச்சா..."

மிச்சத்தை எண்ணிப் பார்த்தபோது, ஐம்பது ரூபாயும் சில்லறை நோட்டுகளும் இருந்தன... "ஹ்ம், அம்பது ரூவா. எம் பய பழனிச் சாமிக்கு வெலை அம்பது ரூபா... பாவி மட்டெ, அவ சொன்னா, வேண்டாம் இந்த எச்சிக் காசுன்னு... நெஞ்சிலெ அடிச்சு அழுதுக் கிட்டு சொன்னா, கேக்கல்லே. அள்ளிக் கொடுத்திருவான்னு வந்தேன்... அம்பது ரூபா..."

செங்கல் சுவர் மறைத்த பார்க்கின் நடுவில், மகாராஜா சாலையின் கிரீடக் குஞ்சத்தின் மேல் காக்காய் ஒன்று அசையாமல் அமர்ந்திருந்தது. பார்க்கைத் தாண்டி, கோட்டை போலீஸ் ஸ்டேஷன் தாண்டி, ரோட்டில் நடக்கும்போது மாடசாமி, தன்னையே மறந்த விரக்தியில்தான் நடந்து வந்தார். மிச்சக் கையிருப்பை நினைத்த போது மனம் மிகவும் விழுந்துவிட்டது!

கிழக்கே கோட்டை ஜங்ஷனில் வந்ததும், அங்கு நின்று யோசித்தார். கிழக்கே திரும்பிச் சாலைக்குப் போகலாமா, தெற்கே நடந்து வீட்டுக்குப் போகலாமா...? மனம் தீர்ப்பை சங்கல்பிக்கும் முன்பு மாடசாமியின் கால்கள் சாலை கம்போளத்தைப் பார்த்து நடந்தன.

மாடசாமி வீட்டிற்கு வரும்போது வெகு நேரமாகியிருந்தது. அவர் வந்து கதவுப்பக்கம் உட்கார்ந்த அரவம் கேட்டுத்தான், பாஞ்சாலி விழித்துப் பார்த்தாள்.

"என்ன இது, இத்தரை நேரமா? இன்னைக்குப் பணம் கெடச்சுதாமே. உங்க கூட்டாளி வந்து சொன்னானே... ஒண்ணே முக்காக் காசு... இப்ப உங்களுக்கு நெறஞ்சு பொச்சுதா? எனக்கு என் பிள்ளை இல்லே. உம் பணம் கையிலே வந்தா உங்களெ பிடிச்சுக் கெட்ட நாலு பேரு வேணும். எங்கே பணத்தை எடுங்க... என் பிள்ளெயெ காலனுக்குக் கொடுத்த பணம் எத்தரை பணம் கெடச்சிதுன்னு நானும் பாக்கட்டும்..."

கதவருகில் இருட்டு வாக்கில் அமர்ந்திருந்த மாடசாமி சட்டையின் சேபியிலிருந்து கைநிறையச் சில்லறையை எடுத்து பாஞ்சாலியின் நீட்டிய கையில் வைத்தான்.

"இதென்ன சில்லறை... இவ்வளவுதானா? பாக்கி... பாக்கியெ என்ன செய்தியோ?"

மாடசாமி இருட்டு வாக்கில் அமர்ந்திருந்தவர் 'உவ்வா'வென்று உரக்க தரையில் வாந்தியெடுத்தார்.

அவ்வளவுதான். ஒரே சாராய வாடை. மீன்கறி, அவியல் வாடை...

மாடசாமி இன்னும் வாந்தியெடுத்தார். தீனி கொஞ்சம் அதிகம். பாஞ்சாலிக்கு விஷயம் தெரிந்துவிட்டது.

"டேய் மக்களே பழனிச்சாமி, உன் அப்பன் உன்னையும் வித்துக் குடிச்சிட்டாருடா... மக்களே..."

பாஞ்சாலி சத்தம் போட்டு நெஞ்சிலடித்து அழுதாள். இரவு, குருட்டுக் கருமையில் ஆழ்ந்து கிடந்தது!

❖

31

பதினாலு முறி

“டேய், ஒண்ணீ சொந்த புத்தி இருக்கணும். அதில்லே பிறத்தியான் யாராவது சொல்லக் கேக்கணும், ரெண்டும் இல்லி யானா இப்பபடித்தான் பாத்துக்கா... போனது போவுது. நடக்கிற காரியத்தெ பாரு. ஸ்டேஷனிலே வரச் சொன்னாலே... உள்ளதை அவ்வளவும் சொல்லு. அதுக்கப்புறம் வாரதுபோல வரட்டு... கையிலே ஏதாவது வச்சிருக்கியா? எங்கேர்ந்து இருக்கப் போவது... இந்தா ரெண்டு ரூபா இருக்கு... அங்கே போலீஸ்காரன் அவன் இவன் என்ன கேட்டாலும் காசு கொடுக்காதே. நடந்ததெ அப் பிடியே சொல்லு. ஒண்ணும் உன் தலெ போயிராது... எனக்கு கடைக்கு நேரமாச்சு...”

வீரய்யனுக்கு ஒன்றுமே தோன்றவில்லை. சே, இப்பிடி ஒரு அவக்கேடா? இதுவரைக்கும் யார் முன்னாலும் போய் தலையைச் சொறிந்துகொண்டு நின்றதில்லை. கடைசியில் இவள் – சொந்தப் பெண்டாட்டி காரணமாக அதுவும் வந்தாச்சு. சவம் மூதேவி, அவ்வளவு தட்டுக்கெட்டுப் போச்சுன்னா, எங்கேயாவது ஓடிப் போயிருந்தாக்கூட சகிச்சுப் போயிருக்கலாம். தூக்குப் போட்டுச் செத்துப்போனா! பார்வதியா? நினைக்க நினைக்க ஒண்ணு மில்லெ... வந்து பிரேதத்தைக்கூட பார்க்கல்லே... சிகப்பு சேலை மூடி பெஞ்சு மேலே மறுநாள் கருமாதியின் சாமான்கள்தான் இருந் தது... ரொம்ப நேரத்திற்கு, பார்வதியா? எங்கிற நெனைப்பு தெளிஞ்சு வரவே இல்லை... ரெண்டு நாள் பொழுது கழிஞ்சபோது தான், ‘உண்மை– உண்மைதானே, உண்மைதானே’ என்று மனசில் சிதல் அரித்தது. நமநமவென்று, பாஷாணம் தின்ற பெருச்சாளி தண்ணி குடிக்க அலஞ்சது போலத் திண்டாட்டம்.

சிவனு அண்ணாச்சி, ரெண்டு ரூபாயும் காரியமும் சொல்லித் தந்துவிட்டு கடைக்குப் போய்விட்டார்... அவருக்கு ஆரம்ப காலத் திலேயே நம்ம பேரிலே அப்படி ஒரு கரிசனம்... இனி போலீஸ் காரன் கிட்டே போய் அவன் எழுதி வைத்திருப்பதில் ஒப்புப் போடணும். இனிக் கிண்டிக் கிண்டி எதையெல்லாம் கேக்கப் போறானோ?

கிழக்கே கோட்டையிலிருந்து பாளையம் போலீஸ் ஸ்டேஷன் வரைக்கும் போகணும். பதினைஞ்சு பைசா பஸ்ஸுக்குக் கொடுத்தால் மாதவராயர் சிலைக்குப் பக்கத்தில் கொண்டுபோய் இறக்கி விடுவான். ஒரு மைல்கூட இல்லை. பொழுது விடிஞ்சு பொழுது இருட்டினால் ஊரெல்லாம் நடையா நடக்கிறவனுக்கு ஒரு மைல் காத தூரமாக மனதை அழுத்தியது. ஸ்டேட்யூ பஸ்ஸிற்காகக் கிழக்கே கோட்டை பஸ் நிலையத்திலே நின்றான் வீரய்யன்.

பஸ் ஸ்டாண்டில் இன்னும் சலசலப்பு ஆரம்பமாகவில்லை. டியூட்டோரியல் காலேஜுக்குப் போகும் அஞ்சாறு சிறுசுகள், கரகுளத்திற்கும் மெடிகல் காலேஜுக்கும் போகும் நாலைந்து பேர்கள். கப்பலண்டி தட்டுக்காரன்கூட எட்டு மணிக்குமேல்தான் வருவான்... மண்ணில் அங்கிங்காக ஈ மொய்த்து மேய்கிறது. ராத்திரி தெரு மாடுகள் வந்து படுத்துக்கிடக்கிற இடம்... நீலச் சேலை அணிந்த கார்ப்பரேஷன்காரி, ஆங்கிலத்தில் 'ஒய்' எழுத்து மாதிரி ஆள் உயரம் நீண்ட துடைப்பத்தை வைத்துக் கூட்டிக்கொண்டு வருகிறாள். அபேதானந்தாஸ் ஆசிரமத்திலிருந்து, 'அரே ராமா, அரே கிருஷ்ணா' மந்திரம் மெதுவாகக் கேட்கிறது. ஆசிரமத்தில் அபேதானந்தர் இல்லை போல, இருந்திருந்தால் மந்திர பஜனை ஒலிபெருக்கி வழியாக உரக்கக் கேட்கும். அல்லது சுப்ரபாதம் பாட்டு கீறல் விழுந்த கிராமபோன் பிளேட்டு போல – திரும்பத் திரும்பக் கேட்டுக்கொண்டிருக்கும்... அப்பா தலைவலி...

மெடிக்கல் காலேஜ் பஸ் ஒன்று வந்து நின்றது. அது, வஞ்சியூர் வழியாகப் போகிறது, ஸ்டேட்யூ போகாது. வரட்டும் அடுத்த பஸ் வரட்டும்...

பார்வதியா இப்படி? வீட்டிலும் இது மாதிரி பஸ் ஸ்டாண்டு மண் தரையாட்டம் ஈ மொய்க்கிறது. பார்வதி தைக்காடு மசானத்தில் சாம்பலாகிப்போனாள்...

சமூக ரெங்கபுரத்திலிருந்து புறப்பட்டு ஏழு வருஷமாச்சு – ஏழு வருஷம்! மனதின் அடித்தளம் கவிவது போல நெஞ்சு முட்டியது. அழக்கூடாது. விபரம் தெரிஞ்சு இதுவரை அழுததில்லை. பார்வதி, அப்படி ஆகிப்போனாள் என்ற உண்மை அறிந்த சமயத்திலும் அழுகை வரவில்லை. மனசு உறைச்சு போனது மாதிரி. இதே மாதிரி நிறைய நிறைய கண்டு அனுபவிச்ச மாதிரி ஒவ்வொரு பயங்கரம் நடக்கும்போதும் இதே மாதிரி முன்னாலே எப்பொழுதோ கண்டது மாதிரி, செய்தது மாதிரி, புதிசு இல்லாதது மாதிரி... ஏன் அப்படி? பார்வதியைக் கட்டிக்கொள்ளப் போகும் போதும் அப்படித்தான். அவளை முதல் தடவையா தொட்ட

போதும், அதுக்கு முன்னாலும் அவளிடம் பேசியிருந்தது மாதிரி, தொட்டு சேலையை உரித்தது மாதிரி எல்லாம் ஒரு நினைப்பு. எப்பவாவது சொப்பனம் கண்டிருந்தாக்கூட சமயங்களிலே இப்பிடி யெல்லாம் தோணுமோ? ஆனா கல்யாணத்துக்கு முந்தி ஒரு தடவை கூட பார்வதியைக் கண்ணிலெ கண்டதில்லையே!

கணகணவென்று ஒரு பயர் இன்ஜின் வண்டி. அதிவேகத்தில், அட்டக் குளங்கரை ரோடு வழியாக சீறிக்கொண்டு போயிற்று... காலையில் எங்கேயோ தீப்பிடித்திருக்கிறது, அஞ்சாறு தெருப் பொடியன்கள், இன்ஜின் போய் மறைந்த பிறகு, அது போன திசையை நோக்கி சைக்கிளில் வேகமாக மிதித்துக்கொண்டு போகிறார்கள். தீயை வேடிக்கை பார்ப்பதில் என்ன உற்சாகம்... அழுத்தி மிதித்து ஓடுகிறார்கள்...

தீப்பற்றிக்கொண்ட வீட்டில் அகப்பட்டதைச் சுருட்டுகிற களே பரம்தான், அந்த 'பதினாலு முறி' காம்பவுண்டிலும் உள்ளது. போக்கும் புகலும் அத்துப்போய் அங்கேயே குடித்தனம் வச்சிருக் கக்கூடாதுதான். எந்த இடமானாலும் நம்மெ என்ன செய்யப் போவுது என்ற அசட்டு தைரியத்தினால்தான் இப்போ பார்வதி செத்தாளோ?

பதினாலு முறி.

ரெண்டு வருஷமாச்சு அந்த இடத்துக்கு வந்து. ஊரைவிட்டுப் பொறப்பட்டு இந்தச் சாலைக்கடைக்கு வந்து சேர்ந்த பின்பு, முதன் முதலிலே வீடுன்னு ஒண்ணிலே வந்து குடிபுகுந்தது இங்கேதான். அதற்கு முன்னாலே எத்தனை சொந்தக்காரங்க கூப்பிட்டார்கள். யார் வீட்டிலும் போகவில்லை. இன்னொருத்தன் தயவிலே இருக்க ணுமின்னு இருந்தால் அங்கே சமூக ரெங்கபுரத்திலேயே இருந்திருக் கலாமே... சித்திக்கு தடை புகையிலையா வாங்கிக் கொட்டியிருக் கணும். அப்பா சொன்னதுக்கெல்லாம் பெருமாள் மாடு மாதிரி தலையை ஆட்டியிருக்கணும். அவ – சித்திகாரி, சீலையைத் துவைச்சுப் போடுன்னா போட்டிருந்தாலே போதுமே? இங்கே, தம்பானூர் ரெட்டியார் காம்பவுண்டில் பெரியப்பா மகன் அண்ணன் இருக்கான். அவன் எத்தனை தடவை கெஞ்சிக் கூப் பிட்டான். பாளையம் வீரய்யா ஸ்டோரில் வேலைகூட வாங்கித் தருவதாகச் சொன்னான். போகத் தோணலை... கொத்துவால் தெருவிலே, நாலு அரிசி வண்டி, புண்ணாக்கு வண்டி பின்னாலே போனாலே, தினம் ஒரு ரூவா, ஒண்ணேகால் ரூபா கெடைக்குமே... இதை விட்டு சொந்தக்காரன் தயவுக்குப்போனா அவன் இளக் காரத்தைச் சுமக்கணும். அவன் ஒண்ணெ சொல்வான்

ஒத்துக்கிடாது. வேண்டாம் அந்தத் தயவு. அதனாலென்ன – இப்போ சட்டை போட்டுக்கிட்டு டபிள் வேஷ்டி கட்டிக்கிட வேண்டாம். ஒண்ணரை ரூபா பனியனும் கைத்தறி நாலு முழ வேஷ்டியும் போதும்...

வந்த புதிசில்; அருணாசல ரெட்டியார்: "ஏமிரே, மீ ஊரு சமூக ரெங்கபுரமா?" என்று தெலுங்கில் ஆரம்பித்தார். அதற்கு, "இல்லை முதலாளி நான் நாகர்கோயில்..." என்று முகத்தைப் பார்த்து தமிழில் பொய் சொன்னான்.

"சீ, கழுதைப் பயலே... நீ குருவா ரெட்டியார் மகன் லாலே... ஆண்டி, உன் அண்ணன்தானே? பாளையத்திலே ஜவுளிக்கடை யிலே இருக்கானே... தமிழா பேசுதே? உனக்கெல்லாம் ஏண்டா இப்பிடி புத்தி போவுது? சாலைக் கடையிலே சுமடு எடுக்கணும்னு தலையெழுத்து..."

"முதலாளி அதிகம் பேச வேண்டாம். நான் ஒண்ணும் உங்க கடை முன்னாலெ வந்து கைநீட்டல்லியே, இல்லே ஏதாவது சொந்தம், ஜாதீன்னு சொல்லி பணம் காசு கேட்டேனா? ஜோலி செய்தா கூலி கொடுங்க. எனக்கு உங்க உபதேசமும் தயவும் ஒண்ணும் வேண்டாம்..."

அதற்குப் பிறகு சபாபதி கோவில் தெரு பக்கமே போகவில்லை. அங்கே ஏதாவது ரெட்டிகள் கண்டால் சொந்தம் கேட்பான். கிண்ணாரம் விசாரிப்பான். ஏன் ஏதுன்னு சொல்லணும், எனக்குச் சொந்தமா கையும் காலுமிருக்கு. சொந்தக்காரன், இனத்தான், ஒருத்தன் தயவும் வேண்டாம். ஒதுங்கியிருந்தாலும் விடமாட்டான். நல்லா இருந்தாலும் விடமாட்டான்... அப்படி எத்தனை ஒண்ணா ரெண்டா, அஞ்சு வருஷம் போனப்பறம்தான் மீசைக்காரர் ரெட்டி யாரிடம் கொஞ்சம் பழக்கம் ஏற்பட்டது. அப்போ சாலையில் சுமடு தூக்குகிற வேலையை விட்டு வந்த சமயம், சீப்பு, கண்ணாடி, கண்மஷி, சாந்து, நூலு, பின்னு, பாச்சாமருந்து, எலி விஷம் – இந்த யாவாரம். தட்டைத் தூக்கிக்கொண்டு பஸ் ஸ்டாண்டிலேயே அலைஞ்சால்கூட பொழுதுக்கு, அசல் போக ரெண்டு ரூபா யார் தயவுமில்லாமெ கெடச்சுப் போகும்... சாயந்திரம் பத்துப் பைசா அலுமினியக் கிண்ணம் அம்பது எடுத்து புத்தரிக்கண்டம் ரோட் டோரத்தில் போட்டுக்கொண்டு பதினைஞ்சு பைசா அப்பிடீன்னு வித்தா ஒண்ணு ரெண்டு அதிலெயும் ஒட்டும். மீசைக்காரரை அலுமினியக் கடையில்தான் பழக்கம். அவரும் ஒரு ரெட்டி யார்தான்னு பிறகுதான் தெரியும். இந்த ரெட்டிப் பயங்களிலே ஒருத்தனுக்குக்கூட மீசை கிடையாது. இவர் கப்படா மீசை

வச்சிருந்தார். ஊரிலுள்ள ரெட்டியார்கள் அவரைத் தள்ளி வைத்திருந்தார்கள். அவர் பெண்டாட்டி எப்பவோ எவன் கூடயோ ஓடிப்போனவளாம்... அவர் இந்த ரெட்டி வர்க்கத்திலேயே சேராமல் பதினாலு முறியில் ஒரு குடிசையில் தாமசம் என்றறிந்தபோதே மீசைக்காரரிடம் வீரய்யனுக்குக் கொஞ்சம் மதிப்பு தோன்றியது. ஒருநாள் அலுமினியக் கடையில் கண்ணாடிக்காரர் கணக்கனிடம், கணக்கு தீர்த்துக்கொண்டிருந்தபோது – அவர்தான் வீரய்யனுக்கு மீசையை அறிமுகம் செய்து வைத்தார். அதிலிருந்து பழக்கம் வளர்ந்தது...

கடைசியில் அவர் மகள் பார்வதியைக் கட்டிக்கொண்டது...

பஸ் வந்து நின்றது. கொஞ்சம் மலையாளம் படிக்கத் தெரியும். பாளையம் என்று பெரிசாக மலையாளத்தில் எழுதியிருந்தது. நினைவு கலைந்து பரபரவென்று பஸ்ஸில் ஏறினான் வீரய்யன். வெயில் உறைக்க ஆரம்பித்திருந்தது. பாளையம் சர்ச்சுக்குப் போகும் பெண்கள் கூட்டம் பஸ்ஸில் நிறைய ஏறியிருந்தார்கள். பழைய நினைவிலேயே இருந்ததினால் வீரய்யன் சுற்றத்தையே மறந்திருந்தான்.

கடைசி ஓரத்தில் கிடைத்த இடத்தில் அமர்ந்துகொண்டான் வீரய்யன். மனசு திக்திக்கென்று அடித்துக்கொண்டது. என்னவெல்லாம் கேட்கப்போகிறானோ? நீதானே அந்தப் பெண்ணின் புருஷன் என்று கேட்பான். சம்பவம் நடந்த அன்னைக்கு நீ எங்கே போயிருந்தேன்னு கேட்பான். அதுக்கெல்லாம் காரணம் சொல்லணும். 'உன் பெண்டாட்டிக்கும் உனக்கும் அடிக்கடி சண்டை வருமா? அதனாலே அவ, சாகப் போறேன்னு எப்பவாவது சொன்னதுண்டா... இப்படியெல்லாம் கேட்பான்னு சிவனு அண்ணாச்சி ஒரு சூசமாகச் சொல்லி அதுக்குத் தகுந்தாப்பலே பதிலும் சொல்லியிருக்கிறாரு. அவரு பழைய காங்கிரஸ்காரரு. அகஸ்தீஸ்வரம் உப்பளம் சத்தியாக்கிரகத்திலே எல்லாம்கூட கலந்திருக்கிறாரு. நல்ல நாயஸ்தரு... அவருக்கு எல்லாம் தெரியும். இந்த போலீஸ்காரங்களுடைய மனம் அவருக்கு அத்துப்படி.

இதுக்கு முன்னாலெ ஒரே ஒரு தடவை ஸ்டேஷனுக்குப் போனதுண்டு. அதுவும் இந்தப் பாளையம் ஸ்டேஷனிலேதான். ராத்திரி கடைத் திண்ணையில் படுத்துத் தூங்கினதுக்காக பீட் போலீஸ் பிடித்துக்கொண்டு வந்தான். விடிய விடிய அங்கேயே இருந்தப்பத்தான் – சாராய கேஸில் ஒருத்தனைக் கொண்டுவந்து, ஆள்மாறி ஆள் மாறி உதைத்தார்கள். என்ன உதை, என்னா குத்து,

அம்மா – இப்பிடியா? அந்தப் பயமகனும் ஆளூ கல்லுளி மங்கன் தான். ‘உம்’ என்று வாய் திறக்கணுமே? போலீஸ்காரன் பிடிச்ச போது கையிலிருந்த சாராய பாட்டிலைக் குளத்தில் வீசிவிட்டா னாம். தொண்டியில்லை. அந்தக் கோவம். போலீஸ்காரன் ஒவ்வொ ருத்தனுக்கும்… தொண்டி இருந்திருந்தால், அது நல்லதா, கலப்பா என்று ருசி பார்த்து கேஸ் பதிவு செய்ய வசதியாக இருந்திருக்கும்… ஒரு ஏட்டு தனது மத்தள கால்களுக்கிடையிலே அவன் தலையைக் குனிய வைத்து முதுகில் வாங்கு வாங்கென்று வாங்கினா… ‘ஏட்டை யாவிற்கு அடிக்கத் தெரியலே… இங்கே விடுங்க… இதோ இப்பிடிக் குத்தணும். மீசை வேறயா? இப்பிடிப் பறிக்கணும்… என்று இன் னொருத்தர் சாம்பில் காட்டினார்… அதையெல்லாம் கண்டபோது தான் அறியாமலேயே ஒண்ணுக்குப் போய்விட்டது. அப்புறம் விடிஞ்சு இன்ஸ்பெக்டர் வந்ததும், ‘படவாக்களா’ என்று ஆளுக்குப் பத்துப் பிரம்படி உள்ளங்கையில் பரிசளித்து அவனையும் வேறு சேக்காளிகளையும் போகச் சொன்னார்கள். அதுக்கப்புறம் போலீஸ் ஸ்டேஷனே தெரியாது. சுமட்டு ஜோலியை விட்டு தட்டு தூக்கும் வியாபாரத்திற்கு வாரதுக்கும் இதெல்லாம்தான் காரணம். சுமட்டுக் காரன்னா எல்லாத்துக்கும் ஓர் இளக்காரம். இப்போ வியாபாரி, என்ன இருந்தாலும் வியாபாரி…

இப்போ பார்வதி, உன் கதையைச் சொல்ல போலீஸ் ஸ்டேஷன் ஏறப்போறன்.

ஆலப்புழைக்கு நான் போயிருக்கக் கூடாது, சவம் அந்தப் பதினாலு முறி கூட்டங்கள் மத்தியிலும் வந்து குடியிருந்திருக்கக் கூடாது. ராத்திரியுமில்லாத பகலுமில்லாத எடம். நெடுக எருமைக் கொட்டில் நாப்பது அம்பது மாடுக இருக்கும். எல்லாம் காந்தி ஓட்டல் போற்றியுடையது. கறவக்காரனும், சுமட்டுக்காரனுகளும், பேரீச்சய் பழக்காரனும், சாய அடியு குட்டன் பிள்ளையும் பூக்கட்டுகிற நாணியும் ரேஷன் கடை உண்ணியும் எல்லாரும் அங்கே தான் தாமசம். ஆக ஒரு நெடுந்திண்ணை ஒவ்வொரு குச்சு சாய்ப்பு, உள்ளார. அவ்வளவுதான் வீடு. ராத்திரிக்கு எல்லா வீட்டு ஆம்பிளைக்கும் திண்ணையிலேதான் படுக்கை. ஒவ்வொருத்தனும் ராத்திரி ஒவ்வொரு நேரம் வருவான். கொசுவுக்கு நெருப்பு குண்டுப் புகையிருந்தாலும் கொசுராகம் நொய்யென்று முழங்கும். வைக்கோலும் சாணியும் கலந்த மணம் வேற. கறண்டு விளக்கு கிடையாது. கிணறு கிடையாது. முக்குத்திருப்பத்திலேதான் குழாய் இருக்கிறது. ராத்திரி குளிக்கிறது, துவைக்கிறது, கஞ்சிக்குத் தண்ணி எடுக்கிறது எல்லாம் அங்கேதான். ராத்திரி முன்சிப்பாலிட் டிக்காரன் வரமாட்டான். அதனாலே வெளிக்குப் போய்விட்டு

செய்ய வேண்டியதைச் செய்யிறதும் குழாயடியிலேதான்... காம்ப வுண்டு சுவருக்கு அந்தப்பக்கம், புல்லுக்கட்டு விக்கிற சந்தை ஓலைப் புரை அங்கே எல்லா யாவாரமும் நடக்கும். புல்லுக்காரி செல்லம்மா ஒருக்க யாரோ ஒருத்தன்கூட ஒளிஞ்சிருந்தா, எப்பவும் அந்தக் கதை தான். செல்லம்மா இல்லாட்டி, காளி. அவ இல்லியானா, கறவை. நாயிடு சம்சாரம், கோவிந்து, வரம்பு மொற இல்லே. இல்லையும் காட்டி எதுக்குத்தான் வரம்பு முறை இருக்கு? பார்வதியும் அப்படிப் பட்ட இடத்திலேதானே பொறந்து வளர்ந்திருக்கா. மீசைக்காரரை சும்மா சொல்லக்கூடாது. அவ அம்மாக்காரி மற்றவன் கூடப் போன துக்கப்பறம் அந்த விபரம்கூட இந்தப் பெண்ணுக்குத் தெரியாமெ கண்ணுக்குள்ளே வச்சு வளத்திருக்காரு. பொண்ணெ குழாயிலெ தண்ணிக்குக்கூட அனுப்ப மாட்டாரு, அம்மாக்காரி கதையைச் சொல்லி ஊர் சிரிக்கிற கேவலம் பெண்ணுக்கும் வரக்கூடாதுன்னு கரிசனம். நாலு மணிக்கெல்லாம் வியாபாரத்திற்குப் போய்விட்டு வீட்டுக்கு வந்திருவாரு. செம்பு பித்தளை செல்லாத காசுக்கு ஈத்தப் பழம் வியாபாரத்திலே கிடைக்கிறதை அலுமினியக்கடை கணக் கனிடம் போட்டுவிட்டு 'டாண்'ணு வீட்டுக்கு வந்திருவாரு. பார்வதிக்கு முறுக்குச் சுற்றத் தெரியும். அப்பனும் மகளும் ராத்திரி யெல்லாம், நூறு முறுக்காவது சுற்றித் தயாரித்து, காலையில் நாலு சாயாக்கடைக்குப் போட்டுக் காசு வாங்கி வருவார் மீசை. அந்தக் காசுக்குப் பச்சரிசி வாங்கி ஊறப்போட்ட பின்புதான் காலையில் அவர் வியாபாரத்திற்குப் போவார். பார்வதிக்குப் பகலிலே முறுக் குக்கு மாவு இடிக்க, கஞ்சி காச்ச இப்படியே வேலை சரியா இருந்ததினாலே – அவளுக்கும் இந்தக் கூட்டத்தோட ஒட்டாம வாழமுடிஞ்சுது. கடைசியிலே என்னாச்சு? மானம் மானம்னு கரிசனப்பட்ட பார்வதி போயிட்டா? அம்மணக்காரன் ஊரிலே கோவணம் கட்டிப் பொழைக்க முடியுமோ? கொஞ்சம் விட்டுக் கொடுக்க மனசில்லே... அந்தப் பய தடிப்பய மவன். எருமையும் அவனும் ஒண்ணா நின்னு – அவன் வேட்டி கட்டிக்கிட்டிருந்தா தான் அவனெ ஆளெ கண்டுக்கிட முடியும். ஜாதியிலே மறவன்னு சொல்றா. இல்லெ, மலையாளத்துக்காரன் ஈழவன்னு சொல்லுதா. எந்த எளவோ? அவன் மலையாளம் பேசுறது கேட்டா அசல் ஈழவன் தோத்துப் போவான். தமிழ் பேசினா பாண்டிக்காரன் சலாம் போடணும். அந்தக் குள்ளயன் – நான் ஆலப்புழைக்குப் போனதைத் தெரிஞ்சுக்கிட்டு பட்டப்பகல்லே சாணி எடுக்க வந்த பார்வதியெ தொழுவிலே மறிச்சு... இவ்வளவுக்கும், பதினாலு முறியிலே, ஆம்பிளைங்க யாருமில்லாமெ இருந்தாலும், பூக் கட்டுற நாணி இருந்திருக்கா, கோவிந்து இருந்திருக்கா... இவளும் கூப்பாடு

போட்டிருக்கா. போய் என்னான்னு கேட்டிருந்தா இவ்வளவு வந்திருக்காது. 'இவ என்ன, சினிமாவிலே சாவித்திரி பத்தினி வேஷம் போட்டது போல கெடந்து விளிக்கா – சவம். அம்மாக்காரி மேத்தன் கூட போனா? அறவக்காரன் மறவன் கையைப் பிடிச்சிவிட்டா தேஞ்சா போயிரும்னு–' கோவிந்து சொன்னாளாம்...

ஆக கதை முடிஞ்சு போச்சு. கொஞ்சம் நிதானிச்சிருக்கலாம். நான் வந்தப்புறம் நடந்ததைச் சொல்லி என் கிட்டயாவது ஒரு வார்த்தை சொல்லியிருக்கலாம். ஒரு தடியன் அப்படி நடந்துகிட் டான்னா, அதுக்கு உயிரைப் போக்கிக்கிட என்ன இருக்கு? எனக்கும் கையிருக்கு, நெஞ்சிருக்கு. மறத்தாயளியை நீயா நானான்னா பாத்துக்கிட மாட்டானா? பார்வதி, நீ செத்துப் போனதினாலே நானும் கோழை ஆயிட்டேன்... போறேன் இப்போ... போலீஸ் ஸ்டேஷனுக்கு...

அரமும் அரமும் உரசினால் கின்னரம்னு சொல்லுவா. அப்படி ஆச்சு. ஆலப்புழைக்குப் போனதுகூட அவளுக்காகத்தான். அதிலே மிச்சம் பிடுச்சி ஒரு நூற்றம்பது, இரு நூறு ரூபா கையிலே வச்சிருந்தா, ஒரு கட்டை வண்டி டயர் வண்டி வாங்கித் தன் பெய ருக்கு விடணும்னு அவளுக்கு ரொம்ப நாளா ஆசை. 'சுமட்டுக் காரன் உண்ணி பெஞ்சாதி தன் பேருலே ரெண்டு வண்டி வாங்கி யிருக்கா. அதனாலே அவ கொடிகட்டித்தான் பறக்கிறா. நீங்களும் இருக்கேளே என்று கிண்டி பேசுவா பார்வதி. கடைசியிலே சேத்து வச்சிருந்த ரூபாயுடன் ஆலப்புழைக்குப் புறப்பட்டாச்சு. பிறகுதான் கதை...

வந்து பார்த்தபோது – பார்வதி போயி ரெண்டாவது நாளு. மீசைக்காரருக்கு இன்னும் மூர்ச்சை தெளியல்லே... என்னவெல் லாமோ பொலப்பம்... சிவனு அண்ணாச்சிதான் எல்லாம் சொன் னாரு. போஸ்ட் மார்ட்டமா மண்ணாங்கட்டியா என்னவெல் லாமோ நடந்திருக்கு...

பஸ் – உலுக்கிக்கொண்டு நின்றது. டவுன் ஹால் திருப்பத்தில் நிற்கிறது பஸ். அய்யோ – ஸ்டேட்யூ தாண்டி வந்திட்டமே... சடபடா வென்று இறங்கியபோது – நல்ல வேளை, கண்டக்டர் கவனிக்க வில்லை. பத்துப் பைசா டிக்கெட்டில் பதினஞ்சு பைசா தூரத்திற்கு வந்தாச்சு... இனிப் பாளையம் ஸ்டேஷனுக்குத் திரும்பி நடக்கணும்...

ஸ்டேஷனுக்குத் திரும்புற இடத்தில், சட்டசபை கட்டடத்துக்கு முன்னாலே நிறைய கூட்டம்... ஏதோ வேலை நிறுத்தமும் சத்தியாக் கிரகமும் நடக்கிறாப்பிலே... விடிஞ்சதுதான் உண்டு... 'வேலை கொடு அல்லது சோறு கொடு', 'மானம் விற்றுச் சோறு

வேண்டாம்... வேலைக்குக் கூலி கொடு...' என்றெல்லாம் மலையாளத்தில் எழுதிய அட்டைகளைத் தாங்கிய கூட்டம்... ஆபீஸ் நேரம் துவங்கியதும் கூட்டத்தில் கோஷம் முழங்கும்...

'மானம் விற்றுச் சோறு வேண்டாம்...' நல்ல மானம்! சமூக ரெங்கபுரத்தில் சித்தியின் தொந்தரவு மானப் பிரச்சினையாக இருந்ததினால்தான் ஊரை விட்டு ஓடி வந்தது... கடைசியில், மானம் மானம்னு விளையாட்டுத்தனமா பார்வதி தூக்குப் போட்டுச் செத்தா? இப்போ... மானம் என்கிறது என்ன?

ஸ்டேஷனுக்குள் நுழையும்போது காவல் நின்ற போலீஸ்காரன் உறுத்துப் பார்த்தான்... வேறொருத்தன் வந்து, "நீதானே பதினாலு முறி கேஸின் ஆள். எஜமான் விளிக்குணு" என்றான்.

உள்ளே எஜமான் இருந்தார்.

"அந்தத் தேவிடியா சிறுக்கியின் புருஷன் நீர்தானாவேய்? இந்தா இந்த பேப்பரிலே எல்லாம் கையெழுத்துப் போட்டுவிட்டுப் போகும்... பிறகு எப்போ கூப்பிட்டாலும் இங்கே வரணும்... தெரியுமா? ஒப்புப் போடத் தெரியுமா? பார்த்துப் போடும்..."

எதற்கு ஒப்பு? மானம், மானம்னு செத்த பார்வதி தேவடியா என்பதற்கா?

❖

32

உம்மிணி

கமுகு விளாகம் முடுக்கில் பெரிய புகையிலைக் கடை கிட்டங்கின் சிமிண்டு திண்ணையில், உடுத்திய அழுக்கு வேஷ்டி யைத் தலை முதல் கால்வரை போர்த்திக்கொண்டு 'ழ' போலப் படுத்திருக்கிறான், உம்மிணி. சுற்றிலும் தரையில் அங்கிங்காக ஈ மொய்க்கிறது. மணி எட்டு. காலை வெயில் உம்மிணியின் காலைத் தொடுகிறது. ஓடை கோவிந்தன் சாக்கடையைக் கிளறிக்கொண்டு வருகிறான்... நாற்றம் மூக்கைத் தொளைக்கிறது. போர்வைக்குள் அடங்கிய உம்மிணியின் கால் பெருவிரல் ஆடுகிறது. உம்மிணிக்குத் தூக்கம் கலைந்திருந்தாலும் எழுந்துகொள்ளச் சோம்பல்...

கோவிந்தன், உம்மிணியின் தலைப்பக்கமாக உள்ள கல் மேட்டில், சாக்கடையைத் தூம்பாவால் அள்ளி வைக்கிறான்...

"டேய் உம்மிணீ' எழுந்திரேண்டா? இன்னும் ஒனக்கு நேரம் வெளுக்கலியா? இந்த ஓடை நாற்றம் எனக்கே கொடலைப்புடுங்குது. மணம் பிடிச்சுக்கிட்டுத் தலையக்கூடெ மூடிக்கிட்டு ஒறங்குதியா? எணீரேண்டா?"

உம்மிணி போர்வைக்குள்ளேயே ஒருமுறை நீட்டி நிமிர்ந்து கொள்கிறான். தலையைவிட்டுத் துணியை விலக்கி, ஒருமுறை எதிரே தூம்பாவும் கையுமாக நிற்கும் கோவிந்தனைப் பார்க்கிறான்...

"ப்பே எரப்பாளீ எணீற்று முண்டை எடுத்து உடுத்திக் கொண்டு போடா..." என்று உதறுகிறான் கோவிந்தன். அவ்வளவு தான். உம்மிணி சாடி விழுந்து எழுந்துகொள்கிறான். உடுத்தியிருந்த நாறத்துண்டு மேலும் கீழும் தொங்கி அவனது நிர்ணயிக்க முடியாத வயதின் ரகசியத்தைக் கோவிந்தனுக்கு மட்டும் காட்டிவிட்டுச் சட்டென்று சுதாரிப்பில் ஒதுங்குகிறது. உம்மிணி வேஷ்டியை இடது புறம் செருகி உடுத்திக்கொள்கிறான். கொடுவாய் வடிந்த கன்ன மும், சீழை புளிந்த கண்களும் பரந்த முகமும் கறுத்த குள்ள உருவமுமாக உம்மிணி எழுந்து நின்று யோசிக்கிறான். 'ஒண்ணுக்குப் போவதானால் எங்கே போறது.' கோவிந்தன் நிற்கும்போது, ஓடைக்

கரையில் போனால் அவன் வாயிலிருந்து ரெண்டு சுண்டைக்காய் ஏச்சுக் கேட்கவேண்டும். என்னதான் மழுங்கல் புத்தியானாலும் உம்மிணிக்குக் கோவிந்தனையும் அவனது தூம்பாவின் நீண்ட மரக்கைப்பிடியையும் காணும்போது பயம்தான். காலையில் தினமும் கோவிந்தன்தான் உம்மிணிக்குத் திருப்பள்ளி எழுச்சிக்கு வந்தாகணும்! சமயங்களில் கொஞ்சம் ஆழ்ந்த தூக்கமானால், தூம்பா கைப்பிடியின் சூடு உம்மிணியின் சட்டிமண்டையைப் பதம் பார்த்துவிடும்...

"உம்மிணீ, போடா. போய் வல்ல வீட்டிலையும் வல்லதும் வாங்கிக்குடி... உனக்கெல்லாம் வேறே என்ன கவலை. நேரம் வெளுத்தாச்சு. இனி இந்தக் கமுகு விளாகம் தெருவிலே ஏதாவது அய்யர்மாரு வீட்டிலெ உனக்குக் கஞ்சிக்குக் கஞ்சி கிடைக்கும். ஒனக்கெல்லாம் என்ன கவலை... வீடா குடியா புள்ளையா குட்டியா...? போடா போய் வல்ல வீட்டிலேயும் கேளு... ஜோலி நடக்கட்டும்..."

உம்மிணி கோவிந்தனைப் பார்த்து ஒருமுறை இளித்தான். ஒரு கொட்டாவி விட்டான். கண்ணை நெருடித் திறந்து திறந்து பார்த்தான்.

"சீ, எரப்பாளீ. பல்லெ காணிக்காதே... ஒரு மாசமாவுமா பல்லுதேச்சு. வல்ல, ஒணம் தீவாளிக்குப் பல்லு தேச்சு என்ன இப்போ ஆவணும்... பதினாயிரம் பணத்துக்குள்ள ஆனையே பல்லு தேக்கலியே... கர்மம்..." என்று தனக்கே சொல்லிக்கொள்வது போலச் சொல்லிக்கொண்டு, படிஞ்ஞாறு பக்கமாக சாக்கடையைத் தூம்பாவால் இழுத்துக்கொண்டு போனான் கோவிந்தன். அவன் வளைவு திரும்புவதுவரை பார்த்துக்கொண்டிருந்த உம்மிணி அவன் தலைமறைந்ததும், ஓடைக்கரையிலேயே குந்தவைத்து உட்கார்ந்தான். இனி அடுத்தாற்போல் என்ன செய்யவேணும் என்ற யோசனையுடன், ஓடைக் கரையிலிருந்து எழுந்த உம்மிணி, கையையும் காலையும் பரபரவென்று இழுத்து இழுத்துச் சொறிந்தான், சொறிந்தான். சொறிந்த இடத்தில் திருநீற்றுக் கோடுகள்போல வெள்ளைக் கோடுகள் விழுந்தன. பரபரவென்று வளர்ந்திருந்த செம்பட்டைத் தலையைச் சொறிந்துகொண்டான். நீட்டி ஒரு முறை துப்பினான். கண்களை நெருடி விழித்துப்பார்த்தான். பிறகு, எதையோ தீர்மானம் செய்து கொண்டவன்போல நேராக மரக்கடை முதலாளியின் மேட்டுவீட்டை நோக்கி நடந்தான். அங்கே வாசலில் போய் நின்று, "அம்மா, அம்மா, பழையது உண்டுமா? உம்மிணியாக்கும்..." என்று சத்தம் கொடுத்தான்.

“வந்திட்டான் விடியக்காலம். விருந்துக்கு ஆள் வந்திட்டார். லேய் உம்மிணி... பழையது நீ இங்கே எடுத்து வச்சிருக்கிற மாதிரி யில்லா வந்து நிக்கே... நில்லு நில்லு, கொஞ்சம் நில்லு, கை ஒழியட்டும்...”

வீட்டினுள்ளிருந்து அந்தப் பெண்குரலைக் கேட்டதும், உம்மிணி, கோணல் பல்லை இளித்துத் தனக்குத்தானே மீண்டும் ஒருமுறை சிரித்துக்கொண்டு, முதுகில் வந்தமர்ந்ததை அடிப்பது போல் சட்டென்று திரும்பி முதுகைத் தட்டிக்கொண்டு... அழுக்கு வேஷ்டியை இன்னும் கொஞ்சம் முறுக்கி உடுத்திக்கொண்டு, என்ன வெல்லாமோ சேஷ்டைகளுடன் ஓரிடத்தில் நிற்காமல் கால்மாறிக் கொண்டிருந்தான்... கொஞ்சநேரத்தில் வீட்டினுள்ளிருந்து ஒரு பெண், சட்டியில் கஞ்சியுடன், வெளியே வந்தவள், ஒரு இலைத் துண்டையும் கையில் கொடுத்தாள்...

“உம்மிணி கஞ்சியைக் குடிச்சுக்கிட்டு போயிராதே... அந்த லட்றினை கொஞ்சம் கழுவி விட்டிட்டுப் போ. பிரஷ்ஷும் சுண் ணாம்புப் பொடியும் எடுத்து வச்சிருக்கு... கேட்டியா...?”

இலையிலிருந்து சொட்டும் பழைய கஞ்சியை வாயில் திணித்த வாறு தலையசைக்கிறான் உம்மிணி.

கமுகு விளாகம் முடுக்கின் எந்த வீட்டில் நுழைந்தாலும் உம்மிணிக்கு இந்த மாதிரி கஞ்சி உபசாரமும், அதற்கேற்ற அந்த மாதிரி வேலைகளும் கிடைக்கும்... காலைப்பொழுதின் இந்த நித்ய கண்டம் முடிந்து, மரக்கடை ரோட்டு வழியாகச் சாலைக்கு வந்தால், அவனுக்குச் சாலைக் கம்போளம் சொந்தவகை மாதிரிதான். வெற்றிலை பாக்குக் கடை சாயபுவிடம் போனால், ரெண்டு வாய் வெற்றிலையும் – ஒரு துண்டுப் பாக்கும் கிடைக்கும். அதை வாயில் ஒதுக்கிக்கொண்டு முறுக்கான் கடைப்பக்கம் வந்தால், “டேய் உம்மிணி, பைப்பிலே போய் ஒரு பானை தண்ணி எடுத்திட்டு வாடா. இந்தா எலுமிச்சம் பழத்தோல் கிடக்குது, எடுத்துக்கோ. பானையை நல்லா தேச்சு மண்போகக் கழுவீட்டு தண்ணி கொண்டா. ஒன் கையைப்போட்டுத் தண்ணியை அளையாதே. நாலுபேர் குடிக்கவேண்டிய தண்ணியாக்கும்... வந்ததும் – பாத்தியா உனக்கென்று நல்ல கனிஞ்ச பழமா எடுத்து வச்சிருக்கேன், தருவேன்...” என்பான் கடைக்காரன், சாயிப்பு. உம்மிணி முகத்தில் அந்த இனிப்பு மலரும்!

“எடா உம்மிணீ, நீ எதுக்கெடுத்தாலும் இப்பிடி சிரிக்காதே. உன் சிரிப்பைக்கண்டு... சம்பக்கடைக்கு வரும் பெண்ணுகளெல் லாம் மயங்கி விழுந்திரப்போவுது...” என்பான் சுமை தூக்கும் குட்டப்பன்.

சாலைக் கம்போளத்தில் காலையில் கடைகள் எல்லாம் திறந்து வாசல் கூட்டி எடுத்து வைக்கும் மும்முரம் முடிந்துவரும்போது, மணி பத்துக்குமேல் ஆகும். கம்போளத்தில் வெளியூர் வியாபாரிகள் வந்து கடைகளில் வியாபாரம் களைகட்ட அப்பிடி இப்படியென்று பதினொன்றுக்கு மேல் நேரமாகும். அதுவரைக்கும் சுமட்டுக்காரர் களுடன், உம்மிணி, சக்குபாய் கடைச் சந்து நிழலில், பேப்பர் படித்துக் காட்டும், கை வண்டிக்காரன் பட்டாளம் பாக்கர பிள்ளை யிடம் போய், அமர்ந்துகொள்வான். பாக்கர பிள்ளை தினமும் கேரள கௌமுதி பேப்பருடன் உட்கார்ந்து உரக்கப் படிக்க ஆரம் பித்தாரானால் அந்தத் தோரணையே ஒரு பிரசங்க பாவனையில் தொனிக்கும்... படிக்கத்தெரியாத குட்டப்பனுக்கும் உண்ணிக்கும் எல்லாம் பாக்கரபிள்ளைதான் அரசியல் ஆசான். உம்மிணிக்கு, பாக்கரபிள்ளை படித்துக்காட்டுவதின் 'இனம்' இன்னவென்று தெரியாவிட்டாலும், படிக்கும்போது, பாக்கரபிள்ளையின் பழைய நரைத்த மீசையின் துடிப்பையும் வாய்க்கோணலையும் ரசமாக, வாய்திறந்து கேட்டுக்கொண்டிருப்பான்.

"டேய் உம்மிணி, இந்தா இந்தப் பீடிக்குக் கொஞ்சம் நெருப்புப் பற்ற வச்சிட்டு வா..." என்று அங்கேயும் ஒரு வேலை உம்மிணிக்குக் குட்டப்பனோ, பாச்சாவோ யாரேனும் சொல்வார்கள். உம்மிணி இளித்துக்கொண்டு பீடியுடன் எழுந்து போவான், அதற்கிடையே.

"உம்மிணீ, கிள்ளீப்பாலம் ஆற்றுக்கு எருமையைக் குளிப் பாட்டப் போவலாம் வாடேய்..." என்று அப்பு சாயக்கடை மாட்டுக்காரன் கோலப்பன் வந்து கூப்பிடுவான். அப்போ மணி பதினொன்று தாண்டியிருக்கும். உம்மிணியும் கோலப்பனும் மாடு களை விரட்டிக்கொண்டு ஆரியசாலை முக்குத் தாண்டும்போது பக்தானந்தர்ஆசிரமத்து பிட்சை கோஷ்டி பஜனைப் பாடலும் – முக்கோண வடிவ மஞ்சள் கொடியுமாக செந்திட்டையிலிருந்து கிழக்கே கோட்டை ஆசிரமத்திற்குத் திரும்பிக்கொண்டிருப்பார்கள்... அவர்களது, "ஹரே ராம ஹரேகிருஷ்ண கிருஷ்ண கிருஷ்ண ஹரே ஹரே..." நாமாவளியைக் கேட்கும்போது உம்மிணிக்கு, இன்ன வென்று தெரியாத ஒரு ஏளனச் சிரிப்பு தோன்றும்... அவனும் தனது கொச்சை நாக்கால் – "அதே ராம அதே கிஸ்ண..." என்று கேலியாகச் சத்தம் போடுவான். பஜனைக் கோஷ்டி, பிட்சாட னத்தில் கிடைத்த சிறிய பைமூட்டை அரிசியையும் சுமந்துகொண்டு பரப்பிரம்மச் சிந்தையுடன் ஏதுமறியாமல் போய்க்கொண்டிருப் பார்கள்!

"எடேய் உம்மணி, ஆசிரமத்திலே உள்ள சாமிமாரெ பரியாசம் அடிக்காதெடா..." என்பான், கூட வரும் கோலப்பன். உம்மிணி

அந்த இளித்த முகத்தைக் கோலப்பனுக்குக் காட்டுவான். அவ்வளவுதான்!

உம்மிணிக்குச் சொந்தமில்லை, நாடு இல்லை, ஊரில்லை. பெயர்கூட, எதையாவது சொல்லி அவனைக் கூப்பிட வேண்டுமென்பதற்காக சாலைக் கடையில் யாரோ வைத்த பெயர்தான். உம்மிணிக்கு வயசென்னவென்பதும் யாருக்கும் நிர்ணயமில்லை. கொஞ்சகாலமாக சாலைக்கடையிலும், கமுகுவிளாகம் முடக்கிலுமாகத் திரிகிறான். பட்டம் தாணுப்பிள்ளை கொடி பிடிச்சு சத்யாகிரகம் செய்யிற காலத்திலேயே – அதாவது திவான் சி.பி. காலத்திலேயே உம்மிணி சாலைக் கடையில் உண்டு. அப்போதும் இந்த அழுக்கு முண்டு, காவிப்பல்லு, வழித்த சிரிப்பு, பரட்டைத் தலை, புளிச்ச கண்ணு, இந்த லட்சணம்தான். குளிப்பு இல்லை. பல் தேய்ப்பு இல்லை. உடுத்திய முண்டு தவிர அரையில் அரைஞாண்கூட இல்லாத வெறும் ஆள் உம்மிணி. இரவு இரண்டாவது ஆட்டம் சினிமா விடுவது வரையில் சாலைக்கடையிலும் புத்தரிக்கண்டம் மைதானத்திலும் இப்படியே சிரித்துக்கொண்டு, துண்டு பீடி பொறுக்கிப் புகைத்துக்கொண்டு, தெருமாடுகளுக்குப் பின்னால் – அதுகளின் கொழுத்த புஜங்களைக் குத்தி விரட்டிக்கொண்டு – பகலில், பத்மனாப சாமிகோயில் பாத்திரக் குளக்கரை அரசமர நிழலில் படுத்துறங்கி – அல்லது அரச மரங்களில் தொங்கும் வெளவால் தோரணங்களை வேடிக்கை பார்த்துக்கொண்டு... இப்படியே இரவு எப்பொழுதாவது குமுகுவிளாகம் முடுக்கு புகையிலைக் கிட்டங்கித் திண்ணையில் வந்து படுத்துக்கொள்வான். படுத்து – உடுத்திய துணியைக் கால் முதல் போர்த்திக்கொண்டு சுருண்டுவிட்டால், பிறகு இடி இடித்தாலும் மழை பெய்தாலும், பிரளயமே வந்தாலும் – விடிந்து வெயில் பட்டால்தான் உம்மிணிக்குத் தூக்கம் கலையும். இல்லாவிட்டால், காலையில் கோவிந்தனோ, தெருக் கூட்டும் செல்லம்மையோ யாராவது வந்து எழுப்பி விட வேண்டும்.

“இருந்தால் அந்த உம்மிணியைப்போல் ஒரு கவலையும் இல்லாமல் இருக்க வேண்டும். கோடிப் பணமிருந்தால்கூட உம்மிணியைப் போல் கவலையும் காரியமும் இல்லாமல் வாழ முடியாது” என்று சாலையில் காரியமாகவும் சிலர் சொல்வதுண்டு.

அன்று உம்மிணி வந்து படுக்கும்போது இரவு வெகுநேரம் ஆகியிருந்தது. ரெண்டு மணிக்கும் மேலிருக்கும். அன்று செந்திட்டை அக்ரகாரத்தில் பெரிய வீடொன்றில் கல்யாணம். கூட்டான் சோறும் கதம்பச் சோறுமாகப் பகல் பன்னிரண்டு மணிக்கே உம்மிணிக்கு நல்ல விருந்து... நல்ல மணமுள்ள சாப்பாடு. சாம்பார் மணம்

இப்பொழுதும் இருக்கிறதா என்று உம்மிணி படுத்தவாறே கையை ஒரு முறை மோந்து பார்த்துக்கொண்டான். நல்ல கதம்ப ஏப்பமாக இன்னும் வந்துகொண்டிருந்தது. உண்ட மயக்கத்தில் பகல் நாலைந்து மணி வரையில் பாத்திரக்குள மர நிழலில் படுத்துத் தூங்கிவிட்டதினால் – ராத்திரி வந்து படுத்தபோது தூக்கம் வர வில்லை. உம்மிணிக்குப் பாட்டுப் பாட வேண்டும் போல் தோன்றி யது.

சுறு சுறு கண்ணா
சுக்கற கண்ணா
பற பற சொறிய,
மாக்கிறி சொறியா...

என்று கொஞ்ச நேரம் ராகம் போட்டுப் பாடிப் பார்த்தான். பிறகு கொஞ்சம் கவிழ்ந்து படுத்துப் பார்த்தான். அங்குமிங்குமாகக் கொஞ்சம் 'கோவிந்தா' உருண்டான். முதுகில் எறும்பு கடிப்பது போலிருந்தது. எழுந்து உட்கார்ந்து வேஷ்டியைக் கொண்டு முதுகைத் துடைத்து, சிமெண்டு தரையையும் ஒரு தட்டுத் தட்டி விட்டுப் பின்பு படுத்தான். முடுக்கில் சந்தடி இல்லை. ஒரே இருட்டு. எல்லை மெயின் ரோட்டில் நிற்கும் நைட்லைட்டில் நிறைய பூச்சிகள் வந்து புகை வட்டம் எழுப்பியிருக்கிறது. மேலாங்கோட்டுக் கோயி லின் காவல் நாய் குரைப்பது கொஞ்சமாகக் கேட்கிறது. கூர்க்கா பிரம்பைத் தட்டிக்கொண்டு பெரியரோடு வழியாகப் போகிறான். உம்மிணி அப்படியே படுத்திருந்தான். கொஞ்சநேரம் கழிந்தபோது அருகில் யாரோ வருவதுபோல் சத்தம் கேட்டது. உம்மிணி அப்படியே படுத்திருந்தான்.

"இங்கே வாயேன். இந்தத் திண்ணையில் எடமிருக்கு..." பெண் குரல்.

"ஆரோ படுத்திருக்காப்பிலே இருக்கே..." முரட்டு ஆண் குரல்.

"ஆருமில்லே... அந்த உம்மிணிப்பயதான். இப்போ அவன் மேலெ சூடு வெள்ளம் கொண்டு ஊத்தினாலும் அவன் ஒணர மாட்டான்...சீக்கிரம் வா..."

பிறகு கொஞ்ச நேரம் சத்தமில்லை. உம்மிணி மெல்லத் தலைத் துணியை விலக்கிவிட்டுப் பார்க்கிறான்... பக்கத்தில்தான்... அவனுக்கு என்னவோ போலிருந்தது. என்ன இது...? உள்நாக்கில் வழவழப்பு ஊறியது... உம்மிணிக்கு உள்ளங்காலிலிருந்து உச்சி வரை யில் ஒரு சிலிர்ப்பு வாரிட்டது... அவன் ஒருக்களித்துப் படுத்துக் கொண்டு, இன்னும் நன்றாகச் சுருண்டு படுக்கிறான்.

"பய அனங்குறானே?" – ஆண் குரல்.

“அனங்கினா என்ன? அது ஒரு மண்டுச் சவம். சட்டுனு ஆவட்டும்...” பெண்ணின் அலட்சிய பதில், காரியத்தில் கண்ணான பதில்.

உம்மிணிக்கு அன்று இரவு முழுதும் உறக்கமே வரவில்லை. உறங்காமல் சொப்பனம், சொப்பனமாக வந்தது. எல்லாம் பச்சை பச்சையான சொப்பனங்கள்!

அன்று விடியற்காலையில் பால்கார அண்ணாச்சி பால் கொண்டு போவதற்கு முன்னாலேயே விழித்து எழுந்து திண்ணை யில், கழுத்திற்குக் கீழ் போர்த்திக்கொண்டு, தஞ்சாவூர் பொம்மை மாதிரி அமர்ந்திருந்த உம்மிணியைக் கண்டதும், பால்கார அண்ணாச்சிக்கே ஆச்சரியமாக இருந்தது.

“என்னடே உம்மிணி, உனக்கு இன்னைக்கு ஆறு மணிக்கே விடிந்திருக்கே... ஏன் உறக்கமில்லையோ?”

உம்மிணியின் பதில் இளிப்பு, காலை மங்கலில் அண்ணாச் சிக்குத் தெரிந்ததோ என்னவோ? அவர் பால் தூக்குடன், முடுக்கைத் தாண்டிப் போய்விட்டார்.

அன்று பகல் உம்மிணிக்கு ஒன்றுமே ஓடவில்லை... காலையில் நெய்க்கடை அய்யர் வீட்டில் கொஞ்சம் ஏதோ வாங்கிச் சாப்பிட்டு விட்டுச் சாலைக்கு வந்து, பட்டாளம் பாக்கர பிள்ளையின் பேப்பர் கச்சேரிக் கூட்டத்தோடு வந்து உட்கார்ந்துகொண்டான்.

“கேட்டயாடே உம்மிணீ, வேப்பநாட்டுக் காயலிலே தோணி கவுந்திட்டுதாம்... பதினைந்து பேர் குளோஸ்... போட்டும் தொலை யட்டும். அவ்வளவும் ரேஷனரிசி மிச்சம்...” என்று உம்மிணிக் காகவும் ஒரு நியூஸை வாசித்துக் காட்டுவதுபோல, பாக்கரபிள்ளை, உம்மிணியைப் பார்த்துச் சொன்னான். உம்மிணி எதை அறிந் தான்... அவன் ‘அந்த’ பிரமையிலேயே இருந்தான்.

தூப்புக்காரி செல்லம்மை ரோட்டோடு போனபோது அவளைக் கவனித்துப் பார்த்தான். விஜய மோகினி மில்லுக்குப் போகும் ஐந்தாறு ‘விடலை’ப் பெண்களின் நெஞ்சையும் பின்புறத் தையும் ஆணி வைத்து அடிப்பதுபோல் பார்த்தான்...

“டேய்... அடி பலே... உம்மிணி ரோட்டிலெ போவும் பெண் ணுங்களே சயிட்டு அடிக்கிறான்...” என்று உரக்கக் கூப்பிட்டு விசிலடித்தான் சுமட்டுக்கார குட்டப்பன்.

“போங்கடா பயக்களெ. இனி அவன் ஒருத்தன்தான் பாக்கி. அவனையும் சப்பட்டை ஆக்காதீங்க. அவன் கொஞ்சம் நாக்கும் மூக்கும் இல்லாதவன்... இங்கே நம்ம கூட்டத்திலே மரியாதை யாயிட்டுப் பொழைச்சிக்கிட்டுப் போவட்டும்...” என்று பட்டாளம்

பாக்கர பிள்ளை மற்றவர்களை விரட்டினார். என்ன இருந்தாலும் உம்மிணிக்கு ஏதோ கொஞ்சம் சரியில்லையென்பதை எல்லோரும் கவனித்தார்கள்.

"என்னடா உம்மிணி, உனக்கென்ன தலைவலியோ காய்ச்சலோ அடிக்குதோ? பேசாமெ போய் கொஞ்சம் எங்கயாவது படுத்து ஒறங்கீட்டு வா... இந்தா பத்துப் பைசா, அப்பு கடையிலெ ஒரு சாயை குடிச்சுக்கோ..." என்று முறுக்கான் கடைக்காரர் கொடுத்த பைசாவுடன், உம்மிணி, பத்மதீர்த்த குளக்கரையில் பெண் கள் குளிக்கும் படித்துறைப் பக்கமாகப் போய் வாயைப் பார்த்துக் கொண்டு உச்சி வெயில் வரைக்கும் நின்றான்... வெயில் இறங்கி யதும் பத்மனுபா தியேட்டர் பக்கம் வந்து நின்று பெண்கள் போவதைக் கவனித்துக்கொண்டு நின்றான். அன்று பூராவும் உம்மிணிக்குப் பசியில்லை. தாகமில்லை... என்னமோ ஒரு மந்தம்...

இப்பொழுதெல்லாம் உம்மிணிக்கு உறக்கத்தில் நடுநடுவே விழிப்பு வருகிறது. விழித்து எழுந்திருந்து திண்ணையெல்லாம் பார்க்கிறான்... முதுகைச் சொறிந்துகொள்கிறான். காதைக் குடைந்து கொள்கிறான். பிறகு படுத்துக்கொண்டால் சொப்பனம், சொப்ப னமாக வருகிறது... சுருண்டு மடங்கிப் படுத்துக்கொள்கிறான். கால் துடைகளுக்கிடையில் கைகளை அழுத்திச் சொருகிக்கொண்டு உறங்க முயற்சி செய்கிறான். இப்பிடியே உம்மிணியின் வெறும் நாட்கள் போகின்றன.

தலைவழியாகப் போர்த்திக்கொண்டு சுக நித்திரையில் ஆழ்ந் திருக்கும் உம்மிணியின் தலைப்பக்கத்து வெறும் தரையில், அப் பொழுதுதான் பெற்ற குழந்தை ஒன்று குலையும் நிணவுமாக செத்துக் கிடக்கிறது. பால்கார அண்ணாச்சிதான் விடியற்காலையில் இந்தக் காட்சியை முதன் முதலாகக் கண்டது. பிறகென்ன? கமுகுவிளாகம் தெருவில் குழாயில் தண்ணீருக்கு வந்த பெண்கள் எல்லாம், பயந்து அரண்டு போய் தண்ணீர் எடுக்காமலேயே வீட்டிற்குள் ஓடிப்போய்விட்டனர். செய்தி அறிந்து, பெரிய ரோட்டிலிருந்து ஆட்களும் தூக்கம் கலைந்த சுமட்டுக்காரர்களும் முடுக்கில்வந்து குழுமியபோதும் உம்மிணிக்கு உறக்கம் கலையவில்லை... இதற்குள் போலீசுக்கு மணம் எட்டி ஆள் வந்துவிட்டது... போலீஸ்காரன் ஒருவனின் லத்திக்கம்பு உம்மிணியின் காலைப் பதம் பார்த்தபோது தான், உம்மிணி வாரிச் சுருட்டிக்கொண்டு எழுந்து பார்க்கிறான்.

எழுந்து நின்ற உம்மிணிக்கு, கூட்டத்தையும் போலீஸ்காரர் களையும் பார்த்தபோது, ஒரு கணம் வேஷ்டி கட்டிக்கொள்ளவே மறந்துவிடுகிறது...

"வேட்டியை உடுடா கழுவேறிமோனே..." என்ற போலீஸ் காரனின் அதட்டலில் சட்டென்று வேஷ்டியை உடுத்திக்கொண்ட உம்மிணி பேந்தப் பேந்த முழிக்கிறான்...

"யாரடா இதை இங்கே கொண்டுவந்து போட்டது...?" உம்மிணி அப்பொழுதுதான் எல்லாவற்றையும் பார்க்கிறான்... கூட்டம் முடுக்கு நிறைந்து வழிகிறது.

"நான், ரெண்டாவதாட்டம் சினிமா பார்த்துவிட்டுப்போகும் போதும் இங்கே ஒண்ணும் இல்லியே... இந்தப் பய உம்மிணியைக் கூட காணல்லே..." என்று கூட்டத்தில் யாரோ சொன்னார்கள்.

"இந்தப் பயலுக்குத் தெரியாமெ ஆரும் இதெ இங்கே கொண்டு வந்து போட்டிர முடியாது."

"அவனுக்கு என்னப்பா தெரியும். அவன் ஒரு வாய்பொளந் தான், அப்ராணி..."

"அப்ராணியா... நல்லா ரெண்டு பூசை கொடுத்தா இவனும் சொல்வான்... ராத்ரிபூரா இங்கே கெடக்கக்கூடிய இவனுக்குத் தெரியாமலா... இங்கே வாடா கழுவேறி... ராத்ரி நீ எப்ப வந்து படுக்க வந்தே...?"

மீசைக்காரர் தடியன் ஏட்டின் கேள்வி உம்மிணிக்கு ஒன்றுமே புரியவில்லை... அவன் அந்த வளித்த சிரிப்பைக் கொஞ்சம் அவனுக்குக் காட்டிவிட்டுக் கூட்டத்தைப் பார்த்தான். பரிதாபமாக இருந்தது.

"அங்கெ என்னடா நோட்டம்... நீ ராத்ரி எப்ப வந்து படுத்தே...?" லத்தியை ஓங்கினார் ஏட்டு.

"அறிஞுடா. அங்கத்தே..."

"அறிஞுடா... எல்லாம் அறிய வைக்கிறேன்... அங்கே கொண்டு போய்க் கேட்டால் எல்லாம் தானாக அறியவரும்... நானூற்றி மூணு... இவனை பாக் செய்துக்கோ..."

பிறகு ஒருமணி நேரம் ரெண்டுமணி நேரமாக மகஜர் தயாரா யிற்று... குழந்தையின் நீளம், இனம், உருவ வர்ணிப்பு, அது கிடந்த திண்ணை, காட்சி விபரம் எல்லாமாக பத்து இருபது முழுநீளக் காகிதத்தில் கேஸின் வரலாறு தயாரித்து, பால்கார அண்ணாச்சி, மரக்கடைக்காரர் இன்னும் இரண்டுபேர் சாட்சி ஒப்பங்களிடச் செய்தார்கள். பிறகு உம்மிணியை மேற்கொண்டு விசாரணைக்கு வானில் ஏற்றிக்கொண்டு போகச் சொல்லிவிட்டு, தடயத்தை ஓலைப் பாயில் சுருட்டி போஸ்ட்மார்ட்டத்திற்கு அனுப்பினார்கள்.

முடிந்தது.

உம்மிணியையும் அழைத்துக்கொண்டு வான் புறப்படத் தயாராயிற்று. எதிரே பக்தானந்தர் ஆசிரமத்து பிட்சாடன கோஷ்டி நாம பஜனத்துடன் வந்துகொண்டிருந்தது. பஜனை கோஷ்டி காரியமே கண்ணாகப் போய்க்கொண்டிருக்கிறது. உம்மிணியின் கண்களில் நீர் நிறைக்கிறது.

போலீஸ் ஆரவாரம் போனதும், கூட்டத்திலிருந்து பல அபிப் ராயங்களும் வெளிவருகின்றன.

"பாவம் அந்தப் பய வாயில்லாதவன். அவனை என்னத்துக்கு போலீஸ் கொண்டு போவுது?"

"வாயில்லாதவன் ஆனதினாலெதான் அவனெ போலீஸ் கொண்டுபோவுது. இல்லாவிட்டால் இந்த முடுக்கிலெயும் எத்தனை பெரிய மனுஷங்க இருக்கிறா, அவங்களை யாராவது ஏதாவது கேட்டாளா? நல்ல நியாயம். எவ, எவன் கூடெ போயி பெத்து கொன்னு இங்கே கொண்டு வந்து போட்டாளோ...? இப்போ பாவப்பட்ட இந்தப் பயலெ புடிச்சிக்கிட்டுப் போவுது..."

கூட்டம் கலைந்து போயிற்று.

சாயங்காலம் ஒரு ஐந்து மணிக்கெல்லாம், உம்மிணி, கிழக்கே கோட்டையிலிருந்து, நடக்க முடியாமல் நடந்து தள்ளாடித் தள்ளாடி வருகிறான்... குட்டப்பன்தான் முதன்முதலில் அவனைக்கண்டது... உடனேயே சாலைக்கடையில் அத்தனை பேரும் உம்மிணியை வந்து சூழ்ந்துகொண்டார்கள். பட்டாளம் பாக்கரபிள்ளையும் உண்ணியும் சாயக்கடைக்காரனும் வந்து அவனிடம் ஒவ்வொன்றாகக் கேட் டார்கள்.

"என்னடா உம்மிணீ, அங்கே கூப்பீட்டுப் போய் என்னடா செய்தா..."

"கேக்கணுமா? பாரேன் பயலுக்கு முகமும் முதுகும்... நல்லா வெளுத்து வாங்கியிருக்கானே... அவங்க கையிலெ கெடைச்சா, பின்னே தொண்ணூறு நாள் எண்ணிக்கிட வேண்டியதுதான். பாவம் பய அதுக்கெல்லாம் இவனையா கெடச்சுது..."

யாரோ உம்மிணிக்கு, பால் விடாத வெறும் சாயா ஒரு கிளாஸில் வாங்கிக் கொண்டுவந்து கொடுத்தார்கள்.

உம்மிணி அந்தச் சூடான கண்ணாடி கிளாஸை இரண்டு கையாலும் வாங்கி, சாயாவை மெல்ல ஒருவாய் குடித்தான்... குடித்து

விட்டு எல்லோரையும் ஒருமுறை பார்த்து அந்த வழிந்த சிரிப் பொன்றைக் காட்டினான்.

“சிரிக்காதெடேய் உம்மிணி. உனக்கெ இந்தச் சிரிப்பெ காணும்ப தான் மனசு சங்கடப்படுது. போவட்டும் சாயை குடி, பொலையாடி மோன்மாரு நல்லா சாத்தியிருக்கான். அவன் மோரையும் கண்ணும் பார்த்தாலே தெரியுதே...” என்றார் பட்டாளம் பாக்கரபிள்ளை.

“நாளைக்கு இந்த அநியாயத்தைப்பற்றி ‘கேரள கௌமிதி’ ஆசிரியர் கடிதம் பகுதிக்கு ஒரு லெட்டர் எழுதணும். நம்மாள் எல்லோரும் ஒப்புப் போட்டு அனுப்பலாம்... இதுக்கெல்லாம் கேட்பார் கேள்வி உண்டுமான்னு அறியணுமே...” என்றான், முறுக்கான் கடைக்காரன்.

“அப்பிடி ஏதாவது சொல்லணுமானா காலையிலே மகஜர் எழுதினபோதே, போலீஸ்காரன்கிட்டெ இவன் பாவமாக்கும், இவனைப் பிடிச்சுக்கொண்டு போகவேண்டாமென்று சொல்லி யிருக்கலாமே...”

“அங்கே காலையில் அந்தக் கலவரத்திலெ எவனாவது வாயைத் தொறந்திருந்தா நீதாண்டா, செத்துப் போன அனாதப் பிள்ளைக்குத் தகப்பன்னு, சொன்னவனையும் இழுத்திட்டுப் போயி ருப்பான். போலீஸ்காரன் நியாயம் அப்படித்தான்...”

“சரி, சரி, கொஞ்ச நேரம் அவனெ சும்மா விடுங்க... அவன் கொஞ்சம் மூச்சு விட்டுக்கொள்ளட்டும்...”

அந்தச் சம்பவத்திற்குப் பிறகு உம்மிணி ஒரு மாதிரியாக மாறி விட்டான்... இப்போவெல்லாம் கமுகு விளாகம் புகையிலைக் கிட்டங்கித் திண்ணைக்குப் போவதில்லை. எந்தக் கடைத்திண்ணை யில் இடம் இருந்தாலும் அங்கே படுத்துக்கொள்வான்... ஒவ்வொரு வீட்டிலும் போய் கஞ்சிக்கென்று நிற்கமாட்டான்... சாலைக் கடையிலும் கூட்டத்தோடு சேராதவன்போல் ஒதுங்கி ஒதுங்கி நின் றான். யாராவது ஏதேனும் வேலை சொன்னால், உறங்கிக் கொண்டே வழிநடப்பவன்போல ஊர்ந்துகொண்டே ஒவ்வொன் றையும் செய்வான். அழுகல் பழமோ, பால் விடாத சாயையோ, எது கிடைக்கிறதோ அதை வாங்கிக்கொள்வான்...

“உம்மிணி போலீஸ் ஸ்டேஷனிலிருந்து வந்ததிலிருந்து அவனுக்கே அந்தப் பழைய மஜா எல்லாம் போயிட்டுது... பாரேன் அவனெ, தூங்கிக்கிட்டே நடக்கான்...” என்றான் குட்டப்பன்...

கொஞ்ச நாட்களாக உம்மிணியை சாலைக்கடையில் எங்கும் காணவில்லை. அவனைப் பழையபடியும் போலீஸ்தான் வந்து பிடித்துக்கொண்டு போய் என்னவோ செய்திருக்க வேண்டுமென்று

சிலர் சொன்னார்கள். இல்லை, அனாதை விடுதியான வஞ்சி பூவர் பண்டுக்குப் பிடித்துக்கொண்டு போயிருக்கலாம்; அல்லது அந்தப் பாத்திரக்குளத்தில் விழுந்து செத்திருப்பான். அப்படி ஒருத்தன் செத்தால் சாலைக்கடையில் ஒரு குஞ்சுக்காவது தெரியாமல் இருக்காதே...? என்னமோ ஏதோ உம்மிணியைக் காணவில்லை! அப்படியாக, சாலைக்கடையும், கமுகு விளாகம் வாடிக்கை வீடுகளும், உம்மிணியென்றொருவன் இருந்தான் என்பதை மறந்துவிட ஆரம்பித்தபோது, திடீரென்று ஒரு வெள்ளிக்கிழமை, உம்மிணி வந்தான். ஆனால், பழைய உம்மிணியாக இல்லை. புதிய உம்மிணி!

வெள்ளிக்கிழமை பிட்சாடனத்திற்குப் போய்விட்டு சின்ன சாக்குப் பைகளில் அரிசியும் வெண்கல உண்டியல்களுமாக வந்து கொண்டிருந்த பக்தானந்தர் ஆசிரமத்து பஜனைகோஷ்டி பக்தர்களின், கடைசி ஆளாக, முட்டளவு எட்டும் மஞ்சள் நிற மந்திரத் துண்டும் உடுத்தி மொட்டைக்கோலத்தில் உடம்பெல்லாம் விபூதி அணிந்து, வெண்கல உண்டியல் பாத்திரத்துடன் வந்துகொண்டிருந்தான், உம்மிணி!

ஹரே ராம ஹரே கிருஷ்ண

கிருஷ்ண கிருஷ்ண ஹரே, ஹரே...

பஜனை கோஷ்டி சன்னதி முக்கைத் தாண்டிப் போய்க்கொண்டிருந்தது. உம்மிணியின் புதிய அவதாரத்தின் ரகசியமறியாத சாலைக் கடைக்காரர்கள் பிரமிப்பில் ஆழ்ந்தனர்!

33

பாச்சி

பாச்சி செத்துப்போனாள். வாழ்வு அநித்யம் என்று சொல் வார்கள். அது உண்மைதான். பாச்சி செத்துப்போவாள் என்று கனவில்கூட நினைத்ததில்லை. மனத்தால் தீண்டிக்கூடப் பார்க்காத ஒரு பயங்கரம் நிகழ்ந்திருக்கிறது. பாச்சி செத்துப்போனாள்! நாணு விற்கு எல்லாவற்றின் பேரிலும் வெறுப்பாக வந்தது. 'சே, என்ன வேண்டிக் கிடக்கிறது? போச்சு எல்லாம் போச்சு.'

கடைத்தெரு முழுக்க சூன்யமாகக் கிடக்கிறது. இன்னும் நன் றாக விடியவில்லை. தேங்காய் மட்டை ஏற்றிய வண்டிகள், எறும்புப் பட்டாளம்போல நீளமாக ஊர்ந்து செல்கின்றன. சக்கரங்கள், அச்சுக் கோலில் டக்டக்கென்று மோதிக்கொள்ளும் சத்தம் தொலை வரை நீளக் கேட்கிறது. சாலைக்கடைகள் ஒன்றுமே திறக்கவில்லை. அப்புவின் புட்டுக் கடை மட்டும், திறந்து வாசலில் தண்ணீர் தெளித்துவிட்டுப் போனான் பையன். உள்ளே, சாயாத் தட்டில் கரண்டி மோதுவதும், பாய்லரின் உள்ளே கரி வெடிக்கும் சத்தமும் கேட்கிறது.

பாச்சி செத்துப் போன விஷயம் யாருக்காவது தெரிந்திருக் குமோ? தெரிந்திருந்தாலும் யாருக்கென்ன? நாணுவிற்கு மனசு இருப்புக்கொள்ளவில்லை. நேற்று இரவு இரண்டாவது ஆட்டம் சினிமா விட்டு ஆட்கள் போகும் போதெல்லாம்கூட பாச்சி சுறு சுறுப்போடுதான் இருந்தாள். அதற்குப் பிறகு என்ன நடந்து விட்டது. சந்துபொந்துகளிலிருந்து ஏதாவது விஷப் பூச்சி தீண்டி யிருக்குமோ? ராத்திரி – லாரியிலோ – மோட்டாரிலோ அடிபட்டி ருக்குமோவென்றால் அதுக்கான ஊமைக் காயம்கூட பாச்சியின் உடம்பில் இல்லை. என்ன மறிமாயமோ, விடியக்காலம் பார்த்த போது – பாச்சி காலையும் பரப்பி, நாக்கையும் துருத்திக்கொண்டு இந்தக் கிடைதான்…

நாணுவிற்கு நெஞ்சை வலிப்பது போலிருந்தது. இப்படி திடுதிப்பென்று அவஸ்தையில் விட்டுவிட்டுப் போய்விட்டாளே… இனி என்ன இருக்கிறது? ஒன்றுமே இல்லை. எல்லாரும் போய் விட்டார்கள்… இனி யாருமில்லை…

பாச்சி செத்துப்போனாள்.

"என்ன நாணு மேஸ்திரி. உன் பாச்சி செத்துப்போச்சே. அட அநியாயமே... இப்படியுமா? ராத்திரி பாரேன், நான் சினிமா பாத்துக்குட்டு வரச்சேகூட பாச்சியை இங்ஙனே பார்த்தேன். சே... உன் காரியந்தான் இப்போ திண்டாட்டமா போச்சு..."

துக்கம் விசாரித்த சோனியை நிமிர்ந்து பார்த்தான் நாணு. அவன் பரட்டைத் தலையும் காக்கி நிக்கரும், காதருகில் பீடியின் துண்டு மிச்சமும், பல் தேச்சால் பல்லு தேஞ்சாபோயிடும்? பாச்சிக்கு இவனைக் கொஞ்சமும் பிடிக்காது. நேற்றைக்கு முன் னால்கூட இவனெ கடிச்சு உருட்டாத கொறை. நாணு மட்டும் இல்லாமலிருந்தால் மேலும் விசேஷமெல்லாம் நடந்திருக்க வேண்டி யது. நல்ல காலம் அப்படி ஒண்ணும் தலைமிஞ்சவில்லை... 'இந்தா பாச்சி நம்ம சோனி. அவனை வெரட்டாதே...' என்று தட்டிக் கொடுத்த பின்னர்தான் பாச்சி அடங்கினாள். கிட்டங்கியில் அரிசி வண்டிகள் வந்து நின்றபோது, இவன், இந்த சோனி, மறு ஓரம் மாடுகளுக்குப் பின்புறமாகப் போய் பதமாக நின்றுகொண்டு, குத்துக் கம்பால், துவர்த்து மடியில் – சாக்கிலிருந்து அரிசியைச் சரித்துக் கொண்டிருந்தான். கிட்டங்கிக்கு வந்த பின்பு படி அரிசி போனா லும், பெட்டி திராசில் எடை பார்க்கும் சங்கர அண்ணாச்சிக்கு, நாணுதான் பதில் சொல்லணும். அதனாலே ஒரு ஈ, காக்காயைக் கூட நாணுவும் பாச்சியும் சேர்ந்துகொண்டு அண்டவிடுவதில்லை. சோனிப்பய ஆளைவிழுங்கி ஆயிற்றே. எப்படியோ புகுந்து விட்டான்... பாச்சிக்குத்தான், திருட்டென்றால் மூக்கில் மணக்குமே. எல்லாமே ஒரு நிமிஷம்தான். காலாற எங்கேயோ போய்விட்டு வந்துகொண்டிருந்த பாச்சி, அப்படியே மாடுகளின் கால் இடுக்கு வழியாக ஒரு பாய்ச்சல், குத்துக் கம்பும், துவர்த்து முண்டுமாக சோனி அகப்பட்டுக்கொண்டான்.

'நாணு அண்ணே... நாணு அண்ணேன்...' என்ற சோனியின் அலறிய குரலைக் கேட்டு, ஒண்ணுக்குப் போயிருந்த நாணு ஆணிப் புற்றுக் காலும் செருப்புமாக ஓடிவந்ததினால், காரியம் மிஞ்ச மில்லை.

சும்மா சொல்லக்கூடாது. பாச்சி மிகமிக புத்திசாலி!

சோனி துக்கம் விசாரித்துவிட்டு அவன் போக்கில் போனான். அவனுக்கென்ன? ஒரு தொல்லை விட்டுது. இந்த நாணுச் சனிய னும்கூட ஒழிஞ்சுபோனால், சரக்கு வண்டிகளின் மிச்ச அரிசியை வைத்தே ஜீவனம் நடத்திவிடலாம். இப்போ என்னடாவென்றால் நாலணாக் காசுக்கு ஒரு அந்தர் கனம் மூட்டையைச் சாலையிலிருந்து

மேட்டுக் கடை வரைக்கும் சுமையா சுமையென்று தூக்கவேண்டியிருக்கிறது.

பொழுது விடிந்துகொண்டேயிருந்தது. கிட்டங்கியின் ஓட்டு முகப்பில் மாடப்புறாக்கள், வரிசை வரிசையாக வந்து அமர்ந்திருந்தன. தினமும், இந்த அழகான புறாக்களுக்கு நிறைய அரிசி மணி இங்கே கிடைக்கும். என்ன ஜோர் புறாக்கள், கழுத்து வெட்டி நடக்கும்போது பளபளவென்று பஞ்சவர்ணம் வீசுகிறது... பாச்சிக்கு இந்தப் புறாக்களிடம் வெகு சிநேகம்... பத்துப் புறாக்கள் அரிசி பொறுக்கிக்கொண்டிருக்கும்போது, கண்ணாம்பூச்சி விளையாட்டில் தாச்சியைத் தாவிப் பிடிப்பது போல, பாச்சி லபக்கென்று ஒரு தாவல் தாவுவாள். படபடவென்று அத்தனை புறாக்களும் பறந்து ஓட்டு வளைவில் ஏறிக்கொள்ளும்... ஏச்சுப்பிட்டோமே என்கிற பாவனையில் பொட்டுக் கண்களை உருட்டி உருட்டி பாச்சியைப் பரிகசிக்கும். கிட்டங்கித் திண்ணையிலேயே அமர்ந்திருந்து பீடிப் புகையின் லயத்தில் நிலை மறந்திருக்கும் நாணுவிற்கு வெகு சந்தோசமாக இருக்கும். பாச்சியும் புறாக்களும் தொட்டுப்பிடித்து விளையாடும் விளையாட்டு நடத்துகிறார்கள்! பாச்சி, 'போனால், போகிறது. அடுத்த தபா ஒரு புறாவையாவது பிடிக்காவிட்டால் பாரேன்' என்கிற பாவனையில் முகத்தையும் தொங்கப் போட்டுக் கொண்டு, பொடி நடையாக – நாணுவின் காலடியில் வந்து, 'இப்போ என்ன வந்துவிட்டது?' என்பதுபோலப் படுத்துக்கொள்வாள்.

"புறா பறந்திருச்சா பாச்சி?" என்று, பாச்சியின் தாடையைத் தூக்கி முகத்தை ஆராய்வான் நாணு. 'போயேன், ஆமாம்...' என்கிறது போல முகத்தை அவன் கையிலிருந்து வழுக்கிக்கொள்வாள் பாச்சி.

"படு போக்கிரி நீ... கிட, அங்க..." என்றவாறு பீடியைத் தூர எறிந்துவிட்டு, ஆணிப்புற்றுக் காலை செருப்புகளுக்குள் நுழைத்துக் கொண்டு மெல்ல எழுந்து அப்பு டீக்கடைக்கோ, எங்கோ போவான் நாணு.

அந்தப் பாச்சி செத்துப்போனாள்.

வெயில், சேட்டுவின் கிட்டங்கிக் கட்டடத்தின் முகப்பிற்கும் மேலே வந்துவிட்டது... முக்கு ரோட்டில் பலசரக்குக் கடைகள் திறக்க பையன்கள் சாவியுடன் வந்து காத்து நிற்கின்றனர். யாரோ ஒருவன், ராத்திரி கண்ட சினிமாவில் நாகேஷின் தமாஷ்பற்றி உரக்கப் பேசுகிறான்... ஒம்பதுமணிச் சங்கு இன்னும் கேட்கவில்லை போல...

நாணுவிற்கு என்ன செய்வதென்றே தெரியவில்லை. பாச்சியின் முகத்தில் ஈக்கள் வந்து மொய்த்துக்கொண்டிருந்தன. அதைப் பார்க்க நாணுவிற்கு எப்படியோ இருந்தது. மெல்ல எழுந்து தலைக் கட்டு முண்டை அவிழ்த்துப் பாச்சியின் முகத்தில் மூடினான். பிறகு பாச்சியின் பின் கால்களைச் சேர்த்துப் பிடித்து மெதுவாக இழுத்து வெயில்படாத இடமாகக் கிடத்தினான். 'அம்மாடியோ என்ன கனம் கனக்குது...'

ஓடைக்காரன் கோவிந்தன், தூரத்திலேயே சாக்கடையைத் தள்ளிக்கொண்டு வந்துகொண்டிருந்தான். பழக்கடைத் தெரு, அழுகல் ஆரஞ்சுகளும் எலுமிச்சம் பழங்களும், தக்காளி அழுகலும், முட்டைக்கோசு பழுத்த இலைகளும், வைக்கோல் சருகும், சாக் கடைத் தண்ணி நாற்றத்தில் வேகமாக ஒழுகி வந்துகொண்டி ருந்தது... இனி ஆகவேண்டியதைப் பற்றி கோவிந்தனிடம்தான் யோசனை கேட்க வேண்டும். அவன் உபாயம் சொல்வான். ஆனா லும் அவன் படுபாவி. அவனும், அவன் குள்ள உடம்பும் சாக்கடைத் தூம்பாவையும் பிடித்துக்கொண்டு முண்டு முண்டாகக் கைகளும், ரெண்டு பெரிய பன் ரொட்டியைப் பதிச்சு வைச்சது போலப் பரந்த நெஞ்சும்... மீசையும்... எப்பவும் சிவந்த கண்ணுதான்... படுபாவி. எரக்கமே கிடையாது. கருமடம் சேரியில் எந்தச் சாவு நடந்தாலும் கோவிந்தன் வழி சொல்வான். அன்றொரு நாள் ஒரு எருமை மாட்டை, கை வண்டியில் காலை கையைக் கட்டிப்போட்டு லொப லொபவென்று, ரோட்டு வழியாக இழுத்துக்கொண்டே போனான். அதைக் கொண்டுபோய் உரித்துத் தோலை விற்பான். இறைச்சியைச் சேரியில் எல்லோருக்கும், எட்டணா பங்கு, ஒரு ரூபா பங்கு என்று விற்று முதல் செய்வான். கொம்புகளை, பழவங் காடு தந்த வேலைக்கடையில் நல்ல விலைக்கு விற்பான்... சே, என்ன ஜன்மமோ? சாயந்தரமானால், வாற்றுச் சரக்கு வயிறு முட்ட விட்டுக்கொண்டு, கிள்ளிப் பாலம், மாதவி வீட்டில் விழுந்து கிடப்பான்.

அந்தத் தடிமாடனிடம்தான் போய், பாச்சிக்கும் வழிகேட்க வேண்டும். பாச்சியிடம் என்ன இருக்கிறது. அவன் விற்றுப் பண மாக்க?

"என்ன நாணு மேஸ்திரி. நின்னுக்கிட்டிருக்கீங்க? ஏது உங்க பாச்சி காலை நீட்டிட்டாப் போல இருக்கு... நல்ல வேளை என் மண்வெட்டிக் காம்பாலே அது வாயைப் புளக்க வேண்டியது... சில்லறை அக்கிரமமா, இந்தச் சாலைக்கடையிலே அது செய்தது...? ஆமா எப்படி செத்தது? யாராவது மருந்து வச்சுக் கொன்னிருப் பாகளோ? லாறியோ வண்டியோ அடிபட்டாப்பலே தெரியலியே... செத்தப்பறம் பாக்கும்போது பாவமாத்தான் இருக்கு..."

“எப்படி செத்ததோ. வெடியக்காலம் பார்த்தா என் விரிப்பின் பக்கத்திலே இப்படிக் கெடக்குது... ஓரமா இருக்கட்டும்னுதான் அப்படி இழுத்துப் போட்டிருக்கேன்... இப்போ என்ன செய்யிறது கோவிந்தா... உன்னைப் புடிச்சாத்தான் சங்கதி நடக்கும்...”

“செய்யிறது என்ன? கிடக்கட்டும் இங்கியே... நான் முக்கு வரைக்கும் ஓடையை இழுத்துவிட்டுவிட்டு, கைவண்டியையும் கொண்டுகீட்டு வாரேன், சங்கதியெல்லாம் சரி. சேட்டுக்கிட்டே நம்ப பங்கு மட்டும் குறையாமெ வாங்கித் தந்திரணும்... உன் கருமாதி காரியம் பாத்துக்கோ... வரட்டா... சாயந்தரம் கொஞ்சம் ‘மினுங்கணும்.’

மினுங்குதல் என்றால் அவன் பாஷையில் வாற்றுச் சரக்கை வயிற்றில் நிரப்பணுமென்று அர்த்தம்.

கோவிந்தன் சாக்கடைத் தண்ணீரைக் குப்பை கூளத்தோடு நீளத் தூம்பாவால் தள்ளிக்கொண்டே போனான். புழுங்கிய ஆரஞ்சு, அழுகல் சரக்குகளின் வாடை மூக்கைத் துளைத்தது.

கீழ்க் கோடியில் கடைகளைத் திறந்துகொண்டிருந்தார்கள். பையன்கள் பலகைக் கம்பிகளை உருவி எடுக்கும் சத்தம் கேட்டது. பெரிய கடைகளின் இரும்பு ஷட்டர்கள் கற கறவென்று ஓசையுடன் மேலே எழும்புகின்றன.

இன்று புதன்கிழமை. வள்ளக்கடவிலிருந்து அரிசி வண்டிகள் வராது. செவ்வாய், வெள்ளியென்றால், இந்நேரத்திற்கு முன்னால், சரக்கு ஏற்றிய வண்டிப் பட்டாளம் சன்னதி முக்கிலிருந்து ஆரிய சாலை ஜங்ஷன் வரைக்கும் நீண்டிருக்கும். அந்தப் பாச்சிக்கு இப்படி வந்திருந்ததென்றால் எக்கச்சக்கமாக இருந்திருக்கும். நல்லவேளை இன்று புதன்கிழமை. தினமும் பஜாரில் பெரிய கடையைத் திறப் பதற்கு முன்னால், கிட்டங்கியை ஒருமுறை பார்க்க வரும் சேட்டு கூட இன்னும் வரவில்லை. பாச்சி இந்த மட்டில் யோகம் செய்தவள் தான். நல்ல நாள் பார்த்து செத்திருக்கிறாள்.

‘ஹூம் போய்விட்டாளே’ நாணுவிற்கு, அந்தப் பக்கம் இந்தப் பக்கம் போய் ஒரு சாயா குடிக்கவேண்டுமென்ற என்னமோ – ஏன் ஒரு பீடி பற்ற வைக்கவேணுமென்றோகூடத் தோணவில்லை. என்ன இருந்தாலும் கேவலம் ஒரு... சே, அப்படியா? இந்த மாதிரி வாயில்லாப் பிறவிகளிடம் இருக்கிற அன்பும் சிநேகமும் விசுவாச மும் மனுஷப் பிறவிகளிடம் எங்கே இருக்கிறது... எவ்வளவு கால மாக இது கூடவே வாழ்ந்திருக்கு. ஒரு நேரம் இல்லாவிட்டால் மறு நேரம் விட்டுப் பிரிஞ்சு இருந்ததில்லை. காலுக்கு ஆணிப்புற்று

பிடிச்சு இவ்வளவு காலமாச்சு. தெரிஞ்சவங்க, முகம் கண்டவங்க யாரும் ஏன் – என்ன என்று கேட்டதில்லை. எல்லாத்துக்கும் இந்தப் பாச்சிதான். அவளால்தான், கிட்டங்கிக் காவல்கார வேலை கிடைச்சது. அன்றாடத்துக்குப் பஞ்சமில்லை. சொந்தமா பந்தமா? யார் இருக்கிறா? ஒருத்தருமில்லே... அப்பிடியே நாள் போவுது. இந்த ஜன்மத்துக்கிட்டே ஒரு பிடிப்பு... ராத்திரியெல்லாம் பக்கத் திலேதான் படுத்துக்கிடக்குது... காலை நக்குது. முகத்தை எட்டி எட்டிப் பார்க்கிறது... விசுவாசம்... பற்றுதல் மறக்க முடியமாட்டேன் என்குது...

கிட்டங்கி பேட்டைக்குள் சமாசாரம் நடந்ததினால் பஜார் பயகளுக்கு இன்னும் விஷயம் எட்டவில்லை. சுமைகூலி குட்டப் பனும், வேலாயுதனும், கையில் சாக்கு தூக்கும் கொக்கி ஊக்குடன் எப்பிடியோ பேட்டைக்குள் வந்துவிட்டார்கள்... 'என்ன நாணு அண்ணே. கோவிந்தன் சொன்னான், உன் சரக்கு செத்துப் போச் சாமே? சீக்கிரமா சேட்டுக்கு ஆள் அனுப்பு... முளை பாயி வைக் கோல் எல்லாம் நாங்க ஆச்சு...' என்று பரிகாசம் செய்துவிட்டு, அப்புவின் சாயக்கடைக்குள் நுழைந்துவிட்டார்கள். அங்கேயும் உள்ள புட்டு, பயர், பப்படம் சாப்பிட்டுக்கொண்டிருந்த யாரெல் லாமோ – இதைச் சொல்லி உரக்கச் சிரிப்பதாக நாணுவிற்குத் தோன்றியது. சவத்துப்பயலுக!

'ஆக்கங் கெட்டவனுக. அவனுகளுக்கென்ன? கால் நல்லா இருந்த காலத்திலே, நாணு மேஸ்திரின்னா முக்குக்கு அந்தப் பக்கம் தான் நிற்பான். இப்போ நாணு அண்ணேன்னிட்டு சங்காத்தம் கேக்க வாறானுக... டேய்! நாணுவுக்கு காலுக்குத்தான் ஆணிப் புற்று... கைகளைப் பார்த்தாயா அதுக அப்படியேதான் இருக்கு... பதனமிருக்கட்டும்...'

பாச்சியின் மேல் ஈக்கள் அதிகரித்துக்கொண்டிருந்தன. சுவருக்கப்பால் அந்தப் பக்கம் தடுப்பட்டிக்கடைத் தெரு, அதனால் தான் இவ்வளவு மொத்த ஈச் கூட்டம்.

'பாச்சி! ஒரு மூணு நாலு வருஷமிருக்குமா நீ நம்மகிட்டே வந்து...?

...பாச்சி வந்த புதுசில்தான், கால் ஆணிப் புற்றுக்கு சக்கிலிய னிடமிருந்து செருப்பு வாங்கினது. சேட்டுக் கடை வாசலிலேயே நேரம் முச்சூடும் உக்காந்திருந்தா, ராத்திரிக்கி எட்டணா தருவாரு. சிலபேர் பத்தணா தருவாரா...? நல்லா இருந்த காலத்திலே கிட்டங்கி அட்டிச் சரக்கு அத்தனையும் ஒற்றை ஆளா நின்றுகூட அடுக்கி வச்சதுண்டு. அப்போவெல்லாம் நல்ல ஆங்காரம் இருந்தது. கால்

நோக்காடு வந்தாலும் எல்லாம் ஒவ்வொண்ணா அஸ்தமிச்சுப் போச்சு. உடுத்த கைலிதான். மறுதுணிக்கு வருஷக் கணக்குகூட ஆகும். சிரங்கு வந்தா குரங்குதான் என்று சொல்லுவாங்களே; அதேபோல ஆச்சு... ஒரு வேலையும் செய்ய முடியாது. முக்கி முனகி ஒரு மூட்டையைத் தலையிலெடுத்தால் கால் ஆணியும் செருப்பின் மேல் சவாரியுமாக நடக்கவா முடியும்? நாணுவா சாக்கு தூக்குகிறான்? முக்குத் தாண்டி வருமுன்னாலே – விடிஞ்சு பூசை போட்டாகுமே–' என்று பேச்சு பதிந்து போயிற்று. சேட்டுவுக்கும் தினப்படி சக்காத்து வியாபாரமாக எட்டணா பத்தணா அளக்கிற துன்னா நாளா வட்டத்திலே கசந்துதான் போவுது... அப்போ பட்டினிதான்...

இந்த வாக்கிலேதான் ஒரு நாள், தேங்காய் தொண்டு வண்டி ஒன்றின் பின்னால் யாரோ கழுத்தில் கயிற்றைக் கட்டி விரட்டி விட்டிருந்த பாச்சியைக் கண்டது. மொள் மொள் என்று அழுது கொண்டு வண்டியின் வேகத்துக்கு கால்களை கீல் ரோட்டில் உரசிக் கொண்டு இழைந்து வந்த பாச்சியை நாணு கண்டான். பாச்சிக்குப் பாச்சியென்று யார் பெயர் வச்சது? அப்புவா? வேலாயுதனா? யாரோ? கிள்ளிப்பாலம் மாதவி வீட்டில் ஒரு சண்டி 'சரக்கு' வந்திருந் தாள். அவளிடம், வேலாயுதன், குட்டப்பன், அப்பு – இவனுகள் பாச்சா ஒண்ணும் பலிக்கவில்லை. அவள் பெயர்தான் பாச்சி. அந்தச் சரக்கு சுலபத்தில் தமக்கு மசியாத ஆத்திரத்தைத் தீர்த்துக் கொள்ள அவன்களில் யாரோதான், பாச்சிக்கு, அந்தப் பெயரை வைத்தது. யார் வச்சால் என்ன? நாணுவிற்குப் பாச்சியைப் பிடித்துப்போயிற்று. அவளை வண்டியிலிருந்து அவிழ்த்துவந்து அப்பு சாயாக் கடையிலிருந்து ஒரு இணுக்கு புட்டு வாங்கிக் கொடுத்தான்... சிரட்டையில் காப்பி வாங்கிக்கொண்டிருந்தான்... பிறகு ஒவ்வொரு நாளும் தனக்குக் கிடைக்கிறதில் பங்கை பாச் சிக்கும் கொடுத்தான், நாணு. இதுதான் சிநேகிதங்கிறது. நாணு கிட்டங்கித் திண்ணையில் விரிப்பை விரித்துப் படுக்கும்போது பாச்சியும் அருகில் வந்து ஒண்டிக்கொள்வாள். விரட்டினாலும் போகாது. அடித்தாலும் நகளாது. பிறகு என்ன செய்ய? போகப் போக எல்லாம் சரியாகப் போய்விட்டது. பாச்சிக்கு நாணு துணை. நாணுவுக்கு, பாச்சி துணை என்றாயிற்று. பாச்சி இப்போ நன்றாக வளர்ந்துவிட்டாள். எல்லாரையும் சிநேகம் பிடித்துக்கொண்டாள். அப்புகடைத் தொட்டியிலிருந்து, மீன் கறி விருந்து, எலும்புத்துண்டு விருந்து, சாம்பார், தயிர்சாத கதம்ப விருந்து, எல்லாம் கிடைத்தது. அப்படியாக இருந்தபோதுதான் அந்தச் சம்பவம் நடந்தது.

ராத்திரி ஒரு மூணு நாலு மணியிருக்கும். தெருவில் கூட லைட் இல்லை. பவர்கட் என்று சொல்லி ரோட்டு விளக்கையெல்லாம் அணைத்திருந்தார்கள். கிட்டங்கி வாசலில் நாணுவிற்கு அருகில்

படுத்திருந்த பாச்சி திடீரென்று எழுந்து – கிட்டங்கியின் பின்புறச் சுவர்ப் பக்கமாக ஓடி விழுந்துபோய்க் குலைக்க ஆரம்பித்தது. இந்தப் பக்கம் நின்று குலைத்தது. அந்த ஓரமாக நின்று குலைத்தது. காலைக் கீழே பிறாண்டிப் பிறாண்டிக் குலைத்தது. நாணு படுத் திருக்கிற பக்கமாக வந்து, ‘வாயேன், வந்து பாரேன்...’ என்கிற மாதிரி குலைத்தது. விழித்துக்கொண்ட நாணு, ‘எந்திரிக்கணுமா வேண்டாமா’ என்ற சோம்பலின் தர்க்க நினைவில் ஒருகணம் தயங்கி னான். பாச்சி விட்டால்தானே? குலைப்பது அதிகமாயிற்று. ‘என்னமோ காரணமில்லாமல் பாச்சி குலைக்காதே.’ சட்டென்று எழுந்து செருப்பையும் மாட்டிக்கொண்டு, நடந்து வந்து பார்த் தப்போம், கிட்டங்கியின் பின்புறச் சுவரோரமாக நின்றிருந்த ரயினேஜ் கம்பம் வழியாக – ஓட்டைப் பிரித்து உள்ளே ஆள் இறங்கியிருப்பது தெரிந்தது... பிறகென்ன – அப்பு கடையிலிருந்து ஆட்களைத் தட்டி எழுப்பி, காலைக் கறவைக்கு சைக்கிளில் போய்க்கொண்டிருந்த அஞ்சாறு பால்காரர்களையும் கூட்டிக் கொண்டு வந்து பார்த்தபோது திருடன் வசமாகச் சிக்கிக் கொண்டான். சேட்டு வீட்டிற்கு சைக்கிளில் ஆள்போய், அவர் காரைப் போட்டுக்கொண்டு வந்து, போலீசுக்கு போன் பண்ணி – மகஜர் தயார் பண்ணி, துவர்த்து மூண்டு பொட்டணத்தில் கட்டிய அரிசி தொண்டி சாமானுமாக திருடனைக் கொண்டு போகும் போது விடிய விடிய பத்து மணிக்குமேல் ஆயிற்று. ரோட்டில், சன்னதி முக்கிலிருந்து ஆரிய சாலை வரை ஒரே கூட்டம். நாகர்கோயில் பஸ்கள் மெதுவாக நிறுத்தி கூட்டத்திற்குக் காரணம் கேட்டுவிட்டுப் போயிற்று. பஜாரில் திருடன் புகுந்து அதைக் கண்டுபிடிப்பதென்றால் சாதாரண காரியமா?

“யார் கண்டுபிடிச்சது?”

“நம்ம நாணுதான். அவன் இங்கே திண்ணையிலேதானே ராவும் பகலும் குடியிருக்கான்...”

“நாணுவா? காலும் செருப்புமா அவன் எப்பிடி கள்ளனைக் கண்டுபிடிச்சான்?”

“அது தெரியாதா? அவன் சரக்கு பாச்சிதான் முதல்லே ஆளைப் புடிச்சுக் கொடுத்திருக்கா. பிறகு கேக்கணுமா?

“ஓகோ அப்படியா...?”

சேட்டுவிற்கு ரொம்ப சந்தோஷமாகப் போய்விட்டது. சின்னத் திருட்டோ, பெரிய திருட்டோ... ஓட்டைப் பிரிச்சு இறங்கிறதானால் சாமான்யமா? லட்சக்கணக்கில் அட்டிச் சரக்கு இருக்கிற இடத்தில் திருடன் என்றால்...? அதிலிருந்துதான் நாணுவிற்கு மாதச் சம்பளக் கணக்காயிற்று.

கிட்டங்கி காவல், சம்பள வேலை, எல்லாம் பாச்சியாலே தானே –

கடை கண்ணியெல்லாம் சாத்தி, ஆட்களெல்லாம் போய்விட்ட பின்பு, சந்தடி ஓய்ந்து, பாச்சியும் தெரு விருந்துக்கெல்லாம் போய்க் களைத்து – ஆடி ஆடி, நாணுவின் விரிச்சாக்கில் வந்து ஒண்டும் போது ராத்திரி ஒருநேரம் இருநேரம் ஆகிவிடும். நாணுவும் ஒரு சுருள் பீடியைப் புகைத்துக்கொண்டு, அப்படியே 'கடவுளை தரிசித்துக்கொண்டு' கிடப்பான். பாச்சி வந்து அருகில் ஒண்டியதும், நாணுவிற்கு ஒரு சமாதானம் பிறக்கும். இனிக் கொஞ்சம் தூங்கலாம். பாச்சி இருக்கிறாள்.

"இன்னைக்கு இவ்வளவு நேரம் எங்கே போயிருந்தே பாச்சி?"

பாச்சிக்குப் பேச்சில்லை. நாணுவின் கைகளை உராசிக் கொண்டு, முகத்தைத் தொங்கத் தொங்க விடுவாள். செல்லம் கொஞ்சுவாள்... முணுமுணுவென்று மூளல் வாசிப்பாள்...

"பாச்சி, நீ மட்டும் இல்லேன்னா நான் இதுக்கு முன்னாலே என்னமோ ஆயிருப்பேன். உன் புண்ணியத்திலே சேட்டு சம்பளம் போட்டுக் கொடுத்தாரு. இப்போ பாரு, குட்டப்பன், வேலாயுதன், அப்பு ஒருத்தனாவது சீண்ட வருணுமே? சொகம்... பாச்சி நீ என்னெ விட்டுப் போயிராதே தங்கம்?"

பாச்சி மூச், மூச்சென்று என்னதான் சொல்வாளோ? இப்போ ஒரு நாளா ரெண்டு நாளா? நாணுவிற்கு மாசக் கணக்கு, வருஷக் கணக்கு தெரியாது. ஓணத்திற்கு – ஓணம் வரும்போது... 'ஒரு வருஷம் போனதே தெரியவில்லை' என்ற எண்ணம் தோன்றும். எவ்வளவோ காலமாச்சு...

ரேசன் வந்தது. குட்டப்பன் பட்டாளத்திற்குப் போயிட்டான் அதுக்குப் பொறவு. 'இம்புட்டுப் பொடியனா வந்த உண்ணி, இப்போ பெரிய சுமட்டுக்காரனாயிட்டான். அவன் கையிலும், சாக்குத் தூக்கிற ஊக்கு வந்துவிட்டது. அப்பு சாயக்கடையில் அவன் மச்சினன், கொஞ்சநாள் வந்து கல்லாவில் இருந்தான். அப்பு, பால்காரி ராஜம்மாவோட சிநேகம் பிடிச்சான். அவள் கர்ப்பமாக வந்து கடை நடையில் நின்று சிலவுக்குக் காசுகேட்டு வழக்கெல்லாம் நடந்தது... எவ்வளவோ சங்கதிகள் நடந்திருக்கு. சாலை ரோடு கொத்திக் கிளறி ரெண்டாவது தடவை தார் போட்டார்கள்... வண்டி, பஸ் எல்லாம், அட்டக்குளங்கரை ரோட்டு வழியாகத் திரும்பிப்போயிற்று.

பாச்சி செத்துப்போனாளே!

நாணுவிற்கு மனம் ரொம்ப வலித்தது. காலை வெயில் உடலைச் சுட்டது... சேட்டு, மஸ்லின் முழுக்கை ஜிப்பாவும், பாளைத்தார்

வேஷ்டியுமாக காரில் வந்திறங்கி, கிட்டங்கி வாசலைத் திறந்து – டிரைவர்தான் பெரிய பூட்டுகளைத் திறந்தான் – குனிந்து, வாசல் பலகையைத் தொட்டுக் கும்பிட்டுவிட்டு உள் நுழைந்தார். பாச்சி செத்த விபரம் அவருக்குத் தெரிந்திருக்காது. சொல்லணுமே?

கோவிந்தன் வந்துவிட்டான். கை வண்டியைக் கடகடவென்று இழுத்து நடையில் கொண்டு வந்து நிறுத்தியபோது நாணுவிற்கு நெஞ்சு பக்கென்றது. வண்டியில், வெல்ல மூடை, கட்டி வந்த பாயொன்று ஈ மொய்க்க விரித்திருந்தது. பாச்சியைக்கொண்டு போகப்போகிறான்.

அப்போதான் சேட்டு கவனித்தார்.

"நாணு. என்ன கோவிந்தன், வண்டியோட வந்திருக்கான்... கிட்டங்கிச் சந்திலே பெருச்சாளிக கண்டா செத்துக்கிடக்கா... அதுக்கெதற்கு வண்டியும் பாயும்...?"

"இல்லே எஜமானே... நம்ம பாச்சி நேத்து ராத்திரி செத்துப் போச்சு... நாணு மேஸ்திரி மொகத்தை எஜமான் பார்க்கலெ போல..." கோவிந்தன்தான் செய்தியைச் சொன்னான்.

சேட்டு அப்பொழுதுதான் நாணுவைக் கவனித்தார்.

"அய்யோ நம்ம பாச்சியா? எப்படி செத்தது? அடப் பாவமே... நல்ல புத்தியுள்ள பிராணியாச்சே... எப்படி?"

"ராத்திரியெல்லாம் கிட்டக்கத்தான் படுத்திருந்தது. விடிஞ்சு பாத்தா இப்படி. எந்தப் பாவி செய்தானோ?" நாணு அழுதானோ? குரல் எழும்பவே இல்லை...

சேட்டுவிற்கு மேலும் துக்கம் விசாரிக்கப் பிடிக்கவில்லையோ என்னமோ?

"கோவிந்தா, நீதானே கொண்டுபோறே... எல்லாத்தையும் போல இதையும் கடப்புற மணலிலே எறிஞ்சிராதே. உங்க சேரி, கருமடத்துப் பக்கமா, ஒரு குழியெடுத்து அதை நல்ல மொறையிலே புதைச்சிரு. பாவம். நல்ல புத்தியோட இருந்தது. மனுஷப் பிறவி களைக் காட்டிலும் நல்லாத்தான் திரிஞ்சுது... சும்மா சொல்லக் கூடாது... இந்தக் கடையிலே கணக்கனிடம் இந்தச் சீட்டைக்காட்டி அஞ்சு ரூபா நீ வாங்கிக்கோ... மடிச்சிராதே..."

நாணுவிற்கு அப்படியே அமிழ்ந்துபோனது மாதிரி இருந்தது. ஆணிப்புற்றுக் காலின் செருப்பைப் பறித்துக்கொண்டு, கல்லுத் தரையில் நடக்கவிட்டது போல வாதனையாக இருந்தது. இதுதான் கடைசி... பாச்சியை கோவிந்தன் கொண்டு போகப்போகிறான்...

பாச்சி போகப்போகிறாள்.

ஆ. மாதவன் கதைகள் ❖ 363

இன்னும் யார் இருக்கிறா? சின்னப் பிராயத்திலேயே அம்மா, மேத்தன்கூட ஓடிப்போனது, அப்புறம் அப்பன் எறச்சிக் கடை சண்டையிலே வெட்டுப்பட்டுச் செத்தது... பத்து பதினெட்டு வயசு வரையில் கருமடம் சேரியில், புல்வெட்டி விற்று, எருமைகளைக் குளிப்பாட்டிக் கொடுத்து வாழ்ந்தது... அப்புறம் சாலைக் கடைக்கு வந்து சுமடு தூக்கிப் பிழைத்தது... வருஷங்களாயிற்று. கடைசியிலெ, கால் ரெண்டிலும் ஆணிப்புற்று வந்ததுக்கப்புறம், நடக்கமாட்டாமெ, கிட்டங்கித் திண்ணையே கதின்னு கிடந்தது... எல்லாம் போச்சு. பாச்சி செத்துப்போனா... பாச்சியோட எல்லாம் போவுது. இனி ஒண்ணுமில்லே...

"நாணு மேஸ்திரி, துவர்த்து வேணும்னா எடுத்துக்கோங்க... உங்க சரக்கெ வண்டியிலே ஏத்தப் போறேன்..."

நாணுவிற்கு ஒன்றுமே தோன்றவில்லை. பேசாமல் நின்றான்.

"மேஸ்திரிக்கி சங்கடம்தான்... நவருங்க அப்பா... என்ன கனம், எளவு..."

கோவிந்தன் பாச்சியை வண்டியில் எடுத்துப் போட்டான்.

நாணு, பாச்சியைக் கடைசியாக ஒருமுறை பார்த்தான். திறந்த வாய் முந்திரிப் பருப்புச் சிதறல் போல வெள்ளை வெளேரென்று பற்கள் வெளியே தெரிகின்றன... ஈக்கள் விடாமல் மொய்க்கின்றன... கால்கள் நாலும் விரிந்துகிடக்கின்றன... ராத்திரியெல்லாம் தன் விரிப்பில் கிடக்கும் அதே கோலம்...

வண்டியை, கோவிந்தன் கடகடவென்று இழுத்துக்கொண்டு போனான். சேட்டு ஒருமுறை வந்து பார்த்தார். கார் டிரைவர் – காரினுள் இருந்தவாறே லேசாக அலட்சியமாகக் கொஞ்சம் பார்த்தான்...

பாச்சி செத்துப்போனாள்.

நாணு வெறுமையில் நின்றான். வெயில் ஏறிக்கொண்டிருந்தது!

❖

34

தூக்கம் வரவில்லை

மாடசாமிக்குத் தூக்கம் வரவில்லை. குப்புறப்படுத்தும் பார்த்தான், நிமிர்ந்து சரிந்து, ஒருக்களித்து எல்லாம் படுத்துப் பார்த்தான். தூக்கம் வராமல் மிகவும் கஷ்டப்பட்டான். எழுந்திருந்து சுவரோடு சாய்ந்து முழங்காலில் முகத்தைக் கவிழ்த்துக்கொண்டு இருந்து பார்த்தான். கொசு சங்கீதமும் சாக்கடை நாற்றமும், ஓலைச் சுவருக்கப்பால் கொட்டிலின் சாணி சுகந்தமும், மண்டைக்குள் கனத்தது. நெஞ்சு சுத்தம் இல்லாவிட்டால் தூக்கம் எப்படி வரும்? மாடசாமி பேசாமல் எழுந்திருந்து திண்ணை இருட்டில் வந்து சாய்ந்து இருந்தான். பத்து மணிக்கே வந்து படுத்தது. எதிரே கொட்டிலில் மாடுகளைத் தண்ணி காட்டி, வைக்கோல் கலைத்துப் போட்டுவிட்டு சின்னான், விடை கேட்டுப் போயும் எவ்வளவோ நேரமாகியிருந்தது. "மாடசாமி, படுத்துத் தூங்கு. மனசைப்போட்டுக் கொமஞ்சுக்கிடாதே. என்ன இருந்தாலும் பெத்தவ செத்துப்போனா மனசு கேக்காதுதான். அதுக்கிப்போ என்ன செய்ய முடியும்? எல்லாம் விடிஞ்சாத் தெரியும் வெளிச்சம். படுத்துத் தூங்கு" என்று அவன், சாதாரணமாகச் சொல்லிவிட்டுப் போய்விட்டான்...

இருட்டுதான் நிறைந்திருந்தது, தூரத்து ரோட்டின் ஆரவாரம் எட்டாத இடம். தென்னை மரங்கள், கிளி மரம் நடுவே மாட்டுக் கொட்டில் ஓலைச்சுவர் தடுப்பிற்குத் தள்ளினாற்போல சின்ன ஓலை வீடுதான். வானத்தில் நிறைய நட்சத்திரங்கள் இருந்தன. சவுக்கந்தோப்பிலிருந்து ஓட்டுப்பூச்சி சில்லிட்டுக்கொண்டிருந்தது. கொட்டிலில் மாடுகள் கால்மாறிக்கொள்ளும் அரவமும் கழிவுகள் நடத்தும் சலசலப்பும் எப்பொழுதாவது கேட்டது.

மாடசாமி எழுந்து உட்கார்ந்தவனுக்கு வயிற்றைப் பசிப்பது போல் இருந்தது. எழுந்து நடந்து முக்கிற்குப் போனால், தியேட்டர் முனைக் கடை இன்னும் திறந்துதான் இருக்கும். பன்னும் வெறும் சாயாவும் சாப்பிடலாம். ஆனால், பசி இருந்ததே தவிர எதுவும் தின்ன வேண்டும் போல் தோன்றவில்லை. ஓலைச்சுவர் மூங்கில் தூணில் இருட்டோடு அப்படியே சாய்ந்திருக்கத்தான் தோன்றியது.

காலையில் சுடுகாட்டில் எல்லாம் நடந்து முடிந்துவிட்டது. சின்னானும் இன்னும் தெரிந்தவர்களும் யாராரெல்லாமோ உதவி செய்து எல்லாக் கிரியைகளும் முடிந்துவிட்டன...

அம்மாவிற்கு எண்பது வயசிற்கும் மேலிருக்குமா? இன்னும் கூட இருக்கும். தலையில் நரை மயிர்கூட இல்லை. மொழு மொழு வென்று எண்ணெய் மொட்டை, வடித்த காதுகளும், குண்டுக்குள் விழுந்த பழுப்புக் கண்களும் பல்லே இல்லாத – துளித்த – அசிங்கம் வழியும் வாயும், மார்புக்குத் துணியில்லாமல் இடுப்புக்கு மட்டும் பேருக்குக் கந்தல் சுற்றிக்கொண்டு, 'டேய் மாடசாமி, டேய் மாட சாமி...' என்று தொண தொணத்த இம்சை இன்று காலையில் சுடுகாட்டின் கருமாதிகளுடன் அஸ்தமித்துவிட்டது.

"மாடசாமி, என்ன தொந்திரவும் இம்சையும் தந்தாலும் பெத்தவ போயிட்டா மனசு சங்கடப்படத்தான் செய்யும். நீ பதறாமெ காரியம் பாரு... அவ்வளவுதான். அவ கஷ்டமாவது இன்னையோட தீர்ந்ததா நெனைச்சுக்கவேன்..."

வறட்டியை அடுக்கிய சகதிப் பூச்சினிடையே புகை சுருண் டெழுந்து சுடுகாட்டின் பத்தல் வேலிகளை மண்டுவது வரையில் பார்த்துக்கொண்டிருந்தான்...

"ராத்திரி பத்துமணிக்கெல்லாம் எங்கிட்டே கேட்டாளே, தம்பி சின்னு மணி என்ன ஆச்சு, என் மகன் மாடசாமி வர்ற நேரமாச் சான்னு எப்பவும் போல நல்லாத்தானே கேட்டா... அதுக்குள்ளி யும் பாரேன்... என்னெக் கேட்டா அவ இப்படியாகக்கொண்டு கிடந்து சீரழியாமை செத்தது எவ்வளவோ நல்லது பாத்துக்கோ..."

"பத்து மணிக்கு மேலெ ஆச்சு. ஒரு வியாபாரமும் நடக்கல்லெ. சவம், அந்தக் கரைச்சலோட வந்தேன். நாயக்கர் கடையிலெதான், கடனுக்கு பொட்டணம் சாப்பாடு வாங்கியாந்தேன்... பகல்பூரா நான் கூட ஒருவாய்த் தண்ணி குடிச்சிருக்கமாட்டேன்... வந்தா, இது பகல் பூரா படுத்திருந்திட்டு நான் எதுன்னாச்சியும் கொண்டு வரும்னு காத்துக் கெடக்குமேன்னு பொட்டணத்தைப் பிரிச்சு வச்சேன்... கீழாலெ உன்னெப் பார்த்தேன். நீ மாடுகளுக்குத் தண்ணி காட்டிப்பிட்டுப் போயிட்டே போலத் தெரிஞ்சுது... சின்னக் கலசத்திலெ பைப்பிலேர்ந்து குடிக்கத் தண்ணி கொண்டாந்தேன். இந்தா அம்மா சாப்பிடுன்னு, எழுப்பி உட்கார வச்சேன். பேர்பாதி சாப்பாட்டிலேயே, வெளிக்கு வருது மாடசாமீன்னா, ஒண்ணும் புதுசா தோணல்லே... எந்திச்சுக்கோன்னு கையைக் குடுத்தேன்... வாந்தி வாந்தியா கக்கினா... அம்பிட்டுதான். இந்தா போச்சுன்னு சுருண்டு விழுந்தா... பொறவுதான் நீ வந்துட்டியே..."

இன்னும்தான் தூக்கம் வரவில்லை.

நடந்தது ஒவ்வொன்றாக, திகட்டித் திகட்டி மனவட்டத்தில் வந்தது. காலில் எறும்பு ஊர்வதுபோல நமைச்சல் தோன்றியது. குனிந்து காலை வருடிவிட்டுக்கொண்டான். இருட்டுதான் நிறைந்து கிடந்தது. "மாடசாமி, உன்னெ முப்பத்தி அஞ்சு வயசிலியும் சோறும் சொகுசுமா வளத்தினேனடா. இப்போ கண்ணவிஞ்சு போச்சு. காலு நடக்க முடியல்லே. நீ கொண்டுவர்ற சோத்துப் பொட்டணத் துக்கு ஆலாப் பறந்து கெடக்கேன். கட்டிப் போட்ட நாயாட்டம் ஆயிப்போச்சே மாடசாமி..." இருட்டிலிருந்து அம்மாவின் வார்த் தைகள் நட்சத்திரப் பொட்டுகளாக ஊர்வது போலிருந்தது...

மனதை எங்கெல்லாமோ வலித்தது. நேற்றிரவு இதே நேரம் திண்ணையில் சின்ன விளக்கு வெளிச்சத்தில், அம்மா கால் நீட்டிக் கைகளை ஒதுக்கி, கழுத்துவரை வெள்ளைச் சீலைபோர்த்தி நெற் றிக்கு விபூதிக்கோடும், கழுத்துக்கு அரளிப்பூ மாலையுமாகக் கண்ணை அடைத்து நீட்டியிருந்தாள். 'மாடசாமி, பொட்ணம் சோறு கொண்டு வந்தியாடா?' என்று கேலியாகக் கேட்பது போலி ருந்தது.

முப்பத்தி ஐந்து வயது வரையில் மாடசாமி, கோயில் மாடு வாழ்க்கை வாழ்ந்தவன். சின்ன வயதில், அப்பா பாம்பு கடித்துச் செத்துப்போனதாகச் சொல்லிக் கேள்வி. ஆனாலும் அம்மா, வெள்ளைச் சீலை உடுத்திப் பார்த்ததில்லை. கீறச்சேலை, கலர்ச் சேலைதான், மேலுக்கொன்று இடுப்புக்கொன்றாகக் கட்டிக்கொள் வாள். ஒரே பிள்ளை மாடசாமிக்காக அம்மாக்காரி தோசை சுட்டு விற்றாள். நாலு வீடுகளுக்குப் புழுக்கவேலை செய்தாள். அப்பளம் இட்டு, கடைகண்ணிக்குப் போட்டாள். முறுக்கும் வேனல் வத்தல் வடகமும் கொண்டு நடந்து வந்தாள். பிள்ளைக்கு வயசு வந்த பின்பும், பிள்ளை, கைப்பிள்ளைதான் எனக்கு அவன் ஒண்ணு தானே. நான் இருக்கிற மட்டும் அவன் போக்கு, அப்பறம் அவன் ஆண்பிள்ளைதானே 'கடவுள் விட்ட வழி' என்ற கிழவியின் அர வணைப்பில் – மாடசாமி, சீட்டிச்சட்டை போட்டுக்கொண்டு மூணு பிளே சினிமாவும் ஆரியசாமி கோவில் அரசமர நிழலில் மூணு சீட்டும் குலாம் பரிசும் ஆடிக்கொண்டும், ஆற்றுக் கடலில் குளிக்க வரும் முண்டு உடுத்தியவளையும் புல்லுக்காரிகளையும், கண்ணு அடித்துக்கொண்டும் திரிந்தான். 'மாடசாமிக்கு அவன் அம்மா இருக்கிற காலம்வரைக்கும் ராஜகாரியம்தான்' என்றார்கள். முப்பது வயசிற்குமேல் ரெண்டு மூன்றுதரம் யாரோ மலையாடிச்சி பெண்ணை வீட்டிற்கு அழைத்து வந்து ராத்தங்கல் நடத்தியதற்குக்கூட, அம்மாக்காரி பெரிசு பண்ணவில்லை. "அவன் பிள்ளைதானே

‘மாடசாமி உனக்கு இதுவேண்டாமடா’ என்னு கண்டிச்சு விட்டேன். இப்போ தம்பி தங்கக்கம்பி. ஓரெண்ணத்தைக்கூட வீட்டிற்குக் கூட்டிக்கிட்டி வரமாட்டான். ஆம்பிளெப் பிள்ளெ வெளியே நாலுவிதமாத்தான் இருக்கும்... இப்போ எனக்கு ஒரே கவலை. எனக்கும் வயசாச்சு. நாலு நாள் பாயிலெ படுத்துக்கிட்டா என் பிள்ளெ என்ன செய்வான்னுதான் விசாரமா இருக்கு...” என்று சொல்லும் கிழவிக்கு, ‘நல்ல ஆம்பிளெப்பிள்ளை பெத்தெ போ...’ என்று சொல்லும் பழிப்பு விளங்கவே இல்லை.

மாடசாமிக்கு, ஊர் உலகம், தெரிந்ததோ என்னவோ? அவன் வாட்ட சாட்டமாக வளர்ந்தான். கடா மீசையும் க்ஷேக்கும் வைத்துக் கொண்டான். கோழியும் மாங்காயும் கலர் படம் போட்ட கைலியும், சிவப்புச் சட்டையும், கழுத்துக்கு கர்ச்சீப்பும் கட்டிக்கொண்டு ஊரெல்லாம் சுற்றி வந்தான்.

ஒரு நாள் ராத்ரி வீடேறி வந்தபோது – ஒருநாளும் இல்லாத திருநாளாக அம்மாக்காரி பாயில் படுத்துக் கிடக்கிறாள். முக்கூட்டு எண்ணெய் காலில் தடவியிருக்கும் மணமும், எண்ணெய்க் குப்பியும் சிம்னி விளக்கும், அடுப்புப்பற்ற வைக்காத சூன்யமும் கண்ணிற்குப் படுகிறது.

“ஏன் படுத்திருக்கே? கஞ்சி வைக்கலியா?” என்று கேட்டான்.

“கழியலேடா மாடசாமி. காலு ஒரு அடி எடுத்து வைக்க முடியல்லே. வாத இழுப்பு என்று சொன்னா. எண்ணெய் வாங்கித் தடவியிருக்கேன்... மாடசாமி. காலையிலேயே போனவன். ஒரு விவரம் சொல்லணும்னா உன்னெ எங்கேன்னு தேடுவது... ஒம் அப்பன் சாவும்போ இருந்தது மாதிரி நெட்டுக்கு வளந்திட்டே.... இனி என்னெக் கொண்டு ஆகாது. எப்பிடியாவது, ஒன் பாட்டெ நீ பாத்துக்கோ. அதுபோக மிச்சமிருந்தா ஒருவாய்த் தண்ணி தந்தா குடிச்சுக்கிடுவேன். இல்லாட்டா அதுவும் வேண்டாம்...”

மாடசாமிக்குக் காலடியிலிருந்து மண்பெயர்ந்து போவதுபோல நிலைதடுமாறியது.

ரெண்டு வருஷமாகவும் அந்தத் தடுமாற்றம்தான். கடைசியில், நேற்றிரவு எல்லாம் அஸ்தமித்து காலையில் சுடுகாட்டுப் புகையுடன் எல்லாம் முடிந்துவிட்டது.

‘அம்மா...’ என்று வாய்விட்டுப் பொங்கினான் மாடசாமி. இருட்டு சளைப் பூச்சி சலங்கை சங்கீதத்துடன் ஏச்சுக்காட்டிக் கவிழ்ந்து கிடந்தது!

இன்னும் தூக்கம் வரவில்லை.

ரெண்டு வருஷமாகக் கஞ்சிக்கென்று பாடுபட இறங்கியபோது தான், உலகம் எவ்வளவு பெரிசென்று தோன்றியது. ஆட்கள் எவ்வளவு செட்டு என்று பட்டது. காசுக்கு என்ன மதிப்பென்று விளங்கியது. வயித்துப் பசியின் சக்தி தெரிந்தது. அரசமரத்தடி சீட்டுக் கச்சேரி சகாக்களும் காசு பிடுங்கி பெண் சிநேகிதமும், பீடி புகைத்து, சட்டையும் பவிசுமாக உலாத்தியதெல்லாம் பிள்ளை விளையாட்டென்று நிதர்சனமாயிற்று. ஆரம்பத்திலெல்லாம் அம்மா, மிச்சம் வைத்திருந்த பித்தாளை இட்லிப் பானை, வாணலிச்சட்டி, இரும்புத் தேங்காத்துருவி, விறகு தறிக்கும் வெட்டுக் கத்தி, இப்படி ஒவ்வொன்றாக, காயலான் கடை, அடகுக்காரி வீடு என்று கொஞ்சம் கொஞ்சமாக விற்றுக் கொறித்தான். ஆர்யவைத்யன் எண்ணெயும், மண்சட்டி கஷாயமும் அம்மாக்காரியை இன்னும் ஓலைப்பாயில் அடித்துதான் போட்டது.

"மாடசாமி, இது பக்கவாதம். உங்க அம்மைக்கென்ன சின்ன வயசா? கொஞ்சமாவது ரத்த ஓட்டம் இருந்துதுன்னா நாடியைப் பிரிச்சு நவரைக்கிழி சிகிச்சை கூடப்பாத்து ஆளெ தேத்தீரலாம். இது சாறுபிழிஞ்சு சக்கையான கதை... இனி இந்தப் படுக்கைதான். நீதான் இனிமே அதுக்கு, கைய்யி, காலு அல்லாம்..." என்று கையை விரித்துக் காட்டிய வைத்தியர்தான் மாடசாமியை வெளியுலகிற்கு இழுத்து விட்டது.

கொஞ்சநாள் மாடசாமி, மாட்டுத்தரகு வேல்சாமி கூடப் போய் வந்தான். அது அசந்தவன் தலையில் மிளகு அரைக்கிற வியாபாரம். மாசம் ஒரு வியாபாரம் தேறி வந்தால் – கிடைத்த அஞ்சு பத்தில், கைய்யாள், மாடசாமிக்கு, காபி சாயா சிலவிற்குத்தான் கண்டது... பிறகு, அரிசி மண்டிப் பக்கம், லோடு தூக்கிவிடுகிற வேலைக்குக் கைகொடுத்துப் பார்த்தான். அது ஆளை அழுத்தும் வேலையாகப் போயிற்று. ரேஷன் போடுகிற வாரத்தில், ரெண்டு நாள் கழுத்தை முதுகில் அழுத்தும் சுமை வேலை இருக்கும். ரெண்டே ரெண்டு தரம் டீ குடித்து, செமத்தியா ஒரு மிலிட்டேரி சாப்பாடும் சாப்பிட்டு மிச்சம் பார்த்தால், வீட்டில் அம்மாக்காரிக்கு அறுபதுகாசு சாப் பாட்டுப் பொட்டணம் வாங்க – அஞ்சு, பத்துப் பைசா குறைச்சல் பட்ட கதைதான்!

"மாடசாமி, உனக்கு வேண்டாமடா இந்த மூட்டை தூக்குகிற யாவாரம். எப்படி ராஜாவாட்டம் இருந்துது என் பிள்ளை. இப்போ, இளைச்சு துரும்பா போயிட்டியே..."

"யேய் அம்மா... பாயும் படுக்கையுமா விளுந்தும் உனக்கு இந்த புத்திதானா? அட, நல்லாத் திரிஞ்ச காலத்திலியும், பிள்ளை

பிள்ளை இன்னு கொட்டி, இப்போ இடுப்பு வளையமாட்டேங்கிது... இன்னும் உனக்கு ராத்திரி கஞ்சிக்கென்ன செய்வே... அப்பன் சம்பாத்தியமா கொட்டிக் கெடக்குது?"

"மாடசாமீ, என் கதி, இப்படியா ஆவணும்? கண்ணு அவிஞ்சு போயிருந்தாக்கூட தவந்துபோய் ரெண்டு வீட்டுக்கு எச்சிக்காட்டி யாவது உன்னெ காப்பாத்தீருவேனே... இப்போ என் பிள்ளை, என் முன்னாலேயே எலும்பும் தோலுமா போறான்... நான் அடிச்சுப் போட்ட பெணமாட்டம் விளுந்து கெடக்கிறேன்..."

மாடசாமிக்கு, அம்மாவின் குரல் இருட்டிலிருந்து நெருப்பாகச் சுற்றி அடிப்பது போலிருந்தது...

'அம்மா, உன்னை நான் கொன்னே போட்டேனே அம்மா...' என்று விசித்தான். இருட்டில், பக்கத்துச் சுவருக்கு அப்பால் பால் மாட்டுக் கொட்டடியில் யாரோ சின்ன விளக்குடன் வந்து மறைவது தெரிந்தது.

'அட விடியிற நேரமாச்சு போல இருக்கே. மாடு கறக்க ஆள் வந்திட்டுதே' – என்று எண்ணினான். ஆனாலும் எழுந்திருக்கத் தோன்றவில்லை. மனதை வலித்துக் குடையத்தான் செய்கிறது. உடம்பு வலியாக வலித்தது. ஆனாலும் தூக்கந்தான் வரமாட்டேன் என்கிறது...

– தொடர்ந்து பட்டினி. ஒட்டுக் குடிசையின் ஓலைக்கூரை. ராத்திரி மழையில் திண்ணையும் சாக்குப் படுக்கைகளும் எல்லாம் தெப்பமாக ஈரமாகியிருந்தது. அம்மாக்காரியின் எலும்பும் தோலு மான உடம்பு குளிரில் நடுங்கிக்கொண்டு ஓலைப்பாயில் சுருண்டி ருந்தது. மாடசாமி, கந்தல் கிழிசல் துணிகளையெல்லாம் எடுத்து அம்மாவுக்குப் போர்த்திவிட்டு வெறும் தரையில் வெறிக்க வெறிக்க உட்கார்ந்திருந்தான். மாடசாமியின் புதிய வியாபாரச் சரக்குகள் மூலையில் அட்டைப் பெட்டியில் தொய்ந்துபோய் அடங்கியிருந்தது. தெரிந்தவர்கள், முகம் அறிந்தவர்கள், இப்படியாகக் கிடைத்த உதவி யில், மாடசாமி சின்னதாக ஒரு வியாபாரம் ஆரம்பித்தான். 'எது எடுத்தாலும் அரை ரூபா' வியாபாரம். சீப்பு, சோப்பு, பாசிமாலை, அலுமினியக் கிண்ணம், பீங்கான் தட்டு, பாச்சா உருண்டை, எலிசம் காரி பொட்டணம், இப்படி என்னென்னமோ... மாத முதல் தேதி வாக்கில், கச்சேரித் தெரு முனையில் சாயங்காலவேளை உட்கார்ந் திருந்தால் பத்து பதினைஞ்சு ரூபாய்க்கு விற்கும். முதல் போக ரெண்டு மூணு ரூபாய் தேறும். அம்மாவுக்கு சாப்பாடு, பலகாரம். கால்மேலுக்கு எண்ணெய், எல்லாம் போக பீடி, மறுநாள் காலை சாயாவிற்கு ஏகதேசமாகத்தான் மிஞ்சும். இதில் வியாபாரத்தில்

பழைய சகாக்கள் யாரேனும் ஒன்று அரை கடன் வாங்கினால் முதலுக்கு மோசம் வந்துவிடும். ஆக பதினைஞ்சு தேதி கழிந்ததானால் பாடு எக்கச்சக்கம்! எது எப்படியானாலும் ராத்திரி பெட்டியோடு திரும்பும்போது, திண்ணையில் 'வழிமேல் விழிவைத்து' படுத்திருக்கும் அம்மாவுக்கு சாப்பாட்டுப் பொட்டணம் வாங்கித்தரத் தவறுவதில்லை. இருபது தேதியிலெல்லாம், மாடசாமி, தன்வயிற்றுக்குப் பட்டினி காட்டிவிட்டு அம்மாவுக்குச் சோற்றுப் பொட்டணம் கொண்டு வருவான். வரவர அம்மா பாடு ஒரு தொந்தரவாகவே அழுத்த ஆரம்பித்தது. தள்ளாமையும் – இல்லாமையும் அதிகரிக்க அதிகரிக்க அம்மாவிடம், அற்பத்தனம் வளர்ந்து வருவதை அவன் உணர்ந்தான். 'மாடசாமி,' இந்தச் சோற்றுப் பொட்டணம் ஒரு வாய்க்குக் காணமாட்டேங்கிது... நீ நெறைய ஓட்டலிலே சாப்பிட்டிருப்பே. அறுபது பைசாவுக்கு ஒரு பொட்டணம் சோத்தை வாங்கி இந்தான்னு கொண்டு வந்து வச்சுப்பிட்டு கடன் தீந்துதுண்டு பீடியைப் பத்தவச்சுக்கிட்டு போறே – இங்கே வயிற்றைக் காந்துது' என்று சொல்லும்போது மாடசாமிக்கு நெஞ்சுக்குள் பற்றி எரியும்.

"இந்தா பேசாமெ உள்ளதெ தின்னுக்கிட்டு கெட. இல்லாட்டா செத்தாவது தொலை..." என்பான்.

"ஆமடா, இத்தனை வயசு வரைக்கும் உன் கட்டைக்கு உழைச்சு, சோறும் சொகுசுமா வளத்தினேன், உன்னியே. இப்போ என் கும்பிக்குக் கஞ்சி ஊத்த வக்கில்லே... நானா சாவணும்..." "ஆமா நான்தான் செத்துத் தொலையணும். அப்பத்தான் என் கர்மம் தீரும்." இதுபற்றி சலித்துக்கொள்ளும் மாடசாமிக்கு, தொழுவத்து சின்னானோ, பீடிக்கடை தாணுவோ சமாதானம் சொல்வார்கள்.

"மாடசாமி, அவளும் உன்னை அப்படித்தான் பார்த்தா... அதுக்கு நீயும் ஒண்ணும் கொறை வைக்கல்லே. நீ பட்டினியா இருந்தும் அம்மாகாரிக்கு வாங்கிக் கொடுக்கிறதெல்லாம் எங்களுக்குக்கூட தெரியுந்தான். பாவம், வயசாளி. நோக்காடு வேற. ஏதாவது சொல்லத்தான் செய்வா. அம்மாவாச்சே..."

"பெத்தவளாச்சேன்னுதான் நானும் கட்டிக்கிட்டு அழுவுறேன். இல்லெ, என் ஒரு கட்டைக்கு என்ன வேணுமன்னே ரயிலோ, காரோ ஏறி எங்கியாவது கண்காணாத இடத்துக்குப் போயிட்டா கூட நிம்மதியா எம்பாட்டைப் பாத்திக்கிடுவேன். சவம், அம்மாவாச்சேன்னு பார்த்தா வர வர கல்லைக் கட்டிக்கிட்டு ஆத்திலே குதிச்ச கதையாப் போச்சு. இன்னைக்கு நாலு நாள் ஆச்சுண்ணே,

சரியா ஒருவாய் அரிசிச் சோறு சாப்பிட்டு. சாயாவும் பீடியுமா வயித்தை எரிச்சு வச்சுக்கிட்டிருக்கேன். இந்தக் கிளட்டு ராட்டுக்கு ஒரு நாளாவது பொட்டணம் இல்லாமெ வந்திருக்கேனா கேளு... இருந்தும் பேசற பேச்சு கேட்டா... பெட்டியிலே மூட்டைப் பூச்சி மருந்துகூட விக்கிறேன். ஒரு சின்ன சீசாதான். வாயிலெ கவுத்திக்கிட்டு செத்துப் போயிரலாம் போல இருக்குது...”

“மாடசாமி, இப்படித்தான் அப்பா இருக்கும். பெத்தவ. வயசாளி. ஒவ்வொண்ணையும் கண்டும் காணாமெதான் போணும்...”

“இல்லண்ணே. இதைக் கையைப் பிடிச்சி, பதம், எதமா தாங்கி, ஒண்ணுக்கா, வெளிக்கா, எல்லாத்துக்கும் கொண்டுபோய் விட்டு தண்ணியை ஊத்தி சீலையை உடுத்திவிட்டு, சோத்தை வாங்கிக் கொடுத்துப் படாத பாடெல்லாம் படுதேன். என்னப்பாரு, நல்ல துணி ஒண்ணு கட்டிக்கிட இல்லெ. தலைமுடி வெட்டிக்கிடணும்னு ஆறுமாசமா நெனைக்கேன்... எதுக்கு நான் இப்பிடி நாறணும்...? மாடசாமிக்கு அழுகையே வந்துவிடும் போலிருந்தது. பல்லைக் கடித்து முகத்தைத் திருப்பிக்கொண்டான்.

தரித்திரம் பிடுங்கித் தின்றது. அம்மாக்காரிக்கு அஞ்சாறு நாளாகக் காய்ச்சல் கண்டிருந்தது. அன்று சற்றுக் குறைந்திருந்தது. விடிந்ததும், கண்ணை முழித்து சோறு கேட்டாள். நெருப்பாகக் காய்ச்சல் கொளுத்தியபோதெல்லாம், மாடசாமி மனசுக்குள் வேண்டாத தெய்வமில்லை. ‘சாமி கடவுளே, எப்பிடியும் எடுத்திட்டுப் போயிரணும். கெடந்தா அவளுக்கும் பாடு. எனக்கும் சங்கட்டம்’ என்று வியாபாரத்திற்குக்கூடப் போகாமல், ரூபாய் கிடைத்த இடத்தில் ரூபாய், பைசா கிடைத்த இடத்தில் அதையும் வாங்கிச் செலவழித்தான். கடைசியில் என்னவென்றால், ஆறாவது நாள் கண்ணை முழிச்சி சோறு கேக்கறா. காய்ச்சலும் குறைஞ்சிருந்தது. மாடசாமிக்குத்தான் கண்ணை இருட்டியது. வியாபாரப் பெட்டியில் இனி மிச்சம் எதுவுமில்லை. அஞ்சாறு பொட்டணம் பாச்சாசம்காரி வில்லைகள், மூட்டைப்பூச்சி மருந்து நாலு சீசா... நல்லா விக்கிற பொருள் ஒன்றுமில்லை...

அன்று – மாடசாமி அம்மாவுக்கு சாப்பாடு வாங்கிக் கொடுத்தான். சுவரோடு சாஞ்சிருந்தது, காலை நல்லா நீட்டி, வசதியா இருந்து, கோழி தவிடு விழுங்குகிற மாதிரி வாரி வாரித் திணிச்சு சாப்பிட்டா. சின்னக் கலசம் நிறைய வெந்நீர் குடிச்சா...

“அப்பா மாடசாமி, இனிநான் கொஞ்ச நாளைக்கொண்ணும் சாக மாட்டேண்டா...” என்று சந்தோஷமாகச் சொன்னாள்.

“வேண்டாம், நீ சாக வேண்டாம். இப்பிடியே என்னைக் கொஞ்சம் கொஞ்சமா கொல்லு... கடைசியிலே அதுதான் நடக்கப் போவுது. நீ கெடப்பே. நான் அற்பாயுளிலே போவப்போறேன்...”

மறுநாள் பெட்டியைத் தூக்கிக்கொண்டு வியாபாரத்திற்கென்று போன மாடசாமிக்கு, என்ன செய்வதென்று ஒன்றுமே விளங்க வில்லை. கச்சேரி முக்கில் மைல்கல் பக்கத்தில் பெட்டியை அவிழ்த்து, பிளாஸ்டிக் காகிதத்தைப் பரப்பி அதில் மிச்சமிருந்த பாச்சா வில்லைகளையும், மூட்டைப்பூச்சி மருந்து சீசாக்களையும் எடுத்து வைத்தான்... ரோட்டில் வண்டி, கார்கள், மாடி பஸ், ஸ்கூட் டர், விதவிதமான ஆட்கள் போகிறார்கள், வருகிறார்கள். மாலை நேரம் மங்கி, அந்திப் பொழுது, பிறகு இருட்டு வந்தது. தெருவெல் லாம் விளக்குகள், இருட்டுக்கு மாலையிட்டு ஜகஜோதியாக்கி யிருந்தது.

மாடசாமியின் மனதில் இருட்டுத்தான் கவிந்திருந்தது. ஒரு பைசாவிற்குக்கூட விற்பனையாகவில்லை. யார் வீட்டிலும், பாச்சா தொந்திரவோ, மூட்டைப் பூச்சித் தொல்லையோ இல்லாமல் போயி ருக்கும்... ‘காலையிலேயே போனியேடா மாடசாமி... பசி, சிறு குடலை, பெருங்குடல் திங்கிது... தெரியுமே நீ வெறுங் கையோட தான் வந்திருக்கே... பாவி, சண்டாளா, பெற்ற தாயைப் பட்டினி போடுதியே... நீ நல்லா இருக்கமாட்டே. ஆம்பிளையாடா நீ...’

மாடசாமி, ஒரு தீர்மானத்தோடு எழுந்தான். பெட்டியைக் கட்டி தலையில் வைத்துக்கொண்டான். நாயிடு கடையில், கெஞ்சிக் கூத்தாடி, ‘இனிமே ஒரு நாள்கூட கேக்கமாட்டேன் நாயிடு அண்ணே... அப்பிடி கேட்டா ஏண்டா நாயேன்னி காறி மூஞ்சி மேலெ துப்பு; இன்னியோட சரி. இனி உன் பாக்கியைக் கொடுத் திட்டுதான் கேப்பேன். இப்போ ஒரே ஒரு பொட்டணம் சாப்பாடு கொடு’ என்று கேட்டு வாங்கிக்கொண்டு இறங்கிய மாடசாமி, முக்கு தாண்டியதும், நாயிடு: ‘பாவம் அவன்கூட சாப்பிட்டிருக்க மாட்டான். கிளவி சாகவும் மாட்டாமல் திண்ணையும் ஒழியாமல் கழுத்தறுக்குது... என்னதான் இருந்தாலும் பெத்தவ, பட்டினி கெடக்க பொறுக்கல்லே...’ என்று சொல்லிக்கொண்டார்.

மாடசாமி வந்தபோது கிழவி முனகிக்கொண்டுதான் படுத் திருந்தாள் –

“அம்மா” என்று கூப்பிட்டான்.

“வந்திட்டியாடா மாடசாமி, எவ்வளவு நேரமா பசிச்சுச் செத் துக்கிட்டிருக்கேன். என்ன கொண்டாந்தே... மொதல்லே கால் களுவக் கொண்டாந்து விடு... சாப்பாட்டுப் பொட்டணமா கொண்டாந்தே...”

மாடசாமி, அம்மாவை இருட்டில் கொண்டுபோய் சுவரைப் பிடித்து உட்கார வைத்துவிட்டு வந்தான்...

எல்லாம் முடிந்த பின்பு பிரித்து வைத்திருந்த பொட்டணத்தை ஆவலோடு எடுத்து பொக்கு வாய் நிறைய அமுக்கிச் சாப்பிட்டாள்.

மாடசாமிக்குக் கண்ணையும் நெஞ்சையும் அடைப்பது போலிருந்தது.

– சாப்பிட்டவள், வாந்தி வாந்தியாகக் கக்கினாள். 'அய்யோ அய்யோ' என்று வயிற்றையும் நெஞ்சையும் பிடித்துக்கொண்டு புரண்டாள். தலையைப் பிறாண்டினாள். கண்ணை மலர்க்க மலர்க்க விழித்தாள்... 'மாடசாமி மூச்சை தெணறுதுடா... தண்ணி... தண்ணீ... என்று குரல் எழும்பாமல் கத்தினாள்... கடைசியில் வாயை வாயைத் திறந்தாள்... ஆவென்றாள்... கை தளர்ந்து சரிந்தது, கழுத்து குழைந்து தலை தொங்கியது...

'அம்மோவ் உன்னைக் கொன்னுட்டேன்... மூட்டைப் பூச்சி மருந்து சோத்திலே நெறையத்தான் கலந்தேன். நாலு சீசா மிச்சமிருந்ததையும், நீ வெளிக்குப் போயிருந்தப்போ சோத்திலே கொளப்பினேன். ய....ம்...மோ...வ்... உன்னை நான் தீத்தே கட்டீட்டேன்... எனக்கும் மூச்சு முட்டுதே...'

– படக்கென்று கண்ணைத் திறந்தான் மாடசாமி. நன்றாக விடிந்திருந்தது. தொழுவத்துச் சின்னான், எதிரே சிரித்துக்கொண்டு நின்றிருந்தான்.

"உக்காந்திட்டே தூங்கிக் கனவு கண்டியா மாடசாமி? அம்மா செத்த ஞாபகம் நல்லா போகல்லே போலிருக்கு... அம்மோன்னு கத்தினியே..."

மாடசாமிக்குத் தூக்கிவாரிப் போட்டது.

"அம்மோன்னு மட்டுந்தான் கத்தினேனா? இன்னும் என்னவெல்லாமோ பிதற்றினேன்போல இருக்கே..."

"என்னமோ நான் ஒண்ணும் கேக்கல்லே. அம்மோன்னு சத்தம் கேட்டுது. எட்டிப் பார்த்தேன்... நீ தூங்கி விழுந்து எழறே. அவ்வளவுதான்... மனசைப் போட்டு அலட்டிக்கிடாதே. எல்லாம் உனக்கும் நல்லதுதான். கிளவி போய்ச் சேந்துட்டா. இனி ஆக வேண்டிய உன் வேலையைக் கவனி... ஆமா."

சின்னு போய்க்கொண்டிருந்தான்... தன் மனதின் அந்தரங்கம் எங்கே அவன் புரிந்துகொண்டானோ என்ற சந்தேகத்தோடு, எழுந்து நின்று வேஷ்டியை உதறிக் கட்டிக்கொண்டான் மாடசாமி!

❖

35

கோமதி

கோமதி நல்ல கறுப்பி. ஆனால், நல்ல மதமதத்த உடம்புக்காரி. திமிலெல்லாம் சும்மா அப்படி நந்திக்காளை மாதிரிதான். கைமுஷ்டி அளவுக்கு மேல் வளரவே வளராத குட்டைக் கொம்புகள். பரந்த முகம், யானைத் தும்பிக்கை மாதிரி திரட்சியான கை கால்கள். வெயில் அசைவில் பளபளக்கும் சரீரம். பால்மடி திரட்சியில், சிந்தியும் ஜேழ்ஸியுமெல்லாம் கோமதியிடம் சேவகம் செய்ய வேண்டும். இத்தனைக்கும் கோமதி மலடு. ஆனால், இருந்தால் என்ன?

கோட்டை, ஸிட்டி பஸ் நிலையம் முதல் மேலப் பழவங்காடி ஓவர்பிரிட்ஜ் வரையில் உள்ள மெயின் ரோடு வட்டாரம், பிள்ளை யார் கோயிலின் முன்புற மைதானம், கோட்டையினுள் சுவாமி கோயில் குளக்கரை, ஆனந்தாஸ்ரமச் சுற்று வட்டம், அரசமரத்தடி – இதெல்லாம் கோமதியின் சாம்ராஜ்ய ஆதிக்கத்தில் சேர்ந்தது. ஆனால், அவசியம் அத்யாவசியமாக கோமதியைச் சந்தித்தே ஆக வேண்டுமென்றால், கோட்டையின் இடதுபுறம் நெடிதுயர்ந்து நிற்கும் பஸ் ஸ்டாண்டு அருகிலுள்ள காற்றாடி மரத்தடியில்தான் பார்க்க வேண்டும். புத்தரிக்கண்டம் மைதானத்தில் காந்தியார் சிலை வைத்த 'பார்க்' வந்த பின்பு, ஸ்தல பெரியதனக்காரர்களான, கண்டன் வாசுவும் ஜாளிமணியனும் தலைக்கட்டு வேலப்பனும், முண்டாசு அவிழ்த்து வேர்வை துடைத்துக்கொண்டு கோமதி படுத்திருப்பதற் கருகில்தான் இளைப்பாற வருவார்கள். இதில் அவர்களுக்கு இரட்டை வசதி இருந்தது. இளைப்பாற ஒதுக்குப் புறத்திற்கு ஒதுக்குப் புறமாச்சு, பஸ்ஸுக்கு நிற்கும் இளசுகளை நோட்டம் விட்டது மாதிரியும் ஆச்சு. கோட்டை போலீஸ்காரர்கள் இவர் களுக்கு வாடிக்கைக்காரர்கள் ஆனதினால் அந்த வகையில் கவலை யில்லை. பொதுஜனங்கள்தான் கழுதையாயிற்றே!

கோமதி, கோட்டை வட்டாரத்து 'கோயில் மாடு' என்பதை விட, கண்டன் வாசுவுக்கும் ஜாளிமணியனுக்கும் இஷ்ட தோழி யாகத்தான் உலாத்தி வந்தாள். மணியன் கோயில் சோற்றுப் புரையி லிருந்து சோத்துக் கட்டியும் காசு அதிகமுள்ள நாட்களில் பாயசக் கட்டியும்கூட வாங்கிக் கொடுப்பான். வாசு முறுக்கான் கடைகளில்

சேரும் பழத்தோல்களையெல்லாம் திரட்டி வந்து ஒவ்வொன்றாக கோமதியின் கடைவாயில் திணித்து ஊட்டி விடுவான். சிலசமயம் கப்பைப் பழம் என்ற செவ்வாழைப்பழம்கூட வாங்கி வந்து கொடுப் பான். என்ன இருந்தாலும், கோமதிக்கு வாசுவைவிட, மணியனிடம் பற்று அதிகம் இருந்தது. சில மத்தியானப் பொழுதுகளில் கோமதி யின் மடிமேல் தலைவைத்துப் படுத்திருக்கும் மணியனை கோமதி ஒரு வால் அசைவால்கூட உபத்திரவம் செய்வதில்லை.

கோமதியின் சுதந்திரமான உலாத்தல் பஸ், இதர வாகனங் களின் போக்குவரத்திற்கும், அப்பாவிகளான பாதசாரிகளுக்கும் இடையூறு விளைவிக்கிறதென்று எத்தனையோ முறை கோட்டை போலீசுக்குப் புகார் போவதுண்டு. கார்ப்பரேஷன் கமிஷனர் வரைக் கும்கூட செய்தி எட்டியதுண்டு. பயன் என்ன? ஒரு போலீஸ் கான்ஸ்டபிளுக்கோ, ஒரு முனிசிபல் சிப்பாய்க்கோ, கோமதியை அணுகிப் பார்ப்பதற்குக்கூட சந்தர்ப்பம் கிடைத்ததில்லை. ஏனென் றால் இந்த மாதிரி அலமலங்கான சந்தர்ப்பங்களில் கோமதிக்கு எப்படியோ ஞானோதயம் ஏற்பட்டுவிடும். தன்னை கார்ப்பரேஷன் கொட்டடிக்குக் கொண்டு போகக் கயிற்றுடன் தூதுவன் வருகிறா னென்றால், அன்று பூராவும் கோமதி வட்டாரத்தில் வலை போட் டால்கூடக் கிடைக்காது. இரண்டு நாளில் நிலைமை தெளியும் போது கோமதி தார் ரோட்டில் குளம்பு தாளமிட ஒய்யார நடை நடந்து வருவாள். பஸ் ஸ்டாண்டில் படுத்துப் புரள்வாள், ரோட் டின் குறுக்காக குலுக்கிக்கொண்டு ஓடுவாள். பள்ளிக்கூட சிறுசுகள் பயந்து ஒதுங்க, தலை குலுக்கித் துள்ளி வருவாள். மத்தியானம் தன் சகாக்கள் மணியன், வாசு சமேதராக காற்றாடி மர நிழலில் இளைப்பாறுவாள். தந்திரம், சமயோசித புத்தி, வீரம், வீறாப்பு, விஸ்வாசம், சரசம், சண்டித்தனம் இதிலெல்லாம் கோமதி புத்திரிக் கண்டம் 'தொழில்காரிகளை' விட பதின்மடங்கு கெட்டிக்காரியாக விளங்கினாள். இல்லாவிட்டாலும் மனிதஜென்மம் ஒருவகையா என்ன?

கோமதிக்கு இந்தக் கோட்டை வட்டாரமும் சுற்றமும் புல்லுக்கு நிகராகிவிட்டிருந்தது. யாராவது புது போலீஸ்காரனோ, பாத சாரியோ அவளை நோண்டி விரட்டியடித்தால் சந்தடிமிக்க முக்கு ரோடாயிற்றே? திக்கென்று ஏதாவது எசகுப்பிசகு நடந்துவிடும். பாவம் அதற்கு கோமதி என்ன செய்ய முடியும்? அவர்கள் விரட்டும் போது அவள் குளம்பு தெறிக்க ஓடுவாள். குழந்தையைக் கையைப் பிடித்துக்கொண்டு வரும் பெண்பிள்ளையோ மார்மேல் புத்தகங் களை அணைத்துக்கொண்டு வரும் ஆப்சாரிக் கன்னிகளோ அதைக்கண்டு பயந்து ஒதுங்குவார்கள். பஸ் வந்துவிடும். சைக்கிள்

வரும். லாரிகள் வந்து பிரேக் அடித்து ஒதுங்கும். இமைப்பொழுதில் ஏதேனும் ஒரு மோதல் சம்பவம் நிகழலாம். கோமதி ஒன்றுமே அறியாமல் கணபதிகோயில் கோட்டைப் பக்கமோ, குளத்தங்கரைப் பக்கமோ போய் ஒதுங்குவாள். இங்கே முச்சந்தியில் அவள் 'பழி' உடைத்து வாரிக்கொண்டிருப்பார்கள். "அந்தக் கடா மாட்டை போலீசாலேயும் அடக்க முடியாது. சனியன் இப்படி ஒண்ணும் அறியாதவங்களைச் சங்கடத்திலே மாட்டிப்புடுதே" என்று குரல் வரும்.

"ஆமா கார்ப்பரேஷனிலிருந்து பவுண்டு கட்டி வச்சிருக்காங்க. ஆளுக வேற இருக்குது. சவம் ஒரு தெரு மாட்டெக் கட்டிப்போட வக்கில்லேன்னா கேவலமாத்தானே போச்சு. எத்தனை கட்சிக் காரங்க இந்தப் பழவங்காடி மைதானத்திலே வந்து பிச்சிருவேன் புடுங்கிருவேன்னு பொதுஜன சேவை பேசீட்டுப் போறா. இது இந்த நடுரோட்டிலே மனுஷன் மூக்கு நுனியிலே நடக்கிற அநீதி, கேக்க நாதியில்லே."

"ஆரப்பா அது பெரிய அநீதியைக் கண்டுட்டது. அது வாயில் லாத பிராணி. அது பேசாமெ அந்த மரத்து மூட்டிலேதானே படுத்துக்கிடந்தது. வேலீலே போறதெப் புடிச்சு காலிலெ விட்டிட்டு கொடையுது கொடையுது என்றால் என்ன புண்ணியம்? அதன் வாலைப்புடிச்சுத் திருகி விரட்டினா பாவம் அது என்ன செய்யும்? அதுக்கு பஸ் வரும்னு தெரியுமா? பள்ளிக்கொடம் போற பிள்ளை யின்னு தெரியுமா? பிராண வெப்ராளத்திலே அது பாஞ்சு வரத் தான் செய்யும். மனுஷங்களுக்கே தலைக்கு வெளி இல்லேன்னா மிருகம் அது என்ன செய்யும்?" இந்த நியாயம் பேசுவது? ஜாளி மணியோ, கண்டன் வாசுவோ, அவங்க சேக்காளிகளில் யாராக வாவது இருக்கும். அந்த முரட்டு நியாயத்தின் முன் போலீஸ் காரன்கூட 'அதுவும் சரிதான்' எனும் தோரணையில் தொப்பியைக் கழற்றித் தலையைத் துடைத்துக்கொண்டு ஒதுங்கிப்போய்விடுவான்.

கோமதி கோட்டை முக்கில் ரொம்பச் சின்ன வயதில் வந்து சேர்ந்தவள். 'கூவக்கரெ மடத்தில்' ஏதோவொரு சாஸ்திரிகளுக்கு திவஸதானமாக வந்த சொத்து, கோமதி. அமாவாசிக்கெடுவில் அவள், வாலைத் தூக்கிக் கத்தும்போது எல்லாம் சாஸ்திரி பொலி மாட்டுக்காரனிடம் அவளை அழைத்துப்போகத் தவறியதேயில்லை. ஆனால், என்ன செய்வது? அப்பேர்ப்பட்ட கராச்சி இணைக்குக் கூட கோமதியைத் தாயாக்க வலுவற்றுப் போய்விட்டது. அப்போது தான் சாஸ்திரிகளுக்கு, தானம் கிடைத்த பொருளின் மேல் சந்தேகம் வந்தது. அவர் வெட்டினரி டாக்டரிடம் கோமதியை இழுத்துக்

கொண்டு போனார். உள்ளங்கை நெல்லிக்கனி போல உண்மை வெளிவந்தது. கோமதி மலடு!

சாஸ்திரிகள் பாவம். யானையைக் கட்டித் தீனி போட அவரால் முடியவில்லை. யாராரோ அறுவைக்காரர்கள் வந்து கேட்டார்கள். சாஸ்திரிகளின் அகத்துக்காரிக்குக் கிடைத்த விலையில் சனியனைத் தள்ளிவிடுவதில் விருப்பம்தான். ஆனால், வேதம் படித்த சாஸ்திரிகள் கோமதிக்கு பயந்தார். ஒருநாள் இரவோடு இரவாக கோமதியின் தும்பை அறுத்து 'எக்கேடோ போ' என்று விரட்டி விட்டார்.

பாவம் கோமதி, தெருவுக்கு வந்தாள். வந்த புதிதில் அவள் வாய்க்கு வந்ததையெல்லாம் தின்று வைத்தாள், வரவர தெருவாசம் பழகப்பழக குப்பைக் காகிதங்கள், எச்சில் இலைகள்கூடத் தின்றாள். பஸ் ஸ்டாண்டில் வரிசையாக தினத்தாள்கள், கலர் கலராக சஞ்சிகைகள் எல்லாம்கூட அந்த பேப்பர் பையன்களிடம் புடுங்கித் தின்றாள். அசட்டையாக பஸ்ஸுக்கு நிற்கும் பெண்களின் புடவை நுனிகளை ருசிபார்க்க முயன்று அடிபட்டு ஓடியதும் உண்டு. அகப்பட்ட நுனியை சுவைத்துப் பார்த்ததும் உண்டு. இப்படியாக கோமதிக்கு முச்சந்தி பெரியதனக்காரர்கள், ஜாளிமணியன் கோஷ்டியினரின் பரிச்சயம் கிட்டியபோது கோமதி ஓரளவு மரியாதைக் குட்டியாக மாறியிருந்தாள். அவர்கள் கோமதிக்கு உதவியது போல அவர்களுக்கு கோமதியும் பல வகையிலும் உதவியாக இருந்தாள்.

தேர்தல் காலத்தில் புத்தரிக்கண்டம் மைதானத்தில், தினம் தவறாமல் கட்சிக்காரர்களின் பொதுக்கூட்டம் திமிலோகப்படும். வடக்கே இருந்து பெருந்தலைவர்களெல்லாம் வந்து சொற்பொழி வாற்றுவார்கள். ஒரு சமயம் காளைச்சின்னக் கட்சிக்காரர்களின் கூட்டம் ஒன்று நடந்துகொண்டிருந்தபோது – யாரோ கோமதியின் பளபளத்த கறுப்பு உடம்பின் மேல் பெரிய சுண்ணாம்பு எழுத்துகளால், 'என் கணவருக்கு வோட்டு இல்லை' என்று எழுதிக் கூட்டத்திடையே விரட்டிவிட்டார்கள். கோமதி – பாவம், கூட்டத்தின் கூச்சல் நடுவே அகப்பட்டபோது மிரண்டு ஓட ஆரம்பித்தாள். அவ்வளவுதான் கண்ணீர்ப்புகைப் புரளியில் அகப்பட்டது போல கூட்டம் சிதறி ஓடியது. கடைசியில் காரணம் ஆராய்ந்த தலைவர் முன்னால் கோமதியைச் சுட்டிக்காட்டியபோது, அவளது மேனியில் பொறித்திருந்த வாசகங்களைப் பார்த்து புன்முறுவல் செய்யத்தான் முடிந்தது. அந்த முறை காளைக் கட்சிக்காரர்கள் உண்மையிலேயே ஓட்டுப்பெறாமல் போய்விட்டார்கள். அதிலிருந்து வட்டாரத்தில் கோமதியின் மதிப்பு அதிகமாயிற்று!

கிழக்குக் கோட்டையின் சந்தடியும், பிளாட்பாரக் கடைகளும், சிட்டி பஸ்நிலையம் விரிவுபட்ட நிலையும், நிரந்தர நாடக அரங்கின் தோற்றமும், கோட்டைச் சுவரை இடித்துப் புதிதாக அமைந்த ஹோமியோ ஆஸ்பத்திரியும் காந்தி பார்க்கும் எல்லாம் ஆகிவந்த போது – நாற்சந்தியின் கலகலப்பு முன்னதைவிட அதிகமாயிற்று. இதையெல்லாம் கோமதிக்கும், அவள் சகாக்களான ஜாளிமணி கோஷ்டியினருக்கும், பஸ்நிலையத்து மத்தியான ஓய்வெடுப்பு அசாத்தியமான காரியமாக இருந்தது. இதில் கோமதியை அதிகமாக விரும்பும் மணியன்தான் ரொம்ப கவலைப்பட்டான்...

இந்த அலமலங்கள் காலகட்டத்தில்தான் அந்தச் சம்பவம் நடந்தது... பஸ் நிலையத்து சிமிண்டு கூரைக் கொட்டகையின் ஓரத்தில் இருக்கும், வெற்றிலை பாக்குக் கடை – செக்ஸ் புத்தகக் கடைகளுக்கும் அப்பால், ஹோமியோ ஆஸ்பத்திரிக்கும், கோட்டை மதிலுக்கும் ஓரத்தில் குப்பைமேட்டுப் பகுதியில், கோழிக்கூடு போலத் தகரப் புரையொன்றில் ராத்திரிவாசம் மட்டும் செய்யும் தொழில்காரிதான் சம்பவத்தை அம்பலமாக்கியவள்!

இரவில், கோமதி அந்தத் தகரக் கொட்டகைப் பக்கம் ஒரு ஓரமாக அசை போட்டுக்கொண்டு படுத்திருப்பாள். இருட்டு வாக்கில் கோமதி அங்கே படுத்திருப்பது தெரிந்தவர்களுக்குத்தான் தெரியும். அன்றிரவு தொழில் காரியத்தைத் தேடிவந்த 'கிராக்கி' ஒருவன் இருட்டில் கோமதி மேல் தடுக்கி விழுந்தான். விழுந்தவன், கோமதியின் காதலனிடம் செம்மையாக உதை வாங்கிக்கொண்டு தகரக் கொட்டகையில் தஞ்சமடைந்தான். "அடி ஆத்தாடி இங்கே மாடும் தொழில் நடத்துற சங்கதி தெரியாமை தெரியாத்தனமாப் போய் விழுந்துட்டேனே" என்ற அவனது பரபரப்பு – விடிந்த போது பெரிய விஷயமாக உருவெடுத்தது. கோமதிக்குக் கட்டிச் சோறும், காரியமும் பார்க்கும் ஜாளிமணியனுக்கு கோமதி மேல் சுமத்திய இந்த 'அபாண்டம்' சகிக்க முடியாத காரியமாகப் போய் விட்டது. அவன் அந்த இரவுக் கிராக்கிக்காரனிடம் காரியம் கேட்க வந்தபோது பேச்சு முற்றி சங்கதி பெரிசாகிவிட்டது. "டேய், எங்க ளுக்குப் பைசா கொடுத்தால் நல்ல மனுசப் பொண்ணுக கெடைப்பா. உன்னப் போலத்தவனுகளுக்கு ஓசிலெ பணியெடுக் கணும்னா, மாடுதான் லாய்க்கு... இதுக்கு என் மேலே ஏன் ஏறுறே" என்று அவனும் விடாமல் கேட்டான். கண்டன்வாசு, ஜாளிமணி, தலைக்கட்டு வேலப்பன் எல்லோருமாகச் சேர்ந்தபோது, ரசாபாசம் முற்றியது. கூட்டமும் கூடிவிட்டது. போலீஸ்காரர்களுக்கு என்ன செய்வது என்று தெரியாததினால் – லத்திக்கட்டையால் கோமதியை நாலு வாங்கு வாங்கி முக்கை விட்டு விரட்டத்தான் முடிந்தது. கூட்டமும் எள்ளிநகையாடிக்கொண்டு கலைந்து போயிற்று.

மறுநாள் காலையில், மறுபடியும் முருங்கை மரத்தில் என்பது போல கோமதி பிரசன்னமானாள். இந்த மாதிரி நிலையில்தான் கோமதி பிரச்சினை பெரிய காரியமாக எல்லோருக்கும் பட்டது. இருபத்திநாலுமணி நேரத்தில் கோமதியைப் பிடித்துக் கட்டி பவுண்டில் அடைக்க வேண்டியது அல்லது குடப்பனைகுன்னு அனிமல் ஃபாமுக்கே கொண்டுபோயிர வேண்டியது என்று சிட்டி டிராபிக் போலீஸ் கமிஷனரிடமிருந்து ஆர்டரையும் வாங்கிக்கொண்டு, கார்ப்பரேஷன் சிப்பந்திகள் வெள்ளைக்கயிறு, கம்பி கப்படாவுடன் வந்து நின்றார்கள். ஆனாலோ? காரியத்தில் இறங்கியபோதுதான் கோமதியைப் பிடிப்பது எவ்வளவு பெரிய காரியமென்று பட்டது. கார்ப்பரேஷன் சிப்பந்திகள் இரும்புக் கம்பிகளும், விரல் கனத்து நூல் கயிறுமாக, வித்தை பதினெட்டும் பயிற்றியும்கூட கோமதி சுருக்கில் விழுவதாக இல்லை. பிடரிப் பக்கம் போனால், மஞ்சு விரட்டுக்காளை போலக் குலுக்கிக்கொண்டு ஆளை உதறியெறிந்தாள். கயிற்றை வீசிக் கால்களைச் சுருக்கிடச் செய்த சாகஸம்கூடப் பலிக்கவில்லை. கயிற்றை வீசும்போது பந்து போல் துள்ளி, கால்களைச் சொடக்குவிட்டுக்கொண்டு வேறு பக்கம் ஓடினாள். முச்சந்தியாயிற்றே, கூட்டம் 'ஜே'யென்று கூடிவிட்டது. கோமதிக்கு வட்டாரத்தைவிட்டுத் தப்பித்துப் போவதும் முடியாத காரியமாயிற்று. மனுஷப் புத்திசாலிகளின் வித்தைகளுக்குப் போக்குக் காட்டி, அசந்துபோன அவள் வாயிலிருந்து நுரை வழியலாயிற்று. இரண்டு மூன்று தரம் சாணி வேறு உதிர்த்தாள். அம்'மோவ்' என்று, கொலைக் குரலாக, அலறினாள். கழுத்தை வளைத்துக்கொண்டு – கொம்புகளைக் காட்டி, திமிறிப் பாய்ந்து பார்த்தாள். கூட்டம் விலகி நின்று கூக்குரலிட்டதே தவிர, விலகி வழிவிடுவதாக இல்லை. கோமதி வசமாகச் சிக்கிக்கொண்டாள். இனித் தப்பிப்பது ஆகாத காரியம் என்று ஜாளிமணியும் வாசுவும் கண்டனும்கூட மனந்தளர்ந்து போனார்கள். ஜாளிமணி தான் திக்பிரமை பிடித்தவனாகக் கூட்டத்தோடு நின்று கோமதியின் போராட்டத்தை, வேதனையோடு கவனித்துக்கொண்டிருந்தான். 'பரவாயில்லை கோமதி பணிஞ்சு போயிடு. பவுண்டிலேதானே அடைப்பாங்க... உத்தரவாதம் கொடுத்து நான் உன்னை மீட்டுறுவேன்' என்று வாய்விட்டுத்தான் சொல்லவில்லை.

"டேய், என்ன நீங்க இந்தப் பொட்டை மாட்டைப் பிடிக்கிறதுக்கு இந்தக் குதிரை வேட்டை நடத்துறீங்க – அந்த – ஜாளிமணியன்தானே நிக்கிறான். கயித்தை அவன்கிட்டே கொடுத்தா பேசாமெ அதை இழுத்து வந்து உங்க கையிலே கொடுத்திட்டுப் போறான். அதுக்கில்லாமெ முச்சந்தியிலே இந்தக் கூட்டம்

போட்டுக்கிட்டு எத்தனை பெரிய எடைஞ்சல்... இந்தாப்பா மணியா, கயித்தை வாங்கிட்டுப் போய் காரியத்தை முடிச்சுக் கொடுத்திரு...” இந்த அதிகாரத்தோரணை – அங்கே வந்து சேர்ந்த டிராபிக் போலீஸ் இன்ஸ்பெக்டரின் குரலாக வந்தபோது – மணியன்கூட அசந்துதான் போனான். ‘அடக் கடவுளே! கடைசி யிலே நான்தானா – கோமதியைப் பிடிச்சுக் கட்ட நேரணும்’ என்று எண்ணியவன், “இல்லை, எஜமானே, என்னையும் இந்த அறம் பெறந்த மாடு இடிச்சுத் தள்ளீடும்” என்று மறுத்துப் பார்த் தான் மணியன்.

“ஒன்னே ஒண்ணும் செய்யாது. அப்படிச் செய்தா – இந்தா பாத்தியா – துப்பாக்கி ரெடியாத்தான் இருக்கு – இப்போ நீ பிடிச்சுக் கொடுக்காட்டா கடைசி வழி அதுதான்... சவம், கேவலம் ஒரு மாட்டை ஒழிச்சுக்கட்டலையானா என்ன இது பெரிய மடத் தனமாயில்லா போயிடும். இத்தனையும் நாள் பார்த்தாச்சு. இதுதான் கடைசி... உம், உம், கயிற்றை எடுத்துக்கோ...”

என்ன செய்வான் அவன்? ஸ்காவிஞ்சர் கையிலிருந்து கயிறு அவன் கைக்கு மாறியது – மிரண்டு ஓரமாக கால்களை உதறிக் கொண்டிருந்த கோமதி இந்தக் காட்சியைப் பார்க்கிறாள். அவள் காதுகள் சட்டென்று சிலிர்த்து மேலெழுகின்றன... நிமிர்ந்து நின்று கயிற்றோடு தன்னைநோக்கி வரும் மணியனைப் பார்த்துக்கொள் கிறாள்... அவ்வளவுதான். தொபுக்கட்டீரென்று நின்ற நிலையில் கீழே விழுகிறாள்... கண்கள் மேல் செருகி வெள்ளை விழிகள் மட்டும் பரபரக்கின்றன.... திடும்திடுமென்று கால்கள் நாலு திசை யிலும் தறிகெட்டு நிமிர்ந்துவிட்டன... வாயில் நுரை பெருக்கிடு கிறது... பெரிய வயிறு... ‘பம் பம்’ மென்று வேகமான துருத்திபோல மூச்சு வாங்குகிறது. வால்பக்கத்தில் சாணி தள்ளுகிறது... அவ்வளவு தான்!

“அய்யோ பாவம். அந்த வாயில்லா ஜீவனைப் படாதபாடு படுத்தி – அது நீட்டி நிமிர்ந்துவிட்டதே... நாயை அடிச்சானாம், பீயைச் சுமந்தானாங்கிற கதையாச்சு... இனிக் கூட்டா அழுங்க” என்று ‘கோ’ கொட்டியது கூட்டம்.

மணியனுக்குத்தான் அம்போவென்று ஆகிவிட்டது. ‘ஐயோ கோமதி. நான் நினைக்கவில்லையே – நீ இப்பிடி தளந்திருவேன்னு. அப்படி என்ன உனக்கு நின்ன நெலையிலே வந்துட்டுது என்று எண்ணியவாறு – கோமதியின் அருகில் போய் முகத்தை உற்றுப் பார்த்தான். மனங் கலங்க – அவள் வாயில் இன்னும் நுரைத்து

வழியும் திரவத்தைத் துடைத்தெறிந்தான். வயிற்றைத் தடவினான். கால்களை நேர்செய்து வைத்தான். பாதி மூடியிருந்த கண்களைப் பார்த்தபோது புருவமட்டத்தில் கருவிழிகள் படபடவென்று ஆடு வது தெரிந்தது. "இன்னும் சாகவில்லை. யாராவது மிருக டாக்டரைக் கூட்டி வந்தா தேவலை" என்று சொன்னான் அவன்.

"ஆமாம் இதுக்குப்போய் இனி டாக்டரு... சரிதான், சனியன் ஒருவழியாத் தொலைஞ்சுது. எதுக்கும் குடப்பனைகுன்னுக்குக் கொண்டு போகலாம். பொழைச்சா பவுண்டிலே அடைக்கிறது, இல்லே, கடப்புற மணல்காடு இருக்கவே இருக்குது..." என்று அதிகாரக் குரல் வந்தது.

"யாரப்பாது. வாணியங்குளம் சானிட்டரி ஆபீஸிலே போய் வண்டி கொண்டாங்க. சீக்கிரம். நடுரோட்டிலே கெடக்குது, சனியன்... ஆளுங்க எட்டிப் போங்க சார். இனியென்ன வேடிக்கை பார்க்கிறது வேண்டிக் கெடக்குது..."

கதை ஒருவாறு அரைகுறைப்பட்ட அஸ்வாரஸ்யத்தில் கூட்ட மும் கொஞ்சம் கொஞ்சமாக விலக ஆரம்பித்தது. அந்தி சாய்ந்து இருட்டும் நன்றாகக் கவிழ்ந்திருந்தது. பழவங்காடி பிள்ளையார் கோயில் மணி கம்பீரமாக ஒலிக்க ஆரம்பித்திருந்தது. கோட்டையுள் – காற்றாடி மரங்களிலிருந்து வௌவால்கள் கூட்டம் கூட்டமாக கிழக்குப் பக்கமாகப் போய்க்கொண்டிருந்தது. ஸிட்டி பஸ்கள், கார்கள், சைக்கிள்கள், வண்டிகள், பாதசாரிகள் போய்க்கொண்டும், வந்துகொண்டுமிருந்தன. நிரந்தர நாடக அரங்கின், நியான் விளக் கொளி – கோமதி படுத்திருந்த பக்கத்தில் கொஞ்சமாக இருட்டைக் கழுவிக்கொண்டிருந்தது. ஜாளிமணியன் தாலியறுக்கப் போகும் மங்கையைப் போலத் தலைகுனிந்தவண்ணம் கோமதியின் அருகி லேயே நின்றிருந்தான். உடன் நின்ற கார்ப்பரேஷன் ஸ்காவஞ்சர் இரண்டுபேரும், நின்ற சோர்வை ஆற்றிக்கொள்ள பீடி புகைக்க ஒதுங்கி நின்றார்கள்.

ஜாளி, கோமதியின் முகத்தையே பார்த்துக்கொண்டிருந்தவன் சட்டென்று கண்களைத் திறந்து, மெல்ல சுற்றும்முற்றும் பார்ப் பதைக் கண்டதும் வியப்படைந்தான். மறுகணம் கோமதி மெல்ல தலையைத் தூக்கிப் பார்த்தது. அருகில் நிற்பது ஜாளிதான் என்ப தைத் தீர்மானித்துக்கொண்டதும், மெல்ல உடம்பை ஒதுக்கி, கால் களைச் சீராக்கி சட்டென்று எழுந்து நின்றது. ஒரு கணம்தான் பீடிப்புகையின் ஸ்வாரஸ்யத்தில் ஸ்காவஞ்சர்கள் திரும்பிப் பார்ப் பதற்குள் கோமதி, பிடித்தாளே ஓட்டம்... மெயின் ரோட்டில் நேராக வடக்கு நோக்கி, குளம்பு தெறிக்க ஓடினாள். "யாரப்பா, பிடிங்க அந்தத் தந்திரக்கார மூதேவியை" என்றபோது ஜாளியும் கோமதி யைத் தொடர்ந்து ஓடினான். திடுதிப்பென்று நடந்தேறிவிட்ட

நிகழ்ச்சியை ஒருவாறு ஊகித்துக்கொண்ட பஸ் ஸ்டாண்டு கூட்டமும் கொஞ்சதூரம் பின்னால் ஓடியது.

வடக்கேயிருந்து பழவங்காடியை நோக்கி, மாபெரும் கட்சி ஊர்வலம் ஒன்று வந்துகொண்டிருந்தது. கோமதியும் பின்னால் ஓடிவந்த ஜாளியும் ஊர்வலம் முக்கு தாண்டுவதற்குள் திருப்பத்தைக் கடந்து ஓடிவிட்டார்கள். துரத்தி வந்த ஸ்காவஞ்சர்களும் போலீசும், உதிரிகளும் ஊர்வலத்திற்கு முன்னால் தேங்கி நிற்கும்படி ஆயிற்று.

ஒவ்வொரு கோஷமாக விஸ்தாரமான மொழியில் உருவிட்டுக் கொண்டு, கொடிகளை வீசியவாறு ஊர்வலம் முக்கு தாண்டிச் செல்ல ஒரு மணி நேரமாயிற்று, பிறகென்ன?

பிறகு, கோமதியையும், பின்னால் ஓடிப்போன ஜாளி மணியை யும் பழவங்காடி வட்டாரத்தில் யாருமே பார்க்கவில்லை. ரெம்ப நாள் கழித்து பன்னிரண்டு மைல் அப்பாலுள்ள நெய்யாற்றின்கரை என்னும் இடத்தில் மணியையும் கோமதியையும் தெருவில் பார்த்த தாக டிரான்ஸ்போர்ட் டிரைவர் ஒருவர் சொன்னதாகச் சொன் னார்கள்.

36

விசுவரூபம்

ஏக்கியம்மா மிகவும் சாது. அவள், எதிர்த்தாற்போல் பல சரக்குக் கடையின் நீண்ட சிமிண்டு திண்ணையில் அமர்ந்து, ஜீரகம் புடைக்கிறாள். அவளது இரண்டு வயசுக் குழந்தை, கைவண்டிகள் வாடகைக்கு விடும் தாடிக்காரர் முஸ்லிம் தாத்தாவின் கணக்குப் பட்டறைப் பக்கம், அமரிக்கையாக அமர்ந்திருந்து பேயன் பழம் தின்கிறது. வாய் நிறைந்து, கன்னம் உப்பி, கண்கள் மலங்க மலங்க, அது பழம் தின்னும் விமரிசையை தாத்தா, தாடியினுள் புன் சிரித்தவாறு ரசித்துக்கொண்டிருக்கிறார்.

கூலியாள் ஒருவன், கைவண்டி கொண்டு வந்தவன், "அரை மணிக்கூர் கூடுதல் ஆச்சு. பத்துப் பைசா சேத்து வச்சிருக்கேன், அம்மாச்சோ" என்று துட்டை வீசிவிட்டு, தலைப்பாகையை எடுத்து முகத்து வேர்வையைத் துடைத்தவாறு, அவசர அவசரமாக போனான். தாத்தா, பைசாவை, கறுப்புப் பெட்டியின் உண்டியல் துவாரம் வழியாக உள்ளே போட்டுவிட்டு, குழந்தையிடம் திரும்பி, "பழம் பூரா திண்ணாச்சா... இன்னொண்ணு வேணுமா? உங்க அம்மாட்டைக் கேட்டு அழு. வாங்கித் தருவா..." என்று தாடியை உருவியவாறு, தமாஷாகக் குழந்தையைத் தூண்டிவிடுகிறார்.

எதிர்த்த வரிசைத் திண்ணையில் அமர்ந்திருந்து தான்யம் புடைக்கும், ஏக்கியம்மாவின் தலையெல்லாம் ஜீரகத்தின் நரைத்தூள் படிந்திருக்கிறது. போக்கு வெயில், தலைமயிரை இன்னும் பொன்னிட்டுக் காட்டுகிறது. இளமைச் சரிவிலும், ஏக்கியம்மாவிற்கு, நல்ல கடைந்த முக அமைப்பு. நல்ல நெற்றி. கறுப்புப் பூரான் போல கொக்கியாகப் புருவங்கள். நாற்பது வயசிருக்குமா? ஜோரா ஒரு காலகட்டத்தைத் தாண்டி வந்த அத்தனை சுவடுகளும் – முகம், புஜம், உட்கார்ந்திருக்கும் நேர்த்தியிலும் தெரிகிறது. புடவைக்கு முந்தானை போல, எதிர்த் திண்ணையில் அமர்ந்திருக்கும் அவள் குழந்தையைப் பார்க்கும்போது, ஏக்கியம்மாவின், கவிழ்ந்துபோன நிறைவு இன்னும் துல்யப்படுகிறது!

அனந்து ரெட்டியாரின் பலசரக்குக் கடையில் தான்யம் புடைக்கும் ஏக்கியம்மா ரொம்ப சாது. அவள் எங்கள் சாலைக் கடைத்தெருவிற்கு வந்து கொஞ்ச நாட்களாகத்தான் பார்க்கிறேன். காலையில், புடைக்கும் சுளவையும் குழந்தையையும் தூக்கிக் கொண்டு அக்கம் பக்கம் பார்க்காமல் நடந்து வருவாள். தானுண்டு தன் வேலையுண்டு என்று காரியத்தில் ஈடுபடுவாள். சாயங்கால வாக்கில் கூலி வாங்கிக்கொண்டு ரெண்டாம் ஆளுக்குத் தெரியாமல் போய்விடுவாள். சுமட்டுக்காரக் காவாலிகள், அதிக விளைச்சல் ஆசாமிகள் எல்லாம், ஏக்கியம்மாவைக் கோட்டா பண்ண நினைத்து, பயன் இல்லாமல் ஆயிற்று. இந்த மாதிரி கூலிவேலை, அது இது என்று வரும் பெண் பிள்ளைகளை வளைத்துக் கட்டுவதிலும், தட்டிக்கொண்டு போவதிலும், சாலைக்கடை ஆசாமிகளுக்குத் தனிக் கைவண்ணம் உண்டு. என்ன இருந்தாலும் ஏக்கியம்மாள் விஷயத்தில் – யாரது அசகாய சூரத்தனமும் விலை போகவில்லை என்றறிந்ததும் எனக்கு அவள்பால் ஒரு பாந்தம். 'பாவம்' என்ன காலக்கேடோ, தெருப் பொழைப்புக்கு வந்து விட்டாள் என்று எண்ணிக்கொண்டேன். தினமும் அவள் வண்டிக் காரர் முஸ்லிம் தாத்தாவிடம் குழந்தையை உட்கார விட்டுவிட்டு புடைக்கப் போவாள்.

"எதுத்தாப்பில பொடைச்சுத் தீரு மட்டும் கொளந்தைப் புள்ளெ இங்கனெ சித்தெ இருக்கட்டும் சாமி" என்பாள்.

"தாராளமாயிட்டு இருக்கட்டும். பேசாமெ கொள்ளாமெ இருக்குமா? கரையாதே? அழவும் மற்றும் இல்லயானா அது போக்கிலெ இருக்கட்டும். ஆமா, நீ ஆரம்மா புதிசா?" என்று கேட்டார் தாத்தா.

"சாமி, எனக்கு சங்கரன் கோயிலு. வயிறு இருக்கில்லே. வேலையும் சோறும் கெடச்சா, எல்லாம் சொந்த ஊருதான்... பேரெக் கேட்டியளே பேரு ஏக்கியம்மா. ஏக்கின்னு கூப்பிடுவா... கொளந்தைக்குத் தகப்பன்காரன் இல்லே. சங்கனாச்சேரியிலெ இருந்தேன். அங்கே காய்கறி யாவாரம் பார்த்தேன். நட்டம் ஊரும் மலையாளத்துப்பட்டியாப் போச்சா, ஒண்ணும் வெளங்கல்லெ. வந்திருக்கேன், பத்மனாபசாமி சன்னிதிக்கு. வயிறு காயமெ இருந்தா சரி. வஞ்சகமில்லாமெ பாடுபடுவேன். வெய்யலு ஏறுது. ரெண்டு மூட்டை பொடச்சுத் தரணும்னாங்க... இங்கே பாண்டி மொறம் வாங்கக் கெடைக்குமா சாமி... இது ஓராள்கிட்டே எரவ வாங்கினேன். ஒரு வெவரம் தெரியிதுக்கு ஆருட்டையாவது ஒண்ணெக் கேட்டா, மலையாளத்திலெ என்னவெல்லாமோ கேக்கா, கேக்கக்

கூடாத சங்கதி கேக்கான்னு தெரிஞ்சதினாலே ஆரிட்டையும் ஒண்ணும் கேக்கப் போறதில்லே. சாமி புண்யத்திலெ கடை மொதலாளிமாருங்க எல்லாம் நம்ம தமிள் ஆளுங்களாப் போயிட்டா. நமக்கென்ன உண்டுன்னா உண்டும் இல்லாட்டா இல்லெ – அந்த மொதலாளிதான் சொன்னா, உங்ககிட்டே புள்ளையை உட்டார...”

“எல்லாம் பாத்துக்கிடுறேன். நானும் துலக்கன்னாலும் கொளச்சகாரன் தமிளன்தான் புள்ளெ. போ, நீ போய் வேலையைப் பாரு...” என்றவாறு, கைவண்டி கொண்டு போனவன், ஒருவனது– பெயரையும், கொண்டு போன நேரத்தையும், கிழிந்துபோன நோட் புத்தகம் ஒன்றில் குறித்துக்கொள்கிறார். ஏக்கியம்மா, முந்தானை மடியிலிருந்து ஒரு வாழைப்பழமும் பிடிபட்டாணிக் கடலையையும் எடுத்து குழந்தையிடம் கொடுத்துவிட்டு, “தாத்தா சாமிக்கிட்டெயே இருந்துக்கோ கண்ணு. ஆத்தா தோ, இங்ஙனே ஒக்காந்து பொடச்சுக் கொடுத்திட்டு நிமிஷம் ஓடியாந்திருதேன்” என்றவாறு எதிர்த் திண்ணைக்குப் போனாள்.

ஏக்கியம்மா பரம சாது. வேலையே கண்ணாக சமஞ்சு அமர்ந் திருந்தது. மத்தியானக் கருக்கலுக்கு முன் நாலு மூடை தான்யமாவது மண் கல் தூசு போகப் புடைத்துத் துப்புரவு பண்ணிக் கொடுப் பாள். முக்கால் ரூபா ஒரு ரூபாவரைக்கும் அன்றாடம் கிடைக்கும். கஞ்சிக்குக் கடித்துக்கொள்ள வத்தல் மிளகாயோ, சின்ன வெங்காய மோகூடக் கிடைக்கும். ஒரு பருப்புத் துவையலுக்கு ஆகிறாற் போல பிடிபட்டாணிப் பருப்புகூட கேட்டால் கிடைக்கும்தான்.

ஒரு பத்துப் பைசா போல வெத்தலைபாக்கு. குழந்தைக்குப் பத்துப் பைசா பத்தின்னத்தீனி வாங்கிக்கொள்வாள். முறத்தையும் கையில் தூக்கிக்கொண்டு தாடித்தாத்தா பெட்டியடியிலிருந்து குழந்தையையும் கூட்டிக்கொண்டு தெற்குமாறி நடந்து போவாள். குழந்தைக்கு தினமும் அந்தச் சட்டைதான். அவளுக்கும் தினமும் அந்த வாடல் கத்தரிக்காய் கலர் சீலைதான். ரவிக்கைகூட அதே ஏதோ மங்கல் கலர். குனிஞ்ச தலை நிமிர மாட்டாள். நாற்பது வயசிருக்குமா ஏக்கியம்மாவிற்கு? ஆனாலும் பூமி நோகாத அந்த நடையும், அதிகம் வாயாடாத சோக மௌனமும், வெயிலில் பாடு படும் அவளது பரிதாபமும், ஏக்கியம்மாவை என் மனதில் அனு தாபச் சித்திரமாக நிறுத்திற்று. இவளை அடிக்கடி பார்த்து அவளது பாவமும் போக்கும் நான் அறியாமலேயே கவனித்து வந்ததினால் ஒரு புள்ளி, மனதில் தொற்றிக்கொண்டது. முதலில் அலட்சியமாக நினைக்கும் பெண் ஒருத்தியை தினமும் பார்த்துக்கொண்டே இருந்தால் அவளிலும் ஏதோ புதுமை இருப்பதாகத் தோன்றுவ துண்டு. அந்த மாதிரிதான் ஏக்கியம்மாவும் என் பார்வையில் புள்ளி

யானாளோ? ஒருநாள் அவளைப் பற்றி தாடிக்காரரிடமே கேட்டேன்.

"யாரது பெம்பிளை? குழந்தையை உங்ககிட்டெ விட்டிட்டு ஜோலி பார்க்கிறா?"

தாடிக்காரர் வழமை போல கொஞ்சம் சிரித்தார். என்னை ஒரு முறை ஏற இறங்கப் பார்த்தார். பிறகு சொன்னார்.

"யாரோ, சங்கரம் கோயிலாம். சங்கனாச்சேரியோ, கொல்லமோ எங்கெல்லாமோ, இருந்திருக்கு போலருக்கு. ஆளெக்கண்டா, சாது. அடங்கினவபோல – ஏதோ போறாத காலமாயிருக்கும் நம்ம கம் போளத்திலெ வந்து சேந்திருக்கு. பொட்டை ஜன்மம். கொழந்தை இருக்கட்டும், பாத்துக்கிடுங்கோன்னா… எப்படியோ, நமக்கென்ன? மலையாளத்து சம்பந்தம் மாதிரி கடைசியிலெ நம்மகிட்டெ சிலவுக்குக் கேக்கமாட்டான்னு தோணுது. விசேஷிச்சும் நமக்குக் கிளட்டுவயசு. பயமில்லே" என்று சொல்லிவிட்டு கடகடவென்று சிரித்தார். சிரித்த எக்காளத்தில் அவருக்கு இடுப்புக் கைலி வேறு அவிழ்ந்துவிட்டது. எனக்கும் சிரிப்பு வந்தது.

– இத்தனையும் ஆரம்பக் கதைகள். ஏக்கியம்மா சாது என்று ஸ்தாபிதமான இந்தக் கதை அப்படியே நிற்க; இன்று மத்தியானம் சாலைக்கடைத் தெருவில் நடந்த நிகழ்ச்சிதான் ஏக்கியம்மாவைப் பற்றி நீள் கதையாகச் சிந்திக்கத் தூண்டிற்று. ஏக்கியம்மாள் வழக்கம் போல குழந்தையை இடுப்பில் வைத்துக்கொண்டு ரோட்டோரமாக நடந்து வருகிறாள். கையில் முறமில்லை. வெத்திலைக் கவுளியும் பாக்கும் வைத்திருக்கிறாள். சந்தைக்கெடு. ரோட்டில் நடமாட்டமும் போக்குவரத்தும் கொஞ்சம் அதிகம். வாண்டுப் பயல் ஒருவன், அந்த நெரிசலிலும் சைக்கிளில் வந்துகொண்டிருந்தவன், என்ன காரணமோ, ஏக்கியம்மாள் பக்கத்தில் வந்ததும், கைதடுமாறி லேசாக அவள் மேல் மோதிவிடுகிறான். பையன், சைக்கிள், ஏக்கியம்மா, குழந்தை எல்லாம் ஒரு கணத்தில் ரோட்டில் அலமலங்க விழுந்து கிடக்கிறார்கள். நல்ல வேளையாக யாருக்கும் அடியோ காயமோ எதுவுமில்லை. எதிர்பாராத தருணத்தில் விழுந்துவிட்டதினால் என்னமோ ஏதோவென்று பயந்துபோன குழந்தை, குய்யோவென்று அலறிக்கொண்டு அழ ஆரம்பித்தது.

நட்ட நடுரோடு, நெரிசல். கும்பல் சேருவதற்குக் கேட்கவா வேண்டும், பையனையும் சைக்கிளையும் யாரோ தூக்கிவிட்டார்கள். தூரத்தில் திண்ணையில் அமர்ந்திருந்த தாடிக்காரர் ஓடோடியும் வந்து குழந்தையைத் தூக்கிக்கொண்டார். ஏக்கியம்மாவும்

மக்கமலக்கென்று விழுந்தவள், சட்டென்று சீலையை சரிசெய்து கொண்டு எழுந்து நிற்கிறாள். பெண்பிள்ளை. நடு வீதி. ஏக்கியம் மாவின் முகம், ஜிவ்வென்று சிவக்கிறது. அழுகையை வீறாப்புடன் விழுங்குவதுபோல உதட்டைக் கடித்துக்கொள்கிறாள். உடனேயே, அரண்டு போய் நிற்கும் பையனை ஒரு கையிலும், சைக்கிள் ஹாண் டில் பாரை மறு கையிலுமாக பலமாகப் பிடித்துக்கொள்கிறாள். அந்த நேரத்தில் ஏக்கியம்மாவின் முகம் பார்க்கணுமே... தலையில் குடத்து நீரைக் கவிழ்த்துக்கொண்டு, வேப்பிலையும் கையுமாகத் தலைவிரி கோலத்தில் கிராமத்து மாரியம்மன் ஆராசனை திருக் கோலம் போல நின்றாள் அவள்.

“டேய், பொடிப் பயலே... என்னடா, சைக்கிளை மேலெ ஏத்தி என்னையும் என் பிள்ளையையும் கொல்லவாடா பாத்தே... சிறுக்கிப் பயமவனே... நில்லுடா அப்பிடி. என் பிள்ளைக்கும் எனக்கும் பதில் சொல்லீட்டு, உன் ஓட்டை சைக்கிளைக் கொண்டு போனா போதும்...”

எனக்கும் கூடியிருந்தவர்களுக்குமெல்லாம் ஏக்கியம்மையின் இந்தப் புதிய சொரூபம் தலை விரிகோலம், வியப்பாக இருந்தது. பாவம் சிறுவன். ஏதோ தடுமாற்றத்தில் இப்படி ஆகிவிட்டது. நல்ல வேளையாக யாருக்கும் ஒரு அபாயமும் இல்லை. குழந்தைகூட அழுகையை நிறுத்தி, கூட்டத்தில் யாரோ வாங்கிக் கொடுத்த மிட்டாயின் சுவையில் லயித்துவிட்டது. அதற்கு சாது போல இருந்த ஏக்கியம்மா இதென்ன இப்படி ஆளே மாறிய கோலத்தில், இதுவரை யுள்ள, அமைதியான தரை நோகாமல் நடந்து போகும் அவள் எங்கே, இந்தப் புதிய தலைவிரி கூப்பாடு – கோலம் எங்கே? பொருந்தவில்லையே...

“இந்தாம்மா, பையனையும் அவன் சைக்கிளையும் விடு. அவன் போகட்டும், பாவம். சின்னவன். ஏதோ விழுந்துட்டான். உன் பிள்ளை மாதிரினு வச்சுக்கவேன்... இப்போ, அவனை ஏன் பிடிச்சு நிறுத்தியிருக்கே...” தாடித் தாத்தாதான் உரிமையோடு இதைச் சொன்னார்.

“நல்லாருக்கே – ஞாயம். இவனெ சும்மாவிட ஒக்காது. நீங்க ஒங்க வேலையைப் பாருங்க. நானும் என் பிள்ளையும் இப்போ சாகத்திரிஞ்சோம்னா இப்போ இவன், சும்மா போயிருக்க முடியுமா? ஹூம்... நான் இவனெ விட மாட்டேன். நின்னு பதில் சொல்லீட்டுப் போட்டும்... இல்லே, நீங்க நாலு பேரு ஞாயமா ஒரு முடிவைச் சொல்லி அனுப்புங்கோ...”

அவள் நின்ற நிலையும் அவளது அர்த்தமற்ற அடாப்பிடியும், கூட்டத்தில் யாருக்குமே நிரக்கவில்லை.

"அட போம்மா... விடு சைக்கிளிலெ இருந்து கையை. இப்ப என்ன ஒண்ணும் ஆகலியே. உன் பிள்ளைக்கும் ஒனக்கும் வழி சொல்ல பொடியன் இவன் என்ன செய்வான்? ஓடுடா பையா, இனிமேலாவது பாத்துப்போ... இந்தா சைக்கிள். ஏறிப் போவாதே. சும்மா தள்ளீட்டுப் போ–" கூட்டத்தில் கொஞ்சம் வாய்த்தடிப்பான ஆள், ஏக்கியம்மா கையிலிருந்து சைக்கிளைக் கொஞ்சம் பலம் காட்டியே வாங்கி, பையனை முதுகில் தட்டி அனுப்பி வைத்தான்.

ஏக்கியம்மா, இப்போது உண்மையில் பத்ரகாளியாகவே மாறி விட்டாள்.

"ஏ... தடி மாடன்களே... ஒரு பொம்பிளையை கட்டயிலெ போற அந்தப் பய, சந்தியிலெ தள்ளி உருட்டீட்டுப் போறான். அவனெ போடா தம்பீன்னு, எவ்வளவு இதாத் தட்டிக் கொடுத்து சீக்கிரமா அனுப்பிச்சிட்டியோ, நீங்கள் எல்லாம் நல்லா இருப்பீ களா, பாவி மட்டைகளே... தூ..." இன்னும் என்னவெல்லாமோ திட்டுகள், சாபங்கள்... கூட்டத்தினர் அவளது உள்நோக்கத்தையும் ஞாயமற்ற கூற்றையும் உதறிவிட்டு, கலைந்துபோகத் துவங்கினர்.

தாடிக்காரரும் குழந்தையை, எறிகிறேன் பிடித்துக்கொள் என்பது போல் கொடுத்துவிட்டு, யாரோ கைவண்டி கொண்டு போய் வந்ததின் காசு வாங்க அவசரமாகப் போனார்.

"ஏய் அம்மாளு, சரிதான். போ அம்மே. பையன் சைக்கிளிலே போயிட்டான். நீ வீட்டிலெ போய் தயாராய் இரு. நஷ்ட ஈடு கொண்டுவருவான்–" என்று யாரோ சுமைதூக்கி கில்லாடி உரக்கவே கேலி செய்தான்.

ஏக்கியம்மா அவனையும் நேருக்குப் பார்த்து இரண்டு வசை மொழி உதிர்த்தாள். பிறகு, விழுந்தபோது கையை விட்டுச் சிதறிய வெற்றிலைக் கவுளியையும் பாக்கு உருண்டைகளையும் பொறுக் கிக்கொண்டு – இடுப்பில் இருந்த குழந்தையை, சும்மா வேணும், 'சவமே ஒக்கிலே நேராத்தான் இருந்து தொலையேன்' என்று வைதுவிட்டு தரையில் தூவென்று துப்பிவிட்டு, விருட்டென்று நடக்க ஆரம்பித்தாள்.

அந்த நடையின் அழுத்தமே வேறு மாதிரியாக இருந்தது. எனக்கு ஒரு மாதிரியாகிவிட்டது. ஏக்கியம்மாவின் அந்த அமைதியும், கல் மண்ணுக்கு நோகுமோ என்ற பாவனை நடையும், அடக்கமும், விதியே என்று வெயிலில் அமர்ந்திருந்து தான்யம் புடைக்கும் நேர்த்தியும் எல்லாம் இந்தத் தெரு நாடகத்தின் முன் மண்ணில் கொட்டிய தான்யம் போல் ஆகிவிட்டது.

மனதிற்கு மிகவும் சங்கடமாகி இருந்தது. பார்த்த மாத்திரத்தில் அனுதாபம் வரித்துக்கொண்ட ஒரு அமைதியான உருவம், இத்தனை சீக்கிரத்தில் வக்கரித்துக்கொண்டு அலமலங்கலாகிவிடுமென்று எண்ணவே இல்லை.

நான் எத்தனை முயன்று பார்த்தும், ஏக்கியம்மாவின் அந்தப் பழைய தலைகுனிந்த அமைதி, தெரு நாடகக் காட்சிக்குப் பின்பு மீண்டும், மனதில் உருக்கொள்ளவே மறுத்தது. திரைந்த பாலை வடிகட்டி என்ன பிரயோசனம்?

அதன் பின்பும் – தினமும் ஏக்கியம்மா, குழந்தையுடன் மளிகைக் கடைத் திண்ணைகளிலும் கிட்டங்கி வாசல்களிலும் தான்யம் புடைக்க வருகிறாள்.

ஆனால், இப்பொழுது, ஏக்கியம்மா – மோகினி வேஷம் கலைந்து – விஸ்வரூபம் கொண்ட அரக்கியாக எனக்குத் தோன்றி னாள்.

தாடிக்காரர் சொன்னார், "தம்பி, ஒய்யாரக் கொண்டையாம் தாழம்பூ. உள்ளே இருக்குமாம் ஈரும் பேனும். அது இதுதான் பாத் துக்கோ."

நானும் சிரித்தேன்.

❖

37

பறிமுதல்

'அப்புக்குட்டா, நீ பலே ஆளுதான் டேய். உன் வலையிலே விழாதவங்க ஆரு இருக்கா? உம் நடத்திக்கோ, நடத்திக்கோ."

நேற்றில்லை. முந்தாநாள்தான் வேலப்பன், அப்புக்குட்டனின் முகத்தைப் பார்த்து இதைச் சொன்னான். எந்த நேரத்தில் இதைச் சொன்னானோ? அந்த நேரத்தில் பிடித்த சனியன். இதுவரையில் அரைப் பட்டினியும் திண்டாட்டமுமாகத்தான் ஆயிற்று.

அப்புக்குட்டன், ஆணிப்புற்று வளர்ந்த தன் உள்ளங்கால் தோலை சின்ன பிளேடுத் துண்டை வைத்துச் செதுக்கிச் செதுக்கி எடுக்கும் மும்முரத்தினிடையே, இதைப் பற்றித்தான் எண்ணிக் கொண்டிருந்தான்.

சாலைக்கடை ரோட்டுக்கு வரும் எல்லா வெளியூர் ஆசாமி களுக்கும், நேற்று முன்தினத்திலிருந்து திடீரென்று புத்திசாலித்தனம் வந்துவிட்டதோ? என்னதான் வெள்ளைக் காக்காய் தலைகுப்புற பறக்கிற காலம் வந்தாலும் சாலைக்கடைக்கு வந்து போகிற ஆசாமி களுக்கு, அப்படி ஒரு நல்ல காலம் வரவா போகிறது? வராதுதான், வெள்ளைக் காகம், தலைகுப்புற பறக்காதுதான். பிறகு எப்படி இந்த ரெண்டு நாளும் தன் வலையில் ஒரு ஆசாமிகூட விழாமல் இருந்துவிட்டான்கள்? நினைக்க நினைக்க அவனுக்கு வயிற்றெரிச்ச லாக இருந்தது. வேலப்பனின் 'கருநாக்கை' மனதிற்குள் சபித்தான். ஒண்ட வந்த பிடாரியோடு ஊர்ப்பிடாரியும் சேர்ந்தது போல நேற்று ஞாயிற்றுக்கிழமை எப்படியோ சகித்துக்கொண்டாயிற்று. விடிந்த போது, மாபெரும் இரைச்சலோடு ஒரு ஹர்த்தால் தலைவிரி கோல மாக வந்து நிற்கிறது. யாரோ கட்சித் தலைவன் ஒருவரை, குண்டர் கள் நடுரோட்டில் குத்திக் கொலை செய்துவிட்டார்களாம். யூனியன் சகாக்கள் கறுப்புக் கொடிகளும் கூச்சலுமாக வந்து, விடியற்காலையி லேயே திறந்த கடைகளை மூடச் சொல்லிவிட்டார்கள். ஏதோ டீக்கடைக்காரன், தயாரித்த பலகாரங்களையெல்லாம் என்ன செய்வது என்று, கடை அடைக்க எதிர்ப்புச் சொல்லியிருக்கிறான். வந்ததே வினை. அவனும் அவன் வண்டிப் பெட்டியும் மேஜை –

நாற்காலிகளும் எல்லாம் தவிடுபொடி. கல்லை விட்டெறிதல். மோதல், கலாட்டா... என்ன பயன்? இமைத்து மூடும் நேரத்தில், நெடுக, கடைத் தெரு பூராவும் பந்த்! காய்கறிக்கடை, வெற்றிலை பாக்குக் கடைகூட இல்லை. தலைநாள், ஞாயிற்றுக்கிழமை ஆனதி னால், 'பந்த்' இன் சூன்யம் இன்னும் அழுத்தமாகத்தான் விழுந்தது.

காய்கறிக்கடை ஜங்ஷனிலுள்ள, சேட் புகையிலைக் கடையின் நீண்ட திண்ணையில் அமர்ந்திருந்து, கால் தோலைச் சீவிக் கொண் டிருந்த அப்புக்குட்டன், கடிகாரம் கட்டிக்கொண்டு போன யாரோ ஒராளிடம், "மணி என்ன ஆச்சு, சார்?" என்று கேட்டான். "பதி னொன்றரை" என்று பதில் வந்தபோது, கை பிளேடைத் திண்ணை யில் எறிந்துவிட்டு, கால் செருப்பை மாட்டிக்கொண்டு எழுந்து நின்றான். அப்புக்குட்டன். இனிச் சோப்பளாங்கியாக உட்கார்ந் திருக்க முடியாது!

எங்கே போவது?

கிழக்கே பார்த்தான், ஒன்றுமில்லை. மேற்கே பார்த்தான், கண் ணெட்டிய தொலைவரை, அடைத்த கடைகள். வெறிச்சிட்ட தெருவீதி. வெள்ளை மெழுகியதுமாதிரி வெயில், கானல் ஜ்வாலை விட்டு ஓவென்று கொளுத்துகிறது. பட்டப்பகல் வேளையில் சாலைக்கடை வீதியை இப்படிக் காண்பது அபூர்வம். எலெக்டிரிக் கம்பிகளில் காக்கைகள் அங்கிங்காக அமர்ந்திருக்கின்றன. பூக்கடை ஓரத்துக் குப்பைக் குவியல்களில், நாலைந்து தொட்டிப் பயல்கள் எதையோ கிளறிக்கொண்டிருக்கிறார்கள். ஓடை ஓரமாக ஒரு நாய் ஓடிப் போகிறது. பிளஷர்கார் போகிறது. டிரான்ஸ்போர்ட் பஸ் ஒன்றையும் காணவில்லை. சக்கரத்திற்கு டயர் போட்ட கட்டை வண்டிகள், அங்கிங்காக வெறுமனே கிடக்கின்றன. சரக்கு இறக்க முடியாத பென்ஸ் லாரியொன்று தார்ப்பாயை மூடிக்கொண்டு வேகமாகப் போயிற்று. கப்பென்று புழுதி புகையாக இறைத்தது. அப்புக்குட்டன் தோள் துண்டால் ஜலதோஷக்காரன் மாதிரி மூக்கைப் பொத்திக்கொண்டு மேற்காலே நடந்தான். யாராரோ வந்துகொண்டும் போய்க்கொண்டும் இருந்தார்கள். எல்லாமே உள்வட்டத்து ஆட்கள். கடை திறக்க முடியாத ஏமாற்றத்தில், அங்கிங் காக நின்று பேசிக்கொண்டும் பேப்பர் படித்துக்கொண்டும் வீடு திரும்பிக்கொண்டும் இருக்கும் ஆசாமிகளைத் தவிர வரத்துக்கார மூஞ்சிகளாக – ஏமாந்த மூஞ்சிகளாக யாருமில்லை. ஒருத்தனாவது வந்தால் வாடிக்கையான 'கடையை' விரித்துவிடலாம். ரெண்டு நாட்களாகத் தொழில் பண்ணாததால், சங்கதிகளின் சூட்சுமம்கூட மறந்துபோய்விடுமோ என்று பயமாக இருந்தது. நடந்தவாக்கில், ஒருமுறை தனது தொழில் காரியத்தை மன அரங்கில் நடத்திப் பார்த்துக்கொண்டான்.

அடுக்கு கோபுரம்போல் ஓலை வட்டிகளில் கட்டிய வெஞ்சன சாமான்களுமாக ஒரு ஆசாமி வருகிறான். அரைக்கை சட்டை, கனங்காலுக்குமேல் முண்டு. தலைக்கட்டு, 'என்னை ஏமாற்றிக்கோ' என்கிற அப்பாவி முகபாவம். அப்புக்குட்டன் எதிர்வருகிறான்.

"யாரது? பூஜப்புரை குஞ்சுபிள்ளையல்லியோ நீங்கள்?" என்று, ரொம்பநாள் பழகியவன்போல புளித்த சிரிப்பு சிரித்து, குசலம் விசாரிக்கிறான்.

எதிராளி 'நம்மிடம்தான் கேட்கிறானோ' என்பது மாதிரி கொஞ்சம் மலைத்து நிற்கிறான். பிறகு, "யாரு? என்னையா கேட்கிறீங்க?" என்று திருப்பிக் கேட்கிறான்.

"ஆமா, குஞ்சுபிள்ளை அண்ணன் என்னை மறந்துபோச்சு? ஆ... மறக்காம எப்பிடி இருக்க முடியும்? வருஷம் அஞ்செட்டு ஆயிப்போச்சே. இப்பவும் தாமசம், பூஜப்புரையிலேதானே–?" என்று விடாமல் பிடிப்பான், அப்பு.

"பிள்ளைக்கு ஆளு மாறிப்போச்சு. நான் பூஜப்புரைகாரன் இல்லே. எனக்கு குண்டாம்பாகம்..."

"குண்டாம்பாகமோ? குண்டாம்பாகத்திலெ எங்கே?"

"குண்டாம் பாகத்திலெ பிள்ளைக்கு ஆரத் தெரியும்–?"

"எங்க தறவாடு குண்டாம்பாகத்திற்கு அடுத்து வலியவிளை ஆக்கும். நீங்க குண்டாம் பாகத்திலே எங்கே?"

"நான் ஆற்றுக்கு அக்கரை. வலிய வீடு தெரியுமா?"

"ஆ... வலியவீடா? வலியவீட்டு கொச்சுண்ணியும் மற்றும் நாங்க மெரிய சிநேகிதம்... பேயாடு பள்ளிக்கூடத்திலே ஒண்ணிச்சு படிச்சவங்க..."

"ஏது கொச்சுண்ணி? பிள்ளெ ஏது வலிய வீட்டைச் சொல் லுதே? பிள்ளெக்கு ஆக மாறிப்போச்சு... சரி நான் போட்டுமா? பஸ் போயிரப் போவது..." என்று அந்த ஆசாமி நடையைக் கட்டுமுன், அப்புக்குட்டனின் முடிவுரை நடத்தப்படும்...

"அது போகட்டும். நான் பூஜைப்புரை குஞ்சு அண்ணன் ஆக்கும்னுதான் கூப்பிட்டது. காரியம் ஒண்ணும் வலுதாயிட்டு இல்லே. இங்கே சாலைக்கு ஒரு காரியமாயிட்டு வந்தேன். பஸ்ஸுக்கு ஒரு அம்பது பைசா குறையுது... நீங்க ஆரோ ஆகட்டும். ஒரு செறிய உபகாரம் செய்தா கொள்ளாம். வேறே யாரிட்டையாவது கேக்க நாணம் தோணுது. நம்பளெப் போல, சொந்த நாட்டுக் காரங்களானா விஷயம் மனசிலாகும்..."

"அய்யோ பிள்ளெ. இல்லியே எங்கிட்டே... பாக்கட்டும்..." என்று பாக்கெட்டைத் தடவி, அசடு வழிய இருபதோ, முப்பதோ, பையில் மிஞ்சியிருக்கும் பைசாவைக் கொடுத்துவிட்டு, "வரட்டுமா?" என்று விடை கேட்டுக்கொண்டு போவார்கள்.

'உலகத்திலெ எத்தனை விதமான ஆளுகள்... அதில் இன்றைக்கு யாருமே வந்து சிக்கிக்கொள்ளவில்லையே–' என்று எண்ணியவாறு, சபாபதி கோயில் தெருவழியாக, வாணியங்குளம் ரோட்டிற்குக் கிழக்கே திரும்பி பவர் ஹவுஸ் ரோட்டில், சக்தி தியேட்டர் வழி சந்தில் நடந்தான். விடுமுறை நாள், சூன்ய நாட்களுக்கே இயல் பான வெளிறிய வெயில் கொளுத்திக்கொண்டிருந்தது.

தியேட்டர் வாசலின், பகல் சந்தடியற்ற வெறுமையில், 'திரிகுத்து' விளையாட்டுக்காரர்கள், அகப்பட்ட யாரையோ வளைத்து, ஏமாற்றி சூதாடிக்கொண்டிருந்தார்கள். 'இவங்களிடம் வந்து மாட்டிக் கொள்ளுறானுகளே, இவனுக, கையிலெ இருக்கிற அஞ்சோ பத்தோ – தயை தாட்சண்யம் பாக்காமெ தட்டிக்கிடுதானுக. கேட்டா, விளையாட்டிலே தோத்துப் போனே. திரும்பிப் பாக்காமெ ஓடு – இம்பான்... நாலணா – எட்டணா வயத்துப்பாட்டுக்குக் கெடச்சா போதும்னிருக்கிற நம்ம கிட்டெ மட்டும், கடவுளு ஆளெ அனுப்ப மாட்டாரு...' என்று எண்ணியவாறு தளர்நடையாக ஓவர் பிரிட்ஜ் படியேறினான் அப்புக்குட்டன்.

"சாமி, கண்ணு தெரியாத ஆத்மா சாமி. ஏதாவது போடு சாமி" என்று ஓவர் பிரிட்ஜ் படிக்கட்டில் அமர்ந்துகொண்டு, ஒரு அரைக் குருட்டு ஆசாமி 'வியாபாரம்' நடத்துகிறான். அவன் – முன்னால் விரித்திருக்கும் அழுக்குத்துண்டில், அஞ்சு, பத்து, மூணு பைசா நாணயங்களாகச் சேர்ந்திருக்கிறது. 'என்ன இருந்தாலும் பிச்சைக்காரப் பொழைப்பு என்றால் மவுசுதான். என்ன பாக்க ணும்? அய்யா சாமின்னு கையை நீட்டினால் வந்தால் வரவு. வராவிட்டால் நட்டம் ஒண்ணுமில்லே' என்று நினைத்துக் கொண்டான்.

மேம்பாலத்துப் படியிறங்கி ஸ்ரீ குமார் தியேட்டர் வழியாக, தம்பானூர் பஸ் நிலையம், ரயில்வே ஸ்டேஷன் பக்கமாக நடந்தான். பார்க்கில் எவனெவனோ படுத்து வெயில் அறியாமல் தூங்குகிறான். 'பிச்சைக்காரர்களுக்கு விலக்கப்பட்ட இடம்' என்ற பெரிய போர்டின் கீழே யாரோ பிச்சைக்காரன்தான் படுத்துக்கிடந்தான்.

ஒன்றுமே தோன்றாதவனாக, ஊரெல்லாம் சுற்றி வளைய வளைய வந்தபோது, 'சே, என்ன பொழைப்பு' என்று வாழ்க்கையே வெறுத்தது. வயிற்றினுள் பசி, காந்தலாகக் கவிந்திருந்தது. கண்களை

இருட்டிக்கொண்டு வந்தது. தெருக் குழாய்த் தண்ணீரை எத்தனை தடவைதான் குடிக்க முடியும்? பட்டினி, அப்புக்குட்டனைப் பொறுத்தவரையில் புதிதல்ல என்றாலும், இன்று எதுவும், எங்கும் இல்லை என்ற நினைவின் வாதனையில் அம்போ என்று சங்கடமாக உதைத்தது. தனக்குத் தானாகவே பச்சாதாபப்பட்டுக் கொண்டான். 'இனிமேல்கொண்டு, இந்த ஏமாற்றுவேலை, எத்து வாளித்தனம் எல்லாம் விட்டுவிட்டு ஒரு கப்பலண்டி கடலை வியாபாரமாவது செய்து பிழைத்தால் மானமுண்டு' என்று நினைத் தான். அவனைப் பொறுத்தமட்டில் இந்த நினைவுகள் எல்லாம் சூடு ஏறும்போது ஆவி கிளம்புவது போல்தான். மறுநாள் விடிந்து சரியான ஏமாளியாக எவனாவது வந்து, குதித்து – அவன் கைப் பணம், தன் கைக்கு வரும்போது, கடந்த நாளின் ஞானோதயமும் நல்ல புத்தியுமெல்லாம் மனதளவோடு மலையேறிவிடுகிறது. 'யாமா கப்பலண்டி யாவாரம்! விடிய விடிய அலைஞ்சு வந்தாலும் எட்டணா லாபம் தேறாது. வரட்டும் பாக்கலாம்' என்று கைக் காசுடன் அப்போதைய பாட்டைப் பார்க்கப் போவான்.

இருட்டி வெகு நேரமாகுமுன்பே, எங்காவது ஓரிடத்தில் போய் உடம்பைப் போட வேண்டுமென்று தோன்றியது. ஆரியசாலைப் பக்கமாக நடந்து, கிழக்குப் பக்கம் பழைய சாலைத் தெருவிற்குத் திரும்பி இடதுபுறம் தமிழ் ஸ்கூல் சந்தில் நுழைந்தான். நல்ல வேளை யாக தமிழ்ப் பள்ளிக்கூட தகர கேட்டு திறந்து கிடந்தது. உள்ளே மணல் முற்றத்திற்குமேல், நீண்ட வகுப்பறைத் திண்ணை இருட்டில் அம்போ என்று கிடக்கிறது. யோசித்துக்கொண்டிருக்க நேரமில்லை. சட்டென்று திண்ணையேறிப் போய், தோள் துண்டை எடுத்து சிமிண்டு தரையைத் தட்டிவிட்டு, அதையே விரித்து அப்பாடி யென்று படுத்துக்கொண்டான்.

வயிற்றுக் காந்தலில், மனதின் விரக்தியில், அலைச்சலின் சோர் வில், கொஞ்சநேரம் தூக்கம் வராத வாதனை குமைந்தது. எண்ணிக் கொண்டிருக்க எதுவுமில்லை. குடும்பம் இல்லை. வீடு இல்லை. வகை இல்லை. செய்து முடிக்கவும் எதுவுமில்லை. அதனால் மனதில் எண்ணங்கள் இல்லை. பசி முக்கியம்... வெளியே தெரிந்த ஒற்றை வானத்தில், அங்கிங்காக நட்சத்திரங்கள் உடைந்து சிதறி யிருக்கின்றன. சுவருக்கப்பால் தென்னை மரங்கள் இருட்டாக வளர்ந்து நிற்கின்றன. பக்கத்தில் எருமைக் கொட்டிலிலிருந்து, கவிந்த சாணி வாடையாக வந்துகொண்டிருந்தது. காதருகில் கொசு ரீங் காரம் பாடியது... பிறகு, எப்பொழுது தூக்கம் வந்ததோ அவனுக்கே தெரியாது.

காம்பவுண்டு சுவருக்கப்பால், யாரெல்லாமோ கூட்டமாக கெட்ட வார்த்தைகளால் திட்டிக்கொண்டு அடித்துக்கொள்வதும்,

மோதிக்கொள்வதும் போன்ற அரவம் கேட்டது. அப்புக்குட்டனுக்கு, கொஞ்ச நேரத்திற்கு முன்னாலேயே முழிப்பு வந்திருந்தது. கால்பக்கத்தில் யாரோ உட்கார்ந்திருப்பது போலவும் இருந்தது. வெளியே அடிதடி சச்சரவு வலுப்பதுபோல கேட்டதும், சட்டென்று எழுந்து உட்கார்ந்துகொண்டான். கால் மாட்டில் ஒரு பெண் உட்கார்ந்திருப்பது, இருட்டிலும் தெரிந்தது. அவளிடமிருந்து வாடல்பூவின் மணம் வந்துகொண்டிருந்தது.

"யாரது? பொம்பிளையா?"

"உஸ்... பய்யெப் பேசும். யாரு நீரு? பள்ளிக்கூட வாச்சரா. கொறட்டை விட்டு ஒறங்கினீரே... அந்தச் சத்தம் கேட்டு முழிச்சுட்டீரா... அங்கே, என்னெக் கொண்டு வந்த நாலு கச்சடா ஆளுக அடிபிடி சண்டை போடுதா. ஆரு மொதல்ல வாறதுன்னு தர்க்கம். அடிச்சு ஜெயிச்சுக்கிட்டுதான் வருவானுக போல–"

அவள் ரொம்ப நிசாரமாகப் பேசினாள், அப்புக்குட்டனுக்கு 'பயம்' தெளியுமுன்பு காரியம் புரிந்துகொள்ள ஆரம்பித்தது.

"ஒரு பீடி இருக்கு. உம்மட்டெ தீப்பெட்டி இருக்கா, வாச்சரே?"

"தீப்பெட்டியும் இல்லே, பேப்பட்டியும் இல்லே. ஆமா, நீ ஆரு?"

"நானா! அட்றசில்லே. கோர் ஆப் மாடத் தெரு... இந்தா பாத்தேரா இருட்டிலெ தெரியுதா? இருவத்தி ரெண்டு ரூபா. முன் பேறா தந்திட்டானுக. இந்த எச்சில் இலைக்கு. கடிபிடி கூடுறான்க. ஆசாமிக ஆரு தெரியுமா? திரிகுத்துப் பேர்வழிக. கண்டமானிக்கு எவன் முடிச்சு அறுத்த பைசாவாவது கையிலெ வருது. தண்ணி அடி; பெண்ணு பிடி! கேக்கணுமா...? ஆமா, அவனுக இங்கே சவுகரியமா இருக்கும்னு கூட்டிக்கிட்டு வந்தானுகளே, வாச்சரு நீரு இங்கே உள்ளது அவனுகளுக்குத் தெரியாதா?"

"என்ன எளவோ? நான் இங்கே ஏன் நிக்கேன். நான் அந்த இருட்டு வாக்கிலெ போயிருதேன். நீங்க வந்த காரியத்தை முடிச்சுட்டுப் போய்ச் சேருங்க. சரியான எடம் கண்டு பிடிச்சானுகளே..." அப்புக்குட்டன், தனக்குள் ஏதோ முணுமுணுத்துத் தோள் துண்டை எடுத்துக்கொண்டு கீழே இறங்கினான். அவனுக்கு இருந்த வயிற்று நமைச்சலில் அந்தச் சூழ்நிலையே வெறுத்தது.

"வாச்சரே, நில்லும், எனக்கு ஒரு உபகாரம் செய்யணுமே. இந்த இருவத்திரண்டு ரூபாயும் உங்க கையிலெ இருக்கட்டும். தடிமாடப் பயக்கொ, செலப்போ, சங்கதி முடிஞ்சதும், என் கையிலெ

உள்ளதெ புடுங்கிக்கிட்டுப் போயிருவானுக. அவனுக கூட நம்மளாலெ என்ன செய்ய முடியும்? நீங்க அந்த இருட்டு வாக்கிலெ அனங்காமெ இருந்தா போதும். ஒடுக்கம், வாச்சரையும் ஒரு நடை கவனிச்சுக்கிடுதேன். இந்தாரும்...”

அப்புக்குட்டனுக்கு என்ன தோன்றியதோ, சட்டென்று அவள் கைநகம் பட, அவள் நீட்டியதை வாங்கிக்கொண்டான். இருபத்தி ரெண்டு ரூபாய். மத்தியான வெயிலில் சக்தி தியேட்டர் சந்து வழியாக வந்துகொண்டிருந்தபோது, அந்தத் திரிகுத்துச் சூதாட்டக் காரன்கள் நடத்திக்கொண்டிருந்த கூத்து மனக்கண்முன் விரிந்தது. பணத்தைப் பறிகொடுத்த ஒரு பரிதாபப் பேர்வழியின் அழுத முகம்... அங்கே பறிமுதலான தொகை, இங்கே இந்தப் பெண்ணின் கைக்கு வந்திருக்கிறது. கடைசியில்... “அந்த மூத்திரப் பொரை பக்கமா இரியும் வாச்சரே...” என்று அவள் பின்னும் அடங்கிய குரலில் சொன்னாள். அப்புக்குட்டன் ஒதுங்குவதற்கு முன்பு, வாசல் கேட்டைத் தாண்டிக் குதித்து ஒருவன் உள்ளே வந்தான். “வா வா. எங்கே நிக்கே? எனக்கு முன்னெ அப்படி ஒருத்தன் உன்னெ பண்ணீர முடியுமா...?” அவள் என்ன பதில் சொன்னாளோ? அப்புக்குட்டன், இருளை மிதித்துக்கொண்டு ஒதுங்கினான். ஒதுங் கினவனுக்கு புத்தி நன்றாகத்தான் வேலை செய்தது. மேற்குப்புற மதில் சுவரை ஏறித் தாண்டி, எருமைக் கொட்டாலின் ஓரத்து ஓடையையும், சாணிச் சகதியையும் சவிட்டி தேய்த்துக் கொண்டு, பழைய சாலைத் தெருவை வந்தடைந்தான்... தெருவில் தெரு விளக் குகள் பகல் போல் எரிந்துகொண்டிருந்தன. அப்புக்குட்டன், இப் போது இருபத்திரண்டு ரூபாய் பணக்காரன்!

“அப்புக்குட்டா, நீ பலே ஆளுடேய். ஒன்வலையிலே விழாதவா ஆருரிக்கா...? உம், நடத்திக்கோ...”

வேலப்பன் இதைச் சொன்னதற்கு என்ன அர்த்தம்? சவம், அந்தத் தேவிடியா மூதிக்கு ஆரு வலை விரிச்சு வச்சிருந்தா? திரி குத்துக்காரனுக அவளெ நம்பிக் கொடுத்தான். அவ, பள்ளிக்கூட வாச்சாரெ நம்பினா. நான் என்ன வாச்சரா? நான் அப்புக்குட்டன்!

அப்புக்குட்டன் பழையசாலைத் தெருவைத் தாண்டும்போது விடிய ஆரம்பித்திருந்தது.

❖

38

மானசீகம்

நாற்சந்திப்பில் நின்றபோது வழிகாட்டிப் பலகை அவன் கண்ணில் பட்டது. ‘காரியாப்பட்டி இரண்டு கிலோ மீட்டர்’ என்று வடக்குப் பக்கமாக திசை காட்டிற்று.

இரண்டு கிலோ மீட்டர்தானே? நடந்துவிட்டால் போகிறது. பெண் பார்த்து அவளுடன் குடும்பம் நடத்த வேண்டும். அவள், அதிரூப சுந்தரியாக... சுகமான நினைவுகளுடன் கிராமத்துப் பாதையில் நடப்பதென்றால் ஆயாசமே தோன்றாது.

சந்திப்பில் இறக்கிவிட்ட பஸ், மறுபடியும் அங்கிருந்தே ஆட்களையும் நிரப்பிக்கொண்டு, வந்த வழியே திரும்பிப் போயிற்று. ஒரே செம்மண் தூசிப் படலமாக எழுந்து, அங்கிங்காக நின்றவர்கள் மேலும், பக்கவாட்டுக் குச்சில் கடைகளுக்குள்ளும், ஒதுங்கியது. பெரிய பெரிய கிளைகளாகப் பரந்து நிழல் விரித்திருந்த ஆலமர உச்சியில், நிறைய பறவைகளின் பல்வேறு விதக் குரல்கள் கேட்டன. இதுவும் ஒரு பறவைகள் சரணாலயம்தானே? முக்கிய ரோட்டிற்கப்பால், அறுவடை முடிந்த சோள வயல்களில் கதிர் இழந்த கட்டைகள் அம்போவென்று முள் விரித்திருக்கிறது. தொலைவில், குட்டைமலை உச்சியில் ராயர் கோபுரம் போல கல்மண்டபமும், சின்னச்சாமி கோயிலும், எட்டவே தெரிகிறது.

பார்க்கப் பார்க்கப் புதிதாகப் பார்ப்பது போலவே இல்லை. ஆனால், சட்டை கழற்றிய பாம்புப் போல பளபளவென்று எல்லாமே புத்தம் புதிதாகத் துல்லியமாக விரிந்துகிடக்கிறது.

நடந்தான்... மாலைப் பொழுது என்ற நேரம் துவங்கி விட்டிருந்தாலும் வெயிலின் உக்ரம் குறைந்தபாடில்லை. ரோட்டோரத்து சிமிண்டு கரை கிணற்றடியில் தோண்டியும் தாம்புக் கயிறுகளுமாக, அழுக்குச் சேலை அணிந்த கறுப்புநிறக் குடியானவப் பெண்கள், தண்ணீர் எடுக்கக் கும்பலாக நின்றனர்.

ஒருத்தி, கன்னம் நிறைந்த புகையிலை எச்சிலை, உதட்டுமேல் விக்டறி மாதிரி விரல் வைத்துக் கிணற்றடியிலேயே துப்புகிறாள்.

தூ... அருவருப்பான ஜன்மங்கள்! தலையில் புல்கட்டும், கழுத்தில் நார்க்கொடிகளும், தார் பாச்சிய அழுக்குத் துண்டுமாக வந்து கொண்டிருந்தவனிடம், 'ஏம்பா இங்கே எம்.எஸ்.செல்வராஜ் என்கிறவரு வீடு எங்கே இருக்கு தெரியுமா?' என்று விசாரித்தான்.

"என்னசாமி கேட்டே?"

"எம்.எஸ். செல்வராஜுன்னு வாத்தியார் வேலை பார்க்கிறவரு வீடு, எந்தப் பக்கம்னு கேக்கிறேன்..."

"வடக்கூரு வாத்தியாரா சாமீ நீ கேக்கிற ஆளு? ஒசரமா செவப்பா ஒன்னியமாதிரியே இருப்பாரே? கொஞ்ச வயசுக் காரரு...."

"ஆமா... ஆமா... வடக்கூரான்தான். எந்தப் பக்கம் போகணும்?"

"சும்மா நீ பாட்டுக்குப் போயிக்கிட்டே இரு சாமி. அங்கே இங்கே, எங்கேயும் திரும்பாதே. மெயினா கடைத் தெரு வரும். நிக்காதே. யாரையும் கேக்கக்கூட வேண்டாம். நீ பாட்டுக்குப் போ. செவப்பா சாயம்போட்ட போலீஸ் ஸ்டேசன் வரும், அந்தண்டெ சோத்துக் கை பக்கமா ஜெயில் மாதிரி இரும்புக் கிராதி போட்ட வூடு. பேர்கூட எழுதி போர்டு மாட்டியிருப்பாங்க.. யாரையும் கேக்க வேணாம். நீ பாட்டுக்குப் போயிக்கினேன் இரு..."

சொன்னவன், அவன் பாட்டிற்குப் போய்க்கொண்டேதான் வழி சொன்னான். 'எங்கேயென்று வழி கேட்பதற்குமுன் என்னா அரற்று அரற்றுகிறான். கிறுக்கு ஜன்மமோ... ஆள் தெரியாமல் வாய் கொடுத்துவிட்டோமா?' என்று எண்ணித் தனக்குள்ளாகவே சிரித்துக்கொண்டான். நல்ல கிராமம். காரியாப்பட்டியாமே? கிறுக்கன்பட்டியென்று வைத்திருக்க வேண்டும்.

நடந்தான். பாதையின் அத்தனை புழுதியையும் சுருட்டிப் பறத்திக்கொண்டு ஆட்டு மந்தை ஒன்றை ஓட்டிக்கொண்டு வந்தனர். துறட்டி வைத்துக்கொண்டு கீறச் சேலை அணிந்த பத்துப் பனிரெண்டு வயதுப் பெண்ணும் கோமணம் கட்டி, நைந்துபோன கோணிப்பை தோளிலிட்டிருந்த பத்து வயது பீக்கிறிப் பையனும். ஆடுகள் அத்தனை மண்ணையும் கால்களால் தெறித்து அரைத்துக் கொண்டு, தாண்டிப் போவது வரையில், பாதையை விட்டுக் கீழே இறங்கி, சப்பாத்திக்கள்ளி வேலி ஓரமாக ஒரு கால் பாதையிலும், ஒருகால் ஓடையிலுமாக ஒதுங்கி நின்றான். மூக்கை கைக்குட்டை யால் மறைத்துக்கொண்டு, தூசு அடங்கியதும், மறுபடியும் பாதைக்கு வந்தான். இன்னும் வெகு தூரம் நடந்தாக வேண்டுமோ என்ற

எண்ணத்துடன், நெற்றிமேல் கை வைத்து, இறங்கு வெயிலை மறைத்துக்கொண்டு பாதையின் தொலை வெளியைப் பார்த்தான். யாரோ இரண்டு சிறுவர்கள் பாதையைக் குறுக்கே கடந்து வயற்காட்டுக்குள் ஓடுகிறார்கள். கறுப்பு நாய்க்குட்டியும் பின்னால் ஓடி மறைகிறது.

'மேளம் கொட்ட நேரம் வரும் பூங்குயிலே....' என்று தூரத்தில் தெரிந்த டூரிங் சினிமாக் கொட்டகையிலிருந்து ஒலிபெருக்கியின் பாட்டு காற்றோடு சிதைந்து சிதைந்து வருகிறது. நடந்து கொண்டிருந்தான். செருப்பு ரொம்பவும் தேய்ந்து போய்விட்டது. பெண் பார்த்து, கல்யாணம் நிச்சயமாவதற்கு முன்பு புதிதாக இரண்டு செருப்பு வாங்கிக் கொள்ளவேண்டும். பெண் பெயர், மங்களம் என்று மங்களகரமாக இருந்தால் நன்றாக இருக்கும். ஏன், மங்களம் என்கிற பெயர் எங்கோ கேட்டது மாதிரி இருக்கிறதா? சொகுசான, சுந்தரமான, சாந்தமான, சாத்வீகமான... அப்பப்பா. நினைக்கத் துவங்கிவிட்டால் பாடம் ஒப்புவிக்கும் இந்த வாத்தியார் கிறுக்குப் போகமாட்டேன் என்கிறது. ஒருவேளை, இந்தப் பெண்கூட தனக்கு வாத்தியார் கணவன் வேண்டாமென்று சொல்லிவிடப் போகிறது. சேய், என்ன கற்பனைகள்? வாத்தியாரை வேண்டாமென்கிற பெண்களும் இருப்பார்களா?

பக்கவாட்டு வேலிகளில் வண்ணான் குருவிகள் கண் சிமிட்டிக் கண்சிமிட்டிப் பறக்கின்றன; வந்தமருகின்றன. வயலில் சோளக்கொண்டைகள் இன்னும் பசலை மாறாமல் பஞ்சு செதிள்களை உதிர விட்டுக்கொண்டு எட்டிப் பார்த்து நிற்கின்றன.

மருங்கில் தண்ணீர் வற்றிப்போய் பச்சைப் பாசி உறைந்து போன குளத்து மேட்டில், கை உடைந்துபோன ஐயனார் சிலையும் வாலிழந்த மண் குதிரையும், முண்டக்கண் வெறிக்கும் பூதனாரும் சாயமிழந்து, குளத்தின் பச்சைப் பாசியைப் பார்த்து இளித்து நிற்கின்றன. அவனுக்கு சிரிப்பு வந்தது. கிறுக்கு ஜனங்கள், சாமிகளை வைக்கத் தெரிந்ததே தவிர பாதுகாக்கத் தெரியாத ஜன்மங்கள்.

'ஓடிவா, ஓடிவா' என்று சீட்டியடிப்பது போல, ஒரு குருவி பூவரசமரத்தின் குட்டைக் கிளையில் கால்மாற்றி கால்மாற்றி நாட்டியமாடுகிறது.

வெயில், பிறகு மஞ்சளாக இழைந்து இறங்குகிறது. இன்னும் வெயில் சேலை அவிழ்க்காத பனை மரத் தூண்கள் பிரகாசமாகத் தெரிகின்றன. நடந்துகொண்டிருந்தான். நெல்மணமாக மாலைக் காற்று வீசுகிறது.

‘மஞ்சான் ஓடை முனீஸ்வரன் கோயில், அரசு அறங்காவல் துறை முக்கிய அறிவிப்பு. இம்மலை மேல் கோயிலின் முனிசாமி சிலையும் மண்டபச் சிற்பங்களும் அரசு ஆதீனத்திற்குட்பட்டது. அனுமதியின்றிக் கையாள்வோர் தண்டனைக்குள்ளாவார்கள். இங்ஙனம் அறங்காவல் மேலாளர் ஒப்பம்.’ கறுப்பு நிறத்து போர்டின் வெள்ளை எழுத்துகளைப் படித்தபோது அவனுக்கு மறுபடியும் சிரிப்பு வந்தது. பெண் பார்த்துவிட்டுத் திரும்பும்போது நிச்சயம் இந்த மலைமேல் ஏறி முனீஸ்வரனைப் பார்க்க வேண்டும். கப்படா சுருட்டு மீசையும் முண்டக்கண்களும் பக்காப் படியைக் கவிழ்த்துக்கொண்டது போன்ற கிரீடமும், வீரப்பற்களுமான முனீஸ்வரன்.

“அய்யோ, அய்யோ... கொல்லுறானே, கேக்க நாதியில்லையா, பாவி. உன் கைமேலே கொள்ளை பிடிக்க, துருப்பிடிச்சு அளிஞ்சு போக, பொசுங்கிப் போக...”

திரும்பிப் பார்த்தபோது, சின்னக் குடிசை வைக்கோல் வேய்ந்த கூரை சரிந்துகிடக்கிறது. ஆட்டுக் குட்டிகளும், ஆடும் அவளது கூச்சலின் மொழி தெரியாமல் பரக்கப் பரக்க விழித்துக்கொண்டு நிற்கின்றன. சேவலைத் துரத்திக்கொண்டு பெட்டைக் கோழி, வைக் கோற்போர்மேல் சுற்றுகிறது. ஓணான், அவுக் அவுக்கென்று மூஞ்சியை உப்ப வைத்துக்கொண்டு பந்தல் சுள்ளியில் தவமிருக் கிறது. வெள்ளையாக இரண்டு ஏரோபிளேன் தும்பிகள் ஒன்றை யொன்று வாலைத் தொட்டுக்கொண்டு பறக்கின்றன. வெயிலின் ஆரஞ்சுபந்து மலை இறக்கத்தில் நிறமாகக் கொட்டிக் கிடக்கிறது.

“இந்தாப்பா, உன் பொண்டாட்டிதான். அதுக்காக இப்படியா போட்டு மிதிக்கணும்? பெண் பாவம் பொல்லாதது அப்பா...” என்று எழுதிப் படிப்பது போல் சொன்னான்.

“நீ போ சாமி உன் பாதையோட, நாங்க அடிச்சுக்குவோம். கூடிக்குவோம். கொலைகூட நடக்கும். இந்தப் பாவி மட்டைக்கு இன்னா கொளுப்புத்தனம்னு நீ எங்கே கண்டே?”

“ஆமா சாமியோவ். இவரு கொளுப்பேறிப் போயி இன்னொரு கண்ணாளம் செஞ்சுக்குவாராம். நான் கம்னு கிடக்கணுமாம். கேளு சாமி. உன்னியெப் பாத்தா வடக்கூரு வாத்தியார் அய்யா மாதிரி இருக்குது. நல்லா மகராசனா இருப்பே... நீயே கொஞ்சம் இந்த அநியாயத்தை நிண்ணு கேக்கணும் சாமி...”

“ஏய் ஆந்தை மூஞ்சி மட்டை. நான் கட்டிக்குவேண்டி. இன்னொண்ணையும் கட்டுவேன். மத்தது ஒண்ணை வைப்பாகவும்

வச்சுக்குவேன். வீறு இருக்குது. ஆண்பிள்ளை சிங்கம்ண்டி நானு.... ஊத்தற கஞ்சியைக் குடிச்சுக்கிட்டு, கம்முனு கிடப்பீயா...?"

அவன் கோணல் மாணலாக மீசை வைத்திருந்தான். லுங்கி இடுப்பில் கைக்கத்தி செருகியிருந்தான். காடாக வளர்ந்திருந்த செம்பட்டை முடியைக் குடுமிகட்டாமல் அள்ளிச் செருகியிருந் தான். கோணல் மாணல் பல்லில் துருவேறிய வெற்றிலைச் சிவப்பு. லுங்கிக்கு மேல், கறுப்புப் பட்டை பெல்டில், குடை ஆணிகள் பளபளத்தன. ஆனாலும் அவனைப் பார்த்துக் கோபிக்கத் தோன்றியது.

"போ சாமி நீயி, பொளுது விளப் போவுது. கடைத் தெருவுக்கே இன்னும் பாஞ்சு நிமிஷம் நடக்கோணும்..."

நடந்தான். இப்பொழுது, சுத்தமாக எந்தவித அரவமுமில்லை. கிராமம். மாலைக்காற்றாகக் குளிர்ந்து கிடக்கிறது. நெல்மணம் வருகிறது. பகல் பொழுது விட்டுச்சென்ற வெம்மை, புழுதி மண்ணில் இன்னும் கணகணத்தது. பாறைச் சரிவில் நீலமான இறக்கத்தில் வெள்ளைக் கொடி வீசியதுபோல கொக்குக் கூட்டமொன்று, விவஸ்தையற்றுப் பறந்து போகிறது.

சைக்கிள் மேல் ஒரு சின்னவன், கால் எட்டாமல் குறுக்குக் கம்பிமேல் உட்கார்ந்து விரீசில் மிதித்து வருகிறான். கடைத் தெரு வரப்போகிறதோ? ரோட்டோரக் குடிசையில் திண்ணையின் மண் அடுப்பில், பெரிய இரும்புக் கடாயில் மணலும், மணிலாக் கொட்டையுமாக வறுபடுகிற மணம். கூடையில் அம்பாரமாக பட்டாணியும் கொண்டைக் கடலையும் குவியலாகக் கொலுவிருக் கிறது. 'ஏய் நல்லான் எங்கெடா பூட்டே?' என்று யாரோ யாரையோ துளைக்கிறான். மூட்டைகளாக அடுக்கிய தான்ய வண்டியின் காளைமாடுகள் சங்கீத ரசனை போல, தலைகளை ஆட்டிக் கொண்டு, நடந்து வருகின்றன. தோரணப் பூமாலை தொங்கலாகப் பூக்கடை தெரிகிறது.

கடைத் தெருச் சந்திப்பிலேயே, டேப் கொட்டும் சத்தம் கேட்கிறது. 'டங்கு டங்கு... டொங்கு...டொங்கு...' கும்பலொன்று வந்துகொண்டிருக்கிறது.

அப்பாடா என்றிருந்தது. உடம்பெல்லாம் நசநசவென்று வேர்த்து நனைந்திருந்தது. ஆயாசமாக இருந்தது. எதற்காக இத்தனை தொலைவு நடந்து வந்தோமென்பதே மறந்தது போல, நினைவு வட்டம் வெறுமையாகக் கனத்தது. சண்டையிடும் குடிசைத் தம்பதிகளும், உடைந்த அய்யனார் சிலைகளும், சைக்கிள்

மிதித்து, மணலில் வேகமாக வரும் சிறுவனும்.... நினைவுகளை உதறி உதறி நடந்தான்...

கடைவீதியின், ஆரம்ப சூரத்தனம் போல பெட்டிக் கடைகளாக அமைந்திருந்த சாய்ப்பில் ஓரமாக ஒதுங்கி நின்றான். பார்த்தபோது, கறுப்புநிறப் பின்னணியில் சிவப்பு நிறத் தலைவன் ஒருவன் நிற்கும் பனியன் அணிந்த கடைப் பையன் இவனையே பார்க்கிறான். குப்பி குப்பியாக, கலர் மிட்டாய்கள், புகையிலைப் பொட்டணம், வெற்றிலைக் கவுளிகள், சோடாப் பாட்டில்கள்...

"பாக்கிறீங்களே... பன்னீர் சோடா ஒண்ணு உடைக்கவா சார்?" பையன் தோரணை ரீங்காரமாக ஒலித்தது.

"சாதா சோடா ஒண்ணு கொடுப்பா..."

சோடாவைப் பருகிக்கொண்டிருக்கும்போதே, டேப்பு கொட்டின் சத்தம், அதிரடியாக நெருங்கி வந்துகொண்டிருந்தது. கும்பல், பூ அலங்காரப் பாடைத்தேரில் பட்டுச்சேலை உடுத்தியிருந்த பொம்மனாட்டிப் பிணத்தின் சவஊர்வலம், அவனைத் தாண்டிப் போயிற்று. 'டும்...டும்...டும்... டங்கு, டங்கு' என்று கொஞ்சநேரம் புழுதியும் சாம்பிராணிப் புகைக்குமட்டலும் இறங்கி வந்த அந்திப்பொழுதும் காற்று நிரப்பி, பையன் தொங்கவிட்ட மஞ்சள் நிற பெட்ரோமாக்ஸ் விளக்கொளியும், எல்லாமே ஒன்றிற்கொன்று பொருந்தாத அதிகப்படியாகத் தெரிந்தன.

கடைத் தெருவின், அந்தி நேரக் கும்பல் கசகசவென்று நெரியுட்டது. யாரிடமாவது எம்.எஸ். செல்வராஜின் வீடு எங்கிருக்கிறதென்று விசாரிக்கலாமா? கடைவீதியைத் தாண்டியதும் போலீஸ் ஸ்டேஷன் வருமென்றானே? வரட்டும் போலீஸ் ஸ்டேஷன். தலையை வலித்தது. சோடா குடித்தும் தாகம் தீரவில்லை. எங்கே போகிறோம். ஆமாம். பெண் பார்க்க!

நடந்தான். 'டங்கு டங்கு' என்ற டேப்பு சத்தத்தினிடையே கும்பல் நடுவில் பூப்பாடைத் தேரில் அந்தப் பெண் பிணத்தின் சந்தனம் மூடிய கண்கள் தெரிந்தன. பெண் பார்க்கப் போகிறேன் என்று முனைப்பு டேப்பு சந்த அதிரடியில், உதிர்ந்து உதிர்ந்து சரிகிறது.

நன்றாக இருட்டு வந்துவிட்டது. போலீஸ் ஸ்டேஷன் வாசல், ஓட்டு முகப்பில் தொங்கிய பெரிய வால்ட் பல்பின் ஒளி வட்டத்தைச் சுற்றிக் கொசுப் பூச்சிகள் வட்டமிட்டிருக்கின்றன.

ஆயாசத்தின் முற்றுப்புள்ளி போல, அப்பாடா, தோ! இரும்புக்கிராதியிட்ட வீடு. வீட்டின் உள்வட்டத்து வெளிச்சம் வெளியேயும் விரிந்திருக்கிறது. சுற்றிலும் வெளிச்சமோ வெளிச்சம்.

எம்.எஸ். செல்வராஜ் எனும் பெயர் பதித்த பலகைகூடத் தெளிவாகத் தெரிகிறது.

வாசலில், சாயங்காலம் தெளித்து நீவி, மாக்கோலமிட்டிருக்கிறார்கள். மிதிக்காமல் படியேறி நின்று, 'சார்... சார்....'

எதிர்பார்த்திருந்தவர் போல, சடக்கென்று வாசலைத் திறந்துகொண்டு பெரிய மனிதர் வெளியே வந்தார்.

"எம்.எஸ். செல்வராஜ் என்பவரின் வீடு இதுதானே சார்? நான் வந்து..."

"வந்திட்டியா அப்பா வா... வா... மங்களம், மங்களம், தோ வந்திட்டானம்மா உன் வீட்டுக்காரன்..."

"என்ன இது நீங்க? எந்த நேரத்திலேயோ போனீங்க... சொன்னா கேக்கிறதில்லை. கொஞ்சம் தனியா நடந்தா நல்ல துண்ணு டாக்டர் சொன்னாலும் சொன்னாங்க... இங்கே வெளியே போன ஆள், என்னமோ ஏதோன்னு பயந்துகிட்டே இருக்க வேண்டியிருக்குது. நாட்டான் உங்களைத் தேடி எதிர்க்க வந்தானே... பார்க்கலே...?"

அவன் சோர்ந்து போய் நின்றுகொண்டிருந்தான்.

"ஆமாங்க.. கொஞ்சம் கொஞ்சமாகத்தான் குணம் தெரியும்னு சொல்றாரு பட்டணத்து டாக்டரு. நல்லாத்தானே வாத்தியார் வேலை பார்த்துக்கிட்டிருந்தான். திடீர்னு இப்படி ஆயிப்போச்சுது. இப்போ எவ்வளவோ தேவலாம். வெளியே போயிட்டுவர பயமில்லாம விட்டுடலாம். அவன் பெயரையே சொல்லி விசாரிச்சுக்கிட்டு வீடு வந்து ஒழுங்கா சேந்துடுறான். பெண் பார்க்கணும்பான். ஆனா ஒரு பயமும் இல்லை... மத்த நேரங்களிலெ தெளிவான பேச்சுதான், காரியந்தான். வந்துட்டானில்லே? இன்னும் மருந்தோ மாத்திரையோ கொடுத்ததை ஒழுங்கா, அவள் கையாலேயே வாங்கிச் சாப்பிடுவான். தூங்கிப்போய்விடுவான். மறுபடியும் சாயங்காலந்தான் வெளிக் கிளம்புவான்..." பெரியவர், வெளியே யாரிடமோ பேசிக்கொண்டிருந்ததை அவன் கேட்டதாகவே இல்லை.

மங்களம் கணவனை, ஆதுரமாக உள்ளே அழைத்துக்கொண்டு போனாள். பெரியவர், வெளியே மாட்டியிருந்த அவன் பெயர்ப் பலகையை உள்ளே கழற்றிக்கொண்டு போனார். மறுபடியும் நாளை அதை மாட்டிவைத்தால் போதுமே?

❖

39

வேஷம்

"ஓம் தத்ஸ விதுர் வரேண்யம்
பர்கோ தேவஸ்ய தீமஹி
தியோ யோ நப்ரசோத யாத்...."

பத்மதீர்த்த குளத்தில் குளித்துக் கரையேறி, மேற்குப் பார்த்து பத்மநாபசுவாமி கோயில் கோபுரத்தைக் காணும் போதெல்லாம் சிவதாஸ் இந்த காயத்ரி நாமாவளியை நினைத்துப் பார்ப்பதுண்டு. ரொம்பவும் பக்திசிரத்தை அதிகரித்துப்போனதினால் அவன் இந்த ஸ்தோத்திரத்தை எண்ணினான் என்பதல்ல விஷயம். சமீபத்தில் அவன் காயத்ரி மலையாள சினிமா பார்த்தான். அதில் இந்த பத்மதீர்த்தக் குளத்தை, உதித்தேறும் சூரிய ஒளியின் தகத்தகாயத்தில் காட்டும்போது, யேசுதாஸின் பின்னணிப் பாடல் சம்ஸ்கிருத உச்சாரணஸ்புடத்துடன் இந்த காயத்ரி நாமாவளியை உதிர்க்கிறது. 'யார் நம் அறிவை ஒளிரச் செய்கிறாரோ, அந்தச் சுடர் கடவுளின் மேலான ஒளியை தியானிப்போமாக' என்பது அந்த மந்திரத்தின் அர்த்தம்.

'அய்யோ, இந்தக் குளத்தின் பாசியும் எண்ணெய் அழுக்கும் துர்நாற்றமும் பிடித்த ஒழுக்கில்லாத நீரில் குளித்துவிட்டால் கொஞ்ச நஞ்சமிருக்கும் அறிவொளியே அணைந்துதான் போகும்' என்று மனதில் கருவிய, சிவதாஸ் – 'என்னதான் இருந்தாலும் இந்தப் பட்டணத்தில் நம்மைப்போலொத்தவனுக்கு அதிகாலையில் குளித்துத் துவைத்துக் கட்ட இதைவிட்டால் வேறு நாதியேது! ஸ்ரீபத்மநாபோ துணை!'

தினமும் அதிகாலையில் குளித்து சுத்தபத்தமாக இருப்பது கூட சிவதாஸின் வழக்கமல்ல. இன்று, அனந்த பத்மநாபர் கல்யாண மண்டபத்தில் காலை வேளையில் ஒரு திருமண முகூர்த்தமிருந்தது. கல்யாண முகூர்த்தம் நிச்சயிப்பவர்கள், ஏன்தான் இப்படி அன்னிய துக்கம் தெரியாதவர்களாகிப் போய்விட்டார்களோ, அப்படியாக் கொத்தவர்கள், ஒரு பத்துப் பதினோரு மணி நேரத்து முகூர்த்தமாக வைத்திருந்தால் எவ்வளவு சௌகர்யமாகப் போயிருக்கும். இந்த –

முகூர்த்தம் குறிக்கும் ஜோசியர்களிடமெல்லாம் போய்ச் சொல்லி வைக்க வேண்டும்... சிவதாஸ் தனக்குள்ளாகவே சிரித்துக் கொண்டான், கற்பனை செய்ய சுகமாக இருக்கிறது. ஆனால், நடக்கிற காரியமில்லை. கல்யாணம் யார் யாரோ நிச்சயம் செய்து அவரவர்கள் இஷ்டம் போல நடத்துகிறார்கள். கும்பலில் பெரிய மனுஷ வேஷமிட்டுக்கொண்டு, பந்திக்கு முந்திக்கொள்ளும் தன்னையெல்லாம் கேட்டுக்கொண்டா முகூர்த்தம் வைப்பார்கள்? உதரம் மூலம் பகுகிரத வேஷம்!

உதய காலத்திற்கு முன்பே, வெள்ளையாகத் துவைத்து குளக் கரையின் சுற்றுக் கம்பியில், உலருவதற்காக விரித்திருந்த வேஷ்டி யையும், பாலிஸ்டர் சட்டையையும் தொட்டுப் பார்த்தான். எட்டு முழவேஷ்டியை நீளமாகப் பிரித்துப் போட்டிருந்ததினால் கொஞ்ச மாக ஈரம் உலர்ந்திருந்தது. சட்டைக்கு இன்னம் கொஞ்சம் நேரம் பிடிக்கும்.

ஹூம் எட்டுமணிக்குத்தானே முகூர்த்தம் அதற்குள் 'டிப்' ஆகிவிடாமலா? அப்படி அரைகுறையாக இருந்தாலும், சட்டை தானே – உடம்புமேல் ஏறும்போது, உடம்பு உஷ்ணத்திலேயே சரியாகிவிடாதா என்ன?

அழிக்கம்பி மேலிருந்து வேஷ்டியை, கிழியாமல் இதம்பதமாக எடுத்துக் கச்சிதமாக, வண்ணான் மடிப்புப் போல மடித்து, கைகளால் தேய்த்து உதறிவிட்டு – அணிந்திருந்த ஈரத்துண்டை மாற்றி, விக்ரகத்திற்குச் சாற்றுவது போல மெல்ல உடுத்திக் கொண்டான். காலுக்குக் கீழே இழுத்துவிட்டுக்கொண்டான். பின் பக்கத்துச் சுருக்கத்தைத் தேய்த்துவிட்டு இழுத்தான். பரமதிருப்தி. பரவாயில்லை, நல்ல வெள்ளை வேஷ்டிதான். சட்டையை எடுத்து மெல்ல அலுங்காமல் தோள்மேல் போட்டுக்கொண்டு குளத்தின் படிக்கரையை விட்டு மேலே வந்தபோது, அபேதானந்தர் ஆசிரமத்து கிருஷ்ணன் கோயில் தீபாராதனை மணி பலமாக ஒலிக்க ஆரம்பித் திருந்தது.

"அட, மணி ஆறுதானா? இன்னுமிருக்கே நேரம். என எண்ணமிட்டவாறு வடக்குப்புறமாகத் திரும்பி குளக்கரை மூலையிலிருந்த நவக்கிரக பிரதிஷ்டைகளை நின்று வணங்கினான். இந்த வாரமாவது சனீஸ்வரனுக்கு, எண்ணெய் வாங்கி ஊற்ற வேண்டும். போன வாரம் முடியவில்லை. எப்படி முடியும்? நூறு மில்லி எண்ணெய்க்கு முழுசாக ஒரு ரூபாய்கூடக் காணாது. நாளெல்லாம் பத்மநாபர் சுவாமி கோயிலுக்கு வரும், டூரிஸ்டுகாரங்க பின்னாலெ, ஏமாந்தவங்க பின்னால எல்லாம் சுற்று சுற்றென்று

அலைந்தாலும் வயிற்றுப்பாடு கழிவதே பெரிய பாடாக இருக்கிறது. பிறகல்லவா சனீஸ்வர ஞாபகமெல்லாம் வரும்!

– முக்கில் பண்டாரத்தின் வெற்றிலைபாக்குக் கடை கள்ளிப்பெட்டியின் மேல் கையிலிருந்த ஈரத்துண்டை உதறி விரித்து விட்டு சுவரில் மாட்டியிருந்த, ரசம் போய் மங்கலான கண்ணாடியில் முகத்தைப் பார்த்து, சீப்பினால் தலைவாரிக்கொண்டான். சிறிய அலுமினியக் கிண்ணத்திலிருந்த சந்தனத்தை எடுத்து, கோயிலுக்குப் போய் வந்தவன் போல கீற்றலாகப் பொட்டிட்டுக்கொண்டு அழகு பார்த்துக்கொண்டான்.

"என்னப்பா தாஸு, இன்னைக்கு ஏதாவது மண்டபங்களிலெ முகூர்த்தம் உண்டா? நேரம் விடியாத்ததாமசம், மேக்கப்பு நடக்குதே? சீப்பாலெ ஈரத்தலையைச் சீவி, காலம் காத்தாலெ சுவரிலே ஒதறாதே, உனக்கெல்லாம் அங்கெ, அந்த பார்பர்ஷாப்பிற்கு போனா என்னப்பா... விடிஞ்சதும் வந்திரணும்..."

"வேய் பண்டாரம், ரொம்பவும் வெரட்டாதியும். பாண்டிக் காரன் மாரு உமக்கெல்லாம் பத்மநாபன் சன்னதியிலெ வந்து திமிரு ஏறிப் போச்சு வேய். அங்கெ ஆராமொழி சவுக்கையிலிருந்து கம்பித் தூணு எண்ணி வந்து சேர்ந்த கொழுப்பு... நான் கண்ட கண்ட டூரிஸ்டுகளையெல்லாம் என்ன வொண்ணு வாங்கணுமானாலும் ஒம்ம கடையிலெ நானே கூட்டீட்டு வாறேன். நானும், எண்ணெயும் சோப்பும் காரியவுமெல்லாம் இங்கெதான் வாங்குதேன். கொஞ்சம் தலைசீவ மட்டும் பார்பர்ஷாப்பிலே போகணுமாக்கும்? உம்ம ஃபாரின் சீப்பு தேஞ்சிரும் பாரும்..."

"இந்தாபாரும் சிவதாஸு, ரொம்பப் பேசாதிரும். கடைதெறந்து போணிகூட ஆகல்லெ. வளவளன்னு என்னெல்லாம் சொல்லுதீரு... ஒரு சிகரெட்டாவது வாங்குமேன். காரியம் நடக்கட்டும்."

"பண்டாரம் நீரு ஒரு ஆளுதான் வேய். நீரு வாலைத் தூக்கின உடனேயே எனக்குக் காரியம் மனசிலாயிப் போச்சே... இங்கே சாகணுமானாக்கூட பாஷாணம் வாங்க ஒரு பைசா கையிலெ இல்லை. பின்னத்தானே சிகரெட்டும் கிடுவிடியும் பாக்கணும். உம்மாண பண்டாரம், ராத்திரியே ஒண்ணும் குடிக்கல்லெ. அதனால தான் போக்கத்துப்போயி விடிஞ்சதும் விடியாததுமாயிட்டு முகூர்த்தச் சாப்பாட்டுக்கு ரெடியாயிட்டு போயிட்டு இருக்கேன்... ஆமா, இன்னைக்கு வடக்கு வாசல் ஸ்ரீசக்கரம் கல்யாண மண்டவத்திலையும் முகூர்த்தமாமே...?

"அந்தக் கணக்கெல்லாம் நமக்கெங்கே தெரியும்? அதெல்லாம், நாளு, மணிக்கணக்கு நிச்சயமா, அதது கல்யாண வீட்டுக்காரங் களைவிட ஒங்களுக்கெல்லாந்தானே சரியாகத் தெரியும். சரி சரி. காலங் காத்தாப்பிலை இடத்தைக் காலி பண்ணும்..."

"அடங்கும், பண்டாரம் அடங்கும். கல்யாணத்திலே எலுமிச்சம்பழம் கெடச்சா ஒமக்குத்தான்கொண்டுவந்து தருவேன். பைசா தரவேண்டாம். வரட்டா...?"

"பல்பொடி இருக்குதா பண்டாரம். ஒரு பாக்கெட் கொடும். எவ்வளவு இருபது பைசாவா?" என்று யாரோ குளத்தில் குளிக்கப் போகும் கிராக்கி வந்தபோது, பண்டாரம் அந்தப் பக்கமாகத் திரும்பினார்.

சிவதாஸ், சட்டையையும் அணிந்து, பட்டன்களையெல்லாம் சரியாகப் போட்டுக்கொண்டு காலரை இழுத்து, நெளிவு சுளிவு இல்லாமல் வடிவாக வைத்துக்கொண்டான். கண்ணாடியில் – திரும்பியும் அசைந்தும் பல கோணங்களில் பார்த்துக்கொண்டான். பரவாயில்லை. பிரமுகர் களை வந்துவிட்டது. (எப்பாடு பட்டாவது ஒரு கறுப்புக் கண்ணாடி வாங்கிக்கொள்ள வேண்டும். வரட்டும்...) யாரும் சந்தேகப்பட மாட்டார்கள். தைர்யமாக மண்டபத்துக்குள் நுழைந்து செயரில் போய் உட்கார்ந்துகொள்ளலாம். பெண் வீட்டுக் காரன் நினைப்பான், யாரோ மாப்பிள்ளை வீட்டு ஆசாமி என்று. மாப்பிள்ளை வீட்டுக்காரன் நினைப்பான், பெண் வீட்டு ஆள் என்று. சந்தனப்பேலாவைக்கொண்டு வந்து நீட்டுவார்கள். குங்குமம் எடுத்துக்கொள்ளச் சொல்வார்கள். வெற்றிலைத் தாம் பாளத்தை முன்னால் கொண்டுவந்து வைப்பார்கள். யாரும் காணாமல் நறுக்குப் புகையிலையைக் கொத்தாக எடுத்து வைத்துக் கொள்ளலாம். அதைப் பண்டாரம் கடைக்குக் கொடுத்தால் பதிலுக்கு ரெண்டு சார்மினார் ஆயிற்று. பக்கத்து செயரில் வீற்றி ருக்கும் ஆள் தனி ஆள் என்றால் – 'நீங்கள் இந்த ஊரா வெளியூரா' என்று ஆரம்பித்து, அன்று நடக்கும் கல்யாணம் யாருடையது? 'என்ன, எப்போ' போன்ற விபரங்களைக்கூட சேகரித்துவிடலாம். 'பால்டிக்ஸ்', 'இந்தியா கவர்மெண்டு', 'மினிஸ்டேர்ஸ், 'கல்ப் கண்டிறி' என்றெல்லாம் மினி இங்கிலீஷ் வார்த்தைகளையெல்லாம் தட்டிவிட்டு, பெரிய மனுஷத்தன்மையை ஸ்தாபித்துக்கொள்ளலாம். எவ்வளவு இருக்கிறது வேஷவிதானம்...

– வேஷ விதானமெல்லாம் படுதிருப்தியாகி, பண்டாரம் கடையை விட்டு அவன் புறப்பட்டபோது, குளக்கரையின் எதிர்சார் மேட்டு மண்டபத்தின் 'மேத்தமணி'யில் நேரம் ஏழுக்கு நகர்ந்து கொண்டிருந்தது. நேரம் ஊரத்தான் செய்கிறது!

அனந்த பத்மநாபர் கல்யாண மண்டப வாசலில் வாழைமரத் தோரணம் கட்டிக்கொண்டிருந்தார்கள். செவ்விளநீர்க் குலைகளை ஒருவன் ஏணிமேல் ஏறிநின்று கட்டுகிறான். இன்னும் மண்ட பத்தினுள் கும்பல் சேரவில்லை. எதிர்த்தாற்போல் கடை வாசலின் ஓரமாக ஒதுங்கி நின்றான், சிவதாஸ். மண்டபத்து காரியஸ்தர்

ரிட்டையர் பட்டாளக்காரரான நாயருக்கு, இப்படியான, 'சும்மா' பிரமுகர்களையெல்லாம் நன்றாக அடையாளம் தெரியும். அதனால் ஆசாமி கண்ணில் படாமல் கும்பலோடு கும்பலாக உள் நுழைய வேண்டும். பாவி மனுஷனின் கழுகுக் கண்கள் எந்த நெரிசலிலும் கொத்தி எடுத்துவிடும். 'டேய், போ வெளியே. கல்யாணக்காரன் யாராவது அடையாளம் கண்டு பராதி சொன்னால், உடமைக் காரன் நம்மளெ கொத்திக் கிழிப்பான். அன்னசத்திரமா கல்யாண மண்டபமா என்று கேட்பான். நம்மளெ கெட்டவனாக்கீராதே... எல்லாம் முடிஞ்சு சௌகர்யப்பட்டால் கடைசிப் பந்தியிலேயே உக்காத்தி வச்சு இலை போட்டே சோறு போடச் சொல்லுதேன்' என்று நல்ல வார்த்தை நயமாத்தான் சொல்லுவார். அவர் கண்ணில் மண்ணைத் தூவிவிட்டு எவனாவது பந்தியில் அமர்ந்துவிட்டதைப் பார்த்துவிட்டால் போதும், கெட்ட கோபம் வந்துவிடும். அப்புறம், பந்தி, ஆள், இதுவென்றெல்லாம் பார்க்க மாட்டார். இலைக்கு முன்னாலிருப்பவரையே எச்சில் கையும் வாயுமா தரதரவென்று நெட்டித் தள்ளி வெளியே கொண்டுவந்து விடுவார். அந்த வகையில், அவர் சுடு என்றால் சுட்டுத் தள்ளிவிடும் பட்டாளச் சிட்டைக்காரர்தான்.

சிவதாஸுக்கு இதுவரையில் அந்த மாதிரி துர்பாக்கியம் நேர்ந்ததில்லை. 'எல்லாம் அவர் பட்டாளச் சிட்டை என்றால், நான் சாணக்கிய தந்திரக்காரன்' என்று தன் சாமர்த்தியத்தைப் பற்றித் தானே எண்ணியபோது, சிவத்திற்குச் சிரிப்பு வந்தது.

விடியற்காலம் எழுந்து குளித்து ரெடியாகிவிட்டாலே இப்படித் தான் நேரமே நகராது. இப்பொழுது, மணி மெதுவாக ஏழைத் தாண்டியிருந்தது. மண்டபத்தினுள், கொஞ்சம் கொஞ்சமாக ஆட்கள் வரத்துவங்கியிருந்தார்கள். நாயனம், தவில் வாத்தியக்காரக் கும்பல், பொட்டலங்களும், பைத் தொங்கலுமாக, கம்பீரமாக உள்ளே நுழைந்தபோது, அவர்கள் கூட்டத்துடன், சிவதாஸும் உள்ளே நுழைந்துவிட்டான். காரியாலயத்தினுள் நாயர் எதையோ எழுதிக்கொண்டிருந்ததினால் அந்த நேரத்தில் யாரையும் கவனிக்கவில்லை.

திருமண மண்டபத்தினுள் ஜோடனை பலமாக இருந்தது. ஒலிபெருக்கியில், சின்ன மௌலானாவின் நாதஸ்வர இசைத்தட்டு முழங்கிக்கொண்டிருந்தது. மணமண்டப ஹால் நிறைய ஃபோல்டிங் செயர்கள் நிரம்பியிருந்ததில் யார் யாரெல்லாமோ உட்கார்ந்திருந் தார்கள். சிறிது நேரத்தில் மண்டபம் நிரம்பி வழிந்தது. பூவும் பொட்டும் மணமுமாக கும்பல் சேர்ந்துவிட்டது.

சிவதாஸ் யாரும் எளிதில் கண்டுகொள்ளாத கும்பல் மத்தியில் வசதியாக - வசமாக, இடம்பிடித்திருந்தான். யாரோ, பஞ்சாக தலை நரைத்த பெரியவர் ஒருவர், சில்க் ஜிப்பாவும், தங்கபிரேம் மூக்குக் கண்ணாடியும் பதவிசுமாக அருகில் அமர்ந்திருந்தார். மலையாளத்துக் கம்பீரம்!

முகூர்த்த நேரம் நெருங்கிக்கொண்டிருந்தபோதுதான் தெரிந்தது, அது மலையாளமுறைக் கல்யாணம் என்பது. மணமேடையில் பெரிய கதகளி குத்து விளக்கு இரண்டு, தேங்காய் எண்ணெய் துல்லியத்தில், ஜாஜ்வல்யமாக ஏற்றி வைக்கப்பட்டிருந்தது. அம்பாரமாகச் செந்நெல் நிறைந்த 'பறையும்' பட்டு சுற்றிய நீள ஆசனப் பலகையும் தயாராக இருந்தன.

ஆச்சு. எட்டு மணி ஆயிற்று. முகூர்த்த நேரம். இந்தமாதிரி மலையாளமுறை கல்யாணமென்றால் கவலையே இல்லை. எல்லாம் நிமிஷகாலத்தில் முடிந்துவிடும். சடங்கு, சம்பிரதாயம் என்று பொறுமையைச் சோதிக்காது. பார்த்துக்கொண்டிருக்கும் கொஞ்ச நேரத்திலேயே பிரமுகர்களாக நாலைந்து பேர் மணமேடைக்கு அருகில் வந்து நின்றார்கள். பட்டு வேஷ்டி, வெள்ளை கப் கை சட்டை, அலங்காரத்துடனிருந்த 'வரனை' மைத்துனன் கைபிடித்து அழைத்துவர வந்து நின்றான். மறுபக்கத்திலிருந்து, ஜரிகை முண்டு, ஜாக்கட்டு அலங்காரத்துடன் 'வதுவும்' அழைத்து வரப்பட்டாள். நவதம்பதிகள் இருவரும், அந்தப் பிரமுகர்கள் காலில் விழுந்து கும்பிட்டுவிட்டு மணமேடை ஏறினார்கள்.

எடுத்துக்கொடுத்த பெரிய ரோஜாப்பூ மாலைகளை ஒருவருக் கொருவர் மாற்றிக்கொண்டார்கள். மாலைமாற்றிக்கொண்டதும் சபையோரைப் பார்த்து வோட்டுக் கேட்கவந்த வேட்பாளர்களைப் போல கும்பிட்டார்கள். உடனேயே ஒரு பெரிய மனிதர், பெண்ணிற் கான புடவையையும், ஜாக்கெட்டையும் ஒரு பெரிய தாம்பாளத்தில் வைத்துக் கொடுத்ததை, 'மணவாளன்' கையேந்தி வாங்கி, 'மணவாட்டி' கையில் தருகிறான். இரண்டு அழகிய வளைக்கரங்கள் நீட்டி தாம்பாளத்தைப் பெற்றுக்கொண்டவளை, சிவதாஸ் நன்றாகப் பார்த்தான். குழுமியிருந்தவர்களைப் பார்த்த அவளும் இவனைப் பார்ப்பது போலிருந்தது. 'அய்யோ–அய்யய்யோ இவள் புதுமணவாட்டி நம்மோடு படித்த சுபாஷிணியல்லவா? ஆமாம். அவளேதான், புடவைத் தாம்பாளம் ஏந்திய அவளை மற்ற பெண்கள், உள்ளே அழைத்துக்கொண்டு போனார்கள். இனி அவள், மணமகன் கொடுத்த புடவையை அணிந்துகொண்டு மண மேடைக்கு வருவாள். பிரமுகர்கள் வாழ்த்துவார்கள். முடிந்தது கல்யாணம். கல்யாணமா? புடவைக் கொடை!

கடைசியில், அந்த சுபாஷிணியின் கல்யாணத்திற்கே, ஓசிப் பந்தியாளாக வந்து நிற்க வேண்டிய நிலை ஆகிவிட்டதே! அந்த சுபாஷிணியேதான். அவளேதான். பள்ளியிறுதி வகுப்பில் எத்தனை துடிதுடிப்பு. எத்தனை அலங்கார விசேஷம். தனக்குப் பள்ளியிறுதிப் படிப்பைத் தாண்டிவர வக்கில்லாததினால் கடைசியில் இந்தப் பிழைப்பாயிற்று. ஆனால், இவள், சுபாஷிணி, அந்த அலங்கார சுந்தரி வகுப்பில் அடித்த கொட்டம் கொஞ்சமா? வகுப்பில் அவள் தான் முதல் மாணவி. பெண் என்ன படித்து, என்ன பட்டம் கட்டியுந்தான் பிரயோஜனம் என்ன? கடைசியில் இப்படித்தானே யாரோ ஒருவன் நீட்டும் புடவைத் தாம்பாளத்திற்குக் கையேந்திக் கொண்டு, தலையைக் கவிழ்த்துக்கொண்டு போக வேண்டியது தானே?

தானும் ஒரு பெண்ணாகப் பிறந்திருந்தால், இப்பொழுது இப்படித் தெருவில் நிற்பதுபோல நிற்க வேண்டி நேர்ந்திருக்காது. எவன் பின்னாலாவது போயிருக்கலாம். ஹும், சள்ளை மனசு, எங்கெல்லாம் போகிறது? சுபாஷிணி, அன்று தன்னிடம் வகுப்பில் எவ்வளவு தூரம் அன்னியோன்னியமாகப் பழகினாள். முன்ஷி தாடி வாத்தியாரின் இருக்கை செயரில் ரோட்டு தாரைக்கொண்டு வந்து தேய்த்து வைத்தது... இண்டர்வல்லின்போது டெஸ்க்மேல் ஏறி குதியாட்டம் போட்டது. அப்படி ஒரு காகித அம்பு போராட்டத்தின்போதுதானே, இந்த சுபாஷிணி நேரிடையாக வந்து களத்தில் நின்றாள். 'திருட்டுத்தனமா பேப்பர் ஆரோ விடுறவன், ஆண்மை இருந்தால் நேருக்கு நேர் வரணும். அதுதான் வீரம்' என்று வீறாப்பு பேசினாள். 'மகாகணம் பொருந்திய ராணி அம்மை சுபாஷிணியே! நான்தான் அம்பு விட்ட ஆண்பிள்ளை சிங்கம். எதிர் அம்பிருந்தால் தொடுத்து விடேன்' என்றேன். அவள், இங்கு பாட்டிலில் இருந்த காகிதச் சுவரில் சிவப்பு இங்கை ஊற்றி மேலே விட்டெறிந்தாள்.

சட்டையெல்லாம் ரத்தாபிஷேகம் ஆகியபோது, 'விஷ்....விஷ்' என்று மற்றவர்கள் சீட்டி அடித்தனர். பதிலுக்குப் பதில், பழிக்குப் பழி என்று கொஞ்சநாள் கருவிக்கொண்டிருந்தது. ஒருநாள் அவள், வெள்ளைக் கலை உடுத்தி கலாவல்லியாக நிமிர்ந்து நடைபழகி வந்தபோது, அதே சிவப்பு இங்கு கவர்தான் பழிவாங்க உதவியிற்று. வெள்ளைத்துகில் முழுதும் ரத்தத் திட்டுகள். முடிவு, அவள் அழுது பின்வாங்க; மனம் கேட்காமல் பின்னாலேயே போய், 'மன்னித்துக் கொள் சுபா, நீ இவ்வளவு வேதனைப்படுவாய் என்று தெரிந் திருந்தால் இந்த வழிக்கே வந்திருக்க மாட்டேன். அன்று நீ, செய்த தற்குப் பரிகாரம் செய்ய எண்ணினேன். அதற்கு, நீ இப்படி அழுது

கலங்கிப்போவாய் என்று நினைக்கவேயில்லை...' இப்படிச் சமாதான வெள்ளைக் கொடி விரித்தபோது, நீ களுக்கென்று சிரித்துவிட்டு, நன்றாக ஏமாந்தாயா என்று ஓடிவிட்டாய்... எத்தனை சாகச நாடகமெல்லாம் ஆடிக் காட்டினாய்?

கடைசியில் பள்ளி இறுதி வகுப்பின், கடைசிப் பரீட்சை நாட்களுக்கு முன்னதாகவே, இந்த சுபாஷிணி வகுப்பிற்கு வருவதை நிறுத்திக்கொண்டாள். அவள் வராமலிருந்த நாட்களில் எல்லாம் மனதில் சிதல்கட்டிய உணர்வுகளை, 'விரகதாபம்' என்றுதான் சொல்ல வேண்டும். அந்த விரகமும் விசாரமும் துள்ளலும் துடிப்பும், வரவில்லாமல் செலவுகள் செய்து நிமிர்ந்திருந்த அந்த நாட்கள் போயே போய்விட்ட பின்பு, பள்ளியிறுதித் தேர்வில் வெற்று வேட்டுதான் ஆக முடிந்தது.

பிறகென்ன? போக்கிடம் வேறில்லாமல், சாலைக் கடைவீதிக்கு வந்து, அல்லாடியது. பத்மநாபர் ஆலய கோட்டை வட்டத்தினுள், ஜில்லா ஆபிஸ் திண்ணைகளில் மனுக்கள் எழுதிக் கொடுத்துக் காசு வாங்கிப் பிழைத்தது, கோயில் சுற்றம் தேடிவரும் உல்லாசப் பயணிகளும், 'பொட்லச்' இங்கிலீஷில் ஸ்தலபுராணம் உரைப்பது, தமிழ்நாட்டுப் பிரயாணிகள் கேட்கும் லிக்கர் கடைக்கு வழி காட்டுவது. அப்பப்பா.... எத்தனை பிழைப்புகள் வேஷங்கள்... ஆரம்பத்தில் எல்லாம் கல்யாண மண்டபங்களில் கும்பலோட நுழைந்து பந்திச் சாப்பாடு சாப்பிடுவது, ஒரு தாமாஷாகத்தான் துவங்கியது... வரவர அதுவும்கூட வயிற்றுப் பிழைப்பில் ஒன்றாகி யது. நாளெல்லாம் உல்லாசப் பிரயாணிகளும், கச்சேரியில் மனு எழுதுகிறவர்களும் வருகிறார்களா என்ன? படித்தவனாயிற்றே, மூட்டை தூக்கினால் சங்கோஜம்... பிறகெப்படி! இப்படித்தான், சோறு கண்ட இடத்தில், வேஷ விதானத்துடன்... சீ...சீ... இப் பொழுது அந்த, அவளது கல்யாணத்திலேயே, திருட்டுச்சோறு உண்ண வேஷமிட்டு வரும் நிலை. லைலா – மஜ்னு – ரோமியோ ஜூலியட், அம்பிகாபதி – அமராவதி. இவர்கள் காலத்திலெல்லாம் இந்தச் சோற்றுப் பிரச்சினை இருந்திருக்காது. அதனால் தெய்வீக, மானசீகக் காதலே, நீ வாழ்ந்தாய்...

ஒவ்வொருத்தரிடமாக வந்து, சாப்பிட வரணும் என்று, உபசாரமாக அழைத்துக்கொண்டிருந்தார்கள். சாப்பாட்டுப் பந்திக்கான நுழை வாசலில், மண்டப காரியக்காரர் நாயர் நின்று கொண்டு பந்தியில் நுழைபவர்களைக் கண்காணித்துக்கொண்டி ருந்தார். சிவதாஸ் தன் அருகில் அமர்ந்திருந்த பெரியவரிடம், 'வாருங்கள் சாப்பிடப் போக வேண்டியதுதானே' என்று அவரை யும் அழைத்துக்கொண்டு, ஏதோ சம்பந்தா சம்பந்தமில்லாத பேச்சாக எதையோ உளறியடித்துக்கொண்டு கண்காணிக்கும் நாயரின்

பார்வையிலிருந்து சாமர்த்தியமாக வழுக்கி வழுக்கிக்கொண்டு உள்ளே நுழைந்துவிட்டான். நுழைந்தவன், நடுப்பந்தியில் பெரிய இலையாகப் பார்த்து உட்கார்ந்துகொண்டான்.

மலையாளத்து விருந்து. இலை நிறைய தொடுகறிகள். இஞ்சி, நார்த்தாங்காய், தயிர்கிச்சடி, அன்னாசிப் பழப்பச்சடி, வாழைக்காய் துவட்டல், முட்டைக்கோஸ் துவரன், உருளைக்கிழங்கு வடை, கூட்டுக் கறி, அவியல், உப்பேரி, நேந்திரங்காய் வறுவல், படற்றிப் பழம், அப்பாடா சம்பிரமமான படைப்புகள். மூங்கில் நார் வட்டிலில் ஆவிபறக்கும் சம்பா அரிசிச் சோற்றை ஒவ்வொரு இலை யாகப் போட்டுக்கொண்டே வந்தார்கள். சோறு போடுகிறவனுக்குப் பின்னால் பருப்புவாளி, அதற்குப் பின்னால் நெய். நெருங்கி நெருங்கி வந்தாயிற்று. சிவதாஸின் இலையிலும் அம்பாரமாகச் சோறு விழுந்தாயிற்று.

சோற்றில் ஒரு பகுதியை ஒதுக்கி, பப்படத்தை நொறுக்கி சோற்றில் பிசைந்தபோது, பருப்பும் நெய்யும் விழுந்தது. ஆவலோடு பிசைந்தெடுத்துப் பெரிய கவளமாக, பசி ஆர்வத்துடன், வாய்க்குக் கொண்டு போகவில்லை. இரும்புப் பிடியாக ஒரு கை சோற்றுக் கையைப் பற்றியதை உணர்ந்தான். “அப்படியே போடு கீழே, எழுந்திரு ராஸ்கல்...” பட்டாளம் நாயரின் உடும்புப் பிடியும் இடி முழக்கம் போல அதட்டலும் சிவதாஸ், நிலைமையை உணர்ந்து, பந்தியை ஒருமுறை ‘அம்போ’ என்று பார்க்கிறான். நேராக எதிர் வரிசையிலேயே மணமகனும் மணமகளும் அமர்ந்திருந்தவர்கள், இவனையே பார்க்கின்றனர். நூறு இருநூறு பேர் கொண்ட பந்தியில் அத்தனை கண்களும் இவனையே பார்க்கின்றன. “அட விடுங்க நாயர். இலையில் உட்கார்ந்தாச்சு. சாப்பிட்டிட்டுப் போகட்டும்” என்று யாரோ சொன்னதை நாயர் கேட்டதாகவே யில்லை. “வா வா கிளம்பு. நாங்க இங்கே எதுக்கு இருக்கோம்... பாவம் புண்ணியமெல்லாம் பிறகு...” பட்டாள நாயர் இழுத்த இழுப்பில் வரிசையை விட்டு வெளியே வந்து நிலைகுலைந்து நின்றவனின் பார்வையில் இலைமுன் மணமகனுடன் – சுபாஷிணி! கொஞ்சம், பார்த்து ஏளனமாகச் சிரித்தாளோ? நாயரின் கையை உதறிவிட்டு, விருட்டென்று வெளியே ஓடி வந்தவனை, தெருவில் நின்ற மற்ற எச்சிற்கலைகள் ஊளை விட்டு வரவேற்றனர். “பாரு டோய், முதல் பந்தியிலேயே சாப்பிட்டிட்டு சந்தனம் பூசிக்கிட்டு ஓடுறாரு ஒரு ஆளு ஊய்.” சுபாஷிணியின் அந்தப் பார்வை ‘சிவதாஸ், நீ படிக்கிற காலத்தில் வீறாப்பெல்லாம் பேசி, அட்ட காசம் செய்வியே. கடைசியில் என் கல்யாணத்தில் திருட்டுச் சாப்பாடு சாப்பிட வந்து, கையும் களவுமாக அகப்பட்டுக்

கொண்டாய்' சினிமா சிரிப்பு மாதிரி, சுபாஷிணி அப்புறம் நினைத்து நினைத்துச் சிரித்திருப்பாளோ? சீ... கேவலம் ஒரு வாய்ச்சோற்றுக் காக.... நினைக்க நினைக்க சிவதாஸுக்கு நெஞ்சில் எங்கெல்லாமோ வலியாக வலித்தது. தூ....

வெயில் ஏறிக்கொண்டேயிருந்தது. பத்மதீர்த்த குளக்கரையின், உள்பக்கப் படிகட்டு ஒன்றில், ஆளொழிந்த தனிமையில் அமர்ந் திருந்த சிவாவிற்கு அழுகைகூட வந்தது. கேவலப்பட்டுப்போய் விட்டோமே? கடைசியில், அந்தப் பெண் முன்னிலையிலா வேஷம் கலைய வேண்டும்? அப்படியே குளத்தில் விழுந்து செத்தே போய் விட்டால்.... கரைமேல் அரசமரத்து இலைகள் மத்தியானக் காற்றில் ஓவென்று இரைந்துகொண்டிருந்தன. மரத்தின் உச்சிக்கிளை யொன்றில் காகம், சுள்ளியாகக் கூடுகட்டியிருக்கிறது. மேத்தமணி மேடைக்கு அப்பால், மேகமற்ற நீலவானத்தில் ஒற்றையாக கிருஷ்ணப் பருந்து ஒன்று பறந்து போகிறது. மேட்டுக்காற்றாடி மரத்தில், பகலில் தூங்கும் வௌவால்களின் தோரணம், கறுப்புநிறப் பொட்டணங்களாகத் தொங்கிக்கொண்டிருந்தது. கோயில் படிக்கட்டின் கீழே இரண்டு பெரிய டூரிஸ்டு பஸ்களின் ஜன்னல் கதவுகளிளெல்லாம் கலர் கலராகச் சேலைகளைக் காயப் போட்டுவிட்டு, பிரயாணிகள், பஸ்ஸினுள் தூங்குகிறார்களோ என்னமோ?

சிவதாஸ், என்ன நினைத்தானோ, விருட்டென்று எழுந்தான். அணிந்திருந்த பாலிஸ்டர் சட்டையைக் கழற்றினான். பரபரவென்று முண்டாசாகச் சுருட்டி, குளத்து நீரின் நடுமட்டத்திற்கு வீசியெறிந் தான். போதும், இந்த வேஷம்! உடுத்தியிருந்த வேஷ்டியைப் பார்த்தான். வேண்டாம் அதாவது மிச்சமிருக்கட்டும் என்று எண்ணிய போது, குளத்தின் படிக்கட்டை விட்டு மேலே ஏறி வந்தான்.

'பத்மதீர்த்தமே உணரூ. மானச பத்மதீர்த்தமே உணரூ' என்ற யேசுதாஸின் பாடல் எதிரே ஆசிரமத்தின் ஒலிபெருக்கியிலிருந்து முழங்கிக்கொண்டிருந்தது!

❖

40

நாலு மணி

அழவேண்டும் போல் இருந்தது.

சுவரில் முட்டிக்கொண்டு, மண்டையை ரணகளேபரம் செய்து, ஓவென்று அலறியடித்துப் புரண்டு, பினாத்த வேண்டும் போலிருந்தது.

முடியவில்லை.

துண்டைச் சுருட்டி வாயில் திணித்துக்கொண்டு, சங்கடத்தை, ஆற்றாமையை, ஆதங்கத்தை, துக்கத்தை, துயரத்தை மென்று விழுங்கத்தான் முடிந்தது.

செத்துப்போனவள், மனைவி வாசந்தி. ஆறு வருஷமாக கலகலவென்று மஞ்சளும், பூவும் பொட்டும் மணமுமாக உடன் வாழ்ந்தவள். விடியற்காலை நாலுமணிக்கெல்லாம் போய்விட்டாள். ஆமாம், நாலுமணி.

வாசந்தி இப்பொழுது நடுவீட்டில், குத்துவிளக்கும் ஊதுபத்திப் புகையும், நெல்பொரியும் நிறைநாழியும் அரளிப்பூ மாலையுமாக, பட்டுச்சேலையை கால்பாதம் மறைய மூடிக்கொண்டு அந்திமத் துயில் கொள்கிறாள்.

துக்கம் நெஞ்சு வெடிக்கப் புரண்டென்ன செய்ய? அழ முடிய வில்லையே. ஓவென்று அழமுடியாததற்கு இன்னொரு முக்கியமான காரணம் இன்று, இவள் செத்துப்போன நாள் பார்த்து ஊர்க் கோயில் திருவிழா வந்திருக்கிறது. வீட்டுச் சந்து முனையில் கோடியில் எல்லாம், ஒலிபெருக்கிகளாக, மூங்கில் பரண்கள் மேல் தொத்திக்கொண்டு, 'சங்கீத சௌபாக்கியமே' என்று அலறுகிறது. தெருப்பாதையெல்லாம் வெள்ளை மணல் விரித்திருக்கிறது. கசாம்புசாமென்று குஞ்சுகுளுவான்கள் மணலில் அமர்ந்திருந்து 'ஈக்கி ஈக்கித்தம்பலம்' விளையாடுகின்றன. சைக்கிள்கள் போகின்றன. காளைமாட்டு வண்டி வருகிறது....

ஆமாம். வண்டிவந்து வாசலிலேயே நிற்கிறது. வண்டியிலிருந்து வாசந்தியின் அக்காள் கிழவியும், நாத்தனாரும் தலையை விரித்துப்

போட்டுக்கொண்டு, "என் தங்கம், நீ போயிட்டியாமக்கா...." என்று அலறியடித்துக்கொண்டு வீட்டிற்குள் வந்து விழுந்த பின்பும் ஒப்பாரியிட்டார்கள். என்ன பிலாக்கணம் என்று தெளிவாகக் காதில் விழவேயில்லை.

ஒலிபெருக்கிகள்; 'தென்னைமரச் சோலையில் சிட்டுப் போலப் போனவளை' அழைத்துக்கொண்டிருந்தது.

"என்ன செய்தது? சும்மாத்தானே இருந்தா போன வாரம் வெள்ளிக் கிழமை சாயங்காலங்கூட ஊர்க்கரைக்கு வந்திருந்தாளே? நாங்கூட பிள்ளையுண்டாயிருக்கியாமாக்காள்ணு கேட்டேன். சிரிச்சாளே பாயிமட்டை. அந்த மாயச் சிரிப்புதானே மறக்க முடியல்லே... நீ கெட்டினவன் எப்பிடி இதெ பொறுத்திக்கிடப் போறியோ?"

மணி நாலு.

வாய்விட்டு அழுதுகாட்ட முடியவில்லையே என்று, கண்ணில் நீர் நிறைத்துக் காட்டவும் முடியவில்லை. சும்மாவே இருந்தேன். மணிதான் ஓடிக்கொண்டிருக்கிறது. ஆமாம், நாலுமணி!

"நம்ம ஊர்களிலேன்னா தெருவிலே ஒரு மரணகாரியம் நடந்தா, கோயிலிலெ பூசையும், பூவிளக்குமெல்லாம் பொணம் காடேறின பிற்பாடுதான். இங்ஙெண என்னடான்னா திருவிழா நடக்குதாம். நடக்கிறது மாத்திரமில்லை, ஒரு துக்கம் விசாரிச்சு ரெண்டு வாக்கு பேசக்கூட முடியாமெகொண்டு, ஸ்பீக்கர் வெச்சு சங்கீதப் பொரளி நடக்குது. நல்ல பட்டணத்துக் கூத்து..." என்றார் தோள்முண்டால் முகத்தைத் துடைத்துக்கொண்டு வெற்றிலை எச்சிலை முற்றத்தில் நீட்டித் துப்பிய வயசாளி.

இவரை எனக்கு ரொம்ப முக்கியமாகத் தெரியும். எங்கள் வகை எல்லா கல்யாணங்களுக்கும் தவறாமல் வருவார். மார்பு, முண்டா கையெல்லாம் சந்தனம் பூசிக்கொள்வார். அனேகமாக எல்லா மரண காரியங்களுக்கும் வருவார். ஏணிப் பாடை கட்ட மூங்கில் தறிப்பார். பொச்சக் கயிற்றினால் இறுக இறுக வரிந்து தேர்கட்டுவார். தேங்காய் உரிக்கும் வெட்டுக் கத்தியாலேயே பாக்கை வெட்டி, சின்னச் சின்னத் துண்டுகள் செய்து தாம்பாளத்தில் இடுவார், பெரிய வெற்றிலை நிறைய சுண்ணாம்பு அடித்து, சிவப்பு நாக்கை நீட்டி, வெற்றிலையை ஓரவாயில் அடக்கிக்கொண்டு, பணியாரம் தின்பது போல மென்றுகொண்டே இருப்பார்.

"அழுதுகொண்டே கெடந்தா போன ஆளு பொழைச்சிருமா. காரியத்தைப் பார்ப்போம். மணி நாலு. நாசுவன் எங்கே போக்கழிஞ்சு போனான்?" வெற்றிலை எச்சி துப்பல். பளிச்....

வெகுநேரம் ஆகிவிட்டிருந்தது. ஊதுவர்த்தி குமட்டலாகப் புகைகிறது.

இப்பொழுது அழவேண்டுமென்றோ சங்கடம் காட்ட வேண்டுமென்றோ இல்லை. துக்கமும், சுட்ட நேரத்திற்குத்தான். புத்தர் சொன்னதுபோல, சாக்காலையே இல்லாத வீட்டில் இருந்து பிச்சை அரிசி வாங்க முடியுமா...?

வெயில் ஏறிக்கொண்டிருந்தது. நாலுமணியென்றால் வெயில் இறங்கவல்லவா செய்யும். எப்படியோ? வெயில் கொளுத்துகிறது. ஒலிபெருக்கிகள் நிசப்தம். ஊர்சந்திப்பின் காரியஸ்த கொட்ட கையில், இரவில், பொய்க்கும்பம் ஆடப்போகும் பெண்பிள்ளை மச்சானுக்கு, முகத்திற்கு ரோஸ் பவுடரும், கண்புருவத்திற்கு மை வேஷமும், நெஞ்சுக்குப் பஞ்சும் ஜிகினாவும் வைத்து தைத்த முலை ஜாக்கெட்டும், கொசுவப் பாவாடையும் ஆக, அலங்காரம் நடந்து கொண்டிருந்தது.

நாசுவன், முற்றத்தில் கொண்டு வைத்த பித்தாளைத் தோண்டி போனமுறை சுடுகாட்டிற்குப் போய்வந்த பிறகு தேய்க்கவே செய்யாத பச்சைக் களிம்பு தேசலில், வெயிலில் இருந்தது. சேகண்டி யும், சங்கிலி அடுப்பில், காய்ந்த தேங்காய்மட்டை புகைச்சலும், பூணூலிட்ட கிண்டியும், குமுட்டும் சாம்பிராணிப் புகையும்... வயிற்றில் பசி எடுத்தது.

"ஏய் அய்யா, இந்தக் காப்பியைக் கொஞ்சம் வாயிலே விட்டுக்கோ. வெயிலிலெ அந்த அத்தம் போகணும். வெறும் வயிறோட நடந்தா தலையும் கண்ணும் சுத்தும்..." கருகருவென்று, இப்படிக் கருப்பட்டிக் காப்பியாக, மரணவீட்டில் வரும்போது கிழவிகளுக்கு எப்படித்தான் போட வருகிறதோ? காப்பி, மரணக் குழம்பாகத் தொண்டையை விட்டு இறங்கியது.

ஒலிபெருக்கியின், சங்கீத உதறல் அற்றுப்போன அமைதியில், கிழவிகள் ஒப்பாரியை கோரஸாக அழுதுகொண்டிருந்தார்கள். ஊரிலிருந்து வந்த மாட்டு வண்டியின் காளை மாடுகள், காட்டு ஆமணக்குச் செடிப் பந்தலின் கீழ் நிழலில் படுத்திருந்து, அசை போடுகின்றன. ரோட்டுக்கப்பால், வெள்ளை அடிக்காத மண் சுவரில், 'உங்களது ஒவ்வொரு வோட்டும் குழியானைக்கே...' என்று எழுதியிருக்கிறது. தென்னை மரத்திற்குமேல் ஒரு பருந்து பறக்கிறது.

அதன் வாலைத் தொட்டுப் பிடிக்க இரண்டு காகங்கள் துரத்து கின்றன. பருந்து சிறகுகளால் உதறி, தாழப் பறந்து சட்டென்று, ஏமாற்றி உயரத்தில் பறக்கிறது. கிரீச்சென்று ஒரு எக்காளக் கூச்சல்.

ஒற்றை பெஞ்சு மேலேயே அமர்ந்திருந்து இருக்கை நொந்த போது, சிநேகிதன் வந்தான். காக்கி நிக்கரும், சட்டையும் க்ஷவர மில்லாத முகமும், மௌனவுமாக வந்தவன், கைகளைப் பிடித்து, வருத்தத்தை அழுத்தினான். கண்கள் சிவந்தன. பச்சை நிறச் சேலை யும், ரோஸ்வர்ண ஜாக்கெட்டும் அணிந்திருந்த, அவன் மனைவி, குங்கும கோபிக்காரி, இங்கே முகத்தைப் பார்த்துக்கொண்டே உள்ளே போனாள். அவள் போனபோது ஈக்கூட்டின் அழுகை கொஞ்சம் பலத்தது. பிறகு, சொயிங் என்று வாலறுந்தது போல அடங்கிற்று. ஏதோ கைக்குழந்தை பாலுக்கழுதது மட்டும் கேட்டது.

வந்த நண்பன், என்னனென்வோ பேசிக்கொண்டிருக்கிறான். எவ்வளவு நேரமாகிறது? மணி நாலு! அவன் நண்பன், நாட்டுத் துப்பாக்கியில், ஈயக்குண்டு அடைத்து, காடை கவுதாரி சுடுகிறவன். ஒரு சமயம், இத்தாம் பெரிய வௌவால் ஒன்றை அடித்துக்கொண்டு வந்தான். 'தங்கச்சி, வௌவால் கறி ரொம்ப ருசி பார்த்துக்கோ. சாப்பிட்டீங்கண்ணா ரெண்டு பேரும் ராத்திரி தூங்க மாட்டீங்க....' என்று நமட்டலாகச் சிரித்தான்.

அந்த, அவன், சிரித்துக்கொண்டே எங்கோ வெளியூருக்கு நரி வேட்டைக்கு என்று போயிருந்தபோது, இந்தக் குங்கும கோபிக்காரி, (இவளுக்குப் பொட்டே வைத்துக்கொள்ளத் தெரியாது. எப்பொப் பாரு கோபிதான்.) வீட்டிற்கு வந்திருந்தாள். வந்திருந்தவள், இவள் சேலையைக் கட்டிக்கொண்டு அரங்குப் பிரையில், வழுக்கு சிமிண்டு தரையில் படுத்து உறங்கிப்போனாள். அர்த்தராத்திரியில் நானென்ன கண்டேனா? இவளை, அவள் என்று நினைத்து ஒன்றாகப் படுத்து உறங்கப்போனேன். விடியற்காலம் பல்தேய்க்கும் போது, ராத்திரிக் கூத்தை நினைத்துக் களவாணிச் சிரிப்பு சிரித்த இந்தக் கோபிக்காரி கைகாரி ராட்டு. மனைவி வாசந்தி பாவம். இப்படி, செத்துப்போவேன் என்று அன்றே தெரிந்தவள்போலப் பரிதாபமாக அழுதாள். அவளுக்கில்லாத அழுகை, உனக்கெதற்கு என்று சமாதானம் சொல்லியும் அன்று கேட்கவில்லை. 'இப்படிப் போய்விடுவோம் என்று திரிகாலமும் உணர்ந்தவளாயிற்றே?'

காரியங்கள் எல்லாம் ஆகிப் புறப்படும்போது, சரியாக மணி நாலு. ஒலிபெருக்கிகள் ஓலம், குய்யோவென்று மறுபடியும் ஆரம்பித் திருந்தது. வெயிலின் கானல் பளபளப்புபோல், சினிமாகானம், தந்தனத்தோம் வெக்கை கொட்டியது. நாசுவனின் கன்னங்களும்

கழுத்து நரம்புகளும் புடைத்தனவே தவிர, சங்கொலி வெளியே கேட்கவேயில்லை. சிநேகிதன், புறாக்களை வேட்டையாடி பனை நாரில் கோர்த்து தோளில் இட்டுக்கொண்டு நடந்து வருவதுபோல, நான்கு பேர் தோளில் ஊர்வலம் ஆரம்பமாயிற்று.

சுடுகாட்டில் பொட்டலில், கைப்பத்தி கைப்பத்திகளாகக் கள்ளிச் செடிகள், கடுவன் பூனையின் மீசை போல முட்களை நீட்டிக்கொண்டு புதர் மண்டிக்கிடக்கிறது. மண்டபச் சுவரில், ஆண்பெண் லீலா விநோதங்களைக் கரிக்கோடு எழுத்துகளால் பாடம் நடத்தியிருக்கிறார்கள். 'ஸ்டாலின் நாமம் நீணாள் வாழ்க, புரட்சி ஓங்குக....' எழுதியிருக்கிறது... 'உடம்பை மட்டும் தூக்குங்கோ, மத்ததை எல்லாம் வெளியே போடுங்கோ... சீக்கிரம் ஆகட்டுமப்பா... கதம்பையை அடுக்கு... மொட்டை போட ஆள் உண்டா?....' நாசுவன் ராஜ்ஜியம் திமில்படுகிறது.

தர்மக் காசு வாங்க, சுடுகாட்டுப் பிச்சைகள் வரிசையாக உட்கார்ந்திருந்தன. எல்லோருமே, பிணங்களின்மேல் மூடிவந்த சிவப்புத் துண்டுகளாக உடுத்தியிருந்தார்கள். 'அய்யாகாசு.... அய்யாகாசு...' முரட்டுப் பாலைமரம் ஓங்கி வளர்ந்து நிற்கிறது. சுவட்டில் முக்கோண உருவத்து மாடசாமியின் சிலை முகத்தில் புதிதாக மஞ்சணம் அப்பியிருக்கிறது. மேடையில் ஆடுகள் புழுக்கையிட்டு நிரப்பியிருக்கிறது. புதரடியில் வெயில் படாத புல் இடுக்கில், பஞ்சுப் பொதி போலச் சிலந்தி வலை கட்டியிருந்ததின் மேல் யாரோ, நுரையாக ஒன்றிற்குப் போயிருக்கிறார்கள்.

'மணி நாலு ஆயாச்சு. போவோம் அப்பா....' நாசுவன், கூலிக்குச் சண்டை போடுகிறான். 'வளமையாகக் கொடுக்கிற நாப்பது ரூபாயெல்லாம் போச்சுது சாமி. இப்போ அறுபது ரூபாயும் தந்தாகணும். கையாள் கூலி பத்து ரூபா... நடத்துங்களேன். நாசுவன் வேண்டாம். வண்ணான் வேண்டாம்.... கறண்டு அடுப்பு வந்தாச்சே. கொண்டுவர வேண்டியது. பணியாரம் சுடுறது மாதிரி சுட்டுவாங்கிட்டுக் கையோடு போயிரலாம். அதில்லே ஆசாரப் படியிண்ணா நாங்க சொல்றபடிதான் காசு கணிசமா தரணும். மிச்சம் பிடிச்சு ஆருகொண்டு போக? அருமந்த ஆளெ நாளைக்கு வெள்ளென வந்து பாக்கும்போ சாம்பல்... நம்ம வயத்திலெ நட்டாதீங்க...' முடிந்தது. நமோவாகம்!

வேர்த்து வழிய வழிய வீடுவந்து சேர்ந்தபோது, ஒலிபெருக்கி இல்லை. வெள்ளை மணல் விரித்த ரோடுமட்டும், ஓவென்று கிடந்தது. வீட்டு முற்றத்தில் காக்கைகள் மேய்ந்துகொண்டிருந்தன. அவளைப் படுக்க வைத்திருந்த கட்டிலைக் கழுவி, கவிழ்த்துப் போட்டிருக்கிறார்கள். யாருமில்லை! வாசற் கதவு சாத்தியிருக்கிறது.

தட்டுகிறேன்.

'வாசந்தீ....தீ....'

'வாறனே... நாலுமணி வரைக்குமா சுடுகாடு? வெயில் கொதிக்குது. குளிக்க தண்ணி நான் எடுத்து வச்சிருக்கேன்...'

கதவைத் திறந்துகொண்டு எதிரே வந்து நின்ற வாசந்தி, எவ்வளவு அருமையான மனைவி. புறக்கடை வாசலைத் திறந்து கொண்டு, குளியலுக்குப் போகும்போது தாழ்வாரத்தில் கடிகாரத்தைப் பார்க்கிறேன்;

சரியாக மணி நாலு!

41

தாசில்தார் மரணம்

இன்று காலையில்தான் அது நடந்தது. இன்றைய காலை நேரத்திற்குள் அதனால் ஒரு தனித்தன்மை வந்துவிட்டது. ஒவ்வொரு நாளுக்கும் இப்படியாகக்கொண்ட ஏதேனும் ஒரு சுட்டுதல் இருந் தாலும் பாதிப்பின் நேரடிக் காரியத்திலிருந்து அந்தத் தனித்தன்மை உருத்திரிகிறது. விஷயம் அப்படியொன்றும் பிரமாதமானதாக இல்லை. அன்றாட விடியலின் காக்காய் கத்துவது போல, முற்றத்தில் ராச்சியம்மா சாணி தெளிப்பது போல, புஷ்பம்மா கோலமிடுவது போல, உப்பு வண்டிக்காரன், 'உப்பேய் உப்பு' கத்துவது போல சூரிய கிரணம், தென்னை ஓலைகளின் இடையினூடே உற்றுப் பார்ப்பது போல, கிணற்றடி இரும்புக்கம்பி கிரீச்சிடுவது போல... வேண்டாம், வேண்டாம். இது எது போலுமில்லை. இதற்கெல்லாம் அப்பாலுள்ள ஒரு புதிய தனித்தன்மையின் காரியமாயிற்றே. ஆமாம், தாசில்தார் கிழவன் செத்துப்போனார்.

இன்று, காலைப் பொழுதின் தனிநிகழ்ச்சி இது. 'அய்யோ எங்க பொன்னு அப்பன் செத்துப் போச்சே. எனக்கினி ஆருரிக்கா...' என்று ராச்சியம்மா, சிமிண்டுத் திண்ணையில் தண்ணீரைக் கொண்டுவந்து கொட்டிவிட்டு, உப்பு வண்டிக்காரன், 'உப்பேய் உப்பு' என்று கூப்பாடு போடும் ஸ்டைலில், கத்திவிட்டு உள்ளே போனாள்.

அப்பொழுது, கால் புண்ணிற்கு சோப்பு போட்டுக் கழுவி, புதிய துணியால் கட்டுப் போட்டுக்கொண்டிருந்தான் மாரியப்பன். 'போய்ச் சேர்ந்தாச்சு கிழற்று வாணாலு, இஙி அம்புட்டுதான்...' என்ற எண்ணம் எழுந்தபோதுதான் இன்றைய தினத்தின் தனித்தன்மை அவனுக்கு உறைத்தது.

'மாரியப்பா, இங்கே கொஞ்சம் வாயேன்... அய்யோ... காலிலெ மருந்துவச்சு கெட்டீட்டு இருக்கியா? எந்திக்காதெ. அங்கேயே இரி. நானே வாறேன்...' படியிறங்கி முற்றத்தைத் தாண்டி, சுவரோரத்தில் இருந்த குழாயிலிருந்து தண்ணியைத் திருகி முகத்தைக் கழுவிக்கொண்டு எட்ட வந்து நின்றாள், அந்த வட்டகையின் ஓட்டு வீட்டுக்காரி குசலம்.

“என்னத்த, கெடந்து ஒப்பாரி வச்சு தாசீல்தாருக்கெ மக. கௌவன் போய்ச் சேந்தாச்சுன்னு தோணுது. அய்யோ ரெண்டுங் கெட்ட சமயமாயிப் போச்சு… மாரியப்பா நீ என்ன நெனைச் சாலும் சரி, ஒரு சல்லிக்காசு கையிலெ இல்லெ. அஞ்சாறு நாளா ஒரு ஒற்றையொரு ஆளும் வந்து கேறவுமில்லெ. அஞ்சுபைசா பொரளவுமில்லெ… இப்போ என்ன செய்ய?”

சூரியன் தென்னை மரத்துக்குமேலே எட்டிக்கொண்டிருந்தான். உப்பு வண்டிக்காரன், கத்தல் நாலு தெருவுக்கப்பாலிருந்து இரைச்சலாக இல்லாமல் சன்னமாக மட்டும் கேட்டது.

ராச்சியம்மாளின் அழுகையுடன் யாரோ ஒரு கிழவியின் பிதற்ற லும் ஒப்பாரியாகக் கேட்டது. புதிதாக யாரோ உறவுஜனம் வந்திருக்க வேண்டும்… ‘என்னெப் பெத்தயய்யா… நீ ஆரெப்போல போயிட்டே…’

“மாரியப்பா இங்கே ஒப்பாரி வைக்க ஆரு அளச்சா இந்த மூதிகளெ…? சவம் ரெண்டு நாள் முந்தி ஒரு ராத்திரிகூடெ அந்த ராச்சியம்மெ என்கிட்டெ வந்து கேட்டா; கௌவன் கண்களைத் தெறக்காம கெடக்காரு, குசலக்கா. ஒருக்க கஞ்சி காச்ச இருநாளி அரிசியாவது தா அக்கான்னு… எனக்கென்ன மாரியப்பா நெல்லு அறுத்தடிச்சு வருதா இல்லெ கவர்மெண்டு சம்பளம் வருதா? கையிலெ பசையுள்ளவன் ஆராவது வந்து ஏறினாத்தான் நம்ம கும்பி நெறையும்? சவம், இந்த ராட்டுக்கிட்டெ சொன்னேன் பார்த் துக்கோ. புத்தரிக்கண்டத்தான் ஒருத்தன், ஒரு நடைக்கு இவளைக் கொஞ்சம் அனுப்பு. அம்பது ரூபாய் கையிலெ தாறேன்னு பிரியப்பட்டு சொன்னான். இவள்ட்டெ சொன்னப்ப இந்தப் பத்தினியம்மா கர்ணகி டிராமா ஆடுதா… ரொம்ப நாளொண்ணும் ஆவல்லெ மாரியப்பா… அன்னைக்கும் இது போல பட்டினின்னு வந்து நின்னப்போ முட்டையிட்டுக்கிட்டிருந்த நல்லோரு தொப்பிக் கோளியை பிடிச்சு நின்ன நெலைக்கு வித்து, காசு கொடுத்தேன்… இப்போகெடந்து ஒப்பாரி… எனக்கு ஆரிருக்கான்னு…”

ஓட்டு வீட்டுக்காரி குசலம், சாய்ந்து நின்றிருந்து தென்னங் கீற்றிலிருந்து ஒரு பச்சை ஈர்க்குச்சியை உருவி எடுத்துக்கொண்டு திரும்பி திண்ணை தாண்டிப் படியேறிப் போனாள்.

கொஞ்ச நேரத்திற்குப் பிறகு, ஊர் மகன் வைத்தியசாமி வந்தான். வந்தவன், அங்கே போய் எட்டிப் பார்த்தான். அவனைக் கண்டதும், அழுது சிந்திக்கொண்டிருந்த ராச்சியம்மா எழுந்து வந்தவள், ரெண்டு கைகளையும் மேலே தூக்கி அவிழ்ந்த கொண்டையை முடிந்துகொண்டு அவனைப் பார்த்துச் சிரித்தாள்.

"வைத்தி, நீ வந்தப்பதான் எனக்கொரு சமாதானம், பார்த்துக்கோ, அதிகம் ஆரையும் எதிர்பார்க்கண்டாம். ஒனக்குள்ளதை கணக்குபோல தந்திடுவேன். முந்தா நாளு அப்பனுக்குப் பென்சன் பணம் வந்தது இருக்கு. கண்ணு தெரியாட்டாலும், கெளவன், தப்பிப் பிடிச்சு ஒப்பு போட்டு பணத்தை வாங்கித் தந்திட்டுத்தான், போக் களிஞ்சாரு. வைத்தியசாமி, நான் இங்கே ஒத்தைக்கு கெடந்து இந்த விளியெல்லாம் விளக்கெனே. எதுத்த வீட்டிலெ அந்த குசலக்கா, மாரியப்பனிட்டே போய் கிண்ணாரம் பேசுதா. அவன் தாயளி குஷ்டம் பிடிச்சவன். அவன்தான் அவளுக்குச் செலவுக்குக் கொடுக்கானா? மனுஷாளு தரம் பாக்குது இந்தமாதிரி, சாக்காலெ, நோக்கா முண்ணு வரும்போதானே? கெடக்கட்டும், வைத்தி நீ ஆக வேண்டியதெப்பாரு..." அவளது கரைச்சலும், அய்க்கியானியவுமெல்லாம் எங்கெ போச்சுதோ? வைத்தியசாமி பச்சை ஓலையை வெட்டியவாறு சொல்வான்: "சின்னம்மோவ், நீங்க, அப்பனுக்கெ பென்சன் பணம் இருக்கு, சுடுவாட்டு காரியம் பாருன்னு சொல்லுதியோ. காரியமெல்லாம் சரிதான். இங்கெயிருந்து அங்கெ சுடுவாடு வரைக்கும்கொண்டு எத்திக்க நாலு ஆள்பேரு வேணுமே... அதுக்கு ஆணாப் பொறந்தான் நான் ஒருத்தன் மட்டும் போராதே. உங்க தகப்பனாரு – பேரு பெத்த பேரு சாடு சப்பட்டைன்னு ரெட்டியாருசாமி சொன்னது மாதிரி, பெரிய தாசீல்தாரு... என்ன ஆச்சு... பென்சன் பற்றி வந்தப்போ ஒரு குட்டிப் பட்டிகூட திரிஞ்சு பாக்க இல்லே..."

வைத்தியசாமி, பச்சைத் தென்னை ஓலையை பாயாகப் பின்னியவாறே பேசிக்கொண்டிருந்தான். அவன் துவர்த்து முண்டை தார் பாய்ச்சி உடுத்தியிருந்தான். இடுப்பில், பொட்டணம் போல மடக்கு பேனாக் கத்தியைக் கட்டியிருந்தான். "வீட்டம்மோவ்! ஒரு பண்ணையாரு கதை தெரியுமோ உங்களுக்கு...? ஊருக்கு பெத்தம் பெரிய பண்ணை அவரு. எல்லா சாக்காலை வீட்டிற்கும் போவாரு. போகக் கூடியவரு, அந்த அத்தம் வரைக்கும் இருந்து காரியமெல்லாம் பாக்கமாட்டாரு. வந்ததும், தான் வந்ததுக்கு அடையாளமாயிட்டு தனது கைத்தடியை வச்சிட்டு, இந்தா வந்திருதேன்னு போயிருவாரு... பொறவு காரியமெல்லாம் முடிஞ்சப்புறம் அவருடைய ஆள்வந்து, எஜமானரு வர்றதுக்கு முந்தி அவசரப் பட்டுக் காரியமெல்லாம் முடிச்சிட்டேளா? எஜமான் கோவமாயிருக்காரு... அவரு கைத்தடியை எத்திட்டுப் போரேன்னு – கைத்தடியை எடுத்துக்கொண்டு போவான். ஊரில் எல்லா சாக்காலைக்கும் இதுதான் பெரிய பண்ணைக் காரியம். யாரும் எதுத்து ஒருவாக்கு கெம்பவில்லை. கடைசியிலெ என்ன ஆச்சு? இந்தப்

பண்ணையும் குழிக்குக் காலு நீட்டிய காலம் வந்தது. ஊர்சனங்க ஆரும் வரல்லெ. ஒரு பத்துநூறு கைத்தடிக மட்டும், பண்ணையாரு வீட்டுத் திண்ணையிலெ கிடந்தது... ஏன் சொல்லுதேன்னா இங்கே தாசீல்தாரு அய்யா காரியமும் அது போலதான்... எதுக்கும் நாலு ஆளு வேணுமே..."

"ஒன்னெ கதை சொல்லவா கூப்பிட்டேன்... அன்னா மாரியப்பன் இருக்கான். என் விளி கேட்டதினாலெ, இன்னைக்கு எங்கியும் போவாமெகொண்டு குந்தி இருக்கான். பாவம்..."

"மெம்மோவ்... நீங்க செரியான ஆளுதான். கொஞ்ச நேரத் துக்கே முன்னாலெ அவனை, குஷ்டரோகின்னு குற்றம் சொன் னியோ? நல்ல பொம்பிளை நீங்கோ..."

வெயில், முதுகுத் தோலை ஊசியால் குத்தியது. இன்னும் கொஞ்ச நேரத்தில் உச்சிப்பொழுது ஆகிவிடும். இன்றைய பொழு தின் தனித்தன்மை இன்னும் கசப்பாக வளர்ந்துகொண்டிருந்தது. மரணக் கசப்பு. வைத்தியசாமி, எதிர்த்தவீட்டு குசலத்திடம் போய் பீடிக்கு நெருப்பு கேட்டு வாங்கிப் பற்ற வைத்துக்கொண்டான். திண்ணையில் படுத்திருந்த சொறிநாய் மொய்க்கும் ஈக்களை அவுக், அவுக் என்று கடித்துக்கொண்டிருந்தது. குசலம்மா, குளித்து கூந்தலை நீவி விட்டவாறே வந்து வைத்தியசாமியிடம் பேசிக் கொண்டிருந்தாள். ராச்சியம்மா, நீட்டி நிமிர்ந்திருந்த கிழவன் தலை மாட்டில், விளக்கேற்றி ஊதுவத்தியும் பொருத்தி வைத்திருந்தாள். விளக்கின் தீபம், பகல் வெளிச்சத்தில், நனைந்துபோன மஞ்சள் நிறப் பூப்போல வெளிறிப்போயிருந்தது. ஒப்பாரித்துணைக்கு வந்த கிழவியும், கலைந்த பரட்டைத் தலையை உலுக்கி முடிந்துகொண்டு போய்விட்டிருந்தாள். வைத்தியசாமி மூங்கில் கழியால் காமணம் கட்டி, வைக்கோல் பிரிசுற்றி, தலைமாட்டிற்கு அதே வைக்கோல் தலைகளை – வைத்துத் தயாராக இருந்தான். நெருப்புச் சட்டியில் காய்ந்த தேங்காய் மட்டைகளை, மூட்டி விட்டிருந்ததினால் காந்தலாகப் புகை சுருண்டுகொண்டிருந்தது. குசலம்மா, உலை கொதியைப் பார்க்க உள்ளே போய்விட்டாள்.

"மாரியப்பசாமி, இப்போ நீங்கதான் ஒரு வழி சொல்லணும். நாம போயி, அயல்சனம் நாலு பேரைக் கூப்பிட்டா, சொந்தக் காரங்க வாறவுக வந்து, நாங்க இல்லியா, செத்தொழிஞ்சா போனோம்னு காரியம் கேப்பா. ஊருக்குச் சொல்லீட்டுதான், இக்கண்ட சாமான் சங்கதியெல்லாம் வாங்கியாந்தேன். இப்போ, காமணம் ரெடி, தீச்சட்டி ரெடி ஆரையும் ஆளெக் காங்கல்லே. பிரேதமானா சுகக்கேட்டுக்காரன் பிரேதம். நாற்றம் வெச்சாச்சு...

இந்த வீட்டு குசலம்மா கெடந்து வெப்ராளம் காட்டுதா. பிரேதம் காடேறின பிற்பாடுதான் சோறு வடிக்கணுமாம். நானென்ன செய்ய? ஒரு வழிதான் சொல்லுங்களேன்..."

"அய்யோ... ஊர் மகனே. நான் காலிலே புண்ணு கைவிரல்லே புண்ணுன்னு, கஷ்டமான நோய் பிடிச்சவன். இங்கே இந்தத் திண்ணைமேலெ ஒறங்குவேன். விடிஞ்சா எந்திச்சுப் போவேன். எனக்கென்ன தெரியும்? வாரும். தெரு நடைக்குப் போவோம். நாலு ஆளுகளெ கேப்போம். இந்தக் காரியத்துக்கு வராமலா போவா..."

தெருநடைக்கு வந்தபோதுதான் ஊர் நெலமை புரிந்தது. "அங்கெயா? அந்தக் கௌவனெக்கெடையிலெ கெடத்தீட்டு மகக் காரி ஊர் மேஞ்சு, கௌவனும் இருந்த காலத்திலெ தாசீல் நடத்தி னான். இப்போ சொந்த ஜனம் இல்லெ.... ஆரு வருவா? எங்களுக் கென்ன தலையிலெ வண்டியா ஓடுது? கார்ப்பரேஷனிலெ சொன்னா போதுமே. அதுவும் கவர்மெண்டிலெ இருந்த ஆளு. வண்டி மரியாதையோட கொண்டு போவான்..." என்று சிரித்துத் துப்பினார்கள்.

"பாவிமட்டைக. அப்பிடியா சொல்லுதானுக... அய்யோ... எனக்கு ஆருமில்லியே... யேய், யப்போ... ஆளத்துப் போனேனெ நானு" என்று குய்யோவென்று, விட்ட இடத்திலிருந்து தொடர்ந் தாள், ராச்சியம்மா.

ஒப்பாரியில் பொழுதுதான் இறங்கிக்கொண்டிருந்தது. தாசீல் தார் பிரேதத்தின் தலைவழி மூடிய புதுத்துணியை மீறி எறும்புப் பட்டாளம் வர ஆரம்பித்திருந்தது. எறும்புகள் வரும் சுவர் இடுக் கையும், உடைந்த மோட்டு வளையையும், எண்ணெய் இல்லாமல் அணைந்துபோன விளக்கையும் பார்த்துக்கொண்டு மலங்க, மலங்க நின்றாள் ராச்சியம்மா.

"ஏய் மூதி ராச்சியம்மா, இதுதான் பாத்துக்கோ நாலு ஆளு நம்ம ஆளுன்னு பளக்கம் வேணும்னு சொன்னது. நான் படிச்சு படிச்சு சொன்னப்பொ எல்லாம், நீ – 'கண்ணகியோ மாதவியோ' வந்தவள் நீ யாரடியோன்னு, கோவலன் கதை நடத்தினெ. இனிமேக் கொண்டாவது நல்ல புத்தியா இரி... கெடந்து விளிக்காதெ. நான்கொண்டு வாறேன் ஆளு. இந்த ராச்சியத்திலெ நமக்கும் நடக்கணுமே" என்றவாறு வெளியே போனாள், ஓட்டு வீட்டுக்காரி குசலம்.

வைத்தியசாமி, தீச்சட்டியில் அணைந்துபோன நெருப்பை மூட்டுவதற்கு ஆயத்தமானான். நடக்க கஷ்டப்படுபவனாக இருந் தாலும், மாரியப்பன் சொன்னான்: 'நான் கைகால் வௌங்காத

சுகத்தப்புக்காரனா இருந்தாலும், மூணு ஆள் வந்திமடா மிச்சம் ஓராளா நான் கை கொடுப்பேன். ஊர் மகனாரே! எங்களையெல் லாம் நாய்மாதிரி ஒதுக்கினதினாலெதானே நாங்க ஒதுங்கிப் போறோம்... அந்த வகையிலெ இந்தக் குசலத்தம்மாளெ குத்தம் சொல்ல முடியாது பார்த்துக்கோங்கோ...' என்றவாறு பிய்ந்துபோன கால் செருப்பை மாட்டிக்கொண்டு, 'நான் தயார்' என்ற பாவனை யில் வாசலைப் பார்த்துக்கொண்டிருந்தான். எங்கிருந்தோ நாயொன்று அவன் காலடியில் வந்து சுருண்டு படுத்தவாறு கழுத்தை நீட்டி அவன் முகத்தைப் பார்த்தது. நாய் வந்ததும், மாரியப்பன் புண்களுக்குத் துணையாக ஈக்கள் வந்தன. அவனுக்கு வேலையாயிற்று. ஈ ஓட்ட ஆரம்பித்தான்.

சும்மா சொல்லக் கூடாது. குசலம்மாள் பின்னால் கணக்காக நாலு ஆள் வந்தபோது, வைத்தியசாமிக்கும் மாரியப்பனுக்கும் ஆச்சரியம் தோன்றவில்லை. ஆனால், வந்த நாலு பேரும் முதலில் அவர்கள் கூப்பிட்டபோது, கார்ப்பரேஷன்காரர்களைக் கூப்பிடச் சொன்ன நபர்களாக இருந்ததுதான் ஆச்சரியமாகப்பட்டது.

"அய்யா, ஊர்மகனாரே, சீக்கிரம் சீக்கிரம். என்ன இது வயசாளி பொணத்தை நாள் முழுக்கப் போட்டுக்கிட்டு, காரியத்தை வெரசா பாரும்..." என்று முடுக்கிய, நால்வரில் ஒருவன் குசலம்மாளை அடிக்கொருதரம் பார்த்தான்.

பிணத்தை காமணத்தில் ஏற்றியபோது, ராச்சியம்மாள் சாமியாட்டம் வந்தது போலத் தலைவிரித்து அழுது அடித்தாள். குசலம்மாள் அவளை இறுகப் பிடித்துக்கொண்டாள். நிச்சயமாகப் பிணம் வெளியேறிவிடும் என்று தெரிந்ததும் அண்டை அசல் சுவருக்கப்பாலிருந்ததெல்லாம் வேடிக்கை பார்க்க முகங்கள் தெரிந்தன. ஊர்மகன் சங்கை ஊதினான். நாய் குலைத்தது. நாலுபேர் தார் பாய்ச்சிக் கட்டிக்கொண்டு, தாசீல்தார் பிணத்தை தோள் போட்டுக் கொண்டு போனார்கள். ஊர்வலத்துக்கு, மாரியப் பன்தான் நொண்டியவாறு மொத ஆளாக நடந்துபோனான்.

தாசில்தார் கிழவன் செத்துப்போனதின் இரண்டாவது நாள்; என்ன இருந்தாலும் முன்பு சர்க்கார் உத்தியோகம் பார்த்தவரா யிற்றே. நாலு ஜனம் இனம் தெரிந்தவர், இவருக்கு ரெண்டு சொந்த பந்தம் இருக்கத்தான் செய்தது. இந்த உண்மை மெக்காநாள்தான் தெரிய வந்தது. ஆமாம், தாசீல்தார் செத்துப்போனதின் 'துஷ்டி' விசாரிக்கப் பத்துப் பதினைந்திற்கும் மேலாக வெள்ளை வேஷ்டியும் ஆள் தடபுடலுமாக வந்தார்கள். தெருவாசலில் ஆள் வந்ததும்

மாரியப்பன்தான் செருப்புப் போடாத வெறுங்காலுடன் ஓடி ராச்சி யம்மையிடம் வந்தான்.

"...யெம்மோவ். ராச்சியம்மா, உங்களுக்கும் நாலு ஆளு ஜனம் இருக்கத்தான் செய்யிது. தோ பாருங்க. வந்துக்கிட்டெ இருக் காங்க..." என்றான், ஓடிவந்தவன்.

"வாறாங்களா வரட்டும். அங்கே குசலக்கா கிட்டெ சொல்லு. சாணித்தண்ணி கரைச்சுக் கொண்டுவர..." என்றவாறு வீட்டுக் கதவைப் படாரென்று சாத்திவிட்டு, ராச்சியம்மா, குசலத்தின் பின் வாசற்கதவைத் திறந்துகொண்டு உள்ளே போனாள்.

'துஷ்டி' விசாரிக்க வந்தவர்களுக்கு தாசில்தார் வீட்டின் அடைத்த கதவுதான் துட்டி கேட்டது.

வாசலுக்கு வெளியே குட்டி நாய் உறங்கிக்கொண்டிருந்தது.

42

பூனை

பூனை ஒன்றும் அப்படி முக்கியமான விஷயமில்லை. இருந்தாலும் வீட்டு முற்றத்து நாழிக் கிணற்றினுள் அது விழுந்து தொலைத்துவிட்டது. விழுந்து தொலைத்ததுகூட முக்கிய காரிய மில்லை. பிறகு என்னதான் காரியமென்றால், கிணற்றினுள், விழுந்த சனியன், தண்ணீர் மட்டத்திற்கு மேல் கொஞ்சம் தாக்குப் பிடித்தது. பிறகு கிணற்றுச் சுவரின் செங்கல் இடுக்கில் ஒரு பொந்துமாதிரி இருந்ததில் அள்ளிப்பிடித்து உள்ளே போய் நுழைந்துகொண்டு விட்டது. நனைந்த வால் மட்டும் வெளியே துருத்திக்கொண்டு தெரிந்தது. பிராணாவஸ்தையாக மியாவ், மியாவ், மியாவ் என்று விடாமல் கத்துகிறது. வெளியே வர வழி தெரியாமல்.

இப்பொழுது முக்கியமான பிரச்சினை – இந்த அசம்பந்தத்தை எப்படி வெளியே எடுப்பது என்பது. தண்ணீர் இறைக்கும் வாளியை, தாம்புக் கயிற்றைத் தழைய விட்டு, செங்கல் மடைப் பக்கமாகப் போட்டுக் கொடுத்தாயிற்று. சவம், மூதேவி ராட்டு சாகப்போகிற கழுதைக்கு கயிற்றைப் பிடித்துக்கொண்டு வாளிக்குள் இறங்கிவிட வேண்டியதுதானே? பேசாமல் இழுத்து கரையில் விட்டுவிடலாம் – லகுவாகிப்போய்விடும். கயிற்றைக் கண்டபோது இன்னும் அலறிக்கொண்டு மியாவ் கத்துகிறதே தவிர வெளியே வரக் காணோம். குளிர்ந்த நீரில் விழுந்து வெடவெடத்துக்கொண்டு எத்தனை நேரம் உயிரைத் தாக்குப் பிடிக்கப்போகிறதோ? தர்மசங்கடம்!

வீட்டில் இவள் ஒரு வாரமாக ஊருக்குப் போயிருந்தாள். அவளுக்கென்றால், இந்தப் பூனையிடம் பக்கத்து வீட்டு சிநேகிதி, தமிழ்சினிமா, கோயில், இதற்கெல்லாம் மேலாக – ஒரு அலாதி பிரியம். அப்படி ஒரு ஆத்மார்த்தம். ஊருக்குப் போகப் புறப்பட்ட போதுகூட, ‘கண்ட கண்ட ஹோட்டலில் எல்லாம் சாப்பிடாதீங்க. ஸ்டவ் இருக்கிறது. குப்பன் பால்கொண்டு வருவான். முறுகக் காய்ச்சி, நல்ல கெட்டித் தயிர் பண்ணிக்கொள்ளலாம். கால் படி அரிசி களைஞ்சு போட்டால், ஸ்டவ்வில் சோறாகிவிடும். ஜாடியில்

நார்த்தங்காய் ஊறுகாய் இருக்கிறது. வடகவத்தல் வறுத்து டப்பாவில் மொறுமொறுவென்று அடைத்து வைத்திருக்கிறேன்.

எதிர்த்த வீட்டு லட்சுமி அக்காளிடமும் சொல்லியிருக்கிறேன். ஒத்தாசையா இருப்பா. இதையெல்லாம் இரண்டாம் பட்சமாகத்தான் சொன்னாள். 'இருந்தாலும் நம் பூனையை கவனமாகப் பார்த்துக்கிடுங்க. அலைய விட்டிராதீங்க. பாவம், வாயில்லாதது. பசிச்சுதுன்னா நம்ம கொடுத்தல்தான். கவனிக்கல்லேன்னா அன்னைக்கு பாத்தீங்களா, எங்கேயோ போய் மீன் குப்பை சப்பையெல்லாம் திண்ணுட்டு வந்து நடு வீட்டிலே வாந்திபண்ணி கொண்டாடி வச்சுது. எடுத்துப் போட்டு சுத்தம் பண்ணி மாஞ்சு போச்சுது.' இதம் பதமாக என் உடம்பைப் பார்த்துக்கொள்ள சொன்னதைவிட அவள் பூனையைப் பற்றித்தான் நிறைய சொன்னாள். இந்தப் பூனையும், அவள் வீட்டு வாசல் கேற்றைத் தாண்டுவது வரையில் குடையாக வாலைத் தூக்கிக்கொண்டு, 'மியாவ், மியாவ்' என்று கூடவே போனது. தெருக்கோடியில் அவள் தலை மறைவது வரையில் பாதிதூரம் கூடவே ஓடிப் போனது. பிறகு, என்னருகில் வந்து கால்வேஷ்டியில் பிறாண்டியது. சிவப்பு நாக்கை நீட்டி மியாவ் மியாவ் – மீசையை துடைத்துக்கொண்டது. மாய்மாலம் எல்லாம் காட்டியது.

அவளுக்குப் பிரியமானது என்பதினால் மட்டுமல்ல – என்னவோ, எனக்கு இந்தப் பூனை பரப்பிரம்மத்தைக் கண்டாலே பிடிக்காது. காலால் எட்டுவேன். 'போயேன் சனியனே' என்று துரத்துவேன். நாலு கால்களையும் சேர்த்து தூக்கிப்பிடித்து சிமிண்டு தரையில் நச்சென்று ஒரு வாங்கு வாங்கினால், நிமிஷத்தில் ஹோகயா. போகட்டும். இவள் வாயை மூடமுடியாதே என்றுதான் சும்மா இருந்து வந்தேன்.

அந்தச் சனியன் இப்பொழுது, அவள் இல்லாத சமயம் பார்த்து இப்படிக் கிணற்றில் விழுந்து வைத்துவிட்டதே. நடுத்தெருவில் எங்கேயாவது ஓடிப்போய் வண்டி சண்டிகளுக்கிடையில் மாட்டி தலையை அரைத்துக்கொண்டிருந்தாலாவது இந்த அசமஞ்சம் நேர்ந்திருக்காது.

'அது ஓடிப்போய் கிணற்றில் விழுவது வரைக்கும் பார்த்துக் கொண்டா இருந்தீர்கள்?' என்று வந்து கேட்பாளே... 'ஒரு சின்ன, இந்தக் கிணற்றிலிருந்து பூனையை எடுத்துவிடத் துப்பில்லாத ஆண் பிள்ளை' என்றெல்லாம்கூடச் சொல்வாள்.

உண்மையில், அது கிணற்றினுள் விழும்போது பார்த்துக் கொண்டுதான் இருந்தேன். அது கிணற்றடிமேல் கூரைகுறட்டிலிருந்து

கீழே குதிக்க வாகுபார்த்துக்கொண்டிருந்தது. எதிர்ப்பக்கம் நின்றவாறு சூ – சூ – வென்று துரத்தினேன். என் முன்னால் குதித்தால் சரியான பூசை கிடைக்குமென்று ஜாலம் படித்த அந்த ராட்டிற்கு நன்றாகத் தெரியும். வேகம் பிடித்துக்கொண்டு, கிணற்றின் அக்கரை முகட்டிற்குத் தாவுவதற்கும், நான் எழுந்து குச்சியை வீசுவதற்கும் சரியாக இருந்தது. பயந்து போய் அலங்கமலங்க வென்று கிணற்று நீர் வட்டத்தினுள் விழுந்தது. விழுந்த வேகத்தில் கொஞ்சமாக சிமிண்டு தரையைப் பிறாண்டிப் பிடித்தது. வழுக்கு சிமிண்டாயிற்றா. பிடிப்பு ஒட்டவில்லை.

பொத்தென்று தண்ணீர் மேல்...

பிறகுதான் அவதி!

“மாமா, இந்த ஏணியை கயிற்றைக் கட்டி உள்ளே இறக்கி வச்சிட்டா பூனை அதின்பாட்டிற்கு ஏணியைப் பிடித்து ஏறி மேலே வந்துவிடும். இந்த வாளி, தாம்புக் கயிறு ஒன்றும் பிரயோசன மில்லை” என்று ஆறடி உயர ஏணியொன்றைக் கொண்டு வந்து உதவினான் கோடிவீட்டுப் பையன்.

அவனும் எட்டு பத்து சகாக்களுமாகக் கொஞ்சநேரம் ஏணியை இறக்கி கயிற்றைவிட்டு, கம்பிகளைக் கொண்டு வந்து பொந்துபுடவெல்லாம் நோண்டிக் கிளறியெல்லாம் பார்த்தார்கள். பூனை மேட்டின் உள்ளே எங்கேயோ போய் ஒளிந்துகொண்டது போலக் கொஞ்ச நேரம் எவ்வித அரவமும் இல்லை.

பக்கத்து வீட்டு லட்சுமி வந்து நின்றவள், “நீங்கள்தான் பூனையை உள்ளே தள்ளி விட்டீர்களா?” என்று நமட்டுச் சிரிப்பு சிரித்து விஷமமாகக் கேட்டாள்.

“அந்தமாமா வீட்டுப் பூனையை அவங்களே உள்ளே புடிச்சுத் தள்ளுவாங்களா அக்கா?” என்றான் வாண்டு ஒருவன்.

“போடா உனக்கென்ன தெரியும்” என்று சொல்லிவிட்டு ஒரு மாதிரியாக என்னைப் பார்த்து, “இருங்க. இருங்க வரட்டும் அவள். எல்லாம் நானே சொல்லிக்கொடுக்கிறேன்” என்றாள்.

“என்ன சொல்லிக்கொடுப்பே?”

“என்னவா? எல்லாம் அவள் வரட்டும். அப்போ தெரியும். அம்மாடியோ வேண்டாம். பிறகு, என்னையும் பிடிச்சு, இந்த மாதிரி எதன் உள்ளேயாவது தள்ளீருவீங்க.. பொல்லாத ஆள் நீங்க” என்றவாறு – அவளும் வாண்டுகளுடன், கிணற்றினுள்ளே எட்டிப் பார்த்தாள். “ஆமா பூனை உள்ளதான் விழுந்துதா, இல்லே

தண்ணீருக்கடியிலெ முக்குளி போடுதா? ஒரு அரவமும் காணலியே?" என்றாள்.

"ஆமா, மாமோவ் அரவமே இல்லை. பூனைக்குக் கொஞ்சம் முன்னாடி வாலுண்ணாச்சியும் பொந்துலெ தெரிஞ்சது. கத்தோ கத்துன்னு கத்த வேறெ செஞ்சிது. இப்போ ஏணியெ உள்ள விட்ட பிற்பாடு சத்தம் மூச்சு இல்லெ. உள்ளார – தண்ணிக்குள்ளதான் விழுந்து வச்சிருக்கும். நாளெ வெடியக்காலம் பாருங்க. வயிறு உப்பிப்போய் தண்ணி மேலெ மெதந்து கெடக்கும். இல்லெ, இந்த ஏணியெ தாம்புக்கயிற்றிலெ முடிஞ்சாவக்கிலெ, கட்டினமானிக்கு வச்சிருப்போம். அது பாட்டுக்கு ஏறி வந்தா சரி. இல்லெ செத்து மெதக்கட்டும். மாவோவ், உங்களுக்கு ரூபா அம்பது மட்டுக்கும் செலவு வந்திருக்குது. கெணத்தை எறச்சு சுத்தப்படுத்தணும். அப்பறம் அக்கா வந்ததும் பதில் சொல்லணும்..." என்றவாறு பையன்கள் ஒவ்வொருத்தராகப் போய்விட்டனர். எல்லோரும் போய்விட்ட பின்பு, பக்கத்து வீட்டு லட்சுமியின் அந்தக் குறும்புப் பார்வை... 'அவள் வரட்டும் எல்லாம் சொல்லிக்கொடுக்கிறேன்' என்ற கறுவல் அப்படியே மனதில் நின்றது.

பொழுதானபோது, 'எப்பிடியோ போகுது' என்று கிணற்றி னுள் பூனை பிரச்சினையை அப்படியே விட்டுவிட்டு வீட்டிற்குள் வந்தேன்.

இரவுச் சாப்பாட்டு விஷயங்களையெல்லாம் முடித்துக் கொண்டு, உறங்கப் போகுமுன்பு, ஒரு சிறு மேய்ச்சல் – அதாவது படிப்பு மேய்ச்சல் – வழக்கமாக உள்ளதை ஆரம்பிச்சேன். புத்தகத் தின் பக்கங்களைப் புரட்ட முடிந்ததே தவிர ஒன்றுமே மண்டை யினுள் அடங்கவில்லை. இவள் போய் நாலைந்து நாட்கள் ஆகி யிருந்தன. மனசும் எண்ணங்களும் என்னவெல்லாமோ பொய் வழிக்குப் பதுங்குகிறதோ? அந்தப் பொய் வழிப் பாதைதான் மத்தியானம் அரங்கேறியதோ?

'வரட்டும் அவ, எல்லாம் நானே சொல்லிக்கொடுத்திருதேன்...' என்றாளே–

சனிக்கிழமை மத்தியானத்திற்குமேல் விடுமுறை ஆகையினால் வீட்டிற்கே சாப்பிட வந்திருந்தேன். கைகால் முகம் சுத்தம்பண்ணி மேசையருகில் தட்டை எடுத்து வைத்துக்கொண்டு உட்கார்ந்த போது லட்சுமி வந்தாள்.

"சாப்பிடப் போறேளா? மத்தியானத்திற்குமேல், ஆபீஸ் இல்லெ போல. பருப்புக் குழம்பு ஆக்கியிருக்கேன், எடுத்தாறேன்"

என்றவாறு என் பதிலைக்கூட எதிர்பார்க்காமல் ஓடிப்போனாள். பருப்புக் கிண்ணமும், கொத்தமல்லித் துவையலும், அப்பளமும் அதுவுமிதுவுமாக வந்தாள். வந்தவள் அவளாக மேஜைமேல் ஒவ்வொன்றாக எடுத்து வைத்து இதம் பதமாக எடுத்தெடுத்துப் பரிமாறினாள். நான் அவளையே பார்த்துக்கொண்டிருந்தேன்.

"என்ன பார்க்கிறியோ? சாப்பிடறது..."

"உன் வீட்டுக்காரர் வந்து சாப்பிட்டுப் போயாச்சா?" என்றேன்.

"அது ஒரு சமயம் வரும். ஒரு சமயம் வராது. கடை வியாபாரம் – சம்பாத்தியம்னாலே அதுக்கு வீடும் வேண்டாம் சாப்பாடும் வேண்டாம். சமயங்களிலே பொண்டாட்டிகூட மறந்து போயிரும்..."

"நான் என்ன கேட்டேன். நீ என்ன சொல்றே?"

"கேட்டதுக்குத்தான் சொன்னேன். இன்னும் சாப்பிட வரல்லே. இனி வராது. இனி எல்லாம் ராத்திரிக்குத்தான். அதான் ருசி தெரிஞ்சவங்களாது சாப்பிடட்டுமேன்னு எடுத்தாந்தேன், கொழம்பு ஊத்தறேன்..."

"என்ன நீ அவனெ, நம்ம பூனையைச் சொல்றது மாதிரி 'அது இது'ங்கிறே?"

அப்பொழுதுதான், மேஜைக் காலருகில் பூனை இருப்பதை இரண்டு பேரும் கவனித்தோம். அது, ரோஸ்நிற சின்ன வாயைத் திறந்து, 'மியாவ்' என்றது, மீசையைக் கோணிக்கோணி அசைத்தது. நாக்கால் மூஞ்சி முகறையெல்லாம் நக்கியவாறு இரண்டு பேர் முகத்தையும் மாறிமாறிப் பார்த்தது. எழுந்து நடமாடி அங்கேயே சுற்றிச்சுற்றி வந்தது – குட்டி போட்ட பூனை மாதிரி!

அவள், கிண்ணத்திலிருந்து வறுத்த மோர்மிளகாய் ஒன்றை யெடுத்து பூனைமுன் போட்டாள். அது மிளகாயை மோந்து பார்த்து விட்டு அவளை நிமிர்ந்து பார்த்தது. மியாவ்...

"அதுக்கு காரம் பிடிக்காது..." என்றேன்.

"பூனைகூட உங்களைப் போலதானா?" என்றவாறு அவள் தட்டில் சோற்றுமீது பருப்புக் குழம்பை ஊற்றினாள். அவள் எட்டியும் எட்டாமலும் வந்து நின்று பரிமாறியபோது எனது உள்ளே ஒரு சிலிர்ப்பு குளிரோடுவதை – உதற முயன்றேன்.

பூனை, மியாவ் கத்திக்கொண்டே இருந்தது.

“எனக்குக் காரம் பிடிக்காதுன்னு எப்படித் தெரியும்?”

“எல்லாம்தான் அவ சொல்லியிருக்கிறாளே? அது மட்டுமா, நீங்க ரொம்ப ரொம்ப பொல்லாத ஆளாம். இன்னும் என்ன உண்டுமோ அத்தனையும் சொல்லியிருக்கிறா. பார்த்தா பூனை மாதிரி – இந்தப் பூனையும் பாலைக் குடிக்குமான்னு இருக்கிறியோ... உம்...”

“பூனை பாலை மட்டுமா குடிக்கும். அதோ பாரு?” மேஜைக் கருகில் அடுக்களை உப்பு பூச்சி போல் ஏதோ ஒன்றை குறி வைத்துப் பாய்ந்து பிடிக்க குறி வைத்துக்கொண்டிருந்த பூனையைப் பார்த்தவள் கலகலவென்று, நன்றாகச் சிரித்தாள். கழுத்து இறக்கத்தில் சோளி நறுக்கில் புல்லரிப்பு வெளிச்சமிட்டது?

“நான் எப்பிடிப்பட்ட பொல்லாதவன்னு சொன்னா”

“ஆமா சொன்னா. சின்னப் பொண்ணுக்குச் சீமந்தம் வரப் போவுதுன்னு... பருப்பு இன்னங்கொஞ்சம்... காரம் குறைச்சலாத் தான் போட்டிருக்கிறேன்...”

“கேட்டதுக்கு பதில் சொல்லாமெ... என்ன பொல்லாதவன்னு சொன்னா? அதைக் கேட்டா?”

“ஒண்ணுமில்லே–”

டக்கென்று அவள் கையை எட்டிப் பிடித்தேன்.

“விடுங்கோ, அட சாமர்த்தியமே, பரவாயில்லையே. அப்போ அவ சொன்னது நூற்றுக்கு நூறு சரியாப் போச்சு...” என்று சட்டென்று தன்னை விடுவித்துக்கொண்டு, கொஞ்சம் எட்ட விலகி நின்று சிரித்தாள்.

“அப்போ இதைத்தான் சொன்னாளா, அப்படியென்றால் இப்போ நூற்றுக்கு அம்பதுகூட ஆகலியே... அதுக்குள்ளயும் நூற்றுக்கு நூறுங்கிறியே!”

“அப்பிடியா சங்கதி... ” என்றவாறு அவள் தன் கைகளைத் திருகித் திருகி அபிநயம் பிடித்தாள். இப்பொழுது பூனை தன் பராக்கை விட்டுவிட்டு எங்கள் இருவர் மத்தியிலும் வந்து நின்று, இருவர் முகத்தையும் மாறிமாறிப் பார்த்து, மியாவ்... மியாவ்...

‘வரட்டும் என் எஜமானி, நாடகமா நடத்திறீங்க...’ என்பது போலிருந்தது மியாவ்.

“ஏதோ பச்சைக் குழந்தை முன்னால் இருந்து அத்தனையையும் பார்த்து வைக்கிறது மாதிரி இருக்கிறது சனியன் இந்தப் பூனை...”

என்றவாறு மீண்டும் மேஜை அருகில் வந்து, "மோருக்கு சோறு எடுத்துக்கிடாமலே எழுந்தாச்சு போல..." என்று உபசரித்தாள், முதல் களேபரத்தை மறந்தவள் போல. இதுதான் தருணமென்று இன்னும் கொஞ்சம் அவளிடம் முரண்டு நினைத்தபோது, 'உக்கும்' என்ற பொய்க் கோபத்துடன், படபடவென்று எல்லாவற்றையும் அப்படி அப்படியே போட்டுவிட்டு இறங்கிப்போய்விட்டாள். கால் வண்ணையின் கொலுசுச் சரிவு, பின்புறப் புடவைச் சரிவு, படகாக முதுகுப்புறம்... அந்தப் பூனைகூட அவள் பின்னால் ஓடிப்போயிற்று.

– புத்தகமா படிக்கவரும்? வெருகுப் பூனைபோல, (பூனை போல அல்ல) ஆட்டிவிட்ட தொங்கணம்போல அங்கேயா இங்கேயா என்று பரிதவித்தேன். கிணற்றிலிருந்து பூனைச் சத்தம் கேட்பது போலிருந்தது. சட்டென்று திண்ணை விளக்கைப் போட்டு கிணற்றினருகே போய்ப் பார்த்தேன். கயிற்றில் கட்டி, உள்ளே தொங்கவிட்ட ஏணியும், தண்ணீர் எடுக்காததால் வறண்டுபோன கிணற்றடியும், இருட்டும், துளித்துளி வெளிச்சமும்தான் தெரிந்தன. ஒருவேளை, பூனை போயிருக்குமோ என்று நினைத்துக்கொண்டிருந்தபோதே, உள்ளேயிருந்து சன்னமாக, மியாவ்... பாவம் கத்தக்கூட முடியவில்லை... என்ன செய்வது? பகலில் மேஜையருகில் அந்த மாய்மாலக் காட்சியெல்லாம் நடிக்கத் தெரிந்த ராட்டிற்கு, ஏணிதான் உள்ளே விட்டிருக்கிறோமே ஏறி வர புத்தி எட்டவில்லையே... சவம், கிடக்கட்டும், என்று எண்ணியவாறு வந்து படுத்தபோது, உறக்கத்திலும் அரைத் தூக்கத்திலும் பூனைக் குரலாகவே கேட்டுக் கொண்டிருந்தது.

விடியற்காலமும், கிணற்றடிக்குள்ளிருந்து பூனைச் சத்தம் கேட்டுத்தான் விழித்தேன். ஆனால், கிணற்றடியில் போய் எட்டிப் பார்த்தபோது, அரவமே இல்லை. மெல்லிய காலை இருட்டில் கிணற்றுநீர், இருட்டில் பூனைக்கண்போலப் பளபளத்தது. ஆடாமல் கிடக்கிறது.

திரும்பியபோது தாம்புக் கயிறும் வாளியுமாக லட்சுமி, கலைந்த கேசமும் குலைந்த அழகுமாக வந்து நிற்கிறாள்.

"லட்சுமி, பூனை கிணற்றினுள்ளேதான் விழுந்து தொலைச்சிருக்கும்... எதற்கும், பரிமாற தண்ணீர் கிணற்றிலிருந்து எடுக்க வேண்டாம். உள்ளே குழாயிலிருந்து வேணுமானால் தண்ணீர் எடுத்துக்கொள்..." என்றேன்.

"அய்யோ ராத்திரியெல்லாம்கூடச் சத்தமே கேட்கல்லே. நினைச்சது மாதிரியே ஆயிப்போச்சு...."

“என்ன நினைச்சே...?”

“நீங்கள்தான் பூனையை கிணற்றிலே தள்ளி வேணும்னே சாகடிச்சிட்டீங்க. நல்ல ஆளு நீங்க. அவ இல்லாத சமயம் பார்த்து என்னவெல்லாம் கூத்து ஆடுறீங்க....”

விடிந்துகொண்டே வரும் வெளிச்சத்தில், அவள் முக பாவத்தின் கிண்டல் எனக்கு நன்றாகப் புலப்பட்டது.

அன்று விடுமுறைநாள். எங்கும் போகவில்லை. பையன்கள் வந்து, கிணற்றில் இறக்கியிருந்த ஏணியை எல்லாம் கழற்றிக்கொண்டு போனார்கள். பூனைபோன இடமே தெரியவில்லை. கிணற்றி னுள்ளே விழுந்த பூனை கொஞ்ச நேரமெல்லாம் பொந்து புடவி னுள் அரற்றிக்கொண்டிருந்ததே. தண்ணியுள் விழுந்திருந்தால் இந்நேரம் செத்து மிதந்திருக்கும். மேலே ஏறிவந்த சுவடே தெரிய வில்லை. வெளியே வந்திருந்தால் வீட்டைத்தானே சுற்றிக்கொண்டி ருக்கும். வட்டகையை விட்டு எங்கும் போகக்கூடத் தெரியாது அதுக்கு. இதற்கிடை ஏணி வழியாகக் கிணற்றினுள், வாண்டு ஒருவன் இறங்கி, சுவர் பொந்து புடவெல்லாம், கிண்டிக் குடைந்து பார்த்தான். ‘இங்கே பூனையுமில்லெ பானையுமில்லெ. அது பாட்டுக்கு கழுத்திலே கல்லைக் கட்டிக்கொண்டு தண்ணீருக்குள்ளதான் விழுந்து வச்சிருக்கும்’ என்று கேலி பேசினான். ஒரு வேலையாளை விட்டுத் தண்ணீருக்கடியில் துழாவிக்கூடப் பார்த்தாயிற்று. தண்ணீர் கலங்கித் துருதுருத்ததே தவிர, பூனையைப் பற்றி ஒரு தடயமுமில்லை. அப்படியென்றால், எங்கேதான் போயிற்று பூனை? வீட்டுக்காரி அதாவது மனைவியாகப்பட்டவளுக்கு ரொம்பவும் பிரியமான ஒரு ஜந்து. நன்றாக கவனமாகப் பார்த்துக்கொள்ளுங்கள் என்று சொல்லிவிட்டு வேறு போனாள். நான் ஊரில் இல்லாவிட்டால் இந்த லட்சணந்தான் என்று, என்னவெல்லாத்துக்குமோ சேர்த்து முகம் சிணுங்குவாள். கோபப்படுவாள்; ஊடல் காட்டுவாள். முருமுருப்பாள் சே, கேவலம் ஒரு பூனை...

முற்றிலும் பூனை விஷயம் மறந்து போகும்படியாக அன்று மத்தியானமும் அவள் உணவு பரிமாற வந்தாள். இப்பொழுது தான் பூனைகூட இல்லை, என்ற மதமதத்த தைர்யம். கெட்ட மனசு நிறைய இருந்தது. பரிமாறிக்கொண்டிருந்தவளைப் பார்த்துக் கொண்டிருந்தது மட்டுமின்றி, கையைக் கழுவிக்கொண்டுவந்து சட்டென்று கதவைச் சாத்தி இவளைக் கொஞ்சம் வசமாக வளைத்து....

சட்டென்று மேலே, உயரத்தில் மோட்டு வளைவிலிருந்து கர்ண கடூரமாக 'இம்மியாவ்... வ்...' தொடர்ந்து பொத்தென்று இருவர் மத்தியில் வந்து குதித்தது அதே பூனை. குதித்த வேகத்தில் மிரண்டுபோய் மியாவ்... மியாவ்... இந்தக் களேபரத்தில் அவள், சர்வ சுதந்திரமாகக் கதவைத் திறந்துகொண்டு, "இன்று சாயங் காலத்திற்குள் அவள் வந்துவிடுவாள்.... அதான் காணாமல் போன பூனைகூட வந்தாச்சுதே...." என்றவாறு சிரித்துக்கொண்டே போய்விட்டாள்.

இப்பொழுது உண்மையிலேயே, இந்தப் பூனையை அப்படியே பிடித்து கிணற்றில் எறிய வைரம் தோன்றியது.... சட்டென்று திரும்பி, அதைக் காலால் எட்டி உதைக்கப் பார்த்ததற்குக்கூட வழியில்லாமல் பூனை ஓடிப்போயிற்று.

ராத்திரிக்கு முன்னாலேயே ஊருக்குப் போயிருந்த இவள், திரும்பி வந்துவிட்டாள். வந்ததும் பூனையைப் பற்றித்தான் விசாரித்தாள்!

43

நாற்றம்

கறிக்குக் கடுகு தாளித்துக்கொண்டு, வேர்க்க விறுவிறுக்க அடுப்படியில் நின்றபோது வெளியே தெரு வாசற்கதவு தட்டப்படும் ஓசை கேட்டது.

'இன்றைக்கு அவரென்ன பனிரெண்டு மணிக்கே வந்து விட்டார் போல' என்று எண்ணியவாறு அவசர அவசரமாக எண்ணெய்ச் சட்டியை இறக்கிப் பிரிமணைமேல் வைத்துவிட்டு, முந்தானையிலேயே கைகளைத் துடைத்துக்கொண்டு, அங்கணத் திண்ணையைத் தாண்டி, வெளி வாசலைத் திறந்தபோது,

"அட, இது யாரெல்லாம், வாங்க வாங்க, உள்ளே வாங்க..." என்று வாய் நிறையச் சொன்னாலும் மனவெளியில் எங்கோ கொஞ்சம் சறுக்கியது. அந்த அவன் ஆமாம் கிருஸ்டோபரும், அவன் மனைவியும் 'லவ் மேரேஜ் என்று கட்டிக்கொண்டது இந்த லட்சணத்தைத்தானா? அட, இவனைவிட வயசிருக்கும் போலிருக்கே...' சட்டென்று மனதைப் பிடித்து நிறுத்திவிட்டு,

"என்ன, இப்ப ஏது ரயிலு, பஸ்ஸிலே வர்றீங்களா கிருஸ்டோபர்? வெயில் இப்படிக் கொளுத்துதே... ஆச்சரியமா இருக்கே... திடுதிடுப்புன்னு வந்து நிக்கிறே.... இதுதானா உன் வீட்டுக்காரி.. வாங்க... சும்மா உள்ளே வாங்க...."

"இவள்தான் சாட்சாத் எனது மனைவி மினி. என்ன உன் வீட்டுக்குத் திடுதிடுப்புன்னு வரக்கூடாதா லெட்டர் எல்லாம் போட்டு, டேட் ஃபிக்ஸ் பண்ணப்புறம்தான் வரலாமா?"

"ஒன்னெத் தெரியாதா? நேரா புறப்பட்டு வந்தோம் போனோம்னு இருக்கிற ஆளா நீ? பாவம், இப்போ இவங்களே வேறெ போட்டு அலைய வைக்கத் தொடங்கியாச்சு போலிருக்கு.... அட, எல்லாம் அந்த மேசை மேலே வைங்க... என்ன இது, மூட்டை முடிச்செல்லாம், பரதேசம் போயிட்டு வர்றாப்பிலெ உக்காருங்க ரெண்டு பேரும். இதோ வந்திட்டேன்' என்றவாறு அவசர அவசர மாக அடுக்களைக்குத் திரும்பியவளை...

“இந்தா பாரு சாவித்திரி, இப்போ ஒண்ணும் நீ அவரசப்பட வேண்டாம். நாங்க அங்கேயே ஹோட்டல்லே எல்லாம் முடிச் சிட்டுத்தான் வர்றோம். குடிக்க மட்டும் குளிர்ச்சியா ஏதாவது தந்தா சரி. ஹோ... அப்பா, நம்ம தமிழ் நாட்டிலேதான் வெயிலு இந்தப் போடு போடுதுன்னா இங்கே கேரளாவிலும் இப்படிக் கொளுத்துதே...”

“வெயிலு கெடக்கட்டும். என்ன இது நீ, இங்கே வரும்போது, அதுவும் இவங்களெ வேற முதன் முதலாகக் கூட்டிட்டு வந்திருக் கிறப்போ ஹோட்டல்லே சாப்பிட்டிட்டு வந்து நிக்கிறேங்கிறே... இரு... அதைப்பற்றி வந்து பேசிக்கிறேன்... இதோ குளிர்ச்சியா எலுமிச்சம் பழப்போஞ்சி கொண்டு வாறேன்...”

திடுதிப்பென்று வந்து நிற்கும் இவனிடமிருந்து பிய்த்துக் கொண்டு உள்ளே ஓடிவிட மனசு பறந்தது. சாவித்திரியாமே, சாவித்திரி...

இப்பொழுதெல்லாம் அவரைத் தவிர, வேறு யாராவது அன்னிய ஆண், பெயர் சொல்லிக் கூப்பிட்டால், எங்கேயோ கூசுகிறது... ஆமாம் என்ன இது? அவன் வந்து ஏறியதும் ஒருவித நாற்றம்? மனசிற்குத்தான் அப்பிடித் தோன்றுகிறதோ.... அவன் உடன்கொண்டு வந்த அந்தப் பிளாஸ்டிக் பை, சூட்கேஸ், மேசை மேல்வைத்த அவற்றிலிருந்துதான், இந்த நாற்றம் வருகிறதோ?

எலுமிச்சம் பழத்தை நறுக்கி, குளிர்ந்த நீரில் ஜூஸ் தயாரிக்கும் போதெல்லாம் இந்த எண்ணம்தான்... ஒரு வேளை அவனைப் பார்த்தபோது மனத்திற்கேற்பட்ட அந்தப் பழைய நினைவுகள்தான் இப்படி நாற்றமாக... இல்லை, மறந்துவிட்டிருப்பான். நாலைந்து வருடமாகியும் மறக்காமலா இருப்பான்...? என்ன இருந்தாலும், நாறுகிறதே...

உண்மையிலேயே நாற்றமடிக்கிறதா?

மறுபடியும் அவர்கள் முன், கண்ணாடி கிளாஸ்களுடன் வந்த போது – அவன் எழுந்து நின்று, சுவரின் புகைப்படங்களை மனைவிக்குக் காட்டி விளக்கிக்கொண்டிருந்தான். “இது சாவித்திரி கல்யாணத்தின்போது எடுத்தது. அந்த குரூப்பின் ஓரத்திலெ பாரு, நான் நிற்கிறேன்... அன்னைக்குத் தலை பூராவும் எவ்வளவு கர்லிங் ஹெயர் பார்த்தியா? அஞ்சு வருஷத்துக்குள்ளியும், சட்டி கவுழ்த் தாப்பல முன் வழுக்கை... பக்கத்திலெ நீ வேற. எவ்வளவு சீக்கிர மாக என்னவெல்லாம் நடக்கிறது...”

பேசியவாறு, திரும்பிப் பார்த்தபோது, கிளாஸ்களுடன் முன் நிற்கிறேன்.

"வாங்கு – கிளாஸை வாங்கு. இங்கே வந்த விருந்தாளி போல நிற்கவா வந்தே – வாங்கிச் சாப்பிட்டிட்டு, போய் முகம் கை காலெல்லாம் கழுவிக்கோ. டிரஸ் சேஞ்ச் பண்ணிக்கோ. ஆர்ட்ஸ் காலறி பார்க்கணும்னா உடனேயே புறப்பட்டால்தான். சாவித்திரி, த பாரு, மத்தியானம் சாப்பாட்டுக்கு வந்திருவாருல்ல, உன் வீட்டுக்காரரு, பாத்திட்டுக் கிளம்பணும் நாங்க."

– இப்பொழுதும் அந்த நாற்றம் அடிக்கிறாப்போல... அவன் கேட்டதற்கெல்லாம் கொஞ்சம் – ஆமாம், இல்லை என்று உழப்பி விட்டவாறு மறுபடியும் காரியம் இருக்கிறாப்போல உள்ளே ஓடத் தோன்றியது. சந்தர்ப்பத்தின் அலமலங்கல் மனதில் குமட்டியது.

"அடுப்பிலெ கை காரியமாயிருக்கேன். ஒரு நிமிஷம் இதோ வந்திட்டேன். அதற்குள்ளே இதோ அவரும் வந்துவிடுகிற நேரம் தான்–" என்று சமாளித்துவிட்டு உள்ளே ஓடினாலும், 'என்ன செய்ய– என்ன செய்ய – அவர் உடனேயே வந்துவிட்டால் தேவலையே–' என்ற மறுகலுடன் – தொட்டேன் என்று அடுப்படிக் காரியத்தை விட்டுவிட்டு வெளியே வரத்தான் வேண்டியிருந்தது. வெளியே 'வேற்று ஆளை' வைத்துவிட்டு, எவ்வளவு நேரம் ஆமைப்போலத் தோட்டுக்குள் தலையை மறைத்துக்கொண்டு இருக்க முடியும்? மறுபடியும் – ஹால் வெளி வட்டம்.

"அதையெல்லாம் வெளியே எடுத்துப் போடாதே. பிளாஸ்டிக் பையிலெதானே இருக்கு. அப்படியே உள்ளே தள்ளி வை. போகும் போது எடுத்துக்கொள்ளலாம்" என்று சொல்லிக்கொண்டிருந்தான்.

"என்னா, என்ன காரியம் ரகசியமாக, புருஷனும் பொண் டாட்டியுமாக நடத்துறீங்க...?"

"அட ஒண்ணுமில்லெ, சாவித்திரி... சரி, உன்கிட்டெ சொல்லி யாகணுமே. இவகூட வேலை பார்க்கிற ஸ்டாப் நர்ஸ் ஒருத்திக்கு இங்கே கன்யாகுமரிப் பக்கம் சுண்டவிளையோ என்னமோ, ஒரு ஊரு. அதிலெ கல்யாணம்னு நாலு பஸ் ஏறி, இறங்கி வந்தமா? வந்த எடத்திலெ அவ புதுப்பொண்ணு, இவ சிநேகிதக்காரி, இதோ இந்தப் பிளாஸ்டிக் பை நிறைய, உப்பு போட்ட நெத்திலிக் கரு வாட்டை அள்ளி வாரிக்குடுத்து அனுப்பியிருக்கா... அதை இன்னும் ஊர்கொண்டு போய்ச் சேர்ப்பிக்கிறது வரையிலெ பாது காக்கணுமே. பஸ்ஸிலேயே எல்லோரும் எங்கேருந்து நாரு துன்னு திரும்பித் திரும்பிப் பார்த்தாங்க. இவ, சூட்கேஸோட

பொட்டணத்தை வச்சிருந்ததினாலெ யார் கண்ணிலையும் படலே... இங்கே வரும்போதே சொன்னேன். சாவித்திரிக்குக்கூட இந்த மாதிரி கவிச்சி நாற்றமெல்லாம் பிடிக்காதுன்னு. உனக்கு நாறுதா சாவித்திரி? உண்மையிலெ எனக்கு நாக்கிலெ நீர் ஊற வைக்கிறபடியா மணக்கத்தான் செய்யிது....”

“அப்பிடியொண்ணும் நாற்றம்னு சொல்ல முடியாவிட்டாலும் ஏதோ ஒருமாதிரி...” என்று சொல்ல வேண்டியிருந்தது. என் முகத்தின் கபடுதான் அவனுக்குத் தெரியுமே? “கேட்டுக்கோ மீனி, சுத்த சைவ ஆசாரக்காரி, இந்தச் சாவித்திரி, ஆமாம், உன் வீட்டுக் காரரும் அப்படித்தானே இருப்பாரு?”

“அவருக்கு இந்த நாற்றமெல்லாம் தெருவில் ரொம்ப தூரத்திலே வந்தால்கூட, வயிற்றைப் புரட்டுதென்பார்...”

பேசிக்கொண்டிருந்தபோதே, ஹப்பா, நல்ல வேளை, வந்து விட்டார், அவர்.

“யாரது... புது விருந்தாளிகள்...? அட, நம்ம கிருஸ்டோபர். சரிதான், தம்பதி சமேதராய் வந்திருக்கிறாப்போல... அதுதான் நம்ம காரியமே உடைச்சாகிறதோ?” வெளியே சைக்கிளை வைத்துவிட்டு உள்ளே வந்தவர், சட்டென்று முகம் மாறியவராக, ‘என்ன இது, துர்வாடை’ என்ற பாவனையில் இங்கே என் முகத்தை ஆராய் கிறார்.

“வா அப்பா சிவராமா, நல்ல சமயத்திலே வந்தெ நீ. வந்ததும் சொல்லிக்கொண்டு ஆர்ட் காலறி மீயூசியம் பார்க்கப் போகிற தென்று இவளை முடுக்கிக்கிட்டிருந்தேன். நல்லவேளை, சீக்கிர மாகவே வந்திட்டே...”

“ஆரம்பிச்சாச்சா உன் பழைய பாடத்தை. எப்பத்தான் நீ கொஞ்சம் சமாதானமா வந்தோம் போனோம்னு இருந்திருக்கிறே... எங்க கல்யாணத்திற்கப்புறம் ரெண்டு மூணு தரம் வந்திருக்கிறே... வருவே, வந்ததும் புறப்படுகிற காரியந்தான். மைசூர் போறதா சொல்லுவே. மூணாறு, தேவிகுளம் போகணும்பே. சாவித்திரி கொஞ்சம் அவ ஊர் சேஷம லாபங்களைக்கூடக் கேட்க விட மாட்டியே... ஏதோ எடுத்துக்கொண்டு போக அவசரமா வந்தது போல வர்றே. ஓடனேயே புறப்பட்டுடறே. இப்போ இந்தா உன் மனைவிகூட வரும்போது கூடவா பழைய அவசரம்? என்னம்மா, நீங்களாவது நல்ல நயிலான் கயிறு கட்டி இவன் அவசரத்தைக் கொஞ்சம் மட்டுப்படுத்தி வையுங்க... அடடே, நான் பாட்டுக்கு வந்ததும் வராததுமா பேசிக்கிட்டே நிக்கிறேன்... என்ன சாவித்திரி,

உன் ஊர்க்காரங்க வந்திருக்காங்க. சாப்பாடெல்லாம் ரெடியா இல்லையா...?"

"அதைத்தான் நீங்க வர்றப்போ பேசிக்கிட்டிருந்தோம். குதிரை மேலெ நின்னுக்கிட்டே சவாரி செய்யிற குணமாயிற்றே இந்தக் கிருஸ்டோபருக்கு... இப்ப அரைமணி நேரத்திற்கு முன்தான் வந்தாங்க. வர்றபோதே ஹோட்டலிலெ சாப்பிட்டுத்தான் வந்தாங்களாம். அதான் அடுத்த புரோகிராம் பற்றித் திட்டம் ஆகிறது..."

"நீ சாப்பிடு, சிவராமா. வழக்கமான உங்கள் வேலைகள் முறைப்படி நடக்கட்டும். இந்த மாதிரியெல்லாம் திடுதிப்புன்னு வந்து நின்னு எந்த இடஞ்சலும் செய்யமாட்டான் இந்தக் கிருஸ் டோபர்னு சாவித்திரிக்குத்தான் நல்லாத் தெரியுமே... அப்பிடித் தானே சாவித்திரி?"

ஆயிரம் சாவித்திரி! என்ன உரிமை, என்ன துடுக்கு, அவன் முக பாவத்தின் அந்த உள் வளைவு? இங்கேயும் ஒரு உள் வளைவு இருக்கிறதோ? 'சாவித்திரிக்குத்தான் நன்கு தெரியுமே...' என்ற அழுத்தல்... லவ் மாரேஜ் செய்தாயிற்றே... தொலைவதுதானே... திடும் திடுமென்று அடிக்கடி வந்து பழைய கிணற்றைத் தூர் வார்றது மாதிரி... இவருக்குக் கல்யாணத்தின்போதே – அப்பா அறிமுகம் செய்து வைத்தார். 'இது கிருஸ்டோபர். நல்ல பையன். படிச்சவன். ஆர்ட்டு, இலக்கியம், அது இதென்று நிறைய விஷயம் தெரிந்து வைத்திருக்கிறான். எனக்கும் சாவித்திரிக்கும் இவன் வந்து விட்டாலே நிறைந்து போகும். நல்ல உபகாரி...' அந்த அறிமுகத்தி லிருந்து இவருக்கும் நெருக்கம் போல... அடிக்கடி வந்து போகும் உரிமை வேறு.

"என்ன சிவராமா யோசனை... அதோ மீனி ரெடி... நானும் புறப்படுகிறேன். எல்லாம் பார்த்துவிட்டுச் சாயங்காலம் நீ ஆபீஸ் விட்டு வரும் முன்னாடி நாங்க புறப்பட்டுடுவோம். இப்பவே விடை வாங்கிக்கிறோம். சும்மாதான் இங்கே கன்யாகுமரி வரைக்கும் வந்தமா – இங்குள்ள ஆர்ட் காலறி ரவிவர்மா ஓவியம் பற்றி யெல்லாம் இவள்ட்டே ரொம்ப பீத்தியிருக்கிறேன். அதான் ஒரு எட்டு வந்து, உன்னையும் சாவித்திரியையும் பார்த்தாப்பிலெ இருக்கட்டும்னுதான்..."

'சாவித்திரியையும்' என்பதில் ஒரு அழுத்தம்

"வரட்டுமா. உங்கள் சாப்பாட்டு வேலை நடக்கட்டும். வா அம்மா மீனி, புறப்படுவோம்..."

அவர்கள் புறப்பட்டுச் சென்றதும் சாப்பிடத் தயாராகி வந்து அமர்ந்த அவர்தான் பேச ஆரம்பித்தார்.

“நல்ல வேளை, அந்தத் துர்நாற்றம் இங்கே சமையல் கட்டு வரையில் இல்லை. தப்பிச்சோம். நல்ல சிநேகிதம் – உங்கப்பாவுக்குத்தான்...”

திக்கென்று இருந்தது. ஆயினும் சமாளிக்கிறேன். “இப்போ சாப்பிடுற நேரத்திலெ அதையேன் நினைக்கணும்? அதுதான் சாயங் காலம் நீங்க வர்றதுக்கு முன்னாடி வந்து எடுத்துக்கொண்டு போயிடுவானே... படிச்சு, அறிஞ்சு என்ன புண்யம்? மற்றவங் களுக்குத் தொல்லை கொடுக்கக் கூடாது என்கிற இங்கிதம் தெரிய லியே. இத்துனூண்டிலெ மண் செப்பு வச்சு விளையாடினோம்னா– எப்பவுமா–”

“என்ன சொல்றே, சாவித்திரி நீ? உன் அப்பா இவனை அதி புத்திசாலின்னு எனக்குச் சொல்லியிருக்காரு... என்னவோ, நீயாச்சு, உன் ஊர்ச் சிநேகிதமாச்சு... ஏதோ, வேணும்னா சாயங்காலம் கொஞ்சம் லேட்டா வேணும்னாலும் வர்றேன். திண்ணை ரூமிலிருந்து இந்த நாற்றம் போனால் சரி...”

கிருஸ்டோபரும், அவன் மனைவியும், ஆர்ட் காலறியும், ரவி வர்மா ஓவியக் கூடமுமெல்லாம் பார்த்துவிட்டுச் சொன்னபடிதான் திரும்பி வந்தார்கள்.

“நாங்கள் திடுதிப்பென்று வந்து சங்கடப்படுத்தி விட்டோம். இல்லையா சாவித்திரி? இனிமேல் அப்படியெல்லாம் நடக்காது. இதோ என் மனைவிக்காரி இருக்கிறாளே, ரொம்பவும் பொல் லாதவள். என் இஷ்டப்படி என்பதெல்லாம் இனி அவ்வளவுதான்... சரியா, வரட்டுமா? சிவராமன் வந்தால் சொல்லிவிடு –” என்றவாறு அந்த சூட்கேஸ், பொட்டலங்களுடன் புறப்பட்டுவிட்டார்கள்.

“வரவா?” என்று சீரியோ காட்டும் குணுக்கலுடன் விடை பெற்ற அவன் மனைவி – அந்த மீனியின் முகத்தில் அவ்வளவு இளப்பம் எதற்கு?

அவர்கள் படியிறங்கிப் போய்த் தெரு முனையில் மறைந்த போது புதிதாக நல்ல காற்று வீசியது போல – இப்பொழுது அறவே அந்த நாற்றம் இல்லாதது போல!

திண்ணை உள்ளேயும், வாசல் வராந்தாவெங்கும் பக்கெட் பக்கெட்டாகத் தண்ணீர்கொண்டு வந்து கொட்டிப் புல் துடைப்பத்தால் அழுந்த அழுந்தத் தேய்த்துக் கழுவி விட்டுக்

கொண்டிருக்கும்போதே, அவர் வந்துவிட்டார். சைக்கிள் மணியோசை... வாய்விட்டுச் சிரிக்கும் கலகலப்பு.

"என்ன சாவித்திரி இது? இரண்டும் கெட்டான் வேளையில் வாசல் திண்ணையெல்லாம் கழுவி விட்டுக்கொண்டு, இன்னைக்கு வெள்ளிகிழமைகூட இல்லையே?"

"மத்தியானமே ஒரு மாதிரி நாற்றம் என்று முகத்தைச் சுளிச்சு மூக்கைப் பிடிச்சிங்களே... அதான். எல்லா நாற்றமும் போகட்டு மேன்னு. வந்தவங்களும், ஒரு வழியா மூட்டை முடிச்சோட போய்ச் சேந்தாங்க..."

"ஓ ஹோ – ஹோ... கிருஸ்டோபரும் அவன் லவ்வர் மனைவியும் போயிட்டாங்களா...?"

"இப்போ எப்பிடி? மத்தியானத்திலே இருந்த அந்தத் துர்நாற்றம் தெரியறதா சொல்லுங்க...?"

"நான் என்ன கேட்கிறேன். நீ நாற்றம் நாற்றங்கிறே... ஆமா, இப்போ சுத்தமா நாற்றம் இல்லை. ஆமாம், கிருஸ்டோபர் எப்போ போனான்?"

"இனி மேல் இப்படித் திடுதிப்பென்று வர மாட்டேன் என்று சொல்லிக்கொண்டு இப்போத்தான் போனாங்க... நாற்றமும் போச்சு..."

"என்ன சாவித்திரி?" என்ற சிவராமனின் கேள்வியையும் மீறி 'அவன் வரமாட்டான்' என்ற மணம் நிறைகிறது...!

44

அழுகை

இப்பொழுதுதான் விடிந்திருந்தது. 'கிளினிக்' வாசலில் நின்று கொண்டிருந்த சாரதாவிற்கு மனம் ஒரு நிலையிலில்லை. என்ன செய்வது? டாக்டர் வர எட்டு மணிக்கும் மேலாகும். மேரியம்மா சிஸ்டர் ஏழு ஏழரைக்கெல்லாம்கூட வந்துவிடுவாள். ஸ்வீப்பர் செல்லம்மா வர்ற நேரம்தான். மணி என்ன? திரும்பிச் சுவர்க் கடிகாரத்தைப் பார்த்தபோது மணி ஆறு நாற்பது.

நேற்றுச் சாயங்காலம். முதல் மாசத்துச் சம்பளம் ரூபாய் நூற்று ஐம்பதை வாங்கிக் கையில் வைத்துக்கொண்டு ஸ்டோர் ரூமிற்கு வந்தபோது தன்னையறியாமல் – எப்படியென்று தெரியவில்லை. அடக்க முடியாமல் அழுகை பொத்துக்கொண்டு வந்தது.

"அய்யோ, சாரதாம்மா, அழுவாக்குமா, யேன்? என்ன?" கதவிடுக்கில் துடைப்பத்தை வைக்க வந்த செல்லமைக்குப் பதில் சொல்லாமலே, முகத்தைத் துடைத்துக்கொண்டு டிஸ்பென்சரி ரூமிற்குப் போய்விட்டதினால் சரியாகப் போயிற்று. அவள் வீட்டிற்குப் போகும்போது, பரிதாபமாகத் திரும்பிப் பார்த்துக் கொண்டே போனாள். இப்பொழுது அவள் வருகிற நேரம்தான். வந்ததும் வராததுமா, அதைத்தான் கேட்கப் போகிறாள். "யேன் சாரதாம்மா நேற்று ஸ்டோர் ரூமிலெ நின்னு அழுதியோ?"

தெரு வாசலில் நின்றபோது, சும்மா அப்படியே நிற்கத் தோன்றி யது. 'என்ன? பஸ்ஸும் ஒண்ணுமில்லே.' ரோட்டிற்கு எதிர்த்தாற் போல, எதிர் வரிசையில் பெரிய மூன்று மாடி வீடு. இரும்பு அழி கேட்டில். 'Beware of dog' போர்டு. உள் பக்கத்தில் தளதளவென்று உயரமாகச் சீமை நெல்லி மரம். கிளைகள் நிறைய அழுந்தக் காய் களைச் சுமந்துகொண்டு நிற்கிறது. இத்தனை நெல்லிக் காய்களை யும் என்னதான் செய்வார்கள்? சும்மா தின்றால் பல்லு புளிக்கும், உப்பு வச்சித் தின்ன ஜோராயிருக்கும். உள்நாக்கில் புல்லரித்தது.

பேப்பர்காரன் சைக்கிளைவிட்டு இறங்காமலேயே பேப்பரை வீசிவிட்டு வேகமாகப் போகிறான். சும்மாடு கெட்டிய தலையில் கூடைகளும் இரும்புச் சாந்துச் சட்டிகளுமாக நாலைந்து பெண்கள்

உரக்கப் பேசிக்கொண்டு போகிறார்கள். இரண்டு எருமை மாடு களுடன் கறவைக்காரன் துவர்த்து முண்டு மட்டும் முழுங்காலுக்கு மேல் கட்டிக்கொண்டு, இடுப்பில் வெற்றிலைப் பொதிபோல் முழைப்பாக எதையோ செருகி வைத்திருக்கிறான். அதையே பார்த்துக்கொண்டு நின்றபோது, அவன் புகைத்துக்கொண்டே யிருந்த பீடியைத் தூர வீசிவிட்டு, 'ந்தா ஓ துங்கிப்போ எருமே' என்றவாறு இங்கே வக்ரமாகப் பார்த்தான்.

டாக்டர்கூட இப்படிச் சில சமயம் பார்க்கறாரோ? கருகரு வென்று அட்டைபோல் புருவமும், அடர்த்தி மீசையுமாக டாக்டர்கிட்ட வந்தால் கொஞ்சம் மணக்கும். என்ன மணம்?

ஹூம், பெரிய டாக்டர்! என்ன இருந்தாலும், இந்த நூற்று ஐம்பது ரூபாய்தான் சம்பளம். மறுபடியும் நெஞ்சைக் குமைத்துக் கொண்டு அழுகை வந்துவிடும் போலிருந்தது.

எல்லாவற்றையும் அடக்கிக்கொண்டு வாசல் கேட்டை விரியத் திறந்து வைத்துவிட்டு, உள்ளே வந்து, டாக்டர் ரூம் ஜன்னல் கார்ட்டன்களையெல்லாம் இறக்கிவிட்டு, அவரது மேஜையின் வெள்ளைத் துணியை மாற்றி விரித்து, பேஷண்டுகளைப் படுக்க வைத்துப் பார்க்கும் இரும்புக்கட்டில் மேல் போர்வையை உதறிச் சரி செய்து, ஃபிளவர் வாஸில் புதிய செம்பருத்திப் பூக்களையும் குரோட்டன்ஸ் தழைகளையும் கொண்டுவந்து வைத்துவிட்டு, டிஸ் பென்சரி வாஷ் பேஸினை விம் போட்டு அலசிக்கொண்டிருந்த போது, ஸ்வீப்பர் செல்லம்மா ஓடியோடி வந்து, ஸ்டோர் ரூமிற்குத் துடைப்பம் எடுக்கப் போய்க்கொண்டிருந்தாள்.

அவள் தன்னைப் பார்க்கவேயில்லையே! மறந்து போயிருப் பாள். வழக்கம்போல், அவள் பாட்டிற்கு வந்தவள் நேராகப் போய்த் துடைப்பமும் கையுமாக அறைக்குள் நுழைந்து, முற்றத்திற்குப் போகிறாள்.

தன்னைப் பற்றி யாருக்கென்ன? அவரவர்களுக்கு அவரவர் காரியங்கள். காலையில், சும்மாட்டுத் தலையில் சாந்துச் சட்டிகள் சுமந்துகொண்டு, கலகலப்பாகப் பேசிக்கொண்டுபோன பெண் களுக்கும் பிரச்சினைகள் இருக்கும். என்ன பிரச்சினை இருந்தாலும், அவர்களுக்கெல்லாம் கைநிறையச் சம்பளம் கிடைக்கும். அதனால்தான் அன்றாடம் சிரிப்பு – உற்சாகம்.

ஊரில், திட்டுவிளை ஸ்கூலில் பத்துவரை படித்துவிட்டு, ஏழெட்டு வருஷம் அம்மாக்காரியுடன் கோழி வளர்த்து, அயல் வீடுகளுக்கும் முக்குக் கடைக்கும் முட்டை விற்று, கதர் நூல் நூற்று,

பனங்கொட்டையில் தாடிச் சாமியார் மூஞ்சி போலச் செய்து கொடுத்து – கடைசியில் இந்த ஊர்க்கார டாக்டர், திருவனந்தபுரத்தில் கிளினிக் வைத்திருக்கிறார் என்று அறிந்து, அம்மாதான் அந்த டாக்டரின் வீட்டிற்குத் தவிடு வாங்கப் போனபோது சிபாரிசு செய்து, இந்த உத்தியோகம் வாங்கித் தந்தாள்.

திட்டுவிளையைவிட்டு இங்கே வந்தபோது, கண்ணைக் கட்டிக் காட்டில் விட்டது போலிருந்தாலும், ஸ்வீப்பர் செல்லம்மா அசப்பில் புத்தேரி பெரிய சித்தி மாதிரி இருந்ததினால் ஒரு அடுப்பம். அவள்தான் இங்கே ஒவ்வொரு ஜோலியிலும் கூடமாட நிக்க, சொல்லித் தர ஒரு ஏந்தல்.

காலை முதல் ராத்திரி எட்டு ஒன்பது மணி வரையில் இடுப்பொடிய ஜோலி, எப்பொழுதும், 'அந்தச் சாரதாவைக் கூப்பிடு,' என்ற டாக்டரின் அவசரம் அதிர்ந்து கொண்டேயிருக்கும், அல்லது மேஜை மேலுள்ள காலிங்பெல் நிமிஷத்திற்கு நிமிஷம் ஒலித்துக் கொண்டேயிருக்கும். பெண் நோயாளிகளாக வந்தால் அவர்கள் டெஸ்டிங் டேபிளில் படுத்துக்கொள்ளக் கைத்தாங்கல் செய்ய வேண்டும்.

ஒரு கைக்குழந்தை வயிற்றுப்போக்கென்று வந்து, டாக்டர் ரூமிலேயே வெளிக்குப் போய்விட்டால் அதைச் சுத்தப்படுத்தி, ரூம் முழுவதும் பினாயில் விட்டுக் கழுவித் துடைக்கு முன்பு உடனேயே சிஸ்டர் மேரியம்மாவின் அழைப்பு வரும். 'இந்தா சாரதா, இவங்க கையை ஒண்ணு அழுத்திப் பிடி. வெயினே கிடைக்க மாட்டேங்குது' என்பாள். அது ஒரு மல்யுத்தம் போல்தான். பேஷண்டை விட, தனக்குத்தான் மூஞ்சி ஒடம்பெல்லாம் வேர்த்துக் கொட்டும்.

டிஸ்பென்சரி ரூமில் எல்லாப் பெரிய பாட்டில்களையும் அன்றாடம் சோப்புக்காரம் போட்டு கழுவி வைக்காவிட்டால், இப்பிடிச் சாது போல் இருக்கும் மேரியம்மாகூட, காட்டுக் கூச்சல் போடுவா.

வேலை என்ன வேண்டுமானாலும் இடுப்பை முறிக்கட்டும். திட்டுவிளையில் பட்டினியும் கிடந்து செய்யாத ஜோலியா? ஆனால், முப்பது நாளும் இடுப்பொடிஞ்சு, கூன் முறியறதுக்கு நூற்றம்பது ரூபா... எதுக்குக் காணும்?

தங்கிக் கொள்ள, கிளினிக்கின் வடக்குப்பகுதி மூலை ரூம் மட்டும் இருந்தால் என்ன ஆச்சு? வந்த ஒரு வாரம் ஹோட்டலிலிருந்து இட்லி, ரொட்டி பழம் என்று வாங்கித் தின்றபோது நாக்குச் செத்துப்போச்சு. அதற்கு மேரியம்மாதான் யோசனை சொன்னா...

‘நீ தமிழ்நாட்டுக்காரி… இங்கேயுள்ள காரியம் ஒண்ணும் நாக்குக்கு வழங்காது. வயிற்றுக்கும் ஆகாது. ஒரு கெரஸின் ஆயில் ஸ்டவ்வும் ரெண்டு மூணு அலுமினியப் பாத்திரங்களும் வாங்கிக்கோ. நீ ஒருத்திதானே. நாழி அரிசி போட்டு ஆக்கினால் ரெண்டு நேரம் திருப்தி’ என்றவள், ஆரம்பச் சிலவிற்கு ஐம்பது ரூபாய் பணமும் தந்தாள் – சம்பளம் வாங்கிக் கொடு என்று.

நூற்றியம்பது ரூபாயில் ஐம்பது ரூபாய் மேரியம்மாவுக்கு. ஐம்பது ரூபாயாவது அங்கே, திட்டுவிளையில் அம்மாவிற்கு அனுப்ப வேண்டும். காத்துக் காத்து இருப்பாள். வீட்டின் அந்த ஓலை மறைக்குப் பின்னால் நின்றுகொண்டு போஸ்ட்மேன் முக்குத் திரும்பி வாரானான்னு பார்த்துக்கொண்டே நிற்பாள். செம்பன் நாள் ஓலை மறையைப் பொத்துக்கொண்டு போயும் வந்தும் அந்த ஓலை மறைகூடப் பீத்தையாய்ப் போச்சு. மகள் சம்பளம் வந்து எல்லாம் நேரே ஆக்கீறலாம்னு பாவம் அம்மைக்கு நினைப்பு…

அங்கே என்ன இருக்கிறது? அம்மாதான் என்ன செய்வா? அப்பா செத்து எவ்வளவோ காலமாகியும் தன்னைப் படிக்க வச்சு… பத்துப் படிச்சவளாக்கும் என் பொண்ணு என்று அடிக்கடி சொல்லுவா. அதிலொரு பெருமை. அன்று டாக்டர் திருவனந்த புரத்திற்கு வரச் சொல்லிட்டுப் போய் விட்டார். எப்பிடிப் போவது என்று புத்திமுட்டு ஆனபோது, முட்டையிட்டுக்கொண்டிருந்த ரெண்டு கோழியையும் சைக்கிள் கூடைக்காரன் சொன்ன விலைக்குப் பிடித்துக் கொடுத்தாள் அம்மா.

தினம் ரெண்டு கோழி முட்டை விற்றுக் கிடைக்கும் ஒரு ரூபா வருமானமும் இப்போ இல்லே. வேலியில் நிற்கும் நாலு முருங்கை மரம் எப்பவுமா காய்க்கும்? அப்போ அம்மா எப்படிக் காலந் தள்ளுதாளோ என்று நினைத்தபோது மனசு சுட்டது. ஐம்பது ரூபாய் அனுப்பினால், அது எந்த மூலைக்கு? என்றாலும் அனுப்ப வேண்டும். மிச்சமுள்ள ஐம்பது ரூபாய்க்கு அரிசி வாங்கவா, ஸ்டவ்விற்கு எண்ணெய் வாங்கவா… முட்டிக்கொண்டு ।பின்னும் அழுகை வந்தது.

செல்லம்மா பார்க்கக்கூடாது.

“சாரதம்மா, டாக்டர் வந்தாச்சு. அகத்தெ இருந்து பெல் அடிக்கியது கேக்கலியா?”

ஸ்பிரிட் லாம்பிற்குக் காட்டன் திரி ஏற்றிக்கொண்டிருந்ததை அப்பிடியே போட்டு விட்டு, பாதிக்கதவைத் தள்ளிகொண்டு

உள்ளே போனபோது டாக்டர் தாம்தூமென்று ஒரே கோபம். "ஏய், பட்டிக்காடு, இதென்ன இந்த டெஸ்டிங் டேபிள் பெட்ஷீட்டு மாற்றாமல் அப்படியே கிடக்கு. நேற்று அந்தச் சிரங்குக்காரக் கிழவி வந்திட்டுப் போனபோதே மாற்றச் சொன்னேனே... அன்றாடம் இதெல்லாம் மாத்தணும்னு சொல்லியிருக்கேன் இல்லையா? இதென்ன திட்டுவிளை வெட்னரி ஆஸ்பத்திரின்னு நினைச்சுக் கிட்டியா..."

பெட்ஷீட்டை மாற்றிக்கொண்டிருந்தபோதே அழுகை அழுகையாக வந்தது. என்ன வேணும்னாலும் திட்டட்டும். ஊரைச் சொல்லி என்ன பேச்சு. இவரென்னவோ திட்டுவிளையிலெ பொறக்காம அமெரிக்காவிலிருந்து குதிச்சு வந்தது மாதிரி. இல்லா விட்டாலும் நூற்றியம்பது ரூவா சம்பளத்திற்கு எவ்வளவு பேச்சு...?

இன்று பூராவும் இதுதான். தொட்டத்துக்கெல்லாம் குற்றம். ஒரு பேஷண்டுக்கு ஜுரம் பார்த்துவிட்டு தெர்மா மீட்டரை எடுத்தபோது கை தவறிக் கீழே விழுந்து உடைந்து விட்டது டாக்டர் பார்த்துவிட்டார். "இதெல்லாம் இங்கே லாய்க்குப் படாது. பேசாமெ திட்டுவிளைக்கு அனுப்பீர வேண்டியதுதான். அங்கேபோய்த் தவிடு கொழிக்கட்டும்" என்று படபடத்துக்கொண்டிருந்தவர் லெதர் பேக்கும், கையுமாக அந்த நெட்டைக்கோல் மருந்துக்காரன் வந்த போது, "ஹல்லோ சைமன்..." என்று எழுந்துபோய் ஷேக் ஹாண்ட் கொடுத்து... என்ன சிரிப்பு...

அழுதுகொண்டிருக்க முடியுமா? டாக்டர் சொன்னது சரிதான். வயது வந்த பின்பும் எட்டு, பத்து வருஷம் அந்தக் கிராமத்தில் அம்மாகூடவே இருந்து, அம்மா செல்லம் தந்து தந்து எதுக்கெடுத்தாலும் அழுகை.

'ஏட்டி, இன்னைக்கு கஞ்சி வைக்கல்லெ. கொஞ்சம் அவலு இருந்ததைக் கருப்பட்டி போட்டு வச்சிருக்கேன். தின்னு' என்றால் ஒரு அழுகை. 'ஏட்டி, நான் கீழத்தெரு வரைக்கும், அந்த ஆச்ச செத்த துடிக்குப் போயிட்டு வந்திருதேன். கோழியெத் தொறந்து விடு. அதை நான் தொரத்தாமெ பார்த்துக்கோ' என்று நடை இறங்கும்போது, 'என்னெக்கொண்டு ஒக்காது' என்று சிணுங்கல். 'மல்லாங்கொளத்திலெ குளிக்கப் போவும்போ அந்தக் கண்டாங்கி யையும் துவைச்சிட்டு வந்திருமக்கா' என்றால் அதுக்கும் அழுகை.

'எதுக்கெடுத்தாலும் அழுமூதி. கடைசியிலெ என்னெக்கெட் எடுக்கிற அன்னைக்குத்தான் உனக்கு இந்தக் கரச்சல் தீரும்' என்பாள் அம்மா. என்ன திட்டினாலும் பேசினாலும், அம்மை அம்மைதான். ஆனா இங்கே வந்து இடுப்பொடிஞ்சும்... இந்த

நூத்தம்பது ரூபாதானேன்னு அழக்கூட முடியல்லே இப்போ. இன்னைக்கோ நாளைக்கோ, அடுத்த மாதச் சம்பளமும் வாங்க நாளாவுது...

இன்னைய பொழுது எப்பிடியோ போச்சுது. வடக்கு ரூமின் தனிமை. லைட் எரிகிறது. யாருமில்லை. வாட்ச்மேன் வேலுப் பிள்ளைகூட ரோட்டு நடையில் நின்று பீடி புகைத்துக்கொண்டிருக் கிறான். திரும்பிச் சுவரில் மணியைப் பார்த்தபோது, மணி ஒன்பது ஆகப் போகிறது. கரைந்து நைந்த வேலைகளிடையே இருட்டு வந்ததுகூடத் தெரியவில்லை. இப்பொழுது யாருமில்லை. மேரியம்மா, செல்லம்மா, டாக்டர் எல்லோரும் போய்விட்டார்கள். வாட்ச்மேன் வேலுப்பிள்ளை முன் வட்டத்தோடு சரி. இங்கே வந்து பெஞ்சுமேல் உட்கார்ந்ததுகூடத் தூக்கமூட்டத்தோடுதான்.

அறுபது வாட்ஸ் பல்பு துக்கமாக எரிகிறது. ஸ்டவ் மேல் அதிகம் கரி படியாத அலுமினியச் சட்டி. ஒரு வால் பாத்திரம் சோறு இருக்கும். பசி இருக்கும். ஒரு பல்லி ஸ்டவ்வின் இடை வழியே நுழைந்து மறுபக்கம் சுவருக்கருகில் ஒளிந்து நிற்கிறது. சுவர் மேலிருந்து வாலைத் தூக்கிக்கொண்டு இன்னொரு பல்லி இறங்கி வருகிறது. எங்கோ ரேடியோவிலிருந்து பாட்டுக் கேட்கிறது. ரெண்டு மாசம் பழகியும் மருந்து மணம் தனியாகத் தெரிகிறது. இல்லை, மத்தியானம் அந்த மஞ்சள் மருந்துப் பாட்டில் உடைந்து கவிழ்ந் ததே... என்ன கழுவியும் அந்த இறுக்க நெடிதான். அப்போ டாக்டரின் முகத்தைப் பார்க்கணுமே.

டாக்டரைப் பற்றி நினைத்தபோதே, வெளியே டாக்டரின் குரல்போல் கேட்டது. அய்யோ, அவர்தானா? இப்போ ஏன் வந்தார்? மறுபடியும் என்ன திட்டுக் கிடைக்கப்போகிறதோ?

வந்த டாக்டர் வாட்ச்மேனிடம் என்னவோ சொல்லி, எங்கேயோ அவசரம் அவசரமாக அனுப்புகிறார்...” போய்விட்டு வேகமா வா. நீ வந்தபிறகு நான் போகணும். பத்து மணிக்கு முன் னாலெ இங்கே வந்து நிக்கணும். வரும்போது பஸ் கிடைக்கா விட்டால் ஒரு ஆட்டோ வச்சுட்டு வந்திரு...”

திடுக்கிட்டு எழுந்து முகத்தை அழுந்தத் துடைத்துக்கொண்டு டிஸ்பென்சரி ஹாலுக்கு வந்தபோது, டாக்டர் எதிரே வந்து நிற்கிறார். திக்கென்று வயிற்றின் ஆழத்திலிருந்து சுருட்டிக்கொண்டு ஒரு ஆவி படர்ந்தேறுகிறது.

“என்ன சாரதா?” என்று கொஞ்சம் சிரிப்பில் கேட்டுவிட்டு அவர் அறைக்கே போய்விட்டார். என்ன இது? திடீரென்று –

டியூட்டி முடிந்துபோன பின்பு – இப்படி வருவாரோ – இதுவரை இல்லை. எதுக்கு என்ன அவசரமோ? என்ன செய்வதென்று நிர்ண யிக்கும் முன்னரே உள்ளேயிருந்து அழைப்பு மணி ஒலி.

கதவைத் திறந்து உள்ளே போனபோது, சுழல் நாற்காலியில், கால்களை மேசை மேல் நீட்டி, எதிர்ப்பக்கம், சுவரைப் பார்த்துக் கொண்டு, சிகரெட் புகைத்துக்கொண்டிருக்கிறார் டாக்டர்.

"சாரதா!"

அவர் பார்த்துக்கொண்டிருந்த சுவர்மேல், ஒரு மருந்துக் கம்பெனியின் காலண்டரில், பளபளவென்று ஃபிளவர் வாஸில் ஏதோ அமெரிக்க நாட்டுப் பூச்செடி கலர் கலராகப் பூக்களுடன் அழகாயிருந்தது. இப்பொழுதுதான் பார்க்கிறேனோ!

"சாரதா! என்ன, கூப்பிட்டதுக்கு ஒண்ணும் சொல்லாமெ நிக்கிறெ. இன்னைக்கு ரொம்ப உன்னெத் திட்டீட்டேன் இல்லே. எனக்குக் கோபம் சட்டுனு வரும். ஆனா சட்டுனு போகவும் போவும். இன்னைக்குப் பாத்துக்கோ, உன்னைத் திட்டினதுக்கப்புறம் மனசே சரியில்லை. அதுதான் வீட்டுக்குப் போயும் மனசு கேக் காமெ திரும்பி வந்தேன். இந்த வேலுவை அந்த ஹெல்த் ஆபீசர் வீடு வரைக்கும் அனுப்புற ஜோலிகூட இருந்தது. உன்கிட்டயும் சமாதானம் சொல்லணும்போல இருந்தது. எப்பிடி இருந்தாலும் நீ நம்ம ஊர்க்காரி. வேண்டப்பட்டவ. மனசுலெ ஒண்ணும் கோபம் இல்லியே..." என்று வாயில் புகையும் சிகரெட்டுடன் அப்படியே நாற்காலியில் சுழன்று திரும்பியபோது, டாக்டரின் முகம் பூராவும் சிரிப்பு இருந்தது.

மேரியிடம் இப்படிச் சிரித்துப் பார்த்ததுண்டு. ஜல தோஷத்தைப் பெரிய நோயாகப் பீத்திக்கொண்டு வரும் சில பெரிய இடத்துப் பெண்களிடமும் இவர் இப்படிச் சிரிப்பாரே!

சிரிக்கிறார். "கோபமில்லியே... சொல்லு சாரதா சொல்லு..." என்று எழுந்து பக்கத்திலே வந்த பின்புதான்... இரவு யாருமில்லை – மருந்து மணம் – நீ .... ள... பெண்டுலம் மெதுவாக ஊசலாட 'டக்' ஓசை எழுப்பும் கடிகாரம் – எங்கோ நாய் குலைக்கிறது... தொலைவில் ரேடியோவில் சரிகம... கமசரி... பதநிஸ... நிஸபத நி...

டாக்டர் மேல் சட்டையை ஹாங்கரில் மாட்டுகிறார்.

"சொல்லு சாரதா."

என்ன சொல்ல? பின்னும் சுவரில் அந்த அமெரிக்கன் காலண்டரின் பளபளச் சித்திரம். தசை நார்கள் எல்லாம் வெளித் தெரியும் நிர்வாண பிளாஸ்டிக் மனிதப்பொம்மை டாக்டரின் மேசைமேல் நிற்கிறது. குவளையில் கலர் கலராகப் பேனாக்கள். உள்ளே நீர்த்துளி தெரியும் குண்டுக் கண்ணாடிப் பேப்பர் வெயிட்.

“என்ன, ஒண்ணும் சொல்ல மாட்டேங்கிற, சாரதா?”

சாரதா,

சாரதா,

சாரதா....

எங்கோ உள்ளே – உள்ளே – டாக்டரின் குரலாக ‘சாரதா’ கேட்கிறது டாக்டரின் குரல் ரொம்ப மயக்கம்போல் கேட்கிறது. டாக்டரின் குரல் ஜலதரங்கம் போல – ஸ...ரி...க....ம... ரொம்ப இளக்கமாக, மயக்கமாக, இனிமையா... சுவர் காலண்டரின் பூப்படத்தில் உண்மையாகவே பூ மலர்ந்திருக்கிறது. பூ விரிந்திருக்கிறது. பூ மணக்கிறது... மணக்கிறது...

வெளியே யாரோ கதவைத் தட்டுகிறார்கள். ரேடியோ நாடகத்தில் கேட்பது போலக் கதவைத் தட்டும் சத்தம் – தட்தட்... தட்தட்...

“வேலு வந்துவிட்டான் போல, சாரதா.”

டாக்டர் ஹாங்கரிலிருந்து சட்டையை எடுத்து மாட்டிக் கொண்டிருந்தபோது, நோயாளிகளைச் சோதனை செய்யும் பெட்டில் படுத்துக்கொண்டிருப்பது நன்றாக நினைவு வந்தது. ஆமாம். நன்றாக நினைவு வந்தது. வெளியே இருந்து வேலுவின் குரல் கேட்கிறது.

“சாரதாம்மா, இன்னைக்குச் சம்பளம் போடுதாளே... சும்மா வாயைத் தொறந்து கேளுங்கோ. உங்க சொந்த ஊர்க்காரருதானே டாக்டரு அய்யா. கேட்டா என்ன?”

ஸ்வீப்பர் செல்லம்மையின் அனுதாபத்தைவிட நேற்றைய இரவின் சங்கீதம், நீரில்லாத கிணற்றின் தவளைக் குரல் போல மனதில் அரற்றிக்கொண்டிருக்கிறதோ?

“அந்தச் சாரதாவைக் கூப்பிடு” டாக்டர் குரலோடு, மேரியம்மா சிரித்துக்கொண்டு சம்பளத்துடன் வெளியே வருகிறாள்.

“வா சாரதா. இதோ எடுத்துக்கோ...”

நீட்டிய கவரை அப்படியே வாங்கிக்கொள்ளும்போதும், முகத்தைப் பார்க்கத் தோன்றவில்லை. அப்படியே வெளியே வந்து கவரைப் பார்த்தபோது... முழுசாக முந்நூறு ரூபாய்.

இரட்டிப்புச் சம்பளம். மறுபடியும் நெஞ்சு முட்டிக்கொண்டு அழுகைதான் வந்தது.

"நல்ல கூத்துதான். இரட்டிப்புச் சம்பளம் வாங்கி வச்சிட்டும் கரைச்சிலு பாக்கல்லியா...?"

ஸ்வீப்பர் செல்லம்மா, வெறுப்புடன் முகத்தைத் தோளில் இடித்துக்கொண்டு, படியிறங்கிப் போய்க்கொண்டிருந்தாள்.

45

கணக்கு

பெரிய இலட்சியவாதி என்று மனதிற்குள்ளே ஒரு அதீத நினைவு. எனக்கு எல்லாம் தெரியும். நான் கலை உணர்வுள்ளவன். நான் கனவுகளைத் தாலாட்டும் கவியுள்ளம் கொண்டவன். நான் மெல்லிய தன்மைகளின் ஆராதகன். இத்யாதி இத்யாதி நினைவுகளில், கனவுகளில், வாசனைகளில் திளைக்கும் எனக்குப் பல அலமலங்களிடையேயான ஓர் உத்தியோகம் இருக்கிறது. ஒரு வேளை இதுவும் என் மனத்திற்கிசைந்த இலட்சிய விருப்பமாகத் தான் இருக்க முடியும். இல்லாவிட்டால், காலையில் எழுந்ததும், குளித்து, அம்மா கையிலிருந்து திருநீற்றை வாங்கி நெற்றிக் கிட்டுக்கொண்டு இங்கே வந்து சேருவேனா?

இங்கே வந்ததும், கணக்குப் பிள்ளை மேசையின் முன்னால் பெரிய பெரிய புத்தகங்களை வந்து அணைத்துக்கொள்கிறேன். எதிரே மனதிற்கிசைந்த காட்சிகள். ஆமாம், அட்டி அட்டியாகத் தான்ய மூட்டைகள். தாழ்வாரச் சிமிண்டு நெடுந்திண்ணையில் வரிசையாக உட்கார்ந்து சுளகு முறம் தட்டித் தான்யங்களைப் புடைக்கும் பெண்கள். கமறல் தூசு, வெந்தய வாடை, ஜீரக மணம், வெளியே சாக்கடை நீரின் அழுகல் குமட்டல் இவை அன்றாடப் பட்டியலே ஆயினும், மனம் ஏற்றுக்கொண்ட சுக அம்சங்கள்.

அறுநூறு ரூபாய் அநாமத்து விற்று முதலைக் கைப்பிசகாகக் கணக்கில் வரவு செய்துவிட்டது. தினச்சிட்டையிலிருந்து நாள் வழிக்குப் போய் அங்கிருந்து பேரேட்டிலும் பதிவாகிவிட்டது. அநாமத்துக் கணக்கின் திட்டம் வந்தபோது பேரேட்டில் ஐந்தொகை உதைத்தது. என்ன செய்யலாம், என்ன செய்யலாமென்று வெகு நேரம் மண்டையை உருட்டி, ஒரு தரம் புகையிலையோடு வெற்றிலை போட்டுத் தாழ்வாரத்துப் புடைப்புக்காரிகளையெல் லாம் தாண்டிப்போய் வெளியே எச்சில் துப்பிவிட்டு வரும்போது, சமாளிக்க வேண்டிய உபாயம் மனதில் உதிக்கிறது. இங்க் ரப்பரைத்

சுளகு – முறம்

துழாவியெடுத்து, குறிப்பு நாள் வழிப் பேரேட்டையெல்லாம் அழித்து– அந்த அறுநூறு ரூபாயைச் செண்பகஞ் செட்டி என்ற பற்று வரவுப் புள்ளிபேரால் கைமாற்றுக் கணக்கில் சேர்த்தபோது, அப்பாடா, நிம்மதி! இதுவும் ஒரு வகை விருப்புதான். குதர்க்கமான கணக்கு, சுலபமாகத் தீர்ந்துவிடுகையில், மனதின் அமரிக்கையை என்னவென்பது?

…எனக்கு எல்லாம் தெரியும் என்ற அகந்தைத் தேட்டத்தின் அடிப்படை என்னவாக இருக்குமென்று அநேக தடவை எண்ணிப் பார்த்ததுண்டு. தேங்காய்க் கூடைக்காரியிடம் விடலை தேடிப் பொறுக்கும் சூட்டிகைக்காரி போல, ஒவ்வொன்றாக உலுக்கி, ஒன்றுடன் ஒன்று மோதிப் பார்க்கும்போது… என் அந்தரங்க அகந்தைக்குத் தேங்காயுள் நீர்போல விடை தெரிந்துவிடுகிறது. ஆமாம்; எல்லாத்திற்கும் வயதின் இறுக்கம்தான் காரணம்.

– என்ன இந்த வயதின் இறுக்கம்?

பூக்கடைத் தெரு வழியாகப் போகும்போது பூக்களின் கதம்ப மணத்தை மனம் நிறைய இழுத்துச் சேமித்துக்கொள்கிறேன். கடைக் காரனின் தட்டுகளில் குண்டு மல்லிகைக் கொத்துகளும், தோரணங் களில் ரோஜாப்பூத் திண்டு மாலைகளும் அதனதன் சுகந்தம் தெருவில் இறைவதை அறியவா செய்கிறது? ரோஜா மலர்த் திண்டு களில் இன்னும் துணுக்குப் பொன் வண்டுகள் வந்து முத்தமிடு கின்றன. கடைக்காரனுக்கு மணம் தேய்ந்தா போய் விடுகிறது? அவன் கைப் பின்னலில் பூவும் நாரும் தாரையிலிருந்து நீர் வழிவது போல மாலையாக உருமாறிக்கொண்டிருக்கின்றன. அவனது விரல் களின் வேகம் அவன் பார்வையில் இல்லை. பார்வை தெருவின் சந்தடியில் இருக்கிறது. சந்தடியின் வாடிக்கைக்காரனிடம் இருக் கிறது.

–வயதின் இறுக்கத்தைப் பற்றி எண்ணியபோது, நிறைந்த பாத்திரத்தில் ஓட்டை விழுந்தது போலப் பூக்கடையையும் பூ மணத்தையும் நினைத்துவிட்டேன்.

சிமிண்டுத் திண்ணையில் வரிசையாக இருந்து தான்யம் புடைக்கும் பெண்டுகளின் முன், அருவியின் வீழ்ச்சித் தரையி லிருந்து எழும் நீர்ப் புகை போலத் தூசுப் படலம் உயர்ந்து நிற்கிறது. அந்தத் தூசுவில் அத்தனை பெண்களின் தலை முடியும் பஞ்சாக நரைத்திருக்கிறது. அவர்களின் கண் இமைகளும், காதின் உள்ளே யும், மூக்குத் துவாரத்திலும் தூசுவின் வெள்ளை வலையிட்டிருக் கிறது. சுப்புக்குட்டி, பார்வதி, பாஞ்சாலி, குமரு, பேச்சி – அடுத்தாற்

போல் – பெத்து. இதென்ன பெயர் – பெத்து? பெத்து, பத்து, பொத்து – சிரிப்பு வருகிறது. ஆமாம்; எண்ணெய் தடவிய உளுந்து போல பெத்து கறுப்பானவள். சிவப்பு நிறக் கண்டாங்கி, அக்குளில் வேர்வையும் அழுக்கும் படிந்த ஜாக்கெட்டு, மூக்கில் அபாய விளக்குப் போலச் சிவப்புக் கல்லு மூக்குத்தி, வெள்ளை வெளே ரென்று ஒழுங்கான நல்ல பற்கள், நெய்ப் பனியாரம் போல உப்பிய கன்னங்கள், கன்னக்குழி, கைஒதுக்கில் அடங்கிய நெற்றி, பஞ்சுத் தூசு படிந்து சிலிர்த்த கேசம், சின்ன வயசு, வயதின் இறுக்கம், மார்பு, நடையின் பின்புறம்... அவளுக்குத் துபாஷி போலப் பேசும் அம்மாக்காரி சுப்புக்குட்டியுடன் அமர்ந்திருந்து வெந்தயம் புடைக் கிறாள்.

இவளைப் பார்க்கும்போது – பற்றி நினைக்கும்போது, நெஞ்சு நமைச்சல் கொள்கிறது. சொல்ல வந்தால் சொல்ல வேண்டுமே. நேற்று இரவு ஒரு அலமலங்கலான ஸ்வப்னம்! இவள் – இந்தக் கறுப்பி, பெத்து, சீலைத்துணி ஏதுமில்லாமல் என் முன் வந்து சாயங்காலக் கூலிக்கு நிற்கிறாள். தாருகாவனத்து ரிஷி பத்தினிகளின் நிர்வாணம், பகவானின் கண்களுக்கு மட்டும் தெரிந்தது போல, என் கண்களுக்கு மட்டும் பெத்து அம்மணம். நான் அவளது கலப்பற்ற அழகை ஆர்வத்தோடு அளக்கிறேன்.

"– என்ன கணக்கரய்யா, அரை மூடை உளுந்து முப்பது படி, கால் மூடை ஜீரகம் பதினைந்து படி, இவ்வளவும் பெத்து பொடைச் சிருக்கா. உளுந்துக்குப் பத்து பைசாவும், சீரகத்துக்கு இன்னுங் கொஞ்சம் பாத்துப் போடுங்க... அவ நின்னுக்கிட்டிருக்காளே..." என்று, சுப்புக்குட்டி, வழக்கம்போல, முன்னால் நிற்கும் மகளின் கணக்குச் சொல்கிறாள்.

"ஏய் சுப்புக்குட்டி!" உன் மகதான் காரியந்தான். அவளுக்கு நீயென்ன கணக்கப் பிள்ளையா? அவகேட்டு வாங்க மாட்டா?" என்று வழக்கம் போல என் வம்பு. பெத்துவின் பொய் நாணம். 'கேட்டு வாங்கேன் சவமே' – அம்மாக்காரியின் இடிப்பு.

பெத்துவின் நீட்டிய கறுப்புக் கையின் வெள்ளை உள்ளங் கையில் தொட்டுப் பணத்தைக் கொடுத்தபோது, கனவின் பின் வரிசையான அவள் அம்மாவும் மற்றவர்களும் மறைந்தே போகி றார்கள். நிர்வாணப் பெத்துவும், நானும், தான்ய அட்டிகளின் சவுகரியமான இண்டு இடுக்குகளும்... தொட்டுத் தடவி அருகில் நெருங்கியபோது... அய்யோ, தானிய மூட்டை அட்டி ஒன்று மடமடவென்று சரிகிறது. பெத்து – மூட்டைகளின் அடியில்... அய்யோ – அய்யோ! கனவு சிலந்தி வலையாக அறுந்துபோகிறது.

கண்ணை விழித்தபோது, சே! வெறும் தனித்த வீடு. வெளியே, அம்மாகாரி வாசல் கூட்டு வேலைக்காரியிடம் மல்லுக்கு நிற்கிறாள். அம்மாவின் அடித்தொண்டைக் குரல் நாலு வீடு அதிருகிறது. பெத்துவைத் தான்ய மூட்டைகளின் அடியில் விட்ட மனது லபோ லபோவென்று மறுகுகிறது. அம்மாவின் குரல் ஸ்வரம் இறங்கி ஒலிக்கிறது. என்ன அம்மா, எதற்காக எவளெவளோ வேலைக் காரிகளுடன் அலமலங்கல் படணும். பிள்ளைக்கு ஒரு பெண்ணைக் கட்டி வைத்துவிட்டு? இங்கிலீஸ்காரங்க போலப் பேசாமல் வயோதிக விடுதிக்குப் போய்விட வேண்டியதுதானே? இதென்ன தொளதொளவென்று காலமெல்லாம் கழுத்தறுப்பு.

– வயதின் இறுக்கம், பெரிய மிருதசஞ்சீவினி மாதிரி, எதையும் துணிந்து எண்ணி அழிக்க மனதிற்குத் தெம்பு தருகிறது. கல்லில் நார் இல்லையென்று சொன்னாலும், ‘உரித்துக் காட்டுகிறேன் பார்!’ என்று சொல்லும் தெம்பின் காலம், இந்த வயதின் இறுக்கம்.

– கனவின் சாயலைத் தழுவிக்கொள்ளாமலேயே காலையில் வந்து தான்ய மூட்டைகளின் கணக்கு உலகில் அமர்ந்தபோது, முதலில் தேடியது, பெத்துவை... புழுதி படிந்த பெண்கள் வரிசையில் – பெத்து – இல்லை. கனவு, நீர்வீழ்ச்சி போல் வந்து நெஞ்சைக் கலக்க அடித்தது.

“சுப்புக்குட்டி! ஏய் சுப்புக்குட்டி... இன்னைக்கென்ன உன் மக வரலியா?”

“இல்லை, கணக்கய்யா. அவளுக்கு வீட்டுக்குத்தூரம். நாளநின்னுதான் வருவா.”

இன்று தான்யக் கூடம் மூச்சு முட்டுகிறது. புகைப்படலம் போன்ற தூசு மூக்கில் ஏறுகிறது. நாள்வழியும் பேரேடும் திறந்து பார்ப்பாரற்றுக் கிடக்கிறது. புடைப்புக்காரிகளின் கைச்சிட்டை சிறு புத்தகத்தை விரித்துப் பெத்துவின் பெயரிட்ட பக்கத்தைப் புரட்டி அதையே பார்க்கிறேன். கனவில் வந்த பெத்து கருகரு வென்று, சிவப்புக் கண்டாங்கிச் சேலைகூட இல்லாமல், தொட்டிலி லிருந்து இறங்கி வந்த – அரைஞாண் இல்லாத குழந்தை போல, வந்து நின்று சிரிக்கிறாள். வெள்ளை வெளேர் பற்கள். கழுத்திற்குக் கீழ்... அவ்வளவுதான்!

பெரிய இலட்சியவாதி என்ற நினைப்புத் திமிர்த்து – அதீதமான கற்பனைகள், கனவுகள், வாசனைகள்... என்னவாயிற் றென்றால் – நானும் சாதாரண எல்லோரையும் போல – என்ற பள்ளத்தில் வீழ்ந்துவிட நேரிடுகிறது. ஆமாம்; நேரிடுகிறது.

வண்டி, போன வேகத்தை மறந்து, மெல்ல மெது நடையில் திரும்பி வருகிறது. பக்கத்தில் அமர்ந்திருந்த அம்மா கேட்கிறாள். "டேய் மண்டூகம், அந்தப் பெண்ணுக்கு என்னடா கொறை? முகத்தில் அடிச்சாப்பிலே பெண் பிடிக்கலைன்னிட்டியே. எவ்வளவு திவ்யமா, லட்சணமா, மாப்பொம்மை பிடிச்சு வச்சாப்போல, கையும் காலும், இடுப்புக்குக் கீழே கருகருவென்று பின்னலும், நெற்றி நெறையா குங்குமமிட்டுக்கொண்டு வந்து நமஸ்காரம் பண்ணும்போதே மகாலக்ஷ்மி மாதிரி ஜொலிச்சாளே... மண்டூ... மண்டூ, வேண்டாம்னிட்டியே! இனி இதைப்போல ஒண்ணு எண்ணெய் போட்டுத் தேடினா அகப்படுமா?"

"அம்மா, என்ன இது – தொணதொணன்னு... எனக்கு அந்தப் பொண்ணு வேண்டாம்னா விடுவியா..."

"உனக்கினி இதைவிட நல்லவ தேவலோகத்திலிருந்து இறங்கித்தான் வரணும்."

"எனக்கு தேவகன்னிகள் வேண்டாம்..." அம்மாவும் – வண்டிக் காரனும் என்னை விழித்துப் பார்க்கிறார்கள். பெண்ணைப் பிடிக்க வில்லை என்று நேருக்கு நேராகவே சொன்னபோது, அந்தப் பெண்ணும் கதவருகில் நின்றுகொண்டு, இப்படித்தான் விழித்துப் பார்த்தாள்.

– வந்து நமஸ்கரித்தபோது, அந்தப் பெண்ணை உறையிட்டு மூடுவது போல முழுக்க அளக்கிறேன். வாழைக் குருத்து போல, செண்பகப்பூ போல, சந்தனம் போல, கடைசல் தந்தம் போல என்றெல்லாம் அடுக்கலாம். பட்டும் பொட்டும் பூவும் திவ்யமாகத் தான் மணந்தது. சே... இதென்ன திவ்யம்? நல்ல வாளிப்பு, வாகு, நிறைவு, பவிசு. அம்மா சொன்னது போல, பாங்கு. ஆனால், அவள் வந்து நமஸ்கரித்தபோது – பெத்து, கனவின் சிலந்தி வலையை அறுத்துக்கொண்டு மனவட்டத்தில் – தான்யத் தூசுவின் புகைப்படலத்திடையே நிற்கிறாள் – சிவப்பு மூக்குத்தியுடன், கசங்கல் கண்டாங்கி கட்டிக்கொண்டு, நாணிக்கொண்டு – அம்மாக்காரியின் பின்னால் ஒதுங்கி நிற்கும் பெத்து!

– இதைப்பற்றியே நினைத்துக்கொண்டு, இதனைப் பற்றியே அசைபோட்டுக்கொண்டு மறுநாள் – மறுபடியும் அன்றாடம் போல தான்ய மூடைகளின் கணக்குக் கூடம். உயர உயர அட்டிகள், கணக்குப் புஸ்தகங்கள், வெங்காய ஜீரக வாடை. புடைப்புக்காரி களின் வரிசை. அவர்களின் முறத்திலிருந்து உயரும் தூசுப் படலம். ஒன்று, இரண்டு, மூன்று, நாலு, அஞ்சு... என்ன இது பெத்து

இல்லை. ஏன் இப்படி–? நேற்றுப் பார்த்து வந்த பெண்ணின் உருவத்தை மனத்திலிருந்து அழித்து அழித்து ஒதுக்கிவிட்டு, இந்தச் சீலைக்காரிப் பெத்துவையே, மீண்டும் மீண்டும் ஏற்ற வைத்துக்கொண்டு, வந்து பார்த்தால், வரிசையில் அவள் இல்லை.

அட்டை புஸ்தகங்களை விரித்து வைத்துக்கொண்டு, விரக்தியிலேயே கொஞ்ச நேரம் சுண்ணாம்பைத் தடவித் தடவி வெற்றிலையை வாய் நிறைய அமுக்கிக்கொண்டு, எச்சில் துப்பப்போகும் சாக்கில் திண்ணை எல்லைவரை போய் ஒரு ஆராய்ச்சி. பெத்து ஓரத்தில் எங்கேனும் இருக்கிறாளா என்று... இல்லை... அவள் அம்மாக்காரி சுப்புக்குட்டியின் பக்கத்தில், தலையில் முண்டாசு கட்டிக்கொண்டு கருகருவென்று சவுக்கு வளர்த்தியுடன், கை விரலில் ஒற்றை மோதிரமொன்றை ராங்குடன் அணிந்துகொண்டு, காதில் பீடியொன்றைச் செருகிக்கொண்டு – கடா மீசையைச் சுருட்டி விட்டுக்கொண்டு, ஒரு நடுவயசுக்காரன் பேசிக்கொண்டிருக்கிறான். யாரிவன்? பெண்கள் வேலை செய்யும் இடத்தில்?

இருக்கையில் வந்தமர்ந்தபோது ஒன்றுமே ஓடவில்லை. நேற்றுப் பார்த்த பெண்ணின் பதவிசு, அம்மாவின் ‘மண்டூகமே’ என்ற இடிப்பு, வண்டிக்காரனின் விசித்திரப் பார்வை, மனதின் கனவு, கனவின் தவிப்பு, ஒவ்வொன்றும் தான்ய மூடைகளின்மேலே ஒட்டடைத் துணுக்கு ஆடுவதுபோல ஆடுகின்றன.

“ஏய் சுப்புக்குட்டி, முறத்தை வைத்துவிட்டு, இங்கே வா...”

பெத்துவின் தாய் முறத்தை வைத்துவிட்டு, மேல் தூசை அங்கேயே உதறிவிட்டு வந்து நிற்கிறாள்.

“எங்கே இன்னைக்கும் உன் பொண்ணு வரலியா? யாரு அங்கே அந்தக் கறுத்த ஆளு? உன் சொந்தமா? என்ன அங்கே பேச்சு?”

“கணக்கரய்யா, அது என் சொந்தக்கார மருமவனுங்க. நேத்துப் புடிச்சே வந்திருக்கான். நான் ஒரு கல்யாண காரியம் நிச்சயம் செய்திட்டேன். அஞ்சாறு நாளா நீங்க இல்லாததினாலெ, மொதக் கொண்டே சொல்லக் கொள்ளலை... எத்தனை நாளைக்கிதான் அந்தப் பொண்ணுக்கு நான் பொறக்காலெ வர முடியும்? இல்லாவிட்டாலும் அதுபோற இடத்துக்கெல்லாம்கூட நான் போயிக்கிட்டிருக்க முடியுமா? எசப்பிசகா கண்ணு தப்பீட்டா இந்தக் காலத்திலெ அய்யோ அம்மான்னா முடியிற காரியமா?”

“அப்பிடி என்ன வந்திட்டுது! இப்போ?”

“வந்திட்டுதே... அதுக்கும் பொறவுதான் அங்கெ கொக்கரி குளத்துக்கு ஒரு ஆளெப் புடிச்சி அனுப்பி, இந்த மருமகப்

பிள்ளையெ கூட்டியாரச் சொன்னேன். அய்யாக்கிட்டெ சொன்னா என்ன? பாருங்க கணக்கரய்யா, என் மகதான். நான் கூடத்தான் போறேன்; வாறேன். இந்தக் காலத்துக்கொமருக மனசு நாம என்ன கண்டோம். அவ பாருங்க. தெனமும் ரகசியமா அந்தச் சொமட்டுக் காரன் மலையாளிகூடப் பேச்சு வச்சிக்கிட்டிருக்கா – சவம், மாடு ஒரு தனவுமில்லே; மலையாளி ஒரு ஒறவுமில்லேன்னு இது என்ன கண்டுது... இவளும் அவனும் குணுங்கிக்கிட்டு இருந்தப்போ ஒரு நா நான் கண்டுக்கிட்டேன். அன்னைக்கு விட்டேன். மத்தநாளும் கண்டப்போ இனிச் சும்மா இருக்கக்கூடாதுன்னு இவளெப் பொடைக்கக்கூட வரவேண்டாம்னு ஆத்யம் நிறுத்தி வச்சேன். ஒண்ணோ அரையோ, கையிலெ இருக்கிறதெ வச்சுக்கிட்டு, இந்த மருமகப் பிள்ளைக்கு வாற வைகாசியிலேயே கல்யாணத்தை முடிச்சிரலாம்னு இருக்கேன். கணக்கையா, இந்தக் காலத்துப் பொண்டுகளுக்கு என்னங்க தெரியும்? ஒண்ணெ கண்ணிலே கண்டா அதுதான்னு நட்ட நடுக்கப் பிடிச்சுக்கிடும்... நிக்கும்... பச்சைப் பிள்ளைக்குப் பீன்னு தெரியுமா, பிஞ்சுன்னு தெரியுமா? மனசு ஒறச்சுப்போற முன்னாலெ நாமளைக்கொண்டு ஒரு கல்யாணத்தைச் செய்து வச்சிட்டா எல்லாம் சரியாப் போயிடும்...”

– சுப்புக்குட்டி வகை தொகையாகப் பேசிக்கொண்டிருந்தாள். வெளியே நீளத் திண்ணையின் ஓரத்தில் அந்த ஆண் நின்று கொண்டிருக்கிறான். காதிலிருந்து பீடியை எடுத்துக் கையில் வைத்துத் திருப்பித் திருப்பிப் பார்க்கிறான். பீடி புகைக்கப் பக்கத்தில் எங்காவது நெருப்புத் தேடும் பார்வை... பெத்து! உனக்கு, இந்த இவன் – தலையில் முண்டாசு கட்டிக்கொண்டு, கடா மீசை வைத்துக்கொண்டு, சவுக்குப்போல உயரமாக, கருகருவென்று வளர்ந்த இந்த இவன். எச்சில் துணுக்குப்போல, இவன் அணிந்திருக்கும் பீத்தை மோதிரம்தான் இவன் மாற்றோ? அதுகூட இல்லாவிட்டால், இவனுக்கு விலையே இல்லை என்பதைப் பெத்துச் சவமே, நீ அறிந்தாய்? அது போகட்டும், நீ அந்த மலையாளி சுமட்டுக்காரனுடன் சங்காத்தம் வைத்திருந்தாயாமே? – கனவும் கற்பனையும் கணக்குமாக உன்னையே கூட்டிக் கழித்துக்கொண்டி ருந்த என்னை – நீ அந்த ஜீரக மூட்டையாகத் தரையில் கொட்டிப் புடைத்துப் பெருக்கியிருக்கலாமே... சே...

“கணக்கய்யா, இந்த அரை மூட்டை பருப்பெ முடிச்சிக்கிட்டு நான் போறனுங்க. மருமகப் பிள்ளை, பாவம். அப்பலைக்கே வந்து காத்துக்கிட்டு நிக்கிது...”

சுப்புக்குட்டி பேசிக்கொண்டிருந்தாள். கனவின் சிலந்தி ஒட்டடையை அறுத்துக்கொண்டு, மன வட்டத்தின் தான்ய தூசுப்

படலத்தினிடையே பெத்துப் பெண் வந்து நிற்கிறாள். பால்போன்ற வெள்ளைப் பற்களால் சிரித்துக்கொண்டு... சீ, போ சவமே... அந்த மலையாளத்தானிடமும் இப்படித்தான் இளித்திருப்பாய்... இதோ இந்தக் கரிமுண்டம் மாமன் மகனிடமும் இப்படியே இளிப்பாய்... போ சவமே... போ... கடைசியில் நீ இப்படியா?

கணக்கு என்பது ஒன்று பத்து நூறு – ஒம்பது ஆறு அஞ்சு... இப்படியே அக்கங்களைக் கொண்டது.

பற்றுக் கணக்கு வரவு ஏட்டில் வைத்தால் இருப்புத்தொகை உதைக்கும். கணக்கிற்குக் கைச் சுத்தத்தைவிட மனச்சுத்தம் அதிகம் வேண்டும். மனம் வக்ரமாகச் செய்யக் கூடாது... இப்பொழு தெல்லாம் இந்தப் பொன்மொழிகளை அதிகமாகச் சொல்லி வருகிறேன்.

– ஆனாலும், எனக்கு எல்லாம் தெரியும். நான் கலை உணர்வுள்ளவன். நான் கனவுகளைத் தாலாட்டும் கவியுள்ளம் கொண்டவன். நான் மெல்லிய தன்மைகளின் ஆராதகன்... அதனால் இன்னும் நான் கணக்கய்யாவாகவே இருக்கிறேன்.

46

இறச்சி

காலம் ரொம்பவும் மாறித்தான் போய்விட்டது. மன்ன ராட்சியெல்லாம் போய், என்னதான் ஜனாதிபத்ய ஆட்சியும் நாகரிகமுமெல்லாம் வந்தாலும்கூட இப்படியா?

நகரின் ஒத்த மத்தியத்தில் அமைந்த பத்மநாபசுவாமி கோயிலும், சுற்றுக்கோட்டை வட்டமும் எல்லாம் ரொம்பவும்தான் மாறிப் போய்விட்டன. சின்னச் சின்ன அரண்மனை மாளிகைகள் எல்லாம் நவீன வசதிகள் கொண்ட கல்யாண மண்டபங்களும் சுற்றுலா விடுதிகளுமாக மாறிவிட்டிருந்தன. கோயில் சுற்றத்தில் அமைந்த கதகளி மண்டபங்களின் அழிவாசல்களையெல்லாம் எடுத்தெறிந்து விட்டு இரும்பு ஷட்டர்களிட்டு, ஷாப்பிங் சென்டராக மாற்றி விட்டிருந்தார்கள். போலீஸ் அவுட் போஸ்டாக இருந்த சின்ன மண்டபம் அரசியல் பிரசங்க மேடையாகியிருந்தது. கறுப்புத் தொங்கலாக, பகலெல்லாம் வௌவால்கள் தொங்கும் அரச மரங்களும், சவுக்க மரங்களும் இப்பொழுது மருந்துக்குக்கூட இல்லை. அந்த மரங்கள் நின்றிருந்த பாழ் வெளியில் கைத்தறி கூட்டுறவுச் சங்கத்தின் நெடிது உயரமான கட்டடம் நிமிர்ந்து நிற்கிறது. பழமையின் சின்னமாக இனியும் எஞ்சி நிற்பது, பொம்மை ஆட்டுக் குட்டிகள் மணி தவறாமல் மோதிக்கொண்டு நேரமறி விக்கும், 'மேத்தன் மணியும்', கிராதி வேலிட்ட பத்ம தீர்த்தக் குளமும் தான். முக்கியமான ஒன்றை மறந்துதான் போனேன். ஆமாம். ஆட்டி அசைத்தாலும் அணுவளவுகூட மாற்ற முடியாத சிற்ப எழில் மிக்க பத்மநாபசுவாமி கோயிலும் அகன்ற படிக்கட்டுகளும் அப்படியே தான் இருக்கின்றன. மற்றப்படியாக அநேகமாக எல்லாம் மாறித்தான் போய்விட்டன.

கோட்டைக்கு வெளியே முன் ராஜ வம்சத்தினர் மக்கள் நலனுக்கு நிறுவிய சாலைக் கம்போளமெனும் கடைத் தெருவின் சரிபாதிக் கடை கண்ணிகள் இப்பொழுது கோட்டையின் உள்ளே ஆயிற்று. சிட்டி பஸ்களின், 'டெர்மினல் ஸ்டேஷன்' பக்கத்தில் இருப்பதினால், போக்குவரத்துப் பஸ்களின் சந்தடி காதை அடைக்க

இதற்கெல்லாம் மேலாக, எப்பொழுதும் பத்துப் பதினைந்து ரிஸ்டு பஸ்களாவது கோயில் படிகளிலிருந்து இங்கே கோட்டை வாசல்வரையில் வரிசையாக நின்றவண்ணமாக இருக்கும். பழைய, 'கோகுல் விலாஸ்' உடுப்பி காபி அண்டு சாப்பாடு ஹோட்டல் இப்பொழுது இல்லை. பதிலுக்கு அமீன் நான்வெஜிடேரியன் சென்டரும், ஆல்பர்ட் பார் அன்டு லாட்ஜிங் கார்னரும் வந்திருக் கிறது. ஆக, கோட்டையுள் இப்பொழுது திருவனந்தபுரத்தின் அரைவாசி நகரச் சலனங்களும் சங்கமமாகிவிட்டிருக்கின்றன.

இந்த அமீன் நான்வெஜிடேரியன் சென்டரைப் பற்றிச் சொல்ல வேண்டியிருப்பதினால்தான் அது அமைந்துள்ள கோட்டை வட்டத்தைப் பற்றி, சவிஸ்தாரமாகச் சொல்ல நேர்ந்தது. ஆமாம், கூத்து நடத்த வேண்டுமென்றால் மேடையைப் பற்றி ஆராயத்தானே வேண்டியிருக்கிறது.

கோட்டையின் பிரமாண்டமான வெள்ளைச் சுவரைத் தாண்டியதும், வலது பக்கமாக ஆரம்பிக்கும் புதிய கடைத் தெருவின் முதல் கண்ணி, அமீன் நான்வெஜிடேரியன் சென்டர். ஆங்கிலத் திலும், மலையாளத்திலும் சாதாரணமாகவும், பெரிய எழுத்துகளில் தமிழிலும் ஹோட்டல் பெயரைப் பொறித்த கலர் போர்டில் பிரமாதமாக மின்சார இல்யுமினேஷன் அலங்காரம். எதிர் சாரி லாட்டரி டிக்கெட் விற்பனை டிப்போவிலிருந்து அலறல்... இங்கே ஹோட்டலின் ஸ்டீடிரியோவிலிருந்து தமுக்கடியாக அதிரும் டிஸ்கோ சங்கீத டியூசன்கள் கோட்டை வாசலைத் தாண்டும்போதே உயர் ரக ஊதுவத்தி மணத்துடன் மசால்கறி வாசனை இதமாகக் கலந்து வரும். சாலைக் கடைவீதியைத் தாண்டி விரைந்தோடி வரும் டூரிஸ்டு பஸ்கள் எல்லாம் வரிசை வரிசையாக இங்கேதான் வந்து சங்கமமாகி நிற்கும். வந்திறங்கும் சுற்றுலாப் பயணிகள் எந்த மொழியினரானாலும் அந்த பாஷையில் லிக்கர் கடைகளும், கம்ஃபர்ட்மென்ட் வசதிகளும் அறிமுகப்படுத்தும் 'கைடுகள்' சதா சுற்றிக்கொண்டிருப்பார்கள். மொழியும் ஆசாரமும் என்னதான் ஆயிருந்தாலும், சாப்பிட வேண்டுமே? அதற்கு எல்லா விதத்திலும் வசதியானது இந்த அமீன் சென்டர். டூரிடஸ்ட்டுகளை நயம் பயமாகப் பேசி இழுத்து வரும் அசகாய சூரர்களான புரோக்கர்கள் தான் இங்கே முன்னணியினர். "வாங்க பாய், பியூர் மட்டன் கறி ருசியாகச் சாப்பிட வேண்டுமா? நீங்க எத்தனையோ ஊர் போயிருக் கலாம். ஆனால், எங்க அமீன் சென்டரிலே சாப்பிட்டீங்கன்னா ஆயுட்காலம் பூரா மறக்கவே மாட்டீங்க!" என்பார்கள். லிக்கர் உபயோகிக்கும் ரகசியக்காரர் என்றால், அதற்கேற்றாற்போன்ற பந்தாவில் டயலாக் மாறுபடும். "உங்கபாட்டுக்கு சூட்கேஸிலெ

பாட்டிலே எடுத்துக்கிட்டு வாங்க சார். நான் செர்வர் கிட்டெ சொல்லி ஏற்பாடு பண்றேன். கப்சிப்புனு காரியத்தை முடிச்சுப் பிட்டு, புரோட்டாவோ, மட்டன் வறுவலோ, சாப்ஸோ சாப் பிட்டிட்டு வெளியே வாங்க...” என்று வழி சொல்லுவான். ஆக, அமின் சென்டர் உரிமையாளர்களைவிட இந்தப் புரோக்கர்கள் வருகையாளர்களிடம் அதிக அக்கறை காட்டுவார்கள்.

எங்கோ தூரத் தொலைவிலிருந்து, நாலைந்து டூரிஸ்ட் கோச்சு களில், கும்பலாக ஒரு பெரிய பாக்டரியின் லேபர் யூனியனைச் சேர்ந்தவர்கள் சுற்றுலாவிற்கென வந்திருந்தனர். அவர்கள் வந்து இறங்கிய நேரமோவென்றால் மதியம் மீல்ஸ் நேரம். நாலைந்து பஸ்களிலும் 200க்கு மேற்பட்டவர்கள் இருப்பார்கள். மட்டன் வறுவலோடு அத்தனை பேருக்கும் சாப்பாடென்று புரோக்கர் வந்து நின்றபோது, கல்லாவிலிருந்த முதலாளி அமீன் பாய்க்குக் கையும் ஓடவில்லை – காலும் ஓடவில்லை.

“நீயென்னப்பா இந்த மாதிரி அத்து அலையுற நேரத்தி லெல்லாம் பெரிய கிராக்கிகளை இழுத்து வந்து கழுத்தறுக்கிற... என்னதான் டவுன்னாலும் நேரங்கெட்ட நேரத்திலே என்ன செய்ய முடியும்... புரோட்டா மட்டுன்னாலும் எப்படியோ பிசைந்து மாற்றித் தயார் பண்ணீரலாம். மட்டன் குருமா என்றால், எந்த ஆட்டை வெட்டி எப்போ கறியாக்கி எப்போ பிளேட் போட முடியும்? யோவ், ஆரப்பா அது ஸ்டோர் மாஸ்டரைக் கூப்பிடு அதான் அந்த நாயிடு அண்ணனெ, கேப்பம்” என்றார். அவ்வளவு தான் நல்ல கிராக்கியை விடவும் மனசில்லாது – எப்படிச் சமாளிக்கப்போகிறோம் என்ற பரபரப்புடன்.

‘யாரு’ நம்ம நாயிடு அண்ணனெதானே? விடு. போய் அவரைச் சரிகட்டி ஏற்பாடு பண்றேன்... ஆடு நிக்கதில்லா பின் வாசல்லே...?’ என்று புரோக்கர் உள்ளே புறப்பட்டவனை – அமீன் பாயே நிறுத்தி வைத்தார்.

“அட யாரப்பா நீயொராளு, விவரம் தெரியாமே... இது எந்த இடம்னு தெரியும்லா? கார்ப்பரேஷன்காரங்க எப்ப வந்து ஏறுதான்னு சொல்ல முடியாது... ஆடு நிக்கிதுன்னு சும்மா கறி வெட்டீர முடியுமா? அப்படி வெட்டினாலும், அவனுக்கு மாமூல் கொடுத்தாகணும். சுண்டக்கா காப்பணம். சுமட்டுக்கூலி முக்காப் பணம்னது போல காரியம்மாயிரும். வேண்டாமப்பா. அவுங்க வேறு எங்கேயாவது போயி சாப்பிடட்டும்... விட்டிரு, நம்மளெ. உபத்திரவிக்காதெ...” என்று சலிப்புக் கொட்டினார்.

"வேய் பாய், ஆருட்டெ விடுதேரு உம்ம உடான்செல்லாம். எல்லாத்தையும் நீரு இங்கே முறைப்படிதான் செய்யிறீரோ? அன்னைக்கு நைட் பதினொண்ணு மணிக்கு ஆட்டுக்கறி சாப்ஸ்ன்னு, கன்னுக்குட்டிக் கறியெ கறியாக்கிப் போட்டீரே – அப்போ எந்தக் கார்பரேஷன்காரன் வந்தான்... சொன்னா கூடிப் போகும்... போகட்டும். இப்போ முடியுமா முடியாதா? அதைச் சொல்லும். டூரிஸ்டு டிரைவர்கள் நம்ப பழக்கமானவங்க. அதனால தான் பாக்கிறோம். பழவங்காடியிலே சென்றால் ஓட்டல்காரன் வாவான்னு காத்துக்கிட்டு இருக்கான். இது இங்கெ உம்ம கடை முன்னாலே வந்தா நீரென்னடானா சட்டம் பேசுறீரு."

"...கொஞ்சம் பதுக்கத்தான் பேசப்பா. சரி போ, நாயுடு உள்ளே கறி ரெடி பண்ணித் தந்திட்டாரானா புரோட்டாவோ ஒறட்டியோ ஸ்டோர் மாஸ்டராச்சுது... போ, உள்ளே போய்க் கேளு..."

புரோக்கர் இதுதான் சந்தர்ப்பமென்று சட்டென்று ஆளோய்ந்து கிடந்த டிப்பன் ஹாலைத் தாண்டிப் புறக்கடைக்கு இறங்கியபோது – ஆடுகளைக் கட்டியிருந்த புரையின் கறுப்புத் தூணில் பிணைந்திருந்த – கொழுகொழுத்த கறுப்பு நாய் – அரவங்கேட்டு 'கொல் கொல்' என்று குலைப்புக் காட்டி தான் பெண் நாய் என்பதை அறிவித்தது.

"சும்மா கெட நாய்க்குப் பிறந்த நாயே... ஒற்ற வெட்டிலெ ரெண்டு துண்டு ஆக்கிடுவேன்..." அப்பொழுதுதான் சாப்பிட்டு முடித்து – வியர்வையைத் துவர்த்து முண்டால் துடைத்தவாறு வந்த நாயிடு – நாயை ஏசிவிட்டுத் திரும்பினவர், உள் நுழைந்த புரோக்கரை வேண்டா வெறுப்போடு பார்த்தார்.

"என்னப்பா இது – பஸ் புரோக்கர்மாரெல்லாம் திறந்த வீட்டுல ஏதோ நுழைஞ்சது கணக்கா, கடை, ஸ்டோர் ரூம், அடுக்களைக் கட்டும் கடந்து அறுவைப்புரை வாயிலும் ஏற வரத் தொடங்கியாச்சா...?"

வரவேற்பு இப்படிக் கரடு முரடாக இருக்குமென்று எதிர் பாராத புரோக்கர், "என்ன நாயுடு அண்ணே, இங்கே பெண் நாய்தான் குலைக்கும்னு நினைச்சேன்..." என்று சீரியஸ் அல்லாதது போல் கொஞ்சம் சிரித்துவிட்டு, "சரி, விடும். ஒரு காரியம் உம்மைக் கொண்டு ஆகணும்னு வந்தா – வந்த ஓடனேயே இப்படி நிக்கேரே – நம்மளும் இந்தக் கோட்டைக்குள்ளே குருத்து வளந்தவன்தான். கொஞ்சம் சமாதானப்படும்..."

"நான் இப்போ சமாதானக் கேடாயிற்று ஒண்ணும் சொல்ல லியே. கிராக்கிகளைக் கூட்டிட்டு வந்தா, அங்கே பட்டறையிலே

ஆள் உண்டும். காரியமெல்லாம் டிப்பன் செக்ஷனோட நிக்கணும். இங்கே அடுக்களையும் தாண்டி வந்து, என்ன காரியம்னுதான் கேக்க வந்தேன்...”

“இந்தா பாரும் நாயுடு அண்ணே, உம்ம ஓனரு சொல்லித்தான் அகத்தை ஏறி வந்தேன். நானாயிட்டு ஒண்ணும் வரலே. சட்டுப் புட்டுன்னு கொஞ்சம் இறைச்சி தயாராக்கித் தரணும். பத்து இருநூறு டூரிஸ்டுகள். பாவம், பஸ்ஸு நெய்யாற்றங்கரைக்கு அப்புறம் வச்சு பிரேக் டவுனாச்சாம். சரியாக்கீட்டு – இங்கே வந்தப்பம், சாப்பாடு நேரமெல்லாம் கழிஞ்சு, இந்த ரெண்டுங் கெட்ட நேரம். டிரைவர்மாரு நம்ம பதிவு ஆளுகள். எப்படியாவது வயிறு நிறைச்சி ஏதாவது சரியாக்கனுமின்னிட்டு நம்மளைப் பிடிச் சிட்டு விடமாட்டேங்கானுக. நானும் டிப்பன் நேரமாவப் போவுதே, புரோட்டாவும் கறியும் தரலாம்னு ஏத்திக்கிட்டேன்... பார்ட்டிகள் பிடிபிடின்னு வந்து நிப்பானுக. அண்ணன் மனசு வச்சா கட்டாயம் நடக்கும். சிரமம் பார்க்காம ஒரு குட்டி ஆட்டை...”

பேசிக்கொண்டிருந்தபோதே கல்லாவை விட்டு வந்த ஓனர் அமீன் பாயும் உள்ளே வந்து விட்டார்.

“ஒண்ணு சிரமிச்சுப் பாரும், நாயுடு அண்ணே. வரக் கூடியவங்கோ எக்கேடோ போகட்டும்னு விட்டாலும், இது நம்ம பதிவு ஆளாச்சே. கோளு இல்லாம வச்சசோறும் இறச்சியும் என்ன செய்யறதுன்னு இருக்கும்போ நல்ல கிராக்கிகளைக்கொண்டு வந்திட்டிண்டும். அதெமறக்கக் கூடாதின்னுதான் உள்ளே கேளும்னு அனுப்பினேன்...”

இவ்வளவு தூரம் ஆகியபோது, உண்மையிலேயே விசுவாச மான நாயுடுவுக்குப் பதிலற்றுதான் போய்விட்டது.

“குட்டி ஆடாயிருந்தாலும் அறுந்து முறிச்சி – இதென்ன மந்திரத்திலே மாம்பழம் வருத்தக்கூடிய காரியமா...” என்று கொஞ்சம் தயங்கிடப் பார்த்தாயிற்று.

“அண்ணன் மனசு வச்சா நடக்கும். நான் சரக்கு மாஸ்டருக் கிட்ட ஒறட்டிக்கு மாவு பிசையக் சொல்லியாச்சு...” என்றவாறு ஒரு மாதிரி உத்தரவு போலக் காரியத்தை ஒப்புவித்துவிட்டு, “நீரு வாரும். எப்படியும் கொஞ்சம் முன்னே பின்னே ஆளுகளை நிறுத்திக் கூப்பிட்டு வாரும். உடனேயே போய் எல்லாத்தையும் பத்தீட்டு வந்து ஹாலை நிரச்சிராதியும்...” என்றார் அமீன் பாய், புரோக்கரை நோக்கி.

“அதெப்படியும் ஒரு மணிக் கூறுக்கு மேலே ஆகும். பாட்டிலோ பட்டையோ கிடைக்குமான்னு ஒரு குருப்பு மேலே கடை வீதிக்குப்

போயிக்கு....” காரியம் வெற்றி பெற்ற பெருமிதத்தில் புரோக்கர் டிரைவர்களைத் தேடி ஓடினான்.

நாயுடுவுக்கு வேர்த்து விறுவிறுத்தது. ஈவு, இரக்கம், நேரம் காலமற்ற வேலையைப் பற்றி எண்ணியபோது மனது ரொம்பவும் நொந்தது. ஏழு போக்கில் ஒரு போக்கிருந்தாலும் இந்த மாதிரி வெட்டுப் பழி வேலைக்கு வந்திருக்க வேண்டாம். போக்கற்றுத்தான் போய்விட்டது. அதனால் யாரைநொந்து என்ன பயன்? யார் மீதெல்லாமோ கோபமும் எரிச்சலும் பொங்கி வழிந்தாலும், பாவம் –துண்டு மிச்சங்களுக்குக் 'கொதி' பிடித்து நிற்கும் அந்த நாய் மேல் தான் கோபம் கோபமாக வந்தது. 'சவத்து நாயே. பார்த்துக்கிட்டே இரு... ஒரு நா உன்னையும் இதே மாதிரிதான் இந்த மரக்கட்டை மேல் பிடிச்சி வச்சு ஒரே போடு போ, ரெண்டு துண்டு. அப்போ நீ எப்படி வந்து இந்த மாதிரி எச்சில் பொறுக்கறேன்னு பார்க் கணும். தூ... நாய்ப் பிழைப்பு...' நாயுடுவின் மனது முணுமுணுத் தாலும், கையும், கத்தியும் வேலையை நறுக்குச் சுத்தமாக்கிக் கொண்டுதானிருந்தது.

“தெரியுமே நாயுடு அண்ணன்னா, நம்ம அமீன் முதலாளிக்கு ஏன் இவ்வளவு காரியம்னு சொல்லியா தெரியணும்? இந்தா பாக்கலியா! ஆடுன்னு சொல்லி முடிக்கு முன்னே ஆட்டிறைச்சி ரெடி. இனியென்ன, முதலாளியின் பெட்டி நிறையப் பணம்தான்... அந்தப் புரோக்கருக்கும் மரணக் கோளுதான்..” என்றவாறு வெட்டிய கறித் துண்டுகளைக் கழுவி வேகவைத்து எடுத்துக் கொண்டு போக வந்த மாஸ்டரிடம், நாயிடு தம் ஆத்திரத்தை யெல்லாம் கொட்டத் துவங்கினார். “வேய், மாஸ்டரு, தீட்டம் வார அச்சாரம் வாங்கிட்டு நாறுதுன்னு சொல்லக்கூடிய ஆசானிட்டெ நான் படிக்கல்லெ. நீரு போய் உம்மட ஜோலியைப் பாரும்....”

“நான் ஜோலியெப் பாக்கத்தான் போறேன்.... ஒமக்கு, ஒனரு தோளிலெ தூக்கித் தரத்தான் போறாது. பார்த்துக்கிட்டே இரியும்...” என்று சிரித்தவாறு மசால் அரைத்துக்கொண்டிருந்த கிரைண்டர் பக்கம் போய்விட்டார் மாஸ்டர்.

குறித்த நேரத்தில், சூடு சூடாக ஆவி பறக்க மட்டன் குருமாவும், பச்சரிசி மாவு ஒறட்டியும் டிப்பன் ஹாலில் மணத்தபோது சுற்றுலாக் குழுவினரின் பசித்த வயிற்றுக்குள் நெருப்பாக விழுந்திருந்த லிக்கர் காரியங்கள் இன்னும் கொண்டா என்று ஆட்டம் போட்டது.

சுவையான மலையாளத்துப் பக்குவமும், இதமான காரம் மணம் குணத்துடன், சுற்றுலாவினரின் வயிறுகள் நிரம்பியபோது கல்லாவில், புரோக்கர் பில்லுடன் வந்து நின்றான்.

“என்ன அமீன் பாய் இது. பில்லைப் போட்டிருக்கிறதெ நீங்க பாக்கலியா? கணக்குப் பாத்துதான் போட்டானுகளா. இல்லெ பாண்டிப் பார்ட்டிக தண்ணி அடிச்சுக்கிட்டு லெவல் இல்லாமெ தானே தின்னானிட்டுக் கண்ணை மூடிட்டுப் போட்டது போலல்லா இருக்கு...” என்ற புரோக்கரின் ஸ்வரமும் பாவமும் மாறியிருந்தது.

“டேய், இதானே உம்ம அசலுங்கிறது..... அவசரம்னு வந்து நின்னதுக்கு, வஞ்சகமில்லாமெ, ஆட்டைப் பிடிச்சு வெட்டி, அத்து அறுத்து நேரத்திலெ, ருசி மாறாமெ வச்சு விளம்பினோம் பாரும்... எங்க புத்திய செருப்பாலெ அடிக்கணும்...”

“நீரு இப்பிடிக் கண்ட மேனிக்குப் பில்லெப் போடச் சொல் லீருக்கிறதெப் பார்த்தா வந்தவங்களும் இளிச்ச வாயன்களொண் ணும் இல்லெ. அவனுகளும் செருப்பு போட்டுக்கிட்டுதான் வந்திருக்கிறானுக....”

புரோக்கர் இதைச் சொல்லி வாயை மூடுமுன் உள்ளேயிருந்து வந்த நாயுடு ஆடு வெட்டும் கத்தியும் கூப்பாடுமாகக் கல்லாப் பெட்டி முன் சாடி விழுந்தார்.

“எவன்டா அது செருப்புப் போட்டுக்கொண்டு வரக்கூடிய வன்... வரட்டும், அத்தனை பேரையும் வரச்சொல்லு. இல்லாட்டா, முதல்லெ நீ வா. ஆட்டை வெட்டின வெட்டுக் கத்தியிலெ ஈரம் கூட மாறீட்டில்லெ.... வெட்டுவேன்... எந்தக் கொம்பனாயிருந் தாலும் வெட்டுவேன்... வயிறு முட்ட வாங்கித் தின்னிட்டு பணம் கேட்டா உனக்கெல்லாம் தண்ணியும் அடிச்சு இறச்சியும் தின்னப்போ நாக்கு வளச்சு பேசச் சொல்லுதோ....”

கூட்டமாயிற்று. கும்பலாயிற்று; வழக்காயிற்று. வக்காள மாயிற்று. கடை வீதியாயிற்றே... போவோர் வருவோர் பஸ் டிரைவர்கள், சுமட்டுக்காரர்கள். சைடு பேசும் சகக் கூட்டாளிகள். ஆக, ராசபாசமான கலகலப்பு.

“நாயுடு அண்ணே. நீரு வெட்டுக் கத்தியுங்கொண்டு உள்ளே போவும். டேய், யாரப்பா அது சொன்ன நேரத்திலே சூடு மாறாமெ ஒறட்டியும் கறியும் அத்தனை பேருக்கும் ரெடியாக்கித் தந்ததை ருசிச்சு தின்னாச்சு. கொஞ்சம் கூடக் கொறய இருக்கத்தான் செய்யும்... ஒனக்கென்ன? வந்தவங்ககிட்டே வாங்கிக் கொடுத்திட்டு ஒனக்கும் உள்ளதெ வாங்கிகிட்டுப் போய்ச் சேராம.... பாப்பா னாவன் சன்னதியிலே குத்தும் வெட்டும் நடத்தவா போறீங்க... அட, ஆள்கூடாதீங்கப்பா. போங்க போங்க, காலம் கெட்டுப்

போச்சு. கோயில் நடையிலெ எறச்சியும், சாராயமும், கள்ளும், பெண்ணும், சூதுகளியும் எல்லாம்னா இப்பிடியெல்லாம்தான்...” என்று பல ஞாயங்கள் பலதரப்பட்ட குரல்கள்.

போலீஸ் வருமுன் அன்றைய காரியங்கள் ஒருவாறு ஒதுங்கி னாலும், இதே மாதிரியாக இல்லாவிட்டாலும், கொஞ்சம் கூடுதல் குறைய, அல்லது வேறு வேறு மாதிரியாக, வழக்கு, அடிதடி, உந்தல், தள்ளல், சிலபோது கத்திக்குத்து எல்லாம் கோட்டையுள் அன்றாடச் சலனங்களாக இருந்தன. ஒருசமயம் பத்தே பைசா தகராறில் வெற்றிலை பாக்குப் பீடாக் கடையின் கொஞ்ச வயசுப் பையனை, ரவுடி ஒருத்தன் எட்டி அடிக்க, பையன் பொட்டென்று கீழே விழுந்து உயிரைவிட கடைகள் அடைப்பு, ஹர்த்தால், கைகலப்பு என்றெல்லாம்கூட நடந்திருக்கின்றன. நாயுடு இதையெல்லாம் அறிகிறவர்தான்; கசாப்பு வேலைக்காரர்தான். ஆயினும் ரோஷக் காரர். சட்டென்று கோபம் வந்துவிட்டால் முன்பின் யோசிக்க மாட்டார். களத்தில் சாடி விடுவார். அநேக சமயங்களில் மத்தியஸ் தர்கள் வந்து விடுவதினால் அசம்பாவிதம் நடைபெறுவதில்லை. அன்றைய நிகழ்ச்சியும் அப்படித்தான். ஓம் சாந்தி ஆயிற்று.

சின்னக் கால அளவு ஆனாலும், காலத்தின் ஓட்ட வேகத்தில், கோட்டை வட்டத்தின் முகம் மாறி, முகம் அழிந்து எத்தனை விதமான மாற்றங்கள்.... பத்மநாப சுவாமி கோயிலின் பத்மதீர்த்தக் குளத்தை அறவே இறைத்துச் சகதியும் சப்பு சவுடாலுகளை யெல்லாம் எடுத்தெறிந்து சுத்தமாக்கிக் கடற்கரையிலிருந்து கொண்டு வந்த வெள்ளை மணல் விரித்து பாலக்காடு, திருச்சூர், மாங்கோடு போன்ற இடங்களிலிருந்து நம்பூதிரி தந்திரிகளைக் கொண்டு வந்து ஆறு வருஷத்திற்கொரு முறை நடத்தும் ‘முறை ஜபம்’ எனும் பழைய மகாராஜா இன்னும் விடாமல் தொடர்ந்து நடத்தும், ஜபத்திருவிழாவெல்லாம்கூட வந்து போயிற்று. கோயில் கோபுரமும், சுற்று வட்டமும், லட்சம் தேங்காய் எண்ணெய்த் தீபங்களும், அதிக அளவில் பல்வேறு நிறங்களில் மின்சார விளக்குகளுமாக ஏற்றினார்கள். அப்பயாகக் கோயிலின் லட்ச தீப விழாவும் நடந்தது.

என்னதான் ஆனாலும், கோட்டையுள் சுற்றுலாக்காரர்களின் பஸ்கள் வந்து நிறையும் சங்கதேக் காரியம் நாளுக்கு நாள் அதிகமாகிக்கொண்டுதானிருந்தது. அமீன் சென்டர்கூட ஒரு பகுதி சிமெண்டுத் தூண்களால் உயரமாகக் கட்டி மற்றொரு பகுதியைத் தங்கும் விடுதியாக்கும் வேலை நடந்து கொண்டிருந்தது. வியாபாரமெல்லாம் முன்போலத்தான். அமீன் நான்வெஜிடேரியன் சென்டரின் மட்டன் குருமாவென்றால் உலகப் பிரசித்தம் என்ற அளவில் பிரசித்தமாயிருந்தது.

அன்று நடு இரவுக்கு மேலிருக்கும். கோட்டையுள் கடைவீதி ஓரளவு அமைதியில் மூழ்கியிருந்தது. அந்த அர்த்த ஜாம வேளை யிலும், பத்ம தீர்த்தக் குளத்தில் யாரோ துணி அடித்துத் துவைக்கும் சத்தம் லேசாகக் கேட்டுக்கொண்டிருந்தது. கார்த்திகை தியேட்ட ருக்கும் அப்பால், கடைசிக் கோடியில் இன்னும் மிச்சமிருக்கும் ஒரே ஒரு அரசமரத்தில் வௌவால்கள் சண்டை போடுகின்றன. தற்காலிகக் கடைகளாகப் பாதை மருங்கில் வரிசையாக முளைத் திருக்கும் கார்பரேஷன் பங்கொன்றின் அடைத்த கதவு இடை வெளியிலிருந்து மின்சார வெளிச்சம் நீட்டி விரித்த வெள்ளைப் புடைவையாக ரோட்டில் விழுந்து கிடக்கிறது. கடைத் திண்ணை யொன்றில் யாரோ தாடிக்காரன் கஞ்சா புகைத்தவாறு தானாகவே, கெக்கே பிக்கேவென்று சிரித்துக்கொண்டிருக்கிறான்.

அப்பொழுதுதான், கிழக்குச் சாலை பஜார் ரோட்டிலிருந்து, மூன்று சுற்றுலா பஸ்கள், கட்சி பானர் தோரண அலங்காரங் களுடன் வேகமாகக் கோட்டையுள் சங்கேதத்தில் வந்து நின்றன. பஸ் நிறையக் கட்சித் தோழர்கள், வழியெங்கும் கோஷமிட்டுக் கொண்டு வந்ததினாலோ அல்லது அரைத்தூக்கத்தில் இரவு நேரமானதினாலோ என்னவோ, பஸ்ஸைவிட்டு இறங்கியவர்களின் பேச்சுக் குரல்கள் கரகரத்துப் போய்க் கிடந்தன.

அர்த்த ஜாமமோ அடை மழையோ புயலோ எதுவாக இருந்தாலும் புரோக்கர்களுக்குத்தான் மூக்கில் வேர்க்குமே. தலை முண்டாசும், மப்ளருமாக எங்கிருந்தோ இரண்டொருத்தர் வந்து சேர்ந்தனர். எறும்பும், எறும்பும் மோதிக்கொள்வது போல டிரைவர்களுடன் குசலப் பிரசனம் நடந்தேறியது.

அதன் பலன் சற்று நேரத்திற்கெல்லாம், அமீன் சென்டரின் கர்லிங் இரும்புக் கிராதி வாசல் தடதடவென்று தட்டப்படும் ஓசை, இரவின் அமைதியைப் புல்லரிப்புக் காட்டியது.

சுருட்டொன்றைப் புகைத்தவாறு டிரைவர்களில் ஒருவனும், புரோக்கருமாக ஹோட்டல் கதவை அதிரடித்தபோது உள்ளே பின்வாசலில் அந்தப் பெண் நாய், 'கொல் கொல்'லென்று ஹாலே அதிரும்படியாகக் குலைக்க ஆரம்பித்தது.

"யாரப்பா அது, பாதி ராத்திரியிலே...? பதினொண்ணு மணிக்கே எல்லாம் குளோஸ்.... அதுவும் நாளைக்கு வீக்லி ஹாலிடே.... ஒரு ரொட்டித் துண்டு வேணும்னாக்கூட ரட்சை இல்லே..."

"அமீன் பாய் இது நானாக்கும் வந்திருக்கேன்.... எப்பிடியும் நீங்க மனசு வச்சா முடியும். வந்திருக்கிறதெல்லாம் கட்சி சகாக்கள். வேறு யாராவது சுற்றுலா ஆசாமிங்கன்னா இந்த நடுச்சாமத்திலே நான் தலையிட்டிருக்கவே மாட்டேன். காலத்தெ பத்து

மணிக்கெல்லாம் எர்ணாகுளத்திலெ ஒரு மகாநாடு. விடியற்காலம்பர ஒரு அஞ்சு மணிக்குள்ள ஏதாவது ஒறட்டிய, புட்டு ஆனாலும் போதும், தந்திட்டா பெரிய உபகாரமாகும்.

ஹோட்டல் முதலாளி அமீன் பாய் அப்பொழுதுதான் மங்கல் வெளிச்சத்தில் கூர்ந்து பார்த்தார். அந்தப் புரோக்கர் பழைய ஆள், அன்றைக்கும் இதே மாதிரிதான் கெஞ்சினான். ஆனால், அன்றை கசமுசாவிற்கப்புறங்கூட எத்தனையோ முறை வந்திருக்கிறான். போயிருக்கிறான், சுமூகம்தான். ஆனால், அன்றையப் போல இப்பொழுது மறுபடியும் இக்கட்டான காரியம்.

'என்னப்பா நீ புட்டு போதும். தொட்டுக்கிட சீனி வச்சாக் கூடப் போதும்னு எல்லாம் இப்போ சொல்லுவே. கடைசியிலெ, காரியம் முடிஞ்சதும் லெவல் கெட்டவன் போல லாவும் மொறை யும் பேசுவே. வேண்டாம்ப்பா. போ... நாளைக்கு வேறெ ஹாலிடே. பையன்கள் கழுவித் தொடச்சு கிளீனிங் எல்லாம் பண்ணிட்டு இப்பத்தான் போய்ப் படுத்தானுக..."

"அப்போ தீருமானமாக என்னதான் சொல்லுதியோ? முடியுமா? முடியாதா?"

"முடியாதப்பா!" என்ற அமீன் பாயின் குரலில் சுரத்து இல்லை. விரோதங் கட்ட முடியுமா இந்த ஜன்மங்களை? முடியாதென்பதைக் கூட நயம் பயமாகத்தான் சொல்லணும்.

"முடியாது. இல்லியா, அமீன் பாய்? இது யாருட்டயாக்கும் சொல்லுதுன்னு நல்லா ஓர்ம வெச்சுக்கிடும்... வாங்க டிரை வரண்ணே நமக்கும் பாக்கணுமே இந்தக் கோட்டை வட்டாரத்திலெ வேறெ ஆள் அத்தாபோவும்..." என்று வீறாப்புடன் திரும்பியவர் களை "புரோக்கர் அண்ணே, நில்லும்," என்று உள்ளே இருந்து வந்த குரல் தடுத்த நிறுத்தியது. அரைத் தூக்கக் கலக்கத்தில் போர்வையையும் மூடிக்கொண்டு உள்ளேயிருந்து எழுந்து வந்து நிற்கும் நாயுடுவைக் கண்டபோது புரோக்கருக்கு வியப்பாக இருந் தது. ஒருவேளை பழசையெல்லாம் நினைத்துக்கொண்டு கத்தியும் கப்படாவுமாக ஆயத்தமாகப் போகிறாரோ என்று எண்ணியாவறு, திரும்பவும் படியேறிய புரோக்கர் ஒருவாறு சமாளித்துக்கொண் டான். "ஆ... நாயுடு அண்ணா? ஒண்ணுமில்லே அண்ணே, வெளியேயிருந்து வந்தவங்கள்னாலும் அத்தரையும் நம்ம பார்ட்டிக் காரங்க. அவங்க, நேரம் விடிஞ்சு பத்து மணிக்கெல்லாம் எர்ணா குளத்திலே மகாநாட்டிலெ சம்பந்திக்கணும். இங்கே இருந்தே ஏதாவது சாப்பிட்டுக்கொண்டு புறப்பட்டால்தான் சரி. கொல்லமோ, ஆலப்புழையோ ஒன்றும் இதுபோல சவுரியப்படாது. எங்கிட்டே வந்து சொன்னா... நம்ம பார்ட்டிக்காரங்களுக்கு வந்த இடத்திலே இதுகூடச் செய்யலேன்னா சும்மா இங்கிலாப்

கூப்பிடுறதிலெ மட்டும் என்ன இருக்கு? மனுஷனுக்கு மனுஷன் உபகாரந்தான் முக்கியம். பணம் இன்று வரும் நாளை போவும்...”

“நீரென்ன இப்பம் பாதி ராத்திரியிலெ பிரசங்கம் செய்ய வந்தீரா, இல்லே காரியம் நடக்கணுமா? இந்தா பாரும், விடிய அஞ்சு மணிக்குள்ளே ஆவி பறக்கும் புட்டும், சூடு இறச்சிக் குருமா வும் நானாச்சுது. எத்தனை ஆளுன்னு சொல்லும். வேறெ ஒண்ணும் பேசாண்டாம். நீ போய்ச் சகாக்களைப் பத்ம தீர்த்தத்திலெ குளிக்கச் சொல்லி டிப்பாயிட்டு கூட்டீட்டு வாரும். பின்னெ ஒரு காரியம். காரியம் கண்டதும் அன்னத்தைப் போல ஆயிரக் கூடாது. ஓர்ம வச்சுக்கடணும்.”

“என்ன நாயுடு அண்ணே. போனதையெல்லாம் கிண்டிக் கிட்டு. நாம தொழிலாளிக. நமக்குள்ளே பகையை வச்சு வளத்த ஒக்குமா?”

“சரி விடும். கோட்டையிலெ மேத்த மணி டான்னு அஞ்சு அடிக்கும்போ இங்கெ ரெடி. பின்னெ விடிஞ்சு ரொம்ப நேரமாக்கக் கூடாது. நாளைக்கு இங்க வார விடுமுறையாக்கும். கடை திறந்து வச்சா லேபர் ஆபீசருக்குப் பதில் சொல்லணும்.” புரோக்கரும் கூட்டாளிகளும் படு சந்துஷ்டியுடன் கிளம்பிப் போனதுதான் தாமசம். நாயுடுவை, முதலாளி அமீன் பாய் பிடித்துக்கொண்டார்.

“வேய் நாயுடு, நீரு என்ன யோசனையிலெ அந்தப் போக்கணங் கெட்டவனெ அஞ்சு மணிக்கு வந்திருன்னு சொல்லி அனுப்பினீரு? ஆளுக பத்து நூறு பேராவது காணும். சூடு இறச்சின்னு சொன்னீரு. பொறக்கெ பெயரையிலெ ஆடு எங்கே நிற்கிறது?”

“ஓனரே, நீங்க கொஞ்சம் போய்ப் படுத்து ஒறங்குங்கோ. எறச்சி காரியம் நாம் பார்த்துக்கிடலாம்... கூடெ ரெண்டு பயக்களெ மட்டும் எழுப்பி விட்டுத் தந்தா போதும்... நம்பளெத் தேடி வந்த ஆளுகளைச் சும்மா அனுப்பக்கூடாது. பாவம், அந்தப் புரோக் கருக்கெ விரோதமும் வேண்டாம். சட்டம்பியும் அடாபிடிகளுக்கு இடையிலெ நம்மளும் ஜீவிக்கணுமே...!” என்று சமத்காரம் பேசும் நாயுடுவின் மனசை நிர்ணயிக்க முடியாது திரும்பிய அமீன் பாய், ‘எப்படியோ ஆகட்டும் விடிஞ்சால் தெரியும் வெளிச்சம்’ என்று எண்ணியாறு சத்தம் காட்டித் தூக்கிக்கொண்டிருந்த இரண்டு பையன்களை நாயுடுவிற்குத் துணையாக எழுப்ப ஆரம்பித்தார்.

அரவங்கள் கேட்டு முதலிலிருந்தே குலைக்க ஆரம்பித்த பின் வாசல் நாய் எதையோ கண்டு பயந்ததுபோல இன்னும் பலமாகக் குரைத்துக்கொண்டே இருந்தது.

விடியலின் கருக்கல் மாறுமுன், பானர் தோரணக் கோலாகலங் களுடன், சுற்றுலாத் தோழர்களின் பஸ்கள் புறப்பட்டுப் போன போது மனம் நிறைந்த மகிழ்ச்சியின் கோஷங்கள் விடியற்காலையின் அமைதியில் புல்லரிப்பை நிறைத்தது. அவர்களுக்குச் செய்த சேவைக்குக் கை நிறைய ஊதியம் வாங்கிக்கொண்ட புரோக்கர் சந்தோஷ ஆதிக்கம் மேலிட, தொண்டை கிழியக் கோஷம் முழக்கி இரண்டு கைகளையும் உயரத்தில் ஆட்டி ஆட்டி, அவர்களுக்கு விடை கொடுத்து அனுப்பினான்.

எல்லாவற்றையும் வாசலிலேயே நின்று கவனித்துக்கொண் டிருந்த முதலாளி அமீன் பாய் அன்று விடுமுறை நாளாகையினால், கிராதிக் கதவை இழுத்துச் சாத்திவிட்டு உள்ளே வந்தான்.

"...எங்கே அந்த நாயுடு அண்ணன்? ஆமா, ராத்திரி நானும் கொஞ்சம் கண்ணயர்ந்து தூங்கிப்போனேன். எப்படி நீரு மணக்க மணக்க எறச்சி ரெடியாக்கினீரு? அடுக்களைப் பையனைக் கேட்டா, உண்மையிலேயே ஆடு திருடினது மாதிரி முழிக்காணுக... சொல்லும், ராவோடு ராவா எங்கியாவது போய் மாட்டுக் கறி ஏதாவது கொண்டு வந்தீரா அந்தப் பழைய புரோக்கரை ஒரு பாடம் படிப்பிக்கணும்னிட்டு? சொல்லும், என்ன வேலை செய்தீரு...?"

ஒன்றும் புரியாமல் நின்றிருந்த அமீன் பாயின் கண்கள் அப் பொழுதுதான். அதைக் கவனித்தன. நாயைக் கட்டியிருந்த இடத்தில் வெறும் சங்கிலி மட்டுமே கிடக்கிறது...

"அடப்பாவி... கெடுத்துப் பிட்டீரே வேய்... அப்பிடி அந்தப் புரோக்கர் அடாபிடியெங்கிறதுக்கு, பாவம் டூரிஸ்டுகள் என்ன கண்டா... கெடுத்துப் பிட்டீரே பாவி மட்டே..."

"...அன்னிய துக்கம் அறியாத எல்லாவனும் பாவிகதான்... வெட்டுவேன்... எல்லாத்தையும் வெட்டுவேன்..." என்று புலம்பிய நாயுடு, அருகிலிருந்த வெட்டுக் கத்தியை எடுத்துப் புறக்கடையில், தொலைவில் நின்ற பப்பாளி மரத்தை நோக்கி வீசியெறிந்தவர், ஏனோ விக்கி விக்கி அழுதார்.

செய்வதறியாது செயலற்று நின்றார், அமீன் பாய்.

❖

47

பண்பாடு

"மிஸ்டர் ராமநாதன், பார்த்தீங்களா இந்தத் தமிழ்ப் பத்திரிகையை. வர வர ரொம்பவும்தான் கெட்டுப் போச்சுது, சார் அவங்க போடுற படங்களும், விஷயங்களும்..."

சிவசாமி கொண்டு வந்த பத்திரிகையை வாங்கிப் பார்த்தார் ராமநாதன்.

"என்ன இப்போ பத்திரிகையிலெ? அப்பிடி என்ன போடக் கூடாததைப் போட்டுட்டாங்க? அட, கொஞ்சம் சமாதானமா உட்கார்றது..." என்று பக்கத்தில் ஸ்டூலைக் காட்டினார்.

"நான் உட்கார்ந்தா உங்க வேலை கெட்டுப்போகும். பேச ஆரம்பிச்சா நீங்கதான் எல்லாம் மறந்திடுவீங்களே.... பத்திரிகையை நீங்களே பார்த்திட்டுச் சொல்லுங்க... படம் எல்லாங்கூட விளக்க விஸ்தாரமா போட்டிருக்கிறான். என்னப் போல நாலு பெண் குழந்தைகள் உள்ள குடும்பஸ்தங்க வீட்டிலெ எல்லாம் இந்த மாதிரிச் சஞ்சிகைகளை எப்படி சார் வாங்கிப் போட முடியும்...?"

"என்னமோ நீங்க இப்போத்தான் புதுசா பத்திரிகை பார்க்கிறது மாதிரியும், திடீரென்று நம்ம மானம் காரியமெல்லாம் சட்புட்டென்று ஒரேடியாகக் கெட்டுப் போனதாகவும், சொல்றீங்க. எப்பவுமே இப்பிடிதான்... அட, சும்மா உக்காருங்க, சிவசாமி... என் வேலைதான். அதோ வேலையாட்கள் ஜரூராத்தான் பாக்கிறாங்க. தையல்காரங்க தைக்கிறாங்க. கட்டிங் மேஸ்திரி துணியை வெட்டிக் கொடுக்கிறாரு. அதது அது பாட்டுக்கு நடக்குது. நீங்க உக்காருங்க, சொல்றேன்..."

வந்தவரின் வேகம் தணிகிற மாதிரி ராமநாதன் அவரை அமர்த்திவிட்டு, அந்தச் சஞ்சிகையை எடுத்துப் பார்க்க ஆரம்பித்தார்.

ராமநாதன் கிட்டத்தட்ட ஐம்பது வயதை எட்டியவர். சாலைக்கடைத் தெருவில் அவரது 'அம்பாள் டெயிலரிங் சென்டர்'

இருந்தது. நல்ல மனிதர். தையல்கடை வைத்திருந்தாலும் சமூகப் பிரக்ஞையுள்ள நாலும் தெரிந்தவர். படித்தவர். ஏராளமான வாடிக்கைக்காரர்கள் இருந்தார்கள். கலகலவென்று எட்டு, பத்து வேலையாட்கள் சதா வேலை பார்த்த மணியமாகத் தொழிலைக் கச்சிதமாக நடத்தி வந்தார். குறித்த நேரம் என்பது அவரது ஸ்பெஷாலிட்டி. சொல் தவறாதவர். கூலி அதிகம், வேலைக் கோளாறு என்கிற தொண தொணப்புக்கெல்லாம் இடமே வைக்க மாட்டார். ஆத்மீகமாகவும், லௌகீகமாவும் நிறைய மேடு பள்ளங்களை அறிந்தவர். இம்மாதிரி வழமை இருப்பதினால் அது தொடர்பான நல்லதொரு நட்பு வட்டம் சதா அவரைச் சுற்றிலும் 'வட்டத் தொட்டி' அமைத்திருக்கும். திருவனந்தபுரத்துச் சாலை வட்டத்தில் அந்தத் தமிழ்ச் சுற்றத்தில் ராமநாதன் கலகலப்பான தொரு முக்கியஸ்தர். அவரது கடைக்கு வந்தால், அறிவுப் பூரணமான காரண காரியங்கள், பல்வேறு சந்தடிகளின் கலகலப் பான பொழுதுபோக்கு என்றெல்லாம் நேரம் பொருள் பொதிந்த தாகிவிடும். அன்றும் அப்படித்தான். சிவசாமி சஞ்சிகையுடன், 'சங்கப் பலகை'யில் வந்து நின்றார்.

"நீங்க சொன்னது வாஸ்தவம்தான். பத்திரிகை உலகம் விவஸ்தை கெட்டுத்தான் போய்விட்டது. சாலைக்கடையில் இந்தத் தெருப் பயல்கள் சில சமயம் பேசும் 'பொன் மொழிகள்' உருவம் பெற்று வந்ததுபோல, பத்திரிகைகளிலும் காரியங்கள் இருக்குது... இதையெல்லாம் வாங்கறதுக்கும் படிக்கிறதுக்கும் நிறைய பேர் இருக்கிறாங்க. உண்மையில் ஒளிவு மறைவு வேண்டாங்கிறதுதான் பெரும்பான்மையாளுகளின் அபிப்பிராயம். பத்திரிகைகளைச் சொல்றீங்களே... இந்தக் காலச் சினிமாக்களிலெ என்ன வாழுது? அப்பா, பொண்ணு, அண்ணன், தங்கை எல்லோரும் ஒண்ணா உக்காந்து பார்க்கிற காரியமாவா இப்போல்லாம் சினிமா இருக்குது? பின்னெ சொல்றிங்களே... நாம என்ன செய்ய முடியும்? பண்பாடு கலாச்சாரம் என்றெல்லாம் கூரையேறிக் கூவும் பண்பாளர்கள் இதையெல்லாம் கவனிக்கணும்..."

"ஆமா, இப்போ எல்லோருக்கும் அதுதானாக்கும் கவலை. ஒவ்வொருத்தருக்கும் அரசியல் ஞானம் அதிகமாகிப் போச்சுது. அப்புறம் பணம் சேர்க்கிற ஆசை. அதுக்கு எந்தக் குறுக்கு வழியை யும் கையாளலங்கிற தைர்யம். அடாபிடித்தனம். கோஷ்டி சேர்த்துக் கொள்கிறது... ஆக, உலகம் பூராவும் கெட்டுக் கிடக்கிறது. நாம் நமக்கு வேண்டிய நல்லதை மட்டும் தரம் பிரித்து எடுத்துக் கொள்ளப் பழகிக்கொள்ளணும். அதைத் தவிர வேறு வழியென்ன இருக்கிறது? போகட்டும். பத்திரிகை அதிலெ வந்திருக்கிற வருகிற

விஷயமெல்லாம் இருக்கட்டும். அதோ நம்ம முக்குக் கடை திண்ணையெக் கொஞ்சம் பாருங்களேன்...” என்று திடீரென்று ராமநாதன் யதார்த்த உலகிற்குத் திரும்பினார்.

“என்ன அங்கே? அதுதான் அச்சாபீஸ்காரர் லேபர் பிராப் ளம்னு கடையை மூடிவிட்டுப் போய் மாசக் கணக்காச்சே... சவம், இந்த அத்து அலந்துக்கெல்லாம் ரொம்ப சவுகரியமாப் போச்சு. வழவழத்த சிமிண்டுத் திண்ணையில் கோடு கிழித்து ஆடு புலி ஆட்டம் ஆட, படுத்துப் பகல் தூக்கம் தூங்க... நட்ட நடு பஸாரிலெ இப்படி ஒரு சங்கேதம். ஆமா, இப்போ யாரோ ஒரு சுகக்கேட்டுக் காரியில்லா அங்கே பழிகிடை கிடக்காப்பிலெ இருக்கு. யாரது? அதைத்தான் பார்க்கச் சொன்னீங்களா?”

“ஆமா. அவ்வளவுதானா நீங்க கவனிச்ச லட்சணம்?” வெறும் சுகக் கேட்டுக்காரியா அது? நல்லாப் பாருங்க... அவ இங்கேயே ஸ்திர தாமசம்னு உக்காந்தாச்சு.... மூட்டை முடிச்சு பாய் தலை காணிதான் பாக்கி...”

“போயிட்டு போறா. பொட்டச்சி. என்னதான் அவ டேறா போட்டாலும், நிரந்தரமாவா அங்கே குடியிருந்திரப் போறா? பிச்சைக்காரங்களுக்குச் சோறு கிடைக்கிற இடமெல்லாம் சொந்த இடந்தானே உண்மையிலெ பாருங்க, மிஸ்டர் ராமநாதன், இந்தப் பிச்சைக்காரங்களுக்கு, உங்களைப் போலத்த கடை முதலாளிங்க பிச்சை போடுறாங்க பாரும். அதை அடியோட நிறுத்தணும். இவங் களெல்லாம் கை நொண்டி, கால் முடம்னு உண்டு பண்ணி வச்சிக் கிட்டுத்தானே இந்தத் தொழிலுக்கு வாறாங்க... காலையிலிருந்து பொழுதுக்கும் கடைத் தெருவைச் சுத்தினா கை நிறையக் காசு. சாயங்காலம் பாருங்க, டிப் டாப்பா டிரஸ்ஸை மாத்திக்கிட்டு சினிமாவிலே முதல் வகுப்பு டிக்கெட்தான். என்ன கவலை இவங் களுக்கு...? வீடா குடியா? குடும்பமா...? அதிலெ ஒண்ணு இவ. இங்கெ வந்து குடியேறியிருக்கா... இருந்துட்டுப் போகட்டுமே, நமக்கென்ன...?”

“இதுதானே இந்த நுனிப்புல் மேயுற விவகாரங்கிறது? பத்திரிகைக்காரன் அம்மணமாப் படம் போட்டுக் கதைன்னு அசிங்க காரியம் எழுதி விட்டப்போ படபடத்துப் போய் ஓடி வந்தீங்க... பிச்சைக்காரனுக்குப் பிச்சை போடப்படாதுங்குறீங்க.... இந்த நோய்க்காரி இங்கேயே இருந்துட்டுப் போகட்டும்கிறீங்க. நல்ல நியாயக்காரரு நீங்க..”

“அட நீங்க ஒண்ணு.... இப்போ என்ன அந்தப் பிச்சைக்காரி அம்மணமாவா நிக்கிறா...?”

“அப்பிடி நின்னாக்கூட இந்தச் சாலைக் கடையிலெ அது வொண்ணும் அதிசயமில்லெ. இது அப்பிடிக் காரியமில... அவளெக் கொஞ்சம் நல்லத்தான் பாருங்களேன்.... இல்லெ, கொஞ்சம் கிட்டத்திலெ போய்ப் பார்த்துட்டு வந்தாவது சொல்லுங்க...”

“கிட்டத்திலெ போய்ப் பார்க்கிற மட்டும் தூரத்திலியா இருக்கிறோம்...?” என்றவாறு ஸ்டூல் மேல் நன்றாக உட்கார்ந்து எதிர் சாரியில் அந்தப் பிச்சைக்காரியைக் கூர்ந்து பார்த்தார். ஏதோ ஒரு புகை வர்ணச் சேலையை இழுத்துப் போர்த்தியவாறு, மூக்கு, கன்னப் பகுதிகள்... “அய்யய்யோ, என்ன இது முற்றிப்போன குஷ்டம்... அடப் பாவமே, எல்லாம் வந்து வந்து நம்ம கச்சேரி சதஸிலையா சேரணும்...?”

அந்தப் பெண் உட்கார்ந்திருந்த அடைத்த அச்சாபீஸ் திண்ணையில் அவளருகில் அவளது அன்றாடத் தட்டுமுட்டுச் சாமான்கள். ஒரு அலுமினியக் குவளை, நெளிந்துபோன தட்டு. ஒரு காகித விசிறி. இனியும் என்னவெல்லாமோ கண்டான் கிண்டான் காரியங்கள்.... கடைக் கதவுப் பலகைமேல், சாக்பீஸால் ஒரு கட்சிச் சின்ன அடையாளத்துடன், ‘அநியாயமாகக் கதவடைப்பு செய்து பதுங்கி இருக்கும் அச்சக முதலாளியே! உன் முகமூடி கிழியும் நாள் வெகு தூரமில்லை!’ என்றெல்லாம் பெரிதாக எழுதியிருக்கிறது. திண்ணையின் மறு கோடியில், எதுவுமே பாதக மில்லாதது போல மடியில் முற்றத்தையும் வைத்துக்கொண்டு தாடிக் கார கிழவர் ஒருவர், பீடி சுற்றிக்கொண்டிருக்கிறார். உண்மையில் அந்தப் பெண்ணிற்கு முற்றிய நோய்தான். கொஞ்ச வயசுக்காரியாக வேறு இருந்தாள். நிச்சயம், ஆஸ்பத்திரிக்குப் போனால் முற்றிலுமாக இல்லாவிட்டாலும் ஓரளவாவது குணப்படுத்த முடியுந்தான். இதைத்தான் திருவாளர் ராமநாதன், ‘பார்த்தீங்கள்தானே?’ என்று எடுத்துச்சொன்னார்.

“இதையெல்லாம் நம்ம கார்ப்பரேஷன்காரங்க, போலீஸ்காரங்க கவனிக்கணும். நட்ட நடுக் கடைத் தெருவிலே, ஆயிரக்கணக்கிலெ ஆள் வந்து புழங்கிற எடம்... என்ன ஆச்சு? நாதியில்லெ... ஆமா, போலீஸ்காரங்க கூடவா சும்மா விட்டாங்க...?”

“என்ன சிவசாமி நீங்க...? சாலைக்கடை நிலவரம் நன்றாகத் தெரிந்த நீங்களுமா இப்படிக் கேட்கிறது? ஆரம்பத்திலே, ரெண்டு போலீஸ்காரங்கதான் வந்து விசாரிச்சாங்க. உடனேயே இடத்தைக் காலி பண்ணு.... இல்லாட்டி, கேஸ் எடுத்து ஆஸ்பத்திரியிலே தள்ளுவோம்னாங்க. அடிச்சதுக்காக அழுததுபோல ரெண்டு மூணு

நாள் இவளெக் காணலெ. எங்கே போனாளோ, எப்படி மறைந் திருந்தாளோ மூணாவது நாள் மறுபடியும் வந்திட்டா. போலீஸ் வந்தது. கூடவே நம்ம தொழிலாளி சகாக்களும் வந்துட்டாங்க. ஞாயம் பேச... 'பாவம், கையும் காலும் உபயோகிச்சு ஜோலி செய்ய முடியாது. சிறுப்பக்காரி. நீங்க அவளெ கேஸ் எடுத்து ஆஸ்பத்திரி யிலே கொண்டு போய்ப் பச்சையா கொல்ல வேண்டாம். அடச்சுப் போட்ட கடைத் திண்ணையிலேதான் இருக்கா... இங்கே யாருக் காவது பராதி இருந்தா, அப்போ வேண்டது போலச் செய்யிறது...' 'தொழில் தர்க்கங்களில் போலீஸ் இடையீடு கூடாது' என்ற சுலோக கோஷம் கேட்டது போல, போலீஸ் இந்தத் தெரு லீடர்களுக்குப் பணிந்து, 'நமக்கென்ன' என்று போய்விட்டது. அப்போ இவள் இந்தத் தெரு நாயகர்களுக்கு ஆதினப்பட்டவள் என்பது நிரூபண மாயிற்று.... எங்களைப் போல நல்ல முனைப்புக்காரங்க வம்புக்கா போக முடியும்... ஒதுங்கி விட்டோம். பயன், அழுகல் நோய் தெருவில் கடை நடத்துவது போல் ஆயிற்று. அதுதான் நீர் காட்டிய பத்திரிகைக் காரியத்தை விட இது எந்த விதத்தில் குறைந்தது என்று கேட்கிறேன்.." ராமநாதன் காரிய காரணங்களை விளக்கியபோது, சமூகத்தின் இந்த அழுகல் தன்மையில் மறுபடியும் மனசு குமுறல் கொண்டது.

"...என்ன ராமநாதன் சார், பார்த்தீங்களா இந்தச் சட்டையை... போட்டுக்கொண்டால் முதுகைப் பிடிக்கிறது. இது மூணாவது தரம் ஆல்டிரேஷன் பண்ணிக் கொடுத்திருங்காங்க. உங்கள் டெய்லர் மாஸ்டரு... நீங்க கவனிக்கணும், சார். தொழில் உங்களது வேலைக் காரங்களெ சரியா வேலை செய்ய வச்சாதான் உங்க பெயரைக் காப்பாத்திக்க முடியும். நீங்க உங்க பாட்டுக்கு உலகாயதமா பேசிக்கிட்டிருந்தா இந்தக் காலத்திலே தொழில் கெட்டுப்போகும்... கவனிங்க...."

வாடிக்கைக்காரரின் இந்தக் குற்றச்சாட்டின்போது, சிவசாமி தான் பக்கத்தில் இருந்தார். வந்த ஆசாமி போய்விட்ட பின்பு, அன்று ஏனோ இருவருக்குமே எதுவும் பேசிக்கொள்ள விஷயம் இல்லாததாகி விட்டது போன்ற மௌனம். கடையினுள் தையல் மிஷின்களின் கடபுடா ஓசை. வெளியே வாகனங்கள் போக்கு வரத்து நெரிசல்கள். சந்தடி... முக்குத் தொலைவிலிருந்து, பிரமாண்டமான ஊர்வலமொன்று வர்ணக் கொடிகளும், தோரண வீச்சுகளும், உரத்த கோஷங்களுமாக வந்துகொண்டிருந்தது.

"என்ன ராமநாதன் சார், பேசாமல் இருந்துவிட்டீர்களே..... தொழில் என்றால் நாலுந்தான் இருக்கும். போகட்டும், விடுங்கள்.

ஆமாம் நான் கொஞ்ச நாட்களாக இங்கே வரும்போதெல்லாம் கேட்க நினைக்கிறதுண்டு. மற்ற பேச்சு ஸ்வாரஸ்யத்தில் மறந்து விடுவேன். எதிர்த்தாப்போல அச்சாபீஸ் திண்ணையிலே குடியிருந் தாளே, அந்த நோய்க்காரி. எங்கே அவளைக் காணோம்? போலீ ஸுக்கோ இந்தத் தொழிலாளி நல்லவங்களுக்கோ ஞானோதயம் உண்டாகி, ஆஸ்பத்திரிக்குக் கொண்டுபோய்ச் சேர்த்துட்டாங் களா?"

திருவாளர் ராமநாதன் ஒருமுறை சிவசாமியை ஆழமாகப் பார்த்தார். ரெண்டு நாள் சவரம் காணாத முகத்தைக் கொஞ்சம் சொறிந்துகொண்டார். "பொறுங்கள். அந்த ஊர்வலம் வந்து விட்டது; அது போய்ச் சேரட்டும் சொல்றேன்."

பார்த்துக்கொண்டேயிருந்தனர். ஊர்வலத்தின் முன்னால் வயர்லெஸ் சஜ்ஜீகரணத்துடன் பலமான ஆயுத பந்தங்களுடன், பெரிய இரண்டொரு போலீஸ் வான்கள் வந்து கொண்டிருந்தன. தொட்டுப் பின்னால் ஊர்வல முகப்பில் முன்னணி வீரர்கள் வரிசையின் மிகப்பெரிய அளவில் துணி பானர் ஒன்றினைப் படு கம்பீரமாக ஏந்தி வந்தனர். "அகண்ட பாரத பண்பாட்டாளர் சங்கம்" என்று அதில் கொட்டை எழுத்துகளில் பொறித்திருந்தது. முன்னணி வீரர்களைத் தொடர்ந்து வந்த செயல் வீரர்களின் கைகளில், தூக்கிப் பிடித்த வாக்கிய அட்டைகள், அவற்றில்தான் எத்தனை விதமான பண்பாட்டு வாசகங்கள், சித்திரக் கோலங் கள்..." வருத்தாதே, வருத்தாதே! அடிமைத் தளையால் பெண்ணை வருத்தாதே...!"

"அகண்ட ஆர்ஷ பாரத சமஸ்காரத்தைக் குழி தோண்டிப் புதைக்காதே..." "பொற்கிளி போன்ற பெண்ணிற்கும் வரதட்சிணைப் பொன் கேட்கும் கயவர்களை ஒழிப்போம்..." என்றெல்லாம் வாக்கிய ஜாலங்களுக்கு மேலாக அடிமை விலங்கால் பிணைக்கப்பட்ட அழகிய பெண் ஒருத்தியின் பிரமாண்டமான கட் அவுட்டைத் திறந்த ஜீப் ஒன்றில் வர்ண அலங்காரங்களுடன் எடுத்து வந்தனர்.

கடைத் தெருவாயிற்றே. ஊர்வலத்தை வேடிக்கை பார்க்கவும், ஆதரவு பாராட்டவும் இரு பக்கமும் கூட்டம் சேர்ந்திருந்தது.

ஊர்வலம், அனுமார் வால் போல, முடிவில்லாமல் வந்த வண்ணமாக இருந்தது. அழிந்து, நலிந்து போய்க்கொண்டிருக்கும் நமது ஆர்ஷ பாரதப் பண்பாட்டைப் பாதுகாத்துக் கொள்வதில் மக்களிடம் இவ்வளவு அழுத்தமான ஆர்வத்துடிப்பு இருப்பதில்,

உண்மையில் பெருமிதமாக இருந்தது. இதிலெல்லாம் வேடிக்கை என்னவென்றால் ஊரே திரண்டெழுந்து வருவதுபோல் அத்தனை பெரிய ஆர்ப்பாட்ட ஊர்வலம் கடைத் தெரு வழியாகப் போவதில் தங்களுக்கு எந்தவிதமான சலனமுமில்லையென்பது போல ராம நாதனது தைலயகத்து வேலையாட்கள் நிமிர்ந்துகூடப் பார்க்காமல் வெட்டுவதும், தைப்பதும், அயர்ன் செய்வதுமாகத் தங்கள் வேலைகளிலயே கவனமாக இருந்தனர். இந்த அதியற்புதத்தைச் சிவசாமி கவனிப்பதை மிஸ்டர் ராமநாதன் அறிந்தவர் போல:

"ஊர்வலந்தான் முடிஞ்சு போச்சே... இனியென்ன... நம் இந்தியப் பண்பாட்டைக் காப்பாற்றிடப் புதிய எழுச்சி தோன்றி விட்டது. கவலையில்லை. இருக்கட்டும். நீங்கள் முதலில் கேட் டீர்கள் அல்லவா, எதிர்த்தாற் போல அச்சாபீஸ் திண்ணையில் இருந்த அந்த நோய்க்காரி என்ன ஆனாள் என்று, வாருங்கள் அவளைப் போய்ப் பார்த்துவிட்டு வருவோம்" என்று கடையினுள் ஆட்களைப் பற்றிய சிவசாமியின் கவனத்தை மாற்ற முயல்வது போல எழுந்தார்.

"சவம். அது எப்படியோ போகட்டும். அதை எங்கே போய்ப் பார்க்கக் கூப்புடுறீங்க?"

"சும்மா வாங்க, சிவசாமி. இதோ பக்கத்திலேதான்..." என்ற வாறு சிவசாமியின் பதிலைக்கூட எதிர்பாராமல் துணை ஆளைக் கடையைக் கவனிக்கச் சொல்லிவிட்டுப் புறப்பட்டார். எதுவுமே புரியாமல் அவரைத் தொடர்ந்து புறப்படத்தான் வேண்டியதாயிற்று சிவசாமிக்கு....

கிழக்குப் புறமாக ஒரு பத்து நிமிஷ நடை தூரத்தில் கடைத் தெரு துவங்குமிடத்தில் கிள்ளிப் பாலம் என்னும் ஆற்றுப் பாலச் சந்திப்பு இருக்கிறது. ஆளோய்ந்த அந்தச் சந்திப்பின் பாழடைந்த வீட்டுத் திண்ணை ஒன்றின் முன்னால் வந்து நின்றார், ராமநாதன். யாரோ அவருக்குத் தெரிந்து ஒருவர் அவரைப் பார்த்து வணக்கம் சொல்லிவிட்டுப் போனார்.

"மிஸ்டர் சிவசாமி, கொஞ்சம் இப்படி வாருங்கள். அதோ, அந்த வீட்டுத் திண்ணையைப் பார்த்தீங்களா?" என்று அவர் காட்டிய பாழ் திண்ணையைப் பார்த்த சிவசாமி, "அட, அந்த நோய்க்காரி!" இப்பொழுது அவள், இன்னும் கொஞ்சம் விகாரமாக நோய் முற்றிய அவலத்தில்... அவள், பக்கத்தில் பழைய துணி விரிப்பில் கைகளையும், கால்களையும் அசைத்துக்கொண்டு புதிய பச்சைக் குழந்தையொன்று அழுதவாறு...

'கண்ணு அழாதேம்மா... அம்மா பால் தரட்டா..." அழுது அரட்டும் அந்தக் குழந்தையை முஷ்டி மடங்கிப்போன கைகளால் வாரியெடுக்கும் அவளைப் பார்க்கச் சகிக்காதவராகச் சட்டென்று திரும்பிவிட்டார் சிவசாமி.

"எப்படி ராமநாதன் சார் இது? ஹோ... " என்ற சிவசாமியின் அரண்டுபோன கேள்விகளுக்கு பதில்கூடச் சொல்லாமல் வேகமாகத் திரும்பிக்கொண்டிருந்தார் ராமநாதன்.

"அகண்ட ஆர்ஷ பாரத சம்ஸ்காரத்தைக் குழி தோண்டிப் புதைக்காதே..." என்று சற்றுமுன் முழங்கிய ஊர்வலத்தின் பிரமாண்ட வரிசை இப்பொழுது சிவசாமியின் மனவெளியை மிதித்துக்கொண்டு நடந்து போய்க்கொண்டிருந்தது.

48

புனித யாத்திரை

சிவதாஸன் மிகவும் நல்ல மனிதர். ரொம்ப சாத்வீகம். பக்திமான். மனப்பூர்வமாக ஒரு எறும்புக்குக்கூடக் கெடுதி நினைக்காதவர். முடிந்த அளவிற்கு மற்றவர்களுக்கு என்னென்ன உதவிகள் செய்ய முடியுமோ அதையெல்லாம் செய்வார். வழக்கு கிழக்கு, வம்பு தும்பு வகைகள் என்றால், சிவதாஸன் எட்ட நிற்பார். கிட்டத்தட்ட நாற்பது நாற்பத்து ஐந்து வயதிருக்கும். ஒற்றைக் கட்டை. திருமணம் செய்துகொள்ளவில்லை. மிகவும் வயசாகிப் போன தாய் ஒருத்தி மட்டுந்தான் அவரது குடும்பம். இரண்டு பால் மாடுகள் வளர்த்து வந்தார். சிறிய மட்டில் பால் வியாபாரம். குடியிருக்கும் சின்ன வீட்டோடு சேர்த்துப் பத்துப் பதினைந்து சென்டு பூமியில் கிட்டத்தட்ட நாற்பது ஐம்பது தென்னை மரங்கள் உண்டு. தென்னை பாலூட்டும் அன்னைக்குச் சமானமாயிற்றே. மாசம் நூறு தேங்காய்க்குக் குறையாமல் வருமானமுண்டு. சிவதாஸனுக்கும் அவரது அம்மாக்காரிக்கும் குஷாலாக ஜீவியம் நடத்த அந்த வருமானங்கள் போதும். நல்ல குணமும் மணமுமான ஆளாகையினால் சிக்கனக்காரரும்கூட. பீடி, சிகரெட், மூச்... எந்தவிதக் கெட்ட பழக்கமும் கிடையாது. தினம் ஒரு ரூபாய் அல்லது இரண்டு ரூபாய்க்கு ஊதுவத்தி, பூ, பழம், சாமி படத்திற்கு வாங்குவார். துவைத்துச் சுத்தமான சட்டை வேஷ்டி. எப்பொழுதும் நெற்றியில் கோயிலுக்குப்போன சந்தனக் கீற்று. வாரத்திற்கொரு முறைதான் முக க்ஷவரம். அதனால் கொஞ்சமான இளந்தாடித் தோற்றம். வருஷம் தவறாமல் நாற்பத்தோரு நாள் மண்டல விரதம் நோற்றுச் சபரிமலை சுவாமி தர்சனத்துக்குப் போய் வருவார். அறிவு வந்த காலம் தொட்டே சுணங்காமல் மலை யாத்திரைக்குப் போய் வருவதாகச் சொல்வார். ஆமாம், இடையில் ஒன்று மறந்து விட்டேனே. சிவதாஸன் எங்கள் அண்டை வீட்டுக்காரர்.

எங்கள் வீட்டிற்குப் பால் சமாச்சாரங்கள் சிவதாஸன் வீட்டி லிருந்துதான் வந்துகொண்டிருந்தது. நான் பட்டப்படிப்பை முடித்துக் கொண்டு வேலைக்காகக் காத்துக்கொண்டிருப்பவன். இரண்டு

தங்கைகள், அப்பா, அம்மா என்ற குடும்பம் எங்களது. சொந்தமாக வீடிருந்தது. அப்பாவிற்கு ஏஜிஸ் ஆபீஸில் ஆடிட்டர் வேலை. அதுதான் வருமானம். இந்தக் காலத்தில் படித்துவிட்டு வேலை தேடித் தபஸாக அலைவது வீட்டிற்கு வீடு வாசற்படி போன்ற காரியமாயிற்றே? இப்படியாக வேலை தேடி அலையும் ஓர் இள மனதின் அவலத்தை அடிப்படையாகக்கொண்டு ஒரு கதைகூட எழுதினேன். இதில் மிகப்பெரிய ஆச்சரியமென்னவென்றால் அந்தக் கதையைப் 'பிரபல' இலக்கியப் பத்திரிகையொன்று அச்சிட்டு என்னை ஓர் எழுத்தாளனாக அங்கீகாரம் செய்ததுதான். அதிலிருந்து சும்மா இருக்கத்தான் முடியுமா? நிறைய எழுதி வருகிறேன். புதுக் கவிதையெல்லாம் கூட எழுதுகிறேன். ஒரே ஒரு குட்டிக் கவிதையை மற்றொரு இலக்கியப் பத்திரிகை அதன் மார்ஜின் காலத்தில் பிரசுரித்து என்னைப் பாரதியின் வாரிசும் ஆக்கிற்று.

சிவதாஸன் என்ற அண்டை வீட்டு நல்ல மனிதரைப் பற்றி யல்லவா சொல்லி வந்தேன். ஆமாம். அவர் சபரி மலை சாஸ்தா பக்தன் என்றுகூடச் சொல்லி நிறுத்தினேன். வேலையில்லாத பட்டதாரி எழுத்தாளனிடம், கொஞ்சம் அன்னியோன்னியமாக இருப்பார். காலையிலும் மாலையிலும் பால்கொண்டு வரும் போதெல்லாம் ஒரு காரியத்தைத் தவறாது கேட்பதுண்டு. "தம்பிக்கு வேலை ஆர்டர் ஏதாவது வந்ததா?" அதற்குப் பதிலாக எனது வெறும் சிரிப்பை ஏற்றுக்கொள்வார். "வரும்.... நல்லவங்களுக்கு நல்ல காரியம் தாமதமாகத்தான் வரும்..." என்று அவராகவே சமாதானம் சொல்வார். வேலையில்லாவிட்டாலும், வெட்டிப் பொழுது போக்காமல் நான் கதை கவிதை எழுதுவேன் என்று அறிந்தபோது, அவருக்கு ரொம்பவும் சந்தோஷமாக இருந்தது.

"தம்பி கவிதையெல்லாம் எழுதித் தமிழ்ப் பத்திரிகையிலே எல்லாம் வந்திருக்கிறதாகச் சொன்னாங்களே?" என்று ஒரு சமயம், என் ரூமுக்குள் செயரில் வந்து அமர்ந்தார்.

"பொழுது போகலேன்னா ஏதோ எழுதுவேன். ஒண்ணு ரெண்டு பத்திரிகையிலே வந்திருக்கிறது...." என்று புதுப்பெண் போல, சங்கோஜப்பட்டேன்.

"அதென்ன தம்பி, சர்வ சாதாரணமா சொல்லிட்டே. ஒரு பத்திரிகையிலே நீ எழுதின காரியம் அச்சாகி வருகிறதென்றால் சாதாரண காரியமா? தம்பிக்கி நல்ல புத்தி சாமர்த்தியமிருக்கு. அதெல்லாம் தெரிஞ்சவங்களுக்குத்தான் தெரியும். இந்த என்னைத் தான் எடுத்துக்கிடுங்களேன். ஏழாம் கிளாஸ் வரைக்கும்தான்

படிச்சேன். பதினைஞ்சாவது வயசிலே நானே நான் சொந்த மாயிட்டு நூறு பத்யங்களைக்கொண்டு, அய்யப்ப சுவாமி கீர்த்தனை புஸ்தகமொன்று எழுதியிருக்கேன். இப்பவும் நான் எழுதிய கீர்த்தனைகளைத்தான் சந்தியா பூஜைக்கும் பாடுதேன்..."

சுவாரஸ்யமாகவும், ஆத்மார்த்தமாகவும், என்னை ஒரு விவரம் தெரிஞ்சவனாக வைத்துக்கொண்டு பேசும் அந்த நல்ல மனிதர் முன் சிரிக்கக் கூடாதென்று மிகச்சிரத்தை பக்தியுடன், அவர் பேசுவதைக் கேட்டுக்கொண்டிருந்தேன்.

"இப்போ நான் வந்த காரணம், தம்பி இந்த மண்டல பூஜைக் காலத்துக்கு எனக்கு ஒரு உபகாரம் செய்து தரணும்" என்று கொஞ்சம் நிறுத்திவிட்டு, மேஜை மேல் கிடந்த ஆங்கில சஞ்சிகை யொன்றை எடுத்து அங்கேயும் இங்கேயும் புரட்டலானார்.

"அய்யோ, என்ன தம்பி இது? இந்த மாதிரி புஸ்தகமெல்லாம் தம்பி பார்க்கிறதுண்டா? சேய்..."

திக்கென்றது சிவதாஸனுக்கு. அந்தப் பத்திரிகையில் என் பரிசுத்தத்தில் ஆட்சேபணையாக என்ன இருக்கிறதென்று பொசுக்கென்று அதை வாங்கிப் பார்த்தபோது, அட, ஆமாம் மழமழவென்று அழகான ஒரு ஆங்கிலோ இண்டியன் பெண். பாத் டப்பில் நுரைய நுரையக் குளித்துக்கொண்டிருக்கும் ஒரு பிரபல டாய்லெட் சோப்பின் கலர் பட விளம்பரம். சிரிக்க முடியுமா, பதில் சொல்லி அடைக்கணுமே.

இதுதானா? இதையெல்லாம் நான் படிக்கிறதில்லே. இந்தச் சோப்புப் படம் போட்டிருக்கிறதல்லவா, இதைச் தேச்சி இந்தப் பெண்ணைப் போல நாமும் குளிச்சா நாமளும் அப்படி அழகாக இருக்கலாம்னு விளம்பரம் போட்டிருக்கிறார்கள். அவ்வளவுதான். இப்போ வர்ற தமிழ் புஸ்தங்களிலேகூட இந்த மாதிரியெல்லாம் வருதே. இதெல்லாம் சர்வ சாதாரணம்..." என்றவாறு அவரிடமிருந்து பத்திரிகையை வாங்கி, ஓரமாக வைத்துவிட்டு, அசட்டுத் தனமாகக் கொஞ்சம் சிரித்தேன். "என்னமோ என்னாலே உபகாரமாக வேணுமென்று சொல்ல வந்தது போலிருந்ததே..." என்று பேச்சைத் திருப்பினேன்.

"ஆமா, தம்பி. இந்தத் தடவையும் சபரிமலை போக மாலை போட்டாச்சுது. நாற்பத்தியோர் நாள் விரதம். தம்பி ஒரு காரியம் செய்யணும். நீங்க கவிதை அது இதெல்லாம் எழுதுறீங்க. தமிழிலே நாற்பத்தியொண்ணு ஸ்லோகங்களைக்கொண்டு அய்யப்ப கீர்த்தனை ஒண்ணு தம்பி எழுதித் தரணும். இதிலே பாருங்க,

அப்பிடி எழுதித் தரும்போது அந்தக் கீர்த்தனையைப் பாடி பூஜிக்கிற எங்களைவிட, அதை எழுதினவங்களுக்குத்தான் முழுப் பலனும் கிடைக்கும். இந்தத் தடவை இதை மட்டும் எழுதிக் கொடுங்கோ. இந்த மண்டலக் காலம் முடியறதுக்கு முன்னால, நல்ல பர்ஸ்டு கிளாஸ் கவர்மெண்டு வேலை ஒண்ணு கிடைக்கத்தான்போகுது. பார்த்துக்கிடுங்க. அய்யப்பன் ஆபத்பாந்தவன் துக்கப்படுபவனுக்குக் காருண்யம் காட்றவன்ங்கறது அச்சட்டான காரியம். பார்த்துக்கிடுங்கோ...”

“என்ன இது, நீங்க. எனக்கு வேலை கிடைக்கட்டும். கிடைக்காமல் போகட்டும். அதுக்காக நீங்க சொன்னா நான் எழுதித் தராமலா? வேலை, ஜோலி அது இதெல்லாம் இந்தக் காலத்திலே படிப்பு பஸ்ட் கிளாஸ் எங்கிறதினாலே எல்லாம் வர்றது இல்லே. நல்ல உயர் மட்ட சிபாரிசு மட்டும் இருந்தா எந்த வேலை வேணுமானாலும் கிடைச்சிட்டுப்போவுது...”

“தம்பி, நான் சொன்ன வாக்கு போகட்டும். அய்யப்பன் மகிமை உங்களுக்குத் தெரியாது. எனக்கு நினைவு வந்த காலத்திலிருந்து விரதம் நோற்றுச் சபரிமலைக்குப் போய் வருதேன். ஒரு சமயம் பாருங்கோ, தமிழ்நாட்டு ஆசாமிதான் ஓராளு – விரதம், பிரம்மசரிய நோன்பு எதுவும் பார்க்காம மலைக்கு வந்தாரு. உண்மையிலேயே பாருங்கோ. பதினெட்டாம் படி அவராலே ஏற முடியாமப் போச்சுது... அங்க வந்தவுடனே கால் வழுக்கிக் கீழே விழுந்தாரு. பிறகென்ன.... தரிசனம் அவ்வளவுதான். இது உதாரணத்துக்குச் சொன்னேன். இதுபோல அச்சட்டான அனுபவம் ஒண்ணா – ஒம்பதா சொல்லிக்கிட்டே போகலாம்...”

சிவதாஸன் அய்யப்ப மகாத்மியத்தை எல்லாம் கண்ணை மூடி அமர்ந்திருந்து புல்லரிப்புடன் சொன்னார். கடைசியில் என்ன, கீர்த்தனைகளை எழுதித் தருவது என்று என்னிடம் உறுதி வாங்கிக் கொண்டவர், “தம்பி ஒரு தரம் சபரிமலை தர்சனத்துக்கு கண்டிப்பாக வரணும்...” என்று சொல்லிவிட்டுப் போனார்.

“சரணம் பொன்னய்யப்பா” என்று துவங்கி, அய்யப்பனின் அவதார மகிமைகளையும், கொடிய கானகத்தின் பயங்கரத்தையும், பதினெட்டுப் படிகளின் பெருமைகளையும் வரிசையிட்டு, முத்தாய்ப்பு வரிகளில், சரணம், சரணம் என்று புள்ளியிட்டு, ‘நாற்பத்தொன்று சுலோகங்களை இருந்த வாக்கில் வடித்தெடுத்து வார்த்தைக் கண்டரகோளங்களால் புதுக்கவிதை செய்து பழகிய எனக்கு எளிதாகவே இருந்தது. சரணம் அய்யப்பா!

நான் எழுதிய அய்யப்ப கீர்த்தனங்களைச் சிவதாஸன் சிரமேற் கொண்டு ஏற்றுக்கொண்டார். ஆண்டையிடம் அடியான் கூலி

வாங்குவதுபோல மெய் வணங்கி இரண்டு கைகளாலும் எழுதிய பேப்பர்களைப் பெற்றுக்கொண்ட சிவதாஸன் உடனேயே அந்த ஸ்லோகங்களை, 'பூமியில் மானிட ஜென்மம்' மெட்டில் பாட ஆரம் பித்தார். பரம திருப்தி அவருக்கு.

அன்றைய தினம் பால்கொண்டு வந்தபோது அம்மாவிடமும், என் தங்கைமாரிடமுமெல்லாம் எனது சாமர்த்தியத்தையும், பக்தி சிரத்தையையும் வெகுவாகப் பாராட்டிச் சொன்னார். "அய்யப்பன் கிருபையால் பார்த்துக்கிங்க, அம்மா தம்பிக்கு இந்தத் தடவை மகர விளக்கு முடியிறதுக்கு முன்னாலெ நல்ல வேலை கிடைக்கத்தான் போவுது...." என்று மன நெகிழ்ச்சி வசப்பட்டுப் போய்ச் சொன்னார், சிவதாஸன்.

அம்மாவிடம் சொன்னதுமல்லாமல் வந்தவர் போனவர், பசு மாட்டிற்குப் புண்ணாக்கு வாங்கும் கடைக்காரர், தபால்காரர், தேங் காய் உரித்துப் பணம் கொடுக்க வந்த செட்டியார் எல்லாரிடமும் என்னைப் பற்றிச் சொன்னார். ஆனால், இந்த உச்சி குளிர்ச்சி முற்றிப்போய்க் கடைசியில் வேறு விதமாக வந்து முடிந்தது.

விரத காலம் பரிபூர்ணமாகிச் சிவதாஸன் மண்டல பூஜை மகோத்ஸவத்திற்குப் புறப்படும் நாள் வந்தது. அன்று சாயங்காலம் சந்தியா காலப் பூஜை முடிந்து, வாடகைக் கார் ஒன்றில் ஓட்டு நருடன் ஏழு பேர் கொண்ட ஒரு குழு புறப்படுவதாக ஏற்பாடு. காலையில் பால்கொண்டு வந்தபோது இந்தப் பிரயாண விபரங் களைச் சொன்னவர், "தம்பி சாயங்காலப் பூஜைக்கும் கெட்டுப் புறப்பாடுக்கும் நிச்சயம் வரணும்..." என்று வருந்தி அழைத்து விட்டுப் போனார்.

ஆனால், என்ன ஆச்சரியம்...

மத்தியானச் சாப்பாட்டிற்குப் பிறகு கொஞ்சம் இலக்கிய விசாரத்தில் மூழ்கியிருந்தபோது, அதாவது டி.எச். லாரன்ஸின் படு செக்ஸியான ஒரு புதினத்தை சுவராஸ்யமாகப் படித்துக்கொண்டி ருந்தபோது, 'தம்பி... தம்பி' என்று பூஜை வேளையில் கரடி போல வெளியிலிருந்து அபயக் குரலாக சிவதாஸின் அழைப்புக் குரல் கேட்டது. சட்டென்று புத்தகத்தை மூடி வைத்துவிட்டு உள்ளே படங்கள் இல்லாவிட்டாலும், கச்சயணியாத வெள்ளைச் சீமாட்டி ஒருத்தியின் அட்டைப் படம் கொண்ட அந்தப் புத்தகத்தை மறைத்துவிட்டு எழுந்து வெளியே வந்தேன். "என்ன மலை யாத்திரைக்குத் தயாராவதை விட்டுவிட்டு இப்போ வந்திருக்கீங்க... வாங்க, என்ன காரியம்?" என்று உள்ளே அழைத்து உட்கார இருக்கையைக் காட்டினேன்.

"இருந்து பேச ஒன்றும் நேரமில்லை தம்பி. ஆகப் பாட எல்லாம் போச்சு. சாயங்காலம் ஏழரை மணிக்கு யாத்திரை. கடைசி

நிமிஷத்திலெ அந்த ஆயில் மில்லுக்காரன் வேலுச்சாமி அய்யப்பன் அவ்வளவு காரியத்தையும் கெடுத்துவிட்டாரு. விருதுநகர் போயிருக் கிற அந்த ஆள் அங்கேயிருந்து அவர் கடைக்குப் போன் செய்திருக் கிறாரு. சொன்னதுபோல மண்டல பூஜைக்கு அவர் வர முடியா தாம். மகர விளக்கு தர்சனத்துக்குத்தான் போக வசதிப்படுமாம். அவர் சவுகரியத்தை அவர் சொல்லிட்டாரு. இப்போ வாடகைக் காருக்கு ஆறு நபர்களுக்கும் பணமெல்லாம் கொடுத்து ஏற்பாடா யாச்சுது. அதுக்கிப்போ ஓராள் குறையிது. எனக்குத் திடீர்னு ஒரு யோசனை. தம்பி எங்ககூட வரணும். சும்மாதானே இருக்கிறியே... இரு முடிக்கெட்டு, நெய்த் தேங்கா காரியங்கள் எல்லாம் நாங்கள் ஆச்சு, புறப்பட்ட காரியம் விக்கனமில்லாம ஆறு பேரும் போய்த் தீரணும்..."

சிவதாஸன் சொல்லிக்கொண்டேயிருந்தார். "என்ன இது? விளையாடுறாரா மனுஷன். சபரிமலை யாத்திரையென்றால், சாமான்யமா? விரதம் நோன்பு அனுஷ்டானமில்லாமல் போனவர் அனுபவங்களையெல்லாம் இந்தமுறைகூடச் சொன்னாரே மனுஷன். இருந்தும்... இப்படித் திடுதிப்பென்று வந்து கூப்பிடு கிறாரென்றால்...?"

"தம்பி என்ன யோசிக்கிறதென்று எனக்குத் தெரியும். விரதம் இருக்கல்லே. பக்தி சுத்தம் பாக்கலேன்னுதானே? சாரமில்லே. தம்பி, இதிலே எல்லாம் மனச்சுத்தம்தான் முக்கியம். அதிலையும் என் கூடத்தானே வாறியோ, சும்மா பயப்படாமெ புறப்படுங்கோ..."

"பயமா? எனக்குப் பயம் ஒன்றுமில்லெ. வரணும்னுதான் ஆசையும். வீட்டுலெ அப்பாவைக்கூடச் சமாளிச்சிரலாம். அம்மாவும் தங்கைகளும் பெண்கள். விரதம் அது இது பார்க்காத நான் புறப்பட்டா அவங்கதான் பயப்படுவாங்க. அதுதான் பார்க் கிறேன்..."

"தம்பி இப்பிடிச் சொல்லுவீங்கன்னு தெரியும். அதுதான் முதல்லே உள்ளேபோய் அம்மாவையெல்லாம் கேட்டு இதமா சம்மதிக்க வச்சாச்சு... கடைசியிலே என்ன, உங்களுக்குச் சம்மதம்னா அழைச்சிட்டுப் போங்கன்னிட்டாங்க..."

அப்படியாக நானும் சாயங்காலமாகக் குளித்து தீட்சை மாலை வாங்கி அணிந்து திடீர் அய்யப்பனாகிப் புறப்பட்டும் ஆயிற்று. நாமொன்று நினைக்க, நடப்பது வேறொன்றாக அமையுமென் றெல்லாம் சொல்லி வைத்திருக்கிறார்கள். கார்த்திகை மாசம் பிறந்துவிட்டாலே ஒவ்வொருத்தன் பனியும் குளிரும் பார்க்காமல் அதிகாலை குளித்து, சுத்தபத்தமாகி, பஜனையும், அய்யப்ப சரண் மந்திரமுமாக விரதமிருந்து மலை யாத்திரை போகிறார்கள். எனக்கென்றால் அந்த பாக்யம் திடுதிடுப்பென்று வந்துவிட்டது.

நீல நிறச் சட்டை வேஷ்டி. அபிஷேகத்திற்கான சாக்மரிகளின் இருமுடிக் கெட்டுமாக நானும். அந்த நல்லமனிதர் சிவதாஸன் குழுவினருடன் புறப்பட்டுவிட்டேன். முகப்பில் மணிகண்டன் சாமியின் படத்திற்கு மாலை சாத்தி அலங்காரம் செய்த கார் புறப்பட்டது. “சாமியே, சரணம் அய்யப்பா....!”

கோரமான வனாந்திரத்தில் அமைந்த வளைவு நெளிவான பாதையில் கரும் கும்மென்ற குளிர்ந்த அமைதியில், பம்பை ஆற்றின் கரையில் காரைவிட்டு இறங்கி, அந்தக் காட்டாற்று நீரில் பனிக் கட்டியை இறைத்துக்கொள்வதுபோல நீராடி செங்குத்தான மலை களில் பக்தி சிரத்தையுடன் நடக்கும்போதெல்லாம் நீரின் மேல் பனிக்கட்டி போல உள்ளூர ஒருவிதப் பயம்தான் உடன் வந்தது. இந்த உள் பயத்திற்குத் தூபம் போடுவது போல, ஒவ்வொரு திருப் பத்திலும் நடையிலும், “தம்பி சும்மா பயப்படாமெ வாங்க....” “தம்பி என்ன பயமா இருக்கா? நான் வர்றபோது எதுக்கு பயம்? சும்மா அய்யப்பா சரணம் என்று மட்டும் மனதில் பூஜித்துக்கொண்டு வாங்க, ஒண்ணும் பயமே இல்லெ...” என்றெல்லாம் சொல்லிக்கொண்டே வந்தார் நல்லவரான சிவதாஸன்.

கடைசியில் ஒரு வழியாக அந்தப் புனித யாத்திரையின் மையப் பொருளான சாமி தர்சனத்தை முடித்துக்கொண்டு எங்கள் குழு திரும்ப யாத்திரை துவங்கியபோது, பயமெல்லாம் நீங்கி ‘அப்பாடா... பிழைத்தோம்!’ என்ற ஏமாளித்தனமான ஒரு நிம்மதி.

“தம்பி ரொம்ப பயந்துபோயிருந்தீங்க இல்லையா? எனக்கு அய்யப்பனை அச்சட்டாகத் தெரியும். என்கூட வர்றவங்களுக்கு அந்தக் கண்கண்டதெய்வம் ஒரு சங்கடம்கூட வைத்ததேயில்லை...”

சிவதாஸன் சொல்லிக்கொண்டே வந்தார். அதற்கிடையில் திடீரென்று என்ன நேர்ந்ததோ, எல்லாம் கண்மூடித் திறக்கும் நேரம்...

நிறைய சுற்றுலா பக்தர்களான யாத்ரீகர்களை ஏற்றிக்கொண்டு எங்கள் காருக்கு முன்னால் போய்க்கொண்டிருந்த பஸ் கொஞ்ச நேரமாகவே எங்கள் காருக்கு சைடு தராமல் போக்குக் காட்டிப் போக்குக் காட்டி வளைந்து நெளிந்து போய்க்கொண்டிருந்தது. எங்கள் காரோட்டிக்குப் பிடிக்கவில்லை. வசமாக ஒரு திருப்பம் வந்தபோது சட்டென்று காரை வளைத்து முறித்துக்கொண்டு முன் பாய்ந்தார். அவ்வளவுதான் தெரியும்.

உயரமாக, கும்பல் கும்பலாகப் பள்ளங்களில் நெருங்கி வளர்ந் திருக்கும் மூங்கில் காடு. வானத்தைத் தொட்டு, நீலத்தைப்

பூசிக்கொள்ளப்போகிறேன் என்று நெடிதுயர்ந்து நிற்கும் தேக்கு மரக்காடுகளிடையே ஒரு பள்ளத்தில் எங்கள் கார் குப்புற ஹோகயா!

என் முகத்தில் யாரோ தண்ணீர் தெளிப்பதை உணர்ந்தேன். முழு உணர்வு வந்தபோதுதான், நடந்ததும், நடந்துகொண்டிருப்பதும் தெற்றென விளங்க ஆரம்பித்தது.

எங்கள் வாகனம் அக்கு வேறு ஆணி வேறாக என்ற 'விவர ணைக்காவே' விழுந்தது போலச் சிதறிக் கிடந்தது. நல்ல வேளை, உயிர் அபாயம் எதுவுமில்லை. சிராய்ப்புகள், விழுந்ததின் அதிர்ச்சி அப்படியிப்படி என்று ஒவ்வொருத்தரும் கண் விழித்தபோது, அய்யோ! அடப் பாவமே! சிவதாஸன் அவர்களுக்கு மட்டும் வலது முழங்கை ஒடிந்து வளைந்து போய் அய்யோ அம்மா அய்யப்பா!

'தர்ம சாஸ்தாவே..' என்று அரற்றிக்கொண்டிருந்தார். எங்களுக் கும், கூடியிருந்த கும்பலுக்கும் காரின் அலங்கோல இழப்பைவிட, நல்லவரான அவரது பரிதாப நிலைமை பயங்கரமாக இருந்தது. நல்ல வேளையாக அய்யப்ப சேவா சங்கத்தினரின் மருத்துவ நிவாரண வாகனம் உடனடியாக வந்து சேர்ந்தது. எங்களையெல் லாம் மிகப் பதனமாக மற்றொரு பஸ்ஸில் அனுப்பிவிட்டுச் சிவ தாஸனை மருத்துவமனைக்குக் கொண்டு போனார்கள்.

காலம்தான் எல்லாவற்றையும் காற்றால் ஊதித் தள்ளி விடுவதாயிற்றே.. மருத்துவமனையிலிருந்து அன்றுதான் திரும்பி யிருந்த சிவதாஸனைக் காண நான் மிகுந்த ஆவலுடன் அவர் வீட்டிற்குப் போனபோது, பாவம் அவர் கழுத்திலிருந்து பட்டை யாகத் தொட்டில் கட்டியிருந்ததில் வலது கையைப் படுக்க வைத்தவ ராக, "வாங்க தம்பி சாரமில்லெ... அய்யப்பன் புண்ணியத்திலெ உங்களுக்குக்கெல்லாம் ஒன்றும் இல்லாமெ சாமி காப்பாத் திட்டாரு...!" என்று மனப்பூர்வமாகச் சொன்னார்.

"ஒன்றுமில்லாமலா? எனக்கு ஒண்ணு இருக்கே. இதோ பார்த்தீங்களா..." என்று, மத்திய வங்கி ஒன்றிலிருந்து வேலைக்காக எனக்கு வந்திருந்த ஆர்டரை எடுத்து அந்த நல்ல மனிதர் முன் நீட்டினேன்.

விபரத்தைப் புரிந்துகொண்ட அவர் தன்னையுமறியாமல், "சரணம் அய்யப்பா!" என்று தொண்டை நரம்பு தெறிக்கக் கூவியபோது, உண்மையிலேயே குமுறிக்கொண்டு அழுகை வரும் போலிருந்தது.

❖

49

மலையாளத்து மழை

கீழே அந்தப் பெண் வஸந்தை பாட்டுப் பாடிக்கொண்டிருந்தாள். ஏதோ மலையாளப் பாட்டு. என்னதான் மொழி வேறாக இருந்தாலும், பாடும் குரலின் இனிமையும், அந்தப் பாவமும், மனதின் இள நிலையைப் பூ விட்டு வணங்குவது போலிருந்தது. குருவாயூர் கிருஷ்ணனை வர்ணித்துப் பாடுகிறாள் என்பது தெளிவாகவே தெரிகிறது. உண்மையில் கண்ணன் எனும் கடவுள் என்பது வெகு திண்ணம். கோபிகா ஸ்தீரிகள் என்ன, ஆண்டாள் என்ன, மீரா என்ன, கண்ணனைக் காதலியாகவும் கண்ட பாரதி என்ன...

வஸந்தையின் பாட்டு, நினைவுகளை எங்கெல்லாமோ இழுக்கத்தான் செய்கிறது. ஆனால், நேற்று இரவில் நடந்த அந்த அலமலங்கல்... பாசி விலகி நீர் நிலை தெளிவதுபோல, எவ்வளவு சீக்கிரப் பொழுதில் நிலை தெளிந்திருக்கிறது. நேற்றிரவில் அவள் தந்தையாகப்பட்ட அந்தப் போலீஸ்காரர் குடிபோதையில் வந்து நடத்திய அலங்கோலம் கூச்சல். வஸந்தையின் அம்மாக்காரி ஒரு பாவம். அத்தனை உதையையும் அடியையும் தாங்கிக்கொண்டு கொஞ்சமெல்லாம் எதிர்த்து எதிர்த்துச் சன்னக் குரலில் வாதாடினாள். இந்த வஸந்தை மட்டும் இடையே வந்து விழுந்து ஒதுக்கியிராவிட்டால், நேற்றிரவில் ஒரு அவலமுடிவே நேர்ந்திருக்கும்.

இந்தப் போலீஸ்காரரது வீட்டு மாடியில் குடிவந்து இப்பொழுதெல்லாம் ஒரு மாதம் தாண்டித்தான் விட்டது. முதல் மாசத்து வாடகை நேற்று முன்தினம் கொண்டுபோய்க் கொடுத்தேன். பகலில் எவ்வளவு நல்லதனமாகப் பழகுகிறார், அந்த மனிதர்.

“ரூமெல்லாம் தம்பிக்கு இஷ்டப்பட்டிருக்குமென்று நினைக்கிறேன். ஒன்றிரண்டு மாஸம் போகட்டும். தனியாக ஒரு லட்ரின் பாத்ரூமெல்லாம் கட்டித் தருகிறேன். நீங்கள் எல்லாம் உங்கள் ஊரில் நல்ல வசதியோட இருந்திருப்பீர்கள்... ஆமாம். இந்தப் பாங்கு வேலை என்றாலே இப்படித்தான். ஊர் ஊராக மூட்டை கட்டணும். என்னைப்போல போலீஸ்காரப் பொழப்புகூட

அப்படித்தான் என்றாலும் இந்த அளவு இல்லை. ஆமாம், தம்பி வாடகை தருவதாக நினைக்க வேண்டாம். உங்க சொந்த வீடு போலக் கருதிக்கொள்ளணும்..."

ஆச்சரியமாக இருந்தது. அப்படிப்பட்ட நல்ல மனிதனுக்கு இப்படி ஒரு கெட்ட பழக்கம். இதோடு நாலைந்து தரம் ராத்திரி களில் கொஞ்சம் கூச்சல் கலாட்டா என்றெல்லாம் நடந்ததுண்டு. நானும், நமக்கென்ன, உலகில் நாலும் இருக்குமென்று இருந்ததுதான். ஆனால், நேற்று இரவு நிலைமை கொஞ்சம் அளவு கடந்து போய் விட்டது. போலீஸ்காரர் வஸந்தையின் அம்மாக்காரியை, "போ... தொலைந்து போ!" என்று சரசரவென்று கையைப் பிடித்து இழுத்துத் தெரு நடையில் கொண்டுபோய்த் தள்ளினார். வஸந்தை, 'அய்யோ, அம்மே...' என்று இடையே வந்து விழுந்து அப்பாவை எதிர்த்தபோது, அவள் மேலும் விழுந்தது ஒன்றிரண்டு மொத்துகள்.

எத்தனை நேரம்தான் அறையினுள் அலமலங்கல்களைச் செவியில் வாங்கிக்கொண்டு பேசாமலிருக்க முடியும்? தடதட வென்று படியிறங்கி வெளியே வந்து, விளக்கொளியில் நின்றபோது சும்மா சொல்லக்கூடாது குடி வெறியில் அவ்வளவு நேரமாக, கொலைக் களக் காட்சியில் தலை விரித்தாடுவதுபோல ஆக்ரோஷித்துக்கொண்டிருந்த அந்த மனிதர், சட்டென்று தலையைத் தொங்கவிட்டுக்கொண்டு, துண்டால் முகத்தைத் துடைத்தவாறு, உள்ளே போய்விட்டார்.

நிலைகுலைந்து போயிருந்த அந்தத் தாயின் முகத்தைவிட வஸந்தையின் முகத்தில்தான் நன்றியுணர்வின் அத்தனை பிரதிபலிப்புகளும் ஒளி வட்டம் போல் துல்லியங் கொண்டிருந்தது.

"ரொம்ப தாங்க்ஸ், சார். இப்போ நீங்கள் மட்டும் கீழே இறங்கி வராவிட்டால் நானும் அம்மையும் இரவு பூராவும் கேட்டுக்கு வெளியேதான் கிடக்கணும்... அப்பா பாவம், சார். இந்தக் குடிப் பழக்கந்தான் அவரை மிருகமாக ஆக்கிவிடுகிறது. என்ன செய்ய? உத்யோகம் அப்படி..."

இரவின் அந்த அத்தனை அவசங்களையும் மறந்து இவளால் எப்படி இவ்வளவு தன்மயத்வமாக ஒளி இறைப்பது போல கீதமிசைக்க முடிகிறது? மியூஸிக் காலேஜில் ஃபைனல் இயர் படிக் கிறாள் என்று ஒரு சமயம் அந்தப் போலீஸ்காரர்தான் பேச்சு வாக்கில் சொன்னார். எனது சொந்த ஊர் அரிமரத்துப் பட்டியி லிருந்து வேலை மாற்றலாகி இந்த மலையாளத்துத் தலைநகரில் வந்தபோது ஆரம்பத்தில் மதியச் சாப்பாடு சாப்பிட்டு வந்த

ஹோட்டல்காரரின் சிபாரிசின் பெயரில்தான் இந்த 'நல்லவரான' போலீஸ்காரரின் வீட்டு மாடியறை வாடகைக்குக் கிடைத்தது. வஸந்தை அழகியென்பது, வந்து குடியேறிய அன்றே கண்கூடாகக் கண்ட உண்மை. என்னதான் ஆயினும், சுயமாகவே அமைந்த வேலி தாண்டாத பண்பு. அதற்கெல்லாம் மேலாகப் போலீஸ் காரரின் மகள் என்ற பயமென்று சொல்ல முடியாவிட்டாலும், நமக்கெதற்கு வம்பு என்ற உள்ளடக்கத்தில் 'பாடே விதியே' என்று இருந்து வந்தேன். பாங்கு உத்தியோகம் ஸ்திரமாகியபோதே ஊரில் அப்பா பெண் பார்க்கத் துவங்கியிருந்தார். பெரியவர்கள் பார்த்து அமைக்கட்டும். அதற்கிடையில், வந்த இடத்தில், வேற்று மொழி ஊரில் மயக்கம் வேண்டாம். மரியாதைராமனாகவே இருந்துவிட்டுப் போகிறது.

மயக்கமும், கிறுக்கமும் வேண்டாமென மனது கருக்கட்டிக் கொண்டாலும், வஸந்தையின் பாட்டு சுருதி லயத்தில் ராகம் கட்டடங்குவதும் போல மனதைத் தழுவுகிறது. போறாத குறையாக நேற்றிரவின் மத்தியஸ்தை சம்பவத்திற்குப் பிறகு வஸந்தை கொஞ்சமாக மனமேறி வந்து நிற்கிறாளோ?

மாலையில் கிழக்குக் கோட்டை சிட்டி பஸ் நிலையத்தில் நின்று கொண்டிருக்கிறேன். நகரின் பாங்கு அலுவலகத்திலிருந்து தங்கி யிருக்கும் வீட்டிற்கு முப்பது பைசா பிரயாண தூரம்தான். மாலை நேரமாகையால், பொடி நடையாகக்கூடப் போய்விடலாம். ஆயினும், இந்தக் கிழக்குக் கோட்டையின் பஸ் டெர்மினஸும் சுற்றுப்புறமும் ரம்மியமானவை. பழைய ராஜரீக ஆட்சியின் மிச்ச அழகுபோல, வெளேரென்று உயரமாக மெயின் ரோட்டிற்கு வரம்பு கட்டிய கோட்டைச் சுவர். "RV" என்ற ஆங்கில எழுத்தை (ராமவர்மாவின் சுருக்கம்) துதிக்கை உயர்த்திப் பாதுகாத்துக் கொண்டு நிற்கும் யானை முத்திரைகள். கோட்டையுள்ளிருந்து சிட்டி பஸ்கள் வந்தவண்ணமாகவும் போன துரிசமாகவும் இருக்கும். பஸ்களிலெல்லாம், பிற மொழிக்காரர்களுக்குப் புரியக் கூடாதென்பதற்காகவோ என்னமோ மலையாளத்தில் மட்டும் ஊர்ப்பெயர்களைப் பொறித்திருப்பார்கள். வெள்ளையம்பலம், தைக்காடு, பேரூர்க்கடை, ஊளன்பாறை, கவடியார், ஜகதி – என் றெல்லாம் ஊர்ப் பெயர்களை கேட்டுத்தான் தெரிந்துகொண்டேன். ஆரம்பத்தில், நெடுந்தொலைவின் தமிழகத்தின் சொந்தக் கிராமத்து வெறுமையைவிட்டு இங்கே வந்தபோது புதிய உலகம், புதிய பாஷை, குளித்துக் கரையேறி வரும் கோபியர்கள் போலத் துல்லிய அழகுடன் பெண்கள், சுத்தமான உடைகளுடன் கட்டைக் கர்வமான மீசையுடன் ஆண்கள்.

இப்பொழுது...

மெல்ல மெல்ல வஸந்தையும், அவளது பாட்டினையும் பற்றி நினைத்துக்கொண்டிருந்தபோது ரோட்டோரமாகவும் அங்கிங் காகவும் பஸ்ஸை எதிர்பார்த்து நின்ற கும்பல், அவசர அவசரமாகப் பஸ் நிலையத்தின் சிறிய கொட்டகையினுள் ஓடி வர ஆரம்பித்தது. மேற்குத் திசையில், கோட்டையின் அப்பால், பத்மநாபா கோயிலின் கோபுரச் சரிவில் மாலைச் சூரியன் மஞ்சள் வெயிலாக இன்னும் பிரகாசித்துக்கொண்டுதான் இருந்தான். ஆயினும் மழைச் சாரல்.

'மழையும் வெயிலும். நரிக்குக் கல்யாணம் நடக்கிறது' என்று அருகில் இரண்டு பள்ளி மாணவர்கள் கேலியாகப் பேசிக்கொண் டார்கள். ஒதுங்கி நின்றிருந்த ஆபீஸ் பெண்கள், பள்ளி ஆசிரியை கள், முண்டு ஜாக்கெட் அணிந்த நாட்டுப் பெண்கள் எல்லாம் கொஞ்சமாகச் சிரித்துக்கொண்டனர்.

"மலையாளத்துப் பெண் பிள்ளை மனசும் மழையும் ஒரே மாதிரிதான். வெயில் சிரித்துக்கொண்டேயிருக்கும். சட்டென்று ஒரு பக்கம் மேகம் கறுப்புக் கட்டி மழையைப் பொழியத் துவங்கி விடும். திடீர் திடீர் மாற்றம்..." என்றான். பாண்டுவாலாவான கல்லூரி மாணவன் போலிருந்த இளவட்டம் ஒன்று. பழையபடியும் பெண்கள் கும்பலில் நமட்டுச் சிரிப்பு.

அத்தனை வேடிக்கைகளையும் கேட்டு ரசித்தவாறு நின்ற என் கண்களில் அப்பொழுதுதான் சட்டென்று அந்தக் காட்சி.

ஆமாம், பெண்களிடையே புத்தகங்களை மார்போடு அணைத்தவாறு, வஸந்தை நின்றுகொண்டிருந்தாள்.

நான் திரும்பியதும், அவள் கண்களில் என் பார்வை பட்டுத் தெறிக்கிறது. 'எவ்வளவோ நேரமாக நிற்கின்றேனே. பார்க்க வில்லையா... நீங்கள்' என்பது போல.

கொஞ்சம் புன்முறுவல் காட்டினாள், சிரித்தேன். சிரித்தால் என்ன? அவள் வீட்டு மாடியில் குடியிருப்பவன். அதுவும் நேற்றிர வில் அந்த அனர்த்தத்திற்குப் பிறகு என்னமோ அவளிடம் ஒரு உரிமை வந்ததுபோல. நேற்றிரவு 'தாங்க்ஸ்' எல்லாம்கூடச் சொன்னாளே....

இத்தனை நாள் இல்லாத புதிய அனுபவமாக இருந்தது. வஸந்தை என் அருகில் வந்து நின்றாள்.

"நீங்களும் வழக்கமாக பஸ்ஸில்தான் போவீர்களா?"

"எப்பொழுதுமில்லை. அனேகமாக நடைராஜாதான். இன்றென்னமோ பஸ்ஸில்தான் போவோமென்று தோன்றியது. அதுவும் ஒரு வகையில் நல்லதாப் போயிற்று..."

"என்ன அப்படி?"

"இல்லை, வஸந்தையைப் பார்க்க முடிந்ததே..."

அந்த மாணவர் கும்பலிலிருந்து, கொல்லென்று கெக்கலிப் பாகச் சிரிப்பொலி பெரிதாகக் கேட்டது. இருவருமே சட்டென்று அந்தப் பக்கமாகத் திரும்பிப்பார்த்தோம்.

மெல்லிய சாரல் மழையில், வழுக்கலாகிப்போன தார்ரோட்டில், பாவம் ஒரு நொண்டிப் பிச்சைக்காரன் செருப்பு வழுக்கிவிட, காலைப் பரப்பிக்கொண்டு விழுந்துகிடக்கிறான்...

"இதையெல்லாம் ஒரு தமாஷ் என்று சிரிக்கிறார்கள். இப்பொழு தெல்லாம் படிக்கும் மாணவர்களுக்கு விவஸ்தையே இல்லாமலாகி விட்டது..."

"பாவம், நொண்டிப் பிச்சைக்காரன்..." என்றாள் வஸந்தை.

"என்னதான் பாவம் என்றாலும் சிரிக்கும் ஸதஸ் முன்னால் விழுந்து வைத்தால் இதெல்லாம் சகஜமும்தான்..."

"அப்படியென்றால் நேற்றிரவுகூட நீங்கள் ரொம்பச் சிரித்திருப்பீர்கள் என்று நினைக்கிறேன்..." என்று சொன்ன வஸந்தையின் முகத்தில் கொஞ்சமாகச் சோக நிழல் பரவுவதை உணர்ந்தேன்.

இப்பொழுது மங்கல் ஒளி பரப்பிக்கொண்டிருந்த வெயில், சட்டென்று கருமேகத் திட்டிடையே அந்தர்த் தியானமாகி, மழைத் தூரல்கூடச் சற்றுப் பலமாகப் பிடித்துக்கொண்டது.

சற்று முன்னால் அந்த இளவட்டங்களின் கூற்றும் உண்மை தானென்று தோன்றியது. எவ்வளவு தகத்தகாயமாகப் பிரகாசித்துக் கொண்டிருந்த சுற்றம் நொடிப்பொழுதில் ஒளி மங்கிக் கருக்கூட்டி, கம்பளிப் போர்வை போர்த்துக்கொண்ட ஆதிவாசி போலச் சிணுங்க ஆரம்பித்திருக்கிறது. 'சலனம்கொண்ட மலையாள நாரியின் மனசு போல' என்றது சரிதான்!

"நான் கேட்டேனே, பதில்கூடச் சொல்லாமல் என்ன யோசனையோ?"

"உம். ஒன்றுமில்லை. திடீரென்று இப்படி மழைத்தூறல் பிடித்துக்கொண்டுவிட்டதே. அந்த மாணவர்கள் சொன்னது சரிதானோ என்று நினைத்துக்கொண்டேன்..."

“அட, பரவாயில்லையே... இந்தத் தமிழ் ஆட்களே இப்படித் தான். மகா அழுத்தமானவங்க. அங்க வீட்டிலெ.... வருவது போவதுகூடத் தெரியாமல் அடங்கியிருக்கிற ஆள் இதுதானா என்று இப்பொழுது சந்தேகமாக இருக்கிறது...” சிரித்த வஸந்தை “அதோ நம் பஸ் வந்துவிட்டது. மெதுவாக இறங்கி வாருங்கள். வழுக்கி விழுந்துவிடப் போகிறீர்கள்” என்றவாறு மழைத் தூறலுக்கு ஒரு கையைத் தலையில் வைத்துக்கொண்டு, வந்து நின்ற பஸ்ஸினுள் ஏறிக்கொண்டாள். ஆண்களுக்கான பின்வாசல் வழியாக நானும் ஏறிக்கொண்டேன்.

கொஞ்ச தூரப் பிரயாணமே ஆனாலும், நாலைந்து சீட் தள்ளி பெண்கள் பகுதியில் அமர்ந்திருந்த வஸந்தை என்னைப் பார்த்து நையாண்டியாக மூக்கைச் சுளித்தாள். அப்பா... எவ்வளவு வசீகரமான குறும்பு! சுகந்தம் உள் பொதிந்த அழகிய பூ மொட்டுப் போல, சுருதியின் மெல்லிழையிலிருந்து பெரிதாக விரியும் இசை போல, இள மழையின் குளிர்போல, வஸந்தை புன்முறுவலுடன் அமர்ந்திருக்கிறாள். இதுதான் ஆரம்பம்.

எப்படி இவ்வளவு தூரம் ஆயிற்று? நினைக்க நினைக்க எட்டாத வான விளிம்பு போல, வியப்பாகவும் விசித்திரமாகவும், அதே சமயம் ஆனந்தமாகவும், அடக்க முடியாத குதூகலமாகவும் இருந்தது. வஸந்தை இப்பொழுதெல்லாம் முழுக்க முழுக்க என் கனவு வட்டத்துள் பூச்சொரிய வந்த வஸந்தம் போல, பனி சிலிர்த்து வந்த குளிர்ச்சாரல் போல, விடாயகற்ற வந்த தெளி நீர் போல நித்ய சவுந்தர்யமாக என்னுள் கலந்திருந்தாள். எப்படியும் ஏதேனும் ஒரு சந்தர்ப்பத்தை ஏற்படுத்திக்கொண்டு, மாலையிலோ, காலை யிலோ என் படியேறி வந்து நாணமாக நின்றாள். கவிதையாக வார்த்தையாடினாள். போலீஸ்காரர்கூட அன்றைய நிகழ்ச்சிக்குப் பிறகு, படுபவ்யமாக மாறிப்போயிருந்ததாகவே தோன்றியது. அன்று மறுபடியும் ஒருமுறை மாத வாடகையுடன் அவர்முன் போனபோது, முற்றிலும் புதிய மனிதராகவே கலகலத்தார்.

“வாங்க தம்பி. சும்மா உள்ளே வாங்க. உட்காருங்கோ, இப்படி...” என்றவர் தம்முன் இருக்கையில் என்னை அமரச் செய்தார்.

“பானு அம்மே.... இங்கே வந்து பாரேன். மேலே குடியிருக்கிற தம்பி வந்திருக்கிறது. சும்மா மாசா மாசம் வாடகையை மட்டும் வாங்கிக்கொண்டால் போதுமா? அந்தச் சாக்கில் வீடேறி வரும் அவருக்கு ஒரு கிளாஸ் காபியாவது தரவேண்டும். அதுதான்

மரியாதை..." என்று எதிரே வந்து நிற்கும் மனைவியிடம் கலகலப் பார். அந்த அம்மாவும் புதுப்பெண் போல, நாணம் குணுங்கிக் கொண்டு காபி கொண்டு வர உள்ளே போவாள். சொல்லி வைத்தாற்போல காபியுடன் வஸந்தைதான் வஸந்த முல்லைபோல வந்து நிற்பாள். தமிழ்ப் பெண்ணைப் போல அநாவசியமாக நாணிக் கொண்டு, கழுத்து நோகக் குனிந்துகொண்டு, கள்ளப் பார்வையும் பாவலாவும், பயந்தாங்கொள்ளித்தனமும் இல்லாத மலையாளத் தின் இந்தக் கல்மிஷமற்ற பாவம் எனக்கு மிக மிகப் பிடித்துப் போயிருந்தது. ஊருக்கும், நண்பர்களுக்கும் எழுதும் கடிதங்களிலெல் லாம் மலையாளத்தின், இந்தச் சுகந்தமான, சுந்தரமான சுக சீதள மான பழக்க வழக்கங்கள் பற்றிக் கொட்டிக் கோஷித்துக்கொண்டு எழுதினேன்.

"வஸந்தை, நீ காபியிலாவது நிறைய சர்க்கரையெல்லாம் போட்டுக் கொடு. தம்பிக்குத் தினமும் உன் மலையாளப் பாட்டைக் காலையிலும் சாயங்காலமும் கேட்டுக் கேட்டு மனசெல்லாம் கசந்து போயிருக்கும்...." போலீஸ்காரர், மீசையினுள் கடகடவென்று சிரிப்பார்.

"அய்யய்யோ, என்ன சார் இது. மாலையாளப் பாட்டென்றால் எனக்கு ரொம்பப் பிடிக்கும்... பாட்டைப் படித்துப் புரிந்துகொள் வதற்காகவே 'மலையாளம் – தமிழ் ஸ்வபோதினி' புத்தகம்கூட வாங்கி வைத்திருக்கிறேன்."

"ஓஹோ, அப்படியா சங்கதி? அப்படியென்றால் ரொம்பவும் ஆபத்தாச்சே. சூட்சிக்சுக்கோ வஸந்தை..." மறுபடியும் கடகட வென்ற சிரிப்பு.

'இவ்வளவு கலகலப்பும் வேடிக்கையுமான மனிதரா குடித்து விட்டுக் களேபரமெல்லாம் செய்வது?' என்று ஆச்சரியமாக இருந்தது.

ஒருநாள் படியேறி வந்து அறையினுள், இப்பொழுது போய் விடுவேன் என்ற பாவனையில், பிகுவில் வந்து நின்ற வஸந்தை யிடமே இதைக் கேட்டேன்.

"என்ன வஸந்தை, உங்க அப்பா, நான் வந்த புதிதில், அடிக்கடி குடித்துவிட்டு வந்து சண்டை சச்சரவெல்லாம் போடுவார். அன்றைக்கும்கூட அவ்வளவு தூரம் வெறி கொண்டவராக நின்றார்... நானே பயந்துபோனேன். அதற்குப் பிறகு ரொம்பத்தான் மாறிப்போயிருக்கிறார்."

“உண்மையில் அதற்காக நானும் அம்மாவும் உங்களுக்கு ரொம்பக் கடமைப்பட்டிருக்கிறோம். அம்மாகூட அடிக்கடி சொல்வதுண்டு. நல்லவங்கள்னா கடிக்க வர்ற நாய்கூட வாலைக் குழைக்கும்.”

“அப்படியா...” என்றவாறு அவளைத் தொட எட்டுவேன். சட்டென்று பொய்யாக விலகியவாறு அவள் சொல்வாள்: “நீங்கள் நல்லவர், வம்பு வராது என்ற தைர்யத்தில்தான் நான் இங்கே படியேறி வருவதைக் கண்டாலும் காணாததுபோல் இருந்து விடுகிறாள் அம்மா...”

“அம்மாவின் அந்த நம்பிக்கையைக் கலைத்துவிட மாட்டேன். எங்கே உன் பூப்போன்ற கைகளைக் காட்டேன். சினிமா மாதிரி பிராமிஸ் வேணுமானாலும் பண்ணித் தருகிறேன்.”

“அய்ய்யயோ, இப்போ வேண்டாமே உங்கள் பிராமிஸ்....”

“பிறகு எப்பொழுது?”

“தைர்யமிருந்தால் எப்பொழுதுதென்று ஊரில் உங்கள் அம்மா அப்பாவிடம் கேட்டுவிட்டுச் சொல்லுங்கள்...”

“நானே தயாரென்றால் ஊரில் அம்மா அப்பாவிற்கென்ன வந்தது?”

“ஓ.... பரவாயில்லையே... அரிமரத்துப் பட்டியோ ஏதோ பட்டியென்று சொன்னீங்களே, அந்த ஊரிலுள்ள ஒரு தமிழ்ஆள் இந்தச் சுந்தர சுரபிலமான மலையாளக் கரையின் ஒரு சுந்தரியை அவ்வளவு சீக்கிரம் கட்டிக்கொண்டு போய்விடலாமென்று ருசி கூட்டிக்கொள்ள வேண்டாம், பத்திரம்....”

“அட, சங்கீதத்தில்தான் நீ விதுஷியென்று நினைத்தேன். இப்போ நல்ல சாகித்ய சக்கரவர்த்தினியாகவும் இருக்கிறாயே... பேஷ், பேஷ்....” என்று சட்டென்று அவளை எட்டி, வளைத்துக் கைகளைத் தழுவி, உடல் துவள அணைத்து... “வஸந்தை... ஒரே ஒரு பாட்டுப் பாடேன்...”

அவள் மெல்ல, மெதுவாகத் தன்னை விடுவித்துக்கொண்டு, “பரவாயில்லையே, தமிழன் பாட்டுப் பாடக் கண்ட நேரம் நல்ல நேரம்தான்... அப்பா போலீஸ்காரர் என்பது ஞாபகமிருக்கிறதல்லவா? இப்போ நான் இங்கே நின்று பாட ஆரம்பித்தால் உண்மையிலேயே அப்பா குடித்துக்கொண்டுதான் படியேறி வருவார்...”

“அதெப்படி வருவார். அதுதான் நல்லவரென்றால் நாய்கூட வாலைக் குழைக்கும்னு உன் அம்மா சாட்சி சொல்லியிருக்கிறாளே?”

“பொல்லாத ஆள் நீங்கள்...” மெல்லக் கையை விடுவித்துக் கொண்டு படியிறங்கிப் போய்க் கீழே நின்று கொஞ்சம் சிரிப்பு உதிர்த்து, “கீழே போய்ப் பாட்டுப் பாடுகிறேன்...” என்றவாறு பறந்து போனாள் வஸந்தை.

“நீ போன பின்பு ஊரையே மறந்துவிட்டாய் போலிருக்கிறது. பண்டிகை வருகிறது. நிறைய லீவு எடுத்துக்கொண்டு வா. உன்னைப் பார்க்க வேண்டும் போலிருக்கிறது. முக்கியமாக, உனக்கு ஒரு கல்யாணத்தைச் செய்து வைத்துப் பார்த்துவிட வேண்டும் போலிருக்கிறது. வழக்கம் போல் சால்ஜாப்புச் சொல்லி எழுதாமல் புறப்பட்டு வரவும்...” அம்மாவின் கடிதத்தைப் பார்த்தபோதுதான் தூக்கம் கலைந்தது போல, வஸந்தையும் சுற்றத்தையும் தவிர வேறு என்னவெல்லாமோ நிறைய நிறைய இருக்கும் நினைவு வருகிறது. போக வேண்டும். அம்மாவிற்காக இல்லாவிட்டாலும், வஸந்தை எனும் குளிருக்காகவேனும் போய் வந்துவிட வேண்டுமே...

விடுமுறை பெற்றுக்கொண்டதும் ஓடோடி வஸந்தையிடம்தான் சரணாகதி விரித்தேன்.

“அப்படியா? ஊருக்கா போகிறீர்கள்?” என்று கேட்டவள் கண்களில் நீர் நிறைந்தது. அழகிய அவளது அதரங்கள் மழையில் நனையும் பூப்போல் நடுக்கம் கொள்கின்றன.

“என்ன வஸந்தை, நீ எங்கள் தமிழச்சிகளையே மிஞ்சி விடுவாய் போலிருக்கிறதே. மிஞ்சி மிஞ்சிப் போனாலும் இரண்டே வாரங்கள். அதுகூட அப்பா அம்மா சம்மதம் தந்துவிட்டால் இரண்டே நாட்கள்கூடத் தங்கமாட்டேன்... அட, அழுகிறாயா, வஸந்தை! சீ, என்ன இது? சினிமா கதாநாயகி போல... இவ்வளவுதானா கேரள நாரீமணியின் தைர்யம்?”

“தைர்யந்தான்... என்னதான் தைர்யமாக இருந்தாலும் இதே போல் எனக்கே எனக்காக வந்துவிட வேண்டுமே என்றுதான் பயமாக இருக்கிறது.”

“சரிதான். மலையாளத்து மழையும் மலையாளத்துப் பெண்ணும் கணப்பொழுதில் குணம் மாறிவிடும் என்று சொல்வது போல, நான் ஒன்றும் மனம் மாறிவிட மாட்டேன்.... இதோ பார், என் உடலில் பாய்வது வீரத்தமிழ் ரத்தம்... இன்னும் நீ கேட்பதாக இருந்தால் தமிழனின் பரிசுத்தம் பற்றிச் சிவாஜி ஸ்டைலில் நாலு பக்கம் டயலாக் வேண்டுமானாலும் பொரிந்து தள்ளட்டுமா?”

“அய்யோ, வேண்டாமே உங்கள் டயலாக்...” என்று வஸந்தை கலகலவென்று சிரித்துக் காதுகளைப் பொத்திக்கொண்டாள்.

“இதோபார், வஸந்தை, என்ன குறைந்துபோயிற்று, எங்கள் தமிழ் டயலாக்கில்? தமிழனின் வீரமென்ன, விவேகமென்ன, கற்பென்ன, நெறியென்ன, உங்கள் மலையாள சினிமா மாதிரியா முண்டு உடுத்திக்கொண்டு, முலையைக் காட்டிக்கொண்டு....”

“சீ... வெட்கமே இல்லை, இந்தத் தமிழனுக்கு. ஒரு கன்னிப் பெண்ணை முன்னால் வைத்துக்கொண்டு என்னதான் பேசுவ தென்றே தெரியவில்லை. பெரி...ய்ய தமிழர்...”

“இதோ பார் வஸந்தை. நான் ஒரு தமிழனாக இருக்கக் கொண்டுதான் முழுசாக என்முன் நிற்கும் உன்னை அப்படியே தூக்கி விழுங்காமல் இருக்கிறேன்... ஜாக்ரதை... உம்..”

“அய்... அப்படி விழுங்கவும் வீரம் வேண்டும்...”

“வீரத்தை இப்பொழுதே காட்டவா?” மெல்ல அவளை அருகணைத்து ‘விழுங்கப் போகிறேன்...’ என்று முகத்தருகே குனிய, பலமாக அவள் தன்னை விடுவித்துக்கொண்டு, “சரியே சரி, நீங்கள் வீரர்தான். விவேகிதான்...” இந்த வீரத்துடனும் விவேகத்துடனும் எனக்காகச் சீக்கிரம் வந்து சேருங்கள்!” என்று சொன்னவள் சட்டென்று என் கைகளை எடுத்து அழுந்த முத்தமிட்டு சரே லென்று படியிறங்கி, வெயிலில் இளமழைபோலப் போய்விட்டாள்.

ஊர் போய்த் திரும்பி வரும் வழியெங்கும் வேதனைதான் மனமேறி வந்ததென்றாலும் – இங்கே வஸந்தை எனும் வஸந்த மல்லவா – நடைபட்டு விரித்துக்கொண்டு காத்துக்கொண்டிருக் கிறது. இந்த எண்ணத்தில் ‘வாழ்விலோர் திருநாள்...’ என்று, துள்ளும் பயண வழியெல்லாம் மிதித்தெறியலானேன்.

‘கல்யாணத்திற்கிப்பொழுது அவசரமில்லை’ என்று உதறிய போது, அம்மாவின் முக இறக்கம், அப்பாவின் கோப இறுக்கம்... அத்தனையும் மனதின் வெள்ளைப் புரவியின் துள்ளலில் தூள் பறக்கிறது...

மண் மணக்கும் பிறந்த கிராமம். வெயில் எரிந்து வெண்மை பூண்ட குட்டை மலைகள்... மலைக்குச் சேலை விரிக்கும் பசே லென்ற சோளக் காடுகள்...

‘மலையாளத்துப் பக்கம் போனியானா ஏ சுடலே, நீ மாறி வரப் போவதில்லை’ என்று பழிப்புப் பாட்டுப் பாடி – ‘தம்பி எப்போ வந்தாப்பிலெ?’ என நலம் விசாரிக்கும் கிராமத்து அன்பு...

‘வாரா வாரம் எண்ணெய் தேச்சு முழுவு, தம்பி’ என்ற மறுப்பின் கசப்பை விழுங்கிக்கொண்டு, அன்போடு விடை கொடுத்தனுப்பிய தாயன்பு... அனைத்தும், வஸந்தையெனும் மன வெள்ளைக் கனவில் காற்றோடு போகிறது. புரவி பாய்ந்தோடுகிறது...

– குதிரையின் வேகம் தணிந்து, ஆ...ஹா...ஹா... மறுபடியும் அதே மலையாளத்துப் பெருநகரம்!

வந்திறங்கியபோது விடிந்தேறும் காலை நேரம். வஸந்தையின் வீட்டு வாசலில் உதயக் கதிரின் பொன்னொளி – தென்னை ஓலைகளிடையினூடே புள்ளிக் கோலமிட்டிருக்கிறதோ...

படியேறியபோது – உள்ளிலிருந்து அவளது பாடல் ஒலி வரவேற்புக் கூறுகிறது.

பிரபாதம்... பூமரக் கொம்பில்,

தூவல் குடஞ்ஞூ – பிரபாதம்

உணர்ன்னு – நீலவானம்.

நீயென்ற பிரிய தோழனல்லே –

அல்லே... ஆ... ஆ...

(பூமரக் கிளைகளிடையே தூவல் உதறி விழித்தெழும் புலர் வேளை... விழித்தெழும் நீல வானம் ... நீயன்றோ என் பிரிய தோழன்...)

– ‘வஸந்தை, நானே உன் பிரிய தோழன்’ என்று மன எக்காளமுடன் படியேறி – வாசலுள்ளே எட்டிப் பார்க்கிறேன்... அங்கே பாட்டுப் பாடும் வஸந்தையின் முன் – மலையாளத்த மீசையும் வெள்ளுடையுமாக யாரோ ஓர் இளைஞன்... அவனுக்காக கொஞ்சம்– ‘ஆவென்று இழுக்கணும் வஸந்தம்மே...’ என்றவாறு அவளை உரிமையுடன் தொடும் அவனும்!

நின்ற நிலையின் மண் சரிவதற்குள் வஸந்தை என் வருகையை அறிந்தவளாகத் துள்ளிக்கொண்டு எழுந்தோடி வருகிறாள். “ஹாய் தமிழன், சொன்னது போலவே வந்துவிட்டீர்களே... அம்மெ, மேலே உள்ள ஆள் வந்தாச்சு...” என்று உள்ளே தன் தாய்க்கும் செய்தி சொன்னவள்... “இது என் அம்மாவனின் பிள்ளை. திருவல்லாவி லிருந்து வந்து ரெண்டு நாள்தான் ஆகிறது...” என்ற அவளது முகமன்களைக் காதில் வாங்காமலேயே மாடிப் படிகளில் தளர் நடையில் ஏறி வருகிறேன்... மனதின் துள்ளாட்டமிட்ட வெண் புரவி – வாசலுக்கப்பால் மண்கவ்வ விழுந்து கிடக்கிறதோ...?

“நான்தான் சொல்லுகிறனே... நீங்கள் போய் நாலைந்து நாட் களிலேயே அப்பா மறுபடியும் வேதாளம் முருங்கை மரத்தில்

ஏறியது போல – குடிக்க ஆரம்பித்தார். வழக்கம் போல் அம்மா வுடன் சண்டை. ஒரு நாள் அன்று நீங்கள் இருந்தபோது நடந்தது போலவே, அம்மாவை ரொம்பவும் இம்சித்து, மூர்ச்சை இழந்துகூட விழுந்துவிட்டாள்... அன்று மறுநாள்தான், திருவல்லாவிலிருந்து ஏதோ வேலையாக இங்கே வந்தார் இந்த அம்மாவனின் மகன். நீங்களும் இல்லாத நிலை. ஒரு ஏந்தலுக்கு இருக்கட்டுமேயென்று தான் இரண்டு நாள் அவரை அம்மாதான் இருந்துவிட்டுப் போகச் சொன்னாள்... அவருக்குப் பாட்டு ராகமெல்லாம் நன்றாகத் தெரியும். அதைத்தான் நீங்கள் வந்தபோது பார்த்தது... அட, இவ்வளவு சொல்கிறேனே... கொஞ்சம் சிரித்தால் என்ன–?"

"முடியாது வஸந்தை, என்னால் சிரிக்க முடியாது... நான் ஊருக்கே போகப்போகிறேன்..."

"என்னது வந்ததிலிருந்து நானும் சொல்லிக்கொண்டிருக்கிறேன். மலையாளத்து மழை போல நிமிஷத்தில் மனம் மாறுபவள் அல்ல, இந்த வஸந்தையென்று, கை மேல் அடித்துக்கூடப் பிராமிஸ் பண்ணியாச்சு... ஆனாலும், உடனேயே ஊருக்குப் போகிறேன் போகிறேன் என்றால் என்ன அர்த்தமோ..."

"இல்லை, வஸந்தை., நான் ஊருக்குப் போகத்தான் போகிறேன்... எனக்கு மனசு..."

"உங்கள் மனசு எனக்குத் தெரிந்துவிட்டது. கோழை மனசு... சந்தேக மனசு... தமிழ் மனசு... சஞ்சல மனசு..."

"வஸந்தை! வாயை மூடு... இப்பொழுதே நான் ஊருக்குப் புறப்படுகிறேன்..."

"அப்படியா?"

"அப்படியேதான்..."

வஸந்தை கண்களைத் துடைத்தவாறு படியிறங்கிப் போய்க் கொண்டிருந்தாள்...

"நலமாகப் போய் வாருங்கள்... குட்பை!" வஸந்தையின் குரல் தெளிவாகவே கீழே இருந்து விடைகொடுத்தது.

❖

50

மூடு விழா

சொல்லப்போகும் விஷயம் மூடு விழா பற்றியதல்ல. திறப்பு விழா, ஆரம்ப விழா, துவக்க விழா, ஓபனிங்ஸெரிமனி என்றெல்லாம் தான் உண்டே தவிர, மூடித் திரையிட்டுவிட்டுப் போவதற்கு யாராவது விழா கொண்டாடுவார்களா – என்ன? அப்படியிருக்க 'என்ன இது மூடுவிழா' என்றுதானே கேட்கத் தோன்றுகிறது? அதனால் ஆரம்பத்திலேயே சொல்லிவிட்டேன், இங்கே பிரஸ்தாப விஷயம் மூடு விழா பற்றியதல்ல!

எங்கள் திருவனந்தபுரம் சுற்று வட்டத்தில் எனக்கே எனக்குக் கொஞ்சம் நல்ல பெயருண்டு. அதாவது 'பெத்த பெயர்.' 'ஸோஷியல் வர்க்' அது இதென்று கைச்செலவு பாராமல் போய் வருவேன். மேடைப் பேச்சில் கொஞ்சம் சமத்காரம் செய்வேன். தாடியை உருவிக்கொண்டு கண்களை ஏகாந்த தியானம் போல ஏறச் செருகி, குரலை மென்மைக் கலவை செய்து, தமிழுடன், மலையாளமும் சம்ஸ்கிருதமும் கலந்து பிரவாளப் பிரவசனமாகப் பேசுவேன். கருகருவென்று தாடியும், வெள்ளை வெளேரென்று உடைநடை என்றெல்லாம் ஒழுங்குபண்ணி வைத்திருப்பேன். சங்கீத சதஸ், சாகித்ய சதஸ், பாஷா ஸ்லோக சங்கம், கலைமேளா என்றெல்லாம் போவேன். போவேன் என்றால் போய்ச் சாதாரணப் பேச்சாளனாகப் பங்கேற்க என்று நினைத்துவிட வேண்டாம். நான் என்ற நானாகப்பட்டவன் உண்டென்றால், அது அத்யக்ஷ பீடம்தான். அதாவது தலைவர் பதவி. இப்படியாக நான் ஸவுந்தர்ய, ஸந்துஷ்டி, விஹாயஸில் (எப்படி என் பாஷா பிரயோகம்) உலவி வரும் காலகட்டத்தில் ஒரு சமயம் தமிழ்நாட்டில் அதாவது திருவனந்தபுர மாவட்டத்தின் எல்லைக்கோடு முடியும் இடம், களியக்காவிளை என்ற தமிழ்நாட்டுப் பகுதி. இந்தத் தமிழ்நாட்டுப் பகுதியில், கொஞ்சமாக ஒரு பத்து கிலோ மீட்டர் போல, கே.எஸ்.ஆர்.டி.சி. பஸ்ஸில் யாத்திரை செய்து உள்ளேபோனால், 'காப்பிக்காடு' என்ற ஒரு கிராமம். கிராமம் என்றால் அஸல் இந்தக் காலத்துக் கிராமம். ஸகல விதமான அரசியல் கட்சிகள், பிரைமரி ஹெல்த் சென்டர், பள்ளிக்கூடங்கள், டியுட்டோரியல் காலேஜுகள்,

பயிற்சி வழித்தொடர்புத் திட்டப் பஞ்சாயத்து ஸ்தாபனங்கள் என்றெல்லாமுள்ள கிராமம். பிளஸ் பாயின்டாக இரண்டு சினிமா தியேட்டர்கள். இந்தக் காலத்தில், கேவலம் ஒரு கிராமத்தில் ரெண்டே ரெண்டு சினிமா தியேட்டர் என்றால் அந்தஸ்து என்னாவது? கல்புக்குப் போய்வந்த உள்ளூர்ப் புதிய பணக்காரர் ஒருவர் இந்தக் குறையைத் தீர்க்க நினைத்ததின் பெரிய மனசுதான் புதிய மூன்றாவது தியேட்டர்.

எனதே எனதான விச்வலிக்கியாதமான பெரும் பெயரை அந்தப் புதிய பணக்காரர், "யார்? எவர்?" புத்தகத்தின் மூலம் அறிந்து அந்தக் கொட்டகையின் திறப்பு விழாவிற்கு என்னை வருந்தியழைத்ததன் பேரில் போயிருந்தேன் ஆமாம். நான் போயிருந்தேன் என்று மட்டும் சொல்லி, இந்த முன்கதையைச் சூசகமாக்கியுள்ளேன். இனிதான் மற்றதெல்லாம்.

காப்பிக்காடு கிராமம் ரோட்டில், கோழிகள் தூவல் பறக்கப் பயந்தடித்து ஓடி விலக, அதிவேகத்தில் கார் ஓட்டிக்கொண்டு நிச்சித ஸ்தலத்திற்கு நான் போய் இறங்கும்போது சரியாக மணி ஐந்து.

உம், பரவாயில்லை. பெரிய தியேட்டர்தான். உயர்ந்த முன் முகப்பு கான்கிரீட் ஸ்தூபிகள். கிளையும் கொப்புமாகத் தோரண விளக்குகள், வாசற் கதவுகள்... முக்கு ரோட்டைத் தாண்டும்போதே, ஒலிபெருக்கியினூடே சங்கீத ஆரவாரம் காதைத் துளைத்துக் கட்டியம் கூறியது... "மாந்தோப்பில் நின்றிருந்தேன்... அவன் மாம்பழம் வேண்டுமென்றான்..."

போய் இறங்கியபோது, புதிய ஜிப்பாக்கார முதலாளியும், காஞ்சிபுரம் பட்டும், இண்டிமேட் செண்டும் மணக்கும் அவரது மிஸஸூம் பரிவாரங்களுமாக முழு அளவில் துபாய் ஜரிகை மாலையும் பரிவட்டமுமாக உள்ளே அழைத்துச் செல்லப்பட்டேன். அணிமுத்து மாடமும், ஸிம்ஹாஸனங்களுமான ராஜ தர்பாரில், ராஜாதி ராஜராஜ கம்பீர என்றெல்லாம் இல்லாவிட்டாலும் அதே செட்டப்பின் த்வனி ஒன்றுகூடக் குறையாமல் உள்ளே நுழையவும் புகைப்பட மின்னல் வெட்டுகள்.

டக்கென்று லவுட்ஸ்பீக்கர்கள் நின்றிட, காதில் பஞ்சு வைத்து அடைத்து உச்சிமேல் அடித்து உட்கார வைத்ததுபோலச் சட்டென்று ஒரு அகண்டாகாரமான அமைதி.

திரை அரங்கின் குறுக்கே சமத்காரமாகக் கட்டியிருந்த ஸ்வர்ண நிற நாடாவைப் பூத்தாலத்தில் வைத்திருந்த வெள்ளிக் கத்திரிக்கோலால் வெட்டி விழாவின் க்ளைமாக்ஸை நிர்வகித்த

போது, கூடியிருந்த சமுத்ரம் போன்ற ஜன சமூகம் கரதாடன ஆரவாரம் செய்தது... சம்பூர்ணம். சாயூஜ்ஜியம்!

யார் யாரோ ஊர்ப்பெருந்தனக்காரர்கள், மைனர்கள், மைனிகள், எம்.எல்.ஏ. ஒருவர், அறங்காவல் தக்கார் என்றெல்லாம் கூட வந்திருந்தார்கள். திறப்பு விழா நடத்திய என் செயலை, ‘மிக நல்ல கைங்கர்யம் செய்தீர்கள்’ என்று ரெண்டு கைகள் போறாமல் நாலு கைகளையும் குலுக்கிக் குலுக்கிப் பாராட்டினார்கள். புகைப் பட மின்னல்கள் எல்லாவற்றையும் வெளிச்சமிட்டு ஒற்றிக் கொண்டது மிக முக்கியம்.

புதிய பணக்காரரை ஸாது ஜனப்பிரியன் என்றும், சுத்தன், சுமுகன், சுந்தரன், சுபிட்சன் என்றெல்லாம் எடுத்தோதி இதுபோல, சினிமா அரங்குகளை நிர்மாணிப்பதன் மூலம், நாட்டின் இன்றி யமையாத பெரிய காரியம் ஒன்றை ஸ்தாபித்துவிட்ட பெருமையை நாடு உள்ள அளவும் மறக்காது என்றும், இம்மாதிரி நாட்டுத் தேவையை உணர அதீத புத்தி ஸாமர்த்தியம் வேண்டும் என்றும், அது இந்த நிரஞ்சனிடம் நிறையவே இருக்கிறது என்றெல்லாம் எடுத்தோதி புராணத்திலிருந்து குபேரன் பற்றிய ஒரு உபகதையை யும், கதாஸரித்சாகரத்திலிருந்து அதிவிருட்சன் ஒருவரின் அவுதார் யத்தையும் எடுத்து விளம்பி பிரசங்கத்தை உபசம்கரித்தேன். அப்பா! மூச்சு வாங்கியது.

மறுபடியும் அரங்கு அதிரும் கையொலி. சினிமா கொட்ட கைக்கே இயல்பான சீட்கை ஒலி. ஆக, களேபரம் ஓய்ந்தபோது, புதிய வெள்ளித் திரையில் காட்சி ஆரம்பிக்கப்போவதாக அறிக்கை சொல்லியது.

மிக மிகத் தாழ்மையுடன் வேண்டி, இறைஞ்சிப் பணிவன்புடன் கேட்டுக்கொண்டதற்கிணங்க, மாடி பந்தோபஸ்து இருக்கைகளின் முதல் நம்பரில் அமர்த்தப்பட்டேன். படம் பார்த்துவிட்டுத்தான் போக வேண்டுமாம்.

ஆறுபடை வீடுகளையும் வர்ணித்து படைவீடுகொண்ட வேலவனின் அழகை நிலைநிறுத்திப் பாடும் முதல் பாடலுக்குப் பின்பு ஸ்லைடு மூலம், அனைவருக்கும் வரவேற்பும் வாழ்த்துகளும் வணக்கமும் எழுதிக் காட்டி உபசாரம் செய்து கோலாகலமாகப் படம் ஆரம்பமாயிற்று.

முதற் காட்சியே, சளசளவென்று வாய்க்கால் பாய்ந்தோடும் பச்சைப் பசேல் கிராமம். வயல்வெளிக் கழனிக்கு மேடிட்ட மலை பவுண்டறி. கதாநாயகன் கிராமத்தானாக இருந்தாலும், பாண்ட்,

ஸ்லாக் சட்டை, கோலா கண்ணாடியுடன் வயலின் முழங்கால் சகதியில் நின்று துணை நடிகைகளுடன் நாற்று நடுகிறான்.... காட்சியின் ஓரத்து வயல் வரம்பு வெளியில் ஒடிசல் நடை நடந்து கதாநாயகி கஞ்சிக் கலயத்துடன் வருகை. ஓஹோவென்று சர்வ மான வாத்தியங்களும் அதிரடி நடத்தும் பின்னணி இசை. பொறுக்க முடியுமா நமது ரசிகப் பெருமக்களுக்கு? தொட்டுக் கீழ்ப்பகுதியின் முன் வரிசையிலிருந்து நாலைந்து இளவட்டங்கள், 'போடு வாத்யாரே, அப்பிடித்தான் நாற்றுக் கத்தையை அழுத்தி ஊனணும்... அந்தா வாரா பாரு கதாநாயகி!' என்று ஆமோதன ஆரவாரம் செய்தது... இந்த மாதிரி அல்பமான அதிரடி ரசனை. நாலைந்து டிக்கெட் தள்ளி அமர்ந்திருந்த வெள்ளை ஜிப்பா சாய வேஷ்டிப் பெரிய மனிதர் ஒருவருக்குப் பிடிக்கவில்லை போலும். "சும்மா இருங்கடா... தள்ளே வோளிகளே. படத்தைப் பார்க்க விடுதானா மாந்தையன்மாரு..." என்று விட்டாரே பார்க்கணும்!

என்னதான் பாஷா ஞானமும் உலகாயதமும் தெரிந்திருந் தாலும், வெள்ளைச் சட்டை பெரிய மனிதரின் பதப்பிரயோகம் காதில் விழுந்த எனக்கும்கூடத்தான் பிடிக்கவில்லை. காஞ்சிபுரம் பட்டும் அரகஜாவுமாக மணத்துக்கொண்டு வி.ஐ.பி.க்களாக என் அருகில் அமர்ந்திருந்த மாது சிரோமணிகள் சிலருக்கும் அந்த வசனம் பிடிக்கவில்லை என்று அர்த்தமாகியது. 'ஓப்பனிங் டேயிலே இந்த மாதிரி கச்சடாக்களுக்கெல்லாம் டிக்கெட் கொடுத்திருக்கக் கூடாது' என்று அவர்கள் முனகியபோது, 'பாண்டும் சட்டையும் ஸ்டெப் கட் தலையுமாக வருபவர்களைக் கச்சடாக்கள் என்று எப்படிக் காண முடியும்?' என்றும் யாரோ பதில் சொன்னது கேட்டது.

திரையில் கதாநாயகன் பாட்டும் பாட ஆரம்பித்திருந்தான். 'ராத்திரி நேரம் ஜன்னல் ஓரம், காத்திரு பொண்ணே..' அதற்கிடையில் இங்கே ரோஷும் பொத்துப்போன இளவட்டங்கள், சும்மா இருக்குமா? 'வேய் கிளட்டு வாணாலே, நூறுமில்லி மணப்பிச்சு விட்டுவந்தா வயித்திலெ கெடக்கணும்... பொறக்கே ஆளுக இருக்கா. இல்லேன்னா நீரு சொன்ன சீமைத் தனத்துக்கு மோறக்கெ ஷேப்பை மாத்தி விட்டிருப்போம்' என்று சத்தம் உயர்ந்தது.

"பொறக்க ஆளு இல்லாமெ இருந்தாதின்னு போட்டுருவேளோடா, நாறிப் பயக்கெள..?"

அவ்வளவுதான்.

பெரிய மனிதரின் வாய் மூடுமுன், சடால் புடாலென்று நாலைந்து சாத்து வசமாக விழுந்தது. வெள்ளைச் சட்டைக்காரரது

முதுகில், முகத்தில், நெஞ்சில் எங்கெல்லாமோ...தொப்...சப்.... சத்.... உட்கார்ந்திருந்த மடக்கு நாற்காலி கவிழ்ந்தது... அக்கம் பக்கத்தி லிருந்தவர்கள் பரபரவென்று எழுந்து நின்றார்கள்... இத்தனைக்கும் படம் ஓடிக்கொண்டுதான் இருந்தது. பெரியவரும் ஒருவகையில் தான் பெரிய மனிதர் என்பதை நிரூபிப்பது போல நிலைமை களேபரமாவதற்கு முன்பு சட்டென்று தன்னைச் சமாளித்துக் கொண்டு விடுவிடென்று எழுந்து வெளியே போய்விட்டார்.

அத்தனை 'கண்டரகோள'த்தையும் பார்த்துக்கொண்டிருந்த நானென்ற பெற்ற மனிதனுக்கே வியப்பாக இருந்தது. கொஞ்சம் சிரிக்க வேண்டும் போலவும் இருந்தது. சிரித்துக்கொண்டேன். பக்கத்து வி.ஐ.பி.க்களும் சிரிப்பதாக அவர்களது மூக்குத்திப் பளபளப்பு தெரிவித்தது.

"அடி செய்யும் உதவி அண்ணன் தம்பிகூடச் செய்யமாட் டான்..." என்ற டயலாக் அடித்துவிட்டு, இளவட்டங்கள், ஏழு கடல் தாண்டி அரசிளங்குமரியைக் கண்டடைந்த பெருமித பாவ முடன், திரைக்காட்சியில் லயித்தது. விடுவிடென்று எழுந்து போன பெரிய மனிதரும் ஆற்றில் விழுந்த கோடாரி போலக் காணவேயில்லை.

அகண்டாகார சில்வர் ஸ்கிரீனில், குடிசையுள்ளே அலங் கோலமாகத் தூங்கிக்கொண்டிருக்கும் கதாநாயகியைக் கோலாக் கண்ணாடிக் கதாநாயகன் ஒளிந்திருந்து பார்த்து ரசிக்கிறான். ரசிகர் மத்தியில் சப்புக் கொட்டு, மிளகாயைத் தின்றது போல ஊஸ், ஊஸ்.... விசில் சத்தம். புதிய கொட்டகையின் எதிரொலி ரீங்காரமும் சேர்ந்தபோது புயல் இரைச்சல்... ஒருவிதப் போதையில் அரங்கம் மிதந்திருந்த அந்தச் சந்தர்ப்பத்தில், வெளியே காணாமற்போன பெரிய மனிதர், முகத்தைக் கைத்துண்டால் துடைத்தவாறே, மறுபடியும் வந்து பழைய இடத்திலேயே அமருகிறார்.

அமர்ந்தவரைத் தொடர்ந்து, யாரோ ரெண்டு தடியன்கள் லுங்கியும் பனியனும், கண் சிவப்பு அல்டாப்புமாக வந்தவர்கள், நேராக அந்த இளவட்டங்கள் கண் இமைப்பதற்கு முன்பு கேள்வி முறையில்லாமலேயே... சடா புடா, பட்டு, படார் என்று மொத்து அடி உதை விழுந்தவர்களைப் புரட்டுப் புரட்டென்று வறுத் தெடுத்துவிட்டார்கள். அய்யோ... அப்பா... விழுந்தடித்துக்கொண்டு ஓடும் கூட்டம், புரண்டு விழும் இருக்கைகளின் களேபரம். சட்டென்று படம் நின்று எல்லா விளக்குகளும் விழுந்தபோதும், கலாட்டா புரசல் ஓய்ந்ததாக இல்லை. யாரை யார் அடிக்கிறார்கள் என்று எதுவுமே நிதானிக்க முடியாத அலங்கோலம்.

கும்பல் கலைந்து போலீஸ் வந்தபோது, கலைந்து புரண்டு தாறுமாறான செயர்களின் இடுக்கு வழியில் அடிபட்டுத் துவைந்து போன அந்த இளவட்டங்கள் அவர்களைத் தூக்கிப் பாதுகாப்பான இடத்திற்குப் போகுமுன் இடைவேளைக்குப் பிறகு படம் ஆரம்பிப்பது போல போலீஸ் காட்டு தர்பார் ஆரம்பமாயிற்று. நின்றவன், போனவன், போய்க்கொண்டிருப்பவன் கண்டவன், காணாதவன் எல்லோரையும் சகட்டு மேனிக்குத் துவைத்து மாட்டினார்கள். எனக்கு, என்னை வரவேற்றுக் கைலாகு கொடுத்தவர்களையோ மற்றவர்களையோ எதிர்பார்க்காமல் விருட்டென்று வேஷ்டியைத் தூக்கிப் பிடித்தவாறு ஜீவன் மரண பயத்தில் வெளியே ஓடத்தான் புத்தி சொல்லிற்று.

சட்டென்று யாரோ கர்லிங் ஷட்டரை இழுத்துத் தியேட்டரின் பெரிய வாசலைச் சடசடவென்று சப்த கோலத்துடன் அடைத்துப் பந்தோபஸ்து செய்தார்கள். 'திறப்பு விழா செய்த பெரிய மனுஷரை வெளியே தள்ளிக் கதவைச் சாத்துங்கப்பா, நல்லா பெரிய மனுஷன் அகப்பட்டான். திறந்த அன்றைக்கே மூடுவிழா... விடப்பா அவரை, போய்ச் சேரட்டும்...'

காரில் ஏறி வெகு தூரம் வந்துவிட்ட பின்பும் டிராபிக் போலீஸின் அபாய சைரன் ஒலி போல, அந்த, 'விடப்பா அவரை, போய்ச் சேரட்டும்' அதட்டல் கேட்டுக்கொண்டே இருந்தது.

ஆரம்பத்தில் சொல்லியது போல, இதப் பரியந்தம் சொல்லி வந்தது நான் சம்பந்தப்பட்ட ஒரு சினிமா தியேட்டரின் திறப்பு விழா பற்றிய சம்பவ பரம்பரை. நிச்சயமாக மூடுவிழா பற்றியதல்ல.

பிறகென்ன? என் மான்யதை, சமத்காரம், மணிப்பிரவாளப் பிரவுடி எல்லாம் ஒதுக்கிவைத்துவிட்டு ஒழுங்காக முகச் சவரம் செய்து நல்ல விதமாகத் தமிழ் கற்று நல்லபிள்ளையாக இருக்கப் போகிறேன்.

யாரும் என்னை எழுப்பவேண்டாம். நான் நிம்மதியாகத் தூங்கப்போகிறேன்.

51

காவல்

"நமஸ்தே ஸாப்..." நிமிர்ந்து பார்த்தபோது அட, பழைய கூர்க்கா!

"என்னப்பா, நீ எங்கியோ சொந்த ஊருக்குப் போறேன், இனிமேக்கொண்டு வரவே மாட்டேன்னு போனியே? என்னாச்சு இப்போ..?"

"ஒக்காரலாமா ஸாப்?"

"உக்காரு. நல்லாவே உக்காரு. வியாபாரத்துக்கு இடஞ்சல் இல்லாமலிருந்தால் சரி..."

"அதானே பாபு மதியானப் பொளுதா வந்திருக்கேன். கொஞ்சோ நேர மட்டும், தோ எள்ந்திருச்சு போயிருவேன்..."

"என்ன பெரிய போடா போடுறே?"

"ஒண்ணுமில்லெ பாபு. எங்க ஊரு டோபிகானாவுக்குப் போய் ஒரேயடியா வெவுசாயம், அது இல்லாட்டிப் போனா நாலு பால் எருமை மாடு வாங்கிவிட்டு, பால், வெண்ணெய் வியாபாரம் எதுன்னாச்சியும் ஒண்ணு பாக்கலாமுனுதான் பாபு ஸாப், போனேன்.... இப்போ உங்கிட்ட சொல்லிப் போயி எவ்ளோ நாள் இர்க்கும்? அதான் ரெண்டு மாஸம்கூட ஆவுலியே... தோ, வந்து நிக்கிறேன். அல்லா காரியத்தையும் சைத்தான் இந்தப் பாருக்குட்டி ஒடச்சு எறிஞ்சிட்டா..."

"பாருக் குட்டியா? உன் வைப்பாட்டி பாருக்குட்டித்தானே? அவளுக்குத்தான் கொடுக்க வேண்டியதை எல்லாம் கொடுத்திட்டு இடபாடு திருமண ஒப்பந்தத்தை முடித்து விடுதல் விவாகரத்து போன்ற காரியம் தீர்த்திட்டுதானே போறதாச் சொன்னே?"

"அல்லாம் கொட்த்து, எடபாடு தீர்ந்து எள்திக்கூட வாங்கிக் கிட்டுதான் போனேன்."

"அப்புறம் என்ன கேடு? அவளெப் பிரிஞ்சு இருக்க முடியாமெ நீயாவெ ஓடியாந்திட்டியா?"

“அதான் உன்னைப் பத்தி எனக்குக் கொஞ்சம் தெரியுமே. நீதான் பெட்டைக் கோழியாச்சே. உனக்கு ஒருநாள்கூட இவ சூடு இல்லாமெ போனா தூக்கம் வராதெ...”

“என்னா பாபு, நீங்களே இப்படிச் சொன்னா எப்படி? அவ்ளொதான், ஸாப் நீ நம்மளெப் பத்தி தெரிஞ்சது. வைராக்யத் திலெ இந்த அம்ஸன் கூர்க்கா ஹன்மான்ஸாமி மாதிரி. உக்கும்... ஆனாக்கி ஸாப், மன்சு ரொம்ப எள்சு. அதான் இந்த சைத்தான் பாருக்குட்டி இங்கே நம்ம ஊரு டோபிகானாவுக்கே வந்து நிக்கிது. ரயில் எறி, பஸ் புடிச்சு, நால் நாளு தண்ணிகூட இல்லாமெ வந்து நின்னு அளுவுறா. ஸொப்னம் போல ஆயிடுச்சு. கொடுத்த ரூபாயெல்லாம் அப்பிடியே கொண்டுவந்து பாதம் மேலெ வச்சு திரும்ப ஏத்துகிட்டு கூடவே வந்தாத்தான் ஆச்சுது. இல்லாட்டிப் போனா உயிரையே விடுவேன்னு சொல்லி, ஓ, அம்மா ராமான்னா அளுவுது, அளுவுது அப்பிடி அளுவுது....”

“அதுதான் வந்து நிக்கியாக்கும்? அட ராவணா அப்போ மறுபடியும் சாலைக்கடை பஸாரும், நைட் டியூட்டியும் பழைய படியும் ஆகப் போவுதுன்னு சொல்லு...”

“ஹி...ஹி...” என்று சிரித்துவிட்டு எழுந்து நின்று காட் ஆப் ஆனார், ஏற்றுக்கொள்ளுவது போல, விறைப்பாக சல்யூட்டு அடித்தான். “மொதல் போணி உங்க கையாலெ ஒரு எட்டணா கொடு, ஸாப்” என்றான்.

அவன் வந்து நின்றபோது எனக்கு விஷயம் ஓரளவு வெட்ட வெளிச்சந்தான். அதனால், சீக்கிரமாக இடத்தை விட்டால் போது மென்ற எண்ணத்துடன் முழு ரூபாயாகவே எடுத்துக் கொடுத்துப் ‘போய் வா’ என்று அனுப்பி வைத்தேன்.

‘ராம் ராம்’ என்று முழுத் திருப்தியுடன் படியிறங்கிப் போனான்.

இந்த அம்ஸன் கூர்க்கா மட்டுந்தான் இப்படியா என்றால் அதுதான் இல்லை. சாலைக் கம்போளத்தில் வந்து சரணடையும் அத்தனை கூர்க்காக்களும் இப்படித்தான். கொஞ்ச நாள் பஸாரின் கடைகளுக்குக் காவல், அரிசிக்கடை கிட்டங்கிகளுக்கு அல்லது மொத்த ஜவுளிக் கடை நகைக்கடை இத்யாதிகளுக்குப் பாதுகாவல் என்றெல்லாம் தடல்புடல் படும். ராத்திரிக் காலங்களில் நீண்ட லத்திக் கம்பு, இடுப்பில் வளைந்த கத்தி, கப்புடாவுடன் கொத்து வால் தெரு, ஸபாபதி கோவில் தெரு, மெயின் பஸார், காந்தி ஓட்டல் முடுக்கு, கரிக்கடை, காய்கறிக் கடை முடுக்கென்று எல்லாம் சுற்றிச் சுற்றி வருவான். விர் என்று சைக்கிளில் போவது சரக் புரக்கென்று கால்கள் நிறைய பூட்ஸ், பட்டாளக் காக்கிச் சீருடை,

பட்டையாக இடுப்பு பெல்ட்டில் வளைத்த தோலுறைக் கத்தியுடன் விறைத்துக்கொண்டு சல்யூட் அடித்துவிட்டு ஒதுங்கி நிற்பான்.

“என்னப்பா கூர்க்கா, இந்த மாசத்தப் படிதான் ஒண்ணாம் தேதியே கொடுத்தாச்சே… பின்ன இப்போ என்ன?” என்று கேட்டால்,

“ஊர்க்கு போறேன் ஸாப். ரொம்ப கஸ்டம் பாபு இங்கே. எத்தனை நாளைக்குத்தான் இந்த மலையாளத்து ஒரு மரச் சீனிக் கிழங்கும், சாளை மீனும் தின்னுக்கிட்டுக் கிடக்க முடியும்? எங்க ஊரு கோதுமையும், ஆட்டாவும் ஒங்களுக்குத் தெரியாது பாபு. என்ன இருந்தாலும் அது உருசியே தனி… இனி உள்ள காலத்தை ஊர்லே பந்து ஜனம் நாலு ஆளோட இருந்துட்டு நல்லபடியா சொந்த மண்ணில் உஸ்ரை வுடணும்’ என்று குடை மூக்கு முகம் கண்ணு சிவக்கச் சொல்லிவிட்டு அஞ்சோ பத்தோ பிரிவுபசாரப் பணம் வாங்கிக்கொண்டு விடைபெறுவான்.

எண்ணிக்கொண்டு அடுத்த மாசம் அல்லது ரெண்டே ரெண்டு மாசம் கூடத் தாக்குப் பிடிக்காமல் அசட்டுச் சிரிப்புடன் வந்து நிற்பான். இதே மாதிரிதான் ‘நமஸ்தே ஸாப்’ என்பான். வளமையுடன் ஒரு காரணம் அவிழ்த்து விடுவான்.

“பாபு ஸாப், காலம் ரொம்ப கெட்டுப் போச்சுது. எங்க மூத்த அண்ணன் அல்லா நிலத்தையும் அவனே எடுத்துக்கிட்டான்…. அம்மாக்காரிக்கு வாத சுகக் கேடு. நடக்க முடியாம கஷ்டமெல்லாம் பட்டுப் போய்ச் சேர்ந்துட்டா. எங்க அண்ணியும் சரி, அந்த சூர்ப்பனகையும் சரி… பின்னே அந்தப் பஜரா வயக் காட்டிலெ நமக்கென்ன இருக்குதுன்னு மறுபடியும் பத்மநாப ஸாமி சன்னதிக்கு வந்து சேர்ந்திட்டேன். ஒண்ணுமில்லாமே போனாக் கூடக் கருவாட்ட சுட்டுத் தின்னுட்டு அரே ராமான்னு சுத்திக் கிட்டே இருக்கலாம். அப்புறம் தர்மப் பிரபுங்க, சாலைக்கடை பஸாரிலெ ஒங்களெப் போல இருக்கிறதினாலே எங்களுக்கெல்லாம் என்னா ஸாப் கஸ்டம்?” என்று கூழைக் கும்பிடு போடுவான். நின்ற நிலை குலையாமல் சல்யூட் அடிப்பான். சாயங்காலம் பார்த்தால் அயன் பண்ணின காக்கி பட்டாளச் சீருடை டாம்பீக மாக இடுப்புப் பட்டை பெல்ட்டு பளபளவென்று பித்தளைக் கைப்பிடி துலங்க, கத்திகாரியமுடன் சைக்கிளைத் தள்ளிக்கொண்டு கடைத்தெரு நீளப் போய்க்கொண்டே இருப்பான்.

சாலைக் கடையின் காவல் கூர்க்காக்களில் இந்த அம்ஸன் கூர்க்கா, அவன் சேக்காளிகள் எல்லோரையும் எனக்கு ரொம்ப காலமாகத் தெரியும். கடைத் தெருவில் நானொரு சோதா. கடையில் வியாபாரம் செய்வதைவிட்டு ஊர்ப்பட்ட சஞ்சிகைகள் புத்தகங்

களையெல்லாம் வாங்கி அடுக்கிக்கொண்டு படித்து ஆசிரியருக்குக் கடிதங்கள், துணுக்குகள் எழுதுவது இப்படியாக இருப்பேன். இந்த என் ஏமாளித்தனத்தை அறிந்த கூர்க்காக்கள், ஊருக்குப் பணம் அனுப்ப, பண விடைத்தாள் எழுத, சமயத்தில் உள்ளூர்க் காதலி களுக்கு மலையாளத்தில் கடிதமெழுத என்றெல்லாம் வந்து நிற்பார்கள்.

இத்தனைக்கும் இவர்கள் காரியங்கள் எல்லாம் ஏகப்பட்ட தடபுடலாக இருக்கும். பட்டாள ஆபிஸரின் ஸ்டைல், கப்படா மீசை. நெற்றியில் குங்குமப் பொட்டு, இடுப்பில் கத்தி... இவர்களைப் பற்றிய கதை கேட்கப் புல்லரிக்கும். எந்த அசகாய திருடனும், கூர்க்கா காவல் உண்டென்றறிந்தால் நெருங்கவே பயப்படுவான். எந்த வம்பனையும் கை பலம், கால் பலத்தினாலேயே தோற்கடிக்கத் திறமை கொண்டவர்கள். முடியவே முடியாதென்ற அந்த நிலையில் தான் கத்திமேல் கை விழும். உருவிவிட்டால் பின்பு ரத்தக் கறை படாமல் உள்ளே வைக்கக் கூடாதென்பது அவர்களது விரத நம்பிக்கை. அதனால் கூர்க்கா கத்தியை உருவிவிட்டான் என்றறிந் தாலே, எப்பேர்ப்பட்ட படே கில்லாடியும் ஓட்டம் பிடிப்பான். ராத்திரி முழுவதும் சாலைத் தெருவின் இருண்ட இடுக்கு, மூலை தாலையெல்லாம் ஒரு பயமும் இல்லாமல் சுற்றி சுற்றி வருவார்கள். எத்தனை வீர தீர சூர பராக்கிரமசாலிகள் இந்த கூர்க்காக்கள்!

இதிலெல்லாம் வேடிக்கை என்னவென்றால், இத்தனை வீராதி வீர சூராதி சூரர்கள், எங்கள் மலையாளத்து லவனா மணிகள், முண்டு உடுத்தி, ஜாக்கெட்டு அணிந்து, ஸ்தன பார அழகுடன் கூந்தல் மலை நெளியக் கண் வீசி வரும்போது பொறியில் அகப் பட்டுக்கொண்ட எலிபோல் அம்போவென்று ஆகிவிடுகிறார்கள்.

ஏற்கெனவே இருக்கும் கூர்க்கா புதிதாக ஒருவனை அழைத்துக் கொண்டு வருவான். சின்ன வயது அமோல் பாலேகர் மாதிரி வந்து நிற்பான். ‘ஸலாம் ஸாப்’ என்று இரட்டைக் குரலாக வணக்கம் வரும். பழையவன், ‘பச்சை வெள்ள’மாகச் சாலைத் தமிழ் பேசுவதை, ஒன்றுமே புரியாமல் தவிடு விழுங்கும் குருட்டுக் கோழி போல வாயைப் பிளந்து கேட்டுக்கொண்டே நிற்பான். கொஞ்ச நாளில், புத்தன் கோட்டைக்காரி ஒரு மாதவியோ, பூஜைப் புரைக்காரி ஒரு பங்கஜாட்சியோ, கன்னு குழிக்காரி ஒரு ஓமனையோ உடன் வர, காய்கறிக் கடைத் தெருவிற்கு ‘ஷாப்பிங்’ போய்க் கொண்டிருப்பான். இவன் திரும்பி வரும்போது சுருட்டையாக இரண்டு கோரப் பாய், இரண்டு ரெடிமேடு தலைகாணி, அடுக் காகக் கெட்டிய ஓலைப் பெட்டியில், உப்பு புளி வெஞ்ஞனங்கள், சைக்கிள் காரியரில் மரக் கிழங்குடன், ஆங்கில வி– எழுத்து மாதிரி வால் அமைந்த சூரை மீனைத் தூக்கிப் பிடித்துக்கொண்டு இவன்

புதிய கூட்டுக்காரியுடன் கம்பீரமாகச் சைக்கிளைத் தள்ளிக் கொண்டு வருவான்.

“டேய் அளியா. மாப்பிள்ளை ஒனக்கெல்லாம் எங்கிருந்து டோய் கிடைக்குது இந்த மாதிரி நல்ல நல்ல சரக்கெல்லாம்?” என்று சாலைக் கடை விடலைகள் பொறாமையோடு பின்னா லிருந்து கூவுவார்கள். இவன் பாட்டிற்குத் திரும்பிப் பார்த்து, ஒண்ணுந் தெரியாத புன்னகை காட்டிவிட்டுப் போய்க்கொண்டே யிருப்பான்.

கூர்க்காக்களைக் காவலுக்காக அமர்த்துவது, அவர்களுக்கு மாசப்படி சம்பளம் கொடுப்பது எல்லாம் ஒரு மனச் சமாதானத் துக்குத்தான். நகைக் கடை, ஜவுளிக் கடைகள் வைத்திருக்கும் பெரும் புள்ளிகள், அவர்களுக்குப் பத்திலிருந்து இருபது ஏன் ஐம்பது ரூபாய்கூட மாசப்படி கொடுப்பதுண்டு. கூர்க்கா காவல் உண் டென்று தெரிந்தாலே திருட்டுப் பயம் குறைந்துவிடுகிறது. அதுதான் அவர்களது அதிர்ஷ்டம். இத்தனை கால அனுபவத்தில் கூர்க்கா ஒரு திருட்டுக் கேஸாவது பிடித்ததாக எனக்கு நினைவேயில்லை. அப்படி இப்படியென்று எங்காவது ஒரு ஸ்தாபனத்தில் திருட்டு நடந்திருந்தால் அங்கே கூர்க்கா காவல் இல்லாமலிருக்கும். “என்னப்பா வியாபாரம் பண்ணுறே. இந்தக் காலத்திலே ஒரு கூர்க்காவிற்குப் பத்தோ பதினைஞ்சோ மாசப் படி கொடுத்திருந்தா, அவன் பய பக்தியோட ராத்திரி பூரா பார்த்துக்கிடுவானே?” பதிந்து விட்டிருந்தது.

ஒரு சமயம் இதே இந்த அம்சன் கூர்க்கா காவல் காக்கும் வட்டாரத்தில் பெரிய நகைக்கடை ஒன்றில் ஒரு திருட்டு நடந்தது. இருள் நன்றாக விடியாத விடியற்காலைப் பொழுது, மெயின் ரோடு கடை வீதியிலுள்ள கடையில் இரும்பு ஷட்டரைச் சாமர்த்தியமாக எம்பித் திறந்துகொண்டு ஆசாமி ஒருவன் உள்நுழைந்து, அயன் சேஃபைத் திறக்க முயற்சி நடத்திக்கொண்டிருக்கிறான். விடியற் காலை நிர்மால்ய தொழுகைக்குப் பத்மநாப சுவாமி கோவிலுக்குப் போய்க்கொண்டிருந்த ஒரு பக்தருக்குக் கடையினுள் ஏதோ சத்தம் கேட்பது போலிருக்கவும், கொஞ்சம் நின்று கவனித்திருக்கிறார். சரிதான், உள்ளே ஆள் இருக்கிறது என்று நிதானித்து முக்கு ஹோட்டல் வாசலில் எருமை மாட்டைக் கட்டிப் பால் கறந்து கொண்டிருந்த ஆட்களையும், வேறு இரண்டு மூன்று பேர்களையும் எல்லாம் கூட்டிக்கொண்டு வந்து பார்த்தபோது, காரியம் வெட்ட வெளிச்சம். ஷட்டரின் பூட்டு திறந்து கிடக்கிறது. ஷட்டர் கீழ் மட்டத்திலிருந்து கொஞ்சமாக வாய்பிளந்துகொண்டிருக்கிறது.

உள்ளே ஆள் நிற்கிறான். பிறகென்ன? போலீஸ் வந்தபோது நன்றாக விடிந்து வெளிச்சம் வந்திருந்தது. கருகருவென்று நோஞ்சான் ரகத்தில் கொஞ்ச வயதுப் பையன் ஒருவன் நவ்தால் பூட்டைத் திறக்க உளி, பொடிசாகச் சுத்தியல், பென் டார்ச் லைட்டு சகிதம் அகப்பட்டுக்கொண்டான். நல்லவேளையாக, அவன் அணிந்திருக்கும் பாண்ட் சட்டைப் பைகளில் எடுத்துத் திணித்துக்கொள்ள வசதியாகக் கண்ணாடி பீரோக்களிலோ, உதிரிப் பகுதிகளிலோ நகை நட்டு எதுவுமில்லாமலிருந்தது. எல்லாம்தான் பத்திரமாக லாக்கரினுள் இருந்ததே.

சாயங்காலம், கூர்க்கா வந்தபோது, "என்னப்பா கூர்க்கா, இது தான் நீ காவல் காக்கிற லட்சணமா? பால் குடிச்ச வாய் மாறாத பயகூட, வெத்திலைப் பெட்டியைத் திறக்கிறது போல இரும்பு கிராதி போட்ட கடையைத் திறந்து, காரியம் நடத்திட்டுப் போறான்" என்று எகத்தாளமாகக் கேட்டபோது, "என்னா ஸாப், இப்படி அபாண்டமா பளி நம்ம மேலே போடுறே? நம்ம டூட்டி, ராத்திரி பத்து மணிலேர்ந்து, காலைலே அஞ்சு மணிவரைதானே? அந்த நேரத்திலெ நடந்திருந்தா நீ கேளு ஸாப்...?"

"என்னா கேக்கிறது? அதான் நீ டூட்டி முடிஞ்சு போற நேரம் பாலமெல்லாம் தெரிஞ்சி வச்சிட்டு காரியம் நடக்குதே... சரியான ஆள்தானப்பா நீங்கள் எல்லாம்?"

"அப்படி ஒரேடியா சொல்லக்கூடாது ஸாப். அஞ்சு மணின்னா நாலு மணிக்கே நம்ம பஜாதிலே ஆள் நடமாட்டம் ஆயிடுது. அஞ்சு மணி ஆன பிற்பாடுதான் நம்மள் டூட்டி முடிக்கிறது. அதைச் சொல்லுறிறே... பட்டப் பகலிலேயே அந்தப் பெரிய செட்டியார் ஸாப் நவட்டிக்கிட்டுப் போனானெ... அப்பவும் கூர்க்கா மேலெதான் குற்றம் சொல்லுவியா? முடிஞ்ச அளவு நம்பிக்கையா நாணயமா துர்கா மாதா சாட்சியா செய்யிற வேலை ஸாப், நம்மளது..." சொல்லும்போதே கண்கள் சிவப்பேறும். முகம் சிவந்து கனியும். பாக்கெட்டிலிருந்து கைக்குட்டையை எடுத்து முகத்தைத் திருப்பிக்கொள்வான்.

"இதுக்கெல்லாம் போய் கூர்க்கா என்னப்பா செய்வான்? அவனுகளும் மனுஷன்தானே. போலீஸ்காரங்க இருக்கிறாங்கன்னிட்டு, திருட்டு நடக்காமேயா இருக்குது? அதுவும் இவங்க நாணயமானவங்க. நம்ம உள் ஆளுங்களைப் போல வாங்கித் தின்னுட்டுப் பின்னாலெ குழி பறிக்க மாட்டாங்க. பின்னே காவல்னாலும் ஒரு நேரம் காலமெல்லாம் கணக்கு இருக்கத்தானே செய்யிது. அதுக்குப் போயி அவங்களெ குறை சொல்ல முடியுமா?" என்று அனுதாப வாசகங்கள் வரும்.

“ஸலாம் ஸாப். காளி கோவிலுக்குப் போகணும். இன்னைக்கு ஆயுதத்துக்கு அபிஷேக பூசை இருக்குது...” என்றவாறு மெல்லச் சைக்கிளில் ஏறிப்போய்விடுவான். இந்த அம்சன் பாய் ஒரு தரம் பெரிய ஒரு திருட்டு கேஸைக் கண்டுபிடித்தான். அதுதான் மிக முக்கியமான ஸ்வாரஸ்யமான காரியம்.

மெயின் பஸாரின் கிளைக் கடைவீதி கொத்துவால் தெருவில் நட்ட நடு இரவு ஒரு ரெண்டு அல்லது மூன்று மணிப்பொழுதில் அபுல்கலாம் சேட்டின் மளிகைக் கடையினுள் திருடன் நுழைந்து விட்டான். நீளமான டார்ச்சு லைட்டு. இடுப்பில் கத்தி, கம்பீரத் துடன் சைக்கிளில் வீதி வீதியாகச் சுற்றிக்கொண்டே வந்த கூர்க்கா முக்கில் அமைந்துள்ள பார்ட்டி ஆபீஸில் இறங்கினான்.

தெருக் கோடியில் அபுல்கலாம் சேட்டின் கடைப் பக்கத்தில் வந்தபோது, மடக்குப் பலகைக் கடைக் கதவினுள்ளேயிருந்து யாரோ இரும்புப் பெட்டியில் தடாலென்று இடிப்பதுபோல் ஓர் ஓசை. அவ்வளவுதான், கூர்க்கா, சடாரென்று சைக்கிளில் இருந்து குதித்து இறங்கிக் கடைக் கதவுப் பக்கம் போய் நின்று, உள்சத்தத்தைப் பற்றி நிதானித்தான். மறுகணம், தடதடவென்று உள்ளே யாரோ எதையெதையோ தட்டி எறிந்துவிட்டு ஓடி மறைவதைப் போன்ற அரவம். ஒரு கணம்தான். பிறகு உள்ளே ஒரே அமைதி. “டேய், உள்ளே யாரு...? அசைஞ்சால் சட்னி பண்ணிப்பிடுவேன்...” என்று உரக்கச் சொல்லிவிட்டு, ஜேபியிலிருந்து விசில் விரீல் என்று முழக்கினான்.

சட்டென்று பக்கத்திலுள்ள லைட்டு கம்பம் வழியாக விறுவிறு வென்று குதித்துக் கடையின் ஓட்டு முகட்டின் மேல் ஏறினான். மேலே உள்ள ஓட்டைப் பிரித்துத்தான் திருடன் உள்ளே இறங்கி யிருக்க வேண்டும். அதனால் ஆள் வந்ததை அறிந்து திருடன் அந்த வழியாக ஏறித் தப்பித்துவிடாமல் இருக்கவே முன் ஜாக் கிரதையாக கூர்க்கா கூரைமேல் ஏறினான். ஸ்டண்டு சினிமா காட்சி போல வரிசையான கடைகளின் முகடு வழியாக எல்லா இடத்திலும் டார்ச்சு லைட்டை அடித்து அடித்துப் பார்த்தான். எங்கேயும் ஓடு அகற்றப்பட்டிருப்பதாகத் தெரியவில்லை. அப்படி யானால் பின்பக்கமுள்ள நெடுஞ்சுவரில் கன்னம் வைத்துத்தான் திருடன் கடையினுள் புகுந்திருக்க வேண்டும். இதற்கிடையில் பார்ட்டி ஆபீஸில் சீட்டாடிக்கொண்டிருந்த கூர்க்காக்கள் கூர்க்கா வின் விசில் சத்தம்கேட்டு ஓடி வந்தார்கள். எங்கிருந்தோ இரண்டு நைட் போலீஸ்காரர்களும் வந்தாயிற்று. “ஏய் கூர்க்கா, என்னப்பா என்ன விஷயம்?” என்று கேட்டார் போலீஸ்காரர்.

"இந்தக் கடைக்கு உள்ளாற திருடன் நிக்கிறான். சரியான சமயத்தில் வந்தேன். உள்ளே அகப்பட்டுக்கிட்டவன் தப்பிச்சு ஓடாமெ கொஞ்சம் காவல் நின்னுக்கிங்க. இதோ நிமிஷம் போய் கடை சேட்டைக் கூட்டி வந்திருதேன்?" என்று அவர்களது பதிலுக் குக்கூடக் காத்திராமல், விருட்டென்று சைக்கிளில் குதித்தேறி வேகமாக சேட்டின் வீடு இருக்கும் அட்டக்குளங் கரையைப் பார்த்துப் போனான்.

கடையினுள் திருடன் தப்பிக்க முடியாமல் அகப்பட்டுக் கொண்டான் என்பதை அறிந்ததும், சேட்டு தமது காரிலேயே கூர்க்காவையும் இட்டுக்கொண்டு டிரைவர் பரிவாரங்களுடன் கலைந்த உறக்கமும் குலைந்த கோலமுமாக வந்து இறங்கினார்.

நடு ராத்திரியாக இருந்தாலும் அங்கங்கே இருந்து ஒரு சிறு கும்பலே கடைமுன் குழுமியிருந்தது. சேட்டின் உதவியாள் கம்பிக் கோல் போன்ற பெரிய சாவியை எடுத்துக்கொண்டு வந்தான். கூர்க்கா டார்ச்சு லைட்டின் ஒளி பாய்ச்சிக்கொண்டு வந்தான். கூர்க்கா டார்ச்சு லைட்டை ஒளி பாய்ச்சிக்கொண்டு, சூடேறிய மணற்புழுதி மேல் நிற்பது போல நிற்க, நிலையற்றுப் பரபரத்துக் கொண்டிருந்தான். "போலீஸ் ஸாப்! ஜாக்ரதை, கடையைத் திறந்ததும் ஒரே பாய்ச்சலாக ஆள் வெளியே பாஞ்சிரப் போறான்!" என்று அடிக்கடி சொல்லிக்கொண்டிருந்தான்.

அவசர அவசரமாகப் பூட்டைத் திறந்து, நிரை பலகையை மாற்றியதும், கூர்க்கா டார்ச்சு லைட் ஒளியை உள்ளே பாய்ச்சி னான். பரபரவென்று பெருச்சாளிப் பொத்தையில் மொத்து மொத் தென்று நாலைந்து எலிகள் விழுந்தடித்துக்கொண்டு ஓடிய வேகத்தில் தோரணமாகத் தொங்கவிட்டிருந்த பெரிய இரும்பு திராஸ் தட்டில் வந்து விழுந்தது. தட்டு சிமிண்ட் தரையில் மோதியதும் இரும்புப் பெட்டிமேல் அடிப்பது போன்ற சத்தம்... கூர்க்காவின் மூஞ்சி அஷ்டகோணலாக மாறுவதை இருட்டில் யாரும் கவனிக்க வில்லை.

கடையைத் திறந்து, எல்லா லைட்டுகளையும் ஏற்றி, முக்கு மூலை, அரிசி மூட்டைகள், வெல்ல மூட்டை அம்பாரம் எல்லா வற்றின் இடையிலும் பார்த்தும் திருடன் ஊஹும். இருந்தால் அல்லவா அகப்படுவான். கூரை முகட்டு ஓட்டைப் பிரித்துக் கொண்டு கடை உள்ளே இறங்கிவிட முடியாது. நாலு அங்குலக் கனத்திற்குத் தேக்கு மர சீலிங் அமைத்த இரும்புக் களஞ்சியம் போன்ற கடையில் திருடன் எப்படி நுழைய முடியும்? எலிதான் ராஜ்ஜியம் நடத்த முடியும்!

சேட்டுவிற்குப் பாதி உறக்கத்தில் பரபரப்பு ஏற்படுத்தி அழைத்து வந்து, எலி அரவத்தைத் திருட்டுச் சந்தடி என்று வந்து சொன்ன கூர்க்காவின் அதிபுத்திசாலித்தனத்தில் சிரிப்புதான் வந்தது.

"இந்தாப்பா கூர்க்கா, நல்லபடியான ஒரு தூக்கத்தைக் கெடுத்துப்பிட்டியே... இனி வீட்டுப் பக்கம் தலைகாட்டாதே. பீபி கண்டா, உன் தலை தப்பாது..." என்று சிரித்தார் சேட்டு.

"இல்லே ஸாப், நமக்குச் சந்தேகம் வந்துச்சுது. பார்த்தது நல்லதா போச்சுது. இப்போ திருடனாக மட்டும் இருந்திருச்சு துன்னா..."

"ஆமாமா, கோழிக்குக் காம்பு முளைச்சாத்தானே பால் கறக் கறதைப் பத்தி யோசிக்கணும். போப்பா வேலையத்த ஆளு..." என்றவாறு சேட்டு காரில் ஏறித் திரும்பியபோது, குழுமியிருந்தவர் களிடையே 'ஊ...ய்' என்று யாரோ கூவினார்கள். பிறகென்ன? விடிந்துகொண்டே வந்த பொழுது சிலிர்க்குமளவிற்கு 'ஊய்' கூச்சல் தெருவை அதிர வைத்தது.

அம்சன் கூர்க்காவின் இந்த அதிவீர பராக்கரமம் ஆதியோடந்த மாகப் பார்த்தவர்களில் நானும் ஒருவன். மறுநாள் மாலையில் அவனும் அவனது மலையாளத்து இணையுமாக 'ஈவினிங் வாக்' போய்க்கொண்டிருந்த போது கல்லாவில் உட்கார்ந்திருந்த என்னைப் பார்த்து வழக்கம் போல சல்யூட் அடிக்கவில்லை... தலையைக் குனிந்தவண்ணம் கொஞ்சம் புளித்துப்போன சிரிப்புடன் போய்க் கொண்டிருந்தான். ஆனால், அவன் பெண்சாதி மட்டும் நன்றாக என்னைப் பார்த்து, காதளவோடிய கண்கள் விரிய, முகம் நிறையப் புன்னகைத்தாள். "இது ஒரு அப்பாவி, பாவம் விடுங்க..." என்று சொல்லுவது போலிருந்தது அந்தப் புன்னகை.

❖

52

மீசைப்பூனை

குட்டியம்மை ஜன்னல் வழியாகத் தெருவைப் பார்த்துக் கொண்டிருந்தாள். மீன்காரி வெள்ளச்சிக் கிழவி கூடையைத் தூக்கிக்கொண்டு நடந்து வந்த களைப்புத் தீர கீழே இறக்கி வைத்தாள். சும்மாட்டுத் துணி வட்டமாக நழுவி விழுந்ததை எடுத்து உதறி முகமெல்லாம் ஒருமுறை துடைத்துவிட்டு முடுக்குத் தெருவை அந்த அற்றம் முதல் இந்த அற்றம் வரையில் ஒருமுறை பார்த்தாள். ரெண்டு விரல்களையும் கத்திரிக்கோல்போல் உதட்டின்மேல் வைத்து வெற்றிலை எச்சிலை ஓரமாகத் துப்பினாள். மூடியிருந்த கூடையினுள்ளிருந்து பெரிய மீன்வால்கள் வெளியே தெரிந்தன.

"வந்திட்டியா வெள்ளச்சி. என்ன மீனு இன்னைக்கி?" மூன்றாவது வீட்டு வாசலைத் திறந்துகொண்டு வெளியே வந்த நடுவயசுக்காரி குஞ்சம்மையின் விசாரிப்பையும் மீறி வெள்ளச்சி கூடையை மூடியிருந்த பானைகளை எடுத்துக் கீழே பரப்பினாள். பலகை, கட்டை, கத்தி எல்லாம் எடுத்து அடுக்கியவாறு உரக்கச் சத்தம் கொடுத்தாள். "ஓடிவருமினே அம்மச்சிமாரே.... நேரம் ஒருவாடு ஆவுது..."

முடுக்குத் தெருவின் ஒவ்வொரு வாசலிலுமிருந்து பெண்கள் வர ஆரம்பித்தபோது எப்படித்தான் மணம் பிடித்து அறியுமோ எங்கே பதுங்கி இருந்துவிட்டு வருமோ, குடைபோல வால்களையும், தூக்கிப் பிடித்தவாறு பூனைகளும் பொடி ஓட்டமாக வர ஆரம்பித்தன. "ஒன்று, ரெண்டு, நாலு, ஆறு, எம்மாடியோ எம்பிட்டு பூனைக..." ஜன்னல் வழியாகப் பார்த்துக்கொண்டே இருந்த குட்டியம்மைக்கு காணக்காண சந்தோஷமாக இருந்தது. மீன்காரி ஒரு பெரிய மீனை எடுத்துப் பாளையில் நெட்டக்குப் போட்டு அருகு வழியாகக் கத்தியை வைத்து இழுத்துக் கீறி பெட்டியைத் திறந்து வைப்பது போல, பிளந்து, ரத்தமும் சிளுசிளுப்புமாகத் துண்டு போட்டுக் கூறுவைப்பதைக் காணுவது நல்ல நேரப் போக்கு. அதைக் காட்டியும் அவள் அறுத்தெறியும் வாலு குடல் சிறகுப் பகுதி எல்லாத்தையும் அவுக் அவுக்கென்று விழுங்க, சண்டையில்லாமல் முட்டி மோதிக்கொள்ளும் அந்தப் பூனைகள் "நாலைந்து

குட்டியே, குட்டிப் பூனைகளும்கூட இருக்குதே. அய்யோடி...” குட்டியம்மைக்கு அப்பொழுதுதான் சட்டென்று ஞாபகம் வந்தது. “ஆமா, எங்கே அந்த மீசைப் பூனை சவத்தைக் காணலியே...”

“மாறி நில்லுங்கோ பூச்சைகளே, கையிலே பிச்சாங்கத்தி யாக்கும், வாயில்லா சீவன்னுகூடப் பாக்காம வாங்கி விடிச்சு ஒரோண்ணு தருவேன்” என்றவாறு மேலவீட்டு அம்மாவுக்கு ஒரு மீனின் வாலைத் தூக்கி ஒய்யாரமாகக் காட்டினாள். “நல்ல சூரை மீனு மக்களே. செல்லம்போலக் கழுவி எடுத்து மசாலையும் பெரட்டி பொரிச்சுவச்சுக் கொடுத்தா தின்னுட்டு அய்யாமாரு பின்னெ ஒறங்கவிடமாட்டா.”

“ஏய் வெள்ளச்சி, என்னவெல்லாந்தான் கெடந்து ஒளறுதே. இந்தா, இந்த நாலு துண்டும் வெலெயச் சொல்லு. அப்போல்லா இருக்கு...?”

“என் செல்ல மோளெ... ஒள்ள வெலதான் மக்களே நான் சொல்லுவேன். கடப்புறத்திலேருந்து சொமந்துக்கிட்டு வந்தா கும்பி காயாமெ இருக்க ஞாயமா வல்லதும் கெடைக்கணும். அதுக்கில் லாமெ, என்ன பொன்னு மோளெ பணமும் காசும். ஓயரப் போவும்போ கட்டின அரைஞாணுகூடக் கொண்டு போவ ஒக்காது... ஒடைய தம்புரான் அறிய ஒரு சல்லிக் காசு வெள்ளச்சி கூட வேண்டமாட்டேன்... போ, பூச்சை வெட்டீருவேன்...”

குட்டியம்மைக்குச் சிரிப்பாக வந்தது. வெள்ளச்சியின் கத்தி வீச்சையும், விரட்டலையும் ஒன்றையுமே பயமில்லாத இந்தப் பூனைகள் சாமர்த்தியம் பிடிச்சதுதான். “பாரேன் பயப்படாமெ குத்த வச்சு இருந்து பொடியும் பொட்டும் சாடிப்பிடிச்சு திங்க யதெ... ஆமா, எங்கே அந்த மீசைப்பூனையை...?”

...அட மூதி, நீ இங்கெயா ஒளிச்சு போய் இருக்கே? எப்பவந்து சேந்தே நீ? முள்ளயெல்லாம் விழுங்கி வைக்காதே. தொண்டையிலே குத்தாதா உங்களுக்கெல்லாம்...?”

வெள்ளச்சியின் பக்கம் கூடையின் ஓரமாக உட்கார்ந்தவாறு மீன்கசடுகளை விழுங்கிக்கொண்டிருக்கும் மீசைப் பூனையைக் கண்டபோது குட்டியம்மைக்கு மழைக்குக் குடை கிடைத்ததுபோல் சமாதானமாக இருந்தது.

எவ்வளவு அழகா இருக்குது இந்த மீசைப்பூனை. பஞ்சு பஞ்சா வெள்ளை ஒடம்பும், விரல்நுனியை மைக்குப்பியுள் தொட்டுக் காட்டுவது போல வால் நுனியில் கொஞ்சம் கறுப்பும், முகத்தில் மூக்கிற்கு ரெண்டு பக்கமும் ஆண்பிள்ளைக்குக் கட்டைமீசை மாதிரி

ஒரு அங்குல வீதியில் மீசை. அதனால் அடையாளத்துக்குப் பேரு, மீசைப்பூனை!

அருணாசலம் ஊரிலிருந்து ஒரு சமயம் சாப்பிட்டுக்கொண்டிருந்தபோது, இந்த மீசைப்பூனை, மெல்லமாக மணம் மோப்பம் பிடித்துக்கொண்டு நான் பாவமே பாவம் என்கிறாற்போல மியாமிட்டுக்கொண்டு, உள்கட்டுக்கு வந்துவிட்டது.

"சீ... எங்கே ஏறி வருது பாரு, இந்தப் பூனை மூதி. விரட்டு அதை" என்றார் அருணாசலம்.

"அய்யோ இது மீசைப்பூனை. பாவம் இது. வந்திட்டுப் போகட்டும்... எட்டி, ஒரு பிடிபோல சோத்தை வச்சுக் கொடுத்தா அதும் பாட்டுக்கு திண்ணுட்டுப் போயிரும். ஒரு அக்குரமமும் செய்யாது..."

"அடி சக்கை... அப்படியா சங்கதி. அப்போ மீசையும் வச்சுக்கிட்டு உன்னெயெத் தேடித்தான் வருதா அது?"

"உக்கும்... அதான் பாருங்களேன். எவ்வளவு நல்லா இருக்குது அதும் மீசை. செல மனுசன்மாரு ஆம்பிள்ளைன்னு சொல்லி மீசை வச்சிருப்பான்க. அங்கெ ஒரு முடி, இங்கெ ஒண்ணுன்னு நாற்று பறிச்சு நட்டதுமாதிரி, பூனைக்குத் தெய்வமா எழுதிவிட்டிருக்கு. அழகா, நெறவா, லெட்சணமா இருக்கு பாருங்களேன்..."

அன்று இரவு தனித்து இருந்தபோது குட்டியம்மை ஒரு முன் பீடிகையுடன் லேசாக ஆரம்பித்தாள்.

"கேட்டேளா? ஒரு காரியம் சொல்லட்டா?'

"நீங்க... நீங்ககூட மீசை வச்சிக்கிட்டா ரொம்ப நல்ல மாதிரி இருப்பியோ?" குட்டியம்மை வெட்கத்தால் கண்ணை மூடிக் கொண்டாள்.

"சரி சரி... இந்த மயிருகாரியத்துக்குத்தான் இவ்வளவா? மீசை தானே? வச்சிட்டாப் போச்சு. அது வரைக்கும் பொறுக்கல் லேண்ணா அந்தப் பூனையைப் பார்த்துகிட்டு இரியேன். விளக்கை அணைச்சிட்டு வந்து படு... மீசை இல்லாதது இருட்டிலே தெரியாது..."

"யாமா, இருட்டிலே தெரியணும்னுதானே மீசை வேணுங் கேன்..."

ஜன்னல் வழியாகப் பார்த்துக்கொண்டிருந்த குட்டியம்மைக்கு வாய்விட்டுச் சிரிக்கணும் போலிருந்தது. அப்பொழுதுதான்

மீன்காரி வெள்ளச்சி இவளைக் கவனித்தாளோ? "என்ன கொச்சு அம்மா மீனு வேண்டாமா இன்னு?"

"வீட்டிலே ஆள் வெளியூரிலே போயிருக்கு. அதனாலெ இன்னு மீனு வேண்டாம்."

"நல்ல பிராமணத்தி அம்மாதான் போ நீ, மீன்கறி கொச்சு அய்யாவுக்குன்னு வெச்சு கொடுக்கும்போ நீயும்கொஞ்சம் ருசிச் செல்லாம் பார்க்கணும்மோளே, ஒரு திவசம் நல்ல கொஞ்சு மீனு கொண்டு வந்து தொளி களஞ்சு கழுவித் தாரேன். வறுத்தரச்சு கூட்டான் வச்சா, பொன்னுமோளு பின்னெ சாம்பாரும் புளிக் கொளம்பும் எல்லாம் தொட்டுக்கூடப் பாக்கமாட்டே. இப்ப வயிற்றுச் சூலி நீயி. மீனெல்லாம் எரிவும் மணவுமாயிட்டு வச்சுத் தின்னணும். அப்பத்தான் பொறக்கக்கூடிய குஞ்சு அய்யாவு குடிக்க மாரிலெ பாலு ஊறும். சீ போங்க பூசைகளே..." என்று வெள்ளச்சி மறுபடியும் பூனைகளை விரட்டியபோதுதான் குட்டியம்மை கவனித்தாள்... மீசைப்பூனையும் இன்னொரு நோஞ்சான் பூனையுமாகக் கடிபிடி சண்டை. மற்ற பூனைகள் சண்டைக்காரர் களின் பங்கும் தங்களுக்குக் கிடைக்குமென்று ஊடால் புகுந்து நோட்டமிட்டன. "சவங்க, ஒரு ஒற்றுமை இல்லாத கூட்டங்க. அண்ணன் எப்போ போவான் திண்ணையிலெ ஏறலாம்ன மாதிரி தான்", குட்டியமைக்கு கோபம் கோபமாக வந்தது – எரிச்சலும்!

மீன்காரி ஞாயிற்றுக்கிழமைகளில் பள்ளித் தொழுகைக்குப் போவதினால் அன்றைக்கு மீன் கொண்டு வருவதில்லை. பூனை களுக்கும் அன்று ஓய்வு நாள் போல. முடுக்குத் தெரு, வெள்ளை வெயிலின் சூன்யம் பூசிக்கொண்டு ஆளோய்ந்து போய்க் கிடக்கும். பூனைகள் அங்கொன்றும் இங்கொன்றுமாக நெடுக அலைந்து கொண்டிருக்கும். சாக்கடை சகதி வாரிக் குவித்து வைத்திருக்கும் பொடவோரத்தில் ஒன்றும் ஒன்றுமாக உட்கார்ந்து நக்கித் துடைத்துக்கொண்டு, அடித்துப் பிடித்துக்கொண்டு, எல்லாம் கும்மாளம் போடும். தெருவில், பரிச்சயமற்ற யாரேனும் வந்தால், 'எல்லாப் பூனைகளையும் வளர்த்து இங்கே மேய விட்டிருக்கிறார் களா?' என்று கேட்பதுகூட உண்டு. மீசைப்பூனை இந்த அநாமத்துக் கூட்டத்தோடு சேர்ந்து திரிவதில்லை. வரைகோலம் போட்டிருக்கும் ஏதாவது ஒட்டுத் திண்ணையில் போய் படுத்துச் சுகமாக உறங்கும். என்னதான் உறக்கமென்றாலும் அன்னிய காலடிச் சத்தம் கேட் டால், சட்டென்று தலையைத் தூக்கி எழுந்து பார்க்கும். மறுகணம் இடம் பெயர்ந்து ஓடிப்போய் குட்டியம்மை வீட்டுப் படிப்புரைகளில் வந்து நுழையும்.

'...வாங்கோ, இப்பத்தான் வாறியளா? அவளையும் கூப்பிட்டு வந்திருக்கக் கூடாதா, தனியா வந்து நிக்கியளே?' என்று குட்டியம்மை எகத்தாளமாகப் பரிகாச வரவேற்புச் சொல்வாள். எதையோ புரிந்துகொண்டதுபோல மீசைப்பூனை ரெண்டு தரம் மியாவ் மியாவ் என்று குரலெழுப்பும். மேலே, கீழே, தெருவில், வந்தவழி, என்றெல்லாம் திரும்பிப் பார்க்கும். மியாங்கும், தரித்து ஓரிடத்தில் நிற்காது. வெளித் திண்ணையில் இறங்கி குழாய் ஓரம் காசித் தும்பைச் செடிப் பக்கமாகப் போய், எதையோ காணாததைத் தேடுவது போல் காலால் பிறாண்டும். கடக்கென்று சாடிப் பிடித்துத் தள்ளும், என்ன பிடிக்குமோ? ஓந்தான் குஞ்சோ, விட்டில் பூச்சியோ, என்ன எளவோ?

வீட்டில் அருணாசலம் இருந்தால் குட்டியம்மையின் வர வேற்புக் குரல் கேட்டு, "யாரு வந்திருக்கா, ஒருத்தரையும் காணல்லே?" என்று கேட்பான்.

"ஒருத்தரையும் காணலியா? செரிதான். இந்தப் பாருங்கோ, நம்ம மீசைக்காரன் வந்திருக்கிறான். நீங்க வீட்டிலே உண்டுமானா மீனும் சோறும் விருந்து கெடைக்கும்னு மணம் பிடிச்சில்லா வந்திருக்கான்" என்பாள்.

அருணாசலம் நல்ல மூடில் இருந்தால், "அப்போ, உன் கொழுந்தன் பிள்ளைக்கு எலையைப் போட்டிரவேண்டியது தானே?" என்பான். எரிச்சலோடு இருக்கிற சமயமென்றால் "வெரட்டி அடி. எரணம் கெட்டதுகளெ" என்று சீறுவான்.

அருணாசலம் ஊரில் இல்லாத ஒரு நடுப்பகலில் குட்டியம்மை மதியச் சாப்பாடெல்லாம் முடித்து, ஒரு செல்லத் தூக்கம் போட்டு எழுந்தவள், முகத்தை அலம்பிக்கொள்ள குளிமுறி கதவைத் திறந்து உள்ளே போனபோது – உயரத்தில் உத்தர இடுக்கில் ஒரு சரசரப்பு. பரக்கப் பரக்க நிமிர்ந்து பார்த்தபோது, சவம் இந்த மீசைப்பூனை, பஞ்சு போல வெள்ளையா ஒரு பூனையைப் போட்டு நெருக்க தொந்தரவு படுத்துது. அது கஸ்டம்னா ஓடிப் போயிர வேண்டி யதுதானே. வாலை வாலைத் தூக்கிக்கொண்டு மிரளுது, முழிக்கிது... கொஞ்சம் பார்த்தப்பமே குட்டியம்மைக்கு விஷயம் புரிந்துவிட்டது. "எளவெடுத்துப் போனதுகளே, உங்களுக்கெல்லாம் பகலுமில்லை, ராவுமில்லை, ஆளு கண்டா என்ன காணாவழியாப் போனா என்ன நடத்துங்கோ" என்று வெட்கத்தில் ஒரு நமட்டுச் சிரிப்புடன் கதவை மூடிவிட்டு உள்ளே வந்தாள்.

அன்றைக்கெல்லாம் குட்டியம்மைக்கு மனசுக்குள்ளாகவே ஒரு வெட்கம். ஒரு தயக்கம். அசிங்கத்தை மிதித்துவிட்டது போல ஒரு

அருவருப்பு. "சீ, இருந்தாலும் மரியாதைக் குட்டன் போல இருந்து கொண்டு, இந்த மீசைப்பூனை... பொல்லாத ராட்டு" அவள் மனதிற்கு ஒரு மாதிரி இருந்தது. சாயங்காலம் போல அருணாசலம் வந்தபோது குட்டியம்மையின் முக இருட்டைக் கொஞ்சம் கவனித்தான்.

"என்ன குட்டியம்மே, ஒரு மாதிரி இருக்கே?"

"இல்லியே... ஒண்ணுமில்லையே..."

"மறைக்க ஒண்ணுமில்லாமெ நீ இப்பிடி இருக்க மாட்டியே. ஆணைப்போடு..."

"ஆமா இதுக்கெல்லாம் போயி ஆணை போடுங்கோ... சொல் லீருதேனே. இன்னைக்கு மத்தியானம்போல, அந்த மீசைப்பூனை கொறளி என்ன செய்தது தெரியுமா..." என்று ஆரம்பித்து வெட் கித்துப் போய், நிறுத்தி நிறுத்திக் கண்ட காட்சியையெல்லாம் சொன்னாள்.

அருணாசலம் சிரியோ சிரியென்று குலுங்கிக் குலுங்கிச் சிரித்தான். "போவட்டும் சவம், இன்னும் வந்தா அதை வாசப் படியிலே ஏத்தாதே..."

"அவ்வளவுக்கென்ன இப்பம் வந்திட்டுது? பாவம் வாயில்லா பிராணி. அப்பிடியெல்லாம் நமக்கு இருக்க முடியலைனா அதுக என்ன பிழைச்சுது. வந்தா வந்துட்டுப் போட்டும்..."

"போட்டும். உனக்கு எப்பிடி மனசோ அப்படி" அருணாசலம் சிரித்துக்கொண்டபோது அவள் அவனைப் பார்த்து வெவ்வே காட்டிவிட்டு முகத்தைப் பொத்திக்கொண்டாள். வெட்கம்!

குட்டியம்மைக்கு கர்ப்பம் ஆறேழு மாசம் ஆகியிருந்தது. இந்த மாதிரி சமயங்களில் அருகிலிருந்து அரவணைத்துப் போவது போல இருக்க வேண்டிய அருணாசலம் சதாசர்வ நாட்களிலும் வேலை வேலையென்று அலைந்துகொண்டிருந்தான், பலசரக்கு மளிகை உத்தியோகம். எப்போ பாரு நிலுவை வசூல். ஓயவே ஓயாது. ஒரு விடுமுறை நாளென்றால் அன்றைக்கும் ரெண்டு புள்ளிகளைப் பார்த்து வர வேண்டிய வேலை இருக்கும்., அவன் வீட்டிலிருக்கும் போதெல்லாம் அனுசரணைதான். அன்புதான். "ஒரு இக்கு இணுக்கு கழியலைன்னாலும் மறைக்காம எங்கிட்ட சொல்லீரணும். தெரிஞ்ச நல்ல டாக்டர் இருக்கா. காட்டீரலாம். ஒண்ணுக்கும் பயப்படவே கூடாது" என்றெல்லாம் சொல்வான். அதைப் பற்றி ஒரு கவலையுமில்லே. ஆனால், வடிச்சு, கூட்டிப் பெருக்கி எல்லாம்

தீர்ந்தாச்சென்றால் பிறகு நேரப் போக்கிற்கு ஒரு வழியுமில்லே. எத்தனை தரம் தூங்கி நேரம் போக்கி எந்திரிச்சு கொட்டாவிவிட முடியும்? ஜன்னல் வழியாகத் தெருவைப் பார்த்துக்கொண்டு நிற்கும்போது நேரம் போவதே மறந்துபோகும். அன்றைக்கும் அப்படித்தான் பார்த்துக்கொண்டே நின்றிருந்தாள்.

வடக்குத் தெருவிலிருந்து கோசலையக்காள் மீன்காரியைப் பார்த்து ஓடிவந்தாள். "ஏய் வெள்ளச்சி, நீயாக்கும் இந்தப் பூனை களையெல்லாம் வளத்து விடுகிறது. இனிமே வெறுவாக்கலம், கெட்டதுகளை ஒண்ணையும் அடுப்பிக்கக் கூடாது பார்த்துக்க... அஞ்சாறு நாளு முன்னத்த தமிழ் பேப்பர் பாக்கலியா நீயி? பூனை ஒரு பொம்பிள்ளையை கடிச்சிதாம். அவ, பூச்சைதானே, என்ன வந்திரப் போவுதுன்னு நிசாரமா விட்டுட்டா. ரெண்டாம் நாளிலெ கடிச்ச இடத்திலே வலிக்கத் தொடங்கிச்சாம். மணிக்கூறு போவ போவ வலிக்கடுப்பு கூடிக்கூடி, பிராணன் போறாப்பில வலியாம். ஆஸ்பத்திரிக்கு ஓடியிருக்கா. ரெண்டு நாள் அங்கே படுக்க வச்சு வேண்டிய மாதிரியெல்லாம் பாத்திருக்கா. மூணாமத்த நாள் வலி பொறுக்க முடியாம கூப்பாடு போட்டவ, பூனை மாதிரி மியாவு மியாவுன்னு கரஞ்சிருக்கா... அவ்வளவுதான். சாயங்காலம் போல ஆள் குளோஸ். நாய் வெஷம்போலப் பூனைக்கும் வெஷம் உண் டாம். 'பைத்தியம் பிடிச்ச பூனை கடிச்சதினாலே பெண் மரணம்'னு பேப்பரிலே போட்டு வந்திருக்கு. அதைப் படிச்சிட்டு நம்ம தெருப் பயக எங்கே பூனைகளைக் கண்டாலும் வெரட்டி அடிக்கானுக. இல்லே, சாக்கிலே பிடிச்சுப்போட்டு தரையிலெ நச்சுன்னு ஒரு அடி... அதுதான் பாத்துக்கோ, வெள்ளச்சி தலையைக் காணும்பமே ஓடி வரக்கூடிய பூனைகளெ ஒண்ணக்கூடக் காணலியேனு பார்த் தப்போ இந்த மீசைப்பூனைக்கு மட்டும் சாவு பயம் இல்ல போலி ருக்கு. வந்து குத்த வச்சு இருக்கியது பாரேன். வெரட்டி விடு அத. பயகளுக்கு இன்னைக்கு பள்ளிக்கூடம் உண்டும், இல்லேன்னா பார்க்கலாம் இப்பக் கூத்து..."

'என்னது கொச்சம்மா! நீங்க மைதானத்திலே பிரசங்கம் அடுக்கியது மாதிரி மூச்சுத் தோராமெ அடிச்சுவிடுதீயோ... பாவம் பூனைக. என் ஜீவிதத்திலே இதவரையும் பூனை கடிச்சு மனுசன் மரிச்சாதாட்டு கேட்டே இல்லே. நல்ல கலிகாலமப்பா..."

"எளவெடுத்த மூளி! அதுதான் நீ சொல்லியது போலக் கலி காலத்திலே எல்லாம் நடக்கும். சவத்துப் பூனைக உன்னையும் கடிச்சு வைக்காம சூச்சிச்சு இரி..."

எல்லாவற்றையும் ஜன்னல் பக்கம் நின்று கேட்டுக்கொண்டி ருந்த குட்டியம்மைக்கு காரியங்களைக் கேட்டபோது, என்னவென்று

தெரியாத ஒரு வித சங்கடம் வயிற்றுக்குள் சுருட்டிக்கொண்டு வருவது போலிருந்தது. கோசலையக்காள் சொல்லக் கூடியது வாஸ்தவமாத்தான் இருக்கும். இல்லாவிட்டால் பிலுபிலுவென்று பதினைஞ்சு, பதினெட்டுனு பூனைக வந்து கூடக்கூடிய இடத்திலே ஒண்ணத்தையும் காணல்லே. ஹோ இந்த இவரு பெரிய சண்டியரு போல மீசையும் மயிருமா வந்து குத்த வச்சிருந்து நக்குதாரு... யேய் எளவெடுத்த மீசைப்பூனை எந்திருச்சு போ. சீவனையும்கொண்டு, கேட்டது முதக்கொண்டே எனக்கில்லா வயித்திலே தீயெக் கோரியிட்டதுபோல இருக்கு... என்றெல்லாம் பொருமிக்கொண்டு நின்றிருந்த குட்டியம்மையை அவள் நினைப்பை ஊகித்துக்கொண்டு உற்றுப்பார்ப்பது போல மீன்காரியின் பக்கமாக அமர்ந்திருந்த மீசைப்பூனை ஜன்னலில் இவள் முகத்தையே பார்த்தது. ‘சீ, நோட்டத்தைப் பாரு... ஆம்பிளை பாக்கது மாதிரி...’ குட்டி யம்மைக்கு ஏனோ அதன் பார்வை எதிர்நோக்கக் கூச்சப்பட்டது. தலையைக் கவிழ்ந்தவளுக்கு அன்றைக்கு அந்த உத்தர இடுக்கின் பரபரப்பு ஞாபகம் வந்தது... இந்த விஷயத்திலே பூனையானா என்ன, மனுஷப் பிறவியானா என்ன எல்லாமே ஒண்ணே எனக்குதான்... நினைத்துக்கொண்டே இருக்க உடனேயே இப்பிடி நடக்குமுன்னு ஆரு கண்டா? அய்யோ...

எப்படித்தான் வந்தானுகளோ, எந்தப் பக்கமாக வந்தானு களோ கோணிச் சாக்கும் கையுமாக வந்த தெருப் பயக்கள் மீசைப் பூனையை ஒரே லாக்காக அமுக்கி ஒரு பிடி! சாக்கின் மேல் நகக் கால்களைக்கொண்டு பிறாண்டி, ஒருவன் மேல் கடிக்காத குறை யாகக் கிரீச்சிட்டு, சாகசங்கள் செய்யாமல் மீசைப்பூனை சாக்கினுள் வசமாக அமுங்கிக்கொண்டது. போச்சா எல்லாம், போச்சா? ‘மக்களெ, பாவம். வாயில்லாத ஜீவன். அதைக்கொண்டு போய் எங்கியாவது விட்டிரு மோனே... கொன்னு போடாதே’ என்ற வெள்ளச்சியின் பிரலாபத்தையும் கேட்காமல் கோணிச் சாக்கைப் பூனைப் பாரத்தோடு நச்சென்று ஒரு அடி தரையில். சாக்கில் ரத்தம் நனைந்தது. காச்மூச்சென்று அரட்டல், கொஞ்சம்தான் கேட்டது. மீசைப் பூனை அவ்வளவுதான்!

ரத்தமும் கசகசப்பும்... நிமிஷ நேரத்தின் பயங்கரமும் பார்த்துக்கொண்டேயிருந்த குட்டியம்மைக்குத் தலை கிறுகிறுக்க கண்களில் இருளேறி வெலவெலத்த பயம், நெஞ்சிலேறி... அப்படியே மயக்கம்போட்டுச் சாய்ந்தாள்.

அதற்குப் பின்பு குட்டியம்மைக்குப் பிரசவகாலம் வரைக்கும் அடிக்கடி இப்படி மயக்கம் வந்தது. டாக்டர்கள் ‘பயமொன்று மில்லை. அந்தப் பூனை சாவதைப் பார்த்ததின் பயம்தான்.

மாறிவிடும் பரவாயில்லை' என்றாலும் அருணாசலம் லீவு எடுத்துக் கொண்டு அருகிலேயே இருந்தான். வீட்டு உதவிக்கென்று அவனது சகோதரி முறைகாரி ஒருத்தி வந்திருந்தாள். 'இவளுக்குத்தான், மீனு, கவுச்சி நாற்றம், ஒண்ணும் ஆகாதே. பின்னெ என்னத்துக்கு ஜன்னலிலே போய் நின்னு மீன்காரியைப் பார்க்கணும். இவ நொறு நாட்டியத்துக்கு மீன்காரியைப் பார்த்தாளோ வேற யாரையாவது பார்த்தாளோ? இவன்தான் சீமையிலேயிருந்துகொண்டு வந்தது போல் பொண்டாட்டியைக் கீழே விடாமப் பாக்கான்...' என்று எதையோ உள்ள வைத்துக்கொண்டு அசலுக்குப் பேசிக்காட்டி னாள்.

பிரசவ நோவு கண்டு ஆஸ்பத்திரியில் ஆகியபோது குட்டி யம்மை புலம்ப ஆரம்பித்தாள். 'இந்தா பாருங்கோ என் வயத்துக் குள்ளே அது காலையும் கையும் போட்டு நகத்தாலெ பிறாண்டுது... நான் பூனையைப் பெத்தா அதை நீங்க வளர்ப்பீங்களா...?'

"டேய் குட்டியம்மை, என்ன இது. கொஞ்சம் சும்மா இரி. உனக்கு நல்ல மூக்கும் முழியுமா ஆம்பிளைப் பிள்ளைதான் பிறக் கும். நம்ம குடும்ப ராசியே தலைப்பிள்ளை ஆம்பிளைப் பிள்ளை தான். நீ கொஞ்சம் அதையும் இதையும் நினைக்காம தைர்யமா இரி..." அருணாசலத்துக்குக் கொஞ்சம் பயமாகவும் இருந்தது.

"இல்லே, என் வயித்திலே பூனைதான் கெடக்குது... நான் பூனையைத்தான் பெறப்போறேன். நீங்க பூனையை வளக்கணும்..."

லேபர் ரூமிற்கு அவளைக் கொண்டு போய் விட்டபின்பு வெளியே இரவெல்லாம் காத்திருந்த அருணாசலத்திற்கு நின்று கொண்டே தூங்கிவிட்ட ஒரு நிமிஷத்தில் 'குட்டியம்மைக்கு பிரசவ மாச்சு. நல்ல கொழுகொழுவென்று மீசையுள்ள ஒரு பூனைக்குட்டி' என்று யாரோ சொல்வது போலிருக்கவும், குலைநடுங்க சட்டென்று உதறிக்கொண்டு விழித்துப் பார்த்தான்.

பொழுது விடிந்துகொண்டிருந்தது. பிரசவ அறையிலிருந்து நர்ஸ் வந்தவள், "எங்கே குட்டியம்மையின் ஆளு? ஒண்ணும் பயமில்லெ. சுகப் பிரசவம். மஹாலட்சுமி போல பெண் குழந்தை" என்று சொன்னது அருணாசலத்துக்கு 'மஹாலட்சணமாகப் பூனைக் குழந்தை' என்ற சொல்லாகக் கேட்டது.

❖

53

பூ மழை

மனசு நிறைய இனம்புரியாத ஒரு சந்தோஷம். நுரைத்துக் கொண்டு பொங்கி வழிவதுபோல ஒரு சிலிர்ப்பு. ஒரு பாட்டுப் பாட வேண்டும் போல – வதனமே சந்திர பிம்பமோ – கட்டி யணைத்து முத்தமிட வேண்டும் போல – சீட்டி அடித்து முழங்க வேண்டும் போல... இந்தப் பரபரப்பு? 'கொஞ்சம் அடங்கிக் கொள் மனசே' என்று விச்வநாதம் தனக்குத் தானாகக் கடிநாணை வெட்டி இழுத்துக்கொண்டார்... மிஸ்டர் விச்வநாதன், உங்களைப் பார்த் தால் அம்பது வயசென்று சொல்லவே முடியாது. ஒரு பொட்டு நரை இல்லை. சின்னக் கோணலாகக்கூட ஒரு முகச்சுளிவு இல்லை. வயசு என்பதற்கு அணிந்திருக்கும் கண்ணாடிகூட ஒரு கம்பீரமான அழகாகத்தான் இருக்கிறது... அதற்கிடையில் பெண் வயிற்றில் பேரனை எடுத்து தாத்தா வேறு ஆகிவிட்டீர்கள்...' தன்னைச் சுற்றிய நண்பர் வட்டத்தின் இந்தப் பொறாமைப் பொருமலை எண்ணியபோது விச்வநாதம் முகத்தில் புன்முறுவல்.

ஆமாம். வயசையும் மீறிதான் இன்று அவரது மனது துள் ளாட்டம் போடுகிறது. நேற்று திருவனந்தபுரத்தில் இருந்தபோதுகூட, இப்படி ஒரு மன எகிறல் இருக்கவில்லை. அங்கிருந்து ஊருக்கு வந்த வழியெல்லாம்கூட இந்த மனப் பூ மணம் மெல்ல மெல்லக் கமழ ஆரம்பித்தது. உம்... விந்தையும் விசாரங்களும் நிமிஷ சலனங் களாயிற்றே.

விச்வநாதம் திருவனந்தபுரத்தில் தனியார் கல்லூரி ஒன்றின் தமிழ் விரிவுரையாளர். பரிபக்குவமான அறிவாளர். அமைதியான அடக்கமான நல்ல பண்பாளர். சொந்த ஊர் நெல்லை வட்டத்து வள்ளியூர். சுமாரான வசதி, மனைவி சரஸ்வதிகூட ஊரில் உயர் நிலைப் பள்ளியொன்றில் ஆசிரியையாகத்தான் பணியாற்றி வருகிறாள்.

இரண்டு பெண் வாரிசுகள். மூத்த பெண்ணை உறவிலேயே திருமணம் செய்துகொடுத்து வீட்டோடு மாப்பிள்ளையையும் வைத்துக்கொண்டது. இவரது வெளியூர் உத்தியோக வாசத்திற்கும்

மனைவியின் ஆசிரியைப் பணிக்கும் வசதியாகவே இருந்தது. பெண்ணிற்குக் கல்யாணமாகிய மறுவருஷமே விச்வநாதத்திற்கு தாத்தாவாகும் பாக்யம் வேறு அமையப்பெற்றது. இரண்டாவது பெண்ணிற்குக்கூட இப்பொழுதோ அல்லது அடுத்த வருஷமோ கல்யாணம் செய்து வைத்துவிட திட்டமும் வசதியுமிருந்தும் அந்தப் பெண் என்னடாவென்றால் பிளஸ்டூ பாஸாகித் தொலைத்துவிட்டு மேல் படிப்பிற்கு கல்லூரியில் சேர வேண்டுமென்று பிடிவாத மாகச் செல்லம் கொஞ்சியது. பெண்கள் காரியம் சாதிக்கிற காலங் கெட்ட காலமாயிற்றே. 'நாகர்கோவில் கல்லூரி ஒன்றில் மகளுக்கு இடம் கிடைத்திருப்பதாகவும், உடனேயே புறப்பட்டு வந்து அதற் குரிய காரியங்களை நிர்வகிக்க வேண்டுமென்றும்' மனைவி கடித மெழுதியிருந்தாள். அந்தக் கடமை நிறைவேற்றத்திற்குத் திருவனந்த புரத்திலிருந்து புறப்பட்டதிலிருந்துதான் விச்வநாதத்தின் கலைமனது ஆரம்பத்தில் சொன்னது போலத் துள்ளாட்டமிட்டு, 'ஆனந்தமென சொல்வனே' என்று பழைய சகுந்தலா திரைப்படப் பாடலை முணுமுணுத்து பூமழை கொட்டுகிறது.

...விடுமுறை பெற்றுக்கொண்டு வள்ளியூரில் வீட்டிற்கு வந்து சேர்ந்தபோது, இரவு பத்து மணிக்குமேல் ஆகியிருந்தது. மூத்த பெண்ணும் குழந்தையும் மாடியில் கணவரோடு அப்பொழுதுதான் அந்தர்த் தியானமாகியிருப்பதாகவும், காலையில் பார்த்துக் கொள்ளலாமென்றும் மனைவி சொன்னாள். பெண், சின்னவள்– சஞ்சிகை பார்த்துக்கொண்டிருந்தவள் சோபாவிலேயே தூங்கி வழிந்தவளை, "இந்தா பார் இவளே. அப்பா வந்தாச்சு... கண்ணை முழிச்சித்தான் பாரேன் ராட்டே... இந்த லட்சணத்திலே – நாளைக்கு காலேஜிலையும் சேர்த்து ஹாஸ்டலிலையும் விட்டிட்டு வரணும். எப்படித்தான் இருக்கப்போகுதோ..." என்று கவலைப் பட்டாள் விச்வநாதத்தின் மனைவி வாத்தியாரம்மா.

"...விடு அதை. பெட் விரிச்சிருந்தா போய் படுத்துத் தூங்கட்டும். எனக்கும் பசிக்குது. சாப்பிட என்ன இருக்குது, சோறு தானே – எடுத்து வை. இதோ டிரஸ் மாத்திப்பிட்டு முகம் கை கால் கழுவிக்கொண்டு நிமிஷம்வந்துவிடுகிறேன்..." விச்வநாதம் வெளிப்பக்கமாக அவசரமாகப் போனார். ஆமாம், பூ உதிரும் மனசுடன்தான். எல்லாம் ஆகி வந்தபோது – மாதக் கணக்கில் வெளியூரில் ஹோட்டல் விருந்தாளியாக இருந்துவிட்டு வரும் கணவனுக்கு, காரம் – குணம் – மணத்துடன் வகைகளை ஒதுக்கிக் காத்திருந்தாள் மனைவி.

"என்னது, சுண்டக் கொழம்புதானே – குளிர ஊற்று. நாக்குச் செத்துப்போய் கெடக்குது. என்ன இருந்தாலும் நம்ம ஊரு

வெஞ்ஞனம் நம்ம ஊரு சாப்பாட்டு மணம், எல்லாமே தனிதான். கத்திரிக்காய் பொரியலா – பரவாயில்லை போடு. பருப்புப் போட்டு கூட்டா வச்சிருந்தா இன்னும் தூக்கலா இருந்திருக்கும்... அங்கே மலையாளத்தான் ஹோட்டல்லே சோறு எப்பிடி இருக்கும் தெரியுமா. ஒரு பருக்கையை எடுத்து உன்னை விட்டெறிஞ்சா நீ அய்யோ அம்மாதான்.”

“சரிதான்... என்னா, பேச்சுப் பேச்சா இருக்குது. பார்வை ஒரேயடியா சரியில்லியே?”

“அட, கண்டுபுடிச்சிட்டியே சரஸ். தாபாரு – மாடியிலெ கதவெச் சாத்தீட்டாங்க. சின்னப் பொண்ணு தூங்கியாச்சுதா இல்லியா? என்னமோ போனதரம் வந்தும் ‘முழுப்பட்டினியா’ அனுப்பிச்சிட்டே... ஆமா, உனக்கென்ன, ஒரேயடியா அந்த எண்ணமேயில்லியா? இல்லெ பாட்டியாயிட்டேங்கிற கித்தாப்பிலெ மறச்சுவக்கிறியா – உன்னுடைய பொட்டு, முகம், பவுடர் மணம், எல்லாம் எனக்குத் தெரியும்.”

“அய்யோ சாப்பிடுங்க. இப்போ எனக்கு எல்லாமிருக்குதுன்னு நீங்க வந்தவுடனேயே சாஞ்சிர முடியுமா முன்னப்போல...”

“அட, சின்னக் கள்ளீன்னது சரியாத்தான் போச்சுது... இதப் பாரு சரஸ், வரும்போது பஸ்ஸிலெ கடைசி சீட்டு, பின் பக்கமாத் தான் இடம் கிடைச்சிது. தொட்டாப்பிலெ முன்சீட்டு. கொஞ்ச வயசு புருஷனும் பொண்டாட்டியுமாத்தான் இருக்கணும், ராத்திரி பஸ் லைட்டிலே என்ன வெளிச்சம் வரும். இதுக பாட்டுக்கு, மற்றவங்க எல்லோரும் தூங்கறதா நெனைச்சுக்கிட்டு, புகுந்து விளை யாடுறாங்க. முத்தமென்ன, அணைப்பென்ன – அங்கே இங்கே சீண்டலென்ன – அரைக்கண் பார்வையால ஒண்ணு விடாமெ கவனிச்சுட்டே வந்தேனா, ஒரே இதா போச்சுது. அதான் நீ எப்பிடி இருக்கேன்னு சாப்பாட்டுக்கு ஊடால் கொஞ்சம் நோட்டம் விட்டேன். உண்மையா சரஸ், உன்னைப் பார்த்து நம்ம பெரிய பொண்ணுக்கு அக்கான்னா யாரும் நம்பிருவாங்க. சரி நீயும் சீக்கிரமாக் கொஞ்சம் சாப்பிட்டு முடிச்சிப்பிட்டு வா...”

“சரியான அவசரக்கார ஆளு.”

“என்ன அவசரங்கிறே. அப்படியெல்லாம் அவசர ஆத்திரமெல் லாம் படறவனாயிருந்தா – எப்பேர்ப்பட்ட இடத்தில் இருக்கிறேன் தெரியுமா? சுத்தமான மலையாள நங்கையரின் கல்மிஷமில்லாத கண் நடுவில் இருக்கிறவன்... அத்தனை நொம்பரங் களையும் தூக்கியெறிந்து ஓடோடி வந்திருக்கிறேன். இன்னும் சொல்லட்டுமா?”

“வேண்டாம் வேண்டாம், உங்களைத்தான் எனக்குத் தெரியுமே, சில சமயம் அவிழ்ந்து சாகசம் பண்ணினாலும் குப்புற படுத்துக்கு வீங்க. சமயங்களிலே கண்ணே மணியேன்னு நோண்டிக்கிட்டு வருவீங்க. ஆனா எல்லாத்துக்கும் இப்போவெல்லாம் வரைமுறை வச்சுக்கிட்டாத்தான் மதிப்பு... இந்தச் சின்னப் பொண்ணு இருக் குதே. போன தரம் இதப்போலதான் நீங்க விளையாட ஆரம்பிக்கு முன்னால நடுராத்திரி பன்னண்டு மணிப்போல வந்து லைட்டப் போட்டுக்கிட்டு நின்னுதே!... ஞாபகம் வச்சிருக்கீங்களா?”

சரஸ்வதி சொன்னது உண்மையென்று மறுபடியும் நிரூபண மாயிற்று. “எப்போது வந்தீங்க அப்பா...?” என்று அதுவரை ஒரு சுவர் விட்டு உள்ளே நடந்த உரையாடல்களையெல்லாம் கேட் டாளோ என்னமோ – பரட்டைத் தலையும் – இழுத்துப் போர்த்திய தாவணியுமாக வந்து நடைத் திண்ணையில் நின்றது சின்னப் பெண்.

“நான் பத்து மணிக்கே வந்திட்டேன் அம்மா. நீதான் நல்லா தூங்கீட்டிருந்தே. விடிஞ்சா பாத்துக்கிறதுன்னு சாப்பிட்டு வந்து நிக்கிறேன். இன்னும் தூங்கலியாம்மா, நீ. நேரத்தோட தூங்கறது தானே? விடியற்காலம் சீக்கிரமா போனத்தான் நல்லது. அங்கே காலேஜில யாராவது எனக்குத் தெரிஞ்சவங்க இருந்தாங்கன்னா பார்த்து அட்மிஷன் காரியத்தைத் தொந்திரவு இல்லாமெ முடிக் கணும். பிறகு ஹாஸ்டல் எப்படி இருக்குதோ. வார்டன் எனக்குத் தெரிஞ்ச ஒரு அம்மா – அபயாதாட்சின்னு பேரு. அவங்களாத்தான் இருக்கணும். பார்க்கணும்... நீ போய் தூங்கும்மா... நானும் இதோ இன்னைய பேப்பரைக்கூட இன்னும் பார்க்கல்லே. பார்த்துப்பிட்டு படுத்துக்க வேண்டியதுதான். போம்மா... படு... போ...”

சரஸ்வதி சமையலறையுள்ளே அதை நோண்டி இதை ஒதுக் கிட்டு என்று நேரங்கடத்தித்தான் அறையுள் வந்தாள்.

“உங்கள் திருக்குமாரியை தூங்கப் போ, தூங்கப்போன்னு துரத்தினீங்க... அங்கே பார்த்தீங்களா அது என்னவெல்லாம் செய்யு துன்னு. காலையிலே புறப்படறதுக்கு சூட்கேஸ் – துணிமணி – அது இதுன்னு கடை வச்சாகுது...”

“சரி... கதவைச் சாத்திப்பிட்டுதான் வாயேன்.”

“நல்லாத்தான் இருக்குது. கொஞ்சம் பொறுமையா இருங்க. எனக்கொரு யோசனை தோணுது. சொல்லவா?”

“என்னதான் இருந்தாலும் இப்போ என் மனத்தேட்டத்துக்கு ஏற்ற மாதிரின்னா நல்லா சொல்லு. கேக்கிறேன்.”

"நாளைக்கு உங்களோட நானும் நாகர்கோயிலுக்கு வர்றதா திட்டம். இவளை அங்கே ஹாஸ்டல்லே பத்திரமா ஒப்படைச்சிட்டு அப்பிடியே வந்து நல்லதா ஒரு ஹோட்டல்லே தங்கறது. ஒண்ணா உட்காந்து தமிழ் சினிமா பார்த்தும் மாசக் கணக்காச்சுது. பள்ளிக் கூடத்திலே படிப்பு வேலையைவிட, சத்துணவு சமாச்சாரம்தான் இப்பவெல்லாம் எங்க மாதிரி வாத்திச்சிகளுக்குப் பிராணன் போவுது. எல்லாத்துக்கும் ஒரு மாறுதலா இருக்கும். படம் பார்த்து விட்டு உங்க இஷ்டம்போல ராத்திரி தங்கி விடியற்காலம் வர்றது. இவ, மூத்தவகிட்டே பக்குவமா சொல்லி ஒப்படைச்சிட்டு வரலாங் கிற மாதிரி, என்ன சொல்றீங்க?"

"அட என் பத்தினி ரத்தினமே, என்னதான் பள்ளி வாத்திச் சின்னாலும் நல்ல யோசனையெல்லாம்கூட வருதே உனக்கு. ஜமாய்ச் சுருவோம்."

"அய்யய்யோ – இப்போ கையை விடுங்க. எவ்வளவெல்லாம் நல்ல யோசனை சொல்லீருக்கேன். விடுங்க... நாளையே நாளை பாத்துக்கிறது."

விடிந்ததிலிருந்தே ஒவ்வொரு வேலையும் அதனதன் திட்டத்தில் நுனிக்கோடுகூடக் கோணாமல் நடந்து முடிந்துவிட்டது. மகளை ஹாஸ்டலில் விட்டுப் பிரிந்து வருவதுதான் பெரும் சங்கடமாக இருந்தது. திருமணமானதும் பெண்ணை புருஷன் வீட்டில் விட்டு வருவதுகூட இவ்வளவு மனப்பாரமாக இருக்காது என்றெல்லாம் தோன்றினாலும், மனச்சாரலில் சுனை தேடி அலையும் 'பறத்தல்' அலைபாய்ந்துகொண்டேயிருந்தது.

நாகர்கோயில், செட்டிகுளம் பக்கமாகப் புதிய ஹோட்டல் ஒன்றின் ஆடம்பர ரூம் வசதியாகத்தான் இருந்தது. அட, என்னம்மா மனசு அல்லாடுகிறது. இருபது இருபத்தி ஐந்து வயதில்கூட இப்படி ஒரு அல்லாட்டமும், ஆவலும், ஆதங்கமும், ஆதுரமும், அவசரமும், அவஸ்தையுமெல்லாம், தேட்டமாகக்கூட இருந்ததில்லை. அப் பொழுதெல்லாம், எங்கே போய்விடப்போகிறது, இங்கேதானே இருக் கிறது என்ற துணிவு இருந்தது. நினைத்தபோது, எத்தனை பகல் நேரங்களைக்கூடப் பொன்னாக்கியிருக்கிறோம் என்றெல்லாம் நினைவு கிளுகிளுத்தது. ஆனால், இப்பொழுது வேற்றூரில் வேலை– மாசக்கணக்கில் பிரிவு. துள்ளாட்டமிட்டால் குறை சொல்வார்களே என்கிற பொறுப்புணர்ச்சி. இதற்கெல்லாம் மேலாகக் கல்யாண மாகிய பெண் கல்யாணம் ஆக வேண்டிய பெண் – தாத்தா ஆகிவிட்ட வயசு அடங்கிக் கிடக்க வேண்டிய உத்ரவாதமாயிற்றே.

“எதுக்கு சரஸ், சினிமாவுக்குப் போய்த்தான் தீரணுமா. இங்கே ரூமிலேயே கொஞ்சம் பேசிக்கொண்டிருக்கிறது. காலைலே புடிச்சே என்னா அலைச்சல். அல்லாட்டம், அந்த சின்னதை ஹாஸ்டல்லே விட்டுவிட்டு வரும்போதே மனசு ‘ச்சேய்’ன்னு ஆயிப்போச்சுது.”

“அதுதான் சொல்றேன். அந்த ‘மூட்’ மாறணுமா, சினிமாதான்... புறப்படுங்க பேசாம... இத்தனை நேரம் நாமபோட்ட திட்டப்படியே எல்லாம் நடந்து முடிஞ்சாச்சு... இனிமே நீங்க பாட்டுக்கு அரசியல் காரன் மாதிரி கட்சித்தாவல் வேண்டாம்.”

“ததிங்கிணதோம்... உத்தரவு. புறப்படு சினிமாவுக்கு, அய்யா ரெடி.”

தியேட்டருக்கு வந்த இடத்தில்தான் அந்த வினை முற்றுப் படலம் ஆரம்பமாயிற்று. இரண்டு பால்கனி டிக்கெட்டுகளை வாங்கிக்கொண்டு படியேறத் திரும்பியபோது – பின்னாலிருந்து குரல். “விச்வநாதன் சார்... விச்வநாதன் சார்...” அழைப்பைத் தொடர்ந்து – ஆதுரமாக தோள்மேல் விழுந்த கையின் சொந்தக் காரரைத் திரும்பிப் பார்த்தபோது ‘அட, பழைய ராமதாஸ் சார்!’

“அடடே, ராமதாஸ் சாரா? ஏது இப்பிடி? நாகர்கோயில்லேயே தான் இருக்கீங்களா?”

“அந்தக் காலத்திலேர்ந்தே இங்கேதான் இருக்கிறேன். அதே எஸ்.எல்.ஸ்கூலின் தமிழ் வாத்தியார் உத்தியோகம். பாத்தீங்களா – நீங்க திருவனந்தபுரம், நான் இங்கே இருந்தும் பார்த்து வருஷக் கணக்காச்சுது... யாரு, மிஸஸ்தானே. உங்க கல்யாணத்தப்போ வள்ளியூரிலே பார்த்தது. ஆமா, எப்பிடி இருக்கீங்க...?”

“நல்லாத்தான் இருக்கிறேன். ஆமா, நீங்களும் சினிமாவுக்கா?”

“நானென்ன சினிமா பார்க்கக் கூடாதா. சரி சரி. போய்க் கிட்டே இருங்க. இதோ டிக்கெட் வாங்கிக்கொண்டு வந்துவிடு கிறேன். பக்கத்திலேயே ஒரு சீட் இருந்தா போட்டு வைங்க.”

படியேறும்போது சரஸ்வதிக்கு, சிவபூஜையில் கரடி என்ற பழைய சொலவடைதான் நினைவுக்கு வந்தது. “யாரிந்த ராமதாசு...? இங்கிதம் தெரியாதவரு... தமிழ் வாத்தியாராம். உங்க மிஸஸ் ஸாங்கிறாரே. உங்களுக்குன்னு இப்படிப்பட்ட சிநேகிதங்களா வந்து அமையிறாங்களே...”

“இல்லை சரஸ். ராமதாஸ் ரொம்ப நல்ல மனுஷர். ரொம்ப காலத்துக்கப்புறம் பார்க்கிறோம். அண்ணாமலைலே ஒண்ணா படிச்சோம். ரூம்மேட் வேற. பிரம்மசாரி. காந்தியவாதி. அடிக்கடி கடிதம் எழுதுவாரு. உண்மையிலே நல்லவரு...”

"காந்தியவாதி. பிரம்மச்சாரியா? அதுதான் சினிமா கேக்கிறாப் பில. புருஷனும் மனைவியும் போறாங்களேங்கிற இங்கிதம்தான் தெரியல... கண்டிப்பா பக்கத்து ஸீட்டிலே இடம் பார்த்து உட்கார வச்சிரவேண்டியதுதான்."

"என்ன சரஸ், உனக்குக் கோபம் வர்றாப்பில இருக்கு... சரி விடு. அவரு வந்தா வந்திட்டுப் போறாரு. நமக்குத்தான் ரூமிலே யாரும் வரப்போறதில்லே. ராத்திரி பூராவும் நேரமிருக்குதே. பார்த்துக்கிடறது" என்றெல்லாம் விச்வநாதம் மனைவியை சமாதானம் செய்தாலும் வருஷங்களுக்கப்புறமான அந்த நட்பின் சந்திப்பு தொத்திக்கொண்ட தொல்லையாகத்தான் அமைந்தது.

ராமதாஸ் சார் பக்கத்தில்தான் வந்து அமர்ந்தார். தான் கல்யாணமே செய்துகொள்ளாத சாகசம் பற்றி, தனியாகச் சமைத்துச் சாப்பிடும் சம்பிரமம் பற்றி, சம்பளத்தின் ஒரு பகுதியிலிருந்து காந்திய சன்மார்க்க சங்கத்திற்கு நன்கொடை மாசாமாசம் தருவது பற்றி எல்லாம் பீற்றினார். என்ன படம் இது...? விடுங்க, நான் சொல்வதைக் கேளுங்க என்கிற மாதிரியெல்லாம் பியித்து அரித்தார். ஒருவாறு திரை அரங்கைவிட்டு வெளியே வந்தபோது – புகைமூட்டத்திலிருந்து காற்று வெளிக்கு வந்தது போல நிம்மதியாக இருந்தது – விச்வநாதத்திற்கும் சரஸ்வதிக்கும்.

"அப்போ மறுபடியும் எப்போ பார்க்கிறது மிஸ்டர் ராமதாஸ்?" என்று சம்பிரதாயமாக ஒரு கேள்வியைக் கேட்டுவிட்டு விடைபெற நினைத்தபோது மறுபடியும் 'வேதாளம்' ஜகா வாங்கிவிட்டது.

"அட, செட்டிகுளம் லாட்ஜில்தானே ரூம் போட்டிருக்கீங்க. வாங்க, உங்களை அங்கே ரூமிலெ விட்டுப்பிட்டு – எனக்குக்கூட ஜாகை அங்கிருந்து பக்கந்தான். எத்தனை வருஷத்துக்கப்புறம் சந்திக்கிறோம். தியேட்டரிலே பேசவா முடிந்தது. இன்னும் கொஞ்ச தூரம் – அது வரைக்குமாவது கொஞ்சம் மனம்விட்டுப் பேசு வோம். ஆமாம். என்னம்மா சரஸ்வதியம்மா, நீங்க வள்ளியூர் ஸ்கூலிலேதானே இருக்கீங்க. அங்கே ரங்கராஜன்னு ஒருத்தர் மாத்ஸ் எடுத்துக்கிட்டு இருந்தாரே, இருக்கிறாரா இப்போ."

"ரங்கராஜன் இப்போ வட்டக்குழி ஸ்கூலுக்கு போயிட்டாரு..."

"இருக்கமாட்டாரே ஓரிடத்திலெ நிலையா? பாருங்க விச்வ நாதம், அவரு இங்கே எஸ்.எல்.கே.யில என்கூட இருந்தாரு கொஞ்ச நாளு. அப்போ பாருங்க எங்களுக்குள்ள ஒரு லடாய்..."

ராமதாஸிடம் தாமாக ஒரு 'லடாய்' ஆரம்பிக்க வேண்டியது தான் எனும் பொறுமையற்ற நிலைவரை அறுத்துப்பறித்துக் கொண்ட பின்பு, ராத்திரி பனிரெண்டு மணி வரை ஹோட்டல்

விடுதியிலும் வந்திருந்தவர் விடைபெற்றுச் சென்றபோது சரஸ்வதி கட்டிலில் சுவரைப் பார்த்து இழுத்துப் போர்த்திக்கொண்டு படுத்துக்கொண்டிருந்தாள்.

சில தொடர்புகள் இப்படியேதான். ஆரம்ப நாட்களில் அன்பும் பண்புமாகப் பரிமளிப்பவர்கள் – காலப் பிறபாடு வேறு மாதிரியாக உருமாறுவதுண்டுதான். ராமதாஸின் காரியம் அப்படியே ஆயிற்று. வருஷங்களுக்கப்புறம் என்ன காரணத்திற்காக – அல்லது எந்தப் பாவத்தின் பயனாக இப்படிச் சந்திக்க நேர்ந்தது என்று மிக மிக வேதனையாகப் போய்விட்டது. காலையில் மகளையும் அழைத்துக் கொண்டு வந்த காரியத்திற்கும் மேலாக நேற்றிலிருந்தே மனதின் கிளுகிளுப்பிற்குப் பூமழை பெய்விக்கச் செய்துகொண்ட திட்டங்கள்– அதன் துள்ளல்கள் அத்தனையையும் மனதில் இன்னொரு முறை வடிவு செய்துகொண்டு வர வேண்டும்.

பாவம் சரஸ்வதி. எவ்வளவு நேரம்தான் சகித்துக்கொள்ள முடியும் ஒரு பெண்ணால். டிபன் சாப்பிட்ட பின்பாவது விடை பெறுவார் என்று எண்ணியிருந்ததையும் சாகவிட்டு மறுபடியும் ரூமிற்கு வந்து, அறுத்தெறிந்து உலரவிட்டுவிட்டல்லவா போய் விட்டார்.

“சரஸ்வதி, தூக்கம் வந்துட்டுதா அதுக்குள்ளாக?” விருட் டென்று புரண்டு திரும்பியவள், வெறுப்பையும் கோபத்தையும் கண்ணின் சிவப்பு ஆக்ரோஷமாக நிறைத்து விச்வநாதத்தைப் பார்வையில் எரித்தாள்.

“என்ன சரஸ், நான்தான் என்ன செய்யிறது. பாவி மனுஷன் கழுத்தைப் பிடித்து நெரித்தாலும் போகமாட்டார்னா…?”

“விடுங்க… உங்களைத்தான் எனக்குத் தெரியுமே. சில சமயம் அவிழ்த்து சாகசம் பண்ணினாலும் குப்புறப் படுத்துக்குவீங்க… சமயங்களிலே கண்ணே மணியேன்னு நோண்ட வருவீங்க…”

“இப்போ நான் என்ன செய்யணுங்கிறே?”

“இப்போ ஒண்ணுமே பண்ண முடியாது. ஹாண்ட்பாகிலே ‘நாப்கின்ஸ்’ இருக்குதோ இல்லியோ – உடனேயே பாத்ரூம் போயாகணும்.”

சரஸ்வதி எழுந்துகொண்டாள். அய்யோ!

விச்வநாதம் மனம் கல்லடிபட்ட சுவானம் போல நொண்டிக் கொண்டு மறைவைத் தேடியது!

❖

54

பிள்ளை சார்

பிள்ளைசாரின் வீடு நெருங்க நெருங்க வாசுவிற்கு உள்ளூர ஒருவித பயம் அதிகரித்துக்கொண்டே வந்தது. மணக்காடு ஜங் ஷனைத் தாண்டி வடக்குப் பார்த்துத் திரும்பும் முடுக்குப் பாதையில் தெருக்குழாய்ப் பக்கமாக, கடைசியில் இருந்தது பிள்ளைசாரின் வீடு. சேய்... எப்படிப் போய் அவர் முகத்தில் முழிப்பது? எப்படிப் போய் முழிப்பது என்றால்? இதில் தயக்கமும் பயமும் என்ன வேண்டிக் கிடக்கிறது? ஒரு வேளை அன்று, அந்த விபத்திற்கு தானேதான் காரணமென்று அவர் எண்ணியிருப்பாரோ? ஏதோ அகஸ்மாத்தாக அந்த மாதிரி நடந்துவிட்டது. நல்ல வேளையாக, பெரிய காயமோ ரத்தக் களரியோ எதுவும் ஆகிவிடவில்லை. நட்டநடு உச்சந்தலையில் விழவேண்டிய கட்டுத்தறி, சாய்ந்த வாக்கில், அவர் தோள்பட்டையில் தொப்பென்று விழுந்துவிட்டது. புஜப்பட்டை இறங்கிவிட்டதாகச் சொல்லி எலும்பு வைத்தியர் – எண்ணெயிட்டு நீவி அங்கவஸ்திரம்போல இறுக்கமாகக் கட்டுப்போட்டு அனுப்பினாராம். ஒரு வாரமாவது அப்பிடியே அசங்காமல் மருந்து எண்ணெயை தாரை வார்த்துக்கொண்டே இருந்தால், கஷ்டமில்லாமல் குணமாகிவிடும் என்று சொன்னாராம்.

அதுதான் இன்று மூன்றாவது நாள். ஞாயிற்றுக்கிழமை. விடுமுறை நாள் ஆயிற்றே – என்ன ஏதென்று, நைஸாக – ஒன்றுமே தெரியாதவன் போல, ஒருமுறை போய்ப் பார்த்துவிடுவதென்று தீர்மானத்தின் அழுத்தம். முக்குத் தாண்டியதும் புஸ்ஸென்று காற்று இறங்கிவிட்டதுபோல ஆகிறதோ? பயம்கூட த் தோன்றுகிறது. பயமா அது? ஆமாம். பயமேதான். பிள்ளைசாரின் மூத்த மகன் வேறு ஏதோ பள்ளிக்கூடத்தில் ஃபிஸிக்கல் இன்ஸ்டிரக்டராக வேலை பார்ப்பதாகச் சொன்ன ஞாபகம். அந்த ஆள், கட்டு கட்டென்று முண்டாவும் உடம்புமாக இருந்து, 'டாய்...' என்று உறுமிக்கொண்டு சினிமாவில்போலப் பாய்ந்துவிட்டால்...

'சீ, என்ன இது. சுத்த பேமானித்தனம். இவ்வளவு பயமும் அதைர்யமும் உள்ள மனசை அன்றைக்கே பிடித்த பிடியில் நிறுத்தியிருக்க வேண்டும். எசகுபிசகாகக் கண்ணை மூடிக்கொண்டு

மடத்தனம் செய்துவிட்டு, இப்போ போய் பயப்பட்டால் என்ன ஆகப்போகிறது? வாசு, தனக்குத்தானாக 'இரு இரு' என்று நெஞ்சு மேல் தட்டி தைர்யம் சொல்லிக்கொண்டான்.

உக்கும். பயம் என்ன பயம்? அந்த மனிதன் வயசான காலத்தில்– நேரம் பொழுது, பிறத்தியான் கஷ்டம் எதுவும் தெரியாமல் வந்து ஆணியடித்து வைத்தாற்போல் உட்கார்ந்துகொண்டு காபியைக் குடித்து, வெற்றிலையை அரக்கி, இல்லாத ஊர்வம்பெல்லாம் அவிழ்த்துப் பரப்பினதினால்தானே அப்படி ஒரு ரெண்டும் கெட்டான் காரியம் செய்யத் தோணியது. நல்லவேளை எசகுபிசகாகக் காரியம் மிஞ்சி, அம்போவென்று உயிரை விடாமலிருந்தாரே. அந்த மட்டில் சந்தோஷம். வேறு மாதிரி ஆகியிருந்தால்... போலீஸ் வந்திருக்கும். 'மச்சு மேல் இருந்த கட்டுத்தறி எப்பிடி கீழே விழுந்தது – யார் மேல இருந்தது? கூப்பிடு அந்த ஆளை விசாரிப்போம்' என்றெல்லாம் ஏடாகூடாமாயிருக்கும். நல்ல காலம். ஆமாம். பிள்ளைசாருக்கும் நல்ல காலம். தனக்கும்கூட நல்ல காலம்தான். அந்தத் தைர்யம்தான் ஒன்றுமே தெரியாதது போல ஒருமுறை போய் நலம் விசாரிக்கும் சாக்கில் முகத்தைக் காட்டிவிட்டு வந்தால், பிறகு பயமில்லை... ஆமாம் பயம்!

வாசு, பிள்ளைசாரின் வீட்டு வாசலுக்கு வந்தபோது, தகரக் கேட்டு உள்ளே கொண்டியிட்டு சாத்தியிருந்தது. மேல் வழியாகக் கையைவிட்டுக் கொண்டியைத் திறந்துவிடலாம் போல் தோன்றியது. ஆனால், அது சரியில்லை. தானாகத் திறந்துகொண்டு உள்ளே போகும்போது – நாய் கீய் கட்டவிழ்த்துக்கொண்டு லொபக்கென்று பாய்ந்து பிடுங்கிவிட்டால் வேறு வினையே வேண்டாம்... வாசு தன்னைக் கொஞ்சம் நிதானப்படுத்திக்கொண்டு, 'சார்... சார்...' என்று தகரக் கதவை, லொட்டு லொட்டென்று நாலைந்துமுறை தட்டினான். 'ஊஹூம்' உள்ளே அனக்கமில்லை. எவ்வளவு நேரம்தான் நின்றுகொண்டே இருக்க முடியும். முடுக்கில் ஆள் நடமாட்டம்கூட இல்லை. மெல்ல கதவின் இடைவழியாக உள்ளே பார்த்தபோது, நடையில் பசேலென்ற செம்பருத்திச் செடியில் ரத்தச் சிவப்பில் நிறைய பூக்கள். திண்ணைச் சிமண்டுக் கைவரிசை மேல் மண் கூஜாவொன்று இருக்கிறது... சட்டென்று படிப்புரைக் கதவைத் திறந்துகொண்டு யாரோ பெண் வருகிறாள்... அப்பாடி!

"யாரு...?"

"பிள்ளை சார் இருக்காங்களா?"

"அப்பாவிற்குச் சுகமில்லை, படுத்திருக்காங்க."

"சாரைத்தான் பார்க்க வந்திருக்கிறேன்."

"வாங்க..." என்றவாறு முன்னால் சென்ற அவளைத் தொடர்ந்து உள்ளே நடந்த வாசுவிற்கு, மனசில் சுகக்குமிழ்கள் நுரைத்தன. அட, பிள்ளை சாருக்கு இப்படி, கொஞ்ச வயசில் மகள்கூட இருக்கிறாளா? இப்படிக் குடும்பஸ்தர்தான் நேரங்கெட்ட நேரத்தில், கடை கட்டுகிற பத்து மணிக்கெல்லாம், வந்து உட்கார்ந்து கொண்டு, ஊர் வம்பு, ராயசம், தெய்வீகம், மாயை என்றெல்லாம் அளந்து விடுகிறாரோ? உம் – எப்பிடி அது? உக்கும், மனித ஜன்மம் தான் எப்பிடியெல்லாம் வக்கிரமாக இருக்கிறது...

"யாரது?" பிள்ளைசாரின் தளர்ந்த குரல், வைத்தியரின் பச்சிலை எண்ணெய் மருந்தின் மணத்துடன் வந்தது.

"யாரோ உங்களைப் பார்க்க வந்திருக்காங்கப்பா... இப்பிடி உள்ளே போங்க..." என்று பக்கவாட்டு அறையைக் காட்டிய அந்தப் பெண், விசுக்கென்று உள்ளே போய்விட்டாள். அவள் போய் மறைந்த வாசலை மறைத்துக்கொண்டு தொங்கிய கதவுத்திரையில் பிரமாண்டமான பூக் கூஜாவும் இரண்டு பக்கமும் வெள்ளை முயல்களுமான படமெழுதியிருந்தது. நேராக சுவர் மேல் வெள்ளைக் கோட்டில் சிவப்பு ரோஜா செருகிக்கொண்ட நேரு படம் – பெரிது, மாட்டியிருக்கிறது.

"அட, வாசுதேவனா? வா அப்பா. உக்காரு. சும்மா ஒக்காரு, புஜப் பட்டையிலே சரியான அடி, பாத்துக்கோ, அதுதான் சட்டுனு திரும்பிக்கொண்டு எழுந்திருக்கணும்மானா ஒரு ஆள் துணை வேணும். கொண்டா... கொஞ்சம் கையெக் கொடேன். எழுந்து உக்காந்துக்கிடுதேன்..."

"பதுக்கெ, மெதுவா சார்... அய்யய்யோ... இப்பிடி இருக்கும்னு நினைக்கவே இல்லியே சார்... அடடா, ரொம்ப வலியோ சார்...?"

"வலின்னு சொல்ல முடியாது... ஆனா, கை புஜம் கீழே இறங்கிப் போச்சுது. இழுத்துப்பிடிச்சு கட்டுப்போட்டிருக்கிறானா, அந்தக் கட்டுதான் இப்போ பிராணாவஸ்தை. யாரண்ணாச்சியும் கொஞ்சம் கட்டை அவிழ்த்து விட்டாங்கன்னா தேவலாம் போல இருக்கு... அட, சும்மா, நல்லாத்தான் உக்காரேன்... என்னா உங்க மொதலாளி எப்பிடி இருக்கிறாரு? அன்னைக்கு ராத்திரி வைத்தியரு வீட்டுக்குப் போயிட்டு இருட்டோட இங்கெ கொண்டு வந்து விட்டிட்டு போனவருதான். பிறகு ஆளையே காணலெ. வியாபாரி. நெறயா வேலை இருக்கும். அந்த டிரைவரு நேற்றுகூட ரெண்டு தரம் வந்து விசாரிச்சிட்டு போனான்... ஹப்பா... இந்த எடம்தான் வலி. பேச்சு வாக்கிலெ இதோ இப்பிடிக் கொஞ்சம் திரும்பினேனா வலி பிராணன் போவுது... இந்த இடது சைடாப் பாரு... வீக்கம் கெடக்குமே...?"

“முதுகுப் பக்கமா கொஞ்சம் மொத்தினாப்பிலெ, நீர் வீக்கம் இருக்கத்தான் செய்யிது சார். இதுக்கெல்லாம் தேராமெ எண்ணெயெத் தொட்டுத் தொட்டுப் போட்டுக்கிட்டே இருக்கணும் சார்... மொதலாளி அதும் பெறவு வரவேயில்லியா சார்... அன்னைக்குப் பார்த்து நான்தான் சார் பரண்மேலெ வேலையா இருந்திருக்கேன். மூலையில் சாத்தியிருந்த கட்டுத்தறி தவறி சரிஞ்சி விழவும், எனக்குத்தான் சார் கண்ணெல்லாம் இருண்டு – ஒரு க்ஷணம் ஒண்ணுமே தெரியாமெ ஸ்தம்பிச்சுப் போனேன். ஒண்ணும் ஓடலே... கீழே உங்க சத்தம்; ‘அட ஒண்ணுமில்லப்பா, ஒண்ணு மில்லப்பா’ கேக்கவும்தான் ஒருமாதிரி அப்பாடான்னு வந்தது... அய்யோ பாவம். நம்ம பிள்ளை சாருக்கு ஒண்ணுமில்லாமெ இருக்கணுமேன்னிட்டு மனசு கெடந்து வேவலாதிப்பட்டுது சார். தப்பிப் பிடிச்சு நான் கீழே இறங்கி வாறதுக்கு முந்தி முதலாளி காரிலே, டிரைவர் உங்களெத் தாங்கிப் பிடிச்சுக் கொண்டு போனாரு. நான் கீழே வந்து பார்க்கவும் கார் புறப்பட்டுப் போயாச்சு... நேற்று காலையிலே டிரைவர் வந்துதான் விபரமாச் சொன்னாரு... ஒண்ணுமில்லெ. லேசாக புஜப்பட்டை விட்டுப்போய், கொஞ்சூண்டு கீழே இறங்கிப் போயிருக்கு. பயமொண்ணுமில்லேன் னாராம். அதுதான் நேற்று நின்னு, இன்னைக்கு லீவு நாளு. காலையிலேயே வந்து பாத்திரணும்னு பொறப்பட்டு வாறேன்...”

“...கமலா... யம்மா, கமலா...?” என்று தலையைத் திருப்பி உள்ளே பார்த்துக் கூப்பிட்டார் பிள்ளை சார். கொஞ்ச நேரம் பதில் இல்லை. வாசு பரக்கப் பரக்க அறையெங்கும் மெல்ல நோட்டம் விட்டான். பிள்ளை சார் படுத்திருந்த கட்டிலின் எதிர் சுவரில் விஸ்வரூப பிரமாண்டத்தில் காலண்டர் ஒன்று மாட்டி யிருந்தது. சின்ன மர ஸ்டாண்டில் விபூதிச் சம்புடம் போல மரச் செப்பு... வட்டமாகக் கண்ணாடி ஒன்று அணியில் தொங்குகிறது. கட்டிலுக்கருகில் ஸ்டூல் மேல் பழைய புஸ்தகம். பெரிய சித்தர் பாடல்... எண்ணெய் குப்பியில் ஏதோ பெயர் எழுதிய லேபிள் ஒட்டியிருக்கிறது.

“கூப்பிட்டேளா அப்பா?”

“ஆமாம்மா... காபி கொண்டா, இது, சிவதாணு கடை ஆளு, வாசு – வாசுதேவன். நல்ல பையன். தினமும் வரக்கூடியவர் படுத்துக்கிட்டாரேன்னு தூரத்திலிருந்து – வாசு நீ எங்கேயப்பா தாமசம்?”

“ஜகதி ஆற்றுப்பக்கம்”

“பாத்தியா, அங்கே ஜகதியிலேயிருந்து வீடு தேடி வந்திருக் கிறான். இந்தக் காலத்திலே யாரு இப்பிடியெல்லாம்

மனிதாபிமானத்தோட இருக்கிறா... சரி, காபி கொண்டாம்மா" இதைச் சொல்லும்போது பிள்ளை சாரின் முகத்தில் ஒரு நமுட்டுச் சிரிப்பு இருந்ததோ? போகட்டும்.

கமலா போன பின்பு – அங்கே நிறைந்திருந்த மருந்தெண் ணெய் மணத்தையும் மீறி ஊதுவத்தி மணம் கொஞ்சநேரம் சுகந்தமென்று தங்கியிருப்பதாக உணர்ந்தான் வாசு. 'கமலாவா, நல்ல பெயர்' என்றும் எண்ணினான்.

"என்ன இருந்தாலும் வாசு, உங்க கடை மச்சு மேலே இருந்து கட்டுத்தறி விழவும். அது என் முதுகைப் பதம் பார்த்துப் பிறகு வைத்தியர், மருந்தெண்ணெய், பொறுக்க முடியாத வலி என்றெல் லாம் ஆனபோதுதான் ஒரு காரியம் மனசிலெ தெள்ளத் தெளிவா பதிஞ்சுபோச்சுது பாத்துக்கோ."

"என்ன சார்?" என்று ஆச்சரியப்பட்டான் வாசு.

"அதுதான்"பா, சும்மா நேரமில்லாமெ, காலமில்லாமெ வளவள தொளதொளவா – உலக காரியங்களெல்லாம் கரை கண்டவன் மாதிரி பேசுறது. உங்க மொதலாளி வாங்கித் தர்ற வெத்தலை, காபியையெல்லாம் சாப்பிட்டுக்கொண்டு வீண் வம்பு கட்டுறது – அநேக தடவை நாள்பூரா வேலை செய்துவிட்டு எப்படா வீட்டுக்குப் போலாம்னு இருக்கிற உன்னையும் மற்ற வேலையாட்களையுமெல்லாம் மறந்து – புளிச்சுப்போன தத்துவமெல்லாம் பேச உக்காந்தா, இந்த மாதிரியெல்லாம் நோவும் நோக்காடும் வரும்னு தெரிஞ்சுக்கிட்டேன்."

"சார்... சார்... என்ன சார் நீங்க உங்களெ மாதிரி நாலும் தெரிஞ்சவங்க, பேசறதைக் கேட்க கேட்க எங்களுக்கெல்லாம் எவ்வளவு சந்தோஷம் தெரியுமா சார்... அதுக்குப் போய் கஷ்டம் அது இதுன்னு..."

"வாசு, எனக்குக் கொஞ்சம் உலகம் தெரியும்னு நீ ஒத்துக் கிட்டே இல்லியா, அதுதான் அப்பா இப்போ உலகம் இன்னுங் கொஞ்சம் ஸ்பஷ்டமா தெரிய ஆரம்பிச்சிருக்குங்கிறேன் யப்பா. என்ன கொடச்சல் கொடையிது இந்தத் தோள்பட்டை... கமலா, காபியாம்மா? வை. அந்த ஸ்டூல் மேலே வச்சிட்டு அந்த எண்ணெய் பாட்டிலெ எடுத்தாந்திரேன்."

கமலம் வந்தவள் காபி டம்ளர்களை வைத்துவிட்டு, சுவர் ஸ்டாண்டு மேலிருந்த எண்ணெய் பாட்டிலை எடுத்து வந்தது, எல்லாவற்றையும் காட்சிக்கு காட்சி ரசிக்கும் சினிமாரசிகன் போல வாய் திறந்து பார்த்துக்கொண்டேயிருந்தான், வாசு. இப்பொழுதும் அவள் போய்விட்ட பின்பு 'அந்த மணம்' கொஞ்ச நேரம் இருந்தது.

பெண்களின் கூந்தலுக்கு இயற்கை மணம் உண்டா என்று சிவாஜியும் நாகேஷும் ஒரு சினிமாவில் தர்க்கதரமாக வசனச் சண்டை போடும் காட்சி வாசுவிற்கு நினைவில் பளிச்சிட்டது. உடனேயே மற்றொரு ஞானோதயம் ஏற்பட்டது போலப் பிள்ளை சாரிடம் திரும்பினான்.

"உங்க மகனெ எங்க சார்? வெளியே போயிருக்கறாரா?" என்றான்.

"மகனா?"

"ஆமா சார், உங்கள் மகன் ஃபிஸிக்கல் இன்ஸ்டிரக்டரோ என்னமோன்னு சொன்னாங்களே?"

பிள்ளைசார், வெயிலும் மழையும் போல வேதனைக் கிடையிலும் கடகடவென்று சிரித்தார். உடல் நலமில்லாததினாலோ என்னமோ, வெற்றிலை போடாமல் அவர் வாய்ச்சிரிப்பு வெறிச் சென்று இருந்தது.

"எனக்கு மகன், மகள் எல்லாம் இந்தக் கமலா ஒண்ணுதான். ஆமாம் வாசு, வழிச்சுட்ட தோசை. காலம் கடந்து பிறந்த கருவேப் பிலைக் கொழுந்து... யார் சொன்னது எனக்கு மகன் இருக் கிறான்னு?"

"யார் சொன்னது? என்னவோ நானா. அப்பிடி நினைச்சுக் கொண்டேனோ என்னமோ. இல்லை வேறு யார் விஷயத்தையோ உங்க காரியம்னு கணக்காக்கி வச்சிருந்தேன் போல இருக்கு. கேட்டது நல்லதா போச்சு... சரி சார், "உடம்பை நல்லா பாத் துடுங்கோ எங்க முதலாளிகிட்ட ஏதாவது சொல்லணுமா, சார்?"

"புறப்பட்டாச்சா நீ? காபியைக் குடிச்சிட்டேல்லா. உங்க முதலாளிகிட்டே ஒண்ணும் சொல்ல வேண்டாம். கேட்டால் சுகம்னு சொல்லு, போதும். பாவம், நல்ல மனுஷன். அன்னைக்கு அந்த ராத்திரியிலே அவரும் டிரைவரும் ரொம்ப பாடுபட்டாங்க. ராத்திரி அந்த இடுமுடுக்கு வைத்தியர் வீட்டிலே போய் அவரெ எழுப்பி பெரிய பாடு. ஒரு நன்றி சொல்லக்கூட அன்னைக்கு இருந்த நெலையிலே மறந்து போச்சுது, உம் பாவம் நீயும் சும்மா அலையாதெ, நான் குணமாகி வந்திருவேன்" என்று விடை கொடுத்தார் பிள்ளை சார்.

எழுந்து வரும்போது கமலாவைப் பார்க்க வேணும் போல இருந்தும் தெரு வாசலைத் தாண்டி வருவது வரையில் – ஊஹூம் என்ன பெண் ஜென்மங்களோ? பெண்ணின் கூந்தலுக்கு இயற்கை மணம் உண்டா? என்று தர்க்கம் எல்லாம் வருமே. அது எந்தப் படம் என்ற சந்தேகம் வாசுவின் மனதில் நிறைந்து நின்றது!

மணக்காடு முக்கு ரோட்டைத் தாண்டி நடக்கும்போது வாசுவிற்கு மனதில் சப்பென்று இருந்தது. இனம் தெரியாத மாபெரும் குற்ற உணர்வொன்று கால்களையும் பரப்பிக்கொண்டு மன வட்டத்தின் மேல் அழுத்தமாக உட்கார்ந்துகொண்டது போல, 'என்ன இருந்தாலும் நல்ல ஒரு மனிதரிடமிருந்த ஏதோ ஒரு குறைக்காக அவ்வளவு தூரம் போயிருக்க வேண்டாம். கடையின் தட்டுப் பரண் மேல் இருக்கும்போது ஆக்ரோஷப்பட்ட மனதைக் கொஞ்சம் கட்டுப்படுத்தியிருக்கலாம். ஹூம். அப்படியென்ன ஊர் உலகத்தில் இல்லாத பொல்லாத காரியம் செய்துவிட்டேனாம். உப்புத் தின்றவன் தண்ணீர் குடிப்பான். படட்டுமே. ஒவ்வொரு நாளும் கடை கட்டுகிற நேரத்தில் வந்திருந்து கழுத்தறுப்பவனுக்கு இப்போ ஞானோதயம் வந்திருக்கிறதாம்...' என்று தன் மனதின் உறுத்தலுக்கு எதிர்க்கோல் போட்டு நெம்பியவாறு எண்ணங்களில் மூழ்கி நடந்துகொண்டிருந்தான் வாசு.

காலையில் எட்டு மணியிலிருந்து ஆரம்பிக்கும், போக்கத்த கடைவேலையில் படும்பாடு ஒரு தெரு நாய்க்குக்கூட வராது, உலகத்தில் எந்த நசுநட்டை வேலை வேணுமானாலும் செய்யலாம். ஆனால், இந்த கடை சிப்பந்தி – அதுவும் மளிகைக் கடை சிப்பந்தி யாக மட்டும் இருக்கக் கூடாது. சுமை தூக்கலாம். கட்டை வண்டி இழுக்கலாம். ஏன் அந்தக் கைக்குப் பிச்சை எடுக்கிற பிழைப்புகூடக் குற்றமில்லைதான். இதில் எல்லாம், ஒரு சுதந்திரம், சுகம் அது இது எல்லாம் உண்டு. ஆனா ஒரு கடுசான முதலாளியின் கீழ் சிப்பந்தி யாக இருப்பதென்றால் அலாவுதீன் கதை பூதந்தான். அடிமையை விடக் கேடு கெட்ட பொழைப்பு. அட, ஒண்ணும் வேண்டாம். ஒரு ரெண்டாவது ஆட்டம் சினிமாவிற்கென்று பிளான்போட்டால், போக முடியாமல் ஓராயிரம் கழுத்தறுப்பென்றால் என்ன நிம்மதி யிருக்கு ஜீவியத்திலெ? அதனாலதானே இந்த மாதிரி பாபகாரிய மெல்லாம்கூட ஆகிப்போவுது. 'தெரியும்டே வா' என்கிற மாதிரி அழுத்தலாகச் சிரித்துக் காட்டுகிறாரே பிள்ளை சாரு. அவருக் கிப்போ புத்தி வந்திட்டுதாம்... அது கொஞ்சம் முன்னாடி வந்திருந் தால், இப்போ, அய்யோ அம்மாடின்னு பொசு முட்டிப் போய் ஆத்த வேண்டாமாக இருந்தது.

பிள்ளை சாருக்கு இதொரு நித்யத் தொழில் மாதிரி. ஒரு நாளா ரெண்டு நாளா? எத்தனை நாளைக்குத்தான் ஒரு மனுஷன் இந்த மாதிரி வயிற்றெரிச்சலை சகித்துக்கொள்ள முடியும்? நாள் பூராவும் வரும் கைச்சிட்டை பெரிய சிட்டை லொட்டு லொசுக் கென்று அத்தனை வாடிக்கைகளுக்கும் அளக்க வேண்டியதை அளந்து, நெறுக்க வேண்டியதை நெறுத்துக் கொட்டி மல்லுக்கு நிண்ணு, மூக்கிலெ தூசு, வாயிலெ மண்ணு, மேலெல்லாம் வியர்வைப் பிசுக்கு என்றெல்லாம் மூச்சு முட்டி ஒரு வழியா, எட்டு

ஒம்பது மணி ஆகும்போது கொஞ்சம் அலை ஓய்ந்தது போல ஆகும். பத்து மணிக்கெல்லாம் கடை கட்ட வேண்டுமென்றால் மறுபடியும் மூச்சைப் பிடிக்க ஒரு தயாரெடுப்பு வேணும். சாக்கு மூட்டைகளை ஓரம் கட்டி, டப்பா, பாட்டில்களுக்கெல்லாம் மூடி போட்டு – அடுக்கி ஒதுக்கி உப்பு மூட்டையை வெளித் திண்ணையில் சாய்த்து, புளி, சர்க்கரை வெல்லக் கழிசல் பாய்களை எடுத்து வெளியே வீசி, வாளித் தண்ணீரில் கை கால் முகம்கழுவிக்கொண்டிருக்கும் போது – வருவார் பார்க்கணுமே இந்தப் பரப்பிரம்ம மனுஷன்.

'பிள்ளை சாரா வாருங்கோ, வாருங்கோ. வாசு, அந்தத் தடுக்குப் பாயெடுத்துப் போடு' என்று முதலாளி குரல் அட்டகாசமாக இருக்கும். அவருக்கும் உண்மையில் இவர் பேரில் மதிப்பு அது இதுவென்றும் ஒரு மண்ணுமில்லெ. அவர் வந்து சவையல் அடிக்கிற நேரங்கூட இருந்தால் எதாவது ஒரு கிராக்கி வராதா – அதுவும் இந்தப் பயக்கள் என்ன – பெரிய வெள்ளைக்காரன் பேரன்களைப் போல டாண்ணு பத்துமணிக்கே கடை கட்டீட்டு ஓடுறது – என்கிற அதயாக்கிரதம். அன்றைக்குப் பார்த்து ரஜினியின் புதுப்படம் வந்திருக்கும். எப்பிடியும் பத்து மணிக்கு படம் ஆரம்பிச்சாலும், தலைவலி மருந்து விளம்பரம், சோப்பு, பல் மருந்து விளம்பரம் எல்லாம் போட்டு நியூஸ் ரீலும் முடிஞ்ச பிற்பாடுதான் மெயின் படம் துவங்குவாங்க. டிக்கெட்டைப் பற்றிக் கவலையே இல்லெ. எந்தத் தியேட்டர் ஆனாலும் கேட் ஆளை சிநேகிதம் பிடிச்சு வச்சிருக்கிறதினாலெ கவலையில்லெ. நின்றுகொண்டாவது வந்த முதல் நாள் படம் பார்த்து தீரும். அதிலெ ஒரு இது. மறுநாள் காலையில் மற்ற கடை சகாக்களிடம் வீம்பு பேசலாம், லெக்சர் அடிக்கலாம். என்னவெல்லாமோ இருக்கு. அதுக்கு இந்தப் பிள்ளை சார் பெரிய வேதாந்தம் மயிரு படிச்சவரு... வந்திருந்து வெற்றிலை போட்டு, ஊர்க்கதை, உடச்ச கதையெல்லாம் அளந்து பதினோறு மணி வரை பொசமுட்டுதான் –

– நித்ய கண்டம் பூர்ணாயிசு போல அன்றைக்கும் இந்த மொட்டைக் கத்தியாலெ கழுத்தை அறுக்கிற காரியம் வந்து அமைஞ்சிது. அன்றைக்கானால், புது சிவாஜி படம். அவரே அப்பன், மகன், பேரன், பிள்ளைன்னு மூணு ரோல். பாட்டும் ஸ்டண்டும் பயங்கரமான ஸ்டோரி கதை. திருநெல்வேலியிலெ ரிலீஸான ஒரு மாசமும் திருவிழாதானாம், பேப்பரெல்லாம் முழுப் பக்கம் முழுப் பக்கமா விளம்பரம். இங்கே அன்னைக்குத்தான் படம் வந்திருக்கிறது. விட முடியுமா? எப்பிடியும் அன்னைக்கே பார்த்திரணும் – பகல் முதற்கொண்டு ஒவ்வொரு கிராக்கியாக ஒதுக்கி, எட்டு ஒம்பது மணிக்குள்ளே ஒரு மாதிரி சீருபிடிச்சு வந்தப்போ – முக்குத்தாண்டி, ஆனை ஊர்வலம் போல, அரைக்கை

சட்டையும் மேல்துண்டுமாக அடிவச்சு அடிவச்சு வாறாரு பார்க் கணுமே இந்தப் பிள்ளை சாரு. கபுக்கென்று நெஞ்சுக்குழியிலெ தீப் பிடிச்சது போல ஆயிப்போச்சுது. அட பாவி மனுசா உமக் கொரு சாக்காலையும் வராதான்னு பிராகினேன். வந்தவரும் தடுக்கை நீக்கிப் போட்டு உக்காந்தாரு. சிதம்பரம் உமக்கொரு கதை தெரியுமான்னு – அடியெப் பிடியெடா ஆப்பையாண்டின்னு ஆரம்பிச்சாரே பார்க்கணும். அதாவது நாரத முனிக்கு, பிறவி யில்லாத புண்ய ஜன்மம் எது என்று ஒரு சமயம் சந்தேகம் வந்ததாம். அவர் என்ன செய்தாருன்னா நேரா வைகுண்ட புரிக்கே போய், சாட்சாத் மஹாவிஷ்ணு கிட்டயே கேட்டாராம். ஸ்வாமி, ஸ்வாமி– நாராயண மஹாப்பிரபோ, பிறவியில்லாத ஜன்மம் ஏது ஸ்வாமி யென்று, சாஷ்டாங்கமாக விழுந்து கேட்டாராம். விஷ்ணுவாகப் பட்டவர் மாயாதி மாயனாச்சே. வோய் நாரதரே – அது எனக்குத் தெரியாது. மதுராபுரிக்கு தெற்கே மவுட்யான்னு ஒரு கிராமம். அங்கே ஊர் மத்தியிலெ ஒரு அரச மரம் நிக்கும். அந்த மரத்துமூட்டிலே போய் நல்லா கூர்மையா பார்த்தா மர அட்டை ஒண்ணு இருக்கும். அதுங்கிட்டே உம்முடைய சந்தேகத்தைக் கேளும். பதில் சொல்லும்னாராம். நாரதர்தான் திரிலோக சஞ்சாரி யாச்சே. அடுத்த க்ஷணம் மதுராபுரி மவுட்யா கிராமத்துக்கு வந்து சேர்ந்தாரு... அப்பிடியே, பிள்ளை சார் இப்பதைக்கெல்லாம் ஓயக் கூடியதா தெரியல்லெ. எனக்கானா நெஞ்சுக்கொலை பற்றி எரியுது. மணியெ பாக்கிறேன். தெருவெப் பார்க்கிறேன். முதலாளியானா கதையைக் கேட்கிற ரசனையேறிப் போய் அப்படியே இருக்கிறாரு. ஒவ்வொரு சாக்கு மூட்டையா உள்ளே கொண்டுபோய் ஒதுக்கி னேன். உள் லைட்டை அணைச்சிட்டு ஸ்டாக் முறயெ கொண்டி போட்டு, பூட்டை இழுத்துப் பார்த்திட்டு மறுபடியும் வந்து நிக்கிறேன். இங்கே நாரதரு அரசமரத்தடியிலெ மர அட்டையெ தேடுறாரு... மணி பத்து... பத்தே கால்... ஏன் பத்தரை ஆயாச்சுது. இந்தப் படுவாவி மனுசனை அப்பிடியே திரையோடு சேர்த்து வச்சு மூச்சுத் திணறத் தேச்சுக் கொன்னிரலாம்னு வருது. வேய் வாணாலே நிறுத்தும் வோய் உம்ம கதையையின்னு கூப்பாடு போட வாயெடுத்தேன்.... அப்பா, ஒரு மாதிரி எங்க முதலாளிக்குத்தான் மனசிரங்கி, வாசு, பலகையெப் போடுன்னாரு... அன்னைக்கும், பத்தரை மணியாச்சுன்னு விட்டேனா? கடையைப் பூட்டி சாவியெ கொடுத்திட்டுப் பறந்துதான் போனேன். ரெண்டே ரெண்டு சீன் முடிஞ்சிருந்தது. எப்பிடியோ போட்ட அன்னைக்குப் படம் பார்த் திட்டேன்.... ஆனா அன்னையிலேருந்து ஒரு வைராக்கியம். ஒரு நாள் இல்லாட்டி ஒருநாள் இந்த அதிமேதாவி பிள்ளை சாருக்கு ஒரு பாடம் இருக்குன்னு கருவிக்கிட்டேன். இவருக்கு ஓசியிலெ காபியும் வெத்தலையும் சண்ணணுமானா நேரக்காலத்தோட வர்றது.

இற்றுள்ளவன் அத்து அலந்த ஆசையிலே ஏன் மண்ணை அள்ளிப் போடணும்?

சம்பவ தினத்தன்று, இந்தப் பிள்ளை சார் வந்தப்போ நான் மச்சுப் பரண் மேல, காலிச் சாக்குகளை மடிச்சு அடுக்கீட்டு இருந் தேன். 'வாரும் மனுசா வாரும்' என்று மனசுக்குள்ளாக ஒரு கருவல். மச்சுக்கு நேர்கீழாக பட்டறைக் குழிப் பக்கத்திலெ இவரு வந்து சட்டமா உக்காந்தாரு. சின்னப்பய கையாளெக் கூப்பிட்டு முதலாளி வெத்தலை வாங்க அனுப்பினாரு...

மச்சு சுவரோரத்திலெ கட்டுத்தறி; பழைய காலத்து நல்ல ஈட்டி மரஉருப்படி. குண்டும் குறுமாணியுமா கோர்ட்டு சாட்சிக் கூண்டு போல மூலையிலெ ஒதுக்கி வச்சிருந்தது. கொஞ்ச நாளா அதுக்கு ஒரு காலு வேறெ ஆட்டம் கண்டு போயிருந்தது. அதெக் கொஞ்சம் நகட்டி வச்சா இன்னொரு அட்டி காலிச் சாக்குகளே அந்த ஓரமா ஒதுக்கீரலாம்னு தோணிச்சுது. நின்ன வாக்கிலெ கட்டுத்தறியை ஒரு புரட்டு புரட்டினேன்... அவ்வளவுதான், தெரியும், தொபுக்கடீர்னு கட்டுத் தறி தலை குப்புற கீழே கவுந்தது. கீழே பிள்ளை சார் அய்யோன்னுகூடச் சத்தம் போடலை. சட்புட் டென்று, கார் பறக்கவும் என்னவோ எல்லாம் நடந்தது. நல்ல வேளையென்றுதான் சொல்லணும்.

பொழுதடஞ்சு இருட்டும், இருட்டினா விடியும். கடவுள் ஏன் இருக்கிறாரு? கடவுளுக்கே பிள்ளைசாரின் இந்த எக்காணம் பொறுக்கல்லே. மருந்தெண்ணெயை கோர இறைச்சிட்டு கெடக் காரு மனுஷன்... போய்ப் பார்த்தாச்சு, சாகல்லெ. அந்த மட்டிலெ நல்லது. இனிக் கொஞ்ச நாள் அனத்தமில்லெ. அடுத்த வெள்ளிக்கிழமெ சிவாவிலே புதுப்படம் ஒண்ணு வருது...!

நினைவுகளின் மிதப்பில் கிழக்குக் கோட்டை பஸ் நிலையம் வந்துவிட்டதையே அறியவில்லை வாசு. திருமலைக்குத் திரும்பிப் போகும் பஸ் ஒன்று, காது செவிடுபடிம்படியாக ஹாரனை அமுக்கியபோதுதான் வாசு தன்னுணர்வு பெற்றான். 'அய்யோ, பஸ் ஸ்டாண்டு வந்தாச்சே. ஜகதி பஸ் எப்போ வருமோ? அதுக் கிடையில் ஒரு சாயா குடித்தால் போச்சு...' என்று எண்ணியவாறு பஸ் நிலையத்து எதிரே இருந்த டீ ஸ்டாலில் நுழைந்த வாசுவிற்கு, 'பெண்ணின் கூந்தலுக்கு இயற்கை மணம் இருக்கிறதா?' இந்த தர்க்க வசனம் எந்த சினிமாவிலிருந்து வருகிறது என்ற தீராத சந்தேகம் – மனதில் விஸ்வரூபமெடுத்தது!

❖

55

விருந்து

குருவிற்கு பட்டணத்திலிருந்து நண்பர் ஆனந்தன் கடிதம் எழுதியிருந்தார். வெறும் நண்பர் என்பதைவிடப் பெரிய இலக்கிய மேதை, சிந்தனையாளர், ஞானஸ்தர் என்றெல்லாம்தான் அவரைச் சொல்ல வேண்டும். அப்படிப்பட்டவர் கடிதமெழுதியிருக்கிறார். வருகிற ஞாயிற்றுக்கிழமையன்று, தான் திருவனந்தபுரம் வருவ தாகவும், ஒரு நாலைந்து நாட்களாவது உடன் தங்கி இருந்து, பழைய நினைவுகளையெல்லாம் பகிர்ந்துகொள்வது என்றெல்லாம் கடிதம் சமத்காரமாக இருந்தது... 'விடிந்தால் ஞாயிற்றுக்கிழமை. சென்னை எக்ஸ்பிரஸ் காலையில் சரியாக எட்டுமணிக்கெல்லாம் வந்துவிடும். அதற்கேற்றாற்போல் முன்னதாகவே ஸ்டேஷனுக்குப்போய் நிற்க வேண்டும்' என்று எண்ணிக்கொண்டார், குரு.

"நீங்கள் முன்னப் போல, பெரிய விவசாயம் அறுவடை அது இதென்று பிரமாதமாக இன்னும் இருப்பதாக உங்கள் இலக்கிய நண்பர் நினைத்துக்கொண்டிருப்பார். இங்கே, வந்து பார்க்கும் போதல்லவா தெரியும் அய்யா சண்ட பிரசண்டம்..."

"என்ன பார்வதி அவர் வந்ததும் நீயே சொல்லிக் கொடுப்பாய் போலிருக்கிறதே – இதோ பாருங்கோ, உங்க சிநேகிதர் இப்போ முன்னப் போல ஒன்றுமில்லே, ஓட்டாண்டியாகிவிட்டார். அதனாலே பேசாமல் ஊரைப் பார்க்கப் போய்விடுங்கள் – என்று..."

"அப்படித்தானே இருக்கு நெலமை... நீங்க உங்க பாட்டுக்குப் பணியாரத்தை வை, பப்படத்தைப் பொரிச்சுப் போடு, பொங் கல்லே நெய்யை ஊத்துன்னு கார்வார் செய்வீங்க... அந்த ஆள் போனதுக்கப்புறம் மாசம்பூரா வெறும் நாற்றம் பிடிச்ச, ரேஷன் அரிசிச் சோறும், ரசமும்னா, உங்களுக்கு முகத்திலெ அக்கா குடி யேறீருவா. எத்தனை வருஷமா நானும்தான் பார்க்கிறேனே... இன்னி யாது கொஞ்சம் பாடேவிதி எழுத்தும் குரு சிஷ்யர்களுமா சிநேகிதர் களும், சீரு பொருந்தித்தான் இருக்கு..."

"அதுக்கு என்ன செய்யிறது பார்வதி? திருவனந்தபுரம்னா தமிழ்நாட்டை விட்டு தள்ளியிருக்கிற விசேஷமான எடம். இங்கே

பத்மநாபசுவாமி கோயில், பழைய மஹாராஜா, முண்டு உடுத்திய அழகான நாரீ மணிகள் என்று எல்லாம் ஒவ்வொருத்தங்களுக்கும் வந்து பார்க்க ஆசை. அதுக்கு இங்கேயிருந்துகொண்டு நான் ஒருத்தன் அதுவும் இதுவும் எழுதுறேனா – ஆஹா நீங்கதான்னு பாராட்டிக் கடிதம் எழுதறது... கொஞ்சநாள் கழிஞ்ச ஒடனே ஒரு சுற்றுல்லாப் பயணம்...”

“இப்பிடியே சிநேகிதம், விருந்தாளி, கதை, கண்ட கண்ட புஸ்தகங்கள்ணிட்டு தொழிலைக் கவனிக்காமெ, வீட்டெக் கவனிக் காமெ – இப்போ இவ்ளோ தூரத்துக்கு ஆனப்புறமும், உங்களுக்கு தாஸிக்கு வயசாயும் கொண்டைக்குப் பூ கேக்கிற மாதிரி இன்னும், சினேகிதங்களும் விருந்தும் முடிஞ்ச பாடில்லே... நடத்துங்கோ, தூரத் தொலையலே அந்த ஆண் பிள்ளை பையன், சம்பளத்தை வாங்கி தான் கூடச் சரியா சாப்பிடாமெ குஷாலா மாசாமாசம் பணம் அனுப்புறதினாலெ ரேஷனும் அதுவுமா ஒப்பேத்திட்டு போறோம்... அதையும் பார்ப்பமே. அவனுக்கும் ஒரு கல்யாணம் அதுன்னு ஆயிட்டா பின்னெ எப்படி இதெல்லாம் நடக்குமோ...”

நினைக்கும் போதெல்லாம் குருவிற்குப் பார்வதியின் இந்த ஆதங்கமும் அரட்டலும் உண்மையாகப் பட்டாலும் – தன் உள்ளி ருப்பை தூரத்திலிருந்து வரும் நட்பு எனும் கித்தாப்பின்முன் விட்டுக் கொடுக்க முடிகிறதில்லை. உள்ளாழ்ந்த இலக்கிய விசாரத்தின் சுகம், வேதாந்தி சொல்வது போல இந்த உலகாயத மாயையிலிருந்து கிடைப்பதில்லையே. நாளை வந்து நிற்கப் போகும் ஆனந்த நாராயணன் அப்படி வெறும் சாமான்யமான ஆளா என்ன? மண் மணம் அவர் எழுத்துகளில் அப்பிடியே பூத்துச் சொரியும். வட்டார வழக்கின் கடைந்தெடுத்த உரையாடல்கள், பாத்திரப் படைப்பின் கச்சிதம் என்று சிருஷ்டி இலக்கியத்திற்கு அகாடமி பரிசெல்லாம் கூட வாங்கியிருக்கிறார். பக்குவமான உள்மன இயல்பு. ஞானம், தெளிவு, கிட்டமுட்ட எழுபத்தி ஐந்து வயதிற்கு மேலும், பாலுணர்வு காரியங்களை நயமாக நளினமாக, கவிதைக் குறிப்பு போல, தேன் தெளிவு போல, எழுத்தில் விசிறிக் காட்டுவதில் வல்லவர். புதிதாக வந்த அவரது நாவல் ஒன்று. புத்தகக்கடையில் ஒரே ஒரு பிரதி இருக்கக் கண்டபோது – நாற்பது ரூபாய் கொடுத்து அதை வாங்கிய சாகஸம்... மழைக் குளிரில் இழுப்பு வந்து படுத்திருக்கும் குழந்தைப் பிள்ளைக்கு, மருந்து வாங்க முடியாமல் போனது. டாக்டர் எழுதிக்கொடுத்த மருந்து, கடையில் இல்லையென்று பார்வதியிடம் பொய் சொன்னது... மறுநாள் மேசை அறையில், ‘இது ஏது புஸ்தகம். நேற்று வாங்கினது மாதிரி இருக்கே?’ மருந்துப் பணம்தான் புஸ்தகமாக மாறியிருக்கு – என்ற உண்மையைக் கண்டு

பிடித்ததும், தன் குணம் தெரிந்து குற்றம் காணாத பெருந்தன்மை யான பார்வதியின் பதவிசு...

...ஐம்பது வயதிற்கு மேல் ஆயிற்று. இலக்கியம், புஸ்தகம், சர்ச்சைகள் என்று வாழ்க்கையை வீணிற்கு நிலாக் காய்ந்துவிட்டு, தூரத் தொலைவில் சர்க்கார் வேலை பார்க்கும் ஒரே பிள்ளை அனுப்பி வைக்கும் வருமானத்தில் ரசம், சோறு, சின்ன புறச் சிலவு என்று சிக்கன வேலியுள் அமர்ந்துகொண்டு, முன்பு வாங்கி அடுக்கி யிருக்கும் புஸ்தகக் குவியலில் முக்குளியிட்டு, மோப்பம்கொண்டு வாழ்க்கை சிதலில்லாமல் ஓடுகிறது. குரு எண்ணங்களிடையே, கொட்டாவி விட்டுக்கொண்டார். விருந்துதானே? வரட்டும் சமாளித்துக்கொண்டால் போயிற்று!

"...என்னம்மா எப்பிடி இருக்கீங்க? ரொம்ப காலமாச்சுதே பார்த்து? உண்மையிலே பாருங்கோ குரு, உங்களெ உங்க மனைவியை இதெப் போல நல்ல நாலுபேரை பார்க்கும்போதுதான் மனுஷங்களைப் பார்த்த மாதிரி இருக்கு. நல்ல காற்று, நல்ல மனசு, கபடு இல்லாத ஈடுபாடு எல்லாம் மெட்ராசுங்கிற சகதிக் கும்பியிலே ருந்து விட்டு வந்தாத்தான்கிற மாதிரி இருக்கு..."

"இப்பிடியே பேசிக்கொண்டே இருந்தால் – இலையிலே வச்சது எல்லாம் அப்பிடியே இருக்கு..."

"அட, போதும்மா, வைக்காதீங்க. என்ன இது? பாத்திரத்திலெ இருக்கிறது எல்லாத்தையும் எனக்கே வச்சுட்டா எப்பிடி சாப் பிடுறது...?"

"எல்லாத்தையும் வைக்கல்லே. இன்னும் இருக்கு. நல்லா சாப்பிடுங்கோ..."

"இல்லெ குரு. வேணுங்கிறதெ மட்டும்தான் வாங்கிக்கணும். நீங்க அதிகமாய்போட்டு இலையிலெ நான் மிச்சம்வச்சிட்டா இத்துணுண்டு தானேன்னிட்டு நீங்களும் எடுத்து தூர வீசுடுவீங்க. ஆனா உணவுப் பொருளே வீணடிக்கிறதெப்போல பாவகாரியம் இல்லவே இல்லைன்னுதான் சொல்லுவேன்..."

"என்ன பாவ காரியம் – நாம மிச்சமெறிகிறதெ திங்கறதுக்கு தான் நாய், பூனை, காக்கை குருவி அது இதுன்னு பிராணிகள் இருக்கே... ஒவ்வொரு காரணதிற்கும் ஒவ்வொரு காரியம் இருக்கத்தான் செய்கிறது. பாறாங்கல்லினுள் நீர்க்குழி, அதில் உயிர் வாழும் தேரை என்றெல்லாம் தத்துவத் திரிகளாகச் சொல்வ துண்டே..."

“இதுதான். நீ பேசப் பேச கேட்க திவ்யமாக இருக்கு... பேச்சைக் கேட்டுக்கொண்டே இருக்கும் மிதப்பிலே – இதோ பாரு. போதும் வேணாம்னு ஒதுக்கின வடகவத்தல் பூராத்தையும் சாப்புட்டுட்டேன்... இலை கிளீன்... பின்னெ என்ன திருப்தி தானே?”

சிட்டையும் சிரத்தையுமான, வயோதிக பழக்க வழக்கங்கள் அறிந்து ஆழ்ந்து நுணுகிப் பார்க்கும் இலக்கியப் பார்வை. அவரது ஒவ்வொரு பேச்சும் செயலும் – காணக் காண, குரு – தன்நிலை மறந்த ஒரு லயத்தில் மிதக்கலானார்.

“...குரு, இலக்கியத்திற்கு எதுவும் கருதான். பாபகாரியம் பரத்தை சமாச்சாரம் என்றெல்லாம் ஏன் ஒதுக்கணும்? நாம இப்போ விதவிதமான சட்டை அங்கி, புடவை அது இதென்று அணிகலன்களே அணிகிறோம். நடக்கிறோம். ஆனா என்ன அணிஞ்சு, என்ன வேஷம்போட்டு என்ன புண்யம்? குருண்ணா இப்பிடி இருப்பே, இதோ இந்த நாண்ணா பட்டை விபூதி, மொட்டைத் தலை, என் சம்சாரம் பார்வதின்னா மெது நடை, சிரிச்ச முகம், என்றெல்லாம் ஒவ்வொருத்தருக்கும் ஒவ்வொண்ணு அமஞ்சிருக்கு. இதெல்லாம் வெளிவேஷத்திற்கு அப்பாற்பட்ட விஷயம். என்னதான் தங்க ரேக்கிலெ முகப்பட்டமும் முதுகு மேலெ அம்பாரியும் பரிவட்டமும் வச்சாலும், யானைங்கிறது, அந்த அலங்காரங்கள் இல்லியே. அப்போ, உண்மை என்ற அமைப்பின் முன்னால் தொங்கு தோரணங்கள் எல்லாம் சும்மா. என்ன குரு பேசாமெ இருக்கிறே?”

“சொல்லுங்கோ?”

“ஆமாம். நான் பாட்டுக்கு வம்புவகை தொகையென்று சொல்லிக்கொண்டே இருக்கணும். நீ மௌன சாமியார் மாதிரி கேட்டுக்கொண்டே இருக்கணும். நீயுந்தான் கொஞ்சம் சொல்லேன்–?”

“எனக்கென்ன சொல்ல இருக்குது – தமிழகத்திலேர்ந்து ரொம்ப தூரத்திலே இருக்கிறேன். அங்கே என்ன ஏதுன்னு உங்களெ மாதிரி விஷய ஞானமுள்ளவங்க வந்து பேசறதெ கேட்க கேட்க ஒவ்வொரு இதழா வந்து விரியுமே கொத்துப் பூ அதுபோல வியப்பாகவும் சந்தோஷமாகவும் இருக்கு...”

“குரு அதுதான், நான் முதல்லே சொன்னது மாதிரி அக்கப்போர் சமாச்சாரம்தானே என்னாலெ விளம்ப முடியுது... நீயானா இங்கே வித்தியாசமான ஒரு ரெண்டுங்கெட்டான் தமிழ் உலகத்திலே இருக்கிற. உண்மையில் பாரு, எங்க பட்ணத்திலெ

இருக்கிற தெலுங்கு கலந்த, துலுக்கண் பாஷைபோல, பறங்கி பாஷைபோல இல்லாத, மலையாள கொச்சைத் தமிழெ கேட்கும் போது, சொந்தமான புதிய ஒரு கலாச்சார சுகத்தை அனுபவிக்கிறது மாதிரி இருக்கு...”

“அப்போ நாங்க இங்கேயிருந்து எழுதற மலையாளம் கலந்த தமிழ் சுகமானது என்று, வட்டார வாக்கிலேயே கைகண்ட நீங்க சர்டிபிகேட் தர்றிங்க –”

“அடடா அதைத்தானே சொல்ல வந்தேன். நீங்க ஏன் மலை யாளத் தமிழ்னு பிரிச்சுப் பேசணும்–? செந்தமிழே கொடு மலை யாளம்னு சொல்லே இருக்குது. சிலோன்காரங்களும், இங்கே நீங்க நாஞ்சில்காரங்களும் சேர்ந்து பேசுற தமிழும், எழுத்தும் பார்க்கப் பார்க்கப் பிரம்மானந்தமாக இருக்கு. தமிழின் இனிமைகூடத் தமிழகத்திலெ மதுரைக்குத் தெற்கேதான் இருக்கு. எங்க மெட்ராஸ் தமிழ் மாதிரி பேஜரான காரியம் எதுவும் இல்லே. பாத்தியா வந்திட்டுதே பட்டணத்து நாற்றம். பேஜாரு, கஸ்மாலம், நாஸ்தா – என்னய்யா, இது? தமிழாங்கிறேன்?”

“நீங்க மொழி சுகம் பற்றிச் சொல்லும்போது – ஒரு காரியம் ஞாபகத்துக்கு வருது... நாங்கள் கதை, நாவலுக்கு எடுத்துக் கொள்ளும் கரு. அதைப்பற்றியும் சொல்லணுமே? சமீபத்திலெ ஒரு கதையிலெ சமூகக் கொடுமைகளின் பிசிர் பற்றிச் சொல்லி வந்தபோது, நகர நாகரிகத்தின் அவசரக்கோலம் அதுவெல்லாம், சொல்ல நேர்ந்தது. புலால் உணவு விடுதியொன்றின் வியாபார தகிடு தத்தங்களிடையே ஆட்டு இறைச்சிக்குப் பதிலாக, நாய் இறைச்சி பரிமாறப்படுவதாக எழுதியிருந்தேன். வந்ததே வினை. என்னவாயிற்று என்றால்? நிற்க வைத்து கிழித்துவிடுவேன் என்ற அளவில் ஏசிக் காட்டினார்கள்... நமது தொன்மையான சிற்றிலக்கி யங்களிலே நாயை நாயகனாகக்கொண்டிருந்த நாரிமணிகள் பற்றிப் பாட்டு வருகிறது... இலக்கியம் என்ற உன்னத நிலையில் உண்மைகளின் மேலிருக்கும் செதிள்களை மட்டும் பார்ப்பானேன் என்று கேட்டால் ரோஷம் பொத்துக்கொண்டு வருகிறது...”

“குரு நீங்கள் சொல்வது, எது இலக்கியம், எது இலக்கியம் என்ற வகையைக் கொண்டது. இன்று எதையும் சொல்லலாமென்ற பாணியில் பால் உறவுகளை வக்ரமாகச் சொல்லி படம்போட்டுக் காட்டும் ‘குடும்ப பத்திரிகைகள்’ தாராளமாகத் தொங்குகிறது. இந்தப் பண்பாளர்கள் வீடுகளிலெல்லாம் இந்த மாதிரி சஞ்சிகைகள் தான் படிக்கிறார்கள். ஆனால், இந்த மஞ்சள் விஷயத்திற்கப்பாற் பட்ட காரியங்கள் தங்களுக்கு எட்டாததினால் சபை கூட்டி சத்தம்

போடுகிறார்கள். விடுங்கள், இலக்கியம் என்பது முழம்போட்டுக் காட்டவோ திரையிட்டு மறைக்கவோ செய்வதற்கு அப்பாற்பட்ட காரியம். ரசனை என்பது கல்மிஷமற்ற அறிவின் தேய்மானமற்ற உண்மை!"

"என்னம்மா நீயா சிரிக்கறே...? இன்னைய பொழுதுதான். நாளை ஊரைப் பார்த்து போயிர்றேன்... உன் வீட்டுக்காரர்தான் விட்டேனாங்கிறாரே? இன்னைக்கேகூடப் போயிருக்கலாம். ஆனா வந்ததே வந்தோம் அப்படியே நாகர்கோயில் போய் அது வழியா கன்னியாகுமரி தரிசனத்தையும் முடிச்சிட்டு ஓடீரணும்னு ஒரு திட்டம். அது நடக்கிறதோ இல்லையோ? அப்புறமென்ன பழைய படியும் அப்பாடா, ராவணாங்கிற மாதிரி ஆயுட்டுது. இன்னொரு முறை உங்களையெல்லாம் பார்க்க முடியறதோ இல்லையோ...?"

"என்ன சாமி இது? வந்து சாப்பிட்டுட்டு போங்கோன்னு பார்வதி கூப்பிட்டதினாலெ, இப்படி அறம் பாடுற பேச்செல்லாம் வேணுமாவென்ன?"

"என்ன குரு நெருப்புன்ன ஒடனே வாய் சுட்டுப் போவுமா? பிறந்தா சாகணும்... உண்மையிலெ பாரு குரு. சாவு அல்லது ஒரு நல்ல காரியம், கெட்ட காரியம் நடக்கப் போறதுன்னா எனக் கென்னமோ கொஞ்சம் முன்னாலேயே அதெப் பத்தி ஒரு சூசகம் தெரிய ஆரம்பிச்சுடும். தாகம்னா வாய் வரண்டு போகுமே அது போல, தும்மலால மூக்கு திணவு கொள்ளுமே அதுபோல எல்லாம்..."

"சரி... சரி வாங்கோ. அங்கே தோசை போடுறாப்லெ. சாப் பிட்டிட்டு இந்த வாய் வேதாந்தங்களைப் பேசிக்கொண்டால் போச்சு. அதிலை பாருங்கோ, நாளைக்கு உங்க பிரயாணம்னு நினைக்கும்போதே சங்கடமா இருக்குது. எனக்கு வாய்ப்பு மட்டும் சரியா இருந்துதுன்னா மாசக் கணக்கானாலும் விட்டுட மாட்டேன்."

"என்ன பார்வதி – இன்னும் தேங்காய் எண்ணெயை விட்டு முறுகலா ஆளுக்கு ஒவ்வொரு தோசை கூடக் கொண்டாயேன்... அடுக்களை உள்ளே போனா அங்கேயே நின்னுக்கிறதா?"

"அட போதும் குரு... அவங்களெப் போட்டு என்ன தொரத்து தொரத்துறே நீ..." என்றவாறு எழுந்து போய் கையைக் கழுவிக் கொண்டவர், திண்ணைக்குப் போய்விட்ட பின்பு குரு சாவகாச மாகப் புறக்கடையில் கை கழுவிக்கொண்டு அடுப்படிக்கு வந்தபோது பார்வதி பாத்திரங்களை ஒழுங்கு செய்துகொண்டு இவரைக் கவனியாமல் நின்றுகொண்டிருந்தாள்.

"நீ சாப்பிடலியா பார்வதி...?"

"............................"

"என்ன பதில் இல்லே? தோசைக் கல்லெ வேற இறக்கி வச்சிருக்கே... உனக்கு முதல்லேயே எடுத்து வச்சிட்டியா?" பாத்திர மூடியை விலக்கிப் பார்த்தார் குரு. "அட, என்ன உனக்கு இல்லியா பார்வதி?"

"தோ பாருங்கோ, எனக்கு இருக்கு – இல்லே... உங்க பாட்டுக்கு அங்கே திண்ணைக்குப் போங்கோ... நாளைக்கு ஊர் திரும்புற மனுஷனுக்கு காதிலெ விழப்போவுது. இன்னைக்கு ஒருநாள் ஏகாதசி விரதம்னு நினைச்சுக்கிட்டாப் போவுது..."

வெளியே வந்த குருவிற்குக் கொஞ்ச நேரத்திற்கு நமநமவென்று இருந்தது. என்னவொரு மடத்தனமான காரியம். பேச்சு, தத்துவ விசாரம், ஆசாரக்கலை என்று வக்கணையில் மூழ்கிவிட்டால் உண்மை உலகம் மறந்துபோகிறதே... உம்... விருந்து ஆள் வந்து நாலைந்து நாள் போனது தெரியவே இல்லைதான். ஆனால், அவள் பார்வதி என்னவெல்லாம் அசகாய காரியங்கள் செய்து பந்திக் கடையை ஒப்பேற்றினாளோ? கடைசியில் இன்று ராத்திரியில் அவள் பட்டினி! நேற்று, முன்நாள் எல்லாங்கூட அவள் காரியம் நினைத்துப் பார்க்கக்கூட இல்லை... என்ன மடத்தனம். அடி மண்டு மாதிரி மிச்சமிருந்த கைப்பணம் அண்டை அயல் கைமாற்று கடன் என்று என்னவெல்லாம் ஆயிற்றோ? வட்டுச் சத்தம் வெளியே தெரியாத சூட்சமத்தில் பார்வதி கெட்டிக்காரி... எண்ணங்களால், மனைவி மேல் அர்ச்சனை செய்தபோது பச்சாதாப உணர்வு மேலிட்டதால், கண்கள் பனித்தது. 'சேய். பாவம் பார்வதி... ராப்பட்டினி அல்லவா ஆகிவிட்டது...'

"என்ன குரு சாப்பிட்டு வந்தப்புறம் என்னவோ மாதிரி? சரி... நெறையத்தான் பேசியாச்சுது. பொழுது ஆனதும், நாட்கள் போனதும்தான் தெரியவில்லை... இன்னைக்காவது நேரத்தோட கொஞ்சம் படுத்துத் தூங்கலாம். விடிந்தால் பிரயாணம்... என்றவாறு விருந்தாளி அன்றைய 'பந்தா'க்களுக்கு முற்றுப்புள்ளி வைத்தபோது, குரு உலகாயதம் என்ற வெறுமை பற்றி எண்ண லானார். 'உம். பாவம் பார்வதி....!'

விடிந்தபோதே விருந்தாளியின் பிரயாணத்திற்காக ஆயத்தங்கள் கலகலத்தன. துல்லிதமான சம்பா அரிசி குழாய்ப் புட்டும் பப்படம் பொரித்து துணைக்கு வாழைப் பழங்களாக

காலை டிப்பனை மணக்கச் செய்திருந்தாள், பார்வதி... 'பார்வதி யென்றாலே பார்வதிதான். எப்பிடி இதையெல்லாம் காதும் காதும் வைத்ததுபோல ஒப்பேற்றி பரிமளிக்கச் செய்கிறாளோ... வந்தவர் போய்ச் சேரட்டும். பாவம் அவளுக்கு நிறைய நல்ல வார்த்தை சொல்ல வேண்டும்' என்றெல்லாம் மனக்குமிழிகளை மிதக்க விட்ட வாறு பிரயாணத்திற்கு 'பொட்டலம்' கட்டிக்கொண்டிருந்தார் குரு. பொட்டலம் – என்றால், கொஞ்சம் புத்தகங்கள், பழக்கடைக்கார னிடம் கடன் சொல்லி வாங்கி வந்த எட்டுபத்து நேந்திரன் வாழைப் பழங்கள், இதெல்லாம்தான். ஆயிற்று, வந்தவர் புறப்பட்டு ஆயிற்று.

"நானும் அடிக்கொருதரம் வர்றேன். சம்பந்தி வீட்டுக்கு வர்றது போல – வந்து விருந்து சாப்பிட்டு, சவுடாலும் சமத்காரங்களுமாகத் தூள் அடித்துவிட்டு, இதோ புறப்பட்டேன் என்று போய் விடுகிறேன். அப்புறம், வந்தேன் சுகம், சுகம் தானான்னு ஒரு கடுதாசி அவ்வளவுதான். என்னம்மா பார்வதி. நீங்க ரெண்டு பேரும்தான் ஒரு தரம் எங்க பக்கம் பட்டணத்துக்கு வந்து ஒரு பத்து நாள் இருந்திட்டு வர்றது. அப்புறம் இந்தக் கடன் எல்லாம் தீரத்தான் வழி வேணுமே...?"

"என்ன இது நீங்க, கடன் அது இதுன்னிட்டு. நீங்கள் எங்களைத் தேடி வர்றதே எங்க பாக்யம்... நாங்கள் எங்கள் கடமையைச் செய்யிறோம்..."

"கடமையோ உடமையோ. நீங்கள் ஒரு தரம் வந்து போனால் தான் பரஸ்பரம் எங்கிறது இருக்கும். சரியம்மா. பத்துமணி ரயில். ஆச்சு நேரமாச்சுது. உங்க பையன் எந்த ஊர் பாங்கிலெ வேலை பார்க்கிறதா சொன்னீங்க..."

"அட, அது ஹைதராபாத் பக்கம் – ஒரு கிராமம். இந்த வருஷ மாவது இந்தப் பக்கம் வந்திரணும்னிட்டு எம்பி மந்திரி வரைக்கும் பார்த்ததா லட்டர் எழுதியிருக்கான்.... சரி நேரமும் ஆகுது.. புறப்படுறது..."

"வரேன்மா... மனசு நெறஞ்சு சந்தோஷத்திலே புறப்படுறேன். போய் லட்டர் போடுறேன்.. மறந்திராதீங்க, ஒரு தரம் அந்தப் பக்கம் வாங்க..."

இருவரும் படியிறங்கி, தெருவாசல் தாண்டி, கோடி திருப்பத்தில் மறைவது வரையில் பார்த்துக்கொண்டே நின்றாள், பார்வதி.

ஹம்மா... பெரிய மழை மேக மறைப்பு விலகியது போலி ருந்தது. சீ, அப்படியேன் எண்ண வேண்டும்! கொண்ட துணையின் ஆத்ம நிறைவு, கஷ்டமோ, கடனோ உடனோ ஒரு கோணல் குறை

இல்லாமல், ஒவ்வொரு வேளையும் திருப்தியாகக் கடத்தி விட்டதிலும், வந்தவர் பெருமித நிறைவுடன் விடை பெற்றுச் சென்றதிலும் மனப்பூர்வமான சந்தோஷமிருக்கத்தான் செய்கிறது. ஆனாலும் இனியொரு முறை எண்ணிப் பார்க்கும்போது சப்பென்று அடிவயிற்றில் நெருப்பு கனன்றது, பார்வதிக்கு.

அடுத்த வேளைக்கு என்னவென்று எண்ணியபோது, நெஞ்சைக் கரைத்துக்கொண்டு ஓவென்று அழவேண்டும் போலிருந்தது. அண்மை, அயல் கேட்டால் கிடைக்குமிடம் என்றெல்லாம் நிறைய வாங்கி இலை விரித்தாயிற்று. என்ன செய்ய... என்ன செய்வது? கிழிந்த துணியென்றால் தையல் போடலாம். உடைந்த பானையை என்ன செய்ய முடியும்? நினைவுகளிடையே அமர்ந்திருந்த பார்வதிக்கு கண்ணை இருட்டிக்கொண்டு வந்தது.

முற்றத்துச் செம்பருத்திச் செடிமேல், ஓணான் இன்னொன்றைத் துரத்தி ஓடுகிறது. செடி நிறைய இலை தெரியாமல் செவேலென்று பூத்துக் குலுங்கி நிற்கிறது. யாருக்கு வேணும் செம்பருத்திப்பூ... மோட்டு வளையில் காகம் ஒன்று, கர்ணகடூரமாகக் கரைந்து கொண்டிருக்கிறது. காகம் கரைந்தால் விருந்து வரும் என்பார்கள். வந்த விருந்துதான் போயாகிவிட்டதே. இன்னுமொரு முறை நினைத்துப்பார்க்கவே – அப்பா பயமாக இருந்தது...

என்ன இது நாறத்தனம். கொடுத்தேன், செய்தேன் என்றெல்லாம் கணக்குப் பார்ப்பதுபோல பீத்தல்தனம் உண்டா என்ன? எவ்வளவு நேரமாயிற்றோ...?

"பார்வதீ... பார்வதீ..."

வெளியே அவர்தான் வந்துவிட்டாற்போலச் சட்டென்று நினைவுகளை உதறி – வெளியே வந்தபோது – அட, போனது போலவே ரெண்டுபேரும் வந்து நிற்கிறார்கள்! சட்டென்று பள்ளத்திற்கு உருட்டி எறிந்தது போல்!

"போன மச்சான் திரும்பி வந்து நிற்கிறேன். பேசிக்கொண்டே போனோமா – முக்கு புஸ்தகக் கடையிலே கொஞ்சம் பராக்குப் பார்த்தோம். கிறுக்குத்தனம். தோ பாரம்மா உங்க புருஷன்தான் இன்னும் நேரமிருக்கிறது, நேரமிருக்கிறது என்று ஒவ்வொரு புத்தகமாகப் பார்த்துக்கொண்டிருந்தார். அதிலே வேடிக்கை என்ன வென்றால் ரயில் டயம் மாற்றி ரெண்டு நாள் ஆகிறதாம். பத்தரைங்கறது ஒம்பதரைக்கே கிளம்பிப் போய்விட்டது... வந்து நிற்கிறோம்..."

"ஆமாம் பார்வதி, இங்கே இவங்க வந்ததிலேர்ந்து பேப்பர் பார்க்கிறதுக்கா நேரமிருந்தது. ரயில் டயம் மாற்றினது – ஒண்ணுமே தெரியலெ. அதான் போனாப் போவுதுன்னு வந்திட்டோம். நாளைக் காலையில் எட்டு மணிக்கே போய் ரயிலைப் பிடிச்சுடலாம்னேன். இவங்கதான் ஒரே பிடிவாதம். புறப்பட்டு வந்தாச்சு. பஸ்ஸைப் பிடிச்சாவது போறதுன்னா முதுகுத்தண்டு கழண்டு விடும்ன்னேன். ஆமா – மத்தியானத்துக்கு என்ன செய்திருக்கிறே...? அட, நமக்குள்ளதைப் பகிர்ந்துகொண்டா போச்சு. விருந்தாளி ஷோக்குத்தான் முடிஞ்சுபோச்சுதே..." என்றவாறு சமையற்கட்டை நோக்கி உள்நுழைந்த குரலின் பின்னால் பார்வதி தயங்கிக்கொண்டே வந்தாள்.

"என்ன பாரு. ஒண்ணுமே செய்யலியா? அட, என்ன செய்துக்கிட்டிருந்தே இவ்வளவு நேரம். உலையே வச்சது மாதிரி இல்லே..." என்றவாறு அடுப்படியின் சூன்யத்தை உணர்ந்த குருவிற்கு திக்கென்றது. சோற்றுப்பானை – குழம்புப் பாத்திரம், கிண்ணங்கள், கரண்டிகள்... பாத்திரங்கள் ஒவ்வொன்றாகத் திறந்து பார்த்த 'ஆதிதேயன்' குருவிற்கு உண்மை பயங்கரமாக உருவெடுத்து – அடி வயிற்றையே ஓங்கி ஒதைத்தது – அய்யோ...!

எதிரே – பார்வதி முகத்தை மூடி விசும்பிக்கொண்டிருந்தாள்!

56

இந்திய குணம்

அப்பாடி... இந்தப் பிரயாண மூடு வந்துவிட்டாலே மனத்திலே ஒரு கருமேகக் கூட்டம் கவிழ்ந்தது போல – சோர்வு, தளர்வு வந்துவிடுகிறது. ரொம்பவும் தவிர்க்க முடியாத யாத்திரை என்றால்? என்னதான் செய்ய முடியும்? புறப்பட்டுவிட வேண்டியது தான். அப்படித்தான் ஆயிற்று. தவிர்க்க முடியாத சாக்குச் சொல்லிச் சமாளித்து, ஒளிந்து கொள்ளலாமென்ற காரியமில்லை. மனைவி வழியில் ஓர் எண்பத்தைந்து வயதுக்கிழம். வருடக்கணக்கில், பாய், மெத்தை, போர்வை எல்லாம் கிழித்தெறிகிற படுக்கையாகக் கிடந்து, கடைசியில் வேண்டுகோளையே சாமி ஏற்றுக்கொண்டு அந்த உயிரைக் கொண்டு போயிற்று. முந்நூறு கிலோ மீட்டர் தொலைவில் இங்கே எனக்குத் தகவல் வந்தபோது – மரணம் நிகழ்ந்து ரெண்டு நாட்கள் ஆகிவிட்டிருந்தது. அந்த வகையில் ஒரு பாதி அளவு நிம்மதி. சரிதான், சாவகாசம் இருக்கிறது. என்றாலும் போயே தீர வேண்டிய காரியம்.

கடைசியில் – ஒரு விடுமுறை நாளாகப் பார்த்து புறப்பட்டு வந்தால் இங்கே ரயிலடியில், ரயில் வர இனியும் இரண்டு மணி நேரம் இருக்கிறது. ஆமாம். எட்டுமணி என்பது இரவு பத்துமணி என்ற தகவல். வழக்கமான லேட் சமாச்சாரம். எவ்வளவு தொலைவு வேண்டுமானாலும் கஷ்டமெல்லாம் சகித்துப் பிர யாணம் செய்துவிடலாம். ஆனால், இந்தப் பிளாட்பார தபஸின் அவஸ்தை இருக்கிறதே அதை எழுதிக்காட்ட முடியாது. சொல்லி விவரிக்க முடியாது. சரியாகப் பழி வாங்கவேண்டிய விரோதிக்கு இந்த மாதிரி ஒரு காத்துக் கிடக்கும் அவஸ்தையைப் பதிலாகக் கொடுக்கலாம் – சத்தியமாக?

நேரம் ஆக ஆக பிளாட்பாரத்தில் கொஞ்சம் கொஞ்சமாகக் கும்பல் நிறைந்துகொண்டே வந்தது. பத்து மணியை நெருங்கும் இரவுப் பொழுதாகையினால் பிரயாண நேரத்தைத் தூங்கிக் கொண்டே கடத்தி விழிப்பு வரும்போது ஊர் வந்து சேருவது சௌகரியமாயிற்றே. அதனால்தான், கும்பல்! புக்ஸ்டால் பக்கமாக ஓரம்பிடித்து நின்றேன். 'எங்கே தூரமா?' யாரோ தெரிந்தவர் ஒருவர்

கேட்டுக்கொண்டே வேகமாகப் போகிறார். 'இல்லை பக்கம்தான் திருச்சூர் வரையில், என்ற என் பதிலைக் கேட்டாரோ என்னவோ, அவர் நெரிசலிடையே விறுவிறுவென்று ஹாண்ட்பாகும் வேகமுமாகப் பெரிய தொங்கு கடிகாரம் பக்கமாகப் போய் மறைந்தார். யாரிவர்? எங்கே பார்த்திருக்கிறோம்...? உம்...

இப்பொழுதெல்லாம் ரயில் பிளாட்பாரம் சுற்று வட்டம் முழுவதும் மிகமிகப் பிரகாசம் கூடிய லைட்டுகளாகப் போட்டு பகல் போல் செய்திருக்கிறார்கள். பிக்பாக்கெட், அதுஇதுவென்ற தொழிற்காரர்களுக்குத்தான் சிரமம், பாவம்.

நேரம் போகவில்லையென்றால் இப்படித்தான். மனம் விவஸ்தையற்ற தெருநாய் போலக் கண்டதையெல்லாம் முகர ஆரம்பித்து விடும். முகர்தல் என்று எண்ணியபோது பக்கவாட்டிலிருந்து ஒரு புதிய மணம், ஆமாம், சுகந்தம்! நாலைந்து தென்னை ஓலை வல்லத்தில் (கூடை) புறுத்திச்சக்கா என்ற அன்னாசிப் பழம் நிறைத்து அடுக்கி வைத்திருக்கிறார்கள். ஏதோ ஊர்ப் பெயர் எழுதிய லேபிள்கள் கூடையில் கட்டியிருக்கிறது.

ஆஹா என்ன மணம். இந்த மாதிரி மணம் நுகரும்போதெல்லாம் பழைய நினைவுவந்துவிடும்... சின்ன வயதில் தைக்காடு வீட்டின் பச்சைப் பசேல் என்ற தோட்டக்காடு. பிரமாண்டமான இருட்டுக் குகைகளைத் தூக்கிப் பிடித்துக்கொண்டு நிற்பது போல் புளியமரங்கள். வகை தொகையான மாமரங்கள், மாங்காய்களில் தான் எத்தனை ரகங்கள்.... கப்பா மாங்காய், வெள்ளரிமாங்காய், சூடமாங்காய், பாண்டி மாங்காய், வரிக்கை மாங்காய், கறி மாங்காய், கிளிமூக்கு மாங்காய்.... அப்பப்பா.... இதில் கப்ப மாங்காயும் வெள்ளரி மாங்காய் தின்பது போல் பச்சையாகவே தின்ன ருசியாக இருக்கும். மாங்காய் பற்றி நினைத்ததுமே, உள் நாக்கில் நீர் கொப்பளிக்கிறது. மாமரங்களின் அடியில் இந்த அன்னாசிச் செடிகள் பாம்பு போன்ற இலை ஓலைகளைப் பரத்திக்கொண்டு பசேல் என்று வளர்ந்திருக்கும். செடியின் நட்ட நடுப்பகுதியில் குடுமி போல் சின்னக்குருத்து இலைகளுடன் முண்டாக அன்னாசிச் சக்கை! பிஞ்சு, அரைமுதிர்ச்சியான அன்னாசிக் காய்களைப் பச்சடி செய்து சாப்பிடுவதில் உள்ள ருசியே ஒரு தனி ரகம். அன்னாசிச் செடியில் காய் கனிந்து மணம் கமழ ஆரம்பித்தால் சேரைப் பாம்புகள் எங்கிருந்துதான் வருமோ? ஒரு சமயம் உச்சிவெயில் நேரத்தில் புளியமரத்தடிப் பக்கமாகப் போனபோது இரண்டு பாம்புகள் முனிவரது யோகதண்டு போல ஒன்றுக்கொன்று முறுக்கிக்கொண்டு அடிஉயரத்தில் மூர்க்கமாக நின்று ஆடுகின்றன. அம்மாடியோவென்று குலை பதறக் கத்திக்கொண்டு பின்னங்கால் முதுகில்படப் பிடித்த ஓட்டமும் பயமும் இன்னும் நெஞ்சை முட்டுகிறது.

பிளாட்பார அன்னாசிப் பழமணத்தின் ஊடாக ஒரு மீன் பண்டல் குமட்டல் வாடை... சீயென்று சற்றுக் கால்மாறி நகர்ந்த போது தூரத்தில் தோகையாக ஒளி பாய்ச்சிக்கொண்டு வருகிறது ரயில்.

அடித்துப்பிடித்து, சாகசம் எல்லாம் செய்துதான் கம்பார்ட்மெண்டினுள் நுழைய முடிந்தது. நல்லவேளையாக இருக்கையின் ஓர் ஓரமாக உட்கார இடம் கிடைத்தது. விடிந்தால் ஊர் போய் விடலாம். இரவில் இந்த அளவு நெரிசலை எதிர்பார்க்காததினால் ரிஸர்வேஷன் அது இதுவென்று முயலாமல் இப்படி ஜெனரல் கம்பார்ட்மெண்டில் பயணம் செய்ய நினைத்த எனது டியூப்லைட் புத்தியை இப்பொழுது நொந்து என்ன பயன்? உட்கார இடம் கிடைத்ததே என்று திருப்திப்பட்டுக்கொள்ள வேண்டியதுதான். இன்னும் யார்யாரோ நெருங்கிக்கொண்டு உள்ளே நுழைந்தார்கள். அங்கிங்காக அமர்ந்துகொண்டு நின்றுகொண்டு ரயில் வரும்முன் எப்படித்தான் இடம் பிடித்தார்களோ என்று வியக்கும்படியாக மேலே இரண்டு பக்கத்திலும் பெர்த்தில் யாரோ இரண்டு பேர் வசதியாக நீட்டி நிமிர்ந்திருந்தார்கள்... எங்கே ஏறியிருப்பார்கள்... எப்படி ஏறியிருப்பார்கள்? ரயிலில்தான் என்னவெல்லாம் அற்புதங் கள் அதிவீர பராக்கிரமங்கள் எல்லாம் நடக்கின்றன. எதையும் கண்டுகொள்ளக் கூடாதுதான்.

சிறிது நேரத்திற்குள்ளாகவே, அந்த கம்பார்ட்மெண்ட் ஆண்கள் பெண்கள் குழந்தை குட்டிகள் என்று சந்தைக்களேபரம் போல் ஆகியிருந்தது. போதாக்குறைக்கு இன்னும் கருப்பட்டி ஓலைச் சிப்பிகள், உரப்பைகளில் நிறைந்த முண்டு முண்டான அரிசிப் பண்டங்கள், நேந்திரங்காய்த் தார்கள் என்று உண்மையிலேயே குட்டிச் சந்தை பட்டபாடாகி விட்டது. கறுப்பு வலை பின்னிய இரண்டு ஃபான்களும் எவ்வளவு வேகமாகச் சுழன்றாலும், வியர்த்துக் கொட்டியது. ஏதோ ஒருவித லோஷன் வாடையின் குமட்டல் வேறு. ரயில் புறப்பட்டுவிட்டால் சுகமான காற்று வரும். எல்லாம் சரியாகிவிடும். இன்னும் புறப்படாமல் என்ன செய் கிறார்களோ? லேட்டாக வருவது; லேட்டாகப் புறப்படுவது, நல்ல இந்திய குணம்!

நினைத்துக்கொண்டிருக்கும்போதே பளபளவென்று பாலீஷ் செய்த கறுப்பு நிற ஆபிஸர் மாடல் லெதர்பாக் ஒன்றைத் தூக்கிப் பிடித்துக்கொண்டு, டிப்டாப்பாக, கோட்டு, டை, பாண்ட், புதுப் பளபள ஷூ கார்வாருடன் ஒரு நடுவயது ஆஜானுபாகு ஜென்டில்மேன் அதிகாரத் தோரணையில் கும்பலை விலக்கிக் கொண்டு உள் புகுந்தார். வந்தவர், நேராக என் அருகிலேயே வந்து ‘ப்ளீஸ்’ என்றவாறு, என் பக்கத்தில் தன்னைச் செருகிக்

கொள்வது போல் அமர்ந்துகொண்டார். புது வெள்ளம் வந்தால் இருந்த வெள்ளம் நெளித்துக்கொடுப்பது போல, உட்கார்ந்திருந்த வர்கள், அவரவர்களாகக் கொஞ்சம் தங்களையே சுருக்கிக்கொண் டனர்! இப்போது அந்தப் புதிய ஆள், இடம் பதித்துக்கொண்ட போது, எனக்கு மூச்சுத் திணறலாகப் போய்விட்டது. பிரயாண மென்றால் சில சமயங்களில் இப்படியெல்லாந்தான் என்று சமாதானம் பண்ணிக்கொண்டேன்.

பிறகுதான் வேடிக்கை ஒவ்வொன்றாக முளைக்க ஆரம்பித்தது. சமத்காரமாக இடம்பிடித்து அமர்ந்துகொண்டவர், மெல்ல கழுத்து டையை நெகிழ்த்து அதை உருவிக்கொண்டார். கோட்டைக் கழற்றி மடித்து, லெதர் பாகினுள் அழகாகச் செலுத்தி உள் வைத்தார். மெல்லக் குனிந்து, கால்களிலிருந்து அந்த உயர்ந்த ரக ஷூக்களைக் கழற்றி இருக்கையின் அடியில் நகர்த்தித் தள்ளிவைத்தார். ஜன்னல் ஓரமாக இருந்தவரிடம், “கொஞ்சம் இந்தப் பக்கமாக வந்துவிடு கிறீர்களா பிளீஸ்” என்றார். என்னவோ அந்த மனிதரிடம் அதிகார வீறாப்பு இருந்தது என்றுதான் சொல்லவேண்டும். ஜன்னலருகில் இருந்தவர் சட்டென்று நகர்ந்துகொண்டபோது, இவர் வசதியாகச் சாய்மான சுகத்தில் தம்மை நட்டுக்கொண்டார். எல்லாமே கச்சிதம். திடுதிப்பென்று வந்தார். பிளீஸ் என்றார். தோரணைப் பிரகடனம் நடத்தினார். ரிஸர்வேஷன் வசதி போல் சாய்ந்துகொண்டவர், சாக்ஸ் மட்டுமான இரண்டு கால்களையும், கும்பல் மூட்டை முடிச்சுகளிடையே எப்படியோ வசதியாக நீட்டிக்கொண்டு, கண்ணை மூடி உறங்க வேறு ஆரம்பித்தார்.

எல்லோருக்குமே மிக மிக ஆச்சரியமாகப் போய்விட்டது. ‘என்ன இது, சுத்த சவுடால்தனமாக இருக்கிறது. யாரிவர்? பக்கா ஜென்டில்மேன் போல இருக்கிறார். எந்தவிதமான நாசூக்கு, போகட்டும், அவர் அணிந்து வந்த உடைகளுக்குண்டான நாகரிகம், நாணயம், எதுவுமே இல்லாமல் நீட்டி நிமிர்ந்துகொண்டாரே...’

ஒருவாறு ரயில் புறப்பட்டது. அந்த கம்பார்ட்மெண்டில், அநேகமாக அத்தனை பேரும் அப்பாவிகளாகத்தான் இருந்திருக்க வேண்டும். இரண்டு பேர்களாவது, வசதியாக உட்கார வேண்டிய இடத்தை, சமத்காரமாக அடைத்துக்கொண்டு நிம்மதியாகத் தூக்கம் போடவும் ஆரம்பித்திருக்கும் இந்த அசகாய சூரனின் செயலில் எல்லோருக்குமே ஆச்சரியம் ஏற்பட்டதே தவிர இத்தனை பேர் நெரிசல்படுகிறோம். உங்களுக்குத் தூக்கம் ஒரு கேடா’ என்று கேட்க யாருக்குமே ‘தில்’ இருக்கவில்லை... நான் உட்படத்தான்!

ரயில் வேகமாகப் போக ஆரம்பித்தபோது கதகளியில் சபா பிரவேசம் போல டிக்கெட் பரிசோதகர் வந்தார். “இப்பிடி நெருக்கி அடிச்சா எப்பிடி நான் டிக்கெட் பார்க்கிறது... நகண்டு போங்க.

கொஞ்சம் அந்தண்டை இந்தண்டை இடமிருக்கிற பக்கமாகப் போய் நெரிசல் பண்ணாம நிக்கறது...” என்று சொன்னவர் மேல் கொஞ்சநஞ்ச சுரணை இருந்தவர்களுக்கெல்லாம் ஆத்திரம்தான் வந்தது.

“இடம் எங்கே இருக்கிறது? இதோ பார்த்தீங்களா.... படிச்ச வங்க, விவரமுள்ளவங்கள்லாம் வசதியா உக்காந்து தூக்கம் போடு றாங்க. மத்தவங்க நெரிசல் பண்ணாம என்ன பண்றது?” என்று நான்தான் முணுமுணுத்தேன்.

‘என்ன இது சுத்த ஒன்றும் தெரியாத ஆசாமியாயிருக்கீங்க...’ என்பதுபோல் பரிசோதகர் என்னை ஒருமுறை பார்த்துவிட்டு அந்த ஜென்டில்மேனை, “சார் சார், கொஞ்சம் நேரா நகர்ந்து உட்காருங்க” என்று ஒப்புக்குச் சப்பாணியாக ஒருதரம் சொல்லிவிட்டு, அவர் நகர்ந்து உட்கார்ந்தாரா என்றுகூடப் பார்க்காமல் எதிர்ப்பக்கமாகத் திரும்பி ஒவ்வொருத்தரிடமாக டிக்கெட்டை வாங்குவதும், கோடிட்டுக் கொடுப்பதுமாக வேக வேகமாக இயங்கி, இந்த அசகாய மனிதரிடம் எதுவுமே கேட்டுக்கொள்ளாமல் அடுத்த போர்ஷனுக்கு போயே போய்விட்டார். ஒருவேளை இந்த ஆள் ரயில்வே ஸ்டாஃபாக இருப்பாரோ. இருந்தாலும் ஒழுங்கு நியதி தெரியாத என்ன பந்தா வேண்டிக் கிடக்கிறது?

அதிருப்தியையும், வெறுப்பையும் எல்லாம் இந்த மாதிரி இந்தியப் பண்புகளின் முன்பு அடக்கிக்கொள்ளத்தான் வேண்டி யிருக்கிறது.

ரயிலின் வேகம் இன்னும் அதிகரிப்பது போல விரைந்து கொண்டிருக்கிறது. பக்கவாட்டிலிருந்து வெளிச்சமும், இடைவிட்டு நீண்ட தூரம் இருட்டுமாக மாறி மாறி வந்துகொண்டிருக்கிறது. ஆரம்பத்தின் குமைவும், அவசரமும் விலகிக் குளிர்காற்று – கும்ப லிடையே புகுந்து நிலைமைக்குத் தாகத் தணிவு வருத்தியது. பிரயாணிகள் ஒவ்வொருவரும் அவரவர் மாதிரியில் – நின்று கொண்டு ஆடுபவர்களும் உட்கார்ந்து அரைத் தூக்கத்தில் மயங்கு பவர்களுமாக – தேர்ந்த ஓவியனின் கேலிச் சித்திரக் கைவண்ணம் போல வேடிக்கையாக இருந்தது. இதில், அனைத்தையும் மறந்து – உட்கார்ந்து காலை நீட்டி – வயற்காட்டுப் பொம்மை போல நிம்மதி யாக உறங்கும் அந்த ஜென்டில்மேனைப் பார்க்கப் பார்க்க எனக்கு வயிற்றில் ஒருவித புளிப்பான ஆத்திர உணர்வு நுரைத்துக்கொண்டு வந்தது. தார்மீக ரோஷம் கிளர்ந்துவிட்டால் தூக்கமா வரும்? கொட்டக் கொட்ட விழித்துக்கொண்டு எதற்காகவோ காத்திருப்பது போல அமர்ந்திருந்தேன்.

ஓடும் வண்டியின் ‘சக்குபுக்கு, கடபுடா, கடபுடா’ ஏற்றமும் இறக்கமுமான ஸதாதியில் காதில் ஒலித்துக்கொண்டிருந்தது. இந்த

மாதிரி ரயில் சங்கீதத்தைச் செவி மடுக்கும்போதெல்லாம் எப்பொழுதுதோ ஒரு காலத்தில் முணுமுணுக்கும் பாட்டொன்று ஆமாம் சினிமா கானம்தான் அடிநாதமாக மனத்தில் ரீங்காரமிட ஆரம்பிக்கும். 'உன் கண் உன்னை ஏமாற்றினால் டட்டாடடா...' இப்பொழுதும் ரயில் கடபுடாவினூடே அந்தப் பாட்டைக் கேட்பது போல.... கேட்பதாக நினைத்து அந்த நாள் ஞாபகத்தில் மிதந்தேன். எவ்வளவு நேரமோ...?

நினைவுகளின் சுகத்தைச் சுரங்கமிடுவது போலச் சொர்க்கத் தில் கட்டெறும்புக் கடிபோல, அருகில் அந்த ஜென்டில்மேன் தூக்கஜோரில் மெல்ல என் தோள் மேல் தலை சாய்த்தார். எரிச்சல் தான் பொத்துக்கொண்டு வந்தது. "நேரா இருங்கள் மிஸ்டர்..." என்று அவர் தலையை அந்தப் பக்கமாகத் தள்ளினேன். விழித்துக் கொண்டவர், இரண்யகசிபு மாதிரி, என்னை ஒரு முறைப்பு முறைத் தார்... மறுகணம், சிவந்த கண்கள் மயங்க மறுபக்கமாகச் சாய்ந்து பின்னும் கும்பகர்ண சேவை ஆரம்பமாயிற்று!

என்ன இது? ஒருவேளை குடித்துவிட்டு வந்திருப்பாரோ? டி.டி.ஆர். கூடக் கண்டுகொள்ளாமல் போய்விட்டாரே...? உம்... இந்த லட்சணத்தில் கோட்டு, சட்டை, டை வேறு. அதுமட்டுமா? பளபள ஷூக்கள். இருக்கையினடியில் அந்தக் காலணிகள், ரயிலின் வேகத்தில் நகர்ந்து நகர்ந்து தொங்கவிட்டிருந்த என் கால் பக்கமாகத் தட்டுப்பட்டுக்கொண்டிருந்தது. குனிந்து பார்த்தேன். இன்றைக்குத்தான் பாலீஷ் போட்டிருக்க வேண்டும். ரயிலின் மங்கல் ஒளியிலும் அதன் பளபளப்பு டாலடிக்கிறது.

அதிவேகமாகப் போய்க்கொண்டிருந்த ரயில் ஏதோ ஒரு ஸ்டேஷனை நெருங்கும் முஸ்தீபாக மெல்ல வேகம் குறைய ஆரம் பித்தது. கடைசியில் சடக்கென்றும் நின்றுவிட்டது.

யாராரோவெல்லாமோ அவசர அவசரமாக இறங்குகிறார்கள். கீழே பரப்பியிருந்த மூட்டை முடிச்சுகளை எடுக்கிறார்கள். வெளிவாசலில், ஏறுபவர்களுக்கும், இறங்குபவர்களுக்கும் சவுடால் நடக்கிறது. 'காப்பி.. சாயா... காப்பி சாயா...' இருட்டில் எங்கோ கேட்பது போலிருக்கிறது. ரயிலின் ஓட்டவேகத்தின் தாலாட்டின் சுக நித்திரையில் ஆழ்ந்திருந்த அந்த மனிதர் ரயில் நின்றதை எப்படித்தான் அறிந்தாரோ? சட்டென்று கண்களைத் திறந்து திரும்பி என்னைப் பார்த்தார். "எந்த ஸ்டேஷன் சார்?" என்று கேட்டார். "உம்? ஸ்டேஷனா? போலீஸ் ஸ்டேஷன்" என்று எரிந்து விழ, ஆவேசம் இருந்தாலும், ஆத்திரத்தை அடக்கிக்கொண்டேன். "எந்த ஸ்டேஷனா? தள்ளிக்கொண்டு போய் நிறுத்தியிருக்கிறான். இருட்டில், என்ன ஏது என்றே தெரியவில்லை..." வேண்டா வெறுப் பாகச் சொன்னேன்.

“எர்ணாகுளம் வந்ததும் கொஞ்சம் சொல்லுங்கள்...” என்று வேண்டுகோள் இல்லை உத்தரவு போல, நான் அதைச் சொல்லக் கடமைப்பட்டவன் போலச் சொல்லிவிட்டு மீண்டும் சாய்மான சுகத்தில் கவிழ்ந்துகொண்டார். நிச்சயமாக இது ‘ஒரு மாதிரி’ என்று எண்ணிக்கொண்டேன்.

மறுபடியும், ரயில் புறப்பட்டபோது, வண்டியின் நெருக்கி யடித்த களேபரமும், அலமலங்கமான குமைவும், சற்றுக் குறைந் திருந்தது போலத் தோன்றியது. உண்மையில் கணிசமாகக் கும்பல் குறைந்திருந்தது. இப்பொழுது, சக பயணிகள் ஒவ்வொருவராகப் பார்த்தேன். நடுவயதுக்காரர்கள், வயோதிகர்கள்... யாருக்கும் எந்த விதமான கவலையோ, கஷ்டமோ இருப்பதாகத் தெரியவில்லை. யாரோ ஒருவர், அந்த மங்கல் வெளிச்சத்திலும் அன்றைய காலை பேப்பரை முகத்தை மறைத்துக்கொண்டு உன்னிப்பாகப் படிக் கிறார். பகலெல்லாம் வேலை இருந்திருக்கும், நேரம் கிடைத்திருக் காது, மற்றவர்களெல்லாம் புண்ணியம் செய்தவர்கள் போலத் தூங்கி வழிகிறார்கள். அவரவர்க்கு அவரவர் பாடு... இருந்தாலும் எனக்கு மட்டும், விடிந்தால் போகவேண்டிய காரியங்கள் பற்றிக்கூட நினைவு இல்லாமல் மனத்தின் மேல் மட்டத்திலேயே ஏதோ ஒருவிதமான குறை. ஒருவித ஆற்றாமை உணர்வு. ‘ஏன் – எதனால்?’ என்று கொஞ்ச நேரம் துழாவினேன். ரயிலின் ஓட்ட வேகத்தில் அந்தப் பழைய பாட்டின் தெறிப்புகள் நெஞ்சினுள்ளே உதிர்ந்து கொண்டிருந்தாலும், சிணுங்குகிறதே.. என்ன அது... என்று பிடி கிட்டியது... ஆமாம், மற்றவர்களையெல்லாம் படுதுச்சமாக, துரும்பாக எண்ணி, அருகில் சாய்மான சுகத்தில் உறங்கும் அந்த நாகரிக மனிதனின் இறுமாப்பான போக்கு... உம்... உலகில் எத்தனையோ தினுசுகள், அத்தனையையும் நேரான ஒரு நாரால் கோத்துவிடலாமென்றால் முடிகிற காரியமா என்ன? இந்த லட்சணத்தில் எர்ணாகுளம் வரும்போது நான் அவருக்குச் சொல்ல வேண்டுமாம், அட, இறுமாப்பே...

கடக்காவூர் ஸ்டேஷனைத் தாண்டி, ரயில் அந்த உப்பங்காயல் பாலத்தில் போய்க்கொண்டிருக்கும் அரவம் கேட்டது. இரும்புப் பாலமும் ரயிலின் சக்கரங்களும் என்ன மாதிரி கர்ணகடூரமான கடகடச் சத்தமெழுப்புகிறது....

பெரிய காயலின் குளிர்காற்று திறந்திருந்த ஒரே ஒரு ஜன்ன லினூடே இதமாக வீசுகிறது. அடிவானத்தைத் தொட்டு வெகு தூரம் பரந்து கிடக்கும் அலை ஓய்ந்த கடல் போன்ற காயல் பகலில் காண ரம்யமாக இருக்கும். இருட்டு எத்தனை உண்மை களையெல்லாம் மறைக்கிறது...

சட்டென்று மனதில் ஒரு மின்னல்! தேவி கோயிலில், சுவாமி ஆடியின் மேல் ஆராசனை குடிகொள்வதுபோல இருக்கையின டியில் தொங்கவிட்டுக்கொண்டிருந்த என் காலில் வந்து உரசிக் கொண்டிருந்த அந்தத் 'தூங்குமூஞ்சி'யின் ஷூ ஒன்றினை மெல்லக் காலாலேயே நகர்த்தித் தள்ளிக்கொண்டு வந்தேன். சுற்றிலும் இருப்பவர்களை ஒரு நோட்டம் விட்டேன். முகத்தை மறைத்துக் கொண்டு பேப்பர் படிப்பவரைத் தவிர அத்தனை பேரும், உறக்க மும்... அரை உறக்கமுமான அந்தர நிலையில் இருந்தனர். அந்த ஷூவில் ஒன்றினை மட்டும் விசுக்கென்று குனிந்து எடுத்து – திறந்திருந்த ஜன்னல் வழியாக ஒரு வீச்சு... பாலத்திற்கப்பால் அகண்டாகாரமான காயல் நீர்ப்பரப்பில் அது களுக்கென்ற ஓசை யுடன் விழுந்து அமிழ்ந்திருக்கும்... நிச்சயம்... எனது – அந்த அதிசாகசத்திற்காகவே காத்திருந்தது போல் பாலத்தைத் தாண்டிய ரயில் கடகடக பேரொலியை விட்டுச் சாதாரண கடக்கு கடக்கு கடக்கில் பாய்ந்துகொண்டிருந்தது... நமோவாகம்!

ரயில் ரம்யமாக ஓடிக்கொண்டிருக்கிறது. காற்று வீசுகிறது. இருட்டு தொடர்ந்து வருகிறது. தொலைதூரத்தில் எங்கோ வெளிச்சம் ஒரு நட்சத்திரம் போல மெல்லியதாகத் தெரிகிறது... பக்கத்துக் கும்பகர்ணன் சுகமான கனவு காணுகிறாரோ என்னவோ... காணட்டும்! எனக்கு இப்போது ஆரம்பத்தில் இருந்த இனம்புரியாத குமைவு குறைந்துபோனது போல, மனச் சுமை கரைந்துபோனது போல்... அதனால்தானோ என்னவோ தொத்து வியாதி போலத் தூக்கம் என்னையும் மெல்ல வந்து தழுவியது.

"அட, நல்லாத் தூங்கிட்டீங்களா சார்? எர்ணாகுளம் வந்து விட்டது. இறங்க வேண்டியதுதான். என்னவோ சார் இறங்க வேண்டிய ஸ்டேஷன் வந்துவிட்டால் கௌளி சொல்வது போல் அஞ்சு நிமிஷம் முன்னாலேயே முழிப்பு வந்துவிடும்..." எதையெல் லாமோ சர்வசாதாரணம் போல் சொல்லியவாறே தமது கைப்பையை எடுத்துக்கொண்டார். கீழே, இருக்கையடியில் குனிந்து ஷூக்களை...

விடிந்து வெளிச்சம் வந்ததை அறியாதது போல எர்ணாகுளம் ஜங்ஷனில், பிளாட்பார விளக்குகள் இன்னும் ஒளியுமிழ்ந்து கொண்டிருந்தன. ஆரவாரம் கும்பல்...

"ஒரே அலைச்சல் சார்... அதனால்தான் ஒன்றுமே பார்க்காமல் கொஞ்சம் அயர்ந்துவிட்டேன். உங்களுக்கெல்லாம்கூடச் சிரமமாக இருந்திருக்கும் ஸாரி சார்..." ஒப்புக்கு ஒப்புவித்துக்கொண்டே வந்தவர் தேடுகிறார்... தேடுகிறார்... "இன்னொரு ஷூவைக்

காணோமே" என்று வாய்விட்டுச் சொன்னவர், என்னைப் பார்க்கிறார், அங்கே - இங்கே மறுபக்க வரிசை... என்று அல்லாடுவது வேடிக்கையாக இருந்தது.

"ரெண்டையும் நகண்டு போகாதபடி ஓரமாகத்தான் வச்சேன். எடுத்துக்கொண்டு போறவன், இரண்டையும் அல்லவா கொண்டு போவான்... உம்?"

எத்தனை நேரம்தான் அந்தப் பொம்மலாட்ட அல்லாட்டத்தைப் பார்த்துப் பேசாமல் இருப்பது. 'நல்லாப் பாருங்க. ஒரு ஷூவை யார் எடுத்துக்கொண்டு போகப்போகிறார்கள்?'

முக்கியமான சந்திப்பு ஆகையினால், காலை நேரத்துப் புதிய பயணிகள் வந்துகொண்டிருந்தார்கள். காப்பி, டிபன், களேபரங்கள் ஜன இரைச்சல்... ரயில் புறப்படுவதற்கான முதல் மணி வேறு முழங்கிவிட்டது.

"பெட்டி, கூடையென்று இறங்கிப் போனவர்கள் யாரிடமாவது அகப்பட்டுக்கொண்டதோ, என்னவோ?"

"இருக்காதே சார். ஓர் ஓரமாக பத்திரமாகத்தானே ரெண்டு ஷூவையும் வச்சிருந்தேன்..."

அவர் முகம், பாவம், அய்யோ, அழுதுவிடுவார் போலிருந்தது. கடைசி மணியும் முழங்கிவிட்டது. இனியென்ன செய்வது? மனமில்லாத மனத்தோடு, சாக்ஸ் மட்டும் அணிந்துகொண்டு ஒற்றை ஷூவினையும் ஹாண்ட் பாக்கையும் தூக்கிக்கொண்டு வெளியேறும் அவரைப் பார்க்கப் பரிதாபமாக இருந்தது....

ஒரு மனிதர் என்ன காரணத்தினாலோ பொது இடத்தில் ஏறுக்குமாறாக நடந்துகொண்டார். இந்திய குணம் குறளிக்குணந் தான். ஆனால், அவரைப் பழிவாங்க எண்ணி, நான் கையாண்ட குண மேன்மையினை எந்த வகையில் சேர்ப்பது...?

ரயில் வேகமேறிப் புறப்பட்டபோது, ஜன்னல் வழியாகப் பிளாட்பாரத்தை எட்டிப் பார்த்தேன். ஒற்றை ஷூவைக் கையி லேந்திக்கொண்டு தாம் வந்த ரயிலின் வேகத்தைப் பார்த்து அங்கேயே நின்றார் அவர்!

57

இலக்கியம் பேசி...

கடை திறந்து கல்லாவில் வந்து உட்கார்ந்ததும், வாலிப வயதின் 'கிராக்கி' ஒன்று உள் நுழைந்தது.

"சாருக்கு என்ன வேணும்?"

வந்தவர் ஒன்றும் பேசாமல் என்னைச் சற்று உற்றுப்பார்த்தார். "இங்கே, வானவன்னு எழுத்தாளர்...?" புரிந்துவிட்டது. காலம் கார்த்தாற்போல யாரோ இலக்கிய 'ரசிகக்குஞ்சு' தேடி வந்திருக்கிறார் போல...

"வானவன், நான்தான். வாங்க. உட்காருங்க. தம்பி, யாரு தெரியலையே?"

வந்த இளைஞன் கல்லா அருகில் போடப்பட்டிருந்த அலுமினிய ஸ்டூலில் என் அருகில் உரிமையோடு வந்து அமர்ந்தான். முப்பது வயசிருக்கும். ஆபீசர் தோரணையில் பாண்டு, சட்டை, கொஞ்சம் மெல்லிசாக ஒரு கல்ஃப் அத்தர் மணம். அடர்த்தியாக மயிர் வளர்ந்திருந்த கையில் கெட்டித் தங்கத்தில் கைச்செயின் அணிந்திருந்தான். சிரித்த முகம். படிப்பின் களை முகத்தில் மென்மை சேர்த்திருந்தது. மீசை இருந்திருந்தால் இன்னும் கொஞ்சம் கம்பீரம் சேர்த்திருக்கும். ஒருவகையில் இந்த மாதிரி மைனர் கித்தாப்பெல்லாம் வெறுப்பைத் தருவதுண்டு. போகட்டும்...

"மெட்ராஸிலேர்ந்து வர்றேன். அழ. சுந்தரம்னு பேரு. விருட்சம், ஏப்ரல் இதழிலே, 'மண்ணிற்குள் ஆகாயம்னு' கவிதை ஒண்ணு எழுதியிருந்தேன்."

"அடடே, ஆமா, கவனிச்சேன். விருட்சம், போன மாசத்திலே தானே? புதிசா எழுதுறீங்களா? அழ. சுந்தரம்னு. அதிகமா பார்த்த தில்லேயே. எதேச்சையாதான் அந்தக் கவிதையைப் படிச்சேன். நல்லாவே வந்திருந்தது. தூவான வெண்மைக்கும், வெள்ளைப் பூண்டிற்கும் ஒரு ஒப்புவமை சொல்லியிருந்தீங்களே, சரிதான் நீங்க தானா அது? ஆனா ஒண்ணு பாருங்கோ, இந்தத் துணுக்குச் சொல்றது மாதிரி ரெண்டு வரியிலே துக்குணூண்டு வரட்டு

வேதாந்தம் கிறுக்கிக் காட்டுறதை கவிதையின்னு என்னால ஒத்துக்க முடியறதில்லை. கவிதைங்கிறது மென்மையான ஆத்ம உணர்வின் பிரதிபலிப்பா அமையணும். மெல்லிய உணர்வு, பனிச்சிலிர்ப்பு, முத்துக்கோர்ப்பது போல வார்த்தைகள் ஆக்ஞை கேட்காமல் தவழ்ந்து வரவேண்டும். அதுதான் கவிதை. காகமும் குயிலும் போல செய்யுளும் வசனமும் வேறுபட்டுத் தெரியணும். எதையும் நேராகச் சொல்லிவிடுறது என் சுபாவம். அதான் சொன்னேன்."

"உங்களுடைய ஒளிவு மறைவு இல்லாத நேர்மைதான் எங்களைப் போன்றவர்களுக்கு ஸ்பஷ்டமாக தெரிந்ததாயிற்றே. உண்மையிலேயே பாருங்கள் சார், மெட்ராஸிலேர்ந்து இங்கே சமுத்ரா ஹோட்டல் ஆடிட்டிங்கிற்கு வந்தோம். நேற்று சாயங்காலத்தோட வந்த வேலை முடிஞ்சாச்சு. உடனேயே முதல் காரியமா இங்கே சாலைத் தெருவிலே வந்து உங்க விலாசத்தை வச்சு விசாரிச்சேன். நேராப் போங்க, ஜங்க்ஷனிலே ஸ்டூல் பாத்திரம் ஸ்டேஷனரி எல்லாமிருக்கும் கடைன்னாங்க. நேரா வந்திட்டேன். எதிர்த்தாப்பிலே நின்று பார்த்தேன். உங்கள் புஸ்தக அட்டையில்தான் உங்க படம் இருக்கே. சாயல் சரிப்படுறாப்பில இருந்தது. கரெக்டாதான் வந்திருக்கேன்."

"ஆடிட்டிங் வந்திருக்கிறீங்களா ஸி.ஏ.யா. இல்லெ, இன்கம் டாக்ஸ் ஆபீஸ் வகை அந்த மாதிரியா?"

"ஜே – அண்ட் கேஆர்னு மெட்ராஸிலே பெரிய ஆடிட்டிங் கம்பெனி கேள்விப்பட்டிருப்பீங்களே, பெரிய பெரிய டாட்டா பிர்லா ஃபேம்ஸ்லாம் ஆடிட் பண்றோம். எங்கள மாதிரி அம்பது அறுபது ஆடிட்டர்ங்க இப்பிடியே டூர்தான். இந்த விசைதான் திருவனந்தபுரம் வேணும்னு கேட்டு வாங்கிட்டு வந்தேன். முக்கியமா உங்களைப் பார்க்கிறது. அப்புறம் நகுலன்? நீல. பத்ம நாபன் இவங்களை எல்லாம்கூடப் பார்க்க ஆசைதான். ஆனால், நேரமில்லை. நாளை சாயங்காலம் ஃபிளைட்டிலே கௌம்பியாக ணும். உங்க கதை, 'நாயனம்' படிச்சப்பவே, அட முகத்துக்கு நேரா சொல்லணும், உங்க கைகளை எடுத்து அப்படியே கண்ணிலெ ஒத்திக்கிடணும்னு ஒரு உத்வேகம், ஒரு சிலிர்ப்பு, ஒரு வெறின்னு கூடச் சொல்லலாம் இப்ப சொல்றப்பக்கூட மேலெல்லாம் புல்லரிக் குது பார்த்தீங்களா?" என்று முழங்கைகளுக்கு மேல சட்டென்று சிலிர்ப்புக்கொண்டு எழுந்து நிற்கும் முடிகளைக் காட்டினான்.

ஒரு நிமிஷம் போல அந்த வாலிப உள்ளம், கண்களில் நீர் நிறைய என் கைகள் ரெண்டையும் வாங்கி எடுத்து முகத்தில் ஒத்திக்கொண்டபோது நெகிழ்ந்துதான்போனேன். இப்பிடியும்

அனுபவமா? நாம எழுதுவதோ பெயர் தெரியாத ஏதெல்லாமோ சஞ்சிகைகளில்தான். அவற்றையெல்லாம் படித்துத் தேடிப் படித்துக்கொண்டு சிலிர்க்கிறது என்றால் இதற்கெல்லாம் எத்தனை கொட்டித் தந்தாலும் ஈடாகாதே என்று மலர்ந்தேன். அந்த மலர்ச்சியில் கொஞ்ச நேரம் இருவருமே அர்த்த மௌனமான ஒரு மிதப்பில் அப்படியே அமர்ந்திருந்தோம். இடையே சிப்பந்தி ஏதோ சாமான் கொடுத்துவிட்டு எழுபது ரூபா அம்பது பைசா வாங்கிக்குங்க என்றதற்கு வாங்கிப்போட்டதின் திட்டம்கூடத் தெரியாமல் மிதப்பாத்தான் இருந்தது.

"அப்புறம் என்னென்ன படிக்கிறீங்க? தமிழிலெ வேற யாரையெல்லாம் பிடிக்கும்" என்று மேல் நீரை விலக்கிவிட்டு தலை முங்கிக் குளிக்க ஆரம்பிப்பது போலத் துவங்கினேன்.

"மௌனி, ஜானகிராமன், லா.ச.ரா. என்றெல்லாம் துவங்கி இப்பவெல்லாம் நல்லதாகப் படிக்கக் கிடைக்கிறது. அபூர்வமாக இருக்குது. வண்ணதாசன், நல்ல நம்பிக்கை தரும் எழுத்தாளர். பிரபஞ்சன் இப்போ எங்கெயோ பாதை விட்டுப் போகிறார் போல தோணுது. என்ன இருந்தாலும் நம்முடைய புதுமை எழுத்தாளங்க கண்டிப்பா பழைய இலக்கியங்களைத் தொட்டிருக்கணும். அப்போதான் அழுத்திச் சொல்ல தமிழ் வளஞ்சு வரும்! ஒரு பத்தி எழுதினா ரைஃபிள் லவ்வு, கால்கேர்ள், லிப்டு லொட்டு லொசுக்குன்னு ஆங்கிலமா இறச்சு விடுறாங்க. அசிங்கமாய்ல ஆகிப்போச்சுது."

சிரித்துக்கொண்டேன். சிப்பந்தியைக் கூப்பிட்டு குடிக்க ஏதாவது வாங்கி வரச் சொன்னேன். 'வேண்டாமெ இப்பத்தான்...' என்று சுணங்கினாலும் மறுப்பை அழுத்தாமல் இலக்கிய விசாரமாகத் தொடர்ந்தான்.

"தமிழிலே இப்பொழுது ஸ்தாபனங்கள் விளம்பரங்கள் வெளியிடும்போதுகூட அப்பர், சுந்தரர், வள்ளலார் பாடல்களின் வரிகளைக் குறித்துவிட்டு ஸ்தாபனத்தின் பெயரை மட்டும் தருகிறார்கள். நல்ல உத்தி, சமீபத்தில் பெரிய ஒரு மோட்டார் ஸ்தாபனம். 'புண்படா உடம்பும் புரைபடா மனமும், பொய்படா ஒழுக்கமும், பொருந்திக் கண்படாதிரவும் பகலும் நின்றனை கருத்தில் வைத்தேத்தினேன்...' என்று வள்ளலார் வரிகளைக் குறித்திருந்ததைப் படித்தபோது என்ன ஒரு சந்தோஷம் தெரியுமா? தமிழின் ஆன்ற புகழ், சுவை, பக்திநெறி இதெல்லாம் வியாபார அடிப்படையையும் தொட்டுப் பார்க்கிறதே என்று நிறைவாக இருந்தது..."

அட, எவ்வளவு பரந்துபட்டு சிந்திக்கிறான் இந்த இளவயதுக்காரன். ஆடிட் அது இதென்று கூர்மை புத்தி வேண்டிய வாழ்க்கைப் பணிகளிடையேயும் என்னைப் போன்றவர்களைக்

கண்டறியும் நுட்பம், கிரிக்கெட், டிஸ்கோ, என்றெல்லாமில்லாமல் படித்த இளைஞர்கள் தமிழிலக்கியத்தின் புதிய உள்வசத்தைத் தேடி அறிகிறார்கள். அறிந்து ஆதரிக்கிறார்கள் என்று எண்ணியபோது பொங்கிக்கொண்டு வருவது போலிருந்தது. வியப்போடு, எதிரே அமர்ந்திருந்த அந்தப் பெருமிதத்தைக் கண்நிறையப் பார்த்தேன். என் உள் ஒழுக்கை அறிந்தது போல அந்த இளையவன் முகத்தில் மெல்லிதாகப் புன்னகை... அழகாக இருந்தது. ஆஹா...

பேசிக்கொண்டிருந்தபோது, ஐந்து அல்லது ஆறு இள வட்டங்கள் கத்தை கத்தையாகத் துண்டுப் பிரசுரங்களும் வசூல் புத்தகங்களுமாக வந்து ஏறினார்கள்.

"நாங்கள் ஆர்ட்ஸ் காலேஜ் ஸ்டூடன்ஸ். காலேஜ் எலக்ஷன் வருது. நிறைய விபுலமான பரிபாடிகள் எல்லாம் வச்சிருக்கிறோம். பெரிய சிலவு. உங்களை மாதிரி வலிய பிஸினெஸ்காரங்க சகாயிக் கணும்..."

"விபுலமான பரிபாடி – எலக்ஷன் இதெல்லாம் உங்க காரியம், நாங்க என்ன செய்ய முடியும்?"

"உங்களை வேறே ஒண்ணும் செய்யச் சொல்லலே. எங்கள்ட்டே ஃபண்டு இல்லே, சின்னதா நூறோ எரநூறோ தந்து சகாயிக்க வேணும்னுதான் கேக்கோம்..."

"ஃபண்டு இல்லாமெ பெரிய பரிபாடி வச்சா நாங்களா உத்தர வாதி?"

"அதெப்பற்றி உங்க அட்வைஸ் ஒண்ணும் கேக்கல்லே. சகாயிக்க மனசிருந்தா சகாயிக்கணும்."

கொஞ்சம் 'உடக்கான' பையன்கள் என்பது புரிந்துவிட்டது. நிதானித்துக்கொண்டேன். மெட்ராஸிலிருந்து தேடி வந்த, பரிசுத்த மான இலக்கிய ரசிகன் வேறு நம்மை 'கஞ்சம்பட்டி' என்று கணக்கிட்டுவிடக்கூடாது.

"சரி... தம்பிமார்களே... இப்போத்தான் கடை திறந்து வச்சு இதோ இவருடன் பேசிக்கொண்டிருக்கிறேன். வியாபாரம் ஆக வில்லை. வசூலுக்கெல்லாம் காலையிலேயே வந்து நின்னா எப்படி? பிறகு பார்த்து வாங்களேன்..."

"பிறகு வாறதுக்கு நாங்களென்ன பிச்சை கேட்டா வந்திருக் கோம். கொடுக்கிற மனஸ்திதி இருந்தா எப்ப வேணுன்னாலும் ஆகலாம். இல்லையென்றால் இல்லையென்று சொல்லிவிடுங்க... அதை விட்டுட்டுப் பிறகு, சாயங்காலமெல்லாம் எதுக்குச் சொல்லணும்...?"

என்னதான் உயர் இலக்கியமும் விசாரங்களுமெல்லாம் இருந்தாலும் நானும் சாதாரண வியாபாரிதானே – பொடிப்பசங்களுக்குத் திமிர் என்று, 'ஸ்தலகலாபேதம்' மறந்து கோபம் வந்துவிட்டது.

"கடையை விட்டு இறங்கிப் போங்கடா கொச்சன்மார்களே. பணம் தாறதுக்கு இல்லே..." உரக்கவே சொன்னேன். நான் வியாபாரி என்றால் வந்தவர்கள் கல்லூரி மாணவர்களாயிற்றே? "வேய், மூப்பிலெ. நரச்சு வழுக்கையும் விழுந்தாச்சே. மரியாதை படிக்கலியே. கச்சவடம் செய்து கொள்ளை லாபத்திலே பணம் உண்டாக்க மாத்திரம் தெரியும்... ஒங்களெ மாதிரி உள்ளவங்களெயெல்லாம் வெடிவச்சுக் கொல்லணும்..."

"டேய்டேய் அளியா வா. வழக்க ஆக்கண்டாம். விசேஷிச்சும் இப்போ தோக்கு எடுத்திட்டு வரவுமில்லை" என்று ஒருத்தன் சொல்லவும் எல்லோருமாக அட்டகாசமா வாய்விட்டு சிரித்துவிட்டு கடையை விட்டு இறங்கிப்போனார்கள். கடை சிப்பந்தி அவர்கள் போனதை அறிந்ததும் ஆவேசத்துடன் இறங்கி வந்து," "போயினடா நாயின்டே மக்களே... நேரம் வெளுக்கண்டாம் இவன் மாருக்கெல்லாம் பணப் பிரிவு நடத்தான்..." என்று அவர்கள் காதில் விழாமலே வீறாப்பு உதிர்த்துவிட்டு, உள்ளே போய்விட்டான்.

கல்லாவில் நானும் – எதிரே மௌனமாக என்னையே பார்த்துக்கொண்டிருந்த ரசிக இளைஞரும். "நல்ல கடைத் தெரு அனுபவம், உங்களுக்குக் கதையும் கதை மாந்தர்களும் தேடி எங்கேயும் போக வேண்டாமுங்கிறதெ கண்ணெதிரிலேயே கண்டுட்டேன்... ஆனால், உங்களை மாதிரி மென்மையான உணர்வுக்காரங்களுக்கு இதையெல்லாம் எப்படி சார் எடுத்துக்கொள்ள முடிகிறது....?"

"எப்பிடி சார்?' என்ற வியப்பிற்கு என்ன பதில்...?"

"நாளைக்கு சாயங்கால பிளைட்டுக்குத்தான் கௌம்பணும். முடிந்தால் ஒருமுறை நாளைக் காலையில் வரப் பார்க்கிறேன். உங்களைக் கண்டு, பேசி, பகிர்ந்தது போதவில்லை... இன்னும் என்னவெல்லாமோ சொல்லிப் பகிர்ந்துகொள்ள பாக்கி இருப்பது போல, ஆற்றமாட்டேன் என்கிறது..." எழுந்துகொண்டார்.

"கண்டிப்பா நாளைக்கு வாருங்கள்... எனக்கும் என்னவோ நிறையவே இல்லை... நாளைய சாயங்கால பிளைட்தானே... காலையில் டிபன் நம்ம வீட்டிலெ வச்சுக்கிடலாமே... வாங்களேன்..."

"அய்யய்யோ, அதெல்லாம் டயமிருக்காது சார். ஆனா கண்டிப்பா நாளை போறதுக்கு முன்னாடி வந்திட்டுப்போறேன்... வரட்டா...?"

தேடிவந்த மென் உணர்வுடன் போய்விட்ட பின்பு கொஞ்சம் அதர்ம சங்கடம் போல உணரலானேன். ஆத்மார்த்த பூர்வமான ஒரு ரசிக உள்ளத்தின் ஒளி, பொட்டு தீபமாக என்முன் சுடர்விடுவ தாகத் தோன்றியது. அந்த மாதிரியான ஒரு மென்மையின் முன்னிலையில் அழுகல் முட்டையை விட்டெறிந்ததுபோல சில அனுபவங்கள் நேர்ந்துவிட்டதே என்று மனதை வலித்தது.

மறுநாள் அந்த இளைய ரசிகன் வந்தபோது முற்றிலும் புதிய தோற்றத்தில் தெரிந்தான். மலையாள சினிமா நடிகர் மோகன்லால் மாதிரி வெள்ளைநிற சில்க் ஜிப்பா, இழைய இழைய ஜரிகைப்பட்டு வேஷ்டி, நேற்று போலவே மெலிதான சுகந்தம்.

"தனியாகத்தான் இருக்கிறீர்களா சார். எங்கே சிப்பந்தியைக் காணோம்?"

"வந்திருவான். சாப்பிட்டுவிட்டு ஒரு நிலுவை பாக்கி வசூலுக் காகவும் போயிருக்கிறான். உட்கார்றது... ஒரு வகையிலே வேலை யாள் இல்லாததும் நல்லதுதான். இன்னும் கொஞ்சம் விஸ்தாரமா மனம்விட்டுப் பேசலாம். இந்த மாதிரி யாராவது தேடி வந்து இலக்கியம் அது இதுன்னு பேசுறதெல்லாம் வியாபாரத்துக்கு இடைஞ்செல்ங்கிற நினைப்பு அவுங்களுக்கு. பொழுது முச்சூடும் இருந்து அளந்திட்டு வியாபாரமில்லையேன்னு பிறகு பாத்து நம்மள குறை சொல்லுவாரு முதலாளின்னு முணுமுணுப்பானுக... போகட்டும், ஃபிளைட்டு எப்போ...?"

"சாயங்காலம்தான், இப்போ மணி ரெண்டுகூட ஆகல்லியே... டிக்கெட் ஓகே பண்ண, கூட வந்த ஆள் ஏர்போர்ட்டுக்கு போயிருக் கான்... இன்னுமொரு அரை மணி கழிச்சு போன் பண்ணி கேட்கணும். இங்கே நீங்க போன் வச்சுக்கிடல்லெ போல..."

"எல்லாம் இருக்கு. இதோ பீரோ பின்னாடி வச்சிருக்கேன். தெரியும்படியா இருந்தா பெரிய தொல்லை. ஓசிப்போனே நிறைய ஆகிவிடும்... அதுக்குன்னு நீங்க பேசுறதொன்னும் இடைஞ்செல் வராது. தாராளமா பேசலாம். ஆனா, கவிதைகள் மட்டும் நிறைய எழுதியிருக்கீங்களா இல்லை, கதைகள்கூட எழுதறதுண்டா, வெளிவந்திருக்கிறதா?"

"எழுதுறதுக்கெல்லாம் எங்களெ மாதிரி ஆட்களுக்கு எங்கே நேரம்? கவிதைகள் ரிஸ்க் இல்லெ. கதை, நாவல் எழுதறதெல்லாம் உங்களெ மாதிரி பிறவிக் கலைஞர்கள்தான்... என்னைப் பொறுத்த வரையில் இந்த மாதிரி ஒவ்வொரு ஊரா சுத்தறது. பிரயாண நடுவிலெதான் படிக்க நிறைய நேரமிருக்குதே... ஆமா, நீங்கள்கூட சமீபத்திலெ ஒண்ணும் எழுதினது மாதிரி தெரியலையே..."

“பெரிய அளவில் ஒரு நாவலுக்கான திட்டமிருக்கிறது. எந்தெந்த நிறங்கள் பொருத்தமாக இருக்குமென்று உள்மட்டத்தில் கலவை யிட்டு பொருத்தம் பார்த்துக்கொண்டிருக்கிறேன். சரியான அமர்வு அமைந்தால் தொடங்கிவிடுவேன். இங்கே மலையாளக் கரையில் தமிழ் பேசும் பிராமணர்களுக்கு ஒரு சுற்று கீழ் இறங்கிய இனத்தார் போற்றிமார் என்பவர், அவர்களது மொழி துளுவாக இருந்தாலும் தமிழ் பிராமணர் போல் இழுத்து இழுத்துக் கொச்சையா தமிழும் பேசுவார்கள். கோயில் அர்ச்சகர் வேலைதான் பிரதானமாகப் பார்ப்பது என்றாலும், வேறு சிலர் இறங்கி வந்து சமையல் வேலை, ‘போற்றி ஹோட்டல்’ என்று காபிக்கடைகூட நடத்துவதுண்டு. உடுப்பியிலிருந்து வந்தவர்களாகச் சொல்லிக்கொள்ளும் இந்த இனத்தைச் சேர்ந்த ஒரு குடும்பம். அதில் நமது தி. ஜானகிராமனின் யமுனா மாதிரி ஒரு பெண். அவளுக்கு நாலு சகோதரியரும் ஐந்து சகோதரர்களுமான பெரிய குடும்பம். அப்பாப் போற்றிக்கு மாந்திரிகத் தொழிலில் வரும் சிறிய வருமானத்தில் குடும்பம் லோல் படும்போது – சிறகு முளைத்துவிட்ட குடும்ப நபர்கள் பல்வேறு வழிகளில் சிதறுகிறார்கள். விபசாரம், திருட்டு, கள்ளுக்குடி இப்படி யான சிதறல்களில் மூத்த பெண் தனித்து நிற்கிறாள். அவ்வளவை யும் சொல்லிவிட்டால் சுவாரஸ்யம் போய்விடும். எழுதுவேன். வரும். படித்துவிட்டு நிச்சயம் உங்களைப் போன்றவர்கள் இன்னும் இன்னும் தேடி வருவீர்கள் என்று மனப்பூர்வமாக நம்புகிறேன். எழுதுவேன்.”

“செய்யுங்கள் சார்... உங்கள் சிருஷ்டிகளின் தனித்தன்மையை எண்ணும்போதே அதன் வீச்சும் வேகமும் எப்படியிருக்குமென்று உங்கள் ஆராதகன் என்ற வகையில் நன்றாக ஊகிக்க முடிகிறது... உங்கள் கரங்களை இப்படிக் கொடுங்கள். எடுத்து கண்களில் ஒற்றிக்கொள்கிறேன்...”

‘...அட அட, என்ன மாதிரியான அனுபவம்...’ நிறைந்து குளிர்ந்துபோனேன். பொங்கித் திளைத்துப்போனேன். எண்ணிப் பனித்துப்போனேன். முப்பது வயதிற்குள் இப்படிப் பிரதிபலிக்க, மனசு எத்தனை தூரம் புனிதம்கொண்ட அறிவுசால் மென்கலவை யாக இருக்க வேண்டுமென எண்ணி அந்த இளவயதின் நீட்டிய கைகளை அழுத்தமாகப் பற்றிக்கொண்டேன்.

“பேச்சு வாக்கில் மறந்தேபோனேன். ஏர்போர்ட்டுக்கு டிக்கெட் கன்ஃபர்மேஷனுக்குப் போனான். என்ன ஆச்சுன்னு விசாரிக் கணும், நம்பர் எங்கிட்டே இருக்கு. ஃபோனை கொஞ்சம் உப யோகப்படுத்திக் கொள்கிறேனே” என்றவாறு எழுந்த இளைஞனை மனப்பூர்வமாக உள்ளே அனுமதித்தேன்.

"மணி இப்போ ரெண்டாகப் போகுது. மூணு மணிக்குள்ளே பாக்கியையும் கட்டினாத்தான் கன்ஃபார்ம் ஆகுமா? அட டிக்கெட் விலை திடுதிப்புன்னு கூடிச்சுதாமா. முன்னாடி செய்தி பேப்பர்லை வந்ததை யார் கவனிச்சாங்க. ஆமா, அட சரிதான்சாமி எவ்வளவு பணம் அதிகமா வேணுங்கறே, அறுநூற்றி இருபதா, பர்ஸ் பணமெல் லாம் அங்கே சமுத்ராவிலே வச்சிட்டுல்லவா வந்திருக்கிறேன். எஸ் ஆமா, இங்கேயே சார்கிட்டே கேட்டுப் பார்க்கிறேன். ஆனா நாலுமணி ஃபிளைட்டுக்கு முன்னே லாட்ஜிலே போய் எடுத்தாந்து பணத்தைத் திருப்பி ஒப்படைச்சிட்டுத்தானே கௌம்பணும். நீ ஃபோனை வையிப்பா. முடிஞ்சா மூணு மணிக்குள்ள அங்கே வர்றேன்... சரி... சரி... அட சரிதான்பா, போனை வையி..."

பேசிவிட்டு வந்து அமர்ந்தவரின் முகத்தில் கலவரம் தெரிந்தது.

"என்னதாம்...? என்ன சொல்றாரு உங்க சிநேகிதன்?"

"பெரிய தலைவலியா போச்சுது சார். டிக்கட் ரேட்டு அதிக மாம். மூணு மணிக்குள்ளாக அறுநூறு சொச்சம் கூடக் கட்டினாத் தான். டிக்கெட் ஓகே ஆகுமாம். இல்லாட்டி பிரயாணம் இன்றைக் கில்லை. அவசியம் இன்றைக்கே நான் போய் வேற ஆகணும்... சாரி... நல்லவேளை அதோ உங்க சிப்பந்திதான் வந்திட்டாரே. ஒரு அறுநூற்றும்பது ரூபா பணத்தோட ஒரு ஆட்டோவிலே அவரைக் கொஞ்சம் ஏங்கூட அனுப்புங்களேன். பிளீஸ் ஏர்போட்டிலே பணத்தைக் கட்டி டிக்கட்டை வாங்கிடுவேன். அதே மேனிக்கு அந்த ஆட்டோவிலே லாட்ஜிக்குப் போய் பணத்தை எடுத்துக் கொடுத்து இவரையும் அனுப்பிடுவேன். மூணு மணிக்குள்ளார பணம் கட்டணுமாம். அதுக்குள்ள சமுத்ராவிற்குப் போய் திரும்பி வந்துக்கிட முடியாது..."

எல்லாமே திடுதிப்பென்று இருந்தது.

–யோசிக்கவே நேரமிருக்கவில்லை. மணி இரண்டே முக் காலைத் தாண்டிக்கொண்டிருந்தது. அந்த நல்ல ரசிகரின் அவசர காலப் பயணத்தை முடக்கவும் தோன்றவில்லை. கல்லாவிலிருந்து பணத்தை எடுத்துக் கொடுத்தேன். "சசிதரா, அதோ அந்த ஆட் டோவை நிறுத்து... சார்கூட ஏர்போட்டுக்குப் போயிட்டு அப் பிடியே சமுத்ரா லாட்ஜிற்கும் போயிட்டு வா. பணம் தருவாரு. திரும்பி வந்து நாலு மணி ஃபிளைட்டிலே சாரை விட்டுட்டு வா... ஆட்டோ பணமெல்லாம் வாங்க வேண்டாம். வந்து நாம பாத்துக் கிடலாம்."

பணத்தைப் பெற்றுக்கொண்டு ஆட்டோவில் சிப்பந்தியுடன் ஏறி அமர்ந்த அந்த நட்பு பிரியா விடையாகத்தான் பெற்றார்.

“உங்களுக்கு ரொம்ப சிரமம் கொடுத்துவிட்டேன். மன்னிச்சுடுங்க சார். அடுத்த தரம் வரும்போது நீங்கள் விரும்பினது போலவே ரெண்டு நாள் உங்களோடவே இருந்து நிறைய பேசணும். அனுபவிக்கணும். அதுக்குள்ளாக உங்கள் நாவலும் வந்துவிட்டால் இரட்டிப்பு சந்தோஷமாக இருக்கும். வர்றேன் சார்” அந்த நல்ல மனிதன் கண்கள் பனித்ததோ...

என்னதான் வியாபாரியாக இருந்தாலும் வியாபாரத்திற்குப் புறம்பாக மென்உணர்வு இலக்கியம் என்றெல்லாம் போதையில் எசகுபிசகாக மயங்கி ஏமாந்துபோனதை எண்ணியபோது மானிட நேயம் என்பதன் பேரிலேயே ‘தூ’வென்று வெறுப்பு வந்தது.

இப்படியுமா; இவ்வளவு சமத்காரமான ஏமாற்றும் திறனா? என்னவெல்லாம் பேசினான். நான் ஒரு குழியில் விழும் யானை என்பதை நன்றாகத் தெரிந்து வைத்துக்கொண்டு கச்சை கட்டி யல்லவா புறப்பட்டு வந்திருக்கறான். வழியனுப்ப உடன் போன கடைச் சிப்பந்தி சசிதரன். ‘ஆட்டோவை விட்டு இறங்கி – நீ இங்கேயே இருப்பா. ஏர்போட்டுக்கு உள்ளே வரணுமானா வீணா அஞ்சு ரூபா டிக்கட் எடுக்கணும், நான் இதோ வந்திர்றேன். அப்ப டின்னு போன ஆள் எந்தப் பாதையிலே போனானோ, எப்படிப் போனானோ நிக்கிறேன்... நிக்கிறேன்... நாலு மணி ஃபிளைட்டு உயரக் கிளம்பி மறைஞ்சு போனதுக்கப்புறமும் நிக்கிறேன். ஆட்டோக்காரன்தான் சொன்னான். ‘சசிதரா, அந்த டிப்டாப்பு ஆசாமி உங்க முதலாளியையும் – வேலை வச்சு, உன்னையும் வேலைவச்சு’ என்று விபரங்களை சசிதரன் சொன்னபோதும் சமுத்ராவில் போனில் விசாரித்தபோது வெளிச்சமான உண்மையில் இலக்கியம் பேசியும் வஞ்சிக்கிறார்கள் என்பது துல்லியமாயிற்று!

இப்பொழுதெல்லாம், யாராவது இலக்கியம், புஸ்தகம் அது இதென்று கடைப்பக்கம் வந்தால் ‘சமுத்ரா ஹோட்டல்’ என்று நமுட்டுச் சிரிப்புச் சிரிக்கிறான் சசிதரன்.

❖

58

அரேபியக் குதிரை

“டேய், நான் பத்துப் பனிரெண்டு வருஷம் அரபு நாட்டிலெ இருந்தவனாக்கும். நல்ல அந்தச் சுள்ள அரபிகள்கூடப் பழகி ‘நேரா வா, நேரா போ’ என்கிற மாதிரி நல்ல காரியங்களைத்தான் பழகீட்டு வந்திருக்கிறேன். என்கிட்டெ ஆராவது வேலைத்தனம் காட்டினா, அவனெ ஆருன்னு பாக்க மாட்டேன், கையோட பிடிப்பேன். பிடிச்சு, வரச்ச வரையிலெ நிறுத்துவேன்...”

துக்கம் விசாரிக்க வந்தவர்களெல்லாம் அழுத்தமான இந்தப் பேச்சுசத்தம் கேட்டபோது, வராந்தா பக்கமாகத் திரும்பிப் பார்த்தனர். அட, பாஸ்கரன்! ஆமாம், அவனேதான். ஆனால், துப்புரவாக இருக்கிறான். கப்கை பளபளசட்டை, கறுப்புப் பாண்ட், தங்க பிரேம் கண்ணாடி, நிமிர்ந்த நிலை, கம்பீரமான சத்தார்உஸைன் மீசை... ஒரு காலகட்டத்திற்கு முன்னால் இந்தப் பாஸ்கரன் சொந்த ஊர், ஆள் அம்பு எல்லாவற்றையும் மறந்து விட்டு அஞ்ஞாதவாசம் போல அரபு நாட்டுக்கு ஓடிப்போய்விட்டான். இப்போது, கொழுத்த சம்பாத்தியத்துடன் வந்திருக்கிறான். நாற்பது வயசிற்கும் மேல் ஆகிறது. கல்யாணம், காட்சி, ஒன்றும் ஊஹும்... இருபத்தியெட்டு வயசு வரையில் இதே ‘நெட்டுகால்தேரி’ ஊர் முக்கில் சீட்டு விளையாட்டு, டுட்டோரியலுக்குப் போகும் இளசுகளைக் ‘கமெண்ட்’ அடிப்பது ஊர் முண்டகக்கண்ணி அம்மன் கோவிலுக்கு வரிப்பணவசூல் என்று வீடு வீடாந்தரம் ஏறி இறங்குவான். தெரிந்தவர், தெரியாதவர் எனப் பணம் வசூலிப்பது என்றெல்லாம் தலை தெறிக்க நடந்தான். கொஞ்சம் அரளிப்பூ மாலைகளும், பொரி, பழம், சுண்டல் என்று அம்மனுக்குத் தீபாராதனை காட்டுவான். ‘வசூலித்த பணத்துக்கு இதுதானா?’ என்று கணக்குக் கேட்டால், ‘நீரு யாரு கேக்க... ஓம்ம சோலியைப் பார்த்துக்கிட்டுப் போவும். நேரா வா, நேரா போ என்கிற எங்கிட்டயா வந்து கார்வார் எடுக்கீரு...’ என்று குலைதெறிக்க, குதறலாகப் பேசுவான். கடைசியில் என்னவாயிற்றென்றால், ஏதோ ஒரு பணிக்கத்தில் பெண்ணிடம் கர்ப்பம் ஆயிப்போச்சு என்று, உடைமைக்காரர்கள் வீட்டு நடையில் கலாட்டாவிற்கு வந்தார்கள். நாளை ரிஜஸ்டர்

கச்சேரியில் விவாகம் வைத்துக்கொள்ளலாம் என்று வாக்குக் கொடுத்தவனை, மறுநாள் வெள்ளிக் கிழமையிலிருந்து காண வில்லை.

...பனிரெண்டு வருட அஞ்ஞாதத்தின் ஆரம்பக் கெடுக் களிலேயே, நெட்டுகால்தேரி பாஸ்கரனை மறந்து எண்ணெய் தேய்த்துக் குளித்தது. பணிக்கத்திப் பெண்ணிற்கும் ஊமையன் ஒருவனுக்கும், வடக்கே நூறு மைல் தள்ளி காஞ்ஞிரப் பள்ளியில் கல்யாணம் நடந்தது. நாலாவது வருஷம், பாஸ்கரனின் ஒரே பந்தம் அம்மாவிக்காரிக்கு அவனிடமிருந்து பணம் வந்தது. நூற்றி அம்பது ரூபா, நோட்டுத்தாளை திருப்தியாக நிமிரக் கண்டிராத கிழவிக்கு, நூற்றி அம்பது ரூபா ஊருக்குக் கொடை நடத்தியது போல கொண் டாட்டமாக இருந்தது. தொடர்ந்து, மாதாமாதம் பணம் வரவும், கிழவியாகப்பட்டவள் அருமந்த 'சேஷக்காரனை' பற்றிப் புதிய புதிய புகழ்ச்சிகளாகச் சொல்லி, ஊர் முழுக்க ஊதிப் பெருக்கினாள். 'அவன் ஆரு. ஆணாப் பொறந்தவன் அல்லவா? ஒரு அவக்காரியம் பொறுக்காமதானே ஊரைவிட்டே போனான். போயிட்டு என்ன ஆச்சு. நாட்டையும், வீட்டையும் மறந்தா போனான். சாகக் கெடக்கக் கூடிய இந்த அம்மாவிக் கெளவிக்குச் சொளை போல மாசந்தவறாம பணம் அனுப்புறான். அவன் நன்றி உள்ளவனாக்கும், வாக்கு மாறாதவனாக்கும். பிடி வாசிக்காரனாக்கும்.' கேட்டுக் கேட்டு ஊர்க்காரர்களுக்கும் எத்தனையோ காரியங்கள். அதற்கிடையில் இதுவும் சரிதான். ஆமாம்; பாஸ்கரன் அப்படிப் பட்டவன்தான். இருந்துட்டுப் போகட்டுமே, ஆருக்கென்ன? அவன், சுறால்காரன்தான், கண்டிப்புப் பேர்வழிதான் உக்கும்....

புதிய பாவம், நடை, உடை, அத்தர்மணம் என்று பாஸ்கரன் நெட்டுகால்தேரி ஊருக்குத் திரும்பியதும், எண்ணிக்கொண்டு இரண்டாம் வாரத்தில், அவனது ஏக ஆதாரம் அம்மாவிக்கிழவி... அம்போவென்று செத்துப்போயிருக்கிறாள். எண்பத்தி ஐந்து வயதிற்கு மேல் தாக்குப் பிடிக்க அந்தக் கிழவிக்கு சக்திதான் இல்லை. ஆசை இருந்தது என்பது வேறு விஷயம். பிழைக்கத் தெரியாதவள்!

கிழவி செத்துப்போன துக்கக் களத்தில்தான், ஆரம்பத்தில் ஒலித்த பாஸ்கரனின்; 'நேரா வா. நேரா போ...' கோலாகலம் பளிச்சிட்டுக் கேட்டது.

"பாஸ்கர அண்ணா, கருமாதி சாதனங்க வாங்கப்போன எடத்திலெ அப்புக்குட்டன் நாலுரூபா காசெடுத்து ஒரு கிளாஸ் பட்டை மோந்தினது வாஸ்தவம்தான். அதெ அவனே

சம்மதிக்கவும் செய்தான்... பின்னெ என்ன? விடேன்... நீ கெடந்து ஒச்ச வச்சுப்போ வெளீல வந்திருக்கக் கூடிய வலிய ஆளுக என்ன, ஏதுன்னு காரியம் கேக்கத் தொடங்கிட்டா...."

"கேக்கட்டும். வலிய ஆளுக அறியணும்னுதானே நான் சொல்லுதேன். சாக்காலை வீட்டிலெ இதுபோல எரணக்கேடு இனி அவன் காட்டக்கூடாது...."

"விடு பாஸ்கர அண்ணா, நீ இங்கே எறங்கி வா. இப்போ அம்மாவிற்கு ஒரு கோடிச்சேலை எடுக்கணும். அது வெள்ளை வாயில் வேணுமா? இல்லை சாதாரண கண்டாங்கிச்சேலை வேணு மான்னு நீ சொல்லு. காரியங்க நடக்கட்டு..." இத்தனையும் பேசின வன் ஒரு தூரத்து சொந்தக்காரன்; உபகாரி என்றாலும் பாஸ்கர னுக்குக் கோபம் வந்துவிட்டது.

"டேய், பப்பனாவா. நம்ம அம்மாவிற்குப் பத்து எம்பது வயசுக்கு மேல் ஆயாச்சு வாஸ்தவம்தான். அவ எந்தக் காலத்திலை யாவது வெள்ளைச் சேலை கெட்டினது நீ பாத்திட்டுண்டா....? அம்மாச்சன் அவருக்கு அம்பது வயசிலெ வீடும் வேண்டாம்; கூடும் வேண்டாம்னு நின்ன நெலயிலெ உடுத்த முண்டோட எறங்கிப் போனாரு. போனவரெ பின்னெ காசியிலை கண்டேன்; கைலாவத்திலெ பாத்தேன்னுதான் ஆரெல்லாமோ வந்து சொன்னா. அதனாலெ நெறியுள்ள இந்த அம்மாவி அன்னைக்கும் சரிதான், இதோ இப்போ சாக்காலை சமயத்திலையுந்தான். நெறமுள்ள சேலைத் துண்டைத் தவிர, குளிருக்குப் போத்திக் கிடக்கூட வெள்ளைத் துணியெத் தொட்டுட்டில்லெ. இப்போ செத்த பொறவு அவ சுமங்கலியாத்தான் போய்ச் சேரணும்."

"அப்போ ஒரு பச்சைக் கண்டாங்கியெத்தான் எடுத்திட்டு வந்திரட்டா...?"

"டேய், நான் கொஞ்சம் முன்யோசனை உள்ளவனாக்கும். அதனாலெதான் பாத்துக்கோ; அங்கே அரபு நாட்டிலேர்ந்து வரும் போதே இரு நூறு தினார் கொடுத்து பஸ்டு கிளாஸ் சேலை ஒண்ணு இந்த அம்மாவிக்குன்னு வாங்கிட்டு வந்தேன். இப்பிடி அகாலத்திலெ போயிட்டா. அப்போ அவளுக்குன்னுகொண்டு வந்தது அவ கடைசி யாத்திரைக்கே உபயோகப்படட்டும். என்ன வெலையானா என்ன செதையிலெ அதெ வச்சுதான் கொள்ளி போடணும்... அதானலெ ஆரும் ஜவுளிக் கடைக்கு ஓடாண்டாம். நடக்கட்டும். மற்ற காரியங்க நடக்கட்டும்."

...எல்லோரும் அவனையே பார்த்தார்கள். 'வீடும், நாடும் மறந்து கொஞ்சகாலம் கடல் தாண்டிப் போயிருந்தவன் என்றாலும் சிநேகம்

உள்ளவனாக்கும் பாஸ்கரன்' என்று பேசிக்கொண்டார்கள். "இருநூறு தினார் என்றால் ஆயிரம் ரூபாய் வரை இருக்குமோ...?" யாரோ கேட்டார்கள். பாஸ்கரன் புன்சிரிப்பு மட்டும் காட்டினான். பெருந்தன்மை!

மயானப் புல்வெளியில் வெயில் வந்ததை அறியாதது போல மார்கழிப் பனித்துளிகள் முத்துக்கோர்த்திருந்தன. கருங்கல் சுவரை ஒட்டி நின்ற மொந்தன் வாழையில் குலை தள்ளியிருந்தது. அணில் ஒன்று வாழைப் பூவை முகர்ந்துவிட்டு நிறைய ஆட்கள் வரும் அரவம் கேட்டு ஓடிப்போயிற்று... பூமாலைகள் சுற்றிய காமணத்தை இறக்கி வைத்தபோது ஏறுவெயிலின் மஞ்சக்கிரணங்கள் பிரேதத்தை மூடியிருந்த 'பளபள' சேலை மேல் வாள் வீச்சுக் காட்டின. தகரக்கூரை மண்டபத்தைச் சுற்றி எருக்கம் செடிகளில் சாம்பல் நிறப்பூக்கள் நிறையவே இருந்தன.

"ஓடம்பை மட்டும் எடுத்துப் பாடையிலே வையுங்கோ. உடுத்தி யிருக்கிற சீலை மட்டுந்தான். மூடியிருக்கிறதை எடுத்து மாற்றி வையுங்கோ. அது மயானக்காரனுக்கு அவகாசப்பட்டதாக்கும். மாற் றுங்கோ, மாற்றுங்கோ சீக்கிரம். நேரமாயிட்டு இருக்கு." வேலையாள் துரிசப்பட்டுக் காரியத்தில் மும்முரமாக இருந்தான். அவன் பாடு அவனுக்கு....

"துரிசப்படாதெ நில்லு. சமாதானப்படு. நீ என்ன சொன்னே; மூடியிருக்கிற சேலை ஒனக்கு அவகாசப்பட்டதுன்னா... அதெல் லாம் அங்கெ பள்ளியிலெ போய் சொன்னாப் போறும். இது இப்போ மரணப்பட்ட ஆளு எனக்கு அம்மாவித்தள்ள யாக்கும். அவளெகட்டையிலை வக்கும்போ கோடிப் புடவையோட வச்சு அனுப்பணும்னு உள்ளதாக்கும். எங்க இஷ்டம், மூடியிருக்கிற துணிக்கு ஒனக்கென்ன அவகாசம்? ஒனக்கு அவகாசப்பட்ட எவ்வளவு கூலிப் பணமுண்டோ அதை அஞ்சு பைசா குறையாம தூர நின்ன வாங்கிட்டுப்போ" அவ்வளவுதான் பாஸ்கரனுக்குச் சூடு தணியவில்லை.

"சுடுகாட்டுக்கரை அவகாசமும், காரியமும், கணக்குமெல்லாம் அரபு நாட்டுக்குப் போயிட்டு வந்தப்பம் மறந்து போச்சுன்னா, இங்க வந்திட்டுண்டுமே பிடாவ மூப்பன்மாரு அவங்ககிட்டே ஒண்ணுகூடக் கேட்டு மனசிலாக்கீட்டுப் பேசட்டும்.... அப்பேர் பட்ட காசுக்கடை செட்டியார் அய்யா பெண்சாதியெ காஞ்சீபுரம் பட்டுச் சேலை மூடியாக்கும் இஞ்செகொண்டு வந்தது. ஓடம்பு பாடை ஏறின ஓடனே. பட்டுச் சேலையை சுருட்டி எடுத்து மாற்றி

வச்சேன். கமான்னு ஒரு அட்சரம் ஒரு பொடிக் கொச்சு கூடப் பேசணுமே... பின்னெயாக்கும்... கேக்கட்டும் வலிய ஆளுக கேக்கட்டும்...” வழமையைப் பேசிக்கொண்டே காரியத்தில் கண்ணாக ஒவ்வொன்றாகச் செய்துகொண்டிருந்த மயானக்காரனை, பலமாகவே பிடித்து மாற்றிவிட்டு, வெட்டு ஒன்று துண்டு ரெண்டு என்ற வெறியுடன் பிடிவாதமாகவே நின்றான் பாஸ்கரன்.

“அந்தச் சேலையை அம்மாவி மேலே இருந்து எடுக்கணுமானா, எனக்கும் இங்கே ஒரு குழி வெட்டவேண்டி வந்தாலும் விடப்போற தில்லெ. அப்படி மாற்ற முடியாத சம்பிரதாயம் என்னன்னு எனக்கும் அறியணுமே. பப்னாவா, என்னடே பாத்துக்கிட்டு நிக்கியோ... வறளியெ அடுக்கச் சொல்லு... அவனுக்கு வேணுமானா அஞ்சோ... பத்தோ கூடுதலு கொடுத்திரலாம். வேலையெ பாக்கச் சொல்லு, நேரமாவுது...”

...கடைசியில்... ஏற்றம் உண்டென்றால் இறக்கமும் உண்டே, ஊர் பெரிய ஆட்கள் தலையிட்டார்கள். “ஆசாரமும் அனுட்டாணவுமெல்லாம் மாறும். மாறத்தான் வேணும். அதாபாக்கல்லியா! மதிலுக்கப்புறம் பொது இடத்திலெ எலக்ட்ரிக் மசானம் வந்தாச்சு, வெறும் முப்பது ரூபா கார்ப்பரேஷனுக்குக் கட்டி ரசீது வாங்கணும். ஒரு டிரோலி தருவான். அதிலெ பிரேதத்தை எடுத்து வைக்க வேண்டியது. அது ‘சர்’ன்னு உள்ளே போகும். அரை மணிக்கூர்லே எல்லாம் குஷால், பிளாஸ்டிக் பையிலெ எலும்பும், சாம்பலும் கட்டி கையிலெ தருவான். அங்கே ஏது சாஸ்திரமும் சம்பிரதாயமும் அதனாலெ பழசை எல்லாம் பேசிப் பிரயோசனமில்லெ...” என்றார்கள்.

வேலைக்காரன் பணி வெளியிலேன்னு சொன்னதுபோல, பாவப்பட்டவன்தானே பணிஞ்சு போகணும். “நடக்கட்டும் அய்யா நடக்கட்டும்... பதிவுள்ளதுக்கு மேலெ அந்தச் சீலைக்கு வகையிலெ ஏதாவது கூடுதல் தரணும்...” என்றவாறு, போர்த்திய அந்தச் சேலையின் மேல வறளியைக் கூடையோடு கொண்டுவந்து கொட்டி அடுக்கினார்கள். அதன்மேல் மெத்தையாக வைக்கோல் பரப்பி, குழைத்த சகதியைக் கொண்டு வந்து கவிழ்த்திப் பூசியபோது, அநேகமாக எல்லா வேலையும் முடிந்தது போலாயிற்று. அடிமட்டத்தில் செருகிய கொள்ளிக் கனலிலிருந்து புகை கிளம்ப ஆரம்பித்தபோது, வந்தவர் மண்டபத்தில் கூடினார்கள். ஊர்ப் பெரியவர், பரியாரிகளுக்கு கணக்குக் கேட்டு, நோட்டு நோட்டாகப் பங்கிட்டுக் கொடுத்தார். உதறிவிட்டு எல்லோரும் எழுந்து திரும்பியபோது, பாஸ்கரன் அந்த வேலையாளைத் தனியாகக் கூப்பிட்டு அம்பது ரூபா நோட்டு ஒன்றைப் புன்சிரித்துக்கொண்டே கொடுத்தான்.

“இப்போ சமாதானமாச்சா டேய். போ. திருப்தியாயிட்டுப் போ. நாளை காலத்லெ பத்துமணிக்கு அஸ்திக்குப் பால்தெளிப்பு. எங்கியும் போயிராமெ எல்லாம் ரெடியாக்கி வை” என்று கட்டம் கட்டித் திரும்பிய பாஸ்கரனுக்கு நினைத்ததை சாதித்த பெருமிதம் இருந்தது. ‘நம்மட்டயாக்கம் வேலை வைக்கான். சட்டமும் பொறையும் எல்லாம் அம்பது ரூபா நோட்டை நீட்டினப்போ இளிப்பாய்ட்டு வழிஞ்சு போச்சு. நல்ல ஃபாரின் சாரியெ சுருட்டிக்கொண்டு போய் பொண்டாட்டிக்குக் கொடுக்கலாம்னு நினைச்சிருப்பான். அந்த உடான்செல்லாம் வேறெங்கெயாவது வச்சா பலிக்கும்... ஹூம்!’

“சொந்தமென்று இருந்த ஒரே ஒரு ஜீவன். அவ போயி பத்திரு பது நாளாச்சு. மனசுக்கொரு சுகமில்லடே பப்பனாவா. எதுக்குடா அங்கேருந்து வந்து சேர்ந்தோம்னு இருக்கு. பேசாம அந்த மணல் பூமியிலேயே கெடந்திருக்கலாம்...” என்று ஒரேயடியாகச் சலித்து, அலுத்துக்கொண்ட பாஸ்கரனை நல்ல வார்த்தை சொல்லி சமாதானப்படுத்தி, “வா ஒரு சினிமா பார்த்துவிட்டு வரலாம்” என்று அழைத்து வந்திருந்தான் பப்பனாவன் என்ற பத்மநாபன்.

தியேட்டரும் சுற்றுப்புறமும் ஓஹோவென்று பெருங்கூட்டம். பஸ்ட்கிளாஸ் டிக்கட்டிற்கு நின்றவர்களின் கியூ வரிசை தம்பானூர் பஸ் நிலையம் வரையில் நீண்டிருந்தது. ஆட்டோ ரிக்ஷாக்களும், சிட்டி பஸ்களும், பாதசாரிகளுமான குமார் தியேட்டர் வட்டாரம், ‘எந்த நேரம் என்ன நடக்குமோ’ என்றது போல பரபரப்பாக வம்படி சந்தடியாக இருந்தது.

“அப்பிடி என்ன படம் டேய் பப்னாவா?” சிகரெட் புகையிலும் கவனமில்லாமல், படம் பார்க்கப் போகிறோம் என்பதிலும் நாட்டமில்லாமல் தோரணங்களில் பறக்கும் கலர்கலரான ஜிகினாக் கொடிகளைப் பார்த்தவாறு கேட்டான்.

“மலையாளப் படமாம். பேரென்ன தெரியுமா? ‘காட்ஃபாதர்’ முன்னால நாடகங்களிலெ எல்லாம் நடிச்சு போடு போடுன்னு போட்டுக்கிட்டு இருந்தாரே என்னென் பிள்ளை, அவர்தான் காட்ஃபாதரா நடிச்சிருக்காரு. இப்போ நூற்று இருபது நாள் தாண்டியும் கூட்டம் தேரோட்டம் பார்க்க வந்தாப்பிலெ நெரிபடுது பாத்தியா... நீ உத்தியோகம் பார்த்த அரபு நாட்டிலெ எல்லாம் சினிமா உண்டா...?”

“அரபு நாட்டிலெ தியேட்டரிலெ போய் ஆரு படம் பார்த்தா? அங்கெயெல்லாம் ரூமுக்குள்ளேயிருந்து கேசட்டு போட்டு பாக்கிறது தான் கூடுதல். ஆனன் ஒரு அனாவசியம் உண்டுன்னு தெரிஞ்சா

போதும். பிடிச்சுக்கொண்டுபோய் முச்சந்தியிலெ முக்காலியிலெ கட்டி வச்சு, கண் முழியெ சூந்தெடுத்திருவானுவ, அரபி நெறியும் முறையும் காப்பாத்திறதிலெ பாரபட்சமே பாக்கமாட்டான்...."

"சும்மா கெடந்து அரபு புராணம் படிக்காத பாஸ்கரண்ணா! அங்கே இருந்து வரக்கூடிய காசெட்டு முக்காலும் நீலப்படங்க தானே..."

"பப்னாவா, ஒரு சங்கதியை அறியாம பழி சொல்லக் கூடாது. நிறுத்து... போயி, பால்கனி டிக்கட் கிடைக்குமான்னு பாரு. இல்லெ போயிருவோம். மனசுக்கு என்னமோ படம் பாக்கணும் போலத் தோணல..."

"அய்யய்யோ, விட்டா நீ உன் அரபிக் குதிரையிலே ஏறி சவாரி போயிருவியே... சமாதானப்படு. பால்கனி டிக்கட்டே கெடைக்கும். கவுண்டரிலெ தெரிஞ்ச ஒரு ஆள் உண்டும் பாத்துட்டு இன்னா வந்துட்டேன்."

பப்னாவன் கும்பலில் நுழைந்து எங்கேயோ பரபரவென்று மறைந்து போய்விட்ட பின்பு, பாஸ்கரனுக்குக் கண்ணும், காதும் பரக்கப்பாயத் தொடங்கிற்று. ஒரு அஞ்சாறு அடி தள்ளி நாலைந்து பேர்கூடி நின்று என்னவெல்லாமோ பேசிக்கொண்டிருக்கிறார்கள். நடுவில் ஒரு பெண் பிள்ளையும் நிற்கிறாள். பேச்சும் சிரிப்பும், கைகால் அசைவுகளும், சவடால்களும் யாரையோ நையாண்டி செய்வதுபோல தொனிக்கவே, பாஸ்கரனின் கவனம் சற்று கூர்மை யானது... 'ஹோ! மனிதர்கள் எவ்வளவு விதமாக இருக்கிறார்கள். ஒவ்வொருத்தனுக்கும் வயிற்றுக்கு இல்லாவிட்டாலும் வேஷமும், விதானமும் பேச்சும் எல்லாம் அவங்களே சினிமா ஸ்டார்கள் போலவும், ஸ்டண்ட் வீரர்கள் போலவும், வானத்தில் மேகங் களிடையே இருந்து இறங்கி வரும் நாரதர்பாவம் போல, ஒவ்வொருத் தனுக்கும் தரையில் கால் பரவாத சுக சொப்பன பாவலாக்கள்...'

"டேய். அன்னைக்கு மசானத்தில் நீ விட்டுக் கொடுத்தேன்னு சொல்லுதே... பின்னெ இவ, உன் வீட்டுக்காரிக்கு எப்படி இந்த ஃபாரின் சாரி கெடைச்சுது... சொல்லு. நல்ல தமாசு உண்டு... கேக்கட்டு எப்பிடி இதெ ஒப்பிச்சு எடுத்தே...?"

"அந்தக் கல்புகாரன் சாடி பொடிச்சான்... சாஸ்திரம்னு சொன் னான்... அவங்க பெரிய ஆளுக வந்து ஞாயம் சொன்னானுவ, பைசா கூடுதல் தாரேன்னான். என் மனசிலெ, என்ன வந்தாலும் இந்த ஃபாரின் சாரியெ லாஞ்சியே தீரணும்னு, ஒறச்சாச்சு... அந்தச் சேலைக்கு மேலெ வைக்கோலை அள்ளிப்போட்டுப் பூசினேன். சிதைக்கு அடியிலெ இருந்து புகையும் வர ஆரம்பிச்சப்பம் இந்த

வித்துவான்மாரு நினைச்சிருக்கானுக துணி கரிஞ்சியிருக்கும்னு... ஒடுக்கம் எல்லாம் கணக்கு தந்து இவங்க கேற்று மதில்கேட்டு தாண்டினதுதான் உண்டு. நானும் கையாள் பயலுமாயிட்டு ஒற்றச் சாட்டம் புகையத் தொடங்கின சிதையெ பரபரன்னு பொளிச்சு எறிஞ்சோம். நல்லகாலம் ஃபாரின் சாரியெ தீ தொட்டுக்கூடப் பாக்கல்லே... இழுத்தெடுத்துக்கொண்டு வந்து ஒரு டிரைவாஷிங் குக்குக் கொடுத்தேன். இன்னா இவ, தேவகன்னி மாதிரி உடுத்தீட்டு வந்து நிக்காபாரேன்... சில அல்ப பணக்காரனுக்கு திடீர்னு பாரம் பரிய பக்தி வந்திரும்; சாஸ்திரமெல்லாம் பேசுவானுவ; எத்தரை சாஸ்திரமும், சடங்கும் பாத்தவன் நான். எல்லாம் வறளி அடுக்கி அரை மணிக்கூரிலெ சாம்பல்தானே..." "ஓஹ் ஹோ... ஹோ' வென்று எல்லோருமாக எகத்தாளமாக விழுந்து விழுந்து சிரித்தனர்.

அப்பொழுதுதான் பாஸ்கரனுக்கு மின்சாரம் தாக்கியது போல சட்டென்று 'டால்' அடித்தது. கூட்டத்தில் அந்தச் சவடால் காரனை நன்றாகப் பார்த்தான். அந்த மயான வேலைக்காரன், லுங்கியும் தலைக் கட்டும் இல்லை. பாண்ட், சட்டை அவனே தான்... பக்கத்தில் அந்தப் பெண் உடுத்தியிருப்பது அய்யோ, அம்மாவிக்கென்று வாங்கிய அதே பாரின் சேலை... அட சண்டாளா... கால் பதித்து நின்ற பூமி நெடுகப் பிளந்து உள்ளே அமிழ்வது போல் வந்தாலும், சட்டென்று நிதானித்துக்கொண்டான் பாஸ்கரன்... 'நேரா வா நேரா போ' என்ற இந்தப் பாஸ்கரனைக் கேவலம் ஒரு மண் வெட்டுக்காரன் சதி பண்ணி குழியிலெ எறக் கீட்டானே? ரத்தம் தலைக்கேறி வேக உணர்ச்சி தெறித்தது. அடுத்த கணம் ஒரே பாய்ச்சல் பாய்ந்துவிட்டான் பாஸ்கரன்... பொது இடம், அவர்கள் நாலைந்து பேர்கள், சினிமாக் கும்பல், இதொன்றும் பொருட்டாக அப்போது படவேயில்லை.

பாய்ந்து போய் அந்தப் பெண் உடுத்தியிருந்த ஃபாரின் புடவை யின் முந்தானையை பலம்கொண்ட மட்டும் பிடித்து இழுத்தான்... எதிர்பாராத ஆண் பாய்ச்சலில் அதிர்ந்து வெலவெலத்துப் போன அந்தப்பெண் 'குய்யோ'வென்று கூச்சல் போட்டாள். பொது இடத்தில் திரௌபதி வஸ்திராபரண நாடகமென்றா பார்த்துக் கொண்டிருப்பார்கள்...? ஏதோ நாகரிகக் கிறுக்கன் பெண் பிள்ளை சேலையைப் பிடித்து இழுத்தான் என்றபோது, அவளது முரட்டு சொந்தக்காரர்களும், வந்தவர்களும், கண்டவர்களும் ஆக, தர்ம அடியும், இழு வலியும், பந்தாட்டாவுமாகக் களேபரமாகியது...

...பால்கனி டிக்கெட்டுக்குப் போன பப்னாவனும், போலீசும் வந்தபோது, பாஸ்கரன் ஒரு பருவத்தில் மயக்க நிலையில் கிடத்தப் பட்டிருந்தான்.

"யாரப்பா அந்தக் கிறுக்கன். பாத்தா ஜென்டில் மேனாட்டமா தெரியுறான். பெண் கிறுக்கோ என்னமோ....?"

"இல்லை அது அரபுநாட்டுக்குப் போயிட்டு வந்த ஒரு ஆளு; ஏதோ மனக்கஷ்டமாம் அதோ, அந்த ஆள்கூட வந்தவரு சொல்றாரு..."

"ஓ... அரபு நாட்டு ரிட்டேன் பேர்வழியா... அந்த மாதிரி ஆளுகளுக்குப் பல கிறுக்குகள் வரும், அதிலெ இது ஒரு ரகம் போலிருக்கு... சரி, சரி அங்கே சினிமா ஆரம்பிக்கப் போவுது... இந்தச் சினிமா முடிஞ்சாச்சு. வா போகலாம்..."

கும்பல் கலைந்தபோது, போலீஸ் ஜீப்பில் பாஸ்கரனின் ஆஸ்பத்திரிப் பயணம் ஆரம்பமாகியிருந்தது.!

59

மீன்முட்டி வளாகம்

விடிந்து ஏழு மணியான பின்பும் 'எழுந்திருப்பதா, வேண்டாமா' என்ற அரை உறக்கத்தில் லயித்திருந்தபோது, வெளி முற்றத்தில் கோலமிட்டுக்கொண்டிருந்த மனைவி விசாலத்திடம் ஊர்மகனின் தம்பி கோளையன் என்னமோ சொல்லிக்கொண்டி ருப்பது ஜன்னல் வழியாக அரவம் கேட்டது. சரிதான், அவன் வந்திருக்கிறான் என்றாலே யாரோ மூச்சுவிட மறந்த கதைதான். விடிவதற்கு முன்பே 'துஷ்டி காரியம்!' இன்றைய பொழுது உருப் பட்டாற் போலதான்! தூக்கம் கலைந்தாயிற்று. எழுந்திருக்க வேண்டும்.

"கேட்டேளா... இன்னா பாருங்கோ. முழிச்சிட்டுதான் கெடக் கேளா, இல்லெ இன்னும் ஒறங்கியாவுதா? மணி எட்டாவப் போவுது" விசாலம் உள்ளே வந்தாள்.

"எல்லாம் முழிச்சிட்டுதான் கெடக்கேன். கோளையன் என்ன சொல்லிட்டு போறான். யாராம்...?"

"ஒங்க அருமந்த சிநேகிதக்காரன் அந்த மீன்முட்டி வளாகம் அருச்சுனன் செத்துப்போயிட்டாராம். எப்படிச் சாவாம இருப் பாரு. பீப்பாகணக்கா இப்படிக் குடிச்சுத் திரியதுக்கு எப்பவோ போயிருக்க வேண்டியது."

"அட, அய்யோ, நம்ம அர்ச்சுனனா, முந்தா நாளோ இல்லெ அதுக்கெ முந்தின நாளோ போல பந்தடி கிளப்பிலே வச்சு பாத் தேனே, நிதானத்தில்தான் இருந்தான். பாவி மட்டெ அதுக்குள்ளெ என்ன நீக்கம்பு வந்து போச்சு ஒனக்கு...?"

"வேறெ என்ன வரும், குடிச்சு குடிச்சு வயிறும் கொடலும் அவிஞ்சு போயிருக்கும். ரெண்டு நாளாகவே வயத்தாலெ போயிட்டு இருந்துதாம். நேத்தைக்கு ராத்திரி ஒரு எட்டு மணிபோல், ஜன்னி வெட்டலுபோல வந்து, நின்ன நிலையிலே மலந்தடிச்சு விழுந்ததுதான் உண்டு. பின்னெ அனக்கவுமில்லெ மொனக்கவும் இல்லெயாம். கோளையன், ஓடினவாக்கிலேயே சொல்லிட்டுப் போறான்..."

அதிர்ச்சியில் கொஞ்சநேரம் கண்ணை இருட்டிக்கொண்டு வந்தது. எதிர்பார்த்ததுதான். இருந்தாலும் இவ்வளவு திடுதிப் பென்று... அட, மரணம் பக்கத்து வீட்டுக்காரன் போல சட்டுப்புட் டென்று வந்து கூட்டிக்கொண்டு போய்விட்டானே. 'ஜனனம் நிச்சயம் மரணம் நிச்சயமில்லை...' என்று பாதிரி சொன்னது சரியாகத்தான் இருக்கு.

மீன்முட்டி வளாகத்தில் ஆட்டோவில் போய் இறங்கியபோது முற்றத்தில் எடுத்துப் போட்டிருந்த பெஞ்சுகளில், அதுக்குள்ளாகவே நிறைய பேர் வந்து இருப்பு பிடித்திருந்தார்கள். சிமிண்டு தரையில் ஜமக்காள விரிப்பில் படுக்க வைத்திருந்த அவனைப் பார்த்தபோது பள்ளத்தில் விழுந்தது போல மனசு துணுக்குற்றது.

குளித்து, நெற்றியில் மூன்றுவரை விபூதிக் குறியும் நடுவில் குங்குமப் பொட்டும், சில்க் அரைக்கை சட்டையும் கரை வேஷ்டியு மாக அவனை நீட்டிக் கிடத்தியிருந்தது. அடப்பாவமே, அவன் உயிரோடு இருந்தபோது ஒரு சந்தனக் கோடுகூட நெற்றியில் தொட்டுக் கொள்ளமாட்டான். "என்னத்துக்கு டேய் பிச்சைக்குப் போற பண்டாரத்தான் போல நெற்றியிலே வரையும், கோடும்..." என்று என்னையே பரிகாசம் செய்திருக்கிறான். அவனுடைய எழுபத்திரெண்டு வயசு அம்மாக்காரி என்னியே கண்டதும், "ராசப்பா, பாத்தியா மக்களெ, ஒன் சிநேகிதக்காரன், கெடக்கக் கூடிய கெடயே... ரெட்டைப் பிள்ளைகளைப் போல திரிவியளே.... காலனுக்குக் கண்ணவிஞ்சா போச்சு... குழிக்கு காலுநீட்டி இருக்கிற எங்களெல்லாம் விட்டிட்டு குருத்து வாழை போலத்த செல்லத்தைக் கூட்டிட்டுப் போயிட்டானே..." என்று விக்குவிக்குகென்று பொக்கை வாயில் பிரலாபித்தாள். கால்மாட்டிலும், சுற்றிலும் அங்கிங்காகச் சிதறி அமர்ந்திருந்து அழுவதாகப் பாவனை காட்டும் கிழடு கட்டைகள் என்னை ஒருமுறை நிமிர்ந்து பார்த்தன. கண் இமைகளைப் படபடத்து துக்கம் பிழியக்காட்டிவிட்டு சட்டென்று திண்ணையை விட்டு இறங்கி, கண்ணைத் துடைத்தவாறு, முற்றத்து பெஞ்சுகள் பக்கமாக நகர்ந்தேன்.

"ஒனக்கு இப்பம்தான் தெரியுமா டேய் ராசப்பா, ஏன் இவ் வளவு நேரம். ஊருக்கில்லையா நீயி..." திரும்பிப் பார்த்தபோது மேட்டுக்கடை சோடாக்கடைக்கார சூரன், இவனும் அர்ச்சுனனும் தான் குடியிலெ சேக்காளிகள். 'ஒற்றை இருப்பிரெ எத்தற குப்பி ஒன்னால முடிக்க முடியும், பந்தயம் வையி' என்று அவனை நோண்டி விட்டுவிட்டு, அவன் வாங்கிக்கொடுக்கும் பாட்டிலிருந்து வேண்டியதை மட்டும் குடித்துவிட்டு, 'நம்மளெக்கொண்டு ஒங்கூட

பந்தயத்துக்கு ஒக்காதுடே மாடன் தம்புரானே' என்று நைசாக நழுவி விடும் கில்லாடி.

"நான் நேத்தைக்கு சொசைட்டி காரியமா பந்தளம் வரெ போயிட்டு வந்தப்போ ராத்திரி ஒருபாடு நேரமாய்ப் போச்சு. யாத்திரை ஷீணத்தில் சாப்பிட்டிட்டு படுத்ததுதான் தெரியும், ஒறங்கிட்டேன். வெளுப்பான காலத்தெ கோளையன் வந்து நம்ம வீட்டுக்காரீட்ட சொல்லியிருக்கான். சங்கதியைக் கேட்டதும் காபி கூடக் குடிக்க நிக்கல்லே, ஆட்டோ பிடிச்சு ஒற்ற ஓட்டம்..."

"ஓன், வலது கையாச்சே அர்ச்சுனன்..."

"வலது கையா? ரெண்டு கையும் ஒடிஞ்சதுபோல ஆயிப் போச்சே இப்பம். இனி அதுபோல ஒருத்தனெ எங்கெ போய்த் தேட?"

பெஞ்சில் வந்து அமர்ந்து, அந்த இழப்பைப் பற்றி எண்ண ஆரம்பித்தபோது எல்லாம் சூன்யம் நிறைந்தது போல இருந்தது. முகத்தை எங்கே வைக்க, என்ன செய்ய என்ற தொங்கலுடன் கறி வேப்பிலை மரத்துப் பக்கமாகப் பார்வை சரித்தபோது, 'குட்டப்பன்' படுத்திருப்பது தெரிந்தது. அய்யோ 'இவன்' நம்ம அர்ச்சுனனுக்கு செல்ல நாயல்லவா. வாஸ்தவத்தில் அர்ச்சுனன் இந்த உலகத்தில் யாரையாவது ஆத்மார்த்தமாயிட்டு சிநேகிச்சிட்டுண்டுமானால் அது இந்த நாய் குட்டப்பனை மட்டுந்தான். அதுக்குப் பிற்பாடுதான் நானும் மற்ற சகாக்களும் எல்லாம். அவனுக்கு ஒரு சுபாவம் என்ன வென்றால், ஒரு மட்டுவரை சாராயம் குடித்ததும் ஒடனேயே வயிறு முட்ட ஏதாவது நல்ல தீனி உள்ளே தள்ளணும். வறுத்த கறி, பொரிச்ச மீன், மட்டன், கூட புரோட்டாவோ, ஆப்பமோ இந்த மாதிரி வகைப்பட்டது ஏதாவது வேணும். நேரா போய் அம்சா ஓட்டலில் நுழைவான். லிவர் பெரட்டியது, மூளை பொரிச்சதுன்னு கணக்குப் பார்க்கமாட்டான். இந்தச் சமயங்களிலெதான் அவனுக்கு ஆள்துணை வேணும். நம்மளெ கூப்பிடுவான், "எழுத்தாளரே நீரு காந்திக்கெ சீடப்பிள்ளை. குடிக்க மாட்டீரு. போட்டும், ஆனா என்வீன்னா வெட்டுவீரே. வாரும், நல்ல எறச்சியும் புராட்டாவும் வாங்கித் தாரேன். தின்னு வையும். ஒடம்பிலே சேரும். ஆட்டு மூளை பொரிச்சது, உம்மப் போல எழுதுற புத்திஜீவிக்கு மிருத சஞ்சீவினியாக்கும் பார்த்துக்கிடும், காசு பணம் யாருவேய் கண்டா. தின்னும்... வயித்துக்கு வஞ்சகமில்லாமெ தின்னும்..."

மறைச்சு வைப்பானேன். எறச்சி திங்கிறதிலே எனக்கும் கொதிதான். கூப்பிடக்கூடியது இவன். காசு பணம் சிலவைப் பற்றிக் கவலையில்லெ. பில் எவ்வளவு ஆனாலும் கணக்குப் பார்க்கா

மாட்டான். சப்ளையருக்கு வாக்கா டிப்ஸ் கொடுத்துவிட்டு இந்தக் குட்டப்பனுக்கு ஒரு பொட்டலம் 'வேஸ்டு' வாங்கிக்கொள்வான். இதற்காகவே டேபிளில் வாடிக்கைக்காரர்கள் மீதம் விட்டுச் செல்லும் எலும்பு எச்சில்களையெல்லாம் வேஸ்ட் பொட்டலமாக எடுத்துக் கட்டிவைத்திருப்பான் சப்ளையர்.

பொட்டலத்துடன் அவன் வீட்டு நடையேறி நுழையும்போதே குட்டப்பனுக்கு மூக்குமேல் மணக்கும். சங்கிலிக்கட்டிலிருந்து உதறிக் கொண்டு எழுந்து நிற்கும். படக் படக்கென்று வாலை ஆட்டித் திமிறி, உம், ஆங்கென்று தொற நாடகமெல்லாம் காட்டும், மொனங்கும், ஊளையிடும்.

"சும்மா நில்லேன் எளவெடுத்ததே... ஒனக்குத்தானே கொண்டு வந்திருக்கேன். கண்ட பயங்களெல்லாம் தின்னு துப்பின எச்சிலெ எனக்குத் திங்கவா சொமந்துகொண்டு வந்திருக்கென்" என்று போதை மயக்கத்திலும் செல்லமாகக் கொஞ்சுவான். ஆனால், ஒன்று, பொட்டலத்தைப் பிரித்து அதன்முன் வைத்துவிட்டுச் சட்டென்று எட்ட விலகிவிட வேண்டும். தப்பித் தவறி ஒரு அங்குலம் பக்கத்தில் நின்றால்கூட எசமான், வாலாட்டம், காரியமெல்லாம் மறந்து உர்ரென்று சீறிக்கொண்டு விழுந்து புடுங்க நிற்கும். ஒருமுறை அப்படித்தான் அந்தப் பொட்டலத்தை கொஞ்சம் அதன் பக்கத்தில் நகட்டி வைக்கலாமே என்று குனிந்தபோது லபக்கென்று கையில் எட்டிக் கவ்வப் பார்த்தது. நல்லவேளை, பல் பதியவில்லை தப்பித்தேன், நாய்க்குணம்!

கறிவேப்பிலை மரத்து மூட்டில் நாலு காலும் பரப்பி குப்புறப் படுத்துக் கிடக்கும். பாவம், அந்த ஜீவனுக்குத் தன் எஜமான் போய் விட்ட 'முசுடு' எட்டியிருக்குமோ... இப்படி அரவமில்லாமல் படுத்துக் கிடக்கிறதே...

மரண காரியமென்று வந்து உட்கார்ந்தாலே, அடைகாக்க அமர்ந்திருக்கும் கோழி போல மனதில் ஒரு மௌட்யம் குடியேறிக் கொள்கிறது. அதுவும், மரணப்பட்டுப் போனவன் ரொம்பவும் அடுத்து அறிந்து உரிமைகொண்டு பழகியவன். அகாலத்தில் போய் விட்டான். யாராரோ என்னவெல்லாமோ பேசுகிறார்கள். வெற்றிலை போட்டுச் சவையில் ஆடுகிறார்கள். சிகரெட்டு புகைத்து ஒதுங்கி நிற்கிறார்கள். கிசுகிசுவென்று ஊர்க்காரியம், நகரசபைத் தேர்தல் என்றெல்லாம் வியாஜ்யம் பேசுகிறார்கள். எழுத்தாள மனம் தனித்து இருக்கப் பிடிக்கும், மனதால் விசாரங்களில் மிதந்து கொண்டே இருப்பதில் சாயூஜ்யம்! செத்துப் போனவனின் அந்திம

யாத்திரைக்கு கலர் கலராக ரிப்பன் தோரணங்களுடன் ஆம்பு லன்ஸ் வந்திருந்தது. 'க்ஷீரவிவசாய சஹகரண சங்கம்' என்று அந்த வாகனத்தின் விலாப்புறத்தில் சிவப்பு நிறத்தில் மலையாளத்தில் பொறித்திருந்தது. மன விசாரங்களின் சூன்ய மிதப்பினிடையே, எதிரே வாகனத்தின் அந்த 'நாமதேயம்' சும்மா சும்மா கண்களில் பட்டுக்கொண்டேயிருக்கிறது. க்ஷீரம், ஆமாம் பால் சொசைட்டியின் வாகனத்தை இதற்கெல்லாம்கூட விடுகிறார்கள். பணம் இருந்தால் அறநிலையத்திலிருந்து பல்லக்கு வேண்டுமானாலும் வந்து நிற்கும் 'க்ஷீர சாஹர சயனா'... சங்கீத சாகித்யம் நிலாக் கதில் போல மனதில் உதித்தேறியது. சீ, என்ன இது சந்தர்ப்பம் தெரியாத அலைப்பு... 'க்ஷீரமுள்ள அகிடின் சுவட்டிலும் சோரதன்னெ கொது கின்னு கௌதுகம்...' இப்படி மலையாள ஸ்லோகம் என்ன சொல் கிறது. பால் நிறைந்த அகிடாக இருந்தாலும் கொசு, அங்கேயும் ரத்ததைத்தான் குடிக்கும். ஆமாம், எழுத்தாளன் மனசும் அப்படித் தான். சூழ்ந்த நல்லதையெல்லாம் தள்ளிவிட்டு கெட்ட காரியத் திலேயே சுற்றிக்கொண்டிருக்கும். வெள்ளை வெளேரென்று பாலையும் க்ஷீர சாஹர சயனனையும் சாகித்யத்தையுமெல்லாம் நினைப்பதா கெட்ட காரியம்... இல்லை. ஆனால், இப்பொழுது சந்தர்ப்பமென்ன? நண்பன் இறந்துபோயிருக்கான். அந்த மாதிரி தருணத்தில் என்ன சாகித்யம் வேண்டியிருக்கிறது... உக்கும். தலையைக் குலுக்கிக்கொண்டு வேறு நினைவுப்பாதைக்குத் திரும்ப முயன்றேன்.

"ராசப்பா, நீயெல்லாம் படிச்சவன். விவரமுள்ளவன். அவன் கூடவே தோள் மேலே கைபோட்டுக்கொண்டு நடந்தாலும், அவன் குடிக்கக்கூடியதை நிறுத்தி வைக்க முடியல்லியே, உன்னைக் கொண்டு... அன்னா கெடக்கான் ஆயுசு அத்துப்போயி. நீ விசாரம் பிடிச்சு உக்காந்திருக்கே..."

அர்ச்சுனனின் கடுக்கரைக்கார சித்தப்பன், பெரிய கோபக் காரர் என்று கேள்விப்பட்டதுண்டு. இப்போ, அவன் செத்ததற்கு சிநேகிதக்காரன்கள் மேல் பாய்ச்சல் காட்டுறாரு.

"எடேய் தம்புரான், வாயை வச்சுக்கிட்டு சும்மா இருக்க மாட்டியா நீயி. இது உங்க கடுக்கரைகாட்டுப்பத்து இல்லெ. டவுணாக்கும். படிச்சவங்க, உலகம் தெரிஞ்சவங்க அவங்க அவங்க காரியம் பார்க்கிறதுக்கே நேரமில்லாதவங்க. பிள்ளையல்லவா மத்தவங்களெ திருத்தப் பாக்குது... அதும் இந்தத் தம்பி, பெரிய பெரிய பத்திரிகைகளிலெல்லாம் எழுதக் கூடிய ஆளு. அவருகிட்டெ போயி நீ காரியம் சாட்டாதே. நம்ம பிள்ளைக்குப்

புத்தி பொடதியிலெ. அதுக்கு அவங்க என்ன செய்ய முடியும். பாக்குன்னா மடியிலே வைக்கலாம். தேங்காயை என்ன செய்ய?"

தர்மசங்கடமாக இருந்தாலும், வேணும். இன்னும் கொஞ்சங் கூடச் சொன்னாலும் தகும். ஒருவகையில் இந்த அர்ச்சுனனுடன் இருந்த சிநேகம் தொட்டுக்கோ துடைச்சிக்கோ என்கிற மாதிரியே இல்லை. அவன் அப்படிக் குடிக்காத நேரங்களில் நல்ல உணர்வு சுத்தமாக காரியங்கள் பேசுவான். இலக்கியக் கோட்பாடுகள் பற்றிகூட அபிப்பிராயங்கள் சொல்வதுண்டு. என்னிடமுள்ள நல்ல நல்ல புத்தகங்கள் சிலதெல்லாம் அவன் வாங்கியளித்தது. 'பணம் வைத்திருக்கிறவன் நல்லா அனுபவிக்கணும். குடிக்காம, பெண்சுகம் அறியாம என்ன ஜீவிதம் வேண்டியிருக்கு? மனசைக் கட்டி நிறுத்து, மாயையில் சிக்காதே என்றால் ஈசன் தந்திருக்கும் இந்தச் சுகமெல் லாம் எதுக்கு? தினவு கொண்ட உடம்பும்? மனச்சடக்கத்தைப் பற்றி வேதாந்தம் பேசுவான். விறகு வெட்டுறவன் கூர்மையான கோடாலியை ஆயுத பூஜைக்கா கொண்டு திரிவான்...' இது அர்ச்சுனன் சித்தாந்தம்.

மத்தியானப் பொழுது நகர்ந்துகொண்டிருந்தது. வந்திருந்தவர் ஒவ்வொருத்தராக ஒரு டீயாவது குடிச்சிட்டு வருவோம் என்று போவதும் வருவதுமாக இருந்தது.

"அவன் ஒடப்பொறந்தா எட்டு மணிக்கு மதுரையிலிருந்து பொறப்பட்டாச்சாம். நான் வாரதுக்கு முன்னாலே எடுத்துரக் கூடாதுன்னு போனிலே அழுதிருக்கா. வந்து சேரணும்னா மூணு மணி தாண்டும். பிற்பாடு காரியமெல்லாம் ஆகி வரும்போ நாலு மணியாகிவிடும். உம்... சாக்கலைக்குன்னு வந்திட்டா கொஞ்சம் வயிறு காஞ்சுதான் தீரும்..." பெஞ்சிலிருந்த பெரியவர் காதைக் கடிப்பது போலப் பேசினாலும் அநேகமாக எல்லோருக்கும் அது கேட்டது.

இதற்கிடையில் அர்ச்சுனனை மீண்டும் ஒருமுறை குளிப் பாட்டிக் கிடத்தும் மும்முரம் நடந்துகொண்டிருந்தது. நாலைந்து பேராக அவனைத் தூக்கிக்கொண்டு வந்து முற்றத்தில் பச்சைப் பந்தல் அடியில் கட்டிலில் படுக்கவைத்து மறுபடியும் பொட்டும் பூஷணமும் என்று ஆரம்பித்தார்கள். அப்பொழுதுதான் அவ்வளவு நேரம் அரவமில்லாமல் படுத்திருந்த குட்டப்பன், யாரோ உசுப்பி விட்டது போலப் படபடவென்று எழுந்து நின்றது. அர்ச்சுனனைப் படுக்க வைத்திருப்பதை ஒருமுறை சங்கிலிப் பிணைப்புகளை இழுத்துக்கொண்டு உற்றுப் பார்த்தது. 'அடடா, நம்ம இஸ்டமித்திர னுக்கு என்னவோ ஆகிவிட்டது' என்ற டெலிபதி உணர்வு அதற்கு எட்டியிருக்க வேண்டும். சட்டென்று உதறிக்கொண்டு உக்ரமாக

குரைக்க ஆரம்பித்தது. குரைப்பு... குரைப்பு.... குரைப்பு.... காது ஜிவ்விட்டது.

"அட நாய்க்குப் பிறந்த நாயே. சும்மா கெட சவமே..." என்று யாரோ சத்தம் போட்டார்கள்.

"விடிஞ்சு இவ்வளவு நேரமாச்சு, அதுக்கு ஆராவது ஏதாவது கொடுத்தாளோ. அதும் வாயும் வயிறும் உள்ளதுதானே. பின்னெ, யசமானுக்கு என்னமோ ஆயிப்போச்சுன்னும் அது அறிஞ்சாச்சு. நாய் புத்தியுள்ளதாக்கும். சில சமயங்களிலே மனுசாளுக்கு எட்டாத வெளிச்சமெல்லாம் அதுக்கு எட்டும்..."

"புத்தியுள்ளதுன்னா வாலைச் சுருட்டிட்டுக் கெடக்கதெ விட்டிட்டு இப்படிக் கொடலைக் கொத்தறது மாதிரி ஏங்கெடந்து குலைச்சு வாங்குது....?"

"ஆறறிவு மனுசனே துக்கம் சுமை எல்லாத்தையும் மறந்து வயிறுதான் முக்கியம்னு சாயாக்கடைக்குப் போகப்போ, புளக் கடையிலே ஏதாவது கிடைக்குமான்னு நோட்டம் விடும்போ பாவம் இது குலைச்சுக் காட்டுது..." "ராசப்பா நீ கொஞ்சம் கிட்டப் போய் அதே ஒன்னு அடக்கிப் பாரேன். நீயின்னா அது கொஞ்சம் கேக்கும்..." யாரோ சொன்னார்கள்.

"இப்பொ அது நிக்கிற நிலைக்கு கிட்டப்போனா ஒரு காரியமும் நடக்காது. நான் இந்த வாரேன். இன்னா இந்த முக்கு முறுக்கான் கடையிலே போய், நல்ல மாடர்ன் ரொட்டியா ஒரேண்ணம் வாங்கிக் கிட்டுதான் அதுகிட்டப் போவணும். அர்ச்சுனன்கூட ஏதாவது ஒரு தீனிப் பொட்டலம் இல்லாம அது பக்கத்திலெ போக கொஞ்சம் பயப்படத்தான் செய்வான்." என்றவாறு யாரது பதிலையும் எதிர்பாராமல் புறப்பட்டேன்.

பொழுது விடிந்தாலும் போர்த்திப் படுத்திருக்கு மட்டும் குளிர் விட்டுப் போவதில்லை. போர்வையை உதறி எறிந்துவிட்டு எழுந்து போய் சூரியன் முகம் பார்த்து, கையை காலை அசைத்து ஒரு சுற்று சுற்றிவிட்டு வந்தால் புதிய உணர்வு வந்துவிடுகிறது. என்னதான் துக்கபாரம் என்றாலும் ஒரு டீ உள்ளே இறங்கியதுக்க மெவுட்யம் வெயில் பட்ட காலைப்பனி போல மறைந்துபோனது. குட்டப்பனுக்கு ஒரு ரொட்டிப் பொட்டலத்துடன் மறுபடியும் வந்து சேர்ந்திருந்ததன் பரபரப்புத் தெரிந்தது. உடன் பிறந்தாளின் துக்கத்தின் புதிய ஆரவாரத்திடையேயும் குட்டப்பனின் விடாத 'பவ்...பவ்...' உச்சஸ்தாயியில் கேட்டது.

இனி நிமிஷம்கூடச் சும்மா கடத்தலாகாது என்று முனைப்பாக செயல்படுவது போல அர்ச்சுனனின் கடைசிப் பயணத்திற்கான ஏற்பாடுகள் பரபரத்துக்கொண்டிருந்தன.

“அடேய்.... நீர்மாலைக்கு புறப்படுங்கப்பா... அதுக்கிப்போ ஆத்துக்கோ கொளத்துக்கோ ஒண்ணும் போக வேண்டாம். அங்கே முக்கு பைப்புக்கே போவம். ஆரு கொள்ளி வைக்கியது. ஆளைக் கூப்பிடு. நேரம் ஆயிக்கிட்டிருக்கா...”

“ஆருடா இவன் ஒரு கடுக்கரைக்காரன். இந்த ஜன்மங்களுக்கே எடுத்தேன் கவுத்தேங்கிறப்பிலெதான் புத்தி. செத்தவன் பொண்ணு கெட்டாதவன். புள்ளே குட்டி இல்லெ. அவனுக்குக் கொள்ளி வைப்பு காரியமெல்லாம் வேண்டாம். நீர்மாலை அதுஇதுன்னு ஒரெளவு சடங்கும் வேண்டாம்... பிரேதத்தை குளிப்பிச்செல்லாம் ரெடியாக்கியாச்சில்லெ... ஆம்புலன்ஸ்லெ ஏத்தப் பாருங்க...”

ஆரம்பம் முதலே இந்தப் பெரியவரின் நாட்டாமை உருண்டு கொண்டிருந்தது. இத்தனைக்கும் ஆப்ரிக்காக்காரன் பாட்டுக்குப் பின்னணி டமாரம் போல குட்டப்பனின் ‘பொவ்...பொவ்....’ இன்னும் உச்சஸ்தாயியில் அரண்டுகொண்டிருந்தது.

“சீ... இந்த நாயை அடக்க முடியுமான்னு நான் ஒன்னு பார்க் கேன். நீங்க காரியம் பாருங்க... அதுக்கொரு ரொட்டிப் பாக்கட்டு வாங்கிக்கொண்டு வந்திட்டுண்டும் போட்டுக் கொடுத்தா, சவத்து நாயி வாயை மூடிட்டு கெடக்கும்...”

“பின்னெ என்ன? கொண்டு வந்ததை போட்டுத் தொலையேன். கையிலெ வச்சிட்டு...?”

“ஆம்புலன்ஸ் புறப்பட்டு போகட்டுனு பாத்தேன்...” என்றவாறு “குட்டப்பா, சும்மா கெட. இன்னா பாரு ஒனக்கு அர்ச்சுனன்கொண்டு வாரதுபோல பஸ்டு கிளாஸ் பொட்டலம். இன்னா...” நாயின் பக்கமாக நெருங்கி ரொட்டிப் பாக்கட்டைக் கொடுக்கக் குனிந்தேன்.

ஹம்மா... அவ்வளவுதான் தெரியும். பவ்வென்ற ஆங்கார ஆக்ரோஷத்துடன் ரொட்டிப் பாக்கட்டு வைத்திருந்த வலது கை பத்தியை அ..ழு...த்...த...மாக ஒரு கவ்வல்.

பயந்து குலைபதற, அய்யோவென்று இழுத்து மாறிக்கொண்டு விலகியபோது கையிலிருந்து ரத்தமாக வடிகிறது. ‘துலைத்து உதறிய பின்புதான் வேறு காரியம்’ என்கிற தோரணை மாதிரியான தணியாத துள்ளலில் குட்டப்பன் கழுத்துச் சங்கிலியை வெட்டி வெட்டி இழுத்துக்கொண்டு இன்னும் பாய்கிறது.

“மாறிப் போங்கப்பா. பட்டிக்கு வெறி பிடிச்சிருக்கும் போல. ரொட்டியை மோந்துகூடப் பாக்காம, இப்படி விழுந்து

புடுங்கிருச்சே... நாங்க மயானக்கரைக்குப் போறோம். நீ ரத்தம் வழிய விடாதே. இந்தா இந்தத் துணியைக்கொண்டு ஒரு கட்டுக் கட்டு. ஓடு. கல்யாணி ஆசுபத்திரிதான் பக்கம்... நாய்க்கடிக்கு ஒரு ஊசி உண்டு. அதெ ஒடனேயே போட்டுக்கோ... போ... நிக்காதே..."

நிமிஷ நேரத்தில் நிலைமை எப்படி மாறிப்போய்விட்டது. சாக்காலை, பொசமுட்டலான மெவுட்யம் எல்லாம் எங்கோ போய் விட்டது போல... காதை அடைத்துக்கொண்டு நிசப்தம் கவிழ்ந்தது போல...

இப்பொழுது குட்டப்பனின் குரைப்பு, ஆக்ரோஷம் சன்னமாகக் குறைந்து கீழ் ஸ்தாயியில் வெறும் உறுமலாக மெலிந்திருந்தது. கைபத்தியை துண்டால் அழுத்திப் பிடித்துக்கொண்டு 'ஆட்டோவைப் பிடித்தால் ஆஸ்பத்திரிக்கு வேகமாகப் போகலாம்' என்று மனம் கணக்குப் போட்டது. எதிர்த்திசையில் அர்ச்சுனனின் கடைசி ஊர்வல ஆம்புலன்ஸ் வாகனம், பூபல்லக்குப் போல மீன் முட்டி வளாக சந்தைவிட்டு நகர ஆரம்பித்திருந்தது. 'அவன் ஆஸ்பத்திரிக்குப் போயிட்டு வேணும்னா மெதுவா வருவான். நேரமாச்சு நாம போவாம்' கூட்டத்தில் ஒரு குரல் அதட்டலாகக் கேட்டது.

❖

60

சாத்தான் திருவசனம்

தைக்காடு மைதானம் தாண்டி, தாணாமுக்கு அம்மன் கோயில் பக்கம் வந்தபோது, தினசரி பேப்பர்க் கட்டுகளுடன் சைக் கிளைத் தள்ளிக்கொண்டு, 'சா'வென்று நடந்து வருகிறான், நாணுக் குட்டன். நேரம், பலபலவென்று வெளிச்சம் பூசத் தொடங்கி யிருந்தது. மணி ஐந்தரை. எனது, 'மார்னிங் வாக்' முடியப் போகும் நேரம்...

"என்ன நாணுநாயரே, இன்னைக்குக் கொஞ்சம் நேரமாயிப் போச்சே... பதிவா, மாடல் ஸ்கூல் பக்கத்திலயல்லவா, நம்ம சந்திக் கிறது... புதிசா பேப்பரிலெ ஏதாவது விசேஷம் உண்டுமானா, என் பேப்பரை இங்கெயே தந்திரு... இல்லாட்டா போற போக்கிலெ வீட்டிலெ போட்டாலும் போரும்..."

சைக்கிளைத் தள்ளிக்கொண்டு, குனிந்து ரோட்டைப் பார்த்தபடியே – யானை மரம் இழுப்பதுபோல, மெல்ல நடந்து வரும் நாணுக்குட்டன், அப்பொழுதுதான் நிமிர்ந்து என்னைப் பார்த்தான்.

"சாரு இன்னைக்கு நேரத்தோட எத்தியாச்சு... பேப்பரிலெ இன்னு ஒரு விசேஷம் இல்ல சாரே... ஆளுக்கே தெரியாம ஆப்ரேஷன் நடத்தி, கிட்னி தட்டியெடுக்கற ஒரு விதமான பிளாக் மார்க்கெட் நடக்குதாமெ, ஹைதராபாத், மெட்ராசெல்லாம் இது போல, இப்போ இங்கேயும் ஒரு பெரிய பிரைவேட் ஆஸ்பத்திரி யிலெ நடந்திருக்காம்."

"ஆப்ரேஷன் நடத்தின டாக்டருடைய போட்டோவும் அந்தப் பரப்பிரம்ம பேஷன்டோட படமும் எல்லாம் போட்டு லேகனம் வந்திருக்கு... இதுதான், விசேஷம். நான், எல்லாம் முழுசா படிக் கல்ல. கொஞ்சம் புரட்டிப் பார்த்திட்டு நின்னிட்டேன். அதுதான், பத்துப் பதினைஞ்சி மினிட்டு தாமதிச்சுப் போச்சு... இல்லாட்டா இதுக்கு முன்னே, குற்றாலம் சார் வீட்டைத் தாண்டி, ஆஸ்பத்திரி முக்கு கடந்திருப்பேன். மணியென்ன ஆச்சு சாரே... இந்தாங்கோ

பேப்பர் கொண்டுபோங்க... நான் சொன்ன வார்த்தையெ படிச்சுப் பாருங்கோ. நல்ல ரசம் உண்டும்...”

“எங்கெ? நடந்துகொண்டே படிக்க இப்பவெல்லாம் முடிய மாட்டேங்கிறது. தலை சுற்றுது. இனி, இந்தக் கண்ணாடியெ மாற்றணும். பிற்பாடுதான், நடந்து படிக்கிறது, ராத்திரியிலெ புஸ்தகம் படிக்கிறது எல்லாம்...”

“சும்மா இப்படி ராவும் பகலும் படிப்பு வாசிப்பும்னா, கண்ணும் ஒரு அவயம் அல்லவா? அதுக்கும் வேணுமே ரெஸ்டு... நீங்க எங்கே விட்டு வக்கிறியோ, படிப்பு, எழுத்து, படிப்பு, எழுத்து, இப்பிடியேதானே... பேசாமெ ஆரயாவது பிடிக்கவேண்டிய ஆளெப் பிடிச்சு ஒரு அவார்டு தட்டியெடுக்கப் பாருங்க. ஆயுசு போயிட்டிருக்கு...”

“சரிடேய் நாணுக்குட்டா, அதெல்லாம் போகட்டும், உன் பையன் காணாமப் போனவனைப் பற்றி ஏதாவது துப்புத்துரவு வந்துதா? அதுவும் அப்பிடி, இப்பிடின்னு இப்போ ரெண்டு வருஷ மிருக்காதா...?”

“சாரே, அது ஆச்சுது சாரே. இந்தக் கர்க்கிடகம் வந்தா நீங்க சொன்னாப்பிலெ ரெண்டு வருஷம் தொகையிது. ஞாபகப்படுத் திட்டியோ; நெனச்சாலே ஈரக்கொலை வேவு தீரமாட்டேங்கிறது... பதினெட்டு வயது... ஆரு கண்டாலும் இருவத்தியஞ்சி மதிக்கிற ஒயரமும் தண்டியும், அந்தக் கள்ளச்சிரிப்பும்... எங்கெ போய் என்ன பாடுபடுதானோ, எப்பிடி இருக்கானோ... என்னதான் இருந்தாலும் எனக்கு நல்ல நிச்சயமிருக்கு சாரே... அவன் சாகல்லெ. உயிரோட தான் இருக்கான். சோதி நட்சத்திரக்காரனல்லவா, பெற்றவங்களெ நல்லா சோதனைக்கு மேலெ சோதிப்பான். அதனாலெதானே மறக்க ஒக்கல்ல... அய்யோ, ஜட்ஜி அத்தியம் நடையிலெயே நிக்காரு... ஒரு அஞ்சு மினிட்டு லேட்டாயிட்டாகூடப் பொலயாடி மகனேன்னுதான் கூப்பிடுவாரு... சாரு போங்க... நான் சொல்லீருக் கேனே, அந்தக் காரியம் மறந்திரக்கூடாது. அதுதான், குற்றிமேடு சாத்தான் சேவை மடம் வரைக்கும் ஒருதரம் போய் கேட்டுவரணும்... அற்ற கைக்கு அதையும்கூடக் கேட்டு அறிஞ்சாச்சானா இந்தப் புத்திர சோகத்துக்கு ஒரு அறுதி கண்டிரலாம்... சாருக்கு எப்போ சவுரியம்னு ஒரு வாக்கு சொல்லுங்கோ, நமக்குத் தெரிஞ்சவன் ஒருத்தன் புதிய டாக்ஸி கார் எடுத்திருக்கான். கூட்டீட்டு போயிட்டு வந்திரலாம்...”

“சரி, நாணுநாயரே... நிச்சயமா இந்த வாரக் கடைசியில் சாத்தான் மடத்துக்குப் போகலாம்... இனி, நான் காரணமாகத்

தடை வேண்டாம்...” என்று நாணுக்குட்டனுக்கு கை அடித்துக் கொடுக்காத குறையாக வாக்களித்துவிட்டு, அந்தக் காலை நேர தேகாப்பியாச நடையைத் தொடர்ந்தேன்.

பாவம் நாணுநாயர். அவனுக்கொரு நம்பிக்கை, நானாகப் பட்டவன், சர்வக்ஞ பீடமேறிய அதிவித்வான் என்று சோழிக்காய் பரப்பி, குத்துவிளக்கு சமிக்ஞையில் குறி பார்த்துச் சொல்லும் குட்டிச்சாத்தான் சேவை தேவனிடம், நான் உடனிருந்தால் கேட்க வேண்டியதையெல்லாம் சவிஸ்தாரமாகக் கேட்டுச் சொல்வேன், என்று அவன் நினைக்கிறான். அப்பாவி ஒருவனின் நம்பிக்கை, அதுவும் புத்திர சோகம். எந்தவிதமான முன் சமிக்ஞையும் இல்லாமல், திடுதிப்பென்று ஒருநாள், நாணுநாயருக்கு எல்லா வகையிலும் உதவியும், உந்துதலுமாக இருந்த – அருமைக்கு அருமையான, ஏக புத்திரன் கோபாலன் பதினெட்டு வயது கட்டிளம் குமரன் காணாமல் போய்விட்டான்.

சொந்தம், பந்தம், அயல், அன்னியமென்றெல்லாம், தேடாத இடமில்லை. அக்கம் பக்கம், போலீஸ் நிலையங்களில் எழுதி வைத்து, விபத்து, தற்கொலை தடயங்களில் எல்லாம்கூடச் சலித்துப் பார்த்தும் – ஊஹும்... நாணுநாயர்தான் பத்திரிகை முகவர் ஆயிற்றே, தெரிந்த எல்லாப் பத்திரிகைகளிலும் வரி விளம்பரங் களில் இலவசமாகச் செய்தி பிரசுரித்து உதவினார்கள்.

இதோ இதோவென்று இப்போ ரெண்டு வருடத்தைத் தொடுகிறது. உடலோடு சொர்க்கம் என்பது போல – மாயமந்திரம் என்று ஏதாவது ஆகியிருக்குமோ? சபல நிவாரணத்திற்காக உண்டு இல்லை என்று ஏட்டை கட்டிவிட வேண்டுமென்ற ஆசை நாய ருக்கு. குற்றிமேடு சாத்தான் பிரவசனம் என்றால் கேரளமெங்கும், தெய்வ கற்பிதமாக பிரபலம் கொண்டது. அந்தத் திவ்யாஸ்திர பிரயோகத்திற்குத் துணை போகத்தான், நாணுநாயர் என்னையும் அழைக்கிறான். போய்த்தான் பார்ப்போமே...

நாணுக்குட்டனுடன் குற்றிமேடு சாத்தான் நிலையத்திற்கு வந்தபோது, காலை மணி ஏழரை ஆகியிருந்தது. நாங்கள் வந்தபோது அறுபது கிலோ மீட்டர் தாண்டி, டாக்ஸி காரை சாத்தனார் மடத்து வாசல் பக்கம் கலுங்கு அருகில் நிறுத்தி, டிரைவரை காலை டிபனுக்கு அனுப்பி வைத்தோம். மடத்து வாசலின் பிரமாண்ட கேட்டுப் பக்கம் வந்தபோது, அங்கே எங்களுக்கு முன்னதாகவே, இரண்டு வயதான பெண்களும், மூன்று ஆண்களுமாகக் காத்திருந் தார்கள். “நல்ல வேளை, ஆறாவது டோக்கன் கிடைத்துவிடும்” என்று என்னிடம் மெதுவாகச் சொன்னான் நாணுநாயர்.

“பிரச்னம் பார்க்கத்தானே...? அப்படியென்றால் உங்களுக்கு மூணாவது நம்பர் கிடைக்கும். அந்தப் பெண்கள் ரெண்டும், ஒரு டோக்கன். நாங்கள் மூன்று பேரும் ஒரு டோக்கன். நீங்க மூணாவது ஆள் ரொம்ப தூரத்திலிருந்து வருவது போல இருக்கு. டாக்ஸியிலெ வந்து இறங்கினதெப் பார்த்தோம்...” காத்திருந்த ஆண்கள்தான் வலிய வந்து பேசினார்கள்.

“நாங்க திருவனந்தபுரத்திலிருந்து வாறோம். டோக்கன் எப்போ கொடுப்பாங்க?”

“ஹோ... திருவனந்தபுரமா...? அங்கேயிருந்து டாக்ஸியிலெ சிலவு பண்ணி வந்திருக்கிறதினால, உங்களுக்கு முதல் டோக்கன் கிடைக்கும். தூரத்துக்காரங்களை மொதல்லே கவனிச்சு அனுப்பிச் சிருவா... கரக்டா எட்டு மணி அடிச்ச ஒடனே கேற்று திறக்கும், உள்ளபோனதும் – பரிசாரகன் போற்றி டோக்கன் கொடுக்க ஆரம்பிப்பாரு...”

பேசிக்கொண்டிருந்தபோதே அந்தக் கிராமிய சுற்றுப்புறத்தை கொஞ்சம் நோட்டம் விட்டேன். நாணுநாயர் அந்த நாட்டுக்காரர் களின் சம்பாஷணையில் லயித்துவிட்டது போல இருந்தது. அவர் களிடமும் தன்னுடைய துரந்தத்தையெல்லாம் விளம்புவான். “இப்படியாக்கும், தன்னுடைய, அருமைக்கும் அருமையான ஒரே பையன் பதினெட்டு வயது, மன்மதக்குஞ்சு, வேறெங்கும் அவனைப் போல காணக்கிடைக்காது... காணாமப் போயிட்டான். மனசு முறிஞ்சு போச்சு. தேடாத இடம் பாக்கியில்லெ. கடைசியிலெ சாத்தான் சாமி சன்னதியிலெ துப்பு கிடைக்குமான்னு கேக்க வந்திருக்கோம்... அந்தச் சாரவாளா? அவங்க பெரிய ஒரு வித்வான் ஆக்கும், என்கூட வந்தது, ஒரு ஆஸ்ரிதவாத்சல்யம்...” என்று என்னைப் பற்றியும் சொல்வது... பரக்கப் பார்க்கும் லயிப்பினிடை யேயும் கேட்டது.

...அருமையான சுற்றுப்புறம். கொடைக்கானலின் ஒரு மலை யடிவார தோட்ட நடுவில் வந்தது போலிருந்தது. ஒரு எட்டடி தார்ரோடு அங்கிருந்து இறக்கமாகச் சரிந்து எங்கோ மரங்களி டையே போய் மறைகிறது. பக்கவாடு நிறைய உயரமாக பசே லென்று ரப்பர் மரங்கள், பறங்கி மாமரங்கள், மஞ்சணத்திப் பெரு மரம், உயர உயர வளர்ந்து நிற்கும் தேக்க மரங்கள், இவ்வளவு பூத்த பொலிமை நான் கண்டதேயில்லை. மேற்கே வானச்சரிவில் பெரிய தொப்பி போல மேகங்களைத் தடுத்து நிறுத்திக்கொண்டு மலை உச்சிகள் வடக்காக வளைந்துபோய்க் கிடக்கிறது. பக்கமாகப் பச்சைக்கிளி வரிசையொன்று பெரு மரப்புதரிலிருந்து எழுந்து

பறந்து போயிற்று... எவ்வளவு ரம்யமான, ரசசுந்தரமான, ரகவிஸ்தாரமான விதரணையான, குளிரான, காதடைத்த அமைதியான – முக்காலத்தையும் எட்டித்தொடும் நிர்மல சாயூஜ்யம். இப்படிக் கிடைத்தால், எவ்வளவு படிக்கலாம், எவ்வளவு எழுதிக் குவிக்கலாம்...

“என்ன சார், இன்னும் பத்திருப்பது நிமிஷத்திலே வாசல் திறந்திருவா... அதுக்கிடையிலே, அதோ அந்தக் குடிசை, ஒரு டீ கடையாமே. தோட்டத்திலேயிருந்து அப்பிடியே பறிச்சுக்கொண்டு வந்து தேயிலையிலெ ருசியான டீ கிடைக்குமாம். வாங்க குடிச்சிட்டு வர நேரம் சரியாக இருக்கும்...” என்றான் நாணுநாயர். என் சுகலயத்தில் கல்லெறிந்தவாறு!

தேநீர் பானத்தின் ருசி, நாக்கில் தோயத் தோய மடத்து வாசலுக்கு வந்தபோது, சாத்தான் சாமியின் முதல் அழைப்பு வெளி யூர்க்காரர்களான எங்களுக்கே சித்தமாகியது.

எதிர்பார்த்தது போல் இல்லாமல் சுவாமியடிகள், கிளீன் முகச்சவரம், கிராப் தலை, மெத்த ஆரோக்கியமான ஐம்பது வயது கருகரு கம்பீரம். நெற்றி நிறைய குங்கும் தீசலிடையே கறுப்பு வட்டத் திலகம், வெள்ளி கட்டிய பவழப்பாசி மாலை. ஜரிகை வேஷ்டி பூஷணனாக பத்மாசன இறுக்கத்தில், உலக்கையை விழுங்கியது போன்ற அட்டென்ஷனில் மூன்றடி உயர அன்ன விளக்கடியில் கண்ணை மூடி அமர்ந்திருக்கிறார்.

“சொல்லட்டும்... வந்த காரியம் சொல்லட்டும். சுவாமி திருவடி களிடம் எல்லா விபரங்களையும் விசதமாக, சுருக்கமாகச் சொல்ல ணும்...” என்றார், பரிகாரியான உதவியாள், போற்றி.

“நாணுக்குட்டன் நாயர் என்னுடைய ஒரே சினேகிதன். அவருடைய ஒரே மகன்...” என்று நான் ஆரம்பிக்கவும் ஸ்வாமி திருவடி சட்டென்று கண் திறந்து – உருட்டி விழித்து, உக்ரமாக கண்களால் கோபம் காட்டினார்...

“அய்யோ, சாரு பேச வேண்டாம். சங்கடக்கார ஆள்தான் காரியம் போதிப்பிக்கணம். அதுதான் ஸ்வாமி கோபம் காட்டுது...” உதவியாள் – பரிபாஷை செய்தான்.

நாணுநாயருக்குச் சங்கடகாரியம் உரைக்க சொல்லியா தரவேண்டும்... கண்ணீர் வராத அழுகையாக ‘அடியைப் பிடியடா’ என்ற வகையில் மொழியலானான்.

தனக்குத் தினசரி பேப்பர்கள் போடும் வேலையென்றும், தனக்கு ஒரே ஒரு வாரிசு – உயிருக்குயிராக நேசித்து, பதினெட்டு

வயசு வரையில், தூசுபடாத செல்லத்தில் வளர்த்திய கோபாலன் என்ற ஆண் சந்ததி – திடீரென்று காணாமல் போய்விட்டான் எனவும், இனித் தேடுவதற்கு புறாக்கூடுகூட மிச்சமில்லையென்றும், அவன் கதியென்னவென்று சாத்தான் மகாத்மியம் கொண்டு உணர்த்திட வேண்டுமென்றும், ஆதியோடந்தம், வரைய வரைய வடித்துக் கொடுத்தான்...

“சொன்னது போதுமானதே...” என்று ஹஸ்தமுத்திரை போல் வலதுகரம் தூக்கிக் காட்டிய சுவாமிஜி, நாணுநாயரிடம் எதிரில் தெரியும் குத்துவிளக்கின் சுடரை கண் இமைக்காமல் கூர்ந்து பார்த்திட உறுமலாக உத்தரவிட்டார். “வேறு விசாரம் வேண்டாம். சுடரை நன்றாக துறிச்சி பார்க்கட்டும்...” என்றும் உரைத்தார்.

“என்ன காணுது ஹும்...?”

“ஒன்றும் காணலியே சுவாமி தம்புரானே...” நாணுநாயர் பயந்தேபோயிருந்தான்.

“உம்... காணாது... எப்படி காணும்? உண்டென்றால்தானே காட்சி தெரியும்? பாண்டத்தில் இல்லை. அகப்பையால் பிறாண்டி என்ன செய்ய? கருவை அறுத்து விற்றுவிட்டான்கள். ஆளும் செத்துப் போச்சு... சூன்யம்... ஹும் எழுந்து போகலாம்... பரியாரீ, புள்ளியை களத்திற்கு வெளியே கூட்டிப்போய் விஷயம் விளக்கி, தட்சிணை அர்ப்பிச்சு போகவிடு...”

வெளி வராந்தாவிற்கு வந்த எங்களுக்கு வெளிச்சப் பிரமையி லிருந்து இருட்டை பூசி வந்தது போலாயிருந்தது. வெளியே அடுத் தாற்போல் காத்திருந்தவர்களிடமிருந்து டோக்கனை வாங்கிக் கொண்டு அவர்களை உள்ளே விட்டுவிட்டு, பரிசாரகன் எங்கள் பால் முகமுயர்த்தி பரிபாஷை செய்தான்.

“சாத்தான் சுவாமி திருவசனம், சொன்னதெல்லாம் மனசி லாச்சுதா?”

“இல்லவே இல்லை. ஒரு அட்சரம் மனசிலாகவில்லை...”

“அப்படியென்றால் கேட்டுக்கொள்ளுங்கோ... காணாமல் போய்விட்ட உன் புத்திரனை யாரோ தந்திரமாகக் கடத்திப்போய் மயக்கி, வசீகரம் செய்து, கருவறுத்து, அதாவது கிட்னியை அபகரித்துக்கொண்டு ஆளை அம்பேல் செய்துவிட்டார்கள்...”

“சுவாமீ...”

“ஆமாம். பையன் இனி இல்லை... தேடவும் கூடவும் வேண் டாம்... இதுதான் சுவாமி சாத்தானின் வசன பாஷ்யம்... இதோ

உண்டியல். சங்கடகரமான பிரச்சனம்தான். என்ன செய்வது? விதி கூட்டிவிட்டு வளர்த்தக் கூடியதல்லவோ, மனிதாயிசு... இதோ இந்த உண்டியலில் உஜிதம் போல, நூறோ, அதற்குக் குறையாமலோ தட்சணை இட்டுவிட்டு புறப்படலாம்...”

அந்தக் கிராமியக் காற்றில், பாதையோடு கொஞ்ச நேரம் மௌனமாகக் கவிழ்ந்து நடந்து, டாக்ஸி அருகில் வந்தபோது நாணுநாயர் அர்த்தமாக நிமிர்ந்து பார்த்தான். பத்தையாக மூங்கில் காடு வளர்ந்த ஓரத்தில் போய் உபாதை தீர்த்துவிட்டு எழுந்து வந்தான். “இனி அவன் இல்லை. அப்படித்தானே சாரே. நான், தீர்மானிச்சதுதான்... ஒரு சபலம் இருந்தது... ரெண்டு வருஷமும் தீயை அள்ளி அள்ளித் தின்னு கடத்தினேன்... இப்போ எல்லாம் சாம்பலாயாச்சுது... கையடிச்சு சத்தியம் செய்து தந்ததுபோல ஆயாச்சு...”

“நாணுநாயரே, மனசெத் தளர விடவேண்டாம்... என்னதான் சாத்தான் பிரவசனமாக இருந்தாலும், தெய்வ கற்பிதம்னு ஒண்ணு உண்டே...”

“சும்மா விடுங்க சார். தெய்வம் நேரா வரமுடியாததினாலெ தானே இந்த மாதிரி தெய்வ தூதர்கள் பூமியில் இருக்கிறார்கள். நான் குளிச்சு கரையேறியாச்சு...”

காரில் ஏறி இருக்கையில் சாயும்போது, நாணுநாயர் அழுத கண்களைத் தோள் துண்டால் அழுத்தித் துடைத்துக்கொண்டி ருந்தான். கார் வேகத்தில் மலைகளின் தொடர் பின்னால், போய் மறைந்துகொண்டிருந்தது.

“டிரைவர் தம்பி, வண்டியை எங்கேயாவது நல்ல ஓட்டலா பார்த்து நிறுத்து. வயிறு காந்தல் ஆகுது. சாருக்கும் நல்ல பசி வந்திருக்கும்... செத்தவன் போயாச்சு. இருக்கிற நாம ஏன் அளந்த படியை மிதிச்சு எறியணும்? இல்லையா சாரே?”

நாணுநாயர் சாதாரணமாகிவிட்டதாக நடித்துக் காட்டுகிறான் என்பது தெரிந்திருந்தும், அப்போதைக்கு தாம்புக் கயிற்றை விட்டுப் பிடிப்பதே சரியென்று தோன்றுகிறது.

“ஆமாம். எனக்கும் பசியாகத்தான் ஆவுது... இங்கெல்லாம் ஏது நல்ல ஹோட்டல் தேடுறது, சுமாராக இருந்தாலே போதும். பார்த்து நிறுத்துப்பா” என்றேன்.

‘பாலகோபால விலாஸம் ஹோட்டல் அண்டு டீ ஷாப்’ என்று போர்டெல்லாம் தடபுடலாக இருந்தது. படியேறியபோது

மேஜை அழிக்கவுண்டர் உள்ளே, கல்லா நாற்காலியில் உட்கார்ந்திருந்தது, அசல் திருவாதிர ஆட்டக்காரியின் நேரியல் முண்டு, இறுக்க ஜாக்கெட் எழிலே போல நடு வயசுக்காரி நாரீசிரோன்மணி ஒருத்தி. "உள்ளே போய் அமருங்கோ?" என்று கை ஜாடையோடு வெற்றிலைச் சிவப்பு உதடுகளால் மொழிகிறாள்...

"டிரைவர் தம்பி இடம் ஒண்ணும் மாறிப் போகலியே. கதை களிவிதானம் போல இருக்கே வரவேற்பெல்லாம்..." என்று நான் தான் வியப்பை வெளியிட்டேன்.

"இது நாட்டுப்புறம். இங்கேயெல்லாம், ஹோட்டல்கள் இப்படித் தான். சார் உக்காருங்கோ..." என்று நாணுநாயர் தன் வழமையை விளக்குவது போலச் சொல்லி இடம் பார்த்து அமர்ந்தான். எதிரே சுவரின் பெரிய புகைப்படத்தில் கல்லாவின் அந்த நாரீமணியோடு மணமாலையுடன் நிற்பது யாரைப் போல...

"சாரம்மார், என்ன சாப்பிடுறியோ, சூடு ஆப்பம், புட்டு, ஆட்டிறச்சியுண்டு..."

புகைப்படத்தை விட்டு எதிரே நின்றவனைப் பார்த்தபோது, அடே சாத்தான் சாமி வசனத்தையும் மீறிக்கொண்டு, சாட்சாத் – கோ...பா...ல...ன்!

61

அனந்தபாஸ்கர் எனது நண்பர்

சாயங்காலம் ஒரு நாலு மணி வாக்கில் அனந்தபாஸ்கர் ரூமிற்குப் போனேன். என்னவொரு மென்மையான சுபாவங் கொண்ட ஆள். எதற்கும் ஒரு சாந்தம், சௌம்யம், நறுக்குச் சுத்த மான துல்லியம். ஆஹா, நட்பிற்கு இப்படியொரு ஆள் கிடைப்பது வாய்ப்பு என்றுதான் சொல்லவேண்டும். நான் போனபோது அவர், அறையைப் பூட்டி சாவியை பாண்ட் பாக்கெட்டில் போட்டுக் கொண்டு புறப்படத் தயாராக நின்றுகொண்டிருந்தார்.

"போவமா?" என்று என்னை எதிர்கொண்டு, வரவேற்பாகவும் கேட்டுவிட்டுப் புறப்பட்டுப் படியிறங்கலானார். ரெண்டு பேரும் பொடி நடையாக நடந்து, பிரதான ரோடு வரைக்குமான அய்யனார் சந்து வழியில் குப்பிச் சில்லுகளை மிதித்து நொறுக்கிவிடாமல் ஒதுக்கி நடக்கும்போது அனந்தபாஸ்கர் சொன்னார்: "ஆட்கள் வசிக்கும் இந்த மாதிரி லாட்ஜ் பக்கத்திலெல்லாம் இப்படிக் குப்பி, தகரம் காயலாங்கடைக்காரங்களை அனுமதிக்கவே கூடாது. ஒடஞ்சது நசுங்கினதுகளையெல்லாம் அப்படியே நடக்கிற பாதை யிலே போட்டுட்டுப் போயிடுறாங்க... இதையெல்லாம் ஒருவகை சமூக துரோகமின்னுதான் சொல்லணும்." அவரது ஆதங்கத்திற்கு சாதாரணமா 'உம்' கொட்டிவிட்டு, 'இன்னைக்கு ஆசாமி கொஞ்சம் சூடாக இருக்கிறார் போல' என்று எண்ணியவாறு மரக்கடை ரோட்டிற்கு வந்தபோது, எந்தப் பக்கமாகப் போவது என்று ரெண்டு பேருமே ஒரு கணம் நின்றோம். எதிர்த்தாற்போல விஜயா ஹோம் மாடி ரூம் வாசலில் ஃபெயர்பாடியில் நின்றுகொண்டிருந்த 'மெடிக்கல் ரெப்' சிறுப்பக்காரன், சிரித்துக் காட்டிவிட்டு 'விஷ்' செய்தான். 'ஹலோ'வென்று சம்பிரதாயமாக பதிலுக்குச் சொல்லி விட்டு பவர்ஹவுஸ் ரோடு வழியாகத் திரும்பி நடக்க ஆரம் பித்தோம்.

பார்த்தாஸ் பக்கத்தில் குஜராத்தி விடுதியில் டிபன் சாப்பிட்டு விட்டு அப்படியே அஞ்சாறு கிலோமீட்டர் மெடிக்கல் காலேஜ் பக்கமாக நடந்தே போய்விட்டு திரும்பி வரும்போது பஸ் ஏறி வந்துவிடுவதென்ற தீர்மானத்துடன் நடக்க ஆரம்பித்தோம். "விடுமுறை நாளாச்சே ஏதாவது புதுசா படிச்சீங்களா, இல்லை

எழுத்து வேலை ஏதாவது...?" என்று அனந்தபாஸ்கர்தான் ஆரம் பித்தார்.

"ஓய்வு நாளென்று பேரு... ஆனா அன்னைக்குப் பார்த்து தான் நிறையா மற்ற வேலைகள் வரும். இன்றைக்குப் பார்த்து வீட்டிலெ கியாஸ் தீர்ந்துபோச்சுது. பரண்மேல ஏறி மண் ணெண்ணெய் ஸ்டவ்வை எடுத்துத் துடைத்து வத்தி போட்டு காலை இட்லி பலகார காரியம் முடியும்போது பத்தரை மணி, கொஞ்சம் டிவி புரோக்ராமெல்லாம் பார்த்து, பேப்பர்களையும் படிச்சு, சாப்பாட்டு நேரம் வந்தபோது இந்தா அந்தான்னு மூணு மணி. உங்ககிட்டெ நாலு மணிக்கு வரலாம்னு சொல்லியிருந்தேனா, இடையே சின்னதா ஒரு தூக்கம்... பகல் கனவு சமயங்களிலெ எல்லாம், வழக்கமாக ஒரு அனுபவம் பாத்துக்கிடுங்க... ஒரு படு பாதாள பள்ளத்திலெ விழறது மாதிரி வரும்... பயம் உலுங்க, விழிப்பு வந்து விடும். அப்படித்தான் கனவுப் பள்ளத்திலெ விழுந்து முழிச்சு நாலு மணிக்கு அவசர அவசரமா வந்தப்போ, நீங்க கறார் ஆச்சே, ரெடியா நிக்கிறீங்க..."

"எங்கே மெடிக்கல் காலேஜ் பக்கமா போகலாம்னு சொன்னப் போதான் ஞாபகம் வருது... நாலஞ்சு மாசத்துக்கு முன்னால உங்க சிநேகிதர் ஒருத்தரு, ஆக்ஸிடென்ட் ஆகிப்போச்சுன்னு, எட்டாம் நம்பர் வார்டு நல்லா ஞாபகமிருக்கு. போயிப் பார்த்தமே... ஸாயில் கன்ஸர்வேஷனிலெ ஏதோ ஆபிஸர் வேலை, சிவகுமார்னுகூடப் பேர் சொன்னீங்க. இப்போ எப்பிடி இருக்கு அவருக்கு? அய்யோ, சிவனே, அன்னைக்கு அவரு ஆஸ்பத்திரி பெட்டிலெ படுத்திருந் தாரே அந்தக் காட்சி இப்போகூடக் கண் முன்னலெ நிக்கிது... கோபுலு போடுற ஜோக் சித்திரம் மாதிரி – ஒடம்பு பூரா பாண்டே ஜோட ஒரு காலை, கிணற்றிலெ கப்பிக்கயிறு போட்டு இழுத்த மாதிரி... அவ்வளவு இருந்தும் அவரு ஒங்களைப் பார்த்துச் சிரிச்சு என்னவெல்லாமோ பேசவுங்கூடப் பேசினாரே..."

"அடடே ஆமா, சிவகுமார். அது ஆறு மாசத்துக்கு முன்னாலெ நடந்த விஷயமாச்சே. அவர் இப்போ ஒரு கைத்தடி துணையோட கிந்திக் கிந்தி ஆபீஸ் காரிலெ போய் வந்துகிட்டு இருக்கிறாரு. மறக்காமெ ஞாபகம் வச்சிருக்கீங்களே, நீங்க அதெ...?"

"நல்ல மனுஷாளுக்குத்தான் பாருங்களேன், எப்பிடியெப்பிடி யெல்லாமோ வருது... வர வர உங்க திருவனந்தபுரத்து ரோடு களிலெ நடந்து போறதே பெரிய ரிஸ்கா போயிட்டு இருக்கு... கொஞ்சோண்டு எசப்பிசகா பரக்கப் பார்த்திட்டோம், ஆட்டோ ரிக்ஷாக்காரன் ஷோல்டரிலே இடிச்சிட்டு, போய்யா இவனேன்னு போயிக்கிட்டே இருப்பான்..."

“இதெல்லாம் திருவனந்தபுரத்திலே மட்டுமில்லே, உங்க பாண்டியிலெ கூடத்தான் அடியோட மாறியிருக்கும். உருண்டு உருண்டு வரும் நாகரிக மாற்றங்கள்தானே ஊர் முகச்சாயலையே மாற்றுது. என்னைக் கேட்டா இதெல்லாம் ஒருவகை மாஜிக் மாதிரி. தொப்பிக்குள் பூவைக் கொட்டி – கவிழ்த்து எடுக்கும்போது முயல் குட்டி வருதே அந்த மாதிரி. மாற்றங்கிறது, மறையும் தெரியும், மறையும் தெரியும், இப்படியேதான்...”

“நீங்க மாஜிக்கின்னு சொன்னப்போதான் இன்னொன்று நினைப்பு வருது. உங்க இலக்கிய வகையிலெகூட இப்போ ஒரு வகை ‘மாஜிக்கல் ரியலிஸம்’ன்னு சொல்லி வர்றாங்களே, தெரியுமா உங்களுக்கு அதெப்பற்றி ஏதாவது...?”

“ஆமா, படிக்கிறவனுக்குப் புரியாம ஒருமாதிரி வார்த்தை சர்க்கஸ் நடத்துற பம்மாத்துதான் இப்போ புதுமை. சொல்லக் கூடியதெ நல்ல பாஷையிலெ தெளிவா கலை நயத்தோட சொல் லணும். களிமண்ணுலெ பொம்மை செய்யும்போது, அது வெறும் மண்ணுங்கிறதையும் மீறி உருவசுத்தம் பளிச்சின்னு இருக்கணும். அப்பொ, அது மண்ணில்லே, ராமர், கிருஷ்ணர், அனுமார் என்றெல் லாம் பேர் மாறிப்போகுது. அந்த மாற்றம்தான் கலை....”

“இலக்கியம்னு ஆரம்பிச்ச ஒடனேயே உங்களுக்கு சுர்னு தர்மரோக்ஷம் வந்திருது... நீங்க சொல்ற பாஷை சுத்தம் பார்த்தா இன்னைக்குள்ள வட்டார வழக்கு புதுமை ஒண்ணையுமே வகை யிலெ சேக்கமுடியாதே... அப்பொ எதார்த்த இலக்கியம் ‘ஹோகயா’தான்...”

“வட்டாரமொழியே அதது வட்டார பாத்திரங்கள்தான் பேசணும். கதை நடத்தும் ஆசிரியனும் வட்டாரக் கொச்சைக்குப் போயிட்டா பாஷை மலினப்பட்டுப் போயிரும்னுதான் சொல்ல வாறேன்... அடடே, பேசிக்கொண்டே வந்தபோது எங்கெ போயிக் கிட்டிருக்கோம் பாத்தீங்களா? ஸ்டேட்யூ ஜங்ஷனுக்கில்லா வந்திட் டோம்... சிலையா நிக்கிற திவான் மாதவராயர் நம்மளெப் பார்த்துச் சிரிக்கிறாற்போல இருக்கு... மெடிக்கல் காலேஜ் வரையிலும் போகணும்னா, வஞ்சயூர் வழியா கலெக்ட்ரேட் பாதையோட போயிருக்கணும்மில்லையா... இப்பொ பரவாயில்லெ. பி.எம்.ஜி. வழியா முளவனமுக்குப் போய், அப்படியே நடப்போம்...”

நடை பராக்கினிடையே குஜராத்தி விடுதிக்குப் போய் குட்டிக் குட்டிப் பூரி, பச்சைமிளகாய் பாயசக்கட்டு சமாச்சாரங்களையும் மசால் டீயையும் ஒரு பிடிபிடித்துவிட்டு, பீடாவை அதக்கிக் கொண்டு ஆனடீல் நர்ஸிங் ஹோம் நாலுமுக்கில் நடக்கலானோம். எதிரே இன்டர்நேஷனல் டிரைக்ளீனிங் கடைவாசலில் வேகமாக ஆட்டோ ஒன்று வந்து நிற்பதை அனந்தபாஸ்கர் ஆர்வமாக உற்றுப்

பார்க்கிறார். 'அங்கே பாருங்கள் மாது' என்று என்னைத் திருப்பு கிறார், இங்கே அனந்தபாஸ்கரைக் கண்டதும், 'ஹல்லோ, சார்...' என்று கை அசைத்துவிட்டு, பதில் கூட முக்கியமில்லை என்ற சாதாரணத்தில் டிரைக்ளீனிங்கின் கண்ணாடி வாசலைத் தள்ளித் திறந்துகொண்டு உள்ளே போய்விட்டாள்.

"யார் தெரியுமா மாது அது? எங்க இன்ஸ்டிடியூட் ரிஸப்ஷ னிஸ்ட். அவ விஷ் சொன்ன மாதிரியையும் கதவைத் திறந்து கொண்டு உள்ளேபோன தோரணையையும் பார்த்தா, நான் அவளுடைய ஆபீஸர்தானான்னு உங்களுக்கே சந்தேகம் வந்தி ருக்கும்... உண்டா இல்லியா, சொல்லுங்க பார்ப்போம். இதுதான் பாத்துக்கிங்க மாது, உங்க மலையாளத்து ஜம்பம்..."

"ஆமா, நீங்க அந்த லேடியை ஆதரிச்சுச் சொல்றீங்களா, இல்லெ அவங்க மரியாதை இவ்வளவுதான்னு குறையாச் சொல்றீங்களா...?"

"இப்படித்தான் இருக்கணும்னு சொல்றேன். இந்த மாதிரி பழகுமுறை எனக்கு ரொம்ப பிடிக்கும்... இந்தப் பொண்ணுகூட இப்பவெல்லாம் சினிமாக்களிலெ வருதே ரேவதி, அதெ மாதிரி இல்லே...?"

முறிஞ்ஞபாலம் ஜங்ஷன் தாண்டி மெட்ரோபாலிடன் ரோடு பக்கம் வந்தபோது எங்களது பேச்சிற்கு ஒரு இடைவெளி விழுந் தாற்போல் இருந்தது.

அனந்தபாஸ்கர், என்னவொரு மென்மையான சுபாவக்காரர், சாந்தம், சௌம்யம், நறுக்குச்சுத்தமான துல்லியம், ஐம்பது வயதில். ரொம்ப தூரத்து பாண்டி ஊரில் மனைவியையும் வீட்டையும் விட்டு இங்கே பெரிய கம்பெனியின் மானேஜர் என்ற உத்தியோக வாழ்க்கை. ஒரு மாசுமருவென அவரைப் பற்றிச் சிந்திக்கவே முடியாது. ஓய்வு நேரத்தில் இலக்கியம்தான் தோழமை. அந்தத் தொக்குதான் என் நட்பைத் தொட்டுக்கொள்ள ஏதுவாக அமைந் தது. அந்தப் பரிசுத்தவான், ஆபீஸ் பெண்ணை ரேவதி என்ற மென் அழகோடு ஒப்புக் காண்கிறார். இருந்தாலும் அந்தத் துல்லிய ரசனைக்காரரைக் குற்றம் காணுவது, பாவம்! 'எந்தப் புற்றில் எந்தப் பாம்போ... சீ, சீ' அனந்தபாஸ்கரைப் பற்றி அப்படி மாற்றுச் சிந்தனையே கூடாது. இந்த மனசு கதை கட்டும் தூஷித்த நாற்றம் கொண்டதாயிற்றே. பொத்துக்கொண்டு, 'எங்கே துர்வாடை' என்று மோப்பம் பிடிக்கிறது.

கண்ணன் மூலரோடு, உள்ளூர் ரோடு, குமாரபுரம் ஜங்ஷன் எல்லாம் ஒன்றாகச் சேரும் இடத்திற்கு மேற்குப் புறத்தில், மெடிக்கல்

காலேஜ் ஆஸ்பத்திரிக்கு உள்நுழையும் களேபரமான திருப்பம். அவசரப் பிரிவு நுழைவாசல் பக்கத்திலேயே பேவார்டு மாடிக் கட்டடமும் இருந்ததால் ஞாயிற்றுக்கிழமையில் கும்பல் அதிகமாக இருந்தது. நடுரோட்டில் டிராபிக் திட்டுமேல் கான்ஸ்டபிள் உடற்பயிற்சிக்காரன் போல திரும்பித் திரும்பிச் சுழன்று சிக்னல் காட்டிக்கொண்டு பிரயாசைப்படுவதைப் பார்த்தவாறே ரோட்டைத் தாண்டினோம். அந்த நேரத்தில் வடக்குப் பகுதியிலிருந்து பாஸ்ட் பாசஞ்சர் பஸ் ஒன்று வேகமாகப் பாய்ந்து வருவதைக் கவனித்து தெற்கு மாறித் திரும்பியபோது, துரத்திக்கொண்டு வருவதுபோல் ஆட்டோ ஒன்று எப்படி ஏது என்றெல்லாம் சிந்திக்கும் முன்பு அந்தப் பயங்கரம் நடந்துவிட்டது. அனந்தபாஸ்கர் மேல் அந்த ஆட்டோதான் மோதியிருக்க வேண்டும். அவர் பொதுக்கடீரென்று கால்களைப் பரப்பிக்கொண்டு, டிராபிக் கான்ஸ்டபிளுக்கு சாஷ்டாங்க நமஸ்காரம் போல் நிலைகுலைந்து விழுந்து கிடக்கிறார். ஜன நெரிசல், ஆபத்பாந்தவர்கள் என்று கும்பல் சேர்ந்துவிட, கேட்கவா வேண்டும்? "விபரம் தெரிந்த ஆசாமி போலிருக்கிறது. அதுதான் ஆஸ்பத்திரி காஷ்வாலிட்டி முன்னாலேயே ஆட்டோவுக்கு குறுக்கா பாஞ்சிருக்கிறார்... பாவம், உயிருக்கொண் ணும் ஆபத்தில்லை..." என்று கூட்டத்தில் யாரோ சொன்னது கேட்டது.

சந்தடி நெரிசலுள் இன்னும் என்னவெல்லாமோ பேசிக் கொள்கிறார்கள், ஆட்டோ, மூணு வீலும் ஆகாசத்தைப் பார்க்கத் தூக்கிக்கொண்டு குடை சாய்ந்தாலும், ஓட்டி வந்தவன் அசத்தல் பேர்வழி போல. போலீஸ்காரனை ஓரம்கட்டி சமாளித்துவிட்டு, உதவிக்கு என்னையும் சேர்த்துக்கொண்டு அனந்தபாஸ்கரை அவசரப் பிரிவில் சேர்க்க கூடவே வந்து உதவினான்.

சும்மா சொல்லக்கூடாது. மெடிக்கல் காலேஜ் ஆஸ்பத்திரி டாக்டர்களும் பணியாட்களும் உண்மையிலேயே ஆபத்பாந்தவர் களாக இருந்தார்கள். ஆர்த்தோ செக்ஷனில் அட்மிட் ஆகி, எமர் ஜென்சி எக்ஸ்ரே அது இதுவென்று ஒரு மணி நேரத்தில் அனந்தபாஸ்கர் முண்டாசுக்கட்டும், காலில் வரிந்து கட்டிய பாண்டேஜ் போர்த்த கோலமுமாக பெட்டுக்கு வந்தாயிற்று. ஆறரை மணிக்கு மெயின் டாக்டர் வந்து பார்த்த பின்புதான் வார்டு, பெட் அலாட்மெண்டாகும். அதுவரையில் அவசரப் பிரிவின் பந்தி வரிசை போன்ற பெட்டுகளில் ஒன்று தரப்பட்டது.

இத்தனை கோலாகல சமாச்சாரங்களிடையும் அனந்தபாஸ்கர் தொட்டிலில் தூங்காமல் கிடக்கும் குழந்தை போல முழுப் பிரக்ஞை யோடுதான் இருந்தார். அழுத்தமான ஆள்தான் என்று எண்ணிக் கொண்டேன். அதுவரையில் உதவி, ஒத்தாசையென்று வந்து

கொண்டே இருந்த ஆட்டோக்காரன், பெட்டுக்கு வந்த நிமிஷ நேரத்தில் எப்படியோ காணாமல் போயிருந்தான்.

“மாது, நம்ம சாயங்கால பவனி ஊர்வலம் இப்படி ஆகி விட்டதே. பாவம் உங்களுக்குத்தான் நல்லதொரு விடுமுறை நாள் வீணாய்ப் போச்சு... நல்லா கவனமா பார்த்துதானே வந்தேன். நீங்களும்தான் கூடவே இருந்தீங்களே பின்னெ எப்படி? ஆச்சரிய மாகத்தான் இருக்குது... நாம புறப்படும்போது உங்கள் நண்பர் ஆக்ஸிடென்ட் ஆனவரைப் பற்றிக் கேட்டனே ஞாபகமிருக்கா... இதைத்தான் டெலிபதின்னு சொல்றது, பின்னால வரவிருக்கிறதெப் பற்றி ஒரு சமிக்ஞை உணர்வு மனதை வந்து தொடும். பிறகு... அதுபோல் நிச்சயம் நடந்துவிடும்.. என்ன, நம்புவதற்கு கஷ்டமா இருக்கிறாப்பில தோணுதா? எப்படியோ, அதை பிரஸ்தாபிக்கவும் மணிக்கூர் பொழுதிலே காலையும் தலையையும் வண்டிக்குள்ளார மாட்டிக்கொண்டேன் பார்த்தீங்களா...?”

“மூளை கலங்கிப்போய் என்னவெல்லாமோ பிதற்ற ஆரம் பித்திருக்கிறாரோ....?” என்ற என் மனவோட்டத்தைப் புரிந்து கொண்டவர்போல, “ஒன்றுமில்லெ மிஸ்டர் மாது, அடியொண்ணும் பலமா இல்லை போலதான் தெரியுது. ஒரு வலி, ஒரு குடைச்சல்னு ஒண்ணுமே தெரியலை. ஊஹூம். எதுக்கும் பெரிய டாக்டர் வந்து கிடட்டும்... அதுக்குள்ளாற மாது நீங்க உடனடியா ஒரு உதவி செய்யணும்... இப்போ ஒரு ஆட்டோவை அமத்திகிட்டு நேரா என் ரூமிற்குப் போறீங்க.. இந்தாங்க சாவி. அங்கே ஹாங்கரிலே எனது மாற்றுச் சட்டை பாண்ட்ஸ் எல்லாம் கிடக்குது, எடுத்து வந்திரணும்... இதைப் பாத்தீங்களா, போட்டிருந்த சட்டையெல்லாம் ஒரே மண்ணு, பாண்ட்ஸ் வேற இங்கே முட்டிப் பக்கமா உராய்ந்து கிழிஞ்சிருக்குது... எனக்கு ஒன்றுமே ஆகலை மாது, நீங்க வேற பாண்டிக்கெல்லாம் தகவல் கொடுக்க வேணுமான்னு யோசிக் காதீங்க... ஒண்ணுமே தேவையில்லை. இப்ப நீங்க கிளம்புங்க. நாளைக்கு தங்கறாப்பிலெ எல்லாம் டாக்டர் சொன்னாருன்னா ஆபீஸ் பியூன் யாரையாவது வைத்து சமாளிச்சிரலாம்...”

அவர் சொன்னது போலவே ஆட்டோ அமர்த்திக்கொண்டு வரும் வழியெல்லாம் அந்த நல்ல நட்பைப் பற்றி நினைத்துக் கொண்டே வந்தேன். ‘என்ன ஒரு தீர்மானமான மனிதர், இப்படி ஒரு அவக்கேடு வந்திட்டபோதும் ஒரு கலக்கம், தடுமாற்றம், அம்போ என்ற பரபரப்பு, ஊஹூம்... அதுதான் பண்பட்ட மனித சுத்தம். பிசையப் பிசைய அவரைப் பற்றியே எண்ணிக்கொண்டு வந்தேன்.

மரக்கடை ரோட்டில் திரும்பி, அய்யனார் சந்து வாசலிலேயே ஆட்டோவை அனுப்பிவிட்டு, முடுக்கின் அரண்ட வெளிச்சப்

பாதையில் நுழையும்போது அதுவரையில்லாத ஒருவித பீதியும் பரபரப்பும் சஞ்சலமும், சங்கடம் போலவும் மனதை அலட்டுவது போல இருந்தது. சாயங்காலம் புறப்பட்டு வந்தது போலவே குப்பிச் சில்லுகள் காலில் தைத்துவிடாமல் பதமாக அவசரமாக நடந்தேன். மங்கல் இருட்டு கண்ணிற்குப் பழகிவிட்ட தெளிவில் அப்பொழுது தான் கவனித்தேன். நாலைந்து கூலிக்காரத் தடியன்கள் தெரு விளக்கின் அரண்ட வெளிச்சத்தில் நடுப்பாதையில் கோடு கிழித்து ஆடு புலி சூதாட்டம் நடத்திக்கொண்டிருக்கிறார்கள். கட்டங்களில் ரூபாய் நோட்டுகள் சிதறிக்கிடக்கின்றன. "கட்டத்தெ பாத்து விளையாடு... இது நம்ம சாருதான் பயப்படாதே" என்ற ஒருத்தனின் ஏளனமான பின்பாட்டைக்கூடச் சட்டை செய்யாமல் நடந்தேன்.

பழகிய கால்களாச்சே. தடதடவென்று படியேறிப் போய், அனந்தபாஸ்கரது ரூம் வாசலில் நின்றபோது சாத்தியிருந்த கதவில் பூட்டு இல்லை. அய்யோ...! உள்ளே லைட் வேறு எரிகிறது. கண் களில் இருட்டுப் படர, திக்கென்றிருந்தது. பாக்கெட்டைத் தொட்டுப் பார்க்கிறேன். அனந்தபாஸ்கர் தந்து விட்ட சாவி இல்லை! அய்யோ... என்ன இது, மாந்திரீகம் போல... ஒரு வேளை திருடன்கள் யாராவது...?

பயமும் தடுமாற்றமும் அப்படியே குடைந்த சுவடாக, அடைந் திருந்த கதவை தடதடவென்று தட்டத்தான் தோன்றியது. மாடிக்குக் கீழ அந்தச் சூதாட்ட கோஷ்டியில் ஏதோவொன்று ஜெயித்திருக்க வேண்டும் – 'கெக்கெக்கெ' என்று சந்தோஷ ஆரவாரமும் கை தட்டலாகக் கேட்டது. மீண்டும் கதவைத் தட்ட கை உயரவும் அனந்தபாஸ்கரே வாசலைத் திறந்துகொண்டு எதிர் வெளிச்சத்தில் ஒருமாதிரி சிரித்துக்கொண்டு நிற்கவும் சரியாக இருந்தது.

"யாரு மாதுவா? என்ன இந்த நேரத்திலெ...?" கேட்பது அனந்தபாஸ்கர்தானா என்ற அவலத்தையும் மீறி உள்ளே பார்வை படர்ந்தபோது, அவரது கட்டிலிலே, புஸ்தகம் ஒன்றைப் பிரித்துப் பார்க்கும் பொய் பாவனையுடன் அந்த ரிஸப்ஷனிஸ்ட் பெண் ரேவதி போல என்றாரே சாயங்காலம், அதே அவள்!

62

வெட்டிவேர் வேதாந்தம்

“பிரம்ம சத்தியத்திலிருந்து அல்லது கேவல சித்சக்தி யிலிருந்து இயற்கையின் சில்மிஷங்களால் விலகி நிற்கும் ஆத்மாவை மறுபடியும் பிரம்ம பதத்திற்கு இழுத்து வந்து அத்வைத நிலையின் சாட்சாத்காரத்திற்கு வழிவகுப்பதுதான் யோக சம்பிரதாயத்தின் இலட்சியம்...”

நித்தியானந்த குருபூதரின் சன்னமான குரல், குகைவட்டத்துள் ரீங்கார வளையங்களாகச் சுழன்றவண்ணமிருந்தது. கீழ்வெளி கிராமங்களிலிருந்து ஞானோபதேசம் கேட்க வந்தவரில் கடைசி ஆள் ஒருவன் மட்டும் பாக்கியிருந்தான். அவனும் போய்விட்டால் அன்றைய ஹிதோபதேசப் பொழுது பரிபூர்ணம் பெற்றுவிடும்.

குருபூதருடன், இந்தச் சயன சிருங்க மலைக்கு சேவு அடியாளாக வந்த, சூதனனுக்கு இது நித்ய அனுபவமாக இருந்தாலும், மண்டையுள் வண்டு குடையும், நமைச்சல் போல அவஸ்தை கொண்டது. இன்றுடன் எட்டு நாட்கள் ஆகின்றன. குருபூதர், அவருக்கென்ன? ‘சர்வம் பிரம்ம மயம்’ என்று அந்த மலைக்குகைக்குள்ளேயே பதமான தோல் விரிப்பில் கண்ணை மூடிக்கொண்டு குரு போதனை வேண்டி வருபவர்முன் இன்னும் எத்தனைநாள் வேண்டுமானாலும் நாழிகை நகர்வதறியாமல் இருப்பார். ‘ஒருவார ஞானவாச யாத் திரைக்கு சுவாமி திருவடிகளுடன் போய் வா’ என்று, தலைமைப்பீட ஆசிரம மடத்தில் பணித்தபோது, மறுப்பாகச் சிந்திக்க என்ன இருக் கிறது? மடத்து வேலையென்று வந்தபின்பு காலாகாலத்தில் ஆகாரம், வெளீரென்று உடை, மாசாமாசம் சிறிய ஊதியம், அறுபது வயதில் வீட்டைத் துறந்து வந்தவனுக்கு இதற்கு மேல் ‘காமிதம்’ என்ன இருக்கிறது?

ஆடி அடங்கிய காலத்தில் தெய்வ விசாரம் என்ற சிறுபயம் மனதில் மண்டியாக மிச்சமிருந்ததனால் இப்படியொரு சன்னியாசி தாசத்திற்குக் குதியாட்டத்துடன் இறங்கிப் புறப்படத் தோன்றியது. மடத்து வாழ்வென்று வந்து வருடம் ஒன்றுக்கு மேல் ஆகியிருந்தது, சூதனனுக்கு. சிறுமுகையூரில் உயிரோடிருக்கும் பெண்சாதிக்

கிழவிக்குச் சகோதரத் துணைகள் இருந்ததனால் அவனது இந்த விரக்தி வாழ்க்கைக்கு வாய்க்கால் பாதை எளிதாக அமைந்தது.

தலைமைப்பீட ஆசிரம மடத்துள் அன்றாடம் உச்சஸ்தாயி பஜனை நாமாவளி ஸ்தோத்திரங்கள், சங்கநாதம், நாதஸ்வரம், பஞ்சவாத்ய மேளம், மந்திரத்வனிகள் என்றெல்லாம் இருந்தாலும் கம்மென்ற காதடைத்த அமைதிதான் ஸ்தம்பங்களாகச் சூழ்ந்து நிற்கும். இதற்கெல்லாம் மேலாக, பாபாத்மாக்களாகிய சஜ்ஜன சமூகம் நடத்தும் உபதேசங்களைக் கேட்டுக் கேட்டு இப்பொழுது ஒரு வருடத்தில் உபதேசங்கள் வெறும் வெளியில் பறக்கும் தும்பிப் பூச்சிகள் போல தரையிலும் தொடாமல், உயரத்திலும் எட்டாதது போல ஆகிவிட்டிருந்தன.

மாயையை அணுகாதே. அனைத்தையும் பரம்பொருளிடம் அர்ப்பணித்துவிடு. சரீரமெனும் ஊத்தையையும் அதன் உத்வேகங் களையும் நித்ய சுகமென்று முதல் கூட்டாதே... என்ன இது? இப்படியாக, புஷ்பதளங்களாக உதிர்நிலை கொண்டாலும், சுத்த மான பசுவின் பால், அலுங்காத கனிவர்க்கங்கள். தூயதான வஸ்திர வகைகள். காலடி நோகாமல் மர மிதியடிகள். பனையோலை விசிறிகள். பஞ்சுத் தலையணைகளும், மெத்தையும், சுகந்த சந்தன– சாம்பிராணி தூப – லேபனங்கள் தேவன் மாகாத்மிய துதிகளே ஆயினும் ராக துல்லியத்துடனான சங்கீத தாரைகள், நளினங்கள், தேவதேவா, என்னைக் கரையேற்று என்ற இறைஞ்சல்கள். என்ன இது...? எது துறவு? எது முக்திதாயகம்? எது நிச்சல நிர்மால்யம்? பாவனம் பவித்ரம், பரிபக்குவம், பயானகம், எல்லாம் வெறும் வாக்குகள் மட்டும்தானே...? சூதனப் பாவிக்கு வியப்பாக இருந்தது.

"பாபஸ்ரமத்திலிருந்து இன்னும் கரையேறாத உன் போன் றோருக்கு ஆஸ்ரம மடப்புனிதமும் ஆதர்சங்களும் எட்டவே எட் டாது. வயது முதிர்விலும் கழுதைக்குத் தாங்காச் சுமையே விதிக்கப் பட்டுள்ளது. எட்டித்தொட ஏலாதவனே எட்டி நில். இட்டதைச் செய்... வீணில் அலைக்கழியாதே..."

"... இதோபார் இன்று துதீய சுவாமி கைவல்ய தாயகருடன் சிருங்கேரிக்கு, ஒரு மாதப் பாத யாத்திரைக்குத் துணை போய்வா... வந்து, மறுநாள் ஞானதீட்சித பாதருடன் குருமலைக்கு. பிறகு அடியார்க்கு மதியுடன் கிரிவிருங்கத்துக்கு. இப்படியே ஆகிய சுமைதாங்கி வழித்துணைப் பணியில் – இப்பொழுது – நித்யானந்த குருபூதருடன் சயன சிருங்க மலையடிக்கு!"

இன்றோடு எட்டு நாட்கள் – இந்தச் சயன சிருங்கமெனும் உப்புமலை வாழ்க்கையும் – அடிவார கிராமத்திலிருந்து – தர்சனத்திற்காக மலையேறி வந்துபோகும் மருண்ட பாமர

மக்களையும் கண்டு கண்டு – கேட்டுக் கேட்டு மண்டையினுள் – கூடுகலைந்த தேனீக்கும்பலின் அரவம் முழங்கலாயிற்று. ஹோ... ஹோ... ஹோ...

"சூதனனே, ஊர்த் தேட்டம் வந்துவிட்டதோ? அடங்கு... நாளை திரும்பிவிடலாம்... சிஷ்டங்களையெல்லாம் கட்டிப் பொறுக்கி தயாராகிக்கொள்..." நித்யானந்த குருபூதர் புன்னகை காட்டினார்.

குளிரக் குந்தி மலைக் காற்றோடு கொஞ்சம் குசலம் நடத்தத் தோன்றியது சூதனனுக்கு. உயர உயர – மேக மாலையிட்ட மலைச் சிகரங்களும், கொப்பிளாக, உள்சூழ்ந்த குகையும், துணுக்கே ஆகிய– சுவரின் எண்ணெய்ச் சுடரும், பாறைகளில் வெண்சுண்ணம் பூசிய சிறிய லிங்கப் பிரதிஷ்டையும், ஆலயமும், பசுங்கொடி செடித்தழை புதர்களும், உள், உள்ளென்று காற்றும்... என்ன இந்த சங்கேதம்? உயரப் பறக்கும் கழுகுகள்கூட, காற்றோடு ஊழவு பயில்வது போல... அனுமன் தூக்கி வந்த மருந்துவாழ் மலையிலிருந்து தணுக்குச் சிதறலாகப் பெயர்ந்து விழுந்த மூலிகை மலை இதுவென்று ஐதிக மாம். கையில் அகப்பட்ட எந்தப் புல் தழையைப் பறித்து வந்து சமைத்து உண்டாலும் நாள் கணக்கில் பசிதாகம் மறந்திடும் என்றது அனுபவ உண்மையாக இருந்தது. என்னதான் பசிதாகம் மறைந் தாலும் போகவேண்டும் என்ற தேட்டம் முளைத்தபோது புது உற்சாகம் துணுக்காட்டம் கொள்கிறது!

"நாளை போவதென்றால் அடியேன் கீழே கிராமத்திற்குப் போய் வந்துவிடுகிறேன், அய்யனே. வாகன ஏற்பாடு – நமது வாடிக் கையாளன் கார்வாகனக்காரனை அந்த வெட்டிவேர் சந்தையில் கண்டுபிடிக்க வேண்டும்..." என்று கழன்று நடக்க ஆரம்பித்த சூதனனை,

"அடங்கு. அவசரம் வேண்டாம். வா, இப்படி உட்கார். அந்தக் கல்படிமேல். சட்டென்று உன்னிடம் சிலது சொல்லவேண்டும் போல உள்விளியொன்று குரல்வளையை முட்டுகிறது" என்று ஆக்கினை பொலிந்தது. சுவரில் விளக்கு கோபித்திலகமாக புன்னைக்காய் எண்ணெயில் ஒளிவிடுகிறது.

"ஆத்ம நிவிருத்தி என்றால் உனக்கு ஏதேனும் தெரியுமா சூதனா? நீயும் நமது ஆசிரம மடத்தில் பொழியும் சூத்திரங்களை யெல்லாம் நாட்கணக்கில் கேட்டு வந்தவனாயிற்றே?"

"அய்யவோ! குருபூதர் எங்கே தொட்டு நெருப்பை இறைக் கிறார்..." என்ற பரிப்பிராந்தியுடன் மறுபடி வந்து அவர்முன் அமர் கிறான். கீழே – மலைப்பாதை இடைவழியில் – கடைசியாக அருள்

கேட்டுத் திரும்பிய அந்தக் கிராமியன் தத்தித் தத்தி இறங்கிப் போய்க் கொண்டிருக்கிறான். அடிவானத்தில் சாயும் ஒளிரேகைக்குப் பழிப்புக் காட்டுவதாக அந்தி நிழல் இறங்கிவரக் காத்துக்கொண்டி ருக்கிறது. அவனது மனத்தடங்களை உதறி அழிய விட்டவாறு குருபூதர் மொழியலானார்:

"சூதனா – திரைச்சீலை இன்றிச் சித்திரம் தீட்ட நினைப் போனாக, உனக்குச் சொல்கிறேன் – ஆத்மா என்பது – அதோ சூரியன் கிரீடத்தை வீசிச் சென்றது போல அடிவானில் மிச்ச மிட்டிருக்கும், வெள்ளி ரேகை போன்றது. அந்த மாயா ரேகையைத் தொடு சூதனா... உன்னால் அதனைத் தொட முடிந்தால் ஆத்ம நிவிருத்தியென்பதை சாமான்யனான நீயும் அறிந்தவனாவாய்... போகட்டும். நாள் கெடு அறுந்துவிட்ட மகிழ்வில் புறப்படவிருந்த உன்னை எதற்காக மறுபடி அழைத்து உரையாடத் தொட்டேன் என்றால்; இன்னும் கேள்... இன்றோடு நான்காம் வருஷம். அதாவது ஆயிரத்து நூற்று எழுபத்தி ஒன்பதாம் வருஷம் – இதே மிதுனமாசம் இதே குருவாரத்து ஆறாம் தேதி இதேபோல் சூர்யன் இறங்கி அந்தியைத் தொடாத – அதாவது ஹிரண்யகசிவு மிருத்யு வரித்த அனர்த்த நாழிகையில் நான் மரிப்பேன். ஞானசுஷுப்தி என்கிற சமாதியல்ல. அந்திய அந்தகாரமாகிய மிருத்யு இதை நீ குறிமானம் செய்துகொள்... இங்குவந்து ஒருவார தவஸ்மரணையில் கிடைத்த இந்த ஞானோதயத்தை ஒரு சாதாரணனிடம் பகராவிடில் சாயூஜ்யம் கிட்டாது என்பது நியதி. அதனால் உனக்குச் சொன்னேன். அதனால் நீயும் புடமிட்ட உலோகம் போல் கசடு நீங்கப் பெற்றவனாகின்றாய்!"

மலையிறங்கி, கிராம வெளி வட்டத்திற்கான பாதையைப் படிகளாகப் பின்னிடுகையில், "வேதாந்திகள். ஹும். இதுதான் இவர்கள். மரண நாள் குறிமானமாம்... மிருத்யு ஸ்பரிச ஞானமாம்... எந்தக் கணக்கின் ஐந்தொகையால் இந்தக் குறிப்படி நேர்ந்ததோ..."

"... ஹே ஸாதகனே. பரிசோதனைப் பொழுதுகளில் மிகமிகப் பொறுமையாக இருப்பாயாக. சர்வேஸ்வர கிருபா கடாக்ஷத்தில் நிதர்சனமான அடையாளத்தைத் துச்சமென்று கருதுகிறாய். சோதனைத் தருணங்களிலும் ஆபத்து காலங்களிலும் கண்ணீர் மல்க, ஜகத்பாந்தவனிடம் ஹிருதய பூர்வமான பிரார்த்தனை செய்– அன்றி அலமாந்து உழல வேண்டாம். இப்பூத உடல் வர்த்தமான கால நிழல் மட்டுமானது. நாளை அது இல்லை. பூதசரீரம் இருக்கும் நாள் அத்தனையும் துன்பமும் துக்கமும் மாத்திரமே – ஆனால், ஆனந்தமென்ற பரமானந்த பரப்பிரம்ம நிலை சரீரம் பிரிந்த பின்பும் நிலையான நித்யம் கொள்கிறது. ஆகவே, தியானம் செய். மாயை மற. ஆனந்தத்தின் பிரகாசதாரை உனக்காக இறக்கை விரித்த கழுகு போல நிழல் பிரிகிறது!"

கீழ்கிராமத்துக் கடைத்தெருவின் இரைச்சலால் பாசியாய்ப் படர்ந்த அத்தனை சங்கீர்த்தன தாரைகளும் ஆவியாய்க் கரைய லாயின. மலையடிவாரத்து அந்தச் சந்தை வெளியில் மண்மணக்கும் வெட்டிவேர்ப் பத்தல்கள் விற்பனைக்காகக் குவிக்கப்பட்டிருந்தன. லாரிகள், மாட்டு வண்டிகள், அமுக்கும் செம்மண் தூசியுமான கொள்வோரும் கொடுப்போரும். இதொரு மலையடி உலகம்.

விடுதியொன்றில் உணவு கைங்கரியங்களை முடித்து, குருபூதருக் கான இளநீர், காய்கனிகள், சுவர் அகலுக்கு எண்ணெய் என்றெல் லாம் சேகரித்துக்கொண்டு மறுநாள் அதிகாலை பிரயாணத்திற்கு வாடிக்கையாளனாகிய கார் வாகனக்காரனையும் சட்டம் கட்டித் திரும்பியபோது இருட்டு கவியும் நேரமாயிருந்தது.

நமோவாஹும் என்று பின்னும் மலையேறி குகைமுற்றம் நோக்கி நடந்த சூதனச் சீடனுக்கு மலைகளின் அந்தகாரத்திரையில் மின் மினிப் பூச்சிகள் சிதறல்களாக ஒளி பரவவிட்டு வழிகாட்டின. காற்று பசி தணிந்த வேழம் போல மெதுவாகக் காதோடு போகிறது. இருட்டிற்குக் கட்டியம் பாடும் மலைப்பூச்சிகள் சலங்கை குலுங்கு கின்றன. நாளை மறுபடியும் ஆசிரமமடைந்து ஊர் திரும்பிடலாம். அந்த மட்டில் அப்பாடா...

குகை வாசலிலேயே, அசந்தர்ப்பம் என்று காட்டு கவுளி சொல்வது போல திகில் ஓங்கி அறைந்தது... குருபூதத் திருவடிகள் பத்மாசனம் கலைந்து மல்லாந்து. நெடிது நீட்டி, நிமிர்ந்து – அய்யவோ, என்று – வாய் திறந்து இறந்தேபோயிருக்கிறார் –

"... சூதனா, கேட்டுக்கொள், சாவு – அதாவது மிருத்யு– பிரம்ம னின் கோபாக்னியில் ஜனனம் கொண்ட அதீத சௌந்தர்யவதி யாகிய கன்னிகையின் உருவத்தில் ஜனனம் கொண்டவள். ஸம்ஹாரம் செய்யத் தனக்குச் சக்தியில்லையெனத் தயங்கி நின்ற அந்த அழகிக்கு பிரம்மன் தைர்யம் பகன்றான். அவள் கறுப்பு கலந்த சிவப்பு நிறமுடையவள். ஆபரண அணிகலன்கள் பூண்ட வள். இளம் சிவப்பு விழிகளும், ரத்த நிற உதடுகளும், கொண்ட மிருத்யுகன்னி அதிரூபவதியானவள்..."

... மறுபடியும் அதிர்ச்சியும் பயமும் அர்த்த பிரக்ஞையுமாகிய மூடத்தனத்தில் துணையான அதே இருட்டோடு மலையிறங்கி ஓடி உபதேசம் கொண்ட ஊராளர்களையும் கார் வாகனக்காரனையும் துணை சேர்த்துக்கொண்டு பிரகாச விளக்குகளுடன் மரணமுற்றத் திற்கு வந்தபோது, அந்தச் சுவர்ச் சுடர் மட்டுமான மிருத்யு ஆலிங் கனத்தில் குருபூதர்...

"வேதாந்தத்தையும் தத்துவ விசாரத்தையும் எல்லாம் விடுங் கப்பா. திருவடி சாமியின் பூத உடம்பை எப்படி அங்கே நாற்பது

கல் தொலை மடத்துக்குக் கொண்டுபோய்ச் சேர்ப்பது? அந்த யோசனைக்கு வாங்க...” கார் வாகனக்காரன்தான். இப்பொழுதின் வர்த்தமான கால கார்வார்க்காரனாக இருந்தான்.

“சாமியோ சாத்தானோ உயிர் போச்சுன்னா பொணம்தானே!” செத்த பொணத்தைக் கொண்டு போகணும்னா நகரத்திலேருந்து சர்க்கார்காரங்க ஆஸ்பத்திரி அதிகாரிங்க சொன்னாத்தான் காரை நவத்த முடியும்...”

“என்ன மினியப்பா, நீதானே வளக்கமா குருசாமியவங்கெள கொண்டு போவ... இப்போ, ஆண்டவன் விட்ட விதி. சாமி செத்துப் போச்சுங்கிறது. நல்லாத் தெரிஞ்சு போச்சுது நமக்கு. இனி, சர்க்காரு ஆஸ்பத்திரின்னா, பொணத்தை அறுத்துப் பார்த்து அங்கேயிருந்து மடத்துப் பெரிய சாமிங்க வந்து... நாறிப் போகுமே. மினியப்பா... அதெல்லாம் வேண்டாம். இப்போ ராவோட ராவா சாமி ஒடம்பு நாப்பது கல்தாண்டி சோதனைச் சாவடியும் கடந்து அங்கே மடம் போய்ச் சேரணும்...”

“சரியெம்பீங்களா நான் சொல்லுற காரியத்துக்கு... சம்மதிப் பீங்களா... சிஷ்யசாமியும் இந்த ஊர்சனங்களும் சொல்லுங்க... இப்போ சோதனைச் சாவடி தாண்டிப் போகிற காரியம். அதனால நான் சொல்லப்போறது நடக்கிற வழி... என்ன, சரிதானே...?”

“சரியான காரியம்னா சரியேதான். உம்? என்ன, காரியம் இன்னும் சொல்லியாகலியே....?”

“இதோ அஞ்சு பத்தை வெட்டிவேர் சொமை சோதனை சாவடி தாண்டி மலையாள டவுனுக்குத்தான் போவுது. சாமி பொணத்தை மடக்கிப் புடிச்சு வெட்டிவேர்ப் பத்தலுக்குள்ளே வைக்கிறது. டிக்கியிலெ அமுக்கித் திணிச்சா சாவடிக்காரன் புகுந்து மோந்து பாக்கவா போறான்? கைக்கூலிதான் கண்ணுக்கு மை போட்டிருமே...”

“அதுதான் – அதேதான். வேறு சங்காத்தமே இல்லை...” என்று முடிவான முடிவாகியபோது யாரோ ஒரு பக்தன்... சாமி பொணம் காரிலே பத்திரமா வருதுன்னு பக்கத்து தபால்கூடம் போய் மடத்துக்கு தகவல் சொல்வதாகக் கடமை செய்யும் பக்தி சிரத்தையுடன் முன்னதாக ஓடியே போனான்.

கரமுரவென்று ஓலைப் பாயினுள் குருபூதரின் உடல். நீட்டவாக்கில் இருந்ததால் வெளியே துருத்திக்கொண்டு தெரிந்து விடும் என்று, விரைத்துப் போய் நின்ற கால்கள் இரண்டையும் விறகு போல் ஒடித்து மடக்கி, கைகளை மார்மேல் அழுத்தி வரியக் கட்டி, மொட்டை சிரசினை முழங்காலுடன் இழுத்துக் குனித்து,

வெட்டிவேர்ப் பத்தல்களோடு பொதிய உதறி கார் பின்புற டிக்கியில் அடைத்தபோது எல்லாம் பத்திரம். சாந்தி. ஓம் சாந்தி – சாந்தி!

– பிரகிருதி. அதாவது, இயற்கை மூவகை குணங்களைக் கொண்டது. இந்த மூவகை குணங்களைத் தாண்டி தருணம் செய்தால் மட்டுமே குணாதீதமாகிய சிவபதத்தைத் தொட்டறிவது சாத்தியமாகும். பிரம்மகிரந்தி, விஷ்ணுகிரந்தி, ருத்ரகிரந்தி என்ற இம்மூன்று கிரந்திகளைப் பிளந்துதான் பிரம்மசூத்ர உச்சநிலையைத் திறந்திட வேண்டும். இதுவே தேர்ந்த குருவின் உச்சாடனத் தாத்பரியம். தியான நிஷ்டையால் மனசை அங்குச பிரயோகமின்றி இழுத்து வந்து கொட்டிலில் கட்டிட வேண்டும்...

உறக்கமே அணுகாத விசார தாரையின் வழிப்பயணமாக குருபூதரின் அவல மிருத்யுபாரத்தையும் இழுத்துக்கொண்டு, தூரத்தில் – இன்னும், இன்னும் தூரதூரத்தில் – மீளத் தொலை வெளிப் பாதையோ – யாத்திரை கொள்வதாகத் தோன்றியது சூதன் அடியாள்க்கு!

மலைக்காற்று போல சுறுசுறுப்பான காரோட்டி சொல்வான்: "சோதனைச் சாவடிக்காரன் கையூட்டு வாங்கிக்கொண்டாலும் கேட்பான், டிக்கியில் என்ன கொண்டுபோகிறாய் என்று. வெட்டி வேர் பத்தல் என்று, இருட்டில் அவன் முகம் பார்த்து தயங்காமல் சொல்ல வேணும்... நீ யாரும்பான். மலையாளக் காட்டு வியாபாரக் காரங்கணும்... சும்மா எல்லாம் ஒப்புக்குச் சப்பாணிதான். போ – போன்னு வுட்டுடுவான்... எவ்வளவு பாத்தவன் நானு... ஒரு தபா பாத்துக்கோ, சீடச்சாமி... பண்டல் கணக்கிலே சீமை மதுகாரியங்க. கை நிறையத்தாரேன், கடத்தல் பண்ணுன்னாங்க. வளைவனா, போடா பொதிமாடுன்னேன்... இப்போ, இது பெரியசாமி அவச்சாவு காரியம். தொரட்டுப் புடிச்சுது. இருந்தாலும் துணிஞ்சுதான் ஒப்புக்கித்தேன்... ஒரு பீடி, அதுமாதிரி சமாச்சாரம் வச்சிருந்தா ஒண்ணு எடுவேன்... ஒன்னெ மாதிரி சீடச்சாமீங்க போஞ்சான்கூட வச்சிக்கிடுறதா தெரியுமே நம்மளுக்கு... இல்லியா, போவட்டும்... தூங்கி வழியாமயாவது வா.... கிட்டத்திலே நீ வழிஞ்சா எனக்கும் கண்ணைச் சொழட்டும். அதான் ஒன் சாமி ஒபதேசம் போல என் பாட்டுக்கு ஔறி வழிஞ்சிக்கிட்டே வாறேன்... விடியு முன்னாடி மடத்து வாசல்லே இதைக் கொண்டு பாய் விரிச்சுப் போடுங்காட்டியும் தூக்கமா வரும்..."

'காரோட்டியே சொல்வது போல், அவனைப் போன்ற ஆயாசக்காரர்கள் பேச்சுகளுக்கும், ஆத்ம நிவிருத்தி என்றெல்லாம் குருபூதரின் உள்காய்ச்சல் உதிர்வுகளுக்கும் அர்த்தமொன்று தானே...' சூதனனிடம் நித்ராதேவி கனிவு காட்ட இறங்கி வரு கிறாளோ...

"–நிகழ்ந்தவை யாவும் தேவநிச்சிதமானவை. நிகழ்வது அனைத்தும் நன்மைக்கென்றே உணர். இனி நிகழப்போவது வரையில் அடங்கிய தெய்வகற்பிதம். நஷ்டப்பட்டதை நினைத்து துக்கம் கொள்ளலாகாது. நன்றாக ஒருமுறை சிந்தித்துப் பார். இழந்தவை எதனையாவது நீ கொண்டு வந்தாயா, இல்லை, நீயாக சிருஷ்டி செய்தாயா? நீ சம்பாதித்தாகக் கருதும் அத்தனையும் உனக்கு இங்கிருந்து கிடைக்கப் பெற்றவை. இன்று, நீ கட்டி ஆளும் சொத்து நேற்று மற்றொருவனுடையதாக இருந்தது. நாளை இன்னுமது பிறிதொருவனதாகும். இது தேவதேவனின் ஆக்கினைக்கு உட்பட்டது. மானுடப் பிறவி பல்வேறு பிரச்சினை வலைக்கண்ணிகளால் ஆனது. அந்த வலைப் பின்னலில் பயந்து ஒளிவது தற்கொலைக்கு நிகர்!"

குருபூதர் குகையடியில் மொழிந்தபோது – நான்கு ஆண்டுகளுக்குப் பின்பு, இதே மாதம், இதே நாளில், இதே தருணத்தில் தன் உயிர் முடிச்சு அவிழ்ந்துவிடுமென்றாரே... ஆனால், அந்தக் கால நிர்ணயம் பொய் வேதாந்தப் பிரவசனமாகிவிட்டது என்றால்... கார் வேகத்தோடு சூதன விசார தாரையும் பிரவாகம் அடங்கிய போது வாகனம் நின்று போய், ஆசிரம மடத்து கோபுர ஸ்தூபி மேல் சுப்பிரபாதம் வெளிச்சரேகையாகப் படர ஆரம்பித்திருந்தது.

ஆசிரம மடத்து அத்தனை சஜ்ஜனங்களும் குழுமியாயிற்று. வாகன ஓட்டி பின்புற டிக்கியைத் திறந்து உயரத் தூக்கியபோது மடத்தின் பிரதான குருபூதர் பொன்ஜரிகை மாலையுடன் முன் வந்தார். தேவாரக்காரர்கள் சொர்க்கலோக யாத்திரையின் போதான சஞ்சார கீதமந்திரம் பாட ஆரம்பித்தனர். மடத்து வெளியின் உயர்ந்த அரசமர இலைகள் பிராண சலன உதறலாக காற்றோடு படபடக்கலாயின...

"சூதனா, நீயே முன்நின்று உன் குருபூதரின் நிச்சல சரீரத்தைத் தூக்கி இந்தக் கனகவிரிப்பில் படுக்க வைப்பாயாக..."

காரோட்டி வெட்டிவேர்ப் பத்தல்களை ஒவ்வொன்றாக நகர்த்தி கீழே சரிக்கலானான். கம்மென்று வெட்டிவேர் சுகந்தம். மண் தூசியோடு காற்றில் தவழலாயிற்று... வெட்டிவேர்ப் பத்தல்கள் ஒன்று, இரண்டு, மூன்று, ஐந்து... அத்தனையும் சரிந்த பின்பும் எங்கே குருபூதரின் சாயூஜ்ய சடலம்... எங்கே...? எங்கே...?

சுற்றிலும் வெட்டிவேர் சுகந்தம் மண் கலவையாக மணத்தது!

❖

63

மிருதசஞ்சீவினி

கையில் கிடைத்த புத்தகம் அரதப்பழசு. இருக்கட்டுமே. பழசில்தான் அரும்பெரும் உண்மைகள் எல்லாம் அடங்கியிருக்கும். பார்க்கலாமே. புத்தகத்தின் தாள்கள் சிதிலப்படாமலிருக்க மெல்லத் தான் புரட்ட வேண்டியிருந்தது. "யோக சாஸ்திரம், தத்துவ சாஸ் திரம் இவற்றின் சிந்தாந்தப்படி சூக்ஷுமனா நாடியின் உள்பகுதியில் ஸர்ப்பாகிருதியில் வீற்றிருப்பதாகக் கற்பிக்கப்பட்டுள்ள மூலாதார சக்தியின் காரணப்பெயர் 'குண்டலினி' இதன் அடித்தளம் மூலாதார மாகும் – என யோக சிகோப நிஷத்திலும் மணிபூரகத்தைத் தொட்டு மேல் பகுதியில் உள்ளது என்று – யோக சூடாமலர், 'யோக குண்ட லினி' போன்ற உபநிஷத்துகளிலும் காணக் கிடக்கிறது. 'குண்ட லினி' என்றால் சுற்றி வளைத்துப் பிணைத்திருப்பவன் என்று அர்த்தம்"

அட, எதற்காக இதெல்லாம் பொடியாக உதிர்ந்துவிடாத வண்ணம் புத்தகத்தை ஒதுக்கி வைத்தேன். இதையெல்லாம் படித்து என்ன விளங்கப்போகிறது? விளங்காமலே படித்துப் போவதிலும் புகைப்பழக்கம் போல ஒரு தினவு! மற்றவர்களாகிய சாதாரணர்கள் அறியாத அற்புதங்களை, உண்மைகளை அறிய வேண்டுமென்ற அசாத்தியமான ஒருவித ஆவல்! விளங்காவிட்டால் என்ன? இருட்டிய பின் விடியல், உதயத்தோடு கொண்டு வருவது வெளிச்சம்! இந்த மாபெரும் அற்புதம் தினமும் நடந்துகொண்டே இருப்பதினால் யாரும் அதை வியப்போடு காண்பதில்லை... ஆனால், எப்படி நிகழ்கிறது என்று கணிக்கத் துவங்கினால் அந்தமில்லை, ஆதியில்லை. விந்தையோடு, சிகரங்கள் விட்டுச் சிகரங்கள் தாண்டி, தாண்டித் தாண்டிப் போய்க்கொண்டே இருக்கலாம். ஊஹூம் உச்சியைத் தொட்டு விடுவதென்பது அசாத்தியமான சம்பவம்!

முப்பத்தி ஐந்து வயதின் மனலயத்தில் இப்படியெல்லாமா? உடல்வாகில் எந்தவிதக் கோளாறும் இல்லை. உஹூம்... நல்ல திடம், தெளிவு, அழுத்தம் எல்லாம்தான் ஆனாலும் இந்தக் கால இளவயதுக்காரர்களில் நானாகப்பட்டவன் வரப்பு மாறிப் பயணம்

செய்பவன். அதிலொரு சுகம். ஆத்மீக சிந்தனையாளனின் கடவுள் தேட்டம் போல! இல்லாவிட்டால் திரிசங்கு போல வானமும் பூமியும் இல்லாத வாயு லோக சஞ்சார சிந்தனைகள்... கனவுகள், கற்பனைகள்...

"சார் போஸ்டு!" கத்துக்குட்டி எழுத்தாளனின் கதைத் துவக்கம் போல – சத்தமெழுப்பி, கடிதமொன்றை எறிந்துவிட்டுப் போனார் தபால்காரர்.

போச்சுடா! ஆரம்பத்தில் குறிப்பிட்டது போல திரிசங்கு உலகத்திலிருந்து குடியிருக்கும் வலிய சாலைத் தெரு வீட்டின் வெளித்திண்ணைக்கு குப்புற வந்து விழுந்து விழித்துக்கொள்கிறது பிரக்ஞை! சங்கரன் கோவிலிலிருந்து அக்காள் ராஜம் கடிதமெழுதி யிருக்கிறாள். "இந்தமுறை ஆடி அமாவாசைக்கு... அருகே திருவனந்தபுரம் சங்குமுகம் கடற்கரைக்கு வந்து அப்பாவின் 'பித்ரு பலி' காரியம், உன்னுடன் சேர்ந்து செய்ய நினைத்திருக்கிறேன். நீ சுகமா. நாங்கள் இங்கே நல்ல சுகம். அத்தானின் அந்த எனது சக்களத்திக்குப் பெண் குழந்தை பிறந்திருக்கிறது. எனக்குக் குழந்தை பிறக்காமல் அவள் குழந்தை பெற்றது அவளோடுள்ள சகவாசத் திற்குத் தொக்காயிப்போயிற்று. நீதான், திருவனந்தபுரத்தை விட் டால் உலகத்தில் வேறு ஊரே இல்லை என்பது போல அங்கேயே அடைந்து கிடந்து இல்லாத வேதாந்தமெல்லாம் படிக்கிறே.... என்ன வேதாந்த வேஷம் போட்டாலும் நீ அந்தப் பங்கஜாட்சியை இன்னும் மறக்கலேங்கிறது எனக்குத் தெரியும். ஆண்பிள்ளை எவ்வளவு தூரம் வரப்பில் நடந்தாலும் ஒருகால் நாற்றச்சகதியில் வைக்க ஆசைப் படுகிறவங்க... அதுவும் மலையாளப் பட்டிவாசத்துக்கு கல்யாண மும் காட்சியுமெல்லாம் எதுக்கு? தெரியும் எனக்கு...!" கடிதம் தந்த அடி. சீயென்றாகிவிட்டது. சுருக்கமாக அக்காள் ராஜம் இங்கே வரப்போகிறாள். வரட்டும்.

வீட்டு முற்றம் தாண்டி எதிரே ஒரு தடுப்புச் சுவர். சுவரோர மாகப் பந்து பந்தாக வெண்பச்சை நிறக் காய்களை நிறைய தொங்க விட்டுக்கொண்டு, குடை பரப்பி, பந்தலாகப் பரந்து நிற்கும் சீமைப் பலா மரம். ஒரு பக்கமாகத் தகரக்கூரை வேய்ந்த குச்சுவீடு. பணியார வண்டிக்கார சேகரபிள்ளைக்குச் சொந்தமானது. அடுத்தாற்போல் ஒன்றுமுதல் பத்து வரை எண்கள் பொறித்த திரைபலகையிட்ட 'மிருத சஞ்சீவினி வைத்ய சாலை' மிருத சஞ்சீவினி என்றால் – மரணத்திலிருந்து மீட்டுத்தரும் சிரஞ்சீவித் தன்மை கொண்டது என்று அர்த்தம்' என்று அதன் மருத்துவர் நாணு ஆசான் சொல்லு வார்: "இங்கே வைத்திய சாலையோ வைத்தியரோ ஒன்றும் முக்கிய மில்லை. பலகார வண்டிக்கார சேகரபிள்ளையும் அவர் மகள்

பங்கஜாட்சியும்தான் முக்கியம், ஆமாம்." அக்காள் ராஜம் கோடு காட்டியிருந்த பங்கஜாட்சி. நானே கேவல இச்சைகளுக்குக் களம் அமைக்காத புத்திஜீவியான, பரிசுத்தன். என்னைப்போய் இப்படிச் சொல்லிவிட்டாளே...? விஷயம் என்னவென்றால் என் மனவட்ட அரங்கில் இதோ சம்பவச் சுருள்கள் அவிழ்கின்றன.... தகரக் கூரை வேய்ந்த குச்சு வீட்டின் முற்றத்தில் சேகரப்பிள்ளையின் சைக்கிள் டயர் மாட்டிய நாலு சக்கரக் கண்ணாடிப் பெட்டி வண்டி நிற்கிறது. இல்லை. நின்றவாறு பகல் தூக்கம் போடுகிறது. ஆமாம். சாயங் காலம் அஞ்சுமணி தொடங்கி இங்கிருந்து பலகார பணியாரங்களை நிரப்பிக்கொண்டு புறப்பட்டால் இரவு இரண்டு மணி சமயங்களில் மூன்று மணிகூட ஆகும் திரும்பி வர... தூக்கச்சடவு ஜடப் பொருளுக்கும் இருக்குமென்பது வேதம்!

சேகரப்பிள்ளையின் அருமைத் திருமகள்தான் பங்கஜாட்சி அய்யோடி.... ஒருநாள் அந்த எதிர் மதில் சுவரோரத்தில் நின்றவாறு 'மிருத சஞ்சீவினி' இன்று ஏன் திறக்காமல் விட்டார்? என்றிவ்வாறு தர்ம ஸ்மரணைகளை, சீமைப்பலாவின் அந்த அழகிய உருண்டைக் காய்கள் வழியாகச் செலுத்திக்கொண்டிருந்தபோது – கலகல மணி நாதம் போன்ற ஒரு சிரிப்பு காற்றோடு காதில் ஒலித்தது. பார்வை யைத் திருப்பிப் பார்த்தபோது மாவு அரைக்கும் கல் அருகில் முழங்கால் வரையில் பாவாடையை ஒதுக்கிக்கொண்டு பங்கஜாட்சி சிரித்துக்கொண்டே, மாவு வழியும் கையைத் தூக்கி, 'சீமைப்பலா காய் வேணுமா?' கேட்கிறாள்... அய்யஹோ ஒரு கணம் மனசு, குழியில் விழுந்த குட்டியானை போல குருட்டாட்டம் நடத்துகிறது.

அக்காள் ராஜம் கல்யாணமாகிப் போய்விட்ட மாதங்கள். அம்மா முன்பே போய்விட்டவளைத் தொடர்ந்து அப்பாவும் காடாந்தரம் போய்விட்டதினால் – வீட்டில் ஏகாந்தமும் வேதாந்த விசாரமும் ஆனவெறுங் காற்றின் காலகட்டம். குழியில் விழுந்த குட்டியானை இருட்டில் சுற்றிச் சுற்றி வந்து துதிக்கையை உதறுகிறது.

என்னிலே இருந்த ஒன்றை யான்
அறிந்தது இல்லையோ
என்னிலே இருந்த ஒன்றை யான்
அறிந்து கொண்டபின்
என்னிலே இருந்த ஒன்றை யாவர்
காணவல்லரோ
என்னிலே இருந்து இருந்து யான்
உணர்ந்து கொண்டேனே...

என்னில் முடங்கிப்போன என்னை, கேவலம் இந்த மோகினியின் கையசைவு தொட்டெழுப்புவதா?... ச்சீ, போ இவளே

என்ற விட்டெறிந்த வேகத்துடன் வீட்டு உள்ளே புகுந்தவனானேன்... அப்பொழுதுதான் – மிருத சஞ்சீவினிக்காரன் பலகைகளை மாற்றி மாற்றி கடை திறந்துகொண்டிருந்தான்.

ஒருதரம் வந்திருந்த ராசக்காள் சொல்வாள்: "உருண்டை மோதகமும் பக்காவடையும், உண்ணியப்பமும் கண்ணாடிப் பெட்டி வண்டியில் அடுக்கிக்கொண்டு தெருவோடு போகும் அந்த வக்கத்த வனின் மகளைப் பார்த்து நீ மதிலோரத்தில் சிரிப்பதை நான் கவனிச்சேன். அப்படியானால் அப்படியே ஆகட்டும். உனக்காகச் சேகரப்பிள்ளையிடம் நானே கேட்கிறேன். மலையாளத்தானுக்குத் தமிழன் சம்பந்தம் அவன் நாட்டு அம்புலப்புழை பால்பாயசம், சிலவில்லாமல் கிடைத்தது போல..."

"அ...க்...கா..." என்று கத்திய அலறலில் – அவள் அடுத்த நாளே பஸ் ஏறி சங்கரன் கோவிலுக்குப் போன பின்பும் கொஞ்ச நாட்களுக்கு என் வெறிக் கூச்சல் எனக்கே கேட்டுக்கொண்டிருந்தது. அக்காவிடமிருந்து வெகு நாட்கள் கடிதங்கூட இல்லாமல் காற்று திசை மறந்த கபோதி போல வீசிக்கொண்டிருந்தது.

பிறிதொரு சுப்ரபாதத்தில் பங்கஜாட்சியின் கல்யாணக்குறி (கடிதம்)யைக்கொண்டு படியேறி வந்த சேகரப்பிள்ளை சொல் வான்: "பிள்ளாய், பதினாலாந்தேதி மகளோட கல்யாணம், நீங்கள் தீர்ச்சையாயிட்டு வரணும்..."

"தீர்ச்சையாய் வருவேன்" என்றுவிட்டு, வந்தவன் கைமேலே ரொக்கமாக நூற்றியொரு ரூபாயை அழுத்தியபோது இனி வந்தாலும் வராவிட்டாலும் ஒன்றேதான் என்ற பாவனையோடு படியிறங்கிப் போனான்.

திருமணக்குறி தந்து சென்ற அன்றைய சாயங்காலம், பலா மரத்துக் காற்று வாங்க சுவரோரம் நின்றபோது, அவள் அந்தக் கல் உரலில் மாவு அரைத்துக்கொண்டிருப்பதை சத்தியமாக நான் பார்த்தேனில்லை எதிரே கண்ணில்படும் – மிருத சஞ்சீவினி போர்டு வாசகம் பற்றித்தான் விசகலனம் பண்ணிக்கொண்டிருந்தேன். இது சித்தர் வசனமா...? ஸமஸ்கிருத ஸ்லோகமா...?

அப்போது அவள் என் பராக்கை குலைத்தவாறு: "மொண்ணத் தடியன் ஒண்ணுக்கும் கொள்ளாது... சுத்த மோசம், ஒரு சாமர்த்தி யமும் இல்ல... வெவ்வே..." என்று உரக்க அந்தப் பணியார வண்டி மணிச்சத்தம் போல கலகலவென்று சிரிக்கிறாள். பிறகு? பிறகென்ன வாயிற்றென்றால் பங்கஜாட்சிக்குக் கல்யாணமெல்லாம் முடிந்து வால் சரிகை தோள்முண்டு தரையில் இழைய நடந்து வரும் வட்டக் கழுத்து ஜிப்பாக்கார மாப்பிள்ளையோடு மறுவீடு போகும்போது

இங்கே கள்ளப்பார்வை இழைத்த அவள்! வெவ்வே... சுத்த மோசம் என்று கைவிரல்கள் குவித்து உதறிக் காண்பித்து, வழி நடந்து திமிரோடு போய்விட்டாள்.

இவ்வளவுதான். இதற்குத்தான், எத்தனையோ நாட்கள் தாண்டி ராஜம் அக்காள் இங்கே வர, 'அப்பா – பித்ருபலி' என்று காரணம் கண்டுபிடித்ததுடன் அத்தானின் வைப்பாட்டியைக் குற்றம் சொல் வது போல "பங்கஜாட்சி நினைப்போ..?" என்று குத்திக் காட்டு கிறாள். சீர் தூக்கி அறியும் சன்மார்க்க சிந்தையினன் எனக்குக் கோபம் கூடாது. அடங்கு... அடங்கு மனமே அடங்கு...

குற்றாலத்துச் சாரல் போல ஊசியாக இறங்கும் செல்ல மழை. குளிர்ந்த அதிகாலைப் பொழுதின் மூட்டம் கவிழ்ந்த சங்குமுகம் கடற்கரையின் வெண்மணல் பரப்பெங்கும் – பித்ருக்கள் பலிக்காகக் கூடியிருந்த ஈர வெள்ளாடை உடுத்திய ஆண்களும் பெண்களு மாகத் திருவிழாக் கோலம் கொண்டிருந்தது. இத்தனை கும்பல் இருந்தும் சுரங்கத்தின் அகண்ட வெளி மௌனம்போல ஒருவித நிசப்த அலை. ஆடி மாத மழைக்காலத்தின் உக்கிரமிருந்ததனால் கடல் அலைகள் உயர உயர சீற்றம்கொண்டு திரண்டு மறியும் ஓசை சுரங்க அமைதிக்கு சலங்கை கட்டியதாக இருந்தது.

இருபது பேர், முப்பது பேர் என்கின்ற கணக்கில் வட்ட வட்ட மாக ஈர உடையுடன் அமர்ந்திருக்கும் ஆட்களுக்கு பலிகர்மிகளான அந்தணர்கள் மந்திரம் சொல்லிக்கொடுத்தார்கள். கையளவு வாழை இலைத் துண்டுகளில் எள்ளு, பச்சரிசி, அருகம்புல், தர்ப்பை– வகையறாக்களை நுள்ளி வைத்து அவசரக் கோலத்தில் தப்புத்தப் பாகக்கூட மந்திரம் முணுமுணுத்தார்கள். "ஊம்... ஊம்... போங்கள் அப்பிடியே பலிசாதனங்களை விழாமல் தலைமேல் வைத்துக் கொண்டு கடலில் போய் முதுகிற்குப் பின்புறமாக எறிந்து, முங்கி எழ வேண்டும். எங்கே அடுத்த வரிசை ஆட்கள் முழங்காலிட்டு உக்காருங்கள். நேரம் ஆகுது பத்தரைக்கு ராகு காலம் ஆரம்ப மானால் பிறகு நேரம் உச்சியாகிவிடும்..." பித்ருக்களின் அவசரத் தையும் மிஞ்சியதாக கும்பல்காரர்கள் இடித்துக்கொண்டு வரிசை யிட்டனர். மீண்டும் தேனீக் கூட்டம் முழக்கம் போல மந்திரத்வனி.

ராஜமும், சங்கரன்கோவிலிலிருந்து 'மலையாளத்து வழமை காண நானும் வருவேன்' என்று வந்த பச்சைக் கண்டாங்கிக் கிழவியும் கும்பலின் வரிசை வட்டமொன்றில் குத்த வைத்து அமர்ந்துகொண்டபோது, வெள்ளை வேஷ்டி, முண்டு வரிசையில் அந்த சேலைக் கண்டாங்கி வித்தியாசம் குளிர் மூட்டத்திலும் தனித்துத் தெரிந்தது.

"என்னடியம்மா ராசம்மா, கடைசி நிமிஷத்திலே உன் தம்பிக் காரன் காய்ச்சல் அடிக்குது. நான் வரல்லே நீங்க போயிட்டு வாங்கண்ணு அப்பிடியெதுக்கு மொரட்டுத் தனமா நின்னான்...? ஒருவேளை நான் கெழவி ஒட்டிக்கிட்டது சிறுப்பக்காரன் அவனுக்கு ஆகாம போச்சோ என்ன எழவோ...?"

"ஏய் சும்மா, வாயை வெச்சிட்டு இரி. அங்கெ பாத்தியா வரிசையில் ஒருசனம் வாயடைக்குதா பாரேன். பாண்டிப் பரட்டைன்னு பரியாசம் பண்ணப்போறா. அவன், என் தம்பிக்காரனுக்கு பங்கஜாட்சி நினைப்பு, எப்பபடியாவது ஒண்ணெ கட்டி வச்சா சரியாயிரும். இல்லாட்டி பெத்த தகப்பனக்கு தெவசகாரியத்துக்கு மெத்தப் படிச்சவரும் வரமாட்டேங்குமா..."

"பாண்டி அம்மாமாரே. உங்க வீட்டுக் காரியங்கள் பின்னால வச்சுக்கொள்ளுங்கோ. பித்ருக்கள் கோபம் வந்து பலிக்கும்.... கைக் கீற்று இலையை சரியாப்பிடிங்கோ... எள்ளும் அரிசியும் சிந்தப் போவுது..." கர்மி காரியத்தில் கண்ணாயிருந்தார். அடுத்த வரிசைக் கூட்டம் பின்னால் காத்திருந்தது.

ராசமும், உடன் வந்தவளும் பலி சம்பிரதாயங்கள் முடித்து, மறுபடியும் தேவி கோவில் குளத்திற்கு வந்து, உப்பு நீர் போகக் குளித்துவிட்டு, தேவிதரிசனமும் முடித்து வந்தபோது – தலைநாள் முதற்கொண்டே பட்டினிபோட்ட வயிறு கபகபவென்று உள் அனலாகப் பசித்தது.

"அதோ கடையிருக்கு ராசம்மா, ரெண்டு நேந்திரன்பழம் வாங்கி ஆளுக்கொண்ணு தின்னுக்கிட்டா, பஸ் பிடிச்சி வீடு போற வரைக்கும் தாங்கும்..." என்றாள் கண்டாங்கிக்காரி.

கீற்றுக்கொட்டகை கடையைப் பார்த்து திரும்பி மணலில் அழுந்த அழுந்த நடந்தபோது அங்கே அதிர்ச்சியான அந்த ஆச்சரியம் எதிர்கொண்டது!

"நில்லு ராசம்மா, அங்கெ பாத்தியா அது ஆருன்னு, உன் அருமந்த தம்பிகூட ஒரு பொண்ணு. ஆரு அது?"

விடிந்து வெள்ளொளி, நன்றாகப் பரவ ஆரம்பித்திருந்ததினால், ராசத்திற்கும் சற்று தூரத்தில் அந்த அதிசயக் காட்சி மனதில் ஆழ உறைந்தேறியது!

தம்பியுடன் அந்தப் பங்கஜாட்சி! நேந்திரன் பழத்தை ஒய்யாரமாகத் தின்றவாறு அவன் எதையோ பேசுகிறான், குலுங்கிக் குலுங்கி அவள் சிரிக்கிறாள்.

‘அட பாதகத்தானே... காய்ச்சலடிக்கிது, கடற்கரை குளுரிலே விடியுமின்னே நான் வரல்லே... நீ அந்தக் கிளவிகூடப் போய்க் கோன்னு... பிடிச்சுத் தள்ளாத குறையா தள்ளி விட்டுட்டு நான் காணமாட்டேன்னு நெனச்சியாக்கும். அங்கதானே வருவே... வா... வச்சிருக்கேன் உனக்கு...? கூத்தா நடத்துதே...?’

அற்றுப்போனபின் மிச்சமிருப்பது என்ன...? பித்ருக்களாம். கர்ம பலியாம்... வேலை மெனக்கெட்ட ஆத்மாக்கள் போல அனேகம். யாரையும் கரையேற்ற முடியாது. தண்ணீரிலிருந்து கரையிலெடுத்திட்டால்... துள்ளித் துடிக்கும் கொஞ்ச நேரத்தில் தான் பலி, பித்ருதர்மம் என்றெல்லாம் சிந்தனை க்ஷணத்தில் துள்ள லடங்கும்போது – ஒன்றுமே இல்லை.

இரவு முழுதும், ஜுரவேகமிருந்ததினால், அக்காவுடன் வரவில்லை என்று மறுக்கக் காரணமிருந்தது. பின்னும் அந்தப் பின்னோக்கிய சிந்தனைகள்.

“ரிக் வேதத்தின் முதல் பத்து மண்டலங்களில், இரண்டு முதல், ஏழு வரையிலான மண்டலங்கள். வெவ்வேறு ரிஷிகுலத்தினரால் இயற்றப்பட்டதாகும். இரண்டாவது மண்டலம் பார்கவ குலத்தவருக் கானது. மூன்றாவது விஸ்வாமித்ர குலத்தினது, நான்காவது வாம தேவர்க்கு. ஐந்தாவது அத்ரிமுனிவருக்கானது. ஆறாவது பரத் வாஜனதும், ஏழாவது வசிஷ்டனதும் ஆகும். எட்டு முதற்கொண்டு ஐம்பது சூக்தங்கள் ஹோம காரியங்களுக்கென வெவ்வேறு தருணங்களில் இயற்றிய சூக்தங்களைப் பிற்காலத்தில் ஒருங் கிணைத்து வைத்த கிரந்த சம்பத்து ரிக்வேதம் என்பது!”

சுவடியை முடிக்கு முன்பே – வெளியே அரவம் கேட்டது.

“அவன் உள்ளேதான் இருக்கிறான். அம்மா, நான்தான் ஜ்வரம் தணியும்னு சஞ்சீவினி மருந்து கொஞ்சம் கொடுத்தேன்...” மருத்துவர் தாணு ஆசான் உரக்கப் பேசுகிறார்.

“இல்லை. அவன் அங்கெ அந்தப் பொண்ணுகூட நிக்கிறதே நாங்க இந்தக் கண்ணால பாத்தோம்...”

அடித்துப் பிடித்துக்கொண்டு, உள்ளே வந்தவள், “அட பாதகத் தானே எப்பிடிடா, எப்பிடி இது...” என்று அலறலாகக் கூவினாள்! பாவம் அக்காள்!

❖

64

கொச்சு சுந்தரி

விடிஞ்சாச்சு. எப்பவும் போலதான். அஞ்சரை மணி. தேதி, பதிமூனைக் கிழிச்சு எறிஞ்சாச்சு – பதினாலு, வியாழக் கிழமையா? தினமும் போலாங்கிறாப்பில – எல்லாக் கெழமையும் ஒரே மாதிரிதான்... அதுக்கென்ன இப்போ? கெழமையும் நாளும் நேரமும்... ஜோசிய புத்தி ஊறித்தான் போச்சு. உக்கும், முகத்தைக் கழுவிவிட்டு, பால் வாங்க டிப்போவிற்குப் போய்விட்டு வந்த பிற்பாடுதான் மற்ற காரியம். ஆறு மணி தாண்டிப்போனால், "பால் தீர்ந்து போயாச்சே போற்றி சாமீ, ஒரு அஞ்சு மினிட்டு முன்னாலெ வந்திருக்கக் கூடாதோ, சே..." என்பான் மணியன். கபட அனுதாபம் சொட்டும்!

அரிஹரன் போற்றி வாசல் படலைத் திறந்துகொண்டு முடுக்கில் இறங்கி நடக்கும்போது, ஒரு கவர்பால் நாலரை ரூபா. ஒற்றைப் பைசா கைவசமில்லை. மணியன் அசல் சுக்கு செட்டி யல்லவா – அவனுக்கா தெரியாது – விடிஞ்சு கண்ணையும் நெருடிக் கொண்டு வரும் ஆசாமி, கையில் காசோடு வாறானா கடன் சொல்ல வாறானா – வளிச்ச சிரிப்போ, 'நாளைக்கு சேர்த்துத் தாரேன் மணியா – என்கிற ரகமா – எல்லாம் எமப்படுக்காளி, அவனுக்குத் தெரியும். இந்த சூத்ரமெல்லாம் தெரிஞ்சிருக்காட்டா, செம்போணி புரை முக்கிலெ தேக்குமர நிரையும் பலகையுமா தட்டு வீடு வாங்கீருக்க முடியுமா? பொண்டாட்டி கழுத்து நிறையா கச்சப்ரமாலை போட முடியுமா?

உலகத்திலெ என்னவெல்லாமோ, பெரிய, சின்ன, நடுத்தர, பிடிச்சால் பிடி பற்றாத்த அனேகம் அனேகம், காரியங்கள் பின்னி யும் சிதறியுமெல்லாம் கிடக்கு. ஒரு பாடு கிரந்தங்கள், ஏடுகள், புஸ்தகங்கள் எல்லாம் படிச்சாச்சு. சந்தர்சன முறியின் திண்ணை– கொச்சு அலமாரா நெறைய காலிக்கோ, அட்டையிட்ட வருஷவாரி பஞ்சாங்கங்கள், எல்லாம் அடுக்கி வச்சிருக்கு. அஷ்டாங்க ஹ்ரு தயம், ஹோரா, க்ஷேத்ரகணிதம், அங்ககணிதம், ஸாமுத்ரிகா லக்ஷண சாஸ்திரம், ருக், யஜுர்வேத சம்கிரகம், கதாசரித்ஸாகரம்,

கொட்டாரத்தில் அப்புண்ணி சரிதம். ஐதீகமாலை. அடுக்கிக் கொண்டே போக ஆயிரமிருக்கு. எல்லாம் வாசிக்க, அறிஞ்சு, கவிடி எறிஞ்சு கசர்த்து நடத்தியிட்டும், வீட்டு தரித்ரம் விட்டு ஒழிஞ்சு நாளில்லை. 'வித்தம் ஏதுக்கு மர்த்தியர்க்கு வித்யை கைவசம் உண்டெனில்' என்று, வித்யை ஆகக்கூடிய கல்வி கைவசமிருக்கும் போது வித்தம் என்ற தனம் எதற்காக என்ற சமத்காரம் – கவிடிப் பலகை முன்னால் வந்து பலன் கேட்க அமரும் நிரக்ஷரகுக்ஷிக்கு – சொன்னால், அவன் 'சரிதான் ஸ்வாமி' என்று, தக்ஷிணைக்கு கோவிந்தா போட்டுவிட்டுப் போய்விடுவான். ஆக, தர்க்க நியாயம் பார்த்தால் பூவாவிற்கு பூஜ்யம்தான் மிச்சம்.

இன்று விடிஞ்ச வியாழக்கிழமை பரவாயில்லை போலிருக் கிறது. மணியன் கமரிலென்று ஒரு அக்ஷரம்கூடப் போசாமல் பால் கவரை எடுத்து நீட்டினான். "போற்றி சாமி, கணக்கு மறந்திரக் கூடாது" என்று மட்டும் சொன்னான்.

வீட்டிற்கு வந்தபோது சகதர்மிணி, சுமங்கலாம்பிகை, தெரு வாசல் முற்றதிற்குக் கோலம் போட்டுக்கொண்டிருந்தாள். இடம் பிரிசங்குக் கோலம். நித்யமும் இதுதான். முப்பது முப்பத்தஞ்சு வருஷமாக முற்றத்து மண், சங்குக் கோலத்தைத் தவிர வேறு கண்டதேயில்லை. பரபரவென்று ரெண்டு கழிப்பு – ஒரு மகடம், ஒரு வளைப்பு. நிமிஷத்தில் வேலை முடியும். புள்ளிக் கணக்கிட்டு சித்ர வேலைக்கு மெனக்கெட்டு குனிஞ்சு நின்றால், தெருப் பயல்கள் சட்டென்று பிருஷ்டத்தில் தட்டிவிட்டு 'நானொன்றும் அறி யில்லை...' என்று போய்க்கொண்டே இருப்பான்.

"கெடச்சுதா பாலு...? நல்ல காலம். கொண்டுபோய் அடப் பங்கரையிலெ வய்யுங்கோ. பூனை அஸத்து எங்கடாப்பான்னு மீசையும் நீட்டிக்கொண்டு அலையுது. கொல்லைக்குப் போறதான கீழ்க்கதவை சாத்திக்கொண்டு போகலாம். தொறந்து மக்க மலக்கன போட்டுட்டு, அங்கெ போய் கதவை சாத்தி தபஸிருக்க அரை மணிக்கூறும் காணாதே ஒங்களுக்கு. அதான் சொல்லுறேன்..."

'எல்லாம் முடிஞ்சு வந்து – என்னமோ தலைக்கு மேலெ பெரிய காரியமெல்லாம் கெடக்கிறார் போலதான். பல் தேய்ச்சாச்சு. வேஷ்டியை குத்திப் புழிஞ்சு, தோய்ச்சுக் குளிச்சாச்சு. நெற்றி, நெஞ்சு, புஜம், கை என்றெல்லாம் விபூதி பூஷணனாக முறிக்குள்ளெ வந்து, பறிச்சு வச்சிருந்த செம்பருத்திப் பூக்கள் ஒவ்வொன்றாக எடுத்துப் பதினைந்து படத்துக்கும், துர்க்கைக்கும், முறைபோல சார்த்தி ஆயிற்று. சந்தனத்திரி இன்னைக்கு, கை நீட்டம் ஒரு காலமாடனும் வரலைன்னாக்கா மிச்சமிருக்கிற ஒரு திரியைக் கொண்டு சாயங்கால

பூஜையைக்கூடக் கழிச்சுக் கூட்டலாம். ஹோ – என்னவொரு பொசமுட்டு. நித்யதரித்திரம் மாறிய நாள் இல்லை. பத்தோ, அம்பதோ ஒரு நாள் கிடைத்தால் – பிறகு ஒரு அஞ்சாறு நாள், நமோ நமஸ்துதேதான். இதெல்லாம் எப்போ தீரும் – எப்போ மாறும்? கண்டகத்தில் சனியாக்கும். தசை ஏழரையாண்டும் எரப்போடு எடுக்காத குறையாகப் படுத்தும். காக்கை வாகனன் சனி பகவான் தாக்ஷண்யம் இல்லாதவன். வயது பத்து அறுபதை கடந்தாச்சு. இனி குரு திசை பிறந்து, சுக்ரன் ஏழாம் இடத்திலும், புதன் நாவிலும் வரும்போது கிரீடதாரண சுபிக்ஷம். ஸ்ரேயஸ் எல்லாம்... உக்கும், குழிக்கு கால் நீட்டலாயாச்சு. இனியாக்கும் பசுமாடு கண்ணு போட்டு மடியிலெ பால் ஊறி, கறந்து, காய்ச்சி, கடஞ்சு, வெண்ணெய், நெய்... அய்யோ, கிரஹசாரமே...'

"சுமங்கலே, இந்த வெளக்குக்கு சொட்டு எண்ணெயில்லையே ஸ்ரீமதி. வெறும் திரியை ஒருக்க எண்ணெய் நனைச்சாவது கொண்டு வா. நமஸ்கரத்தை முடிச்சுடறேன்." மண் பரணிக் கிண்ணத்தை தொட்ட விரலை தலையில் கோதி துடைத்துக்கொண்டு வந்த சுமங்கலாம்பி 'ஒரு பொட்டு எண்ணெயில்லை. சொன்னது போல திரியைத் தொட்டுத் தேய்க்கத்தான் காணும்.'

'தொட்டு வந்து, குழி விளக்கில் திரியிட்டு நிமிர்ந்த சுமங்கலாம்பிகை, குளித்திருந்தாள். துவைத்துக் காய்ந்து உடுத்தியிருந்த புடவையில் சோப்பின் சவுக்கார மணம் இருந்தது. மஞ்சள் பூவிய கன்ன ஒதுக்கில், ஆணாப் பிறந்தான் கிருதா போல முடி இழை, அவளில் இன்னுமிருந்த சவுந்தர்யக் கொடியை அசைத்துக் காட்டியது. சரீரமெல்லாம் தனக்கு நரைபூத்த எச்சமாக இருந்தும், சுமங்கலாம்பிகை மட்டும், திரை மடக்காத புஷ்பிணி போல, ஜ்வாலாமுகி! நாற்பது வருஷத்திற்கு முன்பு இந்த முறையில்தான், அவளை முதன்முதலில் மார் தொட்டது! நினைக்கும்போதே பூஜை மறந்த வைகல்யம், உதிர்கிறது. அந்த வாக்கில்தானே அவளைச் சீண்ட ஆர்ப்பரிப்பாக ஊற்றுத் துளிக்கிறது...

தெரியும் அவளுக்கு... வளைத்துவிட்டு, பாதி வழியில் விட்டுப் போகும் நளன்போல வயோதிக வேகம்... "வேண்டாம் கை மடங்கட்டும்... செறுப்பமல்லவே..." தோளைத் தொட்டு திருப்பி, நகர்த்தி, ஒதுங்கி, வழியறிங்கிப் போனாள்.

அவ்வளவுதான். அணில்போல, சட்டென்று – விட்ட கிளையை எட்டிப்பிடிக்க துள்ளல் மறந்த அபோதம் என்றாலும், வேணும்... பீச்சிக்கொண்டு புறப்பட்ட சபல சொப்பனத்தை உதறலாக வெளியே தெளித்துவிட்டு – நிமிஷத்தில் பூஜையில்

சம்மணமிட்டு நட்டுக்கொள்ள – அரிஹரன் போற்றியின் நித்ய நிஷ்டைகள் அங்கீகாரம் கொண்டன. ஓம், நமோ வாஹம்...!

பூஜையும் நமஸ்காரமும், நெற்றிச் சார்ந்தும் முடிந்து வந்தபோது உப்பும், தேங்காய்ப்பூவும் இட்டு – தாளிக்காத சிறு பயிர் அவித்ததும் காபியும் – தாலத்தில்கொண்டு வைத்து, பலகையிட்டாள் சுமங்க லாம்பிகை. கள்ளமாகச் சிரித்துக்கொண்டே இருவருக்கும் பக்ஷண மாயிற்று. "இன்றைக்கு இவ்வளவுதான். மத்தியான காரியத்திற்கு யாராவது படியேறி வந்து தக்ஷிணை வைக்கலையானால், என்னைத் தான் தூக்கிச் சாப்பிடணும்..." என்று அதற்காவும் சிரித்தாள் சுமங்கலாம்பி.

"மரம் வைத்தவன் தண்ணி ஊற்றுவான்" என்று பழைய ஸ்லோகம் படித்து முடிக்குமுன், "போற்றி சாமி இருக்காங்களா?" என்று வெளியே குரல் கேட்டது.

"அகத்தெ வந்து இருக்கலாம். பூஜை முடிஞ்சதே உண்டு காபி ஆவுது. இப்போ வந்திருவா..." என்று வந்தவனை உபசரித்து உட்கார வைத்துவிட்டு உள்ளே வந்தாள் சுமங்கலாம்பி.

"போங்கள், வந்த ஆளிடம் வலிய காரியம் பேசிக்கொண்டி ருந்துவிட்டு – தக்ஷிணை வாங்க மறக்கவேண்டாம்" – என்றும் ஞாபகப்படுத்தினாள் சகதர்மிணி. "சுமங்கலே, பனிரெண்டு மணி யானா எனக்கும் பசிக்குமே, சொல்லி அறியணுமா இனி?"

"பசி அறிஞ்ச ஆளுதான், இன்னும் பழைய போர்டை மாற் றாமல் இருந்தாகுது. ஜாதக பலன் அம்பது ரூபா. பொருத்தம் பார்க்க இருபத்தி அஞ்சு ரூபா. மற்ற பிரச்னங்கள் உஜிதம் போல... அங்கே கம்ப்யூட்டர்காரன் ஒவ்வொன்றுக்கும் நூற்றுக்கணக்கு முன்பேறு வாங்குறான். இங்கே பழைய காரியம் மறந்தபாடில்லை..."

"சிவோஹம்!" என்று கர்மஸ்தானத்துப் பலகையில் வந்து உட்கார்ந்தபோது – விடிந்ததை அறியாமல் இருட்டறையில் தூங்கி விட்டு வாசல் திறந்தபோது கண்ணைக் கூசவைத்த வெயில் போல எல்லாம் வெளிச்சம் கொண்ட புதிதாக இருந்தது.

வந்தவன், எதிர்ப்பலகையில் அமர்ந்திருந்தவாறு, கண்ணாடி அலமாராவின், புஸ்தகங்களை அட்சரமறியாத குருடாகப் பார்த்துக் கொண்டிருந்தான். சுவரில் முறிந்த கொம்பினை ஏந்திய விக்னேசரனும், வேல் பிடித்து அபயமருளும் சுப்ரமண்யனும், ஜடா தரனாகிய பரமேஸ்வரனும் சட்டமிட்ட படங்களாக மௌனித்து தொங்குகின்றனர்.

குங்குமமிட்ட, கவிடிப் பலகையில், மூத்தாசாரி செதுக்கிய ராசி சக்ரம், பூமத்ய ரேகை போல அழுத்தமாகப் பளிச்சிடுகிறது. சோழி யின் கவிடிச் சிப்பிகள் பலகையோரத்தில் கைகலைப்பிற்குக் காத்துக்கொண்டிருக்கிறது.

"எந்தா வந்த காரணம்?"

"நமஸ்காரம். போற்றி எஜமானனுக்கு என்னெத் தெரியாது போல...?"

"ஓ தமிழுதானா – ஆருன்னு சொன்னாலல்லவா?"

"நான், பெரிய சாலை மயிலாடிக் கடவு. இங்கே போற்றியம்மை சுமங்கலாம்பிகையும் நானும், மேட்டுக்கடை பள்ளிக்கூடத்திலே ஒண்ணாயிட்டு படிச்சோம். சத்தியசீலன் ஆசாரின்னு பேரு... அம்மைக்கு என்னெக் கண்டப்போ மனசிலாகல்ல போல... ஹோ– மறக்க ஒக்குமா, அந்தக் காலங்களெ... அப்பொ எல்லாம், போற்றி அம்மை எவ்வளவொரு சுந்தரியா இருந்தா. கொச்சு சுந்தரீண் ணாக்கும் வட்ட பேரு. ஹோ மறக்க ஒக்குமா அதெயெல்லாம்..."

"சரி, வந்த காரியம் சொல்லட்டும். பொறகு என்ன எவருன்னு விசதமாட்டு கேக்கிறேன்... இப்போ வந்த விஷயம்...?"

"போற்றி சாமி ரொம்ப சரியா சொல்லீட்டியோ. ஆமாம். மொதல்லே, வந்த காரியம்... சாமி, எனக்கெ மகளுக்கு – ஒரு பொருத்தம். கணிச்சு சொல்லித் தரணும்..." என்றவாறு பெருங் காயப் பையை விரித்து – பெண் வரன், இரண்டு பேரது ஜாதகக் குறிப்புகளையும் பலகைமேல் வைத்தான். அவனது பார்வை. 'பொருத்தம் கணிக்க ரூபாய் இருபத்தி அஞ்சு' என்ற பலகை வாசகத்தில் இருந்தது.

"–ஆசாமி சத்தியசீலனாகவே இருக்கட்டும். அதைத்தான் பார்க் கிறான். கணிசமான தக்ஷிணை வரும். அம்பிகையின் சகபாடி என்று கூடன் உடனென்று வந்துவிடுமோ...? பெண் சதய நக்ஷத் திரம் கும்ப ராசி. வரன் உத்திரட்டாதி. தீர்க்கர் பொருத்தம் என்றில்லாவிட்டாலும் மூணாம் நாள் வெகு பேஷ், அடுத்து கணப் பொருத்தம், அதும் தரக்கேடில்லை. ரஜ்ஜு உத்தமம். வேதம், அது மத்திமமானாலும் சாரமில்லை. சேர்க்கலாம். மாங்கல்யப் பொருத்தம், ஹா, கனகச்சிதமாயிருக்கு. பாபசாம்யம், ஒரு அரை நாழிகையுடைய கூடுதல் காறுது. அதுக்கென்ன, மற்ற காரண காரியங்கள் துல்லியமாகப் படுவதனால் – இந்த இரு ஜாதகங் களுக்கும் தெய்வானுகூலம் பரிபூரணம். பொருத்தம் அமோகம். சத்தியசீலன் ஒண்ணுகொண்டும் பயப்படண்டாம். எழுதித் தாரேன். ஜாம் ஜாமென்று கல்யாணம் நடத்திக்கோ..."

இரண்டு ஜாதகக் குறிப்புகளையும், இரண்டு கைகளையும் நீட்டிப் பெற்றுக்கொண்டவன், கைப் பையை எடுத்து – உள்ளே துழாவினான் இவரைப் பார்த்தான். இவர் விபூதி சம்பிடத்தை எடுத்துவிட்டு – எடுத்த இடத்திலேயே வைத்தார். 'பரமசிவனே...' என்று கொட்டாவி சொடுக்கினார். அவன் கொஞ்சம் சிரித்தான். இருபத்தி ஐந்து ரூபாய் என்ற பலகையைப் பார்த்துவிட்டு மறுபடியும் பையில் குடைந்தான். பின்னும் வெறுங்கைதான் வெளி வந்தது. ஒருவகையான ராசிப் பலகை மேல் – பூ வைப்பது போல பத்தே பத்து ரூபாயை மடிப்பு நிவராமல் வைத்தான்.

போற்றியஜமான் ஒன்றும் மறுத்து விசாரிக்கக் கூடாது. ஆகக்கூடி பத்தே பத்து ரூபாதான் இருக்கு... இங்கே போர்டைப் பாத்தப்போதான், பொருத்தம் பார்க்க இவ்வளவுன்னு போத்ய மாச்சு... பின்னயும் ஒரு தைர்யம், கூடப் படிச்ச ஆளக்கே சுவாமி ஆக்குமே, சொல்லி நிக்கலாம். இவ்வளவுதான்னு இதோட போக மாட்டேன். கல்யாண நாள் குறிக்க சாமிகிட்டேதான் வருவேன். அப்போ, நான் போகட்டா... வாறேன் ஸ்வாமியோ... நமஸ்காரம் உண்டும்...'

அற்றுப்போன அவசரம் போல ஒரு வெறுஞ்சிரிப்பும் பொய் துரிசவுமாகப் படியிறங்கிப் போனான்... 'சத்தியசீலனாம்... அய்யோ– பாரம் சுமக்கும் ஒட்டகத்தை ஏமாற்ற துரும்பை எடுத்து மாற்றி யிட்டது போல எவ்வளவு சமத்காரமான மனித விசித்திரம்... எல்லா வற்றிலும் கிரீடம் வைத்தாற்போல் சுமங்கலாம்பிகையின் பள்ளித் தோழனாம். சுந்தரியாம்... சுமங்கலாம்பிகை. இவன் படித்த வகுப்பில் எப்பிடி இருந்திருக்க முடியும்?

"பார்த்துக்கொண்டுதான் வந்தாகுது... அவ்வளவும் பொய். நான் மேட்டுக்கூடப் பள்ளிக்கூடத்தில் படிக்கவே இல்லை. நான் படிச்சது ஜகதி ஸ்கூல் ஆக்கும். பத்து ரூபாயை வச்சு உங்களை ஏமாற்ற நல்ல வழி கண்டுபிடிச்சான். ஆனால், ஒன்று மட்டும் அவன் சரியாச் சொன்னான். அப்போ எல்லாம், என்னைக் கொச்சு சுந்தரீண்ணுதான் கூப்பிடுவா. திருட்டு படவா, எப்படியோ அதெ அறிஞ்சு வச்சிருக்கிறான்."

"இன்று விடிந்தபொழுது என்றையும் போல் அல்லவென்றும், இன்று புதிதாக சில உண்மைகள் துளிர் கொண்டிருக்கிறதென்றும், அது 'பொய்யே' பொய்யென்ற மாபெரும் உண்மையென்றும் – அரிஹரன் போற்றிக்குத் தெளிய ஆரம்பித்தபோது – பலகை மேலிருந்த தக்ஷணையை எடுத்துக்கொண்டு உள்ளே போய்க் கொண்டிருந்தாள் – சுமங்கலாம்பிகை தேவி.

❖

65

புறாமுட்டை

கன்னியப்பனுக்கு ரொம்ப சந்தோஷமாக இருந்தது. "லல்லா லல்லோ" என்று உரக்கப் பாட்டுப் பாட வேண்டுமென்று தோன்றியது. ஒய், ஒய் என்று வாய் நிறைய சீட்டியடித்தான். வெளியே இறங்கி, கடைத்தெரு, பெரிய தெரு, கோவில் தெரு, மாடத்தெருவெல்லாம் திங்குதிங்கென்று சுற்றி வரவேண்டும் போல மனது துள்ளியது.

ரயிலடி காளை வண்டிக்கொட்டகைத் திண்ணையில் வழவழ சிமிண்டு தரைக் குளிரில் கொஞ்சநேரம் படுத்து உருண்டான். காலையிலேயே வயிறுமுட்ட வடை, பாயசத்துடன் சாப்பாடு கிடைப்பதென்றால், லேசான காரியமாக இல்லை. திண்ணையில் உருண்டபோது சுகமான கதம்ப ஏப்பமாக வந்தது... உருண்டு எழுந்து, பின்னும் ஒருமுறை கோயில் தெருப்பக்கமாக நடந்து போனான். கல்யாணக் கொட்டகை வாசலில், அந்த ஐயங்கார் சாமி, "டேய் கன்னியப்பா, என்ன நீ சாப்பிட்டாயா, இல்லையா? வாயேண்டா" என்று கூப்பிட்டார். மறுபடியும் போயிருந்து ஒரு பிடி பிடித்தால் என்ன என்றுதான் தோன்றியது. வயிற்றின் இயலாமை விலா எலும்பைக் குத்தியபோது, "ஆச்சு சாமியோ, அப்பவே சாப்பிட்டுட்டேன்" என்று கூறிவிட்டு, ஆஸ்பத்திரி ரோட்டு வழியாக கடைத்தெருவில் நடந்தான்... பெரிய இடத்து சாமியாருக்கெல்லாம் இன்றைக்கு என்ன வந்தது? ஒரு நாளுமில்லாத திருநாளாகக் கடைத்தெரு ஏழைபாழைகளுக்கெல்லாம் வடை பாயசத்துடன் சாப்பாடு போடுகிறார்கள். எந்தக் கல்யாணத்துக்கும் இப்படிச் செஞ்சதில்லை... ஏதேனும் வேண்டுதலா இருக்கும்... நமக்கென்ன... வயிறு ரொம்பியாச்சு... என்று எண்ணியவாறு பூக்கடைப் பக்கமாக வந்தபோது ரயில்வே பெரிய போர்ட்டர் தம்புசாமி வெற்றிலை பாக்குடன் கடையில் நின்றுகொண்டிருந்தார்.

"வாடா, டேய் கன்னியப்பா" என்றார்.

"என்ன சாமி?" என்று போய் நின்றேன்.

"எங்கடா உன் பொட்டணத்தைக் காணோம்? செருப்பு பாலீஷ் வேலை ஒன்றும் இன்னிக்கு கெடையாதா? இந்தா மலைப்பழம்,

சாப்பிடு" என்று தொங்கிய தார்க்குலையிலிருந்து ரெண்டு பழம் இழுத்து அவன் கையில் வைத்தார்.

"வேணாம் சாமி, வயிறு ரொம்பிக் கெடக்குது. அய்யறு வூட்டு கண்ணால சாப்பாடு வெடியக்காலமெயே போட்டாங்க... இந்த வவுத்தெப் பாருங்களேன்..."

"அட ரெண்டு துக்குனூண்டு பழத்துக்கென்ன உன் வயிறு ஏக்காமலா பூடும். துன்னுடா, பெரிய – பெரிய மனுஷத்தனம் பண்றே?"

வாங்கினான். தோலை உரித்து, ரெண்டு பழத்தையும் உள்ளே தள்ளினான்... வயிறு உண்மையிலே நன்றாக வலித்தது.

இனியென்ன, பழையபடிக்கும் ரயிலடிக்குப் போகத்தான் தோன்றியது. ரயிலடி வண்டிக் கொட்டகை வழவழத்த சிமிண்டுத் திண்ணையின் சுகம். வெயில் சுள்ளென்று உசப்ப ஆரம்பித்திருந் தது. மாடத் தெரு அனுமார் கோயிலின் வழி வாசலை சங்கிலிப் பூட்டால் இழுத்துப் பூட்டிவிட்டு, முந்தித் துணியில் முடிந்த சாவி யுடன் திரும்பிய பட்டர், கன்னியப்பனைக் கண்டதும் நின்றார்.

"இந்தாடா டேய். வடைமாலைக்கு வந்த ரெண்டு வடை இருக்கு... எடுத்துக்கோ. எங்கே நீ வேலைக்குப் போகலியா இன்னைக்கு?" என்று கேட்டார்.

"சாமி இன்னைக்கு வேலைக்குப் போகலீங்க... பொட்டணம் பொதியெல்லாம் எடுத்தாரவே இல்லைங்க... வடைங்களாங்க? வேணாங்க..." என்றான்.

"அட, அதுவேறெ ஒனக்கும் பிகுவா? இது அனுமார் சாமி பிரசாதம் எடுத்திட்டுப்போ..." என்று அவன் முகத்தைக்கூடப் பாராமல் எட்டி கையில் போட்டுவிட்டுப் போய்விட்டார் பட்டர் சாமி.

ரயில்நிலைய வண்டிப்பேட்டை சிமிண்டுத் திண்ணையில் வந்து படுத்துக்கொண்ட கன்னியப்பனுக்கு மனசு ரொம்ப சந்தோஷ மாக இருந்தது. "இன்று யார் கண்ணில் விழித்தோம்?... வேண்டாம் வேண்டாம் என்றாலும் தின்பண்டங்களாக வந்து சேருகிறதே" என்று நினைத்தான். ரெயிலடியில், சாக்குக் கொட்டடிக்குக் கீழே வெயில் தீயாகக் கொளுத்திக்கொண்டிருந்தது. வெயிலின் அனல் கானலாக அவன் பார்வையில் பளபளத்தது. சிவப்பு முண்டாசு கட்டிய கூலிக்காரர்கள் சரக்கு மூட்டைகளை இழுத்து இறுக, சுமந்து இறக்கி ஆஸ்பெஸ்டாஸ் கூரைவேய்ந்த திறந்தவெளி கிட்டங்கியில் அடுக்குகிறார்கள். தலைச்சுமை மூட்டைகளிலிருந்து

உதிரும் தானியங்களை, குட்டைத் துடைப்பங்களால் கிளறி முறத்தில் நிறைக்கும் ஆயாக்கிழவியைக்கூட இன்று காணவில்லை. அவளுக்கும் ஐயங்கார் சாமி வீட்டு விருந்துச் சாப்பாடு கிடைத்திருக்கும் என்று நினைத்தான்...

அனுமார் கோயில் பிரசாத வடை கைமடியில் இருக்க – இருக்க – மூக்கெல்லாம் மணத்தது. வடை ஒன்றைப் புட்டு வாய்க்குள் ஒதுக்கினான். சும்மா அசைபோடுவது போல மென்று கொண்டேயிருந்தான். தொண்டையை விட்டுக் கீழே இறக்க முடியவில்லை. வயிறு நெஞ்சுக்கு மேல் வலித்தது. இருந்தும், இரண்டு மிடறு வடை மசியலை உள்ளே தள்ளித்தான் வைத்தான்.

தானிய மூட்டைகளை அடுக்கி சிமிண்டு கொட்டகைச் சுவரின் இடுக்கில் நீண்ட உத்தரவரிசையில் நிறைய புறாக்கள் அணியிட்டு அமர்ந்திருந்தன... "யெம்மா... எத்தினி புறாக்கள்." என்று கையை நீட்டி, "ஒண்ணு, ரெண்டு... மூணு..." என்று இங்கே படுத்தவாக்கிலேயே எண்ண ஆரம்பித்தான். எண்ணிக்கொண்டே வரும்போது வரிசையிலிருந்து இரண்டொரு புறாக்கள் சடக்கென்று எழுந்து லொட லொடவென்று சிறகை உதறி, அடுத்த கவரத்தில் போய் அமரும். "அட சனியனே, சித்தே அலுங்காமதான் ஒக்காந்து தொலையுங்களேன். எண்ணவுட்டாத்தானே..." என்று தனக்குத் தானாகவே சிரித்துக்கொண்டான் கன்னியப்பன்.

வெயில் உக்கிரமாகக் கனன்றுகொண்டிருந்தது. ரயில் நிலைய எல்லைக் கருங்கல் சுவர் உயர்ந்த தொலைவு தூரத்தில் ஏதோ ஒரு குச்சி நாய் ஓடிப் போய்க்கொண்டிருந்தது. யாரோ மாட்டு வண்டிக்காரன் காளைகளை மதில் சரிவு நிழலில் அவிழ்த்துக் கட்டியிருக்கிறான். நிழலடியில் மாடுகள் அசைபோட்டுக் கிடக்கும் சுகத்தை கன்னியப்பன் இங்கே படுத்தவாறே சுவராஸ்யமாகக் கவனித்தான். "ஒரு வேளை அந்த மாடுகளுக்கும் இன்று செம்மையாக வயிற்றுப் பூசை கிடைத்திருக்குமோ?" நினைத்தபோது சிரிப்பு வந்தது. இனி இன்று பூராவும் வேலை எதுவுமே செய்ய வேண்டாம். யார் காலையும் பிடித்து, "ஐயா சாமி, பதினைஞ்சு காசுதான்... கண்ணாடி மாருதி பாலீஷ் சாமி..." என்று கெஞ்ச வேண்டியதில்லை. மன ஆழத்திலிருந்து குமிழ் குமிழாக சந்தோஷம் நுரைத்து வருவதுபோல இருந்தது. புறாக்கள் பூச்சிதறலாக எழுந்து பறப்பதும், சிமிண்டு தரையில் வந்து சிவப்புக் கொக்கிக் கால்களால் நடந்து கழுத்தை அலுக்கிக் குலுக்கி குனிந்து தானியங்களைக் கொத்துவதும், ராஜ நடையிட்டு உலாத்துவதுமாக வெயிலில் நிலா விருந்து நடத்திக் கொண்டிருந்தன.

கன்னியப்பனுக்குத் தூக்கம் கண்ணை மயக்கிக்கொண்டு வந்தது. ஏதோ ஒரு சரக்கு ரயில் வண்டி குப்குப்பென்று இன்ஜினும்,

ரெண்டே ரெண்டு பெட்டிகளுமாக – கொஞ்ச தூரம் போவதும், பிறகு வந்த பாதையைப் பிரிந்து கிளை வழியாக ஊர்ந்து திரும்பி வருவதுமாக சிறிது நேரம் செவியை அடைத்து சத்தத்தை உதிர்த்துக் கொண்டிருந்தது. மூட்டை இறக்கும் கூலியாட்கள், முண்டாசுகளை அவிழ்த்து முகத்து வேர்வையைத் துடைத்தவாறு அரசமரத்தடி நிழலில் ஒதுங்கி நின்றனர். வண்டிப்பேட்டை கேட்டைத் தாண்டி லாரி லோடு ஒன்று இரைந்துகொண்டு வந்து நின்றது. புறாக் கூட்டம் அறுந்த தந்திக் கம்பிகள் போல வரிசையாக எழுந்து திசைக்கொன்றாகப் பறந்து போயின.

கலைந்து கலைந்து அயர்ந்தும் உறக்கத்தினிடையே புறாக்கள் ஒற்றையாகவும் வரிசையிட்டும், கும்பலோடும் வந்து சிறகால் படபடத்து தூக்கத்தை விரட்டின.

“போ சனியனே. என்னா லூட்டி அடிக்குது. தூங்க விடாம” என்று தனக்குள்ளாகவே முணுமுணுத்தவாறு ஒருக்களித்துப் படுத்து, காதைப் பொத்திக்கொண்டான்.

கொஞ்சம் கண்ணயர்ந்தபோது அருமையான கனவு வந்தது. கும்பல் கும்பலா சோற்றுக் குவியல்கள், வடைத் தோரணம், பாயாச அபிஷேகம். வாரி வாரி உள்ளே திணித்து திணித்துக்கொண்ட பின்பும் தீர மாட்டேன் என்கிறது. இன்னும் நிறைய மிச்சமிருக் கிறது. ஒரு பருக்கைகூட மிச்சப்படாமல் வாரியுண்டுவிட நினைத்த வேகத்தில் கைகளும் வாயும் வேலை செய்தன. மூச்சுத் திணறியது. புரண்டான். நெளிந்தான்... மூச்சை அடைத்துத் திணறலாக அழுத்தியபோது சட்டென்று விழிப்பு வந்தது.

எதிர்ச்சாரி கொட்டடியின் சிமிண்டு கூரையிடுக்கில் புறாக்கள் அமைதியாக அமர்ந்திருந்தன. வரிசையிடையே ஒன்றையொன்று அலகுகளால் தலையில் கோதி காதல் செய்கின்றன. “குக்கூ” என்று அழுத்தல் சங்கீதமாக இரைக்கின்றன.

பார்த்துக்கொண்டே இருந்த கன்னியப்பனுக்கு புறாக்கள் உட்கார்ந்திருக்கும் உத்தரத்து வைக்கோல் ஒதுக்குகளிடையே மெத்தையில் அடுக்கியது போல அழகாக வரிசையிட்டிருக்கும் புறா முட்டைகள் பற்றி நினைவு வந்தது. புறா முட்டை எவ்வளவு ருசியான பண்டம்.... வாயில் நீர் சுரந்தது. ருசி நினைவு வந்ததும் தான், விருந்துச் சாப்பாடு வயிற்றுள் கொஞ்சம் தணிந்திருந்த சுகம் அனுபவப்பட்டது. “இன்னோரு வட்டம் அய்யங்கார் சாமி இப்போ கூப்பிட்டாங்கன்னா ஒரு பிடி கூடப் பிடிச்சிரலாம்...” என்று நினைத்தான். ஆனால், எழுந்து உட்காரவே சோம்பலாக இருந்தது. படுத்திருப்பது பெரிய இதமாகத் தோன்றியது. வெயில், சரிந்து குடையாக வளர்ந்திருந்த உடை மரப் பச்சைகளின் மேல் வெளிரிட்டிருந்தது. ரயில்வே எல்லை கறுப்புக் கம்பிக்களுக்கப்பால்,

சானிட்டரி ஆபிஸின், ஸ்காவஞ்சர் வேலையாட்கள், நீலநிறத்து யூனிபார உடைமாற்றிக்கொண்டிருந்தார்கள். பீங்கானில் செய்த சானிட்டரி குழாய்கள் ஆடம்பரமாக அடுக்கி வைத்திருக்கிறது. எத்தனையோ காலமாக அந்தக் குழாய்கள் வெயிலும் மழையும் தாங்கி அந்த வெட்டவெளியில் அப்படியே இருக்கின்றன. அதன் பக்கவாட்டில் என்ன சின்னச்செடிகள் முளைத்து புதர் மண்டியிருக்கிறது. 'எதுக்கோசரம் அத்தினி குழாயும் அங்கியே வருசக்கணக்கா வச்சிருக்கோணும்?' என்று நினைத்தான் கன்னியப்பன். அந்தக் குழாய் சந்தில் கூடு வைத்திருந்த அணில் ஒன்றை, கூலி செல்லப்பன் ரெண்டு கையாலும் பிடித்துக்கொண்டு வந்தானே... அணில் கறி கூட ரொம்ப ருசிதான். 'ருசியானது எல்லாம் எப்பவும் கிடைக்கிறதா என்ன?'

"டேய் சோம்பேறி, என்னடா இங்கே படுத்துத் தூங்கறியா நீ? ஸ்டேஷன் மாஸ்டர் அய்யா ரூம்பிலே கூப்பிட்டாரு உன்னியெ. அவர் ஷூவுக்கு பாலீஸ் போடலியாம... எங்கெடா போயிட்டே நீ, இன்னி முச்சூடும்..."

நிமிர்ந்து பார்த்தபோது ஹெட் போர்ட்டர் சின்னசாமி அண்ணன்.

"ஒண்ணுமே முடியல்லே, அண்ணே. ஒரே களைப்பு இன்னிக்கு... காத்தாலே வந்து பண்ணிக் கொடுத்துடறேன் அண்ணே, நீதான் சொல்லணும்."

"என்னமோ போடா, சொல்றேன், அவ்வரு கேட்டார்ணா சரி... பீடி வச்சிருக்கியா."

"ஒண்ணுமே இல்லீங்க... அதான் எங்கியும் போகலியே"

"சர்தாண்டா..." என்றவாறு போர்ட்டர், போய்விட்டான். "இவங்களுக்கெல்லாம் அந்தச் செல்லப்பன் எவ்வளவோ நல்ல மாதிரி. எதுண்ணாச்சியும் அவரு குடுப்பாரேங்காட்டியும், நம்ம கிட்டை ஒண்ணும் வாங்கவே மாட்டாரு..." என்று நினைத்துக் கொண்டவன், அன்றொரு நாள் சிமிண்டு மோட்டு வளையில் ஏறி உயரத்திலிருந்து புறாக்கூண்டைக் கலைத்து எடுத்து வந்த பராக்கிரமசாலியான செல்லப்பனின் முழு உருவத்தையும் கண்முன் கொண்டு வந்தான்.

கருகருவென்று உடம்பும் குட்டையான நெஞ்சு நிமிர்ந்த உருவமும், "செல்லப்பண்ணே!" என்று அழைக்க எவ்வளவு நிறைவு! புறாக்களைத் தோள்துண்டால் விரட்டிவிட்டு உத்தரத்து கம்புமேல் அனாயாசமாக கால் வைத்து, கைகளை எட்டி கூட்டைக் கலைக்கும்போது, ஒன்றிரண்டு புறாக்கள் ரோஷத்துடன் வந்து

தோள்மேல் மோதும். ரத்தக் காயங்கூட ஏற்படும். செல்லப்பண்ண னுக்கு ரத்தமெல்லாம் சும்மா, தண்ணி மாதிரி. ரத்த சிராய்ப்பு உடம்பில் கோலமிட, மடி நிறைய முட்டைகளுடன் அவன் வந்து இறங்கும்போது போட்டர்கள் எல்லாம், "செல்லப்பா, நமக்கும் ரெண்டு குடேன்" என்று அம்போ எனக் கையேந்தி நிற்பார்கள். முண்டா பயில்வான்கள் போல அத்தனை போர்ட்டர்களும் அவன்முன் கையேந்தி நிற்பதே ஒரு காட்சி விசேஷம்தான்!

புறா முட்டைகளைச் சாணி உருண்டையில் பொதிந்து வைக் கோல் சருகுகளில் தீமூட்டி, அதில் வேக வைத்து, சாணிச் சாம்பலை நீக்கிவிட்டு, முட்டைகளை முழுசாக உடைத்து, கூட்டோடு தின்னும் ருசிக்கு இந்த உலகத்தில் வேறெதுவுமே ஈடில்லை என்று நினைத்தான் கன்னியப்பன். வயிற்றினுள் இன்னும் நிறைந்திருந்த விருந்து விசேஷத்தையும் மீறி புறாமுட்டை ஆசை ருசி நாக்கைச் சுருட்டியது. செல்லப்பன் இப்போதுகூட வந்துவிட்டால் நிறைய முட்டை சேகரித்துவிடலாம். புறாக்கள்கூடக் கும்பலா இல்லாமல் கொஞ்சமாகத்தான் இருக்கிறது. அவைகளைக்கூட "உஸ்"ஸென் றால் எளிதில் விரட்டிவிடலாம் என்று எண்ணினான்.

நினைக்க நினைக்க ஆசை வளர்ந்ததே தவிர உடனடி சாத்திய மில்லை என்பதினால், விட்டுவிட்டு வேறு நினைப்பில் தாவ மனம் வரவில்லை...

சுற்றிலும், வெயில் சரிந்த அமைதியில் வெளெரென்று வெறிச் சிட்டுக் கிடக்கிறது. கன்னியப்பன் திண்ணையிலிருந்து மெல்ல எழுந்து உட்கார்ந்தான். கான்வாஸ் பையினுள் அவனது வேலைத் தளவாடங்கள் துருத்திக்கொண்டு மூலையில் கிடக்கிறது. ஒருமுறை அதைப் பார்த்தவன், "கிடக்கிறது சனி" என்று முனகியவாறு எழுந்து, நடந்து எதிர்ச்சாரிக் கொட்டகையின் உயர்ந்த மேட்டை கழுத்து வலிக்க அண்ணாந்து பார்த்தான்.. இன்னும் ஒரு வரிசை புறாக்கள் அங்கே அமர்ந்திருந்து "கூக்கு..." கொட்டிக்கொள்கிறது. "சூ"வென்று பெரிதாகக் கூவி எம்பிக் குதித்து கையை வீசினான். புறாக்கள் சட்டென்று அசைந்து வரிசை கலையாமல், கழுத்தைத் திருப்பி ஒன்றையொன்று பார்த்துவிட்டு "சரிதான் போ" என்கிற பாவனையில் பேசாமல் அமர்ந்திருந்தன. இந்த அலட்சியப் போக்கு கன்னியப்பனின் சுயகௌரவத்துக்கு அவமதிப்பு போல் அவனுக்குப் பட்டது. "அட சனியன்களே, அம்புட்டுத் தூரமோ? செல்லப்பண்ணாதான் ஒங்களுக்கு பயம். நாம்மன்னா அம்புட்டுத் தானா, இரு சொல்கிறேன்..." என்றவாறு வெளியே வந்து வீசென்று வேகமா நாலைந்து கற்களை விட்டெறிந்தபோது அத்தனை புறாக் களும் படபடவென்று நாலாதிசைகளிலும் பறந்து போயின... "வந்து ஒக்காரு பார்க்கலாம். என்னான்னு நெனைச்சுக்கிட்டீங்க" என்றவாறு கைகளை உதறித் தட்டிக்கொண்டான்.

பெரிய தன் வீறாப்பில் புறாக்களை விரட்டியடித்தாயிற்று. இனியென்ன...? சிமிண்டு கொட்டகை மேட்டில் ஏற வேண்டுமே? செல்லப்பனென்றால் அந்த உடம்பையும் வைத்துக்கொண்டு அணில் மாதிரி சரசரவென்று நிமிஷத்தில் ஏறிவிடுவான். புறாக்கள் மறுபடியும் வருமுன்பு கச்சிதமாகக் காரியம் முடிந்துவிடும்...!

“செல்லப்பன் என்ன, பெரிய கொம்பன். ஏறிப் பார்க்கிறது?” என்று கறுவியவாறு, சிமிண்டு தூணைப் பிடித்து கால்களைக் கோர்த்து, பனை மரத்தில் ஏறுவது மாதிரி எம்பினான். ஏறி வந்த போதுதான் வயிற்றின் சுமையும், ஏறுவதின் கஷ்டமும் இன்னும் பசித்த நேரமாயிருந்தாக்கூடப் பரவாயில்லே என்று இடைநினைவு எட்டினாலும், அட நம்மளும்தான் பாக்கிறது, இன்னுமென்ன பொடியனாட்டம் பயந்துகினு...” என்று தன் மூப்பு உந்த நெஞ் செல்லாம் சிராய்ப்பு – பொடியலுடன் மேலே ஏறிவிட்டான்.

அப்பா... மேலெல்லாம் புறாக்களின் எச்சவழியலும், பஞ்சுத் தூவல் சிதறலுமாக – குமைச்சல் வாடை வீசியது. சிமிண்டு சட்டத் தூணில் நழுவி, நழுவி முகட்டு வளைவில் வந்தபோது தொலைவில் கடைத்தெரு, தார் ரோடு எல்லாம் துல்லியமாகத் தெரிந்தது. பஸ் போகிறது... சைக்கிள்கள், வண்டிகள், எறும்புகளாகப் பாதசாரிகள் நடந்து போவதுகூட தெரிந்தது.

பார்த்துக்கொண்டிருக்க நேரமில்லை. தொலைவில் இரண்டு புறாக்கள் வட்டமிட்டுக்கொண்டிருக்கின்றன. நிமிஷ நேரத்தில் வந்து விடலாம்.

வைக்கோல் கூளங்களாக சிதறல் கூடுகளின் மெத்தையைப் பிரித்துப் பிரித்துப் பார்த்தான். ஒன்று, இரண்டு, மூன்று... நிறையவே முட்டைகள். வேஷ்டி மடிப்பில் ஒவ்வொன்றாக எடுத்து நிறைத்துக் கொண்டபோது பெருமிதம் நெஞ்சடங்காததாக இருந்தது. ஆஜானு பாகுவான செல்லப்பனை வென்றுவிட்ட எக்காளம் மனதில் நிறைந் தது. அத்தனை முட்டைகளும் தனக்கு மட்டும்... ஆஹா... முட்டை கள்... நாக்கில் ருசி நுரைத்து வழிந்தது.

இறங்க வேண்டுமே...! கீழே பார்த்தபோதுதான் ஏறி வந்த உயரத்தின் பயங்கரம் தெரிந்தது... இனியென்ன, இறங்கியாக வேண்டும். முட்டைகளை மடியில் நன்றாக இறுக்கிக் கட்டிக்கொண் டான்... திருப்பி, தலைத் தூசையும் தூவல் எச்சத்தையும் துடைத்து விட்டு, மெல்ல ஆயத்தமானபோது, படபடவென்று நாலைந்து புறாக்களாக வந்தன... வந்த வேகத்தில் அவன் தலைக்கு மேல் முடியை ஒரு தட்டு தட்டிவிட்டு, ஒரு சுற்றுச் சுற்றி மறுபடியும் வந்து அவன் முகத்து மேலே மோதி அழுந்தின... சட்டென்று ஒரு கையால் “சூ” வென்று அரற்றினவன், இன்னொரு கையால்

முகத்தைத் துடைத்துக்கொண்டான். கண்ணின் கீழ் சதை கிழி பட்டது போல எரிச்சலாக இருந்ததைத் தொட்டுப் பார்த்தான். இன்னொரு கும்பலாக ஏழெட்டுப் புறாக்கள் விர்ரென்று வந்தன. வந்த வேகத்தில் மோட்டு வளைவு வைக்கோல் சருகுகளை ஒரு உதறு உதறிவிட்டு சிறகுகளைச் சடசடத்து வேகமாக அவன் முகத்து மேலேயே வந்து மோதி அடித்தன. கன்னியப்பன் பாடு அவசரத்தில் ஆயிற்று. கீழே இறங்கவேண்டிய சிமிண்டு கம்பத்தை லட்சியமாக்கி நகர்ந்து சறுக்கிக்கொண்டு சட்டென்று கீழே இறங்கிவிட நினைத்த போது, எங்கிருந்தென்று தெரியாமல் கும்பலாக இன்னுமொரு அணி புறாக்கள் வந்து விருட்டென்று மோதியது.

அவ்வளவுதான். கன்னியப்பன் பொறி கலங்கித் தடுமாறினான். ஆயினும் நிதானத்தை இழக்காமல் இறங்கும் திசையைப் பார்த்தான். ஒரு கணம்தான். ஒற்றையாக ஒரு புறா விருட்டென்று வந்து அவன் கண்ணின் உள்குறியைத் தாக்கியது.

கன்னியப்பன் பொறி கலங்கி அத்தனை உயரத்திலிருந்து கீழே விழுந்தான்...

புறாக்கள் இன்னும் இன்னும் நிறைய வந்து சேர்ந்துகொண்டே இருந்தன.... படபடவென்று அந்த மோட்டு வளையெங்கும் புறாக்களின் அரவம் அதிர அடித்தது. கீழே கொட்டகை சிமிண்டு வெளியில் கன்னியப்பன் ரத்தக்களறியில் மெதுவாக உணர்விழந்து கொண்டிருந்தான். அவன் மடியிலிருந்து சிதறிய முட்டைகளின் கூழ், ரத்தக்களறியில் ஒட்டாமல் தனித்துத் தெரிந்தது.

இறங்கு வெயில் மஞ்சளாக, உடை மரங்களின் குடைப் பச்சையில் முலாமிட்டுக்கொண்டிருந்தது.

“கிட்டங்கி மேட்டிலேயே யாரோ விளுந்து கெடக்கிறாங்க... ஓடியாங்கோ...” என்று போர்ட்டர் உரக்கக் கத்தியபோது இந்த ஓலத்தைக் கேட்ட கன்னியப்பன், சுயநினைவோடு இல்லை. மோட்டு வளையில் புறாக்கள் மட்டும் இன்னும் கலையாமல் கும்பலாக இரைந்துகொண்டிருந்தன.

❖

66

நொண்டிச் சாக்கு

"அய்யா, சாமி... ரெண்டு காலும் இல்லாத மொடவன் அய்யா... ஒங்களெப்போல ஓடியாடிப் பாடுபட முடியாத பாவி அய்யா. ஒரு ரெண்டு பைசா, அஞ்சு பைசா தர்மம் செய்யுங்க, தரும தொரையிங்களே, பாடுபட முடியாத நொண்டி சாமி, ஒரு தர்மம் போடுங்க புண்யவாங்களே..."

அன்னியூர் சந்தை பஸ் புறப்பட்டுப் போவதற்கு இன்னும் சிறிது நேரமே பாக்கியிருந்தது. நொண்டி துரைப்பாண்டி தனது மரக்கால் துணைகளைக் கையிடுக்கில் ஊன்றிக்கொண்டு, பஸ் ஸைச் சுற்றிச் சுற்றி வந்து, தன் தொழில் முறை வசனங்களை – கேட்போர் மனம் உருகும்வண்ணம், இறங்கிய குரலில் இழைந்தும் நயந்தும் பொழிந்துகொண்டிருந்தான்.

"புளியங்குடி, மானாசத்திரம், தோப்புக்கடவு... ஏறுங்க, ஏறுங்க. ஆரு சாமி அது டிக்கட் வாங்கிக்காமெ எங்கே ஓட்டம்? இந்தாம்மா பெரியம்மா உங்களெத்தான்... தோ இங்கே டிக்கட் வாங்கிக்கிட்டு பஸ் உள்ளார போய் ஒக்காரு... அட, சில்லறை கொண்டா சாமி... இதென்ன பெரிய தொந்திரே... புளியங்குடியா? அறுவது காசு, கொண்டா ஜல்தி..." பஸ்ஸிற்கு வெளியே சிறிய கும்பலின் இடையே கண்டக்டர் கதறிக்கொண்டிருந்தான். காக்கி உடையில் அவனது குட்டை உருவம், கூட்டத்திற்கு வெளியே தெரியவில்லை.

"சாமி, தர்மவான்களே..." என்ற துரைப்பாண்டியின் குரல் தான் இரைச்சலை எல்லாம் மீறி இன்னும் அழுத்தமாகக் கேட்டது. பஸ்ஸின் இடதுபுறத்து முன்வரிசை இருக்கையில் அமர்ந்திருக்கும் அந்தத் துப்பட்டித் தலைப்பாகைக்காரரிடம், இன்றும் வழக்கம் போல, துரைப்பாண்டியின் சாகசமும் இரங்கற்பாவும் எதுவும் பலிக்கவில்லை.

"அடே போப்பா. எத்தினிவாட்டி சொல்றது. சில்லறை இல்லை போ" என்று, இடது உள்ளங்கைக் குழியிலிருந்து எதையோ எடுத்து சுவாரஸ்யமாகக் கொறித்துத் தின்றவாறு அலட்சியமாகப் பதில் சொன்னார், துப்பட்டிக்காரர்.

“பத்துப் பைசா கொடு சாமி, சில்லறை நான் தாறேன். ஒரு நொண்டி மொடவனுக்கு தர்மம் செய் சாமி. புண்ணியமுண்டு. நானும் உங்களெப்போல ஓடியாடிப் பாடுபட முடியாதவன் சாமி...”

துரைப்பாண்டி விடாக்கண்டன் என்றால், அந்தத் துப்பட்டி தலைப்பாகைக்காரர் கொடாக்கண்டனாகவே இருந்தார்.

கண்டக்டர் ரைட் கொடுத்துவிட்டான். பஸ்ஸும், அந்தப் பதினைந்து நிமிஷ நேர ஓய்வு போதாததுபோல, சிணுங்கி கனைத்து, புகையை உமிழ்ந்து, ஒரு உலுப்பு உலுக்கிக்கொண்டு புறப்பட்டுச் சென்றது. பஸ் வந்து நின்ற எங்கள் காவடியூர் பஞ்சாயத்தின் செம்மண் ரோட்டில் கழிவுப் பொருள்போல ஆயில் மிச்சமும், டயர்களின் தடமும் தெளிந்து கிடந்தன. பஸ்ஸைச் சுற்றி நின்று தங்களது சின்னஞ்சிறிய வியாபார முறைகளைப் பிரயோகித்துக் கொண்டிருந்த, பலூன்காரன், நிலக்கடலைக்காரன், இஞ்சி மொரப்பா, நூல் சீப்புக்காரன், ‘நடிகை அஞ்சனா தேவியின் அந்தரங்க காரியம்’ புத்தகம் விற்பவன் எல்லோரும் அங்கிங்காகக் கலைந்து போயினர். இனி அடுத்த சந்தை பஸ் சாயங்காலம் அஞ்சரைக்குத்தான் வரும். அதுவரையில் பஸ் நிலையத்தில் வேறு நாதியில்லை. வெயிலுக்கு சளைக்காத செம்பன் நாயும், நாயை விடாத ஈக்களும்தான் அந்தப் பாழ் வெயிலில் மிச்சம்!

துரைப்பாண்டி வழக்கம்போல என் கடையின் வடக்குத் திண்ணை ஓரத்தில் வந்து அமர்ந்துகொண்டவன், கை, டின் வருமானத்தை மடியில் கொட்டி எண்ண ஆரம்பித்தான். அவன் கைத்தடிகள் இரண்டும் ஓரத்தில் சாத்தி வைக்கப்பட்டிருந்தன...

“என்ன தொரைப்பாண்டி இந்தக் கெடு சந்தைக்கும் உன் பாச்சா அந்தத் துப்பட்டிக்காரர்கிட்டே பலிக்கல்லெ போலிருக்கே. பஸ் வந்து நின்றதும், அவர் பாட்டுக்கு தலைத் துப்பட்டியை எடுத்து முகத்து வேர்வையை ஜோரா தொடச்சுக்கிட்டாரு... அப்பறம் நீண்ட மணிபர்ஸைத் தெறந்து துட்டு எடுத்து ஆயாக்காரிகிட்டே, பொரிகடலை வாங்கினாரு... பலே ஆளுப்பா அந்த ஆளு... இன்னைக்குக் கொடுத்தாரா காசு? நான் பாத்துக்கிட்டேதான் இருந்தேன். ஆனால், ஒரு கிழிசெ தைக்க ஆள் வந்திரிச்சி, அப்பறம் பஸ் பெறப்பட்டதும்தான் பார்த்தேன்... நீகூட சில்லறை தாறதா சொன்னியே, கேட்டுக்கிட்டுதான் இருந்தேன்... என்னாச்சு?”

“அட, இரு சாமி, என்னா சேந்திருக்குதுன்னு பாத்துக்கினு வந்து சொல்றேன்... தெய்யக்கார சாமி, ஒரு கணக்கு போட்டுக் கவேன். அஞ்சு பைசா சல்லி ஒரு மூணு. மூணு பைசாவிலெ ஒரு நாலு, ரெண்டையும் சேத்துக்க, அப்பொறம் ரெண்டு காசு

சல்லியிலெ ஒரு பன்னண்டு ஆச்சா, ஒரு காசா ஒரு பதிமூணு சேத்துக்க. எம்பிட்டு ஆவுது சொல்லேன்... இன்னைய சந்தெ ரூட்டு கெராக்கி எளச்சுப்போச்சு சாமி. மத்யான சோத்துக்கு இன்னைக்கு கறி – மீன் வேணும். தள்ளீர வேண்டியதுதான் – இன்னீப் பொளுது துக்கு அம்பி கடெ அளவுச் சாப்பாடுதான்... எத்தினி பைசா ஆச்சு சாமி? பார்த்துக்கிட்டியா கணக்கெ?”

“அல்லாம் பாத்தாச்சு. அஞ்சு பைசா சல்லி மூணா? மூவஞ்சு பதினஞ்சு அப்பொறம் மூணு பைசாலெ நாலுதானே? நாமூணு பன்னண்டு, பன்னண்டும் பதினஞ்சும் இருவத்தி ஏழு. ரெண்டு காசு பன்னண்டு எண்ணமா? உம்... வந்து அப்போ, இருவத்தி நாலு, ஒரு இருவத்தி ஏழும் அம்பத்தி ஒண்ணு, ஒத்தெ காசா பதி மூணு ஆக அறுவத்திநாலு பைசா... முள்சா ஒரு ரூபாய்க்கு முப்பத்தி ஆறு காசு கொறச்செ. அதுக்கொசரம் எதுக்கு நாற்பது காசு அளவு சாப்பாடுன்னு போறெ? முக்கு அய்யரு கடைக்குப் போவேன். அறுவது காசு ரசம், மோர், அப்பளத்தோடு குஷாலா சாப்பிடலாமெ...”

“அட போ சாமி – ரசம், மோரு, அப்பளமாம். என்ன சாமி அதுலே இது இருக்குது, ஒரு தூண்டு தாளிஸம் பண்ண கறி மட்டும் நாற்பது காசு வாங்கிவிட்டுப் போட்றானே மிலிட்டேரி ஓட்டல்லே, அதும் பக்கத்திலெ வருமா இந்த மொடாத்தண்ணி ரசமும், மோரும்? பின்னெ சொல்றியே...”

வெயில் கொளுத்துகிறது. கடைத்தெருவும் பஸ் நிலையமும் வெறிச்சிட்டுக் கிடக்கிறது.

“என்ன சாமி கம்னு இருந்துட்டே, சந்தெ கிராக்கி பஸ் வந்தா இப்பிடியா துட்டு சேரும்? மூணு ரூவா நாலு ரூவாகூட உளுந்த நேரம் உண்டே. நீயும்தான் கணக்கு பாத்திருக்கியே சாமி. பின்னெ சொல்றியே. அட அந்தத் துப்பட்டிக்கார தடியன் காசு போட்டானா கேட்டியே, இன்னைக்கும் கையெ தூக்கலே பாத்தீங்களா? பொரி யுண்டெக்காரிகிட்டெ துட்டு கொடுத்துதானே உண்டை வாங்கிக் கொறிச்சிருக்கான். ஆரஞ்சுப்பழம்கூட வாங்கி உரிச்சுத் துன்னும் சாமி... இந்த பொடைக்கற வெய்யமேலெ குச்சு மாட்டிக்கிணு கத்தா கத்தறனே, இவனுங்க மனசு என்ன கல்லுத்தானுங்களா? படுபாவிங்க. இந்தப் பாரு தெய்யக்கார சாமி, இந்தத் துப்பட் டிக்காரன் அடுத்த சந்தைக்கு வராமலா போவான். உண்மையா பாரு சாமி... வம்பு கொஞ்சம் தமாஸ் காட்டுறேன் பாரு... சரி சாமி பொட்டணம், டின்னு கின்னெல்லாம், இங்கியே இருக்கட்டும். வவுத்தெ காயுது. நான் நாயர் கடைக்குப் போயிட்டு வாறேனுங்க...”

“எல்லாத்தையும் அந்த ஓரமா வையி. யாருன்னாச்சியும் தய்ய கிராக்கி வர்ற எடம்...” என்று அவனுக்குக் கோடி காட்டிவிட்டு, காஜா போட ஆரம்பித்தேன். துரைப்பாண்டி கைத்தடி மேல் ஊஞ்சல் ஆடி, ஆடி நாயர் கடை பார்த்து நடந்து போனான்.

எங்கள் காவடியூர், பஞ்சாயத்து பஸ் நிலையமும் கடைத் தெருவும் ஒன்று. கடைத்தெரு என்றால், வடக்கே ஒட்டன்சாவடி பாழடைந்த சத்திரத்திலிருந்து தெற்கே பாலதேவி டூரிங்டாக்கீஸ் வரை ஒரு அரை மைல் அன்னியூர் தோப்புக்கடவு மெயின் ரஸ்தா வில் அடங்கியிருந்தது. முதலில் குடிசை குடிசைகளாக சக்கிலியன் கடை, நிலக்கடலை, பொரிகடலை வறுத்து விற்கிற கடை இடையே ஓட்டை ஓடசல் கண்ணாடிச் சாமானும், அலுமினிய குப்பைகளும் நிறுத்து வாங்குகிற நாலுதினுசு படிக்கல் கடைகள். கப்பிரோட்டின் அத்தனை தூசும் அந்த வளைவு திருப்பக் கடையில் மண்டிக் கெடக்கும். இடது புறம் தனியாக தட்டுக் கடையாக இரண்டு. ஒன்று ஆட்டுக்கறி அறுத்து விக்கிற நைனான்சாகிபு கடை. இன்னொன்று மாட்டுக்கறி வியாபாரம் தும்மிடு சோஸப்பு கடை... ஒரு நாலு ஏக்கர் பாழ்வெளியில் வாத்து மேயுற குட்டை. பஸ்ஸில் முக்கு திரும்புகையிலேயே மொடை நாற்றம் தலையை வலிக்கும்! வலது பக்கம்தான் எல்லாக் கடைகண்ணியும். நாலு மொட்டை மாடிக் கடைகளும் பலசரக்கு மண்டிகள் அடுத்தாற்போல பழக்கடை. கூரைமேயாத திண்ணையில் இளநீர்க் குவியலும், ரெண்டு நீள பெஞ்சுகளும் போடப்பட்டிருக்கும். அடுத்தாற்போல நம்ம கடை தையல்கடை. பக்கத்திலே ஷாப்பு கடை. சோப்பு, சீப்பு, பீடி, புகையிலை வியாபாரம். செய்தி பேப்பர் எல்லாம்கூட அங்கேயே கிடைக்கும். அடுத்தாற்போல வட்டிக் கடை அமீர்சந்து சாயிராம் சேட் கடை, தரித்திரம் பிடித்த சாயிபு வீட்டு முன்வாசல் மாதிரி, எப்பொழுதும் ஓஞ்சுபோய்க் கிடக்கும். ஆனால், அங்கே தான் கடைத்தெருவிலேயே பெரிய வியாபாரமெல்லாம் நடக்கும். லாட்டு பிரகாரம் பணம் பொரளும். மூக்குத்திப் பொட்டு அடகு வைக்கும் சேரிக்கார சின்னம்மா முதல், வைர அட்டிகை அடகு வைக்கிற அய்யரு வீட்டு சாமி வரைக்கும் அங்கேதான் வந்து போவாங்க. அடுத்தாற்போல சைக்கிள்கடை. பஸ் நிலையத்து குட்டி வியாபாரிகளுக்கெல்லாம் வெயிலுக்கும், வம்புக்கும் புகலிடம் அதுதான். அதுக்கு அடுத்தாற்போல அய்யர் கடை பெரிய ஓட்டல் துர்க்கா லஞ்சுஹோம்... எதுத்தாப்போல பஸ் நிலையம். அரை சினிமாக்கொட்டகை மாதிரித் தகரக் கூரை மண்டபம் வெயிலோ, மழையோ எதுவானாலும் அங்கேயே பட்டுக்கொள்ளலாம். பிறகு அரசமரத்திடல்... மைதானம்... தொலை தள்ளி, நாயர் டீக்கடையும், மிலிட்டேரி ஓட்டலும்... பிறகு டூரிங் டாக்கீஸ்... திருப்பம் முடி கிறது... தெற்கே பார்த்து ஊரும் வயல் வெளியும் எல்லாம்...

துரைப்பாண்டி இந்தக் காவடியூர் சீமைக்கு வந்து என் நினைவு தெரிந்து அஞ்சாறு வருஷம் இருக்கும். வருகிறபோதே நொண்டியாக– ஒண்டியாகத்தான் வந்தான். எங்கியோ பொம்மலப்பட்டியாம் சொந்த கிராமம். பெரு நோயிலே பொண்டாட்டியும் ஆயாக் காரியும்– மாடு கண்ணுகளும் பூண்டோடு போய்விட்டதாம். வேட்டு வச்சு மலை பொளக்கிற சித்தாள் வேலை பார்த்து வந்தா னாம். 'கிரகசாரம்' ஒரு நாள் வெடிக்காத வேட்டை மிதிக்கப்போய் கால் ரெண்டையும் வாங்கிக்கொண்டு போய்விட்டது, அந்தப் பொய்வேட்டு... கடைசியில் மனம் சடைஞ்சு சர்க்கார் ஆஸ்பத் திரியெ விட்டு, குச்சியில் ஊஞ்சல் நடையுடன் வெளியே வந்த போது, பொம்மலப்பட்டி வெறுத்துப்போய்விட்டது... கடைசியில் காவடியூர் சீமையும் – பஸ் நிலையத்து 'பொழைப்பும்' எனது தையல்கடை வாசமும் நிலைத்துப்போய்விட்டது.

இப்போ துரைப்பாண்டி தன் தொழிலில் ரொம்பவும் தேறிப் போனான். கொடுக்கிற புண்ணியவான், யாரு? கஞ்சம்பட்டி ஆசாமி, யாரு, ஈரெட்டிக்காரன் யாரு என்பதெல்லாம் அவனுக்கு அத்துப்படி. 'கவிழ்ந்தா பூமி. நிமிர்ந்தா மானம்' என்கிற உறைப்பும் மனத்திற்கு வந்துவிட்டது. 'நொண்டிதானே, கொடுத்தா என்ன?' என்கிற நியாயம் மட்டும் மிகவும் அழுத்தமானது என்று அவன் நம்புகிறான். அதனால் அதிகாரமாகக்கூட பிச்சை கேட்பான். சந்தைக்குப் போய்விட்டு பஸ்ஸில் வருகிற துப்பட்டா தலைப்பாகைக் காரர் போன்ற அழுத்தமானவர்களை ஆரம்பத்தில் விட்டுப்பிடித்து பிறகு அதட்டிப் பிடித்து காசு வாங்குகிற வித்தையெல்லாம் துரைப் பாண்டிக்கு சுளுவாகிவிட்டது. சமயத்தில், எனக்குக்கூட இந்தத் தையல்கார பிழைப்பை விட்டெறிந்துவிட்டு கண்ணை மூடிக் கொண்டு அய்யாசாமி என்று புறப்பட்டால் என்னவென்று தோன்றிவிடுகிறது! துரைப்பாண்டிக்கு சந்தை பஸ்தான் நித்ய வருமானத்தின் மொத்த இடம். சந்தை பஸ்ஸில் வரும் ஒட்டு முக்கால் ஆசாமிகளும் துரைப்பாண்டிக்குக் கைநீட்டும் புண்யாத் மாக்கள்தான். ஆனால், அந்தத் துப்பட் டிக்காரர் இப்போ இடை யில் வந்தவர் – அவரிடம் துரைப்பாண்டியின் அசகாய வித்தை பதினெட்டையும் பிரயோகித்தும் சல்லி பெயரமாட்டேன் என்கிறது. அதற்குதான் அவன், "அடுத்த சந்தைகெடு பாரு சாமி, அந்தத் துப்பட்டிக்காரனை வகையா நாலு கேக்கிறேன். பாத்துப்பிடுறது. என்ன செஞ்சிடுவான், எந்திச்சு வந்து நாலு போட வருவானாக்கும். அதையும்தான் பாத்துப்பிடுறது... நாயம் தெரிஞ்ச நாலு சனங்க, நொண்டிக்காரனுக்கு ரெண்டு சல்லி போட்டா தேஞ்சா போவீங்கள், அதான் அவன் பொறுக்காம திட்றான்னு சொல் லாமலா போவாங்க..." என்று கறுவியிருந்தான்.

"இந்தா தையக்கார சாமி, மணி என்னா ஆவுது? பன்னண்டு இருக்குமா? சந்தை பஸ் வர்ற நேரமாச்சுதான்னு கேக்கிறேன்... வர வர சாமி, சனங்ககிட்டெ ஈன எரக்கம் கொறஞ்சு போயிட்டே இருக்கு. பாத்துக்கிங்க. முந்தியெல்லாம் கால்ணா அரையணா கணக்குப் பாக்காமெ கொடுப்பாங்க. இப்பப்பாரு பைசா காசு, முந்தின கால்ணா கணக்குன்னா இந்தப் பைசாவிலே மூணு சேந் தாத்தான். இந்தத் துக்கிணி துட்டுகொடுக்க யோசனை பண் றாங்கோ... நேத்து பாரு சாமி, நீ நம்புனா நம்பு. நம்பாட்டிப் போ. நாலேநால்ணா காசுதான் கடவுள் என் மனசறிய கெடச்சுது. என்னாத்துக்குக் காணும் சாமி. பத்துப்பைசா இட்லீங்கிறான். இப்போ பொறந்த புள்ளைக்கு தின்னக் காணாது... நால்ணா பணம் தான் பொழுதுக்கும் சம்பாத்யம்னா என்னா செய்யிறது. இன் னைக்கு சந்தெ கெடு. பஸ் நெறையா ஆள்வரும். வர்ற புண்ய வாங்க ஆளுக்கு ரெண்டு காசு கணிசமா போட்டாங்கன்னா இன்னிய நாளிய பொழுதுக்குக் கவலை இல்லை. ஆனா கெடைக் கோணுமே... தா... வர்து பாரு... ராஜாவட்டம் சந்தை பஸ்... வர்றேன் சாமியோ..."

அன்னியூர் சந்தை பஸ், வழக்கம்போல வேகமாக இரைத்துக் கொண்டுவந்து, ஒரு திரும்பு திரும்பி, குலுக்கிக்கொண்டு சடக் கென்று நின்றது. பஸ்ஸைவிட்டு ஆட்கள் இறங்குவதற்கு முன்னரே ஏறவேண்டியவர்களின் நெருக்கமும், குட்டி வியாபாரிகளின் கூச்சலும் திமிலோகப்படுகிறது. இத்தனைக்குமிடையே துரைப் பாண்டியின் குரல்தான் அழுத்தமாகவும் கணீரென்றும் கேட்கிறது. அதையும் மீறி பஸ் கண்டக்டரின் அதட்டல் எழும்புகிறது... "இந்தா ஏறங்கிறவங்களை மொதல்லே உட்டுடுங்க... எறங்கி முடிஞ்சுட்டு துன்னா அல்லாத்துக்கும் டிக்கட் இருக்குது... ஏன் நெரிச பண்றீங்க..."

"அய்யா தர்ம தொரையுங்களே! காலில்லாத ஆத்மா அய்யா மாரே! ஒங்களெப் போல ஓடியாடிப் பாடுபட முடியாத பாவி நான். தர்மவான்களே. ஒரு ரெண்டு பைசா, ஐந்து பைசா தர்மம் போடுங்க சாமிகளே..."

"இஞ்சி மொரப்பா... இஞ்சி மொரப்பா..."

"யார்றா அவன் பெரிய இவன். அய்யா வாடிக்கையா எங்கிட்டெதான் சந்தெ சொமையைத் தூக்கியாரச் சொல்லுவாரு... நீ இருபது பைசா கொடு சாமி. எங்கே வேணாலும் தூக்கியாறேன்... போடா தெரியும்..."

ஓசைகளின் கம்பீரம், ஆரம்ப சூரத்தனம் முடிந்ததும், மெல்ல மெல்லக் குறைய ஆரம்பித்தது. துரைப்பாண்டியின் குரலும் ஒன்று விட்டு மெதுவாகவும், சிலபோது அழுத்தமாகவும் கேட்டது.

சட்டைக்குப் பிசிறு நூல் வெட்டிக்கொண்டிருந்த வாக்கில் நிமிர்ந்து பார்த்தபோது, பஸ்ஸின் இடதுபுறம் மூன்றாவது வரிசையில் முண்டாசுக்கட்டும் கம்பீரமுமாக இருந்த துப்பட்டிக்காரரிடம், காசு கேட்டுக்கொண்டிருந்த துரைப்பாண்டியைத்தான் பார்த்தேன். அவன் ஏற்கனவே சொல்லியிருந்தவண்ணம் ஏதேனும் வேடிக்கை நடக்கப்போகிறதென்ற எண்ணத்தில் நானும் கைவேலையில் பாதி கவனமும், பஸ்ஸடியில் பாதி கவனமுமாக பாவனையில் இருந்தேன்.

“நீயும் எத்தினியோ சந்தைக்கு வந்துக்கிணுமிருக்கிறே. அள்ளிக் கட்டிக்கிணு போயிக்கிணுமிருக்கிறே. இன்னியாச்சும் ஒரு அஞ்சு பைசா குடுத்தா கொறஞ்சா பூடுவே... அட நானும் உன்னியெப் போல கால் கை உள்ளவன்னா இப்பிடியா வந்து கெஞ்சிக்கிட்டு கெடப்பேன்... குடு சாமி, இன்னிக்கு கெராக்கியே கம்மி சாமி...”

துப்பட்டிக்காரர் அசைவதாக இல்லை. அவர் பாட்டுக்குப் பொரிகடலையோ ஏதோ ஒன்றைக் கொறித்தவாறு, அந்த அலட்சிய புன்சிரிப்புடன், பஸ்ஸின் உள்ளேயே அமர்ந்திருந்தார். துரைப் பாண்டியின் வசனமழை ஒன்றையுமே அவர் கேட்டதாகக்கூட இல்லை.

“சாமி... சாமி... நீ கடலெ திங்கிற காசு போட்டா கொறஞ்சா போவே சாமி... இந்த மாதிரி நொண்டி மொடத்துக்கு, கொடுக் காட்டி யாருக்குக் கொடுக்கப் போறே புண்யவானே!”

துரைப்பாண்டியின் அரற்றல் பொறுக்கமாட்டாமல் துப்பட்டிக் காரரின் பக்கத்தில் இருந்தவர், தம் பையிலிருந்து காசை எடுத்துக் கொடுத்து, “போப்பா அந்தண்டை, காது அடைக்கிது...” என்று விரட்டினார்.

“நீ கொடுத்திட்டே சாமீ. புண்யவான் இதோ இவருகிட்டெ தான் கேக்கிறேன். ரெண்டு காலும் இல்லாத நொண்டி சாமீ நானு...”

“அட, அவர்தான் இல்லைங்கிறாரே, அந்தண்டை போயேன்” என்றார் இன்னொருவர், துப்பட்டிக்காரரைக் கீழ் மேலாகப் பார்த்தவாறு.

“அவரு கொடுக்க வேணாம் சாமி. அல்லாத்தையும் சந்தையிலெ வித்து அள்ளிக்கிணு போறாரே... காசு இவருக்குத் தங்குமா சாமி? பிச்சைக்காரனெ பாக்கவச்சி தீனி வாங்கித் தின்னு றாரே சாமி... ஒரு ரெண்டு காசு இந்தாடான்னு வீசியெறிஞ்சா கொறஞ்சா போயிடுவாரு... எனக்கு மட்டும் கால் இருந்திச்சுன்னா இப்படியா சாமி தலை வெடிக்கிற வெய்யில் மேலெ கத்திக்கிணு இருப்பேன்... ராஜாவாட்டம் சந்தை யாவாரம் நானும் பண்ண மாட்டனாக்கும்?”

"அல்லாரும் ஏறிட்டாங்களாப்பா? கண்டக்டரு நேரமாச்சு என்னா, நீ இன்னுமா டிக்கட் கிழிக்கிறே..." என்று ஹாரனை அழுத்தியவாறு பின்னால் பார்த்துக் குரல் கொடுத்தான் டிரைவர்.

"இரு அண்ணே... மூணே டிக்கிட்டுதான்... ரெண்டே நிம்மிசம்... தா ரைட் போட்டுறேன்" என்றவாறு உள்ளங்கையிலிருந்த சிறிய டிக்கட் புத்தகத்தில் மளமளவென்று எழுதிக்கொண்டிருந்தான் கண்டக்டர்.

"வண்டி போகப் போகுது சாமி... நீ குடுக்கமாட்டே. நீ நாசமாகப்போக... உன் புள்ளை குட்டிங்க..."

துரைப்பாண்டியை முடிக்கவிடவில்லை துப்பட்டிக்காரர்.

"அடடே, இரப்பா இரப்பா... இதோ வர்றேன் பொறுத்துக்க... பாவம் நீ" என்று கையமர்த்திவிட்டு, சட்டென்று பக்கத்தில் எதையோ எடுத்துக்கொண்டு ஒவ்வொரு சீட்டாகத் தாண்டித் தாண்டி பஸ்ஸிற்கு வெளியே வந்தார் துப்பட்டிக்காரர்.

"என்னா பெரியவரே பஸ் பொறப்பட நேரத்திலே வெளியே?" என்று வாசல்லேயே தடுத்த கண்டக்டரிடம் எதையோ சொல்லி விட்டு, வாசற்படி மேல் நின்றிருந்த நாலைந்து ஆட்களை விலக்கிக் கொண்டு வெளியே வந்த துப்பட்டிக்காரரைப் பார்த்தபோது –

துரைப்பாண்டியென்ன பஸ்ஸின் உள்ளே இருந்தவர்களைத் தவிர எல்லோருமே அசந்துபோனோம்.

துப்பட்டிக்காரரும் துரைப்பாண்டியைப் போல, இரண்டு கால்களும் இல்லாமல் – கையிடுக்கில் செருகிய மரக்குச்சிகளில் ஊஞ்சலாடி நடந்துவந்து துரைப்பாண்டி பக்கத்தில் நின்றபோது, பஸ்ஸிற்கு வெளியே என்னையும் சேர்த்து கடைத் தெருக்காரர்களுக்கு முகத்தில் கொப்பளித்துக் கொட்டினது மாதிரி ஆகி விட்டது!

"சந்தெக்காரப் பெரியவரே, வாங்க சீக்கிரம். அவன் கெடக்குறான் பிச்சைக்காரக் களுதெ... ஏறுங்க சீக்கிரம்... அவன் பொளைப்புக்கு, அது ஒரு நொண்டிச் சாக்கு... விட்டுப்பிட்டு வருவீங்களா?" என்ற கண்டக்டரின் குரலுக்குக் கைகாட்டிவிட்டு, "நீ போப்பா, நான் அடுத்த பஸ் போல வர்றேன்..." என்ற பெரியவர்– துரைப்பாண்டியின் அருகே நிற்பது – கடைத் தெருவில் என்னைப்போல் எல்லோருக்குமே வெட்கமாக இருந்தது!

அன்னியூர் சந்தை பஸ் புறப்பட்டுப் போயிற்று. செம்மண் ரோட்டில், ஆயில் மிச்சமும் டயர்களின் தடமும் தெளிந்து கிடந்தன!

❖